ഒരു യഥാർഥ മനുഷ്യന്റെ കഥ

oru yadhardha manushyante kadha
russian novel
•
boris polevoy
•
translated by
subhadra parameswaran
•
first chintha edition
november 2009
•
second edition
january 2011
•
typesetting
archa graphotechs, thiruvananthapuram
•
published
chintha publishers, thiruvananthapuram
•

cover
shahul aliar
•

വിതരണം

ദേശാഭിമാനി ബുക്ക് ഹൗസ്

H O തിരുവനന്തപുരം–695 001

ബ്രാഞ്ചുകൾ

ഓവർബ്രിഡ്ജ് തിരുവനന്തപുരം • കെ എസ് ആർ ടി സി ബസ് സ്റ്റേഷൻ ആലപ്പുഴ • കെ എസ് ആർ ടി സി ബസ് സ്റ്റേഷൻ എറണാകുളം • കലൂർ കൊച്ചി • ഐ ജി റോഡ് കോഴിക്കോട് • മാവൂർ റോഡ് കോഴിക്കോട് • എൻ ജി ഒ യൂണിയൻ ബിൽഡിങ് കണ്ണൂർ • സെൻട്രൽ ബസ് ടെർമിനൽ കോംപ്ലക്സ് താവക്കര കണ്ണൂർ • മച്ചിങ്ങൽ ലെയ്ൻ തൃശൂർ

CR - 1053 / 2620

ഒരു യഥാർഥ മനുഷ്യന്റെ കഥ

റഷ്യൻ നോവൽ

ബോറിസ് പോളിവോയ്

പരിഭാഷ

സുഭദ്ര പരമേശ്വരൻ

ചിന്ത പബ്ലിഷേഴ്സ്
തിരുവനന്തപുരം-695 001

ബോറിസ് പോളിവോയ്

പ്രസിദ്ധ റഷ്യൻ എഴുത്തുകാരൻ. 1908 മാർച്ച് 17ന് മോസ്കോയിൽ ജനനം. പിതാവ് : നിക്കോളായ് പെട്രോവിച്ച്. മാതാവ് : ലിഡിയ കാമ്പോവ്. കലിനിനിലെ ടെവർ ഇൻഡസ്ട്രിയൽ കോളേജിൽനിന്നും ബിരുദം നേടി.

എഴുത്തുകാരനായി അറിയപ്പെടുംമുമ്പ് കലിനിനിലെ ടെക്സ്റ്റൈൽ ഫാക്ടറിയിൽ ടെക്നോളജിസ്റ്റായിരുന്നു. മാക്സിം ഗോർക്കിയിൽനിന്നും ആവേശം ഏറ്റുവാങ്ങിയ ബോറിസ് പോളിവോയ് 1928–ൽ ജേർണലിസ്റ്റായി.

ഓസ്റ്റ്‌വിച്ചിന്റെ വിമോചനാനന്തരം അവിടെ നടന്ന അതിക്രമങ്ങളെ സംബന്ധിച്ച് *പ്രവ്ദ*യിൽ എഴുതിയ റിപ്പോർട്ടുകളിലൂടെയാണ് ബോറിസ് അറിയപ്പെടുന്ന ജേർണലിസ്റ്റായിത്തീർന്നത്. 1939 മുതൽ 1941 വരെ *പ്രവ്ദ* യിൽ റിപ്പോർട്ടറായിരുന്നു. 1951 മുതൽ 1966 വരെ സോവിയറ്റ് യൂണിയനിലെ സുപ്രീം സോവിയറ്റിന്റെ ഡപ്യൂട്ടിയായി പ്രവർത്തിച്ചു. 1940 മുതൽ മരിക്കും വരെ സോവിയറ്റ് യൂണിയനിലെ കമ്യൂണിസ്റ്റുപാർട്ടി അംഗമായിരുന്നു.

1962 മുതൽ ജീവിതാവസാനം വരെ *ലിറ്ററി യൂത്ത് മാഗസി*ന്റെ ചീഫ് എഡിറ്റർ.

പോളിവോയ്കൃതികൾ ലോകത്തെങ്ങുമുള്ള വായനക്കാരെ ആവേശം കൊള്ളിച്ചിരുന്നു, പ്രത്യേകിച്ചും *ദി സ്റ്റോറി ഓഫ് എ റിയൽ മാൻ* എന്ന നോവൽ.

വി ആർ സോവിയറ്റ് പീപ്പിൾ (കഥകൾ) *അമേരിക്കൻ ഡയറീസ്* (1956), *ഇൻ എ ഗ്രേറ്റ് ഒഫൻസീവ്* (1967) *തെരഞ്ഞെടുത്ത കൃതികൾ* (1969), *ക്രിയറ്റേഴ്സ് ഓഫ് സീസ്* (1975) *തർട്ടി ഇയേഴ്സ് ലേറ്റർ* (1975) എന്നിവ യാണ് മറ്റു കൃതികൾ. 1981 ൽ അന്തരിച്ചു.

ഭാര്യ : യുളീയ ഒസിപൊവ്ന

സുഭദ്ര പരമേശ്വരൻ

1920–ൽ ഇരിങ്ങാലക്കുടയിൽ ജനനം. മദ്രാസ് ലോ കോളേജിൽനിന്ന് ബി എൽ ബിരുദമെടുത്തു. ഇരിങ്ങാലക്കുടയിലെ പ്രഥമ വനിതാ മുനി സിപ്പൽ കൗൺസിലറും ആദ്യത്തെ വനിതാ അഭിഭാഷകയുമായിരുന്നു. ഒരു വർഷത്തോളം സബ് രജിസ്ട്രാറായും പ്രവർത്തിച്ചിട്ടുണ്ട്.

ഒരു യഥാർഥ മനുഷ്യന്റെ കഥ, വിപ്ലവത്തിന്റെ തീച്ചൂളയിൽ, മരുമകൻ (റഷ്യൻ നോവലുകൾ), *അവന്റെ തലയ്ക്കൊരു സമ്മാനം, ചെന്നായ്ക്കൾ ക്കിടയിൽ* (ജർമൻ നോവലുകൾ) *ഓപ്പറേഷൻ തീയേറ്റർ, മണിമുഴക്കം, രണ്ടു കാമുകന്മാർ, ആദ്യപ്രേമം* (റഷ്യൻ നാടകങ്ങൾ), *ഹോട്ടോ ബിച്ച് കഥകൾ* (റഷ്യൻ ബാലസാഹിത്യം), *ബൾഗേറിയൻ നാടോടിക്കഥകൾ, ഭാരതീയ വനിത, വനിതാലോകം* (ലേഖനങ്ങൾ) എന്നീ കൃതികൾ മല യാളത്തിൽ പരിഭാഷപ്പെടുത്തി. 1967–ൽ അന്തരിച്ചു.

ഭർത്താവ് : സമാധാനം പരമേശ്വരൻ,
മക്കൾ : ടി ജയചന്ദ്രൻ സി ഐ സി സി,
സലില നന്ദകുമാർ, ലക്ഷ്മി കേശവൻകുട്ടി

ബോറിസ് പോളിവോയ്

ഭാഗം I

ഉഷസ്സിന്റെ നേരിയ പ്രഭ പൂർവാകാശത്തെ ദീപ്തമാക്കിയിരുന്നു വെങ്കിലും, നക്ഷത്രങ്ങൾ ഒരു വിളർത്ത കാന്തിയോടെ ജ്വലിച്ചുകൊണ്ടിരുന്നു. ഇരുളിമയിൽ നിന്ന് മരങ്ങൾ ക്രമേണ പുറത്തു വന്നുതുടങ്ങി. പെട്ടെന്ന് അവയുടെ ശിഖരങ്ങളിലൂടെ ശക്തമായി ഒരു പുത്തൻകാറ്റ് വീശി. കാട്ടിൽ ജീവൻ പരന്നു. പ്രതിധ്വനിക്കുന്ന ശബ്ദങ്ങളാൽ കാട് പ്രതിധ്വനിക്കുവാൻ തുടങ്ങി. യുഗങ്ങളോളം പ്രായമെത്തിയ പൈൻമരങ്ങൾ അന്യോന്യം അടക്കിയ സ്വരത്തിൽ ഉൽക്കണ്ഠാപൂർവം എന്തോ വിളിച്ചു പറഞ്ഞു. ആഞ്ഞുലയുന്ന അവയുടെ കൊമ്പുകളിൽനിന്ന്, ഉതിർന്നു പൊടിയായ മഞ്ഞ് ഒരു മൃദുമർമ്മരധ്വനിയോടെ നിലംപതിച്ചു.

തുടങ്ങിയ വേഗതയോടെ തന്നെ കാറ്റുനിലച്ചു. മരങ്ങൾ വീണ്ടും അവയുടെ മരവിച്ച സുഷുപ്തിയിലമർന്നു. പുരിയുടെ മുന്നോടിയായ കാന്താരശബ്ദഘോഷങ്ങൾ ഉയരാൻ തുടങ്ങി. തൊട്ടടുത്ത ശൂന്യദേശത്തുനിന്ന് ചെന്നായയുടെ അത്യാർത്തി ധ്വനിക്കുന്ന അമറലുകൾ; സൃഗാലമാരുടെ കരുതലോടുകൂടിയ ഓരിയിടൽ; കാടിന്റെ നിശബ്ദതയിൽ സംഗീതംപോലെ മരംകൊത്തി പക്ഷിയുടെ വേല. അതിന്റെ ശബ്ദം കേട്ടാൽ പക്ഷികൊത്തുന്നത് മരത്തിലല്ല ഒരു വീണയിലാണെന്നേ തോന്നൂ.....

പൈൻമരങ്ങളുടെ ഇടതൂർന്ന അഗ്രങ്ങളിൽകൂടി കാറ്റ് ചൂളംകുത്തിക്കൊണ്ട് പാഞ്ഞു. അപ്പോഴേക്കും പ്രഭാപൂർണമായിത്തീർന്നിരുന്ന ചക്രവാളത്തിൽനിന്ന് അവസാനത്തെ നക്ഷത്രവും മറഞ്ഞു കഴിഞ്ഞിരുന്നു. ആകാശം ചുരുങ്ങി കട്ടിപിടിച്ചപോലെയായി. കാട് നിശാന്ധകാരത്തിന്റെ അവസാനശകലവുംകൂടി തൂത്തെറിഞ്ഞ് മഹിതമായ ഒരു ഹരിതകാന്തിയിൽ മുങ്ങിനിന്നു. പൈൻമരങ്ങളുടെ അഗ്രങ്ങളിലും ഫിർമരങ്ങളുടെ ശിഖരങ്ങളിലും തെളിഞ്ഞുകണ്ട സൂര്യോദയകാന്തി പ്രഭാതം പ്രകാശ പൂർണവുമാണെന്ന് വിളിച്ചറിയിക്കുന്നതായിരുന്നു.

നേരം നല്ലപോലെ പുലർന്നു. രാത്രി ആഹരിച്ചതെല്ലാം ദഹിപ്പിക്കുവാനായി ചെന്നായ്ക്കൾ കാടിനുള്ളിലേക്ക് പോയിക്കഴിഞ്ഞു. മഞ്ഞിൽ സൂത്രത്തിൽപതിച്ച വളഞ്ഞു പിരിഞ്ഞ കാൽപാടുകൾ ഉപേക്ഷിച്ച് കുറുക്കന്മാരും വെളിസ്ഥലത്തുനിന്ന് എവിടെയോ പോയ്മറഞ്ഞു. ആ കാനനത്തിൽ വിരാമമില്ലാതെ, നിരന്തരമായ ഒരു ധ്വനി അലയടിച്ചുയർന്നു. ചെറിയ ചെറിയ ഓളങ്ങളായി കാട്ടിലാകെ വ്യാപിച്ചിരുന്ന ഉൽക്കണ്ഠാകുലമായ ആ വിലാപത്തിന് അൽപ്പം വൈരുധ്യം ചേർത്തിരുന്നത് കിളികളുടെ കളകളധ്വനിയും, മരംകൊത്തിയുടെ തഡ് തഡ് ശബ്ദവും, ഒരു കൊമ്പിൻനിന്ന് മറുകൊമ്പിലേക്ക് ചാടുന്ന മഞ്ഞനിറത്തിലുള്ള "ടോംടിറ്റ്" പക്ഷികളുടെ ഹർഷാരവവും, "ജെയ്" പറവകളുടെ ശബ്ദകോലാഹലവുമായിരുന്നു.

ഒരു 'ആശഡർ' മരത്തടിയിന്മേൽ തന്റെ കറുത്ത കൂർത്ത കൊക്ക് ഉരച്ചുകൊണ്ടിരുന്ന "മാഗ്പൈ" പെട്ടെന്നു തലയുർത്തി എന്തോ ശ്രദ്ധിച്ചു; പറക്കുവാൻ തയാറായി കുന്തിച്ചിരുന്നു. ഒരു അപകടസൂചനയോടെ മരക്കൊമ്പുകൾ ഞെരുങ്ങി. അടിപ്പടർപ്പുകളിൽക്കൂടെ ശക്തിയുള്ള ഒരു വലിയ സാധനം കടന്നു പോകുന്നുണ്ടായിരുന്നു. കുറ്റിച്ചെടികൾ ഒന്നുലഞ്ഞു, ചെറിയ പൈൻമരങ്ങളുടെ തലപ്പുകൾ ഭീതിയോടെ ഇളകിയാടി, പൊട്ടിത്തകരുന്ന മഞ്ഞ് കടിച്ചു ഞെരിക്കുന്ന ശബ്ദം കേൾക്കാമായിരുന്നു. മാഗ്പൈ ഒന്നു ചൂളംവിളിച്ച് തന്റെ അമ്പുപോലുള്ള വാലുപൊക്കി കുതിച്ചു പറന്നു.

കട്ടികൂടിയ ശാഖോപശാഖകളുള്ള കൊമ്പുകൾകൊണ്ട് കിരീടമണിഞ്ഞ പിംഗളമായ ഒരു മുഖം മഞ്ഞണിഞ്ഞ പൈൻമരങ്ങളുടെ ഇടയിലൂടെ പ്രത്യക്ഷമായി. ഭയചകിതമായ കണ്ണുകളിൽ അത് വിസ്തൃതമായ ആ വെളിസ്ഥലമാകെ ഒന്നുഴിഞ്ഞുനോക്കി. ചുവന്നു പതുപതുത്ത നാസാദ്വാരങ്ങൾ, ആവി കലർന്ന ചുടുനിശ്വാസത്തിന്റെ പ്രകമ്പനത്തിൽ വലിഞ്ഞുവലിഞ്ഞുപിടഞ്ഞു.

ആ വൃദ്ധനായ മാൻ, പൈൻമരങ്ങളുടെ ഇടയിൽ ഒരു പ്രതിമപോലെ നിശ്ചലനായി നിന്നു. അതിന്റെ രോമാവൃതമായ പുറംമാത്രം ഇടയ്ക്കിടെ ഞെട്ടിവിറച്ചുകൊണ്ടിരുന്നു. അമ്പരപ്പോടെ ഉയർത്തിപ്പിടിച്ചിരുന്ന ചെവികൾ ഓരോ ശബ്ദവും ശ്രദ്ധിക്കുന്നുണ്ടായിരുന്നു. പൈൻമരത്തടിയിൽ ദ്വാരമുണ്ടാക്കിക്കൊണ്ടിരുന്ന ഒരു വണ്ടിന്റെ നേരിയമൂളൽ പോലും കേൾക്കത്തക്ക വിധത്തിൽ ശ്രവണശക്തിയുണ്ടായിരുന്നു അതിന്. പക്ഷേ അത്ര കൂർത്ത ആ കാതുകൾക്കുപോലും പക്ഷികളുടെ ചിലമ്പലും മരംകൊത്തിയുടെ മുട്ടലും കാറ്റിൽ ഉലയുന്ന പൈൻമരങ്ങളുടെ മർമരധ്വനിയുമൊഴികെ മറ്റൊരു ശബ്ദവും അവിടെ കേൾക്കാനുമില്ലായിരുന്നു.

ചെവികൾ ആ വൃദ്ധമൃഗത്തെ ആശ്വസിപ്പിച്ചിരുന്നുവെങ്കിലും ഘ്രാണശക്തി അതിന് ഇടയ്ക്കിടെ അപകടസൂചന നൽകിക്കൊണ്ടിരുന്നു. ആ കനത്ത കാടിന് അപരിചിതമായിരുന്ന തീക്ഷ്ണവും രൂക്ഷവും

ദുസ്സൂചകവുമായ ഒരുതരം ദുർഗന്ധം, ഉരുകുന്ന മഞ്ഞിന്റെ മണത്തോടിടകലർന്ന് അവിടെ വ്യാപിച്ചിരുന്നു. തെളിഞ്ഞുമിന്നുന്ന മഞ്ഞിന്റെ പരുഷമായ മേൽഭാഗത്ത് ചില കറുത്ത രൂപങ്ങൾ വീണുകിടക്കുന്നത് ആ ജന്തുവിന്റെ വിഷാദകലുഷിതമായ ശ്യാമനേത്രങ്ങൾ കണ്ടുപിടിച്ചു. ഒരൊറ്റ അടിമുന്നോട്ടു വയ്ക്കാതെ അത് ആ കുറ്റിക്കാട്ടിനുള്ളിലേക്ക് പാഞ്ഞുപോകാൻ സന്നദ്ധനായി, എല്ലാ മാംസപേശികളും മുറുക്കി. പക്ഷേ, മഞ്ഞിൻപുറത്തെ ആ രൂപങ്ങൾ അടുത്തടുത്ത് ചിലയിടങ്ങളിൽ മേൽക്കുമേലേ ഉണ്ടായിരുന്നു. പക്ഷേ, ഒരുവൻപോലും അനങ്ങുകയോ, അവിടത്തെ വിശുദ്ധമായ നിശബ്ദതയ്ക്ക് ഭംഗംവരുത്തുകയോ ചെയ്തില്ല. അവരുടെ സമീപം മഞ്ഞുകട്ടകൾക്ക് അപ്പുറത്തായി, അപരിചിതവും ഭീമവുമായ ചില രാക്ഷസാകാരങ്ങൾ ഉയർന്നുനിന്നിരുന്നു. അതായിരുന്നു ആ തീക്ഷ്ണമായ കെട്ടനാറ്റത്തിന്റെ ഉറവിടം.

തീരെ നിരുപദ്രവകരമെന്നു തോന്നുന്ന ഈ അചേതന വസ്തുക്കൾക്ക് എന്തുപറ്റി എന്നു മനസിലാകാതെ ആ വൃദ്ധമൃഗം, ഭയാക്രാന്തമായ നേത്രങ്ങൾകൊണ്ട് അവയെ ഉറ്റു നോക്കി, വെളിസ്ഥലത്തിന്റെ അറ്റത്തുചെന്നുനിന്നു.

മുകളിൽ നിന്നുകേട്ട ഒരു ശബ്ദം അതിനെ ഞെട്ടിച്ചു. അതിന്റെ പുറംതൊലി ഒന്നുകൂടി വിറച്ചു. പിൻകാലിലെ മാംസപേശികൾ കുറേക്കൂടി വലിഞ്ഞു.

പക്ഷേ, ആ ശബ്ദവും നിർദോഷമാണെന്നു തെളിഞ്ഞു. മൊട്ടണിഞ്ഞുനിൽക്കുന്ന പൈൻമരങ്ങളുടെ ഇലകൾക്കിടയിലൂടെ പറന്നുനടക്കുന്ന കരിവണ്ടുകളുടെ മൂളൽപോലെയിരുന്നു ആ ശബ്ദം. ചതുപ്പുനിലങ്ങളിൽ ഇരുന്ന് സായാഹ്നസമയത്ത് മുറുമുറുക്കുന്ന 'കോൺക്രേക്കി'ന്റെ ചെറിയ കൂർത്ത കിരുകിരാരവം ഈ മൂളലിനോടിടകലർന്ന് ഇടയ്ക്കിടെ മുഴങ്ങിയിരുന്നു. തിളങ്ങുന്ന ചിറകുകളോടെ ഹിമാവൃതമായ നീലാകാശത്തിൽ നൃത്തം ചെയ്തുകൊണ്ടിരുന്ന ആ കരിവണ്ടുകൾ ക്രമേണ പ്രത്യക്ഷമായി. വീണ്ടുംവീണ്ടും ആ 'കോൺക്രേക്ക്' ഉച്ചത്തിൽ മുറുമുറുത്തു. വിരിഞ്ഞ ചിറകുകളോടുകൂടിയ ആ കരിവണ്ടുകളിൽ ഒന്ന് പെട്ടെന്ന് നിലംപതിച്ചു. ബാക്കിയുള്ളവ ആ നീലിമനിറഞ്ഞ ആകാശത്തിൽ തങ്ങളുടെ നൃത്തംതുടർന്നു. മാൻ, മാംസപേശികളെല്ലാം അയച്ച് സാവധാനം ആ വെളിസ്ഥലത്തേക്ക് കടന്ന് കട്ടികൂടിയ മഞ്ഞിൽ നക്കിത്തുടങ്ങി. എന്നാലും അത് ഇടയ്ക്കിടെ ആകാശത്തേക്ക് ദൃഷ്ടിയയച്ചുകൊണ്ടിരുന്നു. പെട്ടെന്ന് മറ്റൊരു വണ്ട് നൃത്തം ചെയ്യുന്ന തന്റെ കൂട്ടുകാരിൽനിന്ന് ഒറ്റതിരിഞ്ഞ്, രോമാവൃതമായ ഒരു വലിയ വാല് ഉപേക്ഷിച്ച്, തലകുത്തനെ ആ വെളിസ്ഥലത്തെ ലക്ഷ്യമാക്കി താഴ്ന്നുതുടങ്ങി. ഉടനടി അതിന്റെ രൂപം വലുതായി. ഒരൊറ്റ ചാട്ടത്തിനു മാൻ കാട്ടിലെത്തിയപ്പോഴേക്കും എന്തോ ഭീകരമായ ഒരു സാധനം, ശരത്കാലത്ത് പെട്ടെന്ന് പൊട്ടിപ്പുറപ്പെടുന്ന കൊടുങ്കാറ്റിനേക്കാൾ ഭീതിജനകമായ ഒന്ന്, മരത്തലപ്പുകളിൽ വന്നിടിച്ച്, കാട്ടിലാകമാനം അലയ

ടിച്ച് ഒരു ഭയങ്കരശബ്ദത്തോടെ നിലംപതിച്ചു. ഒരു ഞരക്കംപോലെയായിരുന്നു ആ ശബ്ദം, ശരംവിട്ടപോലെ കാടിന്റെ ഉൾഭാഗത്തേക്കു പായുന്ന മാനിനേയും കടന്നു മരങ്ങൾക്കിടയിലൂടെ പ്രതിധ്വനിച്ചു.

പൈൻമരങ്ങളുടെ ഹരിതാഭമായ അഗാധതയിൽ ആ പ്രതിധ്വനി അലിഞ്ഞമർന്നു. വിമാനത്തിന്റെ പതനം കൊണ്ടു സ്ഥാനഭ്രംശംവന്ന പൊടിയായ മഞ്ഞ്, മിന്നിത്തിളങ്ങി, മരത്തിന്റെ മുകളിൽനിന്ന് ഉതിർന്നു വീണു. ഘനമേറിയ, ശക്തമായ നിശബ്ദത വീണ്ടും അവിടെ നിറഞ്ഞു നിന്നു. എന്തോ അപരിചിതമായ ശബ്ദം കേട്ട്, ഗുഹയിൽനിന്ന് പുറത്തേക്കുവന്ന ഒരു കരടിയുടെ പാദപതനമേറ്റു മഞ്ഞുകട്ടകൾ ഞെരിയുന്ന ശബ്ദത്തോടിടകലർന്ന ഒരു മനുഷ്യന്റെ ദീനമായ ഞരക്കം ആ നിശബ്ദതയിൽ വ്യക്തമായി കേൾക്കാമായിരുന്നു.

വയസ്സനായ വൃത്തികെട്ട ഒരു വലിയ ജന്തുവായിരുന്നു ആ കരടി. വൃത്തിയായി സൂക്ഷിക്കാത്ത അതിന്റെ ഊതനിറത്തിലുള്ള രോമം കട്ടപിടിച്ച്, മെലിഞ്ഞു കുഴഞ്ഞ ഉദരത്തിന്റെ ഭാഗത്തും ചടച്ച തുടയിലും തൂങ്ങിക്കിടന്നിരുന്നു. കാടന്മാരും നായാട്ടുകാരും മാത്രം–അതും വളരെ വിരളമായി–കടക്കാറുള്ള ഈ കനത്ത പടിഞ്ഞാറൻ വനാന്തരങ്ങളിൽപ്പോലും, ആ ഭാഗത്തു തുടർന്നിരുന്ന ശരത്കാലയുദ്ധത്തിന്റെ അലകൾ വ്യാപിച്ചിരുന്നു. ശരത്കാലത്തുതന്നെ, സമീപപ്രദേശത്തുകൂടി തുറന്ന് സമരപഥം തന്റെ ശീതകാലനിദ്രയ്ക്കു വട്ടംകൂട്ടിയിരുന്ന ഈ കരടിയെ അതിന്റെ ഗുഹയിൽനിന്ന് തുരത്തിയിരുന്നു. ഇന്നത് വിശ്രമമെന്തെന്നറിയാതെ വിശന്നു വലഞ്ഞ് ക്രുദ്ധനായി ആ വനത്തിൽഅലഞ്ഞു തിരിയുകയാണ്.

മാൻ ആദ്യം നിന്നിരുന്ന വെളിസ്ഥലത്തിന്റെ അറ്റത്ത്, ആ കരടിയും പോയിനിന്നു. മാനിന്റെ മണം കലർന്ന ആ പുത്തൻ കാലടിപ്പാടുകൾ ഒന്നു മണത്തു നോക്കി. അത്യാർത്തിയോടെ ഒരു ദീർഘനിശ്വാസം വിട്ട് തന്റെ ചടച്ച വയറ് ഒന്നു ചുളുക്കി അത് ശ്രദ്ധാപൂർവം കാത്തുനിന്നു. മാൻ പോയിക്കഴിഞ്ഞിരുന്നു. പക്ഷേ അതു നിന്നിരുന്ന സ്ഥലത്തിന്റെ സമീപത്തുനിന്ന് ഒരു ജീവനുള്ള ജന്തുവിന്റെ–മിക്കവാറും തീരെ ദുർബലമായ ഒന്നിന്റെ–ശബ്ദം ആ കരടി കേട്ടു. അതിന്റെ ചുമലിലെ രോമങ്ങൾ എഴുന്നേറ്റുനിന്നു. അത് തലമുന്നോട്ടുനീട്ടി. കഷ്ടിച്ചു മാത്രം കേൾക്കാവുന്ന ആ ദീനരോദനം വീണ്ടും വെളിസ്ഥലത്തിന്റെ അറ്റത്തുനിന്നും ഉയർന്നുകേട്ടു.

അത് തന്റെ മൃദുവായ പാദങ്ങൾ ശ്രദ്ധാപൂർവ്വം നീട്ടിവച്ചു. കട്ടപിടിച്ച മഞ്ഞ് കാലടികൾക്കിടയിൽ ഞെരുങ്ങി.

II

വൈമാനികൻ അലക്സി മെരിസിവ് അന്ന് ദ്വിമുഖമായ രണ്ടു ജോഡി ആക്രമണത്തിന് വിധേയനായി. വ്യോമയുദ്ധത്തിൽ ഒരാൾക്ക്

സംഭവിക്കാവുന്ന ഏറ്റവും ആപൽക്കരമായ അപകടമാണ് അത്. തന്റെ വെടിക്കോപ്പുകൾ എല്ലാം ഉപയോഗിച്ചുതീർന്ന് കേവലം നിരായുധനായിത്തീർന്നപ്പോഴാണ്, തെറ്റിമാറാനോ ഗതിമാറ്റാനോ യാതൊരു നിർവാഹവുമില്ലാത്തവിധത്തിൽ നാലു ശത്രുവിമാനങ്ങൾ അയാളെ വളഞ്ഞത്.

ഇതായിരുന്നു സംഭവം: ശത്രുവിമാനത്താവളത്തെ ആക്രമിക്കാൻ പോകുന്ന ഒരു യൂണിറ്റ് "ഇത്സ്"ന്ന് അകമ്പടി പോകുകയായിരുന്നു സീനിയർ ലഫ്ടനന്റ് മെരിസിവിന്റെ കീഴിലുള്ള ഒരു ദളം പോർ വിമാനങ്ങൾ. സാഹസികമായിരുന്ന ആ കർമം വിജയകരമായി നിർവഹിക്കപ്പെട്ടു. കാലാൾപ്പട 'പറക്കുന്ന ടാങ്കുകൾ' എന്ന് വിളിക്കുന്ന ആ 'സ്റ്റോമോവിക്സ്' വിമാനങ്ങൾ പൈൻമരത്തലപ്പുകളെ ഉരസിക്കൊണ്ട് താഴ്ന്നുപറന്ന് ഗതാഗതത്തിനുപയോഗിക്കുന്ന അനേകം "ജങ്കേർസ്" നിരന്നുകിടക്കുന്ന വിമാനത്താവളത്തിന്റെ ഒത്തനടുവിൽ എത്തി. ഊതയും നീലയും കലർന്ന പൈൻ മരങ്ങളുടെ സൂച്യഗ്രങ്ങളിൽനിന്ന് അവ താഴോട്ടുകുതിച്ചു. വിമാനസങ്കേതത്തിന്റെ മീതെ വട്ടമിട്ടുപറന്നു. പീരങ്കികളിൽനിന്നും നിറത്തോക്കുകളിൽനിന്നും ഈയത്തിന്റെയും ഉരുക്കിന്റെയും ഒരു മഴതന്നെ അവിടെ പൊഴിച്ചു; അതിന്റെ മീതെയായി കുറെ ഷെല്ലുകളും. തന്റെ നാലു അനുയായികളോടൊപ്പം ആക്രമണസ്ഥലം സൂക്ഷിച്ചുകൊണ്ടിരുന്ന മെരിസിവ്, വിമാനത്താവളത്തിലൂടെ കറുത്ത രൂപങ്ങൾ പാഞ്ഞുനടക്കുന്നതും കട്ടികൂടിയ മഞ്ഞിൻകട്ടകൾക്കുമീതെ ഘനമുള്ള ഗതാഗതവിമാനങ്ങൾ വലിഞ്ഞുനീങ്ങുന്നതും, സ്റ്റോമോവിക്സ് തുടരെത്തുടരെ തിരിച്ചുവന്ന് ആക്രമിക്കുന്നതും ആലിപ്പഴം പോലെ പൊഴിയുന്ന വെടിയുണ്ടകൾക്കിടയിലൂടെ 'ജങ്കേർസിലെ' ജീവനക്കാർ തങ്ങളുടെ വാഹനങ്ങളെ 'റൺവേയി'ലൂടെ ഓടിച്ച്, അന്തരീക്ഷത്തിലേക്കുയരുന്നതും, മുകളിൽനിന്നു വ്യക്തമായി കണ്ടു.

ആ സമയത്താണ് അലക്സി മാരകമായ വിഡ്ഢിത്തം ചെയ്തത്. ആക്രമണസ്ഥലം ഭദ്രമായ കാത്തുസൂക്ഷിപ്പിനുപകരം, സാധാരണ വൈമാനികർ പറയാറുള്ള 'എളുപ്പമായ ഇര'യുടെ പ്രചോദനത്തിന്നടിമപ്പെടാൻ അയാൾ സ്വയം അനുവദിച്ചു. അയാൾ തന്റെ വാഹനം കുത്തനെ നിലത്തേക്കു താഴ്ത്തി, മെല്ലെ നിലംവിട്ടു മേലോട്ടുയരുന്ന ഒരു ട്രാൻസ്പോട്ടുവിമാനത്തിന്റെ മുകളിൽ കല്ലുപോലെ അതുവന്നുവീണു. ചതുരാകൃതിയിലുള്ളതും, വിവിധവർണ്ണങ്ങളിൽ ചായംതേച്ചതും, ചുളുങ്ങിയ 'ഡുറാലിയിൻ' കൊണ്ടുള്ളതുമായ അതിനുമേൽ തന്റെ യന്ത്രത്തോക്കിൽനിന്ന് വെടിയുതിർക്കുന്നതിൽ അയാൾക്ക് ഒരു അമിതാഹ്ലാദം തോന്നി. തന്റെ പ്രവൃത്തിയിൽ അയാൾക്ക് തികച്ചും വിശ്വാസമുണ്ടായിരുന്നതിനാൽ ശത്രുവിമാനം താഴോട്ടു പതിക്കുന്നുണ്ടോ എന്ന് ശ്രദ്ധിക്കുവാനൊന്നും അയാൾ മിനക്കെട്ടില്ല. വിമാനത്താവളത്തിന്റെ മറുഭാഗത്തുനിന്ന് വേറെ ഒരു 'ജങ്കേർസ്' അന്തരീക്ഷത്തിലേക്ക് പൊന്തി. അലക്സി അതിന്റെ പിന്നാലെ പറന്നു. അയാൾ ആക്രമിച്ചുവെങ്കിലും അത് വിജയിച്ചില്ല. സാവധാനത്തിൽ മേലോട്ടുയരുന്ന

ശത്രുവിമാനത്തെ ഉരസിപ്പോയതേയുള്ളു. ഒന്നുകൂടി വെട്ടിത്തിരിഞ്ഞ് അയാൾ വീണ്ടും ആക്രമിച്ചു; വീണ്ടും ലക്ഷ്യം തെറ്റി; തുടർന്ന് വീണ്ടും ശത്രുവിന്റെ സമീപം എത്തി. അതിന്റെ വീതിയേറിയ സിഗരറ്റാകൃതിയിലുള്ള ഉടലിനെ ലക്ഷ്യമാക്കി കോപാകുലനായി നീണ്ടനീണ്ട വെടിയുണ്ടകൾ ഉതിർത്തു, ആ വിമാനത്തെ ആ കാട്ടിനിടയിലൂടെ നിലംപതിപ്പിച്ചു. ജങ്കേർസിനെ വീഴ്ത്തി അന്തമില്ലാതെ കിടക്കുന്ന കാടിന്റെ പച്ചക്കടലിൽനിന്ന് പുകവമിക്കുന്ന സ്ഥലത്തിനുമീതെ വിജയഗർവോടെ രണ്ടുപ്രാവശ്യം വട്ടംകറങ്ങി അയാൾ തന്റെ വാഹനം ശത്രുവിമാനത്താവളത്തെ ലക്ഷ്യമാക്കി പറപ്പിച്ചു.

പക്ഷേ അയാൾ അവിടെ എത്തിയില്ല. സ്റ്റോമോ വൈമാനികരുടെ ആക്രമണത്തെ ചെറുത്തു നിൽക്കുവാൻ ജർമൻ വ്യോമസൈന്യസങ്കേതത്തിലെ തലവൻ വിളിച്ചു വരുത്തിയിരുന്ന ഒമ്പത് "മെസേർസ്" വിമാനങ്ങളോട് തന്റെ യൂണിറ്റിലെ ബാക്കി മൂന്നു വിമാനങ്ങൾ പൊരുതിക്കൊണ്ടു നിൽക്കുന്നതാണ് അയാൾ കണ്ടത്. ഒന്നിന് മൂന്ന് എന്ന തോതിൽ തങ്ങളെക്കാൾ അംഗസംഖ്യയുള്ള ജർമൻ വിമാനങ്ങളുടെ മേൽ ധൈര്യപൂർവം പറന്നുവീണു. ആ വൈമാനികർ, ശത്രുവിനെ സ്റ്റോമോവിക്കുകളുടെ സമീപത്തുനിന്നു വ്യതിചലിപ്പിക്കുന്നതുപോലെ ഇവരും ശത്രുവിനെ യുദ്ധം ചെയ്ത് അകറ്റിയകറ്റിക്കൊണ്ടുപോകുകയാണ്.

'എളുപ്പത്തിലുള്ള ഇരയുടെ' പ്രേരണയ്ക്ക് താൻ വശംവദനായല്ലോ എന്ന് ഓർത്തപ്പോൾ അലക്സിക്കു കഠിനമായി, തൊപ്പിക്കടിയിലുള്ള തന്റെ കവിളിണ പുകയുന്നപോലെ ലജ്ജ തോന്നി. ഒരു ലക്ഷ്യം മനസിൽ കണ്ടു. പല്ലുകടിച്ച് അയാൾ ആ ബഹളത്തിലേക്ക് പറന്നുചെന്നു. കൂട്ടത്തിൽ നിന്ന് ഒറ്റപ്പെട്ട, ഇരയെത്തേടിയിരുന്ന, ഒരു മെസ്സർ ആയിരുന്നു ആ ഉന്നം. തന്റെ വാഹനത്തിനു കിട്ടാവുന്ന പരമാവധി വേഗം കൂട്ടിക്കൊണ്ടാണ് അലക്സി ശത്രുനിരയിലേക്കു പാഞ്ഞുകയറിയത്. ആക്രമണത്തിന്റെ എല്ലാ നിയമങ്ങളും പരിപാലിച്ചുകൊണ്ടാണ് അയാൾ ആ ജർമൻകാരോട് ഇടപെട്ടത്. ശത്രുവിമാനത്തിന്റെ ഊതനിറംപൂണ്ട മേനി നല്ലപോലെ കണ്ടുകൊണ്ടാണ് അയാൾ കാഞ്ചിയമർത്തിയത്. പക്ഷേ വൈരിയുടെ വാഹനം യാതൊരു അപകടവുംകൂടാതെ രക്ഷപ്പെട്ടു. അങ്ങനെ ലക്ഷ്യം തെറ്റാറില്ല അലക്സിക്ക്. ഇരവളരെ അടുത്തു. വ്യക്തമായ കാഴ്ചപ്പാടിൽ തന്നെയായിരുന്നു. "വെടിമരുന്ന്" ഒരു ഞെട്ടലോടെ അലക്സി ആലോചിച്ചു; അതോടുകൂടി അയാളുടെ നട്ടെല്ലിലൂടെ കുളിർ പാഞ്ഞു. തോക്ക് പരീക്ഷിച്ചുനോക്കുവാനായി അയാൾ വീണ്ടും കാഞ്ചിയമർത്തി; പക്ഷേ തോക്ക് ഒഴിക്കുമ്പോൾ ഓരോ വൈമാനികരും ശരീരമാസകലം അനുഭൂതമാകുന്ന ആ സ്ഫുരണം ഇത്തവണ ഉണ്ടായില്ല. ആ വെടിമരുന്നുറ ശുദ്ധശൂന്യമായിരുന്നു. ട്രാൻസ്പോർട്ടിനെ അനുധാവനം ചെയ്യുന്നതിനിടയ്ക്ക് അയാൾ വെടിക്കോപ്പ് മുഴുവനും ചെലവഴിച്ചിരുന്നു.

ശത്രുവിന്ന് ഇതറിയില്ലല്ലോ! ഒന്നുമില്ലെങ്കിലും പോരാളികൾ തമ്മിലുള്ള സംഖ്യയുടെ അനുപാതമെങ്കിലും വർധിപ്പിക്കാമല്ലോ എന്ന ഉദ്ദേശ്യത്തോടെ അലക്സി ആ ബഹളത്തിലേക്ക് കടക്കുവാൻ തന്നെ തീരുമാനിച്ചു. പക്ഷേ അയാൾക്കു തെറ്റുപറ്റി. അയാൾ ആക്രമിച്ചു പരാജയപ്പെട്ട ആ ശത്രുവിമാനം നയിച്ചിരുന്നത് പരിചയസമ്പന്നനും സൂക്ഷ്മദൃക്കുമായ ഒരു വൈമാനികനായിരുന്നു. തന്റെ എതിരാളികളുടെ മരുന്നു കലവറ ഒഴിഞ്ഞുപോയി എന്നു മനസിലാക്കിയ ആ ജർമൻകാരൻ സഹപ്രവർത്തകർക്ക് ഒരു കൽപ്പന കൊടുത്തു. കൂട്ടത്തിൽനിന്നും വേർപെട്ട് നാലു മെസേർസ് ഇടത്തും വലത്തും താഴെയും മുകളിലുമായി അലക്സിയെ വളഞ്ഞു. തെളിഞ്ഞ നീലവാനിൽ സുവ്യക്തമായി കാണാവുന്ന തരത്തിൽ പൊട്ടിച്ചീറുന്ന "ട്രേസർ" ബുള്ളറ്റുകൾകൊണ്ടു വഴിതെളിച്ച് അങ്ങനെ അവർ ദ്വിമുഖമായ ഒരു ആക്രമണത്തിൽ അലക്സിയെ പിടിച്ചു.

പടിഞ്ഞാറുഭാഗത്തുനിന്ന് ഈ സ്ഥലത്ത് "സ്റ്റാറ്റസ്യയിൽ" സുപ്രസിദ്ധനായ ജർമൻ 'റിച്ചോഫൻ' പടയണിയുടെ ഒരു വിഭാഗം എത്തിയിട്ടുണ്ട് എന്നു കുറച്ചുദിവസങ്ങൾക്കു മുമ്പുതന്നെ അലക്സി കേട്ടിരുന്നു. 'ഗോറിങ്ങി'ന്റെ രക്ഷാധികാരത്തിലിരുന്ന ഈ സേനാവിഭാഗത്തെ നിയന്ത്രിച്ചിരുന്നത് ഫാസിസ്റ്റ് ഭരണത്തിലെ ഏറ്റവും നല്ല വൈമാനികരായിരുന്നു. ഈ 'ആകാശച്ചെന്നായ്ക്ക'ളുടെ പിടിയിൽ താൻ അകപ്പെട്ടു എന്ന് അയാൾക്ക് തികച്ചും മനസിലായി. അവരുടെ ആഗ്രഹം അയാളെ നിർബന്ധിച്ച് സ്വന്തം വിമാനത്താവളത്തിൽ കൊണ്ടുചെന്നിറക്കി തടവുകാരനാക്കുകയാണ്. ഈമാതിരി സംഭവങ്ങൾ ഇതിനുമുമ്പും നടന്നിട്ടുണ്ട്. 'ഹീറോ ഓഫ് സോവിയറ്റ് യൂണിയൻ' എന്ന് ബിരുദം നേടിയ തന്റെ സ്നേഹിതൻ 'ആൻഡ്രിഡെക്ടിറെങ്കോവിന്റ കീഴിലുള്ള ഒരു സംഘം പോർവിമാനങ്ങൾ ഒരു ജർമൻചാരനെ അവരുടെ വിമാനത്താവളത്തിൽ കൊണ്ടുചെന്നു നിർബന്ധിച്ചിറക്കുന്നത് അലക്സിതന്നെ കണ്ടിട്ടുള്ളതാണ്.

നീണ്ടു വിളർത്തു ചാരനിറംപൂണ്ട ആ ജർമൻ തടവുകാരന്റെ മുഖവും ഇടറുന്ന കാലുകളും അലക്സിയുടെ കൺമുന്നിൽ തെളിഞ്ഞു. 'തടവുകാരനായി പിടിക്കപ്പെടുകയോ? ഒരിക്കലുമില്ല. ആ സൂത്രം നടപ്പിലാകാൻ പോകുന്നില്ല.' അയാൾ നിശ്ചയിച്ചുറച്ചു.

പക്ഷേ, എത്രതന്നെ ശ്രമിച്ചിട്ടും അയാൾക്കു രക്ഷപ്പെടുവാൻ സാധ്യമാകുന്നില്ല. ജർമൻകാർ നിർദേശിക്കുന്ന മാർഗം വിട്ട് ഒന്നു തെന്നിമാറാൻ ശ്രമിക്കുമ്പോഴേക്കും അവർ ആ ഉദ്യമം യന്ത്രത്തോക്കിൽനിന്ന് നിറയൊഴിച്ച് തടയുമായിരുന്നു. ഒരിക്കൽക്കൂടി ആ ജർമൻകാരന്റെ വക്രിച്ച മുഖവും കൂട്ടിയടിക്കുന്ന താടിയെല്ലുകളും അയാളുടെ മനോപഥത്തിൽ ഉയർന്നു–അപമാനകരം–മൃഗീയമായ ഭയം ആ മുഖത്ത് മുദ്രയടിക്കപ്പെട്ടിരുന്നു.

മെരിസിവ് പല്ലുകൾ കൂട്ടിഞെരിച്ചു. തന്റെ യന്ത്രത്തിന്റെ മാംസ

ക്കുഴൽ പരമാവധി തുറന്ന് മേൽക്കീഴായ ഒരു നിലയവലംബിച്ച് തന്നെ നിലത്തിറങ്ങുവാൻ നിർബന്ധിക്കുന്ന, ശത്രുവിമാനത്തിന്റെ അടിയിൽ നിന്ന് ഊർന്നിറങ്ങുവാൻ ശ്രമിച്ച, തന്റെ മീതെയുള്ള വിമാനത്തിന്റെ ചുവട്ടിൽനിന്നു വഴുതിമാറാൻ അയാൾക്ക് സാധിച്ചു; പക്ഷേ ജർമൻ വൈമാനികർ തക്കസമയത്തുതന്നെ അവരുടെ കാഞ്ചിയമർത്തി. അലക്സിയുടെ യന്ത്രത്തിന്റെ താളം തെറ്റി, ഇടയ്ക്കിടെ അത് ശബ്ദിക്കാതെയായി, എന്തോ മാരകമായ ജ്വരം ബാധിച്ചപോലെ വിമാനം ഞെട്ടിത്തെറിക്കുവാൻ തുടങ്ങി.

'വെടിയേറ്റ്'–ഒരുവിധം തെളിമയില്ലാത്ത ഒരു ശുഭ്രമേഘത്തിന്റെ ഉള്ളിലേക്ക് തെന്നിമാറി തന്നെ അനുധാവനം ചെയ്യുന്നവരുടെ കാഴ്ചപ്പാടിൽ നിന്നകലുവാൻ അയാൾക്കു സാധിച്ചു. പക്ഷേ ഇനിയെന്ത് ചെയ്യണം? തകർന്ന യന്ത്രത്തിന്റെ മരണപരാക്രമമല്ല, സ്വന്തം ദേഹത്തിൽ ബാധിച്ചിരിക്കുന്ന എന്തോ ജ്വരമാണ് തന്നെ ഇങ്ങനെ ഞെട്ടിക്കുന്നത് എന്നവിധത്തിൽ, ആ അപകടം പറ്റിയ വിമാനത്തിന്റെ ആന്ദോളനങ്ങൾ അയാളുടെ ഉടലാകെ വ്യാപിച്ചിരുന്നു!

എവിടെയാണ് വിമാനത്തിനു കേടുപറ്റിയിരിക്കുന്നത്? എത്രനേരത്തേക്ക് ഇതിനു വായുവിൽ തങ്ങിനിൽക്കുവാൻ സാധിക്കും? എണ്ണടാങ്ക് പൊട്ടിത്തെറിക്കുകയില്ലേ? ഈ ചോദ്യങ്ങൾ സ്വയം ചോദിക്കുന്നതിലധികം അയാൾ അനുഭവിക്കുകയാണ് ചെയ്തത്. തിരികൊളുത്തിയ ഒരു 'ഡൈനാമിറ്റ്' കൂമ്പാരത്തിലാണ് താൻ ഇരിക്കുന്നത് എന്ന ബോധത്തോടെ അയാൾ വിമാനത്തെ സ്വയം വ്യൂഹത്തിലേക്കുതന്നെ തിരിച്ചുവിട്ടു. എന്തെങ്കിലും സംഭവിക്കുകയാണെങ്കിൽ സ്വന്തം ആളുകൾതന്നെ തന്റെ ജഡം സംസ്കരിക്കട്ടെ!

പെട്ടെന്നാണ് അന്ത്യഘട്ടം വന്നുചേർന്നത്. യന്ത്രം പൊടുന്നനെ നിന്നു. അതു മലയുടെ കുത്തനെയുള്ള ചെരുവിലൂടെ, ഒഴുകുന്നതുപോലെ താഴോട്ടു പതിക്കുവാൻ തുടങ്ങി. ചുവട്ടിൽ ഒരു പച്ചക്കടൽപോലെ കാനനം ആർത്തിരമ്പിമറിയുകയാണ്. 'എന്നാലും എന്നെ തടവുകാരനായി പിടിക്കുകയില്ലല്ലോ;' നിരന്തരമായി ഒരു രേഖയിൽ ഒട്ടിച്ചേർന്നു നിൽക്കുന്നപോലുള്ള മരങ്ങൾ തന്റെ വിമാനചക്രത്തിന്റെ അടിയിലൂടെ ഓടിമറയുമ്പോൾ ആ വൈമാനികന്റെ മനസിൽ ഉദിച്ച ചിന്ത ഇതായിരുന്നു. കാട് ഒരു വന്യമൃഗത്തെപ്പോലെ അയാളുടെ മുന്നിലേക്ക് കുതിച്ചണഞ്ഞപ്പോൾ ഒരു ജന്മവാസനപോലെ അയാൾ പെട്ടെന്ന് തീ കെടുത്തി. പൊട്ടിത്തെറിയുടെ ശബ്ദം മുഴങ്ങി. കനത്ത, ചൂടുപിടിച്ച ഇരുളിലാണ്ട വെള്ളത്തിൽ അമർന്നുപോയപോലെ ഒരൊറ്റ നിമിഷത്തിനകത്ത് അയാളുടെ യന്ത്രവും അപ്രത്യക്ഷമായി.

താഴോട്ടു പതിക്കുമ്പോൾ വിമാനം വന്നുവീണത് വൃക്ഷാഗ്രങ്ങളിലായിരുന്നു. അത് വീഴ്ചയുടെ ശക്തി കുറച്ചു. അനേകം മരങ്ങൾ തകർത്തുകൊണ്ട് ആ യന്ത്രം കഷണംകഷണമായി തെറിച്ചുപോയി. അതിന് ഒരു നിമിഷം മുമ്പേ അലക്സി കോക്പിറ്റിൽ നിന്നും തെറിച്ചുപോയി

രുന്നു. യുഗങ്ങളായി അവിടെ നിന്നിരുന്ന ഒരു ഫിർമരത്തിന്റെ വിശാലമായ കൊമ്പുകൾക്കിടയിൽ പതിച്ചു. അവിടെനിന്നും അയാൾ ശിഖരങ്ങൾക്കിടയിലൂടെ ഊർന്ന്, കാറ്റടിച്ച് ആ മരച്ചുവട്ടിൽ വന്നുകിടന്നിരുന്ന ഒരു വലിയ മഞ്ഞിൻകഷണത്തിന്മേൽ വന്നുവീണു. അതുകൊണ്ട് അയാളുടെ ജീവൻപോയില്ല.

എത്രനേരം അബോധാവസ്ഥയിൽ നിശ്ചലനായി അവിടെ കിടന്നുവെന്ന് അലക്സിക്ക് ഓർമിക്കുവാൻ കഴിഞ്ഞില്ല. മനുഷ്യരുടെ വ്യക്തമല്ലാത്ത നിഴലുകൾ, പുരകളുടെ ബാഹ്യരേഖകൾ, വിശ്വസനീയമല്ലാത്ത വിധത്തിലുള്ള യന്ത്രങ്ങൾ, ഇതെല്ലാം ഒരു കൊടുങ്കാറ്റിന്റെ വേഗതയോടെ അയാളുടെ മനസിലൂടെ പാഞ്ഞകന്നു. അതോടെ കടിച്ചുകീറുന്നവിധത്തിലുള്ള ഒരു വേദന ദേഹമാസകലം അയാൾക്കനുഭവപ്പെട്ടു. വലിയ, ചൂടേറിയ അവ്യക്തരൂപത്തിലുള്ള എന്തോ ഒരു സാധനം ആ ബഹളത്തിനിടയിലൂടെ പുറത്തുവന്ന് അയാളുടെ മുഖത്തേക്ക് ചീഞ്ഞുനാറുന്ന, ചുട്ടുപൊള്ളുന്ന ആവി വിട്ടുകൊണ്ടിരുന്നു. ഈ സാധനത്തിൽനിന്നകന്നുമാറാൻവേണ്ടി അയാൾ ഉരുളുവാൻ തുടങ്ങി. പക്ഷേ, ദേഹം മഞ്ഞിനോട് ഒട്ടിപ്പിടിക്കുന്നതുപോലെ തോന്നി. തന്റെ മുന്നിൽ വാ പിളർത്തിനിൽക്കുന്ന ആ അജ്ഞാതഭയത്താൽ പ്രേരിതനായി, അയാൾ രക്ഷപ്പെടുവാൻ പെട്ടെന്ന് ഒരു ശ്രമംകൂടി നടത്തി. മഞ്ഞുമുറ്റിയ കാറ്റ് ശ്വാസകോശത്തിലേക്ക് അലച്ചുവരുന്നതായി അയാൾക്കു തോന്നി. കവിളിന്റ നേരെ താഴെ മഞ്ഞാണ്. ദേഹത്തിനു മുഴുവനുമില്ല ആ വേദന; കാലിൽ മാത്രമേയുള്ളൂ.

'ഞാൻ ജീവിച്ചിരിക്കുന്നു.' അയാളുടെ മനസിലൂടെ പാഞ്ഞ വിചാരമിതാണ്. അയാൾ എഴുന്നേൽക്കുവാൻ ഒരു ശ്രമംകൂടി നടത്തി. പക്ഷേ, ആരുടെയോ കാൽക്കീഴിൽപ്പെട്ടു ഞെരിയുന്ന ശബ്ദവും, പരുപരുത്ത ശബ്ദായമാനമായ ശ്വാസോച്ഛ്വാസവും വളരെ അടുത്തുകേട്ടു! 'ജർമൻകാരൻ'! അയാൾ ആത്മഗതം ചെയ്ത് കണ്ണുതുറന്നു ചാടിയെണീറ്റ് ആത്മരക്ഷയ്ക്ക് ശ്രമിക്കുവാനുള്ള മോഹം അയാൾ നിയന്ത്രിച്ചു. 'ഒരു തടവുകാരൻ–ഇത്രയൊക്കെ ആയിട്ടും ഒരു തടവുകാരൻ; ഞാനിനി എന്തുചെയ്യണം?

എല്ലാം അറിയാവുന്ന തന്റെ മെക്കാനിക്ക് 'യൂറ' അറ്റു പോയിരുന്ന തന്റെ തോക്കുസഞ്ചിയുടെ വാറ് പിടിപ്പിച്ചു തരാമെന്നു തലേദിവസം പറഞ്ഞിരുന്നത് അയാൾ ഓർത്തു. പക്ഷേ, അങ്ങനെ ചെയ്തിരുന്നില്ല. അതിനാൽ അവസാനത്തെ സമരത്തിനു പോയപ്പോൾ തന്റെ തോക്ക് വ്യോമയാന വസ്ത്രത്തിന്റെ കീശയിൽ സൂക്ഷിക്കുവാൻ അയാൾ നിർബന്ധിതനായിരുന്നു. പക്ഷേ, അതു കിട്ടണമെങ്കിൽ ചരിഞ്ഞു കിടക്കണം. ശത്രു കാണാതെ അങ്ങനെ ചെയ്യുവാൻ ഇപ്പോൾ തരമില്ല; അയാൾ കമിഴ്ന്നാണ് കിടക്കുന്നത്. തന്റെ തുടയ്ക്ക്, എതിരായി തോക്കിന്റെ മുനയുണ്ടായിരുന്നു. അയാൾ നിശ്ചലനായി കിടന്നു. ഒരു പക്ഷേ, താൻ ഒരു പിണമാണെന്നുകരുതി ശത്രു തിരിച്ചുപോയാലോ.

ജർമൻകാരൻ അയാളുടെ വളരെ അടുത്തു വന്നുനിന്നു. അസാധാരണമായ വിധത്തിൽ ഒരു ദീർഘനിശ്വാസംവിട്ട്, മഞ്ഞ് ചവിട്ടി ഞെരിച്ച് അയാൾ കുറച്ചുകൂടി അടുത്തേക്കണഞ്ഞു. അയാളുടെ തൊണ്ടയിൽനിന്ന് ഉയരുന്ന ദുർഗന്ധപൂർണമായ ശ്വാസം അലക്സിക്കനുഭവപ്പെട്ടു. ഇപ്പോൾ അയാൾക്ക് രക്ഷപ്പെടുവാനുള്ള ഒരവസരം നൽകി. അവസരം പാർത്തു ചാടിയെഴുന്നേറ്റ് അയാളുടെ കഴുത്തിൽ കടന്നുപിടിച്ചു. തോക്കെടുക്കുവാൻ സാധിക്കുന്നതിനുമുമ്പ് ഒരു ദ്വന്ദ്വയുദ്ധം നടത്തിയാലോ. പക്ഷേ അത് അതീവ ശ്രദ്ധയോടും തികഞ്ഞ സൂക്ഷ്മതയോടും കൂടി ചെയ്യേണ്ടിയിരിക്കുന്നു.

തന്റെ നിലയ്ക്ക് വ്യത്യാസം വരുത്താതെ, അലക്സി, സാവധാനത്തിൽ വളരെ സാവധാനത്തിൽ കണ്ണുതുറന്നു; അതിന്റെ അടച്ചുപിടിച്ച ഇമകൾക്കിടയിലൂടെ അയാൾ കണ്ടതു ജർമൻകാരനെയല്ല. പ്രത്യുത വൃത്തികെട്ട ഊതനിറത്തിലുള്ള ഒരു പാടാണ്. അയാൾ കണ്ണുകൾ കുറെക്കൂടി തുറന്നുനോക്കി; പെട്ടെന്ന് അവ മുറുകെ അടച്ചു. തന്റെ മുന്നിലായി ചടച്ചു വികൃതമായ ഒരു ജന്തു കുന്തുകാലിന്മേൽ ഇരിക്കുന്നു!

III

സൂര്യപ്രകാശത്തിൽ വെട്ടിത്തിളയ്ക്കുന്ന നീലിമപൂണ്ട മഞ്ഞിൽനിന്നു കഷ്ടിച്ചുമാത്രം പുറത്തേക്കു തള്ളിക്കിടക്കുന്ന ആ നിശ്ചലനായ മനുഷ്യന്റെ സമീപം ഒരു വന്യമൃഗത്തിനു മാത്രം സാധിക്കുന്ന അചേതനത്തവമവലംബിച്ചു കുത്തിയിരിക്കുകയായിരുന്നു ആ കരടി.

അതിന്റെ വൃത്തികെട്ട മൂക്ക് ഇടയ്ക്കിടെ ചുളുങ്ങിയിരുന്നു. പഴയതെങ്കിലും, ഉറപ്പുള്ള ആ മഞ്ഞപ്പല്ലുകൾ അതിന്റെ തുറന്ന വായിൽ തെളിഞ്ഞുകാണാമായിരുന്നു. കട്ടികൂടിയ ഉമിനീർ വായിൽനിന്ന് ചരടുപോലെ ഞാന്ന് കാറ്റിൽ ഉലഞ്ഞിരുന്നു.

യുദ്ധംമൂലം തന്റെ മഞ്ഞുകാലത്തെ നിദ്രാപരിപാടി തകർന്നുപോയിരുന്നതിനാൽ ആ മൃഗം അത്യന്തം ക്രുദ്ധനും ക്ഷുധാർത്തനുമായിരുന്നു. പക്ഷേ, കരടികൾ ശവം തിന്നാറില്ല. രൂക്ഷമായി പെട്രോളിന്റെ മണംവമിക്കുന്ന ആ നിശ്ചലദേഹത്തെ ഒന്നു മണപ്പിച്ചുനോക്കിയതിനുശേഷം അതുപോലുള്ള അനേകം രൂപങ്ങൾ കെട്ടുപിണഞ്ഞ് മഞ്ഞിൽ പൂണ്ടു കിടക്കുന്ന ആ വെളിപ്രദേശത്ത് അത് വീണ്ടും വലംവെച്ചു. പക്ഷേ അപ്പോൾ കേട്ട ഒരനക്കവും ഞരക്കവും വീണ്ടും അലക്സിയുടെ സമീപത്തേക്കുതന്നെ അതിനെ ആനയിച്ചു.

അങ്ങനെ അലക്സിയുടെ അടുത്തുവന്ന് കുന്തിച്ച് ഇരിപ്പുറപ്പിച്ചു. വിശപ്പിന്റെ അള്ളിപ്പിടുത്തം, ശവത്തോടുള്ള അതിന്റെ സ്വഭാവികമായ വെറുപ്പിന് ഒരു വിരാമിട്ടിരിക്കുന്നു. ക്ഷുത്തു മുൻകൈയെടുത്തു തുടങ്ങിയിരിക്കുകയാണ്. അത് സാവധാനം എഴുന്നേറ്റ്, ഒരു ദീർഘനിശ്വാ

സംവിട്ട് തന്റെ കൈപ്പത്തികൊണ്ട് ആ ശവം ഒന്നു മറിച്ചിട്ടു. കൂർത്ത നഖങ്ങൾകൊണ്ട് ആ വ്യോമയാനവസ്ത്രം വലിച്ചു കീറുവാൻ തുടങ്ങി. പക്ഷേ, തോൽ ഉറച്ചുനിന്നു. കരടി പതുക്കെ ഒന്നുമുരണ്ടു. കണ്ണുതുറന്നു ഒരറ്റത്തേക്ക് തിരിഞ്ഞുകിടന്ന്, ഉറക്കെ ശബ്ദം കൂട്ടി തന്റെ നെഞ്ചത്തേക്ക് ചാടിവീണിരിക്കുന്ന ആ ഘനമേറിയ സാധനത്തെ വലിച്ചെറിയുവാനുള്ള ആഗ്രഹം അമർത്തുവാൻ അലക്സിക്ക് വളരെ ബുദ്ധിമുട്ടേണ്ടി വന്നു. ഭയങ്കരവും പ്രബലവുമായ ഒരു പ്രത്യാക്രമണം നടത്തുവാൻ ഓരോ അണുവും അയാളോട് ആവശ്യപ്പെടുന്നുണ്ടായിരുന്നുവെങ്കിലും, അയാൾ സാവധാനം ആരും കാണാതെ തന്റെ കൈ പോക്കറ്റിനകത്തേക്കു കടത്തി. തോക്കിന്റെ പട്ട തപ്പിപ്പിടിച്ച് ശബ്ദമുണ്ടാകാത്ത വിധം സൂക്ഷിച്ച് ഉന്നം ശരിയാക്കി ആദ്യമായിത്തന്നെ അത് പോക്കറ്റിൽനിന്നും വലിച്ചെടുത്തു.

വർധിച്ചുവരുന്ന കോപത്തോടെ ആ വന്യമൃഗം തുകൽ വസ്ത്രം വലിച്ചുകീറാനാഞ്ഞു. തടിച്ച തോൽ പൊളിഞ്ഞുവെങ്കിലും വിട്ടുപോന്നില്ല. കരടി കുപിതനായി അലറി. കൂർത്ത പല്ലുകൾകൊണ്ട് വസ്ത്രത്തിന്റെ കനത്തഭാഗത്ത് അമർത്തിക്കടിച്ച് അത് ദേഹത്തിൽ തൊട്ടു. തന്റെ അവസാനത്തെ ശക്തി ഉപയോഗിച്ചാണ് അലക്സി വേദന സഹിച്ചു നിലവിളിക്കാതിരുന്നത്. ആ സമയത്ത് കരടി അയാളെ വലിച്ച് പുറത്തിട്ടു. അതോടുകൂടി അയാൾ തോക്കുയർത്തി കാഞ്ചിയമർത്തി. വലിയ ഒരു പ്രതിധ്വനിയുണ്ടാക്കിക്കൊണ്ട് ആ വെടിയുടെ ശബ്ദം കാട്ടിൽ മുഴങ്ങി.

'മാഗ്പൈ' ചിറകു കുടഞ്ഞ് അതിവേഗത്തിൽ പറന്നകന്നു. മരക്കൊമ്പുകളിൽനിന്നും മഞ്ഞിൻകണങ്ങൾ അടർന്നു വീണു; കരടിയുടെ പിടി അയഞ്ഞു. ആ മൃഗത്തിൽത്തന്നെ ഉറപ്പിച്ചുപിടിച്ച നേത്രങ്ങളോടെ അലക്സി ആ മഞ്ഞിലേക്ക് മറിഞ്ഞുവീണു. കരടി പിൻകാലിന്മേൽ അമർന്ന് ഇരിക്കുകയാണ്. കറുത്തു പഴുത്തു തുടങ്ങിയ ആ കണ്ണുകളിൽ വ്യക്തമായ പരിഭ്രമം നിഴലിച്ചിരുന്നു. അതിന്റെ പല്ലുകൾക്കിടയിൽനിന്നു രക്തത്തിന്റെ ഒരു കട്ടികൂടിയ ചാല് മഞ്ഞിലേക്ക് ഇറ്റിറ്റുവീണുകൊണ്ടിരുന്നു. ഒരു പരുക്കൻ അലർച്ചയോടെ അത് പിൻകാലിൽ എഴുന്നേറ്റു നിന്നു. പക്ഷേ, അലക്സി രണ്ടാമതും വെടിവയ്ക്കുന്നതിനുമുമ്പുതന്നെ അത് ആ മഞ്ഞിലേക്കു മറിഞ്ഞുവീണു. നീലനിറത്തിലായിരുന്ന മഞ്ഞ് ക്രമേണ ഒരു ചെന്നിനിറം കൈക്കൊണ്ടു. അത് ഉരുകിയതോടെ കരടിയുടെ തലയിൽനിന്ന് ഒരു നീരാവി ഉയർന്നു. ആ ജന്തു ചത്തു കഴിഞ്ഞിരുന്നു. ഇതുവരെ അലക്സിയെ ആയാസപ്പെടുത്തിയിരുന്ന ആ സമ്മർദ്ദം ഒന്നയഞ്ഞു. വീണ്ടും ദുസ്സഹമായ വേദന കാലിൽ അനുഭവപ്പെട്ടു. സ്വബോധമറ്റ് അയാൾ ആ മഞ്ഞിലേക്ക് മറിഞ്ഞുവീണു.

ആദിത്യൻ ആകാശമധ്യത്തിൽ എത്തിയതിൽപ്പിന്നെയാണ് അയാൾ മോഹാലസ്യത്തിൽ നിന്ന് ഉണർന്നത്. കനത്ത പൈൻമരത്തലപ്പുകളെ

കുത്തിത്തുളച്ച് അകത്തുകടന്ന അരുണകിരണങ്ങൾ ആ ഹിമകണങ്ങൾക്ക് ഒരു അതുല്യപ്രഭ നൽകിയിരുന്നു. നിഴലുണ്ടായിരുന്ന സ്ഥലത്ത് പറ്റിയിരുന്ന മഞ്ഞിന്റെ നിറം മങ്ങിയതല്ല, കടുത്ത നീലയായിരുന്നു അപ്പോൾ.

'ഞാൻ ഒരു കരടിയെ കിനാവുകണ്ടിരിക്കുമോ?' അലക്സിയുടെ മനസിൽ ആദ്യമായി കടന്നുകൂടിയ സംശയം അതായിരുന്നു.

നീലിച്ച മഞ്ഞിൻകൂമ്പാരത്തിന്നരികെ ആ വൃത്തികെട്ട ഊതനിറത്തിലുള്ള ശവശരീരം കിടന്നിരുന്നു. നാനാവിധത്തിലുള്ള ശബ്ദങ്ങൾ ആ കാട്ടിൽ അലയടിച്ചിരുന്നു. മരംകൊത്തി വിരാമമില്ലാതെ മരത്തിൽ കൊത്തിക്കൊണ്ടിരിക്കുകയാണ്. ഒരു കൊമ്പിൽനിന്ന് മറ്റൊന്നിലേക്കു ചാടുന്നതിനിടയിൽ മഞ്ഞവയറൻ ടോംടിറ്റുകൾ ഉന്മേഷചിത്തരായി ചിലച്ചുകൊണ്ടിരുന്നു.

'ഞാൻ ജീവിച്ചിരിക്കുന്നു. ജീവിച്ചിരിക്കുന്നു, ജീവിച്ചിരിക്കുന്നു' അലക്സി മനസിൽ ഉരുവിട്ടു. മാരകമായ അത്യാപത്തിൽനിന്ന് കരകയറി വരുന്ന ഏവനും തോന്നാറുള്ള 'ജീവനുണ്ട്,' എന്നു മാന്ത്രികമായ, സുശക്തമായ ലഹരി പിടിപ്പിക്കുന്ന, ആ വിശ്വാസമേറ്റ് അലക്സിയുടെ മനസും ചേതനയും തുടിച്ചു.

ശക്തമായ ഈ പുതിയ ചേതോവികാരത്തിന്റെ പ്രചോദനത്തിൽപ്പെട്ട് അയാൾ പെട്ടെന്ന് എഴുന്നേറ്റുനിന്നു. പക്ഷേ, ഒരു ഞരക്കത്തോടെ അയാൾ ആ കരടിയുടെ ശവശരീരത്തിൽ വീഴുകയാണുണ്ടായത്. ആരോ ഒരു ജോഡി പഴയ തിരികല്ലുകൾ ഇട്ടു കറക്കുന്നതുപോലെ അയാളുടെ തലച്ചോറിൽ എന്തോ ഒരു കടകട ശബ്ദം മുഴങ്ങിയിരുന്നു. ആരോ തന്റെ കൺപോളകളിൽ വിരൽകൊണ്ട് പിടിച്ചമർത്തുന്നതുപോലെ തോന്നി; അടുത്തനിമിഷത്തിൽ എല്ലാം ഒരു ഊതനിറത്തിലുള്ള തിളങ്ങുന്ന ആവരണത്തിനടിയിൽപ്പെട്ട് ആവ്യക്തമായി.

'മോശം, വീഴ്ചയിൽ എനിക്കെന്തോ വികൽപ്പം സംഭവിച്ചിരിക്കുന്നു. കാലിന്നും എന്തോ കുഴപ്പം പറ്റിയിട്ടുണ്ട്.' അയാൾ വിചാരിച്ചു.

കൈമുട്ടു കുത്തി എഴുന്നേറ്റ്, കാടിന്റെ അറ്റത്തിന്നപ്പുറത്തായി വിദൂരമായ മറ്റൊരു കാനനത്താൽ അർധവലയം ചെയ്യപ്പെട്ട്, ചക്രവാളത്തോളം നീണ്ടുപരന്നു കിടക്കുന്ന ആ വയലിലേക്കും അയാൾ വിസ്മയപൂർവം ഉറ്റുനോക്കി.

ശരത്കാലത്ത്, അഥവാ വർഷകാലത്തിന്റെ ആദ്യഘട്ടങ്ങളിൽ, ഈ കാടിന്റെ അറ്റം, അധികനാളത്തേക്കല്ലെങ്കിലും മരണംവരെ വാശിവിടാതെ ചുവപ്പുസൈന്യം കയ്യടക്കിവെച്ചിരുന്ന പ്രതിരോധനിരയായിരുന്നു. മഞ്ഞിൻകണങ്ങളുടെ നേരിയ ശീലകൊണ്ട് ഹിമപാതം ഭൂമിക്കു പറ്റിയ മുറിവുകളെ വെച്ചുകെട്ടിയിട്ടുണ്ട്. പക്ഷേ, അതിന്നടിയിൽ കാവൽമാളങ്ങളും, തകർക്കപ്പെട്ട നളികകേന്ദ്രങ്ങളുള്ള ചെറുകുന്നുകളും കാടിന്റെ അറ്റത്ത് തകർന്നടിഞ്ഞ് മണ്ടകത്തിക്കരിഞ്ഞുനിൽക്കുന്ന മരങ്ങൾവരെ ചിന്നിച്ചിതറിക്കിടക്കുന്ന വെടിയുണ്ടകളുടെ ഉറകളും

കാണാമായിരുന്നു. വിണ്ടുകീറിയ വയലിൽ ഇടയ്ക്കിടെയായി, 'കൊല മ്പിച്ചിമീനി'ന്റെ ചിതമ്പൽപോലെ നാനാവർണങ്ങളിൽ ചായമടിച്ച ടാങ്കു കൾ കിടന്നിരുന്നു. അവയെല്ലാം മഞ്ഞിൽ ഉറച്ചിരുന്നു; പ്രത്യേകിച്ച്, അങ്ങേ അറ്റത്തായി, കൈബോംബു കൊണ്ടോ, മൈനുമായുള്ള ഉര സൽകൊണ്ടോ, വായിൽനിന്നു തള്ളിയ നാവുപോലെ, പുറത്തേക്കു ഉന്തിനിൽക്കുന്ന വൻതോക്കുകൾ നിലത്തമർന്നു ചെരിഞ്ഞുകിടക്കുന്ന ആ ടാങ്ക്, രാക്ഷസന്മാരുടെ അസ്ഥികൂടംപോലിരുന്നു. ആ സ്ഥലങ്ങ ളിൽ മുഴുവനും, ആഴംകുറഞ്ഞ കിടങ്ങുകളുടെ തിണ്ടുകളിലും ടാങ്കു കളുടെ സമീപത്തും, കാടിന്റെ അറ്റത്തും ജർമൻപട്ടാളങ്ങളുടെ ശവ ങ്ങൾക്കിടയിൽ ചുവപ്പുസൈന്യത്തിൽപ്പെട്ടവരുടെ ജഡങ്ങളും കാണാ മായിരുന്നു. ചില സ്ഥലങ്ങളിൽ കൂട്ടംകൂടി ഒന്നിനുമീതെ ഒന്നായി കിട ക്കത്തക്കവിധത്തിൽ അവ അനേകമുണ്ടായിരുന്നു. ഏതാനും മാസ ങ്ങൾക്കുമുമ്പ് മഞ്ഞുകാലാരംഭത്തിൽ മരണം അവരെ സമീപിച്ചതു പോലെ തന്നെയാണ് അവർ ഇപ്പോഴും കിടക്കുന്നത്.

എന്തു വീറോടുകൂടിയ ഭയങ്കരമരണമാണ് അവിടെ നടന്നത് എന്നും, ശത്രുവിനെ ചെറുക്കണം, അവരെ അകത്തേക്കു കടത്തിവിടരു ത്, എന്ന സംഗതികളൊഴിച്ച് എല്ലാം മറന്ന് തന്റെ സഖാക്കൾ ഇവിടെ യാണ് പൊരുതിനിന്നത് എന്നും അലക്സിക്ക് മനസിലാക്കാൻ മതി യായ കാഴ്ചയായിരുന്നു ഇത്. കുറച്ചകലെ കാടിന്റെ അറ്റത്തായി വെടി യുണ്ട ഏറ്റു തല തെറിച്ചുപോയ ഒരു മരക്കടയ്ക്കൽ–അതിന്റെ വിണ്ടു കീറിയ തടിയിൽ നിന്നും ഇപ്പോഴും മഞ്ഞനിറത്തിൽ അകം കാണാ വുന്ന തരത്തിൽ സ്വച്ഛമായ കറയൊലിക്കുന്നുണ്ടായിരുന്നു–തല യോട് തകർന്ന് മുഖം വികൃതമാക്കപ്പെട്ട ഹിറ്റ്ലർഭടന്മാരുടെ പിണ്ഡ ങ്ങൾ ചിതറിക്കിടന്നിരുന്നു. നടുക്ക് ഒരു ശത്രുശരീരത്തിൽ വിലങ്ങനെ കിടന്നിരുന്നത് വലിയ തലയും വലിയ വട്ടമുഖവും ഉള്ള ഒരുകുട്ടിയുടെ ജഡമായിരുന്നു. വലിയ കോട്ടോ, ബെൽട്ടുപോലുമോ ഇല്ലാതെ ഒരു അടിക്കുപ്പായം മാത്രമായിരുന്നു അതിന്റെ വേഷം. ഒഴിഞ്ഞ ബയന റ്റോടും ചതഞ്ഞു രക്തംപുരണ്ട ചട്ടയോടുംകൂടിയ ഒരു തോക്ക് സമീപം കിടന്നിരുന്നു.

വീണ്ടും അകലെ കാട്ടിലേക്കു നയിക്കുന്ന റോഡിൽ മണൽമൂടിയ ഒരു ചെറിയ പൈൻമരത്തിന്റെ കടയ്ക്കലായി, ഒരു ഷെല്ലറയിൽനിന്നു പകുതി തള്ളി, ഒരു കറുത്ത ഉസ്ബക്കുകാരൻ കിടന്നിരുന്നു. അണ്ഡാ കൃതിയിലുള്ള അയാളുടെ മുഖം പഴയ ആനക്കൊമ്പിൽ കൊത്തിയെടു ത്തപോലെ ഇരുന്നു. അയാളുടെ പിന്നിൽ ഫിർമരക്കൊമ്പുകൾക്കിടയി ലായി പൊട്ടിക്കാത്ത കൈബോംബുകൾ നിറച്ച വൃത്തിയുള്ള ഒരു സഞ്ചി കിടന്നിരുന്നു. പൊക്കിപ്പിടിച്ച ആ ജീവനറ്റ കൈയിൽ ഒരു കൈബോംബ് ഇരിക്കുന്നതു കണ്ടാൽ അയാൾ അത് എറിയുന്നതിനുമു മ്പ്, ആകാശത്തേക്ക് നോക്കി പരിഭ്രാന്തനായി നിന്നനിലയിൽ സ്തംഭി ച്ചുപോയതാണോ എന്നു സംശയം തോന്നും.

അകലെ, കാട്ടിലെ റോഡിൽ വിവിധവർണാങ്കിതമായ ടാങ്കുകളുടെയും വലിയ വെടിഗുണ്ടുകളുടെയും ഉറയുടെ അറ്റത്തും കാവൽമാടങ്ങളിലും മരക്കുറ്റിയിലും എല്ലായിടത്തും ഭംഗിയുള്ള കോട്ടും ട്രൗസറും മങ്ങിയ പച്ചനിറത്തിലുള്ള അടിക്കുപ്പായവും തണുപ്പു പറ്റാതിരിക്കുവാൻ ചെവിമൂടി തൊപ്പിയും ധരിച്ച ശവശരീരങ്ങൾ ചിതറിക്കിടന്നിരുന്നു. മഞ്ഞിനിടയിൽ മടങ്ങിയ മുട്ടുകളും പൊന്തിച്ചുപിടിച്ച താടിയെല്ലുകളും, കുറുക്കൻ കടിച്ചുകാർന്ന, മാഗ്പൈകളും കാക്കകളും കൊത്തിവലിച്ച ചാരനിറം പൂണ്ട മുഖങ്ങളും തുടിച്ചുനിന്നിരുന്നു.

ഈ വെളിസ്ഥലത്തിനു മുകളിലായി അനേകം കാക്കകൾ വട്ടമിട്ടു പറക്കുന്നുണ്ടായിരുന്നു. ഇതു കണ്ടപ്പോൾ പെട്ടെന്ന് അയാളുടെ ഓർമയിൽ വന്നത്, വലിയൊരു റഷ്യൻ ചിത്രകാരന്റെ സൃഷ്ടിയായ, തന്റെ സ്കൂളിൽ ചരിത്രബുക്കിൽ പകർത്തിയിരുന്ന ഇഗോർസമരത്തിന്റെ ഗംഭീരവും ദു:ഖാകുലവുമായ ചിത്രമായിരുന്നു.

'ഞാനും ഇവരുടെ കൂട്ടത്തിൽ ഇവിടെ കിടക്കേണ്ടതായിരുന്നു.' അയാൾ വിചാരിച്ചു. ഉടനടി ജീവിച്ചിരിക്കുന്നു എന്ന ബോധം അയാളുടെ ചേതനയിലാകെ ഒരു നവ്യമായ പ്രസരിപ്പ് വളർത്തി. അയാൾ ദേഹമൊന്നു കുടഞ്ഞു. തലയോടിന്നകത്ത് ഇപ്പോഴും തിരികല്ലുകൾ സാവധാനത്തിൽ പ്രവർത്തിക്കുന്നുണ്ട്. കാലിൽ ആദ്യത്തേക്കാൾ കൂടുതലായി ചുട്ടുനീറ്റലും വേദനയും അനുഭവപ്പെട്ടു. ഉണങ്ങിയ മഞ്ഞിൻകണങ്ങൾപറ്റിയ വെളുപ്പും തണുപ്പും വ്യാപിച്ച ആ കരടിയുടെ ദേഹത്തിൽ ഇരുന്ന് എന്താണ് വേണ്ടത്, എവിടേക്കാണ് പോകേണ്ടത്, എങ്ങനെയാണു സ്വന്തം അണിയിൽ ചെന്നു ചേരുക എന്നിങ്ങനെയുള്ള കാര്യങ്ങളെക്കുറിച്ച് അയാൾ ആലോചിച്ചു.

വിമാനത്തിൽനിന്നുള്ള വീഴ്ചയിൽ അയാളുടെ കൈവശമുണ്ടായിരുന്ന 'ഭൂപടപേടകം' നഷ്ടപ്പെട്ടിരുന്നു; പക്ഷേ, മാപ്പില്ലാതെ തന്നെ താൻ അവലംബിച്ചിരുന്ന മാർഗം അയാൾക്ക് വ്യക്തമായി അറിയാമായിരുന്നു. യുദ്ധക്കളത്തിൽ നിന്ന് അറുപതു കിലോമീറ്റർ പടിഞ്ഞാറുഭാഗത്തേക്ക് നീങ്ങിയാണ് സ്റ്റോമോവിക്സ് ആക്രമിച്ച ജർമൻ വിമാനത്താവളം സ്ഥിതിചെയ്യുന്നത്. വ്യോമയുദ്ധത്തിൽ ജർമൻ വിമാനങ്ങളെ വലയംചെയ്ത് അയാളുടെ ആൾക്കാർ അവരെ സ്വന്തം താവളത്തിൽനിന്ന് ഇരുപതു കിലോമീറ്റർ കിഴക്കു ഭാഗത്തേക്ക് മാറ്റിയിരുന്നു. ദ്വിമുഖാക്രമണത്തിൽ നിന്ന് രക്ഷപ്പെട്ട് അയാൾ വീണ്ടും കുറെ വഴികൂടി കിഴക്കോട്ട് പോയിരിക്കണം. ജർമൻ യുദ്ധക്കളത്തിന്റെ വളരെ അടുത്തുള്ള ജർമൻ സൈനികനിലയത്തെ ആക്രമിക്കുവാൻ പോകുന്ന ബോംബർ വിമാനങ്ങൾക്കും അകമ്പടിയായി, താൻ ഒന്നിലധികംപ്രാവശ്യം വന്നിട്ടുള്ള 'കരിങ്കാട്' എന്നറിയപ്പെടുന്ന വിശാലമായ കാട്ടിൽ എവിടെയോ ഉള്ള ശത്രുവിന്റെ അണിയിൽനിന്നും വളരെ അകലെ, യുദ്ധക്കളത്തിൽനിന്ന് ഏകദേശം മുപ്പത്തിയഞ്ചു കിലോമീറ്റർ മാറിയാണ് അയാൾ വീണിരിക്കുക. ആകാശത്തിൽനിന്നുനോക്കുമ്പോൾ ഇത് ഹരിതാഭമായ ഒരു

കടലാണെന്നേ അയാൾക്കു തോന്നിയിട്ടുള്ളൂ. നല്ല കാലാവസ്ഥയാണെങ്കിൽ ആഞ്ഞുലയുന്ന പൈൻമരത്തലപ്പുകളോടൊപ്പം അത് ചാഞ്ചാടും. കാലാവസ്ഥ മറിച്ചാണെങ്കിൽ നേരിയ ഊതനിറത്തിലുള്ള മൂടൽമഞ്ഞിന്റെ ആവരണം ചാർത്തിയ അത്, മീതെയായി കൊച്ചോളങ്ങൾ തുള്ളിക്കളിക്കുന്ന, മിനുസമേറിയ ഒരു വിരസജലപ്പരപ്പുപോലിരിക്കും.

ഈ ഗുപ്തമായ കാനനത്തിന്റെ നടുക്കാണ് അയാൾ വീണത് എന്ന വസ്തുതയ്ക്ക് നല്ലതും ചീത്തയുമായ ഫലങ്ങൾ ഉണ്ടായിരുന്നു. ഇതിന്റെ നന്മ, സാധാരണയായി റോഡുകളിലും ജനവാസമുള്ള സ്ഥലങ്ങളിലും പെരുമാറാറുള്ള ജർമൻകാരനെ ഈ കന്നിക്കാടിന്റെ അന്തരാളത്തിൽ കണ്ടുമുട്ടുകയില്ല എന്നതാണ്. അതിന്റെ ചീത്തവശം, വഴി വളരെയധികമില്ലെങ്കിലും, അയാൾക്ക് കനത്ത അടിപഞ്ചകൾക്കിടയിലൂടെ വലിഞ്ഞുമുന്നേറേണ്ടിവരും; ഒരു മനുഷ്യനെ കണ്ടുമുട്ടുവാൻ പ്രയാസം. ഒരു വിശ്രമത്താവളമോ, ഒരു കഷണം റൊട്ടിയോ ചൂടുള്ള ഒരു കപ്പ് പാനീയമോ കിട്ടുവാൻ എളുപ്പമല്ല–തന്റെ കാലുകൾ–അവയ്ക്കുതന്നെ വഹിക്കുവാനുള്ള ശക്തിയുണ്ടാകുമോ–തനിക്കു നടക്കുവാൻ സാധിക്കുമോ?

അയാൾ സാവധാനം കരടിയുടെ ജഡത്തിൽനിന്നും എഴുന്നേറ്റു നിന്നു. ആപാദചൂഡം വ്യാപിക്കുന്ന ഒരുതരം തുളച്ചുകയറുന്ന വേദന അയാൾക്കനുഭവപ്പെട്ടു. ഒരു ദീനരോദനം ചുണ്ടിൽനിന്നും ഉതിർന്നു; അയാൾ അവിടെത്തന്നെ ഇരുന്നുപോയി. രോമംകൊണ്ടുമൂടിയ പാദുകങ്ങൾ അഴിച്ചെടുക്കാൻ ശ്രമിച്ചു. പക്ഷേ, അവ അനങ്ങിയില്ല. ഓരോ പ്രാവശ്യം വലിക്കുമ്പോഴും അയാൾ ഞരങ്ങുന്നുണ്ടായിരുന്നു. പല്ലുകൾ അമർത്തിക്കടിച്ചു; കണ്ണുകൾ മുറുകെ അടച്ച് രണ്ടുകൈകൊണ്ടും ഒരു ബൂട്ട്സ് വലിച്ചെടുത്തു. അതോടുകൂടി അയാളുടെ ബോധവും മറഞ്ഞു. മോഹാലസ്യത്തിൽനിന്നുണർന്നപ്പോൾ വളരെ ശ്രദ്ധയോടെ കാലിന്മേൽ കെട്ടിയിരുന്ന തുണി അഴിച്ചുമാറ്റി. കാലിൽ നീരുണ്ട്. അത് ആകെ ഒരു വിവർണമായ ചതവായിരുന്നു. ഓരോ സന്ധിയും ചുട്ടുനീറി വേദനിച്ചിരുന്നു. അയാൾ കാലുകൾ സാഹസികമായ ഒരു പിടിച്ചുപറിയോടെ, സ്വന്തം പല്ല് അടർത്തിയെടുക്കുന്നതുപോലെ മറ്റേ ബൂട്ട്സും വലിച്ചെടുത്തു.

അയാളുടെ രണ്ടു പാദങ്ങളും നിഷ്ഫലമായിരിക്കുന്നു. വിമാനം മരത്തലപ്പുകളിൽമുട്ടി, അയാൾ കോക്പിറ്റിൽനിന്നും എടുത്തെറിയപ്പെട്ടപ്പോൾ, എന്തോ ഒന്നു കാലിൽതട്ടി. പുറവടിയും വിരലുകളും ഒടിഞ്ഞിരിക്കണം സാധാരണപരിത:സ്ഥിതിയിലാണെങ്കിൽ, തീർച്ചയായും ഈ ഭയാനകമായ അവസ്ഥയിലുള്ള കാലിന്മേൽ എണീറ്റുനിൽക്കുന്ന ശ്രമത്തെപ്പറ്റി സ്വപ്നം കാണുകൂടി ചെയ്യുകയില്ലായിരുന്നു. പക്ഷേ, അയാൾ ശത്രുവിന്റെ പിൻഭാഗത്ത് ആരും കടക്കാത്ത കാട്ടിൽ ഒറ്റയ്ക്കാണ്. ഇവിടെവച്ച് കണ്ടുമുട്ടുക എന്നതിന്റെ അർത്ഥം മരണമാണ്; ആശ്വാസമല്ല. സൗകര്യപ്രദമായ റോഡുകളോ മനുഷ്യവാസസ്ഥലങ്ങളോ നോക്കു

വാൻ മെനക്കെടാതെ അയാൾ കാട്ടിലൂടെ കിഴക്കോട്ട് പ്രയാണം ചെയ്യുവാൻ തന്നെ തീരുമാനിച്ചു. എന്തുവന്നാലും മുന്നേറുകതന്നെ.

അയാൾ നിശ്ചയദാർഢ്യത്തോടുകൂടി കരടിയുടെ ജഡത്തിൽനിന്ന് എഴുന്നേറ്റു. പല്ലുകൾ ഞെരിച്ചു, ആദ്യത്തെ അടിവെച്ചു. ഒരു നിമിഷം നിന്ന് മഞ്ഞിൽനിന്ന് മറ്റേക്കാലും വലിച്ചെടുത്ത് ഒരടികൂടിവെച്ചു. തലയോടിനകത്തു ശബ്ദങ്ങൾ നിറയുകയാണ്. ആ വെളിസ്ഥലം ഊഞ്ഞാലാടി, ഊഞ്ഞാലാടി അകന്നുപോകുന്നു.

അലക്സിക്കു തോന്നി, താൻ ദുർബലനാവുകയാണെന്ന്. ആയാസംകൊണ്ടും വേദനകൊണ്ടും ചുണ്ടുകൾ കടിച്ചുപിടിച്ച് അയാൾ വീണ്ടും വലിഞ്ഞുനടക്കുവാൻ തുടങ്ങി. ഒരു തകർന്ന ടാങ്കിന്റെ അരികിലൂടെ, ബോംബ് പിടിച്ച കൈ ഉയർത്തി മരിച്ചുകിടക്കുന്ന ഉസ്ബെക്കുകാരനെ പിന്നിട്ട്, കിഴക്കോട്ട് കനത്ത കാട്ടിലേക്കുള്ള ഒരു വഴിയിലെത്തി. മഞ്ഞിലൂടെ കാൽ വലിച്ചിഴച്ചു നടക്കുക അത്ര പ്രയാസമുള്ള ജോലിയല്ല. പക്ഷേ, കാറ്റടിച്ച്, ഉറച്ച്, നിറയെ മഞ്ഞു വീണ് കുണ്ടും കുഴിയുമായി കിടക്കുന്ന റോഡിന്റെ മുകളിൽ കാൽകുത്തിയപ്പോൾ കാലിലെ വേദന അത്യന്തം ദുസഹമായി. തുടർന്ന് ഒരടിപോലും വയ്ക്കുവാൻ ധൈര്യപ്പെടാതെ അയാൾ അവിടെനിന്നു. കാലുകൾ വികൃതമായി കവച്ചുവെച്ചു. കാറ്റേറ്റ് ഉലയുന്നതുപോലെ ദേഹം അങ്ങോട്ടും ഇങ്ങോട്ടും ആടിക്കൊണ്ട് അയാൾ അവിടെനിന്നു. പെട്ടെന്ന് അയാളുടെ കൺമുമ്പിൽ ഒരു മൂടൽപരന്നു. റോഡും പൈൻമരങ്ങളും ഊതംനിറംപൂണ്ട അതിന്റെ തലപ്പുകളും, അതിനിടയിലൂടെ കണ്ടിരുന്ന, നീലനിറത്തിൽ ദീർഘചതുരമായി കിടന്നിരുന്ന ആകാശവും അപ്രത്യക്ഷമായി. അയാൾ സ്വന്തം വിമാനത്താവളത്തിൽ സ്വന്തം വിമാനത്തിന്റെ സമീപം നിൽക്കുകയാണ്. അയാളുടെ മെലിഞ്ഞുനീണ്ട മെക്കാനിക്ക് യൂറ, പതിവുപോലെതന്നെ, തന്റെ ക്ഷൗരംചെയ്യാത്ത, എന്നും മലീമസമായ മുഖത്ത്, തിളങ്ങിക്കൊണ്ടിരിക്കുന്ന കണ്ണും പല്ലും കാട്ടി, കോക്പിറ്റിലേക്ക് അയാളെ ആംഗ്യം കാണിച്ച് ക്ഷണിക്കുകയാണ്. 'ഓ, അവൾ തയ്യാറായിരിക്കുന്നു, പൊയ്ക്കോളൂ' എന്നു പറയുന്നതുപോലെ. അലക്സി വിമാനത്തിന്റെ നേർക്ക് ഒരടി കൂടിവെച്ചു പക്ഷേ, ഭൂമി ഒന്ന് ആടി, എന്തോ ചുട്ടുപഴുത്ത തകിടിൽ ചവിട്ടിയതുപോലെ അയാളുടെ കാലുകൾ പൊള്ളി. അയാൾ തീ പറക്കുന്ന ഭൂമിയുടെ മീതെക്കൂടി ചാടി, തന്റെ വിമാനത്തിന്റെ പാർശ്വങ്ങളിലേക്കെത്താൻ ശ്രമിച്ചു. പക്ഷേ, അയാൾ തന്റെ വാഹനത്തിന്റെ ഫ്യൂസിലേജിന്റെ തണുത്ത ഭാഗവുമായി (വിമാനത്തിന്റെ ഉടൽ) കൂട്ടിമുട്ടി. അതിന്റെ ഭാഗം മിനുസമേറിയതായി തോന്നാത്തതിൽ അയാൾ അത്ഭുതപ്പെട്ടു. പൈൻതൊലി വെച്ചുപിടിപ്പിച്ചപോലെ പരുപരുത്തിരിക്കുന്നു. പക്ഷേ, അവിടെ വിമാനമൊന്നും ഉണ്ടായിരുന്നില്ല. അയാൾ റോഡിൽ ഒരു മരത്തടിയിൽ തിരുപ്പിടിച്ചുകൊണ്ടു നിൽക്കുകയാണ്.

'മാനസികവിഭ്രാന്തിയോ! മസ്തിഷ്കസമ്മർദംകൊണ്ട് എനിക്ക്

ഭ്രാന്തുപിടിക്കുകയായിരിക്കുമോ' അയാൾ ആത്മഗതം ചെയ്തു. ഈ വഴിയേ പോകുന്നത് അത്യന്തം ബീഭത്സമായിരിക്കും. വഴി മാറിയാലോ? പക്ഷേ, യാത്ര വളരെ സാവധാനമാകും. അയാൾ ആ മഞ്ഞിൽ ഇരുന്നു, അതേ നിശ്ചയദാർഢ്യത്തോടുകൂടി വലിച്ചുവലിച്ച്, തന്റെ രോമാവൃത മായ ബൂട്ട്സുകൾ അഴിച്ചെടുത്തു. തന്റെ മുറിവേറ്റ കാലിന് എളുപ്പമാക ത്തക്കവിധത്തിൽ പല്ലും നഖവും ഉപയോഗിച്ച് അവയുടെ മടമ്പുഭാഗം ചീന്തിക്കളഞ്ഞു. പിന്നീട് അയാൾ തന്റെ വലിയ പതുപതുപ്പുള്ള "ആംഗോറ" രോമ സാൽവ ചെറിയ ചെറിയ കഷ്ണമാക്കി വലിച്ചു കീറി, കാലിന്മേൽ വെച്ചുകെട്ടി. അതിന്റെ മേലെയായി ബൂട്സും ധരിച്ചു.

ഇപ്പോൾ നടത്തം സുഖകരമാണ്. നടക്കുക എന്നു പറയുവാൻ വയ്യ–നടക്കുകയല്ല; മുന്നോട്ടു പോകുക, മടമ്പിന്മേൽ കുന്തിച്ചുനിന്നു കാല് പൊക്കിപ്പിടിച്ചു. ഒരു കായൽപ്പാടത്തു കൂടി പോകുന്നതുപോലെ ശ്രദ്ധാപൂർവം മുന്നേറുകയാണ്. കുറച്ചടികൾ വയ്ക്കുമ്പോഴേക്കും വേദ നയും പ്രയാസവും നിമിത്തം അയാൾക്കു തലചുറ്റൽ തോന്നുമായിരു ന്നു. കണ്ണടച്ചുപിടിച്ച് ഒരു മരത്തടിയിൽ ചാരിനിൽക്കുവാനോ, ഞരമ്പു കളിലൂടെ രക്തം ശീഘ്രഗതിയോടെ പായുന്നത് മനസിലാക്കിക്കൊണ്ട് മഞ്ഞിന്റെ ചെറിയ മൊട്ടക്കുന്നിന്മേൽ ഇരിക്കുവാനോ അയാൾ നിർബ ന്ധിതനാകും.

അങ്ങനെ അയാൾ കുറെ മണിക്കൂറുകളോളം മുന്നോട്ടു പോയി. പക്ഷേ, അവിടെനിന്നു തിരിഞ്ഞുനോക്കിയപ്പോൾ മഞ്ഞിൽ ഒരു ചെറിയ കറുത്ത പൊട്ടുപോലെ ആ ഉസ്ബക്കുകാരൻ വീണുകിടക്കുന്ന കാടിന്റെ അറ്റത്തുള്ള ആ വഴിത്തിരിവ് സൂര്യപ്രകാശത്തിൽ വെട്ടിത്തി ളങ്ങി കിടക്കുന്നത് കാണാമായിരുന്നു. അലക്സിക്ക് അനൽപ്പമായ നിരാശ തോന്നി; പക്ഷേ അയാൾ ഭയപ്പെട്ടില്ല. കുറെക്കൂടി വേഗം പോകുവാൻ അത് അയാൾക്ക് പ്രേരണനൽകി. ആ ചെറിയ കുന്നിൽ നിന്ന് എഴുന്നേറ്റ്, പല്ലിറുക്കിക്കൊണ്ട് അയാൾ മുന്നോട്ടുനടന്നു. പൈൻ മരത്തിൽനിന്ന് പൈൻമരത്തിലേക്ക്, മരക്കുറ്റിയിൽനിന്നു മരക്കുറ്റിയിലേ ക്ക്, ഒരു കുന്നിൽ നിന്നു മറ്റൊരു കുന്നിലേക്ക് ശ്രദ്ധ കേന്ദ്രീകരിച്ചുകൊ ണ്ടാണ് അയാൾ നടന്നിരുന്നത്. അങ്ങനെ അയാൾ നടന്നകലുമ്പോൾ, കാൽപ്പെരുമാറ്റമേൽക്കാത്ത മഞ്ഞുമൂടിക്കിടക്കുന്ന ആ വിജനമായ കാനനവീഥിയിൽ മുറിവേറ്റ മൃഗങ്ങൾ ഉണ്ടാക്കുന്നതുപോലെ വളഞ്ഞു പുളഞ്ഞു ക്രമീകൃതമല്ലാത്ത ഒരു നടപ്പാത തെളിയുന്നുണ്ടായിരുന്നു.

IV

അങ്ങനെ വൈകുന്നേരംവരെ അയാൾ യാത്ര തുടർന്നു. അയാ ളുടെ പിന്നിലെവിടെയോ അസ്തമിക്കുന്ന സൂര്യൻ തന്റെ വിളർത്ത ചെന്തീനിറം വൃക്ഷത്തലപ്പുകളിൽ പതിപ്പിച്ചു. ഊതനിറത്തിലുള്ള നിഴ ലുകൾ കാട്ടിൽ കനത്തുകനത്തു വന്നപ്പോഴേക്കും നിറയെ "ജൂനിപ്പർ"

തിങ്ങി വളരുന്ന ഒരു ഗുഹയിൽ അയാൾ എത്തി. അവിടെ കണ്ട കാഴ്ച ആരോ തന്റെ നട്ടെല്ലിലൂടെ നനഞ്ഞു കുതിർന്ന ഒരു തുണിവലിക്കുന്ന പ്രതീതിയുളവാക്കി, തലമുടി തൊപ്പിയുടെ താഴെ എണീറ്റുനിന്നു.

ആ വെളിസ്ഥലത്ത് സമരംനടക്കുമ്പോൾ ഈ ഗുഹയിൽ ഒരു മെഡിക്കൽ കമ്പനി സ്ഥാപിച്ചിരുന്നു എന്നത് വ്യക്തമാണ്: മുറിവേറ്റ വരെ ഇവിടേക്കു കൊണ്ടുവന്ന് പൈൻസൂചികൾകൊണ്ട് ഉണ്ടാക്കിയ കട്ടിലിൽ കിടത്തിയിരുന്നു. ഇതാ ഇപ്പോഴും അവർ ഇവിടെത്തന്നെ ആ കുറ്റിക്കാടുകളുടെ മറവിൽ ചിലർ പകുതിയും, ചിലർ മുഴുവനുമായി മഞ്ഞിൽ പൂഴ്ന്നുകിടക്കുകയാണ്. ആദ്യനോട്ടത്തിൽ തന്നെ വ്യക്ത മാണ് മുറിവേറ്റതുകൊണ്ടല്ല അവർ മരിച്ചതെന്നു വ്യക്തം. ആരോ കത്തി സമർഥമായുപയോഗിച്ച് അവരുടെയെല്ലാം കഴുത്ത് കണ്ടിച്ചിരു ന്നു. എന്താണ് പിന്നിൽ നടക്കുന്നത് എന്നറിയുവാൻ, തല പൊന്തിച്ചു പുറകിലേക്ക് നോക്കിക്കൊണ്ടിരിക്കുന്ന സ്ഥിതിയിലാണ് എല്ലാവരും. ഈ ഭയാനക കൃത്യത്തിന്നാവശ്യമായ ഒരു വിശദീകരണവും അതിന് സമീപത്തായി ഉണ്ട്. മഞ്ഞിൽ പൂണ്ടുകിടക്കുന്ന ഒരു ചുവപ്പുപട്ടാളക്കാ രന്റെ സമീപത്ത്, ഒരു പൈൻമരച്ചുവട്ടിൽ, ഫിർതൊപ്പി ധരിച്ച്, ചടച്ചു ലോലഗാത്രിയായ ഒരു യുവതിയായ നഴ്സ്, ഒരു പട്ടാളക്കാരന്റെ തല തന്റെ മടിയിൽ വെച്ചുകൊണ്ട് ഇരിക്കുന്നുണ്ടായിരുന്നു. തൊപ്പിയുടെ കാതുമൂടുന്ന തുണി, താടിയുടെ അടിയിലായി അവൾ ലേസുകൊണ്ട് കൂട്ടിബന്ധിച്ചിരിക്കുന്നു. അവളുടെ കൈപ്പലകളുടെ നടുക്കായി നല്ല പോലെ മിനുസപ്പെടുത്തിയ ഒരു കഠാരിത്തല തള്ളിനിൽക്കുന്നുണ്ട്. എസ് എസ് എന്ന് അങ്കിതമായ കടുത്ത യൂണിഫോറം ധരിച്ച ഒരു ജർമൻ പടയാളിയുടേയും തലയിൽ രക്തംപുരണ്ട കെട്ടോടുകൂടിയ ഒരു ചുവപ്പുഭടന്റേയും ശവശരീരങ്ങൾ അതിന്നടുത്തായി കാണാം. അവസാ നത്തെ മാരകമായ ബഹളത്തിൽ അവർ അന്യോന്യം കഴുത്തിൽ മുറുകെ പിടിച്ചിരിക്കുകയാണ്. കറുത്ത വസ്ത്രം ധരിച്ചവൻ മുറിവേറ്റു കിടക്കുന്ന ഭടനെ കുത്തിയിട്ടുണ്ടാകാം; പിന്നീട് അയാൾ നഴ്സിനെ കുത്തുന്നതു കണ്ടപ്പോൾ ജീവൻ പോയിട്ടില്ലാത്ത ആ ചുവപ്പു പടയാളി ഓടിച്ചെന്ന് തന്റെ അവസാനശക്തി മുഴുവനുപയോഗിച്ച് ആ ഘാത കന്റെ കഴുത്തിൽ പിടിച്ചിട്ടുണ്ടാകാം എന്ന് അലക്സി ഊഹിച്ചു.

സ്വന്തം ദേഹംകൊണ്ട് ആ മുറിവേറ്റ ഭടന് ഒരു ആഛാദനം നൽകി യിരുന്ന, ഫിർതൊപ്പിധരിച്ച ആ മൃദുഗാത്രിയേയും, അവരുടെ, പഴയ സൈനിക ബൂട്സും വീതിയേറിയ ഉടുപ്പും കാൽക്കരികെ അന്യോന്യം കഴുത്തിൽ അമർത്തിപ്പിടിച്ചുകിടക്കുന്ന ഘാതകനേയും പ്രതികാരിയേ യും, ഹിമവാത്യ കുഴിച്ചു മറവുചെയ്തിരിക്കുന്നു.

കുറെനേരം അവിടെ സ്തംഭിച്ച നിലയിൽ നിന്നശേഷം അലക്സി ആ നഴ്സിന്റെ സമീപത്തേക്ക് ഞൊണ്ടിഞൊണ്ടി ചെന്ന് അവളുടെ പുറത്തുനിന്ന് കഠാരി ഊരിയെടുത്തു. പഴയ ജർമൻവാളിന്റെ ആകൃതി യിൽ, മഹാഗണിമരത്തിൽ പണിചെയ്ത പിടിയിൽ എസ് എസിന്റെ

മുദ്രയോടുകൂടിയ ഒരു കഠാരിയായിരുന്നു അത്. അതിന്റെ തുരുമ്പുപിടിച്ച അലകിൽ 'എല്ലാം ജർമനിക്കുവേണ്ടി' എന്ന് എഴുതിയിരുന്നത് ഇപ്പോഴും വ്യക്തമായികാണാമായിരുന്നു. അലക്സി ജർമൻകാരന്റെ ശവത്തിൽനിന്ന് അതിന്റെ ഉറ എടുത്തു; ഒരുപക്ഷേ, തന്റെ യാത്രയിൽ ഇത് തനിക്കു ആവശ്യമാകും. പിന്നീട് അയാൾ മഞ്ഞിൽ പൂണ്ടുപോയിരുന്ന മരവിച്ച ഒരു വിരി വലിച്ചെടുത്ത് അതുകൊണ്ട് ആ നഴ്സിന്റെ ശരീരം മൂടി, കുറെ പൈൻമരച്ചില്ലുകൾ അതിന്റെ മീതെ പെറുക്കിവെച്ചു.

സന്ധ്യയായി. മരങ്ങളുടെയിടയിൽ തങ്ങിനിന്നിരുന്ന പ്രകാശവും പൊലിഞ്ഞു. കട്ടികൂടി മരവിച്ച ഇരുട്ട് ആ ഗുഹയെ മൂടി. അവിടം പ്രശാന്തമായിരുന്നു. മരത്തലപ്പുകളിലൂടെ സായാഹ്നസമീരൻ പാഞ്ഞുനടക്കുന്നുണ്ടായിരുന്നു. ഒരിക്കൽ ഒരു താരാട്ടുപോലെയും, മറ്റൊരിക്കൽ ഉൽക്കണ്ഠയും അപകടവും സൂചിപ്പിക്കുന്നതുപോലെയും ആ കാട് ഗാനമുയർത്തിയിരുന്നു. മഞ്ഞു പൊഴിയാൻ തുടങ്ങിയിരിക്കുന്നു. ആവശ്യമായ നേരിയ ഹിമകണങ്ങൾ ഒരു 'വ്യഭ്യ' ശബ്ദത്തോടെ പൊഴിഞ്ഞ്, ഗുഹയിലേക്ക് കടന്നു മുഖത്തുകുത്താൻ തുടങ്ങി.

വോൾഗാതീരത്തുള്ള 'ക്യാംഷിൻ' നഗരത്തിൽ ജനിച്ച്, പട്ടണവാസിയായിരുന്ന അലക്സിക്ക് കാനനജീവിതം പരിചിതമല്ലാത്തതുകൊണ്ട് രാത്രി കഴിച്ചുകൂട്ടുവാനുള്ള ഒരുക്കങ്ങൾ ചെയ്യുകയോ തീക്കുണ്ഡമുണ്ടാക്കുകയോ ചെയ്തിരുന്നില്ല. ഇരുട്ടിന്റെ ആക്രമണവും മുറിവേറ്റ് തളർന്ന കാലിലെ ദുസഹമായ വേദനയും നിമിത്തം അയാൾക്ക് വിറകു ശേഖരിക്കുവാനും നിവൃത്തിയുണ്ടായിരുന്നില്ല. ഒടുവിൽ ഒരു ചെറിയ പൈൻമരത്തിന്റെ ചുവട്ടിൽ സമൃദ്ധമായി അടിപഞ്ചകൾ വളർന്നുനിൽക്കുന്ന ഒരു സ്ഥലത്തേക്ക് ഇഴഞ്ഞുചെന്ന് അയാൾ ആ മരച്ചുവട്ടിൽ, മുട്ടുകളിൽ കൈകെട്ടി, തോളുകൾ വളച്ച് തല അതിൽ താങ്ങി, സ്വയം ശ്വാസംകൊണ്ടുതന്നെ തനിക്കാവശ്യമായ ചൂടുണ്ടാക്കി ശാന്തതയും നിർവൃതിയുമാസ്വദിച്ച് സമാധാനപൂർവം അവിടെ ഇരുന്നു.

തോക്ക് അയാൾ തയാറാക്കിവച്ചിരുന്നു. പക്ഷേ കാട്ടിൽ കഴിച്ചുകൂട്ടിയ ആ ആദ്യത്തെ രാത്രി അതുപയോഗിക്കുവാൻ അയാൾക്കു സാധ്യമായിരുന്നോ എന്നുസംശയമാണ്. പൈൻമരങ്ങളുടെ മർമരശബ്ദമോ, റോഡിന്റെ അരികിൽ എവിടെയോ ഇരുന്ന് മൂളുന്ന മൂങ്ങയുടെ ശബ്ദമോ, വിദൂരതയിൽനിന്നു കേൾക്കുന്ന ചെന്നായുടെ ഓരിയിടലോ, തുളയ്ക്കാൻ വയ്യാത്ത കനത്ത ഇരുട്ടിൽ മുറ്റിനിൽക്കുന്ന മറ്റു കാനനശബ്ദങ്ങളോ കേൾക്കാതെ അയാൾ ഒരു തടിപോലെ കിടന്നുറങ്ങി.

ആരോ കുലുക്കിയുണർത്തുന്നതുപോലെ പുലരിയുടെ ആദ്യത്തെ രശ്മിയോടൊപ്പം അയാൾ ഉണർന്നു. അടുത്തുള്ള മരങ്ങൾ മഞ്ഞണിഞ്ഞ മൂകതയിൽ അതിന്റെ അവ്യക്തമായ ഒരു പശ്ചാത്തലം സൃഷ്ടിച്ചുകൊണ്ട് ഉയർന്നുനിന്നിരുന്നു. ഉണർന്നപ്പോൾ എന്താണ് തനിക്ക് സംഭവിച്ചത്, താൻ എവിടെയാണ്, എത്ര അശ്രദ്ധയോടെയാണ് താൻ രാത്രി കഴിച്ചുകൂട്ടിയത്, എന്നെല്ലാം ആലോചിച്ചപ്പോൾ സംഭവങ്ങൾ കഴിഞ്ഞു

പോയി എങ്കിലും അയാൾ നടുങ്ങി. രോമാവൃതമായ തന്റെ കുപ്പായത്തെ തട്ടിത്തുളച്ചു മരവിപ്പിക്കുന്ന ആ തണുപ്പ് അയാളുടെ അസ്ഥികൾവരെ എത്തിയിരുന്നു. തുള്ളപ്പനി ബാധിച്ചതുപോലെ അയാൾ വിറച്ചു. ഏറ്റവും കഷ്ടമായിരുന്നത് അയാളുടെ കാലാണ്. വിശ്രമിക്കുകയായിരുന്നുവെങ്കിലും ആദ്യത്തെക്കാൾ ഭയങ്കരമായിരുന്നു വേദന. എഴുന്നേറ്റു നിൽക്കണമെന്ന ആലോചനതന്നെ അയാളെ കിടിലംകൊള്ളിച്ചു. തലേ ദിവസം തന്റെ പഴയ പാദുകങ്ങൾ വലിച്ചെടുത്തു. അതേ നിശ്ചയദാർഢ്യത്തോടും രൂക്ഷതയോടും കൂടിയാണ് അയാൾ എഴുന്നേറ്റു നിന്നത്. സമയം വിലയേറിയതായിരുന്നു. അലക്സിയെ ബാധിച്ചിരുന്ന മറ്റെല്ലാ ഉപദ്രവങ്ങളിലും ദുർവഹമായിരുന്നത് വിശപ്പാണ്. തലേദിവസം അയാൾ ആ നഴ്സിന്റെ ശവശരീരം മൂടിയപ്പോൾ അതിന്റെ സമീപത്തായി ചുവന്ന കുരിശടയാളമുള്ള ഒരു ചണസഞ്ചി കിടക്കുന്നത് കണ്ടിരുന്നു. ഏതോ ചെറിയ ജന്തുക്കൾ അത് എടുത്ത് പരതിയിരിക്കണം. കടിച്ചു ചവയ്ക്കപ്പെട്ട ചില റൊട്ടിക്കഷണങ്ങൾ അവയുടെ മാളത്തിനരികെ മഞ്ഞിൽ ചിതറിക്കിടന്നിരുന്നു. അലക്സി അത് തീരെ ശ്രദ്ധിച്ചിരുന്നില്ല. അത് എടുത്തുനോക്കിയപ്പോൾ മുറിവു കെട്ടുവാൻ ഉപയോഗിക്കുന്ന പലവിധ സാധനങ്ങളും, ഒരു ടിൻ നിറയെ 'കൺസർവ്സ്' (പഞ്ചസാരയിലിട്ടു സൂക്ഷിക്കുന്ന പഴങ്ങൾ) ഒരുകെട്ട് എഴുത്തുകൾ, ചടച്ച മുഖമുള്ള ഒരു വൃദ്ധന്റെ മുഖച്ഛായ പിന്നിൽപതിച്ചിരുന്ന ഒരു മുഖക്കണ്ണാടി എന്നിവ കാണപ്പെട്ടു. അതിൽ തീർച്ചയായും ആദ്യം അപ്പവും റസ്കും ഉണ്ടായിരുന്നിരിക്കണം. പക്ഷികളോ മൃഗങ്ങളോ അതെല്ലാം തിന്നു തീർത്തിരിക്കുന്നു. പഴപ്പാത്രവും, മുറിവുകെട്ടാൻ ഉപയോഗിക്കുന്ന ബാൻഡേജുകളും തന്റെ വ്യോമയാനവസ്ത്രത്തിന്റെപോക്കറ്റുകളിൽ കുത്തിത്തിരുകി 'നന്ദി പറയുന്നു പ്രിയപ്പെട്ടവളെ' എന്നു പറഞ്ഞ് അവളുടെ കാലിൽനിന്നു കാറ്റ് അടിച്ചു മാറ്റിയിരുന്ന വസ്ത്രം പിടിച്ചു നേരെയിട്ട് അയാൾ കിഴക്കോട്ടുള്ള യാത്ര തുടർന്നു. ഓറഞ്ചുനിറത്തിൽ പ്രകാശിച്ചുകൊണ്ടിരുന്ന പൂർവചക്രവാളം മരക്കൊമ്പുകളുടെ ഇടയിലൂടെ കാണാമായിരുന്നു.

ഇപ്പോൾ ഒരു കിലോഗ്രാം ടിൻ നിറയെ പഴങ്ങൾ അയാളുടെ കൈവശമുണ്ട്. പക്ഷേ ഉച്ചയ്ക്ക് ഓരോന്നു വീതം മാത്രം കഴിക്കുവാനാണ് അയാൾ തീർച്ചയാക്കിയത്.

V

ഓരോ അടിവയ്ക്കുമ്പോഴും താൻ അനുഭവിക്കുന്ന കാർന്നുതിന്നുന്ന വേദനയിൽനിന്ന് മനസിനെ അകറ്റിനിർത്തുവാൻ വേണ്ടി പോകേണ്ട വഴിയെപ്പറ്റി ചിന്തിക്കുവാനും കണക്കുകൂട്ടുവാനും അയാൾ തുനിഞ്ഞു. പത്തോ പന്ത്രണ്ടോ കിലോമീറ്ററുകൾ ഒരു ദിവസംകൊണ്ടു നടക്കാൻ സാധിച്ചാൽ മൂന്നുദിവസത്തിനുള്ളിൽ ഏറിയാൽ, നാലു

ദിവസംകൊണ്ട് അയാൾക്കു തന്റെ നിശ്ചിതസ്ഥാനത്ത് എത്താം. അതു ശരി, എന്തുവരും പത്തോ പന്ത്രണ്ടോ കിലോമീറ്ററുകൾ. ഒരു ദിവസം നടന്നാൽ ഒരു കിലോമീറ്റർ ഏകദേശം 2000 അടി, അങ്ങനെ 10 കിലോമീറ്റർ ആകുമ്പോൾ 20000 അടി. പക്ഷേ 500–7000 അടികൾ വയ്ക്കുമ്പോഴേക്കും തനിക്കു വിശ്രമിക്കേണ്ടിവരുന്നു എന്ന് ഓർക്കുമ്പോൾ അതൊരു വലിയ സംഗതിതന്നെയാണ്.

തലേദിവസം യാത്ര ലഘൂകരിക്കാൻ യഥാക്രമം അയാൾ ചില ലക്ഷ്യങ്ങൾ ഉറപ്പിച്ചിരുന്നു. ഒരു പൈൻമരം ഒരു മരക്കുറ്റി, റോഡിലെ ഒരു കുഴി. ഓരോന്നിന്റെ അടുക്കലേക്ക് അതൊരു വിശ്രമസ്ഥലമാണ് എന്ന ആശ്വാസത്തോടെയാണ് അയാൾ വലിഞ്ഞ് എത്തിയിരുന്നത്. ഇതെല്ലാം അയാൾ മനസിൽ അക്കത്തിന്റെ തോതിലാക്കി; അതായത് അടികളുടെ എണ്ണം ഓരോ തവണയും ആയിരം അടി അതായത് അര കിലോമീറ്റർ നടക്കുക. അതുകഴിഞ്ഞ് അഞ്ചുനിമിഷത്തിൽ കൂടാത്ത സമയം വിശ്രമിക്കുക. വളരെ ബുദ്ധിമുട്ടാണ് എങ്കിലും സൂര്യോദയം തൊട്ടു സൂര്യാസ്തമയം വരെ പരിശ്രമിച്ചാൽ 10 കിലോമീറ്റർ തരണം ചെയ്യാം എന്നയാൾ കണക്കാക്കി.

എത്ര ദുസഹമായിരുന്നു ആദ്യത്തെ 100 അടി. വേദന മറക്കുവാൻ അയാൾ അടികൾ എണ്ണിത്തുടങ്ങി. 500 ആയപ്പോഴേക്കും എണ്ണംതെറ്റി കാലിലെ പുകഞ്ഞു തിളച്ചുമറിയുന്ന വേദനയെ കുറച്ചുമാത്രമേ അതിനുശേഷം അയാൾക്ക് ഓർക്കുവാൻ സാധിച്ചുള്ളൂ. ഇതെല്ലാം ഉണ്ടായിട്ടും ആദ്യത്തെ 1000 അടി ഒരുവിധത്തിൽ അയാൾ നടന്നൊപ്പിച്ചു. ഇരിക്കുവാൻ ശക്തിയില്ലാതെ അയാൾ ആ മണ്ണിൽ കമഴ്ന്നുവീണു. ആർത്തിയോടെ അതു നക്കിത്തിന്നുവാൻ തുടങ്ങി. തന്റെ നെറ്റിയും തെറിക്കുന്ന ചെന്നിയും മണ്ണിനോട് അമർത്തിപ്പിടിച്ചപ്പോൾ ആ കുളിർമയുമായുള്ള സമ്പർക്കം അനുഭവപ്പെട്ടു. അയാൾക്ക് അവാച്യമായ ഒരു ആനന്ദം തോന്നി.

അയാൾ ഞെട്ടിത്തെറിച്ച് തന്റെ വാച്ചിലേക്കുനോക്കി. നിശ്ചയിച്ച അഞ്ചുമിനിറ്റിന്റെ അവസാനത്തെ കുറിക്കുകയായിരുന്നു വലിയ സൂചി. ഭയപ്പെട്ടു വിറച്ചുകൊണ്ട് അയാൾ വട്ടംതിരിയുന്ന ആ സൂചിയെ ഉറ്റുനോക്കി; ആ വട്ടം അവസാനിക്കുമ്പോൾ എന്തോ ഭയങ്കരമായ ഒരാപത്ത് സംഭവിക്കാൻ പോകുന്നതുപോലെ, പക്ഷേ സൂചി 60–ൽ എത്തിയപ്പോൾ ഒരു ഞരക്കത്തോടെ എഴുന്നേറ്റ് അയാൾ വീണ്ടും നടക്കുവാൻ തുടങ്ങി.

ഉച്ചസമയമായപ്പോഴേക്കും; പൈൻമരത്തിന്റെ കനത്ത കൊമ്പുകൾ തുളച്ചു നേരിയ അരുണകിരണങ്ങൾ കാട്ടിൽ മുറ്റിനിൽക്കുന്ന അർധാന്ധകാരത്തിൽ പ്രകാശനാളങ്ങൾ ചാർത്തിയപ്പോൾ മരക്കറയുടെയും ഉരുകുന്ന മഞ്ഞിന്റെയും മണം കാനനാന്തരീക്ഷത്തിൽ മുറ്റിനിറഞ്ഞപ്പോൾ, അയാൾ താൻ നിർദേശിച്ച തരത്തിലുള്ള നാല് സ്ഥലങ്ങളേ കടന്നുപോന്നിട്ടുണ്ടായിരുന്നുള്ളൂ. അവസാനത്തെ ലക്ഷ്യസ്ഥാനത്തിന്റെ

അറ്റത്തെത്തിയപ്പോഴേക്കും ഒരു കൈക്കകലെ പന്തലിച്ചു നിൽക്കുന്ന ബർച്ച്മരത്തിന്റെ അടുത്തെത്താൻപോലും ത്രാണിയില്ലാതെ അയാൾ ആ മണലിൽ മറിഞ്ഞുവീണു. തല നെഞ്ചിലേക്കു ചായ്ച്ചുവെച്ച് ഒന്നിനെപ്പറ്റിയും ആലോചിക്കാതെ, ഒന്നും കാണാതെ, ഒന്നും കേൾക്കാതെ, എന്തിന് വേദനയുടെയും വിശപ്പിന്റെയും ദണ്ഡംപോലുമറിയാതെ അയാൾ കുറെനേരം അവിടെ നിശ്ചലനായി ഇരുന്നു.

ഒന്നു ദീർഘനിശ്വാസംവിട്ട്, തന്റെ ചങ്ങലയ്ക്കിടുന്ന ആലസ്യത്തിൽ നിന്ന് വിമുക്തി നേടുവാൻ മൂന്നുനാലു നുള്ളു മഞ്ഞെടുത്ത് വായിലേക്ക് എറിഞ്ഞു. അയാൾ തുരുമ്പു പിടിച്ച ആ പഴപ്പാട്ട വലിച്ചെടുത്തു ജർമൻ അക്ഷരങ്ങൾ കൊത്തിയ കഠാരിയുടെ സഹായത്തോടെ അതു തുറന്നു. മരവിച്ച രുചിയില്ലാത്ത ഒരുകക്ഷണം കൊഴുപ്പു വായിലേക്കിട്ട് വിഴുങ്ങുവാൻ നോക്കി; പക്ഷേ അതു സാധിക്കുന്നതിനു മുമ്പ് ആ ആഹാരം വായിൽക്കിടന്ന് അലിഞ്ഞു. ആ അലിഞ്ഞ സ്വാദ് വായിൽ തട്ടിയപ്പോൾ, ആ ടിൻവിട്ട് അകന്നുനിൽക്കുവാൻ വയ്യാത്തതരത്തിലുള്ള ഭയങ്കരമായ വിശപ്പ് അയാൾക്കുണ്ടായി. എന്തെങ്കിലും ഒന്നു കടിച്ചിറക്കുവാനുള്ള തൃഷ്ണ ശമിപ്പിക്കുവാൻ അയാൾ മഞ്ഞിൻകണങ്ങൾ വാരിവിഴുങ്ങിത്തുടങ്ങി.

വീണ്ടും നടത്തം തുടങ്ങുന്നതിനുമുമ്പ് അയാൾ 'ജൂനിപ്പർ' മരത്തിൽനിന്നു രണ്ടുകൊമ്പു വെട്ടിയെടുത്തു. അത് ഊന്നിക്കൊണ്ടാണയാൾ യാത്രതുടർന്നത്. പക്ഷേ, മണിക്കൂറുകൾ കഴിയുംതോറും നടത്തം കൂടുതൽ കൂടുതൽ ദുഷ്കരമായിത്തുടങ്ങി അലക്സിക്ക്.

VI

ഒരൊറ്റ മനുഷ്യന്റെ നിഴൽപോലും കാണാതെ, ആ കനത്ത കാട്ടിലൂടെയുള്ള അയാളുടെ ക്ലിഷ്ടമായ യാത്രയുടെ മൂന്നാംദിവസം, അപ്രതീക്ഷിതമായ ഒരു സംഗതിയുണ്ടായി.

സൂര്യന്റെ ആദ്യരശ്മിയോടൊപ്പം തന്നെ അയാൾ ഉണർന്നു. തണുപ്പുകൊണ്ടും ഉള്ളിൽത്തോന്നിയ പനി കാരണവും അയാളുടെ ദേഹമാസകലം വിറയ്ക്കുന്നുണ്ടായിരുന്നു. ഒഴിഞ്ഞ വെടിയുണ്ടയിൽനിന്നും തന്റെ മെക്കാനിക്ക് ഉണ്ടാക്കിയതും, ഓർമയ്ക്കായി അയാൾക്കു നൽകിയിരുന്നതുമായ ഒരു സിഗരറ്റ് ലൈറ്റർ അയാളുടെ വ്യോമയാനവസ്ത്രത്തിന്റെ പോക്കറ്റിൽ കിടന്നിരുന്നു. അയാൾ ആ കഥയും, തീ ഉണ്ടാക്കണമെന്ന വസ്തുതയും തീരെ മറന്നിരുന്നു. താൻ കിടന്നുറങ്ങിയിരുന്നതിന്റെ അടുത്തുള്ള ഫിർമരത്തിൽ നിന്ന് അയാൾ കുറെ ഉണങ്ങി പൂപ്പൽപിടിച്ച ചുള്ളലുകൾ അടർത്തിയെടുത്തു തീ കൊടുത്തു. ഊത നിറമാർന്ന പുകയിലൂടെ, മഞ്ഞ നിറത്തിൽ പൊടിയുള്ള തീനാളങ്ങൾ ഉയർന്ന് ഉണങ്ങിയ മരക്കറനിറഞ്ഞ ചുള്ളികൾ ഉന്മേഷത്തോടെ കത്തിജ്വലിക്കുവാൻ തുടങ്ങി.പൈൻമുള്ളുകളാകെ തീപിടിച്ചു; ഒരു ചെറുകാറ്റ്

വീശിയപ്പോൾ അത് ശീൽക്കാരം പുറപ്പെടുവിച്ചുകൊണ്ട് ആളിക്കത്തി.

ഉന്മേഷദായകമായ ചൂട് വമിച്ചുകൊണ്ട് പൊട്ടിത്തെറിയോടെ തീ ഉയർന്നു. അലക്സിക്ക് വളരെ സുഖം തോന്നി. തന്റെ വ്യോമയാനവസ്ത്രത്തിന്റെ കുടുക്കുകൾ താഴോട്ടുമാറ്റി, അടിക്കുപ്പായത്തിന്റെ പോക്കറ്റിൽനിന്ന്, ഒരേ കൈപ്പടയിൽ എഴുതിയിട്ടുള്ള കീറിത്തുടങ്ങിയ അനേകം എഴുത്തുകൾ അയാൾ വലിച്ചെടുത്തു. അതിൽ ഒരു കവറിന്റെ ഉള്ളിൽ നനഞ്ഞ കടലാസിൽ പൊതിഞ്ഞ, നിറയെ പൂക്കളുള്ള ഫ്രോക്കുധരിച്ച് വെറുംപുല്ലിൽ കാലുകുത്തി ഇരിക്കുന്ന ഒരു ചടച്ച പെൺകുട്ടിയുടെ പടമുണ്ടായിരുന്നു. കുറെ അധികനേരം ആ ഫോട്ടോയിലേക്കു തന്നെ നോക്കിക്കൊണ്ടിരുന്നതിനുശേഷം അത് കടലാസിൽ പൊതിഞ്ഞ് ഉറയിലാക്കി. ഒരു നിമിഷം എന്തോ ആലോചിച്ച് കൈയിൽ വെച്ചുകൊണ്ടിരുന്നിട്ട് അതു തിരികെ പോക്കറ്റിൽത്തന്നെ ഇട്ടു.

'അത് ശരിയാണ്; എല്ലാം ശരിയാവും,' ഫോട്ടോവിലെ പെൺകുട്ടിയോടോ, അതോ തന്നോടുതന്നെയോ എന്നു തീർച്ചപറയുവാൻ വയ്യ, അയാൾ പിറുപിറുത്തു. കുറെനേരം കൂടി ആലോചിച്ച് ഇരുന്നശേഷം അയാൾ വീണ്ടും പറഞ്ഞു: 'എല്ലാം ശരിയാകും.'

പരിചിതമായ ഒരു കർമംപോലെ അയാൾ രോമംകൊണ്ടുള്ള പാദരക്ഷയും ശിലകളും അഴിച്ചുമാറ്റി തന്റെ കാലു പരിശോധിച്ചു. നീര് കുറെകൂടിയിരിക്കുന്നു. വിരലുകൾ ഓരോ ഭാഗത്തേക്കു കോടിയിരിക്കുകയാണ്. തലേദിവസത്തെക്കാൾ കറുപ്പുനിറം കൂടിയിരുന്ന ആ കാൽ ഊതിവീർപ്പിച്ച ഒരു ബ്ലാഡർപോലെ ഇരുന്നിരുന്നു.

അലക്സി ദീർഘനിശ്വാസംവിട്ട് അണയാറായ ആ തീകുണ്ഡത്തെ യാത്ര പറയുന്നമട്ടിൽ ഒന്നു നോക്കി തന്റെ നടപ്പു തുടർന്നു. അയാളുടെ വടികൾ മഞ്ഞിനെ പിളർക്കുന്നുണ്ടായിരുന്നു. പല്ലു കടിച്ചുപിടിച്ചു. ചിലസമയത്ത് സുബോധം പോലും നശിച്ച സ്ഥിതിയിലാണ് അയാൾ നടന്നത്. നിത്യപരിചയംമൂലം തീരെ ശ്രദ്ധിക്കാതെയായിട്ടുള്ള കാട്ടിലെ സാധാരണശബ്ദത്തിനുപുറമെ അന്ന് എന്തോ മോട്ടോർ വാഹനത്തിന്റെ ശബ്ദം വിദൂരതയിൽ മുഴങ്ങുന്നതുപോലെ അയാൾക്കുതോന്നി. തന്റെ ക്ഷീണിച്ച മനസിന്റെ വല്ലവിഭ്രാന്തിയുമായിരിക്കുമെന്നാണ് അയാൾ ആദ്യം കരുതിയത്. പക്ഷേ, ആ ശബ്ദം കൂടുതൽ കൂടുതൽ ഉറക്കെയായി; ഇടയ്ക്കിടെ ഉയർന്ന ശബ്ദത്തിലും ഇടയ്ക്കിടെ താഴ്ന്നുതാഴ്ന്നും. അത് ജർമൻകാരാണെന്ന് തീർച്ച. അവർ പോകുന്നത് അയാൾക്കു പോകേണ്ട വഴിയിലൂടെയാണ്. അലക്സിക്ക് അടിവയറ്റിൽ ഒരു വലിയ തണുപ്പുതോന്നി.

ഭയം അയാൾക്കു ശക്തികൊടുത്തു. തന്റെ ക്ഷീണവും കാലിലെ വേദനയും മറന്ന് അയാൾ റോഡുവിട്ടു ഫിർമരങ്ങൾ കൂട്ടമായി വളരുന്ന ഒരു സ്ഥലത്തെ ലക്ഷ്യമാക്കി നടന്നു. അവിടെയെത്തിയപ്പോൾ, അതിനകത്തേക്ക് ഇഴഞ്ഞു ചെന്ന് ആ മരങ്ങൾക്കിടയിൽ കിടന്നു. റോഡിൽ നിന്ന് അയാളെ കാണുവാൻ പ്രയാസമായിരുന്നു എന്നു തീർച്ചതന്നെ.

പക്ഷേ, പൈൻമരത്തിന്റെ അഗ്രങ്ങളിൽ എത്തിയിരുന്ന ഭാസ്കരന്റെ പ്രഭയേറ്റു തിളങ്ങുന്ന റോഡ് അയാൾക്ക് വ്യക്തമായി കാണാമായിരുന്നു.

ശബ്ദം അടുത്തടുത്ത് അണഞ്ഞു. താൻ വിട്ടുപോന്ന റോഡിൽ വ്യക്തമായി കാണാവുന്ന ഏകാന്തമായ കാലടിപ്പാടുകളെക്കുറിച്ചയാൾ ഓർത്തുപോയി. പക്ഷേ, ഇനിയും ദൂരെ പോകുവാനുള്ള സമയമില്ല. മുന്നിലായോടുന്ന യന്ത്രത്തിന്റെ ഒച്ച ഇതാ അടുത്തെത്തി. അലക്സി കുറെക്കൂടി മഞ്ഞിൽ അമർന്നു കിടന്നു. ആദ്യമായി, പരന്ന് ആപ്പിന്റെ രൂപത്തിലുള്ള വെള്ളനിറത്തിൽ ചായംതേച്ച, ഒരു കവചിതവാഹനം ഇലകളിലൂടെ മർമധ്വനിമുഴക്കി കടന്നുവന്നു. ഒന്നുലഞ്ഞു, ചങ്ങല കുലുക്കിക്കൊണ്ട് അത് അലക്സിയുടെ വഴിത്താര അവസാനിച്ച ദിക്കിൽ ചെന്നുനിന്നു. അലക്സി ശ്വാസമടക്കി നിന്നു. കവചിത വാഹനം കടന്നുപോയി. അതിനെത്തുടർന്ന് വന്നത് നാടൻവണ്ടികളാണ്. ഉയർന്ന കൂർത്ത അറ്റമുള്ള തൊപ്പിധരിച്ച ഒരാൾ, തന്റെ ഊതനിറത്തിലുള്ള രോമക്കോട്ടിൽ മൂക്കുംവച്ചുകൊണ്ട് ഡ്രൈവർക്കു സമീപമിരിക്കുന്നുണ്ടായിരുന്നു. അയാളുടെ പിന്നിലായി, ഉയർന്ന ബഞ്ചുകളിൽ ഉരുക്കിന്റെ തൊപ്പിയും സൈനികരുടേതായ ഊതക്കോട്ടും ധരിച്ച അനേകം തോക്കുകാർ വണ്ടി ഇളകുന്നതിനോടൊപ്പം ചാഞ്ചാടിക്കൊണ്ടിരുന്നു. അതിലും പിന്നിലായി വലിയ വണ്ടികൾ ചതഞ്ഞുകുലുങ്ങിക്കൊണ്ടിരുന്നു. അതിൽ വരിവരിയായി ഏകദേശം പതിനഞ്ചു ജർമൻകാർ ഇരുന്നിരുന്നു.

അലക്സി കുറെക്കൂടെ മഞ്ഞിലേക്ക് അമർന്നിരുന്നു. വാഹനങ്ങൾ വളരെ അടുത്തു. അതിൽനിന്നു പുറപ്പെടുന്ന വാതകം അയാളുടെ മുഖത്തടിച്ചു. പിൻകഴുത്തിലെ രോമങ്ങൾ എഴുന്നേറ്റുനിൽക്കുന്നതായും, മാംസപേശികൾ വലിഞ്ഞു ചുളുങ്ങി ചെറിയ ചെറിയ ഉണ്ടകളായി തീരുന്നതുപോലെയും അയാൾക്കുതോന്നി. വണ്ടികൾ കടന്നുപോയി പുക അടങ്ങി. അവയുടെ ശബ്ദം കഷ്ടിച്ചുമാത്രം കേൾക്കാവുന്ന വിധത്തിൽ വിദൂരത്തിലായി.

എല്ലാം ശാന്തമായി എന്നു കണ്ടപ്പോൾ, കടന്നുപോയ വാഹനങ്ങളുടെ പാടുകൾ വ്യക്തമായി കാണാവുന്ന റോഡിലേക്കു കടന്ന് അയാൾ തന്റെ കിഴക്കോട്ടുള്ള യാത്രതുടർന്നു.

ആദ്യം തീർച്ചയാക്കിയ മാതിരിതന്നെയുള്ള ദൂരവും അതിനെ തുടർന്നു നിശ്ചിതസമയത്തുള്ള വിശ്രമവുമാണ് ഇത്തവണയും അലക്സി അവലംബിച്ചത്. പകുതിവഴി പോയിക്കഴിയുമ്പോൾ അയാൾ ഉച്ചഭക്ഷണം കഴിക്കും. ഇപ്പോൾ ഏറ്റവും കരുതലോടെ ഒരു വന്യമൃഗത്തെപ്പോലെയാണ് അയാൾ ചരിക്കുന്നത്. കൂർമയേറിയ ആ ശ്രവണേന്ദ്രിയങ്ങൾ ഓരോ നനുത്ത ശബ്ദവും കേട്ടിരുന്നു. അത്യന്തം അപകടകാരിയായ ഏതോ ഒരു ജന്തു എവിടെയോ അടുത്ത് പതിയിരിക്കുന്നുണ്ട് എന്ന മട്ടിൽ അങ്ങോട്ടുമിങ്ങോട്ടും ദൃഷ്ടിയയച്ചുകൊണ്ടാണ് അയാൾ നടക്കുന്നത്. ആകാശത്തിൽവെച്ചു മാത്രം യുദ്ധംചെയ്ത്

ശീലിച്ചിട്ടുള്ള ആ വൈമാനികൻ ആദ്യമായാണ് ഇപ്പോൾ മുറി വേൽക്കാത്ത, ജീവനുള്ള ശത്രുക്കളെ നിലത്തു കാണുന്നത്, ഇപ്പോൾ അയാൾ അവരുടെ വഴിത്താരയിലൂടെ നടന്നു പോകുകയാണ്. അയാൾ ഒരു പ്രതികാരബുദ്ധിയോടെ ചിരിച്ചു. അവിടെയും അവർക്കു നല്ല സമയമായിരുന്നില്ല. അധീനത്തിൽ വച്ച് ആ സ്ഥലങ്ങളിൽ നിന്നും അവയ്ക്ക് യാതൊരു സുഖവും ആതിഥ്യമര്യാദയും ലഭിക്കുകയുണ്ടായില്ല. ഈ ആൾപ്പെരുമാറ്റമില്ലാത്ത കാട്ടിലെ മൂന്നു ദിവസത്തെ അലഞ്ഞുതിരി യലിനിടയിൽ അയാൾ മനുഷ്യജീവിയുടെ നിഴൽപോലും കണ്ടിരുന്നി ല്ല. ആ സ്ഥലത്തുപോലും അവരുടെ ഓഫീസർ എത്ര വലിയ രക്ഷാ സൈന്യത്തിന്റെ അകമ്പടിയോടുകൂടിയാണ് യാത്രചെയ്തിരുന്നത്!

"എല്ലാം ശരിയാണ്; എല്ലാം ശരിയാകും." സ്വയം ഉന്മേഷവാനാ ക്കാൻ അങ്ങനെ പിറുപിറുത്തുകൊണ്ട് അയാൾ ഓരോ അടി വെച്ചു; തന്റെ കാലിലെ വേദന വർധിച്ചു വർധിച്ചുവരികയാണ് എന്നും, തന്റെ ശക്തി കാണെക്കാണെ കുറഞ്ഞുവരികയാണ് എന്നുമുള്ള വസ്തുത അയാൾ മറക്കാൻ ശ്രമിച്ചിരുന്നു. കടിച്ചുചവച്ചു വിഴുങ്ങിയി രുന്ന ചെറിയ ഫിർമരത്തൊലികൊണ്ടോ ബിർച്ച് മരത്തിന്റെ കയ്ക്കുന്ന മൊട്ടുകൾകൊണ്ടോ, ച്യൂയിങ്ങ്ഗം (ചവയ്ക്കുന്ന ഒരു തരം പശ) പോലെ വായിൽ കിടന്നിരുന്ന ചെറിയ ലിൽഡൻ മരത്തിന്റെ ഒട്ടിപ്പിടി ക്കുന്ന തൊലികൊണ്ടോ അയാൾക്ക് ഇനിമേൽ തന്റെ വയറിനെ വഞ്ചി ക്കുവാൻ സാധ്യമല്ല. സമയം സന്ധ്യയായി; എങ്കിലും അയാൾ നിർദിഷ്ട ദൂരം നടന്നുകഴിഞ്ഞിരുന്നില്ല. രാത്രി പഴകിദ്രവിച്ച ഒരു "ബിർച്ച്" മരത്തടിയുടെ ചുറ്റും സമൃദ്ധമായി വീണ് കൂടിക്കിടന്നിരുന്ന ഉണങ്ങിയ കമ്പുകളും പൈൻകൊമ്പുകളും പെറുക്കിക്കൂട്ടി അയാൾ ഒരു തീക്കുണ്ഡമുണ്ടാക്കി. ഈ തടി പുകഞ്ഞുകത്തി സുഖപ്രദമായ ചൂട് വിതറിക്കൊണ്ടിരിക്കേ, അതിന്റെ ജീവദായകമായ ഊഷ്മാവേറ്റ് അയാൾ അങ്ങോട്ടുമിങ്ങോട്ടും തിരിഞ്ഞു നീണ്ടുനിവർന്നു കിടന്നു. മര മുട്ടികളിന്മേൽ ഉദാസീനമായി നക്കിക്കൊണ്ടിരിക്കുന്ന തീ ഉജ്വലിപ്പിക്കു വാനാവശ്യമായ ചുള്ളിക്കമ്പുകൾ തീയിലിടുവാൻ അയാൾ ഇടയ്ക്കിടെ ഉണർന്നിരുന്നു.

പാതിരാത്രിയോടടുത്തപ്പോൾ ഒരു ഹിമവാതം അടിച്ചു തുടങ്ങി. തലയ്ക്കു മുകളിലുള്ള പൈൻമരങ്ങൾ പേടിച്ചരണ്ട് ഉലഞ്ഞാടി മർമരശ ബ്ദമുയർത്തി. കടിക്കുന്നതരത്തിലുള്ള മഞ്ഞുമാലകൾ നിലമാകെ പര ന്നുവീണു. പൊട്ടിത്തെറിച്ചുകൊണ്ട് ഉജ്വലിക്കുന്ന തീയിന് ചുറ്റും മർമര മുതിർക്കുന്ന ഒരു മൂകത തങ്ങിനിന്നു. പക്ഷേ ഈ ശീതവാതം അല ക്സിയെ ഒട്ടും അസ്വസ്ഥനാക്കിയില്ല. അഗ്നിശിഖയുടെ തപ്തമായ രക്ഷാവലയത്തിനകത്ത് അയാൾ സുഖമായി മധുരമധുരമായ ഗാഢനി ദ്രയിൽ ലയിച്ചുകിടന്നു.

കാട്ടിലെ ഹിംസ്രജന്തുക്കളിൽനിന്നും അഗ്നി അയാളെ രക്ഷിച്ചു. ജർമൻകാരോ–ഇതുപോലുള്ള ഒരു രാത്രിയിൽ അവരെ ഭയപ്പെടേണ്ട

ആവശ്യമില്ല. ഹിമവാതമടിക്കുമ്പോൾ ആരണ്യാന്തരാളത്തിലേക്കുപോകുവാൻ അവർ ധൈര്യപ്പെടുകയില്ല. ഇതൊക്കെയായാലും അയാളുടെ ക്ഷീണിച്ച ദേഹം ചൂടേറ്റ് വിശ്രമസുഖം നുകരുമ്പോൾ, കാട്ടിലെ പൗരന്റേതായ കൂർമത അവലംബിച്ചിരുന്ന അയാളുടെ കാതുകൾ ഓരോ നേരിയ സ്വരവും കേൾക്കുന്നുണ്ടായിരുന്നു. പുലരിക്കൽപ്പം മുമ്പ് കാറ്റ് ഊതിയമർന്നതിനുശേഷം നിശബ്ദമായ പ്രകൃതിക്കുമീതെ ഒരു ശുഭ്രകഞ്ചുകം പോലെ മൂടൽമഞ്ഞ് തൂങ്ങിക്കിടക്കുമ്പോൾ, ഹിമപാതത്തിന്റെ മൃദുലസ്വരത്തിനും പൈൻമരങ്ങളുടെ മർമരധ്വനിക്കും പുറമെ, യുദ്ധത്തിന്റെ: തോക്കിൽനിന്നുള്ള വെടിയുതിരിലിന്റെ–കൈത്തോക്കുകൾ ചീറുന്നതിന്റെ ഒച്ച കേൾക്കുന്നുണ്ട്. എന്നയാൾക്ക് തോന്നി. 'എന്ത്........? യുദ്ധക്കളം ഇത്ര സമീപത്താണോ, ഇത്ര വേഗമായോ.'

VII

കാലത്ത് കാറ്റ് മഞ്ഞലകളെ മാറ്റിയപ്പോൾ, തലേരാത്രിയിൽ രജതവർണം കൈക്കൊണ്ടിരുന്ന വനഭൂമി, പെട്ടെന്നുള്ള മാറ്റത്തിൽ പ്രസന്നമായിത്തീർന്നതുപോലെ വെയിലിൽ വെട്ടിത്തിളങ്ങി. പറവകൾ വരാൻ പോകുന്ന വസന്തത്തെ മുൻകൂട്ടി കണ്ടവിധത്തിൽ പറന്നുനടന്ന് കളകളാരവം മുഴക്കി. പക്ഷേ, ഇപ്പോൾ എത്രതന്നെ ശ്രമിച്ചിട്ടും അയാൾക്ക് റൈഫിൾ വെടിയുടെ ശബ്ദമോ പീരങ്കിയുടെ മന്ദ്രധ്വനിയോ കേൾക്കാൻ കഴിഞ്ഞില്ല.

കടിക്കുന്ന ഹിമകണങ്ങൾ മരത്തലപ്പുകളിൽനിന്നു വെളുത്ത പുക പിടിച്ച ഒരു അരുവിപോലെ വെട്ടിത്തിളങ്ങി താഴോട്ട് പതിക്കുന്നുണ്ടായിരുന്നു. ഒരു ചെറിയശബ്ദത്തോടെ അവിടവിടെയായി വലിയ നീരാവിത്തുള്ളികൾ മഞ്ഞിലേക്ക് ഇറ്റിറ്റു വീണിരുന്നു–വസന്തം ആദ്യമായാണ് അത് ഇത്ര നിശ്ചയദാർഢ്യത്തോടെ ഇത്ര കരുത്തോടെ തന്റെ സാന്നിധ്യം വിളംബരം ചെയ്യുന്നത്.

തന്റെ ശുഷ്കമായ ആഹാരസമ്പത്തിന്റെ ബാക്കി–രുചികരമായ കൊഴുപ്പുകൊണ്ടു പൊതിഞ്ഞ് അൽപ്പം മാംസശകലങ്ങൾ അപ്പോൾ കാലത്തുതന്നെ കഴിക്കുവാൻ അയാൾ തീർച്ചയാക്കി. അങ്ങനെ ചെയ്തില്ലെങ്കിൽ എഴുന്നേറ്റുനിൽക്കുവാനുള്ള ശക്തിപോലും തനിക്ക് ഉണ്ടാകുകയില്ലെന്ന് അയാൾ മനസിലാക്കി. ചൂണ്ടുവിരൽകൊണ്ട് അയാൾ ആ തകരപ്പാത്രം തുടച്ചുവെടിപ്പാക്കി. അതിന്റെ തള്ളിനിൽക്കുന്ന അറ്റങ്ങളിൽതട്ടി അയാളുടെ കൈ അവിടവിടെ മുറിഞ്ഞു. പക്ഷേ, ഇനിയും അതിൽ കുറച്ചു കൊഴുപ്പു പറ്റിനിൽക്കുന്നുണ്ടായിരിക്കുമെന്ന് അയാൾ വിചാരിച്ചു. അയാൾ ആ തകരംനിറയെ മഞ്ഞിൻ കഷണങ്ങൾ പെറുക്കിയിട്ടു. അണഞ്ഞുതുടങ്ങിയ തീക്കനലുകൾക്കുമീതെ പറ്റിനിൽക്കുന്ന ചാരംമാറ്റി ആ ടിൻ, തീക്കനലുകളുടെ മീതെ കാണിച്ചു. കുറച്ചുകഴിഞ്ഞ്, അൽപ്പാൽപ്പമായി മാംസത്തിന്റെ രുചിയുണ്ടായിരുന്ന ആ ചൂടു

വെള്ളം അത്യന്തം രുചിയോടെ അയാൾ മോന്തിക്കുടിച്ചു. ചായയുണ്ടാക്കാമെന്ന ഉദ്ദേശ്യത്തോടെ, വെള്ളംകുടി കഴിഞ്ഞപ്പോൾ ആ ടിൻ അയാൾ കീശയിൽ തിരുകി. അത് സുഖകരമായ കണ്ടുപിടുത്തമായിരുന്നു. തുടർന്നുള്ള യാത്രയിൽ ആ ചിന്ത അയാൾക്ക് അൽപ്പം ആശ്വാസം നൽകി.

പക്ഷേ, വലിയ ഒരു നൈരാശ്യം അയാളെ കാത്തുനിൽക്കുന്നുണ്ടായിരുന്നു. തലേരാത്രിയിലെ ഹിമപാതം വഴിയാകെ മറച്ച് സൂച്യഗ്രമായ, തെന്നുന്ന ഹിമപ്രവാഹംകൊണ്ട് നിറച്ചിരുന്നു. വൈവിധ്യമില്ലാത്ത ആ നീലപ്രകാശമേറ്റ് അലക്സിയുടെ കണ്ണുകൾക്ക് തീവ്രമായ വേദനതോന്നി. ഉറച്ചിട്ടില്ലാത്ത, കുഴഞ്ഞ മണ്ണിൽ പൂണ്ടുപോയ കാലുകൾ വളരെ ബുദ്ധിമുട്ടിയാണ് അയാൾക്ക് വലിച്ചെടുക്കുവാൻ സാധിച്ചത്. ഈ പ്രയാസത്തിൽ ഊന്നുവടിക്കും കാര്യമായ സഹായമൊന്നും ചെയ്യുവാൻ കഴിഞ്ഞില്ല. കാരണം അതും ഉറയ്ക്കാത്ത മണ്ണിൽ ആണ്ടുപോയിരുന്നു.

സൂര്യൻ മരങ്ങൾക്കു മുകളിലൂടെ, കാട്ടിനുള്ളിലേക്ക് നോക്കുകയും മരത്തണലിലുള്ള നിഴലുകൾ കറുത്തു തുടങ്ങുകയും ചെയ്ത ആ ഉച്ചസമയമായപ്പോഴേക്കും അലക്സിക്ക് ആയിരത്തഞ്ഞൂറ് അടിയേ നടക്കുവാൻ സാധിച്ചിരുന്നുള്ളൂ. അയാൾക്ക് തലചുറ്റുന്നതായും ഭൂമി കാൽക്കീഴിൽനിന്ന് വഴുതിമാറുന്നതായും തോന്നി. ഓരോ അടി വയ്ക്കുവാനും അങ്ങേയറ്റത്തെ മനഃസാന്നിധ്യം ഉപയോഗിക്കേണ്ട നിലയിൽ ക്ഷീണിതനായിരുന്നു അയാൾ. ഇടയ്ക്കിടെയെല്ലാം അയാൾ താഴെ വീണ് ഒരുനിമിഷം മഞ്ഞിൽ നെറ്റിയമർത്തി നിശ്ചലനായി കിടക്കും. അതുകഴിഞ്ഞ് എഴുന്നേറ്റ് കുറെ അടി നടക്കും. അയാൾക്ക് ഉറങ്ങുവാൻ –എല്ലാം മറന്നു കിടന്ന് ഒരൊറ്റ മാംസപേശിപോലുമനക്കാതെ ഉറങ്ങുവാൻ അനിയന്ത്രിതമായ ഒരു ആഗ്രഹം തോന്നി. വരാനുള്ളത് വരികതന്നെ ചെയ്യും. അയാൾ അവിടെ മരവിച്ചു തരിച്ചുനിന്നു. ദേഹം അങ്ങോട്ടും ഇങ്ങോട്ടും ഉലയുന്നുണ്ടായിരുന്നു. പിന്നീട് അയാൾ ചുണ്ട് വേദനിക്കുന്ന തരത്തിൽ കടിച്ചമർത്തി, സർവശക്തികളും സംഭരിച്ച് കുറെ അടികൂടിവെച്ചു. അയാളുടെ കാലുകൾ വലിച്ചുനീക്കുവാൻ പോലും വയ്യാത്ത തരത്തിലായി.

ഒടുവിൽ ഇനി ഒരൊറ്റ അടിപോലും മുന്നോട്ടുവയ്ക്കുവാൻ സാധിക്കുകയില്ല; ലോകത്തിലെ യാതൊരു ശക്തിക്കും തന്നെ താൻ നിൽക്കുന്ന സ്ഥലത്തുനിന്ന് നീക്കുവാൻ സാധ്യമല്ല, ഇരുന്നാൽ ഇനിയൊരിക്കലും താൻ ഇവിടെനിന്ന് എഴുന്നേൽക്കുകയില്ല, എന്നയാൾക്കുതോന്നി. അയാൾ കൊതിപൂണ്ട നോട്ടങ്ങൾ നാലുഭാഗത്തും പായിച്ചു. അവിടെ റോഡിന്റെ ഒരു ഭാഗത്തായി ഒരു ചുരുണ്ട പൈൻചെടി നിൽക്കുന്നുണ്ട്. തന്റെ അവസാനത്തെ ശക്തിബിന്ദുകൂടെ സംഭരിച്ച് അയാൾ അങ്ങോട്ടു നടന്ന് ആ തയ്യിന്മേൽ ചെന്നുവീണു. അതിന്റെ കവരയിലാണ് അയാളുടെ താടി വിശ്രമിച്ചത്. ആ നിലയിൽ ദേഹത്തിന്റെ കുറെ ഭാരം തന്റെ മുറിവേറ്റ കാലിൽ നിന്നു നീങ്ങിയതുകൊണ്ട് അയാൾക്ക് അൽപ്പം

ആശ്വാസംതോന്നി. അതിന്റെ പതുപതുത്ത കൊമ്പുകളിലേക്കു ചാഞ്ഞു നിന്നപ്പോൾ അയാൾക്ക് ഒരു വിശ്രമസുഖം അനുഭവപ്പെട്ടു. കുറച്ചുകൂടി സൗകര്യവും ആശ്വാസവും ലഭിക്കുവാൻ വേണ്ടി, തടിച്ച വൃക്ഷക്കവര യിൽതന്നെ വെച്ച് അയാൾ ആദ്യം ഒരു കാലും പിന്നെ രണ്ടാമത്തെ കാലും നീട്ടി. ദേഹത്തിന്റെ ഭാരത്തിൽനിന്ന് വലിച്ചെടുക്കുവാൻ വലിയ വിഷമം തോന്നിയില്ല. ഇവിടെവെച്ചും ഒന്നാംതരമൊരു ആശയം അയാ ളുടെ മനസിൽ ഉദിച്ചു.

'എന്ത്; തീർച്ചയായും എനിക്ക് എളുപ്പത്തിൽ ഈ മരം വെട്ടിയെ ടുത്ത്, കവരയൊഴിച്ച് അതിന്റെ കൊമ്പുകൾ എല്ലാം വെട്ടിക്കളഞ്ഞ് താടി ആ കവരയിൽ ഉറപ്പിച്ച്, വടി മുന്നോട്ടുനീട്ടി ദേഹഭാരം അതിൽ അർപ്പിച്ച് അതോടൊപ്പം എന്റെ കാലുകളും വലിച്ച്, ഇപ്പോൾ ചെയ്തിരി ക്കുന്നതുപോലെ യാത്രതുടരാം. സാവധാനമേ പോകാൻ കഴിയൂ. അതെ, സാവധാനം തന്നെ. എങ്കിലും അധികം ക്ഷീണമേൽക്കുകയില്ല. അതുതന്നെ യല്ല, ഹിമപാതം കട്ടിയാകുന്നതുവരെ കാത്തുനിൽക്കേണ്ട ആവശ്യവുമില്ല.'

അയാൾ ഉടനെതന്നെ മുട്ടുകുത്തിനിന്ന്, കഠാരികൊണ്ട് ആ ചെറിയ മരംമുറിച്ച് അതിന്റെ കൊമ്പുകളെല്ലാം ചെത്തിക്കളഞ്ഞു. തന്റെ കൈലേസും ബാൻഡേജും തുണികളും ആ കവരയിൽവെച്ചുകെട്ടി ഉടൻതന്നെ തന്റെ ആശയം പ്രായോഗികമാക്കി. അയാൾ ആ വടി മുന്നോട്ടു നീട്ടി, കൈകളും താടിയും അതിൻമേൽ ഉറപ്പിച്ചു ആദ്യം ഒരു കാലും പിന്നീട് മറ്റേതും. വടിയുടെ സ്ഥാനംവരെ കൊണ്ടുപോയി. വീണ്ടും വടിനീട്ടി അതിനൊപ്പിച്ചു ചാടി മുന്നോട്ടുനീങ്ങി. അങ്ങനെ അയാൾ അടിയെണ്ണി അതിന്റെ പുരോഗതിത്തോത് മനസിൽ കുറിച്ച് യാത്രയാരംഭിച്ചു.

വിചിത്രമായ വിധത്തിൽ ഇങ്ങനെ കനത്ത കാട്ടിലൂടെ അലഞ്ഞുന ടക്കുന്ന ഒരാളെ കാണുന്ന, ഏതൊരു കാഴ്ചക്കാരനും സംശയമില്ല, അത്ഭുതം തോന്നും. ഉറച്ച ഹിമപാതത്തിന്റെ മുകളിലൂടെ ഒരു ഒച്ചിന്റെ വേഗതയിൽ പ്രഭാതംതൊട്ടു പ്രദോഷംവരെ അഞ്ചു കിലോമീറ്ററോളം നടന്ന് എത്തുന്ന ഇയാളുടെ ദൃക്സാക്ഷികളായി മാഗ്പൈപ്പക്ഷികൾ മാത്രമേ ഉണ്ടായിരുന്നുള്ളൂ അവർക്കാകട്ടെ, ഈ വൃത്തികെട്ട മുക്കാലി മൃഗം തികച്ചും നിരുപദ്രവകാരിയാണ് എന്ന ബോധ്യമുള്ളതുകൊണ്ട് അയാൾ നടന്നടുക്കുമ്പോൾ പറന്നുപോകാതെ വൈമനസ്യത്തോടെ അയാളുടെ മാർഗത്തിൽ നിന്നൽപ്പം മാറി കറുത്ത മുത്തുപോലുള്ള കണ്ണുകൾകൊണ്ട് പുച്ഛത്തോടെ അയാളെ നോക്കുകമാത്രമേ ചെയ്തി രുന്നുള്ളൂ.

VIII

വടി മുന്നോട്ടുനീക്കി, താടി ഊന്നി, കാലുകൾ മുന്നോട്ടു നീട്ടിവെച്ച് രണ്ടു ദിവസത്തോളം അയാൾ ആ മഞ്ഞുമൂടിക്കിടക്കുന്ന റോഡിലൂടെ

ഞൊണ്ടിഞൊണ്ടി നടന്നു. അപ്പോഴേക്കും യാതൊന്നും അറിയാത്തവിധത്തിൽ ആ കാലുകളിൽ ചേതനയറ്റുപോയിരുന്നുവെങ്കിലും ഓരോ അടിവയ്ക്കുമ്പോഴും വേദനകൊണ്ട് അയാളുടെ ദേഹമാകെ വിറയ്ക്കുന്നുണ്ടായിരുന്നു. വിശപ്പിന്റെ കാഠിന്യം അയാളെ അത്ര അലട്ടിയിരുന്നില്ല. തന്റെ ഒഴിഞ്ഞ വയറ് കട്ടികൂടി അയാളുടെ ദേഹത്തിൽ അമർന്നതു പോലെ ഞരമ്പുവലികളും കുത്തിത്തുറക്കുന്ന വേദനയും, ഒരുതരം കഴപ്പായി മാറിയിരുന്നു.

വിശ്രമസമയത്ത് തന്റെ കഠാരികൊണ്ട് അടർത്തിയെടുത്തു സംഭരിക്കുന്ന ചെറിയ പൈൻമരത്തൊലിയും ബച്ച, നാരകം എന്നിവയുടെ മൊട്ടുകളും, രാത്രിത്താവളങ്ങളിൽ വെച്ച്, മഞ്ഞടിയിൽനിന്ന് കുഴിച്ചെടുക്കുന്ന ഒരുതരം മൃദുവായ പച്ചപ്പായൽ ഇട്ടു തിളപ്പിച്ച വെള്ളവുമായിരുന്നു അയാളുടെ ഭക്ഷണം. മഞ്ഞ് ഒഴിഞ്ഞുപോയ സ്ഥലങ്ങളിൽ നിന്ന് പെറുക്കിയെടുക്കുന്ന വാർണിഷ് പുരട്ടിയതുപോലെയുള്ള "ബിൽബറി" ഇലകളിൽനിന്നുണ്ടാക്കുന്ന ഒരുതരം ചായയാണ് അയാളുടെ ഏകമായ ആനന്ദം. ആ ചൂടുള്ള ദ്രാവകം അയാളുടെ ദേഹമാകെ ഊഷ്മളമായ ഒരു നവോന്മേഷം വളർത്തുക മാത്രമല്ല, തൃപ്തിയായി എന്ന ഭാവം അങ്കുരിപ്പിക്കുകയും ചെയ്തു. പുകയുടെയും അളിഞ്ഞ ചായയുടെയും ഗന്ധംവമിക്കുന്ന ആ ചൂടുള്ള വെള്ളം വലിച്ചുകുടിക്കുമ്പോൾ, അയാൾക്ക് ഒരു സമാധാനം തോന്നി; തന്റെ യാത്ര അത്ര അന്തവും ഭയങ്കരവുമല്ല എന്നൊരാശ്വാസം.

പന്തലിച്ചുനിൽക്കുന്ന ഫിർമരത്തിന്റെ ഹരിതാഭമായ കൂടാരത്തിന്നടിയിലായിരുന്നു അയാളുടെ ആറാംദിവസത്തെ നിശാതാവളം. കറ പറ്റിപ്പിടിച്ചുനിൽക്കുന്ന ഒരു പഴയ മരത്തിന്റെ ചുറ്റും, രാത്രി മുഴുവനും അത് തീ വമിച്ചു ചൂടുതരുമെന്ന വിശ്വാസത്തോടെ അയാൾ തീക്കുണ്ഡം കൂട്ടി. അപ്പോഴും വെളിച്ചമുണ്ടായിരുന്നു. മരക്കൊമ്പിൽ പുറത്തു കാണാത്ത വിധത്തിൽ ഒരു അണ്ണാറക്കണ്ണൻ ഇരുന്നു ഫിർമരത്തിന്റെ കായകൾ പൊളിച്ചുതിന്നുന്നുണ്ടായിരുന്നു. ഒഴിഞ്ഞ തോടുകൾ ഇടയ്ക്കിടെ അത് താഴത്തേക്കെറിയും. ഇപ്പോൾ എന്താണ് അണ്ണാൻ ഇതിൽ ഇത്ര രുചികരമായി കണ്ടുപിടിച്ചിട്ടുള്ളതെന്ന് അത്ഭുതപ്പെട്ടു കൊണ്ട് അയാൾ അതിൽനിന്ന് ഒന്നു പെറുക്കിയെടുത്ത് അതിന്റെ തൊലിപൊളിച്ചപ്പോൾ അടിയിലായി ഒരു തിനമണിയോളം വലുപ്പമുള്ള ഒരു ചിറകുവച്ച വിത്തുകണ്ടു. കാഴ്ചയിൽ അത് ഒരു ചെറിയ "സിഡാർ" വിത്തുപോലെയിരുന്നു. അയാൾ ആ വിത്ത് വായിലിട്ട്, പല്ലുകൾകൊണ്ട് അമർത്തിയപ്പോൾ സിഡാർ എണ്ണയുടെ സ്വാദ് അനുഭവപ്പെട്ടു.

ഉടനെ അയാൾ ചുറ്റും ചിതറിക്കിടന്നിരുന്ന കുറെ ഫിർ വിത്തുകൾ പെറുക്കിയെടുത്തു തീയിലിട്ടു, ഒരുപിടി ചുള്ളലുകൾ അതിന്റെ മീതെയായി പെറുക്കിവെച്ചു. ചൂടുപിടിച്ച ആ കായ്കൾ പൊട്ടിത്തുറന്നപ്പോൾ അവ പെറുക്കിയെടുത്ത് ഉള്ളംകൈകൊണ്ട് ഞെരുടി, ഉമി ഊതിക്കളഞ്ഞ്, ആ ചെറിയ ചിനുങ്ങുന്ന വിത്തുകൾ വായിലേക്കിട്ടു.

നേരിയ ശബ്ദതരംഗങ്ങൾ കാട്ടിൽ മുഴങ്ങിക്കൊണ്ടിരുന്നു. മരത്തറയിൽ ഉണങ്ങിപ്പിടിച്ചിരുന്ന തടി പുകഞ്ഞ്, കർപ്പൂരത്തിന്റെ ഗന്ധം അനുസ്മരിപ്പിക്കുന്ന വാസനയോടെ നേരിയ ചൂട് വിതറി. ചെറിയ ചെറിയ തീനാളങ്ങൾ നിമിഷംതോറും മങ്ങിയും പൊങ്ങിയും ജ്വലിക്കുവാൻ തുടങ്ങി. സുവർണവർണം പൂണ്ട പൈൻമരങ്ങളുടെയും രജതനിറത്തിലുള്ള ഫിർ മരങ്ങളുടെയും തടികൾ അതിനോടൊത്ത്, ഒരു പ്രകാശവലയത്തിനകത്ത് തെളിഞ്ഞു കാണുകയും അനന്തരം മുരളുന്ന ഇരുളിൽ മറയുകയും ചെയ്തു. ആദ്യം ചെയ്തതുപോലെ കുറെ ചുള്ളികൾ കൂടി തീയിലേക്ക് എടുത്തിട്ടു. അയാൾ കുറെ ഫിർവിത്തുകളും ചുട്ടെടുത്തു സിഡാർ എണ്ണയുടെ വാസന മറന്നുകഴിഞ്ഞിരുന്ന ചിന്തകളിലേക്ക് അയാളുടെ മനസ് തിരിച്ചുവിട്ടു. അനേകം പരിമിതമായ സാധനങ്ങൾ കിടന്നിരുന്ന ഒരു ചെറിയ മുറി തട്ടിന്മേൽനിന്നു തൂങ്ങിക്കിടക്കുന്ന വിളക്കിന്റെ ചുവട്ടിലുള്ള ഒരു മേശ. അവധിക്കാലത്തെ വസ്ത്രം ധരിച്ച അയാളുടെ അമ്മ പ്രഭാതപ്രാർഥന കഴിഞ്ഞുവന്ന്, ഗൗരവത്തോടെ അലമാരിയിൽനിന്ന് ഒരു കടലാസു സഞ്ചിയെടുത്ത് കുറെ സിഡാർവിത്തുകൾ ഒരു പാത്രത്തിൽ ഇട്ടുകൊടുക്കും. കുടുംബാംഗങ്ങൾ മുഴുവൻ, അമ്മ, അമ്മൂമ്മ, തന്റെ രണ്ട് സഹോദരന്മാർ ഏറ്റവും ഇളയവനായ താൻ എല്ലാവരുംകൂടി മേശയ്ക്കു വട്ടമിരുന്ന് അവധിദിവസത്തെ വിശിഷ്ടഭോജനമായ സിഡാർവിത്തുകൾ തൊണ്ടുപൊളിക്കുവാൻ തുടങ്ങും. ആരും ഒരക്ഷരം മിണ്ടുകയില്ല; അമ്മൂമ്മ ഒരു ഹെയർപിൻകൊണ്ട് അതിനകത്തെ കുഴമ്പെടുക്കുമ്പോൾ അമ്മ അതിനുപയോഗിക്കുന്നത് ഒരു സൂചിയാണ്. വളരെ സാമർഥ്യത്തോടെ പല്ലുകൊണ്ട് കടിച്ചുടച്ച് അമ്മ അതിനകത്തെ സത്ത് മേശപ്പുറത്ത് ശേഖരിക്കുന്നു. കുറെ ആകുമ്പോൾ അതെല്ലാം കൈയിൽ വാരിയെടുത്ത് മക്കളിൽ ആരുടെയെങ്കിലും വായിലേക്ക് ഇട്ടുകൊടുക്കും. ഭാഗ്യവാനായ അവന്റെ വായയുടെ സമീപത്ത് അമ്മയുടെ പണിയെടുത്തു തഴമ്പിച്ച കൈ അമരുന്നത്തായി അനുഭവപ്പെടും. അവധിദിവസമാകയാൽ ആ കൈയ്ക്ക് സോപ്പിന്റെ വാസനയുണ്ടാകും.

നഗരാതിർത്തിയിലുള്ള ആ ചെറിയ വീട്ടിലെ താമസം സംതൃപ്തമായിരുന്നു. ഇവിടെ ഈ കാട്ടിലെ വിവിധ ശബ്ദങ്ങളുടെ നടുവിൽ, മരവിപ്പിക്കുന്ന കാറ്റ് പുറത്തുവന്ന് ആഞ്ഞടിക്കുമ്പോൾ മുഖം കത്തിജ്വലിക്കുകയാണ്, അന്ധകാരത്തിൽഎവിടെയോ ഇരുന്ന് ഒരു മൂങ്ങ നീട്ടി മൂളുന്നുണ്ട്. ക്രോഷ്ടാക്കളുടെ ഓരിയിടൽ കേൾക്കാം. തീയുടെ അരികെ ചുരുണ്ടുകൂടിയിരുന്ന്; അണഞ്ഞുതുടങ്ങിയ മിന്നുന്ന കനലിലേക്ക് ഉറ്റുനോക്കിക്കൊണ്ട്, വിശന്നു വലഞ്ഞു രോഗിയായ, ദുർബലനായ ഒരു മനുഷ്യജീവി വിചാരമഗ്നനായി ഇരിക്കുകയാണ്–ആ വനാന്തത്തിലെ ഏകമനുഷ്യനും അയാളുടെ മുന്നിൽ അപ്രതീക്ഷിതങ്ങളായ അപകടങ്ങളും നിറഞ്ഞ ഒരു അപരിചിതമായ മാർഗം ഇരുളിലാണ്ടു കിടക്കുന്നു.

'എല്ലാം ശരിയാകും; എല്ലാം ശരിയാകും.' അയാൾ ഉറക്കെപ്പറഞ്ഞു. അണയാറായ അഗ്നിശേഖരത്തിലെ കനലിന്റെ ദീപ്തിയിൽ അയാളുടെ വിണ്ടുകീറിയ ചുണ്ടിൽ, ഏതോ ഓർമയുടെ പുഞ്ചിരി തെളിഞ്ഞു വന്നു.

IX

തന്റെ യാത്രയുടെ ഏഴാംദിവസം ഹിമവാതമുണ്ടായ രാത്രിയിൽ താൻ കേട്ട യുദ്ധത്തിന്റെ ശബ്ദം അവിടെനിന്നാണുത്ഭവിച്ചതെന്ന് അലക്സിക്കു തോന്നി.

അത്യന്തം ക്ഷീണിതനായി ഓരോ നിമിഷവും വിശ്രമമെടുത്തുകൊണ്ട്, മഞ്ഞലിഞ്ഞുതുടങ്ങിയ റോഡിലൂടെ അയാൾ വലിഞ്ഞു നടക്കുകയാണ്. വസന്തം ഇപ്പോൾ അകലെ നിന്നു പുഞ്ചിരി തൂകുകയല്ല. ഈ കന്യാവനത്തിൽ തന്റെ ഊഷ്മളമായ ചണ്ഡവാതത്തോടും കൊമ്പുകളുടെ ഇടയിലൂടെ മൊട്ടക്കുന്നുകളിലൂടെയെല്ലാം മഞ്ഞുമാറി വിതറുന്ന സൂര്യരശ്മിയോടെയും അത് പ്രത്യക്ഷമായി. സായാഹ്നസമയത്ത് കാക്കകളുടെ വിലാപസ്വപ്നം മുഴങ്ങിക്കേൾക്കാം. റോഡിൽ കാണുന്ന ഊതനിറത്തിലുള്ള കൂമ്പാരങ്ങളിലെ വിരസവും ശാന്തവും ആയ പക്ഷിക്കൂടുകളും തേനീച്ചക്കൂടുപോലെ ചെറിയ ദ്വാരങ്ങളുള്ള നനഞ്ഞ മഞ്ഞും, മഞ്ഞുരുകി, മിന്നിക്കിളിർത്ത കൊച്ചുകൊച്ചു കൂപങ്ങളും, ജീവജാലങ്ങളെയെല്ലാം ആനന്ദംകൊണ്ടു ഭ്രാന്തുപിടിപ്പിക്കുന്ന ആ മാദകമായ മണവും ആ വനത്തിൽ വസന്തത്തിന്റെ വരവിനെ എതിരേറ്റു.

ചെറുപ്പകാലം തൊട്ട് അലക്സിക്ക് ഏറ്റവും ഇഷ്ടമായിരുന്ന കാലഘട്ടമായിരുന്നു ഇത്. പഴകി ജീർണിച്ച, മണ്ണണിഞ്ഞ ബൂട്സിന്റെ ഉള്ളിലുള്ള വ്രണിതമായ പാദങ്ങളും പേറി, വിശന്നുവലഞ്ഞ്, വേദനകൊണ്ടും ക്ഷീണംകൊണ്ടും തകർന്ന്, ചളിയേയും ചതുപ്പുനിലങ്ങളെയും ചെറിയ വെള്ളക്കുഴികളേയും ശപിച്ചുകൊണ്ട് അവയിലൂടെ നടക്കുമ്പോഴും അയാൾ കുളിർമയേറിയ, ലഹരി പിടിപ്പിക്കുന്ന സൗരഭ്യം അത്യാർത്തിയോടെ ഉൾക്കൊള്ളുന്നുണ്ടായിരുന്നു, തന്റെ മാർഗമൊന്നും അയാൾ ഇപ്പോൾ ശ്രദ്ധിക്കുന്നില്ല. വെള്ളക്കുഴികളെ ഒഴിഞ്ഞു മാറുന്നില്ല. ഉരുണ്ടുപിരണ്ടു വീണു, വീണ്ടും എഴുന്നേറ്റ്, തന്റെ വടിയിന്മേൽ ബലമായി ഊന്നി, ആടിയാടി ഉള്ള ശക്തി മുഴുവൻ ഉപയോഗിച്ച് തന്റെ വടി ആകാവുന്നിടത്തോളം മുന്നോട്ടു നീട്ടി, അയാൾ കിഴക്കോട്ടുള്ള യാത്ര മെല്ലെമെല്ലെ തുടർന്നു.

ആരണ്യമാർഗം പൊടുന്നനെ ഇടത്തോട്ട് തിരിയുന്ന ദിക്കിലെത്തിയപ്പോൾ അയാൾ തരിച്ചുനിന്നുപോയി. അടുത്തടുത്ത് പൈൻമരങ്ങൾ വളർന്നുനിൽക്കുന്ന, വളരെ വീതികുറഞ്ഞ വഴിയിൽ താൻ കുറെദിവസങ്ങൾക്കുമുമ്പു കണ്ട ജർമൻ വാഹനങ്ങൾ നിൽക്കുന്നുണ്ട്. ഭീമാകാര

ങ്ങളായ രണ്ട് പൈൻമരങ്ങൾ അവയുടെ മാർഗവിഘാതം വരുത്തിയിരിക്കുന്നു. ആ മരങ്ങളുടെ വളരെയടുത്ത്, അതിനിടയിൽപ്പെട്ട 'റേഡിയേറ്റ റോട്'കൂടി ആ ആപ്പിന്റെ ആകൃതിയിലുള്ള കവചിതവാഹനം നിന്നിരുന്നു അതിന്റെ വെള്ളനിറംപോയി നിറയെ തുരുമ്പുകയറി ഒരു ചുവപ്പു വർണത്തിലായിരുന്നു. ടയറുകൾ കുത്തിപ്പോകയാൽ അതിന്റെ ചക്രം നിലത്തമർന്ന് അതിന്റെ മുകൾഭാഗം ഒരു വലിയ കൂണുപോലെ കിടന്നിരുന്നു. ആ കവചിത വാഹനത്തിനരികിൽ കറുത്ത മെഴുക്കുപുരണ്ട അടിക്കുപ്പായവും, തുണികൊണ്ടുള്ള തലപ്പാവും ധരിച്ച അതിലെ ജീവനക്കാരുടെ പിണങ്ങൾ കിടന്നിരുന്നു.

ചാരവും പുകയും മരക്കരിയും കലർന്ന കറുപ്പുനിറമായിരുന്ന, ഉരുകുന്ന മഞ്ഞിൽ, അകമെല്ലാം കരിഞ്ഞ, തുരുമ്പുകയറി ചെങ്കൽനിറം പകർന്ന രണ്ടു നാടൻവണ്ടികൾ നിന്നിരുന്നു. ചുറ്റും വഴിയുടെ വക്കിലും കുറ്റിക്കാടുകളിലും കിടങ്ങുകളിലും ജർമൻകാരുടെ ശവങ്ങൾ ചിതറിക്കിടന്നിരുന്നത് കണ്ടാൽ തോന്നുക, അവർ ഭയപ്പെട്ട് പലായനം ചെയ്യുന്നതിനിടയിൽ, തലേദിവസത്തെ ഹിമപാതം പരത്തിവിട്ട തുഷാരവരണിയിൽ മറഞ്ഞുകിടക്കുന്ന ഓരോ മരത്തിന്റയും കുറ്റിക്കാടിന്റെയും പിന്നിൽനിന്ന് മരണം അവരെ എതിരേൽക്കുകയായിരുന്നു എന്നാണ്. എന്താണ് സംഭവിക്കുന്നതെന്ന് അറിയാതെയാണ് അവരെല്ലാം മൃത്യുവിനിരയായത്. ട്രൗസർ അഴിച്ചുകളഞ്ഞ നിലയിൽ അവരുടെ ഓഫീസറുടെ ജഡം ഒരു മരത്തിന്മേൽ കെട്ടിവച്ചിരിക്കുന്നു അയാളുടെ പച്ച അടിക്കുപ്പായത്തിന്റെ കറുത്ത കോളറിന്മേൽ 'എന്തിനാണ് പോകുന്നത് എന്നാൽ, അത് നിങ്ങൾക്ക് കിട്ടുന്നു.' എന്ന് എഴുതിയിട്ടുള്ള ഒരു കഷണം കടലാസ് തറച്ചുവെച്ചിരുന്നു. ഈ ലിഖിതത്തിന്റെ അടിയിൽ വേറെ കൈയക്ഷരത്തിൽ, മങ്ങിയ പെൻസിൽകൊണ്ട് "പട്ടി" എന്നും എഴുതിയിരുന്നു.

അലക്സി ഈ യുദ്ധരംഗം പരിശോധിച്ചത് എന്തെങ്കിലും തിന്നുവാൻ കിട്ടുമോ എന്നറിയാനാണ്. ഒരു ദിക്കിൽമാത്രം ഒരു പഴയ ചളിപുരണ്ട റസ്കിന്റെ കഷണം പക്ഷികൾ കൊത്തിപ്പെറുക്കിയ നിലയിൽ, ആ മഞ്ഞിൽ ചവിട്ടിയരച്ച് ഇട്ടിരുന്നു. ഉടനടി അത് അയാൾ വായിലേക്കിട്ടു. കടിച്ചു കടിച്ച് അതിന്റെ രസം മുഴുവൻ വലിച്ചെടുക്കുവാനാണ് അയാൾക്ക് തോന്നിയത്. ആ ആഗ്രഹം വളരെ ബുദ്ധിമുട്ടി നിയന്ത്രിച്ചു, ആ പലഹാരം ചെറിയ ചെറിയ കഷണങ്ങളാക്കി മുറിച്ച്, രണ്ടെണ്ണം അയാൾ കാലുറയുടെ കീശയിൽ ഭദ്രമായി സൂക്ഷിച്ചു. വേറെ ഒരു കഷണം നനുനനെ നുറുക്കി, ഓരോ കഷണമായി വായിലിട്ടു. സാധിക്കാവുന്നിടത്തോളം സമയംകൊണ്ട് നാരങ്ങാരസത്തിന്റെ രസം ആസ്വദിക്കുന്ന വിധത്തിൽ അത് അലിയിച്ചലിയിച്ച് തിന്നുതുടങ്ങി.

ഒരിക്കൽകൂടി അയാൾ ആ സമരരംഗത്തെപ്പറ്റി ചിന്തിച്ചു. അപ്പോഴാണ് ആ ആശയം തോന്നിയത്. ഇവിടെ സമീപത്തെവിടെയോ 'പാർട്ടിസാൻ ഭടന്മാർ' ഉണ്ടായിരിക്കണം! അവരുടെ കാലടികളായിരിക്കണം

മരത്തിന്റെ ചുറ്റുമുള്ള ഉറയ്ക്കാത്ത മഞ്ഞ്, ചവിട്ടിമെതിച്ചിരിക്കുന്നത്. ഒരുപക്ഷേ, അയാൾ ഈ കാട്ടിൽ അലഞ്ഞുതിരിയുന്നത് അവരുടെ ദൃഷ്ടിയിൽപ്പെട്ടിരിക്കും, പൈൻമരത്തലപ്പുകളിൽനിന്നോ കുറ്റിക്കാടിന്റെ മറവിൽനിന്നോ ഒരു പാർട്ടിസാൻ ഭടൻ അയാളെ ശ്രദ്ധിക്കുന്നുണ്ടായിരിക്കും. കൈകൾ ഉച്ചഭാഷിണിപോലെ കോട്ടിപ്പിടിച്ച് സർവ ശക്തിയുമെടുത്ത് അയാൾ വിളിച്ചു.

ഓ....പാർട്ടിസാൻ; പാർട്ടിസാൻ. തന്റെ ശബ്ദം ഇത്ര ദുർബലവും നേരിയതുമാണ് എന്നു മനസിലാക്കിയപ്പോൾ അയാൾക്ക് അത്ഭുതം തോന്നി. കാടിന്റെ ഉള്ളിൽനിന്ന് അലയടിച്ചുയർന്ന്, മരത്തിൽ തട്ടിത്തടഞ്ഞുവന്ന പ്രതിധ്വനിപോലും അയാൾക്ക് വലുതായിതോന്നി. 'പാർട്ടിസാൻ–ഓ–പാർട്ടിസാൻ' നിശബ്ദമായി ശത്രുശരീരങ്ങളുടെ ഇടയിലായി, കറുത്ത മെഴുകുപാകിയ മഞ്ഞിൽ ചാഞ്ഞിരുന്ന് അയാൾ വീണ്ടും വീണ്ടും ഉറക്കെ വിളിച്ചു.

വിളികഴിഞ്ഞ് മറുപടിക്കു വേണ്ടി അയാൾ കാതും കൂർപ്പിച്ചിരുന്നു. അയാളുടെ ശബ്ദം ചിലമ്പിച്ച് പരുപരുത്ത് പോയിരുന്നു. തങ്ങളുടെ ജോലി നിർവഹിച്ചതിനുശേഷം കിട്ടിയ സമ്മാനവുമായി പാർട്ടിസാൻ ഭടന്മാർ വളരെനേരം മുമ്പുതന്നെ സ്ഥലം വിട്ടിരിക്കുമെന്ന് അയാൾക്കു തോന്നി. എന്തിനാണവർ ഈ വനാന്തരങ്ങളിൽ താമസിക്കുന്നത്?. പക്ഷേ, എന്തെങ്കിലും മാന്ത്രികമായവിധത്തിൽ ഒരു ഫലം ഉണ്ടാകുമെന്ന പ്രതീക്ഷയോടെ അയാൾ വീണ്ടും വീണ്ടും വിളിക്കുവാൻ തുടങ്ങി. താൻ വളരെയധികം കേട്ടുപരിചയിച്ചിരുന്ന ആ താടിക്കാർ, പൊടുന്നനെ ഏതെങ്കിലും ഒരു കുറ്റിക്കാടിന്റെ മറവിൽനിന്ന് ഇറങ്ങിവന്ന് അയാളെ എടുത്തുകൊണ്ടുപോകും; വേറെ ഒരാളുടെ ഇഷ്ടത്തിന് വിധേയമായി, ഒന്നിനെപറ്റിയും ആലോചിക്കാതെ, എങ്ങോട്ടെങ്കിലും പോകുവാനുണ്ട് എന്ന വിചാരംകൊണ്ട് സ്വയം അലട്ടാതെ ഒരു ദിവസം–ഒരു മണിക്കൂറെങ്കിലും വിശ്രമിക്കാം–അതായിരുന്നു അയാളുടെ പ്രതീക്ഷ.

പക്ഷേ, അലയടിക്കുന്ന പ്രതിധ്വനികൊണ്ട് ആ കാടു മാത്രമെ അയാളുടെ വിളികൾക്ക് ഒരു മറുപടി നൽകിയിരുന്നുള്ളൂ. പെട്ടെന്ന് ഗാനവിലോലമായ ആ പൈൻമരങ്ങളുടെ മർമര സ്വനത്തിന്നുപരിയായി –നേരിയ ശീഘ്രമായ തഡ് തഡ് ശബ്ദങ്ങൾ, ചിലപ്പോൾ വളരെ വ്യക്തമായി–ചിലപ്പോൾ മൃദുവും കലുഷവുമായി–കേട്ടു, അഥവാ ദത്തശ്രദ്ധനായിരിക്കുകയാൽ കേട്ടു എന്നയാൾക്കു തോന്നി. വന്യതയിൽ നിന്ന് അയാൾ പെട്ടെന്നെഴുന്നേറ്റു. അയാൾക്ക് കാതുകളെ വിശ്വസിക്കുവാൻ സാധിച്ചില്ല. കഴുത്തുംനീട്ടി അതീവ ശ്രദ്ധാലുവായി കുറെനേരം കുത്തിയിരുന്നു.

ഇല്ല: അയാൾക്കു തെറ്റിയിട്ടില്ല. കിഴക്കുഭാഗത്തുനിന്ന് ഊതിയിരുന്ന ഒരു നനുത്ത കാറ്റിലൂടെ വിദൂരതയിൽ നിന്നുയരുന്ന പീരങ്കിയുദ്ധത്തിന്റെ ശബ്ദം ഒഴുകിവരുന്നുണ്ടായിരുന്നു. കുറേക്കാലമായി താൻ കേൾക്കാറുള്ള വിധത്തിൽ സേനാദളം കിടങ്ങുണ്ടാക്കി, പ്രതിരോധസ്ഥ

ലത്തു ശക്തമായി നിലയുറപ്പിച്ച് അന്യോന്യം അലോസരപ്പെടുത്തുവാനായി ഇടയ്ക്കിടെ ചിന്നിച്ചിതറി വെടിയുണ്ടകൾ ഉതിർക്കുമ്പോളുണ്ടാകുന്നതുപോലെയായിരുന്നില്ല ഇതിന്റെ ശബ്ദം. മറിച്ചിട്ടിരിക്കുന്ന ഓക്കുമരംകൊണ്ടുള്ള വീപ്പയുടെ മേൽ ആരോ താളംപിടിക്കുന്നതുപോലെയോ, ചരൽകയറ്റിയ ഒരു വണ്ടി മറിക്കുന്നതുപോലെയോ നിരന്തരവും ദ്രുതവുമായിരുന്നു ആ ശബ്ദം.

തീർച്ചയായും ഉഗ്രമായ ഒരു പീരങ്കി യുദ്ധം നടക്കുന്നുണ്ട്. ശബ്ദംകൊണ്ടു കണക്കാക്കുമ്പോൾ യുദ്ധക്കളം പത്തു കിലോമീറ്റർ അകലെയായിരിക്കണം. ഗൗരവമേറിയതെന്തോ അവിടെ നടക്കുന്നുണ്ട്. സാഹസികമായ പ്രതിരോധ സമരമാണ് അവിടെ. സന്തോഷാശ്രുക്കൾ അയാളുടെ കവിൾത്തടങ്ങളിലൂടെ ഒഴുകി.

അയാൾ കിഴക്കോട്ടുതന്നെ നോക്കിനിന്നു. നിന്നിരുന്നതിന്റെ അടുത്തായി റോഡ് വീണ്ടും എതിർഭാഗത്തേക്ക് തിരിയുകയാണ്. അയാളുടെ മുന്നിലായി മഞ്ഞിന്റെ ഒരു പരവതാനി വിടർന്നു കിടക്കുന്നുണ്ട്. സ്വാഗതാർഹമായ ആ ശബ്ദം കേട്ടത് പൂർവദിക്കിൽനിന്നാണ്. ആ ഭാഗത്തേക്ക് ലക്ഷ്യമായ വിധത്തിലാണ് പാർട്ടിസാൻമാരുടെ നീണ്ട കാലടികൾ മഞ്ഞിൽ പതിഞ്ഞ് കറുത്തു കാണുന്നത്. അവിടെ എവിടെയോ ഉള്ള കാട്ടിലാണ് ധീരരായ ആ കാടന്മാർ നിവസിക്കുന്നത്.

അലക്സി പിറുപിറുത്തു. 'കൊള്ളാം എല്ലാം ശരിയാകും; സഖാക്കളെ, എല്ലാം ശരിയാകും.' അയാൾ ഉന്മേഷത്തോടെ തന്റെ വടി മുന്നോട്ടുനീക്കി; താടി അതിൽ വിശ്രമിച്ചു. കായികശക്തി മുഴുവൻ അതിലൂന്നി, ബുദ്ധിമുട്ടി, പക്ഷേ, നിശ്ചയദാർഢ്യത്തോടെ ആദ്യം ഒരു കാലും, പിന്നീടു രണ്ടാമത്തേതും മഞ്ഞിൽ ഉറപ്പിച്ച് ആ വഴിയേതിരിഞ്ഞ് മുന്നോട്ടു നടന്നു.

X

ആ ദിവസം മഞ്ഞിന്റെ മുകളിൽക്കൂടി 150 അടിപോലും നടക്കുവാൻ അലക്സിക്കു സാധിച്ചില്ല. സന്ധ്യയായപ്പോൾ അയാൾ വിശ്രമിക്കുവാൻ നിർബന്ധിതനായി. പതിവുപോലെ ഒരു മരത്തടിയുടെ ചുറ്റും ചുള്ളികൾ പെറുക്കിക്കൂട്ടി, തന്റെ വെടിയുണ്ടകൊണ്ടുണ്ടാക്കിയ സിഗരറ്റ് ലൈറ്റർ എടുത്ത് അതിന്റെ ഉരുക്ക് കൊണ്ടുള്ള ചെറിയ ചക്രം അമർത്തി; വീണ്ടും അമർത്തി. പക്ഷേ അതു തണുത്തുതന്നെ ഇരുന്നു. അതിലെ പെട്രോൾ തീർന്നിരുന്നു. അതു കുലുക്കി നോക്കി. ഗ്യാസിനു ശക്തി കൊടുക്കുവാൻ വേണ്ടി അതിന്നകത്തേക്ക് ഊതിനോക്കി. പക്ഷേ, എല്ലാം നിഷ്ഫലമാകുകയാണുണ്ടായത്. രാത്രിയായി, ആ തിരിയിൽനിന്നു പറന്നകന്ന തീപ്പൊരികൾ കുറച്ചുനേരത്തേക്ക് അലക്സിയുടെ മുഖത്തിനടുക്കലുണ്ടായിരുന്ന ഇരുട്ടിനെ അകറ്റി. അയാൾ, ആ തിരി അടർന്നുപോരുന്നതുവരെ അമർത്തിനോക്കിയെങ്കിലും തീ ലഭിച്ചില്ല.

ചെറിയ പൈൻമരക്കൂട്ടങ്ങളിലേക്കുള്ള വഴി തപ്പിത്തടഞ്ഞു കണ്ടുപിടിച്ച് അതിനകത്തു കയറി. കാൽമുട്ടു കൂട്ടി താടി അതിന്മേൽ ചായ്ച്ചുവെച്ച് കാട്ടിലെ മർമരശബ്ദവും ശ്രദ്ധിച്ചുകൊണ്ട് അയാൾ ചുരുണ്ടുകൂടി ഇരിപ്പായി. ആ രാത്രിയിൽ അയാൾ നിരാശകൊണ്ട് ആകെ തകർന്നുപോകുമായിരുന്നു; പക്ഷേ ആ നിദ്രാധീനമായ കാനനത്തിൽ പീരങ്കിപ്പടയുടെ സ്വരം സുവ്യക്തമായി കേൾക്കാമായിരുന്നു. തീയുണ്ടയുടെ കൂർത്ത സ്വരവും, ഷെല്ലുകൾ പൊട്ടിത്തെറിക്കുന്നതിന്റെ നീണ്ട ശബ്ദവും തമ്മിൽ വേർതിരിച്ച് മനസിലാക്കാമെന്നുപോലും അയാൾക്കു തോന്നി.

വിവരിക്കുവാൻ അസാധ്യമായ വിധത്തിലുള്ള മനോവേദനയോടും ഭയത്തോടുംകൂടി അയാൾ ആത്മഗതം ചെയ്തു. 'എന്താണിത് വല്ല ദുഃസ്വപ്നവും കണ്ടിരിക്കുമോ? പെട്ടെന്നാണ് അയാൾ സിഗരറ്റു ലൈറ്ററിന്റെ കാര്യം ഓർത്തത്. തന്റെ ചുറ്റുമുള്ള എല്ലാത്തിനെയും ഉറയ്ക്കാത്ത മഞ്ഞിനേയും മരത്തടികളേയും എന്തിന് പൈൻമരത്തിന്റെ മുള്ളുകളെപ്പോലും ദീപ്തമാക്കുന്ന ആദ്യത്യരശ്മികളുടെതലോടൽ ഏറ്റപ്പോൾ അയാൾക്ക് തന്റെ ദൗർഭാഗ്യത്തെക്കുറിച്ച് വലിയ പരിഭ്രാന്തിയൊന്നും തോന്നിയില്ല. അതിലും ഭയങ്കരം തന്റെ മരവിച്ച കൈകൾ അകറ്റി നോക്കിയപ്പോൾ അയാൾക്ക് എഴുന്നേൽക്കുവാൻ വയ്യ എന്നു മനസിലായതാണ്. എഴുന്നേൽക്കുവാൻ നടത്തിയ നിരവധി ശ്രമങ്ങൾക്കിടയിൽ കവരയുള്ള ആ ഊന്നുവടി തകർന്നുപോയി; ഒരു പഴയ ചാക്കുപോലെ അയാൾ നിലംപതിച്ചു. മുറിവുപറ്റിയ കാലിന് അൽപ്പം വിശ്രമം നൽകാമെന്നുവച്ച് അയാൾ, പൈൻമരക്കൊമ്പുകൾക്കിടയിലൂടെ, കാഞ്ചനവർണത്തിൽ ചുരണ്ട അരികുകളോടുകൂടിയ ശുഭ്രമേഘങ്ങൾ, അനന്തമായ നീലവാനിൽ കൂടി ധൃതിപിടിച്ച് പാഞ്ഞുപോകുന്നത് നോക്കിക്കൊണ്ട് ആ ഹിമപ്പരപ്പിൽ മലർന്നുകിടന്നു. അയാൾക്ക് അൽപം ആശ്വാസം തോന്നി. പക്ഷേ കാലിന് എന്തോ തകരാറ് പറ്റിയിരിക്കുന്നു. ഒരു നിമിഷംപോലും അത് സഹിക്കുവാൻ വയ്യെന്നായി. ഒരു പൈൻമരത്തിന്മേൽ മുറുകെ പിടിച്ചുകൊണ്ട് അയാൾ എഴുന്നേൽക്കുവാൻ ഒരു ശ്രമംകൂടി നടത്തി, ഒടുവിൽ അതിലയാൾ വിജയിച്ചു. പക്ഷേ, കാലുകൾ പതുക്കെ മരത്തിന്റെ അടുക്കലേക്കു നീക്കിക്കൊണ്ടുവരുവാനുള്ള ആയാസത്തിൽ, ക്ഷീണംകൊണ്ടും കാലിലെ കുത്തിക്കേറുന്ന വേദനകൊണ്ടും അയാൾ തകർന്നുവീണു.

ഇതായിരിക്കുമോ അവസാനം? ഈ പൈൻമരത്തിന്നടിയിൽ കിടന്നു-മൃഗങ്ങൾ കടിച്ചുവലിച്ചു പുറത്തിട്ട തന്റെ എല്ലുകൾ ഒരാളും കണ്ടുപിടിക്കാതെ-സംസ്കരിക്കാതെ-തകർന്നടിഞ്ഞ് പോകുമോ? കൂടിക്കൂടി വരുന്ന ക്ഷീണം അയാളെ അവിടെത്തന്നെ കിടക്കുവാൻ നിർബന്ധിതനാക്കി. വിദൂരതയിൽ ഇതാ വീണ്ടും തോക്കുകൾ അലറുവാൻ തുടങ്ങിയിരിക്കുന്നു. അവിടെ ഒരു യുദ്ധം നടക്കുകയാണ്. തന്റെ സ്വന്തം ആളുകൾ അവിടെ ഉണ്ട്. എന്ത്? അവസാനത്തെ എട്ടോ പത്തോ കിലോമീറ്ററുകൾ തരണം ചെയ്യുവാനുള്ള ശക്തി സംഭരിക്കുവാൻ തനിക്കു സാധ്യമല്ല!

തോക്കിന്റെ അട്ടഹാസം അയാളിൽ ഒരു നവജീവൻ ഉണർത്തി വിട്ടു. അത് അയാളെ നിർബന്ധപൂർവം വിളിക്കുകയാണോ? അയാൾ വിളികേട്ടു. ആ വെടിയുണ്ടകളുടെ മാന്ത്രിക ശക്തിയാൽ പ്രേരിതനായി, അയാൾ ഒരു മൃഗത്തെപ്പോലെ മുട്ടുകുത്തി ഇഴയാൻ തുടങ്ങി. ഊന്നു വടി ഉപയോഗിച്ച് കാട്ടിലൂടെ നടക്കുന്നതിനെക്കാൾ സുഖം ഇതാണ് എന്നു മനസിലായപ്പോൾ അയാൾ ഈ ഗതി തുടരുവാൻ തീരുമാനിച്ചു. ഭാരമൊന്നും ചുമക്കേണ്ടതില്ലാത്തതുകൊണ്ട് അയാളുടെ കാലുകൾ പണ്ടത്തെപ്പോലെ വേദനിച്ചില്ല. മുട്ടുകുത്തുമ്പോൾ കുറെക്കൂടി സന്തോഷംകൊണ്ട് അയാളുടെ തൊണ്ടയിൽ എന്തോ തടയുന്നതുപോലെ തോന്നി. 'ഈ അസാധാരണമായ വിധത്തിലുള്ള പോക്കുകൊണ്ടു പുരോഗതിയൊന്നുമുണ്ടാകയില്ല' എന്നു മനസു മടുത്തു, വേറെ ആരെയോ ഉത്സാഹിപ്പിക്കുന്നതുപോലെ അയാൾ ഉറക്കെപ്പറഞ്ഞു.

'അതെല്ലാം ശരിയാകും; എന്റെ കുട്ടീ ഇപ്പോൾ എല്ലാം ശരിയാകും.'

ഉദ്ദേശിച്ച ആദ്യത്തെ ദൂരം മുഴുമിച്ചപ്പോൾ അയാൾ മരവിച്ച കൈ കക്ഷത്തിൽ തിരുകി ചൂടുപിടിപ്പിച്ചു. ഒരു ചെറിയ ഫിർമരത്തിന്റെ സമീപത്തെത്തി അയാൾ. അതിൽ നിന്നു രണ്ടു ചതുരക്കഷണം തോൽ മുറിച്ചെടുത്തു. ആ ശ്രമത്തിൽ വിരലുകൾ മുറിഞ്ഞു എങ്കിലും, കുറെ നീളമുള്ള തോൽവാറുകൾ വലിച്ചെടുക്കുവാൻ കഴിഞ്ഞു. രോമാവൃതമായ പാദുകത്തിന്റെ അടിയിൽനിന്ന് രോമത്തിന്റെതന്നെ സാൽവ വലിച്ചെടുത്ത് അത് കൈയിന്മേൽ വെച്ചുകെട്ടി. കാൽമുട്ടുകളിന്മേൽ മരത്തൊലി വെച്ചു, മരത്തിന്റെ വള്ളികൊണ്ടു തന്നെ വരിഞ്ഞുമുറുക്കി, അതിന്റെ എല്ലാത്തിന്റെയും മീതെയായി ബാൻഡേജുകളും ബന്ധിച്ചു. അങ്ങനെ വലത്തു കൈയിൽ വീതിയേറിയ, സൗകര്യപ്രദമായ ഒരു കൈയുറയായി. പക്ഷേ ഇടത്തു കൈയിന്റേത് അത്ര വിജയകരമായില്ല. അത് അയാൾ കെട്ടിയത് പല്ലുകളുടെ സഹായത്തോടെയാണ്. എന്തുതന്നെയായാലും ഇപ്പോൾ അയാളുടെ കൈക്കും ഷൂസായി. യാത്ര എളുപ്പമാണ് എന്ന വിശ്വാസത്തോടെയാണ് അലക്സി പുറപ്പെട്ടത്. അടുത്ത വിശ്രമത്താവളത്തിൽവെച്ചു അയാൾ കാൽമുട്ടുകളിലും കുറെ മരത്തൊലികൾ വെച്ചുകെട്ടി.

സുഖകരമായ ചൂടേറ്റ് ഉച്ചയായപ്പോഴേക്കും കൈകുത്തി അയാൾ ഒരുപാട് വഴി പിന്നിട്ടുകഴിഞ്ഞിരുന്നു. പീരങ്കിയുദ്ധത്തിന്റെ ശബ്ദംകേട്ട സ്ഥലത്തേക്ക് എത്താറായി എന്ന യാഥാർഥ്യം കൊണ്ടോ ശ്രവണസംബന്ധിയായ എന്തോ മായയാലോ, ആ ശബ്ദം കൂടുതൽ കൂടുതൽ ഉറക്കെയായി വന്നു. തന്റെ വ്യോമയാനവസ്ത്രത്തിന്റെ കുടുക്കുകൾ അഴിച്ചുമാറ്റത്തക്കവിധം ഉഷ്ണിച്ചു തുടങ്ങിയിരുന്നു അയാൾക്ക്.

ഉരുകിത്തുടങ്ങിയ മഞ്ഞിനിടയിൽനിന്നു ചില ഹരിത നിറമാർന്ന പുൽത്തലപ്പുകൾ പുറത്തു കണ്ടുതുടങ്ങിയിരിക്കുന്നു. പൂപ്പൽനിറഞ്ഞ കായൽചതുപ്പിലൂടെ ഇഴഞ്ഞുപോകുമ്പോൾ വിധി അയാൾക്ക് ഒരു

സമ്മാനംകൂടി കരുതിയിരുന്നു. ഊതനിറത്തിൽ, നനുത്ത് നനഞ്ഞ പൂപ്പലിൽ അസാധാരണമായി കൂർത്ത മിനുസമേറിയ ഇലകൾ നിറഞ്ഞ ഒരുതരം ചെടി വളരുന്നതു കണ്ടു. ആ പുൽത്തലപ്പുകളുടെ നേരെ മുകളിലായി അൽപ്പമൊന്നു ഞെങ്ങിയതെങ്കിലും സ്വാദിഷ്ഠങ്ങളായ കടുംചുവപ്പു വർണം പൂണ്ട ക്രാൻബറിപ്പഴങ്ങൾ ചിതറിക്കിടന്നിരുന്നു. അലക്സി അതിലേക്കു തലകുനിച്ചു. ആ കായൽ ചതുപ്പിന്റെ മണമാർന്ന് ചൂടുകലർന്ന പതുപതുത്ത പൂപ്പലിൽനിന്ന് ഓരോ പഴവും ചുണ്ടുകൾകൊണ്ട് കടിച്ചെടുക്കുവാൻ തുടങ്ങി.

കുറെക്കാലമായിട്ടു ആദ്യമായി കഴിക്കുന്ന ഈ യഥാർഥ ഭക്ഷണത്തിന്റെ–ക്രാൻബറികളുടെ–മാധുര്യം ചേർന്ന പുളിരസം അയാളുടെ വയറ്റിൽ കൊളുത്തിപ്പിടുത്തത്തോടുകൂടിയ ഒരു വേദനയുണ്ടാക്കി. പക്ഷേ, ആ വേദന മാറുന്നതുവരെ കാത്തിരിക്കുവാനുള്ള മനോബലം അയാൾക്കുണ്ടായിരുന്നില്ല ഒരു കരടിയെപ്പോലെ ഓരോ പച്ചപ്പുൽക്കൂട്ടത്തിലേക്കും നുഴഞ്ഞുനടന്ന് അയാൾ നാക്കുകൊണ്ടും ചുണ്ടുകൊണ്ടും മധുരവും പുളിപ്പുമേറിയ ആ പഴങ്ങൾ പെറുക്കിയെടുത്തു. നനഞ്ഞു കുതിർന്ന തന്റെ ഷൂസിനകത്തു കയറിയ വെള്ളത്തിന്റെ തണുപ്പോ, കുത്തിത്തുളയ്ക്കുന്ന കാലിലെ വേദനയോ ക്ഷീണമോ അറിയാതെ അയാൾ അനേകം സ്ഥലങ്ങൾ വൃത്തിയാക്കി. ആകെ അയാൾക്ക് അനുഭവപ്പെട്ടിരുന്നത് വയറ്റിൽ സുഖകരമായ ഒരു കനവും വായിൽ മധുരവും പുളിയും കലർന്ന ഒരു രസവും മാത്രമായിരുന്നു.

അയാൾ ഛർദിച്ചു. പക്ഷേ സ്വയം നിയന്ത്രിക്കുവാൻ കഴിയാതെ വീണ്ടും വീണ്ടും പഴങ്ങൾ പെറുക്കിയെടുത്തു. സ്വയം നിർമിച്ച കൈയുറ അഴിച്ചുകളഞ്ഞ് അയാൾ തന്റെ പഴയ ടിൻ നിറയെ പഴങ്ങൾ ശേഖരിച്ചു. തന്റെ തൊപ്പി നിറയെ പഴം പെറുക്കിയിട്ട് അത് അരപ്പട്ടയിൽ ബന്ധിച്ചു. ദേഹമാകെ വ്യാപിക്കുന്ന ആലസ്യത്തെ ഗൗനിക്കാതെ അയാൾ വീണ്ടും ഇഴയാൻതുടങ്ങി.

അന്നുരാത്രി ഒരു കിഴവൻ ഫിർമരത്തിന്റെ അടിയിലുള്ള ഒരഭയസ്ഥനത്തുവച്ച് ആ പഴവും കുറെമരത്തൊലിയും, കുറെ ഫിർവിത്തുകളും കടിച്ചുതിന്നതിനുശേഷം അയാൾ കിടന്നു. പക്ഷേ ഒരു രാക്കാവൽക്കാരന്റേതുപോലെയായിരുന്നു അയാളുടെ ഉറക്കം. ഇരുട്ടിലൂടെ ആരോ തന്റെ അടുക്കലേക്കു നടന്നുവരുന്നുണ്ട് എന്നു പലപ്രാവശ്യം അയാൾക്കു തോന്നി. അയാൾ കണ്ണു തുറന്നു; ചെവി ചൂളംവിളിക്കുന്നതുവരെ ശ്രദ്ധചെലുത്തി, തോക്കും എടുത്ത് ഉന്നംനോക്കി ഇരുന്നു. ഫിർമരത്തിൽനിന്ന് കായ്കൾ വീഴുമ്പോഴും ഉറഞ്ഞ മഞ്ഞ് ഇടയ്ക്കിടെ വിള്ളുന്ന ശബ്ദം കേൾക്കുമ്പോഴും മഞ്ഞിനടിയിലൂടെ ഒഴുകുന്ന ചെറിയ ചെറിയ നീർച്ചാലുകളുടെ മർമരധ്വനി കേൾക്കുമ്പോഴും അയാൾ ഞെട്ടിവിറച്ചുകൊണ്ടിരുന്നു.

പ്രഭാതത്തിന് അൽപ്പംമുമ്പ് മാത്രമാണ് അയാൾക്ക് ഗാഢനിദ്ര കിട്ടിയത്. നല്ലതുപോലെ വെളിച്ചംവീണതിനുശേഷമേ അയാൾ ഉണർ

ന്നുള്ളൂ. താൻ കിടന്നുറങ്ങിയ സ്ഥലത്തിനു സമീപമുള്ള മരത്തിന് ചുറ്റും കുറുക്കന്റെ കാലുകൾ പതിഞ്ഞിട്ടുള്ള ഒരു വൃത്തവും, അതിനിട യിൽ അതിന്റെ വാൽ ഇഴഞ്ഞതിന്റെ അടയാളവും വ്യക്തമായി കാണാ മായിരുന്നു.

'അപ്പോൾ ഇതാണല്ലേ എന്റെ ഉറക്കത്തെ ഭഞ്ജിച്ചത്.' കാലടിപ്പാ ടുകളിൽനിന്ന്, കുറുക്കൻ വട്ടമിട്ടു നടന്നതായും, പിന്നീട് കുറെനേരം ഒരിടത്ത് ഇരുന്ന് വീണ്ടും പ്രദക്ഷിണംവച്ചതായും തെളിഞ്ഞു മനസിലാ കും. ഒരു ദുശ്ചിന്ത അലക്സിയുടെ മനസിലൂടെ കടന്നുപോയി. കൗശ ലക്കാരനായ കുറുക്കന് മരണമടുത്ത ഒരു മനുഷ്യനെ തിരിച്ചറിയുവാ നുള്ള ത്രാണിയുണ്ട്. എന്നും, അങ്ങനെ വിധി നിർണയിക്കപ്പെട്ട മനു ഷ്യന്റെ ചുറ്റും അവ അലഞ്ഞുതിരിയുമെന്നും, സാധാരണയായി നായാ ട്ടുകാർ പറയാറുണ്ട്. പ്രസ്തുത മുന്നറിവായിരിക്കുമോ, ആ ജന്തുവിനെ തന്റെ അടുക്കലേക്ക് ആനയിച്ചത്.

'വിഡ്ഢിത്തം-എന്ത് ഭീമമായ അബദ്ധം, എല്ലാം ശരിയാകും' സ്വയം ആശ്വസിപ്പിക്കാനായി ഇങ്ങനെ പറഞ്ഞുകൊണ്ട് അയാൾ, കഴി യുന്നതുംവേഗം ആ പൈശാചികമായ സ്ഥലത്തുനിന്ന് അകലണമെന്ന വിചാരത്തോടെ വേഗം വേഗം മുട്ടുകുത്തി ഇഴഞ്ഞുതുടങ്ങി. അന്നു വേറെ ഒരു ഭാഗ്യംകൂടി അയാളെ എതിരേറ്റു. സുരഭിലമായ ആ 'ജൂനി പ്പർ' കുറ്റിക്കാട്ടിൽ ചിതറിക്കിടക്കുന്ന ഉണങ്ങിയ പഴങ്ങളെ ചുണ്ടുകൾ കൊണ്ട് പെറുക്കുന്നതിനിടയിൽ കുറെയധികം ഉണങ്ങിയ ഇലകൾ കൂമ്പാരംകൂടി കിടക്കുന്നത് അയാളുടെ ദൃഷ്ടിയിൽപ്പെട്ടു. അത് അയാ ളൊന്നു തൊട്ടുനോക്കി, പക്ഷേ, അത് താഴോട്ട് അമരാതെ കട്ടിപിടിച്ചിരു ന്നു. ഇലകൾ ഒന്നൊന്നായി എടുത്തുകളഞ്ഞപ്പോൾ അയാൾ കണ്ടത് മുള്ളുകളുടെ ഒരു കെട്ടാണ്. പെട്ടെന്ന് അയാൾക്ക് മനസിലായി. അതൊ രു മുള്ളൻപന്നിയാണെന്ന്. വയസായ ഒരു ജന്തു! ആ ശൈത്യകാലം കുറ്റിക്കാട്ടിൽക്കിടന്നു കഴിച്ചുകൂട്ടുകയായിരുന്നു അത്. അൽപ്പം ചൂടു ലഭിക്കുവാനാണ് അത് ആ ഇലകളുടെ അടിയിൽ ചെന്നു കിടന്നിരുന്ന ത്. അലക്സി ആനന്ദം കൊണ്ട് മത്തനായി. ഈ യാത്രയ്ക്കിടയിൽ ഒരു പക്ഷിയേയോ ഒരു മൃഗത്തെയോ വെടിവച്ചു കൊല്ലണമെന്ന് പല പ്പോഴും അയാൾക്ക് തോന്നിയിട്ടുള്ളതാണ്. എത്രപ്രാവശ്യമാണ് അയാൾ മാഗ്പൈയുടേയും ജയ്പക്ഷിയുടേയും മുയലിന്റെയും നേർക്ക് തോക്ക് ചൂണ്ടിയിട്ടുള്ളത്. ഓരോ സമയത്തും വെടിവയ്ക്കുവാനുള്ള ആവേശത്തെ അയാൾ അമർത്തിയത് മൂന്ന് ഉണ്ടകളേ ശേഷിച്ചിരുന്നു ള്ളൂ എന്ന ബോധ്യത്തിൽ നിന്നാണ്. അതിൽ രണ്ടെണ്ണം ശത്രുക്കൾക്ക് ഉള്ളതാണ്-ആവശ്യം നേരിടുന്നപക്ഷം ഒന്ന് അയാൾക്കും ഉപയോഗി ക്കാം. തോക്ക് താഴെ വയ്ക്കുവാൻ തന്നെ അയാൾ നിർബന്ധിതനായി. കാര്യംവിട്ടു കളിക്കുവാൻ പറ്റിയ സമയമല്ലല്ലോ ഇത്. ഇതാ ഒരു കഷ ണം മാംസം അയാളുടെ കൈകളിലേക്കു വന്നു വീണിരിക്കുന്നു. മുള്ളൻപന്നി ഒരു വൃത്തികെട്ട ജന്തുവാണ് എന്ന സാധാരണ വിശ്വാസ

ത്തെപ്പറ്റി ഒന്നുംതന്നെ ആലോചിക്കുവാൻ നിൽക്കാതെ അയാൾ ധൃതിയിൽ മറ്റുള്ള ഇലകളും കൂടിനോക്കി. ഒന്ന് തിരിഞ്ഞുമറിഞ്ഞ ആ ജന്തു വീണ്ടും ഉറങ്ങുവാൻ കിടന്നു. നിറയെ മുള്ളുകളുള്ള തമാശ തോന്നിക്കുന്ന ഒരു അമരക്കായെപോലെ ഇരുന്നു അത്. കഠാരിയുടെ ഒരൊറ്റ പ്രയോഗം കൊണ്ടുതന്നെ അലക്സി അതിനെകൊന്നു. അതിനെ മറിച്ചിട്ട് അതിന്റെ കവചവും അടിയിലെ മഞ്ഞത്തൊലിയും തീരെ അസമർഥമായവിധത്തിൽ അയാൾ പൊളിച്ചുനീക്കി. അനേകം കഷണമാക്കി നുറുക്കി, എല്ലിന്മേൽ ഒട്ടിപ്പിടിച്ചുനിൽക്കുന്ന, കട്ടികൂടിയ ആ ചൂടുള്ള ഊതനിറമായ മാംസം അയാൾ അത്യാർത്തിയോടെ കടിച്ചുവലിച്ചു കീറി തിന്നുവാൻതുടങ്ങി. അതിന്റെ അവസാനശകലംവരെ അയാൾ കാർന്നുതിന്നു. മൂപ്പുകുറഞ്ഞ എല്ലുകൾ കടിച്ചുചവച്ച് അതും വിഴുങ്ങി. അപ്പോൾ മാത്രമാണ് അയാൾക്ക് അതിന്റെ വെറുപ്പുളവാക്കുന്ന നാറ്റം അനുഭവപ്പെട്ടത്. ദേഹമാകെ ചൂടും സംതൃപ്തിയും ആലസ്യവും പരത്തുന്ന ആ നിറഞ്ഞവയറിനോടു താരതമ്യപ്പെടുത്തുമ്പോൾ നാറ്റത്തിന് എന്തു വിലയാണുള്ളത്?

അയാൾ ചുറ്റുംനോക്കി, അവിടെ കണ്ട ഓരോ എല്ലിൻ കഷണവും എടുത്ത് വലിച്ചു ഈമ്പി, ചൂടും വിശ്രമവും അനുഭവിച്ചുകൊണ്ട് ആ മഞ്ഞിൽ മലർന്നുകിടന്നു കുറ്റിക്കാട്ടിൽ നിന്നു മെല്ലെമെല്ലെ പുറത്തു വന്ന ഒരു കുറുക്കന്റെ ഓരിയിടൽ അയാളെ ഉണർത്തിയില്ലായിരുന്നുവെങ്കിൽ അയാൾ സുഖമായി കിടന്ന് ഉറങ്ങുമായിരുന്നു. അലക്സി ചെവി കൂർപ്പിച്ചു. മിക്കസമയത്തും കിഴക്കുഭാഗത്തുനിന്ന് അലയിടച്ച് ഉയർന്നിരുന്ന പീരങ്കിയുടെ ശബ്ദത്തിനുപുറമെ യന്ത്രത്തോക്കുകളുടെ പടപട ശബ്ദവും അയാൾ വ്യക്തമായി കേട്ടു.

എല്ലാ ക്ഷീണചിന്തയും മറന്ന്, കുറുക്കനേയും വിശ്രമത്തിനുള്ള മോഹത്തേയും അവഗണിച്ച് അയാൾ ആ വനാന്തരത്തിലേക്ക് ധൃതഗതിയിൽ ഇഴഞ്ഞുതുടങ്ങി.

XI

അയാൾ ഇഴഞ്ഞുനീങ്ങിയ ചതുപ്പുനിലത്തിനപ്പുറം ഒരു വെളിംപ്രദേശമാണ്. അതിലൂടെ ഏറെക്കാലമായി പ്രകൃതി ശക്തികളുടെ ആഘാതമേറ്റുനിൽക്കുന്ന പത്തലുകൾ-അവ ചെടിക്കൊമ്പുകളും നാരുകളും ഉപയോഗിച്ചു നിലത്തു തറച്ചു നിർത്തിയിരുന്നു-ഉള്ള ഒരു ഇരട്ടവേലി കാണാം.

പത്തലുകൾക്കിടയിലായി അവിടെവിടെ മഞ്ഞിൽ പൊന്തിക്കാണുന്നത് വിജനമായ ഒരു വീഥിയുടെ അറ്റങ്ങളാണ്. അതിനടുത്ത് മനുഷ്യവാസമുണ്ട് എന്നാണ് ഇവ സൂചിപ്പിക്കുന്നത്. അലക്സിയുടെ ഹൃദയം ഒന്നു കുതിച്ചു. ഈ ഓണംകേറാമൂലയിൽ ജർമൻകാർ വന്നു പറ്റിയിരിക്കുമെന്നു വിചാരിക്കുവാൻ വയ്യ; അഥവാ അവരാണെങ്കിൽത്തന്നെ

അടുത്തു തന്റെ കൂട്ടരും ഉണ്ടാകും. അവർ തീർച്ചയായും ഒരു മുറിവേറ്റ ഭടന് അഭയംകൊടുത്ത് കഴിയുന്ന തരത്തിലെല്ലാം സഹായിക്കും.

തന്റെ അലഞ്ഞുതിരിച്ചിലിനു വേഗം ഒരു അവസാനമുണ്ടാക്കണമെന്നുദേശിച്ച് യാതൊരു വിശ്രമവുമില്ലാതെ അലക്സി മുന്നോട്ടുള്ള പ്രയാണമാരംഭിച്ചു. ശ്വാസം കിട്ടാതെ കിതച്ചുകിതച്ചുകൊണ്ടാണ് അയാൾ മുന്നേറിയിരുന്നത്. ഇടയ്ക്കെല്ലാം മുഖംപൊത്തി നിലത്തുവീഴും. ചില സമയത്ത് ക്ഷീണംകൊണ്ടു ബോധശൂന്യനാകും. തന്റെ അഭയസ്ഥാനമായേക്കാവുന്ന ആ ഗ്രാമം നല്ലതുപോലെ കാണാമെന്നു തോന്നിയ ഒരു കുന്നിൻപുറത്ത് എത്താൻ അയാൾ ധൃതിയിൽ ഇഴഞ്ഞു. ജനവാസസ്ഥലത്തേക്ക് എത്തിക്കിട്ടുവാനുള്ള ധൃതിയിൽ ആ വേലിയും മഞ്ഞിൽനിന്നു കുറെക്കൂടി വ്യക്തമായിക്കാണാവുന്ന ഗ്രാമവീഥിയുമൊഴികെ വേറെ മനുഷ്യപ്പെരുമാറ്റമുള്ളതിന്റെ ലക്ഷണങ്ങൾ കാണുവാനില്ല എന്ന കാര്യം അയാൾ വിസ്മരിച്ചിരുന്നു. അവസാനം അയാൾ ആ കുന്നിൻ മുകളിലെത്തി കിതച്ചു ശ്വാസം കിട്ടുവാൻ വേണ്ടി വാപൊളിച്ച് കണ്ണു തുറന്നുനോക്കി. അടുത്തക്ഷണത്തിൽ അയാൾ കണ്ണടച്ചു. അത്ര പൈശാചികമായ ഒരു ദൃശ്യമായിരുന്നു അയാളെ എതിരേറ്റത്.

വളരെ അടുത്തകാലംവരെ അത് ഒരുചെറിയ വന്യഗ്രാമമായിരുന്നു എന്നതിന് യാതൊരു സംശയവുമില്ല. കത്തിക്കരിഞ്ഞുപോയ വീടുകളുടെ മീതെയായി കുമിഞ്ഞുകിടക്കുന്ന മഞ്ഞിലൂടെ ഉയർന്നുനിൽക്കുന്ന ക്രമമില്ലാത്ത ചിമ്മിനികളുടെ വരിയിൽനിന്ന് ആ ഗ്രാമത്തിന്റെ ആകാരം എങ്ങനെയായിരുന്നുവെന്ന് ഊഹിക്കാം. അവിടെവിടെയായി തോട്ടങ്ങളും, ചുള്ളിക്കമ്പുകൾ കൊണ്ടുള്ള വേലികളും ജനലിനു സമീപമായി വളർന്നുനിന്നിരുന്ന 'റോവൻ' മരങ്ങളും കാണാം. ഇന്ന് അവ കത്തിക്കരിഞ്ഞ നിലയിൽ മഞ്ഞിൽ എഴുന്നുനിൽക്കുകയാണ്. തട്ടിനിരപ്പാക്കിയ കാട്ടിൽ മരക്കുറ്റികൾ നിൽക്കുന്നതുപോലെ ഒരു വിശാലമായ ഹിമാവൃത മൈതാനത്തു ചിമ്മിനികൾ തുറിച്ചുനിൽക്കുന്നുണ്ട്. അവയുടെ മധ്യഭാഗത്തായി യാതൊരു പൊരുത്തവുമില്ലാത്ത വിധത്തിൽ ഒരു കിണറും, അതിനടുത്ത് ഇരുമ്പുവാറിട്ടു കെട്ടിയ ഒരു മരബക്കറ്റും തൂങ്ങിക്കിടക്കുന്ന ഒരു കപ്പിയും കാണാമായിരുന്നു. തുരുമ്പുപിടിച്ച ചങ്ങലയിൽക്കിടന്ന് കാറ്റേറ്റ് അത് ആലോലമാടുകയാണ്. ഗ്രാമത്തിന്റെ പ്രവേശനദ്വാരത്തിൽ പച്ചപിടിച്ച ഒരു തോട്ടവേലിക്കരികെ ഭംഗിയുള്ള ഒരു കമാനവും അതിനടിയിൽ ഒരു ചെറിയ വാതിലും ഉണ്ട്. ആ വാതിൽ തുരുമ്പുപിടിച്ച വിജാഗിരിയിൽക്കിടന്ന് ഒരു കിരുകിരാരവം ഉതിർക്കുന്നുണ്ട്.

ഒരൊറ്റ മനുഷ്യനോ ഒരു ശബ്ദമോ ഒരു പുകക്കീറോ ഇല്ല. ഒരു മരുഭൂമി. മനുഷ്യവാസത്തിന്റെ ഒരു നേരിയ ലക്ഷണംപോലുമില്ല കുറ്റിക്കാട്ടിൽവെച്ച് അലക്സിയെ കണ്ടു പേടിച്ച ഒരു മുയൽ, തമാശ തോന്നിക്കുന്ന തന്റെ പിൻകാലുകൾ നീട്ടിയെറിഞ്ഞു ഗ്രാമത്തെ ലക്ഷ്യമാക്കി ഓടിപ്പോയി. ആ ചെറിയ ഗേറ്റിനു സമീപമെത്തിയപ്പോൾ കാലിൽ ഉറപ്പിച്ചിരുന്ന്, കൈ രണ്ടും പൊക്കിപ്പിടിച്ച്, ചെവി കൂർപ്പിച്ച് അത് ഉറ്റുനോക്കി.

സാധാരണമായ ഒരു ജീവി തന്റെ വഴിയിലൂടെ ഇഴഞ്ഞിഴഞ്ഞ് വരുന്നതു കണ്ടപ്പോൾ അത് ഒന്നു കുതറി. കരിഞ്ഞു വിജനമായ തോട്ടത്തിലൂടെ ചാടിയോടി മറഞ്ഞു.

യാന്ത്രികമായി അയാൾ മുന്നോട്ടുനീങ്ങി. ക്ഷൗരം ചെയ്യാത്ത അയാളുടെ കവിൾത്തടങ്ങളിലൂടെ വലിയ കണ്ണുനീർത്തുള്ളികൾ ഉരുണ്ടു മഞ്ഞിൽ വീണു. അയാൾ ഒരുനിമിഷം മുമ്പ് ആ മുയൽ ഇരുന്ന ഗേറ്റിനു സമീപമെത്തി. ഗേറ്റിൽ ബാക്കിയായിക്കണ്ട ഒരു പലകയുടെ അവശിഷ്ടത്തിന്മേൽ 'കിൻഡ്' എന്നെഴുതിയിട്ടുണ്ട്. ഈ പച്ചവേലിക്ക കത്ത് ഒരു കിൻടർ ഗാർഡൻ പാഠശാലയുടെ വൃത്തിയുള്ള അങ്കണമുണ്ടായിരുന്നുവെന്ന് ഊഹിക്കുവാൻ വലിയ വിഷമമില്ല. ഗ്രാമത്തിലെ ആശാരി പണിതിരുന്ന ചില ചെറിയ പീഠങ്ങൾ അവിടെവിടെയായി കാണാം. കുട്ടികളോടുള്ള വാത്സല്യംകൊണ്ട് ആ ഗ്രാമശില്പി അതെല്ലാം ചില്ലുകൊണ്ട് ഉരച്ചു മിനുസപ്പെടുത്തിയിരിക്കുന്നു. അയാൾ ഗേറ്റ് തള്ളിത്തുറന്ന് അകത്തുകടന്ന് ഇഴഞ്ഞ് ഒരു പീഠത്തിന്മേൽ കയറിയിരിക്കുവാൻ ഉത്സാഹിച്ചു. പക്ഷേ കുറേക്കാലമായി താഴെ വിലങ്ങനെ കിടന്നു ശീലിച്ചിരുന്ന അയാൾക്കു ബുദ്ധിമുട്ടി ഇരുന്നപ്പോൾ പുറത്ത് അസഹനീയമായ വേദന തോന്നി. വിശ്രമിക്കുവാനായി സാധാരണ ജന്തുക്കൾ ചെയ്യുന്നതുപോലെ അയാൾ ആ മഞ്ഞിൽ ചുരുണ്ടുകൂടിക്കിടന്നു.

അയാളുടെ ഹൃദയം വിഷാദനിർഭരമായിരുന്നു.

കറുത്ത മണ്ണ് തെളിയിച്ചുകൊണ്ട് ആ പീഠത്തിനു ചുറ്റുമുള്ള മഞ്ഞ് ഉരുകിത്തുടങ്ങി. മണ്ണിൽനിന്ന് ചൂടുള്ള നീരാവി പൊങ്ങിയിരുന്നു. അലിയുന്ന ഒരുപിടി മണ്ണ് അലക്സി ഉള്ളംകൈയിൽ എടുത്തു. വീടിന്റേയും തൊഴുത്തിന്റേയും നനവും മണവും ഉണ്ടായിരുന്ന അത്, അയാളുടെ വിരലുകൾക്കിടയിലൂടെ മെഴുകുപോലെ ഒലിച്ചുപോയി.

മനുഷ്യൻ ഇവിടെ താമസിച്ചിരുന്നു. വളരെ കാലങ്ങൾക്ക് മുമ്പ് അവർ പലപ്പോഴായി ഈ ഭൂമി ഇരുണ്ടവനത്തിൽ നിന്ന് വീണ്ടെടുത്തിരിക്കണം. മരപ്പലകകൊണ്ട് അവർ അത് ഉഴുതുമറിച്ച് കട്ട തട്ടിനിരത്തി, വളംചേർത്ത്, പുഷ്ടിപ്പെടുത്തിയിട്ടുണ്ടാകും. കാടിനോടും വന്യജന്തുക്കളോടുള്ള നിരന്തരസമരംകൊണ്ട് ക്ലേശഭൂയിഷ്ഠമായിരിക്കണം ആ ജീവിതം. അടുത്ത കൊയ്ത്തുവരെ ചെലവു വഹിച്ചുകൊണ്ടുപോകുവാൻ അവർ വളരെ ബുദ്ധിമുട്ടിയിരിക്കും. സോവിയറ്റ് ഭരണത്തിന്റെ കീഴിൽ, ഒരു കൂട്ടുകൃഷിയിടം സ്ഥാപിതമായപ്പോൾ നല്ലൊരു ജീവിതവും കൃഷിയായുധങ്ങളും സ്വയം പര്യാപ്തതയും അവർ സ്വപ്നം കണ്ടിരിക്കും. വില്ലേജ് ആശാരികൾ ഇവിടെ ഒരു കിൻഡർ ഗാർഡൻ നിർമിച്ചിരിക്കും. ചുവന്ന കവിൾത്തടങ്ങളോടുകൂടിയ കുട്ടികൾ ഓടിക്കളിച്ചിരിക്കും.പുറത്ത് ഹിമവാതം ആഞ്ഞടിക്കുമ്പോൾ ശീതകാല സായാഹ്നങ്ങൾ ചെലവഴിക്കുവാൻ ചൂടും സൗകര്യവുമുള്ള ഒരു ക്ലബും വായനശാലയും ഉണ്ടാക്കേണ്ട ആവശ്യകതയെപ്പറ്റി പുരുഷന്മാർ ചിന്തിച്ചിരിക്കണം. ഈ വനത്തിന്റെ ഉള്ളിലേക്കും വൈദ്യുതി കടന്നുവരുന്നത്

അവർ സ്വപ്നം കണ്ടിരിക്കും. പക്ഷേ, ഇന്നിവിടെ വന്യതയല്ലാതെ യാതൊന്നുമില്ല. അഭഗ്നമായ നിത്യനിശബ്ദത.

ഇക്കാര്യത്തെക്കുറിച്ച് കൂടുതൽ ചിന്തിക്കുതോറും അയാളുടെ മനസിന്റെ പ്രവർത്തനം കൂടുതൽ ഊർജസ്വലമായിത്തുടങ്ങി, വോൾഗാനദിയുടെ തീരത്തുള്ള ആ ചെറിയ ഗ്രാമം–അയാളുടെ കൺമുന്നിൽ ഉയർന്നുവന്നു. നഗരമാകെ പൊടിയും മണലും വിതറിക്കൊണ്ട് ഒരു തീക്ഷ്ണവാതം ശിശിരകാലത്തും വേനൽക്കാലത്തും അവിടെനിന്നു വീശും. അത് വീടുകളിലേക്ക് അടിച്ച് കിളിവാതിലിനടിയിലൂടെ കടന്നുവന്ന് മുഖത്ത് ചൊറിച്ചിലുണ്ടാക്കി പല്ലുകൾ കൂട്ടിക്കടിപ്പിക്കും. നദീ തീരത്തെ മണലും വഹിച്ചുകൊണ്ടുവരുന്ന ഈ കാറ്റിനെ വിളിക്കുന്നത് 'ക്യാംഷീൻമഴ' എന്നാണ്. തങ്ങളുടെ ശുദ്ധമായ വായുവിൽ നിറയെ മണ്ണു കലർത്തുന്ന ഈ കാറ്റ് തടയുവാൻ തലമുറകളായി ക്യാംഷീനിലെ നിവാസികൾ സ്വപ്നം കാണുകയാണ്. പക്ഷേ ഈ വക സ്വപ്നങ്ങൾ ഒരു സോഷ്യലിസ്റ്റ് രാജ്യത്തേ പ്രായോഗികമാവുകയുള്ളൂ. ആളുകൾ തമ്മിൽത്തമ്മിൽ ചർച്ച ചെയ്ത് ഈ കാറ്റിനും മണ്ണിനും എതിരായി ഒരു പ്രക്ഷോഭം തുടങ്ങി. എല്ലാ ഞായറാഴ്ചയും മഴുവും കൈക്കോട്ടും പിക്കാസുമായി അവിടത്തെ അബാലവൃദ്ധം ജനങ്ങൾ, ആ ഒഴിഞ്ഞ മൈതാനത്തിൽ എത്തിച്ചേരും. ക്രമേണ, അവിടെ ഒരു നല്ല തോട്ടം ഉയർന്നു. ചെറിയ വീഥികളുടെ അരികിലായി ചെറിയ ചെറിയ പോപ്ലാർ മരങ്ങൾ വെച്ചുപിടിപ്പിച്ചു. തങ്ങളുടെ സ്വന്തം ജനവാതിൽപ്പടിയിന്മേൽ വളരുന്ന പൂവണിച്ചെടികളെപ്പോലെത്തന്നെ ജനങ്ങൾ ഇവയ്ക്കും വെള്ളമൊഴിച്ചും തലകണ്ടിച്ചും ശുശ്രൂഷ നൽകി. ആ ചെറിയ തളിർപ്പുകൾ ഹരിതവർണം പൂണ്ട വനസന്തത്തിൽ വൃദ്ധരും ചെറുപ്പക്കാരും എത്രമാത്രം ആനന്ദിച്ചിരുന്നു എന്ന് അലക്സി ഓർമിച്ചു.പെട്ടെന്ന് സ്വദേശമായ ക്യാംഷീനിലെ വീഥികളിൽ ജർമൻകാർ കിടക്കുന്ന സ്ഥിതിയെപ്പറ്റി അയാൾ ആലോചിച്ചു. ജനങ്ങൾ വളരെ ശ്രദ്ധയോടെ വളർത്തിവന്ന ആ പോപ്ലാർമരങ്ങളെല്ലാംതന്നെ അവർ വിറകിന്റെ ആവശ്യത്തിനായി വെട്ടിവീഴ്ത്തും. അയാൾക്ക് ജന്മംകൊടുത്ത ഗ്രാമം പുകകൊണ്ട് മൂടും. തന്റെ വീടിരുന്ന സ്ഥലത്ത്, താൻ കളിച്ചു വളർന്ന സ്ഥലത്ത്, തന്റെ മാതാവ് ജീവിച്ചുവന്ന സ്ഥലത്ത് ഇതാ ഈ ദിക്കിൽ കാണുന്നതുപോലെ കനത്ത ഇരുട്ടിൽ പൂണ്ട ഒരു നഗ്നമായ ചിമ്മിനി മാത്രം അവശേഷിക്കും.

വേദനകൊണ്ടും വ്യസനംകൊണ്ടും അയാളുടെ ഹൃദയം തകരുകയായിരുന്നു.

അവരെ ഇതിൽനിന്ന് അപ്പുറം പോകുവാൻ അനുവദിച്ചു കൂടാ. ആ കാട്ടിൽ ശത്രുസൈന്യത്തിന്റെ മീതെയായി വീണുകിടക്കുന്ന റഷ്യക്കാരനെപ്പോലെ ദേഹത്തിൽ ജീവനുള്ളിടത്തോളംകാലം അവരോടു യുദ്ധം, യുദ്ധംതന്നെ ചെയ്യണം.

സൂര്യൻ മരങ്ങളുടെ ഊതനിറത്തിലുള്ള ശിഖരാഗ്രഹങ്ങളിൽ എത്തിക്കഴിഞ്ഞിരുന്നു അപ്പോൾ.

പണ്ട് ഒരു ഗ്രാമവീഥിയായിരുന്ന സ്ഥലത്തേക്ക് അലക്സി ഇഴഞ്ഞു ചെന്നു. ഒരു ചാരക്കൂമ്പാരത്തിൽനിന്ന് ശവങ്ങളുടെ നാറ്റം അടിച്ചിരുന്നു. കാടിനേക്കാളും ശൂന്യമായിത്തോന്നി അയാൾക്ക് ഈ വില്ലേജ്. പെട്ടെന്ന് അസാധാരണമായ ഒരു ശബ്ദം അയാളെ ജാഗരൂകനാക്കി. ആ വീഥിയുടെ അങ്ങേ അറ്റത്തായി ഒരു നായ. ചെവി മടങ്ങി, വൃത്തികെട്ട, ഒരു വീട്ടുപട്ടി 'ബോബിക്' 'സൂക്ക' എന്നീ സാധാരണവർഗങ്ങളിലൊന്നിൽപ്പെട്ട ഒരു ജന്തു. സാവധാനത്തിൽ മുരണ്ടുകൊണ്ട് അത് കൈപ്പള്ളകളിൽ താങ്ങിപ്പിടിച്ചിരുന്ന ഒരു കഷണം അളിഞ്ഞ മാംസത്തിൽ ശ്രദ്ധചെലുത്തുകയായിരുന്നു എറ്റവും ഇണക്കമുള്ളതാണെന്ന് വിശ്വസിക്കപ്പെടുന്ന–വീട്ടമ്മമാരുടെ നിരന്തരമായ ശകാരത്തിനും, തെരുവുപിള്ളേരുടെ ലാളനയ്ക്കും പാത്രമായ ആ ജന്തു അലക്സിയെ കണ്ടമാത്രയിൽ തന്നെ പല്ലിളിച്ചു മുരളാൻ തുടങ്ങി. അതിന്റെ കണ്ണുകൾ ജ്വലിക്കുന്നതു കണ്ടപ്പോൾ തന്റെ രോമങ്ങൾ എഴുന്നുനിൽക്കുന്നതായി അയാൾക്ക് അനുഭവപ്പെട്ടു. അയാൾ കൈയുറ വലിച്ചുകളഞ്ഞ് തോക്കെടുത്തു. അയാളുംനായും അന്യോന്യം തുറിച്ചുനോക്കിക്കൊണ്ടുനിന്നു. പെട്ടെന്ന് എന്തോ പൂർവ സ്മരണ ഉണർന്നതുപോലെ അത് ഒരു കുറ്റബോധത്തോടെ വാലാട്ടി. വാല് കാലിന്നടിയിൽ ഒതുക്കി, തന്റെ മാംസക്കഷണവുമായി അത് ചാരക്കൂമ്പാരത്തിനടിയിലേക്കുതന്നെ ഓടിപ്പോയി.

കഴിയുന്നതുംവേഗം അവിടെനിന്നും അകലണം. വെളിച്ചത്തിന്റെ അവസാനശകലങ്ങളുടെ സഹായത്തോടെ യാതൊരു വഴിയും ക്ലിപ്തപ്പെടുത്താതെ മഞ്ഞിലൂടെ ഉരുളുകതന്നെ. ഇപ്പോൾ സുവ്യക്തമായിക്കേട്ട പീരങ്കിവെടി ശബ്ദത്തെ ലക്ഷ്യമാക്കി അയാൾ മനസറിയാതെ തന്നെ കാട്ടിലേക്ക് ഇഴഞ്ഞു. കാന്തംപോലെ അത് അയാളെ ആകർഷിക്കുകയാണ്. അടുത്തേക്ക് അണയുന്തോറും അതിന്റെ ആകർഷണശക്തി വർധിച്ചുവരുന്നു.

XII

അങ്ങനെ അലക്സി ഒന്നോ രണ്ടോ മൂന്നോ ദിവസംകൂടി ഇഴഞ്ഞുനീങ്ങി. അയാൾക്ക് സമയബോധംതന്നെ നഷ്ടപ്പെട്ടുപോയിരുന്നു. എല്ലാം എന്തോ ഒരു സ്വയംപ്രേരിത യത്നത്തിന്റെ അഖണ്ഡശൃംഖലയിൽ വിലയംപ്രാപിച്ചിരിക്കുകയാണ്. ചിലപ്പോൾ ഉറക്കം–അഥവാ അബോധാവസ്ഥ–അയാളെ കീഴടക്കിയിരിക്കുന്നു. അയാൾ ഇഴഞ്ഞു നടക്കുമ്പോൾത്തന്നെ ഉറങ്ങിപ്പോകും; അയാളെ കിഴക്കോട്ടു വലിച്ചിഴയ്ക്കുന്ന ശക്തി അത്ര പ്രബലമാകയാൽ ഉറക്കത്തിലും അബോധാവസ്ഥയിലും, അയാൾ മുട്ടുകുത്തിയിഴഞ്ഞു. വല്ല മരത്തടിയിലോ കുറ്റിക്കാട്ടിലോ ചെന്ന് മുട്ടുമ്പോഴോ, കൈകൾ തെറ്റി മുഖമടച്ച് ഉരുകുന്ന

മഞ്ഞിൽ വീഴുമ്പോഴോ ആണ് ഉണരുക. കേന്ദ്രീകൃതമായ പ്രകാശം പോലെ. അയാളുടെ മനശ്ശക്തിയും അവ്യക്തമായ ചിന്തകളും എല്ലാം ഒരൊറ്റ ബിന്ദുവിൽ തറച്ചുനിൽക്കുകയാണ്, മുട്ടുകുത്തി–എന്തുതന്നെ വന്നാലും കിഴക്കോട്ട് മുന്നേറുക, മുന്നേറുക.

വഴിക്ക് സുബോധമുള്ള സമയത്ത് ഇനിയുമൊരു മുള്ളൻ പന്നിയെ കണ്ടുകിട്ടുമെന്ന ആശയാൽ അയാൾ എല്ലാ കുറ്റിക്കാടുകളും തപ്പിനോക്കി. അയാളുടെ ഇപ്പോഴത്തെ ഭക്ഷണം മഞ്ഞിന്നടിയിൽ കാണുന്ന പഴങ്ങളും പൂപ്പലും ആണ്. മഴയേറ്റ് നനഞ്ഞു വൈക്കോൽത്തുറുപോലെ പൊന്തിനിൽക്കുന്ന ഒരു വലിയ ചിതൽക്കൂട്ടം അയാൾ ആ കാട്ടിൽ കണ്ടു. ചിതലുകൾ ഉറങ്ങുകയായിരുന്നതിനാൽ ആ കൂട് നിർജീവമായിത്തോന്നി. അലക്സി മൃദുവായ ആ ദ്വാരത്തിലൂടെകൈകടത്തി, പൊന്തിച്ചപ്പോൾ അതുനിറയെ ചിതലുകൾ കടിച്ചു തൂങ്ങിക്കിടക്കുന്നതു കണ്ടു. വളരെ രുചിയോടെ അയാൾ ആ കീടജീവികളെ തിന്നാൻ തുടങ്ങി. വിണ്ടുകീറി ഉണങ്ങിയ ആ വായിൽ “ഫോർമിക് ആസിഡി'ന്റെ പുളിച്ച സ്വാദ് അനുഭവപ്പെട്ടു. വീണ്ടും വീണ്ടും അയാൾ ആ കുഴിയിലേക്ക് കൈകടത്തി. അപ്രതീക്ഷിതമായ ആ ആക്രമണം അവിടത്തെ ജീവജാലത്തെ മുഴുവൻ ഉണർത്തി.

വളരെ വാശിയോടെതന്നെ ആ ചെറുജീവികൾ ചെറുത്തുനിന്നു. അവ അലക്സിയുടെ കൈയിലും ചുണ്ടിലും നാക്കിലും എല്ലാം കയറിക്കടിച്ചു. അയാളുടെ വൈമാനിക വസ്ത്രത്തിന്റെ ഉള്ളിൽക്കടന്നുകൂടി ദേഹമാകെ കടിച്ചുതൂങ്ങി. പക്ഷേ ആ ചുട്ടുപുകച്ചിൽ ഒരു സുഖമായിരുന്നു. ഫോർമിക് ആസിഡിന്റെ പുളിരസം ഒരു പോഷകമരുന്നുപോലെ തോന്നി.അയാൾക്ക് ദാഹമുണ്ടായി.ആ പുൽപ്പരപ്പിൽ കലങ്ങിയ വെള്ളം നിറഞ്ഞ ഒരു കുഴികണ്ടു. അയാൾ വെള്ളം കുടിക്കാൻ അങ്ങോട്ടണഞ്ഞു. പൊടുന്നനെ അയാൾ ഞെട്ടി പിൻമാറി. അതിൽ പ്രതിബിംബിച്ചു കണ്ട നീലാകാശത്തിന്റെ പശ്ചാത്തലത്തിൽനിന്ന് അസാധാരണവും ബീഭത്സവുമായ ഒരു മുഖം അയാളെ എത്തിനോക്കുന്നുണ്ടായിരുന്നു. കറുത്ത തൊലികൊണ്ടു മൂടിയ നിറയെ വൃത്തികെട്ടരോമങ്ങൾ മുറ്റിനിൽക്കുന്ന ഒരു അസ്ഥികൂടത്തിന്റേതായിരുന്നു അത്. താഴ്ന്ന കൺകുഴിയിൽനിന്ന് വലിയ ഉരുണ്ട, പിണങ്ങിത്തിളങ്ങുന്ന കൃഷ്ണമണികൾ അയാളെ ഉറ്റുനോക്കി. വൃത്തിയായി സൂക്ഷിക്കാത്ത തലമുടി ജടപിടിച്ചു നെറ്റിയിൽ വീണുകിടക്കുന്നു.

'ഇതു ഞാൻ തന്നെയാണോ അലക്സി തന്നെത്താൻ ചോദിച്ചു. ഒരിക്കൽകൂടി അതിലേക്കു നോക്കുവാനുള്ള ഭയംകൊണ്ട് ജലപാനം വേണ്ടന്നുവെച്ചു. കുറെ മഞ്ഞിൻകണങ്ങൾ എടുത്തു വായിലേക്കിട്ട് പീരങ്കിധ്വനിയുടെ ബലവത്തായ ആ കാന്തശക്തിയാൽ ആകൃഷ്ടനായി അയാൾ വീണ്ടും പൂർവ്വ ദിക്കിനെ ലാക്കാക്കി മുട്ടുകുത്തി നീങ്ങി.

പൊട്ടിത്തെറികൊണ്ട് ചുറ്റും മഞ്ഞമണൽ കൂടിക്കിടന്നിരുന്ന ഒരു വലിയ ബോംബുവീണുണ്ടായ കുഴിയാണ് അയാൾ അന്നു രാത്രിയിലെ

വിശ്രമസങ്കേതമായി തിരഞ്ഞെടുത്തത്. അതിന്റെ അടിത്തട്ട് ചൂടുള്ളതും സുഖകരവുമായിരുന്നു. കാറ്റ് അതിന്റെ അകത്തേക്ക് കയറിവരുന്നില്ല. മുകൾച്ചുറ്റിൽനിന്ന് ഉതിരുന്ന മണലിനെ ഇളക്കിയതേയുള്ളു. അതിൽ കിടന്നു നോക്കിയാൽ നക്ഷത്രങ്ങൾക്ക് അസാധാരണ വലിപ്പമുള്ള തായും അവ തലയ്ക്കുമുകളിൽ തൂക്കിയിട്ടിരിക്കുന്നതായും തോന്നും. ആ നക്ഷത്രരാജിക്കു താഴെയായി വൃത്തികെട്ട ഒരു പൈൻമരക്കൊമ്പ് അങ്ങോട്ടും ഇങ്ങോട്ടും കാറ്റിൽ ഉലയുന്നതു കണ്ടാൽ ഒരു ഹസ്തം കീറത്തുണികൊണ്ട് ആ തിളങ്ങുന്ന തേജപു:ഞ്ജങ്ങളെ തുടച്ചു മിനു ക്കുകയാണോ എന്നു തോന്നും. പ്രഭാതത്തിനു മുമ്പു തന്നെ നല്ലതണു പ്പായി. കാട്ടിൽ മഞ്ഞിന്റെ നേരിയ ആവരണം തൂങ്ങിക്കിടന്നിരുന്നു വട ക്കുഭാഗത്തുനിന്ന് വെട്ടിത്തിരിഞ്ഞു ഊതിയിരുന്ന ഒരു കാറ്റ് ആ മൂടൽമ ഞ്ഞിനെ ഉറച്ച ഹിമമാക്കി മാറ്റി. നേരംതെറ്റി വെയിൽ അവസാനം വൃക്ഷ ക്കൊമ്പുകൾക്കിടയിലൂടെ താഴോട്ട് പതിച്ചപ്പോൾ മൂടൽമഞ്ഞ് ഹിമക്കട്ടി കൾകൊണ്ട് നിലം മുഴുവൻ മൂടി. ബോംബു കുഴികൾക്ക് മീതെയായി ആടിക്കൊണ്ടുനിന്നിരുന്ന വൃക്ഷക്കൊമ്പുകൾ ഇപ്പോൾ തുണിപിടിച്ച കൈപോലെയായിരുന്നില്ല. പ്രത്യുത, കാറ്റേൽക്കുമ്പോൾ വെട്ടിത്തിള ങ്ങുന്ന ചെറിയ ഞാത്തുകളോടുകൂടിയ ഒരു അതിശയമായ ഷാൻഡ്യാർ വിളക്കാണെന്നേ തോന്നൂ.

അത്യന്തം ക്ഷീണത്തോടെയാണ് അലക്സി ഉണർന്നതു തന്നെ. തന്റെ വൈമാനികവസ്ത്രത്തിന്റെ അകത്തു താൻ സംഭരിച്ചിരുന്ന പൈൻമരത്തൊലിപോലും തിന്നാൻ അയാൾക്കു തോന്നിയില്ല. ആരോ തലേരാത്രി മഞ്ഞിനോട് പശവച്ചൊട്ടിച്ചതുപോലെ തോന്നിയിരുന്ന തന്റെ ദേഹം വളരെ ബുദ്ധിമുട്ടിയതിനുശേഷമാണ് അയാൾക്ക് പൊന്തി ക്കുവാൻ സാധിച്ചത്. തന്റെ താടിയിൽനിന്നും മീശയിൽനിന്നും വസ്ത്ര ത്തിൽനിന്നും മഞ്ഞിൻകണങ്ങൾ തൂത്തെറിയുവാൻപോലും മെനക്കെ ടാതെ അയാൾ ബോംബുകുഴിയുടെ മറ്റേ അറ്റത്ത് കയറി നിൽക്കുവാൻ ശ്രമിച്ചു. രാത്രിസമയത്ത് മരവിച്ചിരുന്ന മണൽത്തട്ടിയിൽ അയാളുടെ കൈ വഴുക്കുവാൻ തുടങ്ങി. വീണ്ടും വീണ്ടും അയാൾ അതിൽനിന്ന് പുറത്തു കടക്കുവാൻ ഉത്സാഹിച്ചു. പക്ഷേ, ഓരോ പ്രാവശ്യവും അടി തെറ്റി അയാൾ താഴോട്ടു വീഴുകയാണുണ്ടായത്. പുറത്തു കടക്കുവാനു ള്ള അയാളുടെ ശ്രമങ്ങൾ ഒന്നിനൊന്ന് ദുർബലമായിത്തുടങ്ങി. അന്യസ ഹായംകൂടാതെ തനിക്കു അവിടെനിന്ന് എഴുന്നേറ്റ് രക്ഷപ്പെടുവാൻ സാധ്യമല്ലെന്നു ബോധ്യപ്പെട്ടപ്പോൾ അയാൾ അമ്പരന്നുപോയി. വഴു ക്കുന്ന അതിന്റെ ഭാഗത്തുകൂടി ഒന്നുകൂടി കയറിനോക്കാൻ ഇത് അയാ ളെ പ്രേരിപ്പിച്ചു. പക്ഷേ ദേഹംകുറച്ചു പൊന്തിക്കുവാനേ അയാൾക്കു കഴിഞ്ഞുള്ളു. നിസഹായതയോടെ ദുർബലനായി അയാൾ വീണ്ടും മറി ഞ്ഞുവീണു.

'ഇതാണ് അവസാനം. ഇനി ഒന്നും സാരമില്ല' അയാൾ ആ ബോംബുവീണ കുഴിയുടെ ഉള്ളിൽ ചുരുണ്ടുകൂടിക്കിടന്നു. അന്ത:കര

ണത്തെ തളർത്തി പൗരുഷഹീനമാക്കിത്തീർക്കുന്ന എന്തോ ആലസ്യം തന്നെ ബാധിക്കുന്നുണ്ട് എന്ന ഭയങ്കര ബോധത്തോടെ അയാൾ അവിടെ ചുരുണ്ടുകിടന്നു. സ്വസ്ഥമായി അയാൾ തന്റെ കുപ്പായത്തിൽനിന്നു ആ കീറിയ എഴുത്തുകൾ വലിച്ചെടുത്തു. പക്ഷേ അവ വായിക്കുവാനുള്ള ശക്തിയുണ്ടായിരുന്നില്ല അയാൾക്ക്. പൂവണിക്കുപ്പായം ധരിച്ച് മൈതാനത്തിലെ പുൽപ്പരപ്പിൽ ഇരിക്കുന്ന ആ യുവതിയുടെ പടം അതിന്റെ ഉറയിൽനിന്ന് വലിച്ചെടുത്തു ദു:ഖമഗ്നമായ ഒരു പുഞ്ചിരിയോടെ അയാൾ അവളോടു ചോദിച്ചു.

'ശരിയായ യാത്രാമൊഴിയാണോ ഇത്.' പെട്ടെന്ന് ഞെട്ടി, ആ ഫോട്ടോ കൈയിൽ പിടിച്ചുകൊണ്ട് അയാൾ തരിച്ചിരുന്നുപോയി. കാടിന്റെ വളരെ മുകളിൽ, ആ തണുത്തുമരവിച്ച അന്തരീക്ഷത്തിൽ, ഏതോ പരിചിതസ്വരം കേട്ടതുപോലെ അയാൾക്ക് തോന്നി.

പെട്ടെന്ന് അയാളുടെ ക്ഷീണഭാവമെല്ലാം പമ്പകടന്നു. ആ സ്വരത്തിൽ സവിശേഷതയൊന്നും ഉണ്ടായിരുന്നില്ല. മഞ്ഞണിഞ്ഞ മരാഗ്രങ്ങളുടെ നിരന്തരമായ മർമരധ്വനിയിൽ നിന്ന് ഏറ്റവും ശ്രവണകൂർമതയുള്ള വന്യമൃഗത്തിനുപോലും തിരിച്ചറിയാൻ കഴിയാത്തവിധത്തിൽ നേരിയതായിരുന്നു ആ ശബ്ദം. പക്ഷേ, അതിൽക്കേട്ട ഒരു ചൂളംവിളിയുടെ ശബ്ദത്തിൽനിന്ന് അതു താൻ സാധാരണ പറപ്പിക്കാറുള്ള 'ഇഷാചോക്' വിമാനത്തിന്റേതാണെന്ന് ഊഹിച്ചതു തികച്ചും ശരിയായിരുന്നു.

എഞ്ചിന്റെ ശബ്ദം അടുത്തടുത്തായി കേട്ടുതുടങ്ങി. വിമാനം അന്തരീക്ഷത്തിൽ കിടന്നു വളയുന്നതും തിരിയുന്നതും അനുസരിച്ച് ആ ശബ്ദം ചൂളംവിളിയുടെയും ഞരക്കത്തിന്റെയും രൂപം കൈക്കൊണ്ടിരുന്നു. ചാരനിറംപൂണ്ട ആകാശത്തിന്റെ വിദൂരതയിൽ അവസാനം അലക്സി സാവധാനത്തിൽ നീങ്ങുന്ന ഒരു കുരിശുരൂപം കണ്ടുപിടിച്ചു. അത് ഇടയ്ക്കിടെ ഊതനിറത്തിലുള്ള മേഘങ്ങൾക്കിടയിൽമറഞ്ഞും ഇടയ്ക്കിടെ അതിനുള്ളിൽ നിന്നു പൊന്തിവന്നും കൊണ്ടിരുന്നു. അതിന്റെ ചിറകിലുള്ള ചെമന്ന നക്ഷത്രങ്ങൾ അയാൾക്ക് കാണാമായിരുന്നു. തലയ്ക്കുനേരെ മുകളിലായി അത് ഒന്ന് 'ലൂപ്പ്' ചെയ്ത്, വെട്ടിത്തിരിഞ്ഞു പറന്നകന്നു. കാറ്റിൽ ആലോലമാടുന്ന തരുശിഖരങ്ങളുടെ മർമരധ്വനിയിൽ ക്രമേണ ആ മൂളൽ ശബ്ദം അമർന്നുപോയി. കുറെയധികം നേരത്തേക്ക് ആ നേരിയ ചൂളംവിളി കേൾക്കുന്നുണ്ട് എന്നു തോന്നി അലക്സിക്ക്.

അയാൾ താൻ കോക്പിറ്റിൽ ആണ് എന്നു സങ്കൽപ്പിച്ചു. ഒരു നിമിഷത്തിനകത്ത്, ഒരു സിഗരറ്റു വലിച്ചുതീർക്കാനുള്ള സമയത്തിന്നിടയ്ക്ക് അയാൾക്ക് കാട്ടിലുള്ള സ്വന്തം വിമാനത്താവളത്തിൽ എത്താം. ആരായിരിക്കും ആ വിമാനത്തിൽ ഒരുപക്ഷേ, പ്രഭാതത്തിലെ കാവൽപ്പറക്കലിനിറങ്ങിയ ആൻഡ്രിഡെക്ടിറെങ്കോവായിരിക്കും. ഈമാതിരിയുള്ള സമയത്ത്, അങ്ങകലെ വല്ല ശത്രുവിനെയും കണ്ടുമുട്ടും എന്ന

പ്രതീക്ഷയാൽ അയാൾ വളരെ ഉയരത്തിൽ പറക്കാറുണ്ട് ഡെക്ടിറെങ്കോ.....വിമാനം...എന്റെ സ്നേഹിതന്മാർ.

പുതിയ ഒരു ഉന്മേഷത്തിന്റെ ലഹരിയാൽ പ്രേരിതനായി അലക്സി ആ ബോംബിന്റെ കുഴിയുടെ മഞ്ഞണിഞ്ഞ മറുഭാഗത്തേക്കു നോക്കി. 'എനിക്ക് ഇതിലെ' കടന്നുപോകാൻ സാധ്യമല്ല. പക്ഷേ മരണവും കാത്ത് ഇവിടെ വെറുതെയിരിക്കുവാനും കഴിയുകയില്ല. അയാൾ ഉറയിൽനിന്ന് കഠാരി വലിച്ചെടുത്ത്, ആ കുഴിയുടെ മഞ്ഞുപുരണ്ട ഭാഗത്ത് ദുർബലമായ കൈകൊണ്ട് ഓരോ ചവിട്ടുപടിയായി വെട്ടിയെടുക്കുവാൻ ആരംഭിച്ചു. തന്റെ നഖംകൊണ്ട് ആ മരവിച്ച മണൽ എല്ലാം ചുരണ്ടിക്കളഞ്ഞു. വിരലുകൾ മുറിഞ്ഞു ചോരയൊലിക്കുവോളം അയാൾ ആ പണി ചെയ്തു. തളരാത്ത ഉന്മേഷത്തോടെ അയാൾ കഠാരികൊണ്ടുള്ള കൊത്തുപണി തുടർന്നു. പിന്നീട് കൈയും മുട്ടും ഉപയോഗിച്ച് ആ പടവുകളിൽ കൂടി പിടിച്ചുകയറി ഒരു വിധത്തിൽ ആ കൊത്തളത്തിലെത്തി. അതിൽ കമഴ്ന്നുകിടന്ന് ഉരുണ്ടിറങ്ങുക; എന്നാൽ അയാൾ രക്ഷപ്പെട്ടു. പക്ഷേ അയാളുടെ കാലുകൾവഴുക്കുകയാൽ കുത്തനെ താഴോട്ടു വീഴുകയാണ് ഉണ്ടായത്. അയാളുടെ മുഖം കഠിനമായി വേദനിക്കുമാറ് മഞ്ഞിൽ വന്നുലച്ചു. അയാൾക്കു ഭയങ്കരമായ മുറിവ് പറ്റിയെങ്കിലും, ആ വിമാനത്തിന്റെ മുരളിച്ച കാതിൽക്കിടന്ന് മുഴങ്ങുകയായിരുന്നു. അയാൾ വീണ്ടും ആ ഭാഗത്തുകൂടി പൊത്തിപ്പിടിച്ചുകയറി, വീണ്ടും ഉരുണ്ടടിച്ചു വീണു. പിന്നീട് താൻ ഉണ്ടാക്കിയ പടവ് ശ്രദ്ധാപൂർവം പരിശോധിച്ചതിനുശേഷം അയാൾ അതിനു വീതികൂട്ടുവാൻ തുടങ്ങി. മുകളിലുള്ളവയുടെ അറ്റം കൂർപ്പിക്കൽ കഴിഞ്ഞപ്പോൾ ക്ഷയിച്ചുകൊണ്ടിരുന്ന തന്റെ ശക്തി മുഴുവൻ സംഭരിച്ച് പതുക്കെപതുക്കെ കയറുവാൻ തുടങ്ങി.

അത്യന്തം ബുദ്ധിമുട്ടി അയാൾ ആ മണ്ണുമൂടിയ കൊത്തളത്തിൽക്കയറി അവിടെനിന്ന് നിസഹായനായി താഴോട്ട് ഉരുണ്ടു. പിന്നീട് അയാൾ വിമാനം പറന്നുപോയ വഴിയെ മുട്ടുകുത്തുവാൻ തുടങ്ങി. മഞ്ഞിനെ വിഴുങ്ങുന്ന മൂടലിനെ അകറ്റിമാറ്റി ഉറഞ്ഞമഞ്ഞിനെ സ്ഫടികകാശകലങ്ങൾ പോലെ തിളക്കിക്കൊണ്ട് ആ ഭാഗത്തുനിന്ന് സൂര്യൻ ഉയർന്നുവരുന്നുണ്ടായിരുന്നു.

XIII

അയാൾക്ക് മുട്ടുകുത്തുവാൻ വളരെ വിഷമമമായി. ദേഹത്തിന്റെ ശക്തി വഹിക്കുവാൻ നിവർത്തിയില്ലാതെ, അയാളുടെ കൈകൾ വിറച്ചുവിറച്ച് തളർന്നുവീണു. അനേകപ്രാവശ്യം, ഉരുകുന്ന മണ്ണിലേക്ക് അയാൾ മുഖമടിച്ചുവീണു. ഭൂമിയുടെ ആകർഷണശക്തി വർധിച്ചപോലെയും, തനിക്ക് അതിനോടെതിരിട്ടു നിൽക്കാനുള്ള ശക്തി പൊയ്പ്പോയപോലെയും അയാൾക്ക് തോന്നി. കുറച്ചുനേരം, ഒരു അരമണിക്കൂറെ

ങ്കിലും കിടന്നുറങ്ങാൻ നിയന്ത്രണാതീതമായ ഒരു മോഹമുണ്ടായി. പക്ഷേ, മുന്നോട്ടുപോകുവാനുള്ള ആവേശം ഒരു ഭ്രാന്തിന്റെ മട്ടായിരിക്കുന്നു. അയാൾ വീണ്ടും മുട്ടുകുത്തി വീണു. വീണ്ടും എണീറ്റ് വേദനയോ വിശപ്പോ ഗൗനിക്കാതെ, യാതൊന്നും കാണാതെ, പീരങ്കിയുടെയും യന്ത്രത്തോക്കിന്റെയും ശബ്ദംമാത്രം കേട്ടുകൊണ്ട് അയാൾ മുന്നോട്ടു മുട്ടുകുത്തി നീങ്ങി. അയാളെ താങ്ങാനുള്ള ശക്തി കൈപ്പടങ്ങൾക്കില്ലാതായപ്പോൾ കൈമുട്ടുകൾ കുത്തി അയാൾ മുന്നോട്ടു നീങ്ങി. അത് വളരെ വിജയകരമായിത്തോന്നി. ആയാസവും കുറവുണ്ട്. പക്ഷേ അത് ക്രമേണ തലചുറ്റൽ ഉളവാക്കി. ഇടയ്ക്കിടെ അയാളുടെ ബോധം മറഞ്ഞു. കാടും ആകാശവും വട്ടം തിരിയുന്നത് അവസാനിക്കും, പ്രവർത്തി മുടക്കാൻ അയാൾ പലപ്പോഴും നിർബന്ധിതനായി.

വൃക്ഷങ്ങളുടെ കൂട്ടം കുറഞ്ഞുതുടങ്ങി, ഇടയ്ക്കിടെ കാടു വെട്ടിത്തെളിച്ച ഭാഗങ്ങൾ പ്രത്യക്ഷമായി, വർഷകാലത്തുണ്ടാക്കിയ റോഡിന്റെ അറ്റം തെളിഞ്ഞു കണ്ടുതുടങ്ങി. സ്വജനങ്ങളുടെ അടുത്തേക്ക് എത്തുവാനുള്ള തന്റെ ശ്രമം വിജയകരമാകുമോ എന്നൊന്നും അലക്സി ഇപ്പോൾ ആലോചിക്കുന്നില്ല. അനങ്ങാനുള്ള ശക്തി അവശേഷിക്കുന്നിടത്തോളം മുന്നോട്ടു കയറുക അതായിരുന്നു അയാളുടെ തീരുമാനം. മാംസപേശികൾക്ക് അനുഭവപ്പെട്ടിരുന്ന കഠിനായാസംമൂലം അസ്തപ്രജ്ഞനാകുമ്പോഴും യാന്ത്രികമായി, വെടിനാദംകേൾക്കുന്ന പൂർവഭാഗത്തെ ലക്ഷ്യമാക്കി, അയാളുടെ ദേഹം അതി സങ്കീർണമായ തന്റെ ചുമതല നിർവഹിച്ചിരുന്നു.

എങ്ങനെയാണ് ആ രാത്രി കഴിച്ചുകൂട്ടിയത് എന്നോ പിറ്റേദിവസം കാലത്ത് എത്രത്തോളം മുന്നേറി എന്നോ അയാൾക്ക് നിശ്ചയമുണ്ടായിരുന്നില്ല. ഒരു അർധപ്രജ്ഞാവസ്ഥയുടെ മന്ദതയിൽ ആണ്ടുകിടക്കുകയായിരുന്നു എല്ലാം. മാർഗത്തിൽ താൻ തരണം ചെയ്ത വിഘ്നങ്ങളെക്കുറിച്ചയാൾക്ക് ഒരു മങ്ങിയ ഓർമയേ ഉണ്ടായിരുന്നുള്ളൂ. കടുംചുവപ്പു നിറം പൂണ്ട് കറയൊലിപ്പിച്ചുകൊണ്ടു കിടക്കുന്ന മുറിച്ചിട്ട സ്വർണവർണമായ ഒരു പൈൻമരത്തടി മരക്കൂമ്പാരങ്ങൾ, അറക്കപ്പൊടി, എല്ലാദിക്കിലും ചിതറിക്കിടക്കുന്ന മരപ്പൂളുകൾ, ഓരോ കൊല്ലത്തെ വളർച്ചയും മോതിരം മോതിരമായി കാണിച്ചുകൊണ്ടുള്ള ഒരു മരത്തടി ഇവയെക്കുറിച്ചെല്ലാം ഒരു അവ്യക്ത സ്മരണമാത്രം.

അസ്തപ്രജ്ഞാവസ്ഥയിൽ നിന്നും ഉണർത്തി സ്വബോധം കൊടുത്ത് എണീറ്റിരുത്തി, ചുറ്റും നോക്കിച്ചത് അയാൾ കേട്ട അസാധാരണമായ ഒരു ശബ്ദമാണ്. സൂര്യപ്രകാശത്തിൽ മുങ്ങിക്കിടന്നിരുന്ന വെള്ളകളയാത്ത അനേകം മരങ്ങളും തടികളും ചിതറിക്കിടക്കുന്ന ഒരു വലിയ കാട് വെട്ടിത്തെളിച്ച സ്ഥലത്താണ് അയാൾ ഇപ്പോൾ. അകലെ വിറകുകെട്ടുകൾ വൃത്തിയായി അടുക്കിയിട്ടുണ്ട്. മധ്യാഹ്ന സൂര്യൻ ഉച്ചസ്ഥാനനായിരിക്കുന്നു. മരക്കറയുടെയും "കോണിഫർ" ചൂടുപിടിക്കുന്നതിന്റെയും തീക്ഷ്ണഗന്ധവും മഞ്ഞിന്റെ തണുപ്പും വായുവിൽ മുറ്റി

നിന്നിരുന്നു. മഞ്ഞ് മുഴുവനും ഒലിച്ചുപോയിട്ടില്ലാത്ത മണ്ണിന്റെ മുകളിലെവിടേയോ, ഒരു വാനംപാടി തികഞ്ഞ ആത്മാർഥതയോടെ ലളിതഗാനങ്ങൾ പൊഴിക്കുന്നുണ്ടായിരുന്നു. വർണനാതീതമായ ഒരു ഭയസംഭ്രാന്തിയിൽ ചകിതനായി അയാൾ ആ വെട്ടി വെളുപ്പിച്ച കാടു മുഴുവൻ ഒന്നു പരിശോധിച്ചു നോക്കി. അതൊരു പുതിയ സ്ഥലമായിരുന്നു. എന്നാൽ, അത് ഉപേക്ഷിക്കപ്പെട്ട് വിജനമായിക്കിടന്നിരുന്ന ലക്ഷണമൊന്നും ഉണ്ടായിരുന്നില്ല. അടുത്ത കാലത്താണ് ഈ മരങ്ങളെല്ലാം മുറിച്ചിട്ടുള്ളത്. വെള്ളവെട്ടാത്ത മരത്തിലെ കൊമ്പുകളെല്ലാം പച്ചയായിരിക്കുന്നു. തേൻപോലുള്ള മരക്കറ ഇപ്പോഴും ഒലിക്കുന്നുണ്ട്. അവിടവിടെ ചിതറിക്കിടക്കുന്ന മരപ്പൂളിൽ നിന്നും പുത്തൻതോലിൽനിന്നും ഒരു നവ്യഗന്ധം ഉതിർന്നിരുന്നു. അതുകൊണ്ട് ആ വെളിയിടം സജീവമായിരുന്നു. ഒരുപക്ഷേ, തങ്ങളുടെ പ്രകാരവലയത്തിനും സൈനികാഛാദനത്തിനും ആവശ്യമായ മരത്തടികൾ ജർമൻകാർ ഇവിടെനിന്നായിരിക്കും സംഭരിച്ചിരിക്കുക. അങ്ങനെയാണെങ്കിൽ കഴിയുന്നതും വേഗം ഇവിടെനിന്നും കടക്കുകയാണ് നല്ലത്. എന്തെന്നാൽ ഏതു നിമിഷത്തിലും ആ തടിവെട്ടുകാർ കടന്നു വന്നേക്കും മന്ദവും കഠിനവുമായ വേദനകൊണ്ട് ചങ്ങലയ്ക്കിട്ട ആ ദേഹം സ്തംഭിച്ചുപോയിരിക്കുന്നു. അനങ്ങാനുള്ള ശക്തിപോലും അവശേഷിച്ചിട്ടില്ല.

വീണ്ടും മുട്ടുകുത്തി നീങ്ങണമോ? കാട്ടിലെ ഈ ജീവിതകാലത്ത് പരിചരിച്ചിരുന്ന ആ വാസനാവൈഭവം അയാളെ ജാഗരൂകനാക്കി നിർത്തി. ഒന്നും കണ്ടില്ലെങ്കിലും ജന്തുസഹജമായ ബോധംകൊണ്ട് അയാൾ മനസിലാക്കി. ആരോ തന്നെ അവിശ്രമം ശ്രദ്ധിക്കുന്നുണ്ട് എന്ന വസ്തുത. ആരായിരിക്കും അത്. വനമാകെ പ്രശാന്തമായിരിക്കുന്നു. മുകളിൽ എവിടെയോ വാനമ്പാടി ഗാനമുതിർക്കുന്നുണ്ട്. മരംകൊത്തിപ്പക്ഷി മരങ്ങൾ കൊത്തുന്നതിന്റെ പൊള്ളയായ ശബ്ദവും, വെട്ടിവീണ മരങ്ങളുടെ ചാഞ്ഞകൊമ്പുകൾക്കിടയിൽ പറന്നു നടക്കുന്ന ടോംടിറ്റുകളുടെ കോപംകലർന്ന ചിലയ്ക്കലും വ്യക്തമായി കേൾക്കാം. പക്ഷേ ഇതൊക്കെയാണെങ്കിലും, ആരോ തന്നെ വീക്ഷിക്കുന്നുണ്ട് എന്ന അറിവ് അയാളുടെ സർവനാഡികളിലൂടെയും പാഞ്ഞുകൊണ്ടിരുന്നു.

ഒരു ചില്ലു ഞെരിയുന്ന ശബ്ദംകേട്ട് അയാൾ ചുറ്റുംനോക്കി. അനേകം ചെറിയ പൈൻമരങ്ങളുടെ ചുരുണ്ട തലപ്പുകൾ വായുവിൽ ആടിക്കളിക്കുന്നുണ്ട്. പക്ഷേ, വേറെ ചില കൊമ്പുകൾ സ്വതന്ത്രമായി ചലിക്കുന്നത് അയാൾ കണ്ടു. അവയുടെ ചലനം മറ്റുള്ളവയോടൊപ്പമായിരുന്നില്ല. ഇടയ്ക്ക് പരിഭ്രമിച്ച ചില സ്വരങ്ങൾ; മനുഷ്യരുടെ പിറുപിറുക്കൽ കേട്ടുവെന്ന് അയാൾക്കു തോന്നി. അന്നു നായയുമായി എതിരിട്ടപ്പോൾ ഉണ്ടായതുപോലെ അയാളുടെ ഓരോ രോമവും എഴുന്നേറ്റുനിന്നു.

ഉത്തരക്ഷണത്തിൽ തന്റെ പൊടിയണിഞ്ഞ, തുരുമ്പു പിടിച്ച തോക്ക് വ്യോമയാനവസ്ത്രത്തിന്നടിയിൽനിന്നു വലിച്ചെടുത്ത് അയാൾ ഉന്നം പിടിച്ചു. അതു ചെയ്യുവാൻ രണ്ടു കയ്യും ഉപയോഗിക്കേണ്ടിവന്നു.

അതിന്റെ 'ക്ലിക്ക്' എന്ന ശബ്ദം പൈൻമരക്കൊമ്പുകളിൽ ഇരുന്നിരുന്ന ആരെയോ ഞെട്ടിച്ചു എന്നു തോന്നുന്നു ആരോ ചെന്ന് ഇടിച്ചതുപോലെ പൈൻമരക്കൊമ്പുകൾ ഒന്നു കുടുങ്ങി. വീണ്ടും എല്ലാം പഴയതു പോലെ ശാന്തതയവലംബിച്ചു.

"എന്താണിത്, മനുഷ്യനോ മൃഗമോ" അലക്സി ആത്മഗതം ചെയ്തു. ആരോ "ഷെലോവക്" (മനുഷ്യനാണോ ഇത്) എന്നു ചോദിക്കുന്നത് അയാൾ കേട്ടു. സ്വന്തം ഭാവനയാണോ ഇത്, ആരോ റഷ്യൻഭാഷയിൽ സംസാരിക്കുന്നതു യഥാർഥത്തിൽ താൻ കേട്ടുവോ, എന്ത്, അത് റഷ്യൻ ഭാഷയാണല്ലോ. അതു റഷ്യൻ ആണ് എന്നുള്ളതുകൊണ്ടു മാത്രം അയാൾ ആനന്ദംകൊണ്ടു മത്തുപിടിച്ച പോലെയായി. ശത്രുവോ മിത്രമോ എന്നറിയുവാൻ പോലും മെനക്കെടാതെ വിജയകരമായ ഒരു അട്ടഹാസത്തോടെ ആ ശബ്ദംകേട്ട ദിക്കിനെ ലക്ഷ്യമാക്കി പായുവാനാഞ്ഞു. പക്ഷേ, ആരോ തള്ളിവീഴ്ത്തിയതുപോലെ തോക്കും, താഴെയിട്ട് അയാൾ ആ മഞ്ഞിൽ തകർന്നുവീണു.

XIV

എഴുന്നേൽക്കുവാൻ ഉദ്ദേശിച്ചു നടത്തിയ ആ നിഷ്പ്രയോജനമായ ശ്രമത്തെ തുടർന്നുണ്ടായ വീഴ്ചമൂലം അയാൾ അസ്തപ്രജ്ഞനായി. പക്ഷേ, അത്യാസന്നമായ അപകടത്തെക്കുറിച്ചുള്ള ഭീതി വേഗംതന്നെ അയാളെ ബോധവാനാക്കി. ആ പൈൻമരക്കൂട്ടത്തിൽ ആരോ ഒളിച്ചിരിക്കുന്നുണ്ട് എന്നത് തീർച്ചയാണ്. തന്നെ ശ്രദ്ധിച്ചുകൊണ്ട് അവർ അന്യോന്യം പിറുപിറുക്കുന്നുണ്ട്.

അയാൾ കൈകുത്തി എഴുന്നേറ്റ്, മഞ്ഞിൽ വീണുപോയ തോക്കെടുത്ത് ആരുംകാണാതെ സമീപംതന്നെ സൂക്ഷിച്ച് അവിടെ കാത്തിരുന്നു അടുത്തുള്ള അപകടം അബോധാവസ്ഥയിൽ നിന്ന്, അയാളെ തികച്ചും വിമോചിപ്പിച്ചിരിക്കുന്നു. നല്ല സൈഥര്യത്തോടുകൂടിയാണ് അയാളുടെ മനസ് പ്രവർത്തിക്കുന്നത്. ആരായിരിക്കും അവിടെ. ഒരു പക്ഷേ ജർമൻസൈന്യത്തിൽപ്പെട്ടവരുടെ നിർബന്ധം മൂലം വിറകു ശേഖരിക്കുവാൻവേണ്ടി വന്നവരായിരിക്കുമോ അല്ലെങ്കിൽ തന്നെപ്പോലെ കെണിയിൽപ്പെട്ട വല്ല റഷ്യക്കാരും ആയിരിക്കും. ജർമൻ അണിമുറിച്ച്, സ്വജനങ്ങളുടെ അടുത്തെത്തുവാൻ അവർ പരിശ്രമിക്കുന്നുണ്ടാകും, അടുത്തു താമസിക്കുന്ന വല്ല കൃഷിക്കാരും ആയിരിക്കുമോ. എന്തുതന്നെയായലും "ഷെലോവക്" എന്ന് അയാൾ വ്യക്തമായി കേട്ടതാണ്.

മുട്ടുകുത്തി മരവിച്ച ആ കൈയിലിരുന്ന് തോക്ക് വിറച്ചിരുന്നു. എന്തുതന്നെയായാലും ശേഷിച്ച വെടിയുണ്ടകൾ പരമാവധി ഉപയോഗിക്കണമെന്നുതന്നെ അയാൾ തീരുമാനിച്ചു.

അതേസമയത്ത്, ആവേശഭരിതമായ ഒരു കുഞ്ഞുശബ്ദം ആ മരങ്ങൾക്കിടയിൽനിന്നു കേട്ടു.

"ഹേയ്, നിങ്ങൾ ആരാണ്. ജർമനോ."

അസാധാരണമായ ഈ വാക്കുകൾ അലക്സിയെ ശ്രദ്ധാലുവാക്കി. തീർച്ചയായും ഇതു വിളിച്ചു പറഞ്ഞത് ഒരു റഷ്യക്കാരനാണ്; സംശയമില്ല ഒരു കുട്ടിയുമാണ്.

"നിങ്ങൾ എന്താണിവിടെ ചെയ്യുന്നത്?" വേറെ ഒരു ബാലശബ്ദം ആരാഞ്ഞു.

"നിങ്ങൾ ആരാണ്?" അലക്സി തിരിച്ചടിച്ചു. പെട്ടെന്ന് തന്റെ ശബ്ദത്തിന്റെ ദുർബലതയും ക്ഷീണവും മനസിലാക്കിയതോടെ അയാൾ സംസാരം നിർത്തി.

ആ ചോദ്യം മരത്തിനിടയിൽ ചില അമ്പരപ്പുകൾ ഉണർത്തി. അതിനകത്തുള്ളവർ, അവരാരായാലും, ചില ചർച്ചകൾ നടത്തുകയാണ്, അതിനെത്തുടർന്നു കുറെ ആംഗ്യങ്ങളും എന്തെന്നാൽ ആ മരക്കൊമ്പുകൾ ഭയങ്കരമായി ഉലഞ്ഞു ആടുന്നുണ്ടായിരുന്നു.

"ഹേയ് കളിനിർത്തൂ. നിങ്ങൾക്കു ഞങ്ങളെ വിഡ്ഢികളാക്കാനൊന്നും സാധിക്കുകയില്ല. അഞ്ചുനാഴിക അകലത്തുനിന്നുപോലും എനിക്ക് ഒരു ജർമൻകാരനെ തിരിച്ചറിയാൻ കഴിയും. നിങ്ങൾ Doitch ആണോ."

"നിങ്ങൾ അരാണ്?"

"എന്തിനാണ് അത് അറിയുന്നത് Nicht Fershckl ഞാൻ റഷ്യക്കാരനാണ്."

"നിങ്ങൾ കളിപ്പിക്കുകയാണ്. എന്റെ കണ്ണു പൊട്ടിപ്പോകട്ടെ! ഞാൻ പറയുന്നു നിങ്ങൾ റഷ്യനല്ല എന്ന്. നിങ്ങൾ ജർമൻകാരനാണ്."

"ഞാൻ റഷ്യനാണ്. റഷ്യൻ. ഒരു വൈമാനികൻ. ജർമൻകാർ എന്നെ താഴെ വീഴ്ത്തി."

അലക്സി എല്ലാ മുൻകരുതലും കാറ്റിൽ പറപ്പിച്ചു. അയാൾക്കു ബോധ്യമായി, തന്റെ സ്വന്തം ആളുകൾ, റഷ്യക്കാർ, സോവിയറ്റ്ജനങ്ങളാണ് ആ മരത്തിന്നടിയിൽ ഉള്ളത് എന്ന്. അവർ അയാളെ വിശ്വസിക്കുന്നില്ല. അത് സ്വാഭാവികമാണുതാനും. യുദ്ധം ഒരാൾക്ക് മുൻകരുതൽ എടുക്കുവാനുള്ള പ്രചോദനം നൽകുന്നു. യാത്ര പുറപ്പെട്ടതിൽപ്പിന്നെ ആദ്യമായാണ് ഇത്ര തകർന്നുപോയ ഒരു ഭാവം അയാളിൽ ഉദിക്കുന്നത്. അയാളുടെ കൈയിനും കാലിനും അനങ്ങാനോ അയാളെ രക്ഷിക്കാനോ ഉള്ള ശക്തിയില്ല. അയാളുടെ കുഴിഞ്ഞുകറുത്ത കവിൾത്തടങ്ങളിലൂടെ കണ്ണുനീർ ധാരയായി ഒഴുകി.

"നോക്കൂ അയാൾ കരയുകയാണ്." മരത്തിനടിയിൽനിന്ന് ഒരു ശബ്ദം മുഴങ്ങി. "ഹേയ്, നിങ്ങളോടാണ്–എന്തിനാണ് കരയുന്നത്."

"ഞാൻ ഒരു റഷ്യക്കാരനാണ്. നിങ്ങളെപ്പോലുള്ള ഒരു റഷ്യക്കാരൻ–ഒരു വൈമാനികൻ."

"എന്നാൽ ഏതു വിമാനത്താവളത്തിൽ നിന്നാണ്."

"പക്ഷേ നിങ്ങൾ ആരാണ്."

"അത് എന്തിനറിയണം ചോദിച്ചതിന് ഉത്തരം പറയൂ."

"ചോൺചലോവ് വിമാനസങ്കേതത്തിൽനിന്ന്. എന്തുകൊണ്ട് നിങ്ങൾ എന്നെ സഹായിക്കുന്നില്ല പുറത്തേക്കു വരൂ ഇത് എന്തു നരകമാണ്."

കുറെക്കൂടി ഉദ്വേഗപൂർണമായ കൂടിയാലോചനകളും മന്ത്രിക്കലുമായിരുന്നു മരത്തിന്നടിയിൽ. അലക്സി വ്യക്തമായി ഈ വാക്കുകൾ കേട്ടു.

"പറയുന്നതു കേട്ടുവോ? ചോൺചലോവ് വിമാനത്താവളത്തിൽ നിന്നാണത്രെ. ചിലപ്പോൾ അയാൾ പറയുന്നത് വാസ്തവമായിരിക്കും."

ഉടനെ ഒരു ഉറച്ച ശബ്ദം കേട്ടു. "ഹേ വൈമാനികൻ–നിങ്ങൾ ആ തോക്കു വലിച്ചെറിയൂ, താഴെ ഇടൂ–ഞാൻ പറയുന്നു. അല്ലെങ്കിൽ ഞങ്ങൾ പുറത്തേക്കു വരുകയില്ല; ഓടിപ്പോകും."

അലക്സി തോക്കു വലിച്ചെറിഞ്ഞു. കൊമ്പുകൾ അകന്നുമാറി–ഒരൊറ്റ നിമിഷംകൊണ്ട് പറന്നകലാൻ തയ്യാറെടുത്ത ജിജ്ഞാസുക്കളായ രണ്ടു ടോംടിറ്റ് പക്ഷികളെപ്പോലെ അന്യോന്യം കൈകോർത്തു പിടിച്ചു കൊണ്ടു രണ്ടു കൊച്ചു കുട്ടികൾ അലക്സിയുടെ നേർക്ക് അടുത്തു. നീലനിറത്തിലുള്ള കണ്ണുകളും ചുരുളൻ മുടിയുമുള്ള മൂത്തകുട്ടി, തന്റെ അച്ഛന്റേതാണെന്ന് തോന്നുന്ന ഒരു വലിയ ഷൂസും, സ്ത്രീകളുടേതു പോലുള്ള ഒരു വലിയ ജാക്കറ്റും, ജർമൻകാരുടെ മാതിരിയുള്ള തൊപ്പിയും ധരിച്ചിരുന്നു. അവന്റെ കൈയിൽ ഒരു മഴുവും ഉണ്ടായിരുന്നു. ചെമന്നനിറവും മുഖത്തുനിറയെ പുള്ളികളുമുള്ള ചെറിയവൻ ജിജ്ഞാസ കൊണ്ടു തിളങ്ങുന്ന കണ്ണുകളോടെ മൂത്തവന്റെ തൊട്ടുപിന്നിൽനിന്നു പിറുപിറുത്തു.

"അയാൾ കരയുകയാണ് ശരിക്കും കരയുകയാണ്. എന്തു പോലെ ചടച്ചിരിക്കുന്നു. വെറും എല്ലും തൊലിയും മാത്രം."

മഴു പിടിച്ചിരുന്ന കുട്ടി അലക്സിയുടെ സമീപമെത്തി തോക്കു ചവിട്ടിത്തെറിപ്പിച്ചുകൊണ്ടു ചോദിച്ചു:

"നിങ്ങൾ ഒരു വൈമാനികൻ ആണ് എന്നു പറഞ്ഞുവല്ലോ. വല്ല കടലാസുമുണ്ടോ കൈയിൽ; ഞങ്ങൾ ഒന്നു കാണട്ടെ."

"ഇവിടെ ആരാണു ഉള്ളത്. ജർമൻകാരോ നമ്മുടെ ആൾക്കാരോ." തന്റെ വിഷമാവസ്ഥ മറന്ന്, ഒരു പുഞ്ചിരിയോടെ അലക്സി ആരാഞ്ഞു.

"ഈ കാട്ടിൽ ജീവിക്കുന്ന എനിക്ക് എങ്ങനെ അറിയാം. ആരും ഒന്നും തന്നെ എന്റെ അടുക്കൽ പറയാറില്ല." ജ്യേഷ്ഠൻ തികഞ്ഞ നയതന്ത്രജ്ഞതയോടെ പറഞ്ഞു.

അലക്സിക്ക് അടിക്കുപ്പായത്തിനടിയിൽ കൈയിട്ട് തന്റെ സർട്ടിഫിക്കറ്റുകൾ എടുക്കുകയല്ലാതെ ഗത്യന്തരമുണ്ടായിരുന്നില്ല. ചെമപ്പു സൈനികോദ്യോഗസ്ഥന്റെ നക്ഷത്രാങ്കിതമായ പോക്കറ്റുബുക്കിന്റെ കാഴ്ച ആ കുട്ടികളിൽ ഒരു ഇന്ദ്രജാലത്തിന്റെ ഫലമാണ് ഉണ്ടാക്കിയത്. ജർമൻ അധിനിവേശത്തോടെ നിർബന്ധപൂർവം ഉപേക്ഷിക്ക

പ്പെട്ട ആ കൗമാരം തിരിച്ചുവന്നപോലെയായി ആ കുട്ടികൾക്കു ചെമ്പ യിൽ പ്പെട്ട ഈ ഉദ്യോഗസ്ഥനെക്കണ്ടപ്പോൾ. പിന്നെ വർത്തമാനം പറ യുവാനുള്ള ത്വരയിൽ അവർ അന്യോന്യം മത്സരിക്കുകയായിരുന്നു.

"അതെ, അതെ. നമ്മുടെ ആൾക്കാർതന്നെയാണ് ഇവിടെ. മൂന്നു ദിവസമായി അവർ ഇവിടെ എത്തിയിട്ട്."

"എന്താണ് നിങ്ങൾ ഇങ്ങനെ ചടച്ചിരിക്കുന്നത്."

"നമ്മുടെ ആളുകൾ നല്ലപോലെ പോരാടി; ഓടിച്ചില്ലേ മറ്റവരെ. ഇവിടെ എന്തൊരു ഭയങ്കരയുദ്ധമായിരുന്നു. ഒരുപാടുപേർ, അനേകം, അനേകംപേർ വധിക്കപ്പെട്ടിട്ടുണ്ട്–അവർ ഓടി–ഹായ്, ഓടുന്നതു കാണുവാൻ എന്തൊരു തമാശയായിരുന്നു. ഒരു വണ്ടിയുടെ പിന്നിൽ ഒരു കളിത്തൊട്ടി കെട്ടിവച്ച് അതിൽ കയറിയാണ് ഒരുത്തൻ ഓടിരക്ഷ പ്പെട്ടത്. ഒരുത്തൻ ഒരു കുതിരപ്പുറത്ത്, ഒരു പ്രഭുവിന്റെ മട്ടിൽ കയറി ഓടിച്ചുപോയപ്പോൾ, മുറിവേറ്റ രണ്ടുപേർ അതിന്റെ വാലിന്മേൽ തൂങ്ങി ക്കിടക്കുന്നുണ്ടായിരുന്നു. ഹായ് നിങ്ങൾ അതു കാണേണ്ടതായിരുന്നു. എവിടെവെച്ചാണ് നിങ്ങളെ അവർ വീഴ്ത്തിയത്."

കുറെനേരം വർത്തമാനംപറഞ്ഞിരുന്ന് കുട്ടികൾ ധൃതികൂട്ടാൻ തുട ങ്ങി. അവർ പറഞ്ഞത് അവരുടെ ആൾക്കാർ അഞ്ചു കിലോമീറ്റർ അകലെ താമസിക്കുന്നുണ്ടെന്നാണ്. കുറെക്കൂടി സൗകര്യമായവിധത്തി ൽ മലർന്നുകിടക്കുവാൻവേണ്ടി ഒരു വശത്തേക്ക് ഒന്നു തിരിയുവാൻ പോലും അശക്തനായിരുന്നു അലക്സി. ജർമൻകാരുടെ വിറകുശേഖര ണസ്ഥലമെന്ന് അവർ വിളിക്കുന്ന ആ കാട് വെളുപ്പിച്ച സ്ഥലത്തേക്ക് വിറകു കയറ്റുവാൻ അവർ കൊണ്ടുവന്ന 'സ്ലീ' അലക്സിയെ കയറ്റു വാൻ കഴിയാത്ത വിധത്തിൽ തീരെ ചെറുതായിരുന്നു. അതുമല്ല പെരു മാറിയിട്ടില്ലാത്ത മഞ്ഞിന്റെ മേലെകൂടി അത് വലിച്ചുകൊണ്ടുപോകുവാ നുള്ള ശക്തിയും അവർക്കുണ്ടായിരുന്നില്ല മൂത്തവനായ സെർയോങ്ക അനുജൻ ഫെഡ്കയെ കഴിയുന്നതും വേഗത്തിൽ സഹായികളേയും കൂട്ടി തരിച്ചുവരുവാൻ പറഞ്ഞ് ഗ്രാമത്തിലേക്കയച്ചു. യഥാർത്ഥത്തിൽ ഉള്ളു തുറന്ന് അലക്സിയെ വിശ്വസിക്കാത്ത അയാൾ പറഞ്ഞത് ജർമൻകാർ വരാതെ താൻ അലക്സിക്കു കാവലിരിക്കാമെന്നാണ്. ആർക്കും ഒരിക്കലും നിശ്ചയിച്ചുകൂടാ. അയാൾ ആത്മഗതം ചെയ്തു. 'ഈ ജർമൻകാർ ഒരസാധാരണവിധത്തിലുള്ളവരാണ്. അവർക്കു മരി ക്കാൻപോകുകയാണ് എന്നു നടിക്കുവാൻ വിഷമമില്ല; ചിലപ്പോൾ ചെമപ്പു സൈന്യത്തിന്റെ കടലാസുകൾപോലും കൈവശം കാണും. ക്രമേണ അയാളുടെ ഭയമെല്ലാം നീങ്ങി സ്വതന്ത്രമായി സംസാരിക്കുവാൻ തുടങ്ങി.

ആ കുട്ടിയുടെ കഥ കേട്ടും കേൾക്കാതെയും അലക്സി പൈൻമര ച്ചില്ലകളുടെ മൃദുവായ ശയ്യയിൽ കണ്ണുകൾ പകുതി അടച്ചു മയങ്ങിക്കി ടന്നു. അയാളുടെ ദേഹമാസകലം വ്യാപിച്ചുതുടങ്ങിയ വിശ്രമോന്മുഖ മായ ഒരു തളർച്ചയുടെ മയക്കത്തിൽ കുറെ വിടുവാക്കുകൾ മാത്രമേ

അയാളുടെ മനസിൽ പതിഞ്ഞുള്ളൂ. എന്താണ് പറയുന്നത് എന്ന് ശരിക്കും മനസിലായിരുന്നില്ല എന്നാലും തന്റെ മാതൃഭാഷയുടെ ശബ്ദം അയാളിൽ അവാച്യമായ ഒരു ആനന്ദം വളർത്തി. ഒടുവിലാണ് 'പ്ലാപ്നി ഗ്രാമത്തിലെ നിവാസികൾക്ക് പിണഞ്ഞ ആപത്തിനെപ്പറ്റി അയാൾ അറിഞ്ഞത്.

കഴിഞ്ഞ ഒക്ടോബറിൽ--ബർച്ചുമരങ്ങൾ മഞ്ഞദലങ്ങളും, ആസ്പൽമരങ്ങൾ പൈശാചികമായ ഒരു കടുംചുവപ്പണിഞ്ഞു നിന്നിരുന്ന സമയത്തുതന്നെ ജർമൻകാർ ഈ കാട്ടിലും, ലേക് ഡിസ്ടിക്ടിലും കടന്നുവന്നു. പ്ലാപ്നിയുടെ അടുത്ത പ്രദേശത്തെങ്ങും യുദ്ധമുണ്ടായിരുന്നില്ല വില്ലേജിൽ നിന്നു പടിഞ്ഞാട്ട് ഏകദേശം മുപ്പതുകിലോമീറ്റർ അകലെയായി, സുശക്തമായ ഒരു ടാങ്ക് മുന്നണിപ്പടയുടെ സഹായത്തോടെ, ജർമൻകാർ ധൃതിയിൽ അവിടെ ഒരു പ്രതിരോധനിര ഉറപ്പിച്ചിരുന്ന ചുവപ്പുസൈന്യത്തെ തോൽപ്പിച്ചു. പിന്നീട് അവ റോഡിന്റെ ഒരു ഭാഗത്തായി കിടക്കുന്ന തടാകത്തിന്റെ മറവിൽ കിഴക്കോട്ടു നീണ്ടുകിടന്നിരുന്ന പ്ലാപ്നി ഗ്രാമത്തിനു ചുറ്റുമായി തമ്പടിച്ചു. പടിഞ്ഞാറും വടക്കുപടിഞ്ഞാറും ഉള്ള അണികളുമായുള്ള നടത്തം വിഛേദിക്കുമാറ് ഒരു വലിയ റെയിൽവേ ജംഗ്ഷനായ 'ബോളോണി'ൽ എത്തി അത് പിടിച്ചടക്കുവാനായിരുന്നു അവർക്കു തിടുക്കം. നഗരത്തിലേക്കുള്ള പ്രവേശനദ്വാരത്തിന്റെ വളരെ അകലെയായി ഇവിടെ ഒരു രക്ഷാനിര പണിതെടുക്കുവാൻ ശ്രമിക്കുകയായിരുന്നു. "കാൽനീനിൻ" പ്രദേശത്തെ സർവജനങ്ങളും വൃദ്ധരും ബാലരും സ്ത്രീകളും കുട്ടികളും കർഷകരും എല്ലാത്തരം തൊഴിലാളികളും എല്ലാ പ്രായക്കാരും യോജിച്ചുനിന്ന്, മഴയത്തും വെയിലത്തും രാവും പകലും വ്യത്യാസമില്ലാതെ, ചതുപ്പുനിലത്ത് തണുപ്പും കൊതുകടിയും വൃത്തികെട്ട വെള്ളവും സഹിച്ചുകൊണ്ട് പണിയെടുക്കുകയായിരുന്നു. വനാന്തരങ്ങളിലെ ചതുപ്പുനിലങ്ങളിലൂടെ, ചെറിയ അരുവികളുടെ തടങ്ങളിൽകൂടെ നൂറു കിലോമീറ്ററുകൾ നീണ്ടുകിടന്നിരുന്നു ആ കോട്ട.

അത് പണിതെടുത്തവരുടെ പ്രയത്നം അതിഭയങ്കരമായിരുന്നു. പക്ഷേ അവരുടെ ശ്രമം പാഴായില്ല. ആദ്യത്തെ ചില നിരോധനമേഖലകളിലൂടെ, ജർമൻകാർക്ക് ഒരൊറ്റയടിക്കു കടക്കുവാൻ സാധിച്ചുവെങ്കിലും ഒടുവിലത്തെ ചില ദുർഗങ്ങൾ അവരുടെ മുന്നേറ്റത്തെ കാര്യക്ഷമമായി തടുത്തുനിർത്തി നിലയുറപ്പിച്ച സമരമായിരുന്നു അതിനുശേഷം. ബോളോണിലേക്ക് പ്രവേശിക്കുവാൻ ജർമൻകാർക്ക് സാധ്യമായില്ല. ആക്രമണത്തിന്റെ ശക്തി തെക്കോട്ടുമാറ്റി, അവിടെ നിന്നു നിരോധനനിര തകർത്ത് ഉള്ളിലേക്ക് പ്രവേശിക്കുവാനായി അവരുടെ അടുത്ത ശ്രമം.

മണൽനിറഞ്ഞ ചളിപിടിച്ച വയലിൽനിന്നു കിട്ടുന്ന ക്ലിഷ്ടമായ ആഹാരസാധനങ്ങളുടെ കുറവ് പരിഹരിക്കാനായി കാട്ടിലെ തടാകങ്ങളിൽ നിന്ന് ധാരാളം മത്സ്യംപിടിച്ചു ജീവിച്ചിരുന്ന പ്ലാപ്നിയിലെ കർഷക

ജനത സമരം കഴിഞ്ഞുവെന്നു വിചാരിച്ച് സന്തോഷാശ്വാസങ്ങളോടെ ഇരിക്കുകയായിരുന്നു. ജർമൻകാരുടെ കൽപ്പനയനുസരിച്ച് അവരുടെ “കാൽക്കോസിലെ” (കൂട്ടുകൃഷിയിടം) ചെയർമാനെ അവർ ഗ്രാമുഖ്യൻ എന്നു നാമകരണം ചെയ്തു. എന്നുമെന്നും ഈ സോവിയറ്റുഭൂമിയിൽ ജർമൻകാരുടെ ഉപദ്രവമുണ്ടാകുകയില്ലല്ലോ; യുദ്ധകൊടുങ്കാറ്റിന്റെ കെടുതി കഴിഞ്ഞാൽ ഇവിടെ സമാധാനപൂർവം താമസിക്കാമെന്ന വിശ്വാസത്തോടെ അവർ കൂട്ടുകൃഷി സമ്പ്രദായംതന്നെ തുടർന്നുകൊണ്ടുപോന്നു. പക്ഷേ, ഊതനിറത്തിലുള്ള യൂണിഫോറംധരിച്ച ജർമൻകാരെ പിൻതുടർന്ന്, തലയോടിന്റേയും പിണച്ച അസ്ഥിയുടേയും രൂപംപിടിപ്പിച്ച തൊപ്പിയും, കറുത്ത വസ്ത്രവിധാനവുമുള്ള ഒരു കൂട്ടർ പ്രവേശിച്ചു. അനുസരിക്കാത്തപക്ഷം കഠിനമായി ശിക്ഷിക്കും എന്ന ഭീഷണിയോടെ, അവർ പ്ലാപ്നിയിലെ നിവാസികളോട്, ജർമനിയിൽ പോയി എന്നും പണിയെടുക്കുവാൻ പതിനഞ്ചു സന്നദ്ധഭടന്മാരെ സജ്ജമാക്കി അയക്കണമെന്ന് ആവശ്യപ്പെട്ടു. വില്ലേജിന്റെ അറ്റത്തുള്ള ഇപ്പോൾ മത്സ്യശേഖരണത്തിനായി ഉപയോഗിക്കുന്ന ആ “കാൽക്കോസ്” ആഫീസിൽ എല്ലാവരും എത്തിച്ചേരണമെന്നായിരുന്നു കൽപ്പന. അത്യാവശ്യം വേണ്ട അടിയുടുപ്പ്, സ്പൂൺ, ഫോർക്ക്, കത്തി, പത്തുദിവസത്തേക്കുള്ള ഭക്ഷണം എന്നിവയെല്ലാം അവർ കരുതുകയും വേണം. പക്ഷേ നിശ്ചിതസമയത്ത് ഒരൊറ്റ കുട്ടിപോലും ഹാജരായില്ല. അനുഭവംകൊണ്ട് കരിയുടുപ്പുകാരായ ജർമൻകാർക്ക് ആരെങ്കിലും വന്നുചേരുമെന്നുള്ള പ്രതീക്ഷയും ഉണ്ടായിരുന്നില്ല. ഗ്രാമവാസികളെ ഒരു പാഠംപഠിപ്പിക്കണമെന്ന ഉദ്ദേശത്തോടെ ‘ഗ്രാമമുഖ്യ’നെന്ന് നാമകരണം ചെയ്യപ്പെട്ട, കൂട്ടുകൃഷിയിടത്തെ ചെയർമാനെയും, കിൻഡർഗാർടൻ സ്കൂളിലെ പ്രായംചെന്ന ഒരു മേട്രനായ ‘വെറോണിക്കഗ്രിഗോറിപ്നെയെയും രണ്ടു കൂട്ടുകൃഷിനേതാക്കന്മാരെയും യാദൃച്ഛികമായി കണ്ടെത്തിയ പത്തു കൃഷിക്കാരെയും അവർ പിടിച്ച് വെടിവച്ചു പുകച്ചു കളഞ്ഞു. ശവങ്ങളെ സംസ്കരിക്കുവാൻപോലും അവർ സമ്മതിച്ചില്ല. പിറ്റേദിവസം നിശ്ചിതസമയത്ത്, നിശ്ചിതസ്ഥലത്ത് സന്നദ്ധഭടന്മാർ ഹാജരായില്ലെങ്കിൽ ഗ്രാമവാസികളെയെല്ലാം ഇങ്ങനെ ചുട്ടുപൊടിക്കുമെന്ന് അവർ താക്കീതും നൽകി.

വീണ്ടും ഒരൊറ്റ വ്യക്തിയും നിർദിഷ്ടസ്ഥലത്തു ഹാജരായില്ല. പിറ്റേദിവസം എസ്സ് എസ്സ് ഡോണ്ടർകോമാൻഡ്രോ ക്യാമ്പിലെ ജർമൻകാർ വില്ലേജിലൂടെ നടന്നപ്പോൾ അവരെ അഭിമുഖീകരിച്ചത് ആളൊഴിഞ്ഞ വീടുകൾ മാത്രമായിരുന്നു. ചെറുപ്പക്കാരോ വൃദ്ധരോ ആയ മനുഷ്യജീവികളിൽ ഒരെണ്ണംപോലും ആ പ്രദേശത്തുണ്ടായിരുന്നില്ല. വീടും ഭൂമിയും നെടുനാളത്തെ പ്രയത്നം കൊണ്ട് ആർജിച്ചിരുന്ന സർവസമ്പാദ്യങ്ങളും കാലിക്കൂട്ടം മുഴുവനും അവിടെ ഇട്ടെറിഞ്ഞ് അക്കാലത്തു രാത്രി സാധാരണ കാണുന്ന മൂടൽമഞ്ഞിന്റെ മറപിടിച്ച്, യാതൊരടയാളവും പിന്നിൽ വിട്ടുപോരാതെ അവർ അപ്രത്യക്ഷരായിക്കഴിഞ്ഞി

രുന്നു. പതിനെട്ടു കിലോമീറ്റർ അകലെ, കാടിന്റെ ഉള്ളിൽ, മരങ്ങൾ വെട്ടിവീഴ്ത്തിയുണ്ടാക്കിയ ഒരു വെളിമ്പ്രദേശത്ത് ആ ഗ്രാമത്തിലെ അവസാനത്തെ മനുഷ്യജീവിയും എത്തിച്ചേർന്നിരുന്നു. തങ്ങളുടെ വാസത്തിന്നാവശ്യമായ ചെറുപാർപ്പിടങ്ങൾ കെട്ടിയുണ്ടാക്കിയതിനു ശേഷം പുരുഷന്മാരെല്ലാവരും 'പാർട്ടിസാൻ' ഭടന്മാരുടെകൂടെച്ചേർന്നു. സ്ത്രീകളും കുട്ടികളും വസന്തം വരുന്നതുവരെ അവിടെത്തന്നെ കൂടുവാൻ തീരുമാനിച്ചു. കീഴ്‌വഴങ്ങാത്ത ഈ ഗ്രാമം സോണർകൊർമാൻണോ ചുട്ടു നിലംപരിചാക്കി. "മരണമേഖല' എന്നവർ നാമകരണം ചെയ്ത ആ ഡിസ്രിക്ടിലെ എല്ലാ ഗ്രാമങ്ങൾക്കും അതു തന്നെയായിരുന്നു വിധി.

സെറിങാൺകു കഥ തുടർന്നു. "ഗ്രാമമുഖ്യൻ എന്നു വിളിക്കുന്ന "കാൽക്കോസ്" ചെയർമാനായിരുന്നു എന്റെ പിതാവ്. അവന്റെ വാക്കുകൾ ഒരു ചുവരിന്റെ മറ്റെ അറ്റത്തുനിന്നു വരുന്നതുപോലെയാണ് അലക്സിക്കു തോന്നിയത്. എന്നിട്ട് അവർ അദ്ദേഹത്തെ വധിച്ചുകളഞ്ഞു. എന്റെ മൂത്ത സഹോദരനും കൊല്ലപ്പെട്ടു. അദ്ദേഹം ഒറ്റകൈയനായിരുന്നു. ഒരിക്കൽ നെൽക്കളത്തിൽവെച്ച് ഒരു അപകടം പറ്റുകയാൽ ഒരു കൈ മുറിച്ചുകളയേണ്ടിവന്നു. ആകെ അവർ പതിനാറുപേരെ കശാപ്പു ചെയ്തു. ഞാൻ എന്റെ സ്വന്തം കണ്ണുകൊണ്ടുകണ്ടതാണ്. ഞങ്ങളെല്ലാം പുറത്തുവന്ന് ആ കാഴ്ച കാണണമെന്ന് നിർബന്ധമായിരുന്നു ജർമൻകാർക്ക്. അവരെനോക്കി എന്റെ അച്ഛൻ അലറി: 'പട്ടീടെ മക്കളെ നിങ്ങൾ ഇതിനനുഭവിക്കും.' നിങ്ങളുടെ കണ്ണുകളിൽനിന്ന് രക്തം ഉതിരും."

ക്ഷീണവും വ്യസനവും സ്ഫുരിക്കുന്ന വലിയ കണ്ണുകളും നല്ല തലമുടിയുമുള്ള ആ കൊച്ചുപയ്യന്റെ കഥ കേട്ടുകൊണ്ടിരിക്കാൻ അലക്സിക്ക് അസാധാരണമായ വികാരാവേശം ഉണ്ടായി. കനത്ത മൂടൽമഞ്ഞിലൂടെ താൻ ഒഴുകിപ്പോകുകയാണോ എന്നൊരു പ്രതീതി. മനുഷ്യനുസഹിക്കാവുന്നതിലധികം യാതനകൾക്കുപാത്രമായ ആ ദേഹം അമർത്താനാവാത്ത ഒരു ആലസ്യത്തിനധീനമായി. ഒരൊറ്റ വിരൽ പോലും അനക്കാൻ വയ്യാത്ത അവസ്ഥ വന്നു അയാൾക്ക്. രണ്ടുമണിക്കൂറിനുമുമ്പുവരെ മുട്ടുകുത്തുകയായിരുന്നു എന്ന വസ്തുത ഇപ്പോൾ വിശ്വസിക്കുക വയ്യ.

"അപ്പോൾ നിങ്ങൾ കാട്ടിലാണ് താമസിക്കുന്നത് അല്ലേ." ഉറക്കത്തിന്റെ പിടിയിൽനിന്നും കുതറിച്ചാടാൻ ശ്രമിച്ചുകൊണ്ട് കേൾക്കാൻ വയ്യാത്തവിധം നേരിയ സ്വരത്തിൽ ചോദിച്ചു.

"അതെ തീർച്ചയായും." അവിടെ ഞങ്ങൾ മൂന്നുപേരുണ്ട്, ഞാനും ഫെഡ്കയും അമ്മയും. 'ന്യൂഷ്ക' എന്ന ഒരു സഹോദരിയുമുണ്ടായിരുന്നു എനിക്ക്. അവൾ നീരുവന്നു വീർത്തു മരിച്ചുപോയി. എന്റെ താഴെയുള്ള സഹോദരനും മൃതിയടഞ്ഞു. ഇപ്പോൾ ഞങ്ങൾ മൂന്നുപേരുണ്ട്. ഇനി ജർമൻകാർ തിരികെ വരികയുണ്ടാവില്ല, ഉവ്വോ? എന്താണ് നിങ്ങളുടെ അഭിപ്രായം. എന്റെ മുത്തച്ഛൻ, അതായത് അമ്മയുടെ അച്ഛൻ–അ

ദ്ദേഹമാണ് ഇപ്പോഴത്തെ ചെയർമാൻ–പറയുന്നത് അവർ ഇനിയൊരിക്കലും വരികയില്ല എന്നാണ്. അദ്ദേഹം പറയുകയാണ്. 'മരിച്ചവൻ ശ്മശാനത്തിൽ നിന്നെഴുന്നേറ്റുവരാറില്ലല്ലോ എന്ന്' പക്ഷേ, അമ്മയ്ക്ക് ഇപ്പോഴും ഭയമാണ്. ഇവിടെനിന്ന് ഓടിപ്പോകണം അവർ ഇനിയും വന്നേക്കുമെന്നാണ് അമ്മയുടെ വിചാരം. അതാ മുത്തച്ഛനും ഫെഡ്കയും.

ചുവന്ന തലമുടിയുള്ള ഫെഡ്ക വെളിംപ്രദേശത്തിന്റെ അറ്റത്തുനിന്നുകൊണ്ട് അലക്സി കിടക്കുന്ന സ്ഥലം ചൂണ്ടിക്കാണിക്കയായിരുന്നു. വീട്ടിൽ ഉണ്ടാക്കുന്ന തുണികൊണ്ട് നെയ്ത ഒരു കീറിപ്പറിഞ്ഞ കോട്ട് അരയിൽ ചരടു കെട്ടി നീണ്ട ജർമൻ തൊപ്പി ധരിച്ച ഉന്നതകായനും ഉരുണ്ട ചുമലോടുകൂടിയവനുമായ ഒരു വൃദ്ധനും ഉണ്ടായിരുന്നു.

'മിഖായേൽ മുത്തച്ഛൻ' എന്നാണ് കുട്ടികൾ അയാളെ വിളിക്കുന്നത്. സാധാരണ വിഗ്രഹസ്റ്റാന്റുകളിൽ കാണുന്ന സെന്റ് നിക്കോളസിന്റേതുപോലെ സ്ഫുരിക്കുന്ന മുഖവും കുട്ടികളുടേതുപോലെ തെളിഞ്ഞു പ്രകാശിക്കുന്ന നേത്രങ്ങളും, കനംകുറഞ്ഞ മൃദുവായ നരച്ചുതുടങ്ങിയ താടിയും ഉണ്ടായിരുന്നു ആ വൃദ്ധന്. പല നിറങ്ങളും അനേകം തുന്നിക്കൂട്ടുകളുമുള്ള ഒരു രോമവസ്ത്രംകൊണ്ട് അയാൾ അലക്സിയുടെ ദേഹം മൂടി; ക്ഷീണിച്ചുതളർന്ന ആ ദേഹം അനായാസേന പൊക്കിയെടുക്കുന്നതിനിടയിൽ അയാൾ അകൃത്രിമായ അത്ഭുതത്തോടെ പിറുപിറുക്കുന്നുണ്ടായിരുന്നു.

"പാവം; പാവംകുട്ടി. ക്ഷയിച്ചുക്ഷയിച്ച് ഒന്നുമില്ലാതായല്ലോ. വെറും ഒരു അസ്ഥികൂടം മാത്രം! എന്തൊരനിഷ്ടങ്ങളാണ് ഈ യുദ്ധം വരുത്തിവയ്ക്കുന്നത്. ഹൊ,ഹൊ."

ഇപ്പോൾ പ്രസവിച്ചുവീണ ഒരു കൊച്ചുകുഞ്ഞിനെയെന്നപോലെ അതീവശ്രദ്ധയോടെ 'സ്ലീ'യിന്മേൽ കിടത്തി; ഒരു കയറുകഷണം കൊണ്ട് അതിനോടുകൂട്ടി ബന്ധിച്ച് ഒരു നിമിഷം ആലോചിച്ചുനിന്നതിനുശേഷം, തന്റെ കോട്ട് ഊരി, അതു ചുരുട്ടി അലക്സിയുടെ തലയ്ക്കു താഴെ വെച്ചുകൊടുത്തു. പിന്നെ സ്ലീയുടെ മുന്നിൽപോയി ചാക്കുകൊണ്ടുള്ള ഒരു ജീനി സ്വന്തം അരയിൽക്കെട്ടി അതുപോലുള്ള ഓരോന്നും കുട്ടികൾക്കും എറിഞ്ഞുകൊടുത്ത്, 'ദൈവം നമ്മുടെ കൂടെ ഉണ്ടാകട്ടെ' എന്നു പറഞ്ഞ് യാത്രയായി. കാൽക്കീഴിൽപ്പെട്ടു ഞെരിഞ്ഞു പറ്റിപ്പിടിക്കുന്ന ഉരുകിത്തുടങ്ങിയ മഞ്ഞിലൂടെ അവർ മൂന്നുപേരും അതു വലിച്ചുകൊണ്ടുപോയി.

XV

അടുത്ത മൂന്നു നാലുദിവസത്തേക്ക് താൻ ഏതോ കട്ടികൂടിയ, ചൂടുള്ള മൂടൽമഞ്ഞിൽ പെട്ടിരിക്കുകയാണോ എന്നു തോന്നിയിരുന്നു അയാൾക്ക്. എന്താണ് ചുറ്റും നടക്കുന്നത് എന്നതിനെക്കുറിച്ച് ഒരു അവ്യക്തചിത്രമേ അതിനിടയിൽ അയാൾക്കു കിട്ടിയിരുന്നുള്ളു. യാഥാ

ർഥ്യവും മാനസികവിഭ്രാന്തിയും കൂടി കെട്ടിപ്പിണഞ്ഞു കിടന്നിരുന്നു. ഒരുപാടുകാലം കഴിഞ്ഞതിൽപ്പിന്നീടു മാത്രമേ, യാഥാർഥ്യവും അതിന്റെ ശരിയായ രൂപത്തിൽ അയാൾക്കു മനസിലായുള്ളു.

ആരും കടക്കാത്ത ഒരു കാട്ടിനകത്തായിരുന്നു ആ അഭയാർഥികൾ താമസിച്ചിരുന്നത്. പൈൻമരക്കൊമ്പുകൾകൊണ്ടു മേഞ്ഞ അവരുടെ കുടിലുകൾ ഇപ്പോഴും മഞ്ഞുമൂടി തിരിച്ചറിയാൻ വയ്യാത്ത വിധത്തിൽ കിടക്കുകയാണ്. അവയിൽനിന്നു ഉയരുന്ന നീരാവി വെറും ഭൂമിയിൽ നിന്നു പൊങ്ങുന്നതായേ തോന്നുകയുള്ളൂ, കാറ്റില്ലാത്ത പുതുമയുള്ള ഒരു ദിവസമാണ് അലക്സി അവിടെ എത്തിയത്. പുക പൂപ്പലിൽത്തട്ടി വൃക്ഷങ്ങൾക്കിടയിലൂടെ സഞ്ചരിച്ചിരുന്നു. ആ സ്ഥലം അണയാറായ ഒരു കാട്ടുതീയിൽ പെട്ടപോലെയാണ് അലക്സിക്കു തോന്നിയത്. എല്ലാ നിവാസികളും പ്രധാനമായി വൃദ്ധന്മാരും കുട്ടികളും സ്ത്രീകളും ആൾ ആരാണ്, എങ്ങനെ വന്നുചേർന്നു, എന്നൊന്നും മനസിലാകാതെ ഫെഡ്കയുടെ ഭാഷയിൽ അസ്ഥിമാത്രനായ ഒരു സോവിയറ്റ് വൈമാനികനെ മിഖായൽ കൊണ്ടുവരുന്നു എന്ന വാർത്ത അറിഞ്ഞ ഉടനെ അവിടെ തടിച്ചുകൂടി. ആ 'ട്രോയ്ക' (മൂന്നു കുതിരകൾ നിരന്നുനിന്നു വലിക്കുന്ന ആ വണ്ടി) മരക്കൂട്ടത്തിനിടയിൽ കാണാറായപ്പോഴേക്കും സ്ത്രീകളെല്ലാം അതിന്റെ സമീപത്തേക്കു ഓടി. അവിടെ വട്ടംകൂടാൻ എത്തിയ കുട്ടികളെയെല്ലാം ആട്ടി ഓടിച്ച് ആ വണ്ടിയുടെ ചുറ്റുംനിന്ന് അലമുറയിട്ടുകൊണ്ട് സ്ത്രീകൾ അതിനെ അനുഗമിച്ചു. എല്ലാവരും ഉടുത്തിരുന്നത് കീറവസ്ത്രമാണ്. എല്ലാവർക്കും കണ്ടാൽ ഒരേ പ്രായമാണ് തോന്നുക. ചിമ്മിനിയില്ലാത്ത ആ കുടിലിലെ പുകയും കരിയും അവരുടെ മുഖത്ത് ഒരു കാളിമ ചേർത്തിരുന്നു. ചിരിക്കുമ്പോൾ അവരുടെ കറുത്ത മുഖത്ത് വെട്ടിത്തിളങ്ങിയിരുന്ന വെളുത്ത പല്ലിൽനിന്നും പ്രകാശിക്കുന്ന കണ്ണിൽനിന്നും മാത്രമേ ചെറുപ്പക്കാരെ തിരിച്ചറിയുവാൻ സാധിച്ചിരുന്നുള്ളൂ.

"പെണ്ണുങ്ങളെ, പെണ്ണുങ്ങളെ, എന്തിനാണ് നിങ്ങൾ ഇതിന്റെ ചുറ്റും ഇങ്ങനെ തടിച്ചുകൂടിയിരിക്കുന്നത്. തിയേറ്ററോ നാടകമോ ആണെന്ന് വിചാരിക്കുന്നുണ്ടോ? മിഖായേൽ തന്റെ കോളർ ഒന്നു പൊക്കി ദേഷ്യത്തോടെ വിളിച്ചു പറഞ്ഞു. ഈശ്വരനെ വിചാരിച്ച് ഒന്നു വഴിയിൽനിന്നു മാറൂ. ദൈവമേ ഇതൊരുകൂട്ടം മാടുകളെപ്പോലെയായല്ലോ!"

സ്ത്രീകളുടെ കൂട്ടത്തിൽ നിന്ന് അലക്സി ഇപ്രകാരം ചില ശബ്ദങ്ങൾ കേട്ടു 'ഹേ എന്തുമാതിരി ചടച്ചിരിക്കുന്നു! ശരിക്കും ഒരു എല്ലിൻകൂട്-അനക്കമില്ലല്ലോ. വാസ്തവത്തിൽ ജീവനുണ്ടോ? അയാൾ ബോധമറ്റു കിടക്കുകയാണ്. എന്തുപറ്റിയിരിക്കും ഈ പാവത്തിന്? എന്തുപോലെ ശോഷിച്ചിരിക്കുന്നു.'

കുറെ കഴിഞ്ഞപ്പോൾ വിസ്മയത്തിന്റേതായ പൊട്ടിത്തെറിക്കൽ ഒന്ന് അവസാനിച്ചു. അജ്ഞാതനായ ആ വൈമാനികൻ അനുഭവിച്ചി

രുന്ന ഭയങ്കരമായ കഷ്ടപ്പാടുകൾ ആ സ്ത്രീകളുടെ മനസ് ഉരുക്കി. ആ 'സ്ലീ' കാടിന്റെ അതിർത്തിയിലൂടെ അവരുടെ ഭൂഗർഭപാത്രത്തിലേക്കു നീങ്ങുമ്പോൾ ആരുടെ വീട്ടിലേക്കാണ് അലക്സിയെ താമസിപ്പിക്കേണ്ടത് എന്നതിനെക്കുറിച്ച് സ്ത്രീകളുടെയിടയിൽ ഒരു വഴക്കുതന്നെ നടക്കുകയാണ്.

"എന്റെ സ്ഥലം ഉണങ്ങിയതാണ്-നിറയെ മണലാണ് മണൽ-ധാരാളം വായുവും കിട്ടും. പോരാത്തതിന് എന്റെ കൈയിൽ ഒരു "സ്റ്റോവ്" ഉണ്ട്."

ഒരു ചെറുപ്പക്കാരൻ നീഗ്രോവിന്റേതുപോലുള്ള കൺവെള്ളയും ഉന്മേഷം തുളുമ്പുന്ന കൃഷ്ണമണികളും വട്ടമുഖമുള്ള ഒരു ചെറിയ സ്ത്രീയാണ് ഇങ്ങനെ വാദിച്ചത്.

"ഓ ഒരു സ്റ്റോവ്. നിങ്ങൾ എത്ര പേരാണ് അതിനുള്ളിൽ കഴിച്ചുകൂട്ടുന്നത്. അതിന്റെ വാസന ഒന്നുമാത്രം മതി ഒരുവനെ വേഗം സ്വർഗത്തിലേക്കയയ്ക്കാൻ. അയാളെ എന്റെ വീട്ടിലേക്ക് അയയ്ക്കൂ; മിഖായൽ. എന്റെ മൂത്ത പുത്രന്മാർ ചെമ്പടയിലുണ്ട്. എന്റെ പക്കൽ കുറെ മാവും ഇരിക്കുന്നുണ്ട്. ഞാൻ കേക്ക് ഉണ്ടാക്കിക്കൊടുക്കാം."

"വേണ്ട, വേണ്ട അയാളെ എന്റെ വീട്ടിലേക്ക് അയയ്ക്കണം. അവിടെ ധാരാളം സ്ഥലമുണ്ട്. ഞങ്ങൾ രണ്ടുപേരല്ലേ ഉള്ളൂ. കുറെ അധികം സ്ഥലം ബാക്കിയാണ്. നിങ്ങൾ കേക്ക് എന്റെ വീട്ടിലേക്കു കൊണ്ടുവന്നോളൂ, എവിടെവെച്ചതു തിന്നാലും വിരോധമില്ലല്ലോ. ഷ്യൂക്കയും ഞാനുംകൂടെ അയാളെ ശുശ്രൂഷിച്ചുകൊള്ളാം. അതിൽ നിങ്ങൾക്കു സംശയം തോന്നണ്ട. എന്റെ പക്കൽ കുറച്ചു തണുത്ത ബീറും വെളുത്ത കൂണും ഉണ്ട്. ഞാൻ കുറെ ചൗഘറും കൂണുകൊണ്ടുള്ള സൂപ്പും ഉണ്ടാക്കാം."

"ഒരു കാൽ ശ്മശാനത്തിൽ കുത്തിനിൽക്കുന്ന ആൾക്ക് "ചൗഘർ" കൊണ്ട് എന്തു പ്രയോജനം മുത്തച്ഛാ. അയാളെ എന്റെ സ്ഥലത്താക്കൂ. എനിക്ക് ഒരു പശുവുള്ളതുകൊണ്ട് അയാൾക്കു കുറേശെ പാൽകൊടുക്കുവാൻ സാധിക്കും."

ഭൂഗർഭഗ്രാമത്തിന്റെ നടുവിലായി സ്ഥാപിച്ചിട്ടുള്ള സ്വന്തം കുടിലിന്റെ മുറ്റത്താണ്, പക്ഷേ മിഖായേൽ സ്ലീ നിറുത്തിയത്.

ഭൂമിയിൽ കുഴിച്ചുണ്ടാക്കിയ ചെറിയ നനഞ്ഞ ഗുഹയിലെ ഒരു പത്തായത്തിലാണ് താൻ കിടക്കുന്നത് എന്ന് അലക്സിക്ക് ഓർമ വന്നു. ഇടയ്ക്കിടെ തീപ്പൊരി ചിതറുന്ന ചുമരിന്മേൽ തറച്ചിട്ടുള്ള ഒരു വിളക്കിൽനിന്നാണ് ആകെയുള്ള വെളിച്ചം വരുന്നത്. ജർമൻ പൈൻപലക കൊണ്ടു പണിത ഒരു മേശയുണ്ട്. അതിന്റെ ചുറ്റും സ്റ്റൂൾപോലെ, നിരവധി മരത്തടികൾ മണ്ണിൽ കുഴിച്ചിട്ടിട്ടുണ്ട്. വൃദ്ധസ്ത്രീയുടെ ഉടുപ്പും, കറുത്ത കൈലേസും ധരിച്ച ഒരു ചടച്ച സ്ത്രീ മേശമേൽ കുനിഞ്ഞു നോക്കിക്കൊണ്ട് നിൽക്കുന്നുണ്ട്. അതു മിഖായേൽ മുത്തച്ഛന്റെ ഒടുവിലത്തെ സ്നുഷയായ വാർവരയാണ്. നേർത്തു നരച്ച മുടിച്ചുരുളുകൾ

കൊണ്ടു വലയിതമായ മിഖായേലിന്റെ തലയും അവിടെ കാണാമായിരുന്നു.

ചതുരക്കള്ളികളുള്ള, ഒരു വൈക്കോൽക്കിടക്കയിലാണ് അയാൾ കിടക്കുന്നത്. സുഖകരമായ, പുളിച്ച, വീട്ടുമണം വമിക്കുന്ന ഒരു രോമക്കോട്ടുകൊണ്ട് അയാൾ പുതച്ചിട്ടുണ്ട്. കല്ലേറു കൊണ്ടതുപോലെ ദേഹമാസകലം വേദനിക്കുന്നുണ്ട്. ചുട്ടുപഴുത്ത ഇഷ്ടികക്കഷണങ്ങൾ കയറ്റിവെച്ചതുപോലെ കാലുകൾ ചുട്ടുനീറുന്നുണ്ട്. എന്നിട്ടും, നിശ്ചലമായി, താൻ സുരക്ഷിതനാണ് എന്ന ബോധത്തോടെ, മുട്ടുകുത്തേണ്ടതോ ചിന്തിക്കേണ്ടതോ ആയ യാതൊരു ആവശ്യവുമില്ലാതെ അങ്ങനെ കിടക്കുന്നതിൽ അയാൾക്ക് അമിതമായ ആഹ്ലാദം തോന്നി.

ആ കുടിലിന്റെ ഒരറ്റത്തു വെച്ചിരിക്കുന്ന നെരിപ്പോടിൽനിന്ന് ഊതനിറത്തിലുള്ള പുക കട്ടിപിടിച്ച്, കെട്ടിമറിഞ്ഞു തട്ടുവരെ മേലോട്ടുയരുന്നുണ്ട്. പക്ഷേ, പുക മാത്രമല്ല, മേശയും സ്റ്റൂളും എപ്പോഴും ധൃതിയിൽ എന്തെങ്കിലും ചെയ്തുകൊണ്ടിരിക്കുന്ന മിഖായേൽ മുത്തച്ഛന്റെ രജതനിറം പൂണ്ട തലയും വാർവരയുടെ ലോലഗാത്രവും എല്ലാം ആടി ഉലയുന്നപോലെയാണ് അലക്സിക്കു തോന്നിയത്. അയാൾ കണ്ണു മുറുകെ അടച്ചു. ജർമനിയുടെ കഴുകൻമുദ്ര തുന്നി പിടിപ്പിച്ചിട്ടുള്ള ചാക്കുമറ തൂങ്ങിക്കിടന്നിരുന്ന വാതിൽക്കൽ നിന്നു കടന്നുവന്ന ഒരു തണുത്ത കാറ്റ് തഴുകിയപ്പോൾ അയാൾ ഉണർന്നു. ഒരു സ്ത്രീ മേശയുടെ സമീപം നിന്നിരുന്നു. താൻ തന്നെമേശയിൽ വെച്ചിരുന്ന ഒരു സഞ്ചി, തിരിച്ചെടുത്താലോ എന്ന നിലയിൽ കൈയും നീട്ടി നിൽക്കുകയായിരുന്നു അവർ. ഒരു ദീർഘനിശ്വാസത്തോടെ അവൾ വാർവരയോടു പറയുകയാണ്;

"യുദ്ധത്തിനുമുമ്പ് എന്റെ കൈവശമുണ്ടായിരുന്ന കുറച്ചു 'സെമോലിനയാണ്' ഇത് ഞാൻ എന്റെ 'കോസ്റ്റ്ചുങ്കയ്ക്കുവേണ്ടി കരുതിയിരുന്നു. പക്ഷേ, ഇനി അവനു യാതൊന്നിന്റെയും ആവശ്യമില്ലല്ലോ. ഇതെടുത്ത് നിങ്ങളുടെ അതിഥിക്കു കുറച്ചു പായസമുണ്ടാക്കിക്കൊടുക്കൂ, ഇതു കുട്ടികൾക്കുള്ളതാണ്. ഇതുമാതിരി ലഘുവായ സാധനങ്ങളാണ് ഇയാൾക്കും ആവശ്യം."

ആ കുടിലുള്ള എല്ലാവരെയും സ്വന്തം ദു:ഖത്തിൽ പങ്കാളികളാക്കി ആ സ്ത്രീ തിരിച്ചുപോയി. ആരോ കുറെ മരവിച്ച 'ബീറും', ഒരു സ്ത്രീ അടുപ്പിൽവെച്ചു ചുട്ടെടുത്ത 'കേക്കും' കൊണ്ടുചെന്നിട്ടുണ്ടായിരുന്നു. പുതിയ അപ്പത്തിന്റെ ചൂടും പുളിച്ച വാസനയും ആ കുടിലിലാകെ വ്യാപിച്ചു.

സെരിയോങ്കയും ഫെഡ്കയും അപ്പോഴാണ് ആ മുറിയിലേക്കു കടന്നുവന്നത്. സെരിയോങ്ക ഒരു കർഷകന്റെ ഗൗരവത്തോടെ തന്റെ പൈലറ്റ് തൊപ്പി എടുത്തുമാറ്റി 'ഗുഡ്മോർണിങ്ങ്' എന്നു പറഞ്ഞ് പുകയിലയും ഉമിയും പറ്റിപ്പിടിച്ചു നിൽക്കുന്ന രണ്ടുകഷണം പഞ്ചസാര മേശമേൽ വെച്ചു പറഞ്ഞു.

"ഇത് അമ്മ തന്നയച്ചതാണ്. പഞ്ചസാര നിങ്ങൾക്ക് ഗുണകരമായി

രിക്കും; തിന്നോളൂ.” തികഞ്ഞ കാര്യഗൗരവത്തോടുകൂടി മിഖായലിന്റെ അടുക്കലേക്കു തിരിഞ്ഞ് ആ കുട്ടി തുടർന്നു: “ഞങ്ങൾ ആ പഴയസ്ഥലത്തു പോയിരുന്നു. ഒരു ഇരുമ്പുപാത്രവും, അധികം ചീത്തയാകാത്ത രണ്ടു കൈക്കോട്ടും ഒരു മഴുത്തലയും കണ്ടു. എന്തെങ്കിലും ആവശ്യമുണ്ടാകുമെന്നു വിചാരിച്ച് ഞങ്ങൾ അത് എടുത്തു” തന്റെ സഹോദരന്റെ പിന്നിലായി നിന്നിരുന്ന ഫെഡ്ക, മേശപ്പുറത്ത് ഇരുന്നിരുന്ന വെളുത്ത പഞ്ചസാര ആർത്തിയോടെനോക്കിനിന്ന്, വായിൽ ഊറിയവെള്ളം ഒരു ശബ്ദത്തോടെ ഇറക്കി.

വളരെ നേരം കഴിഞ്ഞ് സംഗതികളെപ്പറ്റി നല്ലപോലെ ആലോചിച്ചപ്പോഴേ, ആ ഗ്രാമവാസികൾ, തനിക്കു കൊടുത്തയ്ക്കുന്ന സാധനങ്ങളുടെ അമൂല്യത അലക്സിക്കു മനസിലായുള്ളൂ. ജനസംഖ്യയിൽ മൂന്നിൽ ഒന്ന്, കഴിഞ്ഞ മഴക്കാലത്ത് പട്ടിണിമൂലം മൃതിയടഞ്ഞിരുന്നു. ഒന്നോ രണ്ടോ അതിലധികമോ അംഗങ്ങളുടെ വേർപാടുമൂലം വേദനയനുഭവിക്കാത്ത ഒരൊറ്റ കുടുംബമില്ല ഇന്ന് ആ ഗ്രാമത്തിൽ!

“ഓ സ്ത്രീകൾ, സ്ത്രീകൾ, അവർ വിലമതിക്കാൻ വയ്യാത്തവരാണ്. അലക്സി, ഞാൻ പറയുന്നത് കേൾക്കുന്നുണ്ടോ. റഷ്യൻ സ്ത്രീകൾ വിലമതിക്കാൻവയ്യാത്ത നിധികളാണ്. അവരുടെ ഹൃദയതന്ത്രികളെ ഒന്നു തൊട്ടാൽമതി അവർ അവസാനത്തെ സമ്പാദ്യവും കൂടി ദാനം ചെയ്യും. ആവശ്യം വന്നാൽ സ്വന്തം ജീവൻപോലും അവർ ത്യജിക്കും. അതാണ് നമ്മുടെ വനിതകൾ. ഞാൻ പറയുന്നതു ശരിയല്ലേ? അലക്സിക്കുവേണ്ടി കൊണ്ടുവന്നിരുന്ന സാധനങ്ങൾ സ്വീകരിക്കുന്നതിനിടയിൽ മിഖായേൽ ഇങ്ങനെ പറയുമായിരുന്നു. അതും കഴിഞ്ഞ്, എന്താണ് കൈവശമുള്ള ജോലിയെന്നോ? കുതിര ജീനി നന്നാക്കുകയോ, കേടുവന്ന ബൂട്ടസ് ശരിയാക്കുകയോ ആണ്.”

“പ്രവർത്തിയുടെ കാര്യത്തിലും നമ്മുടെ സ്ത്രീകൾ പുരുഷന്മാരിൽ നിന്ന് ഒട്ടും താഴെയല്ല കേട്ടോ. വാസ്തവം പറഞ്ഞാൽ ഒന്നോ രണ്ടോ മടങ്ങു ഭേദമാണ് അവർ. പക്ഷേ, ഓ ഈശ്വരാ അവരുടെ നാക്ക്–അവർ ആ പെണ്ണുങ്ങൾ എന്നെ കൊല്ലും–അതെ സ്ത്രീകൾ എന്നെ കൊല്ലുമെന്നു തന്നെ ഞാൻ പറയുന്നു. എന്റെ അനീസ്യ മരിച്ചപ്പോൾ മഹാപാപിയായ ഞാൻ ആശ്വസിച്ചു, ‘ഈശ്വരാ ഇനിയെങ്കിലും അൽപ്പം സ്വൈര്യം കിട്ടുമല്ലോ’ എന്ന്. പക്ഷേ, നോക്കൂ, ദൈവം എന്നെ എന്തുമാതിരി ശിക്ഷിച്ചിരിക്കുന്നു! നമ്മുടെ പുരുഷന്മാരെയെല്ലാം സൈന്യത്തിൽ ച്ചേർന്നോ, പാർട്ടിസാൻമാരുടെ കൂടെ കൂടിയിട്ടോ ജർമൻകാരോടു പടവെട്ടുകയാണ്. എന്റെ മഹാപാപത്തിന്റെ ശക്തികൊണ്ട് ഇതാ, ഞാൻ ഈ സ്ത്രീകളുടെ നേതാവായി ചെമ്മരിയാട്ടിൻകൂട്ടത്തിലെ പട്ടിയെപ്പോലെ–ഓ–ഓ.”

തനിക്ക് അത്ഭുതകരമായിരുന്ന പലതും ആ കാനനവാസത്തിനിടയിൽ അലക്സി കണ്ടുപിടിച്ചു. പ്ലാപ്നി ഗ്രാമവാസികളുടെ വീടുകളും സമ്പാദ്യങ്ങളും ആയുധങ്ങളും വീട്ടു സാമാനങ്ങളും എല്ലാത്തരത്തി

ലുള്ള നേട്ടങ്ങളും തലമുറ തലമുറയായി ആർജിച്ചുവെച്ചിരുന്ന സർവ്വസ്വവും ജർമൻകാർ അപഹരിച്ചിരിക്കുന്നു. അവർ ഈ കാട്ടിൽ കഴിച്ചു കൂട്ടുന്നത് വളരെ കഷ്ടപ്പെട്ടാണ്. എന്നെങ്കിലും ജർമൻകാർ തങ്ങളെ കണ്ടുപിടിക്കുമെന്ന ഭീതിയാണ് അവർക്ക്. അവർ തണുപ്പുകൊണ്ട് വിറച്ചു പട്ടിണികിടക്കുകയാണ്. കൂട്ടുകൃഷി സമ്പ്രദായം മാത്രം ഇതുവരെ തകർന്നു പോയിട്ടില്ല. നേരെമറിച്ച് യുദ്ധത്തിന്റെ വൻകെടുതികൾ ജനങ്ങളെ ബലമായി അടുപ്പിച്ചു നിർത്തിയിരിക്കുന്നു. കുടിലുകൾപോലും അവർ പൊതുവായി നിർമ്മിച്ചു കൂലിക്കുകൊടുത്തിരിക്കുകയാണ്. കണ്ടമാനമല്ല ഫാമിൽ പണിയെടുക്കുന്ന കൂട്ടുകുടുംബാംഗങ്ങളുടെ അടിസ്ഥാനത്തിൽ തന്റെ മരുമകൻ മരിച്ചപ്പോൾ, മിഖായേൽ കാൽക്കോസിന്റെ ചെയർമാൻ സ്ഥാനം ഏറ്റെടുത്തു. കാട്ടിലാണെങ്കിലും, കൂട്ടുകൃഷി സമ്പ്രദായത്തിന്റെ മാമൂലുകൾ അദ്ദേഹം യഥാവിധി അനുഷ്ഠിച്ചു വന്നു. ഇപ്പോൾ അദ്ദേഹത്തിന്റെ നിയന്ത്രണത്തിൽ ആ കുറ്റിക്കാടിന്റെ മധ്യത്തിലുള്ള ഗുഹാഗ്രാമം വസന്തം വരുമ്പോഴേക്കും കൂട്ടം കൂട്ടമായി സംഘടിച്ചു തയാറെടുക്കുകയാണ്.

ആ വില്ലേജിലെ സ്ത്രീകൾ, പലായനംചെയ്തപ്പോൾ കൂടെ കൊണ്ടുവരാൻ കഴിഞ്ഞ ധാന്യത്തിന്റെ അവസാനത്തെ മണിപോലും പട്ടിണിയാണെങ്കിലും പൊതുവായ കുടിലിൽ കൊണ്ടുപോയി അളന്നിരുന്നു. ജർമൻകാരുടെ കൈയിൽ നിന്ന് രക്ഷപ്പെടുത്തുവാൻ സാധിച്ച പശുക്കളെയും കുട്ടികളെയും അവർ പരമാവധി ശ്രദ്ധയോടെ ശുശ്രൂഷിച്ചുവന്നു. പട്ടിണി കിടക്കുമ്പോഴും പശുക്കളെ കശാപ്പുചെയ്യാതിരിക്കുവാൻ അവർ ശ്രദ്ധിച്ചു. ജീവൻ അപകടത്തിലാകുമെന്ന് അവസ്ഥയിൽപ്പോലും അവരുടെ കുട്ടികൾ, വെന്തടിഞ്ഞ പഴയഗ്രാമത്തിൽ പോയി ചാരക്കൂമ്പാരങ്ങൾ നീക്കി, ചൂടുകൊണ്ടു നീലനിറം കയറിത്തുടങ്ങിയ കലപ്പകൾ കണ്ടുപിടിച്ചു. അവയെല്ലാം അവർ ഈ കാട്ടിനുള്ളിലേക്കു ചുമന്നുകൊണ്ടുവന്നു. ഉപയോഗിക്കാൻ പറ്റിയവയ്ക്കെല്ലാം മരം കൊണ്ട് പിടികൾ ഉണ്ടാക്കി പശുക്കളെ നുകത്തിൽ കെട്ടുവാനുള്ള ഉപകരണങ്ങൾ ചാക്കുചരടുകൾകൊണ്ടു സ്ത്രീകൾ പണിതുണ്ടാക്കി. തണുപ്പുകാലത്തു ഗ്രാമവാസികൾക്കു ഭക്ഷണം നൽകാൻ സ്ത്രീകൾ തന്നെ ഓരോ കൂട്ടമായി തിരിഞ്ഞ് കാട്ടിലെ തടാകങ്ങളിൽപ്പോയി മത്സ്യം പിടിച്ചുകൊണ്ടുവന്നു.

മിഖായേൽ മുത്തച്ഛൻ ഈ പെണ്ണുങ്ങളെപ്പറ്റി പിറുപിറുക്കുകയും മുറുമുറുക്കുകയും ചെയ്തിരുന്നു. കൂട്ടുകൃഷിയിടത്തെ സംബന്ധിച്ച വല്ല വഴക്കിലും അവർ അന്യോന്യം ഒച്ചയെടുത്തു ബഹളം കൂട്ടുമ്പോൾ അദ്ദേഹം ചെവിയിൽ കൈയും തിരുകിയിരിക്കും. (അതിന്റെ അർഥം അലക്സിക്ക് അജ്ഞാതമായിരുന്നു.) അവസാനം ക്ഷമകെടുമ്പോൾ അദ്ദേഹം അവരെ ശകാരിക്കും. ഇത്രയൊക്കെയായാലും സോവിയറ്റുവനിതയുടെ മേന്മ തികച്ചും മനസിലാക്കിയിരുന്നു അദ്ദേഹം. തന്റെ നിശബ്ദശ്രോതാവിന്റെ സമ്മതം കണക്കിലെടുത്ത അദ്ദേഹം സ്ത്രീവർഗത്തെ വാനോളം പുകഴ്ത്താറുണ്ട്.

“എന്താണ് സംഭവിച്ചത് എന്നു നോക്കൂ, എന്റെ പ്രിയപ്പെട്ട അലക്സി' അദ്ദേഹം ഒരിക്കൽ പറഞ്ഞു, “ഒരു സ്ത്രീ എന്തെങ്കിലും ഒന്നിന്മേൽ രണ്ടു കൈകൊണ്ടും പിടിച്ചാണ് തൂങ്ങിക്കിടക്കുക. ഞാൻ പറയുന്നതു ശരിയല്ലേ? എന്തിനാണ് അവർ അതു ചെയ്യുന്നത്. അവൾ പിശുക്കിയായതുകൊണ്ടാണോ തീർച്ചയായും അല്ല. അങ്ങനെ അവർ ചെയ്യുന്നത്, ആ സംഗതി അവർക്കു പ്രിയപ്പെട്ടതാണ് എന്നതുകൊണ്ടു മാത്രമാണ്. നിങ്ങൾ എന്തുപറഞ്ഞാലും-കുട്ടികളെ തീറ്റിപ്പോറ്റുന്നത് അവരല്ലേ; അവരല്ലേ വീടുഭരിക്കുന്നത്. ഇവിടെ എന്താണ് നടക്കുന്നത് എന്നു ശ്രദ്ധിക്കൂ. ഞങ്ങൾ എങ്ങനെയാണ് ജീവിക്കുന്നത് നിങ്ങൾക്ക് അറിയാമല്ലോ. ഓരോ കഷണവും ഞങ്ങൾ എണ്ണുകയാണ്. ഞങ്ങൾ പട്ടിണി കിടക്കുകയായിരുന്നു. കഴിഞ്ഞ ജനുവരിയിലാണ് എന്നു തോന്നുന്നു, ഒരു ദിവസം കുറെ പാർട്ടിസാൻ ഭടന്മാർ ഇവിടെ എത്തി. നമ്മുടെ കൂട്ടത്തിലുള്ളവരായിരുന്നില്ല. നമ്മുടെ സേന ‘ഓലിതിൻ’ സമീപത്ത് എവിടെയോ പോരാടുകയാണ് എന്നു പിന്നീടാണ് ഞങ്ങൾക്കു മനസിലായത്. ഇവർ റെയിൽവേയിൽ നിന്നുവന്ന അപരിചിതരായിരുന്നു. ഞങ്ങൾ പട്ടിണികൊണ്ടു മരിക്കുകയാണെന്ന് ഇവിടെ വന്നവർ കേട്ടു. എന്താണ് ഞങ്ങൾ ചെയ്തത് എന്നാണ് നിങ്ങളുടെ വിചാരം. പിറ്റേദിവസം നമ്മുടെ സ്ത്രീകൾ അവരുടെ സഞ്ചികൾ നിറയെ ഭക്ഷണസാമഗ്രികൾ സംഭരിച്ചുകൊടുത്തു. അവരുടെ സ്വന്തം കുട്ടികൾ പട്ടിണി കിടന്നു ദേഹമാസകലം നീരുവന്നുമൂടി അനങ്ങുവാൻപോലും വയ്യാതെ ഇരിപ്പാണ്. കൊള്ളാം ഞാൻ പറയുന്നതു ശരിയാണ്. ഞാൻ പറയും അവർ ചെയ്തതും ശരിയാണെന്ന്. ഞാൻ ഒരു കമാണ്ടർ ആയിരുന്നുവെങ്കിൽ ജർമൻകാരെ ചവിട്ടി പുറത്താക്കിയതിന്റെ ശേഷം, നമ്മുടെ പട്ടാളത്തെ മുഴുവൻ നമ്മുടെ സ്ത്രീകളുടെ മുന്നിൽ അണിനിരത്തി ഒരു ‘മാർച്ച് പാസ്റ്റ്’ നടത്തി, അവരെക്കൊണ്ട് ഇവരെ, ഈ റഷ്യൻനാരികളെ സല്യൂട്ടുചെയ്യിക്കുമായിരുന്നു. അതെ, അതാണ് ഞാൻ പറയുക.”

സാധാരണയായി ആ വൃദ്ധന്റെ വർത്തമാനം അലക്സിക്ക് ഒരു താരാട്ടിന്റെ ഫലമാണ് കൊടുക്കുക. അദ്ദേഹം സംസാരിക്കുന്നതിനിടയിൽ അലക്സി അൽപ്പമൊന്നു മധുരമായി മയങ്ങാറാണ് പതിവ്. ചിലപ്പോൾ അയാൾക്കു തോന്നും അടിക്കുപ്പായത്തിൽനിന്ന് ആ പെൺകുട്ടിയുടെ പടവും എഴുത്തുകളും എടുത്ത് അവരെ കാണിച്ചുകൊടുക്കുവാൻ. പക്ഷേ, അയാൾക്ക് അനങ്ങാനുള്ള ശക്തിയുണ്ടായിരുന്നില്ല. മിഖായേൽ മുത്തച്ഛൻ സ്ത്രീകളെ പുകഴ്ത്താൻ തുടങ്ങിയപ്പോൾ ആ എഴുത്തുകൾ അടിക്കുപ്പായത്തിന്റെ ശീലയിൽ കൂടി കടന്നുവന്ന് അയാളിൽ മൃദുവായ ഒരു ചൂട് ഉൽപ്പാദിപ്പിക്കുന്നതുപോലെ തോന്നി.

പതിവുപോലെതന്നെ വളരെ ധൃതിയിൽ തന്റെ സമർഥമായ കൈകൊണ്ട് എന്തോ പണിചെയ്തുകൊണ്ട് നിശബ്ദയായി ഇരിക്കുകയായിരുന്നു മിഖായേൽ മുത്തച്ഛന്റെ മരുമകൾ. അവൾ ഒരു വൃദ്ധയായിരിക്കും -മിഖായേൽ മുത്തച്ഛന്റെ ഭാര്യ എന്നാണ് അയാൾ ആദ്യം കരുതിയിരു

ന്നത്. കുറെ കഴിഞ്ഞപ്പോൾ അയാൾക്കു മനസിലായി. അവൾക്ക് 20–ഓ, 22–ഓ വയസിലധികമായിട്ടില്ല എന്ന്. പ്രസാദവും ഐശ്വര്യവും സ്ഫുരിക്കുന്ന ഒരു സുന്ദരിയായിരുന്നു അവൾ. ഉൽക്കണ്ഠയോടും ഭയത്തോടും കൂടി അയാളെ നോക്കുമ്പോഴെല്ലാം എന്തോ ഒന്നു തൊണ്ടയിൽ തടഞ്ഞതുപോലെ അവൾ ഒരു വിറയലോടുകൂടി ദീർഘനിശ്വാസംവിടും. രാത്രിയിൽ ചില സമയത്ത്, പുകവിളക്ക് കത്തിയമരുമ്പോൾ ഉണ്ടാകുന്ന ധൂമവലയത്തിന്റെ മൂകതയിൽ, വെന്തെരിഞ്ഞ ഗ്രാമത്തിൽ നിന്നു മിഖായേൽ തന്റെ കുപ്പായം കൈയിലാക്കിക്കൊണ്ട് വന്നിരുന്ന ചീവീട്–അതിന്ന് ഒരു പരിചയം തോന്നാനായി, അദ്ദേഹം കുറെ വെന്തടിച്ച വീട്ടു പാത്രങ്ങളും കരുതിയിരുന്നു–കർണകഠോരമായി ശബ്ദിക്കാൻ തുടങ്ങുമ്പോൾ വേറെ ഒരു അറയിൽനിന്നു ശബ്ദം പുറത്തു കേൾക്കാതിരിക്കുവാൻ തലയിണ കടിച്ചുപിടിച്ചുകൊണ്ട് ആരോ തേങ്ങിത്തേങ്ങി കരയുന്നത് അലക്സി കേൾക്കാറുണ്ടായിരുന്നു.

XVI

അലക്സി അവിടെ താമസമാക്കിയതിന്റെ മൂന്നാംദിവസം ഒരു നിശ്ചിതസ്വരത്തിൽ കിഴവൻ പറഞ്ഞു:

“അലക്സീ, നീ കേവലം ഒരു പേൻതലയനായിരിക്കുന്നു. അതാണ് സംഗതി. എന്തൊരു സംഗതി, എന്തൊരു കഷ്ടം. ചാണകപ്പുഴുക്കളേക്കാൾ ഭയങ്കരങ്ങളാണ് അവ. ദേഹം മുഴുവൻ മാന്തുക എന്നത് നിനക്ക് എന്തു ബുദ്ധിമുട്ടായിരിക്കും. ഞാൻ എന്താണ് ചെയ്യുവാൻ പോകുന്നതെന്നു പറയട്ടെ, നിന്നെ ഒന്നു കുളിപ്പിക്കുവാൻ തീർച്ചയാക്കിയിരിക്കയാണ്. അതിനെപ്പറ്റി എന്തു പറയുന്നു. ഒരു നല്ല നീരാവിക്കുളി. കുളിപ്പിച്ച്; നിന്റെ എല്ലുകൾ ചൂടാക്കിത്തരാം ഞാൻ. നീ അനുഭവിച്ചതിനെല്ലാം അതൊരു ഉപശാന്തിയായിരിക്കും. എന്തു പറയുന്നു. ഞാൻ പറഞ്ഞതു ശരിയല്ലേ?”

അയാൾ കുളിയുടെ കാര്യം ഏർപ്പാടുചെയ്യുവാൻ തുടങ്ങി. ഒരു മുക്കിൽ ഒരു അടുപ്പുണ്ടാക്കി, അതിൽ തീയെരിച്ചു. വല്ലാതെ ചൂടുപിടിച്ച അടുപ്പുകല്ലുകൾ പൊട്ടാൻ തുടങ്ങി. കുടിലിന്റെ പുറത്തും ഒരടുപ്പുണ്ടാക്കി. അതിൽവെച്ചു വലിയ ഒരു കല്ല് ചൂടാക്കി. വാര്യ ഒരു വലിയ മരത്തൊട്ടിയിൽ വെള്ളം കോരിനിറച്ചു. നിലംനിറയെ കനകാഭമായ വയ്ക്കോൽ പരത്തിയിട്ടതിനുശേഷം മിഖായേൽ, അരവരെയുള്ള തന്റെ വസ്ത്രം അഴിച്ചുമാറ്റി. പാന്റുമാത്രം ധരിച്ചിരുന്ന ആ വൃദ്ധൻ മരത്തൊട്ടിയിൽ കുറെ ആൽക്കലി അലിയിച്ചു. കീറത്തുണി ചീന്തി ഒരു സ്പോഞ്ചുപോലെയാക്കി. മോന്തായത്തിൽനിന്നു വെള്ളം ഇറ്റിറ്റുവീണു തുടങ്ങിയപ്പോൾ വൃദ്ധൻ ധൃതിയിൽ പുറത്തേക്കു പോയി. ചൂടുപിടിച്ചു, ചെമപ്പു നിറമായ ആ കല്ല് ഒരു ഇരുമ്പുപലകയിൽ വെച്ച് അകത്തേക്കു കൊണ്ടുവന്നു. ആ കല്ല് അങ്ങനെതന്നെ വെള്ളത്തിലിട്ടപ്പോൾ നീരാവി

തട്ടുവരെ പൊന്തി. പഞ്ഞിപോലുള്ള മേഘശകലങ്ങൾമാതിരി അത് അവിടെയെല്ലാം ചുറ്റിനടന്നു. ആ മൂടൽമഞ്ഞിൽ ഒന്നുംതന്നെ വ്യക്തമായി കാണുവാൻ സാധ്യമല്ലായിരുന്നുവെങ്കിലും, വൃദ്ധന്റെ ചുറുചുറുക്കേറിയ കൈകൾ തന്നെ വസ്ത്രാക്ഷേപം ചെയ്യുകയാണ് എന്ന് അലക്സിക്കു മനസിലായി.

വാര്യ തന്റെ ശ്വശുരനെ സഹായിക്കുന്നുണ്ടായിരുന്നു. അവളും തന്റെ കോട്ടും കൈലേസും അഴിച്ചു കളഞ്ഞിരുന്നു. ആ കീറിയ കൈലേസികത്ത് തങ്ങിനിന്നിരുന്നുവെന്നു സംശയിക്കുകപോലും വയ്യാത്ത കനത്ത തലമുടിക്കെട്ട് അഴിഞ്ഞ് പുറകിൽ അങ്ങനെ വീണുകിടന്നിരുന്നു. ഭക്തയായ ഒരു വൃദ്ധയ്ക്കുപകരം, പെട്ടെന്ന് അവിടേയ്ക്കെത്തുന്നത് ലോലഗാത്രിയും വലിയ കണ്ണുകളും ലഘുപാദങ്ങളുമുള്ള സുന്ദരിയായ ഒരു പെൺകുട്ടിയാണ്. തികച്ചും അപ്രതീക്ഷിതമായിരുന്നു ആ വ്യത്യാസം. ഇതുവരെ അവളെ ശ്രദ്ധിക്കുവാൻ മെനക്കെടാതിരുന്ന അലക്സിക്ക് ഇപ്പോൾ തന്റെ നഗ്നതയിൽ ലജ്ജ തോന്നി.

“സാരമില്ല അലക്സി, എന്റെ കുട്ടീ ഇതു സാരമില്ല.” മിഖായേൽ സമാധാനിപ്പിക്കുവാനെന്നപോലെ പറഞ്ഞു. “കൂടാതെ കഴിയുകയില്ല. ഞങ്ങൾതന്നെ ഇതു ചെയ്തുതരേണ്ടേ. ഞാൻ കേട്ടിട്ടുള്ളതു ഫിൻലാൻഡിൽ പുരുഷന്മാരും സ്ത്രീകളും ഒരുമിച്ചു കുളിക്കാറുണ്ടെന്നാണ്. എന്താ ഇതു ശരിയാണോ? ഒരുപക്ഷേ, അവർ എന്നോടു നുണ പറഞ്ഞതായിരിക്കും. ഇവിടെ വാര്യാക്ക് ഒരാസ്പത്രിനേഴ്സിന്റെ സ്ഥാനമാണ്. യുദ്ധത്തിൽ മുറിവേറ്റവരെ ശുശ്രൂഷിക്കയാണ് അവൾ. ഇപ്പോൾ നാണിക്കേണ്ട ആവശ്യമൊന്നുമില്ല. വാര്യ, ഞാൻ ഈ ഷർട്ട് അഴിക്കുമ്പോൾ ഇദ്ദേഹത്തെ ഒന്നു താങ്ങിക്കോളൂ. അലക്സീ ഇതു തീരെ പഴയതാണല്ലോ. കീറി കഷ്ണം കഷ്ണമാകാറായി.”

ആ യുവതിയുടെ കറുത്ത കണ്ണുകളിൽ അലക്സി ഇപ്പോൾ കണ്ടത് സംഭ്രാന്തികലർന്ന ഒരു നോട്ടമാണ്. അപകടത്തിനുശേഷം ഇന്ന് ആദ്യമായി അയാൾ ഉലഞ്ഞാടുന്ന പുകയിൽക്കൂടെ തന്റെ ദേഹം കണ്ടു. ആ സുവർണവർണത്തിലുള്ള വൈക്കോൽമെത്തമേൽ, വെറും തൊലികൊണ്ടുമൂടിയ ഒരു അസ്ഥിപഞ്ജരം കിടന്നിരുന്നു; തുടിച്ചുനിൽക്കുന്ന കാൽമുട്ടുകളും കൂർത്ത തുടയെല്ലുകളും, കുഴിഞ്ഞുതാണ വയറും കൂർത്തുവളഞ്ഞ വാരിയെല്ലുകളും വ്യക്തമായിക്കാണാം.

ആ ബക്കറ്റിലുള്ള ആൽക്കലിവെള്ളം വൃദ്ധൻ നല്ലപോലെ ഇളക്കി. മെഴുക്കുപുരണ്ട ആ വെള്ളത്തിൽ സ്പോഞ്ചുമുക്കി അത് അദ്ദേഹം അലക്സിയുടെ മുഖത്തിനുനേരെ ഉയർത്തി. പക്ഷെ, ധൂമവലയത്തിലൂടെ അസ്ഥിമാത്രമായ ഒരു ദേഹം ആ വൈക്കോൽ മെത്തയിൽ കിടക്കുന്നതു കണ്ടപ്പോൾ, വൃദ്ധന്റെ സ്പോഞ്ചുപിടിച്ച കരം കുറെനേരത്തേക്കു നിശ്ചലമായി നിന്നുപോയി.

“ഈശ്വരാ–എന്റെ കുട്ടീ! നീ ഒരു അതിഭയങ്കരമായ സ്ഥിതിയിലാണല്ലോ. അലക്സി, നിന്റെ സ്ഥിതി കുറെ കഷ്ടത്തിലാണല്ലോ. കുട്ടീ

നീ ജർമൻകാരിൽ നിന്നു രക്ഷപ്പെട്ടു. മറ്റവനിൽ നിന്നും നിനക്കു രക്ഷപ്പെടുവാൻ സാധിക്കുമോ?"

പെട്ടെന്ന്, അലക്സിയുടെ പുറംതാങ്ങിക്കൊണ്ട് ഇരുന്നിരുന്ന വാര്യയുടെനേരെ തിരിഞ്ഞ് അയാൾ കോപാകുലനായി അലറി.

"എടീ കുലടെ, നീ എന്താണ് നഗ്നനായ ഒരു പുരുഷനെ ഇങ്ങനെ തുറിച്ച കണ്ണുമായി നോക്കിക്കൊണ്ടിരിക്കുന്നത്. നീയെന്താണ് ചുണ്ടുകടിക്കുന്നത്, എല്ലാം–ഈ സ്ത്രീകളെല്ലാം ഒരൊറ്റ ജാതിയാണ്. അലക്സി നീ ഒന്നിനെപ്പറ്റിയും വിചാരപ്പെടേണ്ട. ഞങ്ങൾ നിന്നെ ആരോഗ്യവാനാക്കും. എല്ലാം ശരിയാകും. എന്റെ വാക്കു വിശ്വസിച്ചോളൂ."

ഒരു കൊച്ചുകുഞ്ഞിനോടു പെരുമാറുന്നതുപോലെ ശ്രദ്ധയോടും ചുറുചുറുക്കോടുംകൂടിയാണ് വൃദ്ധൻ അലക്സിയെ ആൽക്കലി വെള്ളത്തിൽ കഴുകിയത്. അയാളുടെ ദേഹം അങ്ങോട്ടുമിങ്ങോട്ടും തിരിച്ച് വെള്ളമൊഴിച്ച് ശക്തിയിൽ തിരുമ്മി. അലക്സിയുടെ പൊന്തിനിൽക്കുന്ന എല്ലുകളിൽകൊണ്ട് ആ വൃദ്ധന്റെ കൈ പൊട്ടിയിരുന്നു.

ഒരൊറ്റ അക്ഷരം മിണ്ടാതെ വാര്യ ഭർത്തൃപിതാവിനെ സഹായിച്ചു.

വാസ്തവത്തിൽ വൃദ്ധന് അവളെ ശകാരിക്കേണ്ട ആവശ്യമൊന്നും ഉണ്ടായിരുന്നില്ല. തന്റെ മുമ്പിൽ നിസഹായമായിക്കിടക്കുന്ന വിളറി ക്ഷീണിച്ച ദേഹത്തിലെക്കല്ല അവൾ നോക്കിയിരുന്നത്, തന്റെ കണ്ണുകൾ കഴിയുന്നതും ആ ദൃശ്യത്തിൽ നിന്നകറ്റുവാനാണ് അവൾ ശ്രമിച്ചിരുന്നത്. പക്ഷേ, പുകയ്ക്കിടയിലൂടെ അവളുടെ നേത്രങ്ങൾ അലക്സിയുടെ കൈകാൽമുട്ടുകളിൽ ചെന്നുകൊണ്ടപ്പോൾ അവയിൽ ഒരു പരിഭ്രാന്തി നിഴലിച്ചു. എങ്ങനെയോ തന്റെ വീട്ടിൽ വന്നു ചേർന്നിരിക്കുന്ന ഈ വൈമാനികൻ കേവലം ഒരു അപരിചിതനല്ല; തന്റെ സ്വന്തം 'മിഷ' തന്നെയാണ് എന്നൊരു തോന്നലായിരുന്നു അവൾക്ക്. ഇത് അപ്രതീക്ഷിതനായ ഒരു അതിഥിയല്ല; ഒരു വസന്തംമാത്രം താൻ ഒരുമിച്ചു താമസിച്ച തന്റെ ഭർത്താവാണ്–തടിച്ച വലിയ ദേഹവും പ്രകാശപൂർണ്ണമായ പുള്ളിക്കുത്തുകൾ നിറഞ്ഞ മുഖവും, തിരിച്ചറിയാൻ വയ്യാത്തവിധത്തിൽ വെണ്മപൂണ്ട പുരികവും, വലിയ സുശക്തമായ കൈകളും ഉണ്ടായിരുന്ന തന്റെ സ്വന്തം ഭർത്താവിനെയാണ് ഫാസിസ്റ്റ് ചെകുത്താന്മാർ ഈ വിധമാക്കിത്തീർത്തിട്ടുള്ളത്. തന്റെ കൈയിൽ ഇരിക്കുന്നത് അദ്ദേഹത്തിന്റ നിശ്ചലമായ ദേഹമാണ്. പെട്ടെന്നുദിച്ച ഈ വിഭ്രാന്തി മൂലം അവൾക്ക് തലചുറ്റലുണ്ടായി. തന്റെ ചുണ്ടുകൾ കടിച്ചമർത്തിയാണ് അവൾ അതിൽനിന്നു മോചനം സാധിച്ചത്.

നിറയെ തുന്നിക്കൂട്ടിയതാണെങ്കിലും, മിഖായേലിന്റെ വൃത്തിയും മൃദുത്വവുമുള്ള വലിയ ഷർട്ടുധരിച്ച് ആ പായയിൽ മലർന്നു കിടന്നപ്പോൾ തന്റെ ദേഹത്തിലാകെ ഒരു പുതിയ ജീവനും ഉന്മേഷവും ശക്തിയും വ്യാപിക്കുന്നതുപോലെ തോന്നി അലക്സിക്ക്. കുളികഴിഞ്ഞ്, അടുപ്പിന്റെ മുകളിലുള്ള ദ്വാരത്തിലൂടെ നീരാവിയെല്ലാം പുറത്തുപോയതിനുശേഷം വാര്യ അയാൾക്ക് നല്ല ചൂടുള്ള ആവിപറക്കുന്ന ഒരു

കപ്പ് "ബിൽബറിചായ" കൊണ്ടുവന്നുകൊടുത്തു. നേരത്തെ ആ കുട്ടികൾ കൊണ്ടുവന്നുകൊടുത്തിരുന്ന പഞ്ചസാരക്കട്ടകൾ, അവൾ ചെറിയ ചെറിയ കഷണങ്ങളാക്കി കണ്ടിച്ചുകൊണ്ടിരുന്നതും കൂട്ടി അയാൾ ആ ചായ കുറേശ്ശെ, കുറേശ്ശെയായി കുടിച്ചു. പിന്നീട് അയാൾ ഉറങ്ങി. അപകടത്തിനുശേഷം ഉണ്ടായ ആദ്യത്തെ സ്വപ്നവിഹീനമായ ഗാഢനിദ്ര!

ഉറക്കെ, ഉറക്കെയുള്ള സംഭാഷണമാണ് അയാളെ ഉണർത്തിയത്. കുടിലിൽ സാമാന്യം അന്ധകാരമായിരുന്നു. ആ വിളക്ക് ഇരുന്ന് പുകവമിക്കുന്നുണ്ട്. ആ പുകയിലൂടെ മിഖായേൽ മുത്തച്ഛന്റെ വിറയാർന്ന സ്വരം കേൾക്കാമായിരുന്നു.

"എല്ലാ പെണ്ണുങ്ങളും ഒരുപോലെയാണ്. നിങ്ങളുടെ തലച്ചോറെവിടെ? ഏറിയ ദിവസമായി ഒരു തിനവിത്തുപോലും വായിൽ ഇട്ടിട്ടില്ലാത്ത ഒരു മനുഷ്യനുവേണ്ടി മുട്ട പുഴുങ്ങിക്കൊണ്ടു വന്നിരിക്കുന്നു. ഇത് അയാളെ കൊന്നുകളയും."

അതു കഴിഞ്ഞപ്പോൾ ആ ശബ്ദത്തിന് ഒരു യാചനയുടെ ഭാവമുണ്ടായിരുന്നു. "ഇപ്പോൾ ഇയാൾക്കുവേണ്ടത് മുട്ടയല്ല വാസലീസ. നിങ്ങൾക്കറിയാമോ എന്താണ് ഈ സമയത്ത് ഈ മനുഷ്യനു ഗുണകരമായിട്ടുള്ളതെന്ന്. കുറച്ചു നല്ല കോഴിസൂപ്പ്. അതേ അതാണ് അയാൾക്ക് അത്യാവശ്യം. അത് അയാൾക്ക് പുതിയ ജീവൻ കൊടുക്കും. നിങ്ങൾ നിങ്ങളുടെ പാർട്ടിസാങ്കയെ പിടിക്കുകയാണെങ്കിൽ"

"ങ," ഭയാക്രാന്തയായ ഒരു വൃദ്ധയുടെ കോപാകുലമായ ഉരത്ത ശബ്ദം അയാളുടെ സംസാരത്തെ തടഞ്ഞു.

"ഞാൻ ചെയ്യില്ല, ചെയ്യില്ല, ചെയ്യില്ല–എടോ, തന്തച്ചെകുത്താനെ; അതു ചോദിക്കുന്നതുകൊണ്ട് യാതൊരു പ്രയോജനവുമുണ്ടാകാൻ പോകുന്നില്ല. അതിനെപ്പറ്റി ഇനി ഒരക്ഷരംപോലും പറയുവാൻ ധൈര്യപ്പെടരുത് എന്റെ പാർട്ടിസാങ്കയെ കൊല്ലുകയോ! കോഴിസൂപ്പോ! കുറച്ചു നല്ല കോഴിസൂപ്പോ! എന്തെല്ലാം ഇതുവരെ ഞങ്ങൾ തന്നു? ഒരു കല്യാണത്തിനുവേണ്ടതെല്ലാം തന്നില്ലേ? ഇനിയും എന്തെല്ലാം നിങ്ങൾ ചോദിക്കും?"

"ഹേയ് വാസലീസ ഇങ്ങനെ ഒരു പെണ്ണിനെപ്പോലെ സംസാരിക്കുവാൻ ലജ്ജ തോന്നുന്നില്ലേ" വൃദ്ധന്റേതായിരുന്നു ആ വിറയാർന്ന സ്വരം. "നിങ്ങളുടെ രണ്ടു മക്കൾ മുന്നണിയിൽ ഇല്ലേ. എന്നിട്ടും ഇങ്ങനെ വിഡ്ഢിത്തം പറയുവാൻ തോന്നുന്നുവല്ലോ. നമുക്കുവേണ്ടിയാണ് ഇയാൾ മുറിവേറ്റത്; നമുക്കു വേണ്ടിയാണ് രക്തം....."

"എനിക്ക് അയാളുടെ ചോരയാവശ്യമില്ല. എനിക്കുവേണ്ടി എന്റെ മക്കൾ ചോര ചിന്തുന്നുണ്ട്. എന്നോട് ചോദിക്കുന്നതുകൊണ്ടു യാതൊരു പ്രയോജനവും ഉണ്ടാകാൻ പോകുന്നില്ല. ഞാൻ തരില്ല–ഞാൻ തരില്ല."

ഒരു വൃദ്ധദേഹത്തിന്റെ ഛായാരൂപം വാതിലിലൂടെ കടന്നുപോയി. വാതിൽ തുറന്നപ്പോൾ വാസന്തികപ്രകാശത്തിന്റെ ശക്തിയേറിയ ഒരു അല അകത്തേക്കു കടന്നു. അതിന്റെ ഉജ്ജ്വലപ്രകാശം അലക്സിയുടെ

കണ്ണിലടിച്ചപ്പോൾ അയാൾ കണ്ണടച്ച് ഒന്നു ഞരങ്ങി. വൃദ്ധൻ വളരെ വേഗത്തിൽ അയാളുടെ സമീപത്തെത്തി.

"അല്ല അലക്സി, നീ ഉറങ്ങുകയല്ലേ, നീ ഈ വർത്തമാനങ്ങൾ എല്ലാം കേട്ടുവോ? അലക്സി അവളെ പുച്ഛിക്കരുത്, അവളുടെ വർത്തമാനംകേട്ട് അവളോട് കോപം തോന്നരുത്. വാക്കുകൾ വെറും തോടുമാത്രമാണ്. അതിന്റെ സത്താണ് സ്വരം. ആ കോഴിയെ തരുവാൻ അവർക്ക് ബുദ്ധിമുട്ടെന്നു നിങ്ങൾ വിചാരിക്കുന്നുവോ. പത്തുപേരുള്ള ഒരു വലിയ കുടുംബമായിരുന്നു അവളുടേത്. അത് ജർമൻകാർ തകർത്തു കളഞ്ഞു. അവരുടെ മൂത്തമകൻ ഒരു കേണലായിരുന്നു. അത് അറിഞ്ഞ ജർമൻകാർ വാസലീസ ഒഴിച്ചുള്ള ആ കുടുംബത്തെ മുഴുവൻ ഒരേസമയത്ത് കുഴിയിലാക്കി. അവർ ആ കുടുംബം തകർത്തു. അവളുടെ പ്രായത്തിൽ ഉള്ള ഒരു സ്ത്രീയിൽ നിന്ന് സർവസ്വവും അപഹൃതമാകുമ്പോഴത്തെ അവസ്ഥ എന്തായിരിക്കുമെന്ന് അറിയാമല്ലോ. അവൾക്ക് ആകെയുള്ളത് ഒരു കോഴിയാണ്. അലോഷ്യ, ബഹുസാമർഥ്യക്കാരിയായ ഒരു കോഴി. ആദ്യത്തെ ആഴ്ചയിൽത്തന്നെ ജർമൻകാർ കോഴികളേയും താറാവുകളേയും എല്ലാം കൊന്നൊടുക്കി. ഈ ജർമൻകാർക്ക് കോഴികളെ വലിയ ഇഷ്ടമാണെന്നാണ് തോന്നുന്നത്. അമ്മേ, കോഴി, അമ്മേ കോഴി, എന്നുമാത്രമാണ് ഒരാൾക്കു കേൾക്കുവാൻ കഴിയുന്നത്. പക്ഷേ, ഈ കോഴിക്കുഞ്ഞ് രക്ഷപ്പെട്ടു. അത് ഒരു സാധാരണ ജന്തുവല്ല. അവളെ ഒരു സർക്കസിന് അയയ്ക്കാം. ജർമൻകാർ വളപ്പിൽ കടന്നപ്പോൾ താൻ ഇവിടെ ഇല്ല എന്ന നാട്യത്തിൽ മുകളിൽപോയി പറ്റിപ്പിടിച്ചിരുന്നു. പക്ഷേ, നമ്മുടെ ആരെങ്കിലുമാണ് അങ്കണത്തിൽ പ്രവേശിക്കുന്നതെങ്കിൽ അവൾക്കു യാതൊരു കൂസലുമില്ല. എങ്ങനെയാണ് ഈ വ്യത്യാസം അവൾക്കു മനസിലാകുന്നത് എന്നു ദൈവത്തിനു മാത്രമറിയാം. അങ്ങനെ അതുമാത്രം ബാക്കിയായി. ഈ വില്ലേജിലെ ആകെയുള്ള ഒരൊറ്റക്കോഴിയാണ് അത്. അവളുടെ അതിസാമർഥ്യം മൂലം ഞങ്ങൾ അവൾക്കു പേരിട്ടിരിക്കുകയാണ്, "പാർട്ടിസാങ്ക" എന്ന്".

കണ്ണുംതുറന്നു കിടന്ന അലക്സി ഉറങ്ങി. കാട്ടിൽവെച്ചു പരിചയപ്പെട്ട സംഗതിയാണ് അത്. അയാളുടെ നിശബ്ദത മുത്തച്ഛന്റെ വാചാലതയ്ക്ക് ഒരു വിരാമിട്ടു. അദ്ദേഹം വീണ്ടും മുറ്റത്തിറങ്ങി കുടിലിന്റെ ചുറ്റുംനടന്ന് എന്തൊക്കെയോ ദ്രുതഗതിയിൽ ചെയ്തു. വീണ്ടും മേശയ്ക്കരികിൽ വന്നിരുന്നു പഴയ സംഭാഷണം തുടർന്നു.

"അലക്സി എന്റെ സ്നേഹിതാ, സ്ത്രീകളെ കുറ്റം പറയരുത്. അവരെ മനസിലാക്കാൻ ശ്രമിക്കൂ. ഒരു വലിയ കാട്ടിൽ, നാലുഭാഗത്തുനിന്നും ആഞ്ഞടിക്കുന്ന കാറ്റിൽനിന്നു രക്ഷപ്പെട്ടുനിൽക്കുന്ന ഒരു പഴയ ബർച്ച് മരമായിരുന്നു അവൾ. ഇപ്പോഴോ കാടു വെട്ടിത്തെളിക്കപ്പെട്ട പ്രദേശത്തുനിൽക്കുന്ന പഴകി ദ്രവിച്ച ഒരു മരക്കുറ്റി. അവളുടെ ഒരേയൊരു ആശ്വാസമാണ് ആ കോഴിക്കുഞ്ഞ്. എന്താണ് ഒന്നും പറയാത്തത് അലക്സി, അല്ലാ, നീ ഉറങ്ങുകയാണോ? ശരി, നല്ലപോലെ ഉറ

ങ്ങു–ഉറങ്ങിക്കോളൂ എന്റെ കുട്ടീ."

ഉറക്കവും അല്ല, ഉണർച്ചയുമല്ല എന്ന ഒരു സ്ഥിതിയിലായിരുന്നു അലക്സി. അപ്പത്തിന്റെ പുളിച്ച മണവും കർഷകജീവിതത്തിന്റേതായ പ്രത്യേകതയും തങ്ങിനിൽക്കുന്ന ആ ചെമ്മരിയാടിൻതുകലിനടിയിൽ, ചീവീടിന്റെ സ്വതന്ത്രമായ ചിലമ്പൽസ്വരംകേട്ട് ഒരു വിരൽപോലും അനക്കുവാൻ മടിച്ച് അങ്ങനെ മയങ്ങിക്കിടക്കുകയായിരുന്നു അയാൾ. തന്റെ ദേഹത്തിലെ എല്ലുകൾ എല്ലാം പെറുക്കിയെടുത്തു തൽസ്ഥാനത്ത് നിറയെ പഞ്ഞിവെച്ചു പിടിപ്പിച്ചതുപോലെയുള്ള ഒരു അനുഭൂതി അയാൾക്കുണ്ടായി. അതിലൂടെയാണ് രക്തം തുടിക്കുന്നതും ഒഴുകുന്നതും. കടിച്ചു കീറുന്ന ഒരു വേദനയും കത്തിയെരിച്ചിലുമുണ്ടായിരുന്നു കാലുകൾക്ക്. പക്ഷേ തിരിഞ്ഞുകിടക്കുവാനോ അനങ്ങുവാനോ ഉള്ള ശക്തിയുണ്ടായിരുന്നില്ല.

ഈ അസ്തപ്രജ്ഞാവസ്ഥയിലും ചുറ്റും നടക്കുന്ന ജീവിതത്തെക്കുറിച്ച് കുറെ അവ്യക്തമായ സംഗതികൾ അയാൾക്കു മനസിലാകുന്നുണ്ടായിരുന്നു; യഥാർഥമായ ജീവിതമല്ല ഒരു ചലച്ചിത്രാവരണിയിൽ കാണുന്നതുപോലെ ബന്ധമില്ലാത്ത മായികരൂപങ്ങളുടെ നിഴലാട്ടം മാത്രം.

മധുമാസം ഇങ്ങ് എത്തിച്ചേർന്നു, ആ അഭയാർഥിഗ്രാമം അഭിമുഖീകരിക്കുവാൻ പോകുന്നത് അതിന്റെ ഏറ്റവും ക്ലിഷ്ടമായ സമയത്തെയാണ്. ഭൂമിക്കിടയിൽ സംഭരിച്ചുവയ്ക്കുവാൻ സാധിച്ചിരുന്ന ഭക്ഷ്യസാധനങ്ങളുടെ അവസാനത്തെ തരികൾ ആശിച്ചാണ് അവിടത്തെ ജനങ്ങൾ കഴിച്ചുകൂട്ടുന്നത്. വെന്തെരിഞ്ഞ ഗ്രാമത്തിൽനിന്ന് രാത്രികാലങ്ങളിൽ വളരെ സൂത്രത്തിൽ സമ്പാദിച്ചതാണ് അവ. ഭൂമി പതുക്കെപ്പതുക്കെ മഞ്ഞിൽനിന്ന് വിടുതൽ നേടിത്തുടങ്ങി. ധൃതിയിൽ പണിതുവെച്ചിരുന്ന കുടിലുകൾ കണ്ണുനീർ ഉതിർക്കുവാൻ തുടങ്ങിയിരിക്കുന്നു. ചുമരിൽ നിന്നും മോന്തായത്തിൽനിന്നും വെള്ളമൊലിക്കാൻ തുടങ്ങി. ഈ അഭയാർഥിവില്ലേജിന്റെ പടിഞ്ഞാറുഭാഗത്ത് 'ഓലിനിൻ' കാട്ടിൽ പാർട്ടിസാൻ യുദ്ധത്തിൽ ഏർപ്പെട്ടിരുന്ന പുരുഷന്മാർ രാത്രികാലത്ത് ഒറ്റയ്ക്കും തെറ്റയ്ക്കുമായി ആ ഗ്രാമം സന്ദർശിച്ചിരുന്നു. പക്ഷേ, യുദ്ധമുന്നണി അതിനും ഒരു തടസം വരുത്തിയിരിക്കുകയാണ്. അവരെപ്പറ്റി ഒന്നുംതന്നെ കേൾക്കാനുണ്ടായിരുന്നില്ല. സ്വതേതന്നെ കഠിനമായിരുന്ന സ്ത്രീകളുടെ യാതനയ്ക്ക് ഇത് മാറ്റുകൂട്ടി. വസന്തം സമാഗതമായതോടെ, മഞ്ഞ് ഉരുകിത്തുടങ്ങിയപ്പോൾ അവർക്കിനി ഞാറുനടുക, പച്ചക്കറിത്തോട്ടങ്ങൾ ഉണ്ടാക്കുക മുതലായ കാര്യങ്ങളിൽ വ്യാപൃതരാകേണ്ടിയിരിക്കുന്നു.

സ്ത്രീകൾക്കു പെട്ടെന്നു ദേഷ്യംവന്നുതുടങ്ങി. അവർക്കു വളരെ ആവലാതികളുമുണ്ടായിരുന്നു. കുടിലുകളിൽ ഇടയ്ക്കിടെയായി ശബ്ദായമാനമായ ബഹളങ്ങളും, അന്യോന്യമുള്ള കുറ്റാരോപണങ്ങളും തലപൊക്കാൻതുടങ്ങി. പഴയതും നിലവിലുള്ളതുമായ അനേ

കം ആവലാതികൾ–സാങ്കൽപ്പികവും യഥാർഥവുമായവ–അവർ അവിടെ വച്ചു വിസ്തരിക്കുവാൻ സന്നദ്ധരായി. മിക്കപ്പോഴും തനി നരകം തന്നെയായി അവിടം. പക്ഷേ പെണ്ണുങ്ങളുടെ കോലാഹലങ്ങൾക്കിടയിൽ നയതന്ത്രശാലിയായ മിഖായേൽ കോൽക്കസിനെക്കുറിച്ചുള്ള ചില പ്രായോഗിക നിർദേശങ്ങളുമായി എത്തും. "എന്ത് ആർക്കെങ്കിലും നമ്മുടെ പഴയ ഗ്രാമത്തിൽപോയി, അവിടത്തെ മണ്ണ് എങ്ങനെയിരിക്കുന്നുവെന്ന് നോക്കിവരാറായില്ലേ? നല്ല കാറ്റ് അടിക്കുന്നുണ്ടല്ലോ, നമുക്ക് വിത്ത് ഇറക്കാറായി എന്നു തോന്നുന്നു അതു ഭൂഗർഭത്തിലുള്ള മുറിയിൽക്കിടന്നു നനവുതട്ടി കുതിർന്നിരിക്കുകയാണ്." പെട്ടെന്ന് ആ ബഹളമെല്ലാം അവസാനിക്കും.

ഒരു ദിവസം മുത്തച്ഛൻ കുടിലിനകത്തേക്കു കടന്നുവന്നത്, നല്ല തൃപ്തിയോടും എന്നാൽ അൽപ്പം വിഷമിച്ചുമാണ്. അദ്ദേഹത്തിന്റെ കൈയിൽ പച്ചനിറത്തിലുള്ള പുല്ലിന്റെ ഒരു അലകും ഉണ്ടായിരുന്നു. അതു തന്റെ മരവിച്ച ഉള്ളം കൈയിൽവച്ച് അലക്സിക്കു കാണിച്ചുകൊടുത്തു.

"ഇതു നോക്കു, ഞാനിപ്പോൾ വയലിൽനിന്നും വരികയാണ്. നിലത്തിലുള്ള മഞ്ഞ് അലിഞ്ഞുതുടങ്ങിയിരുന്നു. വർഷകാലത്തെ ഞാറുകൾ തലപൊന്തിച്ചു തുടങ്ങി. വളരെയധികം മഞ്ഞുണ്ടായിരുന്നു വസന്തകാലത്തെ കൊയ്ത്തു നന്നായില്ലെങ്കിലും വർഷകാലത്തെ വിളവു നമുക്ക് ഒരു കഷണം റൊട്ടിക്കുള്ള വകയുണ്ടാക്കിത്തരും. ഞാൻ പോയി ആ സ്ത്രീകളെ വിളിക്കാം. അവർക്കിതു വലിയ സന്തോഷം നൽകും. സാധുക്കൾ."

ഒരു കൂട്ടം മാഗ്പൈകളെപ്പോലെ കുടിലുകളുടെ മുറ്റത്തിരുന്നു ചിലയ്ക്കുകയായിരുന്നു സ്ത്രീകൾ. വയലിൽനിന്നും കൊണ്ടുവന്ന ആ പച്ചപ്പുല്ല് അവർക്ക് പുതിയ ആശ നൽകി. വൈകുന്നേരം കൈകൾ കൂട്ടിത്തിരുമ്മികൊണ്ട് മിഖായേൽ പറഞ്ഞു:

"അലക്സി, നമ്മുടെ നീണ്ട തലമുടിയുള്ള ക്യാബിനറ്റ് മന്ത്രിമാർ എന്താണ് തീരുമാനിച്ചിതെന്നറിയാമോ. ഞാൻ പറയുന്നു ചീത്ത തീരുമാനമൊന്നുമല്ല. നല്ല കാലാവസ്ഥയിൽ ഒരു സംഘം ആൾക്കാർ ആ ഗുഹാപ്രദേശം ഉഴുതുമറിക്കുക അവർ പശുക്കളെ പൂട്ടിക്കൊള്ളും. അവറ്റയെക്കൊണ്ടും അധികമൊന്നും ചെയ്യാനാവുകയില്ല. ആ കന്നുകാലിക്കൂട്ടത്തിൽനിന്നും നമുക്ക് ബാക്കി കിട്ടിയത് വെറും ആറെണ്ണം മാത്രമാണ്. രണ്ടാമത്തെ സംഘം കുറച്ചുകൂടി ഉയർന്ന ഉയർന്ന സ്ഥലത്ത് പോയി പണിയെടുക്കും. അതു കുറെക്കൂടി കടുപ്പമുള്ളതാണ്. അവിടം കൈക്കോട്ടും തൂമ്പയുംകൊണ്ട് കൊത്തിക്കിളച്ചു ശരിയാക്കണം. അങ്ങനെ നാം നമ്മുടെ പച്ചക്കറിത്തോട്ടം ശരിയാക്കും ഇല്ലേ? മൂന്നാമത്തെ സംഘം കുന്നിൻ പുറത്തേക്കുപോകും. അവിടെ മണലാണ് അതു നമുക്ക് ഉരുളക്കിഴങ്ങു കൃഷിക്ക് ശരിപ്പെടുത്താം അത് എളുപ്പമായ പണിയാണ്. ചെറുപ്പക്കാരേയും ശക്തികുറഞ്ഞ സ്ത്രീകളേയും

നമുക്ക് ആ പണിക്ക് അയക്കാം. അധികം താമസിയാതെ നമുക്കു ഗവൺമെന്റിൽനിന്നും സഹായം ലഭിക്കും. അതു കിട്ടിയില്ലെങ്കിൽത്തന്നെ സംഗതികൾ ശരിയാക്കാം. നാംതന്നെ എല്ലാ പണികളും ചെയ്യണം. അൽപ്പംപോലും ഭൂമി വെറുതെ കളയരുത്. അതിനുള്ള ഉറപ്പു ഞാൻ തരാം. ജർമൻകാരെ ഇവിടെനിന്നും ചവുട്ടിപ്പുറത്തുതള്ളിയ നമ്മുടെ സ്വജനങ്ങളോടു നന്ദിപറയുക. നമുക്ക് ഇവിടെ ജീവിക്കാം. അധ്വാനിക്കുന്നതുകൊണ്ട് തളർച്ചപറ്റാത്ത ഒരു വംശമാണ് നമ്മുടെ. എന്തിനെയും അതിജീവിക്കുവാനുള്ള ശക്തിയുണ്ട് നമുക്ക്. എതിർപ്പുകൾ എത്രതന്നെ ഭയങ്കരമായിരുന്നുകൊള്ളട്ടെ."

അന്നു കുറെ അധികം നേരത്തേക്ക് മുത്തച്ഛന് ഉറങ്ങാൻ കഴിഞ്ഞില്ല. ആ വൈക്കോൽ മെത്തമേൽ ഉരുണ്ടും പിരണ്ടും ചുമച്ചും ചൊറിഞ്ഞും അദ്ദേഹം കുറെ അധികനേരം കിടന്നു; ഇടയ്ക്കിടെ എന്റെ ദൈവമേ, ഈശ്വരാ എന്നെല്ലാം പറഞ്ഞ് ഇടയ്ക്ക് എഴുന്നേറ്റ് വെളിച്ചം വരുന്ന ബക്കറ്റിന്റെ സമീപംപോയി ക്ഷീണിച്ചവശനായി കുതിരയെപ്പോലെ, കുറെ വെള്ളം മോന്തിക്കുടിക്കും. ഒടുവിൽ സഹിക്കാൻ വയ്യാതായപ്പോൾ എഴുന്നേറ്റു വിളക്കുകൊളുത്തി അബോധാവസ്ഥയിൽ കിടന്നിരുന്ന അലക്സിയെ തൊട്ടുണർത്തിക്കൊണ്ട് പറഞ്ഞു.

"അലക്സി ഉറങ്ങുകയാണോ; ഞാൻ ഇവിടെക്കിടന്നു പലതിനേയുംപറ്റി ആലോചിക്കുകയായിരുന്നു. പലേ വിചാരത്തോടും കൂടിയാണ് ഞാനിവിടെ കിടന്നിരുന്നതെന്ന് പറയുകയാണ്. പഴയ വില്ലേജിന്റെ നടുക്ക് പണ്ട് വലിയ ഒരു ഓക്കുമരം നിന്നിരുന്നു. മുപ്പതു കൊല്ലങ്ങൾക്കു മുമ്പ് ആദ്യത്തെ യുദ്ധകാലത്ത്, അന്ന് 'നിക്കോളസ്' ആയിരുന്നു സിംഹാസനത്തിൽ. ഇടിവെട്ടേറ്റ് ഈ മരത്തിന്റെ തല മുഴുവനും കരിഞ്ഞുപോയി. ബലവത്തായ വേരുകളും നിറയെ പശയും ഉണ്ടായിരുന്നു അതിന്. പശയ്ക്ക് മേലോട്ട് വ്യാപിക്കാൻ വഴിയില്ലാതായി. അങ്ങനെ വളർന്നുവന്ന് വികസിച്ച ആ മുളയ്ക്ക് എത്ര നല്ല പരന്നു പന്തലിച്ച ചുരുണ്ട തലപ്പാണ് ഉണ്ടായതെന്നു കണ്ടാലേ അറിയൂ. അതുതന്നെയാണ് പ്ലാപ്നിഗ്രാമത്തിലേയും സ്ഥിതി. സൂര്യൻ തെളിഞ്ഞു പ്രകാശിക്കുകയാണെങ്കിൽ, മണ്ണിനു വളക്കൂറുണ്ടെങ്കിൽ, നമ്മുടെ സ്വന്തം സോവിയറ്റ് സർക്കാരിന്റെ സഹായത്തോടുകൂടി, സഹോദരാ അലക്സി, അഞ്ചുകൊല്ലക്കാലംകൊണ്ട് നമുക്ക് എല്ലാം ശരിയാക്കാം. നാം ഏതു പരിതഃസ്ഥിതിയിലും ഒട്ടിപ്പിടിക്കുവാൻ കഴിയുന്ന തരത്തിൽപ്പെട്ടവരാണ്. വല്ലവിധത്തിലും ഈ യുദ്ധമൊന്ന് വേഗംകഴിഞ്ഞു കിട്ടിയിരുന്നുവെങ്കിൽ നാം അവരെ തകർത്തു കളയും. പിന്നെ എല്ലാവരും ഒത്തൊരുമിച്ചു പണിയെടുക്കും. എന്തു തോന്നുന്നു നിങ്ങൾക്ക്."

അന്നു രാത്രി അലക്സിയുടെ സുഖക്കേടു വളരെ കൂടി, അപകടകരമായി.

മുത്തച്ഛന്റെ കുളിപ്പിക്കൽ അയാൾക്ക് വളരെ ഗുണകരമായിരുന്നു. അതുവരെ ഉണ്ടായിരുന്ന ആലസ്യത്തിൽ നിന്ന് അത് അയാളെ കരകയറ്റി. തന്റെ ക്ഷീണത്തേയും ബലഹീനതയേയും കുറിച്ച് അയാൾക്കു

കൂടുതൽ ബോധമുണ്ടായിത്തുടങ്ങി. അതോടുകൂടി കാലിലെ വേദനയും വർധിച്ചുവന്നു. അന്നു രാത്രി മുഴുവൻ അയാൾ ജ്വരബാധിതനായി. കിടന്നുരുണ്ടു; പല്ലുകടിച്ച് ആരെയോ എല്ലാം വിളിച്ചുകൂവി, ആരെയോ ഒക്കെ ശകാരിച്ചു; പലതും ആവശ്യപ്പെട്ടു.

കാലുമടക്കി താടി മുട്ടിന്മേൽവച്ച് വേദന തിങ്ങുന്ന കണ്ണുകൊണ്ട് മുന്നിലേക്കുമാത്രം നോക്കി. വാർവര അന്നുരാത്രി മുഴുവൻ അയാളുടെ സമീപം ഇരുന്നു. ഇടയ്ക്കിടെ തലയിലും നെഞ്ചിലും തണുത്ത വെള്ളത്തിൽ മുക്കിയ ശീലകൊണ്ടു തടവിയിരുന്നു അവൾ. ദേഹത്തിൽനിന്ന് അയാൾ വലിച്ചെറിഞ്ഞിരുന്ന ആട്ടിൻതോൽ അപ്പഴപ്പോൾ അവൾ അയാളുടെ ദേഹത്തിലേക്കുതന്നെ എടുത്തുവെച്ചു. ആ സമയമത്രയും, വളരെ ദൂരത്തിൽ യുദ്ധത്തിന്റെ കാറ്റിൽ അങ്ങുമിങ്ങും അലയുന്ന തന്റെ ഭർത്താവിനെക്കുറിച്ചായിരുന്നു അവളുടെ ചിന്തമുഴുവൻ.

പുലരിയുടെ പൊൻകതിരുകൾ പരക്കുവാൻ തുടങ്ങിയപ്പോൾ തന്നെ വൃദ്ധൻ എഴുന്നേറ്റു. അപ്പോൾ ശാന്തനായി കിടന്നുറങ്ങുന്ന അലക്സിയെ ഒന്നു നോക്കി, വാർവരയോട് എന്തോ മന്ത്രിച്ചശേഷം വൃദ്ധൻ യാത്രയായി. മോട്ടോർ ടയറിൽനിന്നു താൻതന്നെ പണിതെടുത്തിരുന്ന മരച്ചെരുപ്പിലേക്ക്, രോമഷൂസ് ധരിച്ചിരുന്ന തന്റെ കാലുകൾ തിരുകിക്കയറ്റി, ഒരു തുണിക്കഷണംകൊണ്ട് കോട്ടിനൊരു ബെൽട്ടുണ്ടാക്കി അരയിൽ മുറുകെകെട്ടി, താൻതന്നെ ചെത്തിമിനുസപ്പെടുത്തിയതും, ദൂരയാത്രയിൽ താൻ എപ്പോഴും കൊണ്ടുനടന്നിരുന്നതുമായ "ജൂനിപ്പർ" വടിയുമെടുത്താണ് അദ്ദേഹം പുറപ്പെട്ടത്.

അലക്സിയോട് ഒരൊറ്റ വാക്കും പുറപ്പെടുമ്പോൾ അദ്ദേഹം പറയുകയുണ്ടായില്ല.

XVII

തന്റെ ആതിഥേയൻ പുറത്തുപോയത്, മനസിലാക്കത്തക്ക സ്ഥിതിയിലല്ലായിരുന്നു അലക്സി. പിറ്റേദിവസം മുഴുവനും അയാൾ പ്രജ്ഞയറ്റു കിടന്നു. മൂന്നാം ദിവസമാണ് അയാൾക്കു ബോധംവീണത്. മധ്യാഹ്നസൂര്യന്റെ തീക്ഷ്ണകിരണങ്ങൾ അടുപ്പിൽനിന്നുയരുന്ന ഊതനിറത്തിലുള്ള കട്ടികൂടിയ പുകയെ തുളച്ചുകടന്ന് ആകാശംതൊട്ട് അലക്സിയുടെ പാദംവരെ കുടിലിനകം മുഴുവൻ വ്യാപിച്ചു. പക്ഷേ, അവിടെ തങ്ങിനിന്നിരുന്ന മൗഢ്യത്തെ മായ്ക്കുന്നതിനുപകരം അതിനെ വർധിപ്പിക്കുവാനേ അത് ഉതകിയുള്ളൂ.

കുടിലിൽ ആരുമുണ്ടായിരുന്നില്ല. വാർവരയുടെ പതുങ്ങിയ ശബ്ദം വാതിലിന്റെ അടുത്തുനിന്നു കേൾക്കുന്നുണ്ട്. ഏതോ ജോലിയിൽ മുഴുകിയിരിക്കുമ്പോൾ ആ കാനനഗ്രാമത്തിൽ സാധാരണയായിത്തീർന്നിരിക്കുന്ന ഒരു പഴയ ഗാനം അവൾ മൂളുന്നുണ്ടായിരുന്നു. കുറെ ദൂരെയായി ഏകാന്തതയിൽ നിൽക്കുന്ന ഒരു ഓക്കുമരത്തിന്റെ സമീപ

ത്തേക്ക് അണയാൻ വെമ്പൽകൊള്ളുന്ന ഒരു ആഷ്മരത്തെക്കുറിച്ചായിരുന്നു ആ പാട്ട്.

മുമ്പ് പല പ്രാവശ്യം അയാൾ കേട്ടിട്ടുള്ളതാണ് ആ ഗാനം. അയൽ ഗ്രാമങ്ങളിൽനിന്ന്, വിമാനത്താവളം വെടിപ്പാക്കാനും നിരപ്പാക്കാനും വരുന്ന ഉല്ലാസവതികളായ പെൺകുട്ടികൾ പാടാറുള്ളതായിരുന്നു അത്. അതിന്റെ പതുങ്ങിയ വിലാപസ്വരം അയാൾക്ക് ഇഷ്ടമായിരുന്നു. ഇതിനുമുമ്പൊന്നും അയാൾ ആ പാട്ടിന്റെ പദങ്ങൾ ശ്രദ്ധിച്ചിരുന്നില്ല. സൈനികജീവിതത്തിന്റെ കോലാഹലത്തിനിടയിൽ യാതൊരു വികാരവും ഉണർത്താതെ അതു മനസിലൂടെ വഴുതിമാറിക്കൊണ്ടിരുന്നതേയുള്ളൂ. ദയാവതിയായ ഈ സുലോചനയുടെ കണ്ഠത്തിൽനിന്നു നിർഗളിച്ചപ്പോൾ അത് അയാൾക്ക് വളരെ അസ്വാദ്യകരമായിത്തോന്നി. കാവ്യഭാവനയും സ്ത്രൈണവികാരവുമില്ലാതെ അതിന്റെ തനി ആഴം അയാൾക്കു മനസിലായി. വാര്യ എന്ന ആഷ് തരുണി എത്ര അഭിവാഞ്ഛയോടെയാണ് അവളുടെ ഓക്കുമരത്തിനുവേണ്ടി ദാഹിച്ചുഴലുന്നത്. കളങ്കമറ്റ കണ്ണുനീരിന്റെ കയ്പ്പുരസം ആ ഈരടികളിൽത്തങ്ങി നിന്നിരുന്നു. അവൾ ആ പാട്ടുപാടുമ്പോൾ പുറത്തു മധുമാസസൂര്യന്റെ പ്രകാശത്തിൽ, കുതിർന്നുനിൽക്കുന്ന മരങ്ങളുടെ അടിയിൽ തന്റെ വലിയ വട്ടക്കണ്ണുകളിൽ ഉൽക്കണ്ഠയും കണ്ണുനീരും നിറഞ്ഞു നിൽക്കുന്ന അവളെ അലക്സി മനക്കണ്ണുകൾക്കുമുമ്പിൽ കണ്ടു. അയാളുടെ തൊണ്ടയിൽ ഒരു ഇക്കിളി അനുഭവപ്പെട്ടു. ആ പഴയ എഴുത്തുകൾ ഒന്നും കാണുവാൻ-വായിക്കുവാനല്ല-അയാൾക്ക് അനിയന്ത്രിതമായ ഒരു ആവേശം തോന്നി. ഓരോന്നിന്റേയും ഉള്ളടക്കം അയാൾക്ക് കാണാതെ അറിയാമായിരുന്നു. മൈതാനത്തിൽ ഇരിക്കുന്ന ആ പെൺകുട്ടിയുടെ ഫോട്ടോ തന്റെ അടിക്കുപ്പായത്തിനകത്ത് ഇരിക്കുന്നത് ഒന്നു നോക്കാൻ അയാൾ മോഹിച്ചു. തന്റെ അടിക്കുപ്പായത്തിൽ കൈകടത്തുവാൻ അയാൾ പരിശ്രമിച്ചു. പക്ഷേ, തളർന്നു കിടക്കയിൽ വീഴുകയാണുണ്ടായത്. മാരിവില്ലിന്റെ മനോഹരവർണങ്ങൾ കലർന്ന വലയങ്ങൾകൊണ്ട് ചിത്രീകൃതമായ ആ മൂകതയിൽ അയാൾ ആ ശബ്ദങ്ങൾ തെളിഞ്ഞുകേട്ടു. ഒന്ന് വാര്യയുടെ; മറ്റൊന്ന് അയാൾക്കു പരിചയമുള്ള ഒരു വൃദ്ധസസ്ത്രീയുടെ. അവർ മന്ത്രിക്കുകയായിരുന്നു.

"അയാൾ ഒന്നും തിന്നുകയില്ലേ?"

"ഇല്ല, അയാൾക്ക് അതിനുള്ള ശക്തിയില്ല. ഇന്നലെ ഒരു കഷണം കേക്ക്, വളരെ ചെറുതായ ഒന്ന്, വായിലിട്ടു കടിച്ചു. അത് അയാൾ ഛർദിച്ചു. അയാൾക്ക് ഭക്ഷണമൊന്നുമില്ല. അയാൾ അൽപ്പം പാൽ കഴിക്കും. അതു മാത്രമേ ഞങ്ങൾ കൊടുക്കുന്നുള്ളൂ."

"നോക്കൂ, ഞാൻ അൽപ്പം സൂപ്പുകൊണ്ടുവന്നിട്ടുണ്ട്. ഒരുപക്ഷേ, ആ സാധുകുട്ടിക്ക് ഇതിഷ്ടപ്പെടുമായിരിക്കും."

"വാസിലീസ അമ്മായി; വാര്യ അത്ഭുതപ്പെട്ടു. വാസ്തവത്തിൽ നിങ്ങൾ........"

"അതെ, ഇതു കോഴിസൂപ്പാണ്. എന്താണിതിലിത്ര അസാധാരണ

മായിട്ടുള്ളത്. അവനെ ഒന്നു തൊട്ടുണർത്തൂ. ഇതിൽനിന്ന് ഇത്തിരി കഴിക്കട്ടെ."

ഇതെല്ലാം കേട്ടുകിടക്കുന്ന അലക്സി കണ്ണുതുറക്കുന്നതിനു മുമ്പു തന്നെ വാര്യ അയാളെ ശക്തിയോടെ യാതൊരു ആദരവുംകൂടാതെ കുലുക്കിവിളിച്ച് സന്തോഷത്തോടെ പറഞ്ഞു:

"അലക്സി പെട്രോവിച്ച്, അലക്സി പെട്രോവിച്ച് ഉണരൂ വാസി ലീസഅമ്മ കുറച്ചു കോഴിസൂപ്പു കൊണ്ടുവന്നിട്ടുണ്ട്. എണീക്കൂ."

വാതിലിന്നരികെയുള്ള ചുമരിന്മേൽവെച്ചിരുന്ന വിളക്ക് ഒന്നു തെളിഞ്ഞുതെളിഞ്ഞ് ആളിക്കത്തി അതിന്റെ പുകവമിക്കുന്ന വെളിച്ചത്തിലൂടെ അയാൾ അൽപ്പം കബ്ജയും ജരാബാധിതയും ദീർഘനാസികയും ആയ ഒരു വൃദ്ധയെകണ്ടു. മേശമേൽവെച്ചിരുന്ന ഒരു വലിയ സാധനം ധൃതിപിടിച്ചഴിക്കുകയാണ് അവർ. ആദ്യം ഒരു ചാക്കുകഷണം പിന്നെ സ്ത്രീകളുടെ ഒരു കോട്ട്, ഒരു കഷണം കടലാസ്, ഒടുവിലായി ഒരു ഇരുമ്പുപിഞ്ഞാണവും. അവർ അതിന്റെ അകത്തുനിന്നെടുത്ത നല്ല കൊഴുത്ത കോഴിസൂപ്പിന്റെ രുചികരമായ വാസന ആ കുടിലിലാകെ പരന്നു. അലക്സിക്കു തന്റെ ഒഴിഞ്ഞ വയറ്റിൽ ഒരു കൊളുത്തിപ്പിടുത്തം അനുഭവപ്പെട്ടു.

വാസലീസയുടെ ചുളിവുവീണ മുഖത്ത് സ്വതസിദ്ധമായ കടുത്ത കർക്കശഭാവം തന്നെയായിരുന്നു. 'അതെ, ഇത് ഞാൻ നിങ്ങൾക്കു വേണ്ടി കൊണ്ടുവന്നതാണ്. ദയവായി ഇതുവേണ്ട എന്നു പറയരുത്. ഇത് കഴിച്ചാൽ വേഗം സുഖമാകും. ദൈവം സഹായിച്ച് ഇതു നിനക്ക് ഗുണകരമായിരിക്കും.'

അലക്സിക്ക് ആ കിഴവിയുടെ കഷ്ടാൽകഷ്ടതരമായ കുടുംബകഥയും "പാർട്ടിസാങ്ക്" കോഴിയുടെ ചരിത്രവും എല്ലാം എല്ലാം ഓർമ വന്നു. തന്റെ നേത്രങ്ങളിൽ നിറഞ്ഞു നിൽക്കുന്ന കണ്ണുനീരിന്റെ മറവിലൂടെയാണ് ആ വൃദ്ധയേയും വാര്യയേയും സുഖകരമായ മണം വമിച്ചുകൊണ്ടു മേശമേൽ ഇരിക്കുന്ന പാത്രത്തേയും, തന്നെ അനന്തമായ കരുണയോടെ ഉറ്റുനോക്കുന്ന ആ വൃദ്ധനയനങ്ങളേയും അയാൾ കണ്ടത്. "വളരെ നന്ദി, അമ്മൂമ്മേ" വാതിൽക്കലേക്ക് നടന്നടുക്കുന്ന കിഴവിയോടയാൾ വിളിച്ചു പറഞ്ഞു.

വാതിൽക്കൽ എത്തിയ വയസ്സി വിളിച്ചുപറയുകയാണ്. "അങ്ങനെയൊന്നും പറയേണ്ട. എന്താണ് ഇതിൽ നന്ദി പറയാൻ തക്കവണ്ണമുള്ളത്. എന്റെ മക്കളും യുദ്ധത്തിൽ ഉണ്ട്. ഒരുപക്ഷേ അവർക്ക് വേറെ ആരെങ്കിലും കൊടുക്കും. ഇത് നിനക്കു ഗുണം ചെയ്യട്ടെ. വേഗം സുഖം പ്രാപിക്കൂ."

"അമ്മൂമ്മേ, അമ്മൂമ്മേ," അലക്സി അവരുടെ അടുക്കലേക്ക് എത്തുവാനായി ആഞ്ഞു. പക്ഷേ വാര്യ അയാളെ തടുത്ത് സാവധാനം പിടിച്ച് കിടക്കയിലേക്കുതന്നെ കിടത്തി.

"കിടക്കൂ, കിടക്കൂ, ഇതാ ഇതിൽനിന്ന് കുറച്ചുകൂടി കഴിച്ചോളൂ."

പ്ലേറ്റിനുപകരം അവർ നീട്ടിക്കാട്ടിയ, അലൂമിനിയം കൊണ്ടുള്ള ജർമൻ "ബില്ലികാനി"ന്റെ മൂടിയിൽ ഉണ്ടായിരുന്ന ആ ദ്രാവകത്തിൽ നിന്നു രുചികരമായ മണം പുറപ്പെടുന്നുണ്ടായിരുന്നു അതയാൾക്ക് കൊടുക്കുന്നതിനിടയിൽ അവൾ മുഖം തിരിച്ചു; ഒരുപക്ഷേ അറിയാതെ തന്നെ അവളുടെ നേത്രങ്ങളിൽ പൊടിഞ്ഞ കണ്ണുനീർ അയാളിൽനിന്ന് മറയ്ക്കുവാനായിരിക്കും. "കുറച്ചുകൂടി കുടിക്കൂ" അവൾ ആവർത്തിച്ചു.

"മിഖായേൽ മുത്തച്ഛൻ എവിടെ?"

"അദ്ദേഹം പുറത്തേക്ക് ജോലി ആവശ്യമായി പോയിരിക്കുകയാണ്. ഡിസ്ട്രിക് കമ്മിറ്റി എവിടെയാണ് എന്ന് അന്വേഷിക്കുവാൻ. കുറച്ചധികം നേരത്തേക്ക് മടങ്ങിവരുമെന്ന് തോന്നുന്നില്ല. ഇതാ ഈ സൂപ്പു കഴിക്കൂ. കുറച്ചുകൂടി കഴിച്ചോളൂ."

തന്റെ മൂക്കിനു താഴെയായി, പഴക്കംകൊണ്ട് കറുത്ത് അവിടവിടെ പൊട്ടിയ, ഒരു മരത്തവിയിൽ നിറയെ കടുംചെമപ്പുനിറമായ സൂപ്പ് അയാൾ കണ്ടു.

ആദ്യത്തെ സ്പൂൺ അയാളിൽ ചെന്നായെപ്പോലുള്ള അത്യാർത്തി ജനിപ്പിച്ചു. വയറ്റിൽ ഒരു വേദനയും കൊളുത്തിപ്പിടുത്തവും തോന്നി അയാൾക്ക്. 10 സ്പൂൺ സൂപ്പും ഏതാനും ചെറിയ മാംസക്കഷണങ്ങളും കഴിക്കുവാൻ മാത്രമേ അയാൾ സ്വയം സമ്മതിച്ചുള്ളൂ. വയറ് 'ഇനിയും' 'ഇനിയും', എന്നു ശക്തിപൂർവം ആവശ്യപ്പെട്ടിരുന്നുവെങ്കിലും അയാൾ മനഃസ്ഥൈര്യത്തോടെ ആ ഭക്ഷണപദാർഥം നീക്കിവെച്ചു. ഇന്നത്തെ നിലയിൽ ഇനിയും ഇതു കഴിക്കുകയാണെങ്കിൽ അതു വിഷമമാകുമെന്ന് അയാൾക്ക് ബോധ്യമായിരുന്നു.

അമ്മൂമ്മയുടെ സൂപ്പിന് ഒരു ഐന്ദ്രജാലികമായ ഫലമാണുണ്ടായത്. ലളിതമായ ഭക്ഷണത്തിനുശേഷം അലക്സി ഉറങ്ങി-മയക്കമല്ല-യാഥാർഥമായ, ആരോഗ്യദായകമായ ഉറക്കം. ഉണർന്ന് കുറച്ചുകൂടെ കഴിച്ചതിനുശേഷം അയാൾ വീണ്ടും ഉറങ്ങി. അടുപ്പിൽനിന്നുയരുന്ന ധൂമപടലങ്ങൾക്കോ പുറത്തുമുഴങ്ങിയിരുന്ന സ്ത്രീകളുടെ സംസാരത്തിനോ, വാര്യയുടെ സ്പർശനത്തിനോ അയാളെ ഉണർത്താൻ കഴിഞ്ഞില്ല. മരിച്ചിരിക്കുമോ എന്നു ഭയന്ന് ഇടയ്ക്കിടെ വാര്യ കുനിഞ്ഞു തന്റെ ചെവി അയാളുടെ ഹൃദയത്തിനോടടുപ്പിച്ച് അതിന്റെ മിടിപ്പ് ശ്രദ്ധിച്ചിരുന്നു.

അയാൾക്കു ജീവനുണ്ട്. കൃത്യമായി നല്ലപോലെ അയാൾ ശ്വാസോച്ഛ്വാസം ചെയ്തിരുന്നു. അന്നു പകലും രാത്രിയും അലക്സി ഗാഢനിദ്രയിലമർന്നുകിടന്നു. ലോകത്തിലെ ഒരു ശക്തിക്കും തന്റെ സുഷുപ്തി ഭഞ്ജിക്കുവാൻ സാധ്യമല്ല എന്ന നിലയിൽ അയാൾ കിടന്നുറങ്ങി.

പിറ്റേദിവസം പ്രഭാതത്തിൽ കാട്ടിലെ നിരന്തരമായ ശബ്ദകോലാഹലങ്ങൾക്കും മീതെയായി, വിദൂരതയിൽ ഒരേ വിധമായ ഒരു മുരളൽ വ്യക്തമായി മുഴങ്ങിക്കേട്ടിരുന്നു. അലക്സി ഞെട്ടിയുണർന്നു, തലയുയർത്തി ചെവി വട്ടംപിടിച്ച് അയാൾ ശ്രദ്ധിച്ചു. അടക്കാൻ വയ്യാത്ത

ഒരു ഉൽക്കടാഹ്ലാദം അയാളിൽ നിറഞ്ഞുപൊന്തി. ആവേശംകൊണ്ട് തിളങ്ങുന്ന കണ്ണുകളുമായി അയാൾ നിശ്ചലനായി കിടന്നു. അടുപ്പിൽ തണുക്കാൻ വെച്ചിരുന്ന വലിയ കല്ലുകൾ പൊട്ടിത്തെറിക്കുന്ന ശബ്ദവും തലേരാത്രിയിലെ അധ്വാനത്തിനുശേഷം ക്ഷീണിച്ച ചീവിടിന്റെ ലോലസ്വരവും, കുടിലിനു ചുറ്റുമുള്ള പൈൻമരങ്ങൾ ആഞ്ഞുലഞ്ഞുതിർക്കുന്ന മർമരധ്വനിയും, കാലത്തെ ഹിമകണങ്ങൾ നിലത്തിറ്റുവീഴുമ്പോഴത്തെ ഒച്ചയും അയാൾ കേട്ടു. എന്നാൽ അതിന്റെയെല്ലാം മുകളിലായി ആ ഇരമ്പൽ തെളിഞ്ഞുകേൾക്കാമായിരുന്നു. ഈ ശബ്ദം പുറപ്പെടുന്നതു യു–2 വിമാനത്തിന്റെ യന്ത്രത്തിൽനിന്നാണെന്ന് അയാൾ ഊഹിച്ചു. ഒരു നിമിഷം ഉച്ചത്തിലും, മറ്റൊരുനിമിഷം മന്ദീഭവിച്ചും ആ ശബ്ദം മാറിക്കൊണ്ടിരുന്നെങ്കിലും ഒരിക്കലും അതിന് ഒരു വിരാമമുണ്ടായില്ല. അലക്സി ശ്വാസമടക്കിക്കിടന്നു. അടുത്ത പ്രദേശത്തായി ഒരു വിമാനം കാവൽ ഉദ്ദേശിച്ചോ, ഇറങ്ങാനുള്ള സ്ഥലം തേടിയോ വട്ടം ചുറ്റുകയാണ്, സംശയമില്ല.

"വാര്യ, വാര്യ" കൈമുട്ടു കിടക്കയിൽ ഊന്നി എഴുന്നേൽക്കുവാൻ ശ്രമിച്ചുകൊണ്ട് അയാൾ വിളിച്ചു.

പക്ഷേ വാര്യ അകത്തുണ്ടായിരുന്നില്ല. പുറത്ത് സ്ത്രീകളുടെ പരിഭ്രാന്തമായ ശബ്ദവും ദ്രുതതരമായ പാദവിന്യാസങ്ങളും കേൾക്കുന്നുണ്ട്. എന്തോ അവിടെ നടക്കുന്നുണ്ടെന്ന കാര്യം സ്പഷ്ടമാണ്. "വാര്യ അമ്മായി, വാര്യ അമ്മായി" കുട്ടികൾ വിളിച്ചു. പിന്നീട് പരിഭ്രാന്തമായ സ്വരങ്ങൾ തുടർന്നു മുഴങ്ങി. "പറക്കുന്നു, പറക്കുന്നു. നമ്മെ വട്ടമിട്ടു പറക്കുന്നു." എന്താണു പറക്കുന്നത് എന്നു ചോദിക്കുവാൻ അലക്സിക്ക് ഇടകിട്ടുന്നതിനുമുമ്പ് കുട്ടികൾ ഓടിപ്പോയി.

വളരെ ബുദ്ധിമുട്ടി അലക്സി എഴുന്നേറ്റിരുന്നു. ഹൃദയത്തിന്റെ അതിശീഘ്രമായ മിടിപ്പും, ചെന്നിയിൽ രക്തത്തിന്റെ തുടിച്ചുകയറ്റവും, അപകടംപറ്റിയ കാലിലെ കഠിനമായ വേദനയുംകൂടി, അയാളുടെ ദേഹം കിടുകിടെ വിറച്ചിരുന്നു. അയാൾ വിമാനത്തിന്റെ ഭ്രമണങ്ങൾ എണ്ണിനോക്കി. ഒന്ന്–രണ്ട്–മൂന്ന്–പരിഭ്രമംകൊണ്ടു തളർന്ന് അയാൾ കിടക്കയിൽത്തന്നെ മറിഞ്ഞുവീണു. താമസമെന്യേ ഗാഢവും ആരോഗ്യകരവുമായ നിദ്രയുടെ ആലിംഗനത്തിലമർന്നു.

പ്രതിധ്വനിയുളവാക്കുന്ന – ഒരു യുവശബ്ദം കേട്ടാണ് അലക്സി ഉണർന്നത്. ഏതു കൂട്ടത്തിൽനിന്നും അയാൾക്ക് തിരിച്ചറിയുവാൻ പറ്റിയതായിരുന്നു ആ സ്വരം. പോർവിമാനസൈന്യദളത്തിൽ ഇതുപോലെ ശബ്ദമുള്ള ഏകവ്യക്തി സ്ക്വാഡ്രൺ കമാൻഡർ ആൻഡ്രി ഡെഗ്ടിറെങ്കോ ആയിരുന്നു.

അലക്സി കണ്ണുതുറന്നു. എങ്കിലും അയാൾക്കു തോന്നി, താൻ ഉറങ്ങുകയാണെന്ന് തന്റെ സ്നേഹിതന്റെ ഉയർന്ന താടിയെല്ലും വെയിലേറ്റു മങ്ങിയ നിറവും വിസ്താരമേറിയ സൗഹൃദം സ്ഫുരിക്കുന്ന ആ കോൺകൃതിയായ മുഖവും നെറ്റിയിലെ ആ വലിയ വടുവും നനഞ്ഞ

നിറമുള്ള കണ്ണുകളും പന്നിയുടെ കൺപീലികൾ എന്ന് ആൻഡ്രിയുടെ ശത്രുക്കൾ പറയുന്ന നിറംകുറഞ്ഞ കൺപീലികളും കാണുന്നതു സ്വപ്നത്തിലാണെന്ന്. ആ അർധാന്ധകാരത്തിൽനിന്നു പുകയ്ക്കുള്ളിലൂടെ അന്വേഷണോത്സുകമായ മങ്ങിയ നീലനിറത്തിലുള്ള രണ്ടു കണ്ണ് അവിടേക്ക് ഉറ്റുനോക്കിയിരുന്നു.

"അപ്പൂപ്പാ, നിങ്ങളുടെ സമ്മാനമെവിടെ? ഒന്നു കാണട്ടെ" ആൻഡ്രിയുടെ വ്യക്തമായ ഉക്രേനിയൻ ഉച്ചാരണത്തോടുകൂടിയ, ശബ്ദം അവിടെ മുഴങ്ങി. ആ സ്വപ്നദർശനം അപ്പോൾ മാഞ്ഞുപോയില്ല. അത് യഥാർഥമായിരുന്നു, വനാന്തരങ്ങളിലുള്ള ഈ ഭൂഗർഭഗ്രാമത്തിൽ തന്റെ സ്നേഹിതനെ കാണുക എന്ന കാര്യം വിശ്വസിക്കവയ്യ. എന്നാലും അത് ആൻഡ്രിയായിരുന്നു. പതിവുപോലെതന്നെ കുടുക്കിടാത്ത അടിക്കുപ്പായവുമായി അയാൾ നീണ്ടുനിവർന്ന തന്റെ വിശാലമായ തോളുകളും വ്യക്തമാക്കി അങ്ങനെ നിൽക്കുകയാണ്. റേഡിയോഫോണിന്റെ കമ്പികൾ തൂങ്ങിക്കിടക്കുന്ന തന്റെ തൊപ്പിയും ചില കെട്ടുകളും ഭാണ്ഡങ്ങളും അയാൾ കൈയിൽ വച്ചിരുന്നു. വിളക്ക് അയാളുടെ പിന്നിലാണ് നിന്നെരിഞ്ഞിരുന്നത്. അതിന്റെ പ്രഭയിൽ ആൻഡ്രിയായുടെ തലയിലെ പറ്റെ വെട്ടിയ, സുവർണനിറത്തിലുള്ള കുറ്റിരോമങ്ങൾ ഒരു പരിവേഷംപോലെ കാണപ്പെട്ടു.

ഡെക്ടിറെങ്കോവിന്റെ പിന്നിലായി മിഖായേലപ്പൂപ്പന്റെ ക്ഷീണിച്ച വദനവും ആവേശംകൊണ്ടു തിളങ്ങുന്ന കണ്ണുകളും കാണാമായിരുന്നു. അവരുടെ അടുക്കൽ നിന്നിരുന്നത് ഒരു ആസ്പത്രി നേഴ്സാണ്-ഉണ്ട മൂക്കോടുകൂടിയ ആ വികൃതി നേഴ്സ് 'ലിനോയ്ക്ക' ഒരു വന്യമൃഗത്തിന്റെ ജിജ്ഞാസയോടെ ഇരുട്ടിലൂടെ തുറിച്ചുനോക്കുന്നുണ്ട്. അവളുടെ കക്ഷത്തിൽ ഒരു കാൻവാസ് സഞ്ചി ഉണ്ടായിരുന്നു. അസാധാരണമായ ചില പൂക്കൾ അവൾ നെഞ്ചിലമർത്തിപ്പിടിച്ചിരുന്നു.

എല്ലാവരും നിശബ്ദരായി നിൽക്കുകയാണ്. അന്ധകാരത്തിൽപ്പെട്ട്, കണ്ണുകാണാത്ത ഡെക്ടിറെങ്കോ പരിഭ്രമത്തോടെ ചുറ്റുംനോക്കി. ഒന്നുരണ്ടുതവണ ഉദാസീനമായി അയാളുടെ കണ്ണുകൾ അലക്സിയെ ഉഴിഞ്ഞുകൊണ്ട് സഞ്ചരിച്ചു. അലക്സിക്കും തന്റെ സ്നേഹിതൻ ഇവിടെ പ്രത്യക്ഷപ്പെടുമെന്ന് വിചാരിക്കുവാനേ സാധ്യമല്ലായിരുന്നു. ജ്വരബാധിതമായ തന്റെ മനസിന്റെ ഒരു വിഭ്രാന്തിയായാരിക്കുമിത് എന്നോർത്ത് അയാൾ വിറച്ചു.

"ഈശ്വരാ, നിങ്ങൾക്ക് കാണാൻ സാധിക്കുന്നില്ലേ? ഇതാ കിടക്കുന്നുവല്ലോ." ആട്ടിൻതോൽ അലക്സിയുടെ ദേഹത്തിൽനിന്ന് എടുത്തുമാറ്റിക്കൊണ്ട് വാര്യ പറഞ്ഞു.

വീണ്ടും പരിഭ്രാന്തനായി ഡെക്ടിറെങ്കോ അലക്സി കിടന്നിരുന്ന സ്ഥലത്തേക്ക് നോക്കി. "ആൻഡ്രി" തന്റെ കൈമുട്ടിൽ എഴുന്നേറ്റു നിന്നു മെരിസീവ് വിളിച്ചു.

വ്യക്തമായ ഭീതിയോടും വിസ്മയത്തോടുംകൂടി ഡെക്ടിറെങ്കോ

വീണ്ടും അയാളെ നോക്കി. "ആൻഡ്രി എന്നെ മനസിലായില്ലെ." തന്റെ ദേഹത്താകെ ഒരു വിറയൽ ബാധിക്കുന്നു എന്നു തോന്നിയ അലക്സി മന്ത്രിച്ചു.

കരിഞ്ഞതായി തോന്നിക്കുന്ന കറുത്ത തൊലികൊണ്ട് മൂടിയ ആ അസ്ഥികൂടത്തിൽ, തന്റെ സുഹൃത്തിന്റെ ഉന്മേഷകരമായ ഭാവങ്ങൾ കണ്ടുപിടിക്കാനെന്നപോലെ ആൻഡ്രി വീണ്ടും ഉറ്റുനോക്കി. വലിയ, ഏതാണ്ട് വട്ടത്തിലുള്ള ആ കൺകളിൽ മാത്രമേ, തനിക്കു പരിചിതമായ ആ മെരിസീവ് ഭാവം കാണുവാൻ സാധിച്ചുള്ളൂ. തൊപ്പി അയാളുടെ കൈയിൽ നിന്നും നിലംപതിച്ചു കെട്ടുകൾ പൊട്ടിച്ചിതറി. ആപ്പിളുകളും മധുരനാരകങ്ങളും ബിസ്കറ്റുകളും നിലത്തുവീണ് ചിന്നിച്ചിതറി.

"ല്യോഷ്കേ, ല്യോഷ്കേ–ഇത് താൻ തന്നെയാണോ." വികാരവിജൃംഭണംകൊണ്ടു പതറിയിരുന്നു ആ സ്വരം. നീണ്ട നിറമില്ലാത്ത ആ കൺപോളകൾ അടഞ്ഞു. അയാൾ വീണ്ടും വിളിച്ചു. "ല്യോഷ്ക, ല്യോഷ്യക." ഇപ്പോൾത്തന്നെ പെറ്റുവീണ ഒരു ചെറുപൈതലിന്റേതുപോലെ ദുർബലമായ ആ ശരീരം പൊക്കിയെടുത്ത് "ല്യോഷ്കേ, എന്റെ ചങ്ങാതി ല്യോഷ്കേ" എന്നു പിറുപിറുത്തുകൊണ്ട് അയാൾ സ്വന്തം മാറിലമർത്തി.

ഒരുനിമിഷത്തേക്ക് അയാളെ കൈയിലെടുത്തുപിടിച്ചുകൊണ്ട് ഇത് ശരിക്കും തന്റെ സ്നേഹിതനാണോ എന്നു ഉറപ്പിക്കാനായി ആൻഡ്രി കുറനേരം ആ മുഖത്തേക്കു തന്നെ ഉറ്റുനോക്കി......വീണ്ടും ആ ദേഹം അയാൾ തന്റെ വക്ഷസോട് ചേർത്തമർത്തി.

"അതേ, ഇത് താൻതന്നെയാണല്ലോ ല്യോഷ്കേ, ചെകുത്താന്റെ മോനെ!"

അയാളുടെ കരുത്തുറ്റ കൈകളിൽനിന്ന് പകുതിജീവൻ മാത്രമുള്ള ആ ദുർബലശരീരത്തെ വിമുക്തമാക്കാൻ വാര്യയും നേഴ്സും ഒരു ശ്രമം നടത്തി.

"ഈശ്വരനെ വിചാരിച്ച് അദേഹത്തെ വിടൂ. ജീവനുണ്ടോ എന്നുതന്നെ സംശയമാണ്." വാര്യ ദേഷ്യത്തോടെ പറഞ്ഞു. "അദ്ദേഹത്തിന് ഇപ്പോൾ ആവേശമുണ്ടാക്കരുത്. അത് ചീത്തയാണ്, താഴെ കിടത്തൂ ഇപ്പോൾത്തന്നെ." താഴെ എന്ന വാക്ക് ഊന്നിക്കൊണ്ട് വളരെ ദ്രുതഗതിയിൽ ആ നേഴ്സ് സംസാരിച്ചു.

മരിച്ചുപോയി എന്നുതന്നെ ആ സേനാവിഭാഗം മുഴുവനും വിശ്വസിച്ചിരിക്കുന്ന തന്റെ സുഹൃത്തും സഖാവുമായ മെരിസീവിന്റെ തന്നെയാണ്, കറുത്ത്, മെലിഞ്ഞ്, ശുഷ്കമായ ഈ ദേഹം എന്നു നല്ലപോലെ ബോധ്യംവന്നപ്പോൾ ആൻഡ്രി അയാളെ കിടക്കയിൽത്തന്നെ കിടത്തി, തന്റെ സ്വന്തം തലയിൽ കൈവച്ച് വിജയോന്മാദത്തോടെ അട്ടഹസിച്ചു. പിന്നീട് അലക്സിയുടെ ചുമലിൽ പിടിച്ച്, അഴമേറിയ ഒരു കുഴിയായി എങ്കിലും ആഹ്ലാദംതിമിർക്കുന്ന ആ കൺകളിലേക്ക് ഉറ്റുനോക്കിക്കൊണ്ട് ആക്രോശിച്ചു: "താൻ ജീവിച്ചിരിക്കുന്നു, ജീവിച്ചിരിക്കുന്നു.

പരിശുദ്ധ മാതാവേ, ജീവിച്ചിരിക്കുന്നു. ചെകുത്താൻ എന്നെ പിടിക്കട്ടെ. ഇത്രയും കാലം താൻ എവിടെയായിരുന്നു. തനിക്ക് എന്തുപറ്റി."

വർത്തുളമായ ദേഹവും പതിമൂക്കുമുള്ള ആ നേഴ്സ്-ലെഫ്ടനന്റ് പദവിയെ അവഗണിച്ചു. സൈന്യത്തിലുള്ളവരെയെല്ലാം ലിനോഷ്ക എന്നു വിളിക്കുന്ന ആ വൈദ്യശാസ്ത്ര സഹോദരി-(തന്റെ മേലാധികാരിക്കു പരിചയപ്പെടുത്തുന്നതിനിടയിൽ അവർ സ്വയം ഉപയോഗിച്ചതായിരുന്നു ആ വാക്ക്) എപ്പോഴും ആടിയും പാടിയും സൈന്യത്തിലെ എല്ലാ ലഫ്ടനന്റുമാരോടും ഏകകാലത്തു പ്രേമം ഭാവിക്കുന്ന ആ യുവതി, -ആവേശഭരിതനായ വൈമാനികനെ കിടക്കയിൽനിന്ന് ദൂരെ തള്ളി മാറ്റി കർക്കശസ്വരത്തിൽ പറഞ്ഞു:

"ക്യാപ്റ്റൻ സഖാവേ ഇനി രോഗിയെ തനിയെ വിടൂ-ഉം ഇപ്പോൾ തന്നെ."

തലേദിവസം പ്രാദേശികകേന്ദ്രത്തിലേക്കു പറന്നുപോയി കൊണ്ടുവരുന്നതും ഈ പരിതഃസ്ഥിതിയിൽ തീരെ അസ്ഥാനത്താണ് എന്ന് തോന്നിയതുമായ ആ പൂക്കൾ മേശമേലേക്ക് എറിഞ്ഞുകൊണ്ട് അവർ ചെമന്ന കുരിശടയാളമുള്ള തന്റെ കാൻവാസ് സഞ്ചി തുറന്ന്, തികച്ചും ഔദ്യോഗികമായി രോഗിയെ പരിശോധിക്കുവാൻ തുടങ്ങി. തന്റെ തടിച്ച കൈവിരലുകൾകൊണ്ട് അയാളുടെ കാലിന്മേൽ കുത്തിനോക്കി.

"ഇവിടെ വേദനയുണ്ടോ, ദാ, ഇവിടെ, ഇവിടെ" എന്നുചോദിച്ചു. ആദ്യമായി ഇന്ന് തന്റെ കാൽ അലക്സി നല്ലപോലെ കണ്ടു. സാമാന്യം കറുത്തിരുന്ന അത് ഭയങ്കരമാംവിധം നീരുവന്ന് വീർത്തിരുന്നു. നേരിയ ഒരു സ്പർശനം കൊണ്ടുതന്നെ കുത്തിക്കയറുന്ന വേദന വൈദ്യുചക്തിപോലെ അയാളുടെ ദേഹമാസകലം വ്യാപിച്ചു. പക്ഷേ ലിനോഷ്കയ്ക്കു തീരെ പിടിക്കാതെയായത് വിരലുകളാണ്. അവ തീരെ കറുത്ത് സ്പർശനം അറിയാത്തവിധത്തിൽ ചൈതന്യരഹിതമായിരിക്കുന്നു.

മിഖായേൽ മുത്തച്ഛനും ഡെക്ടിറെങ്കോവും മേശയ്ക്കരികിൽ ഇരുന്നു; ആ സന്ദർഭം ആഘോഷിക്കുവാനായി, വൈമാനികന്റെ ഫ്ളാസ്കിൽനിന്ന് എടുത്ത ചായ നല്ലപോലെ ഒന്നു വലിച്ചു കുടിച്ച് ഉന്മേഷത്തോടെ സംഭാഷണമാരംഭിച്ചു. മിഖായേൽ തന്റെ വിറയാർന്ന കനത്ത സ്വരത്തിൽ അലക്സിയെ കണ്ടുപിടിച്ച കഥ പറയുവാൻ തുടങ്ങി-ഇത് ആദ്യത്തെ പ്രാവശ്യമല്ല എന്നത് വ്യക്തമാണ്.

"കൊള്ളാം, നമ്മുടെ കുട്ടികൾ അയാളെ കണ്ടുപിടിച്ചതു കാടു വെട്ടിത്തെളിച്ച സ്ഥലത്തുനിന്നാണ്. ബ്ലെൻഡേജിനുവേണ്ടി ജർമൻകാർ അവിടെ തടികൾ വെട്ടി ശേഖരിച്ചിരുന്നു. കുട്ടികളുടെ അമ്മ-അതായത് എന്റെ മകൾ-കുട്ടികളെ അയച്ചത് കുറെ വിറകു പെറുക്കിക്കൊണ്ടുവരുവാനാണ്. അങ്ങനെയാണ് അവർ അലക്സിയെ കണ്ടുപിടിച്ചത്. 'ഇതാ, എന്താണ് അവിടെ ഒരു തമാശ' അവർ തമ്മിൽ പറഞ്ഞു. ആദ്യമവർ വിചാരിച്ചത് മുറിവേറ്റ ഒരു കരടി കിടന്നു ഉരുളുകയാണ് എന്നാണ്. ഉടനെ അവർ ഓടി. പക്ഷേ ജിജ്ഞാസ അവരെ തിരികെ കൊണ്ടുവന്നു.

'എന്തിനാണ് അത് ഇങ്ങനെ ഉരുളുന്നത്? എന്തുജാതി കരടിയാണിത്? എന്തോ തമാശയുണ്ട് ഇതിൽ.' എന്നു പറഞ്ഞ് അവർ നോക്കിക്കൊണ്ട് നിൽക്കേ തന്നെ അത് ഉരുളുകയും പിരളുകയും ഞെരങ്ങുകയും ചെയ്തിരുന്നു. "നിങ്ങൾ പുകവലിക്കുമോ?" തന്റെ സിഗരറ്റു പെട്ടി വൃദ്ധനു നീട്ടിക്കൊണ്ട് ആൻഡ്രി ചോദിച്ചു: "എന്താണു ഉരുളുക എന്ന പദംകൊണ്ട് നിങ്ങൾ ഉദ്ദേശിക്കുന്നത്?"

മുത്തച്ഛൻ പെട്ടിയിൽനിന്ന് ഒരു സിഗരറ്റ് എടുത്ത് അതിന്റെ കട ലാസ് ചീന്തി, പുകയില തന്റെ പോക്കറ്റിൽ നിന്ന് എടുത്ത് ഒരു വർത്ത മാനക്കടലാസിലേക്ക് കുടഞ്ഞ് വീണ്ടും തെറുത്ത്, കത്തിച്ചു ബഹുരസ ത്തോടെ വലിക്കാൻ തുടങ്ങി.

"പുകവലിക്കുമോ എന്നോ, തീർച്ചയായും ഞാൻ വലിക്കും." ഒന്നു കൂടി ആഞ്ഞുവലിച്ചുകൊണ്ട് കിഴവൻ തുടർന്നു. പക്ഷേ, ജർമൻകാർ വന്നതിൽപ്പിന്നെ ഞാൻ പുകയില കണ്ടിട്ടില്ല. ഞാൻ പൂപ്പലും ഉണങ്ങിയ ഇലകളുമാണ് കത്തിച്ചുവലിക്കുന്നത്. പിന്നെ അയാൾ എങ്ങനെയാണ് ഉരുണ്ടത് എന്ന് അയാളോടുതന്നെ ചോദിക്കണം. ഞാൻ കണ്ടില്ല. കുട്ടി കൾ പറയുന്നത്, അയാൾ കമഴ്ന്നും നിവർന്നും വീണ്ടും കമഴ്ന്നും, വീണ്ടും നിവർന്നും അങ്ങനെ നീങ്ങുകയായിരുന്നുവെന്നാണ്. കൈ കളും കാൽമുട്ടുകളും ഉപയോഗിക്കുവാനുള്ള ശക്തിയുണ്ടായിരുന്നില്ല അയാൾക്ക്. അത്തരത്തിലൊരു വീരൻ.

ഇടയ്ക്കിടെ തന്റെ സ്നേഹിതനെ കാണുവാനായി ആൻഡ്രി ചാടി യെണീറ്റിരുന്നു. നഴ്സ് കൊണ്ടുവന്നിരുന്ന ഊതനിറത്തിലുള്ള സൈനി ക ബ്ലാങ്കറ്റിൽ സ്ത്രീകൾ രോഗിയെ പൊതിയുകയായിരുന്നു.

"കുട്ടി ഇവിടെ ശാന്തനായി, സമാധാനത്തോടെ ഇരിക്കൂ. വസ്ത്രം ധരിപ്പിക്കുന്നത് പുരുഷന്റെ ജോലിയല്ല." ആൻഡ്രിയെ നിയന്ത്രിച്ചു കൊണ്ടു മുത്തച്ഛൻ പറഞ്ഞു.

"ഞാൻ പറയുന്നത് ശ്രദ്ധിക്കൂ. മേലധികാരികളോടു അതു പറയു വാൻ വിട്ടുപോകരുത്. വളരെ വലിയ ഒരു കാര്യമാണ് അലക്സി ചെയ്തിട്ടുള്ളത്. ഞങ്ങൾ എല്ലാവരും, 'കാൽക്കോസ് മുഴുവൻ ഒരാഴ്ച യായി അയാളെ ശുശ്രൂഷിക്കുകയായിരുന്നു. എന്നിട്ടും അയാൾക്ക് അന ങ്ങാറായിട്ടില്ല. പക്ഷേ, നമ്മുടെ വനാന്തരങ്ങളിലൂടെയും ചതുപ്പുനിലങ്ങ ളിൽക്കൂടിയും ഇയാൾക്ക് മുട്ടുകുത്തി ഇഴയാൻ സാധിച്ചു. ഇങ്ങനെ യുള്ള കാര്യങ്ങൾ ചെയ്യുവാൻ പറ്റിയ ആളുകളെ അധികം കാണുക യില്ല. നമ്മുടെ വിശുദ്ധ പുണ്യവാന്മാർക്കുപോലും ഇതുപോലുള്ള ഒരു സംഗതി ചെയ്യുവാൻ സാധ്യമല്ല. എന്താണു നിങ്ങൾ ഒരു തൂണുപോലെ നിൽക്കുന്നത്? ഞാൻ പറഞ്ഞത് ശരിയല്ലേ? പക്ഷേ, ഞാൻ ഇതുതന്നെ പറയും. ശ്രദ്ധിക്കൂ കുട്ടീ, ശ്രദ്ധിക്കൂ."

തന്റെ വായ ഡെക്ടിറെങ്കോവിന്റെ ചെവിയോടടുപ്പിച്ചു, തന്റെ നനുത്ത മീശകൊണ്ട് അയാളെ കിക്കിളിയാക്കി മന്ത്രിക്കുന്ന സ്വര ത്തിൽ കിഴവൻ തുടർന്നു.

"അയാൾ മരിക്കുകയില്ല എന്നുതന്നെ ഞാൻ വിശ്വസിക്കുന്നു.

നിങ്ങൾക്ക് എന്താണ് അഭിപ്രായം. ജർമൻകാരുടെ കൈയിൽപ്പെടാതെ നമുക്ക് അയാളെ കിട്ടി. വെറും എല്ലും തോലുമല്ലാതെ യാതൊന്നുമില്ല. എങ്ങനെ മുട്ടുകുത്തി ഇഴയുവാൻ അയാൾക്കു സാധിച്ചു. എനിക്കത് ആലോചിക്കുവാൻപോലും വയ്യ. സ്വന്തം ആളുകളുടെ അടുക്കൽ എത്തുവാൻ അയാൾ അത്രമാത്രം ആഗ്രഹിച്ചിരിക്കണം. അബോധാവസ്ഥയിലെല്ലാം, അയാൾ വിമാനം, വിമാനത്താവളം, എന്നാണ് വിളിച്ചു പറഞ്ഞിരുന്നത്. വേറെ ഒരു വാക്ക് അയാൾ പറഞ്ഞത് ഓൾഗ എന്നാണ്. ആ പേരുള്ള ഒരു പെണ്ണ് നിങ്ങളുടെ അടുത്തുണ്ടോ. ഒരുപക്ഷേ, അയാളുടെ ഭാര്യയായിരിക്കാം. നിങ്ങൾ ഞാൻ പറയുന്നതു ശ്രദ്ധിക്കുന്നുണ്ടോ. ഞാൻ എന്താണ് പറയുന്നതെന്ന് കേട്ടുവോ–ഹേയ്, ഹേയ്, വൈമാനികൻ.''

പക്ഷേ, ഡെക്ടിറെങ്കോ, അതൊന്നും ശ്രദ്ധിക്കുന്നുണ്ടായിരുന്നില്ല. ആ സേനാസംഘത്തിൽ വെറും ഒരു സാധാരണക്കാരൻ മാത്രമായിരുന്ന ഇയാൾ, തന്റെ ആത്മസുഹൃത്ത് ഒടിഞ്ഞ കാലുകളും മരവിച്ച പാദങ്ങളുമായി, ഉരുകുന്ന മഞ്ഞിലൂടെയും കാട്ടിലൂടെയും ചതുപ്പുനിലങ്ങളിൽക്കൂടെയും, ശത്രുക്കളിൽനിന്നും രക്ഷപ്പെട്ടു സ്വജനങ്ങളുടെ അടുത്തെത്തുവാനായി, മുട്ടുകുത്തുന്നതും ഉരുളുന്നതും അയാൾ മനസിൽ ചിത്രീകരിക്കുകയായിരുന്നു. പോർവിമാനസേനയിലെ ഒരു വൈമാനികൻ എന്ന നിലയ്ക്ക് അയാൾ പലേ അപകടങ്ങളിലും പെട്ടിട്ടുണ്ട്. കലഹത്തിൽച്ചെന്നുചാടുമ്പോൾ അയാൾ ഒരിക്കലും മരണത്തെക്കുറിച്ചുഭയപ്പെട്ടിട്ടില്ല. സംതൃപ്തി ജനകമായ ഒരു വികാരമാണ് അയാൾക്കു തോന്നാറ്–പക്ഷേ, കാട്ടിൽ തനിയെ ഒരാൾക്ക് ഇതു ചെയ്യാൻ സാധിക്കണമെങ്കിൽ....

“എന്നാണ് നിങ്ങൾ ഇയാളെ കണ്ടുപിടിച്ചത്?''

“എന്നാണത്.'' വൃദ്ധന്റെ ചുണ്ടുകൾ അനങ്ങി. സിഗരറ്റുപെട്ടിയിൽ നിന്ന് ഒരു സിഗററ്റെടുത്തു പുകയില തട്ടി വേറെ ഒരു കടലാസിലാക്കി ചുരുട്ടിക്കൊണ്ട് അദ്ദേഹം തുടർന്നു: അപ്പോൾ എന്നായിരുന്നു അത്– ആ, ശരി–അത് “ലൈന്റ്'' മാസത്തെ ആദ്യത്തെ തിങ്കളാഴ്ചയായിരുന്നു; അതായത് ശരിക്കും ഇന്നേക്ക് ഒരാഴ്ചമുമ്പ്.''

ഡെക്ടിറെങ്കോ ഏതാണ്ട് തീയതികളെല്ലാം മനസിൽ കുറിച്ച്, അലക്സി പതിനെട്ടു ദിവസത്തോളം ഇഴഞ്ഞുനടന്നിട്ടുണ്ടാകും. എന്നു മനസിൽ കണക്കാക്കി. “മുറിവേറ്റ ഒരുവൻ ഇത്രയും ദിവസം മുട്ടുകുത്തുക. അതും യാതൊരു ഭക്ഷണവുമില്ലാതെ. ഓ, ആലോചിക്കുവാൻ പോലും വയ്യ.''

“അപ്പാപ്പാ, വളരെ വളരെ നന്ദി.'' യുവാവ് വൃദ്ധനെ മുറുകെ കെട്ടിപ്പിടിച്ച് തന്റെ നെഞ്ചോടമർത്തി “സഹോദരാ നന്ദി പറയുന്നു.''

“അതുമാത്രം പറയല്ലേ. നന്ദി പറയുവാൻ മാത്രം ഒന്നുമില്ല. നന്ദി പറയുന്നുവത്രേ!–ഇയാൾ പറയുന്നതു കേൾക്കൂ. എന്താണ് ഞാൻ ഒരപരിചിതനോ വിദേശീയനോ മറ്റോ ആണോ. അതല്ല എന്നുതന്നെ

നിങ്ങൾ പറയും ഇല്ലേ."

പിന്നീട് താടിക്കു കൈകൊടുത്ത് കയ്പ്പുള്ള ഏതോ മനോരാജ്യത്തിൽ മുഴുകിയിരിക്കുന്ന തന്റെ മരുമകളെ നോക്കി അയാൾ ക്രോധാവേശനായി അലറി:

"നിലത്തുനിന്ന് ഭക്ഷണസാധനമെല്ലാം പെറുക്കിയെടുക്ക്, എത്ര വിലയേറിയ സാധനങ്ങൾ നിലത്തവിടവിടെയായിക്കിടക്കുന്നു! അയാൾക്ക് നന്ദിയുണ്ടത്രേ."

ആ സമയംകൊണ്ട്, ലിനോച്ക, മെരിസിവിനെ യാത്രയ്ക്കു തയ്യാറാക്കി.

"എല്ലാം ശരിയാകും, ലഫ്ടനന്റ് സഖാവേ, എല്ലാം ശരിയാകും." ഒരു സഞ്ചിയിൽനിന്നു മുത്തുകൾ ഉതിരുന്നതുപോലെ അവൾ ചിലയ്ക്കുവാൻ തുടങ്ങി. 'മോസ്കോ ഇപ്പോൾ വലിയ ഒരു നഗരമാണ് അല്ലേ. ഇതിലും വഷളായ രോഗങ്ങൾ അവിടെ ചികിത്സിച്ചു മാറ്റും."

അസാധാരണമായ അവളുടെ ആവേശത്തിൽനിന്നും, അവിടെച്ചെന്നാൽ ഒരു നിമിഷംകൊണ്ട് അലക്സിക്കു നടക്കാറാവും എന്നവൾ ആവർത്തിക്കുന്നതുകൊണ്ടും, ഡെക്ടിറെങ്കോ ഊഹിച്ചത് അവൾ തന്റെ പരിശോധനകൊണ്ട് സുഖക്കേട് കുറച്ചപകടകരമാണെന്നും, രോഗി വളരെ കഷ്ടസ്ഥിതിയിലാണെന്നും മനസിലാക്കിയിരിക്കുന്നുവെന്നാണ്. വൈദ്യശാസ്ത്രവിശാരദ മാഗ്പൈയെപ്പോലെ ചിലയ്ക്കുകയാണ് എന്നയാൾ വിചാരിച്ചു. പെട്ടെന്ന് അയാൾ–സേനാദളത്തിൽ ആരുംതന്നെ ഈ പെൺകുട്ടിയെ സാരമായി ഗണിച്ചിരുന്നില്ലെന്നും അവൾക്ക് ചികിത്സിക്കാനറിയാവുന്നതു സ്നേഹംകൊണ്ടുമാത്രമാണെന്ന് ആളുകൾ കളിയാക്കാറുണ്ടെന്നും ഓർത്തു. ഈ വിചാരം ഡെക്ടിറെങ്കോവിനു കുറച്ച് ആശ്വാസം നൽകി.

തലമാത്രം പുറത്തുകാണിച്ച്, ആകെ മൂടിപ്പുതച്ചുകിടക്കുന്ന അലക്സിയെക്കണ്ടപ്പോൾ ഡെക്ടിറെങ്കോ ഓർത്തതു പഠിക്കുന്ന കാലത്ത് പഴയ ചരിത്രപുസ്തകത്തിൽ കണ്ടു പരിചയിച്ചിരുന്ന ഫറോവയുടെ ഒരു മമ്മിയുടെ ചിത്രമാണ്. നിറയെ കട്ടിപിടിച്ച കുത്തിത്തറയ്ക്കുന്ന ചുവന്ന രോമങ്ങൾ മുറ്റിനിൽക്കുന്ന തന്റെ സ്നേഹിതന്റെ കവിൾത്തടങ്ങൾ അയാൾ കൈകൊണ്ട് ഒന്നുഴിഞ്ഞു.

"ഒക്കെ ശരിയാകും ല്യോഷ്ക; വീണ്ടും നിങ്ങൾക്ക് എഴുന്നേറ്റു നിൽക്കാറാകും. നിങ്ങളെ മോസ്കോവിലെ വലിയ ആശുപത്രിയിലേക്ക് അയയ്ക്കുവാൻ ഞങ്ങൾക്കു കൽപ്പന കിട്ടിയിട്ടുണ്ട്. അവിടെ എല്ലാം പ്രൊഫസർമാരാണ്. പിന്നെ നേഴ്സുമാരാണെങ്കിൽ–അയാൾ ലിനോച്കയെ നോക്കി, ഒരു ശബ്ദമുയർത്തിക്കൊണ്ട് കണ്ണുവെട്ടിച്ചു–ചത്തവരെക്കൂടി എഴുന്നേൽപ്പിച്ച് ഓടിക്കും. താനും ഞാനും വ്യോമയുദ്ധത്തിൽ ഇനിയും നമ്മുടെ ശക്തി കാണിക്കും."

ലിനോച്കയെപ്പോലെതന്നെ ജീവനില്ലാത്ത ഒരു തമാശ നടിച്ചുകൊണ്ടാണ് ഡെക്ടിറെങ്കോവും സംസാരിക്കുന്നത്. പെട്ടെന്ന് സ്നേഹി

തന്റെ കവിളുകൾ തലോടിക്കൊണ്ടിരുന്ന തന്റെ കൈ നനയുന്നതു പോലെ തോന്നി. അയാൾ സരോഷം പറഞ്ഞു–"ശരി, മഞ്ചൽ എവിടെ. നമുക്ക് ഇയാളെ പുറത്തേക്കു കൊണ്ടുപോകാം. വെറുതെ എന്തിനാണ് അതുമിതും പറഞ്ഞു സമയം കളയുന്നത്."

ബ്ലാങ്കറ്റുകൊണ്ടു പൊതിഞ്ഞ അലക്സിയുടെ ശരീരം അവർ വൃദ്ധന്റെ സഹായത്തോടെ ശിബികയ്ക്കകത്തു കിടത്തി. വാര്യ അയാളുടെ സാധനങ്ങളെല്ലാം പെറുക്കിയെടുത്ത് ഒരു ചെറിയ ഭാണ്ഡമാക്കി.

എസ്സ്എസ്സ്കാരന്റെ കഠാരി, വാര്യ തന്റെ കെട്ടിൽ തിരുകി വയ്ക്കുന്നതിനെ തടഞ്ഞുകൊണ്ട് അലക്സി "മുത്തച്ഛാ" എന്നു വിളിച്ചു. മിഖായേൽ തന്റെ മിതവ്യയശീലത്തിന്റെ പ്രചോദനംകൊണ്ടും, ആ കഠാരി ജിജ്ഞാസയോടെ പരിശോധിക്കുകയും വൃത്തിയാക്കുകയും മൂർച്ചവരുത്തുകയും ചെയ്യാറുണ്ടായിരുന്നു.

"മുത്തച്ഛാ, ഇത് എന്റെ ഓർമയ്ക്കായി എടുത്തുവയ്ക്കണം."

"നന്ദി പറയുന്നു അലക്സി. വളരെ നന്ദി! ഇതു നല്ല ഉരുക്കാണ് നോക്കൂ! ഇതിന്മേൽ എന്തോ എഴുതിയിരിക്കുന്നുവല്ലോ. നമ്മുടെ ഭാഷയിലല്ല" കഠാരി ഡെക്ടിറെങ്കോവിനെ നീട്ടിക്കാണിച്ചുകൊണ്ട് വൃദ്ധൻ പറഞ്ഞു അയാൾ അതിൽ എഴുതിയിരിക്കുന്നതു തർജുമ ചെയ്തു. 'എല്ലാം ജർമനിക്കു വേണ്ടി.'

എങ്ങനെയാണ് അതു കൈവശം വന്നതെന്ന് ആലോചിച്ചുകൊണ്ട് അലക്സി പിറുപിറുത്തു– ജർമനിക്കുവേണ്ടി.

"ഇതാ മുത്തച്ഛാ, ഇതു പൊക്കിക്കോളൂ." മഞ്ചലിന്റെ ഒരു ഭാഗത്തു പിടിയിന്മേൽ പിടിച്ചുയർത്തിക്കൊണ്ട് ഡെക്ടിറെങ്കോ പറഞ്ഞു.

മഞ്ചൽ ഒന്നുലഞ്ഞു. ചുമരിലെ മണ്ണ് അടർത്തിയിട്ടുകൊണ്ട് അത് ചെറിയ വാതിലിൽക്കൂടെ ഒരുവിധം പുറത്തേക്കുപോന്നു.

കുടിലിൽ കൂട്ടംകൂടി നിന്നിരുന്നവരെല്ലാം ആ "ലാളനാവിഗ്രഹത്തെത്തെ" യാത്രയാക്കാൻ പുറത്തുകടന്നു. വാര്യ മാത്രമേ പോകാതിരുന്നുള്ളൂ അവൾ ധൃതിവയ്ക്കാതെ വിളക്കിന്റെ നാട വെട്ടി ശരിയാക്കി. അപ്പോഴും മനുഷ്യദേഹത്തിന്റെ പാടു മാഞ്ഞുപോയിട്ടില്ലാത്ത ആ വരയൻ കിടക്കയിൽ പോയിരുന്ന് അവൾ മെല്ലെ തടവി. ധൃതികൊണ്ട് നഴ്സ് മറന്നുപോയ പൂച്ചെണ്ട് അവളുടെ കണ്ണിൽപ്പെട്ടു. തണുത്തുമരവിച്ച കുടിലുകളിൽകിടന്ന് വർഷകാലം കഴിച്ചുകൂട്ടേണ്ടിവന്ന ഈ അഭയാർഥി വില്ലേജിലെ ജനങ്ങളെപ്പോലെതന്നെ വിളർത്തുക്ഷീണിച്ച കുറെ "ലിലിയാക്കി"ന്റെ കൊമ്പുകളും ഉണ്ടായിരുന്നു അതിൽ. ആ യുവതി ആ ചെണ്ടെടുത്ത് അതിൽ തങ്ങിനിന്നിരുന്ന, ലളിതമായ വാസന്തിക സൗരഭം ആസ്വദിച്ചു. കരിയുടെയും പുകയുടെയും കൊടിയ നാറ്റത്തിനിടയിലൂടെ കഷ്ടിച്ചുമാത്രമേ അതിന്റെ വാസന പുറത്തുവന്നിരുന്നുള്ളൂ. പിന്നീട് അവൾ അവിടെ വീണ് ഉറക്കെയുറക്കെ കരയുവാൻ തുടങ്ങി.

XVIII

തങ്ങളുടെ അപ്രതീക്ഷിതനായ അതിഥിയെ യാത്രയയ്ക്കുവാൻ പ്ളാപ്നിയിലെ ജനങ്ങളിൽ സ്ഥലത്തുണ്ടായിരുന്നവരെല്ലാം എത്തിച്ചേർന്നിരുന്നു. കാടിന്റെ പിൻഭാഗത്ത് അതിരിലെ മഞ്ഞ് കുറേശെ ഉരുകിത്തുടങ്ങിയെങ്കിലും ഇനിയും കട്ടിപിടിച്ച് ഹിമാവൃതമായിക്കിടന്നിരുന്ന ഒരു നീളൻ തടാകത്തിലാണ് വിമാനം ഇറങ്ങിയിരുന്നത്. ആ തടാകത്തിലേക്ക് വഴിത്താരയൊന്നും ഉണ്ടായിരുന്നില്ല. ഒരു മണിക്കൂറു മുമ്പ് ഡെക്ടിറെങ്കോ, നോച്ക, മിഖായേൽ മുത്തച്ഛൻ മുതലായവർ മൃദുവും പതുപതുത്തതുമായ മഞ്ഞിൽക്കൂടി നടന്നുപോയ ഒരു നടപ്പാത മാത്രമേയുള്ളൂ. ആ വഴിയിലൂടെ ഒരു ജനക്കൂട്ടം തടാകത്തെ ലാക്കാക്കി നീങ്ങുന്നുണ്ടായിരുന്നു. ഏറ്റവും മുന്നിലായി, ആവേശഭരിതരായ സെറിയോങ്കയുടേയും ഫെഡ്കയുടേയും നേതൃത്വത്തിലുള്ള ഗ്രാമത്തിലെ കുട്ടികളായിരുന്നു. താനാണ് ആ വൈമാനികനെ ആദ്യം കണ്ടുപിടിച്ചതെന്ന അവകാശബലത്തിന്മേൽ സെറിയോങ്കയാണ് ആ മഞ്ചലിന്റെ തൊട്ടുവലത്തുഭാഗത്തായി നടന്നിരുന്നത്. പിതാവ് ഇട്ടിട്ടുപോയ ആ വലിയ ഷൂസിന്റെ അകത്തായിരുന്ന തന്റെ ചെറിയ കാലുകൾ വളരെ ബുദ്ധിമുട്ടി വലിച്ചിഴച്ച് കരിപുരണ്ട മുഖവും കീറിയ ഉടുപ്പമണിഞ്ഞ്, പിന്നാലെ നടന്നിരുന്ന കുട്ടികളെ അതിഭയങ്കരമായി ചീത്തപറഞ്ഞുകൊണ്ടാണ് അവർ നടന്നിരുന്നത്. ഡെക്ടിറെങ്കോവും മിഖായേൽ മുത്തച്ഛനും കൂടി മഞ്ചലും വഹിച്ചുകൊണ്ട് ഒപ്പം നടന്നു. ഇടയ്ക്കിടെ അലക്സിയുടെ ബ്ലാങ്കറ്റ് ശരിപ്പെടുത്തിയും, അയാളുടെ തലയിൽ സാൽവ കെട്ടിയുംകൊണ്ട് ഇതേവരെ ആരുടെയും പാദം പതിഞ്ഞിട്ടില്ലാത്ത മഞ്ഞിലൂടെയാണ് ലിനോച്ക നടന്നിരുന്നത്. അവരുടെ പുറകിലായി വർത്തമാനം പറഞ്ഞുകൊണ്ട്, സ്ത്രീകളും പെൺകുട്ടികളും വൃദ്ധരും അടങ്ങുന്ന ഒരു ചെറിയ 'സൈന്യം' നീങ്ങുന്നുണ്ട്.

ആദ്യമെല്ലാം ഹിമകണങ്ങളിൽ തട്ടിത്തിളങ്ങുന്ന പ്രകാശം അലക്സിയുടെ കണ്ണഞ്ചിച്ചിരുന്നു. ആ വസന്തകാലത്തിലെ പകൽവെളിച്ചം വന്നു തട്ടിയപ്പോൾ അയാൾ കണ്ണടയ്ക്കുവാൻ നിർബന്ധിതനായി. ക്രമേണ അയാൾ ഒരു ബോധക്കേടിൽപ്പെട്ടു. പതുക്കെപതുക്കെ കണ്ണിന്റെ പോളപൊക്കി, ദിനദീപ്തിയുമായി പരിചയപ്പെട്ടതിനുശേഷം മാത്രമേ അയാൾ ചുറ്റും നോക്കാൻ തുടങ്ങിയുള്ളൂ. ആ ഭൂഗർഭഗ്രാമത്തിന്റെ ഒരു പടം തന്റെ മുന്നിലായി ചുരുൾ നിവർന്നു കിടന്നിരുന്നു.

ഏതു വഴിക്കു നോക്കിയാലും ആ കാട് ഒരു ചുവരുപോലെ നീണ്ടുകിടക്കുന്നതായി കാണാം. അന്യോന്യം കൂട്ടിത്തൊട്ടു കിടക്കുന്ന മരത്തലപ്പുകൾ താഴെയുള്ള സ്ഥലത്ത് ഒരു അർധാന്ധകാരം പരത്തിയിരുന്നു. പലതരം മരങ്ങൾ നിറഞ്ഞതായിരുന്നു ആ കാനനം. ആകാശത്തിൽ ഉറച്ചുപോയ പുകപോലെ തോന്നിക്കുന്ന തലപ്പുകളോടുകൂടിയ നിശ്ചലങ്ങളായ ബർച്ച് മരങ്ങൾ, പൊൻനിറംപൂണ്ട തടികളുള്ള പൈൻമരങ്ങളുടെ സമീപമായി നിലയുറപ്പിച്ചിരുന്നു. അവയുടെ നടുക്ക്

അവിടവിടെയായി ഫിർമരങ്ങളുടെ ഉയർന്ന ശിഖരാഗ്രങ്ങൾ പൊന്തിക്കാണാം.

മുകളിൽനിന്നും തറയിൽനിന്നുമുള്ള ശത്രുവീക്ഷണത്തെ മറച്ചിരുന്ന ആ മരങ്ങളുടെ ചുവട്ടിലായി, നൂറുകണക്കിനു പാദങ്ങൾ ചവിട്ടിമെതിച്ചിരുന്ന ആ മഞ്ഞിലായിരുന്നു കുടിലുകൾ കെട്ടിയിരുന്നത്. യുഗങ്ങളോളം പ്രായമായ ഫിർമരത്തിന്മേൽ കുട്ടികളുടെ വസ്ത്രങ്ങൾ തൂക്കിയിട്ടിരുന്നു. വീട്ടുപാത്രങ്ങൾ കാറ്റുകൊള്ളിക്കുവാൻ വച്ചിരുന്നത് പൈൻമരത്തടികളിന്മേലാണ്. അപ്പൂപ്പൻ താടിപോലെ പൂപ്പൽ തൂങ്ങിക്കിടക്കുന്ന ഒരു വൃദ്ധനായ ഫിർമരത്തിന്റെ കനത്ത തടിക്കു നേരെ താഴെയായി, അതിന്റെ കട്ടിപിടിച്ച വേരുകൾക്കിടയിൽ പണ്ട് തീർച്ചയായും ഒരു ഹിംസ്രജന്തു പതുങ്ങിക്കിടന്നിരിക്കും. മഷികൊണ്ടു വരച്ച ഭംഗിയുള്ള മുഖത്തോടുകൂടിയ, മെഴുക്കുപുരണ്ട ഒരു പഴന്തുണിപ്പാവ കിടന്നിരുന്നു.

ചവിട്ടിമെതിച്ച പൂപ്പൽപരവതാനിയണിഞ്ഞ ആ നിരത്തിലൂടെ, മഞ്ചലിനെ അനുഗമിച്ചുകൊണ്ട് ജനങ്ങൾ നീങ്ങി.

തുറന്ന സ്ഥലത്ത് എത്തിയപ്പോൾ അലക്സിക്ക് ജന്തുസഹജമായ ഒരു ആനന്ദത്തിന്റെ തള്ളിച്ച തോന്നി. പക്ഷേ, അതുടൻതന്നെ നിശബ്ദവും മധുരവുമായ ഒരു വേദനയായി മാറി.

ചെറിയ ഒരു കൈലേസുകൊണ്ട് ലിനോച്ക അയാളുടെ കപോലങ്ങളിൽനിന്ന് കണ്ണുനീർ ഒപ്പിയെടുത്തു. ആ കണ്ണുനീരിന്റെ കാരണത്തെ സ്വന്തം നിലയിൽ വിശകലനംചെയ്ത്, അവർ മഞ്ചൽവഹിച്ചിരുന്നവരോടു മെല്ലെ പോകുവാൻ പറഞ്ഞു.

“വേണ്ട, വേണ്ട, വേഗംതന്നെ പൊയ്ക്കോളൂ.” മെരിസീവ് ധൃതികൂട്ടി.

അയാൾക്കു തോന്നിയത് ഇപ്പോൾത്തന്നെ അവർ വളരെ സാവധാനത്തിലാണ് പോകുന്നതെന്നാണ്. തനിക്ക് അവിടെ എത്തിച്ചേരുവാൻ സാധിക്കില്ല. തനിക്കുവേണ്ടി മോസ്കോവിൽനിന്നും വന്നിട്ടുള്ള വിമാനം തന്നെ കാക്കാതെ പറന്നുപോകും. തനിക്കു രക്ഷനൽകേണ്ട ആതുരാലയത്തിൽ താൻ ഒരിക്കലും എത്താൻ പോകുന്നില്ല എന്നൊക്കെയുള്ള വിചാരം അയാളെ അലട്ടുവാൻ തുടങ്ങി. മഞ്ചൽ വഹിക്കുന്നവരുടെ ശീഘ്രഗതിമൂലം ഉണ്ടാകുന്ന വേദനകൊണ്ടു ഞെരുങ്ങിയിരുന്നുവെങ്കിലും ‘വേഗം, ദയവുചെയ്ത് വേഗം, വേഗം’ എന്നയാൾ ആവർത്തിച്ചിരുന്നു. മിഖായേൽ മുത്തച്ഛൻ കിതയ്ക്കുന്നതും അദ്ദേഹത്തിന്റെ കാലുകൾ ഇടറുന്നതും തട്ടിത്തടയുന്നതും അറിഞ്ഞുകൊണ്ടുതന്നെ അയാൾ അവരോടു വേഗം പോകുവാൻ ആവശ്യപ്പെട്ടു. രണ്ടു സ്ത്രീകൾ ആ വൃദ്ധന്റെ സ്ഥാനം കൈയേറ്റു. അദ്ദേഹം ലിനോച്കയ്ക്ക് എതിരായി നിന്ന് ആ മഞ്ചലിനോടൊപ്പം നീങ്ങിത്തുടങ്ങി. തന്റെ വിയർത്തൊലിക്കുന്ന കഷണ്ടിത്തലയും തുടുത്ത മുഖവും ജര കയറിയ കഴു

ത്തും, ആഫീസറുടെ തൊപ്പികൊണ്ട് തുടയ്ക്കുന്നതിനിടയിൽ സംതൃപ്തിയോടെ മുരണ്ടു.

"ഞങ്ങളെ ചമ്മട്ടി കൊണ്ട് തല്ലിപ്പായിക്കുന്നുവോ. അത്രയ്ക്ക് ധൃതിയായോ. വളരെ നല്ലത് ല്യോഷ്ക. നിന്റെ നിലപാട് തികച്ചും ശരിയാണ്. അവരോട് ധൃതി കൂട്ടിക്കോളൂ. ഒരാൾ ധൃതിപിടിക്കുമ്പോൾ അയാൾക്ക് ജീവനുണ്ടെന്നും, അത് ശക്തിയായി തുടിക്കുന്നുണ്ടെന്നുമാണ് അർഥം. എന്താണ് ഞാൻ പറയുന്നത് ശരിയല്ലേ പ്രിയപ്പെട്ട ഓമനക്കുട്ടാ. ആശുപത്രിയിൽ ചെന്ന് ഞങ്ങൾക്ക് എഴുതണം കേട്ടോ. മേൽവിലാസം ഓർമവെച്ചോളൂ. "കാലിനീൻ റീജിയൻ; ബോളോൺ ഡിസ്ട്രിക്ട് ഇതാണ് ഭാവിയിലെ പ്ലാപ്നിഗ്രാമം. ഞാൻ ഭാവി എന്നു പറഞ്ഞുവോ, അത് ശരിയാണ്. പേടിക്കണ്ട. എഴുത്ത് ഇവിടെ എത്തും. മറക്കരുത് മേൽവിലാസം ശരിയാണ്."

മഞ്ചൽ വിമാനത്തിലേക്ക് കയറ്റിവയ്ക്കുമ്പോൾ, വിറകെണ്ണയുടെ തീക്ഷ്ണഗന്ധം അലക്സിയുടെ മൂക്കിലേക്ക് അടിച്ചു. അപ്പോൾ അയാളിൽ ആഹ്ലാദത്തിന്റെ ഒരു വേലിയേറ്റം തന്നെ ഉണ്ടായി. "സെലിലോയ്ഡ്" കൊണ്ടുള്ള "ഹുഡ്" അയാളുടെ തലയ്ക്കുമീതെയായി ഇട്ടിരുന്നു. തന്നെ യാത്രയാക്കാൻ വന്നവർ കൈവീശുന്നതൊന്നും അയാൾ കണ്ടില്ല; 'കോക്പിറ്റി'നകത്ത് നേരത്തെ കയറിയിരുന്ന ഡെക്ടിറെങ്കോവിനെ സമീപിച്ച് തന്റെ കൈയിലുള്ള അവശിഷ്ടമായ കോഴിയിറച്ചിയുടെ പൊതി അയാളെ ഏൽപ്പിക്കുന്ന, മൂക്കുവളഞ്ഞ ആ ചെറിയ വയസിയേയോ–പേടികൊണ്ടും പ്രൊപ്പല്ലറിൽനിന്ന് പുറപ്പെടുന്ന കാറ്റുകൊണ്ടും പരിഭ്രാന്തയായി അവർ ചാരനിറത്തിലുള്ള കൈലേസിനടിയിൽ ദേഷ്യംപിടിച്ച ഒരു കാക്കയെപ്പോലെ തോന്നിച്ചരുന്നു–കുട്ടികളെ ഓടിച്ചും സ്ത്രീകളെ ചീത്തപറഞ്ഞും വിമാനത്തിനു ചുറ്റും പരതിനടക്കുന്ന മിഖായേലിനേയോ, കണ്ടിരുന്നില്ല. കാറ്റ് അദ്ദേഹത്തിന്റെ തലയിൽനിന്ന് തൊപ്പിതെറിപ്പിച്ച് മഞ്ഞിൽ കൊണ്ടുപോയിഇട്ടിരുന്നു. തിളങ്ങുന്ന കഷണ്ടിയോടും, രജതനിറത്തിലുള്ള തലമുടിയോടും കൂടി നിൽക്കുന്ന അദ്ദേഹത്തെ കണ്ടാൽ വില്ലേജ് വിഗ്രഹ സ്റ്റാന്റിലെ സെന്റ് നിക്കോളസിന്റെ രൂപമാണ് ഓർമ വരുക. വിവിധ വർണാങ്കിതമായ വസ്ത്രംധരിച്ച സ്ത്രീകളുടെയിടയിൽ അദ്ദേഹം ഒരൊറ്റ പുരുഷനേ ഉണ്ടായിരുന്നുള്ളൂ. പറന്നകലുന്ന വിമാനത്തിന്റെ നേർക്കു കൈവീശിക്കൊണ്ടു നിൽക്കുകയായിരുന്നു അദ്ദേഹം.

മഞ്ഞുറഞ്ഞ മുകൾപ്പരപ്പിലൂടെ ചാടിച്ചാടി ജനസമൂഹത്തിന്റെ തലയ്ക്കുമുകളിലായി സശ്രദ്ധം പറന്ന് ചക്രങ്ങളെ മിക്കവാറും മഞ്ഞിൽ തൊടുവാൻ അനുവദിച്ചുകൊണ്ടു വൈമാനികൻ തടാകത്തിന്റെ കുത്തനെയുള്ള ചരുവിന്റെ മറപിടിച്ച് അതുവഴി ഓടിച്ച് മരങ്ങൾക്കു പിന്നിൽ അപ്രത്യക്ഷനായി. ആകാശത്തിൽവെച്ച് കാണിക്കുന്ന സാഹസികത്വത്തിന്, അധികാരികളിൽനിന്ന് ഒന്നിലധികംപ്രാവശ്യം ശകാരവും താക്കീതും ലഭിച്ചിട്ടുള്ള, സൈന്യവ്യൂഹത്തിലെ ഏറ്റവും സാഹസിക

നായ ഡെക്ടിറെങ്കോ, ഇപ്പോൾ വിമാനം പറപ്പിച്ചിരുന്നത് അതീവ ശ്രദ്ധയോടെയാണ്. അയാൾ പറക്കുകയായിരുന്നില്ല-നിലത്തെ ആലിംഗനം ചെയ്തുകൊണ്ട്, ചെറിയചെറിയ അരുവികളുടെ മാർഗത്തെ അനുധാവനം ചെയ്ത് തടാകങ്ങളുടെ മറവിലൂടെ ഇഴയുകയായിരുന്നു. അലക്സിയാകട്ടെ, ഒന്നുംതന്നെ കാണുകയോ കേൾക്കുകയോ ചെയ്തിരുന്നില്ല. പെട്രോളിന്റേയും വഴുക്കെണ്ണയുടെയും പരിചിതമായ വാസനയും, വ്യോമയാത്രയുടെ ഇമ്പം കലർന്ന വികാരാനുഭൂതിയും കൂടെ അയാളുടെ ബോധം സാമാന്യം നശിപ്പിച്ചിരുന്നു. വിമനത്താവളത്തിലിറങ്ങി, മോസ്കോവിൽനിന്ന് നേരത്തെ എത്താതിരുന്നതും അടിയന്തര സൂചകവുമായ ചെങ്കുരിശടയാളം വഹിച്ചിരുന്നതുമായ വിമാനത്തിലേക്ക് മാറ്റുവാനായി മഞ്ചൽ ഇറക്കിയപ്പോഴാണ് അയാൾക്ക് ബോധം തെളിഞ്ഞത്.

XIX

ഏറ്റവും ധൃതിപിടിച്ച പണിത്തിരക്കുള്ള സമയത്താണ് അയാൾ സ്വന്തം വിമാനത്താവളത്തിൽ എത്തിയത്. ആ അപകടംപിടിച്ച കാലത്തെ ഏതൊരു ദിവസങ്ങളിലുമെന്ന പോലെ അന്നും അവിടെ പരമാവധി പ്രവൃത്തികൾ നടക്കുന്നുണ്ടായിരുന്നു.

എൻജിന്റെ അലർച്ച ഒരുനിമിഷംപോലും നിലച്ചിരുന്നില്ല. ഇന്ധനപൂരണത്തിനെത്തിയ ഒരു വിമാനത്തിന്റെ സ്ഥാനം അടുത്തനിമിഷത്തിൽത്തന്നെ വേറെ ഒന്നു കൈയേൽക്കും; അതിനെത്തുടർന്ന് മറ്റൊന്നും, വൈമാനികർ തൊട്ട്, ടാങ്ക് ഡ്രൈവർമാരും സ്റ്റോർകീപ്പർവരെയുള്ള സർവജീവനക്കാരും തളർന്നുവീഴുന്നതുവരെ പണിയെടുത്തിരുന്നു. സ്റ്റാഫ് തലവന്റെ ശബ്ദംപോലും അടഞ്ഞിരിക്കുന്നു. പരുപരുത്ത സ്വരത്തിലേ അദ്ദേഹത്തിനിപ്പോൾ വർത്തമാനം പറയുവാൻ സാധിക്കുകയുള്ളൂ.

ആകമാനം വീർപ്പുമുട്ടലും അത്യധികമായ പണിത്തിരക്കും ഉണ്ടായിരുന്നുവെങ്കിലും എല്ലാവരും വളരെ ഉൽക്കണ്ഠയോടെയാണ് മെരിസീവിന്റെ ആഗമനം കാത്തിരുന്നത്.

“ഇതേവരെ വന്നില്ലേ അയാൾ”- തങ്ങളുടെ വാഹനങ്ങൾ അവയുടെ ആസ്ഥാനത്തേക്ക് തിരിച്ചുവിടുന്നതിനുമുമ്പ് യന്ത്രഘൂലാൽക്കാരത്തിനും ഉപരിയായി കേൾക്കത്തവിധത്തിൽ വൈമാനികർ മെക്കാനിക്കുകളോട് വിളിച്ചു ചോദിക്കും.

“അയാളെപ്പറ്റി യാതൊരു വിവരവുമില്ലേ” ഭൂഗർഭത്തിലുള്ള തങ്ങളുടെ എണ്ണടാങ്കിലേക്ക് വണ്ടികളുമായി പോകുന്നതിനിടയിൽ “തൈമുതലാളിമാരാരായും.” വിമാനത്തിന്റെ കേട്ടുപരിചയമുള്ള ശബ്ദം കാനനത്തിന്റെ ഉപരിഭാഗത്തുനിന്ന് കേൾക്കുന്നുണ്ടോ എന്ന് എല്ലാവരും ചെവികൂർപ്പിച്ചിരുന്നു.

അലക്സിക്ക് ബോധംവന്നപ്പോൾ സ്പ്രിങ്ങ് വെച്ച, ഒരു മഞ്ചലിൽ കിടക്കുകയായിരുന്നു അയാൾ. തനിക്ക് ചുറ്റുമായി പരിചിതങ്ങളായ മുഖങ്ങളുടെ ഒരു വലയം തന്നെയുണ്ട്. അയാൾ കണ്ണു തുറന്നപ്പോൾ ജനക്കൂട്ടത്തിൽ നിന്ന് ഹർഷാരവമുയർന്നു. മഞ്ചലിന്റെ തൊട്ടുവലതുഭാഗത്തായി കണ്ടത് റജിമെന്റൽ കമാണ്ടറുടെ കടിച്ചമർത്തിയ ചിരിയോടുകൂടിയ യുവത്വവും സ്ഥിരതയും വ്യക്തമാക്കുന്ന മുഖമാണ്. അതിനടുത്തായി ചുവന്നുതുടുത്ത്, വിയർപ്പൊഴുകുന്ന മുഖവുമായി നിൽക്കുന്ന സ്റ്റാഫിന്റെ മേലധികാരി. അതിനു സമീപം, പിശുക്കും ആചാരോപചാരങ്ങളോടുള്ള അതിരറ്റ പ്രീതിയുംമൂലം അലക്സി വെറുത്തിരുന്ന ബി എ എസിന്റെ (ബറ്റാലിയൻ എയറോഡ്രോം സർവീസ്) കമാണ്ടരുടെ വിളർത്ത വട്ടമുഖം കാണുന്നു. പരിചിതങ്ങളായ എത്രയെത്ര മുഖങ്ങളാണ്. അവിടെ മുമ്പിൽ സ്ഥാനം പിടിച്ചിരുന്നത് യൂറയാണ്. അലക്സിയെ കാണാനായി ഇടയ്ക്കിടെ തിരിഞ്ഞുനോക്കുകയാൽ അയാളുടെ കാലുകൾ അവിടെവിടെ തട്ടിമുട്ടുന്നുണ്ട്. അയാളുടെ അടുത്തു വ്യോമനിരീക്ഷണ കാര്യാലയത്തിലെ ഒരു സാർജന്റായ ചുവന്ന തലമുടിയുള്ള ഒരു ചെറിയ യുവതിയാണ്. എന്തോ ചില കാരണങ്ങൾകൊണ്ട് അവൾ തന്നെ വെറുക്കുന്നുണ്ട് എന്നാണ് അലക്സി ധരിച്ചുവെച്ചിരിക്കുന്നത്. അവൾ അലക്സിയുടെ കാഴ്ചപ്പാടിൽനിന്ന് അകന്നുനിന്ന് ഒരു അസാധാരണദൃഷ്ടിയോടെ അയാളെ ഒളിഞ്ഞു നോക്കാറുണ്ട്. അയാൾ തമാശയിൽ അവളെ 'മീട്രളോജിക്കൽ സാർജന്റ്' എന്നാണ് വിളിക്കാറ്. സൈനികവിഭാഗത്തിന്റെ മുഴുവൻ വെറുപ്പും ആർജിച്ചിരുന്ന, മനുഷ്യപ്പറ്റില്ലാത്ത മഞ്ഞപ്പിത്തം പിടിച്ചപോലെ മ്ലാനമായ മുഖത്തോടുകൂടിയ 'കക്കുഷ്കിൻ' അവളുടെ അടുത്തുനടന്നിരുന്നു. യൂറയുടെ അകലംവെച്ചുകൊണ്ടുള്ള കാൽവെപ്പിനൊപ്പിച്ചു നിൽക്കുവാൻ ശ്രമിക്കുകയായിരുന്നു അയാൾ. പുഞ്ചിരിയിട്ടുകൊണ്ട് അയാൾ താൻ യുദ്ധത്തിനു പോകുന്നതിനുമുമ്പ്, ഏതോ ഒരു കടം മടക്കിക്കൊടുക്കാത്തതിന് ജനക്കൂട്ടത്തിന്റെ മുമ്പിൽവച്ച് അലക്സി ഇയാളെ പരിഹസിച്ചിട്ടുണ്ട്. പ്രതികാരബുദ്ധിയോടുകൂടിയ ഒരു മനുഷ്യൻ ആ കളിയാക്കിലിന് ഒരിക്കലും മാപ്പുകൊടുക്കയില്ല എന്നാണ് അലക്സി വിചാരിച്ചിരുന്നത്. എന്നാൽ ഇപ്പോൾ ഇതാ ഇയാൾ മഞ്ചലിന്റെ ഒപ്പം അതിനു പിൻബലം നൽകികൊണ്ട്, വഴിയിൽ നിൽക്കുന്നവർ മഞ്ചലിൽ വന്നു മുട്ടാതിരിക്കുവാൻ അവരെ കൈകൊണ്ടു തള്ളിമാറ്റി നടന്നു വരുന്നു.

തനിക്ക് ഇത്രമാത്രം സ്നേഹിതന്മാർ ഉണ്ടെന്ന് അലക്സി വിചാരിച്ചിരുന്നില്ല. ആളുകൾ അവരുടെ തനിനിറം വെളിപ്പെടുത്തുന്നത് ഇങ്ങനെയാണ്. എന്തോ കാരണംകൊണ്ട് തന്നെ ഭയന്നിരുന്ന മീട്രളോജിക്കൽ സാർജന്റിനോട് അയാൾക്കു സഹതാപം തോന്നി. ബി എ എസ് കമാണ്ടറുടെ മുന്നിൽ അയാൾ ലജ്ജാവിവശനായി. എന്തെന്നാൽ മൂപ്പരുടെ പിശുക്കിനെക്കുറിച്ച് വളരെയധികം തമാശകൾ അയാൾ സ്നേഹിതവൃന്ദങ്ങളിൽ പരത്തിവിട്ടിട്ടുണ്ട്. കക്കുഷ്കിനോടു മാപ്പുചോദിക്കാനും

അയാൾ വിചാരിക്കുന്നമാതിരി വിരസനും മനുഷ്യപ്പറ്റില്ലാത്തവനുമല്ല എന്നു കൂട്ടുകാരോടു വിളിച്ചു പറയുവാനും അയാൾ ആഗ്രഹിച്ചു. താൻ അനുഭവിച്ചു തീർത്ത യാതനകൾക്കുശേഷം ഇപ്പോൾ ഇതാ താൻ സ്വന്തം കുടംബത്തിലേക്കു തിരിച്ചുവന്നിരിക്കുന്നു: എല്ലാവരും തന്റെ പ്രത്യാഗമനത്തിൽ ആത്മാർഥമായി സന്തോഷിക്കുന്നുയെന്ന് അയാൾക്കു തോന്നി.

ഒരു ബർച്ചുകാടിന്റെ അരികിലായി നിർത്തിയിരുന്ന വെള്ളനിറത്തിലുള്ള റെഡ്ക്രോസ് വിമാനത്തിന്റെ സമീപത്തേക്ക് അവർ അയാളെ വളരെ ശ്രദ്ധയോടെ എടുത്തുകൊണ്ടുപോയി. അവിടെ യാന്ത്രികന്മാർ റബർകൊണ്ടുള്ള ഒരു ആഘതാകർഷണികൊണ്ടു വിമാനത്തിന്റെ മരവിച്ചുപോയ എൻജിൻ നടത്തിക്കൊണ്ടിരുന്നു. 'മേജർ സഖാവേ,' കഴിയുന്നതും ഉച്ചത്തിലും ആത്മവിശ്വാസത്തോടെയും അലക്സി വിളിച്ചു.

തന്റെ പതിവുള്ള, നിഗൂഡവും ശാന്തവുമായ പുഞ്ചിരിയോടെ, കമാണ്ടർ അലക്സിയുടെ സമീപത്തേക്ക് തലകുനിച്ചു.

"എന്നെ മോസ്കോയിലേക്ക് അയയ്ക്കരുതേ മേജർ സഖാവേ. ഇവിടെ നിങ്ങളോടൊപ്പം താമസിക്കുവാൻ എന്നെ അനുവദിക്കൂ." ചെവി കേൾക്കുന്നതിന് തടസമായിരുന്ന തന്റെ ഹെൽമറ്റ് കമാണ്ടർ വലിച്ചൂരി.

"മോസ്കോയിലേക്കു പോകുവാൻ ഞാൻ ആഗ്രഹിക്കുന്നില്ല. ഞാൻ ഇവിടെ ഈ മെഡിക്കൽ ബേസിൽ താമസിച്ചോളാം."

മേജർ തന്റെ രോമക്കൈയുറ മാറ്റി, ബ്ലാങ്കറ്റിന്റെ അടിയിൽനിന്ന് അലക്സിയുടെ കൈ വലിച്ചെടുത്ത് അത് ബലമായി അമർത്തിക്കൊണ്ടു പറഞ്ഞു.

"എടോ തമാശക്കാരാ തനിക്ക് ശരിക്കും കട്ടികൂടിയ ചികിത്സയാണ് ആവശ്യം."

അലക്സി തലകുലുക്കി. ഇവിടെക്കൂടുന്നതുതന്നെ എത്രയും നല്ലത്. വിശ്രമത്തിനും കൊള്ളാം എന്നുതോന്നി അയാൾക്ക്. ഇതുവരെയുണ്ടായ അനുഭവങ്ങളോ കാലിലെ വേദനയോ ഇപ്പോൾ അയാൾക്ക് തോന്നിയില്ല.

"എന്താണയാൾ പറയുന്നത്?" ചീഫ് ഓഫ് സ്റ്റാഫ് തന്റെ പരുപരുത്ത സ്വരത്തിൽ ആരാഞ്ഞു.

"അയാൾക്ക് ഇവിടെ നമ്മോടൊപ്പം താമസിച്ചാൽ മതിയത്രേ." ഒരു മന്ദഹാസത്തോടെ കമാണ്ടർ പറഞ്ഞു. സാധാരണപോലെ അവ്യക്തമായിരുന്നില്ല അദ്ദേഹത്തിന്റെ ആ സമയത്തെ പുഞ്ചിരി. അതിൽ സൗഹൃദവും സങ്കടവും മുറ്റിനിന്നിരുന്നു.

"വിഡ്ഢി, റൊമാന്റിക്, *പയനിർസ്കായ പ്രവ്ദയ്ക്ക് (പയനീയർമാരുടെ സത്യം* കുട്ടികൾക്കായുള്ള ഒരു പത്രം) ഒരു മാതൃക!" സ്റ്റാഫ് മേലധികാരി മുരണ്ടു. "അവർ സൈനികത്തലവന്റെ തന്നെ കൽപ്പനപ്രകാരം അയാളെ കൊണ്ടുചെല്ലുവാനായി മോസ്കോയിൽനിന്ന് ഒരു പ്രത്യേക വിമാനം അയച്ച് ബഹുമാനിച്ചിരിക്കുന്നു. പക്ഷേ, ഇയാൾ– ഇയാളെപ്പറ്റി എന്തു തോന്നുന്നു നിങ്ങൾക്ക്?"

അയാൾക്ക് താൻ റൊമാന്റിക് അല്ലെന്ന് ഉത്തരം പറയണമെന്നുണ്ടായിരുന്നു. ഇവിടെ ഈ ആതുരശുശ്രൂഷാ കുടീരത്തിൽ–വന്ന് തന്റെ കേടുവന്ന വിമാനം ഇറക്കുന്നതിനിടയിൽ പറ്റിയ ഒരു ചെറിയ മുറിവ് ചികിത്സിച്ചു മാറ്റാൻ കിടന്നിരുന്ന ഇവിടെ ഈ പരിചിതമായ സാഹചര്യത്തിൽ കിടന്നാൽ–മോസ്കോയിലെ അപരിചിതമായ സൗകര്യങ്ങളെക്കാൾ–കൂടുതൽ വേഗത്തിൽ സുഖംകിട്ടുമെന്ന് അയാൾക്കു തോന്നി. സ്റ്റാഫ് മേലധികാരിക്കു ചുട്ട ഒരു മറുപടി കൊടുക്കുവാനുള്ള വാക്കുകൾ കൂടി അയാൾ തെരഞ്ഞുപിടിച്ചു. പക്ഷേ, അതു പറയാൻ പുറപ്പെടുന്നതിനുമുമ്പ് സൈറൻ അതിന്റെ വിഷാദകലുഷിതമായ മുഴക്കം പുറപ്പെടുവിച്ചു കഴിഞ്ഞു. പെട്ടെന്ന് എല്ലാ മുഖങ്ങളിലും കാര്യബോധവും ഗൗരവവും നിഴലിച്ചു. മേജർ 'ചടുപിടെന്ന്' കൽപ്പനകൾ പാസാക്കി. ആളുകൾ ഉറുമ്പുകളെപ്പോലെ കൃത്യനിർവഹണോത്സുകരായി. ചിലർ കാടിന്റെ അറ്റത്ത് ഒളിച്ചുവച്ചിരുന്ന തങ്ങളുടെ വിമാനങ്ങളുടെ സമീപത്തേക്ക് ഓടി. മറ്റു ചിലർ വയലിന്നക്കരെ ഒരു ചെറിയ കുന്നുകൊണ്ടു തിരിച്ചറിയപ്പെട്ടിരുന്ന കമാണ്ടറുടെ തൽക്കാലവസതിയിലേക്കു പാഞ്ഞു; വേറെ ചിലർ കാട്ടിൽ മറച്ചുവെച്ചിട്ടുള്ള യന്ത്രങ്ങളുടെ അടുക്കലേക്കും.

ആകാശത്തിന്റെ വിദൂരതയിൽ ഒരു സുവ്യക്തമായ ധൂമരേഖയും അനേകം വാലുകളുള്ള ഒരു 'റോക്കറ്റിന്റെ പതുക്കെ മാഞ്ഞുപോകുന്ന വഴിച്ചാലും അലക്സി കണ്ടു. എന്താണ് അതെന്ന് അയാൾക്കു മനസിലായി–അപകടസൂചന–ആപൽഘട്ടങ്ങളിൽ സാധാരണ അനുഭവപ്പെടാറുള്ളതുപോലെ അയാളുടെ ഹൃദയം തുടിച്ചു. നാസാരന്ധ്രങ്ങൾ വിടർന്നു. അയാളുടെ നട്ടെല്ലിലൂടെ ഒരു തണുപ്പ് ഇഴഞ്ഞിഴഞ്ഞുപോയി. ആക്രമണയറിയിപ്പ് മുഴങ്ങിയപ്പോൾ വിമാനത്താവളത്തിൽ പ്രത്യേകമായി ഒന്നും ചെയ്യുവാനില്ലാതിരുന്ന ലിനോച്കയും സാർജന്റും യൂറയും കൂടി, മഞ്ചലുമെടുത്ത് കാടിന്റെ അറ്റത്തുള്ള ഒരു സ്ഥലത്തേക്ക് ഓടി. അടിയൊപ്പിച്ചു നടക്കണമെന്നുണ്ടായിരുന്നുവെങ്കിലും, ആവേശംകൊണ്ടും സംഭ്രാന്തികൊണ്ടും ഇടയ്ക്കിടെ അവർക്കത് സാധിക്കാതെയായി.

അലക്സി ഒന്നു ഞരങ്ങി. അവർ ഓട്ടം നിർത്തി, സാവധാനം നടക്കുവാൻ തുടങ്ങി. വിമാനവേധികളായ സ്വയംപ്രേരിത യന്ത്രത്തോക്കുകൾ ഉൾക്കോളിളക്കത്തോടെ ചിലച്ചു തുടങ്ങിയിരിക്കുന്നു. വിമാനങ്ങൾ ഓരോന്നായി റൺവേയിലേക്ക് കടന്ന് അന്തരീക്ഷത്തിലേക്ക് ചാടിപ്പൊങ്ങി. അവയുടെ പരിചിതധ്വനിക്കുമുപരിയായി ക്രമംതെറ്റിയതും ഉയർന്നു താഴുന്നതുമായ ഒരു മുഴക്കം അലക്സി കേട്ടു. അത് അയാളുടെ മാംസപേശികൾ ഒരു മുറുക്കപ്പെട്ട സ്പ്രിങ്ങ് പോലെ സ്വയം വലിഞ്ഞു ചുരുങ്ങുന്നതിന് കാരണമാക്കി. മഞ്ചലിനോടുകൂടി ബന്ധിക്കപ്പെട്ട ആ മനുഷ്യൻ സങ്കൽപ്പിക്കുന്നത് താൻ ശത്രുവിനെ എതിരിടാനായി കുതിക്കുന്ന ഒരു പോർവിമാനത്തിന്റെ കോക്പിറ്റിൽആണ് എന്നാണ്. ഒരു നായാട്ടുകാരൻ തന്റെ ഇരയെ മണത്തറിയുന്ന വികാരമായിരുന്നു അയാൾക്ക്.

ആ ചെറിയ കുഴിയിലേക്കു മഞ്ചൽ കടക്കുമായിരുന്നില്ല. യൂറയും പെൺകുട്ടികളുംകൂടി അയാളെ കൈകളിൽ വഹിച്ചുകൊണ്ടുപോകാനൊരുങ്ങി. പക്ഷേ, അലക്സി അതിൽ പ്രതിഷേധിച്ചു. കാടിന്റെ അറ്റത്തുള്ള ഒരു വലിയ ബർച്ചു മരത്തിന്റെ അടിയിലായി മഞ്ചൽ താഴ്ത്തി വയ്ക്കുവാൻ അയാൾ ആവശ്യപ്പെട്ടു. ഒരു കനത്ത സ്വപ്നത്തിലെന്നപോലെ, അവിടെ ദ്രുതഗതിയിൽ നടന്ന സംഭവങ്ങളെല്ലാം ആ കിടപ്പിൽ കിടന്നുകൊണ്ട് അയാൾ കണ്ടു. ചുവട്ടിൽ നിന്നുകൊണ്ട് ഒരു ആകാശസമരം നിരീക്ഷിക്കുവാൻ ഒരു വൈമാനികന് വളരെ കുറച്ചുമാത്രമേ സൗകര്യം ലഭിക്കാറുള്ളൂ. യുദ്ധത്തിന്റെ ആദ്യദിനം തൊട്ടുതന്നെ സമരത്തിൽ പങ്കെടുത്തിരുന്ന അലക്സി ഇതേവരെ നിലത്തുനിന്ന് ഒരു വ്യോമയുദ്ധം വീക്ഷിച്ചിട്ടുണ്ടായിരുന്നില്ല. അന്തരീക്ഷത്തിലെ ഇടിമിന്നലിനൊത്ത വേഗതയുമായി പരിചയിച്ചിരുന്നതിനാൽ, തന്റെ കിടപ്പിൽ നിന്നു നോക്കിയപ്പോൾ സമരം വളരെ സാവധാനവും നിരുപദ്രവകരവുമായി തോന്നിയതോർത്ത്, അയാൾ അത്യധികം അത്ഭുതപ്പെട്ടു. പരന്ന മൂക്കുള്ള ആ വിമാനങ്ങളുടെ ഗതി എത്ര ഉത്സാഹശൂന്യമാണ്. യന്ത്രവേധത്തോക്കിന്റെ ഇടയ്ക്കിടെ മുഴങ്ങുന്ന ശബ്ദവും തീരെ ഉപദ്രവകരമായി തോന്നിയില്ല. അതയാളെ ഓർമിപ്പിച്ചത് തുന്നൽമിഷ്യന്റെ കരകര ശബ്ദമോ കാലിക്കോ ചീന്തുമ്പോഴത്തെ ഘർനാദമോപോലെയുള്ള എന്തോ ഗാർഹിക ശബ്ദവിശേഷണങ്ങളെയാണ്.

12 ജർമൻ വിമാനങ്ങൾ കൊക്കുകളുടെ കൂട്ടത്തെപ്പോലെ ആ വിമാനത്താവളത്തെ ഒന്നു വട്ടം വെച്ചു തിരിഞ്ഞ് ആകാശത്തിൽ വളരെ അകലെ സൂര്യന്റെ തീക്ഷ്ണകിരണങ്ങൾക്കിടയിൽ മറഞ്ഞു. നഗ്നനേത്രങ്ങൾക്കു നോക്കാൻ വയ്യാത്തവിധം സൂര്യരശ്മിയിൽ വെട്ടിത്തിളങ്ങുന്ന മേഘപാളികൾക്കിടയിൽനിന്നും യന്ത്രത്തിന്റെ മുഴക്കം കേൾക്കാം. കാട്ടിലെ വിമാനവേധത്തോക്കുകൾ കൂടുതൽ ദേഷ്യത്തോടെ ചീറാനും കുരയ്ക്കാനും തുടങ്ങി. അവയിൽനിന്ന് ഉതിരുന്ന ഷെല്ലുകൾ പൊട്ടിത്തെറിക്കുമ്പോൾ ഉണ്ടാകുന്ന പുക, പതുപതുത്ത ഡാൻഡിലിയൻ (ഒരു വക മഞ്ഞപ്പൂവുണ്ടാകുന്ന ചെടി) പൂടവിത്തുകൾപോലെ അന്തരീക്ഷത്തിൽ അലഞ്ഞുതിരിഞ്ഞു. ആദ്യത്തെക്കാൾ കൂടുതലായുള്ള ചീവിടുകളുടെ ശബ്ദം, കാലിക്കോ കീറലിന്റെ റിപ്, റിപ് ശബ്ദത്താൽ തടയപ്പെട്ടു. ഉജ്വലിക്കുന്ന സൂര്യകിരണങ്ങൾക്കിടയിൽ ഒരു സമരം നടക്കുകയാണ്. പക്ഷേ അത് അന്തരീക്ഷത്തിൽവെച്ച് യുദ്ധം ചെയ്യുന്നവൻ കാണുന്നതിൽനിന്നു വ്യത്യസ്തമായിരുന്നു. താഴെനിന്നു നോക്കുമ്പോൾ അത് തീരെ വിരസവും നിസാരവുമായി തോന്നുകയാൽ അലക്സിക്ക് അതിൽ ഒരു ഉത്സാഹവും ഉണ്ടായില്ല.

കൂടുതൽ ശക്തിയിൽ, ചെവി തുളയ്ക്കുന്ന കൂർത്ത ശബ്ദം മുകളിൽ നിന്നു കേട്ടപ്പോഴും ഏതോ ബ്രഷിൽനിന്നു വീഴുന്ന കറുത്ത ചായത്തുള്ളികൾപോലെ ബോംബുകൾ നിലത്തു വീണപ്പോഴും അവ ഭൂമി

യിലേക്ക് അടുക്കുംതോറും വലുതായി വലുതായി വരുന്നത് കണ്ടപ്പോഴും അലക്സിക്കു യാതൊരു ഭയവും തോന്നിയില്ല. അത് പതിക്കുന്നത് എവിടെയാണെന്നറിയുവാൻ അയാൾ പതുക്കെ തല പൊന്തിച്ചുനോക്കി.

ഈ സമയത്തെ മീട്രളോജിക്കൽ സാർജന്റിന്റെ പെരുമാറ്റം അലക്സിയെ അത്ഭുതപ്പെടുത്തി. അതുവരെ കുഴിയിൽ ഇറങ്ങി ഇട യ്ക്കിടെ അലക്സിയെ നോക്കിക്കൊണ്ടു നിന്നിരുന്ന ആ യുവതി. ബോംബിന്റ അലർച്ച അതിന്റെ പാരമ്യത്തിൽ എത്തിയപ്പോൾ അതിൽ നിന്ന് ചാടിക്കയറി മഞ്ചൽ ഇറക്കിയിരുന്ന സ്ഥലത്തേക്ക് ഓടി. അവിടെ നിലത്ത് മുട്ടുകുത്തിവീണു സ്വന്തം ദേഹംകൊണ്ട് അലക്സിയെ മറപിടിച്ചു. ആ കുട്ടി പരിഭ്രമംകൊണ്ടും ഭയംകൊണ്ടും കിടന്നു വിറയ്ക്കുകയായിരുന്നു.

ഒരു നിമിഷനേരത്തേക്ക് തന്റെ കണ്ണിന്റെ നേരെ മുമ്പിലായി പതു ങ്ങിയ മൂക്കും നിറഞ്ഞ ചുണ്ടുമുള്ള ഊഷ്മളമായ കുട്ടിത്തം തോന്നി ക്കുന്ന മുഖം അലക്സി കണ്ടു. കാട്ടിൽ എവിടെയോ ഒരു വലിയ പൊട്ടി ത്തെറിക്കലിന്റെ ശബ്ദം കേട്ടു. അടുത്തടുത്ത് രണ്ടു മൂന്നു നാലു വിസ്ഫോടനങ്ങൾ ആവർത്തിച്ചു. അഞ്ചാമത്തേത് വളരെ ഭയങ്കരമായി രുന്നു. ഭൂമി ഒന്നു കുലുങ്ങിയുലഞ്ഞു. അലക്സിക്ക് തണൽകൊടുത്ത മരത്തിന്റെ തല, ഒരു ബോംബു ചില്ലേറ്റ് അത്യുഗ്രമായ ഫൂൽക്കാര ത്തോടെ നിലംപതിച്ചു. വീണ്ടും ഭയംകൊണ്ടു വിളറിയ ആ പെൺകുട്ടി യുടെ മുഖം അയാളുടെ കണ്ണിന്റെ മുമ്പിൽ തെളിഞ്ഞു. അവളുടെ തണുത്ത കവിൾത്തടങ്ങൾ അയാളുടേതുമായി ഉരസി. രണ്ടുബോംബു കളുടെ അലർച്ചയ്ക്കിടയിൽ ഭയാക്രാന്തയായ ആ ബാലിക മന്ത്രിച്ചു.

'പ്രിയപ്പെട്ടവനെ–എന്റെ പ്രിയപ്പെട്ടവനെ.' വീണ്ടും ഒരു ബോംബ് ഭീകരമായ ശബ്ദം പുറപ്പെടുവിച്ചുകൊണ്ട് ഭൂമിയെ കിടിലംകൊള്ളിച്ചു. മരങ്ങളെല്ലാം നിലത്തുനിന്ന് വിമാനത്താവളത്തിന്റെ മുകളിലുള്ള അന്ത രീക്ഷത്തിലേക്കു പറന്നുയർന്നപോലെ തോന്നി. അവയുടെ തലപ്പുകൾ എല്ലാം ചിന്നിച്ചിതറി. ഇടിനാദംപോലുള്ള ഘോരശബ്ദത്തോടെ അവ യുടെ കടയ്ക്കലായി മരവിച്ച മൺകട്ടകൾ വന്നുവീണു. ആകാശത്തിൽ വെള്ളത്തുള്ളിയുടെ വാസന കലർന്ന ഊതനിറത്തിലുള്ള, തീക്ഷ്ണ മായ ഒരു പുക മാത്രം ശേഷിച്ചു.

പുക അകന്നപ്പോഴേക്കും പരിസരമെല്ലാം ശാന്തമായിക്കഴിഞ്ഞിരു ന്നു. കാട്ടിനപ്പുറത്തു നടക്കുന്ന വ്യോമയുദ്ധത്തിന്റെ ശബ്ദം കഷ്ടിച്ചു മാത്രമേ കേട്ടിരുന്നുള്ളൂ പെൺകുട്ടി ചാടിയെണീറ്റു. ആദ്യത്തെപ്പോലെ കുഴിഞ്ഞുതാണതായിരുന്നില്ല ആ കവിൾത്തടങ്ങൾ. അത് കൂടുതലായി ചുവന്നുതുടുത്തിരുന്നു. കരയാൻ തയാറെടുത്തപോലെ അലക്സിയിൽ നിന്ന് നോട്ടം മാറ്റിക്കൊണ്ട് ക്ഷമായാചനസ്വരത്തിൽ അവൾ പറഞ്ഞു:

"ഞാൻ നിങ്ങളെ ഉപദ്രവിച്ചുവോ? ഉവ്വോ? ഞാൻ എന്തൊരു വിഡ്ഢിയാണ് ഈശ്വരാ, എന്തൊരു കഴുതയാണ്. എനിക്കു വളരെ സങ്കടമുണ്ട്."

"ഇപ്പോൾ ക്ഷമായാചനം ചെയ്തതുകൊണ്ട് ഒരു കാര്യവുമില്ല." തന്റെ സ്നേഹിതനെ രക്ഷിക്കുവാൻ താനല്ല; വ്യോമനിരീക്ഷണാലയത്തിലെ ഈ പെൺകിടാവാണല്ലോ പാഞ്ഞുചെന്നത് എന്നോർത്ത് ലജ്ജാവിവശനായ യൂറ പറഞ്ഞു.

പിറുപിറുത്തുകൊണ്ട് അയാൾ തന്റെ മേലങ്കിയിലെ പൊടി തട്ടിക്കളഞ്ഞു. പിന്നീട് തന്റെ തലയൊന്ന് ചൊറിഞ്ഞു.തലപോയ ആ ബർച്ച്മരത്തിനേയും അപ്പോഴും നിരന്തരമായി തെളിഞ്ഞ കറയൊലിക്കുന്ന അതിന്റെ മുറിഞ്ഞുപോയ കവരത്തേയും, അത്ഭുതത്തോടെ നോക്കിനിന്നു. മുറിവേറ്റ ആ മരത്തിന്റെ പശ വെയിലിൽ വെട്ടിത്തിളങ്ങി, അതിന്റെ പൂപ്പൽ പിടിച്ച തടിയിന്മേൽക്കൂടി ഒലിച്ച് കണ്ണുനീർപോലെ താഴെ നിലത്തേക്ക് ഇറ്റുവീണുകൊണ്ടിരുന്നു. അപകടത്തിന്നടിയിലും ധിക്കാരപൂർവമായ തന്റെ ജിജ്ഞാസ കൈവെടിയാതെ ലിനോച്ക വിളിച്ചുപറഞ്ഞു.

"നോക്ക്, അതാ, ആ മരം കരയുന്നു."

"അങ്ങനെ നിങ്ങളും കരയും." യൂറ മൗഢ്യത്തോടെ പറഞ്ഞു. "ശരി, പ്രദർശനം കഴിഞ്ഞു, ഇനി നമുക്ക് പോകാം. ആംബുലൻസ് വിമാനത്തിനു കുഴപ്പമൊന്നും പറ്റിയിട്ടില്ലല്ലോ?"

"വസന്തം ഇങ്ങെത്തിക്കഴിഞ്ഞു" മുറിവേറ്റ മരത്തടിയേയും അതിൽനിന്നു നിലത്തേക്കിറ്റിറ്റുവീഴുന്ന സ്വച്ഛമായ മരക്കറയേയും, പാകമാകാത്ത ഒരു വലിയ കോട്ടിനുള്ളിൽ കടന്നുകൂടിയ-തനിക്ക് പേരുപോലുമറിയാത്ത പതിമൂക്കി സാർജന്റിനേയും നോക്കിക്കൊണ്ട് മെരിസീവ് പറഞ്ഞു.

അങ്ങനെ അവർ മൂന്നുപേരുംകൂടി-മുമ്പിൽ യൂറയും, പിറകിൽ ആ രണ്ടു കുട്ടികളുംകൂടി-അലക്സി കിടന്നിരുന്ന മഞ്ചലുംവഹിച്ച്-ഉരുകിത്തുടങ്ങിയ മഞ്ഞിൽനിന്ന് വെള്ളം ഇറ്റിറ്റുവീഴുന്ന-അപ്പോഴും പുകഞ്ഞുകൊണ്ടിരുന്ന ബോംബുഗർത്തങ്ങളുടെ ഇടയിലൂടെ വിമാനം കിടക്കുന്ന സ്ഥലത്തേക്ക് കൊണ്ടുപോയി. ആ കൂറ്റൻകോട്ടിന്റെ പരുപരുത്ത കൈത്തലശീലയിൽനിന്നു പുറത്തേക്കുനീണ്ട, തന്റെ മഞ്ചൽ പിടിച്ചിരുന്ന സുശക്തമായ ആ ചെറിയ കൈ അലക്സികൗതുകത്തോടെ ഇടം കണ്ണിട്ടുനോക്കി. എന്തുപറ്റി ആ കുട്ടിക്ക്! ഒരുപക്ഷേ തന്റെ ഭയത്തിനിടയിൽ താൻ ആ വാക്കുകൾകേട്ടു എന്നു വിചാരിക്കുകയായിരിക്കുമോ?

അന്ന് അലക്സിയെ സംബന്ധിച്ചിടത്തോളം ഒരു ദുശകുനംപിടിച്ച ദിനമായിരുന്നു. വേറെ ഒരു സംഭവത്തിനുകൂടി അയാൾക്ക് അന്ന് സാക്ഷിയാകേണ്ടതായിവന്നു. ഫ്യൂസിലേജിലും ചിറകുകളിലും ചെങ്കുരിശിന്റെ അടയാളമുള്ള ആ വിമാനവും, അതിനുചുറ്റും തല കുലുക്കിക്കൊണ്ട് ബോംബിന്റെ ചില്ലുകൾവീണ് എന്തെങ്കിലും കേടുപറ്റിയിട്ടുണ്ടോ എന്നു പരിശോധിച്ചു നടക്കുന്ന അതിന്റെ മെക്കാനിക്കും, ദൃഷ്ടിഗോചരമായപ്പോഴേക്കും, പോർവിമാനങ്ങളോരോന്നായി മടങ്ങാൻ തുടങ്ങിയിരുന്നു. അവർ കാടിന്റെ മുകളിലെത്തി, സാധാരണ പതിവുള്ള കറങ്ങൽകൂടാതെതന്നെ നിലത്തിറങ്ങി. നേരെ കാടിന്റെ ഓര

ത്തിലുള്ള സ്ഥാനങ്ങളിലേക്ക് ഓടിച്ചുപോയിത്തുടങ്ങി. അന്തരീക്ഷം പെട്ടെന്നു ശാന്തമായി. വിമാനത്താവളം ശൂന്യമായി. കാടിന്റെ ഉള്ളിൽ നിന്നു കേട്ടിരുന്ന വിമാനങ്ങളുടെ ശബ്ദവും നിലച്ചു.

സൂര്യരശ്മി കണ്ണിലേൽക്കാതെ കൈകൊണ്ടു തടപിടിച്ച് അപ്പോഴും ആളുകൾ കമാണ്ടറുടെ ആസ്ഥാനത്തുനിന്ന് ആകാശനിരീക്ഷണം ചെയ്യുന്നുണ്ടായിരുന്നു.

"9–ാം നമ്പർ മടങ്ങിയെത്തിയിട്ടില്ല. കുക്കുഷ്കിൻ എവിടെയോ അകപ്പെട്ടുപോയിരിക്കുന്നു" യൂറ പറഞ്ഞു.

എപ്പോഴും അസംതൃപ്തിയുടെ മുദ്രകുത്തി കുക്കുഷ്കിന്റെ മഞ്ഞ മുഖം അലക്സിയുടെ കൺമുന്നിൽ തെളിഞ്ഞു. എത്ര ശ്രദ്ധാപൂർവ മാണ് അയാൾ ഇന്നുരാവിലെ തന്റെ മഞ്ചൽ വഹിച്ചിരുന്നത്. എന്ത്, അങ്ങനെ ആകുമോ? ഈ അപകടം പിടിച്ചകാലത്ത് ഏതൊരു വൈമാനികനും ഉദിച്ചിരുന്ന ആ ചിന്തയാണ് അയാളേയും ഞെട്ടിപ്പിച്ചത്. എന്തെന്നാൽ, ഇന്ന് അയാൾ വിമാനത്താവളത്തിലെ ജീവിതത്തിൽനിന്ന് ഒഴിവാക്കപ്പെട്ടിരിക്കുകയാണ്.

"അതാ അയാൾ." ആഹ്ലാദസ്വരം പുറപ്പെടുവിച്ചുകൊണ്ടു യൂറ ഒന്നു ചാടി. കമാണ്ടറുടെ ആസ്ഥാനത്തുനിന്നിരുന്ന ജനങ്ങളെല്ലാം ഉദ്വേഗത്തോടെ കാണപ്പെട്ടു. എന്തോ സംഭവിച്ചിട്ടുണ്ട്. 9–ാം നമ്പർ താഴോട്ട് ഇറങ്ങുന്നില്ല. അത് വലിയ വലിയ വൃത്തങ്ങളുണ്ടാക്കി കറങ്ങുകയാണ്. അലക്സിയുടെ തലയ്ക്ക് മുകളിലൂടെ പറന്നപ്പോൾ വെടികൊണ്ട അതിന്റെ ചിറകുകൾ അറ്റുപോയിട്ടുള്ളതായി അയാൾ കണ്ടു. അതിലും ഭയങ്കരം ഫ്യൂസിലേജിന്റെ അടിയിൽ ഒറ്റക്കാലേ ഉണ്ടായിരുന്നുള്ളൂ. ഒന്നിനുപുറകെ ഒന്നായി ചുവന്ന റോക്കറ്റുകൾ വാനിലേക്കുയർന്നു. കുക്കുഷ്കിൻ ഒരു പ്രാവശ്യംകൂടെ തലയ്ക്കുമുകളിലൂടെ വട്ടംകറങ്ങി. എവിടെയാണ് ഇരിക്കേണ്ടതെന്നറിയാതെ, തന്റെ തകർന്ന കൂടിനു മീതെയായി പറക്കുന്ന ഒരു പക്ഷിയെപ്പോലിരുന്നു ആ വിമാനം. ഇതാ കുക്കുഷ്കിൻ മൂന്നാമത്തെ വട്ടംചുറ്റൽ ആരംഭിക്കുകയാണ്.

"ഒരു നിമിഷത്തിനകം അയാൾ പുറത്തുചാടും അയാളുടെ ഇന്ധനം കഴിഞ്ഞിരുന്നു. അവസാനത്തെ തുള്ളികൊണ്ടാണ് അയാൾ പറക്കുന്നത്." തന്റെ വാച്ചിൽനിന്നു കണ്ണെടുക്കാതെ യൂറ പറഞ്ഞു.

ഇങ്ങനെയുള്ള അവസരങ്ങളിൽ, താഴോട്ട് ഇറങ്ങുക എന്നത് അസാധ്യമാകുമ്പോൾ, പൊന്തിപ്പൊന്തിപ്പോയി, പാരച്യൂട്ടിന്റെ സഹായത്തോടുകൂടി താഴോട്ടുചാടുവാൻ വൈമാനികർക്ക് അനുവാദമുണ്ട്. താഴെനിന്ന് ഇത്തരത്തിലുള്ള ഒരു കൽപ്പന ഒമ്പതാംനമ്പറിനും ലഭിച്ചിരിക്കണം. പക്ഷേ, അത് വീണ്ടും നിർബന്ധബുദ്ധിയോടെ വട്ടം ചുറ്റുക തന്നെയാണ്.

യൂറ വാച്ചിലേക്കും വിമാനത്തിലേക്കും മാറിമാറി നോക്കിക്കൊണ്ടു നിന്നു. യന്ത്രം ഒന്നു താഴ്ന്നു എന്നു തോന്നിയപ്പോൾ അയാൾ താഴെയിരുന്നു തലതിരിച്ചു. "അയാൾ വിമാനത്തെ രക്ഷിക്കുവാൻ നോക്കുകയാ

യിരിക്കുമോ." എല്ലാവരും മനസിൽ പറഞ്ഞിരുന്നു. 'ചാടൂ, മനുഷ്യാ–ഉം ചാട്.'

വാലിന്മേൽ 'ഒന്ന്' എന്ന് അടയാളമിട്ടിട്ടുള്ള ഒരു പോർവിമാനം ആ വിമാനത്താവളത്തിലൂടെ ഒഴുകിവന്ന് അന്തരീക്ഷത്തിലേക്ക് ഉയർന്നു. ആദ്യത്തെ കറങ്ങലിൽത്തന്നെ അത് മുറിവേറ്റ ഒൻപതാം നമ്പറിന്റെ സമീപത്തെത്തി. ആ വിമാനം കൈകാര്യം ചെയ്യുന്നതിന്റെ സാമർഥ്യവും പ്രശാന്തതയുംകൊണ്ട് അലക്സി ഊഹിച്ചു, അത് നിയന്ത്രിക്കുന്നത് റജിമെന്റൽ കമാണ്ടർതന്നെ ആണെന്ന്. കുക്കുഷ്കിന്റെ റേഡിയോയ ന്ത്രത്തിന് എന്തെങ്കിലും കേടുപറ്റിയിരിക്കുമെന്നോ, വൈമാനികന്റെ പ്രജ്ഞയറ്റിരിക്കുമെന്നോ അനുമാനിച്ച മേലുദ്യോഗസ്ഥൻ സഹായ ത്തിന് കുതിച്ചെത്തിയതാണ്. 'ചിറകു'കൊണ്ട് 'താൻ കാണിക്കുന്നതു പോലെ കാണിക്കൂ' എന്ന അടയാളം കൊടുത്ത് അദ്ദേഹം ഒരറ്റത്തേക്കു വെട്ടിത്തിരിച്ച് മേലോട്ട് ഉയർന്നു. വെട്ടിത്തിരിഞ്ഞു പുറത്തേക്കു ചാടു വാൻ അദ്ദേഹം കുക്കുഷ്കിനു കൽപ്പനകൊടുത്തു. ആ സമയത്ത് തന്റെ ഗ്യാസ് കുറച്ച് നിലത്തിറങ്ങാൻ തയാറായി കുക്കുഷ്കിൻ. ഒടിഞ്ഞ ചിറകോടുകൂടിയ ആ വിമാനം, അലക്സിയുടെ തലയ്ക്കു മുക ളിലൂടെ കുതിച്ചു ധൃതിയിൽ ഭൂമിയെ സമീപിച്ചു. ഭൂമിയുടെ സമതല ത്തിൽ എത്തി, ഇടത്തോട്ടൊന്നു ചരിഞ്ഞു. അതിന്റെ കേടുപറ്റാത്ത കാലിൽ ഇറങ്ങി, ഒരൊറ്റ ചക്രത്തിന്മേൽ കുറച്ച് ഓടി, വേഗത കുറച്ചു. വലതു ഭാഗത്തേക്കു ചരിഞ്ഞു വീണ്ടും നല്ല കാൽ ഭൂമിയെ അമർത്തി, അച്ചുതണ്ടിന്മേൽ ഒന്നു തിരിഞ്ഞു. മേഘപടലങ്ങൾപോലെ മഞ്ഞ് ഉയർന്നു.

പക്ഷേ, അവസാനമായപ്പോഴേക്കും കുക്കുഷ്കിൻ അപ്രത്യക്ഷനാ യിരുന്നു. മഞ്ഞിൻപടലം ഒന്നമർന്നപ്പോൾ, നിന്ന വിമാനത്തിന്റെ സമീപ ത്തായി എന്തോ ഒരു കറുത്ത വസ്തു കിടക്കുന്നതായി കാണപ്പെട്ടു. ആളുകൾ ആ കറുത്ത സാധനത്തിന്റെ അടുത്തേക്ക് ഓടിയെത്തി. വിളി മുഴക്കിക്കൊണ്ട് ആംബുലൻസും കാറും പാഞ്ഞണഞ്ഞു.

അയാൾ തന്റെ വിമാനം രക്ഷിച്ചു. അപ്പോൾ അങ്ങനെത്തെ ഒരാ ളാണ് കുക്കുഷ്കിൻ. എന്നാണ് അയാൾ ഇങ്ങനെ ചെയ്യാൻ പഠിച്ചത്. മഞ്ചലിൽ കിടക്കുന്ന അലക്സി സുഹൃത്തിനെക്കുറിച്ച് അൽപ്പം അസൂ യയോടെതന്നെ ചിന്തിച്ചു.

ധീരനും സമർഥനുമായ ഒരു വൈമാനികനാണ് താൻ എന്ന് അസ ന്ദിഗ്ധമായ വിധത്തിൽ തെളിയിച്ച, സർവരാലും വെറുക്കപ്പെട്ട ആ ചെറിയ മനുഷ്യന്റെ അടുത്തേക്ക് ഓടിയെത്താൻ മോഹം തോന്നി അല ക്സിക്ക്. പക്ഷേ, അയാളെ മഞ്ചലോട് ചേർത്ത് ബന്ധിച്ചിരിക്കുകയാണ്. ഞരമ്പുകളുടെ വലിച്ചിൽ ഒന്നയഞ്ഞപ്പോൾ, അയാൾക്ക് അനുഭവപ്പെട്ട ദുസഹമായ വേദന അയാളെ ചങ്ങലയ്ക്കിട്ടിരിക്കുകയാണ്.

ഇതിനെല്ലാം ഒരുമണിക്കൂർ സമയംതന്നെ വേണ്ടിവന്നില്ല. പക്ഷേ, സംഭവങ്ങൾ അത്രബഹുലവും ദ്രുതവുമാകയാൽ എല്ലാംതന്നെ തന്റെ

മനസിൽ തിട്ടപ്പെടുത്താൻ സാധിച്ചില്ല അലക്സിക്ക്. 'റെഡ് ക്രോസ്' വിമാനത്തിൽ ഈ വക ആവശ്യത്തിനു ഉണ്ടാക്കിയിട്ടുള്ള പ്രത്യേകം തുളകളിൽ തന്റെ മഞ്ചൽ തിരുകിവച്ചപ്പോഴും സാർജന്റ് തന്റെ മേൽ തന്നെ പതിച്ചിരുന്ന നിശ്ചലമായ നോട്ടങ്ങളെ മനസിലാക്കിയപ്പോഴുമാണ് ബോംബുകൾ വീഴുന്നതിന്നിടയിൽ ആ പെൺകുട്ടിയുടെ വിളർത്ത ചുണ്ടുകളിൽനിന്നുവീണ വാക്കുകളുടെ യഥാർഥമായ അർഥം അയാൾക്ക് മനസിലായത്. ത്യാഗസന്നദ്ധയായ ആ നല്ല പെൺകുട്ടിയുടെ നാമധേയംപോലും തനിക്ക് അജ്ഞാതമാണ് എന്നോർത്തപ്പോൾ അയാൾക്ക് അനൽപ്പമായ ലജ്ജ തോന്നി.

"സാർജന്റ് സഖാവെ" നന്ദിനിറഞ്ഞ നയനങ്ങൾകൊണ്ടവളെ ഉഴിഞ്ഞുകൊണ്ട് അയാൾ പതുക്കെ വിളിച്ചു.

യന്ത്രങ്ങളുടെ കോലാഹലത്തിൽ അവൾ ആ ശബ്ദം കേട്ടുവോ എന്ന് സംശയമാണ്; പക്ഷേ, അവൾ മുന്നോട്ടു വന്ന് ഒരു ചെറിയകെട്ട് നീട്ടിക്കൊണ്ട് പറഞ്ഞു. "സീനിയർ ലഫ്റ്റന്റ് സഖാവെ, ഇത് താങ്കൾക്കുള്ള എഴുത്തുകളാണ്. താങ്കൾ ജീവിച്ചിരിക്കുന്നു! ഒരു ദിവസം മടങ്ങി വരുമെന്ന് എനിക്ക് നിശ്ചയമുണ്ടായിരുന്നതു കൊണ്ട് ഞാൻ എടുത്തു സൂക്ഷിച്ചുവെച്ചിരുന്നതാണ്. എനിക്കത് അറിയാമായിരുന്നു. അഥവാ എനിക്ക് അങ്ങനെ തോന്നിയിരുന്നു."

അവൾ, എഴുത്തുകളുടെ ചെറിയ കെട്ട് അയാളുടെ നെഞ്ചിൽ വച്ചുകൊടുത്തു. വികൃതവും വയസുചെന്നതുമായ കൈയക്ഷരത്തിൽ മേൽവിലാസമെഴുതി, ത്രികോണാകൃതിയിൽ മടക്കിയിട്ടുള്ള, തന്റെ അമ്മയുടെ അനേകം എഴുത്തുകൾ അയാൾ ആ കൂട്ടത്തിൽ കണ്ടു. പിന്നെച്ചിലത് അയാളുടെ അടിക്കുപ്പായത്തിൽ ഇരിക്കുന്ന ലേഖനങ്ങൾപോലെ ഉള്ളവയാണ്. പരിചിതമായ ആ കവറുകൾ കണ്ടപ്പോൾ അയാളുടെ മുഖത്ത് ഒരു പ്രകാശംപരന്നു. ബ്ലാങ്കറ്റിൽനിന്നു കൈ വലിച്ചെടുക്കുവാൻ അയാൾ ഒരു ശ്രമം നടത്തി.

സങ്കടത്താൽ തുടുത്തമുഖത്തോടെ സാർജന്റ് ആരാഞ്ഞു. "ഇതു വല്ല പെൺകുട്ടിയുടേതുമാണോ?" അവളുടെ കണ്ണുകൾ നനഞ്ഞും, നീണ്ട ചെമ്പൻനിറമുള്ള കൺപീലികൾ തമ്മിൽ ഒട്ടിപ്പിടിച്ചും ഇരുന്നിരുന്നു.

പൊട്ടിത്തെറിക്കലുകൾക്കിടയിൽ കേട്ട ആ വാക്കുകൾ തന്റെ ഭാവനയിൽനിന്ന് ജനിച്ചതല്ലെന്ന് അയാൾ മനസിലാക്കി. അത് മനസിലായപ്പോൾ സത്യം പറയുവാൻ അയാൾക്ക് ധൈര്യമില്ലാതായി.

"വിവാഹിതയായ എന്റെ സഹോദരിയുടേതാണ് ഇവ. ഇന്ന് അവളുടെ പേര് വേറെയാണ്." തന്നോടുതന്നെ വെറുപ്പുതോന്നിക്കൊണ്ട് അയാൾ മറുപടി പറഞ്ഞു. യന്ത്രങ്ങളുടെ അലർച്ചയ്ക്കു മീതെയായി ശബ്ദങ്ങൾ കേട്ടു തുടങ്ങി. ഒരു ഭാഗത്തെ വാതിൽ തുറന്നു, കോട്ടിന്റെ മീതെ വെളുത്ത മേലങ്കി ധരിച്ച, അപരിചിതനായ ഒരു സാർജൻ വിമാനത്തിലേക്ക് കയറി.

"ഒരു രോഗി എത്തിക്കഴിഞ്ഞുവല്ലോ." മെരിസീവിനെ നോക്കിക്കൊണ്ട് ഡോക്ടർ പറഞ്ഞു. "മറ്റേ ആളെയും അകത്തേക്കു കൊണ്ടുവരൂ. നമുക്ക് ഒരു നിമിഷത്തിനുള്ളിൽ പുറപ്പെടാം. ഹേയ് ശ്രീമതി, നിങ്ങൾ എന്താണ് അവിടെ ചെയ്യുന്നത്" നീരാവി പറ്റിയ കണ്ണടച്ചില്ലിലൂടെ സാർജന്റിനെ നോക്കിക്കൊണ്ട് ഡോക്ടർ ചോദിച്ചു. അവർ യൂറയുടെ പിന്നിൽ ഒളിക്കുവാൻ ശ്രമിക്കുകയായിരുന്നു. "ദയവായി പുറത്തേക്കു പോകൂ ഞങ്ങൾക്കു പുറപ്പെടാൻ സമയമായി. ഇതാ മഞ്ചൽ ഇതിന്നകത്തേക്കു വെച്ചോളൂ."

"എഴുതണം കേട്ടോ–ദൈവത്തെ വിചാരിച്ച് എഴുതൂ.ഞാൻ കാത്തിരിക്കും" ആ പെൺകുട്ടി മന്ത്രിക്കുന്നത് അലക്സി വ്യക്തമായി കേട്ടു.

യൂറയുടെ സഹായത്തോടെ ഡോക്ടർ മഞ്ചൽ വലിച്ച് അകത്തേക്കു കടത്തി. അതിൽ കിടന്ന് ആരോ ഞരങ്ങുന്നുണ്ടായിരുന്നു. മഞ്ചൽ അതിന്റെ സ്ഥാനത്ത് ഉറപ്പിക്കുന്നതിനിടയിൽ അതു മൂടിയിരുന്ന തുണി അഴിഞ്ഞു വീണതിനാൽ വേദനകൊണ്ടു വക്രിച്ച കുക്കുഷ്കിന്റെ മുഖം അലക്സി കണ്ടു. ഡോക്ടർ കൈകൾ കൂട്ടിത്തിരുമ്മി. ക്യാബിനകത്ത് ചുറ്റും നല്ലപോലെ ഒന്നുനോക്കി, അലക്സിയുടെ വയറ്റത്തു പതുക്കെ കൈകൊണ്ടു കൊട്ടിക്കൊണ്ടു പറഞ്ഞു.

"ഹോ യുവാവേ, നന്നായി ഇതാ കൂട്ടിന് ഒരു സഹയാത്രക്കാരൻ. ഭേഷ്, അല്ലേ എന്ത്! ശരി, ഇനി യാത്രചെയ്യാത്തവരൊക്കെ ദയവുചെയ്ത് വിമാനത്തിൽനിന്ന് ഒന്ന് ഇറങ്ങിത്തരൂ. അപ്പോൾ സാർജന്റിന്റെ വരകളോടുകൂടിയ ആ വിദുഷി പോയി അല്ലേ–നന്നായി. നമുക്കു പുറപ്പെടാം."

യൂറയ്ക്കു വിട്ടുപോകാൻ സമ്മതമില്ലാത്തപോലെ തോന്നി. ഒടുവിൽ സാർജൻ അയാളെ തള്ളി പുറത്താക്കി, വാതിൽ അടച്ചു. വിമാനം ഒന്നു കുലുങ്ങി, യാത്രയായി. അതൊന്നു ചാടി, സാവധാനം നേരെ അന്തരീക്ഷത്തിലേക്കുയർന്നു. ചുവരിന്മേൽ പിടിച്ചുകൊണ്ട് സാർജൻ മെരിസീവിന്റെ സമീപത്തേക്കു ചെന്നു. "നിങ്ങൾക്ക് എങ്ങനെയിരിക്കുന്നു? നാഡി ഒന്നു നോക്കട്ടെ" ജിജ്ഞാസയോടെ മെരിസീവിന്റെ നോക്കി തലകുലുക്കിക്കൊണ്ട് ഡോക്ടർ തുടർന്നു. "ഓ–ഒരു ഉറച്ച സ്വഭാവക്കാരൻ–നിങ്ങളുടെ അപദാനങ്ങളെപ്പറ്റി സുഹൃത്തുക്കൾ പറഞ്ഞതു വിശ്വസിക്കുവാൻ വിഷമം. ജാക്ക് ലണ്ടന്റെ കഥപോലെ ഇരിക്കുന്നു."

തന്റെ സീറ്റിലേക്ക് താണ്–അവിടം കുറേക്കൂടെ സൗകര്യപ്പെടുത്തി, ഡോക്ടർ ഉറങ്ങാൻ തുടങ്ങി. ചെറുപ്പം പിന്നിട്ടിരുന്ന വിളർത്ത മുഖത്തോടുകൂടിയ അദ്ദേഹം കഠിനമായി ക്ഷീണിച്ചിരുന്നു എന്നു വ്യക്തമാണ്.

"ഒരു ജാക്ക് ലണ്ടൻ കഥപോലെ ഇരിക്കുന്നു." മെരിസീവ് വിചാരിച്ചു. തന്റെ ബാല്യകാലത്തെ ചില സ്മരണകൾ–മരവിച്ച കാലുള്ള ഒരു മനുഷ്യൻ ക്ഷുധാർത്തനും രോഗിയുമായ ഒരു ചെന്നായയാൽ

അനുധാവനം ചെയ്യപ്പെട്ട ഘോരകാനനത്തിലൂടെ ഇഴയുന്ന ചിത്രം- അയാളുടെ മനസിൽ ഉദിച്ചു. യന്ത്രത്തിന്റെ നിരന്തരമായ മൂളലിന്റെ താലോലമേറ്റ് സർവവും, അവയുടെ ബാഹ്യരൂപം ഉപേക്ഷിച്ച ഊത നിറത്തിലുള്ള ഒരു അന്ധകാരത്തിലൂടെ ഊഞ്ഞാലാടാൻ തുടങ്ങി. അലക്സിയുടെ മനസിൽ അയാൾ ഉറങ്ങുമ്പോൾ ഉണ്ടായിരുന്ന ആലോചന യുദ്ധമോ മുറിവോ ബോംബോ നിരന്തരമായ ദുരിതമോ കാലിൽ കടിച്ചു ചീന്തുന്ന വേദനയോ സംബന്ധിച്ചുള്ളതായിരുന്നില്ല. മോസ്കോവിലേക്ക് ധൃതിപിടിച്ചു ചാടുന്ന വിമാനത്തെക്കുറിച്ചും അയാൾ ചിന്തിച്ചില്ല. ഇതെല്ലാം കുട്ടിക്കാലത്ത്, ക്യാംഷീനിൽവെച്ച് അയാൾ വായിച്ചിട്ടുള്ള ഏതോ പുസ്തകത്തിലെ കഥകളാണ് എന്ന വിചിത്രഭാവനയോടുകൂടി യായിരുന്നു അയാൾ നിദ്രയിലാണ്ടത്.

ഭാഗം II

തലസ്ഥാനത്തെ ആശുപത്രിയുടെ മേന്മയെക്കുറിച്ച് ആൻഡ്രി ഡെക്ടിറെങ്കോവും ലിനോച്കയും സ്നേഹിതനോടു വർണിച്ചുകൊടുത്തിട്ടുള്ളത് ഒട്ടും അതിശയോക്തിയായിരുന്നില്ല. അവിടെയാണ് മെരിസീവിനെയും, അയാളോടൊപ്പംതന്നെ മോസ്കോവിലേക്കയച്ചിരുന്ന കോൺസ്റ്റാൻടൈൻ കുക്കുഷ്കിനേയും താമസിപ്പിച്ചത്.

വിഖ്യാതരായ സോവിയറ്റു ശാസ്ത്രജ്ഞന്മാർ രോഗമോ അപകടമോ പിടിപ്പെട്ട് അവശരായവരെ വേഗം ആരോഗ്യവാന്മാരാക്കുവാനുള്ള ചികിത്സാപദ്ധതികളെപ്പറ്റി ഗവേഷണം നടത്തുന്ന ഒരു സ്ഥാപനത്തോടനുബന്ധിച്ചുള്ള ഒരു കൊച്ചു ചികിത്സാലയമായിരുന്നു, യുദ്ധത്തിനു മുമ്പ് ഇത്. സുസ്ഥിരമായ ഒരു പാരമ്പര്യം പുലർത്തിയിരുന്ന ആ സ്ഥാപനം അഖിലലോക പ്രശസ്തിയാർജിച്ചു.

യുദ്ധം തുടങ്ങിയപ്പോൾ ശാസ്ത്രജ്ഞന്മാർ ഇത് മുറിവേറ്റ പട്ടാള ഉദ്യോഗസ്ഥന്മാരെ ചികിത്സിക്കാനുള്ള ഒരു ആശുപത്രിയാക്കിമാറ്റി. അന്നത്തെ പുരോഗമിച്ച ശാസ്ത്രീയവിജ്ഞാനത്തിനു പരിചിതമായിരുന്നു. എല്ലാത്തരം ചികിത്സകളും അവിടത്തെ രോഗികൾക്ക് നൽകിപ്പോന്നിരുന്നു. മോസ്കോവിന്നപ്പുറത്തു നടന്നിരുന്ന സമരംമൂലം മുറിവേറ്റവരുടെ സംഖ്യ വളരെ കൂടുതലായി വന്നതിനാൽ ആ ചികിത്സാലയത്തിന് ഉദ്ദേശിച്ചിരുന്നതിന്റെ നാലിരട്ടി കട്ടിലുകൾ ഇപ്പോൾ അവിടെ ഏർപ്പാടുചെയ്യേണ്ടിവന്നു. അവിടെയുണ്ടായിരുന്ന സ്ഥലങ്ങളെല്ലാം–സന്ദർശകരുടെ മുറിയും വായനശാലയും കളിസ്ഥലവും സ്റ്റാഫ്മുറിയും പൊതുവായ ഭക്ഷണമുറിയും–ഇപ്പോൾ വാർഡുകൾ ആക്കിമാറ്റിയിരിക്കുകയാണ്. ശാസ്ത്രജ്ഞൻ ലാബറട്ടറിയുടെ സമീപമുണ്ടായിരുന്ന തന്റെ പഠനമുറിവിട്ട്, പുസ്തകങ്ങളും സാമാനങ്ങളുമായി ഡ്യൂട്ടിഡോക്ടർക്ക് ഉപയോഗിക്കുവാൻ ഉദ്ദേശിച്ചിരുന്ന ചെറിയ അറയിലേക്കു മാറി. എന്നിട്ടുപോലും ഇടയ്ക്കിടെയെല്ലാം കട്ടിലുകൾ വരാന്തയിൽ ഇടേണ്ട ആവശ്യം നേരിടാറുണ്ട്.

വൈദ്യശാസ്ത്രത്തിന്റെ ഈ ശ്രീകോവിലിന് ആവശ്യമായ ഗൗരവം കലർന്ന നിശബ്ദത ഉണ്ടായിരിക്കണമെന്ന നിശ്ചയത്തോടെ ശിൽപ്പി പണിതിട്ടുള്ള വെളുത്തുമിന്നുന്ന ചുമരിന്റെ പിന്നിൽനിന്ന്, നീണ്ട ഞരക്കവും നിലവിളികളും നിദ്രാധീനന്റെ കൂർക്കംവലികളും ബോധമറ്റവന്റെ പ്രലപനങ്ങളും എപ്പോഴും കേൾക്കാം. യുദ്ധത്തിന്റെ അലട്ടലുണ്ടാക്കുന്ന തീക്ഷ്ണമായ നാറ്റം–രക്തം പുരണ്ട തുണികളുടെ, പഴുത്ത മുറിവുകളുടെ, ജീവനുള്ള മനുഷ്യന്റെ ചീയുന്ന മാംസത്തിന്റെ –നാറ്റം അവിടെ മുഴുവൻ മുറ്റി നിൽക്കുകയാണ്. അതു നശിപ്പിക്കാനുള്ള ശക്തി കാറ്റിനുണ്ടായിരുന്നില്ല. ശാസ്ത്രജ്ഞന്മാരുടെ വിധിയനുസരിച്ച് പണിത സുഖകരമായ കട്ടിലുകളോടൊപ്പം ക്യാമ്പ് കട്ടിലുകളും സ്ഥലം പിടിച്ചിരുന്നു. ഉപകരണങ്ങളുടെ ദൗർലഭ്യവും ഉണ്ടായിരുന്നു. അവിടെ ഉണ്ടായിരുന്ന മനോഹരമായ സ്ഫടികപ്പാത്രങ്ങൾക്കു പുറമെ ഇപ്പോൾ അലുമിനിയം പാത്രങ്ങളും ഉപയോഗിച്ചു വന്നു. അടുത്ത് എവിടെയോ പതിച്ച ഒരു ബോംബ് പൊട്ടിയതിന്റെ ചില്ലുകൾ ഏറ്റ് പൊട്ടിത്തകർന്ന ഒരു വലിയ ഇറ്റലിയൻ ജനവാതിൽ വീഞ്ഞപ്പലക വെച്ചടിച്ച് ഉറപ്പിച്ചിരിക്കുന്നു. എന്തിന്, വെള്ളത്തിനുകൂടി അവിടെ ക്ഷാമമായിരുന്നു. ഗ്യാസ്പോലും ഇടയ്ക്കിടെ കിട്ടാതെ വന്നു. ഉപകരണങ്ങളെല്ലാം പഴയ ഒരു സ്പിരിട്ട് സ്റ്റൗവിന്റെ മുകളിൽ വെച്ചാണ് ശുദ്ധീകരിക്കാറ് പക്ഷേ, മുറിവേറ്റവരുടെ എണ്ണം കൂടിക്കൂടിവന്നു. തീവണ്ടികളിലും ബസുകളിലും വിമാനങ്ങളിലും അവരെ കൊണ്ടുവന്ന് ഇറക്കിയിരുന്നു. യുദ്ധത്തിന്റെ ശക്തിക്കനുസരിച്ചു കൂടി വന്നിരുന്നു അവരുടെ സംഖ്യയും.

ഇതൊക്കെയാണെങ്കിലും ആശുപത്രി ജീവനക്കാർ മുഴുവൻ–വിശ്രുതനായ ഒരു ശാസ്ത്രജ്ഞനും സുപ്രീം സോവിയറ്റ് അംഗവുമായ പ്രധാനി മുതൽ വേലക്കാരികളും സേവകരും കൂലിക്കാരും വരെയുള്ള എല്ലാവരും–അർധപട്ടിണിക്കാരും ക്ഷീണിതരും വിശ്രമമെന്താണെന്നറിയാതെ കഴിക്കുന്നവരും ആണ്. എങ്കിലും അവർ തങ്ങളുടെ സ്ഥാപനത്തിന്റെ സുസ്ഥാപിതമായ പാരമ്പര്യമനുസരിച്ചു ഭ്രാന്തുപിടിച്ചപോലെ തന്നെ പണിയെടുത്തിരുന്നു. വിശ്രമമില്ലാതെ ഒന്നും രണ്ടും മൂന്നും പ്രവൃത്തിസമയം തുടർച്ചയായി പണിയെടുക്കേണ്ടിവരുന്ന വേലക്കാരികൾ സമയം കിട്ടുമ്പോഴെല്ലാം നിലങ്ങൾ ഉരച്ചുകഴുകി വൃത്തിയാക്കി. ചടച്ച്, ഉള്ളതിൽ കൂടുതൽ പ്രായം തോന്നിച്ച്, ക്ഷീണംകൊണ്ട് വേച്ചു വേച്ചു നടക്കുന്ന നഴ്സുമാർ, ഡ്യൂട്ടിസമയത്ത് വെളുത്ത പശയിട്ട ഉടുപ്പുകൾ ധരിച്ച് ഡോക്ടർമാരുടെ നിർദേശങ്ങൾ അങ്ങേയറ്റത്തെ ശ്രദ്ധയോടുകൂടി നിറവേറ്റിവന്നു. ആദ്യകാലങ്ങളിലെപ്പോലെ തന്നെ ഇപ്പോഴും രോഗിയുടെ വിരിപ്പിൽ മൃദുവായ ഒരു പാട് കണ്ടാൽപോലും ഹൗസ് സർജൻമാർ കോപത്തോടെ അട്ടഹസിക്കും. ചുമരും വാതിൽപ്പടികളും പിടികളും വൃത്തിയാക്കുന്നുണ്ടോ എന്നു പരീക്ഷിക്കുവാൻ അവർ കൈലേസുകൊണ്ട് തുടച്ചുനോക്കും. വിശാലമായ നെറ്റിയിൽനിന്നു പിന്നോട്ടു മാടിയിട്ട നര കയറിയ മുടിയും കറുത്ത മേൽമീശയും രജത

വർണാങ്കിതമായ രാജകീയ ശ്മശ്രുവും ചുവന്ന മുഖവുമുള്ള, ഉന്നത കായനും വൃദ്ധനും തികഞ്ഞ ഒരു ശിക്ഷകനുമായ പ്രധാന സർജൻ സമരത്തിനുമുമ്പ് ചെയ്തിരുന്നപോലെ തന്നെ, പശതേച്ച ഉടുപ്പുകൾ ധരിച്ച ഹൗസ് സർജൻമാരാലും മറ്റു അനുചരന്മാരാലും പരിസേവിത നായി, വാർഡുകളിൽ ഓരോ പുതിയ രോഗിയുടെ രോഗവിവരമന്വേ ഷിച്ചും ഗൗരവാവഹങ്ങളായ കാര്യങ്ങൾക്ക് നിർദ്ദേശങ്ങൾ നൽകിയും ദിവസത്തിൽ രണ്ടുതവണ കൃത്യസമയത്ത് റോന്തുചുറ്റാറുണ്ട്.

അപകടം പിടിച്ച ഈ സമയത്ത് ആശുപത്രിയുടെ പുറത്തും അദ്ദേ ഹത്തിന് വളരെയധികം പണികൾ ചെയ്യാനുണ്ടായിരുന്നു. പക്ഷേ, തന്റെ സൃഷ്ടിയായ ഈ ആതുരാലയം സന്ദർശിക്കുവാൻ ഉറക്കവും വിശ്രമവും ഉപേക്ഷിച്ചും അദ്ദേഹം സന്നദ്ധനായിരുന്നു. ഏതെങ്കിലും വിട്ടുവീഴ്ചയ്ക്കുവേണ്ടി ജീവനക്കാരിൽ ആരെയെങ്കിലും കുറ്റപ്പെടു ത്തേണ്ട ആവശ്യം നേരിട്ടാൽ–കുറ്റം കണ്ടുപിടിക്കപ്പെട്ട സ്ഥലത്തു വെച്ച്, ഉറക്കെ, തീവ്രമായിത്തന്നെ അദ്ദേഹം അത് ചെയ്യും. ഈ അപക ടകരമായ കാലത്ത്, നിർബന്ധിതമായ അന്ധകാരത്തിൽപ്പെട്ട യുദ്ധ കാല മോസ്കോയിൽ തങ്ങളുടെ സ്ഥാപനം ഒരു മാതൃകാസ്ഥാപന മായി വർത്തിക്കണമെന്ന് അദ്ദേഹത്തിന് നിർബന്ധമാണ്. ഇതാണ് ഹിറ്റ്ലറോടും ഗോറിങ്ങിനോടും അവർക്ക് ചെയ്യാനാകുന്ന പ്രതികാരം. യുദ്ധകാല വിഷയങ്ങളുടെ പേരിൽ ഒരു വിട്ടുവീഴ്ചയ്ക്കും അദ്ദേഹം സന്നദ്ധനായിരുന്നില്ല. കൃത്യബോധമറ്റവരും മടയന്മാരും ഇവിടംവിട്ടു നരകത്തിൽ പോകട്ടെ എന്ന് അദ്ദേഹം അട്ടഹസിക്കും. ബുദ്ധിമുട്ടുള്ള ഇമ്മാതിരി സമയത്തുതന്നെയാണ്, കൂടുതൽ കർശനമായ നിയമങ്ങൾ വേണ്ടത്. കൃത്യസമയത്തുതന്നെ അദ്ദേഹം തന്റെ വാർഡ് സന്ദർശനം നിർവഹിക്കും. വേലക്കാരികൾ അവിടത്തെ വാച്ചുകൾ തിരിച്ചുവയ്ക്കുക അത് കണക്കാക്കിയാണ് ആകാശാക്രമണങ്ങൾപോലും. വർണനാതീ തങ്ങളായ ബുദ്ധിമുട്ടുകളെ എതിരിട്ടുകൊണ്ട് യുദ്ധകാലത്തിനുമു മ്പുള്ള ചട്ടങ്ങൾ അനുസരിക്കുവാനും, വിസ്മയാവഹമായ കൃത്യങ്ങൾ നിർവഹിക്കുവാനും അവിടത്തെ ഡോക്ടർമാർക്ക് പ്രചോദനം നൽകു ന്നത് അദ്ദേഹത്തിന്റെ ഈ കൃത്യനിഷ്ഠയാണ്.

ഒരുദിവസം പതിവുപോലെയുള്ള പ്രഭാത സന്ദർശനവേളയിൽ ഈ നേതാവ്–നമുക്ക് അദ്ദേഹത്തെ "വാസിലി വാസിലോവിച്ച്" എന്നു വിളിക്കാം–രണ്ടാംനിലയിലെ ഗോവണിയിറങ്ങുന്ന സ്ഥലത്ത് രണ്ടു കട്ടി ലുകൾ അടുത്തടുത്ത് ഇട്ടിരിക്കുന്നത് കണ്ടുപിടിച്ചു.

"ഓ ഇവിടെ എന്താണ് ഈ പ്രദർശനം" അദ്ദേഹം കുരച്ചുചാടി. സ്ഥൂലരോമാവൃതമായ പുരികത്തിനടിയിൽനിന്നു പുറത്തുവന്ന തീ ചിതറുന്ന നോട്ടത്തിൽ ലക്ഷ്യമായിത്തീർന്ന–മധ്യവയസു കഴിഞ്ഞ, ഉരുണ്ട ചുമലുകളും ഗംഭീരാകാരവുമുള്ള ഉന്നതഗാത്രനായ ആ ഹൗസ് സർജൻ ഒരു സ്കൂൾക്കുട്ടിയെപ്പോലെ ഉപചാരപൂർവം പറഞ്ഞു.

"ഇന്നലെ രാത്രിയാണവർ വന്നത്–വൈമാനികരാണ്. ഇദ്ദേഹ ത്തിന്റെ തുടയ്ക്കും വലത്തെകൈയിനും ഒടിവു പറ്റിയിട്ടുണ്ട്. നില

സാധാരണയാണ്. എന്നാൽ ഇത്"–വയസ് തിരിച്ചറിയാൻവയ്യാത്ത കണ്ണടച്ച് നിശ്ചലനായിക്കിടക്കുന്ന ഒരു ക്ഷീണഗാത്രനെ ചൂണ്ടിക്കാണിച്ചുകൊണ്ട് ഡോക്ടർ തുടർന്നു. "ഇതു ഗൗരവാവഹമായ ഒരു കേസാണ്. കാലിന്റെ പുറവടിക്കു വളരെ സങ്കീർണമായ പരിക്കുകൾ പറ്റിയിട്ടുണ്ട്. രണ്ടു കാലിനും വ്രണം (ഗാംഗ്രീൻ) ബാധിച്ചിരിക്കുന്നു. പ്രധാനമായും ക്ഷീണാധിക്യമാണ്. ഞാൻ വിശ്വസിക്കുന്നില്ല. എങ്കിലും എന്നോടുകൂടി ഉണ്ടായിരുന്ന ഒന്നാം റാങ്ക് മെഡിക്കൽ ഓഫീസർ പറഞ്ഞുകേട്ടതാണ്; ഇദ്ദേഹം ഈ ഒടിഞ്ഞകാലും വെച്ച് പതിനെട്ടുദിവസങ്ങളോളം ജർമൻ പടയണിയുടെ പുറകിലായി ഇഴഞ്ഞു നടന്നിരുന്നവത്രെ. ഒരു പക്ഷേ, അത് അതിശയോക്തിയായിരുന്നിരിക്കണം."

ഹൗസ് സർജൻ പറയുന്നതു യാതൊന്നുംതന്നെ ശ്രദ്ധിക്കാതെ വാസിലി വാസിലോവിച്ച്, ബ്ലാങ്കറ്റ് പൊക്കി നോക്കി. നെഞ്ചത്ത് വിലങ്ങനെവെച്ച കൈകളുമായി അലക്സി മെരിസീവ് കിടന്നിരുന്നു. പുതിയ വെളുത്തവിരിപ്പിന്റേയും ഷർട്ടിന്റേയും പശ്ചാത്തലത്തിൽ വ്യക്തമായി തെളിഞ്ഞുകാണുന്ന കറുത്ത തോൽകൊണ്ടുമൂടിയ കൈകളിൽ നോക്കി ഒരാൾക്ക് എല്ലിന്റെ രൂപം പഠിക്കാമായിരുന്നു. സാവധാനത്തിൽ പുതപ്പ് പൂർവസ്ഥാനത്തുതന്നെ വെച്ച് ഹൗസ് സർജന്റെ വാഗ്ധാരയ്ക്ക് വിഘാതം വരുത്തിക്കൊണ്ട് അദേഹം മുരണ്ടു.

"എന്താണ് ഇവരെ ഇവിടെ കിടത്തിയിരിക്കുന്നത്."

"വരാന്തയിൽ ഇനി തീരെ ഇടമില്ല, അങ്ങുതന്നെ."

"അങ്ങുതന്നെ–അങ്ങുതന്നെ–എന്ത് അങ്ങുതന്നെ."

"നാൽപത്തിരണ്ടാം മുറിയിൽ എന്താണ്."

"അതു കേണൽമാരുടെ വാർഡല്ലേ?"

"കേണലോ." പ്രൊഫസർ പൊട്ടിച്ചീറി "ഏതു വിഡ്ഢിയാണ് അത് പറഞ്ഞത്."

"പക്ഷേ ഞങ്ങളോടു പറഞ്ഞിട്ടുള്ളത് ആ മുറി, സോവിയറ്റ്യൂണിയന്റെ ഹീറോമുദ്രനേടിയവർക്കായി സൂക്ഷിക്കണമെന്നാണ്."

"ഹീറോ, ഹീറോ, ഈ യുദ്ധത്തിൽ എല്ലാവരും 'ഹീറോ' തന്നെയാണ്. നിങ്ങൾ എന്തിനാണ് എന്നെ പഠിപ്പിക്കാൻ വരുന്നത്. ആരാണ് ഇവിടത്തെ മേലധികാരി? ഇവരെ ഇപ്പോൾത്തന്നെ നാൽപത്തിരണ്ടാം നമ്പർ മുറിയിൽ കൊണ്ടുപോയാക്കൂ–കേണൽമാരുടെ വാർഡ് ആണത്രെ! ഓരോരോ അബദ്ധങ്ങൾ കണ്ടുപിടിച്ചേക്കുകതന്നെ!"

ഇപ്പോൾ കുറെക്കൂടി, അമർത്തപ്പെട്ട് അനുയായികളുമൊന്നിച്ച് അദ്ദേഹം നടന്നുപോയി. പക്ഷേ, വേഗം മടങ്ങിവന്നു.മെരിസീവിന്റെ കിടക്കയിലേക്ക് ചാഞ്ഞ്, നാനാവിധ രോഗാണുസംഹാരികളുടെ നിരന്തരോപയോഗംമൂലം തൊലിപൊളിഞ്ഞു പോയിത്തുടങ്ങിയ, തന്റെ തുടുത്ത കൈ ആ വൈമാനികന്റെ ചുമലിൽ അർപ്പിച്ചുകൊണ്ട് അദ്ദേഹം ചോദിച്ചു.

"ജർമൻനിരയുടെ പിന്നിൽക്കൂടി രണ്ടാഴ്ചയിൽക്കൂടുതൽ മുട്ടിൽ ഇഴഞ്ഞുനടന്നു എന്നുപറയുന്നത് ശരിയാണോ?"

"എന്റെ കാലുകളിൽ വ്രണം (ഗാംഗ്രീൻ) ബാധിച്ചിട്ടുണ്ടോ." തീരെ പതിഞ്ഞ സ്വരത്തിൽ മെരിസീവ് ചോദിച്ചു.

വാതിൽക്കൽ നിൽക്കുന്ന തന്റെ അനുയായികളുടെ നേർക്ക് കോപാക്രാന്തനായി അദ്ദേഹം നോക്കി.

വൈമാനികന്റെ വേദനയും ഉൽക്കണ്ഠയും നിറഞ്ഞു തുളുമ്പുന്ന വലിയ കണ്ണുകളിലേക്ക് നേരെ നോക്കിക്കൊണ്ട് അദ്ദേഹം പറഞ്ഞു.

"നിങ്ങളെപ്പോലുള്ള ഒരാളെ വഞ്ചിക്കുന്നത് മഹാപാപമാണ്. അതേ, കാലുകൾ വ്രണപ്പെട്ടിരിക്കുന്നു. പക്ഷേ, ധൈര്യമവലംബിക്കൂ. മാറ്റാൻ വയ്യാത്ത യാതൊരു സുഖക്കേടും ഇല്ല. അത്യാസന്നം എന്നു പറയാവുന്ന യാതൊരു സ്ഥിതിയുമില്ല. മനസിലായോ അതാണ് സംഗതി."

ഉയർന്ന്, ചൊടിയോടെ അദ്ദേഹം ആ വരാന്തയുടെ ചില്ലുവാതിലിലൂടെ കടന്നുപോയി. അവിടെനിന്നും അദ്ദേഹത്തിന്റെ പരുപരുത്ത സ്വരത്തിന്റെ വിദൂരമായ അലകൾ ഉയരുന്നുണ്ടായിരുന്നു.

"തമാശയുള്ള ഒരു മനുഷ്യൻ" കനത്ത കണ്ണുകൾകൊണ്ടു നടന്ന കലുന്ന ആ രൂപം നോക്കി അലക്സി പറഞ്ഞു.

"അയാൾക്ക് ഭ്രാന്താണ്. അയാൾ പറഞ്ഞതു കേട്ടുവോ. നമ്മെ കളിയാക്കുകയാണ്. നമുക്കറിയാൻ പാടില്ലേ ഈ ശുദ്ധാത്മാക്കളെ." ചുളിഞ്ഞ ഒരു ചിരിയോടെ തന്റെ കിടക്കയിൽ കിടന്നിരുന്ന കുക്കുഷ്കിൻ വിളിച്ചു പറഞ്ഞു.

"കേണൽമാരുടെ വാർഡിൽ കിടക്കുക എന്ന ബഹുമതിയാണ് നമുക്ക് ഉണ്ടാകുവാൻ പോകുന്നത്!"

"വ്രണം"–മെരിസീവ് മെല്ലെ പറഞ്ഞു. "വ്രണം"–അയാൾ സങ്കടത്തോടെ ആവർത്തിച്ചു.

II

"കേണൽമാരുടെ വാർഡ്" എന്നു വിളിക്കുന്ന ഈ സ്ഥലം ആദ്യത്തെ നിലയുടെ ഒരറ്റത്താണ്. ജനവാതിലുകൾ തെക്കോട്ടും കിഴക്കോട്ടും അഭിമുഖമാകയാൽ ദിവസത്തിൽ ഏതുനേരവും അവിടെ സൂര്യപ്രകാശമുണ്ടാകും. അതിന്റെ കിരണങ്ങൾ ഒരു കിടക്കയിൽ നിന്ന് മറ്റൊരു കിടക്കയിലേക്ക് സാവധാനത്തിൽ ഒഴുകി നടക്കും. അതൊരു ചെറിയ മുറിയായിരുന്നു പരവതാനിയിൽ കാണുന്ന കറുത്ത പാടുകൊണ്ട് കണക്കാക്കുകയാണെങ്കിൽ അവിടെ ആദ്യം രണ്ടു കട്ടിലുകളും രണ്ട് അലമാരികളും നടുക്ക് ഒരു വട്ടമേശയും മാത്രമേ ഉണ്ടായിരുന്നുള്ളൂ. ഇപ്പോൾ അവിടെ കട്ടിലുകൾ നാലെണ്ണമുണ്ട്. തുണികൊണ്ടു പൊതിഞ്ഞ ഒരു കൊച്ചുകുഞ്ഞിനെപ്പോലെ തോന്നുന്ന, നിറയെ കെട്ടുകളോടുകൂടിയ ഒരാൾ കിടക്കുന്നുണ്ട്. അയാൾ കെട്ടുകളുടെ ഇടയിലുള്ള ചെറിയ പഴുതിലൂടെ, ഇമപൂട്ടാതെ ശൂന്യമായ മോന്തായത്തേക്കു തുറിച്ചുനോക്കിക്കൊണ്ടു മലർന്നു കിടക്കുകയാണ്. അലക്സിയുടെ

അടുത്ത കട്ടിലിന്മേൽ കിടന്നിരുന്നത് ഉപകാരശീലനും ഉല്ലാസപ്രിയനും വായാടിയും ആയ ഒരാളായിരുന്നു. പട്ടാളക്കാരന്റെപോലുള്ള, ജരബാധിച്ചതും പുള്ളിക്കുത്തു നിറഞ്ഞതുമായ ആ മുഖത്ത് നല്ലൊരു നേരിയ മേൽമീശയുണ്ട്.

ആശുപത്രിയിൽ കിടക്കുന്ന ആളുകൾ വളരെവേഗം ചങ്ങാതികളായിത്തീരുന്നു. വൈകുന്നേരമായപ്പോഴേക്കും, മുഖത്ത് കുത്തുകളുള്ള ആ മനുഷ്യൻ–ഒരു സൈബീരിയാക്കാരനും ഒരു കൂട്ടുകൃഷിയിടത്തെ ചെയർമാനും വിദഗ്ധനായ ഒരു നായാട്ടുകാരനും സമരസേവനത്തിൽ ഒരു സമർഥനായ സ്നിപ്പറുമാണ്, എന്ന് അലക്സി മനസിലാക്കി. പ്രസിദ്ധമായ "യെൽന" യുദ്ധത്തിനുശേഷം–തന്റെ രണ്ടു മക്കളും ജാമാതാവുമടങ്ങുന്ന സൈബീരിയൻ ഡിവിഷനോടൊപ്പം അയാൾ യുദ്ധത്തിൽ പ്രവേശിച്ചു. സ്വന്തം ഭാഷയിൽ പറയുകയാണെങ്കിൽ അയാൾ ഇതിനിടയിൽ എഴുപതു ഫാസിസ്റ്റുകളുടെ തല നുള്ളിയെടുത്തിട്ടുണ്ട്. പേരുകേട്ടപ്പോൾ ചിരപരിചിതനായിരുന്ന ആ മനുഷ്യനെ അലക്സി ജിജ്ഞാസയോടെ ഉറ്റുനോക്കി. അക്കാലത്ത് വളരെയധികം ഒച്ചപ്പാടുണ്ടാക്കിയിരുന്ന ഒരു നാമധേയമായിരുന്നു അത്. പത്രങ്ങൾ അയാളെക്കുറിച്ച് വലിയ വലിയ മുഖപ്രസംഗങ്ങൾ എഴുതിയിട്ടുണ്ട്. ആശുപത്രിയിലെ എല്ലാവരും നേഴ്സുമാരും ഹൗസ്സർജന്മാരും വാസിലീവിച്ചുപോലും ഇയാളെ ബഹുമാനപൂർവം "സ്റ്റീഫൻ ഐവനോവിച്ച്" എന്നു വിളിച്ചുവന്നു.

വാർഡിലെ മൂന്നാമൻ–മുഴുവൻ കെട്ടുകൾകൊണ്ട് മൂടപ്പെട്ടിരുന്നു ആ വ്യക്തി–അന്നുമുഴുവനും തന്നെപ്പറ്റി ഒരൊറ്റ വാക്കുപോലും പറഞ്ഞിരുന്നില്ല. യഥാർഥത്തിൽ അയാൾ ഒരക്ഷരംപോലും മിണ്ടാറില്ല. പക്ഷേ, ലോകത്തിലെ എല്ലാറ്റിനേയുംപറ്റി അറിയാമായിരുന്ന സ്റ്റീഫൻ ഐവനോവിച്ച് അലക്സിയോട് ശാന്തമായി അയാളുടെ കഥ പറഞ്ഞു കൊടുത്തു. അയാളുടെ പേർ "ഗ്രിഷഗ്വോസ്ഡേവ്" എന്നാണ്. സോവിയറ്റ് യൂണിയൻ 'ഹീറോ' മുദ്ര നേടിയവനും, ടാങ്ക് വിഭാഗത്തിലെ ഒരു ലഫ്റ്റനന്റുമാണ് അയാൾ. ടാങ്ക് സ്കൂളിൽനിന്ന് ബിരുദമെടുത്തശേഷം അയാൾ സൈന്യത്തിൽ ചേർന്നു, യുദ്ധത്തിന്റെ ആരംഭകാലം തൊട്ടേ സേവനമനുഷ്ഠിച്ചിരുന്നു. "ബ്രടുസലിറ്റേവിസ്കി" കോട്ടയുടെ അരികിൽ എവിടെയോ അതിർത്തിപ്രദേശത്തു വെച്ചായിരുന്നു അയാളുടെ ആദ്യത്തെ പ്രവർത്തനം. 'ബൈലോസ്ടോക്കിലെ ആദ്യത്തെ സുപ്രസിദ്ധ ടാങ്ക് യുദ്ധത്തിൽ അയാളുടെ വാഹനം തകർന്നു തരിപ്പണമായി. കമാന്റർ കൊല്ലപ്പെട്ടുപോയിരുന്ന മറ്റൊരു ടാങ്കിൽ ചാടിക്കയറി, ബാക്കിയുണ്ടായിരുന്ന ടാങ്കുപടയെ സ്വരൂപിച്ചു അയാൾ മീൻസിലേക്ക് മടങ്ങുകയായിരുന്ന ശത്രുനിരയെ ആക്രമിച്ചു. ബാഗിൽവെച്ചുണ്ടായ സമരത്തിൽ ടാങ്ക് വീണ്ടും തകരുകയും, അയാൾക്ക് മുറിവേൽക്കുകയും ചെയ്തു. വീണ്ടും കമാന്റർ മരിച്ച ഒഴിഞ്ഞ മറ്റൊരു ടാങ്കിൽ കയറി, അയാൾ കമ്പനിയുടെ നേതൃത്വം ഏറ്റെടുത്തു. പിന്നീട് താൻ ശത്രുവിന്റെ

പിന്നിൽപെട്ടുവെന്നു മനസിലായപ്പോൾ, അവിടെ ചുറ്റിത്തിരിഞ്ഞിരുന്ന മൂന്ന് ടാങ്കുകൾ മാത്രമുള്ള ഒരു വിഭാഗത്തെ സമരസന്നദ്ധമാക്കി സംഘടിപ്പിച്ച് ഒരു മാസത്തോളം ശത്രുനിരയുടെ പിന്നിൽ സഞ്ചരിച്ചുകൊണ്ട് അവരുടെ നിരകൾക്കും ഗതാഗതത്തിനും അനേകം വിഘാതങ്ങൾ വരുത്തി. ആയുധവും ഇന്ധനവും കേടുവന്ന ഭാഗങ്ങളും സമ്പാദിച്ചത് കഴിഞ്ഞ യുദ്ധരംഗങ്ങളിൽ നിന്നായിരുന്നു. അവിടെ വലിയ റോഡിന്റെ രണ്ടുഭാഗത്തുമുള്ള പച്ചപിടിച്ച ഗുഹകളിലും കാടുകളിലും ചതുപ്പുനിലങ്ങളിലും തകർന്ന വാഹനങ്ങൾ എത്ര വേണമെങ്കിലും കാണാം.

ഡോറോഗോബൂസിസിന്റെ അടുത്തുള്ള ഒരു സ്ഥലമാണ് അയാളുടെ സ്വദേശം. കമാന്ററുടെ റേഡിയോസെറ്റിൽ കിട്ടുന്ന സോവിയറ്റ് വാർത്താവിതരണ വകുപ്പിന്റെ അറിയിപ്പുകളിൽനിന്ന് സമരരേഖ തന്റെ നാടിന്റെ സമീപമായി എന്നു മനസിലാക്കിയപ്പോൾ അയാൾക്ക് സ്വയം നിയന്ത്രിക്കുവാൻ സാധിച്ചില്ല. തന്റെ മൂന്ന് ടാങ്കുകളേയും തീവെച്ച് കരിച്ചുകളഞ്ഞു, ബാക്കി ജീവനോടെ ശേഷിച്ച ഏട്ടുപേരെയുംകൊണ്ട് സൈന്യത്തിൽ ചേരണമെന്ന മോഹത്തോടെ അയാൾ പുറപ്പെട്ടു.

യുദ്ധം പൊട്ടിപുറപ്പെടുന്നതിന് അൽപ്പം മുമ്പ്, വിശാലമായ മൈതാനത്തിലൂടെ വളഞ്ഞ് ഒഴുകുന്ന നദീതീരത്തു തന്റെ ജന്മദേശത്ത് അയാൾ അവധിയെടുത്ത് താമസിക്കുകയായിരുന്നു. ഒരു സ്കൂൾ അധ്യാപികയായിരുന്ന അമ്മയ്ക്ക് അത്യന്തം സുഖക്കേടാകയാൽ പഴയൊരു കൃഷിക്കാരനും പ്രദേശിക സോവിയറ്റ് തൊഴിലാളിസഭയുടെ ഡെപ്യൂട്ടിയുമായിരുന്ന പിതാവ്, അയാൾ വീട്ടിൽ എത്തിച്ചേരണമെന്ന് കാണിച്ചു കമ്പിയടിച്ചു.

സ്കൂളിന്നടുത്തുള്ള ഒരു നീണ്ടമുറിയിൽ ചടച്ചുവിളറി നിസഹായമായ തന്റെ അമ്മ ഒരു കട്ടിലിൽ കിടക്കുന്നതും, പഴയരീതിയിലുള്ള ജാക്കറ്റ് ധരിച്ച തന്റെ പിതാവ് ചുമച്ചുകൊണ്ടും തന്റെ നരച്ച ചെറിയ താടി ഉൽക്കണ്ഠാപൂർവം നുള്ളിവലിച്ചുകൊണ്ടും മാതാവിന്റെ സമീപം നിൽക്കുന്നതും അയാളുടെ സ്മൃതിപഥത്തിൽ പൊന്തിവന്നു. അമ്മയുടെ തനിപകർപ്പായ, കറുത്ത തലമുടിയുള്ള മൂന്നു ചെറിയ സഹോദരിമാരേയും അയാൾ ഓർത്തുനോക്കി, തന്നെ യാത്രയയയ്ക്കുവാനായി ആ ചെറിയ വണ്ടിയിൽ തന്നോടൊപ്പം റെയിൽവേ സ്റ്റേഷനിലേക്കു വന്ന–അവൾക്ക് നിത്യവും എഴുത്തയയ്ക്കാമെന്ന് അയാൾ ഏറ്റിരുന്നു–നീലനേത്രയായ ആ ചടച്ച വില്ലേജ് ഡോക്ടർ "സൈന്യയും" അയാളുടെ ഓർമയിൽത്തെളിഞ്ഞു. വലിയറോഡുകളിൽ നിന്നും പട്ടണങ്ങളിൽനിന്നും ഒഴിഞ്ഞുമാറി, ചവിട്ടിമെതിച്ച വയലുകളിൽ കൂടിയും, ബൈലോറൂസ്യയിലെ പരിത്യക്തമായ വെന്തടിഞ്ഞ ഗ്രാമങ്ങളിൽക്കൂടിയും, നീറുന്ന ഹൃദയത്തോടെ, വന്യജന്തുവിനെപ്പോലെ ഇഴഞ്ഞുനീങ്ങുമ്പോൾ, എന്താണ് തന്റെ ഗ്രാമത്തിൽ കാണുക എന്നയാൾ ആലോചിച്ചിരുന്നു. തന്റെ ആളുകൾ രക്ഷപ്പെട്ടിരിക്കുമോ, രക്ഷ പ്രാപിച്ചില്ലെങ്കിൽ എന്തായിരിക്കും അവരുടെ സ്ഥിതി!

ഏറ്റവും ചീത്തയായ പ്രതീക്ഷകളെക്കാളും ഭയങ്കരമായ യാഥാർഥ്യങ്ങളാണ് ഗ്രാമത്തിൽ എത്തിയപ്പോൾ അയാൾക്ക് നേരിടേണ്ടിവന്നത്. തന്റെ വീടോ വീട്ടുകാരോ ബന്ധുക്കളോ സൈന്യയോ എന്തിന് ഗ്രാമംപോലും അവിടെ ഉണ്ടായിരുന്നില്ല. നൃത്തം ചെയ്യുന്നതുപോലെ കാലുകൊണ്ട് ഇടയ്ക്കിടെ താളം ചവുട്ടി, തന്നെത്താനെ എന്തൊക്കെയോ പിറുപിറുത്ത്, ഒരു ചായക്കൂനയ്ക്കരികിൽ വെച്ചിരുന്ന ഒരു സ്റ്റൗവിൽ എന്തോ പാകംചെയ്തുകൊണ്ടു നിന്നിരുന്ന, അർധപ്രജ്ഞയായ ഒരു വൃദ്ധയിൽനിന്നാണ് അയാൾ വർത്തമാനങ്ങൾ അറിഞ്ഞത്. ജർമൻകാർ അടുത്തുവന്നപ്പോൾ അധ്യാപികയ്ക്ക് അത്യന്തം സുഖക്കേടായിരുന്നതിനാൽ കർഷകനും കുട്ടികൾക്കും അവരെ കൂട്ടിക്കൊണ്ടുപോകാനോ, അവിടെ തനിയെ വിട്ടിട്ടുപോകുവാനോ ധൈര്യമുണ്ടായില്ല. 'റീജനൽ സോവിയറ്റ് തൊഴിലാളികളുടെ ഡെപ്യൂട്ടിയും കുടുംബവും ആ ഗ്രാമത്തിൽത്തന്നെ ഉണ്ടെന്ന് ജർമൻകാർക്ക് അറിവു കിട്ടി. ആ കുടുംബക്കാരെ എല്ലാം പിടിച്ച് അന്നുരാത്രിതന്നെ അവർ അതിനടുത്തുള്ള ഒരു ബർച്ച് മരത്തിൽ കെട്ടിത്തൂക്കി. വീടിനു തീവെച്ചു കരിച്ചുകളഞ്ഞു. ആ കുടുംബത്തിനുവേണ്ടി അഭയം ഇരക്കാനായി പ്രധാന ആഫീസറെ കാണുവാൻചെന്ന സൈന്യയുടെ കഥയും ആ വൃദ്ധയിൽ നിന്നാണ് അയാൾ അറിഞ്ഞത്. തനിക്കു വശംഗതയാകാൻ ആ ഓഫീസർ വളരെ നിർബന്ധിച്ചുവത്രെ. അവളെ കഠിനമായി ഉപദ്രവംചെയ്തു. എന്തൊക്കെയാണ് യഥാർഥത്തിൽ നടന്നത് എന്നവർക്ക് അറിഞ്ഞുകൂട. പിറ്റേദിവസം ഓഫീസർ താമസിക്കുന്ന സ്ഥലത്തുനിന്ന് ആ പെൺകുട്ടിയുടെ ദേഹം മരിച്ചനിലയിൽ പുറത്തേക്കു കൊണ്ടുവരികയാണുണ്ടായത്. രണ്ടുദിവസത്തേക്ക് അവളുടെ ജഡം ആ നദീതടത്തിൽ കിടന്നിരുന്നു. കാൽക്കോസിന്റെ കുതിരലായത്തിലായിരുന്ന ജർമൻകാരുടെ ഇന്ധന ശേഖരണത്തിനു ആരോ തീകൊടുത്തതുമൂലം അവർ വില്ലേജ് മുഴുവൻ അഗ്നിക്കിരയാക്കി. അഞ്ചു ദിവസങ്ങൾക്കുമുമ്പാണ് ഇതു സംഭവിച്ചത്.

തന്റെ വീടിന്റെ കരിഞ്ഞ അവശിഷ്ടം നിൽക്കുന്നിടത്തേക്ക് ആ വൃദ്ധ അയാളെ കൂട്ടിക്കൊണ്ടുപോയി ആ ബർച്ചുമരം കാണിച്ചുകൊടുത്തു. അതിന്റെ ഒരു വലിയ കൊമ്പിലാണു ചെറുപ്പകാലത്ത് അയാൾ ഊഞ്ഞാൽ കെട്ടിയിരുന്നത്. അതിപ്പോൾ കരിഞ്ഞിരിക്കുന്നു. അതിന്റെ ഉണങ്ങിയ കൊമ്പിൽ അഞ്ച് കയറുകക്ഷണങ്ങൾ തൂങ്ങിക്കിടന്നു കാറ്റിൽ ആടിക്കളിക്കുന്നുണ്ടായിരുന്നു. വൃദ്ധ കാലുകൊണ്ട് ഒരു താളം ചവിട്ടി, എന്തോ ഒരു പ്രാർഥന മനസിൽ ഉരുവിട്ടു. പിന്നീട് അയാളെ ആ നദീതീരത്തേക്ക് കൂട്ടിക്കൊണ്ടുപോയി. താൻ ദിവസവും എഴുതാമെന്ന് വാഗ്ദാനം ചെയ്തിരുന്ന–പക്ഷേ ഒരിക്കൽപോലും അയാൾക്ക് അതിനു സമയം കിട്ടിയിരുന്നില്ല–ആ പെൺകുട്ടിയുടെ ജഡം അന്ത്യവിശ്രമംകൊള്ളുന്ന സ്ഥലം കാണിച്ചുകൊടുത്തു. മർമരധ്വനിയുയർത്തുന്ന നീർച്ചെടികളുള്ള ആ ചളിപ്രദേശത്ത് അയാൾ കുറച്ചുനേരം കൂടി നിന്നതിനു

ശേഷം കൂട്ടുകാർ തന്നെ കാത്തിരിക്കുന്ന കാട്ടിലേക്കു മടങ്ങിപ്പോയി. ഒരു വാക്കു മിണ്ടുകയോ ഒരു തുള്ളി കണ്ണുനീർ വീഴ്ത്തുകയോ അയാൾ ചെയ്തില്ല.

ജൂൺ അവസാനത്തിൽ–പടിഞ്ഞാറൻ സമരനിരയിൽ 'ജനറൽ കോണി'വിന്റെ നേതൃത്വത്തിൽ ആക്രമണം നടത്തുമ്പോൾ ഗ്രിഷ ഗ്വോസ്ഡേവിനും കൂട്ടുകാർക്കും ജർമൻ അണിഭേദിച്ചു കയറുവാൻ സാധിച്ചു. ഓഗസ്റ്റിൽ അയാളെ ഒരു പുതിയ ടാങ്കിന്റെ–പ്രഖ്യാതമായ ടി മുപ്പത്തിനാല്–ടാങ്ക് പടയുടെ മേലധികാരിയാക്കി. അക്കൊല്ലം തണുപ്പു കാലമായപ്പോഴേക്കും, 'യാതൊരു അതിരുമില്ലാത്ത ഒരാൾ' എന്ന പേര് അയാൾ നേടി. വിശ്വസിക്കുവാൻ സാധ്യമല്ല എന്നു തോന്നുന്ന തരത്തിലുള്ള കഥകൾ അയാളെപ്പറ്റി പറയുകയും എഴുതുകയും ചെയ്തിട്ടുണ്ട്. പക്ഷേ, അതെല്ലാം ശരിയായിരുന്നു. ഒരു രാത്രി സൈനികാവശ്യ പരിശോധനയ്ക്ക് അയയ്ക്കപ്പെട്ടപ്പോൾ, വളരെ വേഗതയോടെ ജർമൻകാരുടെ മൈൻ ഫീൽഡ് തരണം ചെയ്ത്, അയാൾ അവരുടെ കോട്ടകളിലൂടെ പാഞ്ഞുകയറി, വെടിപൊട്ടിച്ച് എതിർ പട്ടാളക്യാമ്പിലാകെ പരിഭ്രാന്തി വാരിവിതറി. ചെമ്പട പകുതിയും വലയം ചെയ്തിരുന്ന തന്റെ സ്വന്തം കമ്പനിയിൽ ചെന്നുചേർന്നു. ഇങ്ങനെ അയാൾ, ശത്രുക്കളെ പരിഭ്രമിപ്പിച്ചതിന് ഒരു കണക്കില്ല. പിന്നീട് ഒരിക്കൽ ജർമൻ പടയണിക്കു പിന്നിൽ നീങ്ങിക്കൊണ്ടിരിക്കുന്ന ഒരു കമ്പനിയോട് ഒന്നിച്ചു പ്രവർത്തനം നടത്തുമ്പോൾ, ഒളിവുസ്ഥലത്തുനിന്നു പുറത്തുചാടി അയാൾ ഒരു ജർമൻ ഗതാഗതനിരയെ എതിർത്തു. അവരുടെ വാഹനങ്ങളേയും കുതിരകളേയും എല്ലാം തകർത്തുകളഞ്ഞു.

തണുപ്പുകാലത്ത്, ഒരു ചെറിയ ടാങ്ക് ഗ്രൂപ്പിനേയും നയിച്ചുകൊണ്ട് അയാൾ റിസീവിനു അടുത്തുള്ള, ഒരു ചെറിയ ഗ്രാമത്തെ ആക്രമിച്ചു. ശത്രുക്കളുടെ ഒരു ചെറിയ സ്റ്റാഫ് പ്രവർത്തന കേന്ദ്രമായിരുന്നു അത്. ആ വില്ലേജിന്റെ അതിർത്തിയിൽ സ്വന്തം ടാങ്ക് പട നിരോധനരേഖ കടക്കുമ്പോൾ, അയാളുടെ ടാങ്കിൽ പൊടുന്നനെ തീപിടിക്കുന്ന ഒരുതരം ദ്രാവകം നിറച്ച ഒരു കുപ്പി വന്നു പതിച്ചു. പക്ഷേ, അതിലെ സൈനികർ പ്രവർത്തനം നിർത്തിയില്ല. അങ്ങോട്ടും ഇങ്ങോട്ടും തിരിഞ്ഞ് വലിയ തോക്കുകളെയെല്ലാം ഒരേ സമയത്ത് പ്രവർത്തിപ്പിച്ചുകൊണ്ട്, പലായനം ചെയ്യുന്ന ജർമൻ പട്ടാളത്തെ തകർത്ത്, കത്തിജ്വലിക്കുന്ന ഒരു ചൂട്ടുപോലെ അത് ആ ഗ്രാമത്തിലൂടെ പാഞ്ഞു. ശത്രുവിന്റെ പിന്നണിയിൽവെച്ച് തന്റെ അനുയായികളിൽ നിന്നു തെരഞ്ഞെടുത്തവരായിരുന്നു ഗ്വോസ്ഡേവിന്റെ കൂട്ടുകാർ. അവർക്കറിയാമായിരുന്നു, ഫ്യൂയൽ ടാങ്കിനോ ആയുധസഞ്ചയത്തിനോ തീപിടിച്ച്, ഏതു നിമിഷമെങ്കിലും അവർ തകർന്നു തെറിച്ചുപോകുമെന്ന്. പുകകൊണ്ടവർക്ക് ശ്വാസംമുട്ടുകയായിരുന്നു. ധരിച്ചിരുന്ന ചുട്ടുപഴുത്ത കവചങ്ങൾ അവരെ പൊള്ളിച്ചു. സ്വന്തം വസ്ത്രങ്ങൾ പുകയുകയാണ്. എന്നിട്ടും ആ വീരസേനാനികൾ ആക്രമണം നിറുത്തിയില്ല. വഴിത്താരയിൽ കിടന്നിരുന്ന ഒരു

ഷെൽ പൊട്ടിത്തെറിച്ച് അവരുടെ വാഹനം തകിടംമറിഞ്ഞു. പക്ഷേ, ഉതിർന്ന മണലും മഞ്ഞും തീ കെടുത്തിക്കളഞ്ഞു. ഭയാനകമായി പൊള്ളലേറ്റ ഗ്വാസ്ഡേവിനെ ടാങ്കിന്റെ അകത്തു നിന്നു വലിച്ചെടുക്കുകയായിരുന്നു. മരിച്ചുപോയ ഒരു തോക്കുകാരന്റെ സ്ഥാനം കൈയേറ്റ് ഗ്വോസ്ഡേവ് അതിന്റെ നളികത്തട്ടിലായിരുന്നു അപ്പോൾ.

രണ്ടുമാസക്കാലത്തോളം ആ ടാങ്ക് യോദ്ധാവ് രക്ഷപ്പെടുമെന്ന ആശയില്ലാതെ യാതൊന്നിലും അഭിരുചി കാണിക്കാതെ തുടർച്ചയായി ദിവസങ്ങളോളം ഒരു വാക്കുപോലും പറയാതെ, ജീവിതത്തിന്റേയും മരണത്തിന്റേയും നടുക്കു കിടന്നുഴലുകയായിരുന്നു. സാധാരണയായി ഗൗരവാവഹമായി മുറിവേറ്റവരുടെ ലോകം, ആശുപത്രി വാർഡിന്റെ നാലു ചുമരുകൾക്കകത്ത് ഒതുങ്ങിയിരിക്കും. ഈ ചുമരുകൾക്കപ്പുറത്ത് ഒരു വലിയ യുദ്ധം തകർക്കുകയാണ്; ചെറിതും വലിതുമായ സംഭവങ്ങൾ അവിടെ നടക്കുന്നുണ്ട്. വികാരം കൊടുമ്പിരിക്കൊള്ളുന്നു. ഓരോ ദിവസവും മനുഷ്യന്റെ ആത്മാവിൽ ഓരോ പുതിയ മുദ്രകൾ പതിയുന്നു. പക്ഷേ അപായകരമായി മുറിവേറ്റവരുടെ വാർഡിലേക്കു പുറത്തെ ലോകത്തിലെ വാർത്തയൊന്നും കടന്നുവരാറില്ല. ആശുപത്രിച്ചുമരുകൾക്കപ്പുറത്തായി ചീറിപ്പായുന്ന കൊടുങ്കാറ്റിന്റെ അമർത്തപ്പെട്ട ചില വിദൂരമായ അലകൾ മാത്രമേ അവിടേക്ക് എത്തിനോക്കാറുള്ളൂ. വാർഡിലെ ജീവിതം അവിടെ നടക്കുന്ന ലഘുവായ സംഗതികളിൽ ഒതുങ്ങിനിൽക്കുന്നു. സൂര്യപ്രകാശമേറ്റു തിളങ്ങുന്ന ജനവാതിലിന്മേൽ ഒരു പൊടിപുരണ്ട ഈച്ച വന്നിരുന്നാൽ അതൊരു സംഭവമായി. ആശുപത്രിയിൽനിന്നു നേരെ നാടകശാലയിലേക്കു പോകണമെന്ന ഉദ്ദേശ്യത്തോടെ വാർഡിലെ നേഴ്സ് 'ക്ലാവ്ഡി യ മിഖായിലോപ്ന' മടമ്പുയർന്ന ഒരു ഷൂസ് ധരിച്ചു വന്നാൽ അതൊരു വാർത്തായായാകും. എല്ലാവർക്കും ചെടിച്ചു തുടങ്ങിയ 'ആപ്രിക്കോട്ട് ജെല്ലി'ക്കുപകരം, 'പ്രൂൺസ്റ്റൂ' ഭക്ഷണത്തിന്റെ മൂന്നാംതവണയിൽ വിളമ്പിയാൽ അതൊരു സംഭാഷണവിഷയമായി.

ഭയങ്കരമായി മുറിവേറ്റവരുടെ വേദനാപൂർണമായ നീണ്ട ആശുപത്രിജീവിതകാലത്ത്, അവരുടെ മനസു മുഴുവൻ കേന്ദ്രീകരിച്ചിരിക്കുക സ്വന്തം മുറിവിലാണ്–പോരാളികളുടെയിടയിൽനിന്ന് കിടന്ന നിമിഷം തൊട്ടേ വെറുക്കുവാൻ തുടങ്ങിയിരിക്കുന്ന സുഖകരമായ മിനുത്ത ഈ കിടക്കയിലേക്ക് പിടിച്ചുകൊണ്ടുവന്ന ഈ മുറിവിലാണ്. തന്റെ മുറിവോ നീരോ ഒടിവോ ചിന്തിച്ചുകൊണ്ടാണ്, ഒരുവൻ നിദ്രാധീനനാകുന്നത്. ഉറക്കത്തിലും അയാൾ കാണുന്ന സ്വപ്നം അവയെപ്പറ്റിയാണ്. ഉണർന്നയുടനെ അയാൾക്കു തിടുക്കം, നീരുവറ്റിയോ പഴുപ്പുമാറിയോ പനി കൂടുതലോ കുറവോ എന്നറിയാനാണ്. ശ്രദ്ധയോടെ ചെവികൊടുത്തിരിക്കുന്നവന് ഓരോ അനക്കവും വലുതായി തോന്നുന്നു. സമരരംഗത്ത്, പ്രശാന്തതയോടെ മരണത്തെ അഭിമുഖീകരിക്കാൻ കഴിയുന്ന ഏറ്റവും മന:ശക്തിയും ധീരതയും ഉള്ളവൻപോലും പ്രൊഫസറുടെ ശബ്ദ

ത്തിന്റെ അന്തരാർഥം കണ്ടുപിടിക്കുവാനും അദ്ദേഹത്തിന്റെ മുഖത്ത് ഉളവാകുന്ന ഭാവഭേദങ്ങൾ തുടിക്കുന്ന ഹൃദയത്തോടെ നോക്കി, തന്റെ സുഖക്കേടിന്റെ ഗതിയെപ്പറ്റി പഠിക്കുവാനും ശ്രമിക്കുന്നു.

കുക്കുഷ്കിൻ സദാസമയവും മുറുമുറുക്കാനും പിറുപിറുക്കാനും തുടങ്ങിയിരിക്കുകയാണ്. അവന്റെ സ്പ്ലിന്ററുകൾ വെച്ചു കെട്ടിയിരിക്കുന്നത് ശരിയായവിധത്തിൽ അല്ല; അതിനു മുറുക്കം വളരെയധികമാണ്. അതുകൊണ്ട് എല്ലുകൾ ശരിയായി യോജിക്കുകയില്ല, വീണ്ടും അത് അഴിച്ചുകെട്ടേണ്ടിവരും എന്നൊക്കെയാണ് അയാളുടെ വിചാരം. മൂകമായ ഒരു അസ്തപ്രജ്ഞാവസ്ഥയിൽ അമർന്നുകിടക്കുന്ന ഗ്രിഷഗ്വോസ്ഡേവ് മാത്രം ഒരക്ഷരംപോലും മിണ്ടാറില്ല. കെട്ടുകൾ മാറ്റാൻവരുന്ന ക്ലാവ്ഡിയ മിഖായിലോപ്ന, മുറിവുകളിലേക്ക് കൈനിറയെ "വാസ് ലൈൻ" വാരിയെറിയുമ്പോൾ എത്ര അക്ഷമനിറഞ്ഞ ഉൽക്കണ്ഠയോടെയാണ് അയാൾ തന്റെ പൊള്ളലേറ്റ ദേഹവും കത്തിക്കരിഞ്ഞ തൊലിയും നോക്കാറുള്ളതെന്ന് എല്ലാവർക്കും അറിയാമായിരുന്നു. വളരെ ശ്രദ്ധയോടെയാണ് അയാൾ സർജന്മാരുടെ കൂടിയാലോചനകൾ കേൾക്കാറ്. ആ വാർഡിൽ, നടക്കാവുന്ന ഒരൊറ്റ ആൾ സ്റ്റീഫൻ ഐനോവിച്ചാണ്, പകുതിയിലധികം വളഞ്ഞുകുത്തി, കട്ടിലിന്റെ അഴികളിൽ ബലമായി പിടിച്ച്, തന്നെയിട്ട ആ വിഡ്ഢിബോംബിനേയും, ഉൽക്കടസമ്മർദം കൊണ്ടു തനിക്കു വന്നുചേർന്ന ആ നശിച്ച ഇടുപ്പു സന്ധിവാതത്തെയും ശപിച്ചുകൊണ്ടാണ് അയാൾ നടക്കാറുള്ളത്.

സർജന്മാർ തമ്മിൽത്തമ്മിൽ പറയുന്നതിനെപ്പറ്റി തനിക്ക് യാതൊരു ശ്രദ്ധയും ഇല്ല എന്നു കാണിക്കുവാനും തന്റെ വികാരങ്ങളെ അടക്കി വയ്ക്കുവാനും വളരെയധികം ശ്രദ്ധിച്ചിരുന്നു മെരിസീവ്. പക്ഷേ ഓരോ സമയത്തും വൈദ്യുത ചികിത്സയ്ക്കുവേണ്ടി തന്റെ കാലിലെ കെട്ടഴിക്കുമ്പോൾ ആ പൈശാചികമായ പഴുപ്പ് സാവധാനത്തിൽ പക്ഷേ, കൃത്യമായി പുറവടിയിൽക്കൂടി കയറുന്നതു കാണുമ്പോൾ അയാളുടെ കണ്ണ് ഭയംകൊണ്ട് വിടരാറുണ്ട്.

ക്രമേണ മെരിസീവ് അസ്വസ്ഥനും മൂകനുമായി. കൂടെയുള്ള രോഗികൾ ആരെങ്കിലും വൃത്തികെട്ട വല്ല നേരംപോക്കും പറഞ്ഞാലോ, വിരിക്കുന്ന തുണിയിൽ ഒരു ചെറിയ പാടു കണ്ടാലോ, കിഴവി വേലക്കാരിയുടെ കൈയിൽനിന്നു ചൂലു താഴെവീണാലോ അയാൾ അത്യന്തം ക്രോധാവിഷ്ടനാകും. വളരെ ബുദ്ധിമുട്ടിയാണ് അയാൾ ആ വികാരങ്ങൾ അമർത്തിപ്പിടിക്കുക. ആശുപത്രി ഭക്ഷണം, കൃത്യമായി ക്രമപ്രകാരം ലഭിക്കുന്നതുകൊണ്ട് അയാളുടെ പൊയ്പ്പോയ ആരോഗ്യം തിരികെ കിട്ടി. ബാൻഡേജ് എടുക്കുമ്പോഴോ, വൈദ്യുത ചികിത്സ നൽകുമ്പോഴോ, അതു നടത്തുന്ന വൈദ്യവിദ്യാർഥികളുടെ സംഭ്രമജനകമായ നോട്ടത്തിന് ശരവ്യമാകാറില്ല ഇന്ന് അയാളുടെ ശരീരം. പക്ഷേ ദേഹം നന്നാകുമ്പോഴേക്കും കാലിലെ സ്ഥിതി വഷളാകാൻ തുടങ്ങി. ഇപ്പോൾ പഴുപ്പ് കാലടികളെ മൂടി, ഞെരിയാണിയോടടുത്തു. കാലിലെ

നഖങ്ങളുടെ ചേതനയറ്റു. ഇപ്പോൾ സർജന്മാർ സൂചി അവയിലൂടെ മാംസത്തിനകത്തേക്കു കയറ്റിയാലും അലക്സിക്കു വേദന തോന്നാറില്ല. 'ബ്ഖോക്കേഡ്' എന്ന അസാധാരണ നാമധേയം നൽകിയിട്ടുള്ള ചികിത്സാസമ്പ്രദായംകൊണ്ട് നീരു വർധിക്കാതെയിരുന്നുവെങ്കിലും, കാലിലെ വേദന അനുദിനം അധികമായി വന്നു. അതു തീരെ സഹിക്കാൻ വയ്യാത്ത നിലയിലായി. പകൽ മുഴുവനും, മുഖം തലയിണയിൽ അമർത്തി അയാൾ ശാന്തതയവലംബിച്ചു കിടക്കും. രാത്രി ക്ലാവ്ഡിയ മിഖായിലോപ്ന അയാൾക്ക് 'മോർഫി'യ നൽകും. സർജന്മാർ ഈയിടെ അവരുടെ കൂടിയാലോചനകൾക്കിടയിൽ 'ഛേദിക്കുക'! എന്ന ഭയങ്കരമായ വാക്ക് ഇടയ്ക്കിടെ ഉപയോഗിക്കുവാൻ തുടങ്ങി. വാസിലി വാസിലോവിച്ച് ചിലപ്പോൾ മെരിസീവന്റെ കിടക്കയുടെ സമീപം വന്നു ചോദിക്കും:

"ഹേയ്, മുട്ടുകുത്തുന്ന കുട്ടീ, ഇപ്പോൾ എങ്ങനെയിരിക്കുന്നു-കൊള്ളാം. നമുക്ക് അവ മുറിച്ചു കളയാം. ചിക് എളുപ്പത്തിൽ അവ പറിഞ്ഞു പോരും."

അലക്സി മരവിച്ചു വിറച്ച് ഉറക്കെ അട്ടഹസിക്കാതിരിക്കുവാൻ പല്ലുകൾ കടിച്ചമർത്തിക്കൊണ്ട് തലകുലുക്കി. "സഹിച്ചോളൂ. ഉം-സഹിച്ചോളൂ. അത് നിങ്ങളുടെ കാര്യം നമുക്കറിയാം എന്താണ് വേണ്ടതെന്ന്." എന്തോ ഒരു പുതിയ ചികിത്സ കൽപ്പിച്ച് അദ്ദേഹം അവിടെ നിന്നു പോയി.

വാതിൽ അദ്ദേഹത്തിന്റെ പിന്നിൽ അടഞ്ഞു. വരാന്തയിലൂടെ ആ കാലടിശബ്ദം അകന്നുപോയി. കണ്ണടച്ചു കിടക്കയിൽ കിടന്നുകൊണ്ട് അലക്സി ആലോചിച്ചു 'എന്റെ കാലുകൾ; എന്റെ കാലുകൾ; എന്റെ കാലുകൾ എനിക്കു കാലുകളില്ലാതാവുകയോ! തന്റെ ഗ്രാമത്തിലെ-ക്യാംഷീനിലെ, കടത്തുകാരനെപ്പോലെ ഒരു മരത്തടിയിൽ ഊന്നിക്കൊണ്ട് നടക്കുകയോ! ആ വൃദ്ധൻ സാധാരണ കുളിക്കുമ്പോൾ ചെയ്യാറുള്ളതുപോലെ മരക്കാലുകൾ നദീതടത്തിൽ അഴിച്ചുവെച്ച, കുരങ്ങനെപ്പോലെ നാലുകാലിന്മേൽ വെള്ളത്തിലേക്കു മുട്ടുകുത്തിപ്പോകുകയോ!'

കഠിനമായ ഈ ചിന്തകളുടെ കദനഭാരം കൂട്ടുവാൻ തക്ക വേറൊരു പരിതഃസ്ഥിതിയിയും ഉണ്ടായി. ആശുപത്രിയിൽ വന്ന അന്നുതന്നെ അയാൾ ക്യാംഷീനിൽനിന്നു വന്ന കത്തുകൾ വായിച്ചിരുന്നു. മുക്കോണാകൃതിയിൽ മടക്കിയ ആ എഴുത്തുകൾ അമ്മയുടേതായിരുന്നു. സാധാരണപോലെ തന്നെ അവ നന്നേ ചെറുതാണ്- ബന്ധുക്കളുടെ അഭിവാദനങ്ങൾ-അവർക്കു സുഖമാണ് എന്ന സമാധാനിപ്പിക്കൽ, ദൈവത്തിന് നന്ദി-അവരെക്കുറിച്ച് അല്യോഷ്ക പരിഭ്രമിക്കേണ്ടതില്ല എന്ന തരത്തിലുള്ള വർത്തമാനമായിരുന്നു പകുതി. ദേഹം നല്ലപോലെ നോക്കണം, ജലദോഷം പിടിപ്പിക്കരുത്, കാലുകൾ, നനയ്ക്കരുത്. അപകടങ്ങളിൽച്ചെന്നു ചാടരുത്, ജർമൻകാരുടെ കൗശലങ്ങളെപ്പറ്റി എപ്പോഴും ഓർത്തുകൊണ്ടിരിക്കണം-അവയെപ്പറ്റി വളരെയധികം അവർ സമീപവാസികളിൽനിന്ന് മനസിലാക്കിയിരിക്കുന്നു-എന്നീ തരത്തിലുള്ള ഉപ

ദേശങ്ങളും അപേക്ഷകളുമായിരുന്നു ബാക്കി മുഴുവൻ. സാമാന്യം എല്ലാത്തിന്റേയും ഉള്ളടക്കം ഒരുപോലെയാണ്. ഒന്നിൽ അയൽക്കാരിൽ ഒരുവനോട് പള്ളിയിൽപ്പോയി അലക്സിക്കുവേണ്ടി പ്രാർഥിക്കുവാൻ ഏർപ്പാടു ചെയ്തിട്ടുണ്ട് എന്നെഴുതിയിയിരിക്കുന്നു. അവർക്ക് ദൈവവിശ്വാസം ഉണ്ടായിട്ടില്ല. ഒരുപക്ഷേ മുകളിൽ ഒരാൾ ഉണ്ടെങ്കിലോ? വേറെ ഒന്നിൽ തെക്കുഭാഗത്ത് എവിടെയോ യുദ്ധനിരതരായിരിക്കുന്ന അയാളുടെ മൂത്തസഹോദരന്മാർ ഇപ്പോൾ എഴുതാറില്ല എന്നും അമ്മയ്ക്ക് പരിഭ്രമമായിരിക്കുന്നു എന്നും എഴുതിയിട്ടുണ്ട്. ഒടുവിലത്തെ എഴുത്തിൽ വോൾഗയിൽ വെള്ളപ്പൊക്കമുണ്ടായപ്പോൾ അവരുടെ മക്കളെല്ലാം വീട്ടിൽ മടങ്ങിയെത്തി എന്നും, പിതാവിനോടൊപ്പം (അദ്ദേഹം വളരെക്കാലം മുമ്പുതന്നെ മരിച്ചിരുന്നു) മകൾ വിജയപൂർവം ഒരു മത്സ്യവേട്ട നടത്തിയെന്നും അവർ കുട്ടികൾക്ക് വളരെ ഇഷ്ടപ്പെട്ട 'വ്യാസികപൈ' ഉണ്ടാക്കിക്കൊടുത്തുവെന്നും സ്വപ്നം കണ്ടിരിക്കുന്നതായി എഴുതിയിരിക്കുന്നു. തീർച്ചയായും ഏതെങ്കിലും മകൻ യുദ്ധരംഗത്തുനിന്ന് താമസിയാതെ അമ്മയുടെ അടുക്കൽ തിരിച്ചെത്തുമെന്നാണ് ആ സ്വപ്നത്തെ അയൽക്കാർ വ്യാഖ്യാനിച്ചു പറയുന്നത്. അതുകൊണ്ട് മേലധികാരികളോട് ചോദിച്ച് ഒരുദിവസമെങ്കിലും അവധിയെടുത്ത് അവരുടെ അടുക്കലേക്ക് ചെല്ലുവാൻ ആ അമ്മ യാചിച്ചിരിക്കുകയാണ്.

സ്കൂൾകുട്ടികളുടേതുപോലുള്ള വലിയ കൈയക്ഷരത്തിൽ മേൽവിലാസം എഴുതിയിട്ടുള്ള ആ നീലക്കവറുകളിൽ ഉള്ളത് അയാളുടെകൂടി തൊഴിൽ പരിശീലന സ്കൂളിൽ പഠിച്ചിരുന്ന ഒരു പെൺകുട്ടിയുടെ എഴുത്താണ്. അവളുടെ പേര് ഓൾഗ, കുട്ടിയായിരുന്നപ്പോൾ യന്ത്രംതിരിക്കുന്ന ജോലിയിൽ താൻ ഏർപ്പെട്ടിരുന്ന ക്യാംഷീനിലെ ഒരു അറക്കക്കമ്പനിയിൽ അവളിപ്പോൾ ഒരു സാങ്കേതികവിദഗ്ധയായി ജോലിനോക്കുകയാണ്. ഒരു ബാല്യസഖിയെന്ന നിലയെക്കാൾ കുറച്ചുകൂടി കവിഞ്ഞതാണ് ആ മമതാബന്ധം. സാധാരണരീതിയിലായിരുന്നു അവളുടെ എഴുത്തുകൾ. അനേകം പ്രാവശ്യം ആവർത്തിച്ചു വായിച്ച് അവയെ വീണ്ടും എടുത്ത് ആഹ്ലാദകരമായ എന്തെങ്കിലും നിഗൂഢാർഥം ഏതെങ്കിലും വാക്കുകളിൽ ഉണ്ടോ എന്നയാൾ പരിശോധിക്കുന്നതിൽ അത്ഭുതപ്പെടാനില്ല. പക്ഷേ, എന്ത് രഹസ്യമായ അർഥമാണു താൻ ഉദ്ദേശിക്കുന്നത് എന്ന് അയാൾക്കുതന്നെ വ്യക്തമല്ല.

അവൾക്കു പിടിപ്പതുജോലിയുണ്ട് എന്നെഴുതിയിരിക്കുന്നു. പോക്കുവരവിനുള്ള സമയം ലാഭിക്കുവാനായി അവൾ രാത്രി വീട്ടിൽപോകാതെ ഒരു ചെറിയ ആഫീസ് മുറിയിലാണ് കിടക്കുന്നത്. ഇപ്പോൾ പഴയ അറക്കക്കമ്പനി കണ്ടാൽ അലക്സിക്ക് തിരിച്ചറിയുവാൻ സാധിക്കുകയില്ല. ഇപ്പോൾ എന്തൊക്കെയാണ് അവർ ഇവിടെ ഉണ്ടാക്കുന്നത് എന്നറിയുമ്പോൾ അലക്സി അത്ഭുതപ്പെടും, സന്തോഷംകൊണ്ടു ഭ്രാന്തനാകും. അവൾക്കു ജോലി ഇളവുകിട്ടുന്ന ദിവസങ്ങളിൽ–അധികമില്ല, മാസത്തിൽ ഒരു ദിവസം–അവൾ അയാളുടെ അമ്മയെ പോയി കാണാറുണ്ട്.

മൂത്തമക്കളുടെ വിവരമൊന്നും ഇല്ലാതെ ആ വൃദ്ധ പരിഭ്രാന്തയായി ഇരിക്കുകയാണ്. വളരെ കഷ്ടാവസ്ഥയിലാണ് അവർ. കുറച്ചു കാലമായി അവരുടെ ആരോഗ്യത്തിനും തകരാറുപറ്റിയിരിക്കുന്നു. അമ്മയ്ക്ക് ഇടയ്ക്കിടെ നീണ്ട എഴുത്തുകൾ എഴുതണം-തന്നെപ്പറ്റിയുള്ള ചീത്ത വർത്തമാനങ്ങൾ ഒന്നും അവരെ അറിയിക്കരുത്. അയാൾ മാത്രമാണ് ഇപ്പോൾ അവരുടെ അവലംബവും ആനന്ദവും-എന്നൊക്കെ ആ പെൺകുട്ടി കത്തിൽ വിസ്തരിച്ചിരിക്കുന്നു.

ഓൾഗയുടെ എഴുത്ത് വീണ്ടും വായിച്ചപ്പോൾ, അമ്മ സ്വപ്നത്തെക്കുറിച്ച് എഴുതിയിരിക്കുന്നതിന്റെ സൂത്രം അയാൾക്കു മനസിലായി. ആ മാതാവ് തന്നെ കാത്ത് കാത്ത് ഇരിക്കുകയാണ് എന്ന് വെളിപ്പെട്ടു. അമ്മ സർവ ആശങ്കകളും നിക്ഷേപിച്ചിരിക്കുന്നത് അയാളിൽ ആണ്. തനിക്കു നേരിട്ട അപകടത്തെപ്പറ്റി അറിയിക്കുകയാണെങ്കിൽ അമ്മയ്ക്കും ഓൾഗയ്ക്കും എന്തൊരു ഭയങ്കരമായ ആഘാതമാണ് ഏൽക്കുക. എന്താണ് ചെയ്യേണ്ടതെന്ന് അയാൾ വളരെ അധികനേരം ആലോചിച്ചു. വിവരം മുഴവനും അവരെ ധരിപ്പിക്കുവാനുള്ള ധൈര്യമുണ്ടായിരുന്നില്ല അയാൾക്ക്. എല്ലാം മറച്ചുപിടിച്ചു തനിക്കു സുഖമാണെന്നെഴുതുവാൻതന്നെ അയാൾ തീരുമാനിച്ചു. തന്റെ മേൽവിലാസത്തിൽവന്ന മാറ്റത്തിനു സംഭവ്യമായ ഒരു വിശദീകരണമെന്ന നിലയിൽ അയാൾ എഴുതി-തനിക്ക് ഇപ്പോൾ കുറേക്കൂടി ശാന്തമായ ഒരു സ്ഥലത്തേക്ക് മാറ്റമായിരിക്കുന്നുവെന്നും, പ്രത്യേകമായ ആജ്ഞപ്രകാരം പിന്നണിയിലുള്ള ഒരു സ്ഥലത്താണ് ഇപ്പോൾ താൻ പണിയെടുക്കുന്നതെന്നും കുറെ അധികം കാലം തനിക്ക് അവിടെ കഴിയേണ്ടിവരുമെന്നും.

കിടക്കയുടെ സമീപംനിന്ന് സർജന്മാർ കൂടിയാലോചനകൾ നടത്തുമ്പോൾ ആദ്യത്തെക്കാൾ കൂടുതലായി മുറിച്ചു കളയുക എന്ന പദം ഉപയോഗിക്കുന്നത് അയാളിൽ വലിയ ഒരു ഭീതി വളർത്തി. എങ്ങനെയാണ് ഒരു മുടന്തനായി ക്യാംഷീനിലേക്കു മടങ്ങുക? തന്റെ മരക്കാലുകൾ എങ്ങനെയാണ് ഓൾഗയെ കാണിക്കുക? തന്റെ മരുമക്കളെ യുദ്ധക്കളത്തിൽവെച്ചു നഷ്ടപ്പെട്ട്-തനിക്കുവേണ്ടി, അവരുടെ ഇളയപുത്രനുവേണ്ടി കാത്തിരിക്കുന്ന ആ മാതാവിന് എത്ര വലിയ ആഘാതമായിരിക്കും ഇത്. വാർഡിലെ വിഷാദകലുഷിതമായ, വേദന വളർത്തുന്ന നിശബ്ദതയിൽ കുക്കുഷ്കിൻ ഉരുളുമ്പോൾ സ്പ്രിങ്ങുകട്ടിലുകൾ പുറപ്പെടുവിക്കുന്ന കോപധ്വനിയും നിശബ്ദനായ ടാങ്ക് യോദ്ധാവിന്റെ ദീർഘ നിശ്വാസങ്ങളും ദിവസത്തിന്റെ പകുതിഭാഗവും, കിളിവാതിൽക്കൽ കഴിച്ചുകൂട്ടുന്ന സ്റ്റീഫൻ ഐവനോവിച്ച് ജനാലപ്പിടിയിന്മേൽ കൊട്ടുന്ന ശബ്ദവും ശ്രവിച്ചുകൊണ്ടുകിടക്കവേ, ഈവക ചിന്തകളായിരുന്നു അയാളുടെ മനസിലൂടെ പാഞ്ഞുപോയത്.

'കാലു മുറിക്കുകയോ! അത് വയ്യ, മറ്റെന്തുവേണമെങ്കിലും ആയിക്കൊള്ളട്ടെ അതിലും എത്രയോ ഭേദം മരിക്കുകയല്ലേ? മുറിച്ചു കളയുക -എന്തു നിർദയമായ ഭയങ്കര വാക്കാണത്! മുറിച്ചു കളയും-ഒരു കഠാരി

കുത്തിയിറക്കുന്നതുപോലെ തോന്നുന്നു ഇതു കേൾക്കുമ്പോൾ. ഇല്ല, മുറിച്ചു കളയുകയോ–ഒരിക്കലുമില്ല, കൂർത്തു മൂർച്ചയേറിയ വളഞ്ഞ കാലുകൊണ്ട് തന്റെ മാംസം കുത്തിക്കീറുന്ന, അനിശ്ചിതാകൃതിയായ ഒരു ഉരുക്കുചിലന്തിയുടെ രൂപത്തിലാണ് ഭയാനകമായ ഈ വാക്കിനെക്കുറിച്ചയാൾ സ്വപ്നം കണ്ടത്.

III

ഒരാഴ്ചക്കാലത്തേക്ക് 32–ാം നമ്പർ മുറിയിലെ അംഗങ്ങൾ നാലു പേരായിത്തന്നെ കഴിച്ചുകൂട്ടി. ഒരു ദിവസം ക്ലാവ്ഡിയ മിഖായലോപ്ന, രണ്ടു അനുചരന്മാരേയും കൂട്ടി വന്ന് അവർ കുറച്ചു അടുത്തടുത്തായി നീങ്ങിക്കിടക്കണമെന്നു അവശ്യപ്പെട്ടു. സ്റ്റീഫൻ ഐവനോവിച്ചിന്റെ കിടക്ക, അയാളെ അതീവസന്തുഷ്ടനാക്കുമാറ്–ജനവാതിലിന്റെ സമീപത്തേക്ക് മാറ്റിയിട്ടു. കുക്കുഷ്കിന്റേത് സ്റ്റീഫന്റെ കിടക്കയ്ക്കു സമീപമുള്ള ഒരു മുക്കിലേക്കു നീക്കി, അതിന്റെ സ്ഥാനത്ത് പൊക്കം കുറഞ്ഞ നല്ല ഒരു സ്പ്രിങ്ങ് കട്ടിൽ കൊണ്ടിട്ടു.

ഇതുകണ്ടപ്പോൾ കുക്കുഷ്കിന് സഹിക്കവെയ്യാതായി. അയാളുടെ മുഖം വിളർത്തു. മുഷ്ടിചുരുട്ടി കിടക്കയ്ക്കു സമീപമുള്ള അലമാരിമേൽ ആഞ്ഞിടിച്ചുകൊണ്ടു ചിലമ്പിച്ച വലിയ ഒച്ചയിൽ നേഴ്സിനേയും വാസലി വാസിലിനോവിച്ചിനേയും ആശുപത്രി ജീവനക്കാരേയും ശകാരിക്കുവാൻ തുടങ്ങി. ആരോടൊക്കെയോ ആക്ഷേപം ബോധിപ്പിക്കുന്നു. പിറക്കുപിറുക്കുന്നു. തന്റെ ജിപ്സിക്കണ്ണിൽനിന്നു തീപ്പൊരി ചിതറിക്കൊണ്ട് അലക്സി സമയത്തിന് കർശനസ്വരത്തോടെ തടഞ്ഞില്ലായിരുന്നുവെങ്കിൽ സാധു ക്ലാവ്ഡിയുടെ നേർക്ക് അയാൾ ഒരു പാത്രമെടുത്ത് വലിച്ചെറിയുവാൻപോലും ഒരുങ്ങുമായിരുന്നു. അത്രയ്ക്ക് അനിയന്ത്രിതനായിരുന്നു അയാൾ.

ആ സമയത്ത് അഞ്ചാമത്തെ രോഗിയെ മുറിയിലേക്കു കൊണ്ടുവന്നു.

അയാൾ നല്ല ഘനമുള്ള കരുത്തനായിരുന്നിരിക്കണം. എന്തെന്നാൽ മഞ്ചൽ ഞെരിയുകയും, അത് വഹിക്കുന്നവരുടെ പാദപതനത്തിന്റെ താളമനുസരിച്ച് കീഴോട്ടു തൂങ്ങുകയും, ചെയ്തിരുന്നു. വൃത്തിയായി രോമം വടിച്ചുകളഞ്ഞ ഒരു വട്ടത്തല തലയിണമേൽ കിടന്നു നിസഹായമായ വിധത്തിൽ അങ്ങോട്ടും ഇങ്ങോട്ടും ഉരുളുന്നുണ്ടായിരുന്നു. വിസ്തൃതമായ ആ വീർത്തുവിളറിയ മുഖം ജീവനറ്റപോലിരുന്നു. ആ വരണ്ട ചുണ്ടിൽ ദുസഹമായ വേദന മുദ്രകുത്തിയിരുന്നു. പുതിയ രോഗി അബോധാവസ്ഥയിലാണെന്ന് തോന്നുന്നു. പക്ഷേ, മഞ്ചൽ താഴെ ഇറക്കിയ ഉടൻതന്നെ അയാൾ കണ്ണുതുറന്ന് കൈമുട്ടുകൾ ഊന്നി തലപൊന്തിച്ച് വാർഡ് ആകെ ഒന്നു പരിശോധിച്ചു. സ്റ്റീഫൻ ഐവനോവിച്ചിനെ നോക്കി "എങ്ങനെയുണ്ട് ജീവിതം; തീരെ മോശമല്ല അല്ലേ?" എന്നു ചോദിക്കുന്ന മട്ടിൽ കണ്ണടച്ചുകാണിച്ചുകൊണ്ട് നീണ്ട

ഒരു ചുമചുമച്ചു. അയാളുടെ വലിയ ദേഹം മുഴുവൻ വിണ്ടുകീറിയിരുന്നു എന്നു വ്യക്തമാണ്. ദുസഹമായ വേദന അയാൾ അനുഭവിച്ചിരുന്നു. എന്തുകൊണ്ടോ അലക്സി ആ വലിയ വീർത്ത മനുഷ്യനെ ആദ്യത്തെ നോട്ടത്തിൽത്തന്നെ ഇഷ്ടപ്പെട്ടില്ല. രണ്ടു വേലക്കാരികളും നേഴ്സും പരിചാരികമാരും കൂടെ അയാളെ താങ്ങിയെടുത്ത് കിടക്കയിൽ കിടത്തിയത്, തീരെ സൗഹൃദം സ്ഫുരിക്കാത്ത നേത്രങ്ങൾകൊണ്ടാണ് അയാൾ നോക്കിക്കണ്ടത്. അങ്ങനെ അയാളെ കിടത്തുന്നതിനിടയിൽ മരം പോലെ മരവിച്ചിരുന്ന ആ കാലുകൾ അവർ അനക്കി. പുതിയ രോഗിയുടെ മുഖം പൂർവാധികം വിളർക്കുന്നതും വലിയ മണികൾപോലെ ആ മുഖത്ത് വിയർപ്പ് ഉരുണ്ടുകൂടുന്നതും അലക്സി ദർശിച്ചു. വേദനകൊണ്ട് ആ ചുണ്ടുകൾ വക്രിച്ചു. പക്ഷേ, രോഗി ഒരു ശബ്ദവും പുറപ്പെടുവിച്ചില്ല; വെറുതെ പല്ലു കടിച്ചമർത്തുക മാത്രമേ ചെയ്തുള്ളൂ.

കിടക്കയിൽ കിടന്നതിനുശേഷം, അയാൾ ബ്ലാങ്കറ്റിന്റെ മുകൾഭാഗം ഒന്നൊതുക്കി; തന്റെകൂടെ കൊണ്ടുവന്നിരിക്കുന്ന പുസ്തകങ്ങളും നോട്ടുബുക്കുകളും കട്ടിലിന്റെ സമീപമുള്ള അലമാരയിൽ വൃത്തിയുള്ള കെട്ടാക്കി അടുക്കി, തന്റെ പല്ലുതേക്കുന്ന ബ്രഷും പേസ്റ്റും അവിടെ ശ്രദ്ധാപൂർവം വച്ചു. ക്ഷൗരസാമഗ്രികളും യൂഡ്-കോളോണും-സോപ്പുപ്പെട്ടിയും താഴെ തട്ടിലും ഒതുക്കി. പിന്നീട് തന്റെ കൈവേലയെ ഒന്നു സൂക്ഷിച്ചുനോക്കി. സ്വന്തം വീട്ടിലെത്തി എന്ന ബോധത്തോടെ മുഴങ്ങുന്ന ശബ്ദത്തിൽ പറഞ്ഞു:

"ശരി. നമുക്കു പരിചയപ്പെടുക. ഞാൻ റജിമെന്റൽ കമ്മിസാർ സെംയോൺവോറൊബിയോവ്. പ്രകൃത്യാ ശാന്തൻ. പുകവലിക്കുകയില്ല. ദയവുചെയ്ത് എന്നേയും നിങ്ങളുടെ കൂട്ടത്തിൽ ചേർക്കുക."

ശാന്തമായ രസത്തോടെ അയാൾ മറ്റു സഹരോഗികളെ നോക്കി. സങ്കുചിതവും നിശിതവുമായ ആ സുവർണ നേത്രങ്ങളിൽ തെളിഞ്ഞു നിൽക്കുന്ന കൂർത്ത, ഗുണദോഷവിചാരയുക്തമായ നോട്ടം അലക്സി കാണാതിരുന്നില്ല.

"ഞാൻ ഏറെനാൾ നിങ്ങളുടെ കൂടെ ഉണ്ടായിരിക്കുകയില്ല-മറ്റുള്ളവരെപ്പറ്റി എനിക്കറിഞ്ഞുകൂടാ. പക്ഷേ, എനിക്കിവിടെ അധികംനാൾ കിടക്കാൻവയ്യ. എന്റെ സൈന്യങ്ങൾ എന്നെ കാത്തിരിക്കുകയാണ്. മഞ്ഞുമാറി റോഡെല്ലാം ഉണങ്ങുമ്പോൾ ഞാൻ പോകും. സുപ്രസിദ്ധമായ ചെമ്പടയുടെ കുതിരസേനാവിഭാഗത്തിലാണ് ഞാൻ. കുട്ടികളെ നിങ്ങളെപ്പറ്റി.......എന്ത്" അദ്ദേഹത്തിന്റെ ഉന്മേഷംനിറഞ്ഞ കനത്തു മുഴങ്ങുന്ന ശബ്ദം അവിടെ അലയടിച്ചു.

"ഞങ്ങളാരുംതന്നെ അധികം നാളേക്ക് ഇവിടെ ഉണ്ടാവുകയില്ല. മഞ്ഞ് ഉരുകുമ്പോൾ നാമെല്ലാം അൻപതാം നമ്പർ മുറിയിലേക്കു കടക്കും-കാലുകളായിരിക്കും ആദ്യം-" കർക്കശമായി ഇതും പറഞ്ഞ് കുക്കുഷ്കിൻ പെട്ടെന്നു ചുമരിന്റെ ഭാഗത്തേക്കു തിരിഞ്ഞുകിടന്നു.

ആശുപത്രിയിൽ അൻപതാം നമ്പർ വാർഡ് ഉണ്ടായിരുന്നില്ല. ശവ

ശരീരങ്ങൾ ഇടുന്ന മുറിക്കു രോഗികൾ നൽകിയിട്ടുള്ള പേരാണിത്. കമ്മിസാർ ഇതിനെപ്പറ്റി മുമ്പു കേട്ടിട്ടുണ്ടോ എന്നു സംശയമാണ്. പക്ഷേ, ഈ നേരംപോക്കിന്റെ ദുഷ്ടമായ അർഥം പെട്ടെന്ന് അദ്ദേഹത്തിനു മനസിലായി. എന്നാൽ അതദ്ദേഹത്തെ ഒട്ടും കോപാകുലനാക്കിയില്ല. കുക്കുഷ്കിനെ അത്ഭുതത്തോടെ വെറുതെ നോക്കുകമാത്രം ചെയ്തുകൊണ്ട് അദ്ദേഹം ചോദിച്ചു: "സ്നേഹിതാ അപ്പോൾ നിങ്ങൾക്കു വയസ്സെത്രയായി? ഹേയ് ഊതത്തൊടി, ഊതത്തൊടി നിങ്ങൾക്ക് അകാലവാർധക്യം ബാധിച്ച മട്ടുണ്ടല്ലോ?"

ബാക്കിയുള്ളവർ അന്യോന്യം സംസാരിക്കുമ്പോൾ. 'കമ്മിസാർ' എന്നു വർണിക്കുന്ന പുതിയ രോഗിയുടെ ആഗമനം നാൽപ്പത്തിരണ്ടാം നമ്പറിലെ ജീവിതരീതിയാകെ മാറ്റിയിരിക്കുന്നു. വന്നതിന്റെ പിറ്റേദിവസംതന്നെ, ക്ഷീണിതനായ ആ വലിയ മനുഷ്യൻ അവിടെ ഉള്ളവരുടെയെല്ലാം പരിചയം സമ്പാദിച്ചു. പിന്നീടൊരിക്കൽ സ്റ്റീഫൻ ഐവനോവിച്ച് പറഞ്ഞതുപോലെ അദ്ദേഹത്തിന് ഓരോ ഹൃദയത്തിനു പാകമാകുന്നതരത്തിലുള്ള താക്കോൽ കണ്ടുപിടിക്കുവാൻ വശമുണ്ടായിരുന്നു.

രണ്ടുപേർക്കും അഭിരുചിയുണ്ടായിരുന്നു: രണ്ടുപേരും സാമർഥ്യം നേടിയിരുന്ന കുതിരകളേയും നായാട്ടിനേയും കുറിച്ച് മതിവരുവോളം കമ്മിസാറും സ്റ്റീഫൻഐവനോവിച്ചും സംസാരിച്ചു. യുദ്ധത്തിന്റെ താത്വികവശത്തെക്കുറിച്ചു പ്രഭാഷണം ചെയ്യുവാൻ ഇഷ്ടപ്പെടുന്ന അലക്സിയോട് പുതിയ യുദ്ധസാമഗ്രികളായ ടാങ്കിനേയും വിമാനത്തേയും കുതിരപ്പട്ടാളത്തേയും ഉപയോഗിക്കുന്നതിനെക്കുറിച്ച് അദ്ദേഹം വാദിച്ചു. ടാങ്കും വിമാനവും എത്രമാത്രം ഉപകാരപ്രദമാണെങ്കിൽ സാദാ സൈന്യത്തെ തീരെ പുരാതനവസ്തുവായി പരിഗണിക്കേണ്ടതില്ലെന്നും, ഇനിയും അതിന്റെ ഉപയോഗം തെളിയിക്കുവാൻ അവർക്കു പ്രാപ്തിയുണ്ടെന്നുമാണ് അദ്ദേഹത്തിന്റെ വീറോടുകൂടിയ വാദം. അശ്വഭടന്മാരെ ഒന്നു പുനഃസംഘടിപ്പിച്ചു ശരിയാക്കി, അവർക്കു നവീനരീതിയിലുള്ള ആയുധങ്ങൾ നൽകി, പഴയ വീരന്മാരായ കമ്മിസാറന്മാരെ സഹായിക്കുവാൻ ധീരരും ബുദ്ധിമാന്മാരുമായ ചെറുപ്പക്കാർക്ക് ശിക്ഷണം കൊടുക്കുകയാണെങ്കിൽ നമ്മുടെ കുതിരപ്പട്ടാളം ലോകത്തെ മുഴുവൻ വിസ്മയിപ്പിക്കും. നിശബ്ദനായ ആ ടാങ്കുകാരനോടുപോലും സംസാരിക്കുവാനുള്ള വിഷയങ്ങൾ തേടിപ്പിടിച്ചു. അദ്ദേഹം കമ്മിസാറായി സേവനമനുഷ്ഠിച്ചിരുന്ന ഒരു സേനാവിഭാഗം യാർട്ട്സിവോ യുദ്ധത്തിൽ പങ്കെടുത്തിരുന്നു. ജനറൽ കേണലിന്റെ നേതൃത്വത്തിലുള്ള 'ഡുക്കേഷീന' സമരത്തിലും അദ്ദേഹം ഭാഗഭാക്കായിരുന്നു. അവിടെവച്ചാണ് ടാങ്കുകാരും കൂട്ടുകാരും ജർമൻഅണി ഭേദിച്ചു കടന്നത്. അവർക്ക് പരിചിതമായിരുന്ന വില്ലേജുകളുടെയെല്ലാം പേരുകളും വിവരിച്ചുകൊണ്ട് അവിടെവച്ച് അവർ ജർമൻകാരെ എത്രമാത്രം കഷ്ടപ്പെടുത്തിയെന്നും അദ്ദേഹം വളരെ ആവേശത്തോടെ വർണിച്ചു. ടാങ്ക് യോദ്ധാവ് ഇപ്പോഴും പതിവുപോലെ മൗനം ദീക്ഷിച്ചുവെങ്കിലും സംഭാ

ഷണവേളയിൽ ആദ്യം ചെയ്യാറുള്ളതുപോലെ തല തിരിച്ചില്ല. മുഴുവൻ കെട്ടുകളാൽ മറഞ്ഞിരുന്ന ആ മുഖം കാണുക പ്രയാസം. എങ്കിലും അയാൾ സമ്മതഭാവത്തിൽ തലകുലുക്കുന്നത് മനസിലാക്കാമായിരുന്നു. കുക്കുഷ്കിന്റെ രോഷം കമ്മിസാർ അയാളെ ചെസു കളിക്കുവാൻ ക്ഷണിച്ചതോടെ സൗഹൃദമായി രൂപാന്തരപ്പെട്ടു. കുക്കുഷ്കിന്റെ കിടക്കയിലാണ് ചെസിന്റെ ബോർഡ് വച്ചിരുന്നത്. കമ്മിസാർ കിടക്കയിൽ കണ്ണടച്ച് മലർന്ന് കിടന്ന്, ബോർഡ് കാണാതെതന്നെ കളിച്ച്, പിറുപിറുക്കുന്ന ലഫ്റ്റനന്റിനെ തോൽപ്പിച്ചു. അങ്ങനെ അയാളുടെ മനസിൽ ഒരു ഉയർന്നസ്ഥാനം കരസ്ഥമാക്കി അദ്ദേഹം.

ഓരോ ദിവസവും പ്രഭാതത്തിൽ വേലക്കാരി വാതിൽ തുറക്കുമ്പോൾ–രോഗികളുടെ മുറിയിലെ വിരസമായ നിശബ്ദതയെ തുരത്തുന്ന നിരത്തിലെ ശബ്ദങ്ങളോടൊപ്പം കടന്നുവരുന്ന മോസ്കോവിലെ വസന്തത്തിന്റെ ആദ്യകാല കുളിർകാറ്റ് ഉണ്ടാക്കാറുള്ള ഫലം തന്നെയാണ് കമ്മിസാറിന്റെ സാന്നിധ്യംകൊണ്ട് ആ വാർഡിനു കൈവന്നത്. ഈ ഉന്മേഷം അവിടെ വളർത്തുവാൻ കമ്മിസാർക്ക് പ്രത്യേകിച്ചൊരു യത്നവും വേണ്ടിവന്നില്ല. അദ്ദേഹത്തന്റെ ഉന്മേഷവും പ്രസരിപ്പും തുളുമ്പുന്ന ജീവൻ, തുടിച്ചുനിൽക്കുകയായിരുന്നു. തന്റെ ദുർബലതയിൽനിന്നുത്ഭവിച്ച യാതനയെല്ലാം അദ്ദേഹം മറന്നു, അഥവാ നിർബന്ധപൂർവം വിസ്മരിച്ചു.

പ്രഭാതത്തിൽ ഉണർന്നെഴുന്നേറ്റ ഉടനെ അദ്ദേഹം കിടക്കയിൽ ഇരുന്ന് അഭ്യാസങ്ങൾ നടത്തും. കൈരണ്ടും തലയ്ക്കു മീതെ ഉയർത്തിപ്പിടിച്ച്; ആദ്യം ദേഹം ഒരു ഭാഗത്തേക്കും, പിന്നീട് മറുഭാഗത്തേക്കും, ചായ്ക്കും; താളക്രമത്തിൽ അതിനോടൊപ്പിച്ച് തലയും തിരിക്കും. കഴുകുവാൻ കൊണ്ടുവരുന്ന വെള്ളം ഏറ്റവും തണുത്തതായിരിക്കണമെന്ന് അദ്ദേഹത്തിന് നിർബന്ധമാണ്. കുറനേരം ആ പാത്രത്തിലെ വെള്ളത്തിൽ ചീറ്റിത്തുമ്മലോടെ, ആസ്ഫാലനം ചെയ്ത് തുണിമുക്കി തന്റെ വീർത്ത ദേഹം ചുവക്കുവോളം തുടയ്ക്കുമ്പോൾ മറ്റ് രോഗികൾ അങ്ങനെ ചെയ്യുവാനായി ത്വരിതരാകും. വർത്തമാനപത്രം കൊണ്ടുവന്നാൽ അത് നേഴ്സിന്റെ കൈയിൽനിന്ന് തട്ടിത്തെറിപ്പിച്ച്, ധൃതിയിൽ സോവിയറ്റ് വാർത്താവിതരണകേന്ദ്രത്തിന്റെ വിജ്ഞാപനങ്ങൾ വായിക്കും. അതുകഴിഞ്ഞ് ശാന്തമായി സാവധാനം ഓരോ യുദ്ധലേഖകന്മാരുടെ റിപ്പോർട്ടുകൾ വായിച്ചു പഠിക്കും. 'ചുറു ചുറുക്കുള്ള വായന' എന്നു വിളിക്കാവുന്ന ഒരു പ്രത്യേക സമ്പ്രദായമുണ്ട് അദ്ദേഹത്തിന് വായനയിൽ. തനിക്ക് ഇഷ്ടമായ വിവരണം ഏതെങ്കിലും ഭാഗത്തു കണ്ടാൽ അത് ഒന്നുകൂടി ഉറക്കെവായിച്ച് വളരെ ശരി, വളരെ ശരി, എന്നു പറഞ്ഞ് ആ ഖണ്ഡിക മുഴുവൻ അടയാളപ്പെടുത്തി വയ്ക്കും. അല്ലെങ്കിൽ ഇഷ്ടക്കേട് പെട്ടെന്ന് അദ്ദേഹം വിളിച്ചു പറയും"–അയാൾ 'ആ പട്ടിയുടെ മോൻ നുണ പറയുകയാണ്, ഞാൻ എന്റെ തല ഒരു കുപ്പി ബീറുമായി പണയം വയ്ക്കാം. അവൻ അതിന്റെ പരിസരത്തുകൂടി പോയിട്ടുപോലു

മില്ല. എന്നിട്ട് എഴുതിവിടുന്നു. അവൻ!' ഭാവനാസമ്പന്നനായ ഒരു സമര ലേഖകൻ എഴുതിയ ഒരു റിപ്പോർട്ടു വായിച്ച് ഒരു ദിവസം അത്യന്തം കുപിതനായ അദ്ദേഹം ഉടൻതന്നെ ഒരു തപാൽകാർഡ് എടുത്തു, യുദ്ധ ത്തിൽ ഇത്തരം കാര്യങ്ങൾ ഒരിക്കലും ഉണ്ടാകുകയില്ല, ഉണ്ടാകാൻ സാധ്യമല്ല, എന്നും ആ പെരുംനുണയൻ ലേഖകന്റെ സ്വാതന്ത്ര്യത്തിന് കടിഞ്ഞാണിടുമെന്നും, ക്രോധാവിഷ്ടമായ ശൈലിയിൽ പത്രക്കാർക്ക് എഴുതി അയച്ചു. ചില റിപ്പോർട്ടുകൾ അദ്ദേഹത്തെ ചിന്താധീനനാക്കും. ചാരിവെച്ചിരിക്കുന്ന തലയിണയിലേക്കു ചാഞ്ഞ് അദ്ദേഹം കണ്ണുംതുറിച്ച് ആലോചനയിൽ മുഴുകിയിരിക്കും. ചിലപ്പോൾ അദ്ദേഹം തന്റെ അശ്വസേ നയിലെ വീരന്മാരെക്കുറിച്ച് വർണിക്കും. അദ്ദേഹം പറയുന്നത് വിശ്വസി ക്കാമെങ്കിൽ അതിലെ ഓരോരുത്തനും ഓരോ വീരനാണ്. അതുകഴി ഞ്ഞ് വീണ്ടും വായന ആരംഭിക്കും. അസാധാരണമായി തോന്നാം-ഈ പ്രസ്താവനകൾ. ഇടയ്ക്കിടെയുള്ള വൈകാരികമായ വ്യതിചനലങ്ങൾ കേൾക്കുന്നവരുടെ ശ്രദ്ധയെ ഭഞ്ജിക്കാറില്ല. നേരെമറിച്ച് അദ്ദേഹം വായിക്കുന്നത് മനസിലാക്കാൻ ഇത് കൂടുതൽ സഹായിക്കുന്നു.

ഭക്ഷണത്തിനും ചികിത്സയ്ക്കുമിടയ്ക്കുള്ള സമയം ജർമൻ ഭാഷ പഠിക്കുവാനാണദ്ദേഹം വിനിയോഗിച്ചിരുന്നത്. ഓരോ വാക്കും കാണാതെ പഠിച്ച് അതുപയോഗിച്ച് വാചകങ്ങളുണ്ടാക്കും. ചിലപ്പോൾ വൈദേശിക ഭാഷയുടെ ചില സംജ്ഞകളാൽ ആകൃഷ്ടനായി അദ്ദേഹം കൂട്ടു കാരോട് വിളിച്ചു പറയും: ''ജർമൻഭാഷയിൽ കോഴിക്കുഞ്ഞിന് എന്താണ് പറയുക എന്നറിയാമോ? കുച്ചിലിൻ'' നന്നായിരിക്കുന്നു ഇല്ലേ? ചെറിയ പതുപതുത്ത മിനുസമേറിയ എന്തോ ഒന്നിനെ ഓർമിപ്പി ക്കുന്നില്ലേ ആ വാക്ക്. ചെറിയ മണിക്ക് എന്താണ് പറയുക എന്നറിയാ മോ, 'ഗ്ലോക്കിളിങ്ങ്' ആ വാക്കിൽ ഒരു മണികിലുക്കം തോന്നുന്നില്ലേ?

ഒരു ദിവസം നിയന്ത്രിക്കാൻ വയ്യാതെ സ്റ്റീഫൻ ഐവനോവിച്ച് ചോദിച്ചു: "കമ്മിസാർ സഖാവേ, എന്തിനാണ് ഇങ്ങനെ ജർമൻഭാഷ പഠിക്കുന്നത്? ആവശ്യമില്ലാതെ സ്വയം ക്ഷീണിപ്പിക്കുകമാത്രം ഫലം. സ്വന്തം ശക്തി സൂക്ഷിക്കുകയാണു നല്ലത്." ആ കിഴവൻ പട്ടാളക്കാ രനെ പുച്ഛരസത്തോടെ നോക്കിക്കൊണ്ടു കമ്മിസാർ പറഞ്ഞു, "ഹേയ്, ഇതാണോ ഒരു മനുഷ്യന്റെ ജീവിതം? നാം ബർലിനിൽ ചെല്ലുമ്പോൾ എന്തുഭാഷയിലാണ് അവിടത്തെ പെൺകുട്ടികളോട് സംസാരിക്കുക റഷ്യൻ ഭാഷയിലോ?"

കമ്മിസാറുടെ കിടക്കയുടെ വക്കിലിരുന്നുകൊണ്ട് സ്റ്റീഫൻ ഐവ നോവിച്ചിന് നല്ല യുക്തിയോടെ പറയണമെന്നുണ്ടായിരുന്നു, ഇപ്പോൾ യുദ്ധം നടക്കുന്നത് മോസ്കോയിൽ നിന്നു വളരെ അകലത്തല്ലെന്നും, ജർമൻ പെൺകുട്ടികളുടെ സമീപത്തേക്കിനിയും വളരെയധികം ദൂരം ഉണ്ടെന്നും പക്ഷേ കമ്മിസാറുടെ സ്വരത്തിൽ അത്രയ്ക്ക് ഉന്മേഷകര മായ ആത്മവിശ്വാസം ധ്വനിക്കുന്നതോർത്ത് ആ വൃദ്ധസേനാനി ഒന്നു ചുമച്ച് അൽപ്പം ഗൗരവത്തിൽ പറഞ്ഞു: ''അതെ, തീർച്ചയായും

റഷ്യൻഭാഷയിൽ ആയിരിക്കുകയില്ല. പക്ഷേ, എന്നാലും കമ്മിസാർ സഖാവേ, നിങ്ങൾ അനുഭവിച്ച യാതനകൾക്കുശേഷം അൽപ്പമെങ്കിലും സ്വന്തം ശരീരം ശ്രദ്ധിക്കണ്ടേ."

"ലാളിച്ചുവളർത്തിയ കുതിരയാണ് ആദ്യം വീഴുന്നതെന്നു കേട്ടിട്ടില്ലേ? ഹേയ് ഊതത്താടീ നിങ്ങൾ എനിക്കു വളരെ മോശമായ ഉപദേശങ്ങളാണ് തരുന്നത്."

ആ വാർഡിലുള്ള ആർക്കുംതന്നെ താടിമീശയുണ്ടായിരുന്നില്ല. പക്ഷേ എന്തുകൊണ്ടോ കമ്മിസാർ എല്ലാവരെയും ഊതത്താടി എന്നാണ് വിളിച്ചിരുന്നത്. പക്ഷേ ആർക്കും അതുകൊണ്ടു യാതൊരു അപ്രിയവും തോന്നിയില്ല. നേരെ മറിച്ച് അനുകമ്പാർദ്രമായ ഒരു ഫലിതം സ്ഫുരിച്ചിരുന്നതുകൊണ്ട് രോഗികൾക്ക് അതിൽ ആശ്വാസമാണ് അനുഭവപ്പെട്ടത്.

അവസാനിക്കാത്ത ആ ഉന്മേഷത്തിന്റെ ഉറവിടം എവിടെയാണ് എന്ന് ആലോചിച്ചുകൊണ്ട് കുറെദിവസങ്ങളായി അലക്സി കമ്മിസാറെ സൂക്ഷിക്കുകയായിരുന്നു. ദുസഹമായ വേദനയാണ് അദ്ദേഹം അനുഭവിച്ചിരുന്നത് എന്നതിനു തർക്കമില്ല. നിദ്രാധീനനായി ആത്മനിയന്ത്രണം കിട്ടാൻ അദ്ദേഹം അങ്ങോട്ടുമിങ്ങോട്ടും ഉരുളാനും മൂളാനും ഞെരങ്ങാനും തുടങ്ങും. ആ മുഖം വേദനകൊണ്ട് വക്രമാകും. അത് അദ്ദേഹം മനസിലാക്കിയിരുന്നുവെന്നു സ്പഷ്ടമാണ്. അതുകൊണ്ട് കഴിയുന്നതും പകൽസമയത്ത് ഉറങ്ങാതെ കഴിക്കും. താൻ യാതൊരു വേദനയും അനുഭവിച്ചിട്ടില്ല എന്ന മട്ടിൽ ശാന്തനും സമചിത്തനുമായിരിക്കും. മുറിവേറ്റ ഭാഗങ്ങൾ പരിശോധിക്കുന്ന സർജൻമാരോട് അദ്ദേഹം പല വർത്തമാനവും തമാശയും പറയും. തന്റെ വിരിപ്പുപിടിച്ച് ചുളുക്കുന്നതിൽനിന്ന്, ഒരാൾക്ക് ഊഹിക്കാമായിരുന്നു എത്രമാത്രം ക്ലേശം സഹിച്ചാണ് അദ്ദേഹം സ്വയം നിയന്ത്രിക്കുവാൻ ശ്രമിക്കുന്നതെന്ന്, ഈ മനുഷ്യൻ ഇത്ര വലിയ വേദനയും കടിച്ചമർത്തി, എങ്ങനെയാണ് പ്രസന്നതയും ഉന്മേഷവും ഉശിരും നടിക്കുന്നതെന്ന് ആ വൈമാനികനു തീരെ മനസിലായില്ല. ഈ പ്രശ്നത്തിന് ഒരുത്തരം കണ്ടുപിടിക്കുവാൻ അലക്സി വളരെ ഉത്സാഹിച്ചു. തനിക്കു നിത്യേനയെന്നപോലെ കൂടുതൽ കൂടുതൽ ഉറക്കമരുന്നു കിട്ടിയിരുന്നുവെങ്കിലും ഉറങ്ങുവാൻ സാധിക്കാറില്ല. നിലവിളിയമർത്തുവാൻ ബ്ലാങ്കറ്റ് കടിച്ചമർത്തി അയാൾ പ്രഭാതംവരെ ചിലപ്പോൾ കണ്ണുതുറന്ന് കിടക്കാറുണ്ട്.

സർജന്മാർ പരിശോധന സമയത്ത് ഇപ്പോൾ ആദ്യത്തെക്കാൾ കൂടുതലായി, ഉറപ്പിച്ചുറപ്പിച്ച്, ഛേദിക്കുക എന്ന പൈശാചികമായ വാക്ക് പറഞ്ഞുതുടങ്ങിയിരിക്കുന്നു. ആ ഭയാനകമായ ദിനം ആസന്നമായി എന്നു തോന്നിയപ്പോൾ കാലില്ലാതെ ജീവിക്കുന്നതിൽ യാതൊരർത്ഥവുമില്ല എന്നു തീരുമാനിച്ചു അലക്സി.

ആ ദുർദിനവും സമാഗതമായി. ഒരിക്കൽ സന്ദർശനവേളയിൽ കുറെയധികം നേരം വാസിലി വാസിലോവിച്ച് അലക്സിയുടെ നിശ്ച

ലവും ചൈതന്യമറ്റതുമായ കാലുകൾ കൊട്ടിനോക്കിയശേഷം പൊടുന്നനെ പറഞ്ഞു. "അവ കളഞ്ഞേ പറ്റൂ." മരിച്ചതുപോലെ വിളറിയ ആ വൈമാനികൻ ഒരു വാക്കുച്ചരിക്കുന്നതിനുമുമ്പുതന്നെ പ്രൊഫസർ കർശനമായി പറഞ്ഞു. "അവ പോയേ തീരൂ.. ഒരൊറ്റ വാക്കുപറയേണ്ട കേട്ടോ–അല്ലെങ്കിൽ നിങ്ങളുടെ കഥതന്നെ അവസാനിക്കും, ഞാൻ പറയുന്നത് മനസിലായോ?"

തന്റെ അനുയായികളെ തിരിഞ്ഞുപോലും നോക്കാതെ അദ്ദേഹം വാർഡിന്റെ പുറത്തേക്ക് കടന്നു. വേദനാനിർഭരമായ ഒരു നിശബ്ദത ആ വാർഡാകെ പരന്നു. കണ്ണ് മലർക്കെത്തുറന്ന് ഭയാക്രാന്തമായ മുഖത്തോടെ അലക്സി അങ്ങനെ മലർന്നു കിടന്നു. ഒരു മൂടൽ മഞ്ഞിലെന്നപോലെ അയാളുടെ മനക്കണ്ണുകൾക്കുമുമ്പിൽ ആ കടത്തുകാരന്റെ കാഴ്ചയ്ക്ക് സഹ്യമല്ലാത്ത, ചൈതന്യമറ്റ കാൽമുട്ടുകൾ ആടിനടന്നിരുന്നു. കുരങ്ങനെപ്പോലെ നാലുകാലുകുത്തി അതാ ആ വൃദ്ധൻ നദീതടത്തിലൂടെ വെള്ളത്തിലേക്ക് ഇഴയുന്ന കാഴ്ച അയാൾ വീണ്ടും കണ്ടു.

"ല്യോഷ്ക"–കമ്മിസാർ വളരെ സാവധാനത്തിൽ വിളിച്ചു.

"എന്താണ്." വിദൂരത്തിൽനിന്ന് ഉദാസീനമായ ഒരു മറുപടി ഉയർന്നു.

"കുട്ടി, അതു ചെയ്യാതെ പറ്റില്ല."

ആ സമയത്ത്, കടത്തുകാരനല്ല താനാണ് ആ നദീതീരത്തെ മണലിൽ മുറിക്കാലുകളോടെ മുട്ടിനടക്കുന്നതെന്ന് അലക്സിക്കു തോന്നി. കാറ്റിൽ പറക്കുന്ന വർണശമ്പളമായ ഉടപ്പുധരിച്ച്. ഉന്മേഷവതിയും സുന്ദരിയുമായ തന്റെ കാമിനി ഓല്യ, ചുണ്ടുകൾ കടിച്ചു തന്നെ തുറിച്ചു നോക്കിക്കൊണ്ട് ആ മണൽത്തട്ടിൽ നിൽക്കുകയാണ്. അതെ, ഇനി മുതൽ അയാൾ അങ്ങനെയായിരിക്കും. തലയിണയിൽ മുഖമമർത്തി നിശബ്ദനായി അയാൾ ദേഹം മുഴുവൻ കുലുങ്ങുമാറ് തേങ്ങിത്തേങ്ങി ക്കരഞ്ഞുത്തുടങ്ങി. വാർഡിലുള്ളവർക്കെല്ലാം അത് ഉള്ളിൽത്തട്ടി. ഞെരങ്ങി പിറുപിറുത്തുകൊണ്ട് സ്റ്റീഫൻ ഐവനോവിച്ച് കട്ടിലിൽനിന്നിറങ്ങി തന്റെ മേലങ്കിയെടുത്തു ധരിച്ച്, ചെരിപ്പിട്ട തന്റെ കാലുകൾ കുടഞ്ഞു. കട്ടിലിന്റെ അഴിയിന്മേൽ മുറുക്കെപ്പിടിച്ച് അലക്സിയുടെ കട്ടിലിന്റെ സമീപത്തേക്ക് തൊങ്ങിത്തുടങ്ങി. പക്ഷേ, കമ്മിസാർ ഒരു താക്കീതോടെ വിരൽ ചൂണ്ടിക്കൊണ്ട് പറഞ്ഞു: "ഇടപെടരുത്. അയാൾ നല്ലതുപോലെ ഒന്നുകരയട്ടെ."

അതെ, കരച്ചിൽ കഴിഞ്ഞപ്പോൾ അലക്സിക്ക് വളരെ ആശ്വാസം തോന്നി. ദീർഘകാലമായി തന്നെ അലട്ടിക്കൊണ്ടിരിക്കുന്ന പ്രശ്നത്തിന് അവസാനം പരിഹാരം കണ്ടുപിടിച്ച ഒരു മനുഷ്യനു തോന്നുന്ന ആശ്വാസം അലക്സിക്കും തോന്നി. ക്രമേണ അയാൾ ശാന്തനായി. വൈകുന്നേരം പരിചാരകർ അയാളെ ശസ്ത്രക്രിയയ്ക്കുള്ള മുറിയിലേക്കു കൊണ്ടു പോകാൻ വരുന്നതുവരെ അയാൾ ഒരൊറ്റ അക്ഷരം മിണ്ടിയില്ല. പ്രകാശമാനമായ ആ വെളുത്ത മുറിയിൽ എത്തിയിട്ടും

അയാൾ മൗനം കൈവെടിഞ്ഞില്ല. ബോധം കെടുത്തുവാൻ പറ്റിയ തരത്തിലല്ല അയാളുടെ ഹൃദയസ്ഥിതിയെന്നും ആ ഭാഗംമാത്രം മരവിപ്പിച്ചു ശസ്ത്രക്രിയ നടത്തേണ്ടിവരുമെന്നും സർജന്മാർ പറഞ്ഞപ്പോൾ അയാൾ വെറുതെ തലകുലുക്കുക മാത്രമേ ചെയ്തുള്ളൂ. ശസ്ത്രക്രിയാസമയത്ത് അയാൾ നിലവിളിക്കുകയോ ഞരങ്ങുകയോ ചെയ്തില്ല. സാധാരണപോലെ നഴ്സുമാരെയും സിൽബ്ബന്ധികളേയും അനവരതം ശകാരിച്ചുകൊണ്ട്, വാസിലി വാസിലോവിച്ചുതന്നെ ആ ലഘുവായ ശസ്ത്രക്രിയ നടത്തുന്നതിനിടയ്ക്കു പലതവണ അലക്സിയുടെ നാഡിശ്രദ്ധിച്ചുകൊണ്ടിരുന്ന സർജനെ ഉത്ക്കണ്ഠാപൂർവം വീക്ഷിച്ചിരുന്നു.

എല്ലുകൾ അറുത്തുമുറിച്ചപ്പോഴത്തെ വേദന ഭയാനകമായിരുന്നു. പക്ഷേ വേദനയനുഭവിക്കുക എന്നതു ചിരപരിചിതമായിരുന്നു അയാൾക്ക്. വെളുത്ത കമ്പിളിത്തുണികൊണ്ടു മുഖം മറച്ച് ശുഭ്രവസ്ത്രധാരികളായ മനുഷ്യർ എന്താണ് തന്റെ കാലിൽ ചെയ്യുന്നതെന്നുപോലും അയാൾക്കു മനസിലായില്ല. വാർഡിലേക്കു കൊണ്ടുപോകുന്ന വഴിക്കുവെച്ച് അയാളുടെ ബോധംമറഞ്ഞു.

ബോധംവന്നപ്പോൾ അയാൾ ആദ്യം കണ്ടത് സഹതാപം തുടിക്കുന്ന ക്ലാവ്ഡിയ മിഖായിലോപ്നയുടെ മുഖമാണ്. എന്തത്ഭുതം! അയാൾക്ക് യാതൊന്നും ഓർമവന്നില്ല. സുമുഖിയും ദയാമയിയുമായ ആ സുകേശിനിയുടെ മുഖം എന്താണ് ഇത്രത്തോളം ഉൽക്കണ്ഠാകുലവും അന്വേഷണദ്യോതകവുമായിരിക്കുന്നതെന്ന് അയാൾ അതിശയിച്ചു. രോഗി കണ്ണു തുറന്നത് കണ്ടപ്പോൾ അവളുടെ മുഖം പ്രകാശിച്ചു. ബ്ലാങ്കറ്റിന്റെ അടിയിൽവെച്ചിരുന്ന അയാളുടെ കൈപിടിച്ച് അവൾ പതുക്കെ അമർത്തി. ഹാ; നിങ്ങളുടെ സഹനശക്തി എത്ര സ്തുത്യർഹം എന്നു പറഞ്ഞ് അവൾ ഉടനെ അയാളുടെ കൈത്തണ്ട പിടിച്ച് നാഡി പരിശോധന നടത്തി. അവർ എന്തിനെപ്പറ്റിയാണ് സംസാരിക്കുന്നത് അലക്സി വിസ്മയിച്ചു. ആദ്യത്തേതിൽനിന്ന് അൽപ്പം മുകളിലാണ് ഇപ്പോൾ അയാൾക്ക് വേദന. ആദ്യത്തെപ്പോലെ തുടിക്കുന്ന, കടിച്ചു കീറുന്ന കത്തിയെരിച്ചിലല്ല. എന്തോ ചരടു മുട്ടിന്റെ മീതെയായി മുറുക്കിക്കെട്ടിയിരിക്കുന്നതുകൊണ്ടുണ്ടാക്കുന്ന മന്ദമായ വേദന. പെട്ടെന്ന് ബ്ലാങ്കറ്റിന്റെ ചുളിയിൽനിന്നു അയാൾക്ക് മനസിലായി തന്റെ ദേഹത്തിനു പണ്ടത്തെക്കാൾ നീളം കുറഞ്ഞിരിക്കുന്നു എന്ന്. പെട്ടെന്ന് ഒരു മിന്നൽപോലെ വെളുത്ത് പ്രകാശിക്കുന്ന മുറിയെക്കുറിച്ചോർത്തു. വാസിലി വാസിലോവിച്ചിന്റെ ഭയങ്കരമായ അട്ടഹാസങ്ങൾ, കവിടിപ്പാത്രങ്ങളിൽ ഉണ്ടാകുന്ന ലഘുവായ തട്ടിമുട്ടലുകൾ–എന്ത് എല്ലാം കഴിഞ്ഞുവോ. അസ്വസ്ഥനായി അയാൾ ചിന്തിച്ചു. നിർബന്ധിച്ചു വരുത്തിയ ഒരു ചിരിയോടെ അയാൾ പറഞ്ഞു.

"ഞാൻ വളരെ ചെറുതായെന്നു തോന്നുന്നുവല്ലോ." ചിരിയേക്കാൾ അതൊരു മുഖംചുളുക്കലായിരുന്നു. ക്ലാവഡിയ അയാളുടെ തലമുടി ഒതുക്കിക്കൊണ്ടു പറഞ്ഞു.

"സാരമില്ല; ഇനി വളരെ കുറവുതോന്നും."

"അതേ-അത് ശരിയാണ്-ഇനി നടക്കാനുള്ള ഭാരം കുറയും!"

"അത് പറയല്ലേ അങ്ങനെയൊന്നും പറയണ്ട. നിങ്ങളുടെ പെരുമാറ്റം എത്ര കേമമായിരുന്നു! ചിലർ ഭയങ്കരമായി അട്ടഹസിക്കും. ചിലരെ കിടക്കയോടുകൂട്ടി ബന്ധിക്കേണ്ടിവരും. നിങ്ങൾ ഒരൊറ്റ അക്ഷരം മിണ്ടിയില്ല ഓ ഈ യുദ്ധം-ഈ നശിച്ച യുദ്ധം."

സന്ധ്യാകാലത്തെ പ്രശാന്തതയിൽ കമ്മിസാറുടെ ദേഷ്യപ്പെട്ട സ്വരം മുഴങ്ങി.

"ഹേയ്, ആ പ്രാർഥനാപ്രസംഗം ഒന്നു നിർത്തിയാട്ടെ. നഴ്സ് ഈ എഴുത്തുകൾ അലക്സിക്ക് കൊടുക്കൂ. ചിലർ വളരെ ഭാഗ്യവാന്മാരാണ് കേട്ടോ. എനിക്കു വാസ്തവത്തിൽ അസൂയ തോന്നുന്നുണ്ട്. ഒരാൾക്ക് ഒരേസമയത്ത് ഇത്രയധികം എഴുത്തുകൾ കിട്ടുന്നതിനെപ്പറ്റി ഒന്ന് ഓർത്തുനോക്കു."

കമ്മിസാർ ഒരുകെട്ട് എഴുത്തുകൾ എടുത്ത് അലക്സിയുടെ നേരെ നീട്ടി. അത് അയാളുടെ റെജിമെന്റിൽ നിന്നുള്ളതായിരുന്നു. പല തീയതികളിൽ എഴുതപ്പെട്ടവയായിരുന്നുവെങ്കിലും എല്ലാം കിട്ടിയത്, എന്തുകൊണ്ടോ-ഒരു ദിവസമായിരുന്നു. കാലുകൾ മുറിച്ചുള്ള ആ കിടപ്പിൽ കിടന്നുകൊണ്ട് അയാൾ-തനിക്ക് എന്നെന്നേക്കുമായി നഷ്ടപ്പെട്ട, തന്നെ കാന്തംപോലെ ആകർഷിക്കുന്ന, ബുദ്ധിമുട്ടുകളും അപകടങ്ങളും കഷ്ടപ്പാടുകളും നിറഞ്ഞ ആ വിദൂരജീവിതത്തെക്കുറിച്ച് എഴുതിയിട്ടുള്ള സൗഹൃദപൂർണമായ കത്തുകൾ വായിച്ചു. വലിയ വാർത്തകളോടൊപ്പം തന്നെ, തന്റെ റജിമെന്റിനെക്കുറിച്ചുള്ള നിസാര വർത്തമാനങ്ങളും, അയാൾ ഉൽക്കണ്ഠയോടെ വായിച്ചു. ചുവപ്പുകൊടിയുടെ ബഹുമതിക്കുവേണ്ടി തന്റെ സേനാവ്യൂഹത്തിന്റെ പേർ നിർദേശിക്കപ്പെട്ടിട്ടുണ്ട് എന്ന് സൈനികകേന്ദ്രത്തിലെ രാഷ്ട്രീയോദ്യോഗസ്ഥൻ അബദ്ധത്തിൽ പാഞ്ഞുപോയത്, ഐവാൻചിക്കനു ഒരേസമയത്ത് രണ്ടു ബഹുമതി മുദ്രകൾ ലഭിച്ചത്. യാഷീൻ നായാട്ടിനു പോയി ഒരു കുറുക്കനെ കൊണ്ടുവന്നത്- എന്തോ കാരണംകൊണ്ട് അതിനു വാൽ ഇല്ലായിരുന്നവത്രെ-സ്റ്റേപ്പറസ്റ്റോവിനു ഒരു കുറവുണ്ടായതുമൂലം ലിനോച്കയുമായുള്ള പ്രണയബന്ധം തകരാറിലായത്-ഇതിലെല്ലാം അയാൾക്ക് ഒന്നുപോലുള്ള രസമാണ് തോന്നിയത്.കാടിന്റെ മറവിലുള്ള സ്വന്തം വിമാനത്താവളത്തിൽ ഒരു നിമിഷംകൊണ്ട് അയാളുടെ മനസ് പറന്നുചെന്നു. അവിടുത്തെ ഭൂമിയുടെ ചതിസ്വഭാവത്തെ വൈമാനികർ എപ്പോഴും ശപിച്ചിരുന്നുവെങ്കിലും അലക്സിക്കു തോന്നിയത് ഇഹലോകത്തിലെ ഏറ്റവും നല്ല പ്രദേശം എന്നാണ്.

എഴുത്തുകളുടെ ഉള്ളടക്കത്തിൽതന്നെ അതീവ ശ്രദ്ധാലുവായിരുന്നതിനാൽ, അതിൽ കാണുന്ന വിവിധ തീയതികളോ, തന്റെ നേർക്കു നോക്കി കണ്ണടച്ചു കാണിച്ച്, 'നോക്കു എന്റെ മരുന്നല്ലേ നിങ്ങളുടെ മയക്കുമരുന്നുകളേക്കാൾ ഗുണപ്രദം' എന്ന് കമ്മിസാർ നഴ്സിനോട് മന്ത്രിച്ചതോ അയാൾ ശ്രദ്ധിച്ചതേയില്ല. തന്റെ പ്രിയപ്പെട്ട വിമാനത്താവള

ത്തിൽ നിന്നു വരുന്ന സുഹൃത്തുക്കളുടെ അഭിവാദനങ്ങൾ നിറഞ്ഞ കുറേ കത്തുകൾ, ഈ സന്ദർഭം മുൻകൂട്ടി കണ്ടറിഞ്ഞ് ആ യുവാവ് അനുഭവിക്കേണ്ടുന്ന വേദനയ്ക്ക് അൽപ്പമൊരു ആശ്വാസം നൽകുവാനുള്ള ഉദ്ദേശ്യത്തോടെ കമ്മിസാർ പിടിച്ചുവെച്ചിരുന്നത് അലക്സി മനസിലാക്കിയിരുന്നില്ല. പഴക്കംചെന്ന പടയാളിയായിരുന്നു കമ്മിസാർ. ധൃതിയിൽ അശ്രദ്ധയോടെ എഴുതിയ ഈ കടലാസുകളുടെ വില അദ്ദേഹത്തിനു നല്ലപോലെ അറിയാമായിരുന്നു. യുദ്ധക്കളത്തിൽ ഇവ ഒരാൾക്ക് മരുന്നിനെക്കാളും ഭക്ഷണത്തെക്കാളും കൂടുതൽ ഗുണം ചെയ്യും.

ആൻഡ്രി ഡെക്ടിറെങ്കോവിൽനിന്നുള്ള എഴുത്ത് അയാളെപ്പോലെ തന്നെ ലളിതവും പരുക്കനുമായിരുന്നു. നന്നെ ചെറിയ ചുരുണ്ട കൈയക്ഷരത്തിൽ, നിറയെ അത്ഭുതചിഹ്നങ്ങളോടുകൂടിയ ആ കൊച്ചുലേഖനത്തിൽ അയാൾ എഴുതിയിരിക്കുകയാണ്: 'സീനിയർ ലെഫ്റ്റനന്റ് സഖാവേ! ഇതുവരെ സത്യം പരിപാലിക്കുവാൻ സാധിക്കാഞ്ഞത് തീരെ നന്നായില്ല!!! സേനാദളം ഇടയ്ക്കിടെ നിങ്ങളെ ഓർമിക്കുന്നുണ്ട് ഞാൻ നുണപറയുകയല്ല. നിങ്ങളെപ്പറ്റി മാത്രമേ അവർ സംസാരിക്കുന്നുള്ളൂ. കുറച്ചു ദിവസംമുമ്പ് ഭക്ഷണവേളയിൽ നമ്മുടെ റജിമെന്റൽ കമാണ്ടർ പറയുകയാണ്. 'നമ്മുടെ അലക്സി മെരിസീവില്ലേ–അയാൾ ഒരു യഥാർഥ മനുഷ്യനാണ്!!! നിങ്ങൾക്കത് അറിയാമല്ലോ ഏറ്റവും നല്ലവരേക്കുറിച്ചുമാത്രമേ അദ്ദേഹം ആ വിധത്തിലുള്ള ഒരു അഭിപ്രായം പറയുകയുള്ളൂ എന്ന്. വേഗം വരൂ! എല്ലാവരും നിങ്ങളെ പ്രതീക്ഷിച്ചിരിക്കുന്നു. ഊൺമുറിയിൽനിന്നു നമ്മുടെ തടിച്ചി ല്യോല്യ, വിളിച്ചു പറയുകയാണ്, സ്വന്തം ജോലി പോയാലും വേണ്ടില്ല. അവൾ ഇനിയൊരിക്കലും നിങ്ങളോടു തർക്കിക്കുവാൻ നിൽക്കാതെ ഭക്ഷണത്തിന്റെ രണ്ടാംവട്ടത്തിൽ മൂന്നു പ്രാവശ്യം വീതം എല്ലാം നിങ്ങൾക്ക് വിളമ്പിത്തരാമെന്ന് പക്ഷേ, എന്തൊക്കെയായലും പറഞ്ഞവാക്ക് പരിപാലിക്കാത്തത് തീരെ ചീത്തയായി കേട്ടോ! നിങ്ങൾ ബാക്കിയെല്ലാവർക്കും എഴുതി. എനിക്കു മാത്രം ഇല്ല. എനിക്ക് അതുകൊണ്ട് വളരെ അലോഹ്യം ഉണ്ട്. അതുകൊണ്ടുതന്നെയാണ്, ഞാൻ നിങ്ങൾക്ക് വേറെ എഴുതാത്തതും. പക്ഷേ, സ്വകാര്യമായി ഒരു കത്ത് എനിക്കെഴുതൂ. പിന്നെ എങ്ങനെയിരിക്കുന്നു നിങ്ങൾ–എന്തൊക്കെയാണ് വിശേഷങ്ങൾ!'

ഈ രസകരമായ എഴുത്തിനടിയിൽ വ്യോമനിരീക്ഷണശാലയിലെ സർജന്റിന്റെ ഒപ്പും ഉണ്ട്. മെരിസീവ് ചിരിച്ചു. 'വേഗം മടങ്ങിവരൂ. എല്ലാവരും നിങ്ങളെ കാത്തിരിക്കുന്നു.' എന്നെഴുതി അടിയിൽ വരയിട്ടിരിക്കുന്ന വരികളിൽ ചെന്നുമുട്ടി അയാളുടെ കണ്ണുകൾ. അയാൾ എഴുന്നേറ്റിരുന്നു. തന്റെ കീശയിൽ തപ്പിനോക്കി, വിലയേറിയ ഒരു ആധാരം കാണാത്തവന്റെ സംഭ്രമത്തോടെ അയാൾ തന്റെ കാലുകൾ ഉണ്ടായിരുന്ന ആ സ്ഥലം ഒന്നു തപ്പിനോക്കി. പക്ഷേ, ശൂന്യതയിലാണ് ആ കൈകൾ പതിച്ചത്.

അപ്പോഴാണ് തന്റെ നഷ്ടത്തിന്റെ ഗൗരവം അയാൾക്കു തികച്ചും മനസിലായത്. തന്റെ സൈന്യദളത്തിലേക്കോ വിമാനത്താവളത്തിലേ

ക്കോ യുദ്ധക്കളത്തിലേക്കോ ഇനിയൊരിക്കലും അയാൾ തിരിച്ചുപോകുകയില്ല. ഇനിയൊരിക്കലും വിമാനത്തിൽ പറന്നുപൊങ്ങി ശത്രുവിന്റെ മേൽ ചാടിവീഴുകയുമില്ല. ഒരിക്കലുമില്ല. ഒരിക്കലുമില്ല. ഇന്നയാൾ അംഗവിഹീനനാണ്. പ്രിയപ്പെട്ട ജോലി നഷ്ടപ്പെട്ട്, ഒരു സ്ഥലത്തു തന്നെ തങ്ങിക്കഴിയേണ്ട. വീട്ടുകാർക്ക് ഒരു ഭാരമായ, ആർക്കും ആവശ്യമില്ലാത്ത ഒരു ജീവിതമാണ് മുന്നിൽ! തന്റെ അന്ത്യദിനം വരെ അതു തുടർന്നുകൊണ്ടുപോകുകയും വേണം!

IV

ഈ മാതിരിയുള്ള ഒരു ശസ്ത്രക്രിയയ്ക്കുശേഷം, ഒരു മനുഷ്യനു വരാവുന്ന ഏറ്റവും വലിയ ഭവിഷ്യത്തുതന്നെയാണ് അലക്സിക്കും പിണഞ്ഞത്. അയാൾ തന്നിലേക്കുതന്നെ ഒതുങ്ങിക്കൂടി; കുറ്റം പറഞ്ഞില്ല, കരഞ്ഞില്ല, ദേഷ്യപ്പെട്ടില്ല, വെറുതെ തികഞ്ഞ മൗനം ഭജിച്ചു.

തട്ടിന്മേലുള്ള ഒരു വളഞ്ഞ വിടവിലേക്കു നോക്കിക്കൊണ്ടു ദിവസങ്ങളോളം അയാൾ മലർന്നുകിടന്നു. വാർഡിലെ കൂട്ടുകാർ എന്തെങ്കിലും ചോദിച്ചാൽ–ഉവ്വ്–ഇല്ല–അതു മിക്കപ്പോഴും അവസോരചിതമായിരിക്കും–എന്നു മാത്രം പറഞ്ഞ് അയാൾ നിശബ്ദനായിരിക്കും– തട്ടിലെ തേപ്പിലുള്ള വിള്ളലിൽ എന്തോ ഒരു ഗൂഢലിപിയുണ്ട്. അത് കണ്ടുപിടിച്ചാൽ മോക്ഷമായി എന്ന നിലയിൽ അതിൽ തന്നെ കണ്ണുനട്ടുകൊണ്ട് കിടക്കും. ഡോക്ടറുടെ കൽപ്പനകൾ എല്ലാംതന്നെ അയാൾ അതേപടി അനുസരിച്ചുവന്നു; അവർ കുറിച്ചുകൊടുത്തതെല്ലാം കഴിച്ചു; ഇഷ്ടത്തോടുകൂടിയല്ല, എങ്കിലും ഭക്ഷണം കഴിച്ച് അയാൾ പഴയപടി നിവർന്നുകിടക്കും.

"ഏയ് ഊതത്താടി, എന്താണ് നിങ്ങൾ ഇത്ര വളരെ അലോചിക്കുന്നത്.?" കമ്മിസാർ ചോദിച്ചു.

അദ്ദേഹം കിടക്കുന്നിടത്തേക്ക് അലക്സി നോക്കി. എന്നാൽ ഒന്നും കണ്ടില്ല എന്ന മട്ടിൽ ഉദാസീനമായിരുന്നു ആ നോട്ടം.

"ഞാൻ ചോദിക്കുന്നത്, നിങ്ങൾ എന്തിനെപ്പറ്റിയാണ് ഗാഢമായി ആലോചിക്കുന്നത് എന്നാണ്?"

"ഒന്നുമില്ല."

ഒരുദിവസം വാസിലി വാസിലോവിച്ച്, മുറിയിൽ വന്ന് സ്വഭാവികമായ തുറന്ന രീതിയിൽ ചോദിച്ചു. "അല്ലാ മുട്ടുകുത്തുന്ന കുട്ടി ജീവിച്ചിരിപ്പുണ്ടോ. ഇപ്പോൾ എങ്ങനെയിരിക്കുന്നു സംഗതികൾ. നിങ്ങൾ ഒരു വീരനാണ്; വീരൻ. വീരനെന്നുതന്നെ ഞാൻ ഉറപ്പിച്ചു പറയുന്നു. ഒന്നു പിറുപിറുക്കുകപോലും ഉണ്ടായില്ല. ജർമൻകാരിൽനിന്നു രക്ഷപ്പെടുവാൻ പതിനെട്ടു ദിവസത്തോളം ഇഴഞ്ഞുനടന്നു എന്ന കഥ ഞാൻ ഇപ്പോൾ തികച്ചും വിശ്വസിക്കുന്നു. നിങ്ങൾ ഇതേവരെ തൊലിപൊളിച്ചിട്ടുള്ള ഉരുളൻകിഴങ്ങുകളേക്കാൾ കൂടുതൽ മനുഷ്യരുടെമേൽ ഞാൻ

ശസ്ത്രക്രിയ ചെയ്തിട്ടുണ്ട്. ഹോ! നിങ്ങളെപ്പോലുള്ള ഒരാളെ ഇതുവരെ കണ്ടുമുട്ടിയിട്ടില്ല." ചുവന്ന തൊലിയുരിഞ്ഞുപോയിത്തുടങ്ങിയ കൈകൾ കറപിടിച്ച നഖങ്ങൾകൊണ്ട് ഒന്നു ചൊറിഞ്ഞ് അദ്ദേഹം തുടർന്നു. "ഹേയ് എന്താണ് മുഖം വീർപ്പിച്ചിരിക്കുന്നത്? ഞാൻ നിങ്ങളെ പ്രശംസിക്കുകയാണ്. ഓ ഇയാളുണ്ട് മുഖവും കനപ്പിച്ച് കിടക്കുന്നു! ഞാൻ മെഡിക്കൽ സർവീസിലെ ഒരു ലഫ്റ്റനന്റ് ജനറൽ ആണ്. ഞാൻ നിങ്ങളോടു കൽപ്പിക്കുന്നു–ഉം–ചിരിക്കൂ."

ബുദ്ധിമുട്ടി ചുണ്ടുകൾ റബർപോലെ നീട്ടി അയാൾ ചിരിക്കുകയാണെന്നു നടിച്ച് മെരിസീവ് ആലോചിച്ചു. 'ഇതുപോലെ ഒരവസാനമാണ് ഉണ്ടാകുക എന്ന് അറിയാമായിരുന്നെങ്കിൽ മുട്ടുകുത്തി ഇഴയുവാൻ ഞാൻ മിനക്കെടുകയില്ലായിരുന്നു. എന്റെ കൈവശം മൂന്നു വെടിയുണ്ടകൾ ഉണ്ടായിരുന്നതാണ്.'

കമ്മിസാർ പത്രത്തിൽ ഏതോ ലേഖകന്റെ രസകരമായ ഒരു യുദ്ധവിവരണം വായിക്കുകയായിരുന്നു. നമ്മുടെ ആറ് പോർ വിമാനങ്ങൾ ഇരുപത്തിയെട്ടു ശത്രുവിമാനങ്ങളെ ആക്രമിച്ചു, അവയിൽ എട്ടെണ്ണത്തിനെ താഴെവീഴ്ത്തി. നമ്മുടെ ഒരൊറ്റ വാഹനമേ നഷ്ടപ്പെട്ടുപോയുള്ളൂ. തനിക്ക് അപരിചിതമായ വൈമാനികരല്ല; തന്റെ സ്വന്തം സേനയിൽപ്പെട്ട കുതിരപ്പടയാളികളാണ് ഇങ്ങനെയുള്ള വീരപരാക്രമം കാണിച്ചത്, എന്ന ആവേശത്തോടെയാണ് അദ്ദേഹം ആ കഥ വായിച്ചത്. അതിനെത്തുടർന്നുണ്ടായ വാദപ്രതിവാദങ്ങളിൽ കുക്കുഷ്കിൻ പോലും രസം പ്രകടിപ്പിച്ചു, അത് എങ്ങനെയാണു നടന്നത് എന്നു രണ്ടുപേരും ചിത്രീകരിച്ചുനോക്കി. അലക്സി കിടന്നുകൊണ്ട് ആലോചിച്ചു. 'ഭാഗ്യവാന്മാർ–അവർ പറയുന്നു, യുദ്ധം ചെയ്യുന്നു. ഇനിയൊരിക്കലും, ഇനിയൊരിക്കലും ഞാൻ മേലോട്ട് ഉയർന്നു പോകുകയില്ല.'

സോവിയറ്റ് വാർത്താവിതരണകേന്ദ്രത്തിന്റെ പ്രഖ്യാപനങ്ങൾ ഒന്നിനൊന്നു സംക്ഷിപ്തമായി വന്നു. ചുവപ്പു സൈന്യം, വേറെ എവിടെയോ ഒരു ആക്രമണം നടത്തേണ്ട ഉദ്ദേശ്യത്തോടെ, പിറകിൽ എവിടെയോ സൈനികസജ്ജീകരണം നടത്തുന്നുണ്ട് എന്നതിന്റെ ലക്ഷണങ്ങൾ വ്യക്തമായിരുന്നു. കമ്മിസാറും സ്റ്റീഫൻ ഐവനോവിച്ചും കൂടെ എവിടെയാണ് ആ അടി വീഴുക, എന്ത് പ്രതികരണമാണ് അതുണ്ടാക്കുക എന്നതിനെപ്പറ്റി ചർച്ചചെയ്യുകയാണ്. അടുത്തകാലത്ത് അലക്സിയും ഇതുപോലുള്ള സംഭാഷണങ്ങളിൽ മുൻകൈ എടുത്തിരുന്നു. ഇപ്പോൾ കഴിയുന്നതും അത് കേൾക്കാതിരിക്കുവാൻ ശ്രമിക്കുകയാണ് അയാൾ. എന്തൊക്കെയോ സംഭവവികാസങ്ങൾ ഉണ്ടാകുവാൻ പോകയാണ് എന്ന് അയാൾ മനസിലാക്കി. ഭയങ്കരമായ, വിധിനിർണായകമായ സമരം നടക്കും. വളരെ വേഗം സുഖംപ്രാപിച്ചുവരുന്ന കുക്കുഷ്കിൻ പോലും അതിൽ പങ്ക് ചേരും. പക്ഷേ, താൻ പിന്നിൽക്കിടന്നു മുരടിക്കാൻ വിധിക്കപ്പെട്ടിരിക്കുകയാണ്. അതിൽ തനിക്ക് യാതൊന്നും ചെയ്വാനില്ല. അതുകൊണ്ട് കമ്മിസാർ പത്രം വായിക്കുന്നതും സമര

ത്തെപ്പറ്റി ചർച്ചചെയ്യുന്നതും ദുസഹമായിരുന്നു അയാൾക്ക്. അവർ അത് ചെയ്യുമ്പോൾ, ഒന്നും കേൾക്കാതെയും കാണാതെയും ഇരിക്കുവാൻ വേണ്ടി, അയാൾ ബ്ലാങ്കറ്റ് തലവഴിയേ മൂടി തന്റെ കവിൾത്തടങ്ങൾ തലയിണമേൽ ഉരയ്ക്കും. എന്തുകൊണ്ടോ എന്തോ "പടരാൻ ജനിച്ചവനു, പറക്കാൻ കഴിയുകയില്ല" എന്ന വാക്യം പലപ്പോഴും അയാളുടെ മനസിലൂടെ മിന്നിമറഞ്ഞുകൊണ്ടിരുന്നു.

ക്ലാവ്ഡിയ വന്നപ്പോൾ ഒരുദിവസം 'വില്ലോ' മരത്തിന്റെ കുറേ ഉശിരൻ കമ്പുകളും കൊണ്ടുവന്നിരുന്നു. മോസ്കോവിലെ ഈ കർക്കശമായ പ്രതിരോധ മേഖലയിൽ ഇവ എങ്ങനെ എത്തിയെന്ന് ദൈവത്തിനു മാത്രമേ അറിയാൻ പാടുള്ളൂ, അവൾ ഓരോ കമ്പ് ഗ്ലാസിലാക്കി ഓരോ കിടക്കയുടേയും സമീപത്തു വെച്ചു. ചുവന്ന കമ്പുകളും വെളുത്ത പതു പതുത്തമൊട്ടുകളും സൗരഭ്യമോലുന്നതായിരുന്നതിനാൽ 42–ാം നമ്പറിൽ മധുമാസം കടന്നുവന്നപോലെ തോന്നി. എല്ലാവർക്കും ഉന്മേഷവും പ്രസന്നതയും കണ്ടു. നിശബ്ദനായ ടാങ്ക് പടയാളിപോലും കെട്ടുകൾക്കിടയിലൂടെ എന്തോ നന്ദിവാക്യങ്ങൾ മുരണ്ടു.

അലക്സി ആലോചിച്ചുകൊണ്ടു കിടന്നു. ഇപ്പോൾ ക്യാംഷീനിൽ, ചളിനിറഞ്ഞ പാതയോരങ്ങളിൽ നിന്ന് ചരലുകൾ വിരിച്ച തിളങ്ങുന്ന റോഡുകളിലേക്ക് ചെറിയ ചെറിയ അരുവികളായി, കലങ്ങിയവെള്ളം പ്രവഹിക്കുകയായിരിക്കും. ചൂടുപിടിച്ച മണ്ണിന്റേയും പുതിയ ഈർപ്പത്തിന്റേയും കുതിരച്ചാണകത്തിന്റേയും വാസന മുറ്റിനിൽക്കുന്നുണ്ടാകും. ഇപ്പോൾ, അവിടെ അങ്ങനെയുള്ള ഒരു ദിവസമാണ് അയാളും ഓല്യയും കൂടെ വോൾഗയുടെ കുത്തനെയുള്ള തീരത്ത് നിന്നിരുന്നത്, അവരെ കടന്ന് നദിയുടെ അനന്തമായ പരപ്പിലൂടെ ഹിമകണങ്ങൾ മൃദുവായി ഒലിച്ചൊലിച്ചു പോയിരുന്നു. തുളുമ്പിനിന്നിരുന്ന നിശബ്ദതയെ ഭേദിച്ചിരുന്നത് വാനമ്പാടികളുടെ, വെള്ളിമണികിലുക്കംപോലുള്ള ശബ്ദംമാത്രമാണ്. മഞ്ഞുകട്ടകളല്ല: അയാളും ഓല്യയും കൂടെയാണ് കാറ്റും കോളും ഉള്ള ഒരു നദിയെ അഭിമുഖീകരിക്കുവാനായി നിശബ്ദം ഒലിച്ചുപോയിരുന്നത്. ഒരൊറ്റ അക്ഷരം മിണ്ടാതെ ഭാവിയെക്കുറിച്ചുള്ള സുന്ദരസ്വപ്നങ്ങൾ അയവിറക്കിക്കൊണ്ടു നിൽക്കുകയായിരുന്നു അവർ. അവിടെ വോൾഗയെ അഭിമുഖീകരിക്കുന്ന ആ വിശാലമായ സ്ഥലത്ത് സ്വതന്ത്രമായി വീശുന്ന വസന്തമാരുതനേറ്റിട്ടും അവർക്കു ശ്വാസം കഴിക്കുവാൻ ബുദ്ധിമുട്ടുതോന്നി. ആ കനകസ്വപ്നങ്ങൾ ഒന്നും തന്നെ സത്യമാവുകയില്ല. അവൾ അവനിൽനിന്ന് അകന്നുമാറും. അങ്ങനെ അവൾ ചെയ്തില്ലെങ്കിൽത്തന്നെ ഈ മഹനീയമായ ആത്മത്യാഗം അയാൾ അർഹിക്കുന്നുണ്ടോ? സുന്ദരിയും പ്രസന്നയും ഉല്ലാസവതിയുമായ ആ ബാലികയെ താൻ ഈ കാൽമുട്ടുകളുമായി ഞൊണ്ടി ഞൊണ്ടി നടക്കുമ്പോൾ തന്നോടൊപ്പം നടക്കുവാൻ അനുവദിക്കുകയോ, മധുമാസത്തെ വിളിച്ചറിയിക്കുന്ന ആ പൂന്തലപ്പിനെ അവിടെ നിന്ന് എടുത്തുമാറ്റാൻ അയാൾ നഴ്സിനോട് അപേക്ഷിച്ചു.

വില്ലോവിന്റെ കമ്പ് മാറ്റപ്പെട്ടുവെങ്കിലും കയ്പേറിയ ചിന്തകളിൽ നിന്ന് അത്ര എളുപ്പത്തിൽ വിട്ടുപോകാൻ അയാൾക്ക് സാധ്യമായില്ല. 'തന്റെ കാലു പോയതറിയുമ്പോൾ എന്താണു ഓല്യ പറയുക? തന്നെ തൂത്തെറിയുമോ? അതിനെതിരായി അയാളുടെ ആത്മാവ് മുഴുവനും പ്രതിഷേധമുയർത്തി. അല്ല; തന്നിൽനിന്ന് ഓടിഒളിക്കുകയില്ല. പക്ഷേ അതായിരിക്കും ഏറ്റവും വിഷമം. മഹത്തായ അവളുടെ ഹൃദയത്തിന്റെ പ്രചോദനംമൂലം അവൾ തന്നെ വിവാഹം കഴിക്കുന്നത് അയാൾ ഓർത്തുനോക്കി. അയാളെ–ഒരു ഞൊണ്ടിയെ, വിവാഹം കഴിക്കുക, അയാൾക്കുവേണ്ടി ഉയർന്ന സാങ്കേതികവിജ്ഞാനം നേടണമെന്ന അഭിലാഷത്തെ ബലികഴിക്കുക, അവളേയും, ഞൊണ്ടിയായ ഭർത്താവിനേയും ആർക്കറിയാം. പക്ഷേ കുട്ടികളെ പുലർത്തുവാൻവേണ്ടി ഓഫീസ് ജോലിയുടെ ഭാരം താങ്ങുക.

ഈ ത്യാഗം സ്വീകരിക്കുവാനുള്ള അവകാശമുണ്ടോ അയാൾക്ക്? അവർ അന്യോന്യം ബന്ധിക്കപ്പെട്ടവർ. പ്രതിശ്രുതരായിരിക്കാം. പക്ഷേ, ജയാപതികളല്ല. അയാൾ അവളെ സ്നേഹിക്കുന്നു. ഗാഢമായി സ്നേഹിക്കുന്നു. അതുകൊണ്ടുതന്നെ അയാൾക്ക് അതിനുള്ള അവകാശമില്ലയെന്നുതോന്നി. ഇപ്പോൾത്തന്നെ, ആ ബന്ധം പരിച്ഛേദിച്ചേ തീരൂ. ദുർവഹമായ ഒരു ഭാരത്തിൽനിന്ന് അവളെ ത്രാണനം ചെയ്യുവാൻ; ഇപ്പോഴത്തെ ധർമസങ്കടത്തിന്റെ വേദനയിൽനിന്നു അവളെ കരകയറ്റാൻ ഒറ്റയടിക്ക് ഈ ബന്ധമവസാനിപ്പിക്കണം.

ആ സമയത്താണ് ക്യാംഷീൻ തപാൽമുദ്രയുള്ള ആ കത്തു വന്നത്. അത് അയാളുടെ എല്ലാ തീരുമാനങ്ങളേയും തകർത്തുകളഞ്ഞു. ഓരോ വരിയിലും ഉൽക്കണ്ഠ ഓളം തുളുമ്പിനിന്നിരുന്ന ആ കത്ത് ഓല്യയുടേതായിരുന്നു. വരാൻപോകുന്ന എന്തോ അപകടം മുൻകൂട്ടി അറിഞ്ഞപോലെ അവർ എഴുതിയിരിക്കുകയാണ്; അയാൾക്ക് എന്തുതന്നെ വന്നാലും, എന്നുമെന്നും അവൾ അയാളുടെകൂടെ ഉണ്ടാകും. അവൾ അയാൾക്കു വേണ്ടി മാത്രമാണ് ജീവിക്കുന്നത്, വിശ്രമം കിട്ടുന്ന ഓരോ നിമിഷവും അവൾക്ക് അയാളെക്കുറിച്ചുള്ള ചിന്തമാത്രമേ ഉള്ളൂ; ആ ഒരൊറ്റ സ്മരണ യുദ്ധകാലത്തെ നിരവധി ബുദ്ധിമുട്ടുകളേയും, അറക്കമ്പനിയിലെ നിദ്രാവിഹീനങ്ങളായ നിശകളേയും ഒഴിവുസമയത്തു രാവും പകലും നിന്നു കിടങ്ങുകൾ കോരുമ്പോഴത്തെ യാതനകളേയും, എന്തിനു മറയ്ക്കുന്നു, അർധപട്ടിണിയെപ്പോലും സഹിക്കുവാനുള്ള കരുത്ത് അവൾക്ക് നൽകുന്നു.'ഒരു മരത്തടിയിൽ ഒരു നായയോടൊന്നിച്ച് ചിരിച്ചുകൊണ്ടിരിക്കുന്ന, അവസാനമെടുത്ത ആ ഫോട്ടോ എപ്പോഴും എന്റെ കൈവശമുണ്ട്. മാലയുടെ ലോക്കറ്റിന്റെ അകത്താക്കി ഞാനതു കഴുത്തിൽ ധരിച്ചിരിക്കുകയാണ്. എനിക്കു മനസിനു പ്രയാസം തോന്നുമ്പോഴൊക്കെ ഞാൻ അതെടുത്തു നോക്കും. നമ്മുടെ അന്യോന്യപ്രണയം നിലനിൽക്കുന്നിടത്തോളം യാതൊന്നിനെയുംപറ്റി പരിഭ്രമിക്കാനില്ല.' അടുത്തായി അയാളുടെ അമ്മ മകനെക്കുറിച്ചു

ഉൽക്കണ്ഠാകുലയായിരിക്കുകയാണെന്നും, ഇടയ്ക്കിടെ ആ വൃദ്ധമാതാവിന് എഴുതണമെന്നും, അസന്തോഷകരമായ വാർത്തകൾകൊണ്ട് അവരുടെ ശാന്തതയെ ഭഞ്ജിക്കരുതെന്നും ആവശ്യപ്പെട്ടിരിക്കുന്നു.

വീട്ടിൽനിന്നും വരുന്ന എഴുത്തുകൾ എന്നും അയാൾക്ക് അത്യന്തം സന്തോഷദായകങ്ങളാണ്. യുദ്ധക്കളത്തിലെ നിരവധി യാതനകളിൽനിന്ന് മോചനം നൽകി ഹൃദയം ചൂടുപിടിപ്പിക്കുവാൻ അവ ഉപകരിച്ചിരുന്നു. എന്നാൽ ഇന്ന് ആദ്യമായി അവ സന്തോഷപ്രദമാകാതിരുന്നു. അയാളുടെ ഹൃദയത്തിന് അവ കദനഭാരം കൂട്ടുകയാണ് ചെയ്തത്. തന്നിമിത്തം വളരെയധികം വേദനയ്ക്കു പിന്നീടു കാരണമാക്കിയ ഒരു തെറ്റു ചെയ്യുവാൻ അയാൾ വീട്ടിലേക്ക് എഴുതിയില്ല.

തന്റെ ദൗർഭാഗ്യത്തെപ്പറ്റിയും നിരുന്മേഷമായ മനോരാജ്യത്തെപ്പറ്റിയും വിശദമായി അയാൾ എഴുതിയത് വ്യോമനീരീക്ഷണാലയത്തിലെ ആ യുവതിക്കു മാത്രമാണ്. അവർ തമ്മിൽ അധികം പരിചയമില്ലാത്തതുകൊണ്ട് എല്ലാം തുറന്നു വിസ്തരിച്ചെഴുതുക എളുപ്പമായിരുന്നു. പേര് നിശ്ചയമില്ലാത്തതുകൊണ്ട് അയാൾ അവൾക്ക് 'എഫ് പി ഒ ഇന്നാൾ–വ്യോമനിരീക്ഷണാലയം–അവിടത്തെ സർജന്റിന്' എന്നാണ് മേൽവിലാസമെഴുതിയത്. യുദ്ധക്കളത്തിൽ കത്തുകൾക്കു കൽപ്പിച്ചിരുന്ന വില അയാൾക്കറിയാമായിരുന്നു. അതുകൊണ്ട് ഈ അസാധാരണമായ മേൽവിലാസത്തിലും ആ കത്ത് ഇന്നല്ലെങ്കിൽ നാളെ ശരിക്ക് ഉടമസ്ഥയുടെ സമീപമെത്തും എന്നയാൾക്ക് തീർച്ചയാണ്ടായിരുന്നു, അഥവാ എത്തിയില്ലെങ്കിലും സാരമില്ല. അയാളുടെ പ്രധാനമായ ഉദ്ദേശ്യം തന്റെ വികാരങ്ങൾക്ക് ഒരു ബഹിർഗമനം ഉണ്ടാക്കുക എന്നതായിരുന്നു.

വൈവിധ്യമല്ലാത്ത ആ ദിനങ്ങളിൽ കടുത്ത ചിന്തയിലാണ് അലക്സി ആ ആതുരാലയത്തിൽ കഴിച്ചുകൂട്ടിയത്. വിദഗ്ധമായി നടത്തപ്പെട്ട ശസ്ത്രക്രിയയുടെ ആഘാതം താങ്ങാൻ ആ ഇരുമ്പുദേഹത്തിനു ശക്തിയുണ്ടായിരുന്നുവെങ്കിലും, മുറിവുകൾ എളുപ്പത്തിൽ ഉണങ്ങിയെങ്കിലും അയാൾ കാഴ്ചയിൽ ക്ഷീണിച്ചുക്ഷീണിച്ചുവന്നു. ക്ഷീണശമനത്തിനുള്ള സർവ പ്രതിവിധികളും കൈക്കൊണ്ടിട്ടും അയാൾ അത്യധികം വിചാരാധീനനാണെന്നും ശരീരം കൂടെക്കൂടെ ശോഷിച്ചുവരുകയാണെന്നും എല്ലാവർക്കും തോന്നി.

V

പുറത്ത് വസന്തം പൂത്തുലയുകയാണ്.

"എഡോഫോമിന്റെ ഗന്ധം മുറ്റിനിൽക്കുന്ന നാൽപ്പത്തിരണ്ടാം വാർഡിലേക്കും വസന്തം കടന്നുവന്നു. ഉരുകുന്ന ഹിമകണങ്ങളുടെ ഊഷ്മാവു നിറഞ്ഞ ഉന്മേഷദായകമായ വാസനയും കുരുവികളുടെ ആവേശഭരിതമായ കളകളാരവവും, വളവു തിരിയുന്ന വാഹനങ്ങളുടെ മുഴങ്ങുന്ന ശബ്ദവും, മഞ്ഞ് ഒലിച്ചുപോയ അസ്ഫ്ലാറ്റ് പതിച്ച് റോഡി

ലൂടെ പ്രതിധ്വനിക്കുന്ന കാലടിയൊച്ചയും വൈകുന്നേരം ഏതോ സംഗീതത്തിന്റെ വൈവിധ്യശൂന്യമായ അലകളും വഹിച്ചുകൊണ്ടാണ് അതിന്റെ വരവ്. ജനവാതിലിലിലൂടെ സൂര്യപ്രകാശത്തിൽ മുങ്ങിനിൽക്കുന്ന ഒരു 'പോപ്ലാർ'മരത്തിന്റെ ശാഖ കാണാം. ഒരുതരം മഞ്ഞ നിറത്തിൽ പശിമയുള്ള നീണ്ട മൊട്ടുകൾ അതിന്മേൽ വളർന്നുവരുന്നുണ്ട്. അങ്ങനെ പാർശ്വഭാഗത്തെ ജനലിൽക്കൂടിയും വസന്തം എത്തിനോക്കുകയാണ്. അതു വാർഡിലേക്ക് കടന്നുവന്നത് ദയാമയിയായ ക്ലാവഡിയ മിഖായിലോപ്നയുടെ വിളർത്ത മുഖത്തിലെ പൊൻപുള്ളിയുടെ രൂപത്തിലത്രെ. ഏതു പൗഡറുകൊണ്ടും അവ മൂടിവയ്ക്കാൻ സാധിക്കാത്തതിനാൽ അൽപ്പമൊന്നുമല്ല ആ സാധുവിന് അല്ലൽ തോന്നാറ്. തുത്തനാകം പതിച്ച പുറത്തെ ജനൽപ്പടിയിന്മേൽ വന്നു പതിക്കുന്ന വലിയ വെള്ളത്തുള്ളികളുടെ ശബ്ദവും എല്ലാവരുടേയും ശ്രദ്ധയാകർഷിച്ചിരുന്നു.

എന്നത്തേയുംപോലെ മധുമാസം മനുഷ്യന്റെ മനസിനെ മയപ്പെടുത്തി, സ്വപ്നങ്ങളെ വികസ്വരങ്ങളാക്കി,.

"ഏതെങ്കിലും ഒരു കാട്ടിലെ വെളിസ്ഥലത്ത് ഇപ്പോൾ ഒരു തോക്കുമായി എത്താൻ കഴിഞ്ഞെങ്കിൽ എത്ര നന്നായിരുന്നു, ഇല്ലേ? സ്റ്റീഫൻ ഐവനോവിച്ച്" കമ്മിസാർ സാഭിലാഷം പറഞ്ഞു: "ഇരയെ കാത്ത് പ്രഭാതത്തിൽ അങ്ങനെ ഒരു കുറ്റിക്കാട്ടിൽ പതിയിരിക്കുക, അതിലും രസകരമായി എന്തുണ്ട് വേറെ? ഇളഞ്ചെന്നിറം കലർന്ന, മഞ്ഞണിഞ്ഞ ആ പുലരിയിൽ നിങ്ങളങ്ങനെ ഇരിക്കുമ്പോൾ ഇതാ ശ്ല, ശ്ല, ശ്ല പിന്നെ ചിറകടികൾ ഫു, ഫു, ഫു എന്നിട്ട് അതു വിശറിപോലെ വാലുപരത്തി, നിങ്ങളുടെ തലയ്ക്കുമീതെ ഒന്നു കറങ്ങിവന്നിരിക്കുന്നു. ഇതാ പിന്നേയും വരുന്നു–ഒന്ന്–രണ്ട്–മൂന്ന്."

സ്റ്റീഫൻ ഐവനോവിച്ച് ദീർഘനിശ്വാസംവിട്ട് വായിൽ വെള്ളമൂറിയിട്ടെന്നപോലെ ഒന്നു വലിച്ചുകുടിക്കുന്ന ശബ്ദം പുറപ്പെടുവിച്ചു. കമ്മിസാർ കിനാവുകാണൽ തുടർന്നു. "എന്നിട്ട് ഒരു തീക്കുണ്ഡമുണ്ടാക്കുക, നിലത്തു വിരിവിരിച്ച ഇരിപ്പിടവും, പിന്നെ പുക ചുവയ്ക്കുന്ന അൽപ്പം സുരഭിലമായ ചായയും ശരിപ്പെടുത്തണം; നിങ്ങളുടെ ഓരോ മാംസപേശിക്കും ഉണർവ് നൽകാൻ ഓരോ ഇറക്ക് വോഡ്കയും ഒരു ദിവസത്തെ ന്യായമായ ആയാസത്തിനുശേഷം അതും വേണ്ടേ?"

"കമ്മിസാർ സഖാവെ, അതിനെപ്പറ്റി സംസാരിക്കരുതേ"– സ്റ്റീഫൻ ഐവനോവിച്ച് പറയുകയാണ്. "ഇക്കാലത്ത് എന്തുതരത്തിലുള്ള നായാട്ടാണ് ഞങ്ങളുടെ പ്രദേശത്ത് ലഭിക്കുന്നതെന്ന് അറിയാമോ? പൈക്ക് നിങ്ങൾ വിശ്വസിക്കുകയില്ല. പക്ഷേ, അതു സത്യമാണ്. അതിനെപ്പറ്റി കേട്ടിട്ടില്ലേ–നല്ല തമാശയാണ്. കൂടെ കുറച്ചുപണവും ഉണ്ടാക്കാം. തടാകത്തിലെ മഞ്ഞെല്ലാം ഉരുകി, നദികൾ കരകവിഞ്ഞൊഴുകുന്ന കാലത്ത് തീരത്തേക്ക്, വസന്തകാലത്ത് വെള്ളംവന്നു മൂടിക്കിടക്കുന്ന പായലുകളുടേയും പച്ചപ്പുല്ലുകളുടേയും അടുത്തേക്ക് അവ കൂട്ട

ത്തോടെ നീന്തിയടുക്കുന്നു. ആ പുല്ലിൽക്കിടന്ന് അവ അവിടെ മുട്ടയിടും. നദീ തടത്തിലൂടെ നടക്കുമ്പോൾ കുറ്റികൾ താഴ്ന്നുകിടക്കുന്ന പോലെ നിങ്ങൾക്കു തോന്നുന്നത് യഥാർഥത്തിൽ 'പൈക്കകൾ' ആണ്. നിങ്ങൾക്കു യഥേഷ്ടം വെടിയുതിർക്കാം. ചിലപ്പോൾ നിങ്ങൾക്കു കൂടയിൽ കൊള്ളാത്തവിധം അത്രയധികം ഇരകിട്ടും. എന്റെ വാക്കു വിശ്വസിക്കൂ–അല്ലെങ്കിൽ.'

നായാട്ടുകാരുടെ സ്മരണ കൈമാറുകയായി. പിന്നെ അറിയാതെ തന്നെ വർത്തമാനം സമരത്തിലേക്കു തിരിച്ചുവരും. ഇപ്പോൾ സേനാദളം എന്തുചെയ്യുകയായിരിക്കും. തണുപ്പുകാലത്തു നിർമിച്ച ഭൂഗർഭവസതികൾ ഇപ്പോൾ 'കണ്ണീർവാർക്കു'ന്നുണ്ടായിരിക്കുമോ; കോട്ടകൾ തൂർന്നുവീഴുന്നുണ്ടായിരിക്കുമോ, ജർമൻകാർ എങ്ങനെ കഴിയുന്നു? പ്രത്യേകിച്ചു പടിഞ്ഞാറൻദിക്കുകാർ ആസ്ഫ്ളോട്ടു റോഡിൽക്കൂടെ നടന്നു ശീലിച്ചവരാകയാൽ അവർ എങ്ങനെ കഴിച്ചുകൂട്ടും.

ഉച്ചഭക്ഷണം കഴിഞ്ഞാൽ അവർ കുരുവികൾക്കു തീറ്റ കൊടുക്കും. സ്റ്റീഫൻ ഐവനോവിച്ചാണ് ഈ നേരംപോക്കു കണ്ടുപിടിച്ചത്. അയാൾക്ക് ഒരുസമയത്തും വെറുതെ ഇരിക്കുവാൻ വയ്യ. എപ്പോഴും തന്റെ ലാഘവമുള്ള, അസ്വസ്ഥമായ കൈകൾകൊണ്ട് എന്തെങ്കിലും ചെയ്തുകൊണ്ടിരിക്കണം. ഭക്ഷണം കഴിഞ്ഞു ബാക്കിവരുന്ന ശകലങ്ങൾ ജനലിന്റെ പുറത്തെ പടിയിൽ വിതറിയിടുവാൻ അയാൾ നിർദേശിച്ചു. ക്രമേണ അതൊരു ശീലമായി. ബാക്കിവന്നവ മാത്രമല്ല, റൊട്ടിക്കഷണങ്ങൾപോലും അവർ ഒടിച്ചുഞെരിച്ചു പുറത്തേക്കെറിയും. അങ്ങനെ സ്റ്റീഫൻ ഐവനോവിച്ചിന്റെ ഭാഷയിൽ പറയുകയാണെങ്കിൽ കുരുവിക്കൂട്ടത്തെ മുഴുവൻ അവർ റേഷൻ ലിസ്റ്റിൽ ഉൾപ്പെടുത്തി. കലപില കൂട്ടിക്കൊണ്ട് ചെറുജീവികൾ അന്യോന്യം തല്ലുകൂടുന്നതും ബഹളമുണ്ടാക്കുന്നതും വലിയ കഷണങ്ങൾ കൊത്തിക്കുടയുന്നതും, ജനൽപ്പടി വെടിപ്പാക്കിയശേഷം പോപ്ലാർമരത്തിൽ ചെന്നിരുന്ന് വേറെ ജോലിനോക്കി ഒരു 'വീർ' ശബ്ദത്തോടെ പറന്നകലുന്നതും ആയ കാഴ്ച ആ വാർഡിലെ അംഗങ്ങൾക്ക് അതിയായ സന്തോഷം നൽകി. കുരുവികൾക്കു ഭക്ഷണം നൽകുകയെന്നത് അവരുടെ പ്രിയപ്പെട്ട ഒരു വിനോദമായിത്തീർന്നു. രോഗികൾക്ക് മിക്ക പക്ഷികളേയും കണ്ടാൽ തിരിച്ചറിയാമെന്നായി. ചിലതിന് അവർ പേരുകളും നൽകിയിരുന്നു. മുറിവാലനും അൽപ്പം കുസൃതിയുമായ ഒരു മിടുക്കനായിരുന്നു അവരുടെ ഓമന. ആ വാൽ മുറിഞ്ഞത് തെമ്മാടിത്തം കൊണ്ടുതന്നെയാകണം. സ്റ്റീഫൻ ഐവനോവിച്ച് അതിനു നൽകിയ നാമധേയം ടോമിഗണ്ണർ എന്നായിരുന്നു.കലപിലകൂട്ടുന്ന ഈ ചെറിയ ജീവികളുമായുള്ള വിനോദം ടാങ്ക് പടയാളിയെ അയാളുടെ വിഷാദാത്മകത്വത്തിൽ നിന്നു വിമോചിപ്പിച്ചു എന്നത് രസകരമായ ഒരു വസ്തുതയാണ്. ആദ്യം സ്റ്റീഫൻ ഐവനോവിച്ച്, കുനിഞ്ഞ് തന്റെ ഊന്നുവടിയിന്മേൽ സർവശക്തിയും ഊന്നി, മുകളിലുള്ള വെളിയടതുറക്കുവാനായി ഒരു റേഡിയേ

റ്ററിൽ പൊത്തിപ്പിടിച്ചുകയറുന്നത് നിരുന്മേഷമായും അത്രതാൽപ്പര്യമില്ലാതേയും ആണ് അയാൾ വീക്ഷിച്ചിരുന്നത്. എന്നാൽ, പിറ്റേദിവസം കുരുവികൾ ജനവാതിൽക്കലേക്കു പറന്നുവന്നപ്പോൾ ആ കൊച്ചുവികൃതികളെ ഒന്നു നല്ലവണ്ണം കാണാനായി അയാൾ വേദന സഹിച്ചും കട്ടിലിൽ എഴുന്നേറ്റിരുന്നു. അതിനടുത്തദിവസം ഭക്ഷണസമയത്ത് നമ്മുടെ നീരസമൂർത്തി "പൈ"യിൽ നിന്ന് ഒരു കഷണമെടുത്തു വച്ചു. അയാൾക്ക് അറിയാമായിരുന്നു ആ അത്യാർത്തിപ്പരിക്ഷയ്ക്ക് ആസ്പത്രയിലെ അവശിഷ്ടങ്ങൾ സ്വാഗതാർഹമാകുമെന്ന്. ഒരു ദിവസം 'ടോമിഗണ്ണർ' എത്തിയില്ല. കുക്കുഷ്കിൻ തീർച്ചപ്പെടുത്തിയത് അതിനെ പൂച്ച സാപ്പിട്ടിരിക്കുമെന്നാണ്. രൂക്ഷനായ 'ടാങ്കിസ്റ്റ്' കോപാകലുഷിതനായി കുക്കുഷ്കിനെ മുറുമുറുപ്പൻ എന്നുവരെ വിളിച്ചു. പിറ്റേദിവസം മുറിവാലൻ കുരുവി പതിവുപോലെ പറന്നുവന്നു ജനലിലിരുന്നു കലഹം തുടങ്ങിയപ്പോൾ, തലപൊക്കി വികൃതിനിറഞ്ഞ മുത്തുപോലെയുള്ള കണ്ണുകൾകൊണ്ട് വിജയഗർവോടെ ചുറ്റുംനോക്കിയപ്പോൾ 'ടാങ്കിസ്റ്റ്' പൊട്ടിച്ചിരിച്ചു. അനേകമാസങ്ങളായിട്ടുള്ള ആദ്യത്തെ ചിരി.

കുറച്ചുകൂടി കഴിഞ്ഞപ്പോൾ ഗ്വോസ്ഡേവ് തികച്ചും പ്രസന്നനായി. എല്ലാവരേയും അത്ഭുതപ്പെടുത്തുമാറ്, താൻ ഉല്ലാസവാനും വായാടിയും അനുരഞ്ജനയോടെ പെരുമാറുവാൻ വശമുള്ളവനും ആണെന്ന് തികച്ചും വ്യക്തമാക്കി. അതും കമ്മിസാറുടെ വേലയായിരുന്നു. സ്റ്റീഫൻഐവനോവിച്ച് പറഞ്ഞതുപോലെ ഓരോ ഹൃദയത്തിനും പറ്റിയ താക്കോൽ കണ്ടുപിടിക്കുവാൻ സമർഥനായിരുന്നു അദ്ദേഹം. അങ്ങനെയാണ് അദ്ദേഹം അതു പറ്റിച്ചതും.

കൈ പിന്നിൽ മറച്ചുപിടിച്ചു, മുഖത്ത് ദുരൂഹമായ ഒരു ചിരിയുമായി ക്ലാവഡിയ അന്നു വാതിൽക്കൽ പ്രത്യക്ഷമായി, പ്രകാശിയ്ക്കുന്ന കണ്ണുകൾകൊണ്ട് എല്ലാവരേയും ഒന്നു ഉഴിഞ്ഞുനോക്കി.

"കൊള്ളാം ആരൊക്കെയാണ് ഇന്നു നൃത്തം ചെയ്യാൻ പോകുന്നത്?"

ഇതു ചോദിക്കുന്ന സമയമാണ് ആ വാർഡിലെ ഏറ്റവും ആനന്ദപ്രദമായ മുഹൂർത്തം.

അന്നത്തെ മെയിൽ എത്തിയിരിക്കുന്നു എന്നാണ് ഇതിന്റെ അർഥം. ഭാഗ്യവാന്മാരായവർക്ക് എഴുത്തുകൾ വിതരണം ചെയ്യുന്നതിനുമുമ്പ്, ക്ലാവഡിയയ്ക്കു നിർബന്ധമാണ്, അവർ ആ കിടക്കയിൽ കിടന്ന് ഒന്നു തിരിയണമെന്ന്. അതാണ് നൃത്തമെന്നു പറഞ്ഞത്. മിക്ക ദിവസവും കമ്മിസാർക്കാണ് അതു ചെയ്യേണ്ടിവരാറ്. എന്തെന്നാൽ ചില ദിവസം പത്തോളം എഴുത്തുകൾ അദ്ദേഹത്തിന് കിട്ടാറുണ്ട്. സ്വന്തം സേനാവിഭാഗത്തിൽനിന്ന്, കൂട്ടുദ്യോഗസ്ഥന്മാരിൽനിന്ന് പഴയ കാലത്തെ അനുസ്മരിച്ച കൈവിട്ടുപോയ ഭർത്താക്കന്മാരെ ഒന്നു കരകയറ്റുവാൻ ആവശ്യപ്പെട്ടുകൊണ്ട്, സഹോദ്യോഗസ്ഥന്മാരുടെ പത്നിമാരിൽനിന്ന്, വധിക്കപ്പെട്ടവരുടെ വിധവമാരിൽനിന്ന് സഹായമാവശ്യപ്പെ

ട്ടുകൊണ്ടും ഉപദേശങ്ങൾ ആരാഞ്ഞുകൊണ്ടും-ഇങ്ങനെ എത്രയോ എഴുത്തുകൾ അദ്ദേഹത്തിനു കിട്ടുക പതിവാണ്. യുദ്ധത്തിൽ കൊല്ലപ്പെട്ട ഒരു റെജിമെന്റൽകമാണ്ടറുടെ മകളും-ഒരു 'യുവപയനീയ'യറുമായ പെൺകുട്ടിയും-കമാണ്ടറുടെ ആദ്യത്തെ പേര് അദ്ദേഹം എന്നും മറക്കും-ഇടയ്ക്കിടെ എഴുതാറുണ്ട്. വളരെ സന്തോഷത്തോടെ എല്ലാം വായിച്ചു നോക്കി, അദ്ദേഹം ശ്രദ്ധാപൂർവം മറുപടി അയയ്ക്കും. കമാണ്ടർ ഇന്നാരുടെ വിധവയ്ക്ക് സഹായം നൽകാൻ അഭ്യർഥിച്ചുകൊണ്ട് അദ്ദേഹം മേലധികാരികൾക്ക് എഴുതും. വഴിപിഴച്ച ഭർത്താവിനെ നല്ലപോലെ ശകാരിക്കും. കമാണ്ടർ ഇന്നാരുടെ പത്നി താമസിക്കുന്ന സ്ഥലത്ത് ഉടനടി സ്റ്റൗ ശരിയാക്കിക്കൊടുത്തില്ലെങ്കിൽ അദ്ദേഹം തന്നെവന്ന് അയാളുടെ കഴുത്ത് നുള്ളിയെടുക്കുമെന്ന് വീട്ടുമാനേജർക്ക് ഭീഷണിക്കത്ത് എഴുതും. 'കാഴകസ്ഥാ'നിലുള്ള ഒരിക്കലും പേര് ഓർമിക്കാത്ത ആ പെൺകുട്ടിക്ക്, രണ്ടാമത്തെ പരീക്ഷയിൽ വ്യാകരണത്തിന് ഇത്ര കുറച്ചു മാർക്കു വാങ്ങിയതിനെ ആക്ഷേപിച്ചുകൊണ്ട് എഴുതും.

സ്റ്റീഫൻ ഐവനോവിച്ച്, യുദ്ധക്കളത്തിലേക്കും, പിന്നണിയിലേക്കുമുള്ള കത്തിടപാടുകൾ സജീവമായി തുടർന്നു വന്നു. വിജയികളായ ഒളിവെടിക്കാരായി സേവനമനുഷ്ഠിക്കുന്ന പുത്രന്മാരുടെയും ഒരു കാൽക്കോസിലെ ടീം ലീഡറായ മകളുടേയും കത്തുകൾ അദ്ദേഹത്തിനു കിട്ടാറുണ്ട്. പുത്രിയുടെ എഴുത്തിൽ ബന്ധുക്കളുടെയും പരിചയക്കാരുടെയും അഭിവാദനങ്ങളും, പുതിയ പണികളിലേക്ക് കാൽക്കോസിൽ നിന്നാണ് കൂടുതൽ ആളുകളെ അയച്ചത് എന്ന വാർത്തയും, ചില പണികൾ ക്ലിപ്തസമയത്തിന് മുമ്പുതന്നെ ചെയ്തുതീർത്തു എന്ന സംഗതിയും കാണിച്ചിരിക്കും. കിട്ടിയ ഉടനെ തന്നെ അതെല്ലാം അതീവസന്തോഷത്തോടെ അയാൾ ഉറക്കെ ഉറക്കെ വായിക്കും; വാർഡു മുഴുവൻ നഴ്സുമാരേയും പരിചാരികകളേയും, മഞ്ഞപ്പിത്തം പിടിച്ച വിരസമുഖനായ ആ ഹൗസ്സർജനെപ്പോലും, തന്റെ ഗാർഹിക കർമങ്ങളെപ്പറ്റി അറിയിക്കും.

അഖിലലോകത്തോടും വഴക്കുപിടിക്കുന്ന, മനുഷ്യവിദ്വേഷിയായ കുക്കുഷ്കിനുപോലും 'ബർനോളിൽ' എവിടെയോ താമസിക്കുന്ന അയാളുടെ പക്കൽനിന്ന് എഴുത്തുകൾ വരാറുണ്ട്. അയാൾ അത് നേഴ്സിന്റെ കൈയിൽ നിന്ന് പിടിച്ചുപറിച്ചെടുത്ത് വാർഡിൽ എല്ലാവരും ഉറക്കമാകുന്നതുവരെ കാത്തിരുന്ന് ഓരോ വാക്കും മന്ത്രിച്ചുകൊണ്ടാണ് വായിക്കുക. ആ സമയത്ത് അയാളുടെ കർക്കശഭാവത്തിനൊരു മാർദവം വന്ന് മുഖത്ത് ഒരു ശാന്തതയും ഗൗരവവും പ്രത്യക്ഷമാകും. അയാളുടെ സ്വഭാവത്തിന് ഒട്ടും ചേരാത്തതാണീ മാറ്റം. ഒരു പഴയ വില്ലേജ് ഡോക്ടറായ അമ്മയെ അയാൾ അതിരറ്റു സ്നേഹിച്ചിരുന്നു; പക്ഷേ, എന്തുകൊണ്ടോ, ആ വികാരം അയാൾക്ക് ലജ്ജയാണ് ഉണ്ടാക്കിയിരുന്നത്. അതുകൊണ്ട് കഴിയുന്നതും അത് ഒളിച്ചുവയ്ക്കുവാൻ അയാൾ ഉത്സാഹിച്ചു.

സജീവമായി പരസ്പരം വാർത്താവിതരണം നടക്കുമ്പോളുണ്ടാകുന്ന ആഹ്ലാദത്തിൽ പങ്ക് ചേരാതിരിക്കുക 'ടാങ്കിസ്റ്റ്' മാത്രമാണ്. ദിവസം ചെല്ലുന്തോറും അയാൾ വിഷാദമഗ്നനായി, തന്റെ ബ്ലാങ്കറ്റ് തലയിലേക്ക് വലിച്ചിട്ട് അയാൾ ചുമരിന്റെ സമീപത്തേക്കു തിരിഞ്ഞുകിടക്കും. എഴുതുവാനായി ആരുമുണ്ടായിരുന്നില്ല അയാൾക്ക്. വാർഡിൽ വരുന്ന എഴുത്തുകളുടെ സംഖ്യ വർധിക്കുന്തോറും, 'ടാങ്കിസ്റ്റിന്റെ ഏകാന്തതയും അധികമായി. ഒരുദിവസം വാതിൽക്കൽ പ്രത്യക്ഷപ്പെട്ട ക്ലാവഡിയ മിഖായിലോപ്നയുടെ വദനം പതിവിലേറെ പ്രഫുല്ലമായിരുന്നു. കമ്മിസാറിൽനിന്നു കണ്ണുകൾ അകറ്റിനിർത്തുവാൻ പ്രയാസപ്പെട്ടുകൊണ്ട് അവൾ ധൃതിയിൽ പറഞ്ഞു. "ശരി, ഇന്നിപ്പോൾ ആരാണ് ഡാൻസു ചെയ്യുന്നതൊന്നു കാണട്ടെ."

അവൾ ടാങ്കിസ്റ്റിന്റെ കിടക്കയിലേക്കു നോക്കി. കരുണാമസൃണമായ അവളുടെ മുഖം വിടർന്ന പുഞ്ചിരികൊണ്ട് പ്രകാശിച്ചിരുന്നു. എല്ലാവർക്കുംതോന്നി അസാധാരണമായ എന്തോ സംഭിച്ചിട്ടുണ്ടെന്ന്. പ്രതീക്ഷാനിർഭരമായി വാർഡ് മുഴുവൻ.

"ലഫ്റ്റനന്റ് ഗ്വോസഡേവ്, ഇന്നു നൃത്തം ചെയ്യേണ്ടത് നിങ്ങളാണ് –ശരി–ഒന്നു കാണട്ടേ അത്."

ഗ്വോസഡേവ് ഒന്നു ഞെട്ടിത്തിരിയുന്നതും കെട്ടുകൾക്കിടയിലൂടെ ആ കണ്ണുകളിൽ ഒരു മിന്നലൊളി വീശുന്നതും മെരിസീവ് കണ്ടു, പക്ഷേ, പെട്ടെന്ന് അയാൾ സ്വയം നിയന്ത്രിച്ചു. ഉദാസീനത നടിക്കുവാൻ അയാൾ നല്ലപോലെ ശ്രമിച്ചുവെങ്കിലും ആ സ്വരം വിറയാർന്നിരുന്നു.

"അതു തെറ്റാണ്. അങ്ങേ വാർഡിൽ ഗ്വോസഡേവ് എന്ന പേരിൽ ആരെങ്കിലും ഉണ്ടായിരിക്കും." പക്ഷേ, ഒരു കൊടിക്കൂറപ്പോലെ നഴ്സ് ഉയർത്തിപ്പിടിച്ചിരുന്ന ആ മൂന്നു കത്തുകളിൽ തറച്ചുനിന്നിരുന്നു അയാളുടെ രണ്ടു കണ്ണും.

നഴ്സ് പറഞ്ഞു, "നോക്കൂ ലഫ്റ്റനന്റ് ഗ്രിഗറി ഗ്വോസഡേവ്, വാർഡിന്റെ നമ്പർ പോലുമുണ്ട്, 42–അല്ലേ?"

നിറയെ കെട്ടുകൾ ഉള്ള ഒരു കൈ ബ്ലാങ്കറ്റിന്റെ അടിയിൽനിന്നു കുതിച്ചുചാടി. ഒരു എഴുത്ത് വായിൽവെച്ച് അതിന്റെ കവർ പല്ലുകൊണ്ട് കടിച്ചുകീറുമ്പോൾ അയാൾ ആകെ വിറയ്ക്കുന്നുണ്ടായിരുന്നു. ആവേശംകൊണ്ടു തിളങ്ങി ആ നയനങ്ങൾ. എന്തത്ഭുതം! ഒരേ യൂണിവേഴ്സിറ്റിയുടെ ഒരേ വൈദ്യകലാലയത്തിന്റെ, ഒരേ കൊല്ലത്തിൽ പഠിക്കുന്ന മൂന്നു സ്നേഹിതകൾ വിവിധമായ കൈയക്ഷരത്തിൽ ഒരേ കാര്യത്തെപ്പറ്റി എഴുതിയിരിക്കുന്നു. ടാങ്കിസ്റ്റ് വീരനായ ലഫ്റ്റനന്റ് ഗ്വോസഡേവ് മുറിവേറ്റ് മോസ്കോയിലെ ഒരു ആശുപത്രിയിൽ കിടക്കുകയാണെന്ന് അറിഞ്ഞുകൊണ്ട് അവർ അദ്ദേഹവുമായി കത്തിടപാടുകൾ തുടങ്ങുവാൻ ആഗ്രഹിക്കുന്നു. അവർ എഴുതിയിരിക്കുകയാണ്. അവരുടെ ധിക്കാരംകൊണ്ട് അയാൾക്കു കോപം തോന്നുന്നില്ലങ്കിൽ സ്വസ്ഥിതിയെക്കുറിച്ച് അവർക്ക് എഴുതണമെന്ന് 'അതൃുത' എന്നു

പേർ എഴുതി ഒപ്പിട്ടുള്ള ഒരു യുവതി തനിക്ക് ഏതെങ്കിലും വിധത്തിൽ ഉപകാരം ചെയ്യുവാൻ സാധിക്കുമോ എന്നും, എന്തെങ്കിലും ആവശ്യമായി വരുകയാണെങ്കിൽ അവളോട് ചോദിക്കുവാൻ മടിക്കരുതെന്നും എഴുതിയിട്ടുണ്ട്. കുറെ അധികം ദിവസത്തേക്കു ലഫ്റ്റനന്റ് അത് തിരിച്ചും മറിച്ചും നോക്കി, മേൽവിലാസം വായിച്ച് കൈയക്ഷരം മനസിലാക്കുവാൻ ശ്രമിച്ചുകൊണ്ടിരുന്നു. ഈമാതിരിയുള്ള കത്തിടപാടുകൾ നടക്കാറുണ്ട് എന്നയാൾക്ക് അറിയാമായിരുന്നു. ഒരിക്കൽ ഇങ്ങനെ ഒരു അപരിചിതവ്യക്തിയുമായി ലേഖനബന്ധം പുലർത്തിയിരുന്നു അയാൾ. ഒഴിവുകാലസമ്മാനമായി അയാൾക്കു കിട്ടിയ ഒരുജോഡി രോമക്കൈയുറയിൽ ഉണ്ടായിരുന്ന ഒരു ദയയേറിയ കുറിപ്പിന്റെ കർത്രിയായിരുന്നു ആ അജ്ഞാതസഖി. പക്ഷേ, മധ്യവയസ്കയും നാലു കുട്ടികളുടെ അമ്മയുമായിരുന്ന ആ സ്ത്രീ തന്റെ ഒരു ഫോട്ടോവും കളിയാക്കിക്കൊണ്ടുള്ള ഒരു കത്തും അയച്ചതോടെ ആ ലേഖനബന്ധം തനിയെതന്നെ നിന്നു. പക്ഷേ, ഇത്തവണത്തേത് അൽപ്പം വ്യത്യാസപ്പെട്ടതായിരുന്നു. ഇതു തീരെ അപ്രതീക്ഷിതം എന്നതാണ് അയാളെ വിഷമിപ്പിച്ചതും അത്ഭുതപ്പെടുത്തിയതുമായ ഏക സംഗതി. മാത്രമല്ല മൂന്നും ഒന്നിച്ചുവന്നിരിക്കുന്നു! തന്റെ യുദ്ധകാലപ്രവർത്തനങ്ങളെപ്പറ്റി എങ്ങനെയാണ് ആ വൈദ്യവിദ്യാർഥിനികൾക്ക് അറിവുകിട്ടിയെതന്നും അയാൾക്കു മനസിലായില്ല. ആ വാർഡിലെ അംഗങ്ങളെല്ലാം അതിനെപ്പറ്റി ആലോചിച്ചു: ഏറ്റവും കൂടുതലായി കമ്മിസാറും. പക്ഷേ, സ്റ്റീഫൻ ഐവനോവിച്ച് കമ്മിസാറും കൈ മാറിയ അർഥം സ്ഫുരിക്കുന്ന നോട്ടംകൊണ്ട് അലക്സിക്കു മനസിലായി, ഇതിനിടയിൽ കമ്മിസാറുടെ കൈ ഉണ്ടെന്ന്.

അത് എങ്ങനെയെങ്കിലുമാവട്ടെ. പിറ്റേദിവസം തന്നെ ഗ്വോസഡേവ്, കമ്മിസാറോട് കുറച്ചു കടലാസ് വാങ്ങി അനുവാദത്തിനൊന്നും കാത്തുനിൽക്കാതെ വലതു കൈയിലെ ബാൻഡേജ് അഴിച്ചുകളഞ്ഞ് വൈകുന്നേരം വരെ എഴുതിയും വെട്ടിയും എഴുതിയത് കീറിക്കളഞ്ഞ് വേറെ എഴുതിയും അപരിചിതരായ ആ ലേഖനകർത്രികൾക്കുള്ള മറുപടി തയാറാക്കി.

രണ്ടു പെൺകുട്ടികൾ വേഗംതന്നെ എഴുത്തുകുത്ത് നിർത്തി. പക്ഷേ കരുണാഹൃദയയായ അത്യുത ബാക്കി രണ്ടുകുട്ടികളുടെ പേർക്കുള്ളതുംകൂടെ എഴുതി. എഴുത്തെഴുതുവാനുള്ള ഒരു മന:സ്ഥിതിക്കാരനായിരുന്നു ഗ്വോസഡേവ്. ഇപ്പോൾ യൂണിവേഴ്സിറ്റി മെഡിക്കൽകോളേജിലെ മൂന്നാംകൊല്ല ക്ലാസിൽ നടക്കുന്ന എല്ലാത്തിനെയുംപറ്റി ആ നാൽപ്പത്തിരണ്ടാം വാർഡിലുള്ളവർക്കറിയാം; 'ബയോളജി' എത്ര നല്ല വിഷയമാണെന്ന്, ഓർഗാനിക് കെമിസ്ട്രിയെപ്പോലെ വിരസമായ ഒരു സംഗതിയില്ലെന്ന്, ആ പ്രൊഫസറുടെ നല്ല ശബ്ദവും, അദ്ദേഹം ക്ലാസെടുക്കുന്ന വിധവും, ഇന്നയാളുടെ ബോറടിച്ച പ്രസംഗക്ലാസുകൾ–കഴിഞ്ഞ ഞായറാഴ്ച സന്നദ്ധഭടന്മാർ എത്ര വിറക് വണ്ടിയിൽ കയറ്റി എന്ന്, ബേസ് ആസ്പത്രിയിലെ ജോലിയും പഠിപ്പുംകൂടി

കൊണ്ട് നടക്കുവാനുള്ള പ്രയാസം–കാണാൻ ഒട്ടും നല്ലതല്ലാത്ത ഒരു വിഡ്ഢിപ്പെൺകുട്ടിയുടെ ഭാവഹാവങ്ങൾ–അങ്ങനെ പലതും പലതും.

ഗ്വോസഡേവ്, സംസാരിക്കുവാൻ തുടങ്ങിയെന്നു മാത്രമല്ല, ഉല്ലസിക്കുവാനും ക്രമേണ പരിപൂർണസുഖപ്രാപ്തിയുടെ വഴിത്താരയിൽക്കൂടി പുരോഗമിക്കുവാനും ആരംഭിച്ചു.

കുക്കുഷ്കിന്റെ കൈയ്ക്കു കെട്ടിയ വാരിപ്പൊളികൾ അഴിച്ചുനീക്കിയിരിക്കുന്നു. സ്റ്റീഫന് ഊന്നുവടികളുടെ സഹായമില്ലാതെതന്നെ സാമാന്യം നല്ലപോലെ നിവർന്നുനടക്കാറായി. വിശാലമായ ലോകത്തിൽ എന്താണ് സംഭവിക്കുന്നതെന്ന് അറിയാനായി അയാൾ മിക്കപ്പോഴും ജനവാതിൽക്കൽത്തന്നെയാണ് നിൽപ്പ്. കമ്മിസാറും മെരിസീവും മാത്രമാണ് ദിവസം ചെല്ലുന്തോറും കൂടുതൽ അവശരായി വന്നത്. പ്രത്യേകിച്ച് കമ്മിസാറുടെ സ്ഥിതി ആശങ്കാജനകവുമായിരുന്നു. പതിവുപോലെ പ്രഭാതത്തിൽ ദേഹം അങ്ങോട്ടും ഇങ്ങോട്ടും ഒന്നുലയ്ക്കാനുള്ള ശേഷിപോലും അദ്ദേഹത്തിന് ഇല്ലാതായി. മഞ്ഞനിറവും തെളിമയും പൂണ്ട, എന്തെന്നറിയാൻ വയ്യാത്ത ഒരുതരം വീർപ്പ് ദേഹമാകെ വ്യാപിച്ചു. വളരെ ബുദ്ധിമുട്ടിയാണ് കൈകൾ മടക്കിയിരുന്നത്. അവയ്ക്ക് ഒരു സ്പൂണോ പെൻസിലോ പിടിക്കാനുള്ള ശക്തിപോലും അവശേഷിച്ചിരുന്നില്ല.

കാലത്തെ പരിചാരിക അദ്ദേഹത്തെ കഴുകി ശുചിയാക്കി ഭക്ഷണംകൊടുക്കും. ദുസഹമായ വേദനയല്ല, നിസഹായതയാണ് അദ്ദേഹത്തെ അധികം അലട്ടുന്നത് എന്ന് ആർക്കും കാണുവാൻ കഴിഞ്ഞിരുന്നു, പക്ഷേ, അതുകൊണ്ടൊന്നും അദ്ദേഹം നിരാശനായില്ല. ആ കനത്ത ശബ്ദം ഉന്മേഷത്തോടെതന്നെ മുഴങ്ങി; പഴയ ആവേശത്തോടെതന്നെ പത്രംവായന തുടർന്നുപോന്നു; ജർമൻഭാഷാപഠനംപോലും നിർത്തിയില്ല. വായിക്കുവാനുള്ള പുസ്തകം നിവർത്തിപ്പിടിക്കുവാൻ ആ കൈകൾക്കു ശക്തിപോരാതിരുന്നാൽ സ്റ്റീഫൻ ഐവനോവിച്ച്, കമ്പികൾകൊണ്ട് ഒരു ബുക്ക്കെയ്സ് ഉണ്ടാക്കി തലയ്ക്കുമുകളിലായി കട്ടിലിന്മേൽ വച്ചുകൊടുത്തു. പേജുകൾ മറിച്ചുകൊടുക്കുവാൻ അയാൾതന്നെ കട്ടിലിന്മേൽ ഇരിക്കും. കാലത്തെ പത്രംവരുന്നതിനുമുമ്പുതന്നെ ഏറ്റവും ഒടുവിലത്തെ യുദ്ധപ്രസ്താവനകൾ, റേഡിയോവാർത്തകൾ, കാലാവസ്ഥ, മോസ്കോയിലെ വൃത്താന്തങ്ങൾ ഇവയെപ്പറ്റിയൊക്കെ അദ്ദേഹം നഴ്സിനോടു ചോദിച്ചു മനസിലാക്കും. ഒരു റേഡിയോസെറ്റ് തന്റെ കട്ടിലിന്നരികെ സ്ഥാപിക്കുവാനുള്ള സമ്മതം അദ്ദേഹം വാസിലി വാസിലോവിച്ചിൽനിന്നും നേടി.

ദേഹത്തിനു ക്ഷീണംപറ്റുന്തോറും അദ്ദേഹത്തിന്റെ മനഃശക്തി കൂടിക്കൂടിവരികയാണോ എന്നു തോന്നും. തനിക്കു വരുന്ന അനേകം എഴുത്തുകൾ താൽപ്പര്യത്തോടെ അദ്ദേഹം വായിച്ചുപോന്നു. അവയ്ക്കുള്ള മറുപടി കുക്കുഷ്കിനെക്കൊണ്ടോ ഗ്വോസഡേവിനെക്കൊണ്ടോ പറഞ്ഞുകൊടുത്തെഴുതിക്കും. ഒരു ദിവസം എന്തോ മരുന്നു കഴി

ച്ചതിനുശേഷം ഗ്വോസഡേവ് ഒന്നു മയങ്ങുമ്പോൾ ഇടിവെട്ടിയപോലുള്ള കമ്മിസാറുടെ ശബ്ദംകേട്ടു ഞെട്ടിയുണർന്നു.

തലയ്ക്കുമീതെയായി കട്ടിലിന്മേൽ വച്ചിരുന്ന കമ്പികൊണ്ടുള്ള 'ബുക്ക് കെയ്സിൽ' ഡിവിഷണൽ ന്യൂസ്പേപ്പറിന്റെ ഒരു പ്രതി കിടന്നിരുന്നു. "പുറത്തേക്കു കൊണ്ടുപോകരുത്" എന്ന് അതിൽ വ്യക്തമായി മുദ്രകുത്തിയിട്ടുണ്ട്. എങ്കിലും ആരോ വളരെ കൃത്യമായി ഓരോപ്രതി അദ്ദേഹത്തിന് അയച്ചുകൊടുത്തിരുന്നു.

"എന്താണ് അവിടെ എല്ലാവർക്കും ഭ്രാന്തായി എന്നുണ്ടോ; അതും നിരോധനം നടക്കുന്ന ഈ സമയത്ത്." അദ്ദേഹം അലറി" "ക്രാവ്സ്റ്റോവ് ഒരു ബ്യൂറോക്രാറ്റ് ആണത്രേ! സൈന്യത്തിലെ ഏറ്റവും സമർഥനായ മൃഗഡോക്ടർ ഒരു ബ്യൂറോക്രാറ്റ് ആണുപോലും, ഇതാ ഇപ്പോൾ തന്നെ എഴുതൂ."

അദ്ദേഹം ഉടനടി ഗ്വോസഡേവിനെ വിളിച്ചു, പ്രഗത്ഭനും നല്ലവനുമായ ഒരു ഉദ്യോഗസ്ഥന്റെമേൽ അനർഹമായ വിധത്തിൽ ചളിവാരിയെറിയുന്ന പത്രക്കാരെ നിരോധിക്കണമെന്ന്, വളരെ ശക്തമായ, ശകാരഭാഷയിൽത്തന്നെ ആവശ്യപ്പെട്ടുകൊണ്ടുള്ള ഒരു എഴുത്ത് സൈനികകൗൺസിലിലെ ഒരു ഉദ്യോഗസ്ഥന് അയക്കേണ്ടതിലേക്കായി, പറഞ്ഞുകൊടുത്തു, അത് നഴ്സിന്റെ കൈയിൽ തപാൽപ്പെട്ടിയിൽ ഇടുവാൻ കൊടുത്തയച്ചതിനുശേഷവും അദ്ദേഹം പത്രക്കാരുടെ മേൽ ശകാരം വർഷിക്കുകയായിരുന്നു. തന്റെ തല, തലയിണമേൽ വച്ച് ഒന്നു തിരിക്കുവാൻപോലും വയ്യാതെ കിടക്കുന്ന ഒരു മനുഷ്യനിൽനിന്ന്, വികാരാവേശത്തോടെയുള്ള ഈ വാക്കുകൾ പുറപ്പെടുക എന്നത് ഒരു അസാധാരണ സംഗതിയായി തോന്നാം.

അന്നു വൈകുന്നേരം പ്രസ്താവ്യമായ ഒരു സംഗതി നടന്നു. വിളക്കുകൾ തെളിയിക്കപ്പെട്ടില്ല. നിഴലുകൾ മുറിയുടെ മൂലകളിൽ ഇരുട്ടു പരത്തിത്തുടങ്ങിയ നേരം നദീതീരത്തിലേക്കു നോക്കിക്കൊണ്ടു സ്റ്റീഫൻ ഐവനോവിച്ച് ജനൽപ്പടിയിന്മേൽ ചിന്താമഗ്നനായി ഇരിക്കുകയാണ്. കാൻവാസു മേലങ്കികൾ ധരിച്ച കുറേ സ്ത്രീകൾ നദിയിൽനിന്ന് മഞ്ഞുകട്ട മുറിച്ചെടുക്കുന്നുണ്ട്. ഇരുണ്ട ഒരു വലിയ ഹിമദ്വാരത്തിന്റെ വക്കിൽനിന്ന് ഇരുമ്പുപാരകൾകൊണ്ട്, വലിയ വലിയ കഷണങ്ങളാക്കി മഞ്ഞ് അടർത്തിയെടുത്ത്, പാരകൊണ്ടുതന്നെ ഒന്നുരണ്ട് അടിയടിച്ച് അവ നീണ്ട ചെറിയ കഷണങ്ങളാക്കി, കൊരുത്തുകെട്ടി വെള്ളത്തിൽനിന്നു വലിയ മരപ്പലകകളിലേക്ക് വലിച്ച് കയറ്റും. മഞ്ഞിൻകട്ടകൾ അങ്ങനെ നിരനിരയായി കിടന്നിരുന്നു. അടിവശം പച്ച പിടിച്ചും ഉള്ളു കാണത്തക്കവണ്ണവും ഉപരിഭാഗം മഞ്ഞച്ചു പൊടിഞ്ഞുത്തുടങ്ങിയ മട്ടിലും ഒന്നിനുപുറകെ ഒന്നായി കൂട്ടി ഘടിപ്പിക്കപ്പെട്ട അനേകം 'സ്ലീകൾ' മഞ്ഞു മുറിച്ചെടുക്കുന്നിടത്തേക്ക് നീങ്ങിക്കൊണ്ടിരുന്നു. ചെവി മൂടിയ തൊപ്പിയും, നിറയെ കഷണങ്ങൾവച്ചു തുന്നിയ ഒരു ട്രൗസറും അതുപോലെതന്നെയുള്ള കോട്ടും, ധരിച്ച്, അരപ്പട്ടയിൽ

മഴുവും ബന്ധിച്ചിരുന്ന ഒരു കിഴവൻ, മഞ്ഞ് കിടക്കുന്ന സ്ഥലത്തേക്ക് കുതിരകളെ നയിക്കുന്നുണ്ടായിരുന്നു. സ്ലീകളിൽ മഞ്ഞുകട്ടകൾ കയറ്റിക്കൊടുക്കയാണ് സ്ത്രീകൾ.

സുസംഘടിതമായിട്ടുള്ളതല്ലെങ്കിലും, ഒരു കൂട്ടുകൃഷിയിടത്തിലെ അംഗങ്ങളാണ് ഈ പണിചെയ്യുന്നതെന്ന് സ്റ്റീഫൻ ഐവനോവിച്ചിന്റെ പരിചയസമ്പന്നരായ കണ്ണുകൾ കണ്ടുപിടിച്ചു. ജോലിക്കാരുടെ എണ്ണം ആവശ്യത്തിലധികമായിരുന്നതിനാൽ, അവർ അന്യോന്യം ജോലിക്ക് തടസമുണ്ടാക്കുകയാണ് ചെയ്തിരുന്നത്. ഇത് വേണ്ടവിധം വൃത്തിയായി ചെയ്യാനുള്ള ഒരു പ്ളാൻ അയാളുടെ പ്രായോഗിക ബുദ്ധിയിൽ ഉദിച്ചു. കട്ടകൾ നിഷ്പ്രയാസം വെള്ളത്തിൽനിന്ന് കയറ്റുന്നതിന് ആ ടീമിനെ മൂന്നു ഗ്രൂപ്പായി വിഭജിക്കണമെന്ന് അയാൾ മനസിൽ കണ്ടു. എന്നിട്ട് ഓരോ ഗ്രൂപ്പിനും അയാൾ ഓരോ ജോലി സങ്കൽപ്പിച്ചു. വെള്ളത്തിൽനിന്നുവലിച്ചുകയറ്റുന്ന മഞ്ഞുകട്ടകളുടെ സംഖ്യയനുസരിച്ച് വിഭജിക്കത്തക്കവണ്ണം ഓരോ ഗ്രൂപ്പിനും പ്രത്യേകം ഒരു തുക എന്ന വ്യവസ്ഥയിലാണ് അയാൾ വേതനം തിട്ടപ്പെടുത്തിയത്. അല്ലാതെ ടീമിന്ന് മുഴുവനുമായിട്ടല്ല. ഉരുണ്ട മുഖവും ചുവന്ന കവിൾത്തടങ്ങളും നല്ല ഉശിരും ഉള്ള ഒരു പെൺകിടാവിനെ അയാൾ അവരുടെ കൂട്ടത്തിൽ കണ്ടുപിടിച്ചു. കൂട്ടുകാരുടെയിടയിൽ സോഷ്യലിസ്റ്റ് അനുകരണം നടപ്പാക്കാൻ ഇവൾതന്നെ വേണമെന്നും അയാൾ മനസിൽ കുറിച്ചു. തന്റെ ഈ ദൃശ്യചിന്തകളിൽ ലയിച്ചിരിക്കുകയാൽ, ഒരു കുതിര ആ ഹിമദ്വാരത്തിന്റെ വക്കിലേക്കു വളരെ അടുത്തേക്കു ചെന്നതും, തന്നിമിത്തം അത് പിൻകാലുകൾ തെറ്റി, ആ കുഴിയിലേക്കു വീണതും അയാൾ അറിഞ്ഞില്ല. സ്ലീയുടെ ഘനം ആ ജന്തുവിനെ കുറച്ചുനേരം മഞ്ഞിനുമീതെപൊന്തിച്ചുനിർത്തി. പക്ഷേ മഞ്ഞിനടിയിലെ വെള്ളത്തിന്റെ പ്രവാഹശക്തി ആ സാധുജീവിയെ താഴോട്ടു വലിക്കുന്നുണ്ടായിരുന്നു. മഴുവേന്തിനിൽക്കുന്ന ആ വൃദ്ധൻ ആകെ പരിഭ്രാന്തനായി. അയാൾ ചിലപ്പോൾ സ്ലീയുടെ പട്ടയിന്മേലും ചിലപ്പോൾ കുതിരയുടെ കടിഞ്ഞാണിന്മേലും പിടിച്ചു വലിക്കും.

അത്ഭുതാധീനനായ സ്റ്റീഫൻ ഐവനോവിച്ച് തന്റെ സർവശക്തികളുമെടുത്ത് നിലവിളിച്ചു. "അതാ അതാ കുതിര മുങ്ങിച്ചാകുന്നു."

വിശ്വസിക്കുവാൻ വയ്യാത്ത ആയാസത്തോടുകൂടി കമ്മിസാർ മുട്ടുകുത്തി എഴുന്നേറ്റു. അദ്ദേഹത്തിന്റെ മുഖം വേദനകൊണ്ട് ഒരു ചാരനിറം പൂണ്ടിരുന്നു. നെഞ്ച് ജനൽപ്പടിയിൽ ഊന്നി, പുറത്തേക്കു നോക്കി അദ്ദേഹം മന്ത്രിച്ചു. "ആ കഴുത! അയാൾക്കു മനസിലാകുന്നില്ലേ ആ പട്ടകൾ–പട്ടകൾ വെട്ടിക്കളയട്ടെ. എന്നാൽ കുതിര തനിയെ കയറിക്കൊള്ളും–ഓ–അയാൾ ആ സാധുജന്തുവിനെ ഇപ്പോൾ കൊന്നുകളയും."

വളരെ വികൃതമായ രീതിയിൽ സ്റ്റീഫൻ ഐവനോവിച്ച് ആ ജനൽപ്പടിയിൻമേൽ പൊത്തിപ്പിടിച്ചുകയറി. കുതിര മുങ്ങുകയാണ്.

കലങ്ങിയ വെള്ളം, അതിന്റെ മേലെക്കൂടി ഒഴുകുവാൻ തുടങ്ങിയിരിക്കുന്നു. രക്ഷപ്പെടുവാൻ പ്രാണപരാക്രമത്തോടെ ശ്രമിക്കുന്ന ആ നിസാഹായജീവി, ഇരുമ്പുലാടം തറച്ച കാലുകൾകൊണ്ടു മഞ്ഞുവക്കിൽ അടിക്കുവാൻ തുടങ്ങി.

"പട്ടകൾ മുറിച്ചുകളയൂ" വൃദ്ധനു കേൾക്കാമെന്നപോലെ കമ്മിസാർ വിളിച്ചു പറഞ്ഞു.

സ്റ്റീഫൻ ഐവനോവിച്ച്, കൈക്കുമ്പിൾ, ഉച്ചഭാഷിണിപോലെയാക്കി, വാതായനത്തിലൂടെ കമ്മിസാറുടെ ഉപദേശം ഉൽഘോഷിച്ചു. "ഹേ കിഴവാ! ആ പട്ടകൾ അറുത്തുകളയൂ ഇതാ, അരയിൽ മഴു ഉണ്ടല്ലോ, ഉം വേഗം കണ്ടിച്ചുകളയൂ അതിന്റെ പട്ടകൾ."

ഉപദേശം സ്വർഗത്തിൽനിന്നു വന്നതാണോ എന്നുതന്നെ തോന്നി കിഴവന്. അയാൾ അരയിൽനിന്നു മഴു അഴിച്ച് രണ്ടു കൊത്തുകൾകൊണ്ടു കുതിരയുടെ വാറുകൾ അറുത്തുകളഞ്ഞു. ഭാരത്തിൽനിന്നു വിമുക്തിനേടിയ കുതിര ഉടനടി വെള്ളത്തിൽനിന്ന് കയറി. മഞ്ഞുകട്ടയിന്മേൽ കയറിനിന്ന് ഒരു നായയെപ്പോലെ കിതച്ചുകൊണ്ട് ആ മൃഗം ദേഹമൊന്നു കുടഞ്ഞു.

"അല്ല എന്താണിതിന്റെ അർഥം." പിന്നിൽനിന്ന് ഒരു ശബ്ദം മുഴങ്ങി.

എന്നും ധരിക്കുന്ന ആ വെള്ളത്തൊപ്പികൂടിയില്ലാതെ, ബട്ടൺ ഇടാത്ത മേലങ്കിയുമായി വാസിലി വാസിലോവിച്ച് വാതിൽക്കൽ നിന്നിരുന്നു. അദ്ദേഹം അത്യന്തം ക്രോധാവിഷ്ടനായി കാലുകൾകൊണ്ടു നിലം ചവിട്ടി അരയ്ക്കുകയാണ്. യാതൊരു സമാധാനവും കേൾക്കാൻ അദ്ദേഹം തയാറായിരുന്നില്ല. "ഈ വാർഡിലുള്ളവർക്ക് എല്ലാം ഭ്രാന്തായിരിക്കുന്നു–ഇവരെയെല്ലാം പിടിച്ചു നരകത്തിലേക്ക് അയയ്ക്കണം" എന്ന് അട്ടഹസിച്ചു അദ്ദേഹം. എന്താണുണ്ടായത് എന്നു മനസിലാക്കുവാൻ ശ്രമിക്കുന്നതിനുമുമ്പുതന്നെ സർവരേയും ശപിച്ചും ശകാരിച്ചും കിതച്ചുംകൊണ്ട് അദ്ദേഹം സ്ഥലംവിട്ടു. കുറച്ചുനേരം കഴിഞ്ഞപ്പോൾ കണ്ണുനീരണിഞ്ഞ മുഖത്തോടെ പരിഭ്രാന്തയായ ക്ലാവഡിയ മിഖായ്ലോപ്ന കടന്നുവന്നു. വാസലി വാസിലോവിച്ചിൽ നിന്നും അവർക്ക് കണക്കിനു ശകാരം കിട്ടിയിരുന്നു. പക്ഷേ ചാരനിറം പൂണ്ട, നിസ്തേജമായ മുഖത്തോടെ, കമ്മിസാർ കണ്ണുമടച്ചു നിശ്ചലനായി കിടക്കുന്നതു കണ്ടപ്പോൾ അവൾ അദ്ദേഹത്തിന്റെ സമീപത്തേക്ക് ഓടി.

അന്നു വൈകുന്നേരം കമ്മിസാറുടെ രോഗം കലശലായി. ഓക്സിജനും കർപ്പൂരംകൊണ്ടുള്ള ഇഞ്ചക്ഷനും മാറിമാറികൊടുത്തു നോക്കിയെങ്കിലും കുറെ അധികംനേരത്തേക്ക് അദ്ദേഹം അബോധാവസ്ഥയിൽ കിടന്നു. ബോധംവന്നയുടെനെതന്നെ, തന്റെ തലയ്ക്കൽ ഓക്സിജൻ–സഞ്ചിയുമായി നിൽക്കുന്ന നഴ്സിനെ നോക്കി അദ്ദേഹം തമാശപൊട്ടിച്ചു.

"പരിഭ്രമിക്കാതിരിക്കൂ, നഴ്സ് ഞാൻ നരകത്തിൽനിന്നുപോലും മടങ്ങിവരും, നിങ്ങളുടെ മുഖത്തെ പുള്ളികൾ കളയാനുള്ള മരുന്നു കൊണ്ടുതരാൻ." ശക്തനായ ആ വലിയ മനുഷ്യൻ–തന്റെ ദുർബലത

യോട് ഏറ്റുമുട്ടി, അനുദിനം ക്ഷീണിച്ചുവരുന്നത് കണ്ടുനിൽക്കുവാൻ വയ്യായിരുന്നു.

VI

മെരിസീവിനും ഓരോ ദിവസം കൂടുന്തോറും ക്ഷീണം അധികമായിവന്നു-തന്റെ വ്യഥ മുഴുവൻ എഴുതി അറിയിച്ചിരുന്ന ഏക വ്യക്തിയായ വ്യോമനിരീക്ഷണാലയത്തിലെ പെൺകുട്ടിക്ക് പിറ്റേ തവണ അയാൾ എഴുതി-ആശുപത്രിവിട്ടു ജീവനോടെ തിരിച്ചുവരുന്ന കാര്യം ഉണ്ടാകുകയില്ല-പക്ഷേ, കാലില്ലാത്ത ഒരു വൈമാനികൻ ചിറകറ്റ പക്ഷിയെപ്പോലെയാണ്, അതിനു ഭക്ഷണം കൊത്തിപ്പെറുക്കിത്തിന്നു ജീവിക്കുവാൻ സാധിക്കുമായിരിക്കും; പക്ഷേ, ഒരിക്കലും പറക്കുവാൻ സാധിക്കുകയില്ല-അതുകൊണ്ട്; അതുകൊണ്ട് മരണം അഭികാമ്യമാണ്. ചിറകറ്റ ഒരു പറവയായിരിക്കുവാൻ അയാൾ ആഗ്രഹിക്കുന്നില്ല.-അങ്ങേയറ്റത്തെ ദുരന്തത്തേയും അഭിമുഖീകരിക്കാൻ അയാൾ സന്നദ്ധനാണ്-ആ ദിവസം ഒന്നുവേഗം വന്നുവെങ്കിൽ! കത്തിടപാടുകൾക്കിടയിൽ, താൻ കുറെക്കാലമായി ലഫ്: സഖാവിനുവേണ്ടി തന്റെ ഹൃദയത്തിന്റെ ഒരു ഭാഗം ഒഴിച്ചിട്ടിരിക്കുകയാണെന്നും; ഈ അപകടം ഉണ്ടായില്ലെങ്കിൽ ഈ രഹസ്യം ഒരിക്കലും വെളിപ്പെടുത്തുകയില്ലായിരുന്നുവെന്നും അവൾ തുറന്നു സമ്മതിച്ചിരുന്നു. ആ സ്ഥിതിക്ക് ഇങ്ങനെ എഴുതുന്നത് അത്യന്തം ക്രൂരമാണെന്ന് അയാൾക്ക് അറിയായ്കയല്ല.

അവൾ കല്യാണം കഴിക്കണം. നമുക്ക് ഇപ്പോൾ വില കൂടിയിരിക്കുകയാണ്. നല്ലൊരു വേതനം കിട്ടുന്നിടത്തോളം കാലം മുടന്തുകാലിനെപ്പറ്റി അവൾ എന്തിന് ഗൗനിക്കണം. പതിവുപോലുള്ള കർക്കശഭാവത്തിൽ കുക്കുഷ്കിൻ പ്രസ്താവിച്ചു.

തങ്ങളുടെ തലയ്ക്കുമീതെകൂടി മരണം പാഞ്ഞുനടന്നപ്പോൾ, തന്റെ മുഖത്തോടുചേർത്തുവെച്ചിരുന്ന ആ വിളർത്ത മുഖം അലക്സിയുടെ ഓർമയിൽ തെളിഞ്ഞു. തീർച്ചയായും കുക്കുഷ്കിൻ അഭിപ്രായപ്പെടുന്നപോലെയല്ല ഇത്. താൻ തുറന്നറിയിക്കുന്ന ദീനാവസ്ഥകൾ കേൾക്കുമ്പോൾ ആ പെൺകിടാവിന്റെ ഹൃദയം തകരും. പക്ഷേ പേരുപോലും അറിയാത്ത, ആ പെൺകുട്ടിക്ക് തന്റെ സന്തുഷ്ടികരമായ വിചാരങ്ങളെക്കുറിച്ച് എഴുതുന്ന പതിവ് അയാൾ തുടർന്നുവന്നു.

ഓരോ ഹൃദയത്തിനും പറ്റിയ ഓരോ താക്കോൽ കണ്ടുപിടിക്കുന്നതിൽ വിദഗ്ധനായ കമ്മിസാർ ഇതേവരെ മെരിസീവന്റെ ഹൃദയത്തിനു പാകമായ ഒന്നു കണ്ടെത്തിയിരുന്നില്ല. ശസ്ത്രക്രിയ കഴിഞ്ഞതിന്റെ പിറ്റേ ദിവസം ഓസ്റ്റ്റോവിസ്കിയുടെ *ഹൗ ദി സ്റ്റീൽ വാസ് ടെംപേർഡ്* (How the steel was tempered) എന്ന പുസ്തകം വാർഡിൽ പ്രത്യക്ഷപ്പെട്ടു. പുസ്തകം അവിടെവച്ചു ഉറക്കെ വായിച്ചിരുന്നു. മെരിസീവിനു മനസിലായി ആരെ ഉദ്ദേശിച്ചാണ് അത് വായിച്ചിരുന്നതെന്ന്. പക്ഷേ,

ആ കഥ അയാൾക്ക് ഒട്ടും തന്നെ ആശ്വാസപ്രദമായിത്തോന്നിയില്ല. കുട്ടിക്കാലം തൊട്ടുതന്നെ മെരിസീവ്, 'പവൽ കോർച്ചാഗിനെ'ബഹുമാനിച്ചിരുന്നു. അയാളുടെ പ്രിയപ്പെട്ട വീരനായകന്മാരിൽ ഒരാളായിരുന്നു അദ്ദേഹം. പക്ഷേ 'കോർച്ചാഗിൻ' ഒരിക്കലും ഒരു വൈമാനികനായിരുന്നില്ല. ഒരു വൈമാനികന്റെ ദാഹം എന്താണെന്ന് അയാൾക്ക് എങ്ങനെ അറിയാം അലക്സി ചിന്തിച്ചു. തന്റെ നാട്ടിലെ പുരുഷന്മാർ മുഴുവനും സ്ത്രീകളിൽ ഭൂരിഭാഗവും പടവെട്ടുന്നകാലത്ത് മൂക്കൊലിക്കുന്ന പിള്ളേർപോലും കടച്ചിൽയന്ത്രം തിരിക്കുന്നതിനു പൊക്കംപോരാത്തതുകൊണ്ട് വലിയ മരക്കൂടുകളിന്മേൽ കയറി നിന്ന് ഷെല്ലുകൾ നിർമിക്കാൻ സഹായിക്കുമ്പോൾ കിടക്കയിൽ കിടന്നുകൊണ്ടല്ലേ ഓസ്റ്റ്റോവിസ്കി ആ പുസ്തകം എഴുതിയത്.

ചുരുക്കിപ്പറയുകയാണെങ്കിൽ ഈ സന്ദർഭത്തിൽ ആ പുസ്തകം തീരെ ഫലപ്രദമായില്ല. അതുകൊണ്ടു കമ്മിസാർ മറ്റൊരു പാർശ്വചലനം പരീക്ഷിച്ചുനോക്കി. ഉദാസീനനെന്നോണം അദ്ദേഹം രണ്ടു കാലും തളർന്ന ഒരാൾ ഒരു നല്ല ഉദ്യോഗം ഭരിച്ചുനിന്നിരുന്നതിന്റെ കഥ പറഞ്ഞു. ലോകത്തിൽ സംഭവിക്കുന്ന സർവസംഗതികളിലും രസംതോന്നിയിരുന്ന സ്റ്റീഫൻ ഐവനോവിച്ച് അത്ഭുതപൂർവം വാപൊളിച്ചു. അയാളുടെ നാട്ടിലും ഉണ്ടായിരുന്ന ഒരു ഒറ്റക്കൈയൻ ഡോക്ടർ. കൈ ഒന്നേയുള്ളൂവെങ്കിലും ആ ഡിസ്ട്രിക്ടിലെ ഏറ്റവും വലിയ ഡോക്ടറായിരുന്നു അയാൾ. നല്ലപോലെ കുതിരസവാരിചെയ്യും. നായാട്ടിനുപോയാൽ ഒരു അണ്ണാറക്കണ്ണനുപോലും കൊള്ളത്തക്കവിധം ലക്ഷ്യംവച്ച് വെടിവയ്ക്കുവാൻ സാധിക്കും. തനിക്കു നേരിട്ടറിയാമായിരുന്നു, അക്കാഡമിയിലെ വില്യമിനെപ്പറ്റി കമ്മിസാർ അപ്പോൾ ഓർത്തു. അദ്ദേഹത്തിന്റെ ദേഹം പകുതി തളർന്നുപോയിരുന്നു. ശേഷിയുള്ള ഒരൊറ്റ കൈയേ ഉണ്ടായിരുന്നുള്ളൂ. എന്നിട്ടും കാർഷികപ്രസ്ഥാനത്തിലെ വിവിധ പ്രവർത്തനങ്ങളെ പ്രാഗത്ഭ്യയോടെ നിയന്ത്രിക്കുവാൻ അദ്ദേഹത്തിനു സാധിച്ചിരുന്നു.

ഒരു മന്ദഹാസത്തോടെ ഇതെല്ലാം കേട്ടുകൊണ്ടിരുന്നു, മെരിസീവ്. ചിന്തിക്കാം, സംസാരിക്കാം; എഴുതാം, കൽപ്പിക്കാം, ചികിത്സിക്കാം, കാലില്ലാതെ നായാട്ടിനുപോലും പോകാം. പക്ഷേ, താൻ ജന്മനാ ഒരു വൈമാനികനാണ്; വൈമാനികനാവാൻവേണ്ടി ജനിച്ചവൻ–ബാല്യകാലം തൊട്ടേ ഒരു വൈമാനികനാണ്. വോൾഗഭാഗത്തു മുഴുവൻ പ്രസിദ്ധമായിരുന്ന മെലോൺ പാടത്ത്, പൊട്ടിപ്പൊളിഞ്ഞ മണ്ണിൽ ഉണങ്ങിയ ഇലകൾക്കിടയിൽ നിറഞ്ഞുകിടക്കുന്ന 'മെലോൺ' പഴങ്ങൾക്കു കാവലിരിക്കുമ്പോഴാണ് ആദ്യമായി ആ ശബ്ദം കേട്ടത്. സൂര്യപ്രകാശത്തിൽ വെട്ടിത്തിളങ്ങുന്ന ചിറകുകളോടുകൂടിയ ഒരു ചെറിയ വെള്ളനിറത്തിലുള്ള കൂറ്റൻ ഈച്ച പൊടിയണിഞ്ഞ വോൾഗാതീരത്തിന്റെ മുകളിലൂടെ ഊർന്നൂർന്ന് സ്റ്റാലിൻഗ്രാഡിനെ ലക്ഷ്യമാക്കി നീങ്ങുന്നു.

ആ നിമിഷംതൊട്ട് ഒരു വൈമാനികനാകാനുള്ള സ്വപ്നം അയാളെ

വിട്ടുമാറിയില്ല. സ്കൂളിൽ പാഠം പഠിക്കുമ്പോഴും കടച്ചിൽ യന്ത്രത്തിൽ പണിയെടുക്കുമ്പോഴും അയാളുടെ മനസ് അതിൽ നിറഞ്ഞുനിൽക്കുകയായിരുന്നു. രാത്രി എല്ലാവരും സുഖസുഷുപ്തിയിൽ ലയിച്ചുകിടക്കുമ്പോൾ അയാൾ പ്രസിദ്ധ വൈമാനികനായ 'വയാപ്പിഡെവ്വ്സ്കയോടൊപ്പം 'ചെലുസ്കൻ' യാത്രാസംഘത്തെ രക്ഷിക്കും: പൊഡൊപ്പിന്യോവിനോടൊപ്പം ഉത്തരധ്രുവത്തിൽ നിറഞ്ഞു നിൽക്കുന്ന മഞ്ഞിന്റെ മുകളിൽ വലിയ വിമാനങ്ങൾ ഇറക്കും. അമേരിക്കയിലേക്ക് ധ്രുവങ്ങളിൽക്കൂടി ആരും കണ്ടുപിടിക്കാത്ത ഒരു ആകാശമാർഗം അയാൾ 'ചക്ലോവിന്റെ കൂട്ടുകാരനായി പോയി കണ്ടുപിടിക്കും.

'യങ്ങ് കമ്യൂണിസ്റ്റ് ലീഗ്' അയാളെ വിദൂരമായ പൗരസ്ത്യദേശങ്ങളിലേക്ക് അയച്ചിരുന്നു. അവിടെ ടേയഗയിൽ ഒരു യുവനഗരം-കോംമോൾസ്ക്-പണിയുവാൻ അയാൾ സഹായിച്ചു. ആ വിദൂരദേശത്തേക്കും അയാളുടെ കിനാവുകൾ അയാളെ അനുഗമിച്ചിരുന്നു. അവിടത്തെ പണിക്കാരിൽ, തന്നെപ്പോലെതന്നെ വ്യോമയാനമെന്ന മഹത്തായ പ്രവൃത്തി ഇഷ്ടപ്പെട്ടിരുന്ന അനേകം സ്ത്രീകളെയും പുരുഷന്മാരേയും അയാൾക്കു കാണാൻ കഴിഞ്ഞു. കടലാസിലെ പ്ലാനിൽ മാത്രമായി സ്ഥിതിചെയ്തിരുന്ന ആ നഗരത്തിൽ-വിശ്വസിക്കുവാൻ എളുപ്പമല്ല-അവർ സ്വന്തം കൈകൊണ്ട് വ്യോമയാന ക്ലബിലേക്കാവശ്യമുള്ള ഒരു വിമാനത്താവളം പണിതുണ്ടാക്കി. വൈകുന്നേരമാകുമ്പോൾ ആ പണിസ്ഥലം മുഴുവൻ ഒരു മൂടൽമഞ്ഞ് വന്നുമൂടും. അപ്പോൾ എല്ലാവരും കുടിലിന്നകത്തേക്കു കയറി ജനവാതിലുകളെല്ലാം അടച്ച് വാതിലിനു പുറകിലായി, ചുള്ളിക്കമ്പുകൾ ഒട്ടിച്ചുകൂട്ടി, തീകൊളുത്തി, അതിന്റെ പുകകൊണ്ട്, ഉച്ചത്തിൽ പൈശാചികമായ മുഴക്കത്തോടെ, അന്തരീക്ഷം മുഖരിതമാക്കുന്ന കൊതുകുകളേയും പൃക്കകളേയും ഓടിക്കും. ഒരുദിവസത്തെ പണി കഴിഞ്ഞ് ജോലിക്കാരെല്ലാം വിശ്രമിക്കുമ്പോൾ, അലക്സിയുടെ നേതൃത്വത്തിലുള്ള വ്യോമയാന ക്ലബിലെ അംഗങ്ങൾ, കൊതുകുകളേയും പൃക്കകളേയും അകറ്റാനായി മേലെല്ലാം മണ്ണെണ്ണ വച്ചുതേച്ച് മഴു, പാര, അറക്കവാൾ, കൈക്കോട്ടു മുതലായ ആയുധങ്ങളുമേന്തി ടേയഗയിൽ എത്തി, മരങ്ങൾ മുറിച്ചുകളഞ്ഞ് നിലം നിരപ്പാക്കി ഒരു വിമാനത്താവളത്താനിവശ്യമായ സ്ഥലം ഉണ്ടാക്കി. ആ കന്നിക്കാട്ടിൽനിന്ന് അവർ അനേകം കിലോമീറ്റർ സ്ഥലം ഒരു വിമാനത്താവളത്തിന്നുവേണ്ടി വീണ്ടെടുത്തു.

ഒരു പരിശീലനവിമാനത്തിൽ, ആദ്യമായി ഈ വിമാനത്താവളത്തിൽനിന്നാണ് അലക്സി പറന്നുപൊങ്ങിയത്. അങ്ങനെ ബാല്യകാലസ്വപ്നം സ്വാധീനമായി.

പിന്നീട് അയാൾ സേനയുടെ വകയായ ഒരു വിമാന പരിശീലനകേന്ദ്രത്തിൽ ചേർന്ന് അവിടെവെച്ച് ആ കല അയാൾ പരിപൂർണമായും മനസിലാക്കി; അവിടെ വരുന്ന അധ്യേതാക്കളെ പഠിപ്പിച്ചുപോന്നു; അയാൾ ഇവിടെയായിരിക്കുമ്പോഴാണ് യുദ്ധം പൊട്ടിപ്പുറപ്പെട്ടത്. സ്കൂൾ അധി

കാരികളുടെ പ്രതിഷേധത്തെ വകവയ്ക്കാതെ തന്റെ ശിക്ഷകന്റെ ഉദ്യോഗം വലിച്ചെറിഞ്ഞ് അയാൾ സജീവമായ സൈനികസേവനത്തിൽ നിമഗ്നനായി. അയാളുടെ ജീവിതത്തിന്റെ ലക്ഷ്യം, രസം, സന്തോഷം, ഭാവിയിലെ പ്ലാനുകൾ, ജീവിതവിജയം ഇവയെല്ലാം വ്യോമയാനവുമായി ബന്ധപ്പെട്ടിരിക്കുകയാണ്.

എന്നിട്ടും അവർ അയാളോടു വില്യമിനെപ്പറ്റി പറയുകയാണ്.

"പക്ഷേ വില്യം ഒരു വൈമാനികനായിരുന്നില്ല" എന്നു പറഞ്ഞ് അയാൾ ചുമരിന്റെ ഭാഗത്തേക്കു തിരിഞ്ഞുകിടന്നു.

ആ ഹൃദയം തുറക്കുവാനുള്ള പരിശ്രമം വിടാതെ തുടരുക തന്നെയായിരുന്നു കമ്മിസാർ. പതിവുപോലെ അലക്സി തന്റെ ചുറ്റുമുള്ള എല്ലാത്തിനോടും ഒരു അലക്ഷ്യഭാവം കൈക്കൊണ്ടിരിക്കുമ്പോൾ, കമ്മിസാറുടെ ചോദ്യം കേട്ടു. "ഇതാ ലോഷ്യ–ഇതൊന്നു വായിക്കൂ–ഇത് നിങ്ങൾക്കുള്ളതാണ്."

സ്റ്റീഫൻ ഐവനോവിച്ച് കമ്മിസാർ വായിച്ചിരുന്ന ഒരു മാസിക അലക്സിക്ക് കൊടുത്തു. അതിൽ പെൻസിൽ കൊണ്ട് അടയാളപ്പെടുത്തിയിരുന്ന ഒരു ചെറിയ ഖണ്ഡികയുണ്ടായിരുന്നു.

തന്റെ പേരു കാണുവാനായി അയാൾ അതിലാകെ ഒന്നു നോക്കി. പക്ഷേ, അത് അതിൽ ഉണ്ടായിരുന്നില്ല. ആദ്യത്തെ ലോകമഹായുദ്ധത്തിലെ റഷ്യൻ വൈമാനികരെക്കുറിച്ച് ഒരു ലേഖനമുണ്ടായിരുന്നു അതിൽ. വെളുത്ത പൊടിപ്പു തൂങ്ങുന്ന ഒരു പൈലറ്റ് തൊപ്പി, ആ പൊടിപ്പു ചെവിയോളമെത്തത്തക്കവിധത്തിൽ തലയുടെ ഒരു ഭാഗത്ത് ചെരിച്ചുവെച്ച്, ഭംഗിയായി കൂർപ്പിച്ച ചെറിയമീശയുള്ള ഒരു യുവാവിന്റെ അപരിചിതമുഖം ആ പേജിന്റെ അറ്റത്തു നിന്ന്തന്നെ തുറിച്ചുനോക്കുന്നപോലെ തോന്നി അലക്സിക്ക്.

"വായിക്കൂ–വായിക്കൂ–അത് നിങ്ങൾക്കുവേണ്ടി എഴുതിയിരിക്കുന്നതാണ്" കമ്മിസാർ ധൃതികൂട്ടി. മെരിസീവ് ആ ലേഖനം വായിച്ചു. റഷ്യൻ സൈന്യത്തിലെ ഒരു വൈമാനികനായിരുന്ന ലഫ്. വലേറിയൻ ആർക്കഡിവച്ച് കർച്ചോവിച്ചിനെപ്പറ്റിയായിരുന്നു ലേഖനം. അയാൾ ശത്രുനിരയ്ക്കു മീതെ പറക്കുമ്പോൾ ജർമൻകാരുടെ ഡംഡം ഉണ്ടമുട്ടി കാലിനു കേടുപറ്റി. മുറിവേറ്റ് തകർന്ന കാലുമായി, ശത്രുവിനെ അണിമുറിച്ച്, തന്റെ വിമാനം–ഒരു ഫോർമാൻ–സ്വന്തം താവളത്തിൽ കൊണ്ടുചെന്ന് ഇറക്കി. അയാളുടെ ഒരു കാൽ ഛേദിച്ചുകളയപ്പെട്ടു. പക്ഷേ, ആ യുവവൈമാനികനു സൈന്യത്തിൽനിന്ന് വിടുതൽ നേടുവാനുള്ള ആഗ്രഹമുണ്ടായിരുന്നില്ല സ്വന്തം മാതൃകപ്രകാരം അയാൾ കൃത്രിമമായ ഒരു കാല് പണിയിച്ചു. സ്ഥിരോത്സാഹത്തോടെ കുറേക്കാലം കായികാഭ്യാസങ്ങൾ ചെയ്ത് സ്വയം ശിക്ഷണം സമ്പാദിച്ചു. അതിന്റെ ഫലമായി യുദ്ധം അവസാനിക്കുന്നതിനുമുമ്പുതന്നെ തിരികെ സൈന്യത്തിൽച്ചേരുവാൻ സാധിച്ചു. ഒരു സൈനിക വ്യോമപരിശീലനകേന്ദ്രത്തിലെ ശിക്ഷകനായിത്തീർന്ന അദ്ദേഹത്തിന് ലേഖനത്തിൽ പറയും

പോലെ 'ചിലപ്പോഴെല്ലാം വിമാനം പറപ്പിക്കാൻ സാധിച്ചിരുന്നു.' അയാൾക്ക് സെന്റ് ജോർജ് മുദ്ര സമ്മാനിക്കപ്പെട്ടിരുന്നു. ഒരു വിമാനാപകടത്തിൽപ്പെട്ടു മരിക്കുന്നതുവരെ അയാൾ വിജയപൂർവം വ്യോമസേനയെ സേവിച്ചു.

മെരിസീവ് രണ്ടുമൂന്നു പ്രാവശ്യം ആ ലേഖനം വായിച്ചു. ക്ഷീണിതമെങ്കിലും സ്ഥൈര്യം സ്ഫുരിക്കുന്ന നേത്രങ്ങളാൽ ആ യുവവൈമാനികൻ മെരിസീവിനെ ഉറ്റുനോക്കിക്കൊണ്ടിരിക്കുകയാണ്. ഒരു വീരമന്ദഹാസമുണ്ട് ആ മുഖത്ത്. വാർഡു മുഴുവൻ ആ സമയത്ത് മെരിസീവിനെ ശ്രദ്ധാപൂർവം നിരീക്ഷിച്ചുകൊണ്ടിരുന്നു. ആ ലേഖനത്തിൽ തന്നെ കണ്ണുനട്ടുകൊണ്ട് അയാൾ കൈ തലയിലൂടെ ഓടിച്ചു കിടക്കയുടെ അടിയിൽനിന്ന് ഒരു പെൻസിൽ വലിച്ചെടുത്ത് ആ ലേഖനത്തിന്റെ ചുറ്റും ശക്തിയിൽ ഒരു ചതുരം വരച്ചു.

"നിങ്ങൾ അത് വായിച്ചുവോ?" ഒളിഞ്ഞ ഒരു നോട്ടത്തോടെ കമ്മിസാർ ചോദിച്ചു ആ ലേഖനത്തിലെ വരികളെത്തന്നെ നോക്കിക്കൊണ്ട് മൗനിയിരിക്കുകയായിരുന്നു മെരിസീവ്.

"എന്തു പറയുന്നു?"

"അയാൾക്ക് ഒരു കാലേ നഷ്ടപ്പെട്ടിട്ടുള്ളൂ."

"പക്ഷേ, നിങ്ങൾ ഒരു സോവിയറ്റു വൈമാനികനാണ്."

"അയാൾ ഓടിച്ചത് ഒരു 'ഫാർമാനാണ്. അതിനെ ഒരു വിമാനമെന്നു വിളിക്കാമോ? ആർക്കുവേണമെങ്കിലും ഓടിക്കാം അമ്മാതിരി ഒരെണ്ണം. അതിന്റെ സ്റ്റിയറിംഗ് വളരെ എളുപ്പമാണ്. അത് കൈകാര്യം ചെയ്യുവാൻ സാമർഥ്യമോ പരിശീലനമോ ആവശ്യമില്ല."

"പക്ഷേ, നിങ്ങൾ ഒരു സോവിയറ്റ് വൈമാനികനാണ്." കമ്മിസാർ ഒന്നുകൂടി ഊന്നിപ്പറഞ്ഞു.

സോവിയറ്റ് വൈമാനികൻ. യാന്ത്രികമായി അലക്സി അതാവർത്തിച്ചു. അപ്പോഴും ആ ലേഖനത്തിൽ തറച്ചുനിൽക്കുകയാണ് അയാളുടെ കണ്ണുകൾ. ആന്തരികമായ ഒരു വെളിച്ചം കൊണ്ടെന്നപോലെ അവ പ്രകാശിച്ചിരുന്നു. ആനന്ദവും അത്ഭുതവും നിറഞ്ഞ കണ്ണുകൾകൊണ്ട് അയാൾ ആ മുറിയിലുള്ള ഓരോരുത്തരേയും നോക്കി.

അന്നുരാത്രി ഉറങ്ങാൻ കിടക്കുന്നതിനുമുമ്പ് അയാൾ ആ മാസിക തലയിണയുടെ അടിയിൽ സൂക്ഷിച്ചുവെച്ചു. കുട്ടിക്കാലത്ത് തന്റെ സഹോദരന്മാരോടൊപ്പം ഉറക്കറയിൽ പ്രവേശിക്കുന്നതിനുമുൻപ് അമ്മ പഴയ തുണികൊണ്ടുണ്ടാക്കിക്കൊടുത്തിരുന്ന ഒരു വൃത്തികെട്ട കരടിക്കുട്ടിയെ അയാൾ അങ്ങനെ ഒളിച്ചുവയ്ക്കാറുണ്ടായിരുന്നു. ആ ഓർമ തെളിഞ്ഞപ്പോൾ അയാൾ പൊട്ടിച്ചിരിച്ചു. അതിന്റെ പ്രതിധ്വനി ആ വാർഡിൽ അലതല്ലി.

അന്നുരാത്രി അയാൾ കണ്ണടച്ചതേയില്ല വാർഡു മുഴുവനും ഗാഢനിദ്രയിൽ ലയിച്ചിരിക്കുകയായിരുന്നു. ഗ്വോസഡേവ് അങ്ങോട്ടുമി

ങ്ങോട്ടും ഉരുളുമ്പോൾ കിടക്കയിലെ സ്പ്രിങ്ങ് ശബ്ദമുണ്ടാക്കിയിരുന്നു. സ്റ്റീഫൻ ഐവനോവിച്ച് ഒരു ഇടർച്ചയോടെ കൂർക്കംവലിക്കുകയാണ്. അതു കേട്ടാൽത്തോന്നും അകത്ത് ഉള്ളതെല്ലാം പുറത്താക്കാൻ പോകയാണോ എന്ന്. അമർത്തിക്കടിച്ചു പല്ലുകൾക്കിടയിലൂടെ ഞരങ്ങിക്കൊണ്ട് കമ്മിസാർ തിരിഞ്ഞും മറിഞ്ഞും കിടന്നിരുന്നു. അലക്സി ഒന്നുംതന്നെ കേട്ടില്ല. ഇടയ്ക്കിടെ തലയിണയ്ക്കടിയിൽനിന്ന് ആ മാസിക വലിച്ചെടുത്ത് നിശാദീപത്തിന്റെ മങ്ങിയ പ്രഭയിൽ ആ പുഞ്ചിരിപൂണ്ട മുഖത്തേക്ക് ഉറ്റുനോക്കി അയാളോടെന്നപോലെ പറഞ്ഞു. "താങ്കൾക്കു വളരെ ക്ലേശകരമായ ജോലിയാണു ചെയ്യേണ്ടിവന്നത്, താങ്കൾ അതു നിർവഹിച്ചു. എന്റേതു പത്തിരട്ടി പ്രയാസമേറിയതാണ്. പക്ഷേ, ഞാനും അഥവാ നിർവഹിക്കും നിങ്ങൾ കണ്ടോളൂ."

അർധരാത്രിയോടടുത്തപ്പോൾ പെട്ടെന്ന് കമ്മിസാർ നിശ്ചലനായി. കൈമുട്ടുകൾ ഊന്നി അലക്സി നോക്കിയപ്പോൾ അദ്ദേഹം ശാന്തനായി വിളർത്തുകിടക്കുകയാണ്. കണ്ടാൽ അദ്ദേഹം ശ്വാസം കഴിക്കുന്നില്ല എന്നേ തോന്നൂ. അലക്സി മണി അമർത്തി. അത് ഉച്ചത്തിൽ അടിച്ചു. ക്ലാവഡിയ മിഖായിലോപ്ന ഉറക്കംതൂങ്ങി, ശിരോവസ്ത്രമൊന്നുമില്ലാതെ അഴിഞ്ഞുലഞ്ഞ പിന്നിയിട്ട തലമുടിയോടെ ഓടിവന്നു. കുറച്ചുനിമിഷങ്ങൾക്കുശേഷം അവർ ഹൗസ് സർജനെ വിളിപ്പിച്ചു. കമ്മിസാറുടെ നാഡി പിരിശോധിച്ച്, അയാൾ കർപ്പൂരം കത്തിച്ചുവെച്ചു. ഓക്സിജൻസഞ്ചിയുടെ സുഷിരസൂചി അദ്ദേഹത്തിന്റെ വായിലേക്കു വെച്ചുകൊടുത്തു. ഒരു മണിക്കൂർ നേരത്തോളം നഴ്സും ഡോക്ടറും രോഗിയുടെ അടുത്തിരുന്ന് ശുഷ്കാന്തിയോടെ ശുശ്രൂഷിച്ചു. അതുകൊണ്ടൊന്നും വലിയ ഗുണമില്ല എന്ന മട്ടായിരുന്നു. ഒടുവിൽ കമ്മിസാർ കണ്ണുതുറന്ന് പരിക്ഷീണവും മിക്കവാറും അദൃശ്യവുമായ പുഞ്ചിരിപൊഴിച്ചുകൊണ്ട് ക്ലാവഡിയയെ നോക്കി ഒരു മൃദുലസ്വരത്തിൽ പറഞ്ഞു.

"ഒരു ആവശ്യവുമില്ലാതെ ഇത്രമാത്രം നിങ്ങളെ വിഷമിപ്പിക്കേണ്ടിവന്നതിൽ എനിക്കു വളരെ സങ്കടമുണ്ട്. ഞാൻ നരകത്തിൽ എത്തിയില്ല നിങ്ങളുടെ മുഖത്തെ പുള്ളിക്കുത്തു പോകാനുള്ള മരുന്നും കൊണ്ടുവന്നിട്ടില്ല. അതുകൊണ്ട്, പ്രിയപ്പെട്ടവളേ, അതു കുറച്ചുകൂടി സഹിക്കേണ്ടിവരും. വേറെ നിവൃത്തിയൊന്നുമില്ല."

ഈ നേരംപോക്കു കേട്ടപ്പോൾ എല്ലാവരും ആശ്വാസത്തോടെ നെടുവീർപ്പയച്ചു. എന്തൊരു കരുത്തുറ്റ ഓക്കുമരമാണ് ആ മനുഷ്യൻ! ഒരു കൊടുങ്കാറ്റിനെപ്പോലും അതിജീവിക്കുവാൻ അദ്ദേഹത്തിനു കഴിഞ്ഞു. ഹൗസ് സർജൻ വാർഡുവിട്ടുപോയി. അയാളുടെ ഷൂസിന്റെ കരകരശബ്ദം നിലച്ചു. വാർഡ് ജോലിക്കാരും പോയി. കട്ടിലിന്മേൽ ഒരു ഭാഗം തിരിഞ്ഞിരിക്കുന്ന ക്ലാവഡിയ മിഖായിലോപ്നമാത്രം അവിടെ ശേഷിച്ചു. തന്റെ വിമാനത്തിന്റെ പെഡലിന്മേൽ ചരടുകൊണ്ടെങ്കിലും വെച്ചുകെട്ടാവുന്ന ഒരു കൃത്രിമ കാലിനെക്കുറിച്ച് ആലോചിച്ചുകൊണ്ട്

കിടക്കുന്ന മെരിസീവ് ഒഴിച്ച് ബാക്കി എല്ലാ രോഗികളും ഉറക്കമായി. അയാൾ വ്യോമയാനക്ലബിൽ ഉണ്ടായിരുന്നപ്പോൾ കാലില്ലാത്ത ഒരു വൈമാനികനെപ്പറ്റി ശിക്ഷകൻ സംസാരിക്കുന്നതു കേട്ടിട്ടുണ്ട്. അയാളുടെ കാലുകൾ നീളം കുറവായിരുന്നതിനാൽ ചവിട്ടുപടിയിലേക്ക് എത്തേണ്ടതിനായി കാലിന്മേൽ ചെറിയ മരക്കഷണങ്ങൾ വെച്ചു പിടിപ്പിക്കേണ്ടിവന്നിരുന്നു.

"സഹോദരാ, ഞാൻ താങ്കളുടെവിധത്തിൽ ആവുകയില്ല." അയാൾ കർപ്പോവിച്ചിനെ ധൈര്യപ്പെടുത്തി. 'ഞാൻ പറക്കും, ഞാൻ പറക്കും–ഉറക്കത്തിനെ ആട്ടിയോടിച്ചുകൊണ്ട് ഈ വാക്കുകൾ അയാളുടെ മനസിൽക്കിടന്നു മുഴങ്ങി. കണ്ണ് ഇറുകെ അടച്ച് അയാൾ ശാന്തനായി കിടന്നു. അയാളെ നോക്കിക്കൊണ്ടിരിക്കുന്ന ഒരാൾക്കു തോന്നും, അയാൾ ഗാഢനിദ്രയിലാണ്ടുവെന്നും ഉറക്കത്തിൽ പുഞ്ചിരിക്കുന്നുവെന്നും.

അങ്ങനെ കിടക്കുമ്പോൾ അയാൾ ഒരു സംഭാഷണം കേട്ടു. പിന്നീട് ജീവിതത്തിൽ ബുദ്ധിമുട്ടുകൾ തോന്നിയ പല സന്ദർഭങ്ങളിലും അയാൾ ഇത് അനുസ്മരിച്ചിട്ടുണ്ട്. 'ഓ, എങ്ങനെയാണ് നിങ്ങൾക്ക് ഇങ്ങനെ പെരുമാറാൻ സാധിക്കുന്നത്. ദുസഹമായ വേദയനുഭവിക്കുമ്പോൾ ചിരിക്കുകയും തമാശപറയുകയും ചെയ്യുന്നത് വാസ്തവത്തിൽ അക്രമമായി തോന്നുന്നു. നിങ്ങൾ അനുഭവിക്കുന്ന വേദനയെക്കുറിച്ച് ഓർക്കുമ്പോൾ എന്റെ ഹൃദയം മരവിക്കുകയാണ്. ഒരു പ്രത്യേക വാർഡിലേക്കു പോകുവാൻ എന്താണ് സമ്മതിക്കാത്തത്.

സുന്ദരിയും സുശീലയുമാണെങ്കിലും, വികാരശൂന്യയായി തോന്നിച്ചിരുന്ന ക്ലാവഡിയ മിഖായിലോപ്ന സംസാരിക്കുന്നതുപോലെ ആയിരുന്നില്ല അത്: നിർബന്ധപൂർവം പ്രതിഷേധിക്കുന്ന ഉൽക്കണ്ഠാകുലയായ ഒരു സ്ത്രീ സംസാരിക്കുന്നതുപോലെയായിരുന്നു. ആ സ്വരത്തിൽ വേദനയ്ക്കുപുറമെ വേറെ എന്തൊക്കെയോ കലർന്നിരുന്നു. മെരിസീവ് കണ്ണുതുറന്നു നോക്കി. ഒരു കൈലേസുകൊണ്ടുമറച്ചിരുന്ന നിശാദീപത്തിന്റെ പ്രഭയിൽ, തലയിണയുടെ പശ്ചാത്തലത്തിൽ, കമ്മിസാറിന്റെ വിളർത്തു വീർത്ത മുഖവും അയാളുടെ കനിവുറ്റ കാന്തിചീന്തുന്ന കണ്ണും, നഴ്സിന്റെ മൃദുലമായ സ്ത്രൈണാകാരത്തിന്റെ പാർശ്വഭാഗവും അയാൾ കണ്ടു. അവളുടെ തലമുടിയുടെ പുറത്തായി വീണുകൊണ്ടിരിക്കുന്ന ആ വെളിച്ചം അതിന് ഒരു പരിവേഷം നൽകി. താൻ ചെയ്യുന്ന പ്രവർത്തി ശരിയല്ലെന്ന് ഉത്തമവിശ്വാസമുണ്ടായിട്ടും, മെരിസീവിന് തന്റെ കണ്ണ് അവളിൽനിന്ന് പിൻവലിക്കാൻ സാധിച്ചില്ല,

"ശരി ശരി കൊച്ചുസഹോദരി, കരയാതെ, കുറച്ചു ബ്രോമൈഡ് തരട്ടെ–" ഒരു ബാലികയോടെന്നപോലെ കമ്മിസാർ പറഞ്ഞു.

"ഇതാ വീണ്ടും നേരംപോക്ക് പറയുകയാണ്, എന്തൊരു ഭയങ്കരനായ മനുഷ്യനാണ് നിങ്ങൾ. അക്രമം. കരയേണ്ട സന്ദർഭത്തിൽ പൊട്ടിച്ചിരിക്കുന്നത് ഭയങ്കരമാണ്. സ്വന്തം ദേഹം വേദനകൊണ്ട് പുളയുമ്പോഴും മറ്റുള്ളവരെ ആശ്വസിപ്പിക്കുക. എന്റെ പ്രിയപ്പെട്ട, പ്രിയപ്പെട്ട

മനുഷ്യാ ഇനിയൊരിക്കലും.... കേൾക്കുന്നുണ്ടോ, ഇനിയൊരിക്കലും ഇങ്ങനെ പെരുമാററരുതേ.”

അവൾ തലതാഴ്ത്തി കരഞ്ഞുതുടങ്ങി. വെളുത്തവസ്ത്രം ധരിച്ച്, ചടച്ച, ആ കുലുങ്ങുന്ന തോളത്ത്, കമ്മിസാറുടെ കനിവുറ്റ, സങ്കടം തിങ്ങുന്ന മിഴികൾ പതിച്ചു.

“സമയം അതിക്രമിച്ചുപോയി, പ്രിയപ്പെട്ടവളേ. വളരെ അതിക്രമിച്ചുപോയി. എന്റെ സ്വന്തം വ്യക്തിപരമായ കാര്യങ്ങളിൽ ഞാൻ എപ്പോഴും പരിതാപകരമാകുംവണ്ണം വൈകിപ്പോകാറുണ്ട്. മറ്റു കാര്യങ്ങളെക്കുറിച്ചുള്ള ധൃതിയാണ് എനിക്ക്. ഞാൻ വിചാരിക്കുന്നു–വളരെ വളരെ വൈകിപ്പോയി എന്ന്.” കമ്മിസാർ നെടുവീർപ്പിട്ടു. കണ്ണുനീരും ഉൽക്കണ്ഠാകുലമായ പ്രതീക്ഷയും തിളങ്ങുന്ന കണ്ണുകളുംകൊണ്ട് നഴ്സ് അദ്ദേഹത്തെ ഉറ്റുനോക്കി. അദ്ദേഹം പുഞ്ചിരിയിട്ട് വീണ്ടും ഒരു ദീർഘശ്വാസംവിട്ടുകൊണ്ട് സാധാരണരീതിയിൽ അൽപ്പം തമാശ കലർത്തി പറഞ്ഞുതുടങ്ങി.

“എന്റെ മിടുക്കത്തി കൊച്ചുപെൺകുട്ടി; ഈ കഥ ശ്രദ്ധിക്കൂ. ഇപ്പോഴാണ് ഞാൻ അതിനെപ്പറ്റി ഓർത്തത്. വളരെക്കാലം മുമ്പ്, ടർക്കിസ്ഥാനിലെ ആഭ്യന്തരസമരകാലത്ത് ഉണ്ടായതാണിത്. ‘ബാസ്മാച്ചി’യെ വീറോടെ പിൻതുടരുന്ന ഒരു കുതിരസേനാവ്യൂഹം ഒരു മരുഭൂമിയിൽച്ചെന്നുപെട്ടു. അവിടത്തെ ഉഗ്രമായ ഊഷ്മാവ് സഹിക്കാതെ കുതിരകൾ ഓരോന്നായി ചത്തുവീണു. അവ മണൽ കണ്ടു പരിചയപ്പെടാത്ത റഷ്യൻ അശ്വങ്ങളായിരുന്നു. അങ്ങനെ കുതിരകൾ നഷ്ടപ്പെട്ട് ഞങ്ങൾ ഒരു കാലാൾപ്പടയായിത്തീർന്നു. സൈന്യത്തലവൻ ഒരു തീരുമാനമെടുത്തു. ആയുധങ്ങളൊഴിച്ച് ബാക്കി സാധനങ്ങളെല്ലാം വലിച്ചെറിഞ്ഞ് ഒരു നഗരത്തെ ലക്ഷ്യമാക്കി പ്രയാണമാരംഭിക്കുക. ഈ നഗരം 160 കീലോമീറ്റർ അകലെയായിരുന്നു കടന്നുപോകേണ്ടത്. ശുദ്ധമണലിൽക്കൂടിയും കുട്ടിക്ക് ഇതൊന്ന് ചിത്രീകരിച്ചു നോക്കുവാൻ സാധിക്കുമോ? ഞങ്ങൾ മാർച്ചുചെയ്ത്–ഒരു ദിവസം രണ്ടുദിവസം, മൂന്നുദിവസം. സൂര്യൻ കത്തിക്കാളുന്നു. കുടിക്കുവാൻ യാതൊന്നുമില്ല. വായ വരണ്ടു, തൊലിയെല്ലാം വിണ്ടുകീറി. വായുവിൽ മണൽ തങ്ങിനിന്നിരുന്നു. ഞങ്ങളുടെ കാൽക്കീഴിൽ പഴുത്ത മണലായിരുന്നു. അത് പല്ലിന്നടിയിൽക്കയറി, കണ്ണിൽ കുത്തി, കഴുത്തിൽക്കൂടെ കീഴോട്ടിറങ്ങി. ഭയങ്കരം എന്നുതന്നെ ഞാൻ പറയും. ഒരാൾ കാലുതെറ്റിവീഴുന്നത്, മുഖമടച്ചു മണലിലായിരിക്കും. എഴുന്നേൽക്കുവാൻ സാധ്യമായിരുന്നില്ല. ഞങ്ങൾക്ക് ഒരു കമ്മിസാർ ഉണ്ടായിരുന്നു. ‘യാക്കോവ് വാവലോവിച്ച് വോളോഡിൻ’ എന്നാണ് പേര്. കാഴ്ചയിൽ ഒരു ഉറപ്പില്ലാത്ത ബുദ്ധിജീവി. ഒരു ചിത്രകാരൻ, എന്നാൽ വീറുറ്റ ഒരു ബോൾഷേവിക്. ഒരാൾക്കു തോന്നും, ആദ്യം നിലംപതിക്കുന്നത് അയാളായിരിക്കുമെന്ന്. അയാൾ മറ്റുള്ളവരെ പ്രോത്സാഹിപ്പിച്ചുകൊണ്ട് മുന്നേറി. ‘ഇനിയധികം പോകാനില്ല, വളരെവേഗം നമുക്ക് അവിടെ എത്താം.’ ഇടയ്ക്കിടെ

അയാൾ അങ്ങനെ ആവർത്തിച്ചുകൊണ്ടിരുന്നു. സമ്മതമില്ലാതെ ആരെങ്കിലും ഒന്നു വിശ്രമിക്കുവാൻ കിടന്നാൽ അയാൾ തോക്കു ചൂണ്ടി അട്ടഹസിക്കും; 'ഉം, എഴുന്നേൽക്കൂ-അല്ലെങ്കിൽ ഞാൻ ചുട്ടുകളയും.'

നാലാംദിവസം നഗരത്തിലേക്ക് ഇനി പതിനഞ്ചു കിലോമീറ്ററേയുള്ളൂ ആളുകളെല്ലാം തീരെത്തളർന്നു. മദ്യപാനം ചെയ്തപോലെ ഞങ്ങൾ തെന്നിത്തെന്നിപ്പോയിരുന്നു. വെടിയേറ്റ ഒരു മൃഗത്തിന്റെ ഓട്ടംകൊണ്ടുണ്ടായതുപോലെ വളഞ്ഞുപിരിഞ്ഞിരുന്നു ഞങ്ങളുടെ നടപ്പിന്റെ പാടു പതിഞ്ഞവഴി. പെട്ടെന്ന് കമ്മിസാർ പാടുവാൻ തുടങ്ങി. ഭയാനകമാകുംവണ്ണം ലോലമായ ഒരു സ്വരമായിരുന്നു അയാളുടേത്. തുടങ്ങിയതോ ഒരു കഥയില്ലാത്ത പാട്ട്, പഴയ സൈന്യത്തിൽ ഒരു 'മാർച്ചിങ്ങ് സോങ്ങാ'യി അവർ ഉപയോഗിച്ചിരുന്നത്. "ചുബ്രിക്കി, ചുബ്രിക്കിക്കി എന്ന പാട്ടാണ്. പക്ഷേ, ഞങ്ങളെല്ലാം ഇത് ഏറ്റുപാടി, ഞാൻ എല്ലാവരോടും ഒരു വരിയായി നിൽക്കുവാൻ ആജ്ഞാപിച്ചു. പിന്നീട് ഞാൻ കാൽവെപ്പുകൾ പരിശോധിച്ചു, ഇടത്ത്, വലത്ത്, ഇടത്ത്, വലത്ത്-ആരും വിശ്വസിക്കുകയില്ല പക്ഷേ, യാത്ര പിന്നീട് സുഖകരമായിരുന്നു.

ഈ പാട്ടു കഴിഞ്ഞപ്പോൾ ഞങ്ങൾ വേറെ ഒന്നുപാടി. പിന്നീട് മറ്റൊന്ന്. കുട്ടി നിനക്ക് ചിത്രീകരിക്കുവാൻ കഴിയുമോ? വിണ്ടുകീറിയ വായയോടെ, കത്തിജ്വലിക്കുന്ന ആദിത്യന്റെ അടിയിൽനിന്നാണ് ഞങ്ങൾ ഇതു പാടിയത്. ഞങ്ങൾക്ക് അറിയാവുന്ന പാട്ടുകൾ മുഴുവനും ഞങ്ങൾ പാടി. ഒടുവിൽ ഒരൊറ്റ ആളെപ്പോലും ആ മരുഭൂമിയിൽ വിട്ടുകളയാതെ ഞങ്ങൾ നഗരത്തിൽ എത്തി. എന്തു തോന്നുന്നു കുട്ടിക്ക്."

"ആ കമ്മിസാർക്ക് എന്തുപറ്റി?"

"എന്തു പറ്റുവാൻ. വളരെ സുഖമായി ജീവിച്ചിരിക്കുന്നു ഭൂഗർഭശാസ്ത്രത്തിൽ ഒരു പ്രൊഫസറായിരിക്കുകയാണ് അയാൾ. ചരിത്രാതീതകാലത്തെ രേഖകൾ കുഴിച്ചെടുക്കുകയാണ് ഇപ്പോഴത്തെ ജോലി. പക്ഷേ, അന്നത്തെ മാർച്ചിനു ശേഷം അയാളുടെ ശബ്ദം ചിലമ്പിച്ചു. ഇന്നതു ഭയങ്കരമായി പതറും. പക്ഷേ, അയാൾക്കു ശബ്ദത്തിന്റെ ആവശ്യമെന്താണ്. 'ലയിഷോവ' ഒന്നും അല്ലല്ലോ അയാൾ. ശരി ഇനി ഇന്നു രാത്രി കഥയൊന്നുമില്ല. പോയി ഉറങ്ങിക്കോളൂ. ഒരു കുതിരപ്പടയാളി എന്ന നിലയിൽ ഞാൻ വാക്കുതരാം. ഇന്നുരാത്രി ഞാൻ മരിക്കുകയില്ല."

ഒടുവിൽ ഗാഢനിദ്രയിൽ അമർന്ന മെരിസീവ് ഒരു സ്വപ്നം കണ്ടു. ജീവിതത്തിൽ ഒരിക്കലും കണ്ടിട്ടില്ലാത്ത ഒരു മരുഭൂമിയിലൂടെ വിണ്ടുകീറിയ വായയോടെ ചിലർ പാട്ടു പാടുന്നു. കമ്മിസാർ വാർബോയിവ്യോനെപ്പോലെയിരിക്കുന്ന ആ കമ്മിസാർ വോളോഡിൻ.

മെരിസീവ് ഉണർന്നപ്പോൾ നേരം വളരെ വൈകിയിരുന്നു.

ഉച്ചയായി എന്നു കാണിച്ചുകൊണ്ട് സൂര്യരശ്മികൾ മുറിയുടെ നടുവിൽ എത്തിയിരിക്കുന്നു. ഒരു ആഹ്ലാദവികാരത്തോടെയാണ് അയാൾ

ഉണർന്നത്. സ്വപ്നമാണോ–എന്തു സ്വപ്നം. ഉറക്കത്തിൽ താൻ കൈയിൽപ്പിടിച്ചിരുന്ന മാസികയിലേക്ക് അയാൾ വീണ്ടും നോക്കി. ചുളുങ്ങിത്തുടങ്ങിയ ആ പേജിൽനിന്ന് ലഫ്:കോർപ്പോവിച്ച് വലിഞ്ഞ ആ വീരസ്മിതത്തോടെ തന്നെ നോക്കിക്കൊണ്ടിരിക്കുകയാണ്. മെരിസീവ് പതുക്കെ ലഫ്റ്റനന്റിനെ നോക്കി കണ്ണിറുക്കിക്കാണിച്ചു.

കഴുകലും ചീകലുമെല്ലാം കഴിഞ്ഞ്, കമ്മിസാർ മെരിസീവിനെ നോക്കി ഒരു പുഞ്ചിരിയിട്ടുകൊണ്ട് കിടക്കുകയാണ്. സന്തോഷത്തോടെ അദ്ദേഹം ചോദിച്ചു. "നിങ്ങൾ എന്തിനാണ് അയാളെ നോക്കി കണ്ണിറുക്കിക്കൊണ്ടിരിക്കുന്നത്?"

"ഞങ്ങൾ പറക്കുവാൻ പോകുകയാണ്" അലക്സി പറഞ്ഞു.

"അതെങ്ങനെ–അയാൾക്കു നഷ്ടപ്പെട്ടിട്ടുള്ളത് ഒരു കാലുമാത്രമാണ്. നിങ്ങളുടെ രണ്ടു കാലും പോയില്ലേ?"

"പക്ഷേ, ഞാൻ ഒരു സോവിയറ്റു വൈമാനികനാണ്" അലക്സി തിരിച്ചടിച്ചു.

"അയാൾ ലഫ്: കർപ്പോവിച്ചിനേക്കാളും മാർക്കടിക്കും."

രണ്ടുകാലും ഇല്ലാതെ പറക്കും എന്നൊരു ഗ്യാരണ്ടി ധ്വനിക്കുന്ന സ്വരത്തിലാണ് ആ വാക്കുകൾ അയാൾ ഉച്ചരിച്ചത്.

ഭക്ഷണസമയത്ത് വേലക്കാരി കൊടുത്തതെല്ലാം അയാൾ കഴിച്ചു. അത്ഭുതത്തോടെ തന്റെ ഒഴിഞ്ഞപാത്രം നോക്കി അയാൾ വീണ്ടും സാധനങ്ങൾ ആവശ്യപ്പെട്ടു. അയാളുടെ ഞരമ്പുകൾ ആകെ ഇളകിയ മാതിരി തോന്നി; ഇടയ്ക്കു പാടും ഇടയ്ക്കു ചൂളംകുത്താൻ ശ്രമിക്കും. ഇടയ്ക്കിടെ തന്നോടുതന്നെ ഉറക്കെ ഉറക്കെ അയാൾ വാഗ്വാദം നടത്തും. തന്നോടു കാണിക്കുന്ന പ്രത്യേകതയെ ചൂഷണംചെയ്തുകൊണ്ട് സാധാരണ സന്ദർശനത്തിന്നായി വരുന്ന വാസിലി വാസിലോവിച്ചിനെ, എന്തുചെയ്താലാണ് വേഗം രോഗവിമുക്തനാവുക, എന്നതിനെക്കുറിച്ചുള്ള ചോദ്യങ്ങൾകൊണ്ടു മൂടും. പ്രൊഫസർ ധാരാളം ഭക്ഷണം കഴിക്കുവാനും ധാരാളം വിശ്രമിക്കുവാനും ആവശ്യപ്പെട്ടു. അന്നുതൊട്ട് ഭക്ഷണത്തിന്റെ രണ്ടാംതവണയിൽ അയാൾ സാധനങ്ങൾ രണ്ടും മൂന്നും പ്രാവശ്യം ചോദിച്ചുതുടങ്ങി. സ്വയം നിർബന്ധിച്ച് അയാൾ നാല് ഇറച്ചി കട്ലറ്റുകൾ തിന്നു.

സന്തോഷം ചിലരെ അഹങ്കാരിയാക്കും. പ്രൊഫസറെ ചോദ്യങ്ങൾകൊണ്ട് ആക്രമിക്കുമ്പോൾ, വാർഡിലെ മറ്റുള്ളവരുടെയെല്ലാം ശ്രദ്ധയെ ആകർഷിച്ചത് എന്താണെന്ന് അലക്സി മനസിലാക്കിയിരുന്നില്ല. വാസിലി വാസിലോവിച്ച്, അന്നും കൃത്യസമയത്ത്–നിലംമുഴുവൻ പരന്ന് ആ സൂര്യരശ്മി തറയിൽ ഇഷ്ടികപോയ സ്ഥലത്ത് പതിഞ്ഞപ്പോൾത്തന്നെ–എത്തി. പതിവുപോലെ എല്ലാവരോടും ശ്രദ്ധാലുവായിത്തന്നെ പെരുമാറി അദ്ദേഹം. പക്ഷേ, ഇതേവരെ ആരും കണ്ടില്ലാത്ത ഒരു അന്തർമുഖമായ നോട്ടം അദ്ദേഹത്തിൽ എല്ലാവരും ദർശിച്ചു. സാധാരണപോലെ അദ്ദേഹം ആരേയും ശകാരിച്ചില്ല; പരിഹസിച്ചി

ല്ല. വീർത്ത കണ്ണുകളുടെ ചുറ്റുമുള്ള ഞരമ്പുകൾ ഇടയ്ക്കിടെ ത്രസിച്ചിരുന്നു. വൈകുന്നേരത്തെ സന്ദർശനസമയമായപ്പോഴേക്കും അദ്ദേഹം ആകെ ചുളുങ്ങിക്കൂടിയിരുന്നു. വളരെയധികം പ്രായംതോന്നിയിരുന്നു അദ്ദേഹത്തിന്. വാതിലിന്റെ പടിയിന്മേൽ ഒരു തുണി കിടക്കുന്നതു കണ്ട് അദ്ദേഹം വേലക്കാരിയെ മെല്ലെ ശകാരിച്ചു. കമ്മിസാറുടെ പനിച്ചാർട്ട് നോക്കി വേറെ എന്തോ ഒരു മരുന്നുകൂടി നിർദേശിച്ചു. നിശബ്ദരും പരിഭ്രാന്തരുമായി നിൽക്കുന്ന അനുയായികളോടൊപ്പം മൗനിയായി നടന്നുപോയി. ഉമ്മറപ്പടിയിന്മേൽ അദ്ദേഹത്തിന്റെ കാലുകൾ തടഞ്ഞു. ആരോ കൈമുട്ടിൻമേൽ കടന്നു പിടിച്ചില്ലെങ്കിൽ അദ്ദേഹം വീണുപോകുമായിരുന്നു. ഉന്നതകായനായ വലിയ പരുപരുത്ത ശബ്ദമുള്ള, ഉല്ലാസവാനായ ആ ശിക്ഷണനിഷ്ഠന്റെ ഈ പ്രശാന്തവും വിനയവും തീരെ അസ്ഥാനത്തായിത്തോന്നി. നാൽപ്പത്തിരണ്ടാം നമ്പറിലെ അംഗങ്ങളുടെ അത്ഭുതംകൊണ്ടു വിടർന്ന കണ്ണുകൾ അദ്ദേഹത്തെ അനുയാത്ര ചെയ്തിരുന്നു. ആ വലിയ, ദയാശീലനായ മനുഷ്യനെ എല്ലാവരും സ്നേഹിക്കാൻ തുടങ്ങിയിരിക്കുന്നു. അദ്ദേഹത്തിൽ വന്ന മാറ്റം അവരെ അസ്വസ്ഥരാക്കി.

പിറ്റേദിവസം കാലത്ത് അവർ അതിന്റെ കാരണം മനസിലാക്കി. ഒരു നല്ല ഡോക്ടറും പ്രശസ്തനാകേണ്ട ഒരു ശാസ്ത്രജ്ഞനും ആയിരുന്ന അദ്ദേഹത്തിന്റ ഏകപുത്രൻ-വാസിലി വാസിലോവിച്ച് എന്നു തന്നെ നാമകരണം ചെയ്യപ്പെട്ടിരുന്ന ആ യുവാവ്, പ്രൊഫസറുടെ ആനന്ദവും അഭിമാനവും ആയിരുന്നു-പടിഞ്ഞാറൻ യുദ്ധരംഗത്തുവെച്ച്, കൊല്ലപ്പെട്ടിരിക്കുന്നു. പതിവുസമയത്ത് വാർഡ് സന്ദർശിക്കുവാൻ അദ്ദേഹം വരുമോ എന്ന് ശ്വാസമടക്കിപ്പിടിച്ച് ആ വാർഡിലെ രോഗികൾ കാത്തിരുന്നു. പതുക്കെ-നീങ്ങുന്നില്ല എന്ന മട്ടിൽ പൊയ്ക്കൊണ്ടിരുന്ന സൂര്യരശ്മിയിൽ കണ്ണുംനട്ട് ഇരിക്കുകയായിരുന്നു അവർ. ഒടുവിൽ കിരണങ്ങൾ ഇഷ്ടിക അടർന്നുപോയ സ്ഥലത്തെത്തി. എല്ലാവരും മുഖത്തോടുമുഖം നോക്കി. തത്സമയം ശരിക്കും പതിവുപോലെ വരാന്തയിൽ കനത്ത പാദപതനവും അതിനെത്തുടർന്നുള്ള അനുയായികളുടെ കാലടിശബ്ദങ്ങളും മുഴങ്ങി. പ്രൊഫസർക്ക് അൽപ്പം ആശ്വാസമുള്ളതുപോലെ തോന്നി. ഭയങ്കരമായ ജലദോഷം പിടിപെട്ടതുപോലെ അദ്ദേഹത്തിന്റെ കൺപോളകളും മൂക്കും അൽപ്പം തുടുത്തിരുന്നു. മേശപ്പുറത്തുനിന്ന് കമ്മിസാറുടെ പനിച്ചാർട്ട് എടുക്കുമ്പോൾ തൊലിയുരിഞ്ഞ ആ മിനുത്ത കൈകൾ പ്രത്യക്ഷത്തിൽ വിറച്ചിരുന്നു. എങ്കിലും സാധാരണപോലുള്ള ചുറുചുറുക്കും പ്രസരിപ്പും ശകാരവും അദ്ദേഹം അന്നും കാണിച്ചു. പക്ഷേ, ആ പ്രചണ്ഡത അപ്രത്യക്ഷമായിരുന്നു.

ഒരു പൊതുധാരണയിൽ എത്തിയിരുന്നപോലെ അന്നു മുറിവേറ്റവരും രോഗികളും തങ്ങളാലാകുംവിധം അദ്ദേഹത്തെ പ്രസാദിപ്പിക്കുവാൻ അന്യോന്യം മത്സരിച്ചു. എല്ലാവരും തങ്ങൾക്കു ഭേദമായിത്തുടങ്ങിയെന്നു തീർത്തുപറഞ്ഞു. ഏറ്റവും ഗൗരവകരമായ രോഗം പിടിച്ചിരു

ന്നവർപോലും അന്ന് യാതൊരു ആവലാതിയും പറഞ്ഞില്ല. തങ്ങൾക്ക് ഭേദമായിത്തുടങ്ങിയെന്ന് അവർ നടിച്ചു. എല്ലാവരും ആശുപത്രിയിലെ സജ്ജീകരണങ്ങളെയും ചികിത്സാസമ്പ്രദായത്തെയും, അതിന്റെ ഐന്ദ്ര ജാലികമായ ഫലത്തേയും കുറിച്ച് അഭിനന്ദിച്ചു സംസാരിച്ചു. പൊതുവായ ഒരു വലിയ ദു:ഖംകൊണ്ട് ഒന്നിക്കപ്പെട്ട ഒരു സൗഹൃദമായ കുടുംബംപോലിരുന്നു അത്.

ഇന്നു കാലത്ത് എന്താണിത്ര അസാധാരണമായ സംതൃപ്തി കണ്ടതെന്ന് സന്ദർശനവേളയിൽ വാസിലി വാസിലോവിച്ച് അത്ഭുതപ്പെട്ടു.

പക്ഷേ അദ്ദേഹം വിസ്മയിച്ചുവോ? കൗശലപൂർണമായ ഈ നിശബ്ദ ഗൂഢാലോചന അദ്ദേഹം മനസിലാക്കിയിരിക്കണം. അദ്ദേഹം മനസിലാക്കിയിരുന്നുവെങ്കിൽ–ഒരിക്കലും ഉണങ്ങാത്ത ആ വലിയ മുറിവിന്റെ വേദന സഹിക്കുവാൻ അത് കുറച്ചുകൂടി അദ്ദേഹ ത്തെ പ്രാപ്തനാക്കിയിരിക്കണം.

VII

കിഴക്കോട്ട് അഭിമുഖമായിട്ടുള്ള ജനവാതിലൂടെ കാണാവുന്ന പോപ്ലാർ മരക്കൊമ്പിൽ നിറയെ ഇളംമഞ്ഞ നിറത്തിൽ പശിമയാർന്ന ഇലകളും അവയുടെ അടിയിലായി തടിച്ച പട്ടുനൂൽപ്പുഴുവിനെപ്പോലുള്ള മൊട്ടുകളും പ്രത്യക്ഷപ്പെടുവാൻ തുടങ്ങിയിരിക്കുന്നു. പ്രഭാതത്തിൽ ആ ഇലകൾ സൂര്യകിരണങ്ങളേറ്റ് വെട്ടിത്തിളങ്ങുന്നതു കണ്ടാൽ അവ മെഴുകുകടലാസുകൊണ്ടുണ്ടാക്കിയവയാണെന്നേ തോന്നൂ. കടലിന്റെ പുതുമയുള്ള നിശിത തീക്ഷ്ണമായ ഒരു ഗന്ധം അതിൽനിന്നു പുറപ്പെട്ടിരുന്നു. അത് ജനവാതിലിലൂടെ അകത്തു കടന്ന് ആശുപത്രിയിൽ തങ്ങിനിന്നിരുന്ന സ്വതസിദ്ധമായ ഗന്ധത്തിന് അറുതി വരുത്തി. സ്റ്റീഫൻ ഐവനോവിച്ചിന്റെ ഉദാരതയിൽ കൊഴുത്തു തടിച്ചു വളർന്നിരുന്ന ആ കുരുവികളുടെ കുസൃതികൾക്ക് ഒരു അറ്റവുമുണ്ടായിരുന്നില്ല. വസന്താഘോഷത്തിനെന്നപോലെ തന്നെ ടോമിഗണർക്ക് ഒരു പുതിയ വാൽ മുളച്ചുവന്നിരുന്നു. മുമ്പത്തേതിലും വികൃതിയും തെമ്മാടിയുമായിത്തീർന്നിരുന്നു അവൻ. കാലത്തേതന്നെ ജനവാതിലിന്റെ പുറത്തുനിന്ന് പക്ഷികൾ ഭയങ്കരമായി കശപിശ കൂട്ടും. വാർഡ് വൃത്തിയാക്കുന്ന വേലക്കാരിയുടെ ക്ഷമയകലുമ്പോൾ പിറുപിറുത്തുകൊണ്ട് അവർ ജനവാതിൽ കയറി, വായുസഞ്ചാരമാർഗത്തിലൂടെ തന്റെ തുണി കുടഞ്ഞ് അവയെ ആട്ടി ഓടിക്കും.

മോസ്കോനദിയിലെ മഞ്ഞെല്ലാം ഉരുകിത്തുടങ്ങി. കുറച്ചുദിവസത്തെ ശബ്ദായമാനമായ ജീവിതത്തിനുശേഷം അവൾ ശാന്തയായി. കരയ്ക്കുള്ളിൽ ഒതുങ്ങിനിന്ന തന്റെ വിരിഞ്ഞമാറ്, കപ്പലുകൾക്കും പത്തേമാരികൾക്കും വെള്ളപ്പൊക്കക്കാലത്ത് ഗതാഗതസൗകര്യം

നൽകിയിരുന്നു. കുക്കുഷ്കിന്റെ ജഡീകരമായ പ്രവചനം ഉണ്ടായിരുന്നിട്ടും, വസന്തകാലത്തെ വെള്ളച്ചാട്ടത്തിന്റെ ഗതിയിൽ 42–ാം നമ്പറിലെ ആരുംതന്നെ 50–ാം നമ്പർ മുറിയിലേക്ക് ഒലിച്ചുപോയില്ല. കമ്മിസാർ ഒഴിച്ചു ബാക്കിയെല്ലാവരും വളരെ അധികം അഭിവൃദ്ധി പ്രാപിച്ചിരുന്നു. ഇപ്പോൾ വാർഡിലെ പ്രധാന സംഭാഷണം ആശുപത്രിയിൽനിന്നു വിടുതൽ കിട്ടുന്നതിനെപ്പറ്റിയായി. സ്റ്റീഫൻ ഐവനോവിച്ചാണ് ആദ്യമായി ആശുപത്രി വിട്ടത്. ഉൽക്കണ്ഠ, ആനന്ദം, പരിഭ്രമം എന്നീ മിശ്രവികാരത്തോടെ, വിടുതൽ കിട്ടുന്നതിന്റെ തലേദിവസം അയാൾ ആശുപത്രി മുഴുവനും ചുറ്റിനടന്നു. ഒരുനിമിഷംപോലും ശാന്തനായിരിക്കുവാൻ അയാൾക്കു സാധിച്ചില്ല. വരാന്തയിലെ രോഗികളോട് കുറേനേരം സംസാരിച്ചുനിന്നശേഷം അയാൾ വാർഡിലേക്കു മടങ്ങും അവിടെപ്പോയി ജനാലപ്പടിയിൽ കയറിയിരുന്ന് റൊട്ടിക്കഷണത്തിൽനിന്ന് എന്തോ ഉണ്ടാക്കുവാൻ ശ്രമിക്കും: ഉടനടി അവിടെനിന്ന് ചാടിയെഴുന്നേറ്റ് വാർഡുവിട്ട് പുറത്തേക്കുപോകും. സന്ധ്യ മയങ്ങിയതിനുശേഷം അയാൾ ജനവാതിൽപ്പടിയിൽക്കയറി, ദീർഘാലോചനയിൽ മുഴുകി. നെടുവീർപ്പുകളിട്ടു, പിറുപിറുത്തുകൊണ്ട് രോഗികൾ ഓരോവിധ ചികിത്സയിൽ വ്യാപൃതരായിരിക്കുന്ന സമയമാണിത്. രണ്ടു രോഗികൾമാത്രമേ അവിടെ ഉണ്ടായിരുന്നുള്ളൂ. ഒരാൾ–കമ്മിസാർ നിശ്ശബ്ദനായി സ്റ്റീഫൻ ഐവനോവിച്ചിനെ നോക്കിക്കൊണ്ടിരിക്കുകയാണ്. മറ്റെയാൾ–മെരിസീവ് ഉറങ്ങുവാൻ പാടുപെടുകയും ചെയ്യുന്നു.

ചുറ്റും പ്രശാന്തത പരന്നു. അസ്തമനസൂര്യന്റെ അവസാനകിരണങ്ങളിൽ മുങ്ങിനിൽക്കുന്ന സ്റ്റീഫൻ ഐവനോവിച്ചിന്റെ നിഴൽ തെളിഞ്ഞുകാണാവുന്നിടത്തേക്ക് നോക്കിക്കൊണ്ട് പുറത്ത് കേൾക്കാൻ വയ്യാത്ത ഒരു സ്വരത്തിൽ കമ്മിസാർ പറഞ്ഞു:

“ഗ്രാമത്തിൽ ഇപ്പോൾ സന്ധ്യാസമയമാണ്–പ്രശാന്തത–തികഞ്ഞ പ്രശാന്തതയായിരിക്കും അവിടെ–മഞ്ഞലിഞ്ഞുതുടങ്ങുന്ന, മണ്ണ്, നനഞ്ഞ വളം, മരപ്പുകയുടെ നാറ്റം–തൊഴുത്തിൽ കിടക്കുന്ന പശു, അവളുടെ വൈക്കോൽമെത്തയിൽ കാലിട്ടടിക്കുകയായിരിക്കും. അത് അസ്വസ്ഥമാണ്–ചെനപിടിക്കേണ്ട കാലമാണതിന്–മധുമാസം–ഞാനാലോചിക്കുകയാണ്. സ്ത്രീകൾക്കു തന്നെ വയലിൽ വളം പരത്താൻ സാധിക്കുമോ? വിത്തും കോപ്പുകളും എവിടെയാണ്? അക്കാര്യത്തിൽ എല്ലാം ശരിയായിക്കാണുമോ?”

സ്റ്റീഫൻ ഐവനോവിച്ച് കമ്മിസാറെ നോക്കിയ നോട്ടത്തിൽ അത്ഭുതത്തേക്കാളധികം ഭയപ്പാട് ആയിരുന്നു എന്നു തോന്നി അലക്സിക്ക്. സ്റ്റീഫൻ ഐവനോവിച്ച് ചോദിച്ചു.

“റജിമെന്റൽ കമ്മിസാർ സഖാവേ–നിങ്ങൾ ഒരു മാന്ത്രികനാണോ; മറ്റുള്ളവരുടെ വിചാരങ്ങളെ ഇത്ര കണിശമായി മനസിലാക്കുവാൻ? നമ്മുടെ സ്ത്രീകൾ തീർച്ചയായും പ്രായോഗികമന:സ്ഥിതിക്കാരാണ്. പക്ഷേ, പുരുഷന്മാരില്ലാതെ എല്ലാം എങ്ങനെയാണ് അവർ നിർവഹിക്കുക

എന്ന് ചെകുത്താനുമാത്രമേ അറിയാൻ നാധിക്കുകയുള്ളൂ. അതേ, അതാണ് വാസ്തവം.”

വീണ്ടും നിശബ്ദത പരന്നു. നദിയിലെവിടെയോ ഒരു കപ്പൽ കുഴൽ വിളിച്ചു. ആ ശബ്ദം ജലപ്പരപ്പിലൂടെ ഒഴുകി കരിങ്കൽ മതിലിന്മേൽ തട്ടി പ്രതിധ്വനിച്ചു.

“എന്തു പറയുന്നു–ഈ യുദ്ധം ഇപ്പോഴെങ്ങാനും അവസാനിക്കുമോ?” സ്റ്റീഫൻ ഐവനോവിച്ച് എന്തോ കാരണത്താൽ സ്വരം താഴ്ത്തി ചോദിച്ചു–“കൊയ്ത്തിനുമുമ്പ് അതു കഴിയുമോ”

കമ്മിസാർ മറുപടി പറഞ്ഞു: “എന്തിനാണ് ഇത്ര പരിതപിക്കുന്നത്. നിങ്ങളുടെ പ്രായത്തിലുള്ളവരെ സമരസേവനത്തിന് വിളിച്ചിട്ടില്ലല്ലോ. നിങ്ങൾ ഒരു സന്നദ്ധഭടനല്ലേ. യുദ്ധത്തിൽ നിങ്ങളുടേതായ പങ്ക് നിങ്ങൾ നിർവഹിക്കുകയും ചെയ്തിരിക്കുന്നു. ആവശ്യപ്പെടുകയാണെങ്കിൽ നിങ്ങൾക്കു വിടുതൽ കിട്ടും. എന്നാൽ പോയി സ്ത്രീകളുടെ നേതൃത്വം ഏറ്റെടുക്കാമല്ലോ. പ്രായോഗികബുദ്ധികളായ പുരുഷന്മാരുടെ സാന്നിധ്യം അവിടെയും ആവശ്യമുണ്ട്. ഇല്ലേ–എന്തു പറയുന്നു ഊതത്താടി.”

ഇതു പറയുന്നതിനിടയിൽ വളരെ കരുണയോടെ കമ്മിസാർ ആ പഴയ പട്ടാളക്കാരനെ നോക്കുന്നുണ്ടായിരുന്നു. അയാൾ ജാഗ്രതയോടും ആവേശത്തോടുംകൂടി ജനൽപ്പടിയിന്മേൽനിന്നു ചാടിയിറങ്ങി.

“വിടുതൽ നേടുകയോ–ഏയ്–ഞാനും അതുതന്നെയാണ് ആലോചിച്ചുകൊണ്ടിരുന്നത്. ഞാനതു സ്വയം പറയുകയായിരുന്നു. കമ്മീഷന് ഒരു ഹർജി കൊടുത്തുനോക്കട്ടെ–ഏതായാലും ഞാൻ മൂന്നു യുദ്ധത്തിൽ പങ്കെടുത്തിട്ടുണ്ട്–സാമ്രാജ്യയുദ്ധത്തിൽ, അഭ്യന്തരയുദ്ധത്തിൽ, മുഴുവൻ; ഇതാ ഇതിൽ കുറെ. ഒരുപക്ഷേ ഇതൊക്കെ മതിയാകും. ഇല്ലേ. കമ്മിസാർ സഖാവേ എന്താണ് നിങ്ങളുടെ ഉപദേശം.”

“ശരി, ഹർജി കൊടുക്കൂ. എനിക്ക് ഗ്രാമത്തിൽ സ്ത്രീകളുടെകൂടെ പ്രവൃത്തിയെടുക്കേണ്ടതുകൊണ്ട് ദയവായി എനിക്കു വിടുതൽ അനുവദിക്കണം എന്ന് അപേക്ഷിക്കൂ. എന്നെ ജർമൻകാരിൽ നിന്നു മറ്റുള്ളവർ കാത്തുരക്ഷിക്കട്ടെ.” സ്വയം നിയന്ത്രിക്കാതെ കിടക്കയിൽ കിടന്നുകൊണ്ട് മെരിസീവ് വിളിച്ചു പറഞ്ഞു.

ഒരു കുറ്റബോധത്തോടെ സ്റ്റീഫൻ ഐവനോവിച്ച് അയാളെ നോക്കി. നെറ്റി ചുളിച്ചുകൊണ്ട് കമ്മിസാർ പറഞ്ഞു:

“സ്റ്റീഫൻ എന്തുപദേശമാണ് എനിക്കു തരുവാൻ കഴിയുക. നിങ്ങളുടെ ഹൃദയത്തോട് ചോദിക്കൂ. നിങ്ങൾക്കും റഷ്യക്കാരന്റെ ഹൃദയമില്ലേ. നിങ്ങൾക്ക് ആവശ്യമുള്ള ഉപദേശം അതുതരും.”

പിറ്റേദിവസം സ്റ്റീഫൻ ഐവനോവിച്ചിന് ആശുപത്രിയിൽനിന്ന് വിടുതൽ കിട്ടി. ഗുഡ്ബൈ പറയുവാൻ സൈനിക യൂണിഫോറം ധരിച്ചാണ് അയാൾ എത്തിയത്. അനേകം അലക്കുകൾകൊണ്ട് നിറംമങ്ങിയ അടിക്കുപ്പായം മുന്നിൽ യാതൊരു വളവും വരുത്താതെ പിന്നി

ലേക്കു വലിച്ച് ബൽട്ടിട്ട് മുറുക്കിയിരുന്നു. ആ വേഷവിധാനത്തിൽ ഉയരം കുറഞ്ഞ ആ മനുഷ്യന് ഒരു 15 വയസ്സു കുറവായേ ആരും മതിക്കുകയുള്ളൂ. നെഞ്ചത്ത് കണ്ണഞ്ചിക്കുന്ന വിധത്തിൽ പ്രകാശിച്ചിരുന്ന "ഹീറോ ഓഫ് സോവിയറ്റ് യൂണിയൻ" സ്വർണമെഡലും ഓർഡർ ഓഫ് ലെനിൻ, മെഡൽ ഓഫ് വാലർ എന്നിവയും ധരിച്ചിരുന്നു. താൻ രോഗിയായിരുന്നപ്പോൾ ധരിച്ചിരുന്ന വസ്ത്രവും ഒരു മഴക്കോട്ടുപോലെ തോളത്തിട്ടിരുന്നു. പക്ഷേ പട്ടാളബിരുദചിഹ്നങ്ങൾ മറയ്ക്കാത്ത തരത്തിൽ ചെറുതായിരുന്നു അത്. പഴയ സൈനികച്ചെരുപ്പുതൊട്ട്, നല്ലപോലെ മെഴുക്ക് പുരട്ടി തേൾവാൽമാതിരി മടക്കി വെച്ചിരുന്ന മീശവരെയുള്ള ആ രൂപം 1914-ലെ യുദ്ധകാലത്ത് പ്രചരിച്ചിരുന്ന ക്രിസ്മസ് കാർഡിൽ സാധാരണ കാണാറുള്ള വീരനായ നാടൻപട്ടാളക്കാരനെ ഓർമിപ്പിച്ചു.

തന്റെ സഖാക്കളിൽ ഓരോരുത്തരുടേയും സമീപം ചെന്ന്, അവരവരുടെ സൈനികബഹുമതി കൂട്ടി വിളിച്ച് അയാൾ അഭിവാദ്യം ചെയ്തു. ചുറുചുറുക്കോടെ തനി പട്ടാളച്ചിട്ടയിൽ, അയാൾ കാലുകൾ കൂട്ടിയടിച്ച് അഭിവാദ്യം ചെയ്തതു സന്തോഷകരമായ ഒരു കാഴ്ചതന്നെയായിരുന്നു.

"എന്നെ യാത്ര പറയുവാൻ അനുവദിക്കൂ, റജിമെന്റിൽ കമ്മിസാർ സഖാവേ-" അങ്ങേയറ്റത്തെ കട്ടിലിന്റെ അടുത്ത് എത്തി തികഞ്ഞ ആദരവോടെ അയാൾ പറഞ്ഞു. "ഗുഡ്ബൈ.........-സുരക്ഷിതമായ യാത്ര ആംശസിക്കട്ടെ." ആ പട്ടാളക്കാരന്റെ നേർക്കു തിരിഞ്ഞപ്പോൾ ഉണ്ടായ വേദന കടിച്ചമർത്തികൊണ്ട് അദ്ദേഹം പറഞ്ഞു.

പട്ടാളക്കാരൻ മുട്ടുകുത്തിനിന്ന് കമ്മിസാറുടെ വലിയ തല തന്റെ കൈകളിൽ എടുത്ത് പഴയ റഷ്യൻ ആചാരമനുസരിച്ച് മൂന്നു പ്രാവശ്യം ചുംബിച്ചു.

"വേഗം സുഖമാകൂ, സിമിയോൺ വാസിലോവിച്ച്-ദൈവം ദീർഘായുസും ആരോഗ്യവും അരുളട്ടെ. നിങ്ങൾക്കു കനകംകൊണ്ടുള്ള ഒരു ഹൃദയമാണുള്ളത്. ഒരു പിതാവിനേക്കാൾ മീതെയായിരുന്നു നിങ്ങൾ ഞങ്ങൾക്ക്. ഞാൻ ജീവിച്ചിരിക്കുന്നിടത്തോളം കാലം നിങ്ങളെക്കുറിച്ച് ഓർക്കും." പട്ടാളക്കാരൻ വികാരംകൊണ്ടു വിറയാർന്നു പറഞ്ഞു.

"ശരി, ഇപ്പോൾ പോകൂ-സ്റ്റീഫൻ ഐവനോവിച്ച് അദ്ദേഹത്തിന് മനഃക്ഷോഭം ഉണ്ടാക്കരുത്" പട്ടാളക്കാരന്റെ കോട്ടിന്റെ കൈയിൽ പിടിച്ചു വലിച്ചുകൊണ്ട് ക്ലാവഡിയ മിഖായിലോപ്ന പറഞ്ഞു.

"നഴ്സ്, നിങ്ങളുടെ ദയവിനും ശുശ്രൂഷയ്ക്കും അകമഴിഞ്ഞ നന്ദി" വളരെ ഗൗരവത്തോടെ അവളുടെ മുന്നിൽ താണു കുമ്പിട്ടുകൊണ്ട് അത്യാദരവോടെ അയാൾ തുടർന്നു. "അതേ നിങ്ങൾ ഞങ്ങളുടെ സോവിയറ്റ് മാലാഖയാണ്-അതേ അതാണ് നിങ്ങൾ."

പരിഭ്രമംകൊണ്ട് തുടുത്ത്, എന്താണ് പറയേണ്ടതെന്നറിയാതെ അയാൾ വാതിൽക്കലേക്കു നീങ്ങി.

"എന്തു മേൽവിലാസത്തിലാണ് ഞങ്ങൾ എഴുതേണ്ടത്. സൈബീരിയയിലേക്കാണോ." ഒരു പുഞ്ചിരിയോടെ കമ്മിസാർ ചോദിച്ചു.

"അത് എന്തിനു ചോദിക്കുന്നു കമ്മിസാർ സഖാവേ. സജീവസേവനത്തിൽപ്പെട്ട ഒരു സേനാനിക്ക് എവിടേക്കാണ് എഴുതേണ്ടത് എന്നു നിങ്ങൾക്ക് അറിയാമല്ലോ." ഒരു വക സംഭ്രമത്തോടെ ആണ് അയാൾ പറഞ്ഞത്. എല്ലാ ദിക്കിലേക്കും തിരിഞ്ഞ് ഒന്നുകൂടെ തലകുനിച്ചു വന്ദിച്ചശേഷം അയാൾ വാതിലിന്റെ പിന്നിൽ മറഞ്ഞു.

തുടർന്ന് ഒരു നിശബ്ദത ബാധിച്ചു. വാർഡിൽ ആളൊഴിഞ്ഞപോലെയായി. പിന്നീട് അവർ തങ്ങളുടെ സൈനിക വിഭാഗത്തേയും സഖാക്കളേയും യുദ്ധക്കളത്തിൽ അവർക്ക് അഭിമുഖീകരിക്കേണ്ടിവരുന്ന വമ്പിച്ച പ്രവൃത്തികളെയും കുറിച്ചു സംസാരിച്ചു. അവരെല്ലാം സുഖം പ്രാപിച്ചു വരികയാണ്. അതുകൊണ്ട് ഇനിമേൽ അവയൊന്നും സ്വപ്നമല്ല. പ്രായോഗികമാകാവുന്ന യാഥാർത്ഥ്യങ്ങളാണ്. കുക്കുഷ്കിന് വരാന്തയിൽ വളരെ സ്വതന്ത്രമായി നടക്കാമെന്നായിട്ടുണ്ട്. അവിടെ അയാൾ നഴ്സുമാരുടെ കുറ്റം കണ്ടുപിടിച്ചും, സുഖം പ്രാപിച്ചുവരുന്ന രോഗികളെ പരിഹസിച്ചും പലരുമായി വഴക്കുണ്ടാക്കി കൊണ്ടുമിരുന്നു. 'ടാങ്കിസ്റ്റും' കിടക്ക വിട്ടെഴുന്നേറ്റു. കെട്ടഴിച്ച, ഉണങ്ങിത്തുടങ്ങിയ, തന്റെ മുഖവും തോളും കഴുത്തും, വരാന്തയിൽ തൂക്കിയിട്ടിരിക്കുന്ന കണ്ണാടിയിൽ നോക്കിക്കൊണ്ട് അയാൾ അങ്ങനെ ഇരിക്കും. അന്യൂനവുമായുള്ള കത്തിടപാടുകൾ വർധിച്ചുവരുന്തോറും അയാൾ വളരെ ശ്രദ്ധയോടെ തന്റെ പൊള്ളി വികൃതമായ മുഖം പരിശോധിക്കും. സന്ധ്യാസമയത്തോ മങ്ങിയ പ്രകാശമുള്ള വരാന്തയിലോ ആണെങ്കിൽ അയാൾക്ക് അത്ര വൈകൃതം തോന്നുകയില്ല:–നല്ല അവയവങ്ങൾ, ഉയർന്ന നെറ്റി, ചെറിയ കൂർത്ത നാസിക, യുവത്വം തുളുമ്പുന്ന ദൃഢമായ ചുണ്ട് ആശുപത്രിയിൽവെച്ച് അയാൾ വളർത്തിയ ചെറിയ കറുത്ത മീശ. പക്ഷേ തെളിഞ്ഞ പ്രകാശത്തിൽ അയാളുടെ മുഖത്ത് നിറയെ വടുക്കൾ ഉള്ളതായും, അവയുടെ ചുറ്റുമുള്ള തൊലി ചുളുങ്ങിക്കൂടിയിരിക്കുന്നതായും കാണാം. അയാൾ ആവേശഭരിതനാകുമ്പോഴോ സ്നാനചികിത്സ കഴിഞ്ഞ് ആയാസംകൊണ്ട് തുടുത്ത് വിയർത്തു വരുമ്പോഴോ അവ വളരെ ഭയാനകമായി തോന്നും. ഓരോ പ്രാവശ്യം കണ്ണാടി നോക്കുമ്പോഴും അയാൾ കരച്ചിലിന്റെ വക്കുവരെ എത്തും. ആശ്വസിപ്പിക്കുവാൻ ശ്രമിച്ചുകൊണ്ട്, ഒരു ദിവസം മെരിസീവ് പറഞ്ഞു: "എന്തിനാണ് ഇങ്ങനെ മന്ദിച്ചിരിക്കുന്നത്. നിങ്ങൾ ചലച്ചിത്രമാകാൻ പോകുന്നില്ല ഉവ്വോ. പിന്നെ നിങ്ങളുടെ കാമിനി യഥാർത്ഥത്തിൽ പ്രേമവതിയാണെങ്കിൽ ഇതുകൊണ്ട് ഒരു വ്യത്യാസവും ഉണ്ടാകാൻ പോകുന്നില്ല. അങ്ങനെ അവൾക്കു തോന്നുമെങ്കിൽ അവളൊരു കഴുതയായിരിക്കണം എങ്കിൽ അവൾ നരകത്തിലേക്കു പോകട്ടെ... നല്ല തരത്തിൽപ്പെട്ട വേറെ ഒന്നിനെ നമുക്ക് കണ്ടുപിടിക്കാം."

"എല്ലാ പെണ്ണുങ്ങളും ഒരുപോലെയാണ്." കുക്കുഷ്കിൻ ഇടയ്ക്കു തടഞ്ഞുകൊണ്ട് പറഞ്ഞു.

"നിങ്ങളുടെ അമ്മയെപ്പറ്റി എന്തുപറയുന്നു." കമ്മിസാർ ചോദിച്ചു. നീ എന്ന് സാധാരണയായി ഉപയോഗിക്കുന്നതിനുപകരം നിങ്ങൾ എന്നുതന്നെയാണ് അദ്ദേഹം ഇത്തവണ പറഞ്ഞത്. ആ വാർഡിൽ കുക്കുഷ്കിനോട് മാത്രമേ ഇത്ര ഔപചാരികമായി അദ്ദേഹം സംസാരിക്കാറുള്ളൂ. ശാന്തമായ ഈ ചോദ്യം ലഫ്റ്റനന്റിൽ വർണനാതീതമായ ഒരു ഫലമാണ് ഉണ്ടാക്കിയത്. അയാൾ കിടക്കയിൽ എഴുന്നേറ്റിരുന്നു. കണ്ണുകൾ ജ്വലിച്ചു. തുണിപോലെ അയാളുടെ മുഖം വിളർത്തുപോയി.

"അതാ-ഇപ്പോൾ നിങ്ങൾക്ക് കാണാൻ കഴിയും ലോകത്തിൽ നല്ല സ്ത്രീകളും ഉണ്ടെന്ന പരമാർഥം." കമ്മിസാർ ഒരു അനുരഞ്ജന സ്വരത്തിലാണ് അത് പറഞ്ഞത്. "നിങ്ങൾക്ക് എങ്ങനെ അറിയാം ഗ്രിഷ ഭാഗ്യവാനല്ല എന്ന്-അതാണ് ജീവിതത്തിൽ സംഭവിക്കുക. നിങ്ങൾ തിരഞ്ഞുപോകുന്നതേ നിങ്ങൾക്ക് കണ്ടുപിടിക്കാനാകൂ."

ചുരുക്കത്തിൽ വാർഡു മുഴുവൻ പുനർജീവൻ കൈക്കൊണ്ടു. അനുക്രമം അധഃപതിച്ചു വന്നിരുന്നത് കമ്മിസാറുടെ സ്ഥിതിമാത്രമായിരുന്നു. മോർഫിയയും കർപ്പൂരവും ഉപയോഗിച്ചാണ് അവർ അദ്ദേഹത്തിന്റെ ജീവൻ നിലനിർത്തിപോന്നിരുന്നത്. അതിന്റെ ഫലമായി, പകുതി മത്തു പിടിച്ച നിലയിൽ ദിവസങ്ങളോളം അദ്ദേഹം അസ്വസ്ഥനായി കിടക്കയിൽ കിടന്ന് ഉരുളും. സ്റ്റീഫൻ ഐവനോവിച്ച് പോയതിൽപ്പിന്നെ തൻെറ കിടക്ക കമ്മിസാറുടേതിനോട് അടുപ്പിച്ചിടുവാൻ അലക്സി ആവശ്യപ്പെട്ടു. കഴിയുന്ന സഹായങ്ങൾ ചെയ്യാമല്ലോ. ദിവസം ചെല്ലുംതോറും മെരിസീവിന് കമ്മിസാറോടുള്ള അടുപ്പം വർധിക്കുകയായിരുന്നു.

കാലില്ലാത്തതിനാൽ മറ്റുള്ളവരേക്കാൾ കഠിനവും ദുർഘടവുമാകും തന്റെ ജീവിതം എന്ന് അലക്സിക്ക് അറിയാമായിരുന്നു. തന്റെ അവശതയെ അവഗണിച്ചിരിക്കുന്ന കാന്തംപോലെ മറ്റുള്ളവരെ ആകർഷിച്ചിരുന്നു, എന്തുതന്നെയായാലും ഒരു യഥാർഥജീവിതം നയിക്കുവാൻ പ്രാപ്തിയുണ്ടായിരുന്ന കമ്മിസാറിൽ ആകൃഷ്ടനായിരുന്നു അയാൾ. അസ്തപ്രജ്ഞാവസ്ഥയിൽ നിന്നു വളരെ വിരളമായേ കമ്മിസാർ ഉണരാറുള്ളൂ. സ്വബോധം തെളിഞ്ഞാൽ അദ്ദേഹം തികച്ചും പഴയപോലെയാകും.

ഒരു ദിവസം വൈകുന്നേരം-ആശുപത്രിയിലെ തിക്കും തിരക്കും അൽപ്പമൊന്ന് അവസാനിച്ചിരിക്കുന്നു; മറ്റു വാർഡുകളിൽനിന്നും ഉയരുന്ന കൂർക്കംവലികളും ഞരക്കങ്ങളും അർധബോധാവസ്ഥയിലെ പ്രലപനങ്ങളും മാത്രമേ അവിടത്തെ നിശബ്ദതയെ ഭഞ്ജിച്ചിരുന്നുള്ളൂ. പെട്ടെന്ന് വരാന്തയിൽ പരിചിതമായ കനത്ത കാലടിശബ്ദം കേട്ടു. വാതിലിന്റെ ചില്ലിൽക്കൂടി, മങ്ങിയ വെളിച്ചത്തിൽ ആണ്ടുകിടക്കുന്ന വരാന്ത മുഴുവനും അലക്സിക്കു കാണാമായിരുന്നു. അതിന്റെ അങ്ങേ അറ്റത്തെ മേശക്കരികിലായി, ഒരു നഴ്സ്, അവസാനമില്ലാതെ ഒരു ബ്ലൗസ് തുന്നിക്കൊണ്ടിരിക്കുന്നുണ്ട്. പിന്നിൽ കൈകെട്ടി സാവധാന

ത്തിൽ നടന്നടുക്കുന്ന വാസിലി വാസിലോവിച്ചിന്റെ രൂപം ആ അറ്റത്ത് പ്രത്യക്ഷമായി. അദ്ദേഹത്തിന്റെ വരവുകണ്ട് നഴ്സ് ചാടിയെഴുന്നേറ്റു. അസ്വസ്ഥനായി കൈകൊണ്ട് ആംഗ്യം കാണിച്ച് അദ്ദേഹമവളെ മാറ്റി നിർത്തി. അദ്ദേഹത്തിന്റെ വസ്ത്രത്തിനു ബട്ടണില്ലായിരുന്നു, തലയിൽ ആവരണമൊന്നുമില്ലാത്തതിനാൽ നരച്ച കട്ടിപിടിച്ച തലമുടി നെറ്റിമേൽ വീണുകിടന്നിരുന്നു.

“വ്യാസ് വരുന്നുണ്ട്.” കൃത്രിമക്കാലിന്റെ ഒരു പ്രത്യേക മാതൃകയെക്കുറിച്ച് കമ്മിസാറോട് പറഞ്ഞുകൊണ്ടിരുന്ന മെരിസീവ് പതുക്കെ മന്ത്രിച്ചു. വഴിയിൽ എന്തോ തടസം കണ്ടപോലെ വാസിലി വാസിലോവിച്ച് നിന്നു; ചുമരിന്മേൽ കൈവച്ച് എന്തോ പിറുപിറുത്തു, ചുമരിന്മേൽ നിന്ന് സ്വയം തള്ളിമാറ്റിക്കൊണ്ട് അദ്ദേഹം 41–ാം നമ്പർ മുറിയിൽ പ്രവേശിച്ചു. എന്തോ ഓർക്കുവാൻ ഉത്സാഹിക്കുന്നതുപോലെ നെറ്റി തടവിക്കൊണ്ട് അദ്ദേഹം ആ മുറിയുടെ നടുവിലായി നിന്നു. അണുനാശകാരിയായ ലഹരിദ്രാവകത്തിന്റെ നാറ്റം അദ്ദേഹത്തിന്റെ ചുറ്റും ഉണ്ടായിരുന്നു.

“വാസിലിവാസിലോവിച്ച് കുറച്ചുനേരം ഇവിടെ ഇരിക്കു. നമുക്കു കുറച്ചു വർത്തമാനം പറയാം.” കമ്മിസാർ ക്ഷണിച്ചു.

പ്രൊഫസർ കാലുകൾ വലിച്ചുവച്ചു. കട്ടിലിന്റെ അടുക്കലേക്ക് നീങ്ങി. അതിന്റെ ഒരു ഭാഗത്തായി ഇരുന്ന് കവിൾത്തടം തടവി. കനം തൂങ്ങി ആ കട്ടിലിന്റെ സ്പ്രിങ്ങുകൾ ഞെരുങ്ങി. മുമ്പ് സന്ദർശനവേളകളിൽ, യുദ്ധഗതിയെപ്പറ്റി സംസാരിക്കുവാൻ വേണ്ടി അദ്ദേഹം കമ്മിസാറുടെ കട്ടിലിനരികെ അൽപ്പസമയം നിൽക്കാറുണ്ട്. മറ്റു രോഗികളിൽ നിന്നും അദ്ദേഹം കമ്മിസാറെ പ്രത്യേകം കണക്കാക്കിയിരുന്നുവെന്നത് വ്യക്തമാണ്. അതുകൊണ്ട് നേരം വൈകിയ ആ സായാഹ്നസന്ദർശനത്തിൽ അസാധാരണമായി ഒന്നും ഉണ്ടായിരുന്നില്ല. വേറെ ഒരാളുടെ ചെവിയിൽ എത്തേണ്ട ആവശ്യമില്ലാത്ത എന്തോ ചിലത് അവർക്കു തമ്മിൽ സംസാരിക്കാനുണ്ടെന്ന് മെരിസീവിനു തോന്നി. അയാൾ കണ്ണടച്ച് ഉറക്കം നടിച്ചു കിടന്നു.

“ഇന്ന്–ഏപ്രിൽ 29–ന്–അവന്റെ ജന്മദിനമാണ്.–ഇന്ന് അവന് അല്ല അവൻ ഉണ്ടായിരുന്നുവെങ്കിൽ 36 വയസ്സ് ആവും.” പ്രൊഫസർ താഴ്ന്നസ്വരത്തിൽ പറഞ്ഞു.

വളരെ ബുദ്ധിമുട്ടി, തന്റെ നീരുവന്ന കൈ ബ്ലാങ്കറ്റിന്റെ അടിൽ നിന്നു വലിച്ചെടുത്ത് കമ്മിസാർ വാസിലിവാസിലോവിച്ചിന്റെ കൈപിടിച്ചു. വിശ്വസിക്കാൻ സാധ്യമല്ലാത്ത ഒരു സംഗതിയാണ് അപ്പോൾ ഉണ്ടായത്. പ്രൊഫസർ പൊട്ടിക്കരഞ്ഞുപോയി. മഹാധീരനായ ആ വലിയ മനുഷ്യൻ കരയുന്നത് കാണാൻ വയ്യാത്ത ഒരു കാഴ്ചയായിരുന്നു. അലക്സി സ്വയം അറിയാതെതന്നെ ചുമൽ ഒന്നു കുലുക്കി, പുതപ്പെടുത്തു തല മൂടിപ്പുതച്ചു.

“ഈ സ്ഥലം വിടുന്നതിനുമുമ്പ്, അവൻ എന്നെ കാണാൻവന്നിരുന്നു” പ്രൊഫസർ തുടർന്നു. “താൻ സൈന്യത്തിൽ ചേർന്നുവെന്നും,

ഇവിടത്തെ തന്റെ ജോലിക്ക് വേറെ ആരെയെങ്കിലും നിയമിക്കണമെന്നും എന്നോടു പറഞ്ഞു. അവൻ എന്നോട് ഇവിടെ എന്റെകൂടെ പ്രവൃത്തിയെടുക്കുകയായിരുന്നു. എനിക്ക് അത്ഭുതം തോന്നി. ഞാൻ അട്ടഹസിച്ചു വൈദ്യശാസ്ത്രത്തിൽ ബിരുദംനേടിയ മിടുക്കനായ ഒരു ശാസ്ത്രജ്ഞൻ എന്തിനുവേണ്ടി തോക്കെടുക്കണം എന്ന്. അവൻ പറഞ്ഞ ഓരോ വാക്കും ഞാൻ ഓർക്കുകയാണ്." അച്ഛാ, ചില സമയമുണ്ട്. അപ്പോൾ ശാസ്ത്രജ്ഞനും തോക്കെടുക്കേണ്ടിവരും.' അതു പറഞ്ഞ് അവൻ വീണ്ടും ചോദിച്ചു. 'ഇവിടെയുള്ള എന്റെ പണി ആരു നോക്കും.' ടെലിഫോൺ റിസീവർ എടുക്കയേ എനിക്കു ചെയ്യേണ്ടിയിരുന്നുള്ളൂ. എന്നാൽ ഒന്നും ഒന്നും സംഭവിക്കുകയില്ലായിരുന്നു. നിങ്ങൾക്കു മനസിലായോ. ഒരു യുദ്ധകാലാശുപത്രിയിൽ ഒരു വകുപ്പിന്റെ ചാർജ് മുഴുവൻ അവനായിരുന്നു വഹിച്ചിരുന്നത് അല്ലേ?"

വാസിലി വാസിലോവിച്ച് സംസാരം നിർത്തി. ഒരു പരുപരുത്ത സ്വരത്തിൽ അദ്ദേഹം ദീർഘനിശ്വാസം വിടുന്നത് കേൾക്കാമായിരുന്നു. വീണ്ടും അദ്ദേഹം പറഞ്ഞു തുടങ്ങി.

"അത് ചെയ്യല്ലേ-പ്രിയപ്പെട്ട കുട്ടി-നോക്കൂ, കൈ എടുക്കൂ. എനിക്കറിയാം അതനക്കുമ്പോൾ എന്തുമാത്രം വേദന നിങ്ങൾ അനുഭവിക്കുന്നുണ്ടെന്ന്-ശരി അന്നുരാത്രി മുഴുവൻ ഞാൻ എന്തുവേണം എന്ന് ആലോചിച്ചു കഴിച്ചുകൂട്ടി. ഞാൻ വേറെ ഒരാളെ അറിയും. നിങ്ങൾക്ക് അറിയാമല്ലോ ഞാൻ ആരെയാണ് ഉദ്ദേശിക്കുന്നതെന്ന്. അദ്ദേഹത്തിന് ഒരു മകനുണ്ടായിരുന്നു. യുദ്ധത്തിന്റെ ആദ്യദിനങ്ങളിൽത്തന്നെ അയാൾ കൊല്ലപ്പെട്ടുപോയി. നിങ്ങൾക്ക് അറിയാമോ ആ പിതാവ് എന്താണ് ചെയ്തതെന്ന്. അദ്ദേഹം രണ്ടാമത്തെ മകനേയും സമരത്തിന് അയച്ചു-ഒരു പോർവിമാനത്തിലെ വൈമാനികനായിട്ട്. യുദ്ധത്തിലെ ഏറ്റവും വലിയ അപകടസാധ്യതയുള്ള രംഗത്തേക്ക്. ഞാൻ അദ്ദേഹത്തെക്കുറിച്ച് ഓർത്തു. എന്താണ് ഞാൻ ചെയ്യാൻപോകുന്നത് എന്നു വിചാരിച്ചപ്പോൾ ഞാൻ ലജ്ജിതനായി, പിന്നെ ഞാൻ ടെലിഫോൺ ചെയ്തില്ല."

"അങ്ങ് അതിൽ പരിതപിക്കുന്നുണ്ടോ."

"ഇല്ല. ഇതിനെ പരിതാപമെന്നാണോ വിളിക്കേണ്ടത്. ഞാൻ സ്വയം ചോദിക്കുകയാണ്. എന്റെ ഏകപുത്രന്റെ ഘാതകനാണോ ഞാൻ. അവൻ ഇവിടെ എന്റെ കൂടെ ഉണ്ടാകുമായിരുന്നു, എനിക്കും അവനും കൂടി നമ്മുടെ രാജ്യത്തിന് ഉപകാരപ്രദമായ നിരവധികാര്യങ്ങൾ ചെയ്യാമായിരുന്നു. യഥാർഥത്തിൽ സാമർഥ്യമുള്ളവനായിരുന്നു എന്റെ മകൻ. ഉശിരനും ധീരനും മിടുക്കനും. സോവിയറ്റ് വൈദ്യത്തൊഴിലിന്റെ അഭിമാനഭാജനമാകുമായിരുന്ന അവൻ.....ഞാൻ ടെലിഫോൺ ചെയ്തെങ്കിൽ മാത്രം മതിയായിരുന്നു."

"താങ്കൾ അന്നു ടെലിഫോൺ ചെയ്യാത്തതുകൊണ്ട് ഇന്നു സങ്കടപ്പെടുന്നുണ്ടോ."

"ഉവ്വ്–ഇല്ല–എനിക്കറിയാൻ വയ്യ. എനിക്കറിയാൻ വയ്യ."

"ഇപ്പോഴാണ് അതു സംഭവിക്കുന്നതെങ്കിൽ അന്നത്തേതിലും വ്യത്യസ്തമായി താങ്കൾ എന്തെങ്കിലും പ്രവർത്തിക്കുമായിരുന്നോ."

നിശബ്ദത പരന്നു. രോഗികളുടെ ക്രമമായ ശ്വാസോച്ഛ്വാസ ശബ്ദം കേൾക്കാമായിരുന്നു. ചിന്താക്രാന്തനായി ഇരുന്നിരുന്ന ഡോക്ടർ അറിയാതെതന്നെ അങ്ങോട്ടുമിങ്ങോട്ടും ഉലയുന്നതോടൊപ്പിച്ച് കട്ടിൽ ഞരങ്ങിക്കൊണ്ടിരുന്നു. ആവി ചൂടുപിടിപ്പിക്കുന്ന കുഴലിലെ അടപ്പ് 'ക്ലിക്ക്, ക്ലിക്ക്,' ശബ്ദമുണ്ടാക്കി.

"ശരി–" സഹതാപം ഓളംവെട്ടുന്ന ഒരു സ്വരത്തിൽ കമ്മിസാർ പറഞ്ഞു.

"എനിക്കറിയില്ല. നിങ്ങളുടെ ചോദ്യത്തിനു പൊടുന്നനെ ഒരു ഉത്തരം കണ്ടുപിടിക്കാൻ എളുപ്പമല്ല. എനിക്കറിയില്ല. എനിക്കു തോന്നുന്നത് ഇന്നും അതുതന്നെ ഞാൻ ചെയ്യുമായിരുന്നെന്നാണ്. അതേ, അന്നത്തെ സംഗതികൾ തന്നെ ആവർത്തിക്കുമായിരുന്നു. മറ്റുള്ള പിതാക്കന്മാരിൽനിന്ന് വിഭിന്നമായ വിധത്തിൽ നല്ലതോ ചീത്തയോ അല്ല ഞാൻ. ഈ യുദ്ധം എന്തൊരു ഭയങ്കരസംഗതിയാണ്."

"ഞാൻ പറയുന്നത് വിശ്വസിക്കൂ. താങ്കളേക്കാൾ എളുപ്പമായിരിക്കുകയില്ല, ബാക്കി പിതാക്കൾക്കും ഈ ദുരന്തം സഹിക്കുവാൻ; ഇല്ല ഒരിക്കലും എളുപ്പമായിരിക്കുകയില്ല."

കുറെ അധികം നേരത്തേക്ക് വാസിലി വാസിലോവിച്ച് നിശബ്ദനായിരുന്നു. എന്താണ് അദ്ദേഹം ആലോചിക്കുന്നത്. സാവധാനത്തിൽ നീങ്ങുന്ന ആ നിമിഷങ്ങൾക്കിടയിൽ ഉയർന്ന ചുളിവീണ നെറ്റിത്തടത്തിനടിയിലൂടെ എന്തെന്തു ചിന്തകളാണ് പരക്കംപായുന്നത്. ഒടുവിൽ അദ്ദേഹം പറഞ്ഞു.

"ശരി നിങ്ങൾ പറഞ്ഞത് ശരിയാണ്. അദ്ദേഹത്തിനും അത്ര സുഖകരമായിരിക്കുകയില്ല. എന്നാലും രണ്ടാമത്തെ മകനേയും പറഞ്ഞയച്ചു. നന്ദി പറയുന്നു–പ്രിയപ്പെട്ട കുട്ടീ–ഞാൻ നന്ദി പറയുന്നു. സഹോദരാ–ഹോ–നമുക്കിതു സഹിക്കുകയില്ലാതെ നിവൃത്തിയൊന്നുമില്ല."

അദ്ദേഹം കിടക്കയിൽനിന്ന് മെല്ലെ എഴുന്നേറ്റു കമ്മിസാറുടെ കൈപിടിച്ച് ബ്ലാങ്കറ്റിനകത്തേക്കുവെച്ച്, തോളുവരെ മൂടിപ്പുതച്ച്, പുറത്തേക്കുപോയി.

രാത്രി കമ്മിസാർക്ക് ഗൗരവതരമായ വിധത്തിൽ രോഗം മൂർച്ഛിച്ചു. പല്ലുകൾ കടിച്ചുപിടിച്ച് ഉറക്കെ ഞരങ്ങിക്കൊണ്ട് അദ്ദേഹം അബോധാവസ്ഥയിൽ കിടക്കയിൽക്കിടന്ന് ഉരുണ്ടുതുടങ്ങി. ചിലപ്പോൾ നിശ്ചലനായി നീണ്ടുനിവർന്ന് കിടക്കും. എല്ലാവരും ഭയപ്പെട്ടു അന്ത്യം അടുത്തു എന്ന്. വാസിലി വാസിലോവിച്ച്, തന്റെ മകന്റെ മരണത്തെത്തുടർന്ന് വലിയ ഒഴിഞ്ഞ മുറിവിട്ട് ആശുപത്രിയിലെ ഒരു ചെറിയ അറ

യിലേക്ക് താമസം മാറ്റി; അദ്ദേഹം അവിടെ ഒരു മെഴുകുതുണി വിരിച്ച കട്ടിലിലാണ് കിടന്നുറങ്ങാറ്. കമ്മിസാറുടെ സ്ഥിതി പൊടുന്നനെ പൊടുന്നനെ മോശമായിത്തുടങ്ങിയപ്പോൾ രോഗിയുടെ കട്ടിലിനു ചുറ്റും ഡോക്ടർ ഒരു സ്ക്രീൻവെച്ചു മറയ്ക്കുവാനാവശ്യപ്പെട്ടു. രോഗിക്ക് അമ്പതാം നമ്പറിലേക്ക് പോകാറായി എന്നതിന്റെ ഒരു സൂചനയാണ് ഇതെന്ന് എല്ലാവർക്കും അറിയാമായിരുന്നു.

കർപ്പൂരത്തിന്റേയും ജീവവായുവിന്റേയും സഹായത്തോടുകൂടി അവർ വീണ്ടും കമ്മിസാറുടെ നാഡിമിടിപ്പു ശരിയാക്കി. രാത്രിയുടെ ബാക്കിസമയംകൊണ്ട് കിട്ടാവുന്ന നിദ്ര ലഭിക്കുവാൻവേണ്ടി വാസിലി വാസിലോവിച്ചും ഹൗസ് സർജനും പോയി. ആ കർട്ടനു പിന്നിൽ കണ്ണീരണിഞ്ഞ മുഖത്തോടെ ഉൽക്കണ്ഠാകുലയായി ക്ലാവഡിയ മാത്രം കാത്തിരുന്നു. മെരിസീവിന് ഉറങ്ങുവാൻ കഴിഞ്ഞില്ല. ഒരു ഭയപ്പാടോടെ അയാൾ ചിന്താക്രാന്തനായി കിടന്നു. ഇങ്ങനെയാണോ അവസാനം, കമ്മിസാർ അപ്പോഴും വേദനയനുഭവിക്കുകയാണെന്ന് വ്യക്തമായിരുന്നു. അബോധാവസ്ഥയിൽ ഉരുണ്ടുകൊണ്ട് 'തരൂ, തരൂ, എനിക്കു തരൂ' എന്നു മെരിസീവിനു തോന്നിയ ചില വാക്കുകൾ ആവർത്തിക്കുകയായിരുന്നു അദ്ദേഹം. രോഗി എന്തെങ്കിലും കുടിക്കുവാൻ ആവശ്യപ്പെടുകയായിരിക്കുമെന്ന് ഊഹിച്ച നഴ്സ് കർട്ടന്റെ പുറത്തേക്കു വന്നു വിറയ്ക്കുന്ന കൈകൊണ്ട് ഒരു ഗ്ലാസിൽ കുറെ വെള്ളം പകർന്നെടുത്തു.

പക്ഷേ, രോഗിക്ക് വെള്ളമായിരുന്നില്ല ആവശ്യം. കടിച്ചമർത്തിയ പല്ലുകളിൽതട്ടി വെള്ളം തലയിണയിന്മേൽ ചിതറിവീണു. പക്ഷേ, അപ്പോഴും അദ്ദേഹം ചിലപ്പോൾ കൽപ്പിക്കുന്ന വിധത്തിലും ചിലപ്പോൾ യാചനാരീതിയിലും, 'തരൂ' എന്നു തോന്നിക്കുന്ന ആ പദം ഉരുവിട്ടുകൊണ്ടിരുന്നു.' പെട്ടെന്നു മെരിസീവിനു മനസിലായി 'തരൂ'–എന്നല്ല ജീവിക്കൂ എന്നാണ് അദ്ദേഹം പറയുന്നതെന്ന്. തന്റെ ഞരമ്പുകളിലെ അവസാനത്തെ ശക്തിബിന്ദുക്കൾ ഉപയോഗിച്ച്, ആ വലിയ മനുഷ്യൻ മരണത്തെ അകറ്റി നിർത്തുവാൻ ഉത്സാഹിക്കുകയാണ്.

കുറെക്കഴിഞ്ഞപ്പോൾ കമ്മിസാർ പ്രശാന്തനായി കണ്ണുതുറന്നു.

"ഈശ്വരനു നന്ദി" ക്ലാവഡിയ മിഖായിലോപ്ന സമാധാനപൂർവം സ്ക്രീൻ മടക്കാൻ തുടങ്ങി.

"വേണ്ട. അത് അവിടെത്തന്നെ കിടക്കട്ടെ. പ്രിയപ്പെട്ട നഴ്സ് അതെടുത്തു മാറ്റണ്ട. ഇതാണ് സുഖം. കരയരുത് കുട്ടി. ലോകത്തിൽ ഇതുപോലെ പരുപരുത്ത വശങ്ങൾ പലതും ഉണ്ട്. എന്തിനാണ് എന്റെ സോവയിറ്റ് മാലാഖ കരയുന്നത്. എന്തൊരു കഷ്ടമാണ്, നാം മാലാഖമാരെ–നിങ്ങളെപ്പോലുള്ള മാലാഖമാരെ–ആ സ്ഥലത്തിന്റെ ഉമ്മറപ്പടിക്കൽ എത്തുമ്പോൾ മാത്രമേ കണ്ടുമുട്ടുന്നുള്ളൂ."

VIII

വളരെ അസാധാരണമായ ഒരു മനഃസ്ഥിതിയിൽ എത്തിയിരുന്നു മെരിസീവ്.

കാലില്ലാതെതന്നെ, പരിശീലനം കൊണ്ടു പറക്കാമെന്നും, വീണ്ടും ഒരു വൈമാനികൻ ആകാമെന്നും ഉറപ്പുതോന്നിയ നിമിഷംമുതൽക്ക് ജീവിക്കാനും പ്രവർത്തിക്കാനുമുള്ള ഒരു ആവേശം അയാളിൽ ഉദിച്ചു.

ഇപ്പോൾ ജീവിതത്തിന് ഒരു ഉദ്ദേശ്യമുണ്ട്; ഒരു പോർവിമാനം പൈലറ്റ് ചെയ്യുക. ഉപയോഗശൂന്യമായ കാലുകൊണ്ട്, സ്വന്തം ജനങ്ങളുടെ സമീപത്തെത്താൻ കൈയും കാലും കുത്തി ഇഴഞ്ഞപ്പോൾ തോന്നിയതരത്തിലുള്ള ഭ്രാന്തുപിടിച്ച ഒരു ആവേശമാണ് ഇക്കാര്യത്തിൽ അയാൾക്ക് തോന്നിയത്. കുട്ടിക്കാലം മുതൽക്കുതന്നെ മുന്നോട്ടു നോക്കുവാനാണ് അയാൾ പരിശീലിച്ചിരുന്നത്. വിലയേറിയ സമയം കളയാതെ ഏറ്റവും ചുരുങ്ങിയ കാലയളവിൽ തന്റെ ഉദ്ദേശ്യം സാധിക്കുന്നതിന് എന്തെല്ലാം ചെയ്യണം എന്നയാൾ സ്വയം തീരുമാനിച്ചു. ആദ്യമായി രോഗവിമുക്തി നേടണം. പട്ടിണികിടന്നകാലത്ത് നഷ്ടപ്പെട്ടുപോയ ആരോഗ്യവും ശക്തിയും വീണ്ടെടുക്കണം. അതിനായി ധാരാളം തിന്നുകയും ധാരാളം ഉറങ്ങുകയും വേണം. രണ്ടാമതായി ഒരു വൈമാനികന്റെ സമരസ്വഭാവങ്ങൾ തിരികെ കിട്ടണം. അതുകൊണ്ടു കിടക്കയിൽകിടക്കുന്ന ഒരു മനുഷ്യനെക്കൊണ്ട് ചെയ്യാവുന്ന തരത്തിലുള്ള കായികാഭ്യാസങ്ങൾ ചെയ്തു ശരീരം പുഷ്ടി വരുത്തണം. മൂന്നാമത്, അതാണ് ഏറ്റവും പ്രധാനവും ബുദ്ധിമുട്ടായിട്ടുള്ളതും –പാദവും മുഴങ്കാൽ എല്ലും ഇല്ലാത്ത തന്റെ കാലുകൾ അഭിവൃദ്ധിപ്പെടുത്തണം: അവയുടെ ശക്തിയും ലാഘവവും സൂക്ഷിക്കണം. കൃത്രിമക്കാലുകൾ ലഭിക്കുമ്പോൾ അവയുടെ സഹായത്തോടെ, ഒരു വിമാനം നിയന്ത്രിക്കാനുള്ള എല്ലാ വിദ്യകളും അഭ്യസിക്കണം.

കാലില്ലാത്ത ഒരുവന് നടക്കുക എന്നതുപോലും അത്ര എളുപ്പമല്ല. മെരിസീവിനാകട്ടെ, ഒരു വിമാനം ഒരു പോർ വിമാനം പൈലറ്റ് ചെയ്യണം. എല്ലാ സംഗതികളും നിമിഷങ്ങളുടെ അംശംകൊണ്ട് കണക്കാക്കേണ്ട ഒരു വ്യോമയുദ്ധത്തിൽ–നിരുപാധികമായ സ്വയംപ്രേരണപോലെ ഓരോ ചലനവും, സമകാലികമായിരിക്കേണ്ട, ആകാശസമരത്തിൽ–കൈകൊണ്ടു ചെയ്യുന്നതരത്തിൽ സമർത്ഥവും കൃത്യവും ദ്രുതവുമായിരിക്കണം കാലിന്റേയും പ്രവർത്തികൾ. തന്റെ കാൽമുട്ടുകളോടുകൂടി ബന്ധിക്കപ്പെടുന്ന, മരത്തിന്റെയും തോലിന്റെയും ശകലങ്ങൾ. സജീവമായ അവയവംപോലെ പ്രവർത്തിക്കത്തക്കവിധത്തിലുള്ള പരിശീലനമാണ് നേടേണ്ടത്.

പറക്കലിന്റെ സാങ്കേതികവശം അറിയാവുന്ന ഒരാൾ ഇത് തീരെ അസാധ്യമാണെന്നു വിചാരിക്കും. പക്ഷേ, അലക്സിയുടെ വിചാരം ഇത് മനുഷ്യന് സാധിക്കാവുന്നതാണെന്നാണ്. അതുകൊണ്ട് പരാജയമണയാതെ അയാൾ അത് നിർവഹിക്കും. താൻ ആസൂത്രണം

ചെയ്ത പദ്ധതിയനുസരിച്ച് ജോലി തുടരുവാൻതന്നെ അയാൾ തീരുമാനിച്ചു. തന്നെത്തന്നെ നിശ്ചിതമായ ചികിത്സാവിധികളും മരുന്നുകളും ശീലിച്ചു. അയാൾ വളരെ അധികം ഭക്ഷണം കഴിച്ചു. വലിയ രുചി തോന്നുന്നില്ലെങ്കിലും എല്ലാം രണ്ടാമത് വേണമെന്ന് ആവശ്യപ്പെട്ടു. ഏതു പരിത:സ്ഥിതിയിൽ ആയാലും നിശ്ചയിച്ച സമയം മുഴുവൻ അയാൾ ഉറങ്ങും. തന്റെ ഉല്ലാസപ്രകൃതിക്കു അരോചകമായി തോന്നിയിരുന്ന ഊണു കഴിഞ്ഞുള്ള ആ ചെറിയ ഉറക്കവുംകൂടി അയാൾ പരിശീലിച്ചു.

സ്വയം നിർബന്ധിച്ച് ഭക്ഷണമോ ഉറക്കമോ മരുന്നോ ശീലിക്കുവാൻ അയാൾക്ക് ഒരു വിഷമവും തോന്നിയില്ല. ആദ്യകാലത്ത് അയാൾ അനുഷ്ഠിച്ചുപോന്നിരുന്ന കായികാഭ്യാസങ്ങൾ കാലില്ലാത്ത ഒരാൾക്കു പറ്റിയതായിരുന്നില്ല. അതിനാൽ അയാൾ പുതിയതരം അഭ്യാസങ്ങൾ കണ്ടുപിടിച്ചു. മണിക്കൂറുകളോളം ശരീരം മുന്നോട്ടും പിന്നോട്ടും പാർശ്വങ്ങളിലേക്കും, ഇടത്തുനിന്നു വലത്തോട്ടും വലത്തുനിന്ന് ഇടത്തോട്ടും തിരിക്കും. ഇടുപ്പിൽ കൈകുത്തി നട്ടെല്ല് ഞെരിയുന്നമാറ് തല താഴോട്ടും മേലോട്ടും വളയ്ക്കും. വാർഡിലെ മറ്റുള്ളവർ ഈ അഭ്യാസം കാണുമ്പോൾ സൗമനസ്യത്തോടെയാണെങ്കിലും അയാളെ കളിയാക്കും. കുക്കുഷ്കിൻ പരിഹാസപൂർവം അഭിനന്ദിച്ചുകൊണ്ട് അയാളെ 'സ്റ്റാമെൻസ്കി' സഹോദരൻ എന്നോ, 'ലോഡോമീഗ്' എന്നോ വേറെ ഏതെങ്കിലും സുപ്രസിദ്ധരായ ഓട്ടക്കാരുടെ പേരുകൊണ്ടോ വിളിക്കും. കുക്കുഷ്കിന് ഇതൊന്നും വലിയ ഇഷ്ടമായിരുന്നില്ല. ഇതും ഒരു ആശുപത്രിത്തട്ടിപ്പാണ് എന്നേ അയാൾ കരുതിയിരുന്നുള്ളൂ. അതുകൊണ്ട് അലക്സി അഭ്യാസങ്ങൾ തുടങ്ങുമ്പോൾ അയാൾ പിറുപിറുത്ത്, മുഖം വീർപ്പിച്ച് വരാന്തയിലേക്ക് ഇറങ്ങും.

കാലിൽനിന്നു കെട്ടുകൾ എല്ലാം അഴിച്ച്, കിടക്കയിൽ കുറേക്കൂടി സ്വതന്ത്രമായി അനങ്ങാമെന്നായപ്പോൾ അയാൾ ചില പുതിയ അഭ്യാസങ്ങൾകൂടെ ചെയ്യുവാൻ മുതിർന്നു. കട്ടിലിന്റെ അഴികൾക്കിടയിൽ കാൽമുട്ടുകൾ കടത്തിവച്ച് കൈ എളിയിൽ തിരുകി. ദേഹം ആകാവുന്നിടത്തോളം മുമ്പോട്ടു വളയ്ക്കും. അതുകഴിഞ്ഞാൽ പിമ്പോട്ടു വളയ്ക്കും. ഓരോ ദിവസം ചെല്ലുന്തോറും തിരിച്ചിലിന്റെ വേഗത കുറച്ച് എണ്ണം കൂട്ടി. പിന്നീട് അയാൾ തന്റെ കാലിനും ഒരുകൂട്ടം അഭ്യാസങ്ങൾ കണ്ടുപിടിച്ചു. മലർന്നുകിടന്ന് ഓരോ കാലായി വളച്ച് മുട്ട് നെഞ്ചുവരെ എത്തിച്ചു വീണ്ടും വിടും. ആദ്യമായി ഈ അഭ്യാസങ്ങൾ ചെയ്യുമ്പോൾ ഭയങ്കരവും തരണാതീതങ്ങളും ആയ എത്രയെത്ര കഷ്ടപ്പാടുകളാണ് തന്നെ കാത്തിരിക്കുന്നതെന്ന് അയാൾ തികച്ചും മനസിലാക്കിയിരുന്നു. പാദം മുറിച്ചുകളയപ്പെട്ട കാലുകൾ നീട്ടുമ്പോൾ ദുസഹമായ വേദനയാണ് അയാൾ അനുഭവിക്കാറ്. ചലനങ്ങൾ വിറയാർന്നു വികൃതമാകും. വാലും ചിറകും അറ്റുപോയ ഒരു വിമാനത്തെ നിയന്ത്രിക്കുന്നതിലും ദുഷ്ക്കരമായിരുന്നു അത്. താൻ മനുഷ്യശരീരത്തെക്കു

റിച്ച് ആദർശപരമായി മനസിലാക്കിയിരുന്നതെല്ലാം തന്റെ കാര്യത്തിൽ ശരിയാകുന്നതല്ലെന്ന് അയാൾക്കു തോന്നി. തന്റെ ശരീരം ആരോഗ്യ പൂർണവും ശക്തിയുക്തവുമായിരുന്നുവെങ്കിലും, കുട്ടിക്കാലം മുതലേ അഭ്യസിച്ചുവന്നിരുന്ന തരത്തിൽ ത്രിവിധാവയവങ്ങളുടെ പ്രവർത്തനത്തിന് ഒരു താളവും ലയവും കിട്ടുക സാധ്യമല്ല എന്നയാൾക്കു വ്യക്തമായി.

കാലിന്റെ അഭ്യാസങ്ങൾ വളരെയധികം വേദനിപ്പിച്ചിരുന്നു എങ്കിലും ഓരോ ദിവസം ചെല്ലുന്തോറും കൂടുതൽ സമയം അത് ചെയ്യാൻ അയാൾ ഒരുങ്ങും. ചില ദുസഹനിമിഷങ്ങളിൽ അറിയാതെ തന്നെ കണ്ണിൽ നീർ നിറയും. വല്ല രോദനശബ്ദവും അറിയാതെ പുറത്തുവന്നുവെങ്കിലോ എന്നു ഭയന്ന് അയാൾ പൊടിക്കത്തക്ക വിധത്തിൽ ചുണ്ടുകൾ കൂട്ടിക്കടിക്കും. ആദ്യമൊക്കെ ദിവസത്തിൽ ഒരിക്കലും പിന്നീട് രണ്ടുപ്രാവശ്യം വീതവും അയാൾ അഭ്യാസങ്ങൾ ചെയ്തുപോന്നു. ഓരോന്നും കഴിയുമ്പോൾ വീണ്ടും ഇത് ആവർത്തിക്കാൻ കഴിയുമോ എന്ന ഭയത്തോടെ ക്ഷീണിച്ചു കുഴഞ്ഞ് അയാൾ തലയിണയിലേക്കു വീഴും. പക്ഷേ സമയമാകുമ്പോൾ അയാൾ അതു വീണ്ടും ചെയ്യാൻ തുടങ്ങും. വൈകുന്നേരം അയാൾ തുടയിലേയും കാൽവണ്ണയിലേയും മാംസം പരിശോധിച്ചു നോക്കി. തന്റെ കൈയുടെ താഴെ ഇപ്പോൾ അഭ്യാസങ്ങൾ തുടങ്ങിയ കാലത്തെപ്പോലെ അയഞ്ഞു തൂങ്ങിയ മാംസമില്ല; ആദ്യകാലത്തുണ്ടായിരുന്നതുപോലുള്ള അസൽ ഉറച്ച മാംസപശികൾ ആണ് എന്നു സംതൃപ്തിയോടെ അയാൾ മനസിലാക്കി.

മെരിസീവന്റെ ചിന്ത ഇപ്പോൾ കാലുകളെക്കുറിച്ച് മാത്രമായിരുന്നു. ഗാഢചിന്തയിൽ ലയിച്ചിരിക്കുമ്പോൾ അയാൾക്ക് കാലിൽ വേദനയുള്ളതുപോലെ തോന്നും. കാല് മാറ്റിവയ്ക്കുമ്പോൾ മാത്രമാണ് തനിക്കു പാദങ്ങൾ ഇല്ല എന്നയാൾക്ക് മനസിലാകുക. കുറെ അധികം കാലത്തേക്ക് എന്തോ മാനസികവിഭ്രാന്തിമൂലം വിഛേദിക്കപ്പെട്ട കാലുകൾ മുഴുവനായിത്തന്നെ ദേഹത്തിലുണ്ടെന്ന് അയാൾക്കു തോന്നിയിരുന്നു. ചിലപ്പോൾ അവ ചൊറിയും തണുപ്പുംതട്ടി വേദനിക്കും, വല്ലാതെ ഉപദ്രവകരമാകും. കാലിന്റെ ചിന്തയിൽ മനസുമാത്രം ലയിച്ചിരിക്കുകയാൽ താൻ അസ്വസ്ഥനാണെന്നും തന്റെ സഞ്ചരണത്തിൽ ദ്രുതഗതിയുണ്ടെന്നും അയാൾക്ക് ഉറക്കത്തിൽ തോന്നി. അപകടശബ്ദം മുഴങ്ങിയപ്പോൾ താൻ വിമാനത്തിലേക്കോടി, ചിറകിന്മേൽ ചാടിക്കയറി കോക്പിറ്റിൽ ഇരുന്നു കാൽകൊണ്ട് പെഡൽ പരിശോധിച്ചുവെന്നും അപ്പോൾ യൂറ വന്നു എൻജിന്റെ ഹുഡ് എടുത്തുമാറ്റിയെന്നും അയാൾ കിനാവു കണ്ടു. ഒരിക്കൽ അയാളും ഓല്യയുംകൂടി നഗ്നപാദരായി, നനഞ്ഞ ഭൂമിയുടെ സുഖകരമായ ഊഷ്മാവ് അനുഭവിച്ചുകൊണ്ട്, പൂക്കൾ നിറഞ്ഞ പുൽത്തകിടിയിലൂടെ ഓടി നടക്കുന്നതായും അയാൾ സ്വപ്നത്തിൽ ദർശിച്ചു. എത്ര നന്നായിരുന്നു അത്. പക്ഷേ ഉണരുമ്പോൾ തനിക്ക് കാലില്ല എന്നു മനസിലാകുന്നത് എത്ര നിരാശാജനകം!

ഇത്തരം സ്പനങ്ങൾക്കുശേഷം അയാൾക്ക് എപ്പോഴും നിരാശ തോന്നും. ദേഹം ഇത്രയധികം ക്ലേശിപ്പിക്കുന്നത് നിഷ്പ്രയോജനമായി ത്തീരുമോ എന്ന് അയാൾ ഭയപ്പെട്ടു. ഇനിയൊരിക്കലും അയാൾ ഓടിക്കളിക്കുകയില്ല. അകറ്റി നിർത്തുന്ന കാലത്തിനു ദൈർഘ്യം കൂടു ന്തോറും കൂടുതൽ പ്രിയപ്പെട്ടവളും അഭികാമ്യയുമായി അനുഭവപ്പെ ടുന്ന ക്യാംഷീനിലെ സുന്ദരിപ്പെൺകുട്ടിയോടൊന്നിച്ച് അയാൾ ഇനി യൊരിക്കലും നഗ്നപാദനായി ഓടിക്കളിക്കുകയില്ല.

ഓല്യയുമായുള്ള ബന്ധം അലക്സിക്ക് ആനന്ദം നൽകിയിരു ന്നില്ല. ഓരോ ആഴ്ചയിലും ക്ലാവഡിയ മിഖാലിയോപ്ന അയാളെ ദേഹം അനക്കി കൈകൊട്ടിച്ച് 'നൃത്തം' ചെയ്യിക്കാറുണ്ട്-ആ സ്കൂൾകു ട്ടിയുടെ വൃത്തിയുള്ള വലിയ കൈയക്ഷരത്തിൽ മേൽവിലാസമെഴു തിയ എഴുത്ത് സ്വീകരിക്കാൻ അയാൾ അർഹനാണെന്ന് കാണിക്കു വാൻ യുദ്ധം മൂലം തടയപ്പെട്ട ആ ഇളംപ്രേമം അനുക്രമം വളർച്ച പ്രാപിക്കുന്നുവെന്ന് തോന്നുംവിധം ലേഖനങ്ങൾ കൂടുതൽ കൂടുതൽ ദീർഘവും സ്നേഹയുക്തവുമായി, തനിക്ക് ആ പ്രേമം തിരിച്ചു കൊടു ക്കുവാനുള്ള അർഹതയില്ലെന്ന് അറിഞ്ഞിട്ടുപോലും തൃഷ്ണയോടും ഉത്ക്കണ്ഠയോടുംകൂടിയാണ് അയാൾ അവ വായിക്കാറ്.

സ്കൂളിൽ ഒരുമിച്ചു പഠിച്ചിരുന്ന അവർ, ഒരു അറക്കക്കമ്പിനിയിൽ ഒരുമിച്ചു തന്നെ പരിശീലനം കഴിച്ചുവന്നു. തങ്ങളിൽ വളർന്നുവരുന്ന ആ 'റൊമാന്റിക്' വികാരത്തിനു വലിയവരെ അനുകരിച്ച് അവർ സ്നേഹം എന്ന നാമംതന്നെ കൊടുത്തു. പിന്നീട് ആറേഴുകൊല്ല ത്തേക്ക് അവർ തമ്മിൽ കാണുകയുണ്ടായില്ല. ആദ്യംതന്നെ പെൺകുട്ടി ഒരു സാങ്കേതികവിദ്യാസ്ഥാപനത്തിൽ അഭ്യസിക്കാനായി സ്ഥലംവിട്ടു. മടങ്ങിവന്ന് നഗരത്തിലെ ഒരു അറക്കക്കമ്പനിയിൽ സാങ്കേതികവിദഗ്ധയായി ജോലിയിൽ പ്രവേശിച്ചു. അപ്പോഴേക്കും മെരിസീവ് പട്ടണംവിട്ടു വ്യോമപരിശീലന സ്ഥാപനത്തിൽ ചേർന്നു കഴിഞ്ഞിരുന്നു. പിന്നീടു യുദ്ധം തുടങ്ങുന്നതിന് അൽപ്പംമുമ്പാണ് അവർ തമ്മിൽ കണ്ടുമുട്ടിയത്. ആരും ഉദ്ദേശിച്ചിരുന്നതല്ല ആ കൂടിക്കാ ഴ്ച. രണ്ടുപേരും അന്യോന്യം മറന്നുപോയിരുന്നു അവരുടെ വേർപാടിനുശേഷം അത്രയധികം കാലംകഴിഞ്ഞുപോയിരുന്നു. ഒരു ദിവസം അലക്സി, തെരുവിലൂടെ അമ്മയോടൊപ്പം യാത്രചെയ്യുകയാ യിരുന്നു; അപ്പോൾ എതിർഭാഗത്തുനിന്ന് ഒരു പെൺകുട്ടി നടന്നടുക്കു ന്നതു കണ്ടു. അവൾക്കു നല്ല കാലുകളുണ്ടെന്ന് മനസിലാക്കിയത ല്ലാതെ അയാൾ പ്രത്യേകിച്ച് ഒരു ശ്രദ്ധയും പതിപ്പിച്ചില്ല.

"എന്തുകൊണ്ടാണ് നീ ആ പെൺകുട്ടിയെ അഭിവാദനം ചെയ്യാതി രുന്നത്. അത് ഓല്യയല്ലേ." പെൺകുട്ടിയുടെ പിതാവിന്റെ നാമധേം പറഞ്ഞുകൊണ്ട് അമ്മ അയാളെ ശകാരിച്ചു.

അലക്സി പിൻതിരിഞ്ഞുനോക്കി. പെൺകുട്ടിയും അതേ സമയ ത്താണ് തിരിഞ്ഞുനോക്കിയത്. അവരുടെ കണ്ണുകൾ തമ്മിലിടഞ്ഞു.

അലക്സിക്ക് ഹൃദയം തുടിക്കുന്നതുപോലെ തോന്നി. അമ്മയെ അവിടെ തനിയെ വിട്ട് ഒരു പോപ്ലാർ മരത്തണലിൽ നിൽക്കുകയായിരുന്ന ആ ബാലികയുടെ സമീപത്തേക്ക് അയാൾ ഓടി.

"നീയോ" ഏതോ കടലിനപ്പുറത്തുള്ള ഒരു സ്ഥലത്തു നിന്ന് ആ വസന്തസായാഹ്നത്തിൽ ചളിനിറഞ്ഞ ഏകാന്തമായ റോഡിൽ എത്തിച്ചേർന്ന അനിതരസാധാരണമായ ഒരു സൗന്ദര്യവിഗ്രഹത്തെ നോക്കുന്നതുപോലെ അവളെ തുറിച്ചു നോക്കിക്കൊണ്ട് അയാൾ ചോദിച്ചു.

അതേതരത്തിൽ അത്ഭുതത്തോടെ വിശ്വസിക്കുവാൻ വയ്യാത്ത സ്വരത്തിൽത്തന്നെ അവളും വിളിച്ചു "അലോഷ്യ".

ആറേഴുകൊല്ലത്തെ വേർപാടിനുശേഷം അവർ അന്യോന്യം നോക്കിക്കൊണ്ടുനിന്നു. ആൺകുട്ടിയുടേതുപോലുള്ള സുന്ദരമായ വട്ടമുഖവും മൂക്കിന്റെ അറ്റത്തു സ്വർണ്ണനിറത്തിലുള്ള പാടുകളുമുള്ള സുന്ദരിയായ ഒരു യുവതിയായിരുന്നു അലക്സിയുടെ മുന്നിൽ നിന്നിരുന്നത്. അറ്റത്ത് നിറയെ രോമമുള്ള, മൃദുവായി എഴുതിയ പുരികം പൊക്കി, ഊതനിറത്തിൽ പ്രകാശിക്കുന്ന വലിയ കണ്ണുകൊണ്ട് അവൾ അയാളെ നോക്കി. ഉരുണ്ട മുഖത്തോടും റോസ് നിറത്തിലുമുള്ള കവിൾത്തടങ്ങളോടുംകൂടി, അൽപ്പം പരുപരുത്ത സ്വപിതാവിന്റെ ജാക്കറ്റ് അഭിമാനത്തോടെ കൈ ചുരുട്ടിവച്ചു ധരിച്ചുകൊണ്ടുവരാറുള്ള -പരിശീലന സ്കൂളിൽവച്ചു താൻ പരിചയപ്പെട്ട ആ കരുത്തുറ്റ പെൺകുട്ടിയുമായി വളരെ കുറച്ചു സാമ്യമേയുള്ളൂ ഈ പെൺകൊടിക്ക്.

അമ്മയെ തീരെ മറന്ന് ഈ കുട്ടിയുടെ ഭംഗി നോക്കി നിൽക്കുമ്പോൾ അയാൾക്ക് തോന്നി, താൻ ഇതേവരെ അവളെ മറന്നിട്ടില്ലെന്നും ഈ കൂടിക്കാഴ്ചയ്ക്കുവേണ്ടി സ്വപ്നം കാണുകയായിരുന്നുവെന്നും .

"ഇങ്ങനെയാണ് നീയിപ്പോൾ അല്ലേ." ഒടുവിൽ അയാൾ ചോദിച്ചു.

"എങ്ങനെ" മണിനാദംപോലെ കിലുങ്ങുന്ന സ്വരത്തിൽ അവൾ അന്വേഷിച്ചു. ഒരുമിച്ചു സ്കൂളിൽ പഠിച്ചിരുന്ന കാലത്ത് കേട്ടതിൽനിന്നു വ്യത്യസ്തമായിരുന്നു ആ ശബ്ദം.

നിരത്തിന്റെ അറ്റത്തുനിന്നു വന്ന ഒരു കാറ്റ് പോപ്ലാർ മരത്തിന്റെ ഇലയില്ലാത്ത ശിഖരങ്ങൾക്കിടയിലൂടെ ചൂളംവിളിച്ചു കടന്നുപോയി. ഉറച്ച കാലുകൾക്ക് മീതെ അവളുടെ ഉടുപ്പു പടപട ശബ്ദമുണ്ടാക്കി. പൊട്ടിച്ചിരിച്ചുകൊണ്ടു സ്വാഭാവികമായ കൗതുകത്തോടെ അവൾ തന്റെ ഉടുപ്പിന്റെ അടി പിടിച്ചമർത്തി.

"ഇതുപോലെ" തനിക്കു തോന്നിയ ആദരവ് മറച്ചുവയ്ക്കാതെ അലക്സി പറഞ്ഞു.

"ഏതുപോലെ" ചിരിച്ചുകൊണ്ട് അവൾ വീണ്ടും ചോദിച്ചു.

അമ്മ ഈ യുവതീയുവാക്കന്മാരെ ഒരു നിമിഷനേരം നോക്കിനിന്നശേഷം വ്യസനകരമായ ഒരു പുഞ്ചിരിയോടെ കടന്നുപോയി. അവരാകട്ടെ അന്യോന്യം ബഹുമാനത്തോടെ ദർശിച്ചും, ഉല്ലാസമായി വർത്തമാനം പറഞ്ഞും, അവിടെനിന്നു. സംഭാഷണത്തിനിടയിൽ, ഓർക്കു

ന്നുണ്ടോ? അറിയാമോ? എവിടെയാണ്? എന്തുപറ്റി എന്നവർ ആശ്ച ര്യസമേതം ഇടയ്ക്കിടെ ചോദിച്ചിരുന്നു.

കുറെ അധികംനേരം അവർ അങ്ങനെ നിന്നു. ഒടുവിൽ ഓല്യ, അടുത്തവീട്ടിലെ ജനാലപ്പടിയിൽ വച്ചിരുന്ന പൂച്ചെടിയുടെ ഇടയിലൂടെ ജിജ്ഞാസനിറഞ്ഞ മുഖങ്ങൾ അവരെ നോക്കുന്നത് ചൂണ്ടിക്കാണിച്ചു.

“നിങ്ങൾക്ക് സമയമുണ്ടെങ്കിൽ നമുക്കു വോൾഗയുടെ തീര ത്തേക്ക് പോകാം.” അവൾ പറഞ്ഞു.

എല്ലാം മറന്ന്, പരസ്പരം കൈപിടിച്ചുകൊണ്ടു-കുട്ടിക്കാലത്തു പോലും അവർ അങ്ങനെ കൈകോർത്തുപിടിച്ചിട്ടില്ല-അവർ നദിയി ലേക്ക് കുത്തനെ ചരിഞ്ഞുനിൽക്കുന്ന ഒരു ഉയർന്ന മലയുടെ മുകളി ലേക്കു കയറിപ്പോയി. അവിടെ നിന്നു വോൾഗയുടെ വിശാലമായ വക്ഷസും അതിലൂടെ ഒലിച്ചുപോകുന്ന മഞ്ഞുകട്ടകളും കാണാമായിരുന്നു.

ആ സമയംതൊട്ട് ആ അമ്മ തന്റെ പ്രിയപ്പെട്ട മകനെ വല്ലപ്പോഴും മാത്രമേ കാണാറുള്ളൂ. സ്വതേ വസ്ത്രധാരണ രീതിയിൽ വളരെ യൊന്നും ശ്രദ്ധചെലുത്താതിരുന്ന അയാൾ ഇപ്പോൾ ദിവസവും ട്രൗസർ ഇസ്തിരിയിടും. യൂണിഫോറത്തിന്റെ ബട്ടൻ ചോക്കുപൊടി യിട്ടു തെളുതെളെ മിനുക്കും. പരേഡ് സമയത്ത് സാധാരണ ധരിക്കാ റുള്ള സൈനിക ബാഡ്ജ് കുത്തിയ വെള്ളത്തലപ്പുള്ള ഉയർന്ന തൊപ്പി ധരിക്കും; ദിവസവും താടിയിലെ കുറ്റിരോമം വടിക്കും. വൈകുന്നേരം അയാൾ കണ്ണാടിയുടെ മുന്നിൽ നിന്ന് ചാഞ്ഞും ചരിഞ്ഞും നോക്കി, അറക്കക്കമ്പനി വിട്ടുവരുന്ന ഓല്യയെ കാണുവാനായി ഓടും. പകൽസ മയത്തുതന്നെ അയാൾ പലപ്പോഴും അപ്രത്യക്ഷനാകും; മിക്കപ്പോഴും മനഃസാന്നിധ്യമില്ലാത്ത മട്ടിൽ ചോദ്യങ്ങൾക്ക് അസംഗതമായ മറുപടി യാണ് പറയുക. മാതൃ-സഹജമായ വാസനാവൈഭവംകൊണ്ട് അയാ ളുടെ അമ്മ മനസിലാക്കി എന്താണ് തന്റെ പുത്രന് സംഭവിച്ചിട്ടുള്ള തെന്ന്. തന്നെ അവഗണിക്കുന്ന ആ മകന് 'വയസായവർക്ക് വയസാവു കയാണ്; ചെറുപ്പക്കാർക്ക് വളരണം' എന്ന പ്രമാണത്തിന്റെ പേരിൽ അവർ മാപ്പുകൊടുത്തു.

പ്രണയത്തെപ്പറ്റി ഒരൊറ്റ വാക്കും ആ യുവകാമുകർ ഇതേവരെ പറഞ്ഞിട്ടില്ല. അസ്തമയസൂര്യന്റെ കിരണങ്ങൾ തട്ടിവെട്ടിത്തിളങ്ങി മന്ദം ഒഴുകുന്ന വോൾഗയുടെ ഉയർന്ന തീരത്തുനിന്നോ, പട്ടണാ തിർത്തിയിലുള്ള, ടാർപോലെ കറുത്തു കട്ടിപിടിച്ച് നിലംനിറയെ വള്ളി കളും, താറാവിന്റെ കാലുപോലുള്ള ഇലകളുംകൊണ്ടുമൂടിയ മെലോൺ പാടത്തു നിന്നോ, ഉലാത്തൽ കഴിഞ്ഞു തിരികെ വരുമ്പോൾ, വേഗം അവസാനിക്കുന്ന തന്റെ അവധിദിനങ്ങളെ കണക്കാക്കി; കഴി യുന്ന വേഗത്തിൽ ഓല്യയെ തന്റെ ഹൃദയം തുറന്നു കാണിക്കണമെന്ന് അയാൾ ആഗ്രഹിക്കാറുണ്ട്. വീണ്ടും വൈകുന്നേരമായാൽ മില്ലിന്റെ പടിക്കൽത്തന്നെവച്ച് അയാൾ അവളെ കാണും; അവിടെനിന്ന് ഒരു ഇരു നിലക്കെട്ടിടത്തിൽ അവൾ വാടകയ്ക്കെടുത്തിട്ടുള്ള ഒരു ചെറിയ മുറിയി

ലേക്ക്–വിമാനത്തിന്റെ കാബിൻപോലെ സ്വച്ഛവും പ്രകാശവുമായ ആ മുറിയിലേക്ക്–അവളെ അനുഗമിക്കും. വസ്ത്രങ്ങൾ സൂക്ഷിക്കുന്ന അലമാരിയുടെ പിന്നിൽപ്പോയി അവൾ ഉടുപ്പുമാറി വരുന്നതുവരെ അയാൾ ക്ഷമയോടെ അവിടെ കാത്തിരിക്കും. അതിന്റെ ഇടയിൽക്കൂടെക്കാണാവുന്ന കാലിന്റേയും ചുമലിന്റേയും കൈമുട്ടിന്റേ യും ഭാഗങ്ങളിൽനിന്നും കണ്ണിനെ മാറ്റിനിർത്തുവാൻ അയാൾക്ക് വളരെയധികം ക്ലേശിക്കേണ്ടിവരാറുണ്ട്. പിന്നീട് അവൾ മേൽകഴുകി നനഞ്ഞ ദിനങ്ങളിൽ ഇടാറുള്ള വെളുത്ത ഒരു സിൽക്ക് ഉടുപ്പാണ് ധരിക്കുക.

അവിടെനിന്ന് അവർ, സിനിമയ്ക്കോ സർക്കസിനോ നാടകത്തിനോ പോകും. എവിടേക്കാണ് തങ്ങൾ പോകുന്നതെന്ന സംഗതി അലക്സിയിൽ ഒരു മാറ്റവും വരുത്തിയിരുന്നില്ല. അയാൾ ചലച്ചിത്രമോ സർക്കസുകളിയോ പാർക്കിലെ ജനക്കൂട്ടമോ ഒന്നും നോക്കി രസിക്കാറില്ല. അയാൾ അവളെത്തന്നെ നോക്കിക്കൊണ്ടിരിക്കും. അതിനിടയിൽ അയാൾ വിചാരിക്കും. ഇന്നുരാത്രിതന്നെ തീർച്ചയായും കണിശമായും വീട്ടിലേക്ക് മടങ്ങുന്ന വഴിയിൽവെച്ച് അവളോടു വിവാഹാഭ്യർഥന ചെയ്യണം. പക്ഷേ, റോഡ് അവസാനിക്കാറാകുമ്പോഴേക്കും അയാളുടെ ധൈര്യം പമ്പകടക്കും.

ഞായറാഴ്ച വോൾഗയുടെ മറുഭാഗത്തുള്ള പുൽത്തകിടിയിലേക്കാണ് അവർ നടക്കാൻ പോയത്. തന്റെ ഇരുണ്ട വലിയ മുഖത്തിനുനല്ലപോലെ ഇണങ്ങുമെന്ന് പലപ്പോഴും അമ്മ പറയാറുള്ള, ആ വട്ടക്കഴുത്തുള്ള ഷർട്ടും, അതിശുഭ്രമായ ഒരു ട്രൗസറും ധരിച്ച, അയാൾ അവളുടെ വീട്ടിൽപ്പോയി വിളിച്ചു. അവിടെ ഓല്യ തയാറായി ഇരുന്നിരുന്നു. തുണികൊണ്ടു പൊതിഞ്ഞ ഒരു പാർസൽ അയാളെ ഏൽപ്പിച്ചു. അവർ നദീതീരത്തേക്കു നടന്നു. ആ ഭാഗത്തുള്ള കുട്ടികളുടെയെല്ലാം ഇഷ്ടനും, ചെറുപ്പത്തിലെ അലക്സിയെ മണൽക്കരയ്ക്കരികിൽനിന്ന് ചെറുമത്സ്യം പിടിക്കാൻ പഠിപ്പിച്ചവനുമായ ആ കാലില്ലാത്ത കടത്തുകാരൻ കിഴവൻ–കഴിഞ്ഞ ആഗോളയുദ്ധത്തിൽ മുറവേറ്റ് അവശനായതാണ്, അയാൾ–തന്റെ മരക്കാലിൽ ഇഴഞ്ഞുവന്നു കനത്ത ആ വഞ്ചി വെള്ളത്തിലേക്ക് തള്ളി; പതുക്കെപ്പതുക്കെ ഇഴയാൻ തുടങ്ങി. ഒരു കോണിലൂടെ പ്രവാഹത്തെ മുറിച്ചുകടന്ന് ഒന്നു കുലുങ്ങിക്കൊണ്ട് അതു മറുഭാഗത്തെ തെളിഞ്ഞ പച്ചനിറംപൂണ്ട കരയെ ലക്ഷ്യമാക്കി നീങ്ങി. വഞ്ചിയുടെ പാർശ്വത്തിലെ മേൽത്തട്ടിൽ കൈവെച്ച്, വെള്ളം വിരലുകൾക്കിടയിലൂടെ ഒഴുകാൻ വിട്ടുകൊണ്ട് പെൺകുട്ടി ഗാഢചിന്തയിൽ ലയിച്ചിരുന്നു.

“ആർക്കാഷ അമ്മാമ്മാ. ഞങ്ങളെ ഓർക്കുന്നുണ്ടോ?” അലക്സി ചോദിച്ചു.

ഉദാസീനതയോടെ അവരെ നോക്കിക്കൊണ്ട് അയാൾ പറഞ്ഞു: “ഇല്ലല്ലോ.”

“എന്താണിത്. ഞാൻ അല്യോഷ്ക മെരിസീവ് അല്ലെ–നിങ്ങളാണല്ലോ എന്നെ മണൽക്കരയ്ക്കരികിൽനിന്നു മത്സ്യം പിടിക്കുവാൻ പഠിപ്പിച്ചത്.”

“ഞാൻ പഠിപ്പിച്ചിരിക്കും നിങ്ങളെപ്പോലുള്ള ഒരുപാടു കുട്ടികൾ ഇവിടെ ഓടിക്കളിച്ചു നടക്കാറുണ്ട്. എനിക്കവരെ മുഴുവൻ ഓർമിക്കുവാൻ സാധിക്കുമോ?”

വഞ്ചി ഒരു കടൽപ്പാലം കടന്നുപോയി. “അറോറ” എന്നു പേരെഴുതിയ വലിയ തുഴയോടുകൂടിയ ഒരു ‘പടക്കപ്പൽ വഞ്ചി’ കിടന്നിരുന്നു. ഇതും കടന്ന് അവരുടെ വഞ്ചി മറുകരയിലെ മണലിൽച്ചെന്നു മുട്ടി.

“ഇതാണ് സ്ഥലം. ഞാൻ ഇപ്പോൾ മുൻസിപ്പാലിറ്റിയുടെ കീഴിലല്ല. ഇത് സ്വന്തമാണ്. ഞാൻ പറഞ്ഞത് മനസിലായില്ലേ, ഇതൊരു സ്വകാര്യ വ്യവസായമാണ്.” ബോട്ട് കരയിലേക്കു തള്ളിമാറ്റാനായി വെള്ളത്തിലേക്കിറങ്ങിയ കിഴവൻ വിളിച്ചു പറഞ്ഞു. അയാളുടെ മരക്കാൽ മണലിൽ തറഞ്ഞു. ബോട്ടിനു കനംകൂടിയതിനാൽ അതു,തള്ളി മേലോട്ടാക്കാൻ ആ കിഴവനു സാധിച്ചില്ല.

“ഇനി ചാടേണ്ടിവരും.” അയാൾ മന്ദമായി പറഞ്ഞു.

“എത്രവേണം?” അലക്സി ചോദിച്ചു.

“നിങ്ങൾക്ക് ഇഷ്ടമുള്ളത്, നിങ്ങൾ വളരെ ആഹ്ലാദചിത്തരായി കാണുന്നതുകൊണ്ട് കുറച്ചു കൂടുതൽ എന്തെങ്കിലും തരണം. പക്ഷേ, നിങ്ങളെ ഞാൻ ഓർമിക്കുന്നില്ല. തീർച്ചയായും ഇല്ല.”

തോണിയിൽനിന്നു വെള്ളത്തിലേക്കു ചാടിയപ്പോൾ അവരുടെ കാലുകൾ നനഞ്ഞു. ഷൂസ് അഴിച്ചുമാറ്റാമെന്ന് ഓല്യ അഭിപ്രായപ്പെട്ടു. അവർ അങ്ങനെ ചെയ്തു. നദിയുടെ ഈർപ്പവും ചൂടും കലർന്ന മണ്ണിൽ കാൽതട്ടിയപ്പോൾ അവർക്ക് അവാച്യമായ ഒരു ആനന്ദവും സ്വാതന്ത്ര്യവും തോന്നി. അവർ കുട്ടികളെപ്പോലെ ആ പുല്ലിൽക്കിടന്ന് ഓടാനും ചാടാനും മറിയാനും തുടങ്ങി.

“എന്നെ പിടിക്കാമോ?”മരതകപ്പച്ചവിരിച്ചതുപോലെ കിടക്കുന്ന ഒരു പുൽത്തകിട് ലക്ഷ്യമാക്കി, ഓല്യ ഒരു ഓരത്തിൽക്കൂടെ ഒരു പാച്ചിൽ പാഞ്ഞു. ഓടുമ്പോൾ സൂര്യതാപമേറ്റ് അവളുടെ കാലുകൾ മിന്നിത്തിളങ്ങുന്നുണ്ടായിരുന്നു.

അലക്സി സർവശക്തിയുമുപയോഗിച്ച് അവളുടെ പിന്നാലെ ഓടി. പ്രകാശവർണാങ്കിതമായ അവളുടെ ഫ്രോക്ക് ഉണ്ടാക്കിയ വർണശബളമായ അടയാളം മാത്രമേ അയാൾ മുന്നിൽക്കണ്ടുള്ളൂ. അങ്ങനെഓടുമ്പോൾ കുറ്റിച്ചെടിയുടെ മുള്ളുകൾ തട്ടി. അയാളുടെ കാലുകൾ വേദനിച്ചു. സൂര്യതാപമേറ്റു കിടക്കുന്ന നനഞ്ഞമണൽ അയാളുടെ ഉപ്പൂറ്റിക്ക് വഴങ്ങിക്കൊടുത്തു.

ഓല്യയെ പിടിക്കുന്നത് അതിപ്രധാനമായ ഒരു സംഗതിയായിത്തോന്നി അയാൾക്ക്. ഭാവിജീവിതത്തിലെ പലസംഗതികളും അതിനെ അടിസ്ഥാനപ്പെടുത്തിയിരിക്കുകയാണെന്ന മട്ടിൽ–ഇവിടെ ഈ കുസുമാഞ്ചിതമായ പുൽപ്പരപ്പിൽ, ലഹരിപിടിപ്പിക്കുന്ന പരിമളധോരണിയിൽ മുങ്ങിനിൽക്കുമ്പോൾ, താൻ ഇതുവരെ പറയാൻ ധൈര്യപ്പെടാതിരുന്നതെല്ലാം തുറന്നു പറയുക എളുപ്പമാണ്. പക്ഷേ വളരെ അടുത്തെത്തി,

പിടിക്കാനായി കൈ നീട്ടുമ്പോഴേക്കും, ആ പെൺകുട്ടി ഒരു പൂച്ചയുടെ ലാഘവത്തോടെ വെട്ടിത്തിരിഞ്ഞ്, വിനോദകരമായ ഒരു പൊട്ടിച്ചിരിയോടെ അയാളുടെ കൈപ്പിടിയിൽനിന്നകന്ന് വേറൊരു വഴിയിലേക്ക് ഓടിപ്പോകും.

അയാൾ തന്നെ പിടിക്കരുതെന്ന് അവൾക്ക് നിർബന്ധമായിരുന്നു. അയാൾക്കാകട്ടെ അത് സാധിച്ചുമില്ല. പുൽത്തകിടിയിൽനിന്ന് ആ നദീതീരത്തിലെത്തി. അവൾ ചൂടുപിടിച്ച സ്വർണവർണംപൂണ്ട മണലിൽ വന്നുവീണു. അവളുടെ മുഖം തുടത്തിരുന്നു; നെഞ്ച് ഉയർന്നുതാഴുന്നുണ്ടായിരുന്നു. ഉറക്കെച്ചിരിച്ച്, വായ മുഴുവൻ തുറന്ന് അവൾ ആ കുളിർവായു ആസ്വദിച്ചു. ആ പൂവണിഞ്ഞ മൈതാനത്തിൽ വെളുത്ത ഡെയ്സി പുഷ്പങ്ങൾക്കിടയിൽ ഇരിക്കുന്ന അവളുടെ ഫോട്ടോ അയാൾ എടുത്തു. പിന്നീട് അവർ കുളിച്ചു. അവൾ വസ്ത്രം മാറിക്കഴിയുന്നതുവരെ അയാൾ അനുസരണയോടെ ഒരു കുറ്റിക്കാടിന്റെ മറവിൽപ്പോയി പുറംതിരിഞ്ഞുനിന്നു.

തിരികെ അയാളെ വിളിച്ചപ്പോൾ അവൾ അവിടെ ഒരു നനുത്ത ഫ്രോക്കും തലയിൽ ടർക്കിടവ്വലിന്റെ ഒരു കെട്ടുമായി സൂര്യപ്രകാശമേറ്റ് കാലുകൾ മടക്കിവെച്ച് ഇരിക്കുകയായിരുന്നു. വൃത്തിയുള്ള ഒരു വെളുത്ത തുണി മണലിൽവിരിച്ച് അത് പറന്നുപോകാതിരിക്കുവാനായി നാലുഭാഗത്തും ചെറിയ കല്ലുകൾ പെറുക്കിവെച്ച്–അവൾ തന്റെ കെട്ടിലെ സാമാനങ്ങൾ അവിടെ നിരത്തി. മെഴുകു കടലാസിൽ ശ്രദ്ധാപൂർവം സൂക്ഷിച്ചിരുന്ന തണുത്തമത്സ്യം, വീട്ടിൽ ഉണ്ടാക്കിയ ബിസ്കറ്റ്, സാലാഡ് എന്നിവകൊണ്ട് അവർ ഉച്ച ഭക്ഷണം കഴിച്ചു. ഉപ്പോ കടുകുപൊടിയോ ഒന്നുംതന്നെ അവൾ മറന്നിരുന്നില്ല. ക്രീമിന്റെ ചെറിയ ചെറിയ ഭരണികളിൽ അവൾ അതൊക്കെ എടുത്തുവെച്ചിരുന്നു. ആ ചെറിയ പെൺകുട്ടി ആതിഥേയ ചമഞ്ഞ സമർഥവും ഗൗരവപൂർണവുമായ ആ രീതിയിൽ കമനീയവും ഹൃദയസ്പർശിയുമായ എന്തോ ഒന്നുണ്ടായിരുന്നു. അലക്സി ആത്മഗതം ചെയ്തു. 'ഇനിയും അതുമിതും പറഞ്ഞ് സമയം കളയുകയില്ല. ഇന്നുതന്നെ കാര്യങ്ങൾ തീരുമാനിക്കണം. ഇന്നു വെകുന്നേരം വീണ്ടും അവളുടെ മുറിയിൽ കാണാമെന്ന് വാക്കുപറഞ്ഞു ക്ഷീണിതരെങ്കിലും ആഹ്ലാദചിത്തരായ, ആ യുവതീയുവാക്കൾ കടവിലേക്ക് തിരിച്ചു. പക്ഷേ കടത്തുവഞ്ചിയോ മച്ചുപായോ അവിടെ ഉണ്ടായിരുന്നില്ല. അവർ 'ആക്കാഷ' അമ്മാമനെ ഉച്ചത്തിൽ കൂകിവിളിച്ചു. അവരുടെ ഒച്ച അടഞ്ഞുതുടങ്ങി. മൈതാനത്തിനക്കരെ സൂര്യൻ അസ്തമിക്കാറായി. ചെന്നിറംപൂണ്ട കാന്തിയേറിയ ആദിത്യരശ്മികൾ നദിക്കക്കരെയുള്ള കുന്നിന്റെ ഉച്ചിയിൽനിന്ന് വഴുതിവീണ്, വീടുകളുടെ മോന്തായങ്ങളേയും ജനവാതിലുകളേയും നഗരമധ്യത്തിൽ നിശ്ചലമായി നിൽക്കുന്ന പൊടിയണിഞ്ഞ വൃക്ഷങ്ങളുടെ തലപ്പുകളേയും രക്തത്തുടുപ്പിൽ മുക്കി. പ്രശാന്തവും ഊഷ്മളവുമായിരുന്നു ആ ഗ്രീഷ്മകാല സായാഹ്നം. നഗരത്തിൽ അസാധാരണമായ

എന്തോ ഒന്ന് സംഭവിച്ചിരിക്കണം. ഈ സമയത്ത് സാമാന്യേന വിജന മാകേണ്ടിയിരുന്ന തെരുവീഥികളെല്ലാം ജനനിബിഡമായി കാണപ്പെട്ടു. നിറയെ ആളുകളെ കയറ്റിയ രണ്ടു ട്രക്കുകൾ പാഞ്ഞകന്നു. സൈനിക നിലയത്തിൽ ചെറിയ ചെറിയ ജനക്കൂട്ടം മാർച്ചുചെയ്തിരുന്നു.

"ആക്കാഷ അമ്മാമൻ ഇപ്പോൾ കുടിച്ചു മത്തനായിരിക്കും. ഇന്നത്തെ രാത്രി ഇവിടെ കഴിച്ചുകൂട്ടേണ്ടിവരുകയാണെങ്കിൽ...."

"താങ്കൾ എന്റെ കൂടെയുള്ളപ്പോൾ എനിക്കു യാതൊരു ഭയവു മില്ല." തിളങ്ങുന്ന വിശാലമായ നേത്രങ്ങളാൽ അയാളെ ഒന്ന് ഉഴിഞ്ഞു കൊണ്ട് അവൾ മറുപടി പറഞ്ഞു.

അരയ്ക്കു ചുറ്റിപ്പിടിച്ചുകൊണ്ട് അയാൾ അവളെ ചുംബിച്ചു. ആദ്യ മായിട്ട്, ആ ഒരു തവണ മാത്രം. അയാൾ അതു ചെയ്തു. നദിയിൽ കഴു ക്കോലിന്റെയും തുഴയുടെയും ശബ്ദം മുഴങ്ങി. നിറയെ ആളുകളു മായി കടത്തുവഞ്ചി ആ ഭാഗത്തേക്ക് അടുക്കുന്നുണ്ടായിരുന്നു. നിരാശ യോടെ അവരാ വഞ്ചിയിലേക്ക് നോക്കി. എന്തോ വാർത്തയും കൊണ്ടാണ് അവർ വരുന്നതെന്ന് ധാരണയിൽ അവർ ആ വഞ്ചിയുടെ സമീപത്തേക്കു നടന്നു.

ജനങ്ങൾ നിശബ്ദരായി വഞ്ചിയിൽനിന്നു ചാടിയിറങ്ങി. ഒഴിവുകാ ലവേഷത്തിലാണ് വസ്ത്രധാരണം ചെയ്തിരുന്നതെങ്കിലും എല്ലാവരു ടേയും മുഖത്ത് അസ്വസ്ഥതയും വിഷാദവും നിഴൽ പരത്തിയിരുന്നു. ഒരൊറ്റ വാക്കുപോലും പറയാതെ, ധൃതിയിലാണെന്ന് സൂചിപ്പിക്കുന്ന ഗൗരവപൂർണമായ മുഖത്തോടുകൂടിയ പുരുഷന്മാരും, കരഞ്ഞു കരഞ്ഞു കണ്ണുതുടച്ചു സ്ത്രീകളും ആ യുവതീയുവാക്കന്മാരെ കടന്നു പോയി. എന്താണ് സംഭവിക്കുന്നതെന്നറിയാതെ അവർ രണ്ടുപേരും വഞ്ചിയിൽ ചാടിക്കയറി. അവരുടെ പ്രസന്നവദനങ്ങളിലേക്കു നോക്കാതെ ആക്കാഷ അമ്മാമൻ പറഞ്ഞു.

"യുദ്ധം. സഖാവ് മൊളട്ടോവ് ഇന്നുകാലത്ത് റേഡിയോവിലൂടെ പ്രഖ്യാപിച്ചിരിക്കുന്നു."

"യുദ്ധമോ! ആരുമായി?" ചാടിയെണീറ്റ് അലക്സി ആരാഞ്ഞു.

"ആ നശിച്ച ഫാസിസ്റ്റുകാരുമായിത്തന്നെ. അല്ലാതെ ആരുമാ യിട്ട്." തന്റെ തുഴ വലിച്ചെടുത്തുകൊണ്ട് അയാൾ മുരണ്ടു. "പുരു ഷൻമാരെല്ലാം ഡിസ്ട്രിക് മിലിട്ടറി ഹെഡ് ക്വാർട്ടേഴ്സിലേക്ക് പോയി ക്കഴിഞ്ഞു. പട്ടാളശേഖരണം."

വീട്ടിൽപ്പോലും പോകാതെ അലക്സി നേരെ പോയത് യുദ്ധകാ ര്യാലയത്തിലേക്കാണ്. തനിക്കു ജോലിയുള്ള വ്യോമസേനാവിഭാഗത്തി ലെത്തിച്ചേരാനായി, വീട്ടിൽച്ചെന്ന് പെട്ടിയെടുക്കാൻ മാത്രം കഷ്ടിച്ച് സമയംകണ്ടു. ഓല്യയോട് യാത്ര പറയാൻപോലും ഇടകിട്ടാതെ അയാൾ അന്നുരാത്രി 12-40-ന്റെ വണ്ടിയിൽ കയറി.

വളരെ കുറച്ചേ അവർ തമ്മിൽ കത്തിടപാടുകൾ ഉണ്ടായിരു ന്നുള്ളൂ എന്നത് അന്യോന്യമുള്ള വികാരം ആറിത്തണുത്തതുകൊ

ണ്ടോ, വിസ്മരിച്ചതുകൊണ്ടോ അല്ല. സ്കൂൾകുട്ടിയുടെ ഉരുണ്ട കൈയക്ഷരത്തിൽ മേൽവിസാലമെഴുതിയ എഴുത്തിനുവേണ്ടി ഉൽക്കണ്ഠയോടെയാണ് അയാൾ കാത്തുനിൽക്കാറ്. കിട്ടിയാൽ അത്, കുപ്പായത്തിന്റെ കീശയിൽ സൂക്ഷിച്ച് അയാൾ തനിയെ ആകുമ്പോൾ വായിക്കും. കാട്ടിൽ അലഞ്ഞു തിരിഞ്ഞു നടന്നിരുന്ന ദുർദിനങ്ങളിൽ അയാൾ നെഞ്ചോടമർത്തിപ്പിടിച്ച് ഇടയ്ക്കിടെ നോക്കിക്കൊണ്ടിരുന്നത് ഈ എഴുത്തുകളാണ്.

ആ യുവതീയുവാക്കന്മാർ തമ്മിലുള്ള ബന്ധം വളരെ പെട്ടെന്ന്, അതും ഒരു അനിശ്ചിതാവസ്ഥയിലാണ് വിച്ഛേദിക്കപ്പെട്ടത്. അതിനാൽ ഇതുവരെ പറഞ്ഞിട്ടില്ലാത്ത ആ വലിയ കാര്യം എഴുത്തുകളിൽ കൂട്ടിച്ചേർക്കാൻ ഭയപ്പെട്ടിട്ടെന്നപോലെ അവർ ചങ്ങാതികൾ, സുഹൃത്തുക്കൾ എന്നനിലയിലേ പെരുമാറിവന്നിരുന്നുള്ളൂ.

ഇപ്പോൾ ആശുപത്രിയിൽ പ്രവേശിപ്പിച്ചതിനുശേഷം അയാൾ പരിഭ്രമത്തോടെ മനസിലാക്കി-ഓരോ എഴുത്തു വരുന്തോറും പരിഭ്രമം വർധിച്ചുവന്നതേയുള്ളൂ. ഓല്യതന്നെ തന്റെ അന്തർഗതം വെളിവാക്കിത്തുടങ്ങി. ഇപ്പോൾ എഴുതുമ്പോൾ കലവറ കൂടാതെ അവൾ തന്റെ ഇംഗിതം പ്രകടമാക്കിയിരുന്നു. അന്നു വെകുന്നേരം ആ പ്രത്യേക നിമിഷത്തിൽത്തന്നെ ആക്കാഷ അമ്മാവൻ കടന്നുവന്നതിൽ അവൾ പരിതപിച്ചു. എന്തുതന്നെ അയാൾക്ക് സംഭവിച്ചാലും വിശ്വസിക്കാവുന്ന ഒരു സഖി അയാൾക്ക് ഉണ്ടായിരിക്കുമെന്ന് അവൾ ഉറപ്പു നൽകി. വിദേശങ്ങളിൽ അലഞ്ഞുതിരിയുമ്പോൾ സ്വന്തമെന്നു പറയാവുന്ന-യുദ്ധം അവസാനിക്കുമ്പോൾ അയാൾക്ക് മടങ്ങിവരാവുന്ന ഒരു വീട് ഉണ്ടെന്ന പരമാർഥം വിസ്മരിക്കരുതെന്ന് അവൾ അപേക്ഷിച്ചു. ഇതെഴുതുന്നത്, ആദ്യത്തേതിൽനിന്ന് വ്യത്യസ്തയായ ഒരു പുതിയ ഓല്യയാണ് എന്നുപോലും തോന്നി അയാൾക്ക്. ഓരോ പ്രാവശ്യവും അവളുടെ ഫോട്ടോയിലേക്ക് നോക്കുമ്പോൾ അയാൾ വിചാരിക്കും ഒരുകാറ്റ് ഊതിയാൽ അവളും അവളുടെ പൂക്കൾനിറഞ്ഞ ഫ്രോക്കും ഉണങ്ങിയ 'ഡാൻഡ്ലിയോൺ' വിത്തുകൾപോലെ പറന്നുപോകുമെന്ന്. പക്ഷേ ഈ എഴുത്തുകൾ എഴുതിയിട്ടുള്ളത് ഒരു സ്ത്രീയാണ്. സ്നേഹമയിയായ ഒരു കമിതാവിനുവേണ്ടി ഉൽക്കണ്ഠാപൂർവം കാത്തിരിക്കുന്ന സ്ത്രീ. ഈ വസ്തുത ഒരേസമയത്ത് അയാളെ ആനന്ദിപ്പിക്കുകയും സങ്കടപ്പെടുത്തുകയും ചെയ്തു; ആനന്ദം അയാൾക്ക് അറിയാതെതന്നെ അനുഭവപ്പെട്ടു. പക്ഷേ, ഈദൃശസ്നേഹത്തിൽ തനിക്ക് അവകാശമില്ല. ഈ സമ്മതിച്ചേറ്റുപറയൽ താൻ അർഹിക്കുന്നില്ല. എന്ന ചിന്ത അയാളെ സങ്കടപ്പെടുത്തി. എന്തെന്നാൽ, ഇന്ന് താൻ അവളറിഞ്ഞിരുന്ന, പണ്ടത്തെ ആ ഉല്ലാസവാനായ, കരുത്തുറ്റ യുവാവല്ല; ആക്കാഷാ അമ്മാവനെപ്പോലെ ഒരു മുടന്തനാണ് എന്ന വാസ്തവം എഴുതി അറിയിക്കാനുള്ള ധൈര്യം അയാൾക്ക് ഉണ്ടായില്ല. ഈ സത്യാവസ്ഥ അറിഞ്ഞാൽ തന്റെ അമ്മ മരിച്ചുപോകുമെന്നുപോലും അയാൾ ഭയപ്പെട്ടു. അതുകൊണ്ട്

ഓല്യയെ കള്ളംപറഞ്ഞ് ചതിക്കുവാൻതന്നെ അയാൾ നിർബന്ധിതനായി. ഓരോതവണ എഴുതുമ്പോഴും ഈ വഞ്ചനാ പ്രയോഗത്തിൽ കൂടുതൽ കൂടുതൽ കുടുങ്ങിപ്പോകുന്നപോലെ തോന്നി അയാൾക്ക്.

ക്യാംഷീനിൽനിന്നു വന്ന ഓരോ എഴുത്തും വിരുദ്ധവികാരങ്ങളെയാണ് അയാളിൽ ഉണർത്തിയത്. സന്തോഷം, സന്താപം, ആശ, ഉൽക്കണ്ഠ ഇവ ഒരേ സമയത്ത് അയാളെ ആനന്ദിപ്പിക്കുകയും, വിഷമിപ്പിക്കുകയും ചെയ്തു. ഒരിക്കൽ ഒരു നുണപറയുകയാൽ വീണ്ടും അയാൾക്ക് നിരവധി നുണകൾ കണ്ടുപിടിക്കേണ്ടിവന്നു. അയാളാകട്ടെ അക്കാര്യത്തിൽ ഒരു വിരുതനുമല്ലായിരുന്നു. അതുകൊണ്ട് ഓല്യക്കുള്ള എഴുത്തുകൾ തീരെ വിരസവും കാര്യമാത്രപ്രസക്തവും ആയി.

വ്യോമനിരീക്ഷണ കാര്യാലയത്തിലെ പെൺകുട്ടിക്ക് എഴുതുവാൻ വളരെ എളുപ്പമായിരുന്നു. ലളിതവും സേവനോൽസുകവുമായിരുന്നു അവളുടെ അത്മാവ്. ശസ്ത്രക്രിയ കഴിഞ്ഞ്, നൈരാശ്യത്തിലാണ്ടിരുന്ന അക്കാലത്ത്, തന്റെ നീറുന്നവേദന ആരെങ്കിലും അറിയിക്കണമെന്ന് തോന്നിയപ്പോൾ അയാൾ ആ യുവതിക്ക് നീണ്ട വിഷാദകലുഷമായ ഒരു കത്തെഴുതി. അധികം താമസിക്കാതെതന്നെ അയാൾക്ക് അതിന് മറുപടി കിട്ടി. നോട്ടുബുക്കിൽനിന്ന് അടർത്തിയെടുത്ത കടലാസിൽ, വലഞ്ഞുതിരിഞ്ഞ കൈയക്ഷരത്തിൽ ധാരാളം അത്ഭുതചിഹ്നങ്ങൾ വിതറി എഴുതിയിരിക്കുന്ന അത് കണ്ടാൽ ഒരു അപ്പത്തിൽ, പെരുംജീരകവിത്തു വിതറിയപോലിരിക്കുന്നുണ്ട്. ആ ലേഖനം നിറയെ കണ്ണുനീർപ്പാടുകളായിരുന്നു. പട്ടാളച്ചിട്ടകൾക്ക് വിരുദ്ധമായില്ലെങ്കിൽ, എല്ലാം വലിച്ചെറിഞ്ഞുകളഞ്ഞ് അയാളുടെ സമീപത്തെത്തി, ശുശ്രൂഷിക്കുവാനും വേദനയിൽ പങ്കുകൊള്ളുവാനുമായി അവൾ ഓടി അണയുമായിരുന്നുവെന്ന് അതിൽ എഴുതിയിരിക്കുകയാണ്. ഇടയ്ക്കിടെ എഴുതുവാൻ അവൾ അപേക്ഷിച്ചിരിക്കുന്നു. വ്യാമിശ്രമായ ഈ എഴുത്തിൽ അതിലളിതവും ബാലിശവുമായ വികാരം അത്രവളരെ ആവിഷ്കരിച്ചിരിക്കുന്നത് അയാളെ വ്യസനിപ്പിച്ചു. അവൾ ഓല്യയുടെ കത്തുകൾ കൊണ്ടുകൊടുക്കവേ അത് തന്റെ വിവാഹിതയായ സഹോദരിയുടേതാണെന്ന് അവളോടു കളവു പറഞ്ഞതോർത്ത് ഇന്നയാൾ സ്വയം ശപിച്ചു. ഇങ്ങനെയുള്ള ഒരു പെൺകുട്ടിയെ വഞ്ചിക്കുവാൻ പാടില്ലെന്നു കരുതി അയാൾ തനിക്ക് ക്യാംഷീനിൽ ഒരു കാമുകിയുണ്ടെന്നും അവളെയോ സ്വമാതാവിനെയോ തനിക്കു പറ്റിയ അപകടം അറിയിച്ചിട്ടില്ലെന്നും ഉള്ളു തുറന്നെഴുതി.

അന്നത്തെ നിലയ്ക്ക് വിശ്വസിക്കാൻവയ്യാത്ത വേഗതയിൽ അവളിൽനിന്നു മറുപടിവന്നു. അവൾ ആ എഴുത്ത് കൊടുത്തയക്കുന്നത് യുദ്ധലേഖകനായ ഒരു മേജറുടെ പക്കലാണെന്ന് എഴുതിയിരിക്കുന്നു. തങ്ങളുടെ റജിമെന്റ് സന്ദർശിച്ച അവസരത്തിൽ അയാൾ അവളോടു വലിയ മമത കാണിക്കുകയും-അയാൾ മിടുക്കനും വിനോദശീലനുമാണെങ്കിലും-അവൾ അത് അഗണ്യമാക്കുകയും ചെയ്തിരുന്നു. ആ

എഴുത്തിന്റെ രീതിയിൽനിന്ന് വ്യക്തമായിരുന്നു, അവൾക്കു നിരാശയും വിഷമവും ഉണ്ടെന്ന്. അവൾ തന്റെ വികാരങ്ങളെ മറയ്ക്കുവാൻ ശ്രമിച്ചുവെങ്കിലും അത് വിജയപ്രദമായില്ല. ആദ്യംതന്നെ വാസ്തവം പറയാതിരുന്നതുകൊണ്ട് അയാളെ ശകാരിച്ചുവെങ്കിലും തന്നെ ഒരു സുഹൃത്തെന്ന നിലയിൽ കണക്കാക്കണമെന്ന് അവൾ ആവശ്യപ്പെട്ടു. ആ എഴുത്ത് അവസാനച്ചത് മഷി കൊണ്ടല്ല, പെൻസിൽ കൊണ്ടെഴുതിയിട്ടുള്ള ഒരു ചെറുകുറിപ്പോടെ ആയിരുന്നു. സീനിയർ ലഫ്റ്റനന്റ് സഖാവിന്റെ ഒരു ഉറ്റസുഹൃത്തായി അവൾ വർത്തിക്കുമെന്നും–ക്യാംഷീനിലെ യുവതി വിശ്വാസവഞ്ചന ചെയ്യുകയോ–(എങ്ങനെയാണ് യുദ്ധമേഖലയ്ക്കുപിന്നിലുള്ള സ്ത്രീകൾ പെരുമാറുക എന്നവൾക്ക് അറിയാമത്രേ) അയാളെ സ്നേഹിക്കുന്നതിൽനിന്നു വിരമിക്കുകയോ അംഗവൈകല്യംമൂലം അയാളെ ഉപേക്ഷിക്കുകയോ ചെയ്താൽ തന്നെ വിസ്മരിക്കരുത്, സത്യമല്ലാതെ യാതൊന്നും ഇനിമേൽ തനിക്ക് എഴുതരുത് എന്നെല്ലാം അതിൽ കൊള്ളിച്ചിരുന്നു. ആ എഴുത്തു കൊണ്ടുവന്ന ആൾ തന്നെ വൃത്തിയുള്ള ഒരു പാക്കറ്റും എത്തിച്ചിരുന്നു, അതിൽ പാരച്യൂട്ടുസിൽക്കിൽ അലക്സിയുടെ പേരിന്റെ ആദ്യക്ഷരങ്ങൾ തുന്നിപ്പിടിപ്പിച്ചിട്ടുള്ളതും സമൃദ്ധിയായി കൈലേസുകൾ പറക്കുന്ന ഒരു വിമാനത്തിൽ അങ്കിതമായ ഒരു പുകയിലസഞ്ചി, ഒരു ചീപ്പ്, 'മഗ്നോളിയ' ബ്രാന്റിൽപ്പെട്ട ഒരു കുപ്പി യുഡി–കോളോൺ–ഒരു കഷണം സോപ്പ് എന്നിവയും ഉണ്ടായിരുന്നു. ആ ദുർഘടം പിടിച്ച അവസരങ്ങളിൽ പട്ടാളത്തിൽ പണിയെടുക്കുന്ന പെൺകിടാങ്ങൾക്ക് ഇവ എത്രമാത്രം അമൂല്യങ്ങളാണ് എന്ന് അലക്സിക്ക് അറിയാം. ഒഴിവുകാലസമ്മാനങ്ങളായി അവർക്കു കിട്ടുന്ന ഈവക സാധനങ്ങൾ, സമരകാലത്തിനു മുമ്പുണ്ടായിരുന്ന പൗരജീവിതത്തെ അനുസ്മരിപ്പിക്കുന്ന പരിശുദ്ധ നിധികളായാണ് അവർ കരുതിയിരുന്നത്. അതുകൊണ്ടുതന്നെ തന്റെ കിടക്കയുടെ സമീപമുള്ള അലമാരിയിൽ അവ അടുക്കിവച്ചപ്പോൾ അയാൾക്കു ലജ്ജയും സന്തോഷവും തോന്നി.

സ്വാഭാവികമായ ഉന്മേഷത്തോടെ തന്റെ ഞൊണ്ടിക്കാലിനു വ്യായാമംകൊടുക്കയും, ഇനിയും പറക്കുവാനും യുദ്ധം ചെയ്യുവാനുമുള്ള സാധ്യതയെക്കുറിച്ചു സ്വപ്നം കാണുകയും ചെയ്യുമ്പോൾ അയാളിൽ അലതല്ലിയിരുന്നത് സമ്മിശ്രമായ വികാരങ്ങളായിരുന്നു. ഓല്യക്കുള്ള എഴുത്തുകളിൽ അയാൾ അർധസത്യങ്ങളേ എഴുതാറുള്ളൂ എന്നാലും അയാൾക്ക് അവളോടു തോന്നുന്ന സ്നേഹം അനുദിനം വർധിച്ചുവന്നു. തനിക്കു നല്ല പരിചയംപോലുമില്ലാത്ത ഒരു പെൺകുട്ടിയോട് എല്ലാം തുറന്നു പറയുന്നത് ഓർത്തപ്പോൾത്തന്നെ അയാളുടെ മനസാക്ഷിക്കു വലിയ ഭാരംതോന്നി.

തന്റെ സ്വപ്നം സാക്ഷാൽകരിക്കപ്പെടുമ്പോൾ, യുദ്ധം ചെയ്യുവാനുള്ള ശക്തി തിരിച്ചുകിട്ടി സ്വന്തം അണിയിലേക്ക് മടങ്ങുമ്പോൾമാത്രമെ ഓല്യയോട് പ്രണയത്തെക്കുറിച്ച് സംസാരിക്കുകയുള്ളൂ എന്ന

യാൾ സ്വയം പ്രതിജ്ഞ ചെയ്തു. അത് ലക്ഷ്യത്തിലെത്തുവാനുള്ള ഉന്മത്തമായ ആവേശത്തിന് കൂടുതൽ പ്രചോദനമായി.

IX

മേയ് ഒന്നാംതീയതി കമ്മിസാർ അന്തരിച്ചു. ആരും കാണാതെയാണ്, ആരും അറിയാതെയാണ് അദ്ദേഹത്തിന്റെ ആത്മാവ് പറന്നുപോയത്. കാലത്തെ പതിവുപോലെ കഴുകലും തുടയ്ക്കലുമെല്ലാം കഴിഞ്ഞു. തനിക്ക് ക്ഷൗരം ചെയ്യാനെത്തിയിരുന്ന ക്ഷുരകസ്ത്രീയോട് ഒഴിവുദിവസമായ അന്ന് മോസ്കോനഗരം എങ്ങനെയിരിക്കുന്നുവെന്നും കാലാവസ്ഥ എങ്ങനെയെന്നും അദ്ദേഹം ചോദിച്ചു മനസിലാക്കി. നിരത്തിൽനിന്നും മാർഗവിഘ്നങ്ങളെല്ലാം എടുത്തു മാറ്റിയെന്നറിഞ്ഞപ്പോൾ അദ്ദേഹം സന്തോഷിച്ചു. ഈ മഹനീയമായ വസന്തദിനത്തിൽ ആഘോഷങ്ങളൊന്നുംതന്നെ ഇല്ലാതെപോയല്ലോയെന്നോർത്തു പരിതപിച്ചു. തന്റെ മുഖത്തെ ചുവന്ന പാടുകൾ പൗഡർകൊണ്ടു തൂത്തുകളയുവാൻ ഒരു ധീരശ്രമം നടത്തിയിരുന്ന ക്ലാവഡിയ മിഖായിലോപ്നയെ കളിയാക്കി. എല്ലാവർക്കും തോന്നിയത് അദ്ദേഹത്തിന് വളരെ ഭേദമുണ്ട്, വിഷമസന്ധി കഴിഞ്ഞു; രോഗം വേഗം സുഖപ്പെടും എന്നുതന്നെയാണ്.

കുറെക്കാലമായി അദ്ദേഹത്തിനു പത്രങ്ങൾ വായിക്കുവാൻ വിഷമമായിരുന്നതിനാൽ കിടക്കയ്ക്കു സമീപമായി ഒരു റേഡിയോസെറ്റ് സ്ഥാപിച്ചിരുന്നു. ഇയർഫോൺവെച്ചാണ് അദ്ദേഹം അതുപയോഗിച്ചിരുന്നത്. റേഡിയോയന്ത്രങ്ങളെപ്പറ്റി എന്തോ ചിലത് അറിയാമായിരുന്ന ഗ്വോസ്ഡേവ് അതിൽ എന്തോ പണിചെയ്ത് ഇയർഫോണിനെ ഒരു ഉച്ചഭാഷണിയാക്കി മാറ്റിയിരുന്നു. അതുമൂലം സംഭാഷണവും സംഗീതവും ആ വാർഡിലുള്ള എല്ലാവർക്കും കേൾക്കാമായിരുന്നു. അക്കാലത്ത് ലോകത്തിലെവിടെയും ആൾക്കാർ അറിഞ്ഞിരുന്നതും ശ്രദ്ധിച്ചിരുന്നതുമായ അനൗൺസറുടെ ശബ്ദം കൃത്യം ഒൻപതുമണിക്ക് ജനകീയ നിരോധനസേനാ കമ്മിസാറുടെ ബഹുമതിമുദ്രകൾ പ്രഖ്യാപിക്കാൻ തുടങ്ങി. എല്ലാവരും നിശബ്ദരായി, ചുമരിന്മേൽ തൂങ്ങിക്കിടന്നിരുന്ന ആ രണ്ടു കറുത്ത വൃത്തത്തിൽ–എന്തെങ്കിലും ഒരു വാക്കു വിട്ടുപോയേക്കുമോ എന്നു ഭയന്ന്, സർവശ്രദ്ധയും കേന്ദ്രീകരിച്ചുകൊണ്ട് ഇരുപ്പുറപ്പിച്ചു. 'മഹാനായ ലെനിനിന്റെ, അജയ്യമായ കൊടിക്കീഴിൽ വിജയത്തിൽനിന്നു വിജയത്തിലേക്കു മുന്നേറുക എന്നു പറഞ്ഞുകഴിഞ്ഞിട്ടും വാർഡു മുഴുവൻ തികഞ്ഞ നിശബ്ദതയായിരുന്നു.

"റെജിമെന്റൽ കമ്മിസാർ സഖാവേ; എന്താണ് ഇതിനർഥമെന്ന് ഒന്നു ദയവായി വിശദീകരിക്കാമോ?" കുക്കുഷ്കിൻ ചോദിച്ചു.

ഉടനെതന്നെ അയാൾ ഭയാക്രാന്തനായി അലറി "കമ്മിസാർ സഖാവേ."

നിശ്ചലമായ, മരവിച്ച, മിഴികൊണ്ട് തട്ടിലെവിടെയോ തുറിച്ചു നോക്കി കമ്മിസാർ നീണ്ടുനിവർന്നു കിടക്കുകയാണ്. വിളർത്തു വികൃതമായിരുന്ന ആ മുഖത്ത് ഇപ്പോൾ പ്രശാന്തയും ഗൗരവപൂർണമായ ഒരു പ്രഭാതവും കളിയാടിയിരുന്നു.

"അദ്ദേഹം മരിച്ചു" കിടക്കയുടെ സമീപം മുട്ടുകുത്തിനിന്ന് കുക്കുഷ്കിൻ വിളിച്ചുപറഞ്ഞു. "അദ്ദേഹം പോയി."

പരിഭ്രമിച്ച് വേലക്കാരികൾ അകത്തേയ്ക്കും പുറത്തേയ്ക്കും ഓടിനടന്നു. നേഴ്സ് അവിടവിടെ ഓടിപ്പാഞ്ഞു. അങ്കിയുടെ ബട്ടൺസ് മുഴുവൻ ഇടാതെ ഹൗസ് സർജൻ പറന്നെത്തി. ആരേയും ശ്രദ്ധിക്കാതെ കോപശീലനും മനുഷ്യപ്പറ്റില്ലാത്തവനുമായ കുക്കുഷ്കിൻ, ആ മൃതശരീരത്തിൽ വിലങ്ങനെ വീണു. പുതപ്പിനുള്ളിൽ മുഖം മറച്ച്, കൊച്ചുകുട്ടികളെപ്പോലെ കിടന്നു കരഞ്ഞുതുടങ്ങി. അയാളുടെ ശരീരമാകെ തേങ്ങലിന്റെ തോതനുസരിച്ച് പൊങ്ങുകയും താഴുകയും ചെയ്തിരുന്നു.

ഇപ്പോൾ പകുതി ഒഴിഞ്ഞ നാൽപ്പത്തിരണ്ടാം വാർഡിലേക്ക് അന്നു വൈകുന്നേരംതന്നെ ഒരു പുതിയ രോഗിയെ കൊണ്ടുവന്നു. മോസ്കോ പ്രതിരോധഡിവിഷനിലെ എയർ മേജർ 'പാവൽ ഐവനോവിച്ച സ്റ്റ്റുക്കോവ്' ആയിരുന്നു നവാഗതൻ. ആ ഒഴിവുദിവസത്തിൽ വലിയ ഒരു ആക്രമണത്തിനുതന്നെ ഒരുക്കു കൂട്ടിയിരുന്നു ജർമൻകാർ. ഒന്നിനു പുറകെ ഒന്നായി, അനേകം നിരയായി ഉയർന്ന ശത്രുവിമാനങ്ങളെ എതിരിട്ട് ഭയങ്കരമായ ഒരു യുദ്ധംതന്നെ നടന്നു. പോഡ്സോർനെക്നായ എന്ന സ്ഥലത്തിനടത്തുവെച്ചു ശത്രുസൈന്യം ഛിന്നഭിന്നമായി. വലയം ഭേദിക്കുന്നതിൽ വിജയിച്ച് കുറെ ഉയരത്തിൽ പൊങ്ങി ഒരൊറ്റ 'ജങ്കേർസ്' മാത്രം മോസ്കോയെ ലക്ഷ്യമാക്കി പറന്നു. എന്തുതന്നെ വന്നാലും തങ്ങൾ ആസൂത്രണംചെയ്ത പ്ലാൻ നടപ്പിലാക്കി ആഘോഷങ്ങളെ അലങ്കോലപ്പെടുത്തണമെന്നായിരുന്നു അതിലെ പ്രവർത്തകരുടെ ഉന്നം. യുദ്ധത്തിന്റെ ചൂടിന്നിടയിലും ഇതു കണ്ടുപിടിച്ച സ്റ്റ്റുക്കോവ് ശത്രുവിനെ പെട്ടെന്ന് അനുധാവനം ചെയ്തു. പോർനിരയിൽ അക്കാലത്ത് സുലഭമായിരുന്ന ഒന്നാംതരം ഒരു സോവിയറ്റ് വാഹനമായിരുന്നു അയാൾ നയിച്ചിരുന്നത്. ആകാശത്തിൽ വളരെ ഉയരത്തിൽ–ഭൂമിയിൽനിന്ന് ഏകദേശം ആറ് കിലോമീറ്റർ അകലെ, മോസ്കോ പരിസരങ്ങളിൽ വച്ച് സ്റ്റ്റുക്കോവ് ആ വിമാനത്തെ വെട്ടിച്ചു കടന്നു. സാമർഥ്യത്തോടെ ശത്രുവിമാനത്തിന്റെ പിന്നിൽ കടന്ന്, അത് ദൃഷ്ടിക്ക് ഗോചരമായിത്തീർന്നുവെന്ന് അറിഞ്ഞ ഉടനെതന്നെ തന്റെ തോക്കിന്റെ കാഞ്ചിയമർത്തി, വീണ്ടും അയാൾ കാഞ്ചിവലിച്ചുനോക്കി, അത്ഭുതം! സാധാരണ കേൾക്കുന്ന ശബ്ദം അത് ഉണ്ടാക്കിയില്ല കാഞ്ചിയുടെ പ്രവർത്തനം തകരാറിലായിരുന്നു.

ജർമൻവിമാനം അയാളുടെ കുറച്ചു മുന്നിലായിരുന്നു. അതിന്റെ ഇരട്ടയന്ത്രത്തോക്കിൽനിന്നും ഒഴിഞ്ഞുമാറി പിന്നിൽ കടന്നുകൂടി

സ്റ്റ്റുക്കോവ് അതിനെ അനുധാവനം ചെയ്തു. നല്ല മൂടൽമഞ്ഞിലാവൃതമായി വലിയ ഒരു ഓട്ടുകൂമ്പാരംപോലെ ചക്രവാളസീമയിൽ മോസ്കോനഗരം, ആ മേയ്ദിനപ്രഭാതത്തിൽ വ്യക്തമായി കാണാമായിരുന്നു. നിരാശാവഹമാണ് എങ്കിലും ഒന്നു പൊരുതിനോക്കാൻതന്നെ അയാൾ തീരുമാനിച്ചു. അയാൾ വിമാനത്തിന്റെ 'ഹുഡ്' മാറ്റി സ്ട്രാപ്പുകൾ അഴിച്ചുവിട്ടു മാംസപേശികൾ വലിച്ച് ചാടാൻ എന്നപോലെ തയാറെടുത്ത് തന്റെ വിമാനം ജർമൻ ബോംബറിന്റെ തൊട്ടു പിന്നിലാക്കി. ഒരേവരിയിൽ രണ്ടുംകൂടെ പറക്കുന്നതു കണ്ടാൽ അദൃശ്യമായ ഒരു നൂൽകൊണ്ടവ ബന്ധിപ്പിക്കപ്പെട്ടിട്ടുണ്ടെന്നേ തോന്നൂ. ജങ്കേർസിന്റെ പുറംകാണാവുന്ന ഹുഡിൽകൂടി, തന്റെ ഓരോ ചലനവും ഉറ്റുനോക്കിക്കൊണ്ടിരിക്കുന്ന ജർമൻഗണറെ അയാൾക്കു കാണാമായിരുന്നു. നിശ്ശൂന്യമേഖലയിൽനിന്നു റഷ്യൻ വിമാനത്തിന്റെ ചിറകിന്റെ ഒരു അറ്റമെങ്കിലും പുറത്തുകാണാൻ കാത്തിരിക്കയാണ്. ആ ജർമൻകാരൻ ആവേശംകൊണ്ടു. ജർമൻകാരൻ തൊപ്പിയെടുക്കുന്നതും, അപ്പോഴയാളുടെ തലമുടി ഇഴകളായി നെറ്റിയിലേക്കു വീണുകിടക്കുന്നതും സ്റ്റ്റുക്കോവ് വ്യക്തമായിക്കണ്ടു. ഘനമേറിയ ഇരട്ടയന്ത്രത്തോക്കിൽനിന്ന് കനത്ത പുകച്ചുരുൾ അയാളെ നോക്കി. ജീവനുള്ള ജന്തുക്കളെപ്പോലെ പരതിനടന്നു. പെട്ടെന്നയാൾക്കു തോന്നി ഒരു കൊള്ളക്കാരന്റെ നിറത്തോക്കിന്റെ മുന്നിൽ നിൽക്കുന്ന ഒരു നിരായുധന്റെ നിലയാണ് തന്റേതെന്ന് –ധീരനായ ഒരു നിരായുധൻ, ആ അവസരത്തിൽ ചെയ്യുന്നപോലെ അയാൾ ശത്രുവിന്റെ ദേഹത്തേക്ക് ചാടിവീണ്,–നിലത്താണെങ്കിൽ ചെയ്യുന്നതുപോലെ മുഷ്ടി ചുരുട്ടിക്കൊണ്ടല്ല; തന്റെ വിമാനത്തെ മുന്നോട്ടുതള്ളി, അതിന്റെ തിളങ്ങുന്ന പ്രോപ്പല്ലറിന്റെ വൃത്തംകൊണ്ട് ശത്രുവിമാനത്തിന്റെ വാലിൽ ഇടിക്കുവാൻ തുടങ്ങി.

തകർച്ചയുടെ ശബ്ദം അയാൾ കേട്ടില്ല. എന്തോ ഭയങ്കരമായ കുലുക്കംകൊണ്ട് അടുത്തക്ഷണത്തിൽ അയാൾ മേലോട്ടു തെറിച്ചു. അന്തരീക്ഷത്തിൽ തലകുത്തി മറിയുകയാണെന്നാണ് അയാൾക്ക് തോന്നിയത്. പ്രകാശിക്കുന്ന ഹരിതവർണത്തോടെ അത് തന്റെ അടുത്തേക്ക് ഓടിയെത്തുകയാണോ? അയാൾ ഉടനെതന്നെ പാരച്യൂട്ട് നിവർത്തി. ബോധംകെടുന്നതിന്റെ മുമ്പുതന്നെ അതിന്റെ ചരടിന്മേൽ തൂങ്ങിക്കിടന്നു. വാലില്ലാത്ത, സിഗരറ്റാകൃതിയിലുള്ള ആ ജങ്കേർസ്, ഹേമന്ത വായുവേറ്റ് കറങ്ങുന്ന ഒരു 'മേപ്പിൾ' ഇലപോലെ, തന്റെ സമീപത്തുകൂടെ തലകുത്തി താഴോട്ടു പതിക്കുന്നത് നേത്രാഞ്ചലംകൊണ്ട് അയാൾ കണ്ടു. നിസഹായനായി പാരച്യൂട്ടിന്റെ ചരടിന്മേൽ തൂങ്ങിക്കിടക്കുന്ന സ്റ്റ്റുക്കോവ് ഉൽസവാഘോഷം നടക്കുന്ന മോസ്കോ തെരുവിലെ ഒരു പുരയുടെ ഓട്ടിൻപുറത്തേക്ക് വീണ് ബോധരഹിതനായി. താഴെനിന്ന് ആകാശത്തിലെ അത്ഭുതകാഴ്ചകൾ വീക്ഷിച്ചുകൊണ്ട് നിൽക്കുകയായിരുന്നു, ആളുകൾ. അവർ അദ്ദേഹത്തെ എടുത്ത് അടുത്ത ഒരു വീട്ടിലേക്കു കൊണ്ടുപോയി. അടുത്തുള്ള തെരുവുകളെല്ലാം

ജനനിബിഡമായി. ഡോക്ടർ ക്ക് രോഗി കിടക്കുന്ന ദിക്കിലേക്കു വഴി കണ്ടുപിടിക്കുവാൻതന്നെ ബുദ്ധിമുട്ടായി. വീടിന്റെ ഓടുമായുള്ള കൂടി ക്കാഴ്ചയിൽ സ്റ്റ്റുക്കോവിന്റെ കാൽമുട്ടിന്റെ എല്ലിന് കേടുപറ്റിയിരുന്നു.

മേജർ സ്റ്റ്റുക്കോവിന്റെ ധീരോചിതമായ പ്രവർത്തനങ്ങൾ ഉടനടി റേഡിയോവിൽ പ്രത്യേക വാർത്തയായി പ്രഖ്യാപനം ചെയ്തു. "മോസ്കോ സോവിയറ്റിന്റെ ചെയർമാൻതന്നെ സ്റ്റ്റുക്കോവിനെ നഗര ത്തിലെ ഏറ്റവും വലിയ ആശുപത്രിയിലേക്ക് എത്തിക്കുവാനായി ചെന്നിരുന്നു. സ്റ്റ്റുക്കോവിനെ വാർഡിലേക്ക് കൊണ്ടുവന്നതിന്റെ പിന്നി ലായി ആശുപത്രി ശിപായികൾ മോസ്കോവിലെ നന്ദിയുള്ള പൗരന്മാ രുടെ പാരിതോഷികങ്ങളായ പൂച്ചെണ്ടുകളും പഴക്കൂടകളും ചോക്ലേറ്റു പെട്ടികളും വഹിച്ചിരുന്നു.

ഉന്മേഷശാലിയായ ഒരു സാമൂഹ്യജീവിയാണ് താൻ എന്ന് ആഗ തൻ വ്യക്തമാക്കി. വാർഡിന്റെ ഉമ്മറപ്പടി കടന്ന ഉടനെതന്നെ അയാൾ മറ്റു രോഗികളോട് ഇവിടത്തെ ഇടപാടുകൾ എങ്ങനെ, നിയമങ്ങൾ കർശനങ്ങളാണോ, കാണാൻ കൊള്ളാവുന്ന വല്ല നഴ്സുമാരും ഇവിടെ ഉണ്ടോ എന്നിങ്ങനെ അരായുവാൻ തുടങ്ങി. തകർന്ന കാൽമുട്ടുകൾ കെട്ടുന്നതിനിടയിൽ ക്ലാവഡിയയുടെ സൗന്ദര്യത്തിന് ശക്തമായ ഒരു സർട്ടിഫിക്കറ്റ് കൊടുത്തു. അയാൾ അവളോട് ഭക്ഷണശാലയിലെ രസ കരമായ കഥ പറഞ്ഞുതുടങ്ങി. അവൾ വാർഡുവിട്ടുപോകുന്ന വഴിയേ നോക്കി കണ്ണിറുക്കിക്കാണിച്ചു കൊണ്ടയാൾ പറഞ്ഞു: "നല്ല കുട്ടി അല്ലേ–പക്ഷേ വലിയ ചിട്ടക്കാരിയാണെന്നു തോന്നുന്നു. നിങ്ങളിൽ ദൈവത്തെക്കുറിച്ച് ഭയം ഉണ്ടാക്കുവാൻ പോന്നവൾ. പക്ഷേ, പേടിക്കാ നൊന്നുമില്ല. നാം സൂത്രങ്ങൾ പഠിച്ചവർ അല്ലേ. കോട്ടകൾപോലെത ന്നെയാണ് സ്ത്രീകളും. ആക്രമിച്ചാൽ കീഴടങ്ങാത്ത ആരുമില്ല അവ രിലും." ഇതും പറഞ്ഞ് അയാൾ ഉറക്കെ പൊട്ടിച്ചിരിച്ചു.

ഒരു കൊല്ലമായി ആ ആശുപത്രിയിൽ ഉണ്ടായിരുന്ന ഒരു രോഗി യെപ്പോലെ ആണ് അയാൾ പെരുമാറിയത്. വളരെ പരിചിതസ്വരത്തിൽ എല്ലാവരേയും അയാൾ 'താൻ' എന്നു വിളിച്ചു. വ്യോമനിരീക്ഷണാലയ ത്തിലെ സാർജന്റ് വളരെ ബുദ്ധിമുട്ടി കൈവേല ചെയ്തിരുന്ന ഒരു കൈലേസ്, യാതൊരു ചടങ്ങുമില്ലാതെ അലക്സിയുടെ അലമാരി യിൽനിന്ന് വലിച്ചെടുത്ത് അയാൾ സ്വന്തം തലയിണയുടെ അടിയിൽ തിരുകി.

കണ്ണുവെട്ടിച്ചുകൊണ്ടയാൾ പറഞ്ഞു; "തന്റെ കാമിനിയിൽനിന്നാ യിരിക്കും ഇത് അല്ലേ? നിങ്ങളുടെ കൈയിൽ ഒരുപാട് ഉണ്ടല്ലോ. ഇല്ലെ ങ്കിൽത്തന്നെ ഇനിയും തുന്നിത്തരാൻ നിങ്ങളുടെ പെൺകുട്ടിക്കു സന്തോഷമായിരിക്കും."

കവിളിലെ സ്വാഭാവികമായ ചാരനിറത്തിനടിയിലൂടെ ഇടയ്ക്കിടെ ഒരു റോസ്നിറം പ്രത്യക്ഷപ്പെടുന്നുണ്ടെങ്കിലും അയാൾ തീരെ ചെറുപ്പ മായിരുന്നില്ല. കണ്ണിന്റെ മൂലയിൽ നിന്ന് ചെന്നിയിലോളം കാക്കക്കാലു

കൾപോലെ ചുളിവുകൾ നീണ്ടുകിടന്നിരുന്നു. വാഷ്സ്റ്റാൻഡിന്റെ മീതെയുള്ള ഷെൽഫിൽ തന്റെ സോപ്പും ബ്രഷും ബാഗും വയ്ക്കുന്നതിനിടമൊക്കെ സ്വന്തം വീടാണ് എന്നു കരുതുന്ന ശീലമുള്ള ഒരു പഴയ പട്ടാളക്കാരന്റെ എല്ലാ ലക്ഷണങ്ങളും അയാൾക്കുണ്ട്. വാർഡിലാകെ പ്രചണ്ഡമായ ഒരു ഉല്ലാസം അയാൾ ഇറക്കുമതി ചെയ്തു. അതു ചെയ്യുന്ന രീതികൊണ്ട് ആർക്കും അലോഹ്യവും തോന്നിയില്ല. പലർക്കും അനുഭവപ്പെട്ടത് അയാളുമായി കുറേയധികം കാലമായ പരിചയം ഉണ്ടെന്നാണ്. എല്ലാവർക്കും പുതിയ ആഗതനോടു വലിയ മമത തോന്നി. പക്ഷേ പെൺജാതിയോട് പ്രത്യക്ഷമായും അയാൾ കാണിക്കുന്ന ദുർബലത മൂലം മെരിസീവിനുമാത്രം അൽപ്പം വെറുപ്പു തോന്നിയിരുന്നു. അതു മൂടിവയ്ക്കാൻ അയാൾ ഒട്ടും ശ്രമിച്ചതുമില്ല. ഒരു ചെറിയ കാരണം കിട്ടിയാൽ അയാൾ ആ വിഷയത്തിൽ കയറിപ്പിടിക്കും.

പിറ്റേദിവസം കമ്മിസാറുടെ സംസ്കാരം നടന്നു.

മുറ്റത്തേക്ക് അഭിമുഖമായി കിടക്കുന്ന ജനവാതിൽക്കൽ കയറിയിരിക്കുകയായിരുന്നു മെരിസീവ്, കുക്കുഷ്കിൻ, ഗ്വോസ്ഡേവ് മുതലായവർ. പീരങ്കിപ്പടിയിലെ കുതിരകൾ ഘടിപ്പിച്ച ഒരു വണ്ടി മുറ്റത്തേക്കു വലിച്ചുകൊണ്ടുവരുന്നതും ബാൻഡുകാർ നിരക്കുന്നതും അവരുടെ സംഗീതോപകരണങ്ങൾ വെയിൽതട്ടി പ്രകാശിക്കുന്നതും, പട്ടാളം മാർച്ചു ചെയ്തുകൊണ്ടുവരുന്നതും അവർ കണ്ടു. ക്ലാവഡിയ പതിവുപോലെ വന്നു രോഗികളോട് ജനലിൽനിന്നു മാറിയിരിക്കുവാൻ കൽപ്പിച്ചു. സാധാരണപോലുള്ള ശാന്തതയും ചുറുചുറുക്കും അന്നും അവർ പ്രകടിപ്പിച്ചിരുന്നു. പക്ഷേ, മെരിസീവ് മനസിലാക്കി, അവരുടെ ശബ്ദം വിറയാർന്നതായിരുന്നു എന്ന്. പുതിയ രോഗിയുടെ പനി അളക്കുവാൻ വന്നതായിരുന്നു അവർ. അതവർ ചെയ്യുവാൻ തുനിഞ്ഞപ്പോഴാണ് പുറത്ത് ബാൻഡ് വിലാപഗാനം ആലപിച്ചത്. നഴ്സ് ആകെ വിയർത്തു, വിളർത്തു. ഉഷ്ണമാപിനി യന്ത്രം അവരുടെ കൈയിൽനിന്നു നിലംപതിച്ചു. നിലത്ത് രസത്തിന്റെ ചെറിയ ചെറിയ മിനുങ്ങുന്ന ഗുളികകൾ ഓടിനടന്നു. ക്ലാവഡിയ കൈകൊണ്ട് മുഖംപൊത്തി വാർഡിൽനിന്ന് പുറത്തേക്ക് ഓടി.

"എന്തുപറ്റി ആ കുട്ടിക്ക്. അയാൾ അവളുടെ കാമുകനായിരുന്നുവോ?" വിലാപഗാനം അലയടിച്ചുവന്നിരുന്നു. ജനവാതിൽക്കലേക്കു നോക്കി തലകുനിച്ചുകൊണ്ട് സ്റ്റ്റുക്കോവ് ചോദിച്ചു. പക്ഷേ, ആരും ഉത്തരമൊന്നും പറഞ്ഞില്ല.

ഗേറ്റിലൂടെ നിരത്തിലേക്കുകടന്ന വണ്ടിയിൽവെച്ചിരുന്ന തുറന്ന ശവപ്പെട്ടിയിലേക്ക്, ജനാലയിൽ ചാരിനിന്ന്, അവർ കുനിഞ്ഞുനോക്കി. പൂക്കളുടേയും പുഷ്പവലയങ്ങളുടേയും നടുക്കായി കമ്മിസാറുടെ ദേഹം കിടന്നിരുന്നു. വണ്ടിയുടെ പിന്നിലായി, ഒരു കുഷ്യനിൽ തുന്നിപ്പിടിപ്പിച്ചിരുന്ന ബഹുമതി മുദ്രകൾ ആളുകൾ വഹിച്ചിരുന്നു–ഒന്ന് രണ്ട് –അഞ്ച്–എട്ട്. ജനറൽമാർ തലകുനിച്ച് അതിന്റെ പിന്നിലായി നടന്നു.

ജനറലുടെ ഗ്രേകോട്ടുധരിച്ച് എന്തോ അജ്ഞാതമായ കാരണത്താൽ അനാവൃതശീർഷനായിരുന്ന വാസിലി വാസിലോവിച്ചും ഉണ്ടായിരുന്നു ആ കൂട്ടത്തിൽ. മറ്റുള്ളവരിൽനിന്ന് അൽപ്പം മാറി. സാവധാനത്തിൽ മാർച്ചുചെയ്യുന്ന പട്ടാളക്കാരുടെ മുന്നിലായി, എന്താണ് തന്റെ മുമ്പിലുള്ളതെന്ന് കാണാതെ തട്ടിത്തടഞ്ഞ്, തന്റെ ശുഭ്രവസ്ത്രത്തിൽ തല പോലും മറയ്ക്കാതെ ക്ലാവഡിയ മിഖായിലോപ്ന നടക്കുന്നുണ്ട്. പടിക്കൽ എത്തിയപ്പോൾ ആരോ ഒരു കോട്ട് അവളുടെ തോളിലൂടെ ഇട്ടു. പക്ഷേ, അവൾ മുന്നോട്ടു നടന്നപ്പോൾ തോളിൽനിന്ന് കോട്ടഴിഞ്ഞു നിലത്തു വീണതിനാൽ, അവളുടെ പിന്നാലെ നടന്നിരുന്ന ആളുകൾക്ക് അതു ചവിട്ടാതിരിക്കുവാൻ വേണ്ടി വഴിമാറേണ്ടിവന്നു.

"കുട്ടികളെ, ആരുടേതാണ് ഈ ശ്മശാനയാത്ര." മേജർ അന്വേഷിച്ചു.

അയാൾക്കും എഴുന്നേറ്റു ജനലിലൂടെ പുറത്തേക്കു നോക്കണമെന്നുണ്ടായിരുന്നു. പക്ഷേ കാൽമുട്ടുകളിൽ വാരികൾ വെച്ചുകെട്ടിയിരുന്നതിനാൽ അതു സാധ്യമായില്ല.

ഘോഷയാത്ര കാഴ്ചപ്പാടിൽനിന്നും അകന്നു നദിക്കരയിൽ എവിടെയോ നിന്നു. വിദൂരതയിൽ വീടുകളുടെ മതിലുകളിൽത്തട്ടി പ്രതിധ്വനിച്ചുകൊണ്ട് ആ വിലാപഗാനത്തിന്റെ വീചികൾ മുഴങ്ങിയിരുന്നു. മുടന്തിയായ ആ ജാനിറ്റർ ഇരുമ്പു ഗേറ്റ് അടയ്ക്കാൻ വന്നു. എന്നിട്ടും കമ്മിസാറുടെ അന്ത്യയാത്ര തന്നെ നോക്കിക്കൊണ്ട് നിൽക്കുകയായിരുന്നു നാൽപ്പത്തിരണ്ടാം വാർഡിലെ രോഗികൾ.

"അതാരുടെ അന്ത്യയാത്ര ആണ്, നിങ്ങളെല്ലാം മരംപോലെ ആയിരിക്കുന്നുവല്ലോ!" വീണ്ടും എണീക്കുവാൻ ശ്രമിച്ചുകൊണ്ട് മേജർ ചോദിച്ചു.

ഒടുവിൽ വിരസമായ വിണ്ടുകീറിയപോലുള്ള സ്വരത്തിൽ കുക്കുഷ്കിൻ മറുപടി പറഞ്ഞു. "അത് ഒരു യഥാർഥ മനുഷ്യന്റെ–ഒരു ബോൾഷേവിക്കിന്റെ അന്ത്യയാത്രയാണ്."

'യഥാർഥ മനുഷ്യൻ' എന്ന പദം മെരിസീവിന്റെ ഹൃദയത്തിൽ ആഞ്ഞുപതിച്ചു. കമ്മിസാറിന് അതിലും പറ്റിയ ഒരു നിർവചനം എളുപ്പമല്ല. ഒരു യഥാർഥ മനുഷ്യനാകാൻ–ഇപ്പോൾത്തന്നെ അവസാനയാത്ര പറഞ്ഞു പുറത്തേയ്ക്കു പോയ ആ മഹാനെപ്പോലെ ഒരു യഥാർഥമനുഷ്യനാകാനുള്ള – ആശ അലക്സിയിൽ മുറ്റിത്തഴച്ചു.

X

കമ്മിസാറുടെ മരണശേഷം നാൽപ്പത്തിരണ്ടാംനമ്പറിലെ ജീവിതരീതി ആകപ്പാടെ മാറി.

ഒരു ആശുപത്രി വാർഡിൽ ചിലസമയത്ത് പരക്കുന്ന മ്ലാനത ദൂരീകരിക്കുമാറ്, ഒരു നല്ല വാക്കുപറയുവാൻ ഇനി ആരുമില്ല. എല്ലാവരും സ്വന്തമായ മ്ലാനചിന്തയിൽ ലയിച്ചിരിക്കുമ്പോൾ, എല്ലാ ഹൃദയങ്ങളും

കദനഭാരത്താൽ വീർപ്പുമുട്ടുമ്പോൾ അത് ലഘൂകരിക്കാൻ ഇനി ആരുമില്ല, ഗ്വോസ്ഡേവിനെ നിരാശയിൽനിന്നു കരകയറ്റാനോ, മെരിസീവിനെ ഉപദേശിക്കാനോ ഇനി ആരുണ്ട്? ഉപദ്രവകരമല്ലാത്ത തമാശകൾകൊണ്ട് കുക്കുഷ്കിന്റെ പിറുപിറുപ്പിനു വിരാമമിടാൻ ഒരുത്തരുമില്ല. വിവിധസ്വഭാവങ്ങളെ ആകർഷിച്ച് ഒന്നാക്കി വിളക്കിനിർത്തിയിരിക്കുന്ന ആ കാന്തശക്തി അസ്തമിച്ചു.

ഇപ്പോൾ അത്രയൊന്നും അതിന്റെ ആവശ്യവുമില്ല. ചികിത്സയും കാലവും അവയുടെ ജോലി നിർവഹിച്ച് കഴിഞ്ഞിരിക്കുന്നു. എല്ലാ രോഗികളും സുഖം പ്രാപിച്ചു വരികയാണ്. വിടുതൽ സമയം അടുത്തതോടുകൂടി തങ്ങളുടെ വല്ലായ്മയെപ്പറ്റി അധികമൊന്നും ആരും പറയാതായി. ആശുപത്രിവിട്ടാൽ പുറത്ത് എന്താണ് തങ്ങളെ കാത്തുനിൽക്കുക എന്നതിനെപ്പറ്റി സ്വപ്നം കണ്ടുതുടങ്ങിയിരിക്കുന്നു അവർ. എങ്ങനെയാണോ തങ്ങൾ മടങ്ങുമ്പോൾ സേനാദളം തങ്ങളെ എതിരേൽക്കുക, എന്തെല്ലാം പ്രവർത്തനങ്ങളാണ് മുന്നിൽ, ഇവയെപ്പറ്റിയായിരുന്നു അവരുടെ ചിന്ത. തങ്ങൾക്ക് ചിരപരിചിതമായ സൈനികജീവിതത്തിലേക്ക് പ്രവേശിക്കാൻ അവർ ധൃതികൂട്ടി. ആശുപത്രിയിൽനിന്ന് പുറത്തു കടന്ന് പുതിയ ആക്രമണത്തിൽ പങ്കുചേരാൻ, പരമാർഥം പറയുകയാണെങ്കിൽ അവരുടെ കൈ തരിക്കുകയായിരുന്നു. അടിക്കാറായ കൊടുങ്കാറ്റിന്റെ ഉഗ്രത അന്തരീക്ഷത്തിൽനിന്ന് അനുമാനിക്കാൻ സാധ്യമാകുന്നതുപോലെ തന്നെ, യുദ്ധരംഗത്ത് പ്രത്യക്ഷമായ ശാന്തതയിൽനിന്ന് വരാൻ പോകുന്ന ആക്രമണത്തിന്റെ ശക്തി മനസിലാക്കാമായിരുന്നു.

ആശുപത്രിയിൽ നിന്ന് വിട്ട ഒരു ഭടൻ സമരമുന്നണിയിലേക്ക് പോകുന്നതിൽ അസാംഗത്യമൊന്നുമുണ്ടായിരുന്നില്ല. പക്ഷേ, മെരിസീവിന്റെ കാര്യത്തിൽ അതൊരു പ്രശ്നമായിരുന്നു. സാമർഥ്യത്തിനും അഭ്യസനത്തിനും നികത്താവുന്നതാണോ കാലിന്റെ പോരായ്മ? ഒരിക്കൽകൂടി ഒരു പോർവിമാനത്തിന്റെ കോക്പിറ്റിൽ കയറിയിരിക്കാൻ സാധിക്കുമോ? നിശ്ചയദാർഢ്യത്തോടും ഒന്നിനൊന്ന് വർധിച്ചുവരുന്ന ഉത്സാഹത്തോടുംകൂടി അയാൾ തന്റെ ലക്ഷ്യത്തിലേക്ക് പ്രയാണമാരംഭിച്ചു. സമയം കുറേശ്ശെകുറേശെയായി കൂട്ടി അയാൾ തന്റെ കാലിന്റെ പരിശീലനവും, പൊതുവായ കായാഭ്യാസവും രാവിലേയും വൈകുന്നേരവും രണ്ടുമണിക്കൂർ വീതമാക്കി. ഇപ്പോഴും അത് മതിയായെന്ന് തോന്നുന്നില്ല അയാൾക്ക്. അയാൾ ഇടനേരവും അഭ്യാസങ്ങൾ തുടർന്നു. ഉല്ലാസവും പരിഹാസവും സ്ഫുരിക്കുന്ന കണ്ണുകൾ കൊണ്ട് ഒരു ഭാഗത്തേക്കു ചെരിഞ്ഞുനോക്കിക്കൊണ്ട്, ഒരു കായികാഭ്യാസിയുടെ നാട്യത്തോടെ സ്റ്റ്റുക്കോവ് വിളിച്ചു പറയും.

“ഇതാ മാന്യരെ, നിങ്ങൾ പ്രകൃതിയുടെ ഒരു കടങ്കഥ കാണുവാൻ പോകുന്നു. ഷാമാൻ അലക്സി മെരിസീവ് ഇതാ തന്റെ അഭ്യാസങ്ങൾ ആരംഭിക്കുവാൻ പോകുന്നു.”

ഭ്രാന്തുപിടിച്ച ആവേശത്തോടുകൂടി അലക്സി നിർവഹിക്കുന്ന ഈ അഭ്യാസങ്ങളിൽ ഷാമാനെ അനുസ്മരിപ്പിക്കുന്ന പലതും ഉണ്ടായിരുന്നു. അന്തരമില്ലാത്ത തന്റെ ശരീരം പിന്നോട്ടും മുന്നോട്ടും രണ്ടുഭാഗത്തേക്കും വളയ്ക്കുന്നത് നോക്കിനിൽക്കാൻ വിഷമം. ഉലയുന്ന പെൻഡുലത്തിന്റെ കൃത്യനിഷ്ഠയോടെ, തന്റെ കഴുത്തിനും കൈയിനുമായി അയാൾ നിശ്ചയിക്കുന്ന വേലത്തരങ്ങൾ ചെയ്യുവാൻ തുടങ്ങുമ്പോൾ, ആ മുറിയിലെ നടക്കാൻ കഴിവുള്ളവരെല്ലാം വാർഡുവിട്ടു പുറത്തേക്കു പോകും. കിടക്കുകയല്ലാതെ യാതൊരു നിവൃത്തിയുമില്ലാത്ത സ്റ്റ്റുക്കോവ്, പുതപ്പ് തന്റെ തലയിലൂടെ വലിച്ചിട്ട് ഉറങ്ങുവാൻ ശ്രമിക്കും. കാലില്ലാത്ത ഒരുവനു പറക്കാൻ സാധിക്കും എന്ന് അവരാരും തന്നെ വിശ്വസിച്ചിരുന്നില്ല. എങ്കിലും, തങ്ങളുടെ സഖാവിന്റെ സ്ഥിരോത്സാഹം അവരുടെ ബഹുമതിയാർജിച്ചു. തമാശകൊണ്ട് ആ വികാരങ്ങൾ മൂടിവയ്ക്കുവാൻ അവർ ശ്രമിക്കുന്നുവെന്നുമാത്രം.

വിചാരിച്ചതിലും ഭയങ്കരമായിരുന്നു സ്റ്റ്റുക്കോവിന്റെ കാൽമുട്ടിനു പറ്റിയിരുന്ന കേട്. മുറിവ് പതുക്കെ ഉണങ്ങിയെങ്കിലും ഇപ്പോഴും അയാളുടെ കാലുകൾ വാരിക്കോലുകൾക്കിടയിലാണ്. ഭേദമാകുമെന്ന് നല്ല നിശ്ചയമുണ്ടെങ്കിലും തനിക്കു വളരെയധികം ബുദ്ധിമുട്ടുണ്ടാക്കുന്ന ആ സന്ധികളെ സദാസമയവും ശപിച്ചുകൊണ്ടിരിക്കും. അയാളുടെ പിറുപിറുക്കലും അട്ടഹാസവും സ്ഥായിയായ ഒരു വിദ്വേഷമായി മാറി. എന്തെങ്കിലും ഒരു നിസാരകാരണമുണ്ടായാൽ മതി, ഭ്രാന്തിളകിയപോലെ, അയാൾ എല്ലാവരേയും എല്ലാത്തിനേയും ചീത്തപറയാനും ശകാരിക്കാനും തുനിയും. ആ സമയത്ത് അയാളുമായി ആരെങ്കിലും സംസാരിക്കുവാൻ മുതിർന്നാൽ അവരെ അയാൾ അപ്പോൾ തല്ലുമെന്നുതോന്നും. അങ്ങനെയുള്ള ഭ്രാന്തുപിടിച്ച മുഹൂർത്തങ്ങളിൽ ഒരു പൊതുധാരണയിൽ എത്തിയപോലെ ബാക്കിയുള്ളവർ അയാളെ വെറുതെ വിട്ടു– അയാൾ തന്റെ വെടിക്കോപ്പുകൾ എല്ലാം ഉപയോഗിച്ചുതീരട്ടെ–അതാണ് അവരുടെ പ്രയോഗം. യുദ്ധം, തകരാറിലാക്കിയ അയാളുടെ ഞരമ്പുകൾ, സ്വതസിദ്ധമായ ഉന്മേഷഭാവത്തിന് കീഴ്പ്പെടുന്നതുവരെ അവർ അക്ഷമയോടെ കാത്തിരിക്കും.

ഈ വളർന്നുവരുന്ന അക്ഷമയ്ക്ക് ഒരു നിദാനമായി സ്റ്റ്റുക്കോവു കണ്ടുപിടിച്ചത്, 'ടോയ്‌ലറ്റ്' മുറിയിൽപോയിരുന്ന് പുകവലിക്കാൻ സാധിക്കാത്തതും, വരാന്തയിൽചെന്നു നിന്ന് ശസ്ത്രക്രിയാമുറിയിലെ ചുവന്ന തലമുടിയുള്ള ആ നഴ്സിനെ കാണാൻ സാധിക്കാത്തതുമാണ്. തന്റെ കാലുകൾ അഴിച്ചുകെട്ടുന്ന വേളയിൽ താനും അവളുമായി കടാക്ഷങ്ങൾ കൈമാറിയിട്ടുണ്ടെന്നാണ് അയാളുടെ വാദം. അതിലും വല്ല പരമാർഥവും ഉണ്ടായിരിക്കാം. പക്ഷേ അലക്സി കണ്ടുപിടിച്ചത്, ഒരു വിമാനം ആശുപത്രിയുടെ മുകളിലൂടെ പറന്നുപോകുമ്പോഴോ–രസകരമായ ഒരു വ്യോമയുദ്ധത്തിന്റെ വിശദവിവരങ്ങൾ റേഡിയോവിൽ നിന്നോ പത്രങ്ങളിൽനിന്നോ അറിയുമ്പോഴോ, അയാൾക്കു പരിചിത

നായ ഏതെങ്കിലും വൈമാനികൻ ഒരു ധീരകൃത്യം ചെയ്തതായി അറിവു ലഭിക്കുമ്പോഴോ, ആണ് മേജറിൽ ഇങ്ങനെ ദേഷ്യത്തിന്റെ വേലിയേറ്റം ഉണ്ടാകുന്നതെന്നാണ്. അയാൾക്കും ഈ വകയൊക്കെ കാണുമ്പോൾ അമർഷവും അക്ഷമയും അനുഭവപ്പെടാറുണ്ട്. പക്ഷേ അലക്സി അതു പുറത്തു കാണിക്കാറില്ലെന്നുമാത്രം. അതുകൊണ്ട് സ്റ്റ്റുവോക്കുമായി താരതമ്യപ്പെടുമ്പോൾ, അയാൾക്കു മനസിൽ ഒരു വിജയഭാവം തോന്നാറുണ്ട്. താൻ യഥാർഥമനുഷ്യന്റെ മാതൃകയായി കരുതുന്നതിന്റെ സമീപത്തേക്കു കൂടുതൽ കൂടുതൽ അടുക്കുകയാണ് എന്ന് ഒരു തോന്നൽ.

തന്റേതായ ഒരു പ്രത്യേകമണ്ഡലത്തിൽത്തന്നെയായിരുന്നു സ്റ്റ്റുക്കോവ്. ഒരുപാടു ഭക്ഷണം കഴിച്ചും എന്തെങ്കിലും നിസാരകാരണത്തിന്മേൽ ഭയങ്കരമായി പൊട്ടിച്ചിരിച്ചും സ്ത്രീകളെ സംബന്ധിച്ച വിഷയങ്ങളിൽ വളരെയധികം ഇഷ്ടംകാണിച്ചും ഒരേസമയത്ത് സ്ത്രീവിദ്വേഷിയായും സ്ത്രീജിതനായും അയാൾ പ്രത്യക്ഷപ്പെട്ടു. പിന്നണിയിലുള്ള സ്ത്രീകളെപ്പറ്റി സംസാരിക്കുമ്പോൾ എന്തുകൊണ്ടോ അയാൾ വളരെയധികം വിദ്വേഷം കാണിച്ചിരുന്നു.

സ്റ്റ്റുക്കോവിന്റെ ഈ ദൃശ്യവർത്തമാനം മെരിസീവ് വെറുത്തു. അയാളുടെ സംസാരം ശ്രദ്ധിക്കുമ്പോൾ മെരിസീവിന്റെ കൺമുന്നിൽ ഓല്യയുടേയോ ആ വ്യോമനിരീക്ഷണാലയത്തിലെ തമാശയുള്ള പെൺകുട്ടിയുടേയോ ചിത്രം ഉദിക്കും. അവൾ എറോഡ്രോംബറ്റാലിയൻ സർവീസിലെ ഒരു മിടുക്കൻ സാർജന്റിനെ തോക്കിന്റെ പാത്തി ചൂണ്ടി തന്റെ കുടിലിൽനിന്ന് ഓടിച്ചതും, ക്ഷോഭലഹരിയിൽ അയാളെ വെടിവയ്ക്കുവാൻപോയതും, ഇന്നും സൈന്യദളത്തിലെ ഒരു സംസാരവിഷയമാണ്. അത്തരത്തിലുള്ള മഹിളകളെയാണ് ഈ മേജർ ഇങ്ങനെ കുറ്റം പറയുന്നത്. 'രണ്ടു ഞൊടിയിടകൊണ്ട് അവരിൽ ആരെവേണമെങ്കിലും വശത്താക്കാം' എന്നവസാനിക്കുന്ന മേജറുടെ സംഭാഷണം കോപാകുലനായി കേട്ടുകൊണ്ടിരിക്കുകയായിരുന്നു മെരിസീവ്. അതവസാനിച്ചപ്പോൾ അയാൾക്കു സ്വയം നിയന്ത്രിക്കുവാൻ സാധിച്ചില്ല. കപോലാസ്ഥി വിളർത്തുപോകുംവിധം ബലപ്പെട്ടു പല്ലു കടിച്ചമർത്തി അയാൾ അട്ടഹസിച്ചു.

"ആരെ വേണമെങ്കിലും."

"അതെ ആരെ വേണമെങ്കിലും" വളരെ ശാന്തതയോടെയാണ് സ്റ്റ്റുക്കോവ് അതു പറഞ്ഞത്. ആ സമയത്ത് ക്ലാവഡിയ സ്റ്റ്റുക്കോവ് മിഖായ്ലോപ്ന മുറിയിലേക്കു കടന്നുവന്നു. തന്റെ രോഗികളുടെ മുഖത്തു പ്രകടമായിക്കണ്ട 'വലിച്ചിൽ' അവളെ അത്ഭുതപ്പെടുത്തി.

"എന്താണിത്" കൈലേസിന്റെ അടിയിൽനിന്ന് നെറ്റിയിലേക്കു വീണുകിടന്നിരുന്ന രണ്ട് അളകങ്ങളെ അറിയാതെതന്നെ, ഒതുക്കിവെയ്ക്കുന്നതിനിടയിൽ അവൾ ചോദിച്ചു.

"ഞങ്ങൾ ഇവിടെ ജീവിതത്തെപ്പറ്റി ചർച്ചചെയ്യുകയാണ്. ഇവിടെ ഒരു കൂട്ടം വിചിത്രജീവികൾ; സംസാരിക്കയല്ലാതെ ഞങ്ങൾക്കു വേറെ

യാതൊരു പണിയും ഇല്ല." തിളങ്ങുന്ന മന്ദസ്മിതത്തോടെ മേജർ ഉത്തരം പറഞ്ഞു.

അന്നുതൊട്ട് മേജർ തികഞ്ഞ തീക്ഷ്ണതയോടെ തന്റെ ശ്രദ്ധ മുഴുവനും ക്ലാവഡിയയിലേക്ക് തിരിച്ചു. തമാശകൾ പറയുവാൻ അതിസമർഥനായിരുന്നു അയാൾ. അത്തരം നിരവധി കഥകളെക്കൊണ്ട് അവളെ രസിപ്പിച്ചു. അപരിചിതനായ ഒരുവനോട് യുദ്ധതന്ത്രങ്ങളെക്കുറിച്ച് കലവറ കൂടാതെ സംസാരിക്കുവാൻ പാടില്ല എന്ന വൈമാനികന്റെ അലിഖിതനിയമത്തെ വെല്ലുവിളിച്ചുകൊണ്ട് അയാൾ യഥാർഥവും രസകരവുമായ സമരകഥകൾ പറഞ്ഞുതുടങ്ങി. ദീർഘദീർഘമായ നിശ്വാസങ്ങളോടെ അയാൾ നിർഭാഗ്യകരമായ തന്റെ കുടുംബജീവിതത്തേയും, ഭയങ്കരമായ തന്റെ ഏകാന്തതയേയും സൂചിപ്പിച്ചു സംസാരിപ്പിച്ചു. അയാൾ അവിവാഹിതനാണെന്നും പ്രത്യേകിച്ച് യാതൊരു ഗാർഹികാരിഷ്ടതകളും ഇല്ലെന്നും വാർഡിലുള്ള എല്ലാവർക്കും അറിയാമായിരുന്നു.

അധികമായിട്ടില്ലെങ്കിലും ക്ലാവഡിയ മേജറോടു ബാക്കിയുള്ളവരേക്കാളും കൂടുതൽ മമത കാണിച്ചു. അയാൾ തന്റെ വൈമാനികജീവിതത്തിലെ സംഭവബഹുലമായ ചെയ്തികളെ വർണിക്കുന്നതു ശ്രദ്ധിച്ചുകൊണ്ട് അവൾ അയാളുടെ കിടക്കയ്ക്കരികിൽ ഇരിക്കും. മന:പൂർവമല്ലാത്തപോലെ അയാൾ അവളുടെ ഹസ്തം ഗ്രഹിക്കും; അതു വലിച്ചെടുക്കാൻ അവൾ മിനക്കെടാറുമില്ല. അലക്സിയുടെ രോഷാഗ്നി ആളിക്കത്തിത്തുടങ്ങി. ആ വാർഡിലുള്ള വർക്കെല്ലാം സ്റ്റ്റുക്കോവിനോട് വിദ്വേഷം തോന്നി. തനിക്കറിയാവുന്ന സ്ത്രീകളിൽ നിന്ന് വ്യത്യസ്തയല്ല ക്ലാവഡിയ മിഖായിലോപ്നയും എന്നു തെളിയിക്കുവാനായിരുന്നു മേജറുടെ പോക്ക്. ഈ വൃത്തികെട്ട കളി അവസാനിപ്പിക്കണം എന്നവർ അയാൾക്കു താക്കീതു നൽകി. ഇക്കാര്യത്തിലിടപെടാൻ വാർഡു മുഴുവൻ തീർച്ചയാക്കിയിരുന്ന കാലത്താണ്–ആ സംഗതി വിശ്വസ്തമായ ഒരു പന്ഥാവിലേക്ക് തിരിഞ്ഞത്.

ഒരു ദിവസം ജോലിയെല്ലാം അവസാനിച്ചപ്പോൾ ക്ലാവഡിയ മിഖായിലോപ്ന ആ വാർഡിലേക്കു ചെന്നു; ഏതെങ്കിലും രോഗിയെ ശുശ്രൂഷിക്കാനല്ല; വെറുതെ സംസാരിക്കുവാൻ മാത്രം. അതിലാണ് രോഗികൾ അവളെ കൂടുതൽ ഇഷ്ടപ്പെടുന്നതും. മേജർ ഒരു കഥ പറയുവാൻ തുടങ്ങി. നഴ്സ് അയാളുടെ കട്ടിലിൽ ഇരുന്നു.

പെട്ടെന്ന് അവൾ ചാടിയെഴുന്നേറ്റു. എല്ലാവരും ചുറ്റും നോക്കി. തുടുത്ത കവിളുകളോടെ ഭയവും ലജ്ജയും കൊണ്ട് തകർന്ന് പരിഭ്രാന്തനായിക്കണ്ട മേജറെ തുറിച്ചുനോക്കിക്കൊണ്ട് അവൾ പറഞ്ഞു.

"മേജർ സഖാവേ, നിങ്ങൾ ഒരു രോഗിയും ഞാൻ നഴ്സും അല്ലായിരുന്നുവെങ്കിൽ ഞാൻ നിങ്ങളുടെ ചെകിട്ടത്ത് അടിക്കുമായിരുന്നു."

"ഓ, ക്ലാവഡിയ മിഖായ്ലോപ്ന–ഞാൻ വാക്കു തരുന്നു. ഞാൻ ഒന്നും ഉദ്ദേശിച്ചിരുന്നില്ല–അല്ല അങ്ങനെയാണെങ്കിൽത്തന്നെ അതിലെന്താണുള്ളത്?"

"ങ്ങ് അതിലെന്താണുള്ളത് അല്ലേ" ആ നോട്ടത്തിൽ ദേഷ്യമല്ല, കടുത്ത പുച്ഛമായിരുന്നു മുറ്റിനിന്നിരുന്നത്. "കൊള്ളാം ഇനി എനിക്ക് യാതൊന്നും പറയാനില്ല. കേട്ടുവോ. നിങ്ങളുടെ സഖാക്കളുടെ മുമ്പിൽവെച്ചു ഞാൻ ആവശ്യപ്പെടുന്നു, വൈദ്യസംബന്ധമായല്ലാതെ ഒരൊറ്റ വാക്കുപോലും മേലിൽ നിങ്ങൾ എന്നോട് ഉരിയാടരുത്. ഗുഡ്നൈറ്റ് സഖാക്കളെ."

കനത്ത കാൽവെപ്പുകളോടെ കഴിയുന്നതും ശാന്തയാകാൻ ശ്രമിച്ചുകൊണ്ട് അവൾ വാർഡിൽനിന്നും പുറത്തേക്കു പോയി.

ഒരു നിമിഷത്തേക്ക് ആ വാർഡിൽ നിശബ്ദത തങ്ങിനിന്നു. പെട്ടെന്നു വിജയകരമായ ഒരു പൊട്ടിച്ചിരി മെരിസീവിൽനിന്നു ഉയർന്നു. എല്ലാവരും മേജറുടെ നേർക്കു ചാടി.

"അപ്പോൾ എന്താണ് വേണ്ടതെന്നുവച്ചാൽ അത് കിട്ടി ഇല്ലേ?" പരിഹാസം നിറഞ്ഞ ഒരു വിനയത്തോടെ മെരിസീവ് പറഞ്ഞു.

"ശരി, അങ്ങനെ രണ്ടു ഞൊടികൊണ്ട് കാര്യം നേടിയല്ലോ മേജർസഖാവെ."

സ്റ്റ്റുക്കോവ് അൽപ്പം പരിഭ്രാന്തനായിരുന്നു. തോൽവി സമ്മതിക്കുവാൻ അയാൾ തയാറായിരുന്നില്ല. വാസ്തവത്തിൽ വലിയ ധൈര്യത്തോടെയല്ലെങ്കിലും അയാൾ പറഞ്ഞു.

"ഓ, ഒരു ആക്രമണം ചെറുത്ത് പിൻതിരിപ്പിച്ചു ഉം– സാരമില്ല നമുക്ക് വീണ്ടും ശ്രമിക്കാം."

പാതിരാത്രിവരെ കണ്ണുംതുറന്നു ചൂളംവിളിച്ചുകൊണ്ട് കിടക്കുകയായിരുന്നു അയാൾ. ചിലസമയം, തന്റെ വിചാരധാരകൾക്ക് ഒരു മറുപടിയെന്നപോലെ അയാൾ പറയും; "ഉം, ശരി, ഉം, ശരി."

ഈ സംഭവത്തിനുശേഷം അധികം വൈകാതെ കോൺസ്റ്റെൻടൈൻ കുക്കുഷ്കിനെ ആസ്പത്രിയിൽനിന്നു വിട്ടു. യാതൊരു വികാരവും അയാൾ പ്രകടിപ്പിച്ചില്ല. തന്റെ സഖാക്കളോടു യാത്ര പറയുമ്പോൾ, തനിക്ക് ആശുപത്രിജീവിതം വെറുത്തുവെന്നുമാത്രമാണ് അയാൾ പറഞ്ഞത്. പക്ഷേ മെരിസീവിനോടും നഴ്സിനോടും തന്റെ അമ്മയുടെ എഴുത്തുകൾ വരികയാണെങ്കിൽ അവയെല്ലാം സൂക്ഷിച്ചുവെച്ച് അയാളുടെ റജിമെന്റൽ മേൽവിലാസത്തിൽ അയച്ചുകൊടുക്കണം എന്നപേക്ഷിച്ചു.

"എന്തൊക്കെയാണ് വർത്തമാനം, സഖാക്കൾ എങ്ങനെയാണ് നിങ്ങളെ സ്വീകരിച്ചത് എന്നെല്ലാം എഴുതി അയയ്ക്കണം" ഇതായിരുന്നു മെരിസീവിന്റെ യാത്രാവചനം.

"ഞാനെന്തിനു നിങ്ങൾക്കെഴുതണം. നിങ്ങൾക്ക് ആർക്കുംതന്നെ എന്നെ യാതൊരു വിലയുമില്ല. ഞാൻ എഴുതുവാൻ പോകുന്നുമില്ല. വെറുതെ കടലാസു നഷ്ടം. എങ്ങനെയായലും നിങ്ങൾ മറുപടി ഒന്നും എഴുതുവാൻ പോകുന്നില്ല."

"നിങ്ങളുടെ ഇഷ്ടംപോലെ."

അത് കുക്കുഷ്കിൻ കേട്ടില്ലെന്ന് തോന്നുന്നു! തിരിഞ്ഞുകൂടി നോക്കാതെ അയാൾ ആ വാർഡിൽ നിന്നും പുറത്തു കടന്നു. ആശുപത്രിഗെയിറ്റു കടന്നപ്പോഴേക്കും അയാൾ ഒന്നു തിരിഞ്ഞു നോക്കിയില്ല. ചിറവക്കിലൂടെ അയാൾ, ആ തിരിവു കടന്നു. സാധാരണപോലെ തന്റെ സഖാക്കൾ, താൻ പോകുന്നതും നോക്കി, ആ ജനവാതിൽക്കൽ നിൽക്കുന്നുണ്ടാകുമെന്ന് പരിചയംകൊണ്ട് അയാൾക്കു നല്ല നിശ്ചയമുണ്ട്.

എന്തായാലും അയാൾ അലക്സിക്ക് എഴുതുകതന്നെ ചെയ്തു. അതും വളരെവേഗം. കാര്യമാത്രപ്രസക്തവും വിരസവുമായിരുന്നു അത്. തന്റെ റജിമെന്റിലുള്ളവരെല്ലാം, തന്റെ തിരിച്ചുവരവിൽ സന്തോഷിക്കുന്നു എന്നാണ് തോന്നുന്നത്, എന്നുമാത്രമേ അയാൾ തന്നെപ്പറ്റി എഴുതിയിരുന്നുള്ളൂ. അടുത്തുണ്ടായ സമരങ്ങളിൽ റജിമെന്റിൽ വളരെയധികം ആൾനാശം സംഭവിച്ചിട്ടുണ്ടെന്നും പരിചയമുള്ള ഒരാൾ തിരിച്ചുവരുന്നത് സന്തോഷാവഹമായ ഒരു സംഭവമാണെന്നും അയാൾ എഴുതിയിരുന്നു. കൊല്ലപ്പെട്ടവരും മുറിവേറ്റവരുമായ സഖാക്കളുടെ ഒരു പട്ടികയും അയാൾ തയാറാക്കിയിരുന്നു. ഇപ്പോഴും മെരിസീവിനെ അവർ ഓർക്കുന്നുണ്ട്. മെരിസീവിന്റെ കായികാഭ്യാസങ്ങളെയും വിമാന സർവീസിലേക്ക് തിരിച്ചുവരുവാനുള്ള അയാളുടെ സ്ഥിരനിശ്ചയത്തേയും കുറിച്ചുകേട്ട റെജിമെന്റൽ കമാണ്ടർ–ഇപ്പോൾ അദ്ദേഹത്തിനെ ലഫ്റ്റനന്റ് കേണലായി ഉയർത്തിയിരിക്കുന്നു–പറഞ്ഞു: “മെരിസീവ് തീർച്ചയായും മടങ്ങിവരും ഒരിക്കൽ എന്തെങ്കിലും തീരുമാനിച്ചാൽ അത് അയാൾ നടത്തുകതന്നെ ചെയ്യും.” ഇതുകേട്ട് ചീഫ് ഓഫ് സ്റ്റാഫ് പറഞ്ഞു. “അസാധ്യമായതുചെയ്യുക. അസാധ്യംതന്നെയായിരിക്കും” അപ്പോൾ റെജിമെന്റൽ കമാണ്ടർ തിരിച്ചടിച്ചു. “അലക്സിക്കു അസാധ്യമായതു യാതൊന്നുമില്ല” എന്ന്. അലക്സിയെ അത്ഭുതപ്പെടുത്തുമാറ്, അയാൾ വ്യോമനിരീക്ഷണാലത്തിലെ പെൺകുട്ടിയെപ്പറ്റി ചില വരികൾ എഴുതിയിരുന്നു. തന്നെ ചോദ്യാവലികൾകൊണ്ടു അവൾ ആക്രമിച്ചപ്പോൾ ‘തിരിച്ചു മാർച്ചു ചെയ്യുക’ എന്നു കൽപ്പിക്കുവാൻതന്നെ അയാൾ നിർബന്ധിതനായി. റെജിമെന്റിൽ മടങ്ങിയെത്തിയ അന്നുതന്നെ താൻ രണ്ടുപ്രാവശ്യം പറന്നുവെന്നും, തന്റെ കാലുകൾ നല്ലപോലെ ഉണങ്ങിയെന്നും അടുത്തകാലത്ത് റെജിമെന്റിൽ പുതിയ വിമാനങ്ങൾ, എൽ, എ 5 എത്തുമെന്നും അവ പറപ്പിച്ചുപരീക്ഷിച്ചുനോക്കിയ ആൻഡ്രി ഡെക്ടിറെങ്കോ പറയുന്നത്, അവയോട് താരതമ്യപ്പെടുത്തുമ്പോൾ ജർമൻകാരുടെ വിമാനങ്ങൾ എല്ലാംതന്നെ ചണ്ടിനിറച്ച പെട്ടികൾ മാത്രമാണെന്നും എഴുതിയാണ് അയാൾ ആ കത്ത് അവസാനിപ്പിച്ചിരുന്നത്.

XI

വേനൽക്കാലം വളരെ നേരത്തെ എത്തി. പോപ്ലാർ മരത്തിന്റെ പ്രകാശവും കനവും കൂടിത്തുടങ്ങിയ ഇലകൾക്കിടയിലൂടെയാണ് അത്

42–ാം നമ്പറിലേക്ക് എത്തിനോക്കിയത്. അന്യോന്യം മന്ത്രിക്കുന്നതുപോലെ അവ എപ്പോഴും ശബ്ദമുണ്ടാക്കിക്കൊണ്ടിരുന്നു. വൈകുന്നേരമാകുമ്പോഴേക്കും നിരത്തിൽനിന്നുയരുന്ന പൊടിപടലം ഏറ്റ് അവയുടെ നിറം മങ്ങും. ചുവന്ന പൂവുകൾ, വളരെ നേരത്തെത്തന്നെ പച്ച നിറത്തിലുള്ള കായകളായി മാറിയിരുന്നു. പൊട്ടിത്തുറന്ന അവയിൽനിന്ന് വെളുത്ത പഞ്ഞിപോലുള്ള ഒരു സാധനം പറന്നുനടന്നിരുന്നു. ഏറ്റവും ചൂടുള്ള ഉച്ചസമയത്ത്, ചൂടേറിയ ഈ പോപ്ലാർ പഞ്ഞി മോസ്കോനഗരം മുഴുവൻ കറങ്ങിത്തിരിയും, തുറന്നിട്ട ജാലകങ്ങളിൽക്കൂടി അത് ആശുപത്രിയിൽ കടന്ന്, മുറിയുടെ മൂലകളിൽ കൂടിക്കിടക്കും.

വേനൽക്കാലത്തെ കുളിർമയുള്ള ഒരു പൊൻപുലരിയിൽ ക്ലാവഡിയ മിഖായ്ലോപ്ന കുറച്ചു ഗൗരവത്തോടെയാണ് വാർഡിലേക്കു കടന്നുവന്നത്. അവളുടെ പിന്നിലായി, ഒരു ചരടുകൊണ്ടുകെട്ടിയ ഉരുക്കുചട്ടയുള്ള ഒരു കണ്ണടയും, നല്ലപോലെ കഞ്ഞിപ്പശവെച്ചു തേച്ച ഒരു പുതിയ വെളുത്ത വസ്ത്രവും–പക്ഷേ, അയാൾ ഒരു കൈപ്പണിക്കാരനാണെന്ന വസ്തുത മറച്ചുപിടിക്കുവാൻ അത് പര്യാപ്തമായിരുന്നില്ല–ധരിച്ച ഒരു വൃദ്ധനുമുണ്ടായിരുന്നു. വെള്ളത്തുണിയിൽ പൊതിഞ്ഞ ഒരു കെട്ട് അയാൾ കൈയിൽവെച്ചിരുന്നു. അയാൾ അത് മെരിസീവിന്റെ കട്ടിലിന്റെ താഴെവെച്ചു ഗൗരവപൂർവം ഒരു ജാലവിദ്യക്കാരനെപ്പോലെ അത് അഴിക്കാൻ തുടങ്ങി. തോലിന്റെ കരകരശബ്ദവും തീക്ഷ്ണവും സുഖകരവുമായ അതിന്റെ കാരപ്പുള്ള ഗന്ധവും ആ മുറിയിൽ പരന്നു.

കെട്ടുകളെല്ലാം അഴിച്ചുമാറ്റിയപ്പോൾ കരകുശലതയോടെ അടയാളമനുസരിച്ചുണ്ടാക്കിയ കരകരശബ്ദമുണ്ടാക്കുന്ന ഒരു ജോഡി മഞ്ഞനിറത്തിലുള്ള കൃത്രിമക്കാലുകൾ ദൃഷ്ടിഗോചരമായി. അതിന്മേൽ ഒരു ജോഡി ഊതനിറത്തിലുള്ള പട്ടാള ബൂട്ട്സുകൾ പിടിപ്പിച്ചിരുന്നു. ആര് കണ്ടാലും ബൂട്ട്സ് ധരിച്ച യഥാർഥമായ കാലുതന്നെയെന്നു തോന്നുമാറ് അത്ര യോജിച്ചിരുന്നു അത്.

"ഇനി നിങ്ങൾക്ക് ആവശ്യം ഒരു ജോഡി വലിയ ഷൂസാണ്. കല്യാണത്തിന്നുപോകാൻ പറ്റിയ തരത്തിലായിരിക്കും അവ." തന്റെ കൈവേലയെ, അത്യാദരവോടു കൂടി ആ കണ്ണടയ്ക്കിടയിലൂടെ നോക്കിക്കൊണ്ട് അയാൾ പറഞ്ഞു. വാസിലിവാസിലോവിച്ചു തന്നെയാണ് അതിന് 'ഓർഡർ' കൊടുത്തത് അദ്ദേഹം പറഞ്ഞു: "സ്യൂവ്, സാക്ഷാൽ കാലിനെക്കാൾ ചേർച്ചയുള്ള ഒരു ജോഡി കൃത്രിമക്കാലുകൾ ഉണ്ടാക്കണം, ഇതാ കൊണ്ടുവന്നിരിക്കുന്നു. സ്യൂവ് ആണ് ഇതുണ്ടാക്കിയത്. ഒരു രാജാവിനുപോലും പറ്റിയതാണിത്."

കൃത്രിമക്കാലിന്റെ ദർശനമാത്രയിൽതന്നെ മെരിസീവിന്റെ ഹൃദയം ചുരുണ്ടുകൂടി, മരിച്ചു, തളർന്നു. പക്ഷേ അതൊന്നു പരീക്ഷിച്ചു നോക്കുവാൻ–നടക്കുവാൻ... സഹായമില്ലാതെ നടക്കുവാനുള്ള വെമ്പൽ ആ വികാരത്തെ കീഴടക്കി. ബ്ലാങ്കറ്റിന്റെ അടിയിൽനിന്ന് തന്റെ

കാൽമുട്ടുകൾ വലിച്ചെടുത്ത് അവയിൽ കൃത്രിമക്കാലുകൾ ഘടിപ്പിച്ചു നോക്കുവാൻ അയാൾ ആ ശിൽപ്പിയോട് ധൃതികൂട്ടി, പക്ഷേ, വളരെക്കാലംമുമ്പ്, സമാധാനകാലത്ത്, കുതിരപ്പുറത്തുനിന്നു വീണ ഒരു വലിയ പ്രഭുവിനുവേണ്ടി കൃത്രിമമായ കാലുകൾ ഉണ്ടാക്കിയെന്നഭിമാനിക്കാവുന്ന ആ വൃദ്ധന് അങ്ങനെ ധൃതികൂട്ടുന്നത് ഇഷ്ടമായില്ല. തന്റെ കൈവേലയിൽ അയാൾക്ക് അതിരറ്റ അഭിമാനമായിരുന്നതിനാൽ, ഉടമസ്ഥനെ ഏൽപ്പിച്ചുകൊടുക്കുന്നതിലുള്ള സന്തോഷത്തിന്റെ അവസരം നീട്ടിക്കൊണ്ടു പോകാനാണ് അയാൾക്കു തോന്നിയത്.

അയാൾ തന്റെ കൈകൊണ്ട് ആ അവയവം ഒന്നുകൂടി മിനുസപ്പെടുത്തി. അതിൽ പറ്റിയിരുന്ന ഒരു കറ കൈനഖംകൊണ്ട് ചുരണ്ടിക്കളഞ്ഞു. ശ്വാസംവിട്ടപ്പോൾ അൽപ്പം നീരാവി അതിൽ തട്ടിയിരുന്നതു തന്റെ ധവളമായ വസ്ത്രം കൊണ്ട് തുടച്ചു; അതു പൊതിഞ്ഞുകൊണ്ടു വന്നിരുന്ന ഉറയെല്ലാം മടക്കി ഭദ്രമായി തന്റെ പോക്കറ്റിൽ നിക്ഷേപിച്ചു.

"വരൂ മൂപ്പീന്നേ, നമുക്ക് അതൊന്നു പരീക്ഷിച്ചുനോക്കാം," കട്ടിലിന്റെ അറ്റത്തായി വന്നിരുന്നിരുന്ന മെരിസീവ് അക്ഷമയോടെ വിളിച്ചുപറഞ്ഞു.

ഒരു അപരിചിതന്റെ ദൃഷ്ടിയോടെ അയാൾ തന്റെ കാൽമുട്ടുകൾ നോക്കി. അയാൾക്ക് സന്തോഷംതോന്നി. അശക്തവും ദൃഢവുമായിരുന്നു. നിർബന്ധിതമായ ആയാസ ശൂന്യതകൊണ്ടുണ്ടാകുന്ന തരത്തിൽ കൊഴുപ്പു കട്ടിപിടിച്ചിരുന്നില്ല. കറുത്ത തൊലിക്കു താഴെ ഉറച്ചു കട്ടിപിടിച്ച മാംസപേശികളായിരുന്നു; കാൽമുട്ടിന്റേതുപോലല്ല; നല്ലപോലെ വേഗം ഉറച്ചുനടന്ന കാലിന്മേൽ ഉണ്ടാകുന്ന മാംസപേശികൾ പോലെയായിരുന്നു അവ.

"വേഗം, വേഗം, എന്നു പറയുന്നതിന്റെ അർഥമെന്താണ്. ചെയ്യാവുന്നതിനേക്കാൾ എളുപ്പമാണ് പറയാൻ" വൃദ്ധൻ പിറുപിറുത്തു.

"വാസിലി വാസിലോവിച്ച് പറയുകയാണ്! സ്യൂവ് നിങ്ങളുടെ ജീവിതത്തിൽ ഇതുവരെ ഉണ്ടാക്കിയവയേക്കാളും മെച്ചപ്പെട്ടതായിരിക്കണം ഇതെന്ന്, ഈ ലഫ്റ്റനന്റ് കാലില്ലാതെ പറക്കുവാൻ ആഗ്രഹിക്കുന്നുവെന്ന്. കൊള്ളാം ഞാൻ ഇതാ ഉണ്ടാക്കിയിരിക്കുന്നു–ഇതാ ഇതുപോലുള്ള കാലുകൾകൊണ്ട് നടക്കുവാൻ മാത്രമല്ല സൈക്കിളോടിക്കുവാനും, സ്ത്രീകളോടൊപ്പം ഒരു 'പോൾക്ക' ഡാൻസു നടത്തുവാനും സാധിക്കും. ഞാൻ പറയുന്നു–അസൽ പണിയായിട്ടുണ്ടതിന്."

അയാൾ അലക്സിയുടെ വലത്തെ കാൽമുട്ട് എടുത്ത് കൃത്രിമക്കാലിന്റെ മൃദുലമായ രോമങ്ങൾ നിറച്ച ദ്വാരത്തിലേക്ക് കയറ്റിവെച്ചു. അതിന്റെ ആവശ്യത്തിനായി ഉണ്ടാക്കിയിരുന്ന വാറുകൊണ്ട് വലിച്ചുമുറുക്കികെട്ടി ഒരടിമാറി ആദരവോടെ അതു നോക്കിനിന്ന് നാക്കുകൊണ്ട് 'ക്ലിക്ക്' എന്നു ശബ്ദമുണ്ടാക്കി.

"നല്ല ബൂട്സ്, പാകമല്ലേ? വല്ലയിടത്തും കുത്തിക്കേറുന്നുണ്ടോ, ഉവ്വോ, ഉണ്ടെങ്കിൽ പറയണം. ഈ മോസ്കോ മുഴുവൻ തെരഞ്ഞാലും സ്യൂവിനോളം കലാവൈഭവം നിറഞ്ഞ ഒരു ശിൽപ്പിയെ കണ്ടുകിട്ടുകയില്ല."

ചുറുചുറുക്കോടെ അയാൾ മറ്റേ കാലും അതിനുള്ളിൽ കടത്തി. പക്ഷേ ചരടുകൾ കെട്ടുന്നതിനുമുമ്പുതന്നെ ഒരു ഞെട്ടലോടെ അലക്സി കട്ടിലിൽനിന്നു നിലത്തേക്കു ചാടി. ഒരു ചെറിയ ശബ്ദംകേട്ടു. അലക്സി ദയനീയമായി നിലവിളിച്ചുകൊണ്ട് കട്ടിലിന്റെ സമീപം വെറും നിലത്തു വീണു. ആ പഴയ തൊഴിലാളി അത്ഭുതപ്പെട്ടു. അയാൾ കണ്ണട നെറ്റിയിലേക്ക് കയറ്റിവെച്ചു. തന്റെ കക്ഷി ഇത്ര ധൃതിക്കാരനായിരിക്കും എന്നയാൾ കരുതിയില്ല. തരിച്ചപോലെ നിസഹായനായി അലക്സി അങ്ങനെ കിടക്കുകയാണ്. ആ കൃത്രിമക്കാലുകൾ രണ്ടുവശവും അകന്ന് വിടർന്നു പോയിരുന്നു. കണ്ണിൽ പരിഭ്രമവും വേദനയും തെളിഞ്ഞു നിന്നു. ഇതുവരെ വാസ്തവത്തിൽ അയാൾ സ്വയം വഞ്ചിക്കുകയായിരുന്നുവോ?

അത്ഭുതംകൊണ്ട് കൈ രണ്ടുംകെട്ടി ക്ലാവഡിയമിഖായിലോപ്ന അലക്സിയുടെ സമീപത്തേക്കു പാഞ്ഞുചെന്നു; ആ വൃദ്ധശിൽപ്പിയുടെ സഹായത്തോടുകൂടി, അയാളെ എഴുന്നേൽപ്പിച്ചു കട്ടിലിൽ ഇരുത്തി. നിരാശ ഉടലെടുത്തപോലെ അയാൾ അവിടെ തറച്ചിരുന്നു.

“ഹേ യുവാവേ ഇങ്ങനെ ചെയ്യുവാൻ വയ്യ” വൃദ്ധശിൽപ്പി വിശദീകരണം തുടങ്ങി. “അവ ശരിയായ ജീവനുള്ള കാലുകൾ ആണ് എന്നപോലെ ചാടിഎഴുന്നേറ്റാലോ! നിരാശപ്പെടരുത്. ആദ്യംതൊട്ടേ ഇനി വീണ്ടും നടക്കുവാൻ പരിശീലിക്കണം. തൽക്കാലത്തേക്ക് നിങ്ങൾ ഒരു പട്ടാളക്കാരനാണ് എന്ന കാര്യം വിസ്മരിക്കുക. ഒരു കുഞ്ഞാണ് നിങ്ങൾ; പടിപടിയായിട്ടുവേണം നിങ്ങൾ നടക്കുവാൻ പഠിക്കുവാൻ. ആദ്യം താങ്ങുവടിയിന്മേൽ പിന്നീട് പതുക്കെ ചുവരിന്മേൽ പിടിച്ചുപിടിച്ച്, അതുകഴിഞ്ഞ് ഒരു സാധാരണവടിയുടെ സഹായത്തോടുകൂടി. ഇതെല്ലാം അങ്ങനെ പെട്ടെന്ന് ചെയ്യുവാൻ സാധ്യമല്ല–വളരെ സാവധാനത്തിൽ ക്രമേണ ചെയ്യേണ്ടതാണ്. അവ വളരെ നല്ല കാലുകളാണ്. പക്ഷേ, സ്വന്തമല്ലല്ലോ. അമ്മയും അച്ഛനും തന്നപോലുള്ള കാലുകൾ നൽകുവാൻ ആരെക്കൊണ്ടും സാധ്യമല്ല.”

നിർഭാഗ്യകരമായ ആ ചാട്ടത്തിനുശേഷം അയാളുടെ കാലുകൾ വല്ലാതെ വേദനിച്ചിരുന്നു; പക്ഷേ ആ കൃത്രിമക്കാലുകൾ ഉടൻതന്നെ ഒന്നു പരീക്ഷിച്ചുനോക്കാൻ അയാൾക്ക് ധൃതിയായി. ആരോ അലുമിനിയം കൊണ്ടുണ്ടാക്കിയ ഘനം കുറഞ്ഞ ഒരുജോഡി താങ്ങുവടികൊണ്ടുകൊടുത്തു. അതിന്റെ അറ്റം നിലത്തുകുത്തി, അതിന്റെ മറ്റേ തല മൃദുവായ കക്ഷത്തിൽ ഇടുക്കി, ഇത്തവണ അയാൾ വളരെ സാവധാനത്തിൽ, അതീവശ്രദ്ധയോടെ, കട്ടിലിൽനിന്ന് എഴുന്നേറ്റ് ആ കാലിന്മേൽ ഊന്നിനിന്നു. നടക്കാൻ തുടങ്ങുന്ന ഒരു കുഞ്ഞിനെപ്പോലെയാണ് അയാൾ അത് ചെയ്തത്; തനിക്ക് നടക്കാറായി എന്ന് തോന്നിയാലും ജീവരക്ഷ തരുന്ന ചുമരിലെ പിടിവിടുവാൻ ധൈര്യപ്പെടാതെ ഒരു പൈതലിനെപ്പോലെ, അമ്മയോ അമ്മൂമ്മയോ ടവൽകൊണ്ടു നെഞ്ചുമൂടി, ഒരു അരുമപ്പൈതലിനെ നടക്കുവാൻ അഭ്യസിപ്പിക്കുന്നതുപോലെ

ക്ലാവഡിയ മിഖായ്‌ലോപ്ന ഒരു ഭാഗത്തും വൃദ്ധശിൽപ്പി മറുഭാഗത്തു നിന്നും അയാളെ ശ്രദ്ധയോടെ താങ്ങിപ്പിടിച്ചു. ഒരുനിമിഷം അയാൾ അനങ്ങാതെ നിന്നു. തന്റെ കാൽമുട്ടുകൾ കൃത്രിമക്കാലുകളിൽ ഉരസുമ്പോൾ അയാൾക്ക് അസഹനീയമായ വേദന തോന്നി. പിന്നീട് അയാൾ സംശയിച്ച് സംശയിച്ച്, ആദ്യം ഒരു താങ്ങുവടിയും, പിന്നീട് മറ്റേതും മുന്നോട്ടുതള്ളി: തന്റെ ദേഹത്തിന്റെ ശക്തി മുഴുവനും ഊന്നി. ആദ്യം ഒന്നാമത്തേയും, പിന്നീട് രണ്ടാമത്തേയും അടികൾ വെച്ചു. ആദ്യം തോലിന്റെ കരകര ശബ്ദവും, പിന്നീട് ടക്, ടക്, എന്ന ഒച്ചയും കേട്ടു.

"ഭാഗ്യം! ഭാഗ്യം!" വൃദ്ധൻ പതുക്കെ വിളിച്ചു പറഞ്ഞു.

മെരിസീവ് വളരെ ശ്രദ്ധിച്ച് കുറെ അടികൾ കൂടെവച്ചു. കൃത്രിമക്കാലുകൾ കൊണ്ടുള്ള ഈ പണി വളരെ ഏറെ ആയാസകരമായിരുന്നു, വാതിൽക്കൽവരെ പോയി തിരികെ തന്റെ കട്ടിലിന്റെ സമീപത്തെത്തിയപ്പോഴേയ്ക്കും വലിയ പിയാനോ ഏന്തി നാലുകോവണികയറിയ ക്ഷീണംതോന്നി അയാൾക്ക്. അയാൾ ആ കിടക്കയിലേക്ക് കമഴ്ന്നുവീണു. വിയർപ്പ് ദേഹത്തിൽകൂടെ ഒഴുകി. ഒന്ന് തിരിഞ്ഞുകിടക്കുവാൻപോലും വയ്യായിരുന്നു അയാൾക്ക്.

"ശരി എങ്ങനെയിരിക്കുന്നു? നിങ്ങൾക്ക് ഇത് ഇഷ്ടപ്പെട്ടോ? 'സ്യൂവി'നെപ്പോലെ ഒരാൾ ഈ ലോകത്തിൽ ജീവിച്ചിരിപ്പുണ്ട് എന്നതിന് ദൈവത്തോട് നന്ദിപറയുക" അഹന്തയോടുകൂടി ആ വൃദ്ധൻ പറഞ്ഞു. വളരെ ശ്രദ്ധയോടെ ചരടുകൾ അഴിച്ചുമാറ്റി അയാൾ അലക്സിയുടെ കാൽമുട്ടുകൾ സ്വതന്ത്രമാക്കി. പരിചയിക്കാത്ത സമ്മർദംകൊണ്ട് അവയിൽ കുറച്ചു നീർകെട്ടിയിരുന്നു.

"ഇതുധരിച്ച് നിങ്ങൾക്ക് സാധാരണവിധത്തിലല്ല; ദൈവത്തിന്റെ സവിധത്തിൽപ്പോലും പറന്നെത്താം. ഞാൻ പറയുന്നപണി വളരെ നന്നായിട്ടുണ്ട്."

"വളരെ നന്ദി. വളരെ നന്ദി മൂപ്പീന്നേ. പണി വളരെ നന്നായിരിക്കുന്നു. എനിക്കത് കാണാൻ കഴിയുന്നുണ്ട്." അലക്സി സമ്മതിച്ചു പറഞ്ഞു.

എന്തോ ഒരു ചോദ്യം അങ്ങോട്ടു ചോദിക്കണം–പക്ഷേ–ധൈര്യമില്ല –അല്ലെങ്കിൽ, എന്തെങ്കിലും ഒരു ചോദ്യം ഇങ്ങോട്ടു പ്രതീക്ഷിച്ചിട്ടുണ്ട് –എന്നമട്ടിൽ കുറേനേരം ആ ശിൽപ്പി അവിടെ പരുങ്ങിനിന്നു. ഒടുവിൽ നിരാശപൂർവം നെടുവീർപ്പിട്ടുകൊണ്ട് അയാൾ വാതിൽക്കലേക്ക് നീങ്ങി.

"ശരി. ഗുഡ്ബൈ. നിങ്ങൾ അത് നല്ലപോലെ ഉപയോഗിക്കുമെന്നു തന്നെ ഞാൻ ആശിക്കുന്നു." എന്നു പറഞ്ഞ് അയാൾ വാതിൽക്കൽ എത്തുന്നതിനുമുൻപ് സ്റ്റ്റുക്കോവ് വിളിച്ചു.

"ഹേ, മൂപ്പരേ, ഇത് എടുത്തുകൊള്ളൂ, രാജാവിനുപറ്റിയ കൃത്രിമക്കാലുകളുടെ നിർമാണം ആഘോഷിക്കുവാൻ ഒന്നു നല്ലപോലെ കുടിക്കണം." ഏതാനും റൂബിൾനോട്ടുകൾ എടുത്തുകൊടുത്തുകൊണ്ട് അയാൾ പറഞ്ഞു.

"നന്ദി വളരെ നന്ദി പറയുന്നു. ഈ സന്ദർഭം ഒന്നു കുടിച്ചാസ്വദി

ക്കേണ്ടതുതന്നെയാണ്." അതു പറഞ്ഞ് അയാൾ മേലങ്കിപോലുള്ള വസ്ത്രം മാറ്റി. വളരെ ഗൗരവഭാവത്തോടെ പണം അരമടിശീലയിൽ തിരുകി. "നന്ദി, തീർച്ചയായും ഞാൻ ഇന്നു കുടിക്കും. ഞാൻ പറയുന്നു ഈ കാലുകളിൽ ഞാൻ എന്റെ കഴിവിന്റെ പരമാവധി ചെലുത്തിയിട്ടു ണ്ട്. വാസിലി വാസിലോവിച്ച് എന്നെ വിളിച്ചു പറഞ്ഞു. ഇതൊരു പ്രത്യേക കേസ് ആണ് സ്യൂവോ. അതുകൊണ്ട് ചീത്തയാക്കരുത്. സ്യൂവോ വല്ല പണിയും വല്ലപ്പോഴും ചീത്തയാക്കി ചെയ്തിട്ടുണ്ടോ? വാസിലി വാസിലോവിച്ചിനെ കണ്ടാൽ പറഞ്ഞേക്കൂ, നിങ്ങൾക്ക് പണി ഇഷ്ടപ്പെട്ടെന്ന്."

കുനിഞ്ഞുവണങ്ങി, ആത്മഗതം ചെയ്തുകൊണ്ട് അയാൾ വാർഡുവിട്ടുപോയി. തന്റെ കിടക്കയ്ക്കരികിലായി വെച്ചിരുന്ന കൃത്രിമ ക്കാലിലേക്കുതന്നെ നോക്കിക്കൊണ്ട് കിടക്കുകയായിരുന്നു മെരിസീവ്. നോക്കുന്തോറും അതിന്റെ സമർഥമായ മാതൃകയും പണിയുടെ മിനു ക്കവും അതിന്റെ ലാഘവവും അയാൾക്ക് ഇഷ്ടമായി. 'സൈക്കിൾ ചവി ട്ടിക്കോളൂ, പോൾക്കഡാൻസു ചെയ്തോളൂ-ദൈവത്തിന്റെ സമീപംവരെ പറന്നുയർന്നോളൂ! ശരി, ഞാൻ ഇതു ചെയ്യും. ഇതെല്ലാം ചെയ്യും' അയാൾ മനോരാജ്യം വിചാരിച്ചു.

അന്ന് അയാൾ ഓല്യക്ക് നീണ്ട ഉന്മേഷം കതിരിട്ടു നിൽക്കുന്ന ഒരു എഴുത്തെഴുതി. പുതിയ വിമാനങ്ങൾ ഏറ്റെടുക്കുന്ന തന്റെ ജോലി അവ സാനിക്കാറായി. ഹേമന്തത്തിലോ വർഷാരംഭത്തിലോ തനിക്കു മടുത്തുതുടങ്ങിയ പിന്നിലെ വിരസമായ ഈ ഉദ്യോഗം വിടുവാനുള്ള തന്റെ അപേക്ഷയെ പരഗണിച്ച് തന്നെ യുദ്ധക്കളത്തിലേക്ക് സ്വന്തം റജിമെന്റിലേക്ക് അയക്കും. അവിടെ സഖാക്കൾ അയാളെ മറന്നിട്ടി ല്ലെന്നും ആവേശപൂർവം കാത്തിരിക്കുന്നുവെന്നും ആണ് വിശ്വാസം, എന്നും അയാൾ എഴുതിയിരുന്നു. അപകടം സംഭവിച്ചതിനുശേഷം ആദ്യമായാണ് അയാൾ ഇത്ര ആനന്ദകരമായ ഒരു എഴുത്ത് എഴുതുന്ന ത്. താൻ അവളെ വിചാരിച്ചുകൊണ്ടിരിക്കുകയാണ് എന്നും-യുദ്ധം അവസാനിച്ചതിനുശേഷം ഒന്ന് അന്യോന്യം കാണാനും, അവളുടെ മനസ് മാറിയിട്ടില്ലെങ്കിൽ സ്വന്തമായ ഒരു വീടുണ്ടാക്കുക എന്ന മോഹന സ്വപ്നം സാക്ഷാൽക്കരിക്കാനും കാത്തിരിക്കുകയാണ് എന്നും അൽപ്പം പരിഭ്രമത്തോടെ അയാൾ എഴുതി. ഈ എഴുത്ത് പലപ്രാവ ശ്യവും അയാൾ വായിച്ചു-ഒടുവിൽ ഒരു ദീർഘനിശ്വാസത്തോടെ അയാൾ ഒടുവിലത്തെ ആ വരികൾ വെട്ടിക്കളഞ്ഞു.

നേരെമറിച്ച് അയാൾ വ്യോമനിരീക്ഷണകാര്യാലയത്തിലെ ആ പെൺകുട്ടിക്ക്, ഉന്മേഷവും ഉല്ലാസവും തുളുമ്പിനിൽക്കുന്ന ഒരെഴുത്താ ണെഴുതിയത്. വലിയവാചാലതയോടെ ആ വലിയ ദിനത്തിലെ സംഭവ ങ്ങളെക്കുറിച്ച് വിവരിച്ചിരുന്നു. ഒരു ചക്രവർത്തിപോലും ഇതേവരെ ധരി ച്ചിട്ടില്ലാത്തതരത്തിലുള്ള ആ കൃത്രിമക്കാലിന്റെ ഒരു ചിത്രവും അയാൾ വരച്ചിരുന്നു. അയാൾ ആദ്യത്തെ കാലടികൾ വെച്ചതും ആ വൃദ്ധന്റെ

പ്രവചനവും 'സൈക്കിൾ ചവിട്ടാം, 'പോൾക്കു ചെയ്യാം, ഈശ്വരസന്നിധാനത്തിൽപ്പോലും പറന്നെത്താം.' എന്നതിനെക്കുറിച്ചും എഴുതിയിരുന്നു. അതുകൊണ്ട് എന്നെ വേഗം റെജിമെന്റിൽ പ്രതീക്ഷിക്കാം. ചാർജ്ജു വഹിക്കുന്ന കമാണ്ടറോട് എനിക്കുള്ള പുതിയസ്ഥാനം ശരിയാക്കിക്കൊള്ളുവാൻ പറയണം. നിലത്തേക്ക് ഒന്നു ചെരിഞ്ഞുനോക്കിക്കൊണ്ട് അയാൾ എഴുതി. ഊതനിറത്തിലുള്ള പുതിയ ഷൂസ് ധരിച്ച കാല് കട്ടിലിന്നടിയിൽനിന്ന് പുറത്തേക്കു തള്ളിക്കാണുന്നതു കണ്ടാൽ ആരോ അതിന്റെ ചുവട്ടിൽ പതിയിരിക്കുന്നുണ്ടോ എന്നു തോന്നും. ആരെങ്കിലും തന്നെ കാണുന്നുണ്ടോ, എന്നു ചുറ്റും പരിശോധിച്ച്, അയാൾ കുനിഞ്ഞു, കരകരശബ്ദമുതിർക്കുന്ന ആ തോൽ പതുക്കെ തടവി.

42–ാം നമ്പറിൽ ഉണ്ടായ "രാജാവിനു ചേർന്ന കൃത്രിമക്കാലിന്റെ" പ്രവേശനം, വേറെ ഒരു സ്ഥലത്തെയും ചൂടുപിടിച്ച സംഭാഷണത്തിനു വിഷയമായിരുന്നു. മോസ്കോയൂണിവേഴ്സിറ്റിയുടെ വൈദ്യശാസ്ത്ര കോളേജിന്റെ മൂന്നാംകൊല്ലത്തെ വിദ്യാർഥിനികളുടെ ഇടയിലായിരുന്നു അത്. അക്കാലത്ത് ഭൂരിപക്ഷമായിരുന്ന വനിതാവിദ്യാർഥിനികൾക്കെല്ലാം 42–ാം നമ്പറിലെ സംഭവവികാസങ്ങളെപ്പറ്റി അപ്പപ്പോൾ അറിവു ലഭിച്ചിരുന്നു. അന്യൂതയ്ക്കു തന്റെ കത്തിടപാടുകളെക്കുറിച്ച് വലിയ അഭിമാനമായിരുന്നു. പരക്കെ അറിയാൻ വേണ്ടി എഴുതപ്പെട്ടവയല്ലായിരുന്നു ഗ്വോസ്ഡേവിന്റെ കത്തുകൾ. പക്ഷേ, അവ ഭാഗികമായോ മുഴുവനായോ വലിയ സ്നേഹബന്ധം കാണിക്കുന്ന ഖണ്ഡികകളൊഴിച്ച്, ഉറക്കെ വായിക്കപ്പെടാറുണ്ട്. കത്തിടപാടുകൾ വർധിക്കുന്തോറും ഇത്തരം ഖണ്ഡികകൾ അധികമായി വന്നുതുടങ്ങി.

മൂന്നാം വർഷവിദ്യാർഥിനികൾ മുഴുവൻ ധീരനായ ഗ്വോസ്ഡേവിനെ സ്നേഹിച്ചു; കോപിയായ കുക്കുഷ്കിനെ വെറുത്തു, സോവിയറ്റ് 'സ്നിപ്പറായ' സ്റ്റീഫൻ ഐവനോവിച്ച് ടോൾസ്റ്റോയിയുടെ 'പ്ലാറ്റൻകാലല്യേ'വിനെപ്പോലെ ഇരിക്കുന്നു എന്നു തീർച്ചയാക്കി. മെരിസീവിന്റെ അന്തമില്ലാത്ത ആത്മശക്തിയെ അഭിനന്ദിച്ചു. കമ്മിസാറുടെ മരണം സ്വന്തം ഒരാളുടെ മരണത്തെപ്പോലെ അവരുടെ ഹൃദയത്തിൽതട്ടി. ഗ്വോസ്ഡേവ്, കമ്മിസാറിനെപ്പറ്റി വളരെ വിശദമായി എഴുതിയിട്ടുണ്ടായിരുന്നതിനാൽ എല്ലാവർക്കും അദ്ദേഹത്തെ സ്നേഹിക്കാനും ബഹുമാനിക്കാനും സാധിച്ചിരുന്നു. ഉല്ലാസവാനായ ആ വലിയ മനുഷ്യൻ അന്തരിച്ചു എന്നറിഞ്ഞപ്പോൾ പലർക്കും കണ്ണുനീർ അടക്കുവാൻ സാധിച്ചില്ല.

യൂണിവേഴ്സിറ്റിയും ആശുപത്രിയുമായുള്ള കത്തിടപാടുകൾ അധികമായി വന്നു. അന്ന് വളരെ സാവധാനഗതിയിലായിരുന്ന സാധാരണ പോസ്റ്റുകൊണ്ട് തൃപ്തിപ്പെടുന്നവയായിരുന്നില്ല. ആ യുവതിയുവാക്കന്മാർ. ഇക്കാലത്ത് ഒരെഴുത്തുകിട്ടുന്നത് വിദൂരമായ താരസമുച്ചയത്തിൽനിന്ന് പ്രകാശം ലഭിക്കുന്നതുപോലെയാണെന്ന് കമ്മിസാർ പറ

യാറുള്ളതിനെപ്പറ്റി ഗ്വോസ്ഡേവ് എഴുതിയിരുന്നു. എഴുത്തയയ്ക്കുന്ന ആളിന്റെ ജീവിതം അവസാനിച്ചേക്കാം, എന്നാലും എഴുത്തുകൾ പതുക്കെ അങ്ങനെ സഞ്ചരിക്കും. ഒടുവിൽ അവ കൈപ്പറ്റുന്നവർക്ക് അറിവു ലഭിക്കും, പ്രായോഗികപരിശീലനവും മിടുക്കും ഉണ്ടായിരുന്ന അന്യൂത, കുറച്ചുകൂടി വേഗത്തിൽ, എളുപ്പം കത്തയയ്ക്കാനുള്ള മാർഗ ത്തെക്കുറിച്ച് അന്വേഷിക്കുകയായിരുന്നു. ഒടുവിൽ യൂണിവേഴ്സിറ്റി യിലെ വൈദ്യാലയത്തിലും വാസിലിവാസിലാവിച്ചിന്റെ ആശുപത്രി യിലും ഒരുമിച്ചു ജോലിചെയ്തിരുന്ന ഒരു വൃദ്ധ നഴ്സിനെ അവൾ കണ്ടുപിടിച്ചു.

അന്നുതൊട്ട് യൂണിവേഴ്സിറ്റി കുട്ടികൾ, 42-ാം നമ്പറിൽ നടക്കുന്ന സംഭവങ്ങൾ രണ്ടാംദിവസം, ഏറെക്കവിഞ്ഞാൽ മൂന്നാംദിവസം അറി യാനും, വേഗംതന്നെ അവയ്ക്കു മറുപടി അയയ്ക്കാനും ഉള്ള സൗകര്യം ലഭിച്ചു. രാജാവിനു ചേർന്ന കാലിനെക്കുറിച്ചു പറയവേ, മെരിസീവിന് ഇനിയും പറക്കുവാൻ സാധിക്കുമോ, ഇല്ലയോ എന്നതി നെപ്പറ്റി ഒരു വാദപ്രതിവാദം തന്നെ നടന്നു. യുവസഹജമായ ആ കനത്ത വഴക്കിലെ, വാശിക്കാരായ രണ്ടു ഭാഗക്കാർക്കും മെരിസീവി നോടു സഹതാപമുണ്ടായിരുന്നു. ഒരു പോർവിമാനം നിയന്ത്രിക്കുന്ന ജോലിയുടെ വൈഷമ്യത്തെപ്പറ്റി തികച്ചും മനസിലാക്കിക്കൊണ്ടുതന്നെ യാണ് ഇനിയൊരിക്കലും അയാൾക്ക് പറക്കുവാൻ സാധിക്കുകയി ല്ലെന്നു വാദിച്ചത്. പക്ഷേ, ശുഭപ്രതീക്ഷകർ തർക്കിച്ചു; ശത്രുക്കളിൽനി ന്നു രക്ഷപ്രാപിക്കുവാനായി ഒരു പക്ഷക്കാലത്തിലധികം കൈയും കാലുംകുത്തി ഇഴഞ്ഞുനടക്കുന്ന ഒരു ആൾക്ക്-ദൈവത്തിനുമാത്രമ റിയാം എത്ര കിലോമീറ്റർ അയാൾ തരണംചെയ്തതിട്ടുണ്ടെന്ന്-അസാ ധ്യമായി യാതൊന്നുംതന്നെ ഇല്ലെന്ന്. ഈ വാദഗതിക്ക് ഉപോൽബലക മായി അവർ ചിത്രങ്ങളിൽനിന്നും ആഖ്യായികകളിൽനിന്നും നിരവധി ഉദാഹരണങ്ങൾ ഉദ്ധരിച്ചു.

അന്യൂത ഈ തർക്കത്തിൽ പങ്കുചേരുന്നില്ല. തനിക്ക് അപരിചിത നായിരുന്ന ഒരു വൈമാനികന്റെ കൃത്രിമക്കാലിനെക്കുറിച്ച് അവൾക്ക് അത്രയൊന്നും രസം തോന്നിയില്ല. വളരെ വിരളമായി കിട്ടാറുള്ള വിശ്ര മവേളകളിൽ ഗ്വോസ്ഡേവിനോടു തനിക്കു തോന്നുന്ന വികാരം അത് അധികമധികം സങ്കീർണമാകുന്നത് അവൾ ശ്രദ്ധിച്ചിരുന്നു-അപഗ്രഥി ക്കുവാൻ ശ്രമിക്കുകയായിരുന്നു ആ പെൺകിടാവ്. ആദ്യമായി ആ വീര യോദ്ധാവിനെക്കുറിച്ച് അവൾ കേട്ടപ്പോൾ, ദുരന്തമായ ആ ജീവിതകഥ യെക്കുറിച്ചുള്ള അറിവ് അവൾക്കു ലഭിച്ചപ്പോൾ അയാളുടെ വിഷാദ ത്തിന് അൽപ്പമൊരു ശമനംവരുത്തണമെന്ന നിസ്വാർഥമായ ഉദ്ദേശ്യ ത്തോടെയാണ് അവൾ എഴുതുവാൻ ഒരുങ്ങിയത്. പക്ഷേ, കത്തുമൂല മുള്ള പരിചയം വർധിച്ചതോടെ ദേശീയസമരത്തിലെ ആ ധീരസേനാനി യുടെ സൂക്ഷ്മമായ സങ്കൽപ്പചിത്രം ക്രമേണ ജീവനുള്ള ഒരു യുവാവി

ന്റേതായി മാറി. അയാളിൽ അവൾക്ക് കൂടുതൽ കൂടുതൽ താൽപ്പര്യം തോന്നിത്തുടങ്ങി. അയാളുടെ എഴുത്തു കിട്ടാതിരിക്കുമ്പോൾ തനിക്ക് സന്താപവും ഉൽക്കണ്ഠയും തോന്നാറുണ്ടെന്ന് അവൾ മനസിലാക്കി. അത് ഒരു പുതിയ അനുഭവമായിരുന്നു. അത് അവളെ ഏകകാലത്ത് ആനന്ദിപ്പിക്കുകയും ഭയപ്പെടുത്തുകയും ചെയ്തു. ഇതാണോ പ്രേമം? ഒരിക്കലും കാണുവാൻ കഴിഞ്ഞിട്ടില്ലാത്ത–ശബ്ദംപോലും കേട്ടിട്ടില്ലാത്ത കത്തുകളിലൂടെമാത്രം പരിചയപ്പെട്ട ഒരാളെ സ്നേഹിക്കുവാൻ കഴിയുമോ? തന്റെ സഹപാഠിനികൾക്കു വായിച്ചുകൊടുക്കാൻ നിവൃത്തിയില്ലാത്ത ഭാഗങ്ങൾ ആ ടാങ്കുവിദഗ്ധന്റെ എഴുത്തുകളിൽ ഉണ്ടാകാറുണ്ട്. ഒരിക്കൽ അയാൾ താൻ എഴുത്തുകൾമൂലം പ്രേമബദ്ധനായി എന്നു സമ്മതിച്ചെഴുതിയപ്പോൾ അവൾക്കും തോന്നി അവളും പ്രേമത്തിൽ അകപ്പെട്ടുവെന്ന്; വെറും സ്കൂൾകുട്ടികളുടേതല്ല–യഥാർഥമായ പ്രേമത്തിൽത്തന്നെ. ഇപ്പോൾ താൻ അക്ഷമയോടെ കാത്തുകാത്തിരിക്കുന്ന എഴുത്തുകൾക്ക് ഒരു അവസാനമുണ്ടാകുകയാണെങ്കിൽ ജീവിച്ചിരിക്കുന്നതുകൊണ്ട് യാതൊരു പ്രയോജനവുമില്ലെന്നുപോലും അവൾക്ക് തോന്നിത്തുടങ്ങിയിരിക്കുന്നു.

അങ്ങനെ പരസ്പ്പരം കാണാതെതന്നെ അവർ അവരുടെ അനുരാഗം ഏറ്റുപറഞ്ഞു. അതുകഴിഞ്ഞപ്പോൾ ഗ്വോസ്ഡേവിന് അസാധാരണമായ എന്തോ ഒന്നു സംഭവിച്ചമട്ടായി. അയാളുടെ എഴുത്തുകൾ കൂടുതൽകൂടുതൽ സംഭ്രാന്തവും അസ്വസ്ഥവും ആകാൻ തുടങ്ങി. പിന്നീട് അയാൾ അന്യൂതക്ക് എഴുതി. പരസ്പരം കാണാതെ പ്രണയം സമ്മതിച്ചത് വലിയ തെറ്റായിപ്പോയി എന്ന്. തന്റെ മുഖം എത്രമാത്രം വികൃതമായിപ്പോയിരിക്കുന്നു എന്ന് ഒരുപക്ഷേ അന്യൂതക്ക് അറിയില്ല, അവൾക്ക് അയച്ചുകൊടുത്ത ഫോട്ടോപോലെയല്ല അയാൾ ഇപ്പോൾ. അയാൾക്ക് അവളെ വഞ്ചിക്കണമെന്നില്ല. അതുകൊണ്ട് ആരെയാണ് താൻ സ്നേഹിക്കുന്നതെന്ന് നേരിൽ കണ്ടറിയാതെ അയാളുടെ നേർക്കുള്ള വികാരങ്ങളെപ്പറ്റി എഴുതരുതെന്ന് അയാൾ അവളോട് അപേക്ഷിച്ചു.

ഇത് വായിച്ചപ്പോൾ അന്യൂതക്ക് ആദ്യം ദേഷ്യവും പിന്നെ ഭയവും തോന്നി. അവൾ പോക്കറ്റിൽനിന്നും ആ ഫോട്ടോ എടുത്തു. നീണ്ട നാസികയും ചെറിയ മീശയും നല്ല വടിവൊത്ത വായും ഉള്ള സ്ഥൈര്യസൂചകമായ ലക്ഷണങ്ങളോടുകൂടിയ ചടച്ച് യുവത്വം സ്ഫുരിക്കുന്ന ഒരു മുഖമാണ് അതിൽനിന്നു അവളെ നോക്കിക്കൊണ്ടിരുന്നത്. 'ഇപ്പോൾ എങ്ങനെയിരിക്കുന്നു എന്റെ സാധുപ്രിയതമൻ.'–ഫോട്ടോ നോക്കി അവൾ മന്ത്രിച്ചു. ഒരു വൈദ്യവിദ്യാർഥിനിയെന്ന നിലയിൽ അവൾക്കറിയാമായിരുന്നു, തീപ്പൊള്ളൽ, അഗാധമായ, മറയ്ക്കാൻ സാധിക്കാത്ത വടുക്കൾ, ഉണ്ടാക്കുമെന്ന്. ശരീരശാസ്ത്രപ്രദർശനശാലയിൽ വെച്ചിട്ടുള്ള വ്രണപ്പെടുന്ന ത്വക്‌രോഗം ബാധിച്ച ഒരാളുടെ മുഖത്തിന്റെ മാതൃക അവളുടെ കൺമുന്നിൽ ഉയർന്നു; നീലനിറത്തിലുള്ള

ചാലുകൾ, വക്രമായി പൊള്ളിച്ചീർത്ത ചുണ്ടുകൾ–കരിഞ്ഞ് കട്ടകൂടിയിരിക്കുന്ന പുരികം, പീലികളില്ലാത്ത ചുവന്ന കൺപോള–അങ്ങനെ ഒരു മുഖം. അദ്ദേഹവും ഇങ്ങനെയായിരുന്നാലോ? ആ വിചാരത്താൽ അവളുടെ മുഖം വിളറി. ഉത്തരക്ഷണത്തിൽ അവൾ സ്വയം ശകാരിച്ചു. അതെ ശരി. അങ്ങനെയാണെങ്കിൽത്തന്നെ എന്ത്? കത്തിജ്വലിക്കുന്ന ടാങ്കിൽ ഇരുന്നുകൊണ്ട് അദ്ദേഹം സമരംചെയ്തത് അവളുടെ സ്വാതന്ത്ര്യത്തെ–അവളുടെ വിദ്യാഭ്യാസസാവകാശത്തെ–അവളുടെ അഭിമാനത്തെ, അവളുടെ ജീവനെ രക്ഷിക്കാനാണ്. അദ്ദേഹം ഒരു ധീരനാണ് പലപ്രാവശ്യവും സ്വജീവൻ ബലിയർപ്പിക്കാൻ ഒരുങ്ങിയവനാണ്. ഇനിയും യുദ്ധക്കളത്തിൽ പോയി ആത്മബലിയർപ്പിക്കാൻ ഉൽക്കണ്ഠയോടെ കാത്തിരിക്കുന്നവനാണ്. അവൾ എന്തു ചെയ്തിരിക്കുന്നു. സമരത്തിനുവേണ്ടി കിടങ്ങുകൾ കോരിയിട്ടുണ്ട്–നിരോധനവേലികൾ നോക്കിയിട്ടുണ്ട്. ആസ്പത്രയിൽ സേനവനമനുഷ്ഠിച്ചിട്ടുണ്ട്. പക്ഷേ, അദ്ദേഹം ചെയ്തിനോടു താരമത്യപ്പെടുത്തുമ്പോൾ ഇവയ്ക്കെന്തു സ്ഥാനമാണുള്ളത് ഈ മാതിരിയുള്ള സംശയങ്ങൾവെച്ചു പുലർത്തിയാൽ താൻ അദ്ദേഹത്തിന് അനർഹയായിത്തീരും, തന്റെ കൺമുന്നിൽ നിന്ന് ആ വികൃതദൃശ്യത്തെ ആട്ടിയോടിക്കുവാൻ ശ്രമിച്ചുകൊണ്ട് അവൾ സ്വയം കുറ്റപ്പെടുത്തി.

അയാൾക്ക് അവൾ ഒരു നീണ്ട കത്തെഴുതി. കത്തിടപാടുകൾ തുടങ്ങിയതിൽപ്പിന്നെ ഇത്രയും നീണ്ടതും അരുമയായതുമായ ഒരെഴുത്ത് അവൾ എഴുതിയിട്ടില്ല യഥാർഥത്തിൽ അവളുടെ ഈദൃശ സംശയങ്ങളെക്കുറിച്ച് ഗ്വോസ്ഡേവിനു നിശ്ചയവും ഉണ്ടായിരുന്നില്ല. താൻ ഉൽക്കണ്ഠാപൂർവം എഴുതിയ എഴുത്തിന് ഇത്ര മഹത്തായ ഒരു മറുപടി ലഭിച്ചപ്പോൾ അയാൾ അത് വീണ്ടും വീണ്ടും വായിച്ചു. അയാൾ അക്കാര്യം സ്റ്ററുക്കോവിനോടുപോലും പറഞ്ഞു. ഉദാസീനതാഭാവത്തിൽ കഥയെല്ലാം കേട്ടശേഷം മേജർ പറഞ്ഞു.

“ധൈര്യമവലംബിക്കൂ ടാങ്കിസ്റ്റ്–സുന്ദരമായ മുഖവും മരവിച്ച ഹൃദയവും സാധാരണ മുഖവും കനകദൃശ്യമായ ഹൃദയവും’ എന്ന പഴമൊഴി കേട്ടിട്ടില്ലേ? പുരുഷന്മാർ വളരെ കുറവായ ഇക്കാലത്ത് പ്രത്യേകിച്ചും അങ്ങനെയാണ്.”

സ്വാഭാവികമായും ഈ സംസാരം ഗ്വോസ്ഡേവിനെ ആശ്വസിപ്പിച്ചില്ല, ആശുപത്രിയിൽനിന്നു തന്നെ വിമുക്തനാക്കാനുള്ള ദിനം അടുത്തടുത്തുവരുംതോറും, കൂടുതൽ കൂടുതൽ സമയം അയാൾ കണ്ണാടിയുടെ മുമ്പിൽ ചെലവഴിച്ചു; ഇടയ്ക്ക് കണ്ണാടി ദൂരത്തു പിടിച്ചുനോക്കും. ഇടയ്ക്ക് അത് വളരെ അടുപ്പിച്ചുനോക്കും; കുഴികൾ വീണ തന്റെ മുഖം അമർത്തിത്തടവിനോക്കും.

അയാളുടെ അപേക്ഷപ്രകാരം ക്ലാവഡിയ മിഖായ്ലോപ്ന ഒരുദിവസം കുറെ പൗഡറും ക്രീമും കൊണ്ടുവന്നു കൊടുത്തു. പക്ഷേ, അയാൾക്ക് വേഗംതന്നെ മനസിലായി വാസനദ്രവ്യങ്ങൾക്കൊന്നും

മാച്ചുകളയുവാൻ സാധ്യമല്ല തന്റെ വൈകൃതമെന്ന്. രാത്രി എല്ലാവരും ഉറക്കമായാൽ, വസ്ത്രധാരണമുറിയിൽപോയി, കുറെനേരം തന്റെ മുഖത്തെ പാടുകൾ ഉഴിഞ്ഞ്, പൗഡറിട്ടമർത്തി വീണ്ടും ഉഴിഞ്ഞ് ആശയോടെ കണ്ണാടിയിൽ നോക്കിനിൽക്കും. ദൂരത്തിൽ നിന്ന് നോക്കുമ്പോൾ അയാൾ ഒരു പകിട്ടുള്ള മനുഷ്യനാണെന്നു തോന്നും; ഉറച്ച ദേഹം, പരന്ന തോൾ, നെടുതായ മാംസപേശികൾ, തിളങ്ങുന്ന കാലിന്മേൽ ഉറച്ചു നിൽക്കുന്ന ഒതുങ്ങിയ അരക്കെട്ട്–പക്ഷേ, അടുത്ത നോട്ടത്തിൽ, കവിളിലും താടിയെല്ലിലും നിറയെ ചുവന്ന പാടുകൾ–ചുളുങ്ങിത്തൂങ്ങിയ തൊലി, അതയാളെ നിരാശയിലേയ്ക്ക് നയിച്ചു. ഇതു കാണുമ്പോൾ അവളെന്തു വിചാരിക്കും. അവൾ ഭയാക്രാന്തയാകും; അയാളെ തിരിഞ്ഞുനോക്കി, തോൾവെട്ടിച്ചു നടന്നകലും അതിലും ഭയങ്കരമായത്–അവൾ വളരെ വിനയത്തോടുകൂടി മണിക്കൂറുകളോളം തന്നോടും വർത്തമാനം–വല്ല മരവിച്ച ഓഫീസ് വർത്തമാനവും പറയും. പിന്നെ ഗുഡ്ബൈ. അതു സംഭവിച്ചു കഴിഞ്ഞുവെന്നപോലെ അയാൾ കോപംകൊണ്ട് വിളർത്തുപോയി.

കനംകുറഞ്ഞ, ചുരുണ്ട തലമുടി പിന്നോക്കം മാടിയിട്ട വട്ടമുഖവും, ഉയർന്ന ശരിയായ റഷ്യൻ നാസികയും കുട്ടിത്തം തോന്നിക്കുന്ന ഇളം ചുണ്ടുകളുമുള്ള ഒരു പെൺകുട്ടിയുടെ ഫോട്ടോ പോക്കറ്റിൽനിന്ന് വലിച്ചെടുത്ത് ഗുണദോഷവിവേചനദൃഷ്ടിയോടെ അയാൾ അത് പരിശോധിച്ചു. മുകളിലത്തെ ചുണ്ടിന്മേൽ കഷ്ടിച്ചുമാത്രം കാണാവുന്ന ഒരു മറുകുണ്ട്. നിഷ്കളങ്കത ദ്യോതിപ്പിക്കുന്ന ആ സുന്ദരമുഖത്തിൽനിന്ന് ഊതനിറത്തിലുള്ള–ഒരുപക്ഷേ, നീലയാകാം–അൽപ്പം തുറിച്ച കണ്ണുകൾ സത്യസന്ധതയോടെ, ഉള്ളുതുറന്ന് അയാളെ നോക്കിക്കൊണ്ടിരിക്കുകയാണ്.

'എന്നോട് പറയൂ–നീ എന്തുപോലെയിരിക്കും. നീ ഭയപ്പെട്ട് ഓടിപ്പോകുമോ? ഒരു രാക്ഷസനാണു ഞാൻ എന്നു കാണാതിരിക്കുവാനുള്ള ഹൃദയവിശാലത നിനക്കുണ്ടാകുമോ?' ആ ഫോട്ടോയിലേക്ക് കണ്ണും തുറിപ്പിച്ചു നോക്കിക്കൊണ്ട് അയാൾ ചോദിക്കും.

അതേസമയം താങ്ങുതടി ഇട്ടിടിച്ച്, തോലിന്റെ കരകര ശബ്ദമുയർത്തി, സീനിയർ ലഫ്റ്റനന്റ് മെരിസീവ് ആ വരാന്തയിൽ, അയാളുടെ സമീപത്തൂടെ, അവിശ്രമം ഞൊണ്ടി നടക്കുകയാണ്. ഒന്ന്–രണ്ട്–പത്ത്–ഇരുപത്, തനിയെ ഉണ്ടാക്കിയ ഒരു പരിപാടി അനുസരിച്ച് ഓരോ ദിവസവും അയാൾ അഭ്യാസത്തിന്റെ ദൈർഘ്യം വർദ്ധിപ്പിച്ചുവന്നു.

'ഇതാ ഒരു നല്ല മനുഷ്യൻ–ഒരു യഥാർഥ വാശിക്കാരൻ.' ഗ്വോസ്ഡേവ് ഓർത്തു. ധൈര്യമെന്നല്ല ഇതിനുള്ള വാക്ക്. ഒരൊറ്റ ആഴ്ചകൊണ്ട് അയാൾ താങ്ങുവടി ഉപയോഗിച്ച് നടക്കുവാൻ പഠിച്ചു. ഇന്നലെ മഞ്ചൽ വേണ്ട എന്നു പറഞ്ഞ് ചികിൽസാർഥം താഴോട്ടു കോണിപ്പടി നടന്നിറങ്ങി വീണ്ടും മുകളിലേക്കു കയറി. ആ കണ്ണിൽനിന്നു കണ്ണുനീർ ഒഴുകുകയായിരുന്നു എന്നിട്ടും അയാൾ നടന്നു. സഹായിക്കുവാൻ

എത്തിയ ഓർഡർലിയെ ശകാരിച്ച് ഓടിച്ചു. എന്നിട്ട് താഴെ ഇറങ്ങിവന്നപ്പോൾ അയാൾ ചിരിച്ച ആ ചിരി. നിങ്ങൾ വിചാരിക്കും അയാൾ കയറിയിറങ്ങിയത് 'എൽബ്രസ്' മലയാണെന്ന്.

കണ്ണാടിയുടെ അടുത്തുനിന്നു മാറി അയാൾ, മെരിസീവ് ധൃതിപിടിച്ച് ഊന്നുവടിയിന്മേൽ താങ്ങിനടക്കുന്നത് ശ്രദ്ധിച്ചു. അയാളെ നോക്കൂ, അയാൾ തികച്ചും ഓടുകയാണ്. എത്ര നല്ല ഭംഗിയുള്ള മുഖമാണ് അയാളുടേത്! ആ പുരികത്തിലെ ചെറിയ പാട് ആ മുഖത്തിന് ഒരഭംഗിയും വരുത്തുന്നില്ല: പ്രത്യുത സൗന്ദര്യം അധികമാക്കുകയാണ് ചെയ്യുന്നത്. തനിക്കും അതുപോലെ ഒരു മുഖം ഉണ്ടായിരുന്നുവെങ്കിൽ –എന്ത് കാലോ? അത് നിങ്ങൾക്കു കാണുവാൻ സാധിക്കുകയില്ലല്ലോ തീർച്ചയായും അയാൾ നടക്കാനും പറക്കാനും പഠിക്കും. എന്നാൽ തന്റെ മുഖത്തിന്റെ സ്ഥിതിയോ? ഇതുപോലുള്ള ഒരു മോന്ത മറച്ചുവയ്ക്കുവാൻ ആർക്കു സാധിക്കും? ഈ മുഖം കണ്ടാൽ രാക്കുടിയന്മാർ പയറ് മെതിച്ചത് ഇതിലാണെന്നു തോന്നും.

വൈകുന്നേരത്തെ അഭ്യാസത്തിന്റെ 23–ാം തവണയാണ് ആ വരാന്തയിൽവെച്ച് മെരിസീവ് ഇപ്പോൾ ചെയ്യുന്നത്. നീർകെട്ടിയ തുടയിലെ നീറലും വടിപ്പിടികൊണ്ടുരഞ്ഞ ചുമലിലെ വേദനയും തളർന്ന ദേഹത്താകെ വ്യാപിക്കുകയാണ്. അങ്ങനെ ഞൊണ്ടിഞൊണ്ടി നടക്കുന്നതിനിടയിൽ കണ്ണാടിയിൽനോക്കി നിൽക്കുന്ന 'ടാങ്കിസ്റ്റി'നെ അയാൾ ഒന്നു ഇടംകണ്ണിട്ടുനോക്കി.

മണ്ടച്ചാര്! എന്തിനാണ് ഈ മോന്തയെക്കുറിച്ച് അയാൾ ഇത്ര മാത്രം വിവശനാകുന്നത്. അയാൾക്ക് ഒരിക്കലും ഒരു സിനിമാതാരമാകാൻ സാധിക്കുകയില്ല. ഒരു ടാങ്കിസ്റ്റാണയാൾ ആ ജോലിക്കെന്തു തടസം? മുഖം അതിലൊരു കാര്യമല്ല; നല്ല സ്വബോധമുള്ള തല; കൈ; കാൽ ഇവ ഉള്ളിടത്തോളംകാലം–കാൽ അതേ ശരിയായ കാൽ–അല്ലാതെ മുറിക്കാലല്ല. അതിൽ കൃത്രിമക്കാലുവെച്ചുകെട്ടുമ്പോളുണ്ടാകുന്ന നീറ്റലും വേദനയുമോർത്തപ്പോൾ തോലുകൊണ്ടല്ല, നല്ല ചുട്ടുപഴുപ്പിച്ച ഇരുമ്പുകൊണ്ടാണ് അതുണ്ടാക്കിയിട്ടുള്ളതെന്നേ തോന്നൂ.

ടപ്, ടപ് ക്രിക്, ക്രിക്, ടപ്, ടപ്, ക്രിക്, ക്രിക്, വേദനകൊണ്ടു തന്നത്താനറിയാതെ തന്റെ കണ്ണിൽ പൊടിയുന്ന വെള്ളം ചുണ്ടു കടിച്ചമർത്തി. കണ്ണീർ തൂത്തുകൊണ്ട്, സീനിയർ ലഫ്റ്റനന്റ് മെരിസീവ് 29–ാമത്തെ വട്ടവും പൂർത്തിയാക്കി, അന്നത്തെ അഭ്യാസം അവസാനിപ്പിച്ചു.

XII

ഗ്രിഗറി ഗ്വോസ്ഡേവ് ജൂൺ മധ്യത്തിൽ ആസ്പത്രി വിട്ടു.

അതിനു രണ്ടു ദിവസംമുമ്പ് അയാൾ അലക്സിയുമായി നീണ്ട ഒരു സംഭാഷണം നടത്തി. ദൗർഭാഗ്യത്തിൽ അവർ സുഹൃത്തുക്കളാണെന്ന വാസ്തവവും വ്യക്തിപരമായ കാര്യങ്ങൾ രണ്ടുകൂട്ടരുടേയും

ഏതാണ്ട് ഒരുപോലെ അപകടംപിടിച്ചതാണെന്ന യാഥാർഥ്യവും അവരെ തമ്മിൽ അടുപ്പിച്ചു. അങ്ങനെയുള്ള സന്ദർഭങ്ങളിൽ സാധാരണ സംഭവിക്കുന്നതു പോലെ അവരും തങ്ങളുടെ ഹൃദയരഹസ്യങ്ങൾ കൈമാറി, ഭാവിയെപ്പറ്റിയുള്ള ഭയത്തെക്കുറിച്ചു സംസാരിച്ചു. അഭിമാനംമൂലം തങ്ങളുടെ വിഷമതകൾ വേറെ ആളുകളുമായി പങ്കുവയ്ക്കുവാൻ മടിക്കുന്നതുകൊണ്ട് അവർക്കനുഭവിക്കേണ്ടിയിരുന്ന വേദനയെക്കുറിച്ചും അവർ അനുസ്മരിച്ചു. അവർ പരസ്പരം തങ്ങളുടെ സഖിമാരുടെ ഫോട്ടോകൾ കാണിച്ചുകൊടുത്തു.

വോൾഗയുടെ മറുകരയിലുള്ള പുൽപ്പരപ്പിൽ ഓടിക്കളിച്ച ആ തെളിഞ്ഞ ജൂൺമാസത്തിൽ താൻതന്നെ എടുത്ത ഓൾഗയുടെ ഒരു ഫോട്ടോ അലക്സിയുടെ കൈവശം ഉണ്ടായിരുന്നു–അത് പഴക്കംതട്ടി മാഞ്ഞുതുടങ്ങിയിരുന്നു. ഒരു ഫ്രോക്കുധരിച്ച് കാലുകൾ മടക്കിവെച്ച് മടിയിൽ നിറയെ പുഷ്പങ്ങളുമായി അവൾ ഇരിക്കുകയാണ്. നിറയെ വികസിച്ചു നിൽക്കുന്ന ഡെയ്സിപുഷ്പങ്ങളുടെ നടുക്ക് പച്ചവിരിച്ച മൈതാനിയിൽ ഇരിക്കുന്ന അവളെ കണ്ടാൽ മഞ്ഞണിഞ്ഞ ഒരു വലിയ ഡെയ്സി കുസുമമാണെന്നേ തോന്നുകയുള്ളൂ. എന്തോ ഗാഡചിന്തയിലെന്നപോലെ അവൾ തല അൽപ്പം കുനിച്ചിരുന്നു. ജീവിതത്തിൽ ഇന്ന് ആദ്യമായാണ് അത്യത്ഭുതകരമായ ഈ വിശാലലോകം കാണുന്നതെന്ന മട്ടിൽ മുഴുവൻ തുറന്ന ആ കണ്ണുകളിൽ ഒരു ആരാധനാഭാവം തളിരിട്ടു നിന്നിരുന്നു.

ആ പടം കണ്ടപ്പോൾ, അതിൽ കാണുന്നതുപോലെയുള്ള ഒരു പെൺകുട്ടി, ഒരിക്കലും ഒരു പുരുഷനെ, അവന്റെ നിർഭാഗ്യാവസ്ഥയിൽ കൈവെടിയുകയില്ലെന്ന് ടാങ്കിസ്റ്റ് തീർത്തു പറഞ്ഞു. ‘അഥവാ അങ്ങനെ ചെയ്യുന്നുവെങ്കിൽ അവൾ നരകത്തിൽ പോയിത്തുലയട്ടെ. മുഖഭാവവും വഞ്ചനാത്മകമാണെന്നേ അതു തെളിയിക്കുകയുള്ളൂ. അവൾ ഉപേക്ഷിക്കുകതന്നെ ചെയ്യുമെങ്കിൽ അതുതന്നെയാണ് അലക്സിക്ക് മെച്ചം, എന്തെന്നാൽ അവൾ കൊള്ളരുതാത്തവളാണ് അങ്ങനെ കൊള്ളരുതാത്തവളുമായി ബന്ധപ്പെടുന്നത് നല്ലതിനായിരിക്കുകയില്ല. ഉവ്വോ.’

അലക്സിക്കും അന്യൂതയുടെ മുഖം ഇഷ്ടമായി; ഗ്വോസ്ഡേവ് അപ്പോൾ അയാളോടു പറഞ്ഞ അതേ അഭിപ്രായങ്ങൾതന്നെയാണ് അലക്സിക്കും പറയാനുണ്ടായിരുന്നത്. അവരുടെ സംഭാഷണത്തിൽ ഗഹനമായതൊന്നും ഉണ്ടായിരുന്നില്ല. അത് അവരുടെ പ്രശ്നത്തെ പരിഹരിച്ചതുമില്ല. പക്ഷേ, കുറെക്കാലമായി ഉപദ്രവിച്ചുകൊണ്ടിരുന്ന ഒരു കുരു പൊട്ടിയൊലിച്ചതുപോലെ രണ്ടുപേർക്കും കുറച്ചു ആശ്വാസം കിട്ടി.

ഗ്വോസ്ഡേവ് ആസ്പത്രി വിടുമ്പോൾ, അയാളെ കാണാൻ വരാമെന്ന് പ്രതിജ്ഞചെയ്തിട്ടുള്ള അന്യൂതയെ കൂട്ടിക്കൊണ്ട് അയാൾ ആ വാർഡിന്റെ ജനാലയ്ക്കടുത്തുകൂടെ നടക്കാമെന്നും, അലക്സിക്ക് ആ പെൺകുട്ടിയെ കാണുമ്പോൾ എന്തഭിപ്രായമാണുണ്ടാകുന്നതെന്ന്

എഴുതി അയക്കണമെന്നും അവർ തമ്മിൽ സംസാരിച്ച് ഉറപ്പിച്ചിരുന്നു. അതിനുപകരം ഗ്വോസ്ഡേവ്, അന്യൂത എങ്ങനെയാണ് തന്നെ സ്വീകരിച്ചതെന്നും, തന്റെ വികൃതമായ മുഖം കണ്ടപ്പോൾ എന്തു വികാരമാണ് അവളിൽ മുളച്ചതെന്നും, അവർ എങ്ങനെ പെരുമാറുന്നുവെന്നും അലക്സിയെ എഴുതി അറിയിക്കാമെന്ന് വാഗ്ദാനം ചെയ്തിരുന്നു. ഗ്രിഷയുടെ കാര്യങ്ങളെല്ലാം നേരെയാവുകയാണെങ്കിൽ എല്ലാ സംഗതികളും വ്യക്തമാക്കിക്കാണിച്ച് ഓൾഗക്ക് എഴുതണമെന്നാണ് അലക്സി കരുതിയത്. പക്ഷേ കിടക്കയിൽനിന്ന് എഴുന്നേൽക്കുവാൻ വയ്യാതെ കിടപ്പായ അമ്മയെ വിവരമൊന്നും അറിയിക്കരുതെന്നുമാത്രം അവളെ ശട്ടം കെട്ടണം.

ടാങ്കിസ്റ്റ് ആസ്പത്രി വിടുന്നതിനെപ്പറ്റി രണ്ടുപേർക്കും എന്താണിത്ര വെമ്പൽ എന്ന് ഇതിൽനിന്ന് തെളിയുമല്ലോ. രണ്ടുപേരും വളരെ പരിഭ്രാന്തരായിരുന്നു. രണ്ട്പേർക്കും ഉറക്കം വന്നില്ല. രാത്രിയായാൽ അവർ എഴുന്നേറ്റ് വരാന്തയിലേക്ക് ഇറങ്ങും. ഗ്വോസ്ഡേവ് കണ്ണാടിയിൽ നോക്കി തന്റെ മുഖംതിരുമ്മാനും അലക്സി ശബ്ദം കേൾക്കാതിരിക്കാൻ താങ്ങുവടിയുടെ ചുവട്ടിൽ തുണി ചുറ്റി തന്റെ നടത്തം ആരംഭിക്കാനും തുടങ്ങും.

പത്തുമണിക്ക് വാർഡിൽവന്ന ക്ലാവഡിയ മിഖായിലോപ്ന ഒരു പുഞ്ചിരിയോടെ ആരോ ഗ്വോസ്ഡേവിനെ തിരക്കിവന്നിട്ടുള്ളതായി അറിയിച്ചു. കാറ്റു തട്ടിപ്പറിക്കുന്നതുപോലെ ഗ്വോസ്ഡേവ് കട്ടിലിൽനിന്ന് ചാടിയെണീറ്റു. പാടുകൾ വ്യക്തമായി കാണത്തക്കവിധത്തിൽ തുടുത്ത മുഖത്തോടെ അയാൾ തന്റെ സാമാനങ്ങൾ കെട്ടിവയ്ക്കുവാൻ തുടങ്ങി.

"ഒരു നല്ല പെൺകുട്ടിയാണ് അവർ. പക്ഷേ വളരെ ഗൗരവക്കാരിയാണെന്നു തോന്നുന്നു." യാത്രയ്ക്കുള്ള ഗ്രിഷയുടെ ധൃതി പിടിച്ച ഒരുക്കങ്ങൾ കണ്ട നഴ്സ് ഒരു പുഞ്ചിരിയോടെ പറഞ്ഞു.

"അതു ശരിയാണോ. നിങ്ങൾക്ക് അവളെ ഇഷ്ടപ്പെട്ടോ. അവൾ നല്ലകുട്ടിയല്ലേ–" അയാൾ അന്വേഷിച്ചു.

വാർഡിലുള്ള പലരോടും ഗുഡ്ബൈപോലും പറയാതെ ഗ്വോസ്ഡേവ് പുറത്തേക്ക് ഓടി.

"പെൺകുറുക്കൻ–വലയിൽപ്പെടുന്ന അതേയിനത്തിൽപ്പെട്ടതു തന്നെ" സ്റ്റ്റുക്കോവ് പിറുപിറുത്തു.

ഈ കിരാതമനുഷ്യനു കുറച്ചുകാലമായി എന്തോ തകരാറു സംഭവിച്ചിട്ടുണ്ട്. അയാൾ പലപ്പോഴും മൂകനായിരിക്കും. നിസാരകാരണം കിട്ടിയാൽ കലഹിക്കും. കട്ടിലിന്മേൽ എണീറ്റിരിക്കാറായതിനാൽ, എപ്പോഴും കൈയിൽ മുഖവും അർപ്പിച്ച് അയാൾ പുറത്തേക്കുനോക്കിയിരിക്കും. വല്ലതും ചോദിച്ചാൽ മറുപടി പറയാൻപോലും അയാൾ കൂട്ടാക്കുകയില്ല.

വാർഡ് മുഴുവൻ–മ്ലാനവദനനായ മേജർ മെരിസീവ്, രണ്ടു പുതിയ രോഗികൾ, എല്ലാവരുംതന്നെ തങ്ങളുടെ മുറിയിലെ ആദ്യത്തെ കൂട്ടുകാരൻ റോഡിൽ പ്രത്യക്ഷനാകുന്നതു കാണാനായി ജനവാതിൽക്കൽ നോക്കിക്കൊണ്ടുനിന്നിരുന്നു. നല്ല ചൂടുള്ള ഒരു ദിനമായിരുന്നു അന്ന്. കല്ലോല സദൃശ്യങ്ങളായ മിനുത്ത മേഘപാളികൾ സുവർണരേഖാഗ്രങ്ങളോടെ ഇടയ്ക്കിടെ ആകൃതിമാറ്റിക്കൊണ്ട് ആകാശത്തിൽ ഒഴുകിനീങ്ങിക്കൊണ്ടിരുന്നു. അതേനിമിഷത്തിൽത്തന്നെ ഊതനിറത്തിലുള്ള പതുപതുത്ത മാരിക്കാർ വെയിലിൽത്തിളങ്ങുന്ന വലിയ മഴത്തുള്ളികൾ വിതറിക്കൊണ്ടു നദിക്കുമീതെ ധൃതിയിൽ പറന്നുപോയി. കരിങ്കല്ലുകൊണ്ടുപടുത്ത തീരമതിൽക്കെട്ട് പുതിയതായി പോളീഷ്ചെയ്ത പോലെ തിളങ്ങി. ആസ്ഫ്ളാറ്റ് പതിച്ച റോഡിൽ ശിലാഖണ്ഡങ്ങൾപോലെ കറുത്തപാടുകൾ ദൃശ്യമായി. അവയിൽ നിന്ന് ഒരു നേരിയ നീരാവി അന്തരീക്ഷത്തിലേക്ക് ഉയർന്നിരുന്നു. സുഖകരമായ ഈ വെള്ളത്തുള്ളികൾ ഏൽക്കുവാൻ വേണ്ടി ഒരാൾക്ക് ജനലിലൂടെ തല വെളിയിലേക്കു തള്ളണമെന്നുപോലും തോന്നും.

'അയാൾ വരുന്നു' മെരിസീവ് മന്ത്രിച്ചു.

ഗേറ്റിന്റെ കനത്ത ഓക്കുവാതിൽ തുറന്ന് രണ്ടുപേർ പുറത്തേക്കു കടന്നു. നെറ്റിയിൽനിന്നു പുറകോട്ടു തല ചീകിവച്ച, വെള്ളബ്ലൗസും കടുംനിറത്തിലുള്ള പാവാടയും ധരിച്ച സാമാന്യം തടിച്ച ഒരു യുവതിയും ഒരു യുവഭടനും. അയാൾ 'ടാങ്കിസ്റ്റ്' ആണെന്ന് മെരിസീവിനുപോലും പെട്ടെന്നു മനസിലായില്ല. ഒരു കൈയിൽ ഒരു പെട്ടിയും മറ്റേ കയ്യിൽ ഒരു വലിയ കോട്ടും അയാൾ വഹിച്ചിരുന്നു. അയാൾ ചുറുചുറുക്കോടെ നടക്കുന്നതു കാണാൻതന്നെ ഒരു കൗതുകമുണ്ടായിരുന്നു. അയാൾ തന്റെ ശക്തി പരീക്ഷിച്ചുനോക്കുകയായിരുന്നുവെന്നു സ്പഷ്ടമാണ്. സ്വതന്ത്രനായി സഞ്ചരിക്കുവാൻ സാധിച്ചതുകൊണ്ട് അയാൾ ആനന്ദമത്തനായിരുന്നു. അയാൾ ഓടുകയല്ല, പ്രവേശനപ്പടികളിൽക്കൂടി തെന്നിത്തെന്നിവരുകയാണെന്നേ തോന്നൂ. അയാൾ കൂട്ടുകാരിയുടെ കൈപിടിച്ച് പൊൻനിറമുള്ള മഴത്തുള്ളികളേറ്റുകൊണ്ട് ആ ചിറവക്കിലൂടെ നടന്നു വാർഡിന്റെ ജനവാതിലിനടുത്തെത്തി.

അവരെ നോക്കിക്കൊണ്ടുനിന്നിരുന്ന അലക്സിയുടെ അന്തരംഗം ആനന്ദതുന്ദിലമായി. അപ്പോൾ എല്ലാം ശരിയായിരിക്കുന്നു. അവൾക്ക് ആത്മാർഥതതുളുമ്പുന്ന കളങ്കമററ, ഭംഗിയുള്ള മുഖമാണുള്ളത്. ഇങ്ങനെയുള്ള ഒരുവൾ പിൻവാങ്ങുകയില്ല–അപകടത്തിൽപ്പെട്ട ഒരാളെ ഉപേക്ഷിച്ചു പിൻതിരിയുകയില്ല.

അവർ ജനൽക്കരികെയെത്തി മേലോട്ടു നോക്കി. മഴമിനുക്കിയിട്ട തിരക്കെട്ടിന്റെ കൈ മതിലിന്നരികെ, ഉതിർന്നു കുത്തനെ വീഴുന്ന ചാറ്റൽമഴ ഉണ്ടാക്കുന്ന പ്രകാശത്തിന്റെ പശ്ചാത്തലത്തിലാണ് അവർ നിൽക്കുന്നത്. ടാങ്കിസ്റ്റിന് അൽപ്പം അമ്പരപ്പും മനഃക്ലേശവും ഉണ്ടെന്ന് അലക്സിക്ക് തോന്നി. പടത്തിൽ കാണുന്നപോലെതന്നെ സുന്ദരി

യായിരുന്ന അന്യൂതയും അൽപ്പം പരിഭ്രാന്തയായിരിക്കുന്നു. വളരെ മന്ദമായി മാത്രമെ തന്റെ കൈ ടാങ്കിസ്റ്റിന്റെ കയ്യിൽ അർപ്പിച്ചിരുന്നുള്ളൂ. അവൾ അസ്വസ്ഥചിത്തയായിരുന്നു; അടുത്ത ക്ഷണത്തിൽ കൈ പിൻവലിച്ചു. ഓടിമറഞ്ഞേക്കുമോ എന്നു സംശയം തോന്നത്തക്ക വിധത്തിൽ.

അവർ കൈവീശി, പണിപെട്ട് ഒന്ന് ചിരിച്ച് തീരത്തിലൂടെ നടന്ന് തിരിവുതിരിഞ്ഞ് അപ്രത്യക്ഷരായി. രോഗികൾ നിശബ്ദം കിടക്കയിലേക്ക് മടങ്ങി.

"പാവം ഗ്രിഷ, അത് ശരിക്ക് പറ്റിയിട്ടില്ല. മേജർ പ്രസ്താവിച്ചു." ക്ലാവഡിയ മിഖായ്ലോപ്നയുടെ ശബ്ദം വരാന്തയിൽ കേട്ടയുടനെ തന്നെ അയാൾ ഞെട്ടി ജനവാതിൽക്കലേക്ക് തിരിഞ്ഞു.

അന്നത്തെദിവസം മുഴുവൻ അലക്സി അസ്വസ്ഥനായിരുന്നു. വൈകുന്നേരത്തെ അഭ്യാസങ്ങൾപോലും അയാൾ മുടക്കി. എല്ലാവരെക്കാളും ആദ്യം അയാൾ വാർഡിലേക്ക് മടങ്ങി. പക്ഷേ മറ്റു രോഗികൾ ഉറങ്ങിക്കഴിഞ്ഞിട്ടും അയാളുടെ സ്പ്രിങ്ങ് കട്ടിൽ ഞെരങ്ങിക്കൊണ്ടിരുന്നു.

പിറ്റേദിവസം നഴ്സ് മുറിയിലേക്ക് കാലെടുത്തു കുത്തുന്നതിനുമുമ്പുതന്നെ, തനിക്കു വല്ല കത്തും ഉണ്ടോ എന്നയാൾ അന്വേഷിച്ചു. പക്ഷെ എഴുത്തുകൾ ഒന്നും ഉണ്ടായിരുന്നില്ല. മേൽകഴുകിയതും പ്രഭാതഭക്ഷണം കഴിച്ചതും അസ്വസ്ഥനായിട്ടാണ്. അന്നയാൾ കുറെ ആയാസമെടുത്തു. തലേദിവസത്തെ തന്റെ ദുർബലതയെ ശിക്ഷിക്കാനെന്നപോലെ അയാൾ പതിനഞ്ചുചാൽ കൂടുതൽ നടന്ന് മുടങ്ങിയ അഭ്യസനം ശരിപ്പെടുത്തി. അപ്രതീക്ഷിതമായ ഈ നേട്ടം ഉൽക്കണ്ഠ മറക്കാൻ ഒരു സഹായകമായി. താങ്ങുവടിയുടെ സഹായത്തോടെ അധികം ക്ഷീണം പറ്റാതെ സ്വതന്ത്രമായി നടക്കാമെന്ന് അയാൾക്ക് മനസിലായി. വരാന്തയ്ക്ക് 50 മീറ്റർ നീളമുണ്ട്. 45 ചാൽ അങ്ങോട്ടും ഇങ്ങോട്ടും നടന്നത് പെരുക്കുമ്പോൾ 2250 മീറ്റർ. അതായത് രണ്ടേകാൽ കിലോമീറ്റർ–ഓഫീസർ മെസിൽനിന്ന് വിമാനത്താവളത്തിലേക്കുള്ള ദൂരമാകും. പഴയ ദേവാലയത്തിന്റെ അവശിഷ്ടങ്ങൾക്കരികിലൂടെ, വാതിലില്ലാത്ത ജാലകത്തിലൂടെ റോഡിലേക്ക് വേദനയോടെ നോക്കിനിൽക്കുന്ന കത്തിക്കരിഞ്ഞ സ്കൂൾകെട്ടിടത്തെ കടന്ന്, ഫിർമരക്കൊമ്പുകളെക്കൊണ്ട് ഒളിപ്പിച്ചുവച്ചിരുന്ന വിറകു ട്രക്കുകൾ കിടക്കുന്നിടത്തിലൂടെ കമാണ്ടറുടെ കുടിലുകഴിഞ്ഞ്, അവിശ്രമം തന്റെ മാപ്പുകളും ചാർട്ടുകളും പഠിച്ചുകൊണ്ട്, ആ സാർജന്റ് ഇരിക്കുന്ന വ്യോമനിരീക്ഷണാലയത്തെ പിന്നിട്ടുപോകുന്ന, ആ ഓർമിക്കത്തക്ക വഴിത്താരയിലൂടെ അയാൾ മനസാ നടന്നുനോക്കി. നല്ലവഴി–ഈശ്വരാ–വളരെ ദൂരമുള്ള വഴിതന്നെ.

കാലത്ത് 23–ഉം വൈകുന്നേരം–22ഉം ആയി തന്റെ അഭ്യാസം 45 പ്രാവശ്യമാക്കാനും രാത്രി വിശ്രമംകഴിഞ്ഞ് ഉന്മേഷവാനായിരിക്കു

മ്പോൾ താങ്ങുവടി കൂടാതെ നടക്കുവാൻ ശ്രമിക്കുവാനും അയാൾ തീരുമാനിച്ചു. ജാഡ്യകരമായ ചിന്തകളിൽനിന്ന് മോചിപ്പിച്ച് അയാളുടെ ആത്മവീര്യത്തെ ഉണർത്തി, ഒരു പ്രായോഗിക മന:സ്ഥിതിയുണ്ടാക്കാൻ ഇത് സഹായിച്ചു. വളരെ ആവേശത്തോടെയാണ് അയാൾ വൈകുന്നേരത്തെ അഭ്യാസങ്ങൾ തുടങ്ങിയത്. അറിയുന്നതിന് മുമ്പുതന്നെ അയാൾ 30 ചാൽ നടന്നിരുന്നു. അപ്പോഴേക്കും ഒരു പരിചാരകൻ ഒരെഴുത്തും കൊണ്ടുവന്നതിനാൽ നടത്തം തടയപ്പെട്ടു. വളരെ രഹസ്യം എന്നു എഴുതിയിരുന്ന ആ ചെറിയ കവർ സീനിയർ ലഫ്. മെരിസീവിനായിരുന്നു. വളരെ രഹസ്യം എന്നു എഴുതിയിരിക്കുന്നതിന്റെ ചുവട്ടിൽ വരയിട്ടിട്ടുണ്ട്. അലക്സിക്ക് ആ എഴുത്തിന്റെ കെട്ടും മട്ടും തീരെ പിടിച്ചില്ല. അകത്തുള്ള എഴുത്തിലും അതീവ രഹസ്യം എന്നെഴുതി അടിയിലായി വരയിട്ടിട്ടുണ്ട്.

ജാലകപ്പടിയിൽ ചാരിനിന്ന് എഴുത്തു തുറന്ന്, തലേ രാത്രി റെയിൽവേസ്റ്റേഷനിൽവെച്ചുതന്നെ ഗ്രിഷ എഴുതിയിരുന്ന ആ നീണ്ട ലേഖനം വായിച്ചു കേട്ടതോടെ അലക്സിയുടെ മുഖത്തെ മ്ലാനത വർദ്ധിച്ചു. താൻ ചിത്രീകരിച്ചിരുന്നതുപോലെതന്നെയാണ് അന്യൂത, ഒരുപക്ഷേ മോസ്കോവിലെ ഏറ്റവും സുന്ദരിയായ യുവതി അവളായിരിക്കും. പക്ഷേ അവൾ തന്നോട് ഒരു സഹോദരനെപ്പോലെയാണ് പെരുമാറുന്നത്–അതുകൊണ്ട് അവളോട് തന്റെ പ്രണയം ഏറുകയേ ചെയ്തിട്ടുള്ളൂ എന്നൊക്കെയാണ് അയാൾ എഴുതിയിരിക്കുന്നത്.

“നാം സംസാരിച്ച സംഗതികളും അന്ന് പറഞ്ഞുവെച്ച പോലെതന്നെയായി. അവൾ ഒരു നല്ല കുട്ടിയാണ്. ഒരൊറ്റ വാക്കുപോലും പറഞ്ഞില്ല. ഒന്നിനേയും പറ്റി സൂചിപ്പിച്ചുപോലുമില്ല അവൾ വളരെ സ്ഥിരതയോടെതന്നെ പെരുമാറി. പക്ഷേ ഞാൻ അന്ധനല്ലല്ലോ. എന്റെ കത്തിക്കരിഞ്ഞു വികൃതമായ മുഖം അവളെ ഭയപ്പെടുത്തിയതായി എനിക്കു കാണാൻ കഴിഞ്ഞു. എല്ലാം ശരിയാകുമെന്നു തോന്നിത്തുടങ്ങിയതായിരുന്നു. പെട്ടെന്ന് അവളെന്നെ ലജ്ജയോടെ, ഭയത്തോടെ നിറഞ്ഞ സഹതാപത്തോടെ–എനിക്കറിയാൻ വയ്യ എന്താണ് ആ വികാരമെന്നു–നോക്കുന്നതുകണ്ടു. എന്നെ അവൾ യൂണിവേഴ്സിറ്റിയിലേക്കു കൂട്ടിക്കൊണ്ടുപോയി. ഞാൻ പോകാതിരിക്കുകയായിരുന്നു ഭേദം. പെൺകുട്ടികളെല്ലാം എന്റെ ചുറ്റുംകൂടി തുറച്ചുനോക്കാൻ തുടങ്ങി. നിങ്ങൾ വിശ്വസിക്കുമോ? അവർക്കു നമ്മെ എല്ലാവരേയും നല്ല പരിചയമായിരുന്നു. നമ്മെക്കുറിച്ചെല്ലാം അന്യൂത അവരോടു പറഞ്ഞുകൊടുത്തിട്ടുണ്ട്. ഈ ഭയങ്കരസത്വത്തിനെ ഇങ്ങോട്ടു കൂട്ടിക്കൊണ്ടുവന്നതു ക്ഷമിക്കണേ, എന്നമട്ടിൽ അവൾ എല്ലാവരേയും നോക്കുന്നത് എനിക്കു കാണാമായിരുന്നു. പക്ഷേ അലോഷ്യ പ്രധാനസംഗതി അവൾ അവളുടെ വികാരത്തെ മൂടിവയ്ക്കാൻ ശ്രമിച്ചിരുന്നു എന്നതാണ്. വളരെ ദയവോടെ രമ്യമായിട്ടാണ് അവൾ എന്നോടു പെരുമാറിയത്. നിർത്തുവാൻ ഭയപ്പെട്ടിരുന്നപോലെ അവൾ സംസാരിച്ചു. പിന്നീട്

ഞങ്ങൾ അവളുടെ വീട്ടിലേക്കു പോയി അവൾ തനിയെയാണ് താമസം. മാതാപിതാക്കൻമാർ അഭയാർഥികളുടെകൂടെ പോയിരിക്കുകയാണ്. അവർ മാന്യരാണെന്നതു സ്പഷ്ടമായിരുന്നു. അവൾ കുറച്ചു ചായയുണ്ടാക്കി, അതു ചെയ്തുകൊണ്ടിരിക്കുമ്പോൾ കെറ്റിലിൽ പതിഞ്ഞിരുന്ന എന്റെ ഛായനോക്കി അവൾ നെടുവീർപ്പിട്ടുകൊണ്ടിരുന്നു. ചുരുക്കിപ്പറയുകയാണെങ്കിൽ ഞാൻ ആത്മഗതം ചെയ്തു. ഇങ്ങനെ തുടർന്നുകൊണ്ടുപോകാൻവയ്യ ഞാൻ അവളോടു പറഞ്ഞു: "കുട്ടി എന്റെ ആകൃതി നിന്റെ രുചിക്കു ചേർന്നതല്ലെന്ന് എനിക്കു വ്യക്തമായി. അതുശരിയാണ്. എനിക്കതു നല്ലപോലെ മനസിലാക്കുവാൻ കഴിയും. എനിക്കതുകൊണ്ടു യാതൊരു പരിഭവവും ഇല്ല" അതുകേട്ട് അവൾ കരയുവാൻ തുടങ്ങി. 'കുട്ടി കരയരുത്.' നീ ഒരു സുന്ദരിയാണ്. ആരെങ്കിലും നിന്നിൽ അനുരക്തനാകും. എന്തിനു ജീവിതം തുലയ്ക്കുന്നു. ഞാൻ എന്തൊരു സൗന്ദര്യധാമമാണ് എന്ന് നീ കണ്ടല്ലോ. അതിനെപ്പറ്റി ആലോചിക്കൂ. എന്റെ യൂണിറ്റിലേക്കു തന്നെ മടങ്ങിപ്പോയി, ഞാൻ മേൽവിലാസം അയച്ചുതരാം. നിന്റെ മനസിനു മാറ്റംവന്നിട്ടില്ലെങ്കിൽ എനിക്ക്എഴുതൂ. ഞാൻ തുടർന്നു—നിനക്ക് ഇഷ്ടമില്ലാത്ത എന്തെങ്കിലും സംഗതി ചെയ്യുവാൻ നീ സ്വയം നിർബന്ധിക്കരുത് ഇന്ന് ഞാൻ ജീവിച്ചിരിക്കുന്നു. നാളെ മരിച്ചുപോയേക്കാം. ഞങ്ങൾ യുദ്ധത്തിന്റെ മധ്യത്തിലാണ്." അവൾ പറഞ്ഞു. "ഓ അരുത്, അരുത്, അരുത്" അവൾ വീണ്ടും കരയാൻ തുടങ്ങി. അപ്പോഴേക്കും ആ നശിച്ച സൈറൻ അപകടമുന്നറിയിപ്പു നൽകികൊണ്ട് അലറാൻ തുടങ്ങി. ആ സമയം നോക്കി ഞാൻ പുറത്തു കടന്നു. അവിടെനിന്നു ഞാൻ നേരെ ഓഫീസർ ഹെഡ്ക്വാർട്ടേഴ്സിലേക്കാണ് പോയത്. അവർ അപ്പോൾത്തന്നെ എനിക്കൊരു ജോലി നൽകി. ഇപ്പോൾ എല്ലാം ശരിയായി. എനിക്കു ടിക്കറ്റു കിട്ടിക്കഴിഞ്ഞു. ഞാൻ വേഗം പുറപ്പെടും. പക്ഷേ ഒരു കാര്യമേ എനിക്കു പറയാനുള്ളൂ അലോഷ്യ. ഞാൻ എന്നത്തേക്കാളും കൂടുതലായി അവളെ സ്നേഹിക്കുന്നു. അവളെക്കൂടാതെ എങ്ങനെയാണ് ജീവിക്കുവാൻ പോകുന്നതെന്ന് എനിക്കു നിശ്ചയമില്ല."

തന്റെ സുഹൃത്തിന്റെ ഈ എഴുത്തു വായിക്കുമ്പോൾ സ്വന്തം ഭാവിയിലേക്ക് എത്തിനോക്കുകയാണെന്ന തോന്നൽ അയാൾക്ക് ഉണ്ടായി. ഇതുതന്നെയാണ് അയാൾക്കും സംഭവിക്കുവാൻ പോകുന്നത്. ഓൾഗ അയാളിൽനിന്നും പിൻതിരിയുകയില്ല, അയാളെ ഉപേക്ഷിക്കുയില്ല. ഇതേ ആത്മത്യാഗംതന്നെ ചെയ്യുവാൻ അവളും സന്നദ്ധയാകും അവൾ അയാളോട് ദയ കാണിക്കും. കണ്ണുനീരിനിടയിലൂടെ പുഞ്ചിരിച്ച് തന്റെ വെറുപ്പ് അമർത്തുവാൻ ശ്രമിക്കും. 'വേണ്ട, വേണ്ട എനിക്കതു വേണ്ട' കേൾക്കത്തക്കവിധത്തിൽ അയാൾ വിളിച്ചു പറഞ്ഞു.

അയാൾ ഞൊണ്ടിഞൊണ്ടി മേശയ്ക്കരികിൽ പോയിരുന്ന് ഓൾഗയ്ക്ക് ഒരു കത്ത് എഴുതി-ചെറിയ, തണുത്ത് കാര്യമാത്രപ്രസക്തമായ ഒരു കത്ത്. വാസ്തവം തുറന്നുപറയുവാനുള്ള ധൈര്യം

ഇപ്പോഴും അയാൾക്ക് ഉണ്ടായിരുന്നില്ല. അയാളുടെ അമ്മയ്ക്ക് സുഖമില്ല. എന്തിനുവേണ്ടി അവരുടെ യാതനയുടെ മാറ്റ് കൂട്ടണം. അവർ തമ്മിലുള്ള ബന്ധത്തെക്കുറിച്ചു വളരെ അധികം താൻ ആലോചിച്ചു. ഇനിയും അവൾ തനിക്കുവേണ്ടി കാത്തിരിക്കുന്നത് കഷ്ടമാണ് എന്നു തനിക്കു ബോധ്യം വന്നിരിക്കുന്നു. എത്രകാലംകൂടി ഈ യുദ്ധം നീണ്ടു നിൽക്കും എന്ന് ആർക്കും അറിയാൻവയ്യ. പക്ഷേ, യൗവനവും സമയവും കൊഴിഞ്ഞുവീഴുകയാണ്. കാത്തിരിപ്പു പലപ്പോഴും നിഷ്പ്രയോജനമാകും, യുദ്ധം അങ്ങനെയുള്ള ഒരു കാര്യമാണ്. ഒരുപക്ഷേ അയാൾ കൊല്ലപ്പെട്ടേക്കും. ഒരു ഭാര്യയാകാതെ അവൾക്ക് ഒരു വിധവയാകേണ്ടിവരും. അതിലും ഭയങ്കരം അയാൾ ഒരുപക്ഷേ അംഗവിഹീനനായിത്തീർന്നേക്കും. അപ്പോൾ അവൾക്കു വിവാഹം കഴിക്കേണ്ടിവരുക ഒരു മുടന്തനെ ആയിരിക്കും. അതുകൊണ്ട് എന്തു കാര്യമാണ്?. അവൾ അവളുടെ ചെറുപ്പകാലം വൃഥാ കളയരുത്. കഴിയുന്നതും വേഗത്തിൽ അയാളെ മറക്കണം. അവൾ ആ എഴുത്തിന് മറുപടി എഴുതുവാൻ മിനക്കെടേണ്ടതില്ല. കത്തയയ്ക്കാതിരുന്നാൽ അതിൽ അയാൾക്ക് യാതൊരു പരിഭവവും ഉണ്ടാകുകയില്ല. സമ്മതിച്ചു പറയുവാൻ വിഷമമുണ്ട്. എങ്കിലും അയാൾക്ക് അവളുടെ നില മനസിലാക്കാൻ സാധിക്കും. ഇതായിരിക്കും കുറേക്കൂടി നല്ല മാർഗം എന്നാക്കെ അയാൾ ഓൾഗയ്ക്ക് എഴുതി.

അയാൾക്ക് ആ കത്ത് കൈപൊള്ളിക്കുന്നതുപോലെ തോന്നി. ഒന്നുകൂടി വായിച്ചുനോക്കാതെതന്നെ അത് കവറിലാക്കി. വെള്ളം ചൂടാക്കുന്ന യന്ത്രത്തിന്റെ പുറകിലായി വരാന്തയിൽ വെച്ചിരുന്ന നീലനിറത്തിലുള്ള എഴുത്തുപെട്ടിയുടെ സമീപത്തേക്ക് ഓടി. ആ കത്ത് പെട്ടിയിലിട്ടതിനുശേഷം അയാൾ വാർഡിലേക്കു മടങ്ങി. വീണ്ടും മേശയ്ക്കരികിൽ പോയിരുന്നു. തന്റെ വ്യസനം ആരുമായാണ് പങ്കുവയ്ക്കുക, മാതാവുമായി വയ്യ തീർച്ചതന്നെ. ഗ്രിഷയായാലോ അയാൾക്കതു മനസിലാക്കുവാൻ കഴിയും. അതിന് അയാൾ ഇപ്പോൾ എവിടെയായിരിക്കും. യുദ്ധക്കളത്തിലേക്കുള്ള നിരവധി റോഡിൽ എവിടെയാണ് അയാളെ കണ്ടുപിടിക്കുക. യൂണിറ്റിലേക്ക് എഴുതിയാലോ? പക്ഷേ ദൈനംദിനസമര ജീവിതത്തിന്റെ കോലാഹലത്തിൽ മുഴുകിക്കിടക്കുന്ന ആ ഭാഗ്യശാലികൾക്ക് അയാളെക്കുറിച്ച് ഓർക്കുവാൻ സമയം കാണുമോ? വ്യോമനിരീക്ഷണകാര്യാലയത്തിലെ ആ ബാലികയായാലോ, ശരി അവളാണ് അതിനു പറ്റിയത്. ഉടനടി അയാൾ എഴുതുവാനിരുന്നു ഒരു ആത്മാർഥസുഹൃത്തിന്റെ ആലിംഗനത്തിൽ പൊടിയുന്ന കണ്ണുനീർപോലെ വാക്കുകൾ തടവറ്റ് ഒഴുകുകയായിരുന്നു. ഒരു വാചകത്തിന്റെ നടുവിലായപ്പോൾ പെട്ടെന്നു നിർത്തി; ഒരു നിമിഷം ആലോചിച്ചുനിന്നു; അതു ചുരുട്ടിക്കൂട്ടി വലിച്ചെറിഞ്ഞു.

ഒരു ഗ്രന്ഥകർത്താവിന്റെ യാതനയെക്കാൾ വലുതായ ഒരു ദണ്ഡമില്ല. സ്വതസിദ്ധമായ പുച്ഛസ്വരത്തിൽ മേജർ വിളിച്ചുപറഞ്ഞു.

അലക്സിയുടെ കിടക്കയുടെ അരികെയുള്ള അലമാരിയിൽനിന്ന് യാതൊരു ചളിപ്പുംകൂടാതെ വലിച്ചെടുത്ത ഒരു എഴുത്ത് തന്റെ കിടക്കയുടെ അരികിൽ ഇരുന്നു വായിക്കുകയായിരുന്നു അയാൾ.

"ഇന്ന് എല്ലാവർക്കും എന്തുപറ്റി. ഗ്രിഷയ്ക്കുപോലും ആ പെൺകുറുക്കൻ–ഒരു പെൺകുട്ടി–മൂക്ക് ഒന്നു പൊക്കിയാൽ മതി അയാൾ കണ്ണുനീരിൽ മുങ്ങുകയായി. ഡൊസ്റ്റോവിസ്കിയുടെ ഒരു നോവൽപോലെ മന:ശാസ്ത്രപരമായ ഒരു വിശകലനമാണിത്. ആ എഴുത്ത് വായിച്ചതുകൊണ്ട് നിങ്ങൾക്ക് എന്നോടു അലോഹ്യമൊന്നുമില്ലല്ലോ. നമുക്ക് സജീവസമരത്തിൽ ഏർപ്പെട്ടിരിക്കുന്നവർക്ക് തമ്മിൽ എന്തു രഹസ്യമാണുള്ളത്." അലക്സിക്കു കോപം തോന്നിയില്ല. അയാൾ ചിന്തിക്കുകയായിരുന്നു 'നാളെ പോസ്റ്റ് ശിപായി, മെയിൽ എടുക്കുവാൻ വരുമ്പോൾ ആ എഴുത്ത് തിരികെ എടുക്കണം.

അന്നുരാത്രി അലക്സി ശരിക്ക് ഉറങ്ങിയില്ല. അയാൾ ഒരു സ്വപ്നം കണ്ടു. മറഞ്ഞുകിടക്കുന്ന ഒരു വിമാനത്താവളം. അവിടെ പുതിയ മാതൃകയിലുള്ള ഒരു എൽ ഏ5 വിമാനം കിടക്കുന്നുണ്ട്. സാധാരണ ഗിയറിനു പകരം അതിനു പക്ഷികളുടെ കാലാണ്. കോക്പിറ്റിൽ കയറ്റിയിരിക്കുന്ന മെക്കാനിക് യൂറ, 'നിങ്ങളുടെ പറക്കേണ്ട കാലമെല്ലാം കഴിഞ്ഞു.' ഇപ്പോൾ താനാണ് പറക്കേണ്ടത് എന്ന് പറയുകയാണ്. വീണ്ടും സ്വപ്നം–താൻ കിടക്കുന്നതു മിഖായേൽ മുത്തച്ഛന്റെ വൈക്കോൽമെത്തയിൽ. വെള്ള ഷർട്ടും നനഞ്ഞ പാന്റും ധരിച്ച മിഖായേൽ അയാളെ ആവിയേൽപ്പിക്കുന്നു. അദ്ദേഹം ചിരിച്ചുകൊണ്ടു പറയുന്നു. 'നിങ്ങളുടെ വിവാഹത്തിനു മുമ്പ് ഇങ്ങനെ ഒരു ബാഷ്പസ്നാനമാണ് ആവശ്യം' പ്രഭാതത്തിന് അൽപ്പംമുമ്പാണ് അയാൾ ഓൾഗയെപ്പറ്റി കിനാവു കണ്ടത്. മറിഞ്ഞുകിടക്കുന്ന ഒരു തോണിയിൽ തന്റെ വെയിലേറ്റു ചെമ്പിച്ച ബലമുള്ള കാലുകൾ വെള്ളത്തിനടിയിലാക്കിക്കൊണ്ട് സുന്ദരിയായ ആ ലോലഗാത്രി ഇരിക്കുകയാണ്. ഒരു കൈകൊണ്ട് ആദിത്യകിരണങ്ങൾ ഏൽക്കാതിരിക്കുവാൻ കണ്ണിനു മറപിടിച്ച് മറ്റെ കൈകൊണ്ട് അവൾ തന്നെ മാടിവിളിക്കുന്നു. അയാൾ അവളുടെ നേരെ നീന്തി. പക്ഷേ കുത്തിമറിയുന്ന ബലവത്തായ പ്രവാഹം അവളിൽനിന്നും കരയിൽനിന്നും അയാളെ അകറ്റികൊണ്ടുപോകുകയാണ്. അയാൾ തന്റെ സർവശക്തികളും, കൈയും കാലും ദേഹത്തിലെ ഓരോ മാംസപേശിയും ഉപയോഗിച്ചു. അവളുടെ അടുത്തേക്ക് അണയാൻ വെമ്പുന്നു. അവളുടെ തലമുടി കാറ്റിൽക്കിടന്നു പറക്കുന്നതും, കാലിന്മേൽ വെള്ളത്തുള്ളികൾ മിന്നുന്നതും അയാൾ കണ്ടുകഴിഞ്ഞു.

ഉണർന്നപ്പോൾ അയാൾക്ക് ഉന്മേഷവും സന്തോഷവും തോന്നി. ആ സുന്ദരസ്വപ്നം ഒന്നുകൂടി കാണുവാനുള്ള ആശയാൽ ഉറക്കത്തിനുവേണ്ടി അയാൾ പിന്നെയും കണ്ണടച്ചുകിടന്നു. പക്ഷേ അതൊക്കെ ഒരാളുടെ ബാല്യദശയിലേ സംഭവിക്കൂ. സൂര്യതാപമേറ്റ് നീലിമപൂണ്ട ആ പെൺകുട്ടിയുടെ ദൃശ്യം എല്ലാത്തിനേയും പ്രകാശിപ്പിച്ചു. വ്യസനിക്കാ

തെ, തപ്പിത്തടയാതെ, മേജറുടെ ഭാഷയിൽ പറയുകയാണെങ്കിൽ 'ഡോസ്റ്റോവിസ്കിസ്ത്തിന്റെ ചെളിയിൽക്കിടന്നു ഉരുളാതെ നീന്തണം. വോൾഗയുടെ സമീപത്തേക്കു ചെല്ലാൻ പ്രവാഹത്തെ മുറിച്ചു നീന്തണം. എന്തുതന്നെ വന്നാലും മുന്നോട്ടു നീന്തണം. ദേഹത്തിലെ സർവശക്തി ബിന്ദുക്കളേയും സമാഹരിച്ച് ആ പെൺകുട്ടിയുടെ സമീപ ത്തെത്തണം.' പക്ഷേ, ആ എഴുത്ത്? പോസ്റ്റ്പെട്ടിയുടെ സമീപംചെന്ന് അത് എടുക്കണമെന്ന് തോന്നി അയാൾക്ക്. പിന്നീട് മനസ് മാറ്റി കൈനീട്ടി വീശികൊണ്ട് അയാൾ പറഞ്ഞു. 'അത് പോയിട്ടുവരട്ടെ. യഥാർഥ പ്രേമത്തെ വിരട്ടിയോടിക്കുവാനൊന്നും അതിന് ശക്തിയില്ല.' സ്നേഹം യഥാർഥമാണെങ്കിൽ, സന്തോഷത്തിലും സന്താപത്തിലും രോഗത്തിലും ആരോഗ്യത്തിലും ഏതുപരിതഃസ്ഥിതിയിലും അത് തന്നെ കാത്തിരിക്കും എന്നു വിശ്വാസംവന്നപ്പോൾ അയാൾക്ക് ശക്തി വർധിച്ചതുപോലെ തോന്നി.

അന്നുകാലത്ത് അയാൾ ഊന്നുവടിയില്ലാതെ നടക്കുവാൻ ശ്രമി ച്ചു. സശ്രദ്ധം കിടക്കയിൽനിന്നെഴുന്നേറ്റ് കാലുകൾ അകറ്റിവെച്ച് കൈവിരുത്തി, നിസഹായനായി സമനിലപാലിക്കുവാൻ ഉത്സാഹിച്ച് ചുമരിന്മേൽ പിടിച്ച് അയാൾ ഒരു കാൽ മുന്നോട്ടുനീക്കി. കൃത്രിമക്കാ ലിലെ തോൽ കരകര ശബ്ദമുയർത്തി. ചുമരിലെ പിടിവിടാതെ അയാൾ ഒരടികൂടി വെച്ചു. ഇത്ര പ്രയത്നമേറിതായിരിക്കും നടത്തം എന്ന് അയാൾ സ്വപ്നത്തിൽക്കൂടി വിചാരിച്ചിരുന്നതല്ല. കുട്ടിക്കാലത്ത് അയാൾ പൊയ്ക്കാലിൽ നടക്കുവാൻ ഉത്സാഹിച്ചിട്ടുണ്ട്. ചുമരിന്മേൽ ചാരിനിന്ന് പൊയ്ക്കാലിൽ കയറി ഒന്ന്, രണ്ട്, മൂന്ന് എന്നു അടികൾ വയ്ക്കും. ദേഹം അങ്ങോട്ടുമിങ്ങോട്ടും ഉലയുന്നുണ്ട് എന്ന് മനസിലാ ക്കുമ്പോൾ ചാടിയിറങ്ങും. പൊയ്ക്കാല് അങ്ങനെ പുല്ലിൽ വീണുകിട ക്കും. അതിന്മേൽ നടക്കുന്നത് ഇത്ര പ്രയാസകരമല്ല. അവിടെ അപകട മുണ്ടാകുമ്പോൾ ചാടി മാറാം. അതുപോലെ കൃത്രിമക്കാലിൽ നിന്ന് ചാടിമാറാൻ സാധ്യമല്ലല്ലോ. മൂന്നാമത്തെ അടിവയ്ക്കാൻ ഊന്നിയ പ്പോൾ കാലുകൾ തെറ്റി അയാൾ കമിഴ്ന്നടിച്ചുവീണു.

വാർഡിൽ ആരുമില്ലാത്തപ്പോൾ--എല്ലാവരും അവരവരുടെ ചികി ത്സയിൽ വ്യാപൃതരായിരിക്കവേയാണ്—അയാൾ തന്റെ അഭ്യാസങ്ങൾ തുടരുക. അയാൾ ആരേയും സഹായത്തിന് വിളിച്ചില്ല. താനേ ഉരുണ്ട് അയാൾ ചുമരിന്റെ അടുക്കലേക്ക് നീങ്ങി, അതിന്മേൽ പിടിച്ചുയർന്നു നിന്ന്, വേദനപറ്റിയ ഭാഗം ഉഴിഞ്ഞ് കൈമുട്ട് ഉരഞ്ഞതു പരിശോധിച്ചു നോക്കി. അത് കരിവാളിച്ചിരുന്നു പല്ലുകൾ കൂട്ടിഞെരിച്ച് ചുമരിൽ പിടി ക്കാതെതന്നെ അയാൾ ഒരടികൂടെ വെച്ചു. അയാൾക്ക് രഹസ്യം മനസി ലായി. പ്രകൃത്യാ ഉള്ളതും കൃത്രിമമായതും ആയ കാലുകൾക്ക് തമ്മി ലുള്ള മൗലികമായ വ്യത്യാസം രണ്ടാമത്തേതിന്റെ വഴക്കമില്ലായ്മയാ ണ്. അതിന്റെ സ്വഭാവം അയാൾക്ക് മനസിലായിരുന്നില്ല. നടക്കുമ്പോൾ,

കാലിന്റെ സ്ഥാനം മാറ്റുമ്പോൾ ദേഹത്തിന്റെ ഘനം ഒരടിവയ്ക്കുമ്പോൾ മടമ്പിൽ നിന്നു വിരലിലേക്കും പിന്നത്തെ അടിക്ക് വിരലിൽനിന്നു മടമ്പിലേക്കും മാറ്റേണ്ടതിന്റെ ശീലം അയാൾക്ക് അപരിചിതമായിരുന്നു. കാലുകൾ സമാന്തരമായി വയ്ക്കാതെ നടക്കുമ്പോൾ മടമ്പ് ചായ്ക്കുകയാണെങ്കിൽ, അത് നടത്തത്തിന് കൂടുതൽ സ്ഥിരത നൽകുമെന്നും അയാൾക്ക് അറിഞ്ഞുകൂടായിരുന്നു.

ചെറുപ്പത്തിൽ മാതാവിന്റെ മേൽനോട്ടത്തിൽ ഒരിളം പൈതൽ തന്റെ ദുർബലമായ കാൽകൊണ്ട് ആദ്യത്തെ വികൃതമായ കാൽച്ചുവടു വയ്ക്കുമ്പോൾ, സ്വാഭാവികമായിത്തന്നെ ഇതെല്ലാം പഠിക്കുന്നു; ആ ശീലിച്ച സ്വഭാവം ജീവിതം മുഴുവൻ ഒരു വാസനയെന്നപോലെ കൊണ്ടു നടക്കുന്ന ഒരാൾ കൃത്രിമക്കാലുപയോഗിക്കുവാൻ നിർബന്ധിതനാകുമ്പോൾ ദേഹത്തിന്റെ സ്വാഭാവികമായ താളലയത്തിനു ഹാനിപറ്റും. ചെറുപ്പത്തിലെ പരിചയിച്ച ആ ശീലം സഹായകരമാകുന്നതിനു പകരം കൂടുതൽ തടസ്സമായിത്തീരും. പുതിയ ഒരു രീതി കൈവശമാക്കുവാൻ പഴയ പരിചയത്തെ അമർത്തിയിട്ടുവേണം. അവയവങ്ങൾ നഷ്ടപ്പെട്ട ഒരാൾക്ക് ആവശ്യമായ മനഃശക്തി ഇല്ലെങ്കിൽ, വളരെ എളുപ്പത്തിൽ ബാല്യകാലത്ത് പഠിക്കാവുന്ന ആ നടത്തവിദ്യ കൈവശമാക്കാൻ സാധ്യമല്ലതന്നെ.

പക്ഷേ, മെരിസീവിനെ സൃഷ്ടിച്ചിരിക്കുന്നത് കൂടുതൽ ഉൾക്കരുത്തോടെയാണ്. താനൊരു ലക്ഷ്യംവെച്ച സ്ഥിതിക്ക് അവിടേക്ക് എത്തണമെന്നുതന്നെ അയാൾക്ക് നിർബന്ധമുണ്ടായി. ആദ്യത്തെ ശ്രമത്തിൽ പറ്റിയ തെറ്റ് മനസിലാക്കിക്കൊണ്ട് അയാൾ വീണ്ടും ശ്രമിച്ചു. ഇത്തവണ കൃത്രിമക്കാലിന്റെ വിരൽ പുറത്തേക്കു തിരിച്ചുവെച്ച് അയാൾ കായഭാരം ആദ്യം മടമ്പിൽ ഊന്നി. അനന്തരം വിരലിന്മേലും തോൽ കരകര ശബ്ദമുയർത്തി. അയാൾ ഒരു കാൽപൊക്കി മുന്നോട്ടുവെച്ചു. മടമ്പ് ഒരു വലിയ ശബ്ദത്തോടെ നിലത്തടിച്ചു. കൈവിരിച്ച് ദേഹം സമനിലയിലാക്കിക്കൊണ്ട് അയാൾ ചുമരിന്റെ സമീപത്തുനിന്നുനീങ്ങി. അടിവയ്ക്കുവാൻ ധൈര്യമില്ലാതെ ദേഹമാകെ ആടിയുലഞ്ഞു. സമനില പാലിക്കാൻ ശ്രദ്ധിച്ചുകൊണ്ട് അയാൾ അങ്ങനെനിന്നു. മൂക്കിന്റെ അറ്റത്ത് തണുത്ത വിയർപ്പുതുള്ളി പൊടിയുന്നതായി അയാൾക്കു തോന്നി.

ഈ രൂപത്തിലാണ് വാസിലിവാസിലോവിച്ച് അയാളെ കണ്ടുമുട്ടിയത്. ഒരു നിമിഷം അദ്ദേഹം വാതിൽപ്പടിക്കൽ ഇതു നോക്കിക്കൊണ്ടു നിന്നു. മെരിസീവിന്റെ സമീപത്തേക്കു നീങ്ങി, അയാളുടെ കക്ഷത്തിൽ കൈവച്ചു സഹായിച്ചുകൊണ്ട് അദ്ദേഹം പറഞ്ഞു.

“ഹേയ് മുട്ടുകുത്തിവീരൻ–എന്താണ് നഴ്സിനെയോ പരിചാരകനെയോ വിളിക്കാതെ തനിയെ പുറപ്പെട്ടത്. അഭിമാനം–അല്ലേ? പക്ഷേ, സാരമില്ല–ബാക്കി എല്ലാ കാര്യത്തിലുമെന്നപോലെ ആദ്യത്തെ പടിയാണ് ഏറ്റവും പ്രധാനം. ഏറ്റവും ബുദ്ധിമുട്ടുള്ള ഭാഗം തരണംചെയ്തു കഴിഞ്ഞു.”

അത്യധികം പ്രധാനമായ ഒരു വൈദ്യസ്ഥാപനത്തിന്റെ മേലാളായി കുറച്ചുമുമ്പു വാസിലിവാസിലോവിച്ച് നിയമിതനായിരുന്നു. വമ്പിച്ച ഒരു ജോലിയായിരുന്നു അത്. അദ്ദേഹത്തിന്റെ സമയത്തിന്റെ ഭൂരിഭാഗവും അത് കൈയടക്കി. ഈ ആശുപത്രിയിലെ ജോലി അതുകൊണ്ട് അദ്ദേഹത്തിന് ഉപേക്ഷിക്കേണ്ടതായിവന്നു. എങ്കിലും ആ പരിചയസമ്പന്നൻതന്നെയായിരുന്നു ഇപ്പോഴും അതിന്റെ മേലധികാരി. അതിന്റെ പ്രവൃത്തികൾ നിയന്ത്രിക്കുവാൻ വേറെ ആളുകൾ ഉണ്ടായിരുന്നുവെങ്കിലും അദ്ദേഹം ഇവിടെ കൂടെക്കൂടെ സന്ദർശിച്ചിരുന്നു. സമയമുണ്ടെങ്കിൽ അദ്ദേഹം രോഗികളെ ചെന്നുകണ്ട് ആവശ്യമായ ഉപദേശങ്ങൾ കൊടുക്കും. മകന്റെ മരണശേഷം അദ്ദേഹം ഒരു വ്യത്യസ്ത വ്യക്തിയായി തീർന്നിട്ടുണ്ട്. ആദ്യത്തെ പ്രചണ്ഡമായ ശബ്ദകോലാഹലങ്ങളും ഉന്മേഷവും ഏതാണ്ട് നിലച്ചിരുന്നു. ആരോടും തട്ടിക്കയറുകയോ ശകാരിക്കുകയോ ചെയ്യാറില്ല. അദ്ദേഹത്തെ അറിയാവുന്നവർ ഏറിവരുന്ന പ്രായത്തിന്റെ ഒരു ചിഹ്നമായാണ് അതിനെ കണക്കാക്കിയത്.

"ശരി, മെരിസീവ് നമുക്ക് ഒരുമിച്ചു പഠിക്കാം" തിരിഞ്ഞ് അദ്ദേഹം തന്റെ അനുയായികളോടു പറഞ്ഞു. "ശരി നിങ്ങൾക്കുപോകാം." നോക്കിനിൽക്കാൻ ഇവിടെ സർക്കസൊന്നുമില്ല. എന്നെക്കൂടാതെതന്നെ സന്ദർശനം പൂർത്തിയാക്കുക. അപ്പോൾ കുട്ടി, ഒന്ന്, പിടിച്ചോളൂ; എന്നെ പിടിച്ചോളൂ. ഇതിൽ നാണിക്കാൻ യാതൊന്നുമില്ല. ഞാൻ ജനറലാണ്. എന്നെ അനുസരിക്കണം രണ്ട്–ശരി–ഇനി വലത്തെ കാല്–ഇതാ, വളരെ നന്നായി. ഇനി ഇടത്തേത് ഭേഷ് മിടുക്കൻ!"

ആ സുപ്രസിദ്ധ സർജൻ ഉന്മേഷത്തോടെ തന്റെ കൈകൾ കൂട്ടിത്തിരുമ്മി, അതായത് ഒരാളെ നടക്കാൻ പഠിപ്പിക്കുന്നതിൽ, അത്യധികം പ്രാധാന്യമുള്ള, ദൈവത്തിനുമാത്രം എങ്ങനെയെന്നറിയാവുന്ന ഒരു പരീക്ഷണമാണ് താൻ നടത്തുന്നതെന്ന മട്ടിൽ. അതായിരുന്നു അദ്ദേഹത്തിന്റെ സ്വഭാവം. താൻ ചെയ്യുന്നതിലൊക്കെ അതിരറ്റു സന്തോഷിക്കും. തന്റെ വിശാലമായ ആത്മാവു മുഴുവൻ അതിൽ അർപ്പിക്കും. വരാന്തയുടെ അറ്റംവരെ നടക്കാൻ അദ്ദേഹം മെരിസീവിനെ നിർബന്ധിച്ചു. അത്യന്തം പരവശനായി അലക്സി ഒരു കസേരയിൽച്ചെന്നു വീണപ്പോൾ അദ്ദേഹവും ഒരു കസേര വലിച്ചിട്ട് അയാളുടെ അടുക്കലായി ഇരുന്നു.

"ശരി, നാം പറക്കുവാൻ പോവുകയാണ്. അതെ എന്നു ഞാൻ പറയും. എന്റെ കുട്ടീ കൈയില്ലാത്തവർപോലും ഈ യുദ്ധത്തിൽ പടയെ നയിക്കുന്നു. അത്യാസന്നനിലയിൽ വെടിയേറ്റവർ യന്ത്രത്തോക്കുപയോഗിക്കുന്നു. ശത്രുക്കളുടെ തോക്കുകളെ സ്വന്തം ദേഹംകൊണ്ടാണ് തടയുന്നത്. മരിച്ചവർ മാത്രമേ യുദ്ധം ചെയ്യാതുള്ളൂ." ആ വൃദ്ധന്റെ മുഖത്തിലൂടെ ഒരു നിഴൽ മാഞ്ഞുപോയി. അദ്ദേഹം തുടർന്നു: "മരിച്ചവരും സമരം ചെയ്യുന്നുണ്ട്–അവരുടെ ശ്രേഷ്ഠതകൊണ്ട്. അതെ–യുവാവെ നമുക്ക് വീണ്ടും തുടങ്ങുക."

വാർഡിൽ രണ്ടാമത്തെ നടത്തം കഴിഞ്ഞതിനുശേഷം മെരിസീവ് വിശ്രമിക്കുവാൻ ഇരുന്നപ്പോൾ മുമ്പു ഗ്വോസ്ഡേവ് കിടന്നിരുന്ന കട്ടിൽ ചൂണ്ടിക്കാണിച്ചുകൊണ്ട് പ്രൊഫസർ ആരാഞ്ഞു.

"എന്തെല്ലാമാണ് ആ ടാങ്കിസ്റ്റിന്റെ വിവരങ്ങൾ. അയാൾക്ക് എല്ലാം സുഖമായോ."

ടാങ്കിസ്റ്റിനു സുഖമാണെന്നും അയാൾ മുന്നണിയിലെ യുദ്ധക്കള ത്തിൽ ചേർന്നുവെന്നും മെരിസീവ് പറഞ്ഞു. "അയാൾക്ക് ഉള്ള കുഴപ്പം, തീ, അയാളുടെ മുഖം മുഴുവൻ പ്രത്യേകിച്ച് കീഴ്ഭാഗം മുഴുവനും കത്തിച്ച് വികൃതമാക്കിയിരിക്കുന്നു എന്നതാണ്. അപ്പോൾ അയാൾ നിങ്ങൾക്ക് എഴുതിക്കഴിഞ്ഞിരിക്കുന്നു ഇല്ലേ? ഒരുപക്ഷേ പെൺകുട്ടി കൾ അയാളെ ശ്രദ്ധിക്കാത്തതുകൊണ്ട് അയാളുടെ ഹൃദയം തകരുന്നു ണ്ടായിരിക്കണം. അയാളോട് താടിയും മീശയും വളർത്താൻ ഉപദേശി ക്കുക. അതു വളരെ സ്വാഭാവികത വരുത്തും എന്നു മാത്രമല്ല പെൺകുട്ടികൾക്ക് അതിനോട് ഒരു അഭിരുചിയും തോന്നും."

ഒരു നഴ്സ് ഓടിക്കിതച്ചു വന്നു. 'കൗൺസിൽ ഓഫ് പീപ്പിൾസ്'ന്റെ കമ്മിസാറിൽനിന്ന് അദ്ദേഹത്തിന് ഒരു ഫോൺസന്ദേശം വന്നിരിക്കുന്ന തായി അറിയിച്ചു. വളരെ പ്രയാസപ്പെട്ട് അദ്ദേഹം കസേരയിൽനിന്നും എഴുന്നേറ്റു. മുട്ടിന്മേൽ കൈയമർത്തുകയും നടുവളയ്ക്കുകയും ചെയ്യു ന്ന സമ്പ്രദായത്തിൽനിന്ന് ഒരാൾക്ക് ഊഹിക്കുവാൻ സാധ്യമായിരിക്കു ന്നു. കഴിഞ്ഞ കുറച്ച് ആഴ്ചകൾകൊണ്ട് അദ്ദേഹത്തിനു വളരെ പ്രായാ ധിക്യം സംഭവിച്ചിരിക്കുന്നുവെന്ന്. വാതിൽക്കൽ എത്തിയപ്പോൾ അദ്ദേ ഹം തിരിഞ്ഞ് ഉന്മേഷത്തോടെ മെരിസീവിനോടു വിളിച്ചു പറഞ്ഞു:

"അതെ, അയാൾക്ക്. എന്താണ് അയാളുടെ പേര്– ഹാ, നിങ്ങളുടെ ആ സുഹൃത്തിന് എഴുതുവാൻ മറക്കരുത്. അയാളെ അറിയിക്കൂ, ഞാനാണ് ഈ ചികിത്സ–മീശവളർത്തൽ–നിശ്ചയിച്ചതെന്ന്. പരീക്ഷ ണം കൊണ്ടു ഫലപ്രദമെന്നു തെളിഞ്ഞിട്ടുള്ള ഒരു പ്രതിവിധിയാണിത്. സ്ത്രീകളുടെ ഇടയിൽ ഇതു സർവസമ്മതമായിട്ടുണ്ട്."

വൈകുന്നേരം ക്ലിനിക്കിലെ ഒരു വൃദ്ധൻ ശിപായി മെരിസീവിനു ഒരു വടി കൊണ്ടുകൊടുത്തു–നല്ല ഭംഗിയുള്ള ആനക്കൊമ്പിന്റെ പിടി യോടുകൂടി, പേരുകൊത്തിയ ഒരു കരിന്താളിവടി.

ശിപായി പറഞ്ഞു: "ഇതു പ്രൊഫസർ താങ്കൾക്ക് തന്നയച്ചതാണ്. അദ്ദേഹത്തിന്റേതാണിത്. താങ്കൾക്ക് ഒരു സമ്മാനമായാണ് ഇതു തന്ന യച്ചത്. നടക്കുമ്പോൾ ഒരു വടി ഉപയോഗിക്കണമെന്ന് അദ്ദേഹം പറഞ്ഞു."

ആ വേനൽക്കാലസായാഹനത്തിൽ ആശുപത്രിജീവിതം വളരെ വിരസമായിരുന്നു. അതുകൊണ്ട് അടുത്തും അകലെയുമുള്ള വാർഡു കളിലെ രോഗികളെല്ലാംതന്നെ ഡോക്ടറുടെ സമ്മാനം കാണുവാൻ വിനോദയാത്രയായി വന്നു. അതൊരു അതിമനോഹരമായ വസ്തു തന്നെ ആയിരുന്നു.

XIII

യുദ്ധക്കളത്തിലെ കൊടുങ്കാറ്റിനുമുമ്പുള്ള ശാന്തത തുടർന്നുപോന്നു. കാവൽപ്പോരാളികൾ തമ്മിലുള്ള ചില്ലറ ഏറ്റുമുട്ടലുകളും, പ്രാദേശികമായ ചില ഉരസലുകളും മാത്രമേ വാർത്തകളിൽ കണ്ടിരുന്നുള്ളൂ. ആശുപത്രിയിലും രോഗികൾ കുറവായിരുന്നതിനാൽ 42-ാം വാർഡിൽനിന്ന് ഒഴിഞ്ഞ കട്ടിലുകൾ മാറ്റിയിടുവാൻ മേലധികാരി കൽപ്പിച്ചു. ഇപ്പോൾ ആ വാർഡ് മേജർക്കും മെരിസീവിനും തനിച്ചുകിട്ടി. മെരിസീവന്റെ കട്ടിൽ ഏറ്റവും ഇടത്തെ അറ്റത്തും, മേജറുടേത്, പൂഴമതിൽക്കെട്ടിനെ അഭിമുഖീകരിച്ചിരുന്ന ജനവാതിലിന്റെ അടുത്തായി വലതുഭാഗത്തുമാണ് ഇട്ടിരിക്കുന്നത്.

മെരിസീവും മേജറും പയറ്റി തഴക്കംവന്ന പടയാളികളാണ്. അവർക്കറിയാം ഈ യുദ്ധരംഗത്തിലെ മാന്ദ്യം കൂടുതലാകുംതോറും, ബലാൽകൃതമായ ശാന്തത ദീർഘിക്കുംതോറും; തുടർന്നുണ്ടാകാൻപോകുന്ന കൊടുങ്കാറ്റിന്റെ ഭീകരത വർധിക്കുമെന്ന്.

ഒരു ദിവസത്തെ പ്രഖ്യാപനത്തിൽ സോവിയറ്റ് 'സ്നിപ്പറായ' സ്റ്റീഫൻ ഐവനോവിച്ചിനെക്കുറിച്ച് പരാമർശമുണ്ടായിരുന്നു. ദക്ഷിണസമരമേഖലയിൽ എവിടെയോ അയാൾ ഇരുപത്തിയഞ്ചു ജർമൻകാരെ കൊലപ്പെടുത്തി. ശത്രുനിഗ്രഹത്തിൽ തന്റെ നേട്ടം ഇപ്പോൾ 200 ആക്കിയിരിക്കുന്നു. ഗ്വോസ്ഡേവിൽ നിന്നും ഒരു എഴുത്തുണ്ടായിരുന്നു. അയാൾ എവിടെയാണെന്നോ, എന്ത് ചെയ്യുന്നുവെന്നോ അതിൽ വ്യക്തമാക്കിയിരുന്നില്ല. തന്റെ ആദ്യത്തെ കമാണ്ടറായിരുന്ന 'പാപൽ അലക്സീവിച്ച് റോട്ടമിസ്റ്റ്റോവിന്റെ കീഴിലാണ് താൻ. ജീവിതം സംതൃപ്തമായിരിക്കുന്നു. അവിടെ തനിക്കും സഖാക്കൾക്കും വേണ്ടതിലധികം തിന്നാൻമാത്രം ചെറിപ്പഴങ്ങൾ ഉണ്ടാകുന്നുണ്ട്. ഈ എഴുത്തു കിട്ടിയാൽ അന്യൂതയ്ക്കും ഒരുവരി എഴുതി അയയ്ക്കണം എന്നെല്ലാമാണ് അയാൾ പറഞ്ഞിട്ടുള്ളത്. അയാളും അവൾക്ക് എഴുതിയിട്ടുണ്ട്. പക്ഷേ അത് ശരിക്കും അവൾക്കു കിട്ടിയിരിക്കുമോ എന്നു സംശയമാണത്രേ.

ഈ രണ്ടുതരം വാർത്തകൾ മതിയാകും ഒരു പടയാളിക്കു മനസിലാക്കുവാൻ. തെക്കുഭാഗത്ത് എവിടെയോ ആണ് കൊടുങ്കാറ്റ് പൊട്ടിപ്പുറപ്പെടാൻ പോകുന്നതെന്ന് അയാൾ അന്യൂതയ്ക്ക് എഴുതിയെന്നു പറയേണ്ടിതല്ലല്ലോ. പ്രൊഫസർ താടിവളർത്താൻ ആവശ്യപ്പെട്ടിരിക്കുന്ന വിവരം ഗ്വോസ്ഡേവിനും എഴുതി അയച്ചു. പക്ഷേ, ഓരോ പട്ടാളക്കാരനും അതിരറ്റ സന്തോഷവും ഉദ്വേഗവും ഉണ്ടാക്കുന്ന ആ വരാൻപോകുന്ന സമരത്തിന്റെ തപ്തമായ പ്രതീക്ഷയിൽ ലീനനായിരിക്കുന്ന ഗ്വോസ്ഡേവിനു, താടിയെപ്പറ്റിയോ, അങ്ങേറ്റം അന്യൂതയെപ്പറ്റിയോ, ആലോചിക്കുവാൻ സമയം ഉണ്ടാകുകയില്ലെന്ന് മെരിസീവിന്നറിയാമായിരുന്നു.

42–ാം വാർഡിലേക്കു വേറെ ഒരു സന്തോഷവാർത്തയും ഉണ്ടായിരുന്നു. മേജർ, പാപൽ ഐവനോവിച്ച് സ്റ്റ്റുക്കോവിനു, 'ഹീറോ ഓഫ് സോവിയറ്റ് യൂണിയൻ' എന്ന ബഹുമതികൂടി നൽകിയിരിക്കുന്നതായി ഒരു കൽപ്പന പുറത്തു വന്നിരുന്നു. എന്നാൽ ഈ ആനന്ദകരമായ വാർത്തയ്ക്കും കുറേ അധികദിവസത്തേക്ക് മേജറെ സന്തോഷചിത്തനാക്കാൻ സാധിച്ചില്ല. ഇത്ര വികാരാവേശം നിറഞ്ഞ ഈ സമയത്തു തന്നെ കിടക്കയിൽ പിടിച്ചുകിടത്തിയ, ആ നശിച്ച സന്ധിബന്ധങ്ങളെക്കുറിച്ച് ഇടയ്ക്കിടെ അയാൾ ആവലാതിപ്പെട്ടിരുന്നു. അയാളുടെ നിരാശയ്ക്ക് വേറെയും കാരണമുണ്ടായിരുന്നു. അത് അയാൾ മറച്ചുവയ്ക്കാൻ ആഗ്രഹിച്ചു. എങ്കിലും വളരെ അപ്രതീക്ഷിതമായി മെരിസീവ് അത് കണ്ടുപിടിച്ചു.

നടക്കാൻ പഠിക്കുക എന്ന ഏകലക്ഷ്യത്തിൽ, തന്റെ സർവശ്രദ്ധയും കേന്ദ്രീകരിച്ചിരുന്നതുകൊണ്ട് അലക്സി ചുറ്റും നടക്കുന്നതൊന്നും തന്നെ അറിഞ്ഞിരുന്നില്ല. അയാൾ ആസൂത്രണംചെയ്ത പരിപാടി, ദിവസം മൂന്നുമണിക്കൂർ — രാവിലെ, ഉച്ചയ്ക്ക്, വൈകുന്നേരം, ഓരോ മണിക്കൂർ വീതം — കൃത്രിമക്കാലുകൾകൊണ്ട് വരാന്തയിലൂടെയുള്ള നടത്തം അയാൾ കൃത്യനിഷ്ഠയോടെ ചെയ്തുപോന്നു. നീലയങ്കി ധരിച്ച ഒരു രൂപം ഒരു പെൻഡുലത്തിന്റെ കൃത്യനിഷ്ഠയോടെ വരാന്തയാകെ മുഴങ്ങത്തക്കവിധത്തിൽ കരകരശബ്ദമുണ്ടാക്കി തങ്ങളുടെ തുറന്ന വാതിലിൽക്കൂടി നടന്നുപോകുന്നത് അടുത്ത വാർഡിൽ കിടക്കുന്നവർക്കൊക്കെ ആദ്യം വലിയ ശല്യമായിത്തോന്നി. പക്ഷേ, പിന്നീട് അത് അവർക്ക് ചിരപരിചിതമായി. മാത്രമല്ല ഈ രൂപം പ്രതിദിനം അതിലേ കടന്നുപോകാത്ത ചില മണിക്കൂറുകളെപ്പറ്റി ആലോചിക്കുവാൻപോലും അവർക്ക് ബുദ്ധിമുട്ടായിരുന്നു. ഒരുദിവസം അലക്സി പനിയായി കിടന്നപ്പോൾ കാലില്ലാത്ത ലഫ്റ്റനന്റിന് എന്തുപറ്റി എന്നറിയുവാൻ ആ വാർഡിൽനിന്നു പ്രത്യേകിച്ച് ആൾക്കാരെ അയച്ചിരുന്നു.

കാലത്തുതന്നെ അലക്സി കായികാഭ്യാസങ്ങൾ നടത്തും. പിന്നീട് ഒരു കസാലയിൽ ഇരുന്ന് ഒരു വിമാനത്തെ നിയന്ത്രിക്കാനാവശ്യമായ പാദചലനങ്ങൾ പരിശീലിക്കും. ചിലപ്പോൾ തലതിരിയുന്നതുവരെ, ചെവി ചൂളംവിളിക്കുന്നതുവരെ, കാലിന്നടിയിലുള്ള ഭൂമി വട്ടം കറങ്ങുന്നു എന്നു തോന്നുന്നതുവരെ അയാൾ അത് നടത്തും. അങ്ങനെ തോന്നുമ്പോൾ വെള്ളംവച്ചിരിക്കുന്ന സ്ഥലത്തുപോയി നല്ലപോലെ ഒന്ന് നനഞ്ഞ് തന്റെ സമയം ആകുന്നതുവരെ ഒന്നു കിടന്ന് ആശ്വസിക്കും.

ഒരു ദിവസം. തലതിരിഞ്ഞ്, മുന്നിലുള്ളതെല്ലാം കാണാതാകുന്നതുവരെ നടന്നതിനുശേഷം അലക്സി ക്ഷീണിച്ച് ഒരുവിധം തപ്പിത്തടഞ്ഞ് വാർഡിലെത്തി, കട്ടിലിൽ ചെന്നു വീണു. കുറച്ച് ആശ്വാസമായ

പ്പോൾ വാർഡിൽ എന്തോ ശബ്ദങ്ങൾ കേൾക്കുന്നുണ്ട് എന്നയാൾക്ക് തോന്നി. ശാന്തവും അൽപ്പം പരിഹാസവും മുഴങ്ങുന്നതായിരുന്നു ക്ലാവഡിയയുടെ ശബ്ദം. മേജറുടേത് ആവേശംകൊണ്ട് പതറുന്നുണ്ടായിരുന്നു. രണ്ടുപേരും സംഭാഷണത്തിൽ മുഴുകിയിരിക്കുന്നതിനാൽ മെരിസീവ് വാർഡിലേക്ക് കടന്നതുതന്നെ അറിഞ്ഞിട്ടുണ്ടായിരുന്നില്ല.

"എന്നെ വിശ്വസിക്കൂ. ഞാൻ വളരെ ആത്മാർഥമായാണ് സംസാരിക്കുന്നത്. നിങ്ങൾ ഒരു സ്ത്രീതന്നെയാണല്ലോ, അല്ലേ."

"അതെ തീർച്ചയായും ഞാൻ ഒരു സ്ത്രീയാണ്. പക്ഷേ, എനിക്കിതു മനസിലാക്കുവാൻ സാധ്യമല്ല. നിങ്ങൾക്ക് ഈ സംഗതിയെപ്പറ്റി ആത്മാർഥമായി സംസാരിക്കുവാൻ സാധിക്കുകയില്ല; അതുമാത്രമല്ല എനിക്ക് നിങ്ങളുടെ ആത്മാർഥത ആവശ്യവുമില്ല." പെട്ടെന്ന് സ്റ്ററുക്കോവ് കുപിതനായി, ശകാരിക്കുന്ന സ്വരത്തിൽ അയാൾ വിളിച്ചുപറഞ്ഞു. "നശിച്ചുപോകാൻ ഞാൻ നിങ്ങളെ സ്നേഹിക്കുന്നു. നിങ്ങൾ ഒരു സ്ത്രീയല്ല. ഇതു കാണാതിരിക്കുന്ന നിങ്ങൾ ഒരു മരക്കഷണമായിരിക്കണം. ഇപ്പോൾ മനസിലായോ" ഇതും പറഞ്ഞ് അയാൾ തിരിഞ്ഞു കിടന്ന് ജനലിന്മേൽ താളം പിടിച്ചുതുടങ്ങി.

പരിശീലനം കഴിച്ച ഒരു നഴ്സിന്റെ ശ്രദ്ധാപൂർവ്വമുള്ള മൃദുലമായ പാദവിന്യാസത്തോടെ ക്ലാവഡിയ വാതിൽക്കലേക്ക് നടന്നു.

"നിങ്ങൾ എവിടെ പോകുന്നു; എന്താണ് നിങ്ങളുടെ ഉത്തരം?"

"ഇതിനെപ്പറ്റി സംസാരിക്കുവാനുള്ള സമയമോ സ്ഥലമോ അല്ല അത്. ഞാൻ ഡ്യൂട്ടിയിലാണ്."

"നിങ്ങൾക്ക് എന്തുകൊണ്ട് സംഗതികൾ തെളിച്ചു പറഞ്ഞുകൂടാ. നിങ്ങൾ എന്തിനാണ് എന്നെ ദ്രോഹിക്കുന്നത്. ഉത്തരം പറയൂ" മേജറുടെ ശബ്ദത്തിൽ കദനം തിങ്ങിനിന്നിരുന്നു.

ക്ലാവഡിയ മിഖായിലോപ്ന വാതിൽക്കൽ നിന്നു. കറുത്ത വരാന്തയുടെ പശ്ചാത്തലത്തിൽ അവളുടെ ചടച്ചുയർന്ന സുന്ദരാകാരം വ്യക്തമായി കാണാമായിരുന്നു. ചെറുപ്പം പിന്നിട്ട ശാന്തശീലയായ ആ നേഴ്സ് ഇത്രമാത്രം കമനീയമായ കാന്തിയുടേയും ദൃഢനിശ്ചയത്തിന്റെയും പ്രതീകമാകുമെന്ന് ഊഹിച്ചിരുന്നില്ല മെരിസീവ്. തല നല്ലപോലെ ഉയർത്തിപ്പിടിച്ച് മേജറെ വെളിവായി നോക്കി. ഏതോ ഒരു ഉയർന്ന പീഠത്തിൽനിന്ന് എന്നപോലെ അവൾ വിളിച്ചു പറഞ്ഞു. "കൊള്ളാം. ഞാൻ ഉത്തരം പറയാം. ഞാൻ നിങ്ങളെ സ്നേഹിക്കുന്നില്ല. ഇനി അതു ചെയ്യുവാൻ സാധിക്കുമെന്നും തോന്നുന്നില്ല."

അവൾ പോയി. മേജർ കിടക്കയിൽ മലർന്നുവീണു തല തലയിണയിന്മേൽ അമർത്തിവെച്ചു. മേജറുടെ കുറേക്കാലമായിത്തുടങ്ങിയ അസാധാരണ സ്വഭാവത്തിന്റെ കാരണം മെരിസീവിന് ഇപ്പോൾ മനസിലായി. നേഴ്സ് വാർഡിലേക്ക് കടന്നുവരുമ്പോൾ അയാൾക്കു തോന്നുന്ന പരിഭ്രമവും രോഷവും ഉന്മേഷത്തിൽനിന്ന് കോപാവേശത്തിലേ

ക്കുള്ള എടുത്തുചാട്ടവും എന്തുകൊണ്ടാണ് എന്ന് അലക്സിക്കു മനസിലായി.

യഥാർഥമായ സങ്കടമായിരിക്കണം അയാൾ അനുഭവിക്കുന്നത്. അലക്സിക്കു വ്യസനവും, അതേ സമയത്തുത്തന്നെ ഒരു ആനന്ദവും തോന്നി. മേജർ കസേരയിൽനിന്ന് എഴുന്നേറ്റപ്പോൾ അയാളെ കളിയാക്കി രസിക്കാനുള്ള ഒരു അവസരം വൃഥാ കളയുവാൻ അലക്സിക്കു മനസുണ്ടായിരുന്നില്ല.

“കൊള്ളാം, മേജർ സഖാവേ, രണ്ടു ഞൊടികൊണ്ട് കാര്യം പറ്റിച്ചു കളഞ്ഞല്ലോ.”

പക്ഷേ ഈ വാക്കുകൾ മേജറിൽ ഉണ്ടാക്കിയ ഭാവഭേദം മുൻകൂട്ടി കണ്ടറിഞ്ഞിരുന്നുവെങ്കിൽ അലക്സി ഒരിക്കലും കളിയായിപ്പോലും ഇങ്ങനെ പറയുകയില്ലായിരുന്നു.

സ്റ്റ്റുക്കോവ്, മെരിസീവിന്റെ കിടക്കയിൽ ചെന്നിരുന്ന് നിരാശ വമിക്കുന്ന സ്വരത്തിൽ പറഞ്ഞു. “നിങ്ങൾ ചിരിക്കുകയാണ്! ഉം ചിരിച്ചോളൂ. വാസ്തവത്തിൽ ഞാൻ ഇത് അർഹിക്കുന്നുണ്ട്. പക്ഷേ, ഇപ്പോൾ ഞാൻ എന്തുചെയ്യണം എന്നു പറയൂ. എന്താണ് ഞാൻ വേണ്ടതെന്ന് ഒന്നു പഠിപ്പിച്ചുതരൂ. ഞങ്ങളുടെ സംഭാഷണം നിങ്ങൾ കേട്ടല്ലോ. ഇല്ലേ?”

അയാൾ കിടക്കയിൽ ഇരുന്നു രണ്ടു കൈകളും തലയിൽ വെച്ച് ദേഹം അങ്ങോട്ടും ഇങ്ങോട്ടും ഉലച്ചു.

“ഒരുപക്ഷേ ഞാനൊരു വിടനെപ്പോലെയാണ് പെരുമാറിയതെന്ന് നിങ്ങൾ വിചാരിക്കുന്നുണ്ടാകും. ഞാൻ തികഞ്ഞ ഗൗരവത്തോടെയാണ് പറഞ്ഞത്. വളരെ ആത്മാർഥതയോടുകൂടിയാണ് ആ മഠയിയോട് വിവാഹാഭ്യർഥന ചെയ്തത്.”

അന്നു വൈകുന്നേരവും ഡ്യൂട്ടികഴിക്കുവാൻ ക്ലാവഡിയ മിഖായിലോപ്ന വാർഡിലേക്കു കടന്നുവന്നു. പതിവുപോലെ ശാന്തചിത്തയും ദയാമയിയും ക്ഷമാശീലയുമായിരുന്ന അവളിൽനിന്ന് നാലുപാടും വിശ്രാന്തി പ്രസരിക്കുന്നതുപോലെ തോന്നി. അവൾ മേജറേയും സ്റ്റ്റുക്കോവിനേയും നോക്കിച്ചിരിച്ചു. രണ്ടാമത്തെ ആളെ നോക്കിയ നോട്ടത്തിൽ പരിഭ്രമവും അൽപ്പം ഭയവും നിഴലിച്ചിരുന്നു. നഖവും കടിച്ചുകൊണ്ട് ജനൽപ്പടിയിന്മേൽ ഇരിക്കുകയായിരുന്നു മേജർ. ക്ലാവഡിയയുടെ പാദപതനശബ്ദം വരാന്തയിലൂടെ അകന്നുകന്നു പോകുന്നത് മനസിലാക്കിയ മേജർ, ആ വഴിയേ ആദരവും കോപവും വമിക്കുന്ന ദൃഷ്ടികൾ പായിച്ചുകൊണ്ട് അട്ടഹസിച്ചു.

“സോവിയറ്റ് മാലാഖയാണത്രേ! മാലാഖ! ഏതു കഴുതയാണ് അവൾക്ക് ഈ പേരു കൊടുത്തത്. നേഴ്സിന്റെ വസ്ത്രമണിഞ്ഞ ഒരു പിശാചാണ് അവൾ.”

ആഫീസിൽനിന്ന്, മെലിഞ്ഞു പരുപരുത്ത മധ്യവയസ്കയായ ഒരു നേഴ്സ് വാർഡിൽനിന്ന് അന്വേഷിച്ചു.

"മെരിസീവ് അലക്സി? നടക്കാവുന്ന രോഗിയാണോ അദ്ദേഹം."

"അല്ല ഓടുന്ന രോഗി" മേജർ കുരച്ചുചാടി.

"ഞാനിവിടെ തമാശപറയാൻ വന്നതല്ല;" നേഴ്സ് ദേഷ്യത്തോടെ പറഞ്ഞു. ''സീനിയർ ലഫ്: മെരിസീവ് അലക്സിയെ ആരോ ഫോണിൽ വിളിക്കുന്നുണ്ട്."

"ചെറുപ്പക്കാരിയാണോ" കുപിതയായ നഴ്സിന്റെ നേരെ കണ്ണിറുക്കിക്കാണിച്ചുകൊണ്ട് ഉശിരോടെ മേജർ ചോദിച്ചു. "ഒരുപക്ഷേ വയസായവളാകാം. ഞാൻ അവളുടെ ജനന സർട്ടിഫിക്കറ്റ് നോക്കിയില്ല." ഗംഭീരഭാവത്തിൽ അവൾ വാർഡിൽനിന്ന് ഇറങ്ങിപ്പോയി.

മെരിസീവ് കിടക്കയിൽ നിന്നു ചാടിയെഴുന്നേറ്റു. തന്റെ വടിയൂന്നി വലിയ ശബ്ദമുണ്ടാക്കിക്കൊണ്ട് അയാൾ നേഴ്സിനെ പിന്നിലാക്കി ഗോവണിപ്പടി ചാടിയിറങ്ങി. ഒരു മാസത്തോളമായി അയാൾ ഓല്യയിൽനിന്ന് ഒരു മറുപടി പ്രതീക്ഷിച്ചു തുടങ്ങിയിട്ട്. അതാണ് അയാളുടെ മനസിലൂടെ പാഞ്ഞുപോയ ചിന്ത. അവളായിരിക്കുമോ, ആകാൻ വഴിയില്ല. ഇങ്ങനെയുള്ള കാലത്ത് സ്റ്റാലിൻഗ്രാഡിനടുത്തുള്ള ആ സ്ഥലത്തുനിന്ന് അവൾ മോസ്കോവിലേക്കു പുറപ്പെടുകയില്ല. താൻ പിന്നണിയിൽ എവിടെയോ; മോസ്കോ പരിസരങ്ങളിൽ ആണ് എന്ന് അറിയിച്ചിട്ടുള്ള സ്ഥിതിക്ക് എങ്ങനെയാണ് അവൾ തന്നെ ഈ ആശുപത്രിയിൽ കണ്ടുമുട്ടുമെന്ന് വിചാരിക്കുക. പക്ഷേ, ആ സമയത്ത് അത്ഭുതവിദ്യകളിൽ വിശ്വസിച്ചിരുന്നു മെരിസീവ്. തനിയെ ആരും കാണാതെ അയാൾ ഓടി; കൃത്രിമക്കാലുകൾ കൊണ്ടുള്ള ആദ്യത്തെ ഓട്ടം. ക്രിക്, ക്രിക്, ക്രിക് ധ്വനിയോടെ, ഒന്ന് ചാഞ്ഞ് അയാൾ ഓടി.

അയാൾ റിസീവർ എടുത്തു. മുഴങ്ങുന്ന, സന്തുഷ്ടമായ, ഒരു നല്ല ശബ്ദം, പക്ഷേ തികച്ചും അപരിചിതമായത് അയാൾ കേട്ടു. 42-ാം നമ്പർ വാർഡിലെ സീനിയർ ലഫ്റ്റനന്റ് അലക്സി പെട്രോവിച്ച് മെരിസീവ് ആണോ അത് എന്ന് ശബ്ദം ആരാഞ്ഞു. അപമാനകരമായ എന്തോ ഒന്ന് ആ ചോദ്യത്തിലുണ്ടെന്നു തോന്നിക്കുന്ന കോപസ്വരത്തിൽ അലക്സി അലറി "അതെ."

ഒരു നിമിഷത്തെ നിശബ്ദത. പിന്നീട് ഉപദ്രവിച്ചതിന് മാപ്പുചോദിച്ചുകൊണ്ടുള്ള ആ ശബ്ദം ഉന്മേഷരഹിതവും ഉദാസീനവും അൽപ്പം വലിഞ്ഞതുമായിരുന്നു. അയാളുടെ മറുപടികൊണ്ട് അൽപ്പം പരിഭ്രാന്തയായ അവർ ഏറെ പ്രയാസപ്പെട്ടാണ് സംഭാഷണം തുടർന്നത്.

"നിങ്ങളുടെ സുഹൃത്ത് ലെ: ഗ്രിഷഗ്വോസ്ഡേവിന്റെ പരിചയക്കാരിയായ അന്നാ ഗിബോവയാണ് സംസാരിക്കുന്നത്. നിങ്ങൾ എന്നെ അറിയുകയില്ല."

റിസീവർ രണ്ടുകൈ കൊണ്ടും പിടിച്ചു തന്റെ ശബ്ദം മുഴുവനും എടുത്ത് മെരിസീവ് അലറി. "അന്യൂതയാണോ, അന്യൂത എനിക്കു നിങ്ങളെ നല്ലപോലെ അറിയാം, ഗ്രിഷ എല്ലാം......."

"എവിടെയാണ് അദ്ദേഹം. എന്തുപറ്റി. പെട്ടെന്നാണ് അദ്ദേഹം ഇവിടംവിട്ടത്. അപകടസൂചന മുഴങ്ങിയപ്പോൾ ഞാൻ അകത്തേക്കു പോയി. ഞാൻ പ്രാഥമിക ശുശ്രൂഷാവിഭാഗത്തിലാണ് പണിയെടുക്കുന്ന തെന്ന് അറിയാമല്ലോ. ഞാൻ തിരിച്ചുവന്നപ്പോൾ അദ്ദേഹം മുറിയിൽ ഇല്ല. ഒരു മേൽവിലാസമോ എന്തെങ്കിലും കുറിപ്പോ ഒന്നും ഇവിടെ വെച്ചിരുന്നില്ല. പ്രിയപ്പെട്ട 'അലോഷ്യ' — അങ്ങനെ വിളിക്കുന്നതിന് മാപ്പുതരണം-ഞാൻ താങ്കളെ നല്ലപോലെ അറിയും, ഞാൻ അദ്ദേഹ ത്തെക്കുറിച്ച് ഉൽക്കണ്ഠപൂണ്ടിരിക്കുകയാണ്. അദ്ദേഹം എവിടെയാ ണ്, എന്താണ് ഇത്രവേഗം പോയത്, എന്നെല്ലാം എനിക്കറിയണം."

തന്റെ ഹൃദയത്തിൽ എന്തോ ഊഷ്മളമായ വികാരം കതിരിടുന്ന തുപോലെ മെരിസീവിനു തോന്നി, അയാൾക്ക് സുഹൃത്തിന്റെ കാര്യ ത്തിൽ ആശ്വാസമുളവായി. അപ്പോൾ ആ വിഡ്ഢി എല്ലാം തെറ്റിദ്ധരിച്ചി രിക്കയാണ്. വല്ലാത്ത ലജ്ജാലുവായിപ്പോയി അയാൾ. അപ്പോൾ യഥാർ ഥസ്നേഹവതികളായ പെൺകുട്ടികൾക്ക് പട്ടാളക്കാരന്റെ വൈരൂപ്യം കണ്ടാൽ ഭയമൊന്നും ഉണ്ടാകുകയില്ല-അതിന്റെ അർഥം തന്നെയും ഇങ്ങനെയൊരാൾ കാത്തിരിക്കുന്നുണ്ട്, തന്റെ പേരിലും ഒരാൾ ഉൽക്കണ്ഠിതയായിട്ടുണ്ട് എന്നുതന്നെ. ഒരു ഇടിമിന്നലിന്റെ വേഗത യോടെയാണ് അയാളിലൂടെ ഈ ചിന്തകൾ മിന്നിമറഞ്ഞുപോയത്. ആവേശത്തിന്റെയും പരിഭ്രമത്തിന്റെയും ഇടയിൽ അയാൾ റിസീവറി ലൂടെ വീണ്ടും വിളിച്ചു പറഞ്ഞു:

"അന്യൂത, എല്ലാം ശരിയാവും, വ്യസനകരമായ ഒരു തെറ്റിദ്ധാരണ മാത്രമാണിത്. അയാൾക്ക് സുഖമാണ്, ഇപ്പോൾ യുദ്ധക്കളത്തിലാണ് എഫ് പി ഒ 42531 ബി.....അയാൾ താടിവളർത്തുകയാണ് അന്യൂത- അതെ തീർച്ചയായും അതെ-ഞാൻ വാക്കുതരുന്നു. നല്ല ഒരു താടി ആണ്. നമ്മുടെ പാർട്ടിസാൻ ധരിക്കുന്നതുപോലെ ഒന്ന്. അതയാൾക്ക് നല്ലപോലെ യോജിക്കും."

അന്യൂത മീശക്കാര്യം ഇഷ്ടപ്പെട്ടില്ല. അത് ഒരു അനാവശ്യമാണെ ന്നാണ് അവളുടെ പക്ഷം. അലക്സിക്ക് അതു കേട്ടപ്പോൾ കൂടുതൽ സന്തോഷം തോന്നി. "അങ്ങനെയാണെങ്കിൽ ഗ്രിഷ അത് പെട്ടെന്ന് എടു ത്തുമാറ്റിക്കോളും. എല്ലാവരുടേയും വിചാരം ഇപ്പോൾ ഇതുകൊണ്ട് അയാളുടെ ഭംഗി വർധിച്ചിരിക്കുന്നു എന്നാണ്" അലക്സി പറഞ്ഞു.

അവസാനം അവർ റിസീവർ താഴെവച്ചത് ആത്മാർഥ സുഹൃത്തു ക്കളെപ്പോലെയാണ്. മെരിസീവ് ആശുപത്രി വിടുന്നതിനുമുമ്പ് തനിക്കു ഫോൺചെയ്യണമെന്നവൾ ആവശ്യപ്പെട്ടു. വാർഡിലേക്കു മടങ്ങിയെ ത്തിയപ്പോഴാണ് അലക്സിക്കു മനസിലായത്, താൻ ടെലിഫോണിന്റെ

സമീപത്തേക്കു ഓടുകയായിരുന്നു എന്ന്. ഒന്നുംകൂടി ഓടാൻ അയാൾ ശ്രമിച്ചുനോക്കി. പക്ഷേ, ആ സംരംഭം നടന്നില്ല. കൃത്രിമക്കാലിന്റെ സംഘർഷം നിമിത്തമുള്ള വേദന അയാളുടെ ദേഹമാകെ വ്യാപിച്ചു.

സാരമില്ല; ഇന്ന് ഓടാമെങ്കിൽ നാളെയുമാകാം. നാളെയല്ലെങ്കിൽ മറ്റന്നാൾ. നാശം; അയാൾക്ക് ഓടിയേതീരൂ എന്നായി, തനിക്ക് ഓടാനും ചാടാനും പറക്കുവാനും സാധ്യമാകും എന്നതിൽ യാതൊരു സംശയവുമില്ല. ആദ്യത്തെ വ്യോമയുദ്ധത്തിൽ, ഒന്നാമത്തെ ജർമൻകാരനെ തകർത്തുകഴിഞ്ഞാൽ അയാൾ എല്ലാം വിശദമായി ഓല്യക്ക് എഴുതും എന്ന് സ്വയം പ്രതിജ്ഞ ചെയ്തു. എന്താണ് വരുന്നതെന്നു വെച്ചാൽ വരട്ടെ.

ഭാഗം III

ആയിരത്തി തൊള്ളായിരത്തി നാൽപ്പത്തിരണ്ടിലെ കടുത്ത വേനൽക്കാലത്ത് ഒരു ദിവസം മോസ്കോവിലെ 9–ാം സൈനിക ആശുപത്രിയുടെ കനത്ത 'ഓക്ക്' വാതിൽ തുറന്ന് ഒരാൾ ഒരു തടിച്ച കരിന്താളിവടിയൂന്നി പുറത്തേക്കു കടന്നു. വ്യോമസേനയിൽപ്പെട്ടവരുടെ നീണ്ട കാലുറയും, സീനിയർ ലഫ്റ്റനന്റ് എന്നങ്കിതമായ കോളറുള്ള പട്ടാളക്കോട്ടും ധരിച്ച, സാമാന്യം തടിച്ച ഒരു യുവാവായിരുന്നു അയാൾ. വെളുത്ത വസ്ത്രംധരിച്ച ഒരു സ്ത്രീ അയാളെ അനുഗമിച്ചിരുന്നു. ആദ്യത്തെ ലോകമഹായുദ്ധകാലത്ത് നേഴ്സുമാർ ധരിച്ചിരുന്ന ചെങ്കുരിശടയാളമുള്ള ഒരു കൈലേസ് ദയാപൂർണമായ ആ സുന്ദരവദനത്തിനൊരു ഗൗരവമണച്ചിരുന്നു. അവർ പൂമുഖത്ത് എത്തിയപ്പോൾ, വൈമാനികൻ അവിടെനിന്നു, തന്റെ ചുളിഞ്ഞ പൈലറ്റ് തൊപ്പി ഉയർത്തി അയാളുടെ നെറ്റിയിൽ ചുംബിച്ചു. നടക്കുമ്പോൾ അൽപ്പം ഒരു മുടന്ത് ഉണ്ടെന്നുതോന്നുന്ന ആ വൈമാനികൻ അനന്തരം ധൃതിയിൽ ഗോവണി ചാടിയിറങ്ങി. തിരിഞ്ഞുനോക്കാതെ ആ സ്ഫ്ളോയിഡ് വിരിച്ച ആ ചിറവക്കിലൂടെ ആശുപത്രിക്കെട്ടിടം കടന്നുപോയി.

ജനവാതിൽക്കൽ, നീല, മഞ്ഞ, ഊത എന്നീ നിറങ്ങളിലുള്ള പൈജാമകൾ ധരിച്ച രോഗികൾ തങ്ങളുടെ വടികളും കൈകളും താങ്ങുകളും വീശി ഓരോരോ യാത്രോപദേശങ്ങൾ വിളിച്ചു പറഞ്ഞുകൊണ്ടിരുന്നു. മറുപടി എന്നോണം അയാൾ കൈവീശി. എന്നാൽ ആ വലിയ, ചാരനിറംപൂണ്ട കെട്ടിടത്തിൽനിന്നു കഴിയുന്നതും വേഗം പോകാൻ അയാൾ തിടുക്കപ്പെട്ടുവെന്നത് വ്യക്തമായിരുന്നു. തന്റെ പരിഭ്രമം മറയ്ക്കാൻവേണ്ടി അയാൾ ജനവാതിൽക്കൽനിന്നു തലതിരിച്ചു. വടിയിൽ ഊന്നി അൽപ്പമൊരു ഞൊണ്ടലോടെ അയാൾ വളരെ വേഗം നടന്നുതുടങ്ങി. ഓരോ അടി വയ്ക്കുമ്പോഴും കേൾക്കുന്ന ക്രിക്, ക്രിക് ശബ്ദമില്ലായിരുന്നുവെങ്കിൽ ഉന്നതഗാത്രനും ഉന്മേഷശാലിയുമായ ഈ

യുവാവിനു പാദങ്ങളില്ല എന്നു ആരും പറയുമായിരുന്നില്ല. ആശുപത്രിയിൽ നിന്നും വിട്ടു മെരിസീവിനെ വ്യോമസൈന്യത്തോടനുബന്ധിച്ച മോസ്കോ പരിസരങ്ങളിലുള്ള ഒരു വിശ്രമസങ്കേതത്തിലേക്കു വിശ്രമാർഥം അയച്ചിരിക്കുകയാണ്. മേജർ സ്റ്റ്റുക്കോവിനെയും വിട്ടിരിക്കുന്നത് അവിടേക്കാണ്. അവരെ കൊണ്ടുപോകാനായി കാർ അയച്ചിരുന്നുവെങ്കിലും, മെരിസീവ് തനിക്ക് മോസ്കോവിൽ ബന്ധുക്കൾ ഉണ്ടെന്നും അവരെ കാണാതെ പോകുവാൻ നിവൃത്തിയില്ല എന്നും ആശുപത്രി അധികൃതരെ അറിയിച്ചു. തന്റെ സഞ്ചിയെല്ലാം സ്റ്റ്റുക്കോവിനെ ഏൽപ്പിച്ച് അയാൾ കാൽനടയായി പുറപ്പെട്ടു. വൈകുന്നേരത്തെ വൈദ്യുതവണ്ടിവഴി അയാൾ വിശ്രമസങ്കേതത്തിൽ എത്തിക്കൊള്ളാമെന്നു സ്റ്റ്റുക്കോവിനു വാക്കു കൊടുത്തിരുന്നു.

വാസ്തവത്തിൽ മെരിസീവിന് അവിടെ ബന്ധുക്കൾ ആരും ഉണ്ടായിരുന്നില്ല. മോസ്കോവിലൂടെ ഒന്നു നടക്കുവാനും തന്റെ കാലിന്റെ ശക്തി പരീക്ഷിക്കുവാനും, താനറിയാത്ത ജനക്കൂട്ടവുമായി ഇടപെടുവാനുമാണ് അയാൾ ആഗ്രഹിച്ചത്. അന്യൂതയോട്, 12 മണിക്കു കാണുവാൻ തരപ്പെടുമോ, എവിടെയാണ് കാണുവാൻ സാധിക്കുക, എന്ന് അയാൾ ഫോൺമുഖാന്തിരം അന്വേഷിച്ചു. പുഷ്കിൻ സ്മാരക സ്ഥലമാണ് അവർ നിശ്ചയിച്ചത്. ഇപ്പോൾ അയാൾ ആ ഗംഭീര തടിനിയുടെ കരിങ്കൽ മതിൽക്കെട്ടിനരികിൽക്കൂടി നടക്കുകയാണ്. സൂര്യരശ്മി തട്ടി അതിന്റെ മേൽഭാഗം വെട്ടിത്തിളങ്ങുന്നു. പരിചിതമായ മധുരസൗരഭ്യം മുറ്റിനിൽക്കുന്ന ആ വേനൽക്കാലവായു ആ നടത്തത്തിൽ അയാൾ ഉൾക്കൊണ്ടാസ്വദിച്ചു. എത്ര നന്നായിരിക്കുന്നു പരിസരം മുഴുവനും!

അതിലെ കടന്നുപോയ സ്ത്രീകളെല്ലാം സുന്ദരികളാണെന്നും മരങ്ങൾക്കെല്ലാം അസാധാരണമായ പ്രകാശമുണ്ടെന്നും തോന്നി അയാൾക്ക്. സുഖശീതളമായ ആ കാറ്റ് ഒരു ലഹരിപദാർഥംപോലെ അയാളുടെ തല കറക്കി. ക്രെംലിനിലെ പ്രാകാരച്ചുമർ–താൻ ഇതുവരെ ചിത്രത്തിൽ മാത്രം കണ്ടിട്ടുള്ളത്–ഇപ്പോൾ കൈ എത്തിച്ചാൽ തൊടാമെന്നായിരിക്കുന്നു. മഹാനായ 'ബെൽഫ്രി ഐവാ'ന്റെ കപ്പേളയും ജലോപരി കുറുകെ കനത്തിൽ തൂങ്ങിക്കിടക്കുന്ന വലിയ കമാനാകൃതിയുള്ള പാലവും എത്ര അടുത്താണ്. അവിടെ തങ്ങിനിന്നിരുന്ന മധുരവും മാദകവുമായ പരിമളം അയാളുടെ സ്മരണയെ ബാല്യകാലത്തിലേക്ക് നയിച്ചു. താൻ എവിടെ നിന്നു വരുന്നു; എന്താണ് തന്റെ ഹൃദയം ഇങ്ങനെ തുടിക്കുന്നത്? ഇത്രമാത്രം താൻ എന്താണ് അമ്മയെ –ഇന്നത്തെ ജരബാധിതയായ അമ്മയെ തലമുടിയുള്ള ഉന്നതഗാത്രയും സുന്ദരിയുമായ അമ്മയെ–ഓർക്കുന്നത്. താൻ അമ്മയോടൊന്നിച്ച് ഒരിക്കലും മോസ്കോയിൽ വന്നിട്ടില്ലല്ലോ.

ബുക്കുകൾ, മാസികകൾ, പത്രങ്ങൾ എന്നിവയിൽ വരുന്ന ചിത്രങ്ങളിൽനിന്ന്, നേരിൽ കണ്ടവരുടെ വിവരങ്ങളിൽ നിന്ന് ഉറങ്ങുന്ന ലോകത്തിന്റെ മീതെക്കൂടി അലയടിച്ചു വരുന്ന പാതിരാ ക്ലോക്കിന്റെ

ഒച്ചയിൽനിന്ന്–റേഡിയോ റിസീവറിലൂടെ വരുന്ന വിവിധ ശബ്ദതരംഗങ്ങളിൽനിന്ന്–അങ്ങനെയാണ്, അയാൾ തലസ്ഥാനത്തെ അറിഞ്ഞിരുന്നത്. എന്നാൽ ഇന്ന് അത് ഇതാ വേനൽക്കാലത്തെ തീവ്രപ്രകാശത്തിൽ മുങ്ങി തന്റെ മുന്നിൽ വിരിഞ്ഞുകിടക്കുന്നു.

ക്രെംലിൻ മതിൽക്കെട്ടിന്റെ വിജനമായ ഓരത്തിലൂടെ അയാൾ നടന്നു. ഇടയ്ക്കിടെ അയാൾ കരിങ്കൽഭിത്തിയിൽ വന്നടിച്ചു ചിതറുന്ന മാരിവില്ലിന്റെ വർണശബളത കലർന്ന കൊച്ചലകളെ നോക്കിക്കൊണ്ട് ആ കുളിർമതിൽ ചാരിനിൽക്കും. പിന്നീട് അയാൾ രക്താങ്കണത്തിലേ (റെഡ്സ്ക്വയർ)ക്കുള്ള പടികൾ കയറി. ആസ്ഫ്ളോയഡ് വിരിച്ച വഴിയിലും അങ്കണങ്ങളിലും നിറയെ, നാരകമരങ്ങൾ പൂത്തുനിന്നിരുന്നു. വഴിയിലൂടെ പോകുന്ന വണ്ടികളുടെ കോലാഹലമോ കാറുകളുടെ ശബ്ദമോ, ആസ്ഫ്ളോയ്ഡ് തപ്തമാകുമ്പോൾ വമിക്കുന്ന പെട്രോളിന്റെ നാറ്റമോ ഗൗനിക്കാതെ വിടർന്ന വാസനയൂറുന്ന പൂക്കളുടെ മീതെ തേനീച്ചകൾ മുരണ്ടുകൊണ്ടു നടന്നിരുന്നു.

അപ്പോൾ ഇതാണ് മോസ്കോ.

നാലുമാസത്തെ ആശുപത്രിവാസത്തിനുശേഷം, അനുഭൂതമായ അത്ഭുതരസത്തിൽ, വേനൽക്കാലമഹിമയിൽ ആണ്ടു കിടക്കുന്ന മോസ്കോനഗരം, യുദ്ധത്തിന്റെ ആവരണത്തിനടിയിലാണെന്നും വൈമാനികരുടെ ഭാഷയിൽ "സന്നദ്ധതാനമ്പർ" എന്ന അവസ്ഥയിൽ–അതായത് ഏതു സമയത്തും ശത്രുവിനെ എതിരിടുവാൻ തയാറായി ഇരിക്കുന്ന അവസ്ഥയിൽ ആണെന്നും അയാൾ ഓർത്തില്ല. പാലത്തിന്റെ സമീപമുള്ള വീതിയേറിയ നിരത്തിൽ മണൽനിറച്ച വലിയ ചതുരമരത്തട്ടുകൾവെച്ച് മാർഗവിഘ്നാതം വരുത്തിയിട്ടുണ്ട്. ഒരു കുട്ടിക്കളിമേശയിൽ ഉപേക്ഷിച്ചിട്ടുപോയ കോണുകൾപോലെ പാലത്തിന്റെ നാലുമൂലകളിലുമായി കോൺക്രീറ്റുകൊണ്ടുണ്ടാക്കിയ 'ഫയർപോയിന്റുകൾ" പ്രാകാരഛിദ്രങ്ങൾക്കകത്ത് പൊന്തിനിന്നിരുന്നു. റെഡ്സ്ക്വയറിന്റെ മിനുത്ത റോഡിലുള്ള വീടുകളും മൈതാനങ്ങളും അങ്കണങ്ങളും വിവിധ വർണാങ്കിതങ്ങളായിരുന്നു. ഗോർക്കിനിരത്തിലെ പീടികജാലകങ്ങളിലെല്ലാം മണൽചാക്കുകൾ അട്ടിയിട്ടിരുന്നു. നിരത്തിലെല്ലാടവും കുട്ടികൾ ഉപേക്ഷിച്ചുപോയ കളിക്കോപ്പുകൾപോലെ റെയിലിന്റെ തുരുമ്പു പിടിച്ച പാളങ്ങൾകൊണ്ടുള്ള മാർഗവിഘ്നാതോപകരണങ്ങൾ ചിന്നിച്ചിതറിക്കിടന്നിരുന്നു. മുന്നണിയിൽനിന്നു വരുന്ന ഒരു പട്ടാളക്കാരന്–പ്രത്യേകിച്ച് മോസ്കോയിൽ ഇതിനു മുന്നിൽ വരാത്ത ഒരാൾക്ക് ഇതിലൊന്നും അസാധാരണമായി തോന്നുകയില്ല. അയാളെ ആശ്ചര്യപ്പെടുത്തുന്ന ഏകസംഗതി ഫ്യൂച്ചറിസ്റ്റുകാരുടെ വൃത്തികെട്ട പടങ്ങളെ അനുസ്മരിപ്പിക്കുന്ന വിധത്തിൽ, വീടുകളുടെ മുൻഭാഗത്തുള്ള വിചിത്രമായ ചായപ്പണിമാത്രമാണ്.

സാമാന്യം ക്ഷീണിച്ച മെരിസീവ്, കറപിറ ശബ്ദിക്കുന്ന ബൂട്ട്സുമായി കൂടെക്കൂടെ ഊന്നുവടിയിന്മേൽ ചാരി ഗോർക്കിത്തെരുവുവരെ

എത്തി. അയാൾ ചുറ്റും നോക്കി. ബോംബുവീണ കുഴികളോ പിളർപ്പുകളോ തകർന്ന വീടുകളോ ഉടഞ്ഞ ജനാലകളോ ശൂന്യസ്ഥലങ്ങളോ കാണാതിരുന്നതിൽ അയാൾ അത്ഭുതപ്പെട്ടു. പടിഞ്ഞാറുഭാഗത്തുള്ള ഒരു വിമാനത്താവളത്തിൽ പണിയെടുത്തുകൊണ്ടിരിക്കുമ്പോൾ തന്റെ വാസസ്ഥലത്തിന്റെ മുകളിൽകൂടി ജർമൻ വിമാനങ്ങൾ കൂട്ടംകൂട്ടമായി കിഴക്കോട്ടു പോയിക്കൊണ്ടിരിക്കുന്നത് അയാൾ ഓർത്തു. ഒന്നിന്റെ ശബ്ദം വിദൂരതയിൽ അമരുന്നതിനുമുമ്പുതന്നെ വേറെ ഒന്ന് ഉയർന്നു കേൾക്കാം. ചിലപ്പോൾ രാത്രി മുഴുവനും ഈ ശബ്ദം അന്തരീക്ഷത്തെപ്രകമ്പനം കൊള്ളിക്കാറുണ്ട്. ജർമൻകാർ പറക്കുന്നത് മോസ്കോയെ ലക്ഷ്യമാക്കിയാണെന്ന് ആ വൈമാനികർക്ക് അറിയാമായിരുന്നു. അവിടെ ഉണ്ടാകുവാനിടയുള്ള നാടകീയാവസ്ഥ അവർ മനസിൽ ചിത്രീകരിക്കുകയാണ്.

ഇപ്പോൾ സമരകാല മോസ്കോയിലൂടെ അലഞ്ഞു തിരിയുമ്പോൾ വ്യോമാക്രമണത്തിന്റെ വല്ല ലക്ഷണവും അവിടെ കാണാനുണ്ടോ എന്നയാൾ സൂക്ഷിച്ചുനോക്കി. പക്ഷേ യാതൊന്നുമില്ലായിരുന്നു. ആസ്ഫോളോയിഡ് പതിച്ച റോഡുകൾ കുണ്ടും കുഴിയുമില്ലാതെ തന്നെ കിടന്നിരുന്നു. കെട്ടിടങ്ങൾ വരിവരിയായിത്തന്നെ നിൽക്കുന്നുണ്ട്. കടലാസുകൾ വിലങ്ങനെ വെച്ചുപിടിപ്പിച്ച ജനവാതിലുകൾ പോലും അൽപ്പം ചില സമയങ്ങളിൽ ഒഴിച്ചു വൃത്തിയായിത്തന്നെ കിടന്നിരുന്നു. പക്ഷേ, ആഹവമേഖല അടുത്തുതന്നെയാണ്, പരിഭ്രാന്തരായ ജനതതിയുടെ മുഖഭാവംകൊണ്ട് അതു മനസിലാക്കാം. പൊടിയണിഞ്ഞ ബൂട്സും, വിയർപ്പുകൊണ്ട് ദേഹത്തിൽ ഒട്ടിപ്പിടിച്ചുകിടക്കുന്ന അടിക്കുപ്പായവും പിന്നിൽ കെട്ടിയിരിക്കുന്ന സഞ്ചിയുമായി നടക്കുന്ന പട്ടാളക്കാരായിരുന്നു പകുതിയിലധികംപേരും. ചതവുപറ്റിയ മഡ്ഗാഡും തകർന്ന മുഖച്ചില്ലുകളുമായി ഒരു കൂട്ടം പൊടിയണിഞ്ഞ ട്രക്കുകൾ ഇടത്തെരുവിൽനിന്നു സൂര്യപ്രകാശമുള്ള രാജവീഥിയിലേക്കു പാഞ്ഞുവന്നു. അതിലുള്ള പട്ടാളക്കാർ–വെള്ളംചോരാത്ത അവരുടെ തൊപ്പികൾ കാറ്റേറ്റുലയുന്നുണ്ടായിരുന്നു–ജിജ്ഞാസയോടെ ചുറ്റും നോക്കിക്കൊണ്ടിരിക്കുകയാണ്. ട്രോളികളേയും മോട്ടോർകാറുകളേയും സ്ട്രീറ്റ്കാറുകളേയും വെട്ടിച്ചുകൊണ്ട് അവർ കടന്നുപോയി, ശത്രു വിദൂരത്തിലല്ല എന്നതിന്റെ ലക്ഷണമായിരുന്നു അത്. ആർത്തിപൂണ്ട നയനങ്ങൾകൊണ്ട് അലക്സി അവരെ ഉറ്റുനോക്കിക്കൊണ്ടുനിന്നു. പൊടിയണിഞ്ഞ അതിലൊന്നിൽ ചാടിക്കയറിയാൽ വൈകുന്നേരമാകുമ്പോഴേക്കും യുദ്ധക്കളത്തിൽ സ്വന്തം വിമാനസങ്കേതത്തിൽ തനിക്ക് എത്താം. ആൻഡ്രി ഡെക്ടിറെങ്കോവുമായി പങ്കുചേർന്നുപയോഗിച്ചിരുന്ന ആ ഭൂഗർഭവസതിയും പൈൻമരത്തടികൾകൊണ്ടുണ്ടാക്കിയ പുരാതന രീതിയിലുള്ള വിളക്കിൽനിന്ന് പുറപ്പെടുന്ന പെട്രോളിന്റെ മണവും പൈൻമരത്തിന്റെ തീക്ഷ്ണഗന്ധവും, രാവിലെ ചൂടേൽക്കുന്ന എൻജിൻ ഉണ്ടാക്കുന്ന ശബ്ദവും, രാവും പകലും വിരാമമില്ലാതെ

ചലിച്ച് ഊഞ്ഞാലാടുന്ന പൈൻമരങ്ങളുടെ മർമരധ്വനിയും അയാളുടെ ഓർമയിൽ വന്നു. യഥാർഥത്തിൽ സുഖപ്രദമായ ഒരു വീടാണ് അത്. തണുപ്പും തറയിലെ ഈർപ്പവുംകൊണ്ട് വൈമാനികൻ നിരവധി പ്രാവശ്യം ശപിക്കുന്ന ആ വസതിയിലേക്ക് ഒന്നു മടങ്ങിയെത്തുവാൻ സാധിച്ചുവെങ്കിൽ! പുഷ്കിൻസ്മാരകത്തിന്റെ സമീപംവരെ അയാൾ കാലുകൾ വലിച്ചുവയ്ക്കുകയായിരുന്നു, തന്റെ വടിയിന്മേൽ ഊന്നി, ഷാപ്പു ജനവാതിലുകളിൽ വിൽപ്പനയ്ക്കു വെച്ചിരിക്കുന്ന സാധനങ്ങൾ പരിശോധിക്കുക എന്ന വ്യാജേന നിരവധി പ്രാവശ്യം ഇതിനിടയിൽ അയാൾ വിശ്രമിച്ചു. സ്മാരകത്തിനു ചുവട്ടിലുള്ള സൂര്യതാപമേറ്റ് പച്ച പിടിച്ചുകിടക്കുന്ന ഇരിപ്പിടത്തിൽ ആശ്വാസത്തോടെയാണ് അയാൾ ഇരുന്നത്–അല്ല ചെന്നുവീണത്! കൃത്രിമക്കാലിന്റെ വാറുതട്ടി കത്തിയെ രിയുന്നപോലെ വേദനിച്ചിരുന്ന കാലുകൾ അയാൾ നീട്ടിവെച്ചു. എത്ര ക്ഷീണിച്ചാലും ആഹ്ലാദം അയാളെ വിട്ടുമാറിയിരുന്നില്ല. പ്രകാശ പൂർണമായിരുന്നു ആ ദിനം. നിരത്തിന്റെ അങ്ങേയറ്റത്തെ കെട്ടിട ത്തിന്റെ മുകളിലായി കാണുന്ന പ്രതിമയുടെ മീതെ വിരിഞ്ഞുകിട ക്കുന്ന ആകാശം അനന്തമാണെന്നു തോന്നി. റോഡിനിരുഭാഗവും നിൽക്കുന്ന നാരകത്തരുക്കളുടെ വിടർന്ന പൂക്കളിൽനിന്ന് സുമധുരമായ നവപരിമളം വാരിവിതറിക്കൊണ്ട് ഒരു ഇളംകാറ്റ് പാഞ്ഞുനടന്നിരുന്നു. യാത്രാവണ്ടികൾ ആഹ്ലാദശബ്ദമുയർത്തിക്കൊണ്ട് കടന്നുപോയി. സ്മാരകത്തിന്റെ മുന്നിലുള്ള ചൂടുപിടിച്ച മണ്ണിൽ ഇരുന്നു കളിച്ചിരുന്ന കുട്ടികൾ ചടച്ചുവിളറിയിരുന്നുവെങ്കിലും അവരുടെ പൊട്ടിച്ചിരികൾ ഉന്മേഷദായകമായിരുന്നു. നിരത്തിൽ നിന്നു കുറച്ചകലെ ഒരു കയർവേ ലിക്കുള്ളിൽ ചൊടി തോന്നിക്കുന്ന പട്ടാളയൂണിഫോറം ധരിച്ച, അരു ണകപോലകളായ രണ്ടു പെൺകുട്ടികൾ കാവൽ നിന്നിരുന്ന, വെളുത്ത സിഗരറ്റാകൃതിയിലുള്ള ഒരു പ്രതിരോധ ബലൂൺ കാണാമായിരുന്നു. മോസ്കോനഗരത്തിന്റെ രാത്രികാവൽക്കാരനെപ്പോലെയല്ല, മൃഗശാല യിൽനിന്ന് രക്ഷപ്പെട്ട് വൃക്ഷങ്ങളുടെ ശീതളഛായയിൽ വിശ്രമിക്കുന്ന ഒരു നല്ല മൃഗത്തെപ്പോലെയാണ് ഈ സൈനികായുധം മെരിസീവിന് പ്രത്യക്ഷപ്പെട്ടത്. മെരിസീവ് കണ്ണടച്ചു തന്റെ പുഞ്ചിരിയൂറുന്ന മുഖം സൂര്യന്റെ നേർക്കു തിരിച്ചു.

ആദ്യമൊന്നും കുട്ടികൾ ഈ വൈമാനികനെ അത്ര ശ്രദ്ധിച്ചിരുന്നി ല്ല. മെരിസീവ് അവരെ കണ്ടപ്പോൾ ഓർമിച്ചത് 42–ാം നമ്പറിൽ വരാ റുള്ള കുരുവികളെയാണ്. അവരുടെ കലപില ശബ്ദത്തിനിടയിൽ അയാൾ പ്രകാശവും വഴിയിലെ ശബ്ദവും തന്റെ ദേഹം മുഴു വൻകൊണ്ട് ഉൾക്കൊള്ളുകയായിരുന്നു. തന്റെ കൂട്ടുകാരുടെ അടു ക്കൽനിന്ന് ഓടുകയായിരുന്ന ഒരു കൊച്ചുപയ്യൻ അലക്സിയുടെ നീട്ടി വെച്ച കാലിൽ തടഞ്ഞു മണലിൽ, മൂക്കുകുത്തി വീണു.

പെട്ടെന്ന് ഒരു നിമിഷനേരത്തേക്ക് അവന്റെ മുഖം കണ്ണുനീർ വരു ന്നതുപോലെ ചുളിഞ്ഞു. വീണ്ടും അതിൽ പരിഭ്രമവും അതിനെത്തു

ടർന്ന് ഭയവും പ്രത്യക്ഷമായി. കുട്ടി നിലവിളിച്ചുകൊണ്ട് ഓടി. ബാക്കി കുട്ടികൾ എല്ലാം അവന്റെ ചുറ്റുംകൂടി, ഇടയ്ക്കിടെ ഇടംകണ്ണിട്ട് ആ വൈമാനികനെ നോക്കി എന്തെല്ലാമോ പിറുപിറുത്തുകൊണ്ട് നിന്നു. പതുക്കെ അടിവെച്ച്, അടിവെച്ച്, അവർ അയാളെ സമീപിച്ചു, സ്വന്തം ചിന്തകളിൽ ലയിച്ചിരുന്നതിനാൽ അലക്സി ഈ രംഗമൊന്നും കണ്ട തേയില്ല. കണ്ണു തുറന്നപ്പോൾ ഒരുപറ്റം കുട്ടികൾ അത്ഭുതത്തോടും ഭയ ത്തോടുംകൂടി അയാളെത്തന്നെ നോക്കിക്കൊണ്ടുനിൽക്കുകയാണ്. അപ്പോഴാണ് അവർ പറയുന്നത് എന്താണെന്ന് അയാൾ കേട്ടത്.

'വിറ്റാമിൻ, നീ നുണ പറയുകയാണ്. തീർച്ചയായും അയാൾ ഒരു വൈമാനികനാണ്; ഒരു സീനിയർ ലഫ്റ്റനന്റ്." ഏഴു വയസു പ്രായ മുള്ള ഒരു ചടച്ച കുട്ടി പ്രസ്താവിച്ചു.

"ഞാൻ നുണ പറയുകയല്ല.' വിറ്റാമിൻ പ്രതിഷേധിച്ചു. "ഞാൻ ഇവിടെ മരിച്ചുവീഴട്ടെ-വാസ്തവമായും പയനീർ; അത് മരമാണ് ശരി ക്കുള്ളതല്ല മരമാണ് എന്നു തന്നെ ഞാൻ പറയുന്നു."

മെരിസീവിനു ഹൃദയത്തിൽ ഒരു കുത്തേറ്റപോലെ തോന്നി. പക ലിന്റെ പ്രഭ മങ്ങിപ്പോയോ! അയാൾ കുട്ടികളെ ഒന്നുനോക്കി. ആ നോട്ട മേറ്റ് അവർ ഭയചകിതരായി പിൻമാറി, എന്നാലും അവരുടെ നോട്ടം അയാളുടെ കാലിൽത്തന്നെ തറച്ചുനിന്നു.

കൂട്ടുകാരന്റെ പരിഹാസംകേട്ട വിറ്റാമിൻ ചൊടിച്ചുകൊണ്ടു പറ ഞ്ഞു. "നിങ്ങൾക്ക് ഇഷ്ടമാണെങ്കിൽ ഞാൻ അയാളോടു ചോദിക്കാം. എനിക്കു ഭയമുണ്ട് എന്നു വിചാരിക്കേണ്ട. ഇക്കാര്യത്തിൽ നമുക്കു വേണമെങ്കിൽ വാതുവയ്ക്കാം."

സാവധാനം ശ്രദ്ധയോടുകൂടി ആശുപത്രിജനലിൽ വന്നിരിക്കുന്ന ടോമിഗണ്ണറെപ്പോലെ, എന്തെങ്കിലും അപകടമുണ്ടായാൽ പായുവാൻ തയാറായി ആ കൊച്ചൻ കൂട്ടുകാരുടെ സമീപത്തുനിന്ന് നീങ്ങി പതുക്കെ മെരിസീവിന്റെ സമീപത്തേക്കു നടന്നു, മത്സരസ്ഥലത്ത് ഓടാൻ തയാറായി നിൽക്കുന്ന ഒരു ഓട്ടക്കാരനെപ്പോലെ അയാൾ ചോദിച്ചു.

"സീനിയർ ലഫ്: സഖാവേ, നിങ്ങൾക്ക് എന്തുജാതിക്കാലാണ് ഉള്ളത്. മരമോ അസലോ. നിങ്ങൾ ഒരു അവശഭടനാണോ."

കുരുവിയെപ്പോലുള്ള ആ പയ്യൻ വൈമാനികന്റെ കണ്ണുകൾ നിറ യുന്നതു കണ്ടു, മെരിസീവ് ചാടിയെഴുന്നേറ്റ് അലറിക്കൊണ്ട് സുവർണാക്ഷരങ്ങൾ കൊത്തിയ ആ വടിയുമോങ്ങി അവന്റെ നേർക്ക് ഓടിച്ചെന്നാൽപ്പോലും അവൻ ഇത്രമാത്രം അത്ഭുതപ്പെടുകയില്ലായിരു ന്നു. പക്ഷേ, ഒരു വൈമാനികൻ-ഒരു ലഫ്റ്റനന്റു കരയുകയോ! അവ ശത എന്ന് വാക്ക് താൻ ഉപയോഗിച്ചു. അത് ആ പട്ടാളക്കാരന് ഇത്രയ ധികം വേദന ഉണ്ടാക്കുമെന്ന് ഇപ്പോൾ ആ കുരുന്നു ഹൃദയത്തിൽ തോന്നുന്നതുപോലെ ആദ്യം അവൻ മനസിലാക്കിയിരുന്നില്ല. ആ കുട്ടി നിശബ്ദനായി മറ്റു കൂട്ടുകാരുടെ സമീപത്തേക്കു ഓടി. തേനിന്റെയും

ഉരുകിയ ആസഫ്ളോയിഡിന്റേയും മണമുയരുന്ന ആ തപ്തവായുവിൽ ലയിച്ചപോലെ കുട്ടികൾ അപ്രത്യക്ഷരായി.

ആരോ തന്റെ പേർ വിളിക്കുന്നത് അയാൾ കേട്ടു. അയാൾ പെട്ടെന്ന് ചാടിയെണീറ്റു. മുന്നിൽ അന്യൂത നിൽക്കുന്നുണ്ടായിരുന്നു. ഫോട്ടോയിൽ കണ്ടിടത്തോളം സുന്ദരിയല്ലെങ്കിലും വളരെ പെട്ടെന്ന് അയാൾക്ക് ആളെ മനസിലായി. അവളുടെ മുഖം വിളർത്തു ക്ഷീണിച്ചിരുന്നു അർദ്ധസൈനിക വേഷത്തിലായിരുന്നു അവൾ–അടിക്കുപ്പായം, മടമ്പുയർന്ന ഷൂസ്;പകുതിനിറം പോയ ഒരു പൈലറ്റ് ക്യാപ്പ് തലയിൽ വിശ്രമിച്ചിരുന്നു. അയാളെ വീക്ഷിച്ചിരുന്ന അൽപ്പം ഉന്തിയ, ആ ഹരിത നേത്രങ്ങളിൽ പ്രകാശവും ലാളിത്യവും ഓളംവെട്ടിയിരുന്നു. ഒരുമിച്ച് ഒരേമുറ്റത്ത് ചെറുപ്പംതൊട്ടേ ഓടിക്കളിച്ചു നടന്നിരുന്നവളാണ് അപരിചിതയായ ഈ പെൺകുട്ടി എന്നു തോന്നത്തക്കവിധം അവളിൽ അത്രവളരെ സൗഹൃദം പ്രസരിച്ചിരുന്നു.

കുറച്ചു നിമിഷങ്ങളോളം നിശബ്ദരായി അവർ അന്യോന്യം നോക്കിനിന്നു.

ഒടുവിൽ അവൾ പറഞ്ഞു. "ആകെ വ്യത്യസ്തമായ ഒരു രീതിയിലാണ് ഞാൻ നിങ്ങളെ ചിത്രീകരിച്ചിരുന്നത്." തികച്ചും ഉചിതമല്ലെന്ന് തോന്നിയ ഒരു പുഞ്ചിരി തന്റെ മുഖത്തുനിന്നും മാച്ചുകളയുവാൻ വൃഥാശ്രമപ്പെട്ടുകൊണ്ട് അയാൾ ചോദിച്ചു:

"പിന്നെ ഞാൻ എങ്ങനെയിരിക്കുമെന്നാണ് നിങ്ങൾ നിനച്ചത്."

"ശരി. എങ്ങനെയാണ് ഞാനതു പറയുക, അറിയില്ല. വീരോചിത ഭാവത്തിൽ, ഉയരംകൂടി, ശക്തനായി അങ്ങനെ....ഇതുപോലെ കനത്ത താടിയെല്ലുകൾ, വായിൽ ഒരു പൈപ്പ്....ഗ്രിഷ നിങ്ങളെപ്പറ്റി കുറെയേറെ എഴുതിയിരുന്നു."

"അതെ, നിങ്ങളുടെ ഗ്രിഷ അയാളൊരു ധീരനാണ്." അലക്സി ഇടയ്ക്ക് കയറിപ്പറഞ്ഞു.

അതുകേട്ട് ആ പെൺകുട്ടിയുടെ മുഖം പ്രസന്നമാകുന്നതുകണ്ട്, അതേസ്വരത്തിൽ. 'നിങ്ങളുടെ' എന്ന പദം കുറെക്കൂടി ഊന്നി അയാൾ തുടർന്നു: "നിങ്ങളുടെ ഗ്രിഷ ഒരു യഥാർഥമനുഷ്യനാണ്–ഞാനെന്തു നിസാരൻ! നിങ്ങളുടെ ഗ്രിഷ...അയാൾ തന്നെപ്പറ്റിയൊന്നും നിങ്ങളോടു പറഞ്ഞിട്ടില്ലെന്നു തോന്നുന്നു–അല്ലേ?"

"എന്താണെന്നറിയാമോ? അല്യോഷ–ഞാൻ നിങ്ങളെ അലോഷ്യ എന്നു വിളിക്കട്ടെ, അദ്ദേഹത്തിന്റെ എഴുത്തിൽ നിന്ന്, എനിക്കു പരിചിതമായതാണ് ആ പേര്–ഇവിടെ, മോസ്കോവിൽ വേറെ ജോലിയൊന്നും ഇല്ലല്ലോ? ഉവ്വോ? എന്നാൽ എന്റെകൂടെ വീട്ടിലേക്കുവരൂ. എന്റെ ഡ്യൂട്ടി കഴിഞ്ഞു. ഇന്നത്തെ ദിവസം മുഴുവൻ ഞാൻ സ്വതന്ത്രയാണ്–വരൂ വീട്ടിൽ കുറച്ചു വോഡ്കയുണ്ട്. നിങ്ങൾക്കത് ഇഷ്ടമാണോ? ഞാൻ അതുകൊണ്ട് സൽക്കരിക്കാം."

ഓർമയുടെ അടിത്തട്ടിൽനിന്ന്, ഒരു മിന്നൽപ്പിണർ പോലെ അല

ക്സിയുടെ കൺമുന്നിൽ മേജർ സ്റ്ററുക്കോവിന്റെ രൂപം ഉയർന്നുവന്നു. പരിഹാസസ്വരത്തിൽ അയാൾ പറയുന്നതായി തോന്നി-അങ്ങനെ വരട്ടെ! ഇപ്പോൾ മനസിലായോ? അവൾ എങ്ങനെയുള്ളവളാണെന്ന് . തനിയെ താമസം-വോഡ്ക-ഹാ, ഹാ' പക്ഷേ സ്റ്ററുക്കോവിന്റെ വാക്കിന് ഒരു വിലയുമില്ല. ഇനി എന്തുതന്നെ വന്നാലും അയാളതു വിശ്വസിക്കുവാനും പോകുന്നില്ല. വൈകുന്നേരംവരെ ഇനിയും സമയം ധാരാളം ഉണ്ടായിരുന്നതിനാൽ ചിരകാല സുഹൃത്തുക്കളെപോലെ സംസാരിച്ചുകൊണ്ട് അവർ ആ നിരത്തിൽകൂടെ നടന്നു. യുദ്ധത്തിന്റെ ആദ്യകാലത്ത് ഗ്വോസ്ഡേവിന്നു പിണഞ്ഞ ആപത്തിനെപ്പറ്റി വർണി ക്കുമ്പോൾ, ആ പെൺകുട്ടി കണ്ണുനീർ അടക്കുവാൻവേണ്ടി ചുണ്ടുകൾ ബലമായി കടിച്ചമർത്തുന്നതു കണ്ട് അലക്സിക്കു വളരെ സന്തോഷം തോന്നി. അയാളെക്കുറിച്ച് അവൾ എത്രമാത്രം അഭിമാനം കൊള്ളുന്നു! അയാളെപ്പറ്റി കൂടുതൽ കൂടുതൽ അറിയുവാൻ അവൾ കുത്തിക്കുത്തി യാണ് ചോദ്യങ്ങൾ ചോദിക്കുന്നത്. ഗ്വോസ്ഡേവ് സർട്ടിഫിക്കേറ്റ് അവൾക്ക് അയച്ചുകൊടുത്തുവെന്ന് പറഞ്ഞപ്പോൾ എന്തമർഷമായി രുന്നു ആ മുഖത്ത്. ഒരു മുന്നറിയിപ്പും കൊടുക്കാതെ, ഒരു കുറിപ്പോ മേൽവിലാസമോ ഇട്ടിട്ടുപോകാതെ എന്താണ് അയാൾ ഇത്രപെട്ടെന്ന് ഓടിപ്പോയത്! ഇതൊരു പട്ടാളരഹസ്യമാണോ? ഒരാൾ ഗുഡ്ബൈ പോലും പറയാതെ ഓടിപ്പോവുകയും പിന്നീട് ഒരു വാക്കുപോലും എഴു താതിരിക്കുകയും ചെയ്യുന്നത് എന്തു പട്ടാളരഹസ്യമാണ്!

"അപ്പോഴേ അന്ന് ആ ഫോണിൽ സംസാരിച്ചപ്പോൾ, ഗ്രിഷ താടി വളർത്തുന്നകാര്യം ഇത്ര ഊന്നിപ്പറഞ്ഞതെന്താണ്?" അന്യൂത ജിജ്ഞാ സയോടെ അയാളെത്തന്നെ നോക്കിക്കൊണ്ടു ചോദിച്ചു.

"അങ്ങനെ അറിയാതെ വായിൽനിന്നു ചാടിപ്പോയി. ഒരു വസ്തു വുമില്ല അതിൽ." ഒഴിഞ്ഞുമാറാനെന്നപോലെ അലക്സി പറഞ്ഞു.

"അല്ലല്ല, അത് എന്നോടു പറയൂ. അതു പറയുന്നതുവരെ ഞാൻ യാതൊരു സൈ്വര്യവും തരാൻ പോകുന്നില്ല. അതും ഒരു പട്ടാള രഹസ്യമാണോ?"

"ഓ, അത് ഒന്നുമില്ല അത്; ഓ, ഞങ്ങളുടെ പ്രൊഫസർ വാസിലി വാസിലോവിച്ച്, കൽപ്പിച്ചതാണ് ആ മരുന്ന്-എന്തിനെന്നാൽ, പെൺകു ട്ടികൾക്ക്-ഞാൻ ഉദ്ദേശിക്കുന്നത് ഒരു പെൺകുട്ടിക്ക്-അയാളെ കൂടു തൽ ഇഷ്ടമാകുമത്രെ!"

"ഓ, അതാണോ ഇപ്പോൾ എനിക്ക് എല്ലാം നല്ലപോലെ മനസിലായി."

പെട്ടെന്ന് ആ ഹരിതനയനങ്ങളിലെ പ്രകാശം മങ്ങി. അവൾക്ക് വയസായപോലെ തോന്നി. മുഖത്ത് വിളർച്ച കുറേക്കൂടി തെളിഞ്ഞുക ണ്ടു. സൂചികൊണ്ടു വരഞ്ഞപോലെ ഭംഗിയുള്ള നേരിയ ചുളിവുകൾ അവളുടെ നെറ്റിമേലും കടക്കണ്ണിലും വെളിപ്പെട്ടു. ജീർണിച്ച അടിക്കു പ്പായവും നിറംപോയ തൊപ്പിയും ധരിച്ചിരുന്ന അവൾ അത്യന്തം ക്ഷീണിച്ചുതളർന്നപോലെ തോന്നി. സൂക്ഷിച്ചുനോക്കിയാൽമാത്രം

കാണാവുന്ന മൃദുല രോമാവലിയോടുകൂടിയ നേർത്ത് പരിപുഷ്ടമായ ആ പാടലാധരങ്ങളും, മുകളിലെ ചുണ്ടിന്മേൽ അവ്യക്തമായി കാണാവുന്ന കാക്കപ്പുള്ളിയും മാത്രമേ അവൾക്കു ചെറുപ്പമാണ്, ഇരുപതുവയസുപോലും തികഞ്ഞിരുന്നില്ല എന്നു കാണിച്ചിരുന്നുള്ളൂ.

വലിയ ബംഗ്ലാവുകളിലെ തണലിൽ വീതിയേറിയ നിരത്തിൽകൂടെ കുറെ നടന്നുചെല്ലുമ്പോൾ ഒരു തിരിവുതിരിഞ്ഞാൽ കാണാവുന്ന ഇടവഴിയിൽകൂടെ പഴയ ജനവാതിലുകൾ നിറഞ്ഞ ഒരു കൊച്ചുവീടുകാണാം. അതുപോലെയുള്ള ഒരു വീട്ടിലാണ് അന്യൂത താമസിച്ചിരുന്നത്. പൂപ്പലിന്റെയും മണ്ണെണ്ണയുടെയും ഗന്ധം വമിക്കുന്ന ഒരു ഇടുങ്ങിയ ഗോവണിപ്പടിയിലൂടെ അവർ മുകളിലെത്തി. ഒരു ചെറിയ താക്കോൽകൊണ്ട് മുറിതുറന്നു. ഒരു പലവ്യഞ്ജനച്ചാക്കും കുറെ ടിന്നുകളും ചിതറിക്കിടക്കുന്ന ഇടനാഴികടന്ന് അവർ ഇരുട്ടിലൂടെ വിജനമായ അടുക്കളയിൽ കയറി, അവിടെനിന്ന് ഒരു ചെറിയ വരാന്തയിലൂടെ ഒരു കൊച്ചുമുറിയിൽ എത്തി. എതിരെയുള്ള വാതിൽ തുറന്ന് മെലിഞ്ഞുകുറിയ ഒരു വൃദ്ധ എത്തിനേക്കി.

"അന്ന ഡാനിലോവ്ന ഇതാ നിനക്ക് ഒരു എഴുത്തുണ്ട്." ആ യുവതിയും യുവാവും മുറിയിൽ എത്തുന്നതുവരെ ജിജ്ഞാസയോടെ അവരെ നോക്കിനിന്നശേഷം വൃദ്ധ അപ്രത്യക്ഷയായി.

അന്യൂതയുടെ പിതാവ് അവിടത്തെ ഒരു വിദ്യാലയത്തിലെ അധ്യാപകനായിരുന്നു. സ്ഥാപനം നീക്കം ചെയ്യപ്പെട്ടപ്പോൾ അന്യൂതയുടെ മാതാപിതാക്കന്മാരും സ്ഥലം വിട്ടു. ലിനൻകൊണ്ടുമൂടിയ മരസാമാനങ്ങൾ നിറഞ്ഞ രണ്ടു മുറി ആ പെൺകുട്ടിയുടെ അധീനതയിലാണ്. മരസാമാനങ്ങൾ, ജനലുകളിലും വാതിലുകളിലും തൂങ്ങിക്കിടന്നിരുന്ന പഴയ ശീലകൾ, ചുമരിന്മേലും പിയാനോവിലും വെച്ചിരുന്ന പടങ്ങൾ, പൂത്തട്ടുകൾ ഇവയിൽനിന്നെല്ലാം പൂപ്പലിന്റെ നേരിയ വാട പൊന്തിവന്നു.

"ഈ സ്ഥലം ഇത്ര വൃത്തികേടായിക്കിടക്കുന്നതു ക്ഷമിക്കണം. ഞാൻ ആശുപത്രിയിലെ സൈനികകേന്ദ്രത്തിലാണ് താമസം. യൂണിവേഴ്സിറ്റിയിൽനിന്ന് നേരെ പോയത് അങ്ങോട്ടാണ്. വല്ലപ്പോഴും മാത്രമേ ഇവിടെ വരാറുള്ളൂ." മേശവിരിയും അതിന്മേൽ തൂവിക്കിടന്നിരുന്ന സാധനങ്ങളും ധൃതിയിൽ എടുത്തുമാറ്റിക്കൊണ്ട്, അൽപ്പം ലജ്ജയോടെ അവൾ പറഞ്ഞു.

അവൾ മുറിയിൽ നിന്നു പുറത്തുപോയി വേഗം തിരിച്ചു വന്നു മേശവിരി നേരെയാക്കിയിട്ടു.

"അവസരം കിട്ടുകയാണെങ്കിൽത്തന്നെ, വളരെ ക്ഷീണിച്ചാണ് ഞാൻ ഇവിടെ എത്തുക. വസ്ത്രം മാറ്റുവാൻ പോലും മിനക്കെടാതെ ഞാൻ കട്ടിലിന്മേൽ വന്നു വീഴുകയാണ് പതിവ്. അതുകൊണ്ട് ഇതൊന്നും വൃത്തിയാക്കാൻ സമയം കിട്ടാറില്ല."

അൽപ്പം ചില നിമിഷങ്ങൾക്കുശേഷം ഇലക്ട്രിക് കെറ്റിൽ പാടാൻ തുടങ്ങി. ഒരു ചീനപ്പിഞ്ഞാണത്തിൽ വളരെ കുറച്ച് അരിഞ്ഞ കുറെ

അപ്പക്കഷണങ്ങൾ വച്ചിരുന്നു. പഞ്ചസാരപ്പാത്രത്തിന്റെ അടിയിൽ വളരെ ചെറുതായി കണ്ടിച്ച പഞ്ചസാരക്കട്ടകളും ഉണ്ടായിരുന്നു. കഴിഞ്ഞ നൂറ്റാണ്ടിന്റെ സന്തതിയാണെന്നു തോന്നുന്ന മരപ്പിടിയോടുകൂടിയ ചായസഞ്ചിക്കടിയിൽ ഒരു ചായപ്പാത്രവും വെച്ചിരുന്നു. യുദ്ധകാലത്തിനു മുമ്പുള്ള സമയത്തെ അനുസ്മരിപ്പിക്കുന്ന സുഖകരമായ വാസന അതിൽനിന്നും പൊന്തുന്നുണ്ടായിരുന്നു. മേശപ്പുറത്ത് നടുവിലായി രണ്ടു കനംകുറഞ്ഞ ഗ്ലാസുകളുടെ അകമ്പടിയോടുകൂടി ഇളംനീലനിറത്തിലുള്ള ദ്രാവകം നിറഞ്ഞ പൊട്ടിക്കാത്ത ഒരു കുപ്പിയും കാണപ്പെട്ടു.

മെരിസീവ്, വെൽവെറ്റുകൊണ്ടുമൂടിയ ഒരു കുഴിഞ്ഞ കൈക്കസേരയിലാണ് ഇരുന്നത്. വെൽവെറ്റുറയുടെ വിടവിൽക്കൂടി, ഉള്ളിൽ നിറച്ചിരുന്ന സാധനങ്ങൾ അവിടവിടെയായി എത്തിനോക്കിയിരുന്നു. അവ മറയ്ക്കണമെന്ന ഉദ്ദേശ്യത്തോടെ, കസേരയുടെ പിന്നിലും സീറ്റിലുമായി വെച്ചുപിടിപ്പിച്ചിരുന്ന തൊങ്ങലുള്ള രോമത്തുണിക്ക് അവ മൂടിവയ്ക്കാൻ കഴിവുണ്ടായിരുന്നില്ല. പക്ഷേ കസേരയിൽ ഇരിക്കുന്നവന് ഒരാലിംഗനസൗഖ്യം ഉണ്ടാകത്തക്കവിധം അത് അത്ര വളരെ സുഖപ്രദമായിരുന്നു. അതിൽ ചാരിയിരുന്ന് അലക്സി തന്റെ ക്ഷീണംപറ്റിയ, വേദനിക്കുന്ന കാലുകൾ നീട്ടി.

അയാളുടെ അരികെ വെച്ചിട്ടുള്ള ഒരു പൊക്കംകുറഞ്ഞ സ്റ്റൂളിൽ ഇരുന്ന് അന്യൂത ഒരു സ്കൂൾകുട്ടിയെപ്പോലെ അയാളുടെ മുഖത്തേക്കുതന്നെ ഉറ്റുനോക്കിക്കൊണ്ട്, വീണ്ടും ഗ്രിഷയെപ്പറ്റിയുള്ള സംഭാഷണമാരംഭിച്ചു. പെട്ടെന്ന് താൻ ആതിഥേയയാണെന്ന വിചാരം ഉദിച്ചപ്പോൾ സ്വയം കുറ്റപ്പെടുത്തിക്കൊണ്ട് അവൾ അലക്സിയെ മേശയ്ക്കരികിലേക്കു ക്ഷണിച്ചു.

"ഒരു ഗ്ലാസ്സു കുടിക്കുന്നുവോ. ഗ്രിഷ എന്നോടു പറഞ്ഞിരിക്കുന്നത് ടാങ്കുകാരും നിശ്ചയമായും–വൈമാനികരും....."

അവൾ ഒരു ഗ്ലാസ് അലക്സിയുടെ സമീപത്തേക്കു നീക്കിവെച്ചു. അകത്തേക്കു ചെരിഞ്ഞുകിടക്കുന്ന അരുണകിരണങ്ങൾ തട്ടി വോഡ്കയുടെ നീലിമ വെട്ടിത്തിളങ്ങി. വിദൂരമായ ഒരു കാട്ടിലെ വിമാനത്താവളം, ഓഫീസർമാരുടെ ഭക്ഷണശാല, രാത്രി ആഹാരസമയത്ത് കിട്ടുന്ന 'ഫ്യൂവൽ റേഷൻ' വിതരണത്തെത്തുടർന്ന് പൊങ്ങുന്ന അഹ്ലാദാരവം ഇവയുടെയെല്ലാം സ്മരണ ഈ മദ്യഗന്ധം അയാളിൽ അങ്കുരിപ്പിച്ചു. മറ്റെ ഗ്ലാസ് ഒഴിഞ്ഞുതന്നെ ഇരിക്കുന്നതുകണ്ട് അയാൾ ചോദിച്ചു.

"നിങ്ങൾക്കു വേണ്ടേ?"

"ഞാൻ കുടിക്കുകയില്ല."

"പക്ഷേ, നമുക്കു ഗ്രിഷക്കു വേണ്ടി കുടിക്കാം."

പെൺകുട്ടി ചിരിച്ചു. നിശബ്ദമായി അവൾ തന്റെ ഗ്ലാസ് നിറച്ചു, അതിന്റെ കനംകുറഞ്ഞ പിടിയിൽ പിടിച്ച്, ചിന്താഗർഭമായ നോട്ടത്തോടെ അലക്സിയുടെ ഗ്ലാസുമായി കൂട്ടിമുട്ടിച്ചു.

“ഇത് അദ്ദേഹത്തിന്റെ ആരോഗ്യത്തിനുവേണ്ടി” അതുംപറഞ്ഞ് ഗ്ലാസ് ഉയർത്തി, ഒരൊറ്റ വലിക്ക് അവൾ അതും അകത്താക്കി,തുമ്മാനും ചുമയ്ക്കാനും തുടങ്ങി. അവളുടെ മുഖം രക്തവർണമായി; അവൾക്ക് ശ്വാസം കഴിക്കുവാൻ കൂടി പ്രയാസമായി.

കുറെ അധികം കാലമായി വോഡ്ക കഴിക്കാതിരുന്ന അലക്സിക്ക്, ആ പാനീയം തന്റെ തലയ്ക്കകത്തു കയറി, ദേഹം മുഴുവനും ചൂടുപിടിപ്പിക്കുന്നതുപോലെതോന്നി. അയാൾ വീണ്ടും ഗ്ലാസ്സുകൾ നിറച്ചു. പക്ഷേ അന്യൂത നിശ്ചയദാർഢ്യത്തോടെ തല ആട്ടിക്കൊണ്ട് പറഞ്ഞു.

“ഇല്ല, ഇല്ല, ഞാൻ കുടിക്കുന്നില്ല. കണ്ടില്ലേ എന്താണ് ഉണ്ടായതെന്ന്.”

“പക്ഷേ എന്റെ നന്മയ്ക്കുവേണ്ടി കുടിക്കുകയില്ലേ” അലക്സി ചോദിച്ചു. “അന്യൂതേ, എനിക്കു എത്രമാത്രമാണ് ഭാഗ്യം വേണ്ടതെന്ന് നിങ്ങൾ അറിഞ്ഞിരുന്നുവെങ്കിൽ.”

ഗൗരവത്തോടുകൂടി അയാളെ നോക്കിക്കൊണ്ട് അവൾ ഗ്ലാസ് ഉയർത്തി, ഒരു പുഞ്ചിരിയോടെ തലകുലുക്കി, പിന്നീട് അയാളുടെ കൈമുട്ടുകൾ പിടിച്ചമർത്തിക്കൊണ്ട് അവൾ ഗ്ലാസിൽ ഒഴിച്ചു, വീണ്ടും തുമ്മാനും ചീറാനും തുടങ്ങി. അവസാനം ശ്വാസം കിട്ടിയപ്പോൾ അവൾ പറഞ്ഞു.

“ഞാൻ എന്താണ് ഈ ചെയ്യുന്നത്! അതും 24 മണിക്കൂർ നേരത്തെ കഠിനമായ അധ്വാനത്തിനുശേഷം. ഇതു നിങ്ങൾക്കുവേണ്ടി മാത്രമാണ് ഞാൻ കഴിച്ചത് അലോഷ്യ. ഗ്രിഷ നിങ്ങളെക്കുറിച്ച് ഒരുപാട് എഴുതിയിട്ടുണ്ട്. ഞാൻ നിങ്ങൾക്ക് മംഗളമാശംസിക്കുന്നു. വളരെ നിശ്ചയമായും നിങ്ങൾക്ക് സർവ സൗഭാഗ്യങ്ങളും ഉണ്ടാകും. എനിക്കത് അറിയാം, തീർച്ചയായും അറിയാം-ഞാൻ പറയുന്നത് കേൾക്കുന്നുണ്ടോ? എനിക്ക് അറിയാം.” അവൾ ഉല്ലാസവതിയായി പൊട്ടിപ്പൊട്ടി ചിരിച്ചു. “ഇതാ കുറച്ചു റൊട്ടികൂടെ തിന്നൂ. നാണിക്കേണ്ട. എന്റെ കൈയിൽ ഇനിയും ഉണ്ട്. ഇത് ഇന്നലത്തേതാണ്. ഇന്നത്തേത് ഇതുവരെ കിട്ടിയിട്ടില്ല.” കടലാസുപോലെ കനംകുറച്ച് മുറിച്ച അപ്പക്കഷണങ്ങൾ അടങ്ങിയ പ്ലേറ്റ് അവൾ അയാളുടെ സമീപത്തേക്ക് നീക്കിക്കൊടുത്തു.

“കഴിച്ചോളൂ കഴിക്കൂ, വിഡ്ഢിക്കുട്ടി. അല്ലെങ്കിൽ നിങ്ങൾക്കു തല തിരിയും, പിന്നെ ഞാൻ നിങ്ങളേയുംവെച്ചു എന്തുചെയ്യും.”

അലക്സി അപ്പപാത്രം നീക്കിവെച്ചു. അന്യൂതയുടെ ഹരിതച്ഛവി കലർന്ന നയനങ്ങളിലേക്കും, കടുംചുവപ്പുനിറമായ ചുണ്ടുകളിലേക്കും ഉറ്റുനോക്കിക്കൊണ്ട് അയാൾ ചോദിച്ചു.

“ഞാൻ ഇപ്പോൾ നിങ്ങളെ ഒന്നു ചുംബിക്കുകയാണെങ്കിൽ എന്തു ചെയ്യും.”

പെട്ടെന്നു ഭയചകിതയായി അവൾ അയാളെ നോക്കിയെങ്കിലും അടുത്ത ക്ഷണത്തിൽ അവൾ തന്റേടമവലംബിച്ചു. അവളുടെ കണ്ണിൽ ഇപ്പോൾ ദേഷ്യത്തിനുപകരം പ്രകടമായത് അമ്പേഷണവും നിരാശയു

മാണ്. ഒരു നിമിഷത്തിനുമുമ്പു വിദൂരതയിൽ രത്നംപോലെ വെട്ടിത്തിളങ്ങിയിരുന്ന ഒരു വസ്തു വെറും കുപ്പിച്ചില്ലുമാത്രമാണെന്ന് അറിയുമ്പോൾ ഉണ്ടാകുന്നതുപോലെ.

“ഞാൻ നിങ്ങളെ മുറിയിൽനിന്നു വെളിയിലാക്കും, എന്നിട്ട് ഗ്രിഷയ്ക്ക്, അദ്ദേഹം മനുഷ്യരെ മനസിലാക്കുന്ന കാര്യത്തിൽ തീരെ പ്രാപ്തിയില്ലാത്ത വിധികർത്താവാണെന്ന് എഴുതി അയയ്ക്കും.” അവൾ മരവിച്ച ഒരു സ്വരത്തിൽ പറഞ്ഞു. ഒന്നുകൂടി ആ പ്ലേറ്റ് അയാളുടെ മുന്നിലേക്ക് നീട്ടിക്കൊണ്ടവൾ നിർബ്ബന്ധപൂർവം പറഞ്ഞു. “എന്തെങ്കിലും തിന്നൂ. നിങ്ങൾക്കു മത്തുപിടിച്ചിരിക്കുന്നു.” മെരിസീവിന്റെ മുഖത്തൊരു പ്രകാശം വീശി.

“നിങ്ങൾ പറഞ്ഞതു ശരിയാണ്. വളരെ നന്ദി നിങ്ങളുടെ തല ശരിക്കുതന്നെയാണ് ഉറപ്പിച്ചിരിക്കുന്നത്. ചെമ്പടയുടെ പേരിൽ ഞാൻ നിങ്ങളോട് നന്ദി പറയുന്നു. ഞാൻ ഗ്രിഷയ്ക്ക് എഴുതും. ആളുകളെ മനസിലാക്കുന്ന കാര്യത്തിൽ അയാൾ അതിവിദഗ്ദ്ധനാണ് എന്ന്.”

അവർ മൂന്നുമണിവരെ വർത്തമാനം പറഞ്ഞിരുന്നു. പൊടിയണിഞ്ഞ സൂര്യകിരണങ്ങൾ വാതിലിൽക്കൂടെ ചെരിഞ്ഞു കടക്കാൻ തുടങ്ങി. അലക്സിക്കു പോകേണ്ട തീവണ്ടിയുടെ സമയമടുത്തു. മനസില്ലായ്മയോടും വ്യസനത്തോടുംകൂടിയാണ് അയാൾ ആ പച്ച വെൽവറ്റ് കസേരയിൽനിന്ന് എഴുന്നേറ്റത്. അതിൽ നിറച്ചിരുന്ന സാധനത്തിൽ കുറേ അയാളുടെ കോട്ടിൽ പറ്റിയിരുന്നു. അന്യൂത സ്റ്റേഷൻവരെ അയാളെ അനുഗമിച്ചു. കൈപിടിച്ചുകൊണ്ടവർ നടന്നു. കുറച്ചുനേരം വിശ്രമിച്ചതിനാൽ വളരെ സ്വസ്ഥതയോടെ നടക്കുന്ന അലക്സിയെ കണ്ടപ്പോൾ; തന്റെ സുഹൃത്തിനു പാദങ്ങളില്ല എന്നു ഗ്രിഷ എഴുതിയിരുന്നത് നേരംപോക്കായിരുന്നോ എന്ന് അവൾ സ്വയം ചോദിച്ചു. അവളും മറ്റു വൈദ്യവിദ്യാർഥികളും പണിയെടുക്കുന്ന, രോഗികളെ തരംതിരിക്കുന്ന പ്രാഥമികാശുപത്രിയേക്കുറിച്ചവർ സംസാരിച്ചു. ഇപ്പോൾ പണിത്തിരക്ക് അധികമാണ്. തെക്കൻ സമരമേഖലയിൽനിന്നു തീവണ്ടിയിൽ മുറിവേറ്റവരെ കൊണ്ടുവന്ന് അവിടെ തള്ളുകയാണ്. എന്തത്ഭുതജീവികളാണ് അവർ! എത്ര ശാന്തരായാണ് അവർ വേദന സഹിക്കുക! പകുതി പറഞ്ഞ ഒരു വാചകം, പെട്ടെന്ന് നിർത്തിക്കൊണ്ടവൾ ചോദിച്ചു.

“അപ്പോൾ ഗ്രിഷ താടി വളർത്തുന്നതിനെപ്പറ്റി പറഞ്ഞത് ഗൗരവമായിട്ടു തന്നെയാണ് അല്ലേ!” കുറച്ചു നേരത്തേക്കു വിഷാദവിവശയായി മൗനമവലംബിച്ചു നിന്നതിനുശേഷം അവൾ തുടർന്നു.“ഇപ്പോൾ എനിക്ക് എല്ലാം മനസിലാകുന്നുണ്ട്. എന്റെ പിതാവിനോടു പറഞ്ഞതുപോലെ തന്നെ സത്യമാണ് ഞാൻ നിങ്ങളോടും പറയുന്നത്. ആദ്യമാദ്യം ആ പൊള്ളിയ പാടുകളിലേക്ക് എനിക്ക് നോക്കാൻ വയ്യായിരുന്നു; സഹിക്കുവാൻ വയ്യായിരുന്നു. അതുമല്ല അതിനുള്ള ശരിയായ വാക്ക്, എനിക്കു തോന്നുന്നത് ഞാൻ ഭയപ്പെട്ടിരുന്നു എന്നാണ്–അല്ല–

അല്ല–അതുമല്ല–എനിക്കറിയാൻ വയ്യ എങ്ങനെയാണത് വിവരിക്കേണ്ട തെന്ന് എന്നെ മനസിലാക്കുവാൻ സാധിക്കുമോ, ഒരുപക്ഷേ, ഞാൻ ചെയ്തത് ശരിയല്ലായിരിക്കാം. എനിക്കു നിവൃത്തിയുണ്ടായിരുന്നില്ല. പക്ഷേ, എന്റെ സമീപത്തുനിന്ന് ഓടിപ്പോകുക; വിഡ്ഢിക്കുട്ടി. ഈശ്വരാ എന്തൊരു വിഡ്ഢിത്തമാണത്. ആ പെരുമാറ്റം കൊണ്ട് എനിക്ക് വളരെ അധികം വിഷമം, സങ്കടം ഉണ്ടെന്ന് അദ്ദേഹത്തിന് ഇനി എഴുതുമ്പോൾ പറയണം കേട്ടോ"

ആ വലിയ റെയിൽവേ സ്റ്റേഷന്റെ സാമാന്യം മുഴുവൻ ഭാഗവും പട്ടാളക്കാരെക്കൊണ്ടു നിറഞ്ഞിരിക്കുകയായിരുന്നു. ചിലർ നിശ്ചിത മായ കാര്യത്തിനുവേണ്ടി ധൃതിയിൽ പോകുന്നവരായിരുന്നു. മറ്റു ചിലർ ഒരേയൊരു വിചാരത്തോടെ വാടിയ മുഖവുമായി, ചുമരിന്നരികി ലും, 'കിറ്റ്ബാഗി'ന്മേലും ചിലർ വെറും നിലത്തു നിശബ്ദരായും ഇരി ക്കുകയാണ്. ആദ്യകാലത്ത് പടിഞ്ഞാറൻദിക്കുമായി ബന്ധിക്കപ്പെട്ടി രുന്ന ഏക മാർഗമായിരുന്നു ഇത്. ഇന്ന് മോസ്കോയിൽ നിന്നു 90 കിലോമീറ്റർ അകലെവച്ച് പടിഞ്ഞാറൻ ഭാഗത്തേക്കുള്ള ബന്ധം ശത്രു ക്കൾ വിച്ഛേദിച്ചിരിക്കുകയാണ്. ശേഷിച്ച ദൂരത്തിൽ ഇപ്പോൾ സൈനിക വണ്ടികൾ മാത്രമേ ഓടുന്നുള്ളൂ. രണ്ടു മണിക്കൂറുകൊണ്ട് തലസ്ഥാന ത്തുനിന്ന്, അവിടെ നിരോധനം നടത്തുന്ന രണ്ടാം പടയുടെ അതാതു വിഭാഗത്തിലേക്ക് അവർക്ക് എത്തിച്ചേരാം, അര മണിക്കൂർ കൂടുമ്പോൾ ഓരോ ഇലക്ട്രിക് ട്രെയിൻ പരിസരങ്ങളിൽ താമസിക്കുന്ന തൊഴിലാളി കളേയും പാല്; പഴങ്ങൾ, പച്ചക്കറി, കൂണ് മുതലായ കൊണ്ടുവരുന്ന കർഷക വനിതകളേയും അവിടെ ഇറക്കിവിടാറുണ്ട്. ഈ വായാടികൾ കുറേനേരം അവിടെ തിക്കും തിരക്കും ഉണ്ടാക്കി നിറഞ്ഞുനിന്നതിനു ശേഷം, വീണ്ടും നിരത്തുകളിലേക്ക് ഒഴുകും. അങ്ങനെ സ്റ്റേഷൻ പരി സരം വീണ്ടും പട്ടാളക്കാരുടേതുമാത്രമാവും.

വലിയ ഹാളിൽ തട്ടുമുട്ടത്തക്കവിധം ജർമൻ സോവിയറ്റ് പടനിര യുടെ ഒരു ഭൂപടം തൂക്കിയിട്ടിരിക്കുന്നു. മിലിറ്ററി യൂണിഫോം ധരിച്ച, തടിച്ചു ചുകന്ന കവിൾത്തടങ്ങളോടു കൂടിയ ഒരു പെൺകുട്ടി, ഒരു ഗോവണിയിന്മേൽ കയറിനിന്ന് സോവിയറ്റ് വാർത്താവിതരണബ്യൂറോ വിന്റെ ഏറ്റവും പുതിയ വാർത്തയടങ്ങുന്ന ഒരു പത്രം നിവർത്തിപ്പിടിച്ച്, മൊട്ടുസൂചികളോടു ബന്ധിച്ചിരിക്കുന്ന ഒരു ചരടുകൊണ്ട് യുദ്ധം നട ക്കുന്ന സ്ഥലം അടയാളപ്പെടുത്തുന്നുണ്ട്.

ഭൂപടത്തിന്റെ അടിയിലായി ചരട് വലത്തോട്ട് ഒന്നു തിരിഞ്ഞു. തെക്കൻഭാഗങ്ങളിലാണ് ഇപ്പോൾ ജർമൻ ആക്രമണം നടത്തുന്നത്. "ഇസാംബാർവെൻങ്കോവ്" വഴിയിലൂടെ അവർ ആക്രമിച്ചുകടന്നിരി ക്കുന്നു. അവരുടെ ആറാം പടനിര ഗ്രാമത്തിന്റെ ഹൃദയത്തിലേക്കു തന്നെ ലക്കില്ലാതെ ആപ്പ് അടിച്ചുകയറ്റിയിരിക്കുകയാണ്. അവർ ഡോൺ നദീതടത്തിന്റെ നീല ഞരമ്പുകളിലേക്ക് പാഞ്ഞുകയറിക്കഴി ഞ്ഞിരിക്കുന്നു. ആ യുവതി ഡോൺനദിയുടെ വരയിൽ ചരടു ഘടിപ്പി

ച്ചു. അതിന്റെ അരികിലൂടെ വോൾഗയുടെ നനുത്ത ഞരമ്പ് ഓടുന്നുണ്ട്. ഒരു വലിയ വൃത്തംകൊണ്ട് സ്റ്റാൻലിൻഗ്രാഡും, ഒരു ചെറിയ കുത്തു കൊണ്ട് ക്യാംഷീനും അടയാളപ്പെടുത്തിയിരിക്കുന്നു. ഡോൺവരെ എത്തിയിരിക്കുന്ന ശത്രു ആർട്ടറിയുടെ സമീപത്തേക്ക് ചരിത്രപ്രധാന മായ ആ നഗരങ്ങളിലേക്ക് അടിച്ചുകയറുകയാണ് എന്നത് വ്യക്തമാണ്. നിശബ്ദമായി ഒരു വലിയ ജനക്കൂട്ടം അവരുടെ മീതെയായി കോണിപ്പ ടിയിന്മേൽ ഉയർന്നു നിന്നിരുന്ന, ആ യുവതിയുടെ തുടുത്ത കൈ സൂചി മാറ്റുന്നതും നോക്കി ശ്രദ്ധിച്ചുനിന്നു. ചുമലിൽനിന്നു കുത്തനെ വീണു കിടക്കുന്ന ഉലയാത്ത ഓവർക്കോട്ട് ധരിച്ച ഒരു യുവസേനാനി വിഷാദ ചിന്തയോടെ പറഞ്ഞു:

"ഈ തന്തയില്ലാത്തവന്മാർ തള്ളിക്കയറുകയാണല്ലോ. കർത്താ വേ......... എന്തൊരു ക്രൂരമായ ഇരമ്പിക്കയറ്റമാണിത്!" നരച്ച മീശയും മെഴുക്കുപുരണ്ട തൊപ്പിയും ഉള്ള നീണ്ടുചടച്ച ഒരു റെയിൽവേജീവന ക്കാരൻ മുഖംവീർപ്പിച്ചു പട്ടാളക്കാരനെ നോക്കിക്കൊണ്ടു മുരണ്ടു.

"അവർ മുന്നേറുകയാണത്രേ. നിങ്ങൾ എന്തിന് അവരെ അത് ചെയ്യാൻ അനുവദിക്കുന്നു? അവരിൽനിന്ന് പിൻതിരിഞ്ഞാൽ അവർ മുന്നേറുകതന്നെ ചെയ്യും. നിങ്ങൾ പട്ടാളക്കാർ എന്തു സമർഥർ! നോക്കൂ അവർ എവിടെവരെ എത്തിയെന്ന്. വോൾഗമാതാവിന്റെ അടു ത്തുവരെയായി." വേദനയും വ്യസനവും ആ സ്വരത്തിൽ മുറ്റിനിന്നിരു ന്നു. മാപ്പുനൽകാൻ വയ്യാത്ത ഒരു തെറ്റുചെയ്ത മകനെ കുറ്റംപറയുന്ന ഒരു പിതാവിന്റെ ഭാവമായിരുന്നു അയാളുടേത്.

പട്ടാളക്കാരൻ ചുറ്റുംനോക്കി, കോട്ട് തോളിൽനിന്ന് വീഴാതിരി ക്കുവാൻ ചുമൽ ഒന്നു കുലുക്കി ജനക്കൂട്ടത്തിനിടയിലൂടെ പുറത്തേക്ക് പോകാൻ വഴിയുണ്ടാക്കി.

"നിങ്ങൾ പറയുന്നത് ശരിയാണ്. നമുക്കു കുറെ അധികം ഭൂമി നഷ്ടപ്പെട്ടുപോയിട്ടുണ്ട്" തല നല്ലപോലെ കുലുക്കിക്കൊണ്ട് വേറൊരു ത്തൻ പറഞ്ഞു.

ഒരു സ്കൂൾ മാസ്റ്ററോ നാട്ടുവൈദ്യനോ ആകാവുന്ന, ക്യാൻവാസു കോട്ടുധരിച്ച ഒരാൾ പട്ടാളക്കാരനെ പിൻതാങ്ങിക്കൊണ്ട് പറഞ്ഞു:

"എന്തിനാണ് അയാളെ കുറ്റംപറയുന്നത്. കുറ്റം അയാളുടേ താണോ? അവരിൽ എത്രപേർ ഇതിനകം മൃതിയടഞ്ഞു. നമുക്കെതിരെ തള്ളിവരുന്ന സൈന്യത്തെ ഒന്നു നോക്കൂ! യൂറോപ്പു മുഴുവൻ അതിലു ണ്ട്. പോരാത്തതിനു പീരങ്കിയും. ഇത്രവലിയ ശക്തിയെ എങ്ങനെ പെട്ടെന്നു ചെറുത്തു നിൽക്കും! വാസ്തവത്തിൽ ഈ മോസ്കോയി ലൂടെ നാം ജീവനും സ്വത്തും നഷ്ടപ്പെടാതെ നടക്കുവാൻ ഇടവരുത്തു ന്നതിനു മുട്ടുമടക്കി ആ കുട്ടിയെ തൊഴുകയാണ് വേണ്ടത്. നോക്കൂ ഒരാഴ്ചകൊണ്ട് ആ ജർമൻകാർ ടാങ്കുകൾ ഉപയോഗിച്ച് എത്രരാജ്യങ്ങ ളെയാണ് തട്ടിത്തകർത്തത്. നാം ഒരു കൊല്ലമായി സമരംചെയ്തു തുട ങ്ങിയിട്ട്. ഇപ്പോഴും അവരെ എതിർക്കുകയാണ്. എത്രയെത്ര ജീവൻ

നാം ബലികഴിച്ചു! ലോകം മുഴുവൻ ആ കുട്ടിയുടെ മുന്നിൽ മുട്ടുമടക്കണം. പക്ഷേ, നിങ്ങൾ പുറം രക്ഷിച്ചുകൊണ്ടു നടക്കുന്നു.

"എനിക്കറിയാം, എനിക്കറിയാം. ദൈവത്തെ വിചാരിച്ച് എന്നെപ്പറ്റി പ്രചരണം നടത്തരുതേ. എന്റെ മനസിന് അതിനെകുറിച്ച് ബോധമുണ്ട്. അതിനാൽ എന്റെ ഹൃദയം വേദനകൊണ്ട് പൊട്ടാറായിരിക്കുന്നു" റെയിൽവേ ജീവനക്കാരൻ മൗഢ്യത്തോടെ മറുപടി പറഞ്ഞു. "ജർമൻകാരൻ ചവിട്ടിമെതിക്കുന്നത് നമ്മുടെ നാടാണ്, ചുട്ടെരിക്കുന്നത് നമ്മുടെ വീടുകളാണ്."

മാപ്പിന്റെ തെക്കുഭാഗത്തേക്ക് ചൂണ്ടിക്കാണിച്ചുകൊണ്ട് അന്യൂത ചോദിച്ചു.

"അദ്ദേഹം അവിടെയാണോ?"

"അതേ, അവളും അവിടെയാണ്." അലക്സി മറുപടി പറഞ്ഞു,

വോൾഗയുടെ തിരിവിന്റെ വലതുഭാഗത്തു സ്റ്റാലിൻ ഗ്രാഡിന്റെ മുകളിലായി ക്യാംഷീൻ എന്നെഴുതിയ ഒരു ചെറിയ ചിഹ്നം അയാൾ കണ്ടു. അയാളെ സംബന്ധിച്ച് അതിന് മാപ്പിലെ ഒരു ചിഹ്നത്തെക്കാൾ കവിഞ്ഞ പ്രത്യേകതയുണ്ടായിരുന്നു. ഒരു ചിത്രം അയാളുടെ കൺമുന്നിൽ ഉയരുകയാണ്. പച്ചപിടിച്ച ഒരു ചെറിയ പട്ടണം, പുല്ലണിഞ്ഞ തെരുവുകൾ, പൊടിയണിഞ്ഞു മിനുങ്ങുന്ന ഇലകൾ, മർമരം പുറപ്പെടുവിക്കുന്ന പോപ്ലാർ മരങ്ങൾ, ചുള്ളിക്കമ്പുകൾകൊണ്ടു വേലികെട്ടിയ പച്ചക്കറിത്തോട്ടങ്ങളിൽനിന്ന് ഉയരുന്ന പൊടിയുടെയും പെരുംജീരകത്തിന്റെയും ഓമച്ചെടിയുടെയും വാസന, മത്തക്കൃഷിപ്പാടങ്ങളിലെ വരണ്ട മണ്ണിൽ ഉണങ്ങിയ ഇലകൾക്കിടയിൽ ആരോ വിതറിയിട്ട പോലെ കിടക്കുന്ന വരയൻ തണ്ണിമത്തങ്ങ, "വോംവുഡി"ന്റെ വാസന നിറഞ്ഞ പുൽത്തകിടിയിൽനിന്ന് ആഞ്ഞടിക്കുന്ന കാറ്റ്, വർണനാതീതമായ വിധത്തിൽ വിലസിത്തിളങ്ങുന്ന നദീജലവിതാനം, വെയിലേറ്റു ചെമ്പിച്ച ദേഹവും ഊതനിറത്തിലുള്ള നയനങ്ങളും ഉള്ള രമണീയമായ ആ പെൺകുട്ടി–നിസഹായതയോടെ സംഭ്രമംപൂണ്ടു, തല നരച്ച തന്റെ മാതാവ്......

"അവർ രണ്ടുപേരും അവിടെയാണ്." അയാൾ ആവർത്തിച്ചു.

II

മോസ്കോ പരിസരങ്ങളിലൂടെ തന്റെ ചങ്ങലകൾ കിലുക്കിക്കിലുക്കി, കോപാകുലമായി കാഹളം മുഴക്കിക്കൊണ്ട് ആ വൈദ്യുതവണ്ടി അങ്ങനെ പാഞ്ഞുകൊണ്ടിരുന്നു. മഴുത്തായയും കൈക്കോട്ടും മണ്ണുമാന്തിയും വർത്തമാനക്കടലാസിൽ വൃത്തിയായി പൊതിഞ്ഞ് ചരടുകൊണ്ടുകെട്ടി കാൽമുട്ടുകൾക്കിടയിൽ സൂക്ഷിച്ചിരുന്ന ഒരു വൃദ്ധന്റെ–വീതിയേറിയ ഒരു ഗോർക്കിത്തൊപ്പിയും കറുത്ത ചരടുകെട്ടിയ ഒരു കണ്ണടയും ധരിച്ച അയാൾ ഭംഗിയായി ക്ഷൗരം ചെയ്തിരുന്നു–തള്ളേറ്റ് മെരി

സീവ് ചുമരോടുചാരി ജനാലക്കരികിൽ ഇരിക്കുകയാണ്.

ആ അപകടം പിടിച്ച കാലത്ത്, ബാക്കി എല്ലാവരേയുംപോലെ, ആ വൃദ്ധനും സമരത്തെക്കുറിച്ചല്ലാതെ വേറെ ഒന്നിനെപ്പറ്റിയും ഓർത്തിരുന്നില്ല. മെരിസീവിന്റെ മൂക്കിന്റെ നേരെ, തന്റെ ചടച്ച കൈ ശക്തിപൂർവം വീശിക്കൊണ്ട് വളരെ പ്രാധാന്യം നടിച്ച് അയാൾ പിറുപിറുത്തു.

"ഞാൻ പട്ടാളക്കാരനല്ലാത്തതുകൊണ്ട് നമ്മുടെ പ്ലാൻ എനിക്കു മനസിലാകുന്നില്ല എന്നു വിചാരിക്കരുത്. എനിക്ക് അത് അസലായി മനസിലാകുന്നുണ്ട്. വോൾഗാ സമനിലങ്ങളിലേക്ക് അവരെ തന്ത്രത്തിൽ ആകർഷിച്ചുവരുത്തി; അവരുടെ ഗതാഗതമാർഗത്തിനു നീളംകൂട്ടി, ഇപ്പോൾ പറയുന്നപോലെ അടിസ്ഥാനത്താവളവുമായുള്ള ബന്ധത്തിന് വിച്ഛേദം ഉണ്ടാക്കണം. എന്നിട്ട് തെക്കുനിന്നും പടിഞ്ഞാറുനിന്നുമുള്ള അവരുടെ ഗതാഗതം നശിപ്പിച്ച് അവരെ ഇവിടെ ഇട്ടുതന്നെ തകർത്തുകളയണം. വളരെ സമർഥമാണ് ആ പ്ലാൻ. നമ്മുടെ എതിരാളി ഹിറ്റ്ലർ മാത്രമല്ല, അയാളും, യൂറോപ്പു മുഴുവൻ തന്നെയും നമുക്ക് എതിരായി അടിച്ചുകയറുകയാണ്. ആറു രാജ്യങ്ങളുമായി നാം ഒററയ്ക്കുനിന്നാണ് പൊരുതുന്നത്-അതേ ഒറ്റയ്ക്ക്. സമയംകൊണ്ടു മാത്രമേ ആഘാതത്തിന്റെ ശക്തി കുറയ്ക്കുവാൻ സാധ്യമാകൂ. ഇതാണ് യുക്തിയുക്തമായ ഒരേയൊരു മാർഗം. എന്തുതന്നെയായാലും നമ്മുടെ പ്രിയപ്പെട്ട സഖ്യകക്ഷികൾ ഒന്നും ചെയ്യാതിരിക്കുകയാണ് അല്ലേ നിങ്ങൾ എന്തു പറയുന്നു."

"നിങ്ങൾ വിഡ്ഢിത്തം പറയുന്നുവെന്നാണ് ഞാൻ വിചാരിക്കുന്നത്. ആഘാതം ഉൾക്കൊള്ളുവാനുള്ള ഒരു ഉപകരണമായി ഉപയോഗിക്കുവാൻ ഉള്ളതല്ല നമ്മുടെ പിതൃരാജ്യം." തണുപ്പുകാലത്ത് താൻ ഇഴഞ്ഞുപിന്നിട്ട ആ വെന്തടിഞ്ഞ ഗ്രാമത്തിന്റെ ഓർമവന്ന മെരിസീവ് ഒട്ടും സൗഹൃദമല്ലാത്ത സ്വരത്തിൽ പറഞ്ഞു.

ബാർലികാപ്പിയുടേയും പുകയിലയുടേയും മണം മെരിസീവിന്റെ മുഖത്തേക്ക് ഊതിവിട്ടുകൊണ്ട് വൃദ്ധൻ വീണ്ടും അയാളുടെ ചെകിട്ടിൽ മുരളാൻ തുടങ്ങി.

അലക്സി ജനാലയിലേക്കു ചാഞ്ഞ്, പൊടിപുരണ്ട ചൂടുള്ള കാറ്റ് തന്റെ മുഖത്തുതന്നെ ഏൽക്കത്തക്ക നിലയിലിരുന്നു. പച്ചവേലിയും ഭംഗിയിൽ ചായംതേച്ച് ഇപ്പോൾ പലകയടിച്ചിട്ടുള്ള മുഖപ്പുകളുള്ള, ഓടിയകലുന്ന റെയിൽവെസ്റ്റേഷനുകളും, പച്ചക്കാടിൽനിന്ന് എത്തിനോക്കുന്ന ചെറിയ വീടുകളും, ഇപ്പോൾ വറ്റിത്തുടങ്ങിയ അരുവികളുടെ മരതകപ്പച്ചപുതച്ച കരകളും, അസ്തമയസൂര്യന്റെ ചെങ്കതിരുകളേറ്റ് കടുംചുവപ്പുവർണംപൂണ്ടു തിളങ്ങുന്ന മെഴുകുതിരിപോലുള്ള പൈൻമരത്തടികളും കാട്ടിനകലെ കാണുന്ന സന്ധ്യാദീപ്തിയിൽ മുങ്ങിനിൽക്കുന്ന നീലിമ നിറഞ്ഞു വിരിഞ്ഞ വിഹായസും അയാൾ നോക്കിക്കൊണ്ടിരിക്കുകയാണ്.

"നിങ്ങൾ ഒരു പട്ടാളക്കാരനല്ലേ-ഇതു ശരിയാണോ എന്നു പറയൂ.

ഒരു കൊല്ലമായി ഒറ്റയ്ക്കുനിന്നു നാം ഫാസിസത്തോടു പടപൊരുതുകയാണ്. നിങ്ങൾ അതിനെപ്പറ്റി എന്തുപറയുന്നു? എവിടെ നമ്മുടെ സുഹൃത്തുക്കൾ? എവിടെ രണ്ടാം സമരമുഖം? നിങ്ങൾ ഇതൊന്നു ചിത്രീകരിക്കുവാൻ ശ്രമിച്ചുനോക്കൂ. യാതൊന്നും ആലോചിക്കാതെ സ്വന്തം വിയർപ്പുപൊഴിച്ചു ജീവിക്കുന്ന ഒരുവനെ കള്ളന്മാർ ആക്രമിക്കുന്നു. പക്ഷേ, അയാൾ അന്തംവിട്ട് ഓടിപ്പോകുന്നില്ല, ആ തസ്കരന്മാരുടെനേർക്ക് എതിർക്കാൻ ചെല്ലുന്നു. കൈയിൽ കിട്ടിയ ആയുധങ്ങളെല്ലാമെടുത്ത് രക്തം ചീന്തുകയാണ് ആ സാധു. അനേകം പേർക്കെതിരായി നിങ്ങൾ ഒറ്റഒരുവൻ. ആയുധധാരികളായ അവർ കുറേക്കാലമായി ഇയാൾക്കുവേണ്ടി പതിയിരിക്കുകയാണ്. അതേ അയാളുടെ അയൽവാസികൾ ഈ യുദ്ധം നടക്കുന്നതു കാണുന്നുണ്ട്. സ്വന്തം വാതിൽക്കൽനിന്ന് ഇയാളോട് സഹതാപം കാണിക്കുകയും പ്രോത്സാഹിപ്പിക്കുകയും ചെയ്യുന്നുണ്ട്. മിടുക്കൻ! വളരെ നല്ലത്. കൊടുക്ക് അവർക്കിട്ട് ഇനിയും–ഉം ചൂടോടുതന്നെ കൊടുക്കൂ.' സഹായത്തിന് ഓടിച്ചെല്ലേണ്ടതിനുപകരം അവർ അയാൾക്ക് കുറെ കല്ലോ വടിയോ എറിഞ്ഞുകൊടുത്തുകൊണ്ട് ഉത്സാഹിപ്പിക്കുകയാണ്. 'അതാ അവിടെ, ഇതുകൊണ്ട് അവരെ തല്ലൂ, നല്ലപോലെ തല്ലൂ.' പക്ഷേ. ഇതുപറയുന്നവർ സമരത്തിൽ നിന്ന് സ്വയം അകന്നുനിൽക്കുകയാണ്. അതുപോലെ തന്നെയല്ലേ നമ്മുടെ സുഹൃത്തുക്കളും പെരുമാറുന്നത്–അല്ലേ യാത്രക്കാരേ, അതുപോലെതന്നെയല്ലേ ഇവരും."

മെരിസീവ് തിരിഞ്ഞു, ഒരു അത്ഭുതരസത്തോടെ വൃദ്ധനെ നോക്കി. ജനനിബിഡമായ ആ മുറിയിലെ പലരും അങ്ങോട്ടുതന്നെ നോക്കുകയാണ്, എല്ലാഭാഗത്തുനിന്നും അത്ഭുതസ്വരങ്ങൾ ഉയരുന്നുണ്ട്.

"അതെ, അയാൾ പറയുന്നത് മുഴുവൻ വാസ്തവമാണ്. നാം തനിയെയാണു പൊരുതുന്നത്. എവിടെ രണ്ടാം സമരമുഖം?"

"സാരമില്ല; നാം ധൈര്യപൂർവം ശത്രുവിനെ കീഴടക്കും. എല്ലാം കഴിയുമ്പോൾ അവർ രണ്ടാം സമരമുഖവുമായി എത്തും അതിനു സംശയമില്ല."

ഒരു പരിസരസ്റ്റേഷനിൽ വണ്ടിനിന്നു. പൈജാമ ധരിച്ച് ഊന്നുവടിയിലും താങ്ങുവടിയിലും, ചാരിക്കൊണ്ട് നിന്നിരുന്ന നിരവധി മുറിവേറ്റവർ ആ വണ്ടിയിൽ കയറി. അവരുടെ കൈയിലെല്ലാം സൂര്യകാന്തി വിത്തും പഴവും നിറച്ച കടലാസ് സഞ്ചികളുണ്ട്. ഏതോ വിശ്രമസങ്കേതത്തിൽ നിന്ന് അവിടെയുള്ള ചന്തയിലേക്ക് വന്നതാണ് അവർ. കണ്ണട വച്ച ആ വൃദ്ധൻ ഉടനെ ചാടിയെഴുന്നേറ്റ്, താങ്ങുവടിയിൽ ചാരിനിന്നിരുന്ന ചെമ്പൻമുടിയുള്ള കാലിൽ കെട്ടോടുകൂടിയ, ഒരു ബാലനെ നിർബന്ധപൂർവം തന്റെ സീറ്റിൽ പിടിച്ചിരുത്തി.

"ഇവിടെ ഇരിക്കൂ കുട്ടീ. ഇവിടെ ഇരിക്കൂ–ഞാൻ വേഗം ഇറങ്ങും." താൻ അതാണ് ചെയ്യുവാൻ പോകുന്നതെന്ന് തെളിയിക്കുവാൻ, അയാൾ തന്റെ തോട്ടസാമഗ്രികളെല്ലാം എടുത്ത് വാതിൽക്കലേക്ക്

നീക്കി. പാൽക്കാരികൾ മുറിവേറ്റവർക്ക് സ്ഥലംകൊടുക്കുവാനായി ഞെങ്ങിഞെരുങ്ങിയിരുന്നു. മെരിസീവിന്റെ പിന്നിലായി ശകാരസ്വരത്തിൽ ഒരു സ്ത്രീയുടെ ശബ്ദം ഉയർന്നു.

"മുറിവേറ്റ ഒരുവൻ അടുത്തുനിൽക്കുമ്പോൾ, അയാൾക്ക് ഇരിക്കുവാൻ സ്ഥലം കൊടുക്കാതെ ചടഞ്ഞുകൂടുവാൻ ലജ്ജ തോന്നുന്നില്ലല്ലോ. ആ സാധുകുട്ടി തകർന്നിരിക്കുകയാണ്. പക്ഷേ, ഇരിക്കുന്നതിന് യാതൊരു കൂസലുമില്ല. സുഖമായി കുത്തിയിരിക്കുന്നത് കണ്ടാൽതോന്നും വെടിയുണ്ടകൾ ഇയാളുടെ സമീപത്തേക്ക് ചെല്ലുകയില്ലെന്ന്. വ്യോമസേനയിലെ കമാണ്ടർ ആണത്രെ!

ഒട്ടും അർഹിക്കാത്ത ഈ ശകാരം അലക്സിയെ ക്രോധാവിഷ്ടനാക്കി, അയാളുടെ നാസാദ്വാരങ്ങൾ വിടർന്നു. പെട്ടെന്ന് അയാൾ പ്രകാശിക്കുന്ന മുഖത്തോടെ എഴുന്നേറ്റുനിന്നുകൊണ്ടു പറഞ്ഞു.

"കുട്ടീ ഇവിടെ ഇരുന്നോളൂ."

ആ മുറിവേറ്റവൻ പരിഭ്രമത്തോടെ പിൻവാങ്ങി.

"വേണ്ട. വളരെ നന്ദി, സീനിയർ ലഫ്റ്റനന്റ് സഖാവേ! ബുദ്ധിമുട്ടിക്കരുത്. എനിക്ക് നിൽക്കുവാൻ പ്രയാസമില്ല. അധികം പോകുവാനുമില്ല. രണ്ടു സ്റ്റേഷനേ ഉള്ളൂ."

"ഞാൻ പറയുന്നു; ഇവിടെ ഇരിക്കൂ." പരിതഃസ്ഥിതിയിൽ ഒരു നേരംപോക്ക് മണത്തറിഞ്ഞ അലക്സി ഗൗരവം വിടാതെ പറഞ്ഞു.

അലക്സി വണ്ടിയുടെ ഒരു ഭാഗത്തുപോയി ചുമരിൽചാരി രണ്ടു കൈകൊണ്ടും ഊന്നുവടിയിന്മേൽ പിടിച്ച് ചരിഞ്ഞു നിന്നു-അലക്സിയെ ചീത്തപറഞ്ഞ, കള്ളികളുള്ള കൈലേസു കെട്ടിയ ആ സ്ത്രീക്ക് തെറ്റുപറ്റിയെന്ന് ബോധ്യമായി; അവളുടെ ശകാരം വീണ്ടും ഉയർന്നു.

"ഈ മനുഷ്യനെപ്പറ്റി എന്താണ് പറയേണ്ടത്? ഹേ, അവിടെ ആ തൊപ്പി ധരിച്ചിരിക്കുന്ന സ്ത്രീ ഒരു രാജകുമാരിയെപ്പോലെ അങ്ങനെ ഇരിക്കുന്നത് കണ്ടില്ലേ? ആ വടിയും കുത്തിനിൽക്കുന്ന കമാണ്ടർക്ക് ഇരിക്കാൻ സ്ഥലംകൊടുക്കൂ. കമാണ്ടർ സഖാവേ, ഇവിടെ വരൂ. നിങ്ങൾക്ക് എന്റെ സ്ഥലത്ത് ഇരിക്കാം. ദൈവത്തെ വിചാരിച്ച് ഒന്നൊഴിഞ്ഞു കൊടുക്കൂ. അദ്ദേഹം ഇങ്ങോട്ടു വന്നുകൊള്ളട്ടെ."

അലക്സി ഇതു കേട്ടില്ല എന്ന് നടിച്ചു. അയാൾക്ക് ആദ്യംതോന്നിയ വിനോദം ഇപ്പോൾ ഇല്ലാതായി. ആ സമയത്ത് അയാൾക്ക് ഇറങ്ങേണ്ട സ്റ്റേഷന്റെ പേര് കണ്ടക്ടറസ് വിളിച്ചു പറഞ്ഞു. വണ്ടി സാവധാനം നിന്നു. ജനങ്ങളെ തള്ളിനീക്കി പുറത്തേക്കു പോകുന്ന വഴിക്ക് അലക്സി കണ്ണടക്കാരൻ വൃദ്ധനെ കണ്ടുമുട്ടി. ഒരു പഴയ പരിചയക്കാരനോടെന്നപോലെ തലകുനിച്ച് ഒച്ചതാഴ്ത്തി അയാൾ ചോദിച്ചു:

"കൊള്ളാം അവർ രണ്ടാംസമരമുഖവും തുറക്കും ഇല്ലേ. എന്തു വിചാരിക്കുന്നു?"

"അവർ അത് ചെയ്തില്ലെങ്കിൽ നമ്മൾ തന്നെത്താൻ നമ്മുടെ

കാര്യം നിർവഹിക്കും.'' പ്ലാറ്റ്ഫോമിലേക്ക് കാലെടുത്തുവെച്ച് അലക്സി പറഞ്ഞു.

ചക്രങ്ങൾ ഞെരുങ്ങി, സൈറൻ മുഴങ്ങി, വണ്ടി തിരിവു തിരിഞ്ഞ് അപ്രത്യക്ഷമായി. പിറകിൽ ഒരു പൊടിപടലം മാത്രം ഉയർന്നുകണ്ടു. വളരെ കുറച്ചു യാത്രക്കാർമാത്രം ഉണ്ടായിരുന്ന ആ പ്ലാറ്റ്ഫോം പെട്ടെന്നു തന്നെ വൈകുന്നേരത്തെ സുഖകരമായ ആലസ്യത്തിൽ അമർന്നു പോയി. യുദ്ധത്തിന് മുമ്പു നല്ല ഒരു വിശ്രമസങ്കേതമായിരുന്നു ഇവിടം. സ്റ്റേഷന്റെ ചുറ്റും അടുത്തടുത്തു നിന്നിരുന്ന പൈൻമരത്തലപ്പുകൾ ഒരു താരാട്ടിന്റെ വീചികൾ ഉയർത്തി. രണ്ടുകൊല്ലം മുമ്പ് ഇതുപോലുള്ള സുന്ദര സായാഹ്നങ്ങളിൽ, വേനൽക്കാലത്തെ നേരിയ വസ്ത്രം ധരിച്ച വനിതകളും, കലപിലനാദമുയർത്തുന്ന കുട്ടികളും, സാധനങ്ങൾ നിറഞ്ഞ കെട്ടുകളുമായി നഗരത്തിൽനിന്നും വരുന്ന പുരുഷന്മാരും ഈ സ്റ്റേഷനിൽ വന്നിറങ്ങി ചെറിയചെറിയ ഇടവഴികളിൽകൂടി മരങ്ങളുടെ തണലുപറ്റി ഗ്രാമത്തിലേക്ക് നടന്നുപോയിരിക്കണം. ഉദ്യാനവേലയ്ക്കുള്ള ആയുധങ്ങളായ കൂന്താലി, മഴു, മണ്ണുമാന്തി മുതലായവയുമായി വന്നിറങ്ങിയ ചില യാത്രക്കാർ, പ്ലാറ്റുഫോറം വിട്ട് സ്വന്തം പ്രാരാബ്ധചിന്തകളിൽ മുഴുകി കാട്ടിലൂടെ നടന്നകന്നു. മെരിസീവ് മാത്രം ഒരുല്ലാസയാത്രക്കാരനെപ്പോലെ തന്റെ വടിയൂന്നി, വേനൽക്കാലസായാഹ്നം ഭംഗിയായാസ്വദിക്കാൻ സന്നദ്ധനായി. ആശ്വാസകരമായിരുന്ന ആ കുളിർവായു അയാൾ ആസ്വദിച്ചു. പൈൻമരത്തലപ്പുകളിലൂടെ മുഖത്ത് ചൂടുള്ള സൂര്യകിരണങ്ങൾ വന്നു പതിച്ചപ്പോൾ അയാൾ കണ്ണടച്ചു.

വിശ്രമസങ്കേതത്തിലേക്ക് എങ്ങനെയാണ് എത്തേണ്ടതെന്ന വിവരം മോസ്കോയിൽവെച്ചുതന്നെ അയാൾക്ക് ലഭിച്ചുകൊണ്ടിരുന്നു. സ്ഥലവിവരങ്ങളെപ്പറ്റിയുള്ള ആ അൽപ്പമായ അറിവുകൊണ്ടുതന്നെ ഒരു യഥാർഥഭടനായ അയാൾക്കു മാർഗം കണ്ടുപിടിക്കുവാൻ സാധിച്ചു. തീവണ്ടിസ്റ്റേഷനിറങ്ങി, ഒരു പത്തു മിനിറ്റു നടന്നാൽ, ശാന്തമായ ഒരു തടാകത്തീരത്ത് സ്ഥിതിചെയ്യുന്ന ഈ സ്ഥാപനത്തിലെത്താം. വിപ്ലവത്തിനു വളരെക്കാലംമുമ്പ് ഒരു റഷ്യൻ കോടീശ്വരന് അനിതര സാധാരണമായ ഒരു വേനൽക്കാലബംഗ്ലാവു പണിചെയ്യണമെന്നു മോഹംതോന്നി, തികച്ചും നവീനമായ ഒന്ന് സ്വർഗീയഭാവനയിൽ പണിയുകയാണെങ്കിൽ പണം എത്ര വേണമെങ്കിലും ചെലവാക്കാമെന്ന് അയാൾ ശിൽപ്പിയെ പറഞ്ഞേൽപ്പിച്ചിരുന്നു അതുകൊണ്ട് തന്റെ രക്ഷാധികാരിയുടെ രുചിക്കനുസരിച്ച് ആ ശിൽപ്പി കൊത്തുപണികളുള്ള ജനവാതിലുകൾ, പറക്കുന്ന ആകൃതിയിലുള്ള വട്ടത്തൂണുകൾ, വളഞ്ഞുതിരിഞ്ഞ വഴിത്താരകൾ മുതലായവയോടുകൂടിയ ഒരു കൂറ്റൻ ഇഷ്ടികമാളിക ആ തടാകതീരത്ത് പണികഴിച്ചു. പ്രകൃതിരമണീയത തികഞ്ഞ ശരിയായ റഷ്യൻ പശ്ചാത്തലത്തിൽ, ഇപ്പോൾ നിറയെ കോറപ്പുല്ലുനിറഞ്ഞുകിടക്കുന്ന തടാകതീരത്ത് ഈ വൃത്തികെട്ട എടുപ്പ് ഒരു അസാധാരണ വൈകൃതമാണ് ഉണ്ടാക്കിയിരുന്നത്. അതിസുന്ദരമായിരുന്നു അവി

ടത്തെ പ്രകൃതിദൃശ്യം. ശാന്തമായ കാലാവസ്ഥയിൽ കണ്ണാടിപോലെ മിനുസമാർന്ന ആ തടാകതീരത്ത്, വിറയ്ക്കുന്ന ഇലകളോടുകൂടിയ ഒരുകൂട്ടം ആസ്പിൻമരങ്ങൾ നിന്നിരുന്നു. പച്ചപ്പുൽത്തകിടിയിൽ അവിട വിടെയായി പുള്ളിക്കുത്തുകൾ നിറഞ്ഞ ബർച്ചുമരത്തടികൾ ഉയർന്നു കാണാം. തടാകത്തിന്റെ ചുറ്റും ഒരു വിസ്തൃതമായ നീല വലയമെ ന്നോണം പഴക്കംചെന്ന കാട് വളർന്നുനിന്നിരുന്നു.

ഔദാര്യത്തിൽ റഷ്യ മുഴുവനും പേരു കേട്ടിരുന്ന ഇതിന്റെ ഉടമ സ്ഥന്റെ അതിഥികളായി നിരവധിചിത്രകാരന്മാർ അവിടെ വളരെ ക്കാലം താമസിച്ചിട്ടുണ്ട്. ഈ രമ്യഭൂഭാഗഭംഗി ഭാഗികമായും പൂർണ മായും, വളരുന്ന തലമുറയ്ക്കുവേണ്ടി ലളിതവും ഗംഭീരവുമായ റഷ്യൻ പ്രകൃതിദൃശ്യത്തിന്റെ മാതൃകയെന്നനിലയിൽ ക്യാൻവാസിൽ പലത വണ പകർത്തപ്പെട്ടിട്ടുണ്ട്.

സോവിയറ്റു സൈന്യത്തിന്റെ വ്യോമവകുപ്പുമാരുടെ വിശ്രസങ്കേത മാണ് ഇപ്പോൾ ഈ സ്ഥലം. സമാധാനകാലത്ത് വൈമാനികർ കുടും ബസഹിതം ഇവിടം സന്ദർശിച്ചിരുന്നു. യുദ്ധസമയത്ത് മുറിവേറ്റ വൈമാനികരെ ആരോഗ്യം വീണ്ടെടുക്കാനായി ഇങ്ങോട്ടയയ്ക്കുന്നു. അലക്സി ഈ സ്ഥലത്തേക്കു വന്നത്, ആസ്ഫ്ളോയ്ഡ് ഇട്ട, ബർച്ച് മരം കൊണ്ടു തണൽപിടിപ്പിച്ചു വളഞ്ഞ വഴിയിലൂടെ അല്ല, പിന്നെയോ റയിൽവെ ലയിൻവിട്ട് തടാകതീരത്തെത്തുന്ന ഒരു കാട്ടുപാതയിൽക്കൂടി യാണ്. ഒരുവിധത്തിൽ പറഞ്ഞാൽ അയാൾ പിന്നിൽക്കൂടിയാണ് വന്നത്. പ്രധാന വാതിലിൽ ആൾത്തിരക്കുള്ള രണ്ടു മോട്ടോർ ബസ്സു കളെ ചുറ്റിപ്പറ്റി നിന്നിരുന്ന ഒച്ചയുണ്ടാക്കുന്ന ജനക്കൂട്ടത്തിൽ അയാൾ ആരും അറിയാതെ ലയിച്ചു.

സംഭാഷണങ്ങൾ, യാത്രാവചനങ്ങൾ, ശുഭാംശംസകൾ എന്നിവ യിൽനിന്നു വ്യക്തമായിരുന്നു, ഒരുകൂട്ടം വൈമാനികർ വിശ്രമസങ്കേതം വിട്ട് യുദ്ധക്കളത്തിലേക്ക് യാത്രയാവുകയാണെന്ന്. യാത്രപറയുന്ന വൈമാനികരിൽ തിരതല്ലുന്ന ഉന്മേഷവും ആവേശവും കണ്ടാൽ തോന്നുക, അവർ പോകുന്നത്, ഓരോ മേഘശകലത്തിനടിയിലും മരണം പതിയിരിക്കുന്ന യുദ്ധരംഗത്തേക്കല്ല: സമാധാനകാലത്തെ സ്വന്തം 'ഗാരിസണി'ലേക്കാണെന്നാണ്. അവരോടു യാത്ര പറയുന്നവ രുടെ മുഖത്തു വ്യസനവും അക്ഷമയും പ്രകടമായിരുന്നു. അലക്സിക്ക് അവരുടെ വികാരങ്ങൾ മനസിലായി. തെക്കൻഭാഗങ്ങളിൽ അലയടിച്ചു യരുന്ന ആ വലിയ സമരം തുടങ്ങിയതിൽപ്പിന്നെ പലപ്പോഴും അയാ ളിൽ അനിയന്ത്രിതമായ തരത്തിൽ ഈ വികാരം ഉദിച്ചിട്ടുണ്ട്. യുദ്ധമു ന്നണിയിലെ സംഘർഷാവസ്ഥ വർധമാനമായിവരുന്തോറും, ഈ വികാരം സുശക്തമായി വളർന്നുവന്നു. പട്ടാളവലയത്തിൽ ഇപ്പോഴും സ്റ്റാലിൻഗ്രാഡ് എന്ന നാമധേയം വളരെ ശ്രദ്ധിച്ചും ശാന്തമായും മാത്രം ഉപയോഗിക്കുമ്പോൾ ഈ വികാരം അപരിമിതമായ ഒരു തീവ്രാഭിലാഷ മായി വളർന്നുവരുന്നു. ആശുപത്രിയിലെ നിർബന്ധമായ അലസത

അസഹ്യമായിതോന്നിയിരുന്നു അയാൾക്ക്. വെയിലേറ്റു കരുവാളിച്ച ആവേശഭരിതമായ മുഖങ്ങൾ ചുറുചുറുക്കുള്ള മോട്ടോർ ബസുകളുടെ വാതായനങ്ങളിൽക്കൂടി എത്തിനോക്കി. വരയുള്ള പൈജാമ ധരിച്ച് അൽപ്പം മുടന്തും മിന്നുന്ന കഷണ്ടിയുമുള്ള ഒരു 'ആർമീനിയക്കാരൻ'– വിശ്രമാർഥികളുടെ ഓരോ ഗ്രൂപ്പിലും സാധാരണ കാണപ്പെടുന്ന തമാശക്കാരനായ അംഗീകൃത വിദൂഷകന്മാരിൽ ഒരുവനായിരുന്നു. അയാൾ– ഞൊണ്ടി ഞൊണ്ടി ബസിനുചുറ്റും പരതിക്കൊണ്ടിരുന്നു. അയാൾ വടി ഉയർത്തി ഓരോ യാത്രാശംസ വിളിച്ചു പറയുന്നുണ്ടായിരുന്നു.

"ഫെഡിയ, ആകാശത്തിൽ കണ്ടെത്തുന്ന ഫ്രിറ്റസ്കാരോട് എന്റെ ക്ഷേമാന്വേഷണങ്ങൾ പറയണേ. നിങ്ങളുടെ ചന്ദ്രികാചികിത്സ മുഴുവനാക്കുവാൻ സമ്മതിക്കാത്ത അവർക്ക് ശരിക്കും കണക്കുതീർത്തുകൊടുക്കണം കേട്ടോ. ഫെഡിയ, ഫെഡിയ, നമ്മുടെ സോവിയറ്റ് വീരന്മാരുടെ നിലാവിലെ കളി മുഴുവനാക്കുവാൻ സമ്മതിക്കാത്തത് തനി തെമ്മാടിത്തരമാണെന്ന് അവർക്കു നല്ലപോലെ മനസിലാക്കിക്കൊടുക്കണം."

വെയിലേറ്റു ചെമ്പിച്ച മുഖവും ഉരുണ്ട തലയും ഉയർന്ന നെറ്റിയിൽ വലിയ മുറിവിന്റെ വടുവും ഉള്ള ഒരു കുട്ടി, ഫെഡിയ, ജനവാതിൽക്കൽ ചാഞ്ഞുകിടന്നു വിളിച്ചു പറഞ്ഞു: "താൻ തന്റെ ചുമതല ശരിക്കും നിർവഹിക്കുമെന്നു ചന്ദ്രികാകമ്മിറ്റിക്ക്, തികച്ചും വിശ്വസിക്കാം." എന്ന്.

ജനക്കൂട്ടത്തിൽ നിന്ന് ഒരു വലിയ പൊട്ടിച്ചിരി ഉയർന്നു. അതിനിടയിൽ ബസു പുറപ്പെട്ടു പതുക്കെ ഗേറ്റിലേക്ക് നീങ്ങി.

'നല്ല നായാട്ട്! സുരക്ഷിതമായ യാത്ര!' ജനക്കൂട്ടത്തിൽ നിന്ന് ആശീർവാദങ്ങൾ പൊങ്ങി.

"ഫെഡിയ കഴിയുന്നതും വേഗത്തിൽ നിങ്ങളുടെ പി ഒ നമ്പർ അയച്ചു തരൂ. നിങ്ങളുടെ ഹൃദയം സിനോച്ക, രജിസ്ട്രേഡ് തപാലിൽ തിരിച്ചയച്ചുതരും........"നടപ്പാതയുടെ തിരിവിൽ ബസുകൾ അപ്രത്യക്ഷമായി. അസ്തമയ സൂര്യന്റെ ചെങ്കതിർച്ചാർത്തേറ്റ് പൊൻനിറം പൂണ്ടിരുന്ന പൊടിപടലം അമർന്നടങ്ങി. വിശ്രമാർഥികൾ കൂട്ടംപിരിഞ്ഞ് വരയൻ പൈജാമകളോ അങ്കികളോ ധരിച്ച് പാർക്കിൽ അവിടവിടെ നടന്നുതുടങ്ങി. മെരിസീവ് വൈമാനികരുടെ കളിപ്പന്തുകൾ, ടെന്നീസ് റാക്കറ്റുകൾ, സ്കിറ്റിൽസ് മുതലായവ ചിതറിക്കിടന്നിരുന്ന പൂമുഖത്തേക്കു ചെന്നു. അവരുടെ നീലനാടകെട്ടിയ തൊപ്പികൾ അവിടെ തൂക്കിയിട്ടിരുന്നു. ആ മുടന്തൻ ആർമേനിയക്കാരൻ അയാളെ സ്വീകരണ മുറിയിലേക്കു നയിച്ചു. ഗൗരവവും സാമർഥ്യവും സ്ഫുരിക്കുന്ന മുഖമാണ് അയാളുടേതെന്നും ആ വലിയ നല്ല കണ്ണിൽ വേദന നിഴലിക്കുന്നുണ്ടെന്നും സൂക്ഷ്മമായി പരിശോധിച്ചപ്പോൾ അലക്സിക്കു മനസിലായി. വഴിക്കുവെച്ചുതന്നെ നേരംപോക്കിൽ താൻ ചന്ദ്രികാകമ്മിറ്റിയുടെ ചെയർമാനാണ്, ഏതൊരു മുറിവിനും പറ്റിയ മരുന്നാണ് നിലാവിലെ കുളി. ചന്ദ്രികാചികിത്സ നടത്തുമ്പോൾ തികഞ്ഞ അച്ചടക്കം പാലിക്കണമെന്ന് താൻ നിർബന്ധിക്കും. താൻ തനിയെയാണ് നിലാവു

ചികിത്സയ്ക്കുള്ള ഒരുക്കങ്ങൾ ചെയ്യുന്നത് എന്നും മറ്റും അയാൾ അല ക്സിയോട് പ്രസംഗിച്ചു. സ്വതസിദ്ധമായ ഒരു വാസനാവൈഭവ ത്തോടെ അയാൾ തമാശകൾ അടിച്ചുവിടും. ആ സമയത്തും അയാ ളുടെ കണ്ണിൽ ഗൗരവമാണ് നിഴലിച്ചിരുന്നത്. കേൾക്കുന്നവന്റെ മുഖ ത്തേക്ക് അപ്പോൾ അയാൾ ജിജ്ഞാസയോടെ സൂക്ഷിച്ചുനോക്കും.

വെള്ളവസ്ത്രം ധരിച്ച ഒരു യുവതിയാണ് സ്വീകരണമുറിയിൽ വെച്ചു മെരിസീവിനെ എതിരേറ്റത്. അവളുടെ തലമുടി തീപിടിച്ച പോലെ ചുകന്നിരുന്നു. വായിച്ചിരുന്ന പുസ്തകം താഴെവെച്ചു ഗൗരവ ത്തോടെ അവൾ ആരാഞ്ഞു.

"മെരിസീവ്?"

അവൾ രജിസ്റ്ററിൽ നോക്കി വായിച്ചു. "മെരിസീവ് അലക്സി, പെട്രോവിച്ച്."

വീണ്ടും വിവേചനദൃഷ്ടിയോടെ അയാളെ നോക്കിക്കൊണ്ടവൾ പറഞ്ഞു. "എന്നെ കളിപ്പിക്കാൻ നോക്കണ്ട. ഞാൻ ഇവിടെ എഴുതിയിരി ക്കുന്നത്–മോസ്കോയിലെ ഒമ്പതാം ആശുപത്രിയിൽ നിന്ന്–കാലുകൾ മുറിച്ചുകളയപ്പെട്ട സീനിയർ ലഫ്റ്റനന്റ് 'മെരിസീവ്' എന്നാണ്. പക്ഷേ, നിങ്ങൾ......"

അലക്സി മുഖം പൊത്തിച്ചു. സാധാരണയായി ചുകന്ന തലമുടി യുള്ള പെൺകിടാങ്ങളുടേതുപോലെ വെളുത്ത വട്ടമുഖമാണ് അവളുടേ തും. ആ ചെമ്പൻ തലമുടികൊണ്ട് മുഖത്തിന്റെ മുക്കാൽഭാഗവും മറ ഞ്ഞുകിടന്നിരുന്നു. അവളുടെ മൃദുലമായ തൊലിയിൽ തിളങ്ങുന്ന ഒരു തുടിപ്പ് ഉൾച്ചേർന്നിരുന്നു. കുട്ടിത്തം തുളുമ്പുന്ന പ്രകാശമേറിയ ഉലൂക ദൃഷ്ടിയോടെ അവൾ സവിസ്മയം അയാളെ തുറിച്ചുനോക്കി.

"പക്ഷേ, ഞാനാണ് അലക്സി മെരിസീവ്. ഇതാ എന്റെ കടലാസു കൾ. നിങ്ങൾ 'ലോല്യ'യാണോ."

"അല്ല. അതു നിങ്ങൾക്ക് എവിടെനിന്നു കിട്ടി. ഞാൻ സീനയാണ്."

വീണ്ടും അവൾ സംശയത്തോടെ അലക്സിയുടെ കാലിലേക്കു നോക്കി.

"നിങ്ങൾക്ക് നല്ല കൃത്രിമക്കാലുകൾ കിട്ടിയോ......അതോ........"

"അതേ ഇവ കൃത്രിമക്കാലുകൾ തന്നെ, അപ്പോൾ നിങ്ങളാണല്ലേ ഫെഡിയയുടെ ഹൃദയം അപഹരിച്ച സിനോച്ക."

"അപ്പോൾ ഇതിനിടയിൽ മേജർ ബൂൺസാന്യൻ എല്ലാം നിങ്ങ ളോട് പറഞ്ഞുകഴിഞ്ഞിരിക്കുന്നു. ഞാൻ ആ ബൂൺസാഷ്കയെ വെറു ക്കുന്നു. അയാൾക്ക് എല്ലാവരേയും കളിയാക്കണം. ഞാൻ ഫെഡിയയെ നൃത്തം ചെയ്യാൻ പഠിപ്പിച്ചു. അതിൽ അസാധാരണമായി എന്തെങ്കിലും ഉണ്ടോ."

"അപ്പോൾ നിങ്ങൾ എന്നേയും നൃത്തംചെയ്യാൻ പഠിപ്പിക്കും. മേജർ ബൂൺസാന്യൻ എന്നെ നിലാവിലെ കുളിസംഘത്തിൽ ചേർക്കാ മെന്ന് വാഗ്ദാനം ചെയ്തിട്ടുണ്ട്.

പെൺകുട്ടി അലക്സിയെ നോക്കി അത്ഭുതത്തോടെ പറഞ്ഞു:

"എന്ത്! നൃത്തം ചെയ്യുകയോ-കാലില്ലാതെ. വിഡ്ഢിത്തം-നിങ്ങളും എല്ലാവരേയും കളിയാക്കുന്ന തരത്തിലുള്ള ആളാണ് അല്ലേ."

പെട്ടെന്ന് സ്റ്റ്റുക്കോവ് ആ മുറിയിലേക്ക് ഓടിവന്ന് മെരിസീവിനെ കെട്ടിപ്പിടിച്ചു.

"സിനോച്ക" അയാൾ പെൺകുട്ടിയുടെ സമീപത്തേക്ക് തിരിഞ്ഞുകൊണ്ട് പറഞ്ഞു: "എല്ലാം ശരിയായില്ലേ. സീനിയർ ലഫ്. എന്റെ മുറിയിലേക്ക് അല്ലെ വരുന്നത്."

ഒരുമിച്ചു കുറെക്കാലം ആശുപത്രിയിൽ ചെലവഴിച്ചവർ പിന്നീട് കണ്ടുമുട്ടുന്നത് സഹോദരന്മാരെപ്പോലെയാണ്. അലക്സിക്ക് മേജറെ കണ്ടപ്പോൾ വളരെ സന്തോഷംതോന്നി. അതു കണ്ടാൽ തോന്നും കുറെക്കാലമായി അവർ തമ്മിൽ പിരിഞ്ഞിട്ട് എന്ന്. സ്റ്റ്റുക്കോവ് അലക്സിയുടെ സഞ്ചി അവിടെ എത്തിച്ചിരുന്നു. അയാൾക്ക് അവിടവും സ്വന്തം വീടാണ് എന്ന വിചാരം ഉണ്ടായിക്കഴിഞ്ഞിരിക്കുന്നു. അയാൾക്ക് എല്ലാവരേയും, എല്ലാവർക്കും അയാളെയും അറിയാം. ഒരൊറ്റദിവസംകൊണ്ട് ചിലരുടെയെല്ലാം സ്നേഹം സമ്പാദിക്കാനും ചിലരുമായി വഴക്കുണ്ടാക്കാനും അയാൾക്ക് സാധിച്ചു.

അവർ രണ്ടുപേരും താമസിച്ചിരുന്ന മുറിയുടെ ജനവാതിൽ തുറന്നിരുന്നത് ഉയർന്നുനിൽക്കുന്ന പൈൻമരങ്ങളും ബിൽബറി കുറ്റിക്കാടുകളും വളർന്നുനിന്നിരുന്ന ഒരു ചെറിയ ഉദ്യാനത്തിലേക്കാണ്. പനയിൽ നിന്ന് എന്നപോലെ നിരവധി ഇലകളും അതിനടിയിലായി വലിയ ഒരു ബെറിപ്പഴക്കുലയും തൂങ്ങിനിന്നിരുന്ന ഒരു ചടച്ച ആഷ്മരം കെട്ടിടത്തിനടുത്തുതന്നെ നിന്നിരുന്നു. ഭക്ഷണംകഴിഞ്ഞ് കുളിർമയേറിയ വിരിപ്പിൽ നീണ്ടുനിവർന്നുകിടന്ന ഉടനെതന്നെ അലക്സി ഗാഢനിദ്രയിൽ ലയിച്ചു.

അന്നുരാത്രി വിഷമിപ്പിക്കുന്ന അസാധാരണമായ സ്വപ്നങ്ങളാണ് അയാൾ കണ്ടത്. നീലംനിറംപൂണ്ട മഞ്ഞ്-നല്ല നിലാവ്, കാട് ഒരു വലപോലെ അയാളെ ആവരണം ചെയ്തിരിക്കുകയാണ് അത് ഭേദിച്ച് അയാൾ പുറത്തേക്ക് കടക്കാൻ ശ്രമിച്ചു. മഞ്ഞ് കാലിന്മേൽ പിടിച്ച് അയാളെ അമർത്തിവെച്ചിരിക്കുന്നു. എന്തോ ഭയങ്കരമായ ഒരാപത്താണ് തന്നെ ഗ്രസിക്കുവാൻ പോകുന്നതെന്നമട്ടിൽ സർവശക്തിയുമെടുത്ത് അതിൽനിന്ന് സ്വയംരക്ഷപ്രാപിക്കുവാൻ അയാൾ ശ്രമിച്ചു. പക്ഷേ അതിന് അയാൾക്ക് ശക്തിയുണ്ടായിരുന്നില്ല. അയാൾ ഞരങ്ങി, ഉരുണ്ടുപിരണ്ടുനോക്കി. ഇപ്പോൾ അയാൾ കാട്ടിലല്ല; സ്വന്തം വിമാനത്താവളത്തിലാണ്. ചിറകില്ലാത്ത, വിചിത്രമായ ഒരു വിമാനത്തിന്റെ കോക്പിറ്റിൽ കയറിയിരിക്കുന്നു. ചടച്ചുവിളറിയ യൂറ. അയാൾ കൈവീശി ചിരിച്ച് ആകാശത്തേക്ക് ഉയർന്നു. മിഖായേൽ മുത്തച്ഛൻ ഒരു കൊച്ചുകുട്ടിയെപ്പോലെ അലക്സിയെ കൈയിൽ എടുത്ത് ആശ്വസിപ്പിക്കുവാൻ എന്നപോലെ പറഞ്ഞു. 'സാരമില്ല. അയാൾ പോകട്ടെ. നമുക്ക്

ഒരു അസൽ നീരാവിക്കുളികഴിക്കാം. വളരെ നന്നായിരിക്കും ഇല്ലേ കൊച്ചുമനുഷ്യാ.' പക്ഷേ ചൂടുള്ള കുളിക്കുവേണ്ടി അയാളെ കിടത്തു ന്നതിനുപകരം മുത്തച്ഛൻ തണുത്ത മഞ്ഞിലാണ് അയാളെ കൊണ്ടു പോയി ഇട്ടത്. അലക്സി എണീക്കുവാൻ ശ്രമിച്ചു. പക്ഷേ വീണ്ടും മഞ്ഞ് അയാളെ അമർത്തിപ്പിടിച്ചു. അല്ല ഇതു മഞ്ഞല്ല; തന്റെ മീതെ കയറിക്കിടന്നു തന്നെ ശ്വാസംമുട്ടിച്ച് അമക്കിക്കൊല്ലുന്നത് ആ കരടി യുടെ ചൂടേറിയ ശരീരമാണല്ലോ. ജനവാതിലിലൂടെ ഉന്മേഷം തിരളുന്ന മുഖം പുറത്തേക്കു നിൽക്കുന്ന വൈമാനികരെ വഹിച്ചുകൊണ്ട് മോട്ടോർബസുകൾ കുതിച്ചു പായുകയാണ്. പക്ഷേ അവർ അല ക്സിയെ കാണുന്നില്ല. അയാൾക്ക് അവരെ സഹായത്തിനു വിളിക്കണ മെന്നുണ്ട്. അവരുടെ അടുത്തേക്ക് ഓടിയെത്തണമെന്നുണ്ട്, ഒന്നും സാധിച്ചില്ലെങ്കിൽ കൈകൊണ്ട് ആംഗ്യമെങ്കിലും കാണിച്ചാൽ കൊള്ളാ മെന്നുണ്ട്. പക്ഷേ, പരുപരുത്ത ഒരു പതുങ്ങിയ ശബ്ദം മാത്രമേ അയാ ളിൽനിന്ന് ഉയർന്നുള്ളൂ. അയാൾക്കു ശ്വാസംമുട്ടുന്നു. ഹൃദയത്തിന്റെ തുടിപ്പ് അവസാനിക്കുകയാണോ? അയാൾ അവസാനമായി ഒരു ശ്രമം കൂടി നടത്തി. എന്തുകൊണ്ടോ പടർന്നുപിടിച്ച ചുകന്ന തലമുടിയുടെ ഉള്ളിൽനിന്ന് , സിനോച്കയുടെ ചിരിക്കുന്ന കുട്ടിത്തം തുളുമ്പുന്ന ജിജ്ഞാസാസ്ഫുരിതമായ കണ്ണുകളാണ് അയാളുടെ മുന്നിൽ.

വർണനാതീതമായ ഒരു ഭീതിയോടെയാണ് അലക്സി ഉണർന്നത്. മേജർ പതുക്കെ കൂർക്കം വലിച്ചുകൊണ്ട് ഉറങ്ങുകയാണ്. മായാരൂപം പോലെ ഒരു ചന്ദ്രകിരണം ജനലിലൂടെ അകത്തേക്കു കടന്നു. എന്തി നാണ് ആ അപകടകരങ്ങളായ ദിനങ്ങൾ തിരിച്ചുവന്നത്. അയാൾ അവ യെപ്പറ്റി ഇപ്പോൾ ഓർക്കാറുപോലുമില്ല. അഥവാ വല്ലപ്പോഴും സ്മരണ യിൽ വരികയാണെങ്കിൽത്തന്നെ ഒരു പഴംകഥപോലെ മാത്രം. സുരഭില മായ, കുളിരണിഞ്ഞ നിശാമാരുതനോടൊന്നിച്ച്, ഉറക്കംതൂങ്ങിയ ഒരു മൃദുസ്വരവും, നിലാവേറ്റു പ്രകാശിക്കുന്ന ആ വലിയ വാതായന ത്തിൽകൂടെ താളക്രമത്തിൽ കടന്നുവന്നിരുന്നു. ഇടയ്ക്കിടെ ക്ഷുബ്ധ മായി വിറയാർന്നുയർന്നു. ഉച്ചസ്വരത്തിലും ചിലപ്പോൾ എന്തോ അപക ടസൂചനകൊണ്ട് തടയപ്പെട്ടതുപോലെ പെട്ടെന്ന് നിർത്തിയും ആണ്, അത് കേട്ടിരുന്നത്, അത് കാനനത്തിന്റെ ശബ്ദമായിരുന്നു.

പൈൻമരത്തലപ്പുകളുടെ അവ്യക്തമായ മർമരശബ്ദം കേട്ടു കൊണ്ട് കുറെനേരം ആ വൈമാനികൻ കിടക്കയിൽ എഴുന്നേറ്റിരുന്നു. ആ മാസ്മരശക്തിയെ വലിച്ചെറിയാനെന്നപോലെ അയാൾ തല ശക്തി യോടെ കുലുക്കി. വീണ്ടും അയാൾക്ക്, ദൃഢതയും ഉന്മേഷവും ലഭിച്ചു. വിശ്രമസങ്കേതത്തിൽ അയാൾക്കു താമസിക്കേണ്ടിയിരുന്നത് ഇരുപ ത്തെട്ടു ദിവസമായിരുന്നു. അതിനുശേഷം വേണം, പറക്കണോ സമരം ചെയ്യണോ, ജീവിക്കണോ അതോ എന്നെന്നും സഹതാപപൂർണമായ നോട്ടങ്ങളും, തെരുവുകാറിൽ സൗജന്യമായി ഒരു സീറ്റ്കിട്ടുവാനാണോ പോകുന്നത് എന്ന കാര്യങ്ങൾ തീരുമാനിക്കുവാൻ. അതുകൊണ്ട്,

നീണ്ടതും, എന്നാൽ അതേസമയത്ത് ചുരുങ്ങിയതുമായ ആ ഇരുപത്തെട്ടു ദിവസത്തിലെ ഓരോ മിനിറ്റും ഒരു യഥാർഥ മനുഷ്യനാകാൻവേണ്ടി ശ്രമിക്കണം.

മേജറുടെ കൂർക്കംവലികൾക്കിടയിൽ, നിലാവിന്റെ മായികദീപ്തിയിൽ ഇരുന്ന്, അയാൾ മനസിൽ ഒരു പരിപാടി തയാറാക്കി; കാലത്തേയും വൈകുന്നേരത്തെയും കായികാഭ്യാസങ്ങൾ: നടത്തം, ഓട്ടം കാലിന്റെ പ്രത്യേകപരിശീലനം. തന്നെ ഏറ്റവും ആകർഷിച്ചതും തന്റെ കാലിനു സർവവിധമായ ആയാസവും നൽകുവാൻ പര്യാപ്തവുമായ, സിനോച്കയുമായുള്ള സംഭാഷണങ്ങളിൽനിന്ന് ഉത്ഭവിച്ച ആ പുതിയ ആശയം പ്രായോഗികമാക്കുക.

അതേ, അയാൾ നൃത്തം പഠിക്കുവാൻ തന്നെ തീരുമാനിച്ചു.

III

ആഗസ്റ്റ് മാസത്തിലെ പ്രശാന്തമായ തെളിഞ്ഞ അപരാഹ്നത്തിൽ പ്രകൃതിയിലുള്ള സകല വസ്തുക്കളും മിന്നിമിന്നി പ്രകാശിക്കുമ്പോൾ, ചൂടുപിടിച്ച അന്തരീക്ഷത്തിൽ ശരത്കാലത്തിന്റെ വേദനിപ്പിക്കുന്ന സ്പർശം തുടങ്ങിയോ എന്നു തോന്നുന്ന ആ സമയത്ത് കുറ്റിക്കാട്ടിലൂടെ വളഞ്ഞുപുളഞ്ഞ് ഒഴുകുന്ന നദീതീരത്ത്, കുറെ വൈമാനികർ വെയിലേറ്റ് ഇരിക്കുകയായിരുന്നു. വെയിൽകൊണ്ടു തളർന്ന് ചിലർ ഉറക്കമായി; അക്ഷീണനായ ബൂൺസ്യാനൻ പോലും നിശബ്ദത അവലംബിച്ചിരിക്കുകയാണ്. ഇനിയും നല്ലപോലെ ഭേദമായിട്ടില്ലാത്ത തന്റെ ഒടിഞ്ഞ കാൽ ചൂടുള്ള മണലിൽ പൂഴ്ത്തിവെച്ചിരിക്കുകയാണ് അയാൾ. 'ഹേസൽ' കുറ്റിക്കാടുകളുടെ ഉണങ്ങിയ ഇലകൾ അവർക്ക് ഒരു മറയായി നിന്നിരുന്നു. പക്ഷേ വഴിയുടെ അങ്ങേയറ്റത്തായി കാലടികളോടെ പച്ചപ്പുൽമൂടിയ ഒരു വഴിത്താര അവർക്ക് അവിടെ ഇരുന്നാൽ തെളിഞ്ഞുകാണാം. തന്റെ കാലിനെ ശുശ്രൂഷിച്ചുകൊണ്ടിരിക്കുന്നതിനിടയിൽ യാദൃച്ഛികമായി മേലോട്ടു നോക്കിയ ബൂൺസാന്യന്റെ നോട്ടത്തിനു ലക്ഷ്യമായത് അസാധാരണമായ ഒരു കാഴ്ചയായിരുന്നു.

തലേദിവസം അവിടെ എത്തിച്ചേർന്നിരുന്ന ആ പുതിയ മനുഷ്യൻ; ഒരു വരയൻ പൈജാമയും ബൂട്ട്സും ധരിച്ച് അരവരെ നഗ്നനായി, ആ കുറ്റിക്കാട്ടിൽനിന്ന് പുറത്തുകടന്നു. ചുറ്റുംനോക്കി, കൺവെട്ടത്ത് ആരുമില്ല എന്നുറപ്പുവരുത്തിയ ശേഷം അയാൾ തന്റെ എളിയിൽ കൈകുത്തി അസാധാരണമായ ഒരു കാൽവെയ്പോടെ ഓടുവാൻ തുടങ്ങി. ഒരിരുന്നൂറുമീറ്റർ ഓടിയതിനുശേഷം വേഗതകുറച്ച് നടന്നുതുടങ്ങി. അയാളുടെ ദേഹത്തിലൂടെ വിയർപ്പ് ഒഴുകുകയാണ്. കിതച്ചിരുന്ന അയാൾക്ക് ശ്വാസം നേരെ കിട്ടിയപ്പോൾ വീണ്ടും ഓടാനാണ് തോന്നിയത്. ഓടിത്തളർന്ന കുതിരയുടെ പാർശ്വങ്ങൾപോലെ അയാളുടെ മേനിയാകെ മിന്നിത്തിളങ്ങി. നിശബ്ദനായി ബൂൺസാന്യൻ സുഹൃത്തുക്ക

ളുടെ ശ്രദ്ധയെ ഓട്ടക്കാരനിലേക്ക് തിരിച്ചുവിട്ടു. ആ മറവിലിരുന്ന് അവരും അയാളെത്തന്നെ ശ്രദ്ധിക്കുവാൻ തുടങ്ങി. പുതിയ താമസക്കാരൻ നിസാരമായ അഭ്യാസങ്ങൾ കൊണ്ടുപോലും വല്ലാതെ കിതയ്ക്കുന്നുണ്ടായിരുന്നു. ഇടയ്ക്കിടെ അയാൾ വേദനകൊണ്ടു പുളഞ്ഞു. ഞരങ്ങിക്കൊണ്ടാണെങ്കിലും അയാൾ ഓട്ടം നിർത്തിയില്ല. സ്വയം നിയന്ത്രിക്കുവാൻ വയ്യാതായപ്പോൾ ബൂൺസാന്യൻ വിളിച്ചുപറഞ്ഞു.

"ഹേയ് കുട്ടി 'സ്റ്റാമെൻസ്കി' സഹോദരന്മാരെ വെട്ടിക്കുവാനഭ്യസിക്കുകയാണോ?"

ഒരു ഞെട്ടലോടെ നവാഗതൻ നിന്നു. ക്ഷീണവും വേദനയും ആ മുഖത്തുനിന്ന് ഓടിമറഞ്ഞു. അയാൾ ശാന്തനായി ആ കുറ്റിക്കാട്ടിലേക്കു നോക്കി; പിന്നീട് യാതൊന്നും പറയാതെ ചുരുണ്ടുപോകുന്ന മട്ടിൽ കാട്ടിലേക്കു നടന്നുപോയി.

"ആരാണ് അയാൾ? സർക്കസുകാരനോ; ഭ്രാന്തനോ."

അപ്പോൾ മാത്രം ഉറക്കമുണർന്ന മേജർ സ്റ്റ്റുക്കോവ് വിശദീകരിച്ചു.

"അയാൾക്കു പാദങ്ങളില്ല. കൃത്രിമക്കാലുകൾക്ക് അഭ്യാസം നൽകുകയാണ്. വീണ്ടും യുദ്ധമേഖലയിലേക്കു മടങ്ങണമെന്നാണ് അയാളുടെ മോഹം."

ക്ഷീണിച്ച മനുഷ്യരുടെമേൽ, തണുത്ത വെള്ളം പറ്റിയാലത്തെ അനുഭവമാണ് അവർക്കുണ്ടായത്. പെട്ടെന്ന് അവരെല്ലാവരും വർത്തമാനം പറയുവാൻ തുടങ്ങി. ഒരു അസാധാരണ താളത്തോടുകൂടി നടക്കുന്നതിൽക്കവിഞ്ഞ യാതൊരു പ്രത്യേകതയും തോന്നാതിരുന്ന ഈ കുട്ടിക്ക് പാദങ്ങൾ ഇല്ല എന്നു മനസിലായപ്പോൾ അവർക്ക് അത്ഭുതമായി. കാലില്ലാതെ ഒരു പോർവിമാനം ഓടിക്കുവാനുള്ള അയാളുടെ ആശ അവിശ്വസനീയവും അബദ്ധവും ആണെന്നു മാത്രമല്ല അവിശുദ്ധമെന്നുപോലും അവർക്കു തോന്നി. നിസാരമായ കാരണങ്ങൾമൂലം ഉദാഹരണമായി, രണ്ടു വിരലുകളുടെ നഷ്ടം, ഞരമ്പു തകർച്ച, കാലുകൾ പരന്നുതുടങ്ങുന്നതിന്റെ ലക്ഷണങ്ങൾ എന്നിവ കൊണ്ടു പുറത്താക്കപ്പെട്ട വൈമാനികരുടെ കഥകൾ അവർ ഓർത്തു. എപ്പോഴും യുദ്ധകാലത്തുപോലും ബാക്കി ഏതു സർവീസിനെക്കാളും കർശനമായിരുന്നു വൈമാനികരുടെ കായികശേഷിയുടെ തോത്. അവസാനമായി അവരുടെ എല്ലാവരുടെയും അഭിപ്രായം ഒരു പോർവിമാനത്തിന്റെ അതിസങ്കീർണമായ യന്ത്രസമൂഹത്തെ നിയന്ത്രിക്കുവാൻ പാദങ്ങളില്ലാതെ സാധ്യമാകുകയില്ല എന്നുതന്നെയായിരുന്നു.

മെരിസീവിന്റെ ആശയം ഒരുതരം വിഭ്രാന്തിയാണ് എന്നവർ സമ്മതിച്ചു. പക്ഷേ എല്ലാവർക്കും അതിനോട് ഒരു ആകർഷണം തോന്നി. 'നിങ്ങളുടെ സ്നേഹിതൻ ഒന്നുകിൽ ഒരു പമ്പരവിഡ്ഢി–അല്ലെങ്കിൽ ഒരു അതുല്യപ്രഭാവൻ. രണ്ടിന്റേയും ഇടയ്ക്കൊന്നുമല്ല തീർച്ച' ഇതായിരുന്നു ബൂൺസാന്യന്റെ തീരുമാനം.

വിശ്രമസങ്കേതത്തിൽ കാലില്ലാത്ത ഒരാളുണ്ട്. അയാൾ ഇനിയും

ഒരു പോർവിമാനം ഓടിക്കാമെന്ന് സ്വപ്നം കാണുകയാണ് എന്ന വാർത്ത നിമിഷനേരംകൊണ്ട് എല്ലാ വാർഡിലും പരന്നു. രാത്രി ഭക്ഷണസമയമായപ്പോഴേക്കും, അലക്സി എല്ലാവരുടെയും ശ്രദ്ധാകേന്ദ്രമായി മാറിയിരുന്നു. പക്ഷേ, അയാൾ മാത്രം അത് അത്രതന്നെ മനസിലാക്കിയിരുന്നില്ല. അയാളെ ശ്രദ്ധിച്ചവരാരും, മേശയ്ക്കരികിൽ ഇരുന്നു തന്റെ കൂട്ടുകാരുമായി വർത്തമാനം പറഞ്ഞു ഹൃദയംഗമായി പൊട്ടിച്ചിരിക്കുകയും ഹൃദ്യമായി ഭക്ഷണം കഴിക്കുകയും, സുന്ദരിയായ പരിചാരികയോട് അൽപ്പം അസാധാരണരീതിയിൽ കൊഞ്ചുകയും, സുഹൃത്തുക്കളോടൊപ്പം ഉദ്യാനത്തിൽ നടക്കുകയും, കാരവടി കളിക്കുവാൻ അഭ്യസിക്കുകയും, വോളിബോളിൽപോലും ഒരു കൈ നോക്കുകയും ചെയ്തിരുന്ന ആ യുവാവിൽ–അൽപ്പം ചാടിച്ചാടി നടക്കുന്നു എന്നല്ലാതെ ഒരു പ്രത്യേകതയും കണ്ടുപിടിച്ചില്ല. അയാൾ കേവലം ഒരു സാധാരണക്കാരൻ തന്നെയായിരുന്നു. ഒടുവിൽ പരിചയം കൂടിവരുന്തോറും ആരുംതന്നെ അയാളിൽ ആവശ്യത്തിൽകൂടുതൽ ശ്രദ്ധചെലുത്തുവാൻ മിനക്കെടാതായി.

അന്നു വൈകുന്നേരം സിനോച്കയെ കാണുവാൻ അയാൾ സ്വീകരണമുറിയിലേക്കുപോയി. ഭക്ഷണസമയത്ത് പലഹാരം എടുത്തുവെച്ചിരുന്നത് ഒരു ഇലയിലാക്കി അയാൾ കൈയിൽവച്ചിരുന്നു. ധീരോദാത്തതയോടെ അയാൾ അത് സിനോച്കയുടെ കൈയിൽ കൊടുത്തു. വലിയ ചടങ്ങുകൾ ഒന്നുമില്ലാതെ മേശക്കരികിൽ ഇരുന്ന്, അവൾ അവളുടെ സത്യം പരിപാലിക്കുവാൻ സന്നദ്ധയാണോ എന്നു ചോദിച്ചു.

"ഏത് സത്യം" വൃത്തിയായി മഷിയെഴുതി വളച്ചുവെച്ചിരുന്ന പുരികക്കൊടികൾ ഉയർത്തിക്കൊണ്ട് അവൾ ചോദിച്ചു.

"സിനോച്ക, നിങ്ങൾ എന്നെ നൃത്തം പഠിപ്പിക്കാമെന്ന് ഏറ്റിരുന്നു."

"പക്ഷേ......"പെൺകുട്ടി പ്രതിഷേധിച്ചുനോക്കി.

"എന്നോട് ആരോ പറഞ്ഞത് നിങ്ങൾ അതിസമർഥയായ ഒരു നൃത്താധ്യാപികയാണെന്നാണല്ലോ. ഞൊണ്ടികൾക്കുപോലും നിങ്ങളുടെ അടുക്കൽ വന്നാൽ നൃത്തം അഭ്യസിക്കാം. പക്ഷേ, ശരിയായ മനുഷ്യർ കാലുമാത്രമല്ല ഫെഡിയയെപ്പോലെ ബോധവും കളഞ്ഞുകുളിക്കും. എന്നാണ് നമുക്ക് അഭ്യസനം തുടങ്ങേണ്ടത്? വിലയേറിയ സമയം വെറുതെ കളയരുതല്ലോ."

അവൾക്ക് ഈ നവാഗതനെ വളരെ ഇഷ്ടപ്പെട്ടു. പാദങ്ങളില്ലെങ്കിലും താൻ ഡാൻസു പഠിപ്പിക്കണം എന്നയാൾ ആഗ്രഹിക്കുന്നു. എന്തുകൊണ്ടു വയ്യ. അയാൾ വളരെ നല്ല മനുഷ്യനാണ്–ആ കറുത്ത തൊലിക്കടിയിൽ രക്തത്തുടിപ്പുകൾ വ്യക്തമായിക്കാണാം. നല്ല ഭംഗിയുള്ള തലമുടി. സാധാരണക്കാരനെപ്പോലെയാണ് നടത്തം. അൽപ്പം നിന്ദ സ്ഫുരിക്കുന്നതാണെങ്കിലും എന്ത് തേജസുറ്റതാണ് ആ നയനങ്ങൾ. സിനോച്കയുടെ ജീവിതത്തിൽ നൃത്തിനുള്ള സ്ഥാനം ചില്ലറയൊന്നുമല്ല, അവൾക്ക് അത് ഏറ്റവും ഇഷ്ടമാണ്. വളരെ വളരെ വിദ

ഗ്ദ്ധയായ ഒരു നടിയുമാണ് അവൾ. പിന്നെ മെരിസീവോ? കൊള്ളാം. വാസ്തവത്തിൽ അയാൾ വളരെ നല്ലമനുഷ്യൻ.

കഥ ചുരുക്കിപ്പറഞ്ഞാൽ അവൾ സമ്മതിച്ചു. "പോൾ സുഡാക്കോവിസ്കി'യുടെ ഏറ്റവും സമർഥമായ അനുയായിയും സോങ്കിലിങ്കി' മുഴുവനും സുപ്രസിദ്ധനായ 'ബോംബ്' ഗോറെക്കാവ് ആണ് അവളെ നൃത്തം പഠിപ്പിച്ചതെന്ന് അവൾ പറഞ്ഞു. 'പോൾസുഡാക്കോവ്സ്കി' മോസ്കോ മുഴുവൻ പുകൾപെറ്റ വ്യക്തിയാണ്. മിലിട്ടറി അക്കാഡമി വൈദേശിക കാര്യാലയത്തിലെ കമ്മിസാറിയേറ്റ് ക്ലബ് മുതലായവയിലെല്ലാം അദ്ദേഹമാണ് പഠിപ്പിക്കുന്നത്. ഈ വിശ്വവിഖ്യാതന്മാരിൽ നിന്നാണ് അവൾ 'ബാൾറൂംഡാൻസി'ന്റെ മഹത്തായ പാരമ്പര്യം ആർജിച്ചത്. അയാളെ പഠിപ്പിക്കാമെന്ന് അവൾ ഏറ്റു. പക്ഷേ, പാദങ്ങളില്ലാതെ എങ്ങനെ അത് സാധിക്കുമെന്ന് അവൾക്കും സംശയമുണ്ട്. പഠിപ്പിക്കുന്നതിന് അവൾ നിർദേശിച്ച വ്യവസ്ഥകൾ കർശനമായിരുന്നു. അയാൾ തികഞ്ഞ അനുസരണ പാലിക്കണം. സമർഥനായിരിക്കണം. അവളുമായി പ്രേമത്തിൽ അകപ്പെടാതിരിക്കുവാൻ ശ്രദ്ധിക്കണം. എന്തെന്നാൽ അത് പഠിപ്പിനു വിഘാതമാകും. പിന്നെ അവൾ വേറെ ആളുകളുടെ കൂടെ ഡാൻസുചെയ്യുന്നതുകൊണ്ട് അസൂയപ്പെടരുത്. ഒരൊറ്റ കൂട്ടുകാരന്റെ കൂടെ മാത്രം നൃത്തം ചെയ്താൽ അവളുടെ സാമർഥ്യം നശിക്കും; പോരാത്തതിന് അതിൽ ഒരു രസവുമില്ല.

യാതൊരു കലവറയും കൂടാതെ ഈ നിർദേശങ്ങളെല്ലാം അലക്സി സ്വീകരിച്ചു. സിനോച്ക, തന്റെ ചുവന്ന തലമുടി ഒന്ന് വെട്ടിച്ചു. അവിടെവച്ചുതന്നെ അവളുടെ മനോഹരമായ പാദങ്ങൾകൊണ്ട് കുറെ ചുവടുകൾ കാണിച്ചുകൊടുത്തു. ക്യാംഷീനിൽ പൊതുഉദ്യാനത്തിൽ അഗ്നിശമന ബാൻഡുകാർ സംഗീതമാലപിക്കെ; മെരിസീവ് 'റാഡിക്കിയ' മുതലായ നൃത്തങ്ങൾ ചെയ്തിട്ടുണ്ട്. അയാൾ അതിൽ ഒരു വിദഗ്ദ്ധനാണ് എന്നപേരും സമ്പാദിച്ചിരുന്നു. കുറച്ചൊരു താളലയക്രമം അലക്സിക്കും നിശ്ചയമുണ്ടായിരുന്നതിനാൽ ഉന്മേഷകരമായ ആ കല അയാൾ വേഗം പഠിച്ചുപോന്നു. ഇപ്പോൾ അത് പഠിപ്പിക്കുവാൻ വളരെ പ്രയാസമാണ്. യഥേഷ്ടം വളയ്ക്കാവുന്നതും നീക്കാവുന്നതും ആയ ജീവനുള്ള കാലുകൾ അയാൾക്കില്ല. തന്റെ കാൽമുട്ടുകളിൽ വെച്ചുകെട്ടിയിരിക്കുന്ന തോൽകൊണ്ടുവേണം ഈ അഭ്യാസങ്ങൾ നിർവഹിക്കാൻ. അമാനുഷികമായ അധ്വാനം–മനഃശക്തിയുടെ അതുല്യമായ പ്രയത്നം; വേണ്ടിയിരുന്നു ഈ ഒതുക്കമില്ലാത്ത കനംകൂടിയ കൃത്രിമക്കാലുകൾക്കു ജീവനും ചലനവും നൽകാൻ.

അവ തന്നോട് അനുസരണ കാണിക്കണമെന്ന് അയാൾക്ക് നിർബന്ധമായിരുന്നു. സുപ്രസിദ്ധനായ പോൾ സുഡാക്കോവിസ്കി ആവിഷ്കരിച്ച 'ബാൾറൂം' നൃത്തത്തിന്റെ സങ്കീർണമായ സാങ്കേതിക സംജ്ഞകൾ, സുഖശ്രവണങ്ങളായ പേരുകൾ ഉള്ള ഗ്ലിസ്, പരേഡ്, സെർപെന്റ്, പോയന്റ് എന്നീ ചുവടുവയ്പ്പുകൾ അയാളെ അതിയായി

രസം പിടിപ്പിച്ചു: മണലിൽ കൂത്താടിക്കളിക്കുന്ന ഒരു പയ്യനെപ്പോലെ സന്തോഷവാനാക്കി. അതെല്ലാം പഠിച്ചുകഴിഞ്ഞ് അയാൾ സ്വയം അച്ചു തണ്ടാക്കിനിന്നു ചിലപ്പോൾ വട്ടംചുറ്റും, അല്ലെങ്കിൽ ആനന്ദംകൊണ്ട് മതിമറന്ന് തനിക്ക് തന്റെമേലുണ്ടായ വിജയത്തിന്റെ ആഘോഷമെന്ന നിലയിൽ തന്റെ അധ്യാപികയെ തട്ടിമുട്ടത്തക്ക വിധത്തിൽ പിടിച്ചുപൊക്കും. പക്ഷേ, ആർക്കുംതന്നെ-പ്രത്യേകിച്ച് അധ്യാപികയ്ക്ക്-അയാൾ, വിവിധതരത്തിലുള്ള അതിസങ്കീർണമായ വേദനയെക്കുറിച്ച്-ഈ കല പഠിപ്പിക്കുന്നതിന് അയാൾ കൊടുക്കേണ്ടിവന്ന വിലയെപ്പറ്റി ഒരു അറിവും ഉണ്ടായിരുന്നില്ല. പുഞ്ചിരി തങ്ങുന്ന മുഖത്തുനിന്ന് അലക്ഷ്യമായ വിധത്തിൽ വിയർപ്പു തുടച്ചു കളയുമ്പോൾ, അറിയാതെ നേത്രങ്ങളിൽ പൊടിഞ്ഞ കണ്ണീരും തുടച്ചുമാറ്റുന്നത് ആരുമാരും കണ്ടിരിക്കുകയില്ല. അത്യന്തം ക്ഷീണിതനായി, പക്ഷേ, ആനന്ദമത്തനായാണ് ഒരു ദിവസം അയാൾ മുറിയിലേക്ക് ഞൊണ്ടിച്ചെന്നത്.

"ഞാൻ നൃത്തം പഠിക്കുകയാണ്." ഗ്രീഷ്മദിനം ശാന്തമായി എരിഞ്ഞടങ്ങുമ്പോൾ മരത്തലപ്പുകളിൽ സുവർണം വാരിവിതറുന്ന അസ്തമയസൂര്യന്റെ അവസാനകിരണങ്ങൾ വ്യക്തമായി കാണാവുന്ന ജനാലയ്ക്കൽ ചിന്താമഗ്നനായി നിൽക്കുന്ന മേജറോട് അയാൾ വിളിച്ചു പറഞ്ഞു. മേജർ ഉത്തരമൊന്നും പറഞ്ഞില്ല.

"ഞാൻ അതിൽ വിജയം വരിക്കുകതന്നെ ചെയ്യും." ആശ്വാസത്തോടെ കൃത്രിമക്കാലുകൾ വലിച്ചുകളഞ്ഞ് മരവിച്ചുപോയ തന്റെ കാൽമുട്ടുകൾ അമർത്തിത്തിരുമ്മിക്കൊണ്ട് മെരിസീവ് തുടർന്നു.

സ്റ്റ്റുക്കോവ് വാതിലിനു നേരെ മുഖം തിരിച്ചിരുന്നു. അയാളുടെ ചുമലുകൾ കുലുങ്ങുന്നുണ്ടായിരുന്നു. തേങ്ങിക്കരയുന്നമട്ടിൽ ചില സ്വരങ്ങൾ അയാളിൽനിന്നു പുറപ്പെട്ടു. നിശബ്ദനായി അലക്സി ബ്ലാങ്കറ്റിന്റെ അടിയിലേക്കു നീങ്ങി. മേജർക്ക് അസാധാരണമായ എന്തോ സംഭവിച്ചിരിക്കുന്നു. ചെറുപ്പം പിന്നിട്ടിരുന്ന ഈ മനുഷ്യൻ സ്ത്രീകളെക്കുറിച്ചു പരിഹാസവും നിന്ദയും നിറഞ്ഞ സംഭാഷണങ്ങൾ കൊണ്ട് അടുത്തകാലത്ത് ആശുപത്രി വാർഡിലെ അംഗങ്ങളെ രസിപ്പിക്കുകയും ദേഷ്യം പിടിപ്പിക്കുകയും ചെയ്ത ഈ മേജർ പ്രണയത്തിൽ-ആത്മാർഥമായ പ്രണയത്തിൽ ചെന്നുചാടിയിരിക്കുന്നു!-ഒരു സ്കൂൾ കുട്ടിയെപ്പോലെ അയാൾ പ്രേമലഹരികൊണ്ടു തലതിരിഞ്ഞ നിലയിലായിരിക്കുന്നു. ഒരു ദിവസത്തിൽ എത്രയോ തവണ ക്ലാവഡിയ മിഖായിലോവ്നയെ ഫോൺ ചെയ്യുവാൻ അയാൾ സ്വീകരണമുറിയിലേക്കു ഓടും. ഓരോ രോഗിയുടെ കൈയിലും അയാൾ അവൾക്കു പൂക്കൾ, ലേഖനങ്ങൾ, ചോക്കലേറ്റ്, ഫലങ്ങൾ എന്നിവ കൊടുത്തയയ്ക്കും. അയാൾ അവൾക്കു നീണ്ട എഴുത്തുകൾ എഴുതി. പരിചിതമായ കവർ കൈവശം കിട്ടുമ്പോൾ അയാൾ ആനന്ദിക്കും; നേരംപോക്കുകൾ പറയും.

പക്ഷേ അവൾ ഈ മുന്നേറ്റത്തെയെല്ലാം ചെറുത്തുനിന്നു. യാതൊരുവിധ പ്രചോദനവും അയാൾക്കു നൽകിയില്ല. സഹതാപം

പോലും അവൾ അയാളോടു കാണിച്ചില്ല. താൻ വേറെ ഒരാളെ സ്നേഹിച്ചിരുന്നു; അയാൾക്കുവേണ്ടി താൻ വിലപിക്കുകയാണ്, തന്നെ ഉപേക്ഷിക്കുക, തനിക്കുവേണ്ടി വെറുതെ പണം ചെലവാക്കരുത്. തന്നെ ഉദ്ദേശിച്ച് സമയം കളയരുത് എന്നെല്ലാം അവൾ സ്നേഹത്തോടെ എഴുതി. സൗഹൃദപൂർവം എന്നാൽ പ്രണയകാര്യത്തിൽ ഉദ്വേഗജനകമായിത്തോന്നാവുന്ന വിധം കാര്യമാത്രപ്രസക്തവുമായ ഈ എഴുത്താണ് മേജറെ ഇത്രമാത്രം താപനിമഗ്നനാക്കിയത്.

നയതന്ത്രത്തോടെ അലക്സി, ബ്ലാങ്കറ്റിന്റെ അടിയിൽ കിടക്കുമ്പോൾ, മേജർ ജനൽവിട്ട് അലക്സിയുടെ കട്ടിലിലേക്ക് പാഞ്ഞുചെന്ന് അയാളുടെ നേരെ കുനിഞ്ഞ് തോളുകൾ പിടിച്ച് കുലുക്കിക്കൊണ്ട് ആക്രോശിച്ചു.

"അവൾക്ക് എന്താണ് ആവശ്യം. ഞാൻ ആരാണ്! പറയൂ, വയലിലെ വെറും കളയാണോ; കിഴവനാണോ മണ്ണാണോ. അവളുടെ സ്ഥാനത്ത് വേറെ വല്ലവരും ആയിരുന്നുവെങ്കിൽ! പക്ഷേ അതിനി പറഞ്ഞിട്ട് എന്തുഫലം."

മേജർ ഒരു ചാരുകസേരയിൽ പോയി വീണ്, ശക്തിയോടെ തലമുടി അള്ളിപ്പിടിച്ച് തല അങ്ങോട്ടും ഇങ്ങോട്ടും ഉരുട്ടി, കസേരയിൽക്കിടന്നു കരഞ്ഞു.

"അവൾ ഒരു സ്ത്രീയല്ലേ, ഒന്നുമില്ലെങ്കിൽ അവൾക്ക് എന്നെക്കുറിച്ച് ഒരു ജിജ്ഞാസയെങ്കിലും തോന്നേണ്ടതല്ലേ? പെൺപിശാച്. എന്തുതന്നെയായാലും ഞാൻ അവളെ സ്നേഹിക്കുന്നു. ആത്മാർഥമായി അലോഷ്യ, അലോഷ്യ, നിങ്ങൾ അയാളെ–ആ മറ്റേ മനുഷ്യനെ –അറിയുകയില്ലേ? പറയൂ, എന്തുകാര്യത്തിലാണ് അയാൾക്ക് എന്നെക്കാളും ഒരു മേന്മ എന്തുകൊണ്ടാണ് അയാൾ അവളെ നേടിയത്. കൂടുതൽ സമർഥനാണോ, എന്നെക്കാളും സുന്ദരനാണോ?. എന്തുതരത്തിലുള്ള വീരനാണ് അയാൾ?"

കമ്മിസാർ വാർബിയോവിന്റെ വലിയ വീർത്ത ദേഹത്തേയും തലയിണയിന്മേൽ വച്ചിരുന്ന വിളർത്ത മുഖത്തേയും സ്ത്രൈണമായ വേദനയുടെ മൂർത്തീകരണമായി ഒരു പ്രതിമയെപ്പോലെ അയാളെത്തന്നെ നോക്കി അരികിൽ നിന്നിരുന്ന ആ സ്ത്രീയേയും ചുവപ്പുപട്ടാളം മരുഭൂമിയിലൂടെ മാർച്ച് ചെയ്തു പോകുന്നതിനേയും അലക്സി ഓർത്തു.

"മേജർ, അദ്ദേഹം ഒരു യാഥാർഥമനുഷ്യനായിരുന്നു–ഒരു ബോൾഷെവിക്–നാം എല്ലാവരും അദ്ദേഹത്തെപ്പോലെ ആയിത്തീരുവാൻ ദൈവം അനുഗ്രഹിക്കട്ടെ!"

IV

പാദങ്ങളില്ലാത്ത ഒരാൾ നൃത്തം അഭ്യസിക്കുന്നു എന്ന അസംഗതമായ വാർത്ത വിശ്രമസങ്കേതം മുഴുവൻ പരന്നു.

സിനോച്ക സ്വീകരണമുറിയിലെ വേലയെല്ലാം മുഴുവനാക്കി വരുമ്പോഴേക്കും അവളുടെ ശിഷ്യൻ വരാന്തയിൽ അവളെ കാത്തുനിൽക്കുന്നുണ്ടാകും. വനസുമങ്ങളുടെ ഒരു ചെണ്ടോ, കുറച്ചു ചോക്ലേറ്റോ ആഹാരസമയത്ത് നീക്കിവച്ചിരുന്ന ഒരു മധുരനാരങ്ങയോ അയാൾ കരുതിയിരിക്കും. വളരെ ഗൗരവത്തോടുകൂടി അവൾ അയാളുടെ കൈപിടിക്കും. എന്നിട്ടു രണ്ടുപേരും കൂടി വിനോദശാലയിലേക്കു നടക്കും. വേനൽക്കാലത്തെ ഉച്ചയ്ക്കുശേഷം ആ സ്ഥലം പ്രായേണ വിജനമായിരിക്കും. അവിടെ കിടപ്പുള്ള ശീട്ടുകളിമേശയും ടേബിൾടെന്നീസ് മേശയും ഉത്സാഹശീലനായ ശിഷ്യൻ നേരത്തെതന്നെ ചുമരിനരികിലേക്ക് മാറ്റിയിട്ടിട്ടുണ്ടാവും സിനോച്ക ഒരു പുതിയ പാഠം സുന്ദരമായി ആവിഷ്കരിച്ചു കാണിക്കും. അവളുടെ മനോഹരപാദങ്ങൾ തറയിൽ വിന്യസിച്ചു കാണിക്കുന്ന അതിസങ്കീർണമായ താളക്രമങ്ങൾ ആ വൈമാനികൻ പുരികം ചുളിച്ചു ശ്രദ്ധിച്ചുകൊണ്ടു നിൽക്കും. പിന്നെ ആ പെൺകുട്ടി ഗൗരവത്തോടെ കൈകൊട്ടി എണ്ണം പിടിക്കും.

"1. 2. 3 ഗ്ലിസ്........ഇടത്തോട്ട്

1.2.3. 1.2.3. ഗ്ലിസ് വലത്തോട്ട്

ഒന്നു തിരിയൂ അത് ശരി. 1.2.3. 1.2.3. സർപ്പന്റ് ശരി നമുക്ക് ഒരുമിച്ച് അഭ്യസിക്കാം."

'ബോബ് ഗോറോക്കോവിനോ,' 'പോൾ സുഡാക്കോ വിസ്കിക്കോ' ഒരിക്കലും ചെയ്യേണ്ടിവന്നില്ലാത്ത ഒരു സംഗതിയാണ് പാദങ്ങളില്ലാത്ത ഒരോട്ടനൃത്തം അഭ്യസിപ്പിക്കുക എന്നത്. ഇക്കാരണത്താലോ അഥവാ ചുരുണ്ട കറുത്ത തടമുടിയും, ഹാസ്യം സ്ഫുരിക്കുന്ന നയനങ്ങളും ഉള്ള തന്റെ ശിഷ്യനോട് ഒരുപക്ഷേ, അവൾക്ക് ഒരു പ്രിയം തോന്നിയിട്ടോ, അല്ലെങ്കിൽ ഈ രണ്ടു കാരണങ്ങളാലോ എന്തുകൊണ്ടായാലും അവൾ തന്റെ വിശ്രമസമയം മുഴുവനും ആത്മാർഥമായ ശ്രദ്ധ അതിൽ ചെലുത്തി.

വൈകുന്നേരം മണലണിഞ്ഞ നദീതടവും വോളിബോൾ, സ്കട്ടിൽ മുതലായ വിനോദങ്ങളുടെ രംഗങ്ങളും വിജനമാകുമ്പോൾ രോഗികളുടെ പ്രിയങ്കരമായ ഒരു വിനോദം നൃത്തം മാത്രമായിരിക്കും. ഈ ഉല്ലാസങ്ങളിലെല്ലാം വളരെ ശ്രദ്ധയോടെ അലക്സി പങ്കുചേരും. ഇത്ര കടുത്ത ചട്ടങ്ങളുമായി ആദ്യമേതന്നെ തന്റെ ശിഷ്യനെ ബന്ധപ്പെടുത്തേണ്ടിയിരുന്നില്ലെന്ന് ഒന്നിലധികം പ്രാവശ്യം അധ്യാപിക വിഷാദിച്ചു. സംഗീതത്തിന്റെ താളലയമനുസരിച്ച് നൃത്തംചെയ്യുന്ന യുവയുഗ്മങ്ങൾ ആ മുറിയിൽ കറങ്ങിത്തിരിഞ്ഞു. ആവേശം കൊണ്ട് ഉജ്വലിക്കുന്ന കണ്ണുകളും, തുടുത്ത കവിൾത്തടങ്ങളുമായി അലക്സി, ചെമ്പൻമുടിയുള്ള ലഘുപാദയായ തന്റെ സഖിയെ 'ഗ്ലിസ്' 'സർപ്പന്റ്' മുതലായ പാദചലനങ്ങളിലൂടെ ചുറുചുറുക്കോടെ നയിച്ചുകൊണ്ടിരുന്നു. അയാൾ ഇടയ്ക്കിടെ മുറിവിട്ടുപോയി ചെയ്യുന്നത് എന്താണെന്ന് ആർക്കും ഊഹിക്കാൻപോലും കഴിഞ്ഞില്ല.

തുടുത്ത മുഖത്ത് തെളിഞ്ഞുനിൽക്കുന്ന ഒരു മന്ദസ്മിതത്തോടെ, കൈലേസുകൊണ്ടുവീശി അയാൾ ആ മുറിവിട്ടു പുറത്തേക്കുവരും; വാതിൽ തുറന്ന് അർധാന്ധകാരത്തിൽ ആണ്ടുകിടക്കുന്ന ഇടനാഴിയിൽ എത്തുമ്പോഴേക്കും ആ ചിരി വേദനയുടെ വക്രതയായി മാറിയിരിക്കും. ക്രാതിയിൽ ഊന്നി, തെന്നിത്തെന്നിയാണ് അയാൾ പൂമുഖത്തിന്റെ നട ക്കല്ലുകൾ ഇറങ്ങാറ്. മഞ്ഞണിഞ്ഞ ആ പുല്ലിൽ കമഴ്ന്നുവീണ് ചൂടുവി ട്ടിട്ടില്ലെങ്കിലും കുളിർമയുള്ള ആ പുല്ലിൽ തന്റെ ദേഹം അമർത്തിവെച്ച്, കൃത്രിമക്കാലിന്റെ നാടയുടെ മുറുക്കം കൊണ്ടുണ്ടായ വേദന സഹി ക്കാൻ വയ്യാതെ അയാൾ പൊട്ടിക്കരയും.

കാലുകൾക്ക് അൽപ്പം ആശ്വാസംകിട്ടുവാൻ അയാൾ ആ നാട അഴിച്ചുവിടും. കുറച്ചുനേരം വിശ്രമിച്ചതിനുശേഷം ചാടിയെഴുന്നേറ്റ് അയാൾ വീണ്ടും മുറിയിലേക്കുതന്നെ യാത്രയാകും. വിനോദശാലയിൽ വിയർപ്പിൽകുളിച്ച ഗാനയന്ത്ര പ്രവർത്തകൻ അക്ഷീണനായി തന്റെ ഗാനധാര ഉതിർത്തുകൊണ്ടിരിക്കുന്നതിനിടയിൽ ആരും അറിയാതെ തന്നെ അയാൾ സിനോച്കയുടെ സമീപത്തെത്തും. ആൾക്കൂട്ടത്തിനിട യിൽ തന്റെ കൂട്ടുകാരനെ അന്വേഷിച്ച് അലയുകയായിരിക്കും ആ സമ യത്ത് അവളുടെ നേത്രങ്ങൾ. തന്റെ വീതിയേറിയ, സ്ഫടികഖണ്ഡ ങ്ങൾപോലുള്ള പല്ലുകാട്ടിച്ചിരിച്ചുകൊണ്ട് അയാൾ വീണ്ടും അവ ളോടൊന്നിച്ച് നൃത്തവേദിയിൽ പ്രവേശിക്കും. ഇടയിൽ അവളെ വിട്ടു പോയതിനു കുറ്റപ്പെടുത്തിയാൽ പ്രത്യുത്തരമായി അയാൾ എന്തെ ങ്കിലും തമാശ അടിച്ചുവിടും. മറ്റു നർത്തകരിൽനിന്ന് യാതൊരു വ്യത്യാ സവും ഇല്ലാതെ അവരും അവിടെ വീണ്ടും ചുറ്റിക്കറങ്ങിത്തുടങ്ങും.

ഈ അതികഠിനമായ നൃത്താഭ്യാസത്തിനു തക്കതായ ഫലപ്രാ പ്തിയുണ്ടായി. കൃത്രിമക്കാലുകൊണ്ടുള്ള പ്രതിബന്ധം കുറഞ്ഞുതുട ങ്ങി. അത് അയാളുടെ കാലിൽ ഒട്ടിച്ചേർന്നപോലെയിരിക്കുന്നു. അലക്സി ആകെ ആഹ്ലാദചിത്തനായി ഒരൊറ്റ സംഗതി-ഓല്യയിൽനി ന്നുമുള്ള എഴുത്തുകളുടെ അഭാവം മാത്രമേ അയാളെ അലട്ടിയിരുന്നു ള്ളൂ. ഗ്വോസ്ഡേവിന് തന്റെ കാമിനിയുമായുണ്ടായ നിർഭാഗ്യകരമായ അനുഭവത്തിനുശേഷം-അപകടകരമായ എല്ലാംകൊണ്ടും വിഡ്ഢിത്ത മെന്ന് ഇപ്പോൾ തോന്നുന്ന ആ എഴുത്ത് അയാൾ അയച്ചുകഴിഞ്ഞിട്ട് മാസമൊന്നു കഴിഞ്ഞു. ഇതേവരെ യാതൊരു മറുപടിയുമില്ല. ഓരോ ദിവസത്തേയും ഓട്ടവും കായികാഭ്യാസവും നിർവഹിച്ചതിനുശേഷം- ഓരോ ദിവസവും 100 അടിവീതം അയാൾ കൂട്ടാറുണ്ട്-അയാൾ സ്വീക രണ മുറിയിലെ എഴുത്തുകള്ളി ചെന്നുനോക്കും. 'എം' എന്ന് അങ്കിത മായ അറയിൽ മറ്റേത് സ്ഥലത്തെക്കാളും കൂടുതൽ എഴുത്തുകൾ ഉണ്ടാകാറുണ്ട്. പക്ഷേ, അതയാൾ തിരയുന്നതു വെറുതെയായിരിക്കും.

ഒരു ദിവസം നൃത്താഭ്യാസം നടന്നുകൊണ്ടിരിക്കുമ്പോൾ ബൂൺസാന്യന്റെ കറുത്ത തല വാതിൽക്കൽ പ്രത്യക്ഷപ്പെട്ടു. അയാൾ കൈയിൽ ഒരു എഴുത്ത് പിടിച്ചിരുന്നു. ബൂൺസാന്യൻ എന്തെങ്കിലും

ഒരക്ഷരം ഉരിയാടുന്നതിനു മുമ്പുതന്നെ മെരിസീവ് സ്കൂൾകുട്ടിയുടെ വലിയ കൈയക്ഷരത്തിലുള്ള ഒരു എഴുത്ത് പിടിച്ചു പറിച്ചു. ജനവാതിൽ ക്കൽ അത്ഭുതസ്തബ്ധനായി നിൽക്കുന്ന ബൂൺസാന്യനേയും, മുറിയുടെ നടുക്ക് കോപാകുലയായി നിൽക്കുന്ന സിനോച്കയേയും അവഗണിച്ചുകൊണ്ട് പുറത്തേക്ക് ഓടി.

"സീനോ–ഇക്കാലത്ത് എല്ലാവരും ഇങ്ങനെ തന്നെയാണ്." ബൂൺസാന്യന്റെ സ്വരത്തിനു ഒരു വായാടിത്തള്ളയുടേതിന്റെ ഛായയുണ്ടായിരുന്നു. "അവർ എല്ലാവരും ഒരുപോലെ ചതിയന്മാരാണ്. അവരെ വിശ്വസിക്കാതെ പരിശുദ്ധജലം കാണുമ്പോൾ പിശാച് ഓടിമറയുന്നതുപോലെ ഇവരെ കാണുമ്പോൾ പാഞ്ഞകലണം. ഇതാ എന്നെ ശിഷ്യനായി അംഗീകരിക്കുകയാണ് നല്ലത്." ഇതുംപറഞ്ഞ് അയാൾ തന്റെ വടി അകത്തേക്ക് ആദ്യം എറിഞ്ഞു. സിനോച്ക പരിഭ്രമിച്ചും വ്യസനിച്ചും നിൽക്കുന്ന ആ ജനലിലൂടെ കിതച്ചുകൊണ്ടകത്തേക്കു വലിഞ്ഞു കയറി.

ആ എഴുത്ത് കൈയിൽ മുറുകെപ്പിടിച്ച്, ആരോ പിന്നാലെ ആ നിധി തട്ടിപ്പറിക്കാൻ വരുന്നുണ്ടെന്നു ഭയപ്പെട്ടിട്ടെന്നപോലെ അയാൾ തടാകതീരത്തേക്ക് ഓടി; ആടിയുലയുന്ന നീണ്ട പുൽത്തുണ്ടുകളെ പിന്നിട്ടു നിറയെ പൂപ്പൽപിടിച്ച ഒരു കല്ലിന്മേൽ ചെന്നിരുന്നു. വളർന്നുയർന്ന പുല്ലിന്റെ മറവിൽ ഇരുന്ന് അയാൾ കൈയിൽ ഇരുന്നുവിറയ്ക്കുന്ന ആ ലേഖനം ഒന്നു പരിശോധിച്ചു. എന്തായിരിക്കും അതിന്റെ ഉള്ളടക്കം. എന്തുവിധിയാണ് അത് പ്രസ്താവിക്കുവാൻ പോകുന്നത്. കവർ മുഷിഞ്ഞ്, അവിടവിടെ കീറിത്തുടങ്ങിയിരിക്കുന്നു. ലക്ഷ്യസ്ഥാനത്ത് എത്തുന്നതിനു മുൻപ് അത് കുറെ ചുറ്റിത്തിരിഞ്ഞിരിക്കണം. അയാൾ ആ കവർ വളരെ സാവധാനം കീറി. അയാളുടെ കണ്ണ് 'പ്രിയതമ–ഞാൻ അങ്ങയെ ചുംബിക്കുന്നു–ഓൾഗ'–എന്ന അവസാന വാചകത്തിൽ തറച്ചുനിന്നു. അതോടെ അയാൾക്ക് ഒരു ആശ്വാസം തോന്നി. ഒരു നോട്ടുബുക്കിൽനിന്നു വലിച്ചുകീറിയതായിരുന്നു, ആ കടലാസ്. അയാൾ അത് മടിയിൽവെച്ച് തലോടി. അസാധാരണമായവിധത്തിൽ അതിൽ ചളിയും മെഴുകുതിരിക്കൊഴുപ്പും പുരണ്ടിരുന്നു. സ്വതേ നല്ല വൃത്തിയും വെടിപ്പുമുള്ള ഓല്യക്ക് എന്തുപറ്റി? എഴുത്തിലെ വിവരങ്ങൾ അയാളിൽ ഭയവും അഭിമാനവും ഉളവാക്കി. ഒരുമാസത്തിനുമുമ്പുതന്നെ ഓല്യ അറക്കക്കമ്പനി വിട്ടിരിക്കുന്നു. ക്യാംഷീനിലെ മറ്റു സ്ത്രീകളുടെയും കുട്ടികളുടെയും കൂടെ നമുക്ക് പരിശുദ്ധമായി തോന്നുന്ന പേർ വഹിക്കുന്ന ഒരു മഹാനഗരത്തിനു ചുറ്റും ടാങ്കുകൾക്ക് എതിരായുള്ള കിടങ്ങുകളും കോട്ടകളും ഉണ്ടാക്കുന്നതിൽ അവൾ വ്യാപൃതയായിരിക്കുകയാണ്. 'സ്റ്റാലിൻഗ്രാഡ്" എന്ന നാമധേയം ആ ലേഖനത്തിൽ ഒരിടത്തും പ്രതിപാദിച്ചിരുന്നില്ല. പക്ഷേ, കത്തിൽ നിറഞ്ഞു കാണുന്ന ആശയും ഉൽക്കണ്ഠയും സ്നേഹവും അത് സ്റ്റാലിൻഗ്രാഡ് ആയിരിക്കുമെന്ന് വ്യക്തമാക്കിയിരുന്നു.

ആയിരക്കണക്കിനു സന്നദ്ധഭടന്മാർ രാവും പകലും-ഭൂമി കുഴിച്ചും, മണ്ണ് കയറ്റി അയച്ചും കോൺക്രീറ്റുകൊണ്ടു പുരകൾ പണിതും, അവിടെ പ്രവൃർത്തിയെടുക്കുകയാണ് എന്നവൾ എഴുതിയിരുന്നു. എഴുത്തിൽ സ്വതേ ഉന്മേഷം തുളുമ്പുന്നുണ്ടെങ്കിലും, അതിൽ ഉപയോഗിച്ചിരുന്ന ചില പദങ്ങൾ വ്യക്തമാക്കിയിരുന്നത്, അവിടെ പണിയെടുക്കുന്ന സ്ത്രീകളുടെയും കുട്ടികളുടെയും ജീവിതം ക്ലേശഭൂയിഷ്ഠമാണ് എന്നായിരുന്നു. താനാകെ മുഴികിയിരുന്ന ജോലിയെക്കുറിച്ച് ഒരു വിശദ വിവരം നൽകിയതിനുശേഷമേ, അയാൾ ചോദിച്ചിരുന്ന ചോദ്യത്തിന് ഉത്തരം പറയുവാൻ ഒരുങ്ങിയിരുന്നുള്ളൂ. അവിടെ ആ കിടങ്ങിൽവെച്ചു കിട്ടിയ ആ എഴുത്ത് തന്നെ അത്യന്തം കോപാകുലയാക്കി എന്നവൾ എഴുതിയിട്ടുണ്ട്. ഞരമ്പുകൾക്ക് അത്യധികം ക്ഷീണവും ക്ഷതവും ഏൽപ്പിക്കുന്ന സമരമുന്നണിയിലാണ് അയാൾ എന്നതുകൊണ്ട് മാത്രമാണ് അവൾ മാപ്പു നൽകുന്നത്. അവൾ എഴുതിയിരിക്കുകയാണ് “പ്രിയതമാ ത്യാഗസന്നദ്ധതയില്ലാത്ത സ്നേഹം എന്തുമാതിരി ഉള്ളതാണ്. പ്രിയപ്പെട്ടവനെ, അങ്ങനെ ഒരു സ്നേഹം ഇല്ല, അഥവാ ഉണ്ടെങ്കിൽ പ്രേമമെന്ന പേർ അർഹിക്കുന്നില്ല. ഞാൻ ഒരാഴ്ചയായി മേൽ കഴുകിയിട്ട്, ധരിച്ചിരുന്ന ഷൂസിൽനിന്നു മടമ്പുകൾ പുറത്തേക്കു തള്ളിയിരിക്കുന്നു. വെയിലേറ്റു മുഖത്തെ തൊലിയെല്ലാം ഉരിഞ്ഞിരിക്കുന്നു. തൊലിയുടെ അടിഭാഗം മുഴുവൻ പരുപരുത്ത നീലനിറം പൂണ്ടിരിക്കുകയാണ്. വൃത്തികെട്ട് ക്ഷീണിച്ച്, വെറും എല്ലും തൊലിയും മാത്രമായി ശേഷിച്ചിരിക്കുന്ന ഞാൻ ഇപ്പോൾ നിങ്ങളുടെ സമീപത്തേക്ക് വരികയാണെങ്കിൽ, എന്നെ ഇഷ്ടപ്പെടാതിരിക്കുമോ; തിരികെ ഇങ്ങോട്ടുതന്നെ ഓടിക്കുമോ? എന്റെ വിഡ്ഢികുട്ടി! താങ്കൾക്ക് എന്തുതന്നെ സംഭവിച്ചാലും ഞാൻ ഇവിടെ താങ്കൾക്കുവേണ്ടി കാത്തിരിക്കുമെന്ന് വിശ്വസിക്കണം. താങ്കൾ എന്തു രൂപത്തിലായിരുന്നാലും ശരി; ഞാൻ എപ്പോഴും താങ്കളെ ഓർത്തുകൊണ്ടിരിക്കും. ഈ കിടങ്ങിൽ വന്നുചേരുന്നതിനു മുമ്പ് ഞാൻ താങ്കളെ പലപ്പോഴും സ്വപ്നം കണ്ടിരുന്നു. എന്നാൽ ഇവിടെ ഈ കിടങ്ങിനുള്ളിൽ കിടക്കയിൽച്ചെന്നു വീഴുന്നതിനുമുമ്പു തന്നെ ഞങ്ങൾ ചത്തപോലെ ഉറങ്ങിപ്പോകുന്നു. ഒരു കാര്യം തീർച്ചയാണ്-ഞാൻ ജീവിച്ചിരിക്കുന്ന ഒരു സ്ഥലം ഉണ്ടായിരിക്കും. താങ്കളുടെ ആകൃതിക്ക് എന്തുമാറ്റം വന്നാലും ശരി. അങ്ങു ചോദിക്കുന്നു, സമരമുന്നണിയിൽവെച്ച് അങ്ങേക്ക് എന്തെങ്കിലും സംഭവിച്ചാലോ എന്ന്. എനിക്ക് എന്തെങ്കിലും ഈ കിടങ്ങുകളിൽവെച്ച് സംഭവിക്കുകയാണെങ്കിൽ, അങ്ങ് എന്നെ പുറംതള്ളുമോ? നാം പരിശീലനങ്ങളിൽ ആയിരുന്നപ്പോൾ ആൾജിബ്ര ചെയ്യുന്നതിന് ഒന്നിനുപകരം മറ്റൊന്ന് സങ്കൽപ്പിക്കാറുള്ളത് ഓർമയുണ്ടോ? ശരി-ഇന്ന് എന്നെ അങ്ങയുടെ സ്ഥാനത്ത് സങ്കൽപ്പിച്ച് എല്ലാം ഒന്നു ചിന്തിച്ചുനോക്കൂ അങ്ങനെ ചിന്തിച്ചുനോക്കിയാൽ ഇങ്ങോട്ടെഴുതിയതിനെപ്പറ്റി അങ്ങേക്ക് തീർച്ചായും ലജ്ജിക്കേണ്ടിവരും............”

ഈ എഴുത്തിനെപ്പറ്റി ചിന്തിച്ച് കുറെ ഏറെനേരം അയാൾ അവിടെ ഇരുന്നു. ഇരുണ്ട വെള്ളത്തിൽ തെളിഞ്ഞു പ്രകാശിക്കുന്ന സൂര്യൻ കത്തിജ്വലിച്ചു. നീണ്ട പുൽത്തണ്ടുകൾ ആഞ്ഞുലഞ്ഞു-നീല വണ്ടുകൾ ഒരു ചതുപ്പുകൂട്ടത്തിൽ നിന്നു മറ്റൊന്നിലേക്കു പാറിപ്പറന്നുകൊണ്ടിരുന്നു. പുല്ലുകൾക്കിടയിലൂടെയുള്ള വെള്ളത്തിൽ നീണ്ടു ലോലമായ കാലുകളോടു കൂടിയ ഒരുതരം ഈച്ച അങ്ങുമിങ്ങും പാറിനടന്നു. വെള്ളത്തിന്റെ ശാന്തമായ മുകൾപ്പരപ്പിൽ ചില തുടിപ്പുകളുണ്ടാക്കി, ചെറിയ ഓളങ്ങൾ മണൽത്തിട്ടകളെ നിശബ്ദമായി മുട്ടിയുരുമ്മിക്കൊണ്ടിരുന്നു.

'എന്താണിത്' അലക്സി ആലോചിച്ചു. ഒരു മുന്നറിയിപ്പാണോ? ഭാവിയെയറിയാനുള്ള ദിവ്യജ്ഞാനോദയമോ? ഹൃദയം ഒരു ദൈവജ്ഞനാണ് എന്ന് അമ്മ പറയാറുള്ളത് അയാൾ ഓർത്തു. ഒരുപക്ഷേ കിടങ്ങിലെ ജീവിതംകൊണ്ടു കൂടുതൽ ബുദ്ധിമതിയായിത്തീർന്ന അവൾ താൻ പറയുവാൻ ധൈര്യപ്പെടാത്ത സംഗതികൾ ഊഹിച്ചറിഞ്ഞിരിക്കുമോ? അയാൾ ആ എഴുത്ത് ഒരു പ്രാവശ്യംകൂടി വായിച്ചുനോക്കി. ആ മാതിരി ഒന്നുമില്ല. അത് പുത്തരിയൊന്നുമല്ല. എന്തൊരു മറുപടിയാണിത്!.

ഒരു ദീർഘനിശ്വാസമുതിർത്ത് അയാൾ വസ്ത്രങ്ങളഴിച്ച് ആ കല്ലിന്മേൽവെച്ചു. ആഞ്ഞുലയുന്ന പുൽത്തണ്ടുകൾ ചുമർകെട്ടിയ മണൽത്തീരത്തുനിന്നു ദൂരെയായി. അയാൾക്കു മാത്രം നിശ്ചയമുണ്ടായിരുന്ന, ഈ വിജനമായ ഉൾക്കായലിലാണ് അയാൾ സാധാരണ കുളിക്കാറ്. തന്റെ കൃത്രിമക്കാലുകൾ അഴിച്ചുവെച്ച് അയാൾ സാവധാനം ആ ഉരുളൻകല്ലിൽ നിന്നിറങ്ങി, കാൽമുട്ടുകൾ കുത്തിനടക്കുന്നത് അത്യന്തം വേദനാജനകമാണെങ്കിലും കുനിഞ്ഞു കൈകുത്തി നാൽക്കാലിയുടെ മട്ടിൽ നടക്കാൻ അയാൾ മിനക്കെടാറില്ല. വേദനകൊണ്ടു ചുളിഞ്ഞ് അയാൾ തടാകത്തിലിറങ്ങി. അതിലെ കട്ടികൂടിയ തണുത്ത വെള്ളത്തിൽമുങ്ങി കരയിൽനിന്നു കുറെദൂരം നീന്തി മലർന്ന് അനങ്ങാതെ, അനന്തമായ നീലാകാശം നോക്കി അയാൾ കിടന്നു. സുവർണരേഖാങ്കിതമായ മേഘശകലങ്ങൾ തമ്മിൽത്തമ്മിൽ മുട്ടിയുരസി അങ്ങോട്ടും ഇങ്ങോട്ടും പൊയ്ക്കൊണ്ടിരുന്നു. കമഴ്ന്നു കിടന്നപ്പോൾ അയാൾ, നദിയുടെ ശാന്തമായ നീലജലപ്പരപ്പിൽ കരമുഴുവൻ തലകുത്തനെ തന്മയത്തോടെ പ്രതിഫലിച്ചു കണ്ടു. പൊങ്ങിക്കിടക്കുന്ന വട്ടത്തിലുള്ള ഇലകൾക്കിടയിലായി വിരിഞ്ഞുനിൽക്കുന്നുണ്ട് വെള്ളാമ്പൽപ്പൂക്കൾ. പെട്ടെന്ന് ഓൾഗയുടെ രൂപം-താൻ സാധാരണയായി സ്വപ്നം കാണാറുള്ളതുപോലെ പൂവണി വസ്ത്രംധരിച്ച് ഓൾഗയുടെ രൂപം-ആ കല്ലിന്മേൽ ഇരിക്കുന്നതായി അയാൾക്കു തോന്നി. അവൾ കാലുകൾ മടക്കിയിരിക്കുകയല്ല; അവ ഞാണു കിടക്കുന്നു-രണ്ട് വൃത്തികെട്ട കാൽമുട്ടുകൾ ജലപ്പരപ്പിനുമീതെ തൂങ്ങിക്കിടക്കുന്നു. അയാൾ ആ ദൃശ്യം മാച്ചുകളയുവാനായി വെള്ളമനക്കി-ഓല്യ നിർദേ

ശിച്ചവിധത്തിലുള്ള ഒന്നിനുപകരം മറ്റൊന്ന് എന്ന സമ്പ്രദായം അയാൾക്ക് ഒട്ടുംതന്നെ സഹായകമായില്ല.

V

ദക്ഷിണമേഖലയിലെ സ്ഥിതി പണ്ടെത്തെക്കാളും ഗുരുതരമായി. ഡോൺതീരത്തെ സമരത്തെപ്പറ്റിയുള്ള റിപ്പോർട്ടുകൾ പത്രങ്ങൾ ഇപ്പോൾ പ്രസിദ്ധീകരിക്കാറില്ല. ഒരു ദിവസത്തെ സോവിയറ്റ് വാർത്താ വിതരണബ്യൂറോവിന്റെ പ്രഖ്യാപനത്തിൽ, വോൾഗയിലേക്കും സ്റ്റാലിൻഗ്രാഡിലേക്കുമുള്ള വഴിയിൽ, ഡോണിന്റെ അപ്പുറത്തുള്ള കോസാക്ക്, ഗ്രാമങ്ങളെപ്പറ്റി പ്രതിപാദിച്ചിരുന്നു. ആ ഭാഗങ്ങളുമായി പരിചയപ്പെടാത്തവർക്ക് അതിനെപ്പറ്റി സാരമായി ഒന്നും തന്നെ തോന്നാനുണ്ടായിരുന്നില്ല. പക്ഷേ അവിടെ ജനിച്ചു വളർന്ന അലക്സിക്കു മനസിലായിരുന്നു, ഡോൺ നിരോധമേഖല തകർത്തു ശത്രുക്കൾ മതിൽക്കെട്ടുവരെ എത്തിയെന്ന്.

സ്റ്റാലിൻഗ്രാഡ്! പ്രഖ്യാപനങ്ങളിൽ ഇതേവരെ ആ പേരു പതിഞ്ഞു കണ്ടിരുന്നില്ല; പക്ഷേ, അത് എല്ലാവരുടേയും ചുണ്ടിൽ തങ്ങി നിന്നിരുന്നു. 1942-ലെ ശരത്കാലത്തു ജനങ്ങൾ ഉൽക്കണ്ഠയോടും വേദനയോടും കൂടിയാണ് ആ പേർ പറഞ്ഞിരുന്നത്-ഒരു നഗരത്തിന്റെ പേർ എന്ന നിലയിലല്ല, അപായകരമായ ആപത്തിൽ പതിച്ച ഏറ്റവും പ്രിയപ്പെട്ട അടുത്ത ബന്ധുവിന്റെ നാമമെന്ന നിലയിൽ. മെരിസീവിനെ സംബന്ധിച്ചിടത്തോളം പൊതുവായ ഉൽക്കണ്ഠയ്ക്കു മീതെയായി നഗരത്തിന്റെ പുറത്തുള്ള പുൽപ്പരപ്പിൽ എവിടെയോ ഓൾഗ ഉണ്ടെന്ന വസ്തുത, യാതനയ്ക്കു മാറ്റുകൂട്ടി. എന്തെല്ലാം ക്ലേശങ്ങളാണ് അവൾക്കു വന്നുചേരുക? അയാൾ ഇപ്പോൾ അവൾക്ക് നിത്യം എഴുതാറുണ്ട്-പക്ഷേ സമരാങ്കണത്തിലെ ഒരു തപാലാഫീസിലേക്കു മേൽവിലാസംവെച്ച കത്തുകൾകൊണ്ട് എന്തു പ്രയോജനമാണ് ഉണ്ടാകുവാൻ പോകുന്നത്? പിൻവാങ്ങലിന്റെ പരിഭ്രാന്തിയിൽ വോൾഗാതീരത്ത് നടക്കുന്ന ഭയങ്കരമായ സംഘട്ടനങ്ങളുടെ നരകത്തിൽ ഇവയെല്ലാം അവൾക്ക് ലഭിക്കുമോ?

വൈമാനികരുടെ വിശ്രമത്താവളം ഉപദ്രവിക്കപ്പെട്ട ഒരു തേനീച്ചക്കൂടുപോലെ മുരണ്ടുകൊണ്ടിരുന്നു. സാധാരണ വിനോദങ്ങളായ 'വോളിബോൾ', 'ചതുരംഗം, 'സ്കട്ടിൽസ്', 'ഡ്രോട്ട്സ്' മുതലായവയും കുറച്ചുകൂടെ തമാശ ഇഷ്ടപ്പെടുന്നവർ രഹസ്യമായി കുറ്റിക്കാടുകളിലെ മറവിൽവെച്ചു നടത്താറുള്ള ശീട്ടുകളിയും ഉപേക്ഷിക്കപ്പെട്ട നിലയിലായി. ആർക്കും അവയിൽ മനസൂന്നാൻ സാധിച്ചിരുന്നില്ല. കുഴിമടിയന്മാർപോലും സാധാരണ എഴുന്നേൽക്കാറുള്ളതിന്റെ ഒരു മണിക്കൂർ മുമ്പുതന്നെ റേഡിയോയിലെ ആറുമണിക്കുള്ള വാർത്ത കേൾക്കാൻ എഴുന്നേൽക്കും. വൈമാനികരുടെ വീരകർമങ്ങളെപ്പറ്റിയുള്ള പ്രസ്താ

വനകൾ കേൾക്കുമ്പോൾ എല്ലാവരും ലഹരികയറിയ വിധത്തിൽ അവിടത്തെ ചട്ടങ്ങളെയും ഭക്ഷണത്തെയും നഴ്സുമാരെയും കുറ്റം പറഞ്ഞു തുടങ്ങും. അതു കേട്ടാൽ തോന്നുക, സ്റ്റാലിൻഗ്രാഡിന്റെ പരിസരത്തിൽ നടക്കുന്ന യുദ്ധത്തിൽ സജീവമായി പങ്കെടുക്കാതെ, ഈ കണ്ണാടിപോലുള്ള തടാകത്തിനടുത്തും പ്രശാന്തമായ കാട്ടിലും സൂര്യപ്രകാശമേറ്റ് പറ്റിക്കൂടുവാൻ അവർക്കിടവരുത്തിയതു വിശ്രമസങ്കേതത്തിലെ ജീവനക്കാരാണ് എന്ന്. ഒടുവിൽ തങ്ങൾക്ക് ഇവിടത്തെ അലസജീവിതം വെറുത്തുവെന്നും, ഉടൻ വിടുതൽ കിട്ടി തങ്ങളുടെ സേനാവിഭാഗത്തിൽ എത്തിച്ചേരണമെന്നും അവർ പ്രസ്താവിച്ചു.

ഒരു ദിവസം വൈകുന്നേരം വ്യോമസേനയുടെ പേഴ്സണൽ വകുപ്പിൽപ്പെട്ട ഒരു കമ്മീഷൻ അവിടെ എത്തി. നിറയെ പൊടിയണിഞ്ഞ ഒരു കാറിൽനിന്ന് വൈദ്യസേവനത്തിന്റെ മുദ്രകൾ ധരിച്ച അനേകം ഉദ്യോഗസ്ഥന്മാർ പുറത്തിറങ്ങി. മുൻപിലത്തെ സീറ്റിന്റെ പിൻകുഷനിന്മേൽ ചാരിയിരുന്ന ഉയർന്ന തടിച്ച ആ ഉദ്യോഗസ്ഥൻ വ്യോമസേനയിൽ മുഴുവൻ വിഖ്യാതനായ, ഒരു പിതാവിനെപ്പോലെ എല്ലാവരോടും പെരുമാറുന്ന ഒന്നാംറാങ്ക് സൈനികസർജൻ മിറലോവിസ്കിയാണ്. രോഗാവധി അവസാനിപ്പിച്ചു സൈന്യത്തിൽ ചേരുവാൻ ആഗ്രഹിക്കുന്നവരിൽനിന്ന് കമ്മീഷൻ സന്നദ്ധഭടന്മാരെ തെരഞ്ഞെടുത്ത് അവരുടേതായ സേനാവിഭാഗങ്ങളിലേക്ക് അയക്കുന്നതായിരിക്കുമെന്ന് അന്നു വൈകുന്നേരത്തെ ഭക്ഷണസമയത്ത് പ്രഖ്യാപിക്കപ്പെട്ടു.

പിറ്റേദിവസം പുലർച്ചയ്ക്കുമുമ്പുതന്നെ എഴുന്നേറ്റ, മെരിസീവ്, തന്റെ പതിവുപോലുള്ള അഭ്യാസങ്ങൾ ഒന്നുംതന്നെ ചെയ്യാതെ കാട്ടിൽപോയി പ്രാതൽസമയംവരെ അവിടെ അലഞ്ഞുതിരിഞ്ഞു. പ്രാതൽസമയത്ത് അയാൾ യാതൊന്നും കഴിച്ചില്ലെന്ന് കുറ്റപ്പെടുത്തിയ നഴ്സിനോട് കയർക്കുകയും ചെയ്തു. അയാളോട് കരുണാപൂർവം പെരുമാറിയ നഴ്സിനോട് ശുണ്ഠിയെടുക്കേണ്ട യാതൊരു ആവശ്യവും ഇല്ല എന്നു പറഞ്ഞ സ്റ്റ്റുക്കോവിനോട് കോപിച്ച അയാൾ ഭക്ഷണമുറിയിൽനിന്ന് ചാടിയെഴുന്നേറ്റു. സോവിയറ്റ് വാർത്താവിതരണവിഭാഗത്തിന്റെ ഒരു പ്രഖ്യാപനം വായിച്ചുകൊണ്ട് സിനോച്ക ആ വരാന്തയിൽ നിൽക്കുന്നുണ്ടായിരുന്നു. അവളെ അഭിവാദനംപോലും ചെയ്യാതെ അയാൾ കടന്നുപോയി. അയാളെ കണ്ടില്ല എന്നു നടിച്ചുകൊണ്ട് അവൾ ചുമൽ ഒന്നു കുലുക്കി. അവളെ ഗൗനിക്കാതെ അയാൾ കടന്നുപോയത് ഓർത്തപ്പോൾ, യഥാർഥത്തിൽ അവൾക്കു വിഷമം തോന്നി. നിറഞ്ഞ കണ്ണുകളോടെ അവൾ അയാളെ വിളിച്ചപ്പോൾ, ഒന്ന് മുഖം തിരിച്ചുനോക്കി അയാൾ മുരണ്ടു.

"എന്തുവേണം നിങ്ങൾക്ക്."

തലമുടിയുടെ നിറംപോലെതന്നെ അവളുടെ കവിൾത്തടങ്ങൾ ക്ഷോഭംകൊണ്ട് അരുണിമപൂണ്ടു. മൃദുസ്വരത്തിൽ അവൾ പ്രതിവചിച്ചു. "സീനിയർ ലഫ്റ്റനന്റ് സഖാവേ–എന്താണ് ഇങ്ങനെ"

പെട്ടെന്ന് അലക്സിയുടെ ഞരമ്പുകൾ അയഞ്ഞു–അയാൾ ശാന്ത സ്വഭാവം അവലംബിച്ചു.

"ഇന്നാണ് എന്റെ വിധി തീരുമാനിക്കപ്പെടുന്ന ദിവസം. ഹസ്ത ദാനം ചെയ്ത് എനിക്കു നന്മനേരൂ." തന്റെ മുറിയിലേക്ക്, പതിവിൽക്ക വിഞ്ഞ മുടന്തലോടെയാണ് അയാൾ നടന്നത്. അതിനുള്ളിൽക്കടന്ന് അയാൾ കതകടച്ചു.

ശ്വാസോച്ഛ്വാസമീറ്ററുകൾ, ഹസ്തഗ്രഹശക്തി അളക്കുന്ന യന്ത്രങ്ങൾ, കാഴ്ച പരീക്ഷിക്കാറുള്ള കാർഡ് അങ്ങനെ നിരവധി സാമ ഗ്രികൾ നിരത്തിവെച്ചിരുന്ന വിനോദശാലയിലായിരുന്നു കമ്മീഷൻ സമ്മേളിച്ചിരുന്നത്. വിശ്രമസങ്കേതത്തിലെ അന്തേവാസികളിൽ രോഗാ വധി കുറച്ചുകിട്ടുവാൻ ആഗ്രഹിക്കുന്ന–അതായത് സാമാന്യം എല്ലാ വരുംതന്നെ അതിന്റെ പുറത്തു നിരന്നുവന്നു. സിനോച്ക വന്ന്, അവരെ വിളിക്കുന്ന മണിക്കൂറും നിമിഷവും അടങ്ങിയ ഓരോ തുണ്ടുക ടലാസ് എല്ലാവരുടേയും കൈയിൽ കൊടുത്ത് അവരോട് പിരിഞ്ഞുപോ കുവാൻ ആവശ്യപ്പെട്ടു. ആദ്യത്തെ സംഘം കമ്മീഷന്റെ മുമ്പിൽപോയി മടങ്ങി വന്നപ്പോൾ പരിശോധന ലഘുവാണെന്നും, നിയമങ്ങൾ അത്ര കർക്കശമല്ലെന്നുമുള്ള വാർത്ത പരന്നു. ഇത്ര വലിയ യുദ്ധം വോൾഗാ തീരത്തിൽ നടക്കുമ്പോൾ അനുദിനം കൂടുതൽ കൂടുതൽ പ്രയത്നം അവിടെ ആവശ്യമായി വരുമ്പോൾ ചട്ടങ്ങൾ എങ്ങനെ കർക്കശമാക്കു വാനാണ്? പൂമുഖത്തെ ചെറിയ അരമതിലിൽ കീഴോട്ടു കാലുവെച്ച് ആട്ടിക്കൊണ്ടിരിക്കുകയായിരുന്നു മെരിസീവ്. ആരെങ്കിലും ഇറങ്ങിവരു മ്പോൾ പ്രത്യേക താൽപ്പര്യമൊന്നുമില്ലാത്തമട്ടിൽ ഉദാസീനത നടിച്ചു കൊണ്ട് അയാൾ ആരായും.

"ശരി എങ്ങനെയിരിക്കുന്നു."

"ഞാൻ ജയിച്ചു" ബൽട്ടു മുറുക്കി, അടിക്കുപ്പായത്തിന്റെ ബട്ടൺ ശരിപ്പെടുത്തി ഉന്മേഷചിത്തനായി ഒരുവൻ വിളിച്ചു പറയും.

മെരിസീവിനെക്കാൾ മുമ്പുപോയത് ബൂൺസാന്യനാണ്. തന്റെ വടി വാതിൽക്കൽവെച്ച് ദേഹം ഉലയ്ക്കാതെ നീളം കുറഞ്ഞ കാലിന്റെ ഞൊണ്ടൽ പ്രകടമാക്കാതെയാണ് അയാൾ അകത്തേക്ക് കടന്നത്. ഒരു പാടുനേരം അയാൾ അവിടെ തങ്ങി. ഒടുവിൽ തുറന്നുകിടക്കുന്ന ജനവാ തിലിലൂടെ ദേഷ്യപ്പെട്ട സ്വരങ്ങൾ അലക്സിയുടെ കാതിൽ വന്നലച്ചു. വാതിൽ തുറന്നു ബൂൺസ്യാനൻ പുറത്തുകടന്ന്, അലക്സിയുടെ നേർക്കു കോപംകലർന്ന ഒരു നോട്ടം അയച്ചുകൊണ്ട് പാർക്കിലേക്കു ഞൊണ്ടിഞൊണ്ടിപ്പോകുമ്പോൾ അയാൾ ശുണ്ഠിയെടുത്ത് അട്ടഹസി ക്കുന്നുണ്ടായിരുന്നു.

"ശുദ്ധബ്യൂറോക്രാറ്റുകൾ–മാളംതുരപ്പുകൾ–എന്തറിയാം അവർ ക്കു വ്യോമയാനത്തെപ്പറ്റി? എന്താ അതു വല്ല നൃത്തപ്രകടനമാണോ– കുറിയ കാലുകൾ അത്രേ–ഇവരൊക്കെ നശിച്ച എനിമയും സിറിഞ്ചും മാത്രമാണ്."

അലക്സിയുടെ അടിവയറ്റിൽ ഒരു തണുപ്പുകയറി. എങ്കിലും അയാൾ പുഞ്ചിരിയിട്ട് ഉല്ലാസവാനായി തികഞ്ഞ ചുറുചുറുക്കോടെയാണ് അകത്തേക്കു കയറിച്ചെന്നത്. മാംസം കൊണ്ടുണ്ടാക്കിയ ഒരു മലപോലെ ഒന്നാംറാങ്ക് സൈനിക സർജൻ മിറലോവിസ്കി ഒരു നീണ്ട മേശയ്ക്കരികിൽ ഇരിക്കുന്നുണ്ട്. ഒരുവശത്ത് ഒരു ചെറിയ മേശയുടെ പിന്നിൽ ഒരു കെട്ട് കേസുകാർഡുമായി ഇസ്തിരിക്കിട്ട വെള്ളവസ്ത്രവും ചുകന്ന തലമുടിയും അൽപ്പാൽപ്പമായി പുറത്തേക്കു കാണത്തക്കവിധത്തിലുള്ള ഒരു നനുത്ത കൈലേസും ധരിച്ച്, മനോഹരമായ ഒരു പാവപോലെ സിനോച്ക ഇരിക്കുന്നു. കേസ്കാർഡ് കൊടുക്കുന്നതിനിടയിൽ അവൾ അയാളുടെ കൈപിടിച്ചു മൃദുവായി ഒന്നമർത്തി.

"യുവാവേ; അരവരെയുള്ള വസ്ത്രം മാറ്റണം."

കണ്ണുകൾ ഇറുക്കിക്കൊണ്ട് സൈനികസർജൻ കൽപ്പിച്ചു.

ഇതുവരെ മെരിസീവ് എടുത്തിരുന്ന കായികാഭ്യാസങ്ങൾ പാഴിലായിരുന്നില്ല. ഭംഗിയുള്ള പരിപൂർണവളർച്ചയെത്തിയ മാംസപേശികൾ കറുത്ത തോലിന്നടിയിൽ മുറ്റിനിൽക്കുന്ന ആ ദേഹം ശ്ലാഘിക്കാതിരിക്കാൻ സാധിച്ചില്ല സർജന്.

"ഡേവിഡിന്റെ പ്രതിമയ്ക്ക് മാതൃകയാവാം നിങ്ങൾക്ക്" കമ്മീഷനിലെ ഒരംഗം ആവിഷയത്തിലുള്ള തന്റെ സാമർഥ്യം വെളിവാക്കി.

മെരിസീവ് എല്ലാ പരീക്ഷകളിലും വിജയം വരിച്ചു. സാധാരണ നിലവാരത്തിലും അമ്പതു ശതമാനം കൂടുതലായിരുന്നു അയാളുടെ കൈമുറുക്കം. ശ്വാസോച്ഛ്വാസപരീക്ഷയിൽ, ഊത്തുകൊണ്ട് ഉപകരണത്തിന്റെ സൂചി അങ്ങേയറ്റത്തോളം കയറ്റിനിർത്തി. രക്തസമ്മർദ്ദം സാധാരണ നിലയിലായിരുന്നു. ഞരമ്പുകൾ വളരെ നല്ലസ്ഥിതിയിലും. അവസാനം ശക്തി പരീക്ഷിക്കുന്ന സമയം, യന്ത്രത്തിന്റെ ഉരുക്കുകൊണ്ടുള്ള പിടി ശക്തിയെടുത്തു വലിക്കുകയാൽ അതിന്റെ സ്പ്രിങ്ങ് പൊട്ടിപ്പോയി.

തന്റെ ഇരിപ്പിടത്തിൽ കുറച്ചുകൂടി സൗകര്യപ്രദമാകുംവണ്ണം ഇരുന്നു സൈനിക ഡോക്ടർ, സീനിയർ ലഫ്റ്റനന്റ് മെരിസീവ് ഏപി. യുടെ കേസ്കാർഡിന്റെ മുകളിലായി തന്റെ റിപ്പോർട്ട് എഴുതുവാൻ തുടങ്ങി. വളരെ സന്തുഷ്ടനായി അദ്ദേഹം ആരാഞ്ഞു.

"ഒരു വൈമാനികൻ."

"അതെ."

"പോർവിമാനത്തിൽ"

"കൊള്ളാം പോയി സമരംചെയ്യൂ, അവിടെ നിങ്ങളെപ്പോലെയുള്ളവരെ ആവശ്യമുണ്ട്–വളരെ അത്യാവശ്യമുണ്ട്. പക്ഷേ–എന്തായിരുന്നു നിങ്ങൾക്കു സുഖക്കേട്." അലക്സിയുടെ മുഖം വാടി വിളർത്തു. എല്ലാം തകർന്നടിയാറായി എന്നു തോന്നി അയാൾക്ക്. ഡോക്ടർ അയാളുടെ കേസ്കാർഡ് പരിശോധിച്ചു. അദ്ദേഹത്തിന്റെ മുഖത്തു പരന്നത് അത്ഭുതമാണ്.

“എന്താണിത്–പാദങ്ങൾ വിച്ഛേദിച്ചുവെന്നോ. അബദ്ധം, എവിടെയോ എന്തോ തെറ്റുണ്ട്. ശരി, എന്താണ് നിങ്ങൾ ഒന്നും മറുപടി പറയാത്തത്”

“അല്ല, അതിൽ തെറ്റൊന്നുമില്ല.” കഴുമരത്തിന്മേൽ കയറാൻപോകുന്ന ഒരുവനെപ്പോലെ അലക്സി മൃദുസ്വരത്തിൽ വളരെ സാവധാനം മറുപടി പറഞ്ഞു.

സർജനും മറ്റു കമ്മീഷനാംഗങ്ങളും, കരുത്തുറ്റ ശരീരനായ ഉല്ലാസം തുളുമ്പുന്ന ആ യുവാവിനെ ഉറ്റുനോക്കി. അവർക്കു യാതൊന്നും മനസിലായിരുന്നില്ല.

“ട്രൗസറിൽനിന്ന് കാലു പൊക്കിക്കാണിക്കൂ” അക്ഷമയോടെ സർജൻ മുരണ്ടു.

അലക്സി വിളർത്തു നിസ്സഹായതയോടെ സിനോച്കയെ ഒന്നു നോക്കി ട്രൗസറിന്റെ അടിഭാഗം ചുരുട്ടി, നിരാശയോടുകൂടി എളിയിൽ കൈകുത്തിനിന്ന് തന്റെ ചർമപാദം പുറത്തേക്ക് എടുത്തു.

“ഞങ്ങളെ കളിയാക്കുവാൻ ശ്രമിക്കുകയായിരുന്നുവോ? അല്ലാതെ എന്താണിത്? വിലയേറിയ എത്ര സമയമാണ് നിങ്ങൾ വെറുതെ കളഞ്ഞത്. എന്താണ് ആലോചിക്കുന്നത്. തീർച്ചയായും കാലില്ലാതെ വ്യോമസേനയിലേക്കു തിരിച്ചുപോകാമെന്ന വ്യാമോഹം നിങ്ങൾക്കുണ്ടാകുകയില്ല ഉവ്വോ?”

“പോകുകയില്ല എന്ന വിചാരം അല്ല എനിക്ക്.” കടുത്ത എതിർപ്പ് സ്ഫുരിക്കുന്ന ജിപ്സിക്കണ്ണുകൊണ്ട് അയാളെ തുറിച്ചുനോക്കി അലക്സി പ്രതിവചിച്ചു.

“കാലില്ലാതെയോ–നിങ്ങൾക്ക് ശുദ്ധഭ്രാന്താണ്.”

“അതെ. കാലില്ലാതെ തന്നെ ഞാൻ പറക്കുവാൻ ഉദ്ദേശിക്കുകയാണ്.” ഇത്തവണ അലക്സിയുടെ സ്വരം എതിർപ്പുവിട്ട് ശാന്തമായിരുന്നു:

പഴയമട്ടിലുള്ള വൈമാനികവസ്ത്രത്തിന്റെ കീശയിൽ കൈയിട്ട് വൃത്തിയാക്കി മടക്കി സൂക്ഷിച്ചിരുന്ന ആ മാസികാഖണ്ഡികയെടുത്ത് സർജനെ ഏൽപ്പിച്ചുകൊണ്ടു പറഞ്ഞു.

“നോക്കൂ, ഇയാൾ ഒരു കാലില്ലാതെയാണ് പറന്നത്. രണ്ടു കാലുമില്ലെങ്കിലും എന്തുകൊണ്ട് എനിക്കിതു ചെയ്തുകൂടാ?”

സർജൻ ആ ഖണ്ഡിക വായിച്ച് വിസ്മയത്തോടെ അയാളെ നോക്കിയിട്ട് പറഞ്ഞു.

“അതിനു–നരകം!–ഒരുപാടുകാലത്തെ പരിശീലനം ആവശ്യമാണല്ലോ. ഇയാൾക്കു പത്തുകൊല്ലത്തെ പരിശീലനമാണ് ലഭിച്ചത്. കൃത്രിമക്കാലുകൾ സ്വന്തം കാലുകളെപോലെ ഉപയോഗിക്കുവാനുള്ള സ്വാധീനശക്തി ലഭിക്കണം.”

ഈ സമയത്ത് അലക്സിക്ക് അവിചാരിതമായ ഒരു സഹായം കിട്ടി, തന്റെ മേശയുടെ പിന്നിൽനിന്നു സിനോച്ക ഒന്ന് ചിറകുകുടഞ്ഞ്

എഴുന്നേറ്റ് പ്രാർഥന രൂപത്തിൽ കൈ കൂട്ടിപ്പിടിച്ചു. വിയർപ്പുത്തുള്ളി പൊടിയുംവിധം കവിൾത്തടം തുടുത്ത്, കളകളസ്വരത്തിൽ പറഞ്ഞു.

“ഒന്നാംറാങ്ക് സൈനികസർജൻ സഖാവേ, ഇദ്ദേഹം നൃത്തം ചെയ്യുന്നത് ഒന്നു കാണുക തന്നെ വേണം. ഞാൻ വാക്കു പറയുന്നു. രണ്ടുകാലുള്ള ഏതൊരു വ്യക്തിയേക്കാളും അസലായിട്ടു ചെയ്യും.”

“എന്ത്! ഡാൻസ് ചെയ്യുകയോ!–എന്തൊരു പിശാച്” മറ്റു കമ്മീഷൻ അംഗങ്ങളെ വിസ്മയപൂർവം നോക്കിക്കൊണ്ട് സർജൻ അമ്പരന്നു ച്ചരിച്ചു.

സിനോച്ക്കയുടെ നിർദേശത്തിൽ അടങ്ങിയ ആശയത്തിൽ കയറിപ്പിടിച്ച സന്തോഷത്തോടെ അലക്സി പറഞ്ഞു.

“ഇപ്പോൾ ഒന്നും തീർച്ചയാക്കണ്ട, ഇന്നുരാത്രി നടക്കുന്ന ഡാൻസിന് വന്ന് എനിക്ക് എന്താണ് ചെയ്യുവാൻ സാധിക്കുക എന്നു കാണണം.”

അയാൾ വാതിൽക്കലേക്കു കടക്കുമ്പോൾ കമ്മീഷൻ അംഗങ്ങൾ ചൂടുപിടിച്ച വാദപ്രതിവാദത്തിൽ ഏർപ്പെട്ടിരിക്കുന്നത് കണ്ണാടിയിൽ പ്രതിഫലിച്ചു കണ്ടു.

ഉച്ചഭക്ഷണത്തിനുമുമ്പ് പാർക്കിന്റെ വിജനമായ ഒരറ്റത്തുവെച്ച് സിനോച്ക മെരിസീവിനെ കണ്ടുമുട്ടി. അയാൾ മുറിവിട്ടതിനുശേഷം ഒരുപാടുനേരം കമ്മീഷൻ അംഗങ്ങൾ അയാളെപ്പറ്റി സംസാരിച്ചിരുന്നുവെന്നും ‘മെരിസീവ് ഒരു സാധാരണ തരത്തിലുള്ള കുട്ടിയല്ല. ആർക്കറിയാം. ഒരു ദിവസം അയാൾ പറക്കുകതന്നെ ചെയ്യും’ എന്നും മറ്റും സർജൻ പ്രസ്താവിച്ചുവെന്ന് അവൾ പറഞ്ഞു. ഇങ്ങനെ ഒരു സംഗതി വ്യോമയാനചരിത്രത്തിൽ ഉണ്ടായിട്ടില്ലെന്ന് ഒരംഗം അഭിപ്രായപ്പെട്ടപ്പോൾ ഇതഃപര്യന്തം ആകാശയാത്രാചരിത്രത്തിൽ ഉണ്ടാകാത്ത പലതും ഈ അവസരത്തിൽ നടപ്പിൽ വന്നിട്ടുണ്ടെന്നും ഈ യുദ്ധത്തിൽ സോവിയറ്റ് വൈമാനികർ പുതിയതായി പലതും സംഭാവന ചെയ്തിട്ടുണ്ടെന്നും സർജൻ തിരിച്ചടിച്ചു.

200–ൽപരം സന്നദ്ധഭടന്മാർ യുദ്ധരംഗത്തേക്കു പോകുന്നതു പ്രമാണിച്ച് അന്നുരാത്രി ഒരു യാത്രയയപ്പു നൃത്തപരിപാടി ആസൂത്രണം ചെയ്യപ്പെട്ടിരുന്നു. അതൊരു മഹത്തായ ആഘോഷമായിരുന്നു. മോസ്കോയിൽനിന്നു പ്രത്യേകമായി ഒരു സൈനികബാൻഡ് വന്നിരുന്നു. അവരുടെ വാദ്യഘോഷം ആ കൊട്ടാരത്തിലെ വിശാലമായ ശാലയിലും വരാന്തയിലും ഇടിനാദംപോലെ മുഴങ്ങി, പിന്നൽപ്പണിചെയ്ത ജനവാതിലുകളെ കിടുകിടുപ്പിച്ചു. ഇടമുറിയാതെ വിയർത്തൊലിക്കുന്ന വൈമാനികർ ഒരന്തമില്ലാത്തപോലെ നടനംചെയ്തു. ഏറ്റവും ഉല്ലാസവാനും ചുറുചുറുക്കുള്ളവനും ആയി കണ്ടത്, തന്റെ രക്തകേശിനിയായ സഖിയോടുകൂടി നൃത്തം ചെയ്തുകൊണ്ടിരുന്ന മെരിസീവിനെയായിരുന്നു. അനുപമമായ ഒരു ജോഡി!

മുന്നിൽ ഒരു ഗ്ലാസു ബിയറുമായി മെരിസീവിൽനിന്നും അയാളുടെ

സഖിയിൽനിന്നും കണ്ണു പറിച്ചെടുക്കുവാൻ അശക്തനായവിധം ഒന്നാറാങ്ക് സർജൻ ജനവാതിൽക്കൽ ഇരുന്നിരുന്നു. അദ്ദേഹം ഒരു സർജനായിരുന്നു; പോരാത്തതിന് ഒരു സൈനിക സർജൻ. കൃത്രിമമായ കാലുകളും പ്രകൃതിദത്തമായ കാലുകളും തമ്മിലുള്ള അന്തരം തികച്ചും അറിയാം.

ഈ കറുത്ത സുശക്തനായ വൈമാനികൻ തന്റെ മനോഹരിയായ കൂട്ടുകാരിയേയുംകൊണ്ട് നൃത്തംചെയ്യുന്നതു കണ്ടപ്പോൾ എവിടെയോ എന്തോ സൂത്രമുണ്ടെന്ന വിചാരം വിട്ടുകളയുവാൻ സാധ്യമായില്ല അദ്ദേഹത്തിന്. ഉറക്കെ ഉറക്കെ കരഘോഷം മുഴക്കി ആസ്വദിച്ചാനന്ദിക്കുന്ന ആരാധകരുടെ നടുവിൽവെച്ച് അലക്സി ഒരു 'ബാറിനിയനൃത്തം' ചെയ്തുതീർത്തു. തുള്ളിക്കളിച്ച് ആവേശഭരിതനായി, തന്റെ തുടയിലും കവിൾത്തടത്തിലുമടിച്ച് ആ നൃത്തം അവസാനിപ്പിച്ചപ്പോൾ വിയർത്തൊലിച്ച് അയാൾ ചുറുചുറുക്കോടെ മിറലോവിസ്കിയെ സമീപിച്ചു. നിശബ്ദമായ ഒരാരാധനയോടെ സർജൻ അയാളുടെ കൈപിടിച്ചു കുലുക്കി. അലക്സി ഒന്നുംതന്നെ പറഞ്ഞില്ല. പക്ഷേ അയാളുടെ നയനങ്ങൾ നേരെ ഒരു ഉത്തരമാവശ്യപ്പെട്ടുകൊണ്ട് യാചനാഭാവത്തിൽ സർജന്റെ കണ്ണിൽത്തന്നെ തറച്ചുനിന്നു.

"എനിക്ക് നിങ്ങളെ ഒരു യൂണിറ്റിൽ നിയമിക്കുവാൻ അധികാരമില്ല എന്ന സംഗതി മനസിലാക്കുവാൻ സാധിക്കുമല്ലോ, പേർസണൽ സ്റ്റാഫിലേക്ക് ഞാൻ ഒരു എഴുത്ത് തരാം. ശരിയായ പരിശീലനം ഉണ്ടെങ്കിൽ നിങ്ങൾക്ക് പറക്കുവാൻ സാധിക്കുമെന്ന് ഞാൻ സർട്ടിഫിക്കറ്റ് നൽകാം. എന്തുതന്നെയായാലും എന്റെ സമ്മതി നിങ്ങൾക്ക് അനുകൂലമായിരിക്കുമെന്ന് തികച്ചും ധൈര്യപ്പെടാം." സർജൻ പറഞ്ഞു.

ദീർഘകാലം സൈനിക സർജനെന്ന നിലയിൽ പരിചയം സമ്പാദിച്ചിരുന്ന, വിശ്രമമന്ദിരത്തിലെ പ്രധാന ഡോക്ടറുടെ കൈയുംപിടിച്ച് മിറലോവിസ്കി പുറത്തേക്കു പോയി. രണ്ടുപേർക്കും അത്ഭുതവും ആദരവും തോന്നിയിരുന്നു. ഉറങ്ങാൻ പോകുന്നതിനുമുമ്പ്, സോവിയറ്റ് ജനതയ്ക്ക് ആവശ്യമെന്നു തോന്നിയാൽ എന്തുതന്നെ ചെയ്യുവാൻ സാധിക്കുകയില്ല എന്നതിനെക്കുറിച്ച് വർത്തമാനം പറഞ്ഞ് പുകവലിച്ചുകൊണ്ടിരുന്നു അവർ.

സംഗീതധാര അലയടിച്ചുകൊണ്ടിരിക്കെ, മുറിയിൽ നൃത്തം ചെയ്യുന്നവരുടെ നിഴലുകൾ ജനവാതിലിലൂടെ വരുന്ന വെളിച്ചത്തിൽ വ്യക്തമായി കാണാവുന്ന ആ സമയത്ത് അലക്സി മെരിസീവ് മുകളിലത്തെ കുളിമുറിയിൽ, തന്റെ പല്ലുകൾ പൊടിയത്തക്കവിധത്തിൽ കടിച്ചുപിടിച്ചുകൊണ്ട് ഇരുന്ന്, കൃത്രിമക്കാലിന്റെ സമ്മർദംമൂലം തന്റെ കാൽമുട്ടുകളിൽ ഉണ്ടായ വലിയ മുറിപ്പാടുകളും വ്രണങ്ങളും കഴുകുകയായിരുന്നു. വേദനകൊണ്ട് അസ്തപ്രജ്ഞനായിരുന്നു അയാൾ.

ഒരു മണിക്കൂറിനുശേഷം മേജർ സ്റ്റ്റുക്കോവ് ഉറക്കറയിൽ പ്രവേശിച്ചു. തത്സമയം മെരിസീവ് മേൽകഴുകി കുളിർമപൂണ്ട്, ഈറനായ ചുരുളൻ തലമുടി മാടിയൊതുക്കിക്കൊണ്ട് കണ്ണാടിയുടെ മുന്നിൽ ഉന്മേഷചിത്തനായി ഇരിക്കുകയായിരുന്നു.

"സീനോ, തന്നെതിരക്കി നടക്കുന്നുണ്ട്. വാസ്തവത്തിൽ താൻ യാത്ര പറയുന്നതിനുമുമ്പായി ആ യുവതിയെ ഒരു സവാരിക്ക് കൊണ്ടു പോകേണ്ടതായിരുന്നു. എനിക്ക് ആ പെൺകുട്ടിയുടെ കാര്യമോർത്ത് കഷ്ടംതോന്നുന്നു."

"നമുക്ക് ഒരുമിച്ചു പോകാം." മെരിസീവ് ഉൽക്കണ്ഠയോടെ പറഞ്ഞു. "വരൂ പാവൽ ഐവനോവിച്ച്, അതുകൊണ്ടു നിങ്ങൾക്ക് എന്ത് നഷ്ടംവരും." മെരിസീവ് യാചിച്ചു.

ഇത്ര വളരെ കഷ്ടപ്പെട്ട് തന്നെ നൃത്തമഭ്യസിച്ച ചേതോഹാരിണിയായ ആ യുവതിയെ ഏകാന്തതയിൽ കാണേണ്ട കാര്യമോർത്തപ്പോൾ അയാൾക്ക് എന്തോ ഒരു അലോഹ്യം തോന്നി. ഓൾഗയുടെ എഴുത്തിനുശേഷം, അവളുടെ സാമീപ്യത്തിൽ അയാൾക്ക് അൽപ്പം അസ്വാസ്ഥ്യം തോന്നാറുണ്ട്. അവസാനം പിറുപിറുപ്പോടെ സ്റ്റ്റുക്കോവ് തൊപ്പിയെടുക്കുന്നതുവരെ മെരിസീവ് തന്റെ അപേക്ഷ തുടർന്നുകൊണ്ടിരുന്നു.ഒരു പൂക്കുലയുടെ അവശിഷ്ടങ്ങൾ കൈയിൽവെച്ചുകൊണ്ട് സിനോച്ക ആ വരാന്തയിൽ കാത്തുനിൽക്കുന്നുണ്ടായിരുന്നു അവളുടെ കൊച്ചുകാലടികൾ വെച്ചിരുന്ന നിലത്ത് പൂക്കളും ഞെട്ടികളും ചിതറിക്കിടന്നിരുന്നു. അലക്സിയുടെ പാദപതനശബ്ദം കേട്ടപ്പോൾ അവൾ ഉൽക്കണ്ഠയോടെ മുന്നോട്ട് ആഞ്ഞു. പക്ഷേ, അയാൾ ഒറ്റയ്ക്കല്ല, എന്നു മനസിലായപ്പോൾ പെട്ടെന്ന് അവൾ തളർന്നപോലെയായി.

"വരൂ നമുക്ക് യാത്ര പറവാനായി ആ കാട്ടിലേക്ക് പോകാം." അലക്സി ഉദാസീനമായ സ്വരത്തിൽ നിർദേശിച്ചു.

അവർ കൈകോർത്തുപിടിച്ച് നിശബ്ദരായി, നാരകം മുറ്റിനിൽക്കുന്ന പഴയ നടപ്പാതയിലൂടെ നടന്നു. കാൽക്കലായി ചന്ദ്രികാചർച്ചിതമായ നിലത്ത് കറുത്ത നിഴലുകൾ പിൻതുടർന്നിരുന്നു. അവിടവിടെയായി നാണയങ്ങൾപോലെ ശരത്കാലത്തെ ആദ്യദലങ്ങൾ ചിതറിക്കിടന്ന് തിളങ്ങിയിരുന്നു. അവർ പാതയുടെ അറ്റത്ത് എത്തി, പാർക്കിൽ കടന്ന്, ഊതനിറത്തിൽ നനഞ്ഞുകിടക്കുന്ന മണലിലൂടെ തടാകതീരത്തേക്ക് നടന്നു. വെളുത്ത ചെമ്മരിയാടിൻ രോമംപോലുള്ള ഒരുതരം പതുപതുത്ത മൂടൽമഞ്ഞിൽ ആവൃതമായിരുന്നു ആ സ്ഥലം. മൂടൽമഞ്ഞ് അവരുടെ അരവരയോളം പൊക്കത്തിൽ ഭൂമിയിൽ തങ്ങിനിന്ന് ആ ശീതളനിലാവിൽ ഒരു മായികരൂപത്തിന്റെ പ്രതീതിയുണ്ടാക്കി. ശരത്കാലവാസന തുളുമ്പിനിൽക്കുന്ന വായുവിൽ ഈർപ്പമുണ്ടായിരുന്നു. ഒരു നിമിഷത്തിൽ കുളിർമയേറിയതായും മരവിച്ചപോലെയും തോന്നുന്ന ഈ മൂടൽമഞ്ഞ് തടാകത്തിനുള്ളിൽ അതിന്റെ സ്വന്തമായ ഉഷ്ണജല, ശീതജലപ്രവാഹങ്ങൾ അടക്കിയിട്ടുണ്ടോ എന്നു സംശയിച്ചുപോകും.

"മേഘമാലകൾക്കുമീതെ സഞ്ചരിക്കുന്ന രാക്ഷസരെപോലിരിക്കുന്നില്ലേ നാം." ആ പെൺകുട്ടിയുടെ ചെറിയ കൈകൾ തന്റെ കൈമുട്ടിന്മേൽ അമരുന്നതുകൊണ്ടു തോന്നിയ അസ്വാസ്ഥ്യതയോടെ അലക്സി പറഞ്ഞു.

"രാക്ഷസന്മാരല്ല, വെറും വിഡ്ഢികൾ. ഈ യാത്രകൊണ്ടു കാലു നനഞ്ഞു, നമുക്ക് ജലദോഷം പിടിക്കും, തീർച്ച" സ്വന്തം വിഷാദചിന്തകളിൽ ലയിച്ചിരുന്ന മേജർ പറഞ്ഞു.

"അങ്ങനെ നിങ്ങളെക്കാൾ ഒരു ഗുണം കൂടുതൽ എനിക്കുണ്ട്. എനിക്കു നനയാൻ കാലുകൾ ഇല്ലാത്തതുകൊണ്ടു ജലദോഷം പിടിക്കുകയില്ലല്ലോ." ചിരിച്ചുകൊണ്ട് അലക്സി പറഞ്ഞു.

"വേഗം വരൂ; വേഗം വരൂ; അവിടെ ഇപ്പോൾ നല്ല രസമായിരിക്കും." ഹിമത്തിന്റെ ആവരണമണിഞ്ഞുകിടക്കുന്ന തടാകത്തിലേക്കു രണ്ടുപേരെയും വലിച്ചുകൊണ്ട് സിനോച്ക ധൃതികൂട്ടി.

അവർ വെള്ളത്തിലിറങ്ങാൻ തുടങ്ങി. പക്ഷേ, ചുരുണ്ട മൂടൽമഞ്ഞലകൾ വലിഞ്ഞകന്ന് അവിടെ ഒരു കറുപ്പ് കണ്ടപ്പോൾ അമ്പരന്ന് പിൻവാങ്ങിനിന്നു. അതിന്റെ അടുത്തായി ഒരു ചെറിയ ജെട്ടിയുണ്ടായിരുന്നു. അവിടെ ഒരു കടത്തുവഞ്ചിയുടെ നിഴൽ കാണപ്പെട്ടു. സിനോ ച്ക ആ മഞ്ഞിലൂടെ ഓടിപ്പോയി രണ്ടു കുട്ടയുമായി മടങ്ങി വന്ന് അവ ആ വഞ്ചിയിൽ ബന്ധിച്ചു; മെരിസീവ് തുഴയാനൊരുങ്ങി. സീനയും മേജറും വഞ്ചിയിൽ കയറിയിരുന്നു. നിശബ്ദമായ ജലപ്പരപ്പിലൂടെ സാവധാനത്തിൽ ആ തോണി ഒഴുകി ഇടയ്ക്കിടെ മൂടൽമഞ്ഞിൽ മറഞ്ഞും, ഇടയ്ക്കിടെ തുറന്ന ജലപ്പരപ്പിൽ തെളിഞ്ഞും സഞ്ചരിച്ചിരുന്ന അതിന്റെ കറുത്ത മിനുസമേറിയ ഓരങ്ങളിൽ നിലാവ് ഉദാരമായി വെള്ളിപൂശുന്നുണ്ടായിരുന്നു. ആരുംതന്നെ സംസാരിച്ചിരുന്നില്ല. എല്ലാവരും അവരവരുടെ സ്വന്തമായ ചിന്തകളിൽ ലയിച്ചിരുന്നു. പ്രശാന്തമായിരുന്നു ആ രാത്രി. കട്ടികൂടിയ രസത്തുള്ളികൾപോലെ തുഴയിൽനിന്ന് ജലകണികകൾ തെറിച്ചുവീണു. തുഴകൾ മൃദുവായ ക്ലിക് ക്ലിക് നാദമുയർത്തി. എവിടെയോ ഇരുന്ന് ഒരു 'കോൺക്രേക്ക്' നീട്ടി വിളിച്ചു: വെള്ളത്തിന്റെ മീതെകൂടി കഷ്ടിച്ചുമാത്രം കേൾക്കത്തക്കവിധത്തിൽ വിദൂരതയിൽ ഒരു മൂങ്ങ മൂളിക്കൊണ്ടിരുന്നിരുന്നു.

"ഒരു യുദ്ധം അടുത്തുതന്നെ നടക്കുന്നുണ്ട് എന്നു വിശ്വസിക്കുവാൻ സാധിക്കുന്നില്ല"–സിനോച്ക മെല്ലെ പറഞ്ഞു–"സഖാക്കളെ നിങ്ങൾ എനിക്ക് എഴുത്തയയ്ക്കുമോ, ശരി അലക്സി പെട്രോവിച്ച്–നിങ്ങൾ എനിക്ക് എഴുതും, ഇല്ലേ? അതു വളരെ ചെറിയ കുറിപ്പായാലും സാരമില്ല കൂടെകൊണ്ടു പോകാൻ മേൽവിലാസമെഴുതിയ കുറേ തപാൽകാർഡുകൾ തരാം; തരട്ടെ? അതിൽ സുഖമായി ജീവിച്ചിരിക്കുന്നു. അഭിവാദനങ്ങൾ. ഇത്രമാത്രമെങ്കിലും എഴുതി തപാൽപ്പെട്ടിയിൽ ഇട്ടാൽമതി. അതു ചെയ്യാമോ?"

"എനിക്കു എന്തു സന്തോഷമാണ് പോകാനെന്ന് പറഞ്ഞറിയിക്കുക വയ്യ. ധാരാളം സമയം മടിപിടിച്ചു കളഞ്ഞു. ഇനി പണിക്ക്, പണിക്ക്," സ്റ്റ്റുക്കോവ് പറഞ്ഞു. വീണ്ടും അവരെല്ലാം നിശ്ശബ്ദരായി.. ചെറിയ ചെറിയ അലകൾ വഞ്ചിയുടെ ഓരത്തുനിന്ന് മൃദുവായി നക്കിക്കൊണ്ടിരുന്നു. ഉറങ്ങിക്കിടക്കുന്ന ജലപ്പരപ്പിനെ പതുക്കെ ഇക്കിളിയാ

ക്കിക്കൊണ്ടിരുന്ന വഞ്ചിയുടെ അമരത്തിൽ വെള്ളം പാളിപാളിയായി ചിന്നിച്ചിതറി. മൂടൽമഞ്ഞ് അകന്നുകന്നുപോയി. കരയിൽനിന്ന് മങ്ങിയ നീലിമയാർന്ന ഒരു ശശികിരണം ജലപ്പരപ്പിലേക്ക് നീണ്ടുവന്ന് ആമ്പൽ ദലങ്ങളെ പ്രകാശിപ്പിച്ചു.

"നമുക്ക് ഒരു പാട്ടുപാടാം" സിനോച്ക പറഞ്ഞു. മറുപടിക്കു കാത്തുനിൽക്കാതെ അവൾ ആ 'ആഷ്' മരത്തെക്കുറിച്ചുള്ള പാട്ട് പാടാൻ തുടങ്ങി.

ആദ്യത്തെ ഈരടി അവൾ തനിയെ ഒരു വിലാപസ്വരത്തിലാണ് പാടിയത്. അടുത്ത വരി മന്ത്രഗംഭീരമായ മനോഹരശബ്ദത്തിൽ മേജർ എറ്റുപാടി. ഇതിനുമുമ്പ് അയാൾ പാട്ടുപാടിയില്ല. ഇത്ര സുന്ദരമായ ഒരു മൃദുസ്വരം മേജർക്കുണ്ടെന്ന് അലക്സിക്ക് സംശയംപോലുമില്ലായിരുന്നു. വിഷാദകലുഷിതവും വികാരഭരിതവുമായ ആ ഗാനത്തിന്റെ നാദവീചികൾ അങ്ങനെ പ്രശാന്തമായ ജലവിതാനത്തിലൂടെ ഒഴുകി; അഭിനവമായ രണ്ടു ശബ്ദം. ആണിന്റേയും പെണ്ണിന്റേയും–അവരുടെ ഹൃദയദാഹത്താൽ പരസ്പ്പരം സഹായിച്ചു. അലക്സി തന്റെ മുറിയുടെ അരികിലായി ഒറ്റ പഴക്കുലയോടെ നിൽക്കുന്ന ആ നേർത്ത ആഷ്മരത്തേയും ഭൂഗർഭ വില്ലേജിൽ താമസിക്കുന്ന കാമുകിയേയും കുറിച്ച് ഓർത്തു. ആ തടാകവും അത്ഭുതകരമായ ചന്ദ്രികയും തോണിയും പാട്ടുകാരും എല്ലാം പെട്ടെന്ന് മറഞ്ഞു; ആ രജതവർണാവരണത്തിനുള്ളിൽ അയാൾ ക്യാംഷീനിലെ യുവതിയെ കണ്ടു. പൂവണിഞ്ഞ മൈതാനത്തിൽ ഡെയ്സി പുഷ്പങ്ങളുടെ നടുക്കായി ഇരിക്കുന്ന ഓല്യയല്ല–അപരിചിതയും വ്യത്യസ്തയുമായ ഒരു പെൺകുട്ടി–ക്ഷീണിച്ച് വെയിലേറ്റ് പുള്ളിക്കുത്തുവീണ കവിൾത്തടങ്ങൾ; വിണ്ടുകീറിയ ചുണ്ട്–വിയർപ്പിൽ മുങ്ങിയ ഒരു കുപ്പായവുമിട്ട് അവൾ സ്റ്റാലിൻഗ്രാഡിന്റെ അടുത്തുള്ള തീരത്തിലെവിടെയോ ഒരു പാരകൊണ്ടു പണിയെടുക്കുകയാണ്.

അലക്സി തുഴ താഴെ വച്ചു. ആ ഗാനത്തിന്റെ അവസാനത്തെ ഈരടികൾ പാടിയത് അവർ മൂന്നുപേരും കൂടിയായിരുന്നു.

VI

പിറ്റേദിവസം പ്രഭാതത്തിൽ മോട്ടോർബസുകളുടെ ഒരു നീണ്ടനിര വിശ്രമമന്ദിരത്തിന്റെ ഗേറ്റു കടന്ന് അകത്ത് പ്രവേശിച്ചു. അവ മുൻവശത്ത് കിടക്കുമ്പോൾ തന്നെ മേജർ ഒരു ബസിന്റെ ചവിട്ടുപടിയിൽ കയറിനിന്ന് തനിക്കു പ്രിയപ്പെട്ട ആ ആഷ്മരത്തെക്കുറിച്ചുള്ള ഗാനം ആലപിക്കുവാൻ തുടങ്ങി. ഉടനെ തന്നെ മറ്റു ബസുകളിലെ യാത്രക്കാരെല്ലാം അത് ഏറ്റുപാടി. യാത്രാവചനങ്ങളും സൗഭാഗ്യാശംസകളും, ബൂൺസ്യാനന്റെ തമാശകളും ബസിന്റെ ജനാലയുടെ വിടവിലൂടെ സിനോച്ക അലക്സിയോടു ചെയ്തിരുന്ന അവസാനാപേക്ഷകളും എല്ലാം വിസ്മരിക്കപ്പെട്ടിരുന്നതും യുദ്ധം വന്നപ്പോൾ ദേശസ്നേഹോജ്ജ

ലമായ നവജീവൻ കിട്ടി പ്രചരിച്ചതുമായ ആ പഴയ പാട്ടിന്റെ മഹത്വമേറിയ ലഘുപദാവലികളിൽ അലിഞ്ഞുപോയി.

ഗാനത്തിന്റെ സുന്ദരവും സുശക്തവുമായ നാദവീചികളെ വഹിച്ചുകൊണ്ട് ആ ബസുകൾ അകന്നുകന്നുപോയി. പാട്ട് അവസാനിച്ചപ്പോൾ പാട്ടുകാർ നിശബ്ദതതയവലംബിച്ചു. നഗരത്തിന്റെ അതിർത്തിയിലുള്ള ആദ്യത്തെ വ്യവസായശാലകളും തൊഴിലാളിപ്പാർപ്പിടങ്ങളും ബസിന്റെ ജനവാതിലിലൂടെ മിന്നിമറഞ്ഞ് പോകുന്നതുവരെ ആരുമാരും ഒരൊറ്റ അക്ഷരം മിണ്ടിയില്ല.

തന്റെ അടിക്കുപ്പായത്തിനു ബട്ടണിടാതെ, സുന്ദരമായ പ്രകൃതിഭംഗി ആസ്വദിച്ച് പുഞ്ചിരിക്കുന്ന മുഖവുമായി അപ്പോഴും മേജർ ചവിട്ടുപടിയിന്മേൽ നിൽക്കുകയാണ്. വളരെ ഉല്ലാസവാനായിരുന്നു അയാൾ. നിരന്തരസഞ്ചാരിയായിരുന്ന അയാൾ ഇതാ ഇന്ന് ഒരു ദിക്കിൽനിന്ന് മറ്റൊരു ദിക്കിലേക്ക് പ്രയാണം ചെയ്കയാണ്. അതുകൊണ്ടുതന്നെ അയാളുടെ പ്രകൃതം ഇന്ന് നന്നായിരിക്കുന്നു. തനിക്ക് പരിചയമില്ലാത്ത ഒരു വ്യോമസേനാവിഭാഗത്തിലേക്കാണ് അയാളുടെ യാത്ര. എവിടെയാണെങ്കിലും അത് അയാളുടെ വീടാണ്. മെരിസീവ് മാത്രം ഉൽക്കണ്ഠാകുലനായി മൗനം പൂണ്ടിരുന്നു. കടുത്ത ബുദ്ധിമുട്ടുകൾ വരാൻ ഇരിക്കുന്നതേയുള്ളൂ എന്നയാൾക്കു തോന്നി. ആർക്കറിയാം; ആർക്കു പറയാൻ കഴിയും, അയാൾ ഇതെല്ലാം തരണംചെയ്യുമെന്ന്?

ബസ് ഇറങ്ങി നേരെ ഒരു ദിക്കിലും പോകാതെ രാത്രിയിലെ വാസസ്ഥലംപോലും കണ്ടുപിടിക്കാതെ, അലക്സി പോയത് മിറലോവസ്കിയുടെ സമീപത്തേക്കാണ്. ഇവിടെവച്ച് അയാൾ ആദ്യമായി തന്റെ ദൗർഭാഗ്യവുമായി ഏറ്റുമുട്ടി. വളരെ ബുദ്ധിമുട്ടി താൻ സഹതാപം നേടിയിരുന്ന ആ അഭ്യുദയകാംക്ഷി ദൂരെയായിരുന്നു. ഏതോ അടിയന്തിരമായ ഔദ്യോഗികകാര്യങ്ങൾക്കുവേണ്ടി അദ്ദേഹം പോയിരിക്കുകയാണ്. ഇപ്പോഴെങ്ങും മടങ്ങുകയുണ്ടാവില്ല. പകരംകണ്ട ഉദ്യോഗസ്ഥൻ സാധാരണ നിലയിൽ ഒരു ഹർജി അയക്കാനുള്ള ഒരു നിർദേശമാണ് അലക്സിക്കു നൽകിയത്. ഉടനെതന്നെ ജനൽപ്പടിയിൽ കയറിയിരുന്ന് ഒരു ഹർജി എഴുതി ചാർജ് വഹിക്കുന്ന ക്ഷീണഗാത്രനായ ആ ഉദ്യോഗസ്ഥനെ ഏൽപ്പിച്ചു. തനിക്ക് സാധിക്കാവുന്നതെല്ലാം ചെയ്തു കൊടുക്കാമെന്നും, രണ്ടുദിവസം കഴിഞ്ഞു തന്നെ വന്നു കാണുവാനും അയാൾ ഉപദേശിച്ചു. അലക്സി അപേക്ഷിച്ചു, യാചിച്ചു, ഭയപ്പെടുത്തി; പക്ഷേ, യാതൊരു ഗുണവുമുണ്ടായില്ല. തന്റെ ശുഷ്കമുഷ്ടികൾ നെഞ്ചിലമർത്തിവെച്ചു. 'ഓഫീസിലെ ചട്ടങ്ങൾ അതാണ്, ലംഘിക്കുവാൻ യാതൊരു നിർവാഹവുമില്ല' എന്ന് അയാൾ തീർത്തു പറഞ്ഞു. വാസ്തവത്തിൽ അയാൾക്ക് ആ സംഗതിയിൽ ഒന്നും ചെയ്യാനും സാധിക്കുമായിരുന്നില്ല. അവജ്ഞാസൂചകമായ ഒരു ആംഗ്യത്തോടെ മെരിസീവ് പുറത്തേക്കുപോയി.

അങ്ങനെ ഒരു യുദ്ധവകുപ്പിൽനിന്നു മറ്റൊന്നിലേക്കുള്ള അലഞ്ഞു

തിരിയൽ ആരംഭിച്ചു. ധൃതിയിൽ ആശുപത്രിയിൽ നിന്നു പോന്നകാരണം കൈവശം വസ്ത്രങ്ങളോ ഭക്ഷണമോ പണമോ അലവൻസു സർട്ടിഫിക്കറ്റോ ഇല്ല എന്ന സംഗതി അയാളുടെ കഷ്ടപ്പാടുകൾക്ക് മാറ്റുകൂട്ടി. ഇതേവരെ അയാൾ അതിനു മിനക്കെട്ടിരുന്നില്ല. ഒരു അവധി സർട്ടിഫിക്കറ്റു പോലുമില്ല അയാളുടെ കൈവശത്തിൽ. പറഞ്ഞാൽ മനസിലാക്കാൻ കഴിവുണ്ടായിരുന്നവനും ദയാശാലിയുമായ ആ ചാർജ് വഹിക്കുന്ന ഉദ്യോഗസ്ഥൻ, ആവശ്യമായ കടലാസുകൾ ഉടനടി അയക്കുവാൻ സൈനികാകേന്ദ്രത്തിലേക്ക് ഫോൺ ചെയ്യാമെന്നു പറഞ്ഞിരുന്നുവെങ്കിലും, ഈ സംഗതികൾ നടപ്പിലാക്കുവാൻ കാലവിളംബം ഉണ്ടാകുമെന്ന് അലക്സിക്ക് അറിയാമായിരുന്നു. ഒരു കിലോഗ്രാം അപ്പം, ഒരു ഗ്രാം പഞ്ചസാര മുതലായവ വളരെ വിലയേറിയ സാധനങ്ങളായിത്തീർന്നിരുന്ന സമരകാല മോസ്കോവിൽ, പണമോ ഭക്ഷണസാമഗ്രികളോ താമസിക്കാൻ സ്ഥലമോ ഇല്ലാതെ കുറെ നാൾ കഴിച്ചുകൂട്ടേണ്ടിവരുമെന്ന് അയാൾ മനസിലാക്കി.

അന്യൂത ജോലിചെയ്തിരുന്ന ആശുപത്രിയിലേക്ക് അയാൾ ഫോൺ ചെയ്തു. അവളുടെ ശബ്ദത്തിൽനിന്ന് ഒന്നുകിൽ അവൾ എന്തിനെക്കുറിച്ചോ ആവലാതിപൂണ്ടിരിക്കുകയാണ്. അല്ലെങ്കിൽ ധൃതിയിൽ എന്തോ ജോലി ചെയ്തുകൊണ്ടിരിക്കുകയാണ് എന്നു മനസിലായി. അയാൾ അവിടെ എത്തിയിട്ടുണ്ടെന്നറിഞ്ഞ് അവൾ വളരെ സന്തോഷിച്ചു. താൻ ആശുപത്രിയിൽ താമസിക്കയായതിനാൽ തന്റെ സ്ഥലം അലക്സിക്ക് സ്വന്തമായി കിട്ടുവാൻ സാധ്യതയുള്ളതുകൊണ്ട് പ്രത്യേകിച്ച് അവിടെയുള്ള അൽപ്പ ദിവസങ്ങൾ തന്റെ വീട്ടിൽ താമസിക്കണമെന്ന് അവൾ നിർബന്ധിച്ചു.

വിശ്രമസങ്കേതം വിട്ടുപോകുന്ന ഓരോ രോഗിക്കും യാത്രാവശ്യത്തിലേക്ക് 5 ദിവസത്തെ റേഷൻ അനുവദിച്ചിട്ടുണ്ടായിരുന്നതിനാൽ, രണ്ടാമത് ഒന്നുകൂടി ആലോചിക്കുവാൻ നിൽക്കാതെ, അയാൾ പുതിയ ബംഗ്ലാവുകളുടെ പിന്നിലുള്ള മുറ്റത്തിന്റെ ഓരംപറ്റി നിൽക്കുന്ന പരിചിതമായ, ജീർണിച്ച ചെറുഗൃഹത്തിലേക്കു തന്നെ പുറപ്പെട്ടു. അയാൾക്ക് ഇപ്പോൾ ഒരു കിടപ്പാടവും കുറച്ചുദിവസത്തേക്ക് ഭക്ഷണവും ഉള്ളതുകൊണ്ട് അൽപ്പദിവസം കാത്തിരിക്കാം. ഇപ്പോഴും പൂച്ചയുടേയും മണ്ണെണ്ണയുടേയും ഈറൻതുണിയുടേയും ഗന്ധം തങ്ങി നിൽക്കുന്നതും വളഞ്ഞുതിരിഞ്ഞ് ഇരുട്ടടഞ്ഞു കിടക്കുന്നതും ആയ കോവണിയിൽകൂടി കയറിച്ചെന്ന് അയാൾ കതകു തപ്പി കണ്ടുപിടിച്ച് അതിന്മേൽ ഉറക്കെ തട്ടി.

വാതിൽ തുറന്നു. പക്ഷേ രണ്ടു കനത്ത ഇരുമ്പുചങ്ങല കൊണ്ട് ബന്ധിച്ചിരുന്നതിനാൽ അത് അൽപ്പം അകന്നതേയുള്ളൂ. ആ വിള്ളലിൽ ക്കൂടി തന്റെ നനുത്ത മുഖം പുറത്തേക്ക് നീട്ടി. ആ കുറിയ കിഴവി അലക്സിയെ വിശ്വാസമില്ലായ്മയോടെ ചുഴിഞ്ഞുനോക്കി, ആരാണ്, എന്താണ് ആവശ്യം, പേർ എന്ത് എന്നെല്ലാം ആരാഞ്ഞു. അതൊക്കെ കഴിഞ്ഞതിനുശേഷമേ ഇരുമ്പുചങ്ങല അഴിച്ചു വാതിൽ ശരിക്കും തുറന്നുള്ളൂ.

"അന്ന ഡാനിലോവ്ന ഇവിടെയില്ല. പക്ഷേ, അവൾ നിങ്ങളെപ്പറ്റി ഫോൺ ചെയ്തിരുന്നു. വരൂ, ഞാൻ അവളുടെ മുറി കാണിച്ചുതരാം." അലക്സിയുടെ മുഖവും വേഷവും തന്റെ മങ്ങിയ ക്ഷീണിച്ച നേത്രങ്ങൾകൊണ്ട് ഉഴിഞ്ഞുനോക്കി. അവർ പറഞ്ഞു. "ഒരുപക്ഷേ കുറച്ചു ചൂടുവെള്ളം ആവശ്യമുണ്ടാകും. അടുക്കളയിൽ ആൻചിക്കയുടെ 'സ്റ്റോവ്' ഉണ്ട്. ഞാൻ അൽപ്പം ചൂടുവെള്ളം ഉണ്ടാക്കിത്തരാം."

ഒട്ടും പരിഭ്രമംകൂടാതെയാണ് അലക്സി ആ പരിചിത മുറിയിലേക്ക് കയറിയത്. എവിടെച്ചെന്നു പെട്ടാലും അവിടെ വീടാണ് എന്നു തോന്നുന്ന പട്ടാളക്കാരന്റെ വാസനാവൈഭവം മേജറിൽ ധാരാളമുണ്ടായിരുന്നു. ആ ശക്തി ഒരുപക്ഷേ കുറഞ്ഞ തോതിൽ ഇയാളിലും കടന്നുകൂടിയിരിക്കും. പഴയമരം, പൊടി, പാറ്റാഗുളികകൾ മുതലായ പല ദശവത്സരങ്ങളായി വിശ്വസ്തസേവനം നടത്തിവന്ന അനവധി സാധനങ്ങളുടെ പരിചിതമായ മണം അയാളെ വികാരംകൊള്ളിച്ചു. കുറേക്കാലത്തെ അലഞ്ഞുതിരിയലിനുശേഷം വീട്ടിൽ എത്തിച്ചേർന്നപോലെ തോന്നി അയാൾക്ക്.

ഭാഗ്യമുണ്ടെങ്കിൽ കറുത്ത റൊട്ടിക്കു പകരം നല്ല വെള്ള റൊട്ടി തന്നെ ലഭിക്കുന്ന കടയുടെ മുന്നിലുള്ള ക്യൂവിനെപ്പറ്റി കിഴവി പറയാൻ തുടങ്ങി. അതിന്റെകൂടെ സ്റ്റാലിൻഗ്രാഡിൽ ജർമൻകാർക്ക് കണക്കിന് കിട്ടിയെന്നു വഴിയിൽ കാറിൽ ഇരുന്നിരുന്ന ഒരു സൈനിക ഓഫീസർ എന്നും ഹിറ്റ്ലർ തന്നിനിമിത്തം ചിത്തഭ്രമം പിടിപെട്ട് ഭ്രാന്താശുപത്രിയിലാണ് എന്നും പറഞ്ഞു. അയാൾക്ക് പകരം വേറെ ആരോ ആണ് ജർമനി ഭരിക്കുന്നത്, അയാളുടെ അയൽക്കാരിയായ ആൽപിറ്റി ആർക്കഡിവ്നക്കു തൊഴിലാളിയുടെ റേഷൻകാർഡ് കൈവശം വയ്ക്കുവാൻ യാതൊരു അർഹതയുമില്ല; ആ സ്ത്രീ ഒരു നല്ല കവിടിപ്പാൽപാത്രം വാങ്ങിക്കൊണ്ടു പോയത് തിരികെക്കൊടുത്തിട്ടില്ല; ഇപ്പോൾ അഭയാർഥികളുടെകൂടെ പോയിരിക്കുന്ന അന്നയുടെ മാതാപിതാക്കന്മാർ വളരെ നല്ല കൂട്ടത്തിലാണ്; അന്നഡാനിലോവ്ന തന്നെ നല്ല പെൺകുട്ടിയാണ്, വളരെ ശാന്തയാണ്, നല്ലപോലെ പെരുമാറാൻ അറിയാം, ബാക്കി പെൺകുട്ടികളെപ്പോലെ കണ്ടമാനം-ഈശ്വരനുമാത്രമറിയാം ആരുടെ കൂടെയാണ്-ആടിക്കുഴഞ്ഞു നടക്കാറില്ല; ഒരിക്കലും പുരുഷന്മാരെ മുറിക്കകത്തേക്കു കൊണ്ടുവരാറില്ല, എന്നിങ്ങനെ നിരവധി കാര്യങ്ങളെപ്പറ്റി വായ കൂട്ടാതെ സംസാരിച്ചുകൊണ്ട് ആ വൃദ്ധ അയാളുടെ കലടികളെ പിൻതുടർന്നു. ഒടുവിൽ അവർ ആരാഞ്ഞു.

"നിങ്ങളാണോ അവളുടെ യുവസ്നേഹിതൻ സോവിയറ്റ് ഹീറോ മുദ്രനേടിയ 'ടാങ്കിസ്റ്റ്'

"അല്ല, ഞാൻ വെറുമൊരു വൈമാനികൻമാത്രം." തത്സമയം വൃദ്ധയുടെ ചഞ്ചലമായ മുഖത്ത് അത്ഭുതം, ആവലാതി, അവിശ്വാസം, ദേഷ്യം എന്നീ വികാരങ്ങൾ പ്രകടമായിക്കണ്ടപ്പോൾ അലക്സിക്കു ചിരിയടക്കുവാൻ കഴിഞ്ഞില്ല.

അവൾ ചുണ്ടു കടിച്ചു. വാതിൽ ദേഷ്യത്തോടെ കൊട്ടിയടച്ചു. വരാന്തയിൽ നിന്നുകൊണ്ട് അതുവരെ കൈക്കൊണ്ട സൗഹൃദം സ്ഫുരിക്കുന്ന സ്വരംമാറ്റി വിളിച്ചു പറഞ്ഞു.

"ശരി, നിങ്ങൾക്ക് ചൂടുവെള്ളം ആവശ്യമുണ്ടെങ്കിൽ അവിടെ കാണുന്ന സ്റ്റോവ് ഉപയോഗിച്ച് കുറച്ച് ഉണ്ടാക്കി എടുത്തോളൂ."

അന്യൂതയ്ക്കു ആശുപത്രിയിൽ വലിയ ജോലിത്തിരക്കുണ്ടായിരിക്കണം. ഈ വിരസമായ ശരത്കാലദിനത്തിൽ ഈ സ്ഥലം തികച്ചും ഉദാസീനമായിട്ടാണ് സൂക്ഷിച്ചിരുന്നത്. എല്ലാ സാധനങ്ങളിലും പൊടിയുടെ ഒരു കനത്ത പാട് കാണാമായിരുന്നു. ജനൽപ്പടിയിന്മേലും സ്ററാൻഡിലും വെച്ചിരുന്ന പൂക്കളെല്ലാം തളർന്നു കുഴഞ്ഞു. മഞ്ഞനിറം പൂണ്ടിരുന്നതു കണ്ടാൽ കുറേക്കാലമായി അവയ്ക്ക് വെള്ളമൊഴിച്ചിട്ടില്ലെന്നു തോന്നും. മേശമേൽ പൂപ്പൽപുരണ്ട അപ്പക്കഷണങ്ങൾ ചിതറിക്കിടന്നിരുന്നു. കാപ്പിപ്പാത്രം അവിടെനിന്നു മാറ്റിയിരുന്നില്ല പിയാനോവിന്മേൽ ചാരനിറത്തിലുള്ള പൊടിവീണു മൂടിയിരുന്നു. ഒരു നീലവണ്ട് പൊടിനിറഞ്ഞ ആ ദുഷിച്ച വായുവിൽക്കിടന്ന് ശ്വാസംമുട്ടി നിരാശയോടെ ആ മങ്ങിയ മഞ്ഞനിറത്തിലുള്ള ജനൽചട്ടയിൽ തട്ടിമുട്ടിക്കൊണ്ടിരുന്നു.

ഇപ്പോൾ പച്ചക്കറിത്തോട്ടമായി രൂപാന്തരപ്പെടുത്തിയിരുന്ന, ചായ്‌വോടുകൂടിയ ഒരു ആരാമത്തിനുനേരെയുള്ള ജനവാതിൽ അലക്സി തുറന്നു. പുതിയ കാറ്റിന്റെ ഒരു അല മുറിയിലേക്ക് കടന്നുവന്നു. അവിടെ കൂടിക്കിടന്നിരുന്ന പൊടിശകലം ശക്തിയോടെ ഇളക്കുകയാൽ അതൊരു മൂടൽമഞ്ഞുപോലെ ഉയർന്നു തന്നെ കാണാനായി. നിവൃത്തിയുള്ളപക്ഷം ആശുപത്രിയിൽനിന്ന് അന്നു വൈകുന്നേരം വന്നെത്തുന്ന അന്യൂതയ്ക്ക് സുഖകരമായ ഒരു വിസ്മയം നൽകത്തക്ക വിധത്തിൽ ആ മുറി വൃത്തിയാക്കണമെന്ന ഒരാശയം പെട്ടെന്ന് അയാളിലുദിച്ചു. ആ സ്ത്രീയോട് അപേക്ഷിച്ച് അയാൾ കുറച്ചു കീറത്തുണിയും ഒരു കുടവും ചൂലും വാങ്ങി. യുഗങ്ങളായി പുരുഷന്മാർ പുച്ഛത്തോടെ നോക്കിയിരുന്ന ആ ജോലി വളരെ ആവേശത്തോടെ ചെയ്യാൻ തുടങ്ങി. ഒന്നരമണിക്കൂർ നേരത്തോളം വളരെ രസത്തോടെ അയാൾ അടിക്കലും തുടയ്ക്കലും കഴുകലും നടത്തി.

വീട്ടിലേക്ക് പോരുന്ന വഴിക്കും, പെൺകുട്ടികൾ പാലത്തിനു സമീപം പ്രകാശമേറിയ ശരത്കാലത്തെ ആസ്റ്റർസുമങ്ങൾ വിറ്റുകൊണ്ടിരുന്നതായി കണ്ടിരുന്നു. വൈകുന്നേരമായപ്പോൾ അയാൾ അവിടെപ്പോയി ഒരു കുലപൂവ് വാങ്ങി, പൂപ്പാത്രവും പിയാനോവും മേശയും അലങ്കരിച്ചു. വളരെ സൗകര്യപൂർവം ആ പച്ച വെൽവറ്റുവിരിച്ച ചാരുകസേരയിൽകിടന്ന് ആമോദകരമായ ആലസ്യത്തിലാണ്ട് അയാൾ അന്നുകൊണ്ടുവന്ന സാധനങ്ങൾ ആ വൃദ്ധ അടുക്കളയിൽവെച്ചു പാകംചെയ്യുന്നതിൽനിന്നു പൊങ്ങുന്ന രുചികരമായ മണം ആർത്തിയോടുകൂടി ഉൾക്കൊണ്ടു. പക്ഷേ, അന്യൂത വീട്ടിലേക്ക് കയറി

വന്നത് അത്യന്തം പരവശയായിട്ടാണ്. വന്നവഴിക്ക് അലക്സിയെ അഭിവാദ്യം ചെയ്തു എന്നു വരുത്തി കട്ടിലിലേക്ക് മറിഞ്ഞുവീണു. അവൾ ആദ്യമൊന്നും ആ മുറി എത്ര ശുചിയായിരിക്കുന്നുവെന്ന് ശ്രദ്ധിച്ചതേ ഇല്ല. അൽപ്പം വിശ്രമിച്ച് ഒരു ഗ്ലാസ് വെള്ളം കുടിച്ചതിനുശേഷമാണ് അവൾ ചുറ്റും നോക്കി, അവിടെ എന്താണ് സംഭവിച്ചിട്ടുള്ളതെന്ന് മനസിലാക്കിയത്. ക്ഷീണിച്ച ഒരു മന്ദസ്മേരത്തോടെ നന്ദിപൂർവം അലക്സിയുടെ കൈപിടിച്ചമർത്തിക്കൊണ്ട് അവൾ പറഞ്ഞു.

"കുറ്റമല്ല, ഗ്രിഷ നിങ്ങളെ ഇത്രമാത്രം സ്നേഹിക്കുന്നത്. അലോഷ്ക എനിക്ക് അസൂയ തോന്നുന്നു. നിങ്ങളാണോ ഇത് ചെയ്തത്; നല്ല കുട്ടി. ഗ്രിഷയുടെ വിവരം വല്ലതും അറിഞ്ഞുവോ. അദ്ദേഹം എവിടെയാണ് ഇപ്പോൾ. ഇന്നാൾ എനിക്ക് അദ്ദേഹത്തിന്റെ ഒരെഴുത്തുണ്ടായിരുന്നു. നന്നെ ചെറിയത്. ഒന്നോ രണ്ടോ വരിമാത്രം. അന്ന് അദ്ദേഹം സ്റ്റാലിൻഗ്രാഡിലാണ്. ആ വിഡ്ഢിക്കുട്ടി എന്താണ് ചെയ്യുന്നതെന്ന് അറിയാമോ? താടി വളർത്തുകയാണ്. ഇതുപോലെയുള്ള സമയത്തിനു പറ്റിയ പണിയല്ലേ? അവിടെ വളരെ അപകടംപിടിച്ച സ്ഥലമാണ് അല്ലേ. പറയൂ അലോഷ്ക; അപകടകരമല്ലേ? സ്റ്റാലിൻഗ്രാഡിനെപ്പറ്റി അതിഭയങ്കരമായ വാർത്തകളാണ് ആളുകൾ പറയുന്നത്."

"അവിടെ ഒരു യുദ്ധം നടക്കുകയാണ്." അലക്സി മുഖം വീർപ്പിച്ച് ദീർഘനിശ്വാസം വിട്ടു. എല്ലാവരുടേയും സംസാരവിഷയമായിത്തീർന്നിട്ടുള്ള വോൾഗാതീരത്തെ അത്യന്തം ഗുരുതരമായ സമരത്തിൽ പങ്കുചേരുന്നവരോടെല്ലാംതന്നെ അയാൾക്ക് കടുത്ത അസൂയ തോന്നി.

അന്ന് വൈകുന്നേരം മുഴുവൻ അവർ സംസാരിച്ചിരുന്നു. ഉണക്കിയ ഇറച്ചിയോടുകൂടിയ രാത്രിഭക്ഷണം അവർക്കു വളരെ രുചിപ്രദമായിരുന്നു. ബാക്കി എല്ലാ മുറിയിലും ആളുകൾ ഉണ്ടായിരുന്നതുകൊണ്ട് സുഹൃത്തുക്കളെപ്പോലെ അന്നത്തെ രാത്രി അവർ ആ മുറിയിൽത്തന്നെ കഴിച്ചുകൂട്ടി. അന്യൂത കിടക്കയിലും, അലക്സി കട്ടിലിലും കയറിക്കിടന്ന ഉടൻതന്നെ യുവത്വത്തിനു മാത്രം നൽകാൻ കഴിയുന്ന സുഖകരമായ നിദ്രയിൽ അവർ ലയിച്ചു.

രാവിലെ അലക്സി ഉണർന്ന് കട്ടിലിൽ ഇരിക്കുമ്പോൾ പൊടിയണിഞ്ഞ അരുണകിരണങ്ങൾ ആ മുറിയിലേക്കു കുത്തനെ പ്രവഹിക്കുന്നുണ്ടായിരുന്നു. അന്യൂത പോയിക്കഴിഞ്ഞു. കട്ടിലിൽ തറച്ചുവെച്ചിരുന്ന ഒരു ചെറിയ കുറിപ്പ് എടുത്ത് അയാൾ വായിച്ചു. "ഞാൻ വളരെ ധൃതിയിൽ ആശുപത്രിയിലേക്കു പോകുന്നു. മേശപ്പുറത്തു ചായയും അലമാരിയിൽ അപ്പവും ഉണ്ട്. പഞ്ചസാര ഇവിടെയില്ല. ശനിയാഴ്ചയ്ക്കു മുമ്പു തമ്മിൽ കാണുവാൻ തരപ്പെടുമെന്നു തോന്നുന്നില്ല."

ആ ദിവസങ്ങളിലൊന്നും അലക്സി വീടുവിട്ടു പുറത്തേക്കു പോയിരുന്നില്ല. വേറെ യാതൊരു ജോലിയും ഇല്ലാതിരുന്നതിനാൽ ആ വൃദ്ധയുടെ സ്റ്റൗവ് വറവുചട്ടി ഇലക്ട്രിക് സ്വിച്ച്, എന്നിവ നന്നാക്കി

ക്കൊടുത്തു, കവിടിപ്പാത്രം ഇതുവരെ തിരിച്ചുകൊടുക്കാതെ, അൽവിറ്റീനയുടെ, കാപ്പിപൊടിക്കുന്ന പാത്രവും വൃദ്ധയുടെ ആവശ്യപ്രകാരം അയാൾ നന്നാക്കി. അങ്ങനെ അയാൾ കിഴവിയുടേയും അവരുടെ ഭർത്താവിന്റേയും ദൃഷ്ടിയിൽ നല്ല പിള്ളയായി. കെട്ടിട നിർമാണപ്രസ്ഥാനത്തിൽ ജോലിചെയ്തുകൊണ്ടിരുന്ന ആ വയസൻ, ഇപ്പോൾ പ്രതിരോധനിരയിൽ പണിത്തിരക്കുണ്ടായതിനാൽ വളരെ ദിവസങ്ങൾ ഒന്നിച്ചു സ്ഥലത്തുവരാറില്ല. 'ടാങ്കുകാർ വളരെ നല്ലവരാണ്; വൈമാനികരും ഒട്ടും പിന്നിലല്ല. വ്യോമസഞ്ചാരമാണ് തൊഴിലെങ്കിലും അടുത്തറിയുമ്പോൾ അവരും കാര്യമായ കുടുംബസ്നേഹമുള്ള കൂട്ടരാണെന്നു മനസിലാകും.' ഇങ്ങനെയൊരു നിഗമനത്തിൽ എത്തിയിരുന്നു ആ വൃദ്ധദമ്പതികൾ.

അവസാനം അലക്സിക്കു തന്നെക്കുറിച്ചുള്ള തീരുമാനമറിയാറായി, 'പേഴ്സണൽ വകുപ്പിലേക്കു പോകേണ്ട സമയമായി. തലേരാത്രി മുഴുവൻ അയാൾ കട്ടിലിൽ കണ്ണടയ്ക്കാതെ കിടന്നു. കാലത്ത് എഴുന്നേറ്റ് ക്ഷൗരം ചെയ്ത് മേൽകഴുകി, അയാൾ കൃത്യസമയത്തു തന്നെ ഓഫീസിലെത്തി. തന്റെ വിധി നിർണയിക്കുവാനുള്ള ആ മേജറുടെ സമീപത്തേക്ക് ആദ്യമായി കടന്നുചെന്നത് അലക്സിയായിരുന്നു. ഒരൊറ്റ നോട്ടം നോക്കിയപ്പോൾത്തന്നെ മെരിസീവിന് അയാളെ വെറുത്തു. അലക്സി കടന്നുവരുന്നതു കണ്ടില്ലെന്ന മട്ടിൽ അയാളെ നോക്കാതെ ഉദ്യോഗസ്ഥൻ മേശയ്ക്കരികെ ഇരുന്ന് ധൃതിയിൽ, കവറുകൾ എടുത്തുമാറ്റുകയും ആരെയൊക്കെയോ ഫോണിൽ വിളിക്കുകയും, എങ്ങനെയാണ് കടലാസ്സുകളിൽ നമ്പർ ചേർക്കേണ്ടതെന്ന് വിശദമായി ഗുമസ്തനു വിസ്തരിച്ചു കൊടുക്കുകയും ചെയ്തിനുശേഷം പുറത്തേക്കുപോയി; കുറേ നേരത്തേക്ക് അയാൾ മടങ്ങിവന്നില്ല. ആ സമയംകൊണ്ട് ഓഫീസറുടെ പെരുമാറ്റം മെരിസീവ് വെറുത്തു കഴിഞ്ഞിരുന്നു. ഒടുവിൽ അയാൾ തിരിച്ചുവന്നു മേശയ്ക്കരികെ ഇരുന്ന കലണ്ടർ ഒന്നു മറിച്ചുനോക്കി. അതിനുശേഷമേ അയാൾ അലക്സിയെ കണ്ടതായി ഭാവിച്ചുള്ളൂ.

"സീനിയർ ലഫ്റ്റന്റ് സഖാവേ, താങ്കൾ എന്നെ കാണുവാനഗ്രഹിക്കുന്നുവോ?" അഹന്തനിറഞ്ഞ കനത്തസ്വരത്തിൽ ചോദിച്ചു.

മെരിസീവ് സംഗതികൾ എല്ലാം പറഞ്ഞു. അലക്സിയുടെ കടലാസുകൾ കൊണ്ടുചെല്ലുവാൻ ആഫീസർ ഗുമസ്തനെ വിളിച്ചു കൽപ്പിച്ചു. അത് കൈയിൽകിട്ടുന്നതിനിടയ്ക്കുള്ള സമയത്ത്, കാലുംനീട്ടിയിരുന്ന് അയാൾ 'പല്ലുകുത്തി'കൊണ്ട് ദന്തപരിശോധനചെയ്യുന്നതിൽ തന്റെ ശ്രദ്ധകേന്ദ്രീകരിച്ചു. മര്യാദയുടെ പേരിൽ കൈത്തണ്ടകൊണ്ട് മറച്ചാണ് അതു ചെയ്തിരുന്നത്. കടലാസുകൾ കൊണ്ടുവന്നപ്പോൾ അയാൾ അതുനോക്കി മെരിസീവിന്റെ 'കേസ്' പഠിക്കുവാൻ തുടങ്ങി. പെട്ടെന്ന് കൈവീശി കസേര ചൂണ്ടിക്കാണിച്ച് അയാൾ അലക്സിയോട് ഇരിക്കുവാനാവശ്യപ്പെട്ടു. കാൽ വിച്ഛേദിച്ചു എന്ന് എഴുതിയ ഭാഗ

മാണ് അയാൾ വായിക്കുന്നതെന്ന് വ്യക്തമായി. അവസാനത്തെ പേജും കൂടി വായിച്ചുതീർന്നപ്പോൾ അയാൾ മേലോട്ടുനോക്കി ചോദിച്ചു.

"കൊള്ളാം. എന്താണ് ഞാൻ നിങ്ങൾക്കു ചെയ്തുതരേണ്ടത്?"

"പോർ വിമാനസേനയിൽ എനിക്കൊരു സ്ഥാനം കിട്ടണം."

മേജർ കസേരയിലേക്കു വലിഞ്ഞുചാരി, അപ്പോഴും തന്റെ മുന്നിൽനിൽക്കുന്ന വൈമാനികനെ അത്ഭുതത്തോടുകൂടി നോക്കി, അയാൾക്ക് ഇരിക്കുവാൻ സ്വന്തം കൈകൊണ്ടു തന്നെ കസേര നീക്കി യിട്ടുകൊടുത്തു. മേജറുടെ രോമാവൃതമായ പുരികക്കൊടികൾ മിനുത്ത നെറ്റിയിൽ കൂട്ടിമുട്ടി നിന്നു.

"പക്ഷേ നിങ്ങൾക്ക് ഒരു വിമാനം കൈകാര്യം ചെയ്യുവാൻ പറ്റുക യില്ലല്ലോ."

"എനിക്കു സാധിക്കും. ഞാനതു ചെയ്യും, പരിശീലനത്തിനായി എന്നെ ഒരു ട്രെയിനിങ്ങ് സ്കൂളിലേക്ക് അയച്ചു നോക്കൂ." മിക്കവാറും അലറുന്ന സ്വരത്തിലാണ് അലക്സി മറുപടി പറഞ്ഞത്. അയാളുടെ ശബ്ദത്തിൽ സ്ഥിരനിശ്ചയം മുറ്റിനിന്നിരുന്നു. ഈ കറുത്ത് സുമുഖ നായ വൈമാനികൻ എന്താണ് ഇത്രമാത്രം നിർബന്ധിതനായി ആവ ശ്യപ്പെടുന്നതെന്ന ഉൽക്കണ്ഠയോടെ അടുത്ത മേശയ്ക്കരികിലിരുന്നു പണിചെയ്യുന്നവർ അന്യോന്യം നോക്കി.

മേജർക്ക് ബോധ്യമായി തന്റെ മുന്നിലുള്ള ആൾ ഒന്നുകിൽ ഒരു ഭ്രാന്തൻ അല്ലെങ്കിൽ അത്യുൽക്കടമായ ആവേശം ബാധിച്ചവൻ എന്ന്. അലക്സിയുടെ കോപാകുലമായ മുഖത്തേക്കും തീ ചിതറുന്ന കണ്ണിണയിലേക്കും ഇടംകണ്ണിട്ടു നോക്കി മേജർ തന്റെ സ്വരം മയപ്പെടു ത്തിക്കൊണ്ട് പറഞ്ഞു.

"പക്ഷേ ഇവിടെ നോക്കൂ. പാദങ്ങൾ ഇല്ലാതെ എങ്ങനെയാണ് ആ വിമാനം നിയന്ത്രിക്കുവാൻ സാധ്യമാകുക, നിങ്ങളെ ഇതിന് ആര് അനു വദിക്കുമെന്നാണ് വിചാരം? അത് അബദ്ധമാണ്. ഇതുവരെ ആരും തന്നെ ഇങ്ങനെ ഒന്നു ചെയ്തിട്ടില്ല."

"ഇതുവരെ ആരും ചെയ്തിട്ടില്ല, അല്ലെ കൊള്ളാം. എന്നാൽ ഇപ്പോൾ അതൊന്ന് ചെയ്തുനോക്കുകതന്നെ" അൽപ്പം ശുണ്ഠി യോടെ ഇത്രയും പറഞ്ഞ് അയാൾ പോക്കറ്റിൽനിന്നും ഒരു നോട്ടുബു ക്കെടുത്ത്, അതിനകത്ത് കടലാസിൽ പൊതിഞ്ഞു സൂക്ഷിച്ചിരുന്ന മാസികയുടെ തുണ്ടെടുത്ത് മേശപ്പുറത്തു വെച്ചു.

മറ്റു മേശകളുടെ സമീപമിരുന്ന ഉദ്യോഗസ്ഥർ പ്രവർത്തി നിർത്തി സംഭാഷണം ശ്രദ്ധിക്കുവാൻ തുടങ്ങി. ഒരാൾ സ്വസ്ഥാനത്തുനിന്ന് എഴുന്നേറ്റ് മേജറെ സമീപിച്ച് എന്തിനേയോ പറ്റി ചർച്ചചെയ്തു മെരി സീവിന്റെ മുഖത്തേയ്ക്കു സൂക്ഷിച്ചുനോക്കിക്കൊണ്ടു നിന്നു. മേജർ ആ തുണ്ടു കടലാസിൽ കണ്ണോടിച്ചതിനുശേഷം പറഞ്ഞു.

"ഇതുകൊണ്ട് ഒന്നുംതന്നെ ചെയ്യുവാൻ സാധിക്കുകയില്ല. വിമാന സേനയ്ക്കാവശ്യമായ കായികമൂല്യങ്ങളെക്കുറിച്ചു പ്രതിപാദിക്കുന്ന

കർശന നിയമങ്ങൾ ഞങ്ങൾക്ക് ലഭിച്ചിട്ടുണ്ട്. രണ്ടുകാലുകൾ പോക ട്ടെ, കൈയിന്റെ രണ്ടുവിരലുകൾ നഷ്ടപ്പെട്ടിട്ടുണ്ടെങ്കിൽപ്പോലും നിങ്ങളെ ഒരു വിമാനത്തിന്റെ ചാർജേറ്റെടുക്കുവാൻ ഞാൻ അനുവദി ക്കുകയില്ല. ഇത് എടുത്തോളൂ. ഇതിനെ ഒരു തെളിവായി ഗണിക്കുവാൻ സാധ്യമല്ല. ഞാൻ നിങ്ങളുടെ ധൈര്യത്തെ അഭിനന്ദിക്കുന്നു. പക്ഷേ......"

ദേഷ്യംകൊണ്ട് തിളച്ചുമറിയുകയായിരുന്നു മെരിസീവ്. മേജറുടെ മേശപ്പുറത്തിരിക്കുന്ന മഷിക്കുപ്പിയെടുത്ത് അയാളുടെ മിനുത്ത കഷ ണ്ടിമണ്ടയിലേക്ക് ഒരേറുകൊടുത്താലോ എന്ന് പോലും അയാൾക്ക് തോന്നി. ഒരു ശ്വാസംമുട്ടലോടെ അയാൾ ചോദിച്ചു:

"ഇതിനെപ്പറ്റി എന്തു പറയുന്നു?" ആ വാക്കുകളോടൊപ്പം അലക്സി തന്റെ അവസാനത്തെ ശീട്ടും മേശപ്പുറത്തു വെച്ചു. അത് ഒന്നാംറാങ്ക് സൈനിക സർജൻ മിറലോവിസ്കിയുടെ സർട്ടിഫിക്കറ്റായി രുന്നു. ഒരു സംശയത്തോടെയാണ് അത് മേജർ പരിശോധിച്ചത്. നിർദേ ശങ്ങൾ അനുസരിച്ച് എഴുതി, വൈദ്യവകുപ്പിന്റെ മുദ്രപതിപ്പിച്ചിട്ടുള്ള അതിൽ വ്യോമസൈന്യത്തിന്റെ വളരെയധികം ബഹുമതി ആർജിച്ചിരു ന്നു. സർജന്റെ ഒപ്പും ഇട്ടിരുന്നു. മേജർ സർട്ടിഫിക്കറ്റ് വായിച്ചു. അയാ ളുടെ സ്വരം കുറേക്കൂടി സൗഹൃദപൂർണമായി. അപ്പോൾ തന്റെ മുമ്പി ലുള്ള യുവാവ് ഒരു ഉന്മാദിയല്ല. കാലില്ലെങ്കിലും പറന്നേ മതിയാകൂ അയാൾക്ക്. വളരെ തഴക്കവും പഴക്കവും ഉള്ള ബോധവാനായ ആ സൈനിക സർജനെപ്പോലും തനിക്ക് അതിനുള്ള പ്രാപ്തിയുണ്ട് എന്ന് അയാൾ ബോധ്യപ്പെടുത്തി സമ്മതിപ്പിച്ചിരിക്കുന്നു. മെരിസീവിന്റെ കട ലാസുകൾ ഒരു ദീർഘനിശ്വാസത്തോടെ ഒരു ഭാഗത്തേക്കു നീക്കിവെ ച്ചുകൊണ്ട് മേജർ പറഞ്ഞു.

"നിങ്ങളെ സഹായിക്കുവാൻ എന്തെങ്കിലും ചെയ്യുവാൻ എനിക്കു എത്രമാത്രം ആഗ്രഹമുണ്ടായിരുന്നാലും, ഈയവസരത്തിൽ ഒന്നും ചെയ്യുവാൻ നിവൃത്തിയില്ല. ഒന്നാം റാങ്ക് സൈനിക സർജന് അദ്ദേഹ ത്തിന് ഇഷ്ടമുള്ള തരത്തിൽ എന്തു വേണമെങ്കിലും എഴുതാം. പക്ഷേ, ഞങ്ങൾക്കു സുവ്യക്തവും കർശനവുമായ നിർദേശങ്ങൾ ഉണ്ട്. അതിൽനിന്നു വ്യതിചലിക്കുവാൻ സാധ്യമല്ല, ഞാൻ അതു തെറ്റിച്ചാൽ ആർ ഉത്തരം പറയും, സൈനിക സർജനോ?"

പുഷ്ടശരീരനും ആത്മവിശ്വാസിയും പ്രശാന്തനും വിനയാന്വിത നുമായ ആ ഉദ്യോഗസ്ഥനേയും, അയാൾക്കനുരൂപമായ വേഷവിധാന ത്തേയും കത്തിക്കാളുന്ന വെറുപ്പോടെ അലക്സി നോക്കിക്കൊണ്ടു നിന്നു. എങ്ങനെയാണ് ഈ മനുഷ്യനു സംഗതികൾ വിശദീകരിച്ചുകൊ ടുക്കുക. ഇയാൾക്ക് അവ മനസിലാകുമോ? വ്യോമസമരത്തെപ്പറ്റി എന്തറിയാം ഇയാൾക്ക്. ജീവിതത്തിൽ ഒരു വെടിയുടെ ശബ്ദംപോലും കേട്ടിട്ടുണ്ടാവില്ല ഈ മനുഷ്യൻ. തന്റെ സർവശക്തികളും സംഭരിച്ച്, ആത്മനിയന്ത്രണം സാധിച്ച് അലക്സി പതുക്കെ ചോദിച്ചു.

“ഇനി ഞാൻ എന്തു ചെയ്യണം.”

മേജർ തോൾ ഒന്നു കുലുക്കിക്കൊണ്ടു പറഞ്ഞു.

“നിങ്ങൾക്കു നിർബന്ധമാണെങ്കിൽ നിങ്ങളെ ഞാൻ ‘ഫോർമേഷൻ ഡിപ്പാർട്ടുമെന്റിലെ’ ഒരു കമ്മീഷനിലേക്ക് അയയ്ക്കാം. പക്ഷേ, ഞാൻ ഒരു മുന്നറിയിപ്പ് തരാം. അവിടംകൊണ്ടും കാര്യമൊന്നും നടപ്പിലാകുവാൻ പോകുന്നില്ല.”

“എന്തു നരകമെങ്കിലും ആവട്ടെ എന്നാൽ എന്നെ ആ കമ്മീഷൻ മുമ്പാകെ അയക്കൂ” ഒരു കസേരയിൽചെന്നു വീണ് അലക്സി കിതച്ചുകൊണ്ടു പറഞ്ഞു.

വീണ്ടും ഓഫീസിൽനിന്നു ഓഫീസിലേക്കുള്ള പ്രയാണം തുടർന്നു. കഴുത്തുവരെ ജോലിയിലാണ്, ക്ഷീണിച്ച ഉദ്യോഗസ്ഥന്മാർ അയാൾക്ക് പറയാനുള്ളതെല്ലാം കേട്ടതിനുശേഷം അത്ഭുതവും സഹതാപവും പ്രദർശിപ്പിച്ച് നിസഹായതയോടെ ചുമൽകുലുക്കി. അല്ലാതെ അവർ എന്തുചെയ്യും? അവർക്ക് നിർദേശങ്ങൾ–പരമാധികൃതർ സമ്മതിച്ച സുവ്യക്തമായ നിർദേശങ്ങൾ; പാരമ്പര്യാ പല കാലമായി നിലനിന്നുപോന്നിരുന്ന നിയമങ്ങൾ അനുസരിക്കേണ്ടിയിരുന്നു. അവർ എങ്ങനെ അവയെ അതിലംഘിക്കും? അതും ഇത്ര വ്യക്തമായ തെളിവുകളുള്ള ഒരു കാര്യത്തിൽ അസന്ദിഗ്ദ്ധമായ വിധത്തിൽ അയാളെ ഉപേക്ഷിക്കുവാൻ ആർക്കും മനസുവന്നില്ല. (1) സമരമുന്നണിയിലേക്കു പോകുവാൻ അത്യന്തകുതുകിയായി നിയന്ത്രിക്കാൻ വയ്യാത്ത ആവേശത്തോടുകൂടി നിൽക്കുന്ന ആ യുവാവിനോട് ഏവർക്കും സഹതാപം തോന്നി. അതുകൊണ്ട് അവർ അയാളെ പേഴ്സണൽവകുപ്പിൽനിന്ന് ഫോർമേഷൻവകുപ്പിലേക്കും ഒരുഉപ കമ്മീഷനിൽ നിന്ന് മറ്റൊന്നിലേക്കും സഹതാപത്തോടുകൂടി പറഞ്ഞയച്ചു തുടങ്ങി.

നിഷേധംകൊണ്ടോ കുറ്റംപറച്ചിലുകൾകൊണ്ടോ, അപമാനം വളർത്തുന്ന തരത്തിലുള്ള സഹതാപംകൊണ്ടോ–അതിനെതിരായി അയാളുടെ ആത്മാഭിമാനം പ്രതിഷേധസ്വരമുയർത്തിയിരുന്നു–നിരാശനാവുന്നവനായിരുന്നില്ല അലക്സി. അയാൾ എന്തിനും സന്നദ്ധനായി; ഒരു വക്കീലിന്റെ ഭാവം കൈക്കൊണ്ടു. ഒരു ദിവസംതന്നെ രണ്ടോ മൂന്നോ തിരസ്കാരം അനുഭവിക്കേണ്ടിയിരുന്നിട്ടും അയാൾ ആശ കൈവിട്ടില്ല. പോക്കറ്റിൽനിന്നു മാറ്റാൻ ഇടകിട്ടാത്തതിനാൽ കീറിപ്പറിഞ്ഞുപോയ മാസികാശകലവും സർജന്റെ സർട്ടിഫിക്കറ്റും അയാൾ കടലാസുതുണ്ടുവെച്ചു കൂട്ടി ഒട്ടിച്ചു.

അലഞ്ഞുതിരിയലിന്റെ ക്ലേശം വർധിക്കുമാറ് കാത്തിരിപ്പിന്റെ ദിവസങ്ങളിലെല്ലാം അയാൾക്ക് അലവൻസ് ഇല്ലാതെ കഴിച്ചുകൂട്ടേണ്ടിവന്നു. വിശ്രമസങ്കേതത്തിൽനിന്നു ലഭിച്ച റേഷൻ മുഴുവൻ തീർന്നു. അയാളുടെ ആത്മാർഥ സുഹൃത്തുക്കളായി മാറിയിരുന്ന അന്യൂതയുടെ സ്ഥലത്തെ വൃദ്ധദമ്പതികൾ അയാൾ ഭക്ഷണം പാകംചെയ്യുന്നില്ലെന്നു മനസിലാക്കിയപ്പോൾ അയാളെ ഇടയ്ക്കിടയ്ക്ക് ഭക്ഷണത്തിനു ക്ഷണി

ച്ചു. ജനവാതിലിന്റെ താഴെയുള്ള പച്ചക്കറിത്തോട്ടത്തിൽ വളരെ ബുദ്ധിമുട്ടി അവർ ഓരോ സാധനം ഉണ്ടാക്കുന്നതും, ഓരോ ഉള്ളിയിലയും കാരറ്റും അവർക്ക് എത്ര വിലയുറ്റതാണെന്നും, റേഷൻ കിട്ടുന്ന അപ്പം, കൊച്ചുസഹോദരനും സഹോദരിയും കൂടെ മിഠായി പങ്കുവയ്ക്കുന്നതുപോലെയാണ് ഭാഗിക്കുന്നതെന്നും, മനസിലാക്കിയിരുന്ന അലക്സി ഉന്മേഷത്തോടെ അവരോടു പറഞ്ഞത്, ഭക്ഷണം പാകം ചെയ്യുന്നതിനുള്ള ബുദ്ധിമുട്ട് ആലോചിച്ച് അയാൾ ഉദ്യോഗസ്ഥന്മാരുടെ ഭോജനശാലയിൽനിന്ന് ആഹാരം കഴിക്കുകയാണെന്നാണ്.

ശനിയാഴ്ചയായി. അന്ന് അന്ന ഡ്യൂട്ടിവിട്ടുവരും. തന്റെ അതൃപ്തികരമായ പുരോഗതിയെപ്പറ്റി അയാൾ അപ്പപ്പോൾ ഫോൺമുഖേന അവളെ അറിയിക്കാറുണ്ടായിരുന്നു. അയാൾ നിർണായകമായ ഒരു നടപടി എടുക്കാൻ തീരുമാനിച്ചു. തന്റെ പിതാവ് കൊടുത്തിരുന്ന, കറുത്ത ഇനാമൽ ചെയ്ത ഒരു സിഗരറ്റുപെട്ടി–3 കുതിരകൾ നിരന്നുനിന്ന് ഒരു സ്ലീ വലിക്കുന്ന പടത്തോടുകൂടിയത്–അയാളുടെ സഞ്ചിയിൽ കിടന്നിരുന്നു. അതിന്റെ ഒരറ്റത്ത് 'വിവാഹത്തിന്റെ രജതജൂബിലി പ്രമാണിച്ച് എന്നെഴുതിയിരുന്നു.' തന്റെ പ്രിയപ്പെട്ട മകൻ യുദ്ധരംഗത്തേക്ക് പുറപ്പെട്ടപ്പോൾ ഒരു കുടുംബനിധി എന്ന നിലയിൽ അമ്മ അയാൾക്ക് കൊടുത്തതാണ് അത്. ഘനമേറിയതും വൃത്തികെട്ടതുമാണെങ്കിലും, ഭാഗ്യത്തിനുവേണ്ടി ഓരോ തവണ പറക്കുമ്പോഴും അയാൾ അത് പോക്കറ്റിൽ നിക്ഷേപിക്കാറുണ്ട്. തന്റെ സഞ്ചിയിൽനിന്ന് അത് എടുത്ത് അയാൾ ഒരു പലവ്യഞ്ജനക്കടയിൽ കൊണ്ടുചെന്നു വിറ്റു. കിട്ടിയ പണംകൊണ്ട് കുറേ മിഠായി കരുതാനും അയാൾ മറന്നില്ല. ഒരു കഷണം കൊഴുപ്പെടുത്ത് വായിലിട്ട് ചവച്ചു കൊണ്ട്, നിറയെ സാധനങ്ങളുമായി താൻ വീട് എന്ന് വിളിക്കുന്ന ആ സ്ഥലത്തേക്ക് അയാൾ നടന്നു.

താൻ കൊണ്ടുവന്ന സാധനങ്ങൾ അടുക്കള മേശമേൽ നിരത്തി യാതൊരു ചളിപ്പുമില്ലാതെ അയാൾ വൃദ്ധനോട് കള്ളം പറഞ്ഞു.

ഞാൻ വീണ്ടും റേഷൻ വാങ്ങിച്ചു ഭക്ഷണം പാകംചെയ്യുവാൻ വിചാരിക്കുകയാണ്. ഭോജനശാലയിൽ നിന്നുകിട്ടുന്ന സാധനങ്ങൾ ഭയങ്കരമായിരിക്കുന്നു.

മഹത്തരമായ ഒരു വിരുന്നാണ് ഉച്ചയ്ക്ക് അന്യൂതയെ കാത്തിരുന്നത്; ഉരുളക്കിഴങ്ങും ഇറച്ചിയുംകൊണ്ടുണ്ടാക്കിയ സൂപ്പ്, ഉള്ളികൂട്ടിവറുത്ത മാംസം, ഉരുളക്കിഴങ്ങിന്റെ തൊലിയിലെ കൊഴുപ്പുകൊണ്ട് ആ കിഴവി ഉണ്ടാക്കിയിരുന്ന ക്രാൻബറിജെല്ലി. ക്ഷീണിച്ചു വിളറിയ ആ പെൺകുട്ടി വീട്ടിൽ എത്തി. പ്രത്യക്ഷമായ ശ്രമത്തോടെയാണ് അവൾ മേൽകഴുകി വസ്ത്രംമാറിയത്. ഒന്നാമത്തേയും രണ്ടാമത്തേയും തവണ വിളമ്പിയത് അവൾ ധൃതിയോടെ അകത്താക്കി, ഇരിക്കുന്നവനെ ആലിംഗനംചെയ്ത് കാതിൽ മന്ത്രിച്ചു രസിപ്പിക്കുന്ന പഴയ സ്നേഹിതനെപ്പോലുള്ള ആ ചാരുകസേരയിൽ നിവർന്നുകിടന്നു. 'ജെല്ലി'ക്കു കാക്കാതെതന്നെ അവൾ ഉറങ്ങിപ്പോയി. പഴയ പാചകവിധി

യനുസരിച്ച് തണുക്കുവാൻവേണ്ടി ആ പദാർഥം വെള്ളക്കുഴലിന്റെ താഴെയായി വെച്ചിരിക്കുകയായിരുന്നു.

ഒരു ചെറിയ മയക്കം കഴിഞ്ഞ് അവൾ കണ്ണു തുറന്നു നോക്കിയപ്പോൾ, നിരവധി പഴയ സാധനങ്ങൾ നിരത്തി വെച്ചിരിക്കുന്ന ആ വൃത്തിയുള്ള കൊച്ചുമുറിയിൽ അസ്തമന സൂര്യന്റെ കിരണകന്ദളങ്ങൾ എത്തിനോക്കുന്നുണ്ടായിരുന്നു. ഊൺമേശയ്ക്കരികെ ഒരു ചെറിയ വിളക്കിന്റെ നിഴലിൽ അലക്സി തലയ്ക്കു കൈയുംകൊടുത്ത് അങ്ങനെ ഇരിക്കുകയാണ്. തല അമർത്തിപ്പിടിച്ചിരിക്കുന്ന രീതി കണ്ടാൽ അതു പൊടിച്ചുകളയുവാനുള്ള മോഹമുണ്ടോ എന്നു തോന്നും. അന്യൂതയ്ക്ക് അലക്സിയുടെ മുഖം കാണാൻ വയ്യായിരുന്നു. പക്ഷേ, ആ ഇരുപ്പിൽ നിന്നുതന്നെ അവൾക്കു മനസിലായി അയാൾ നിരാശയിൽ ആണ്ടിരിക്കുകയാണെന്ന്, ദൃഢനിശ്ചയനും കരുത്തനും ആയ ആ ചെറുപ്പക്കാരനെക്കുറിച്ചുള്ള സഹതാപം അവളുടെ ഹൃദയത്തിൽ പതഞ്ഞൊഴുകി. അവൾ എഴുന്നേറ്റ് അടിവെച്ചടിവെച്ച് അയാളെ സമീപിച്ച് അയാളുടെ വലിയ തല കൈകൊണ്ടുതാങ്ങി കുറ്റിത്തലമുടി തലോടി. ആ കൈ പിടിച്ചു ചുംബിച്ചുകൊണ്ട് ഉന്മേഷവദനനായി ചാടിയെഴുന്നേറ്റ് അയാൾ പറഞ്ഞു.

"ക്രാൻബറിജെല്ലി'യെക്കുറിച്ച് എന്തുപറയുന്നു? നീ നല്ല മിടുക്കത്തിയാണ്. ഞാൻ വളരെ ബുദ്ധിമുട്ടി അതിന്റെ ശരിയായ തണുപ്പുണ്ടാക്കാനായി പൈപ്പിന്റെ അടിയിൽവെച്ചു കാത്തിരുന്നു. നീ സുഖമായി കിടന്നുറങ്ങി. ഏതൊരു പാചകക്കാരനേയും ഭ്രാന്തുപിടിപ്പിക്കാൻ ഇത്രയും പോരെ?"

വിന്നാഗിരിയെപ്പോലെ പുളിക്കുന്ന ഒരു പ്ലേറ്റ് ജെല്ലി ഒരുവിധം അകത്താക്കി-ഒരു പരസ്പ്പരധാരണയിലെന്നപോലെ-ഗ്വോസ്ഡേവ് മെരിസീവ് എന്നീ രണ്ടു വിഷയങ്ങളൊഴിച്ച് മറ്റെല്ലാറ്റിനേയും പറ്റി സംസാരിച്ചു തുടങ്ങി. ഒടുവിൽ അവർ കിടന്നുറങ്ങാൻ തന്നെ തീരുമാനിച്ചു. അലക്സിയുടെ കൃത്രിമക്കാലുകൾ നിലത്തുവീഴുന്ന ശബ്ദം കേൾക്കുന്നതുവരെ അന്യൂത വരാന്തയിൽപോയി കാത്തുനിന്നു. അതിനുശേഷം അകത്തുകടന്ന് വിളക്ക് ഊതി, വസ്ത്രംമാറി കട്ടിലിൽ കയറി കിടന്നു. മുറി ഇരുളിലാണ്ടു. അവർ നിശബ്ദരായിരുന്നു. പക്ഷേ വിരിപ്പുലയുന്ന ശബ്ദത്തിൽനിന്നും കട്ടിൽ ഞെരിയുന്നതിൽനിന്നും അവൾക്കു മനസിലായി അയാൾ ഉറങ്ങിയിട്ടില്ല എന്ന്. ഒടുവിൽ അവൾ ചോദിച്ചു.

"അലോഷ്യ, ഉറങ്ങാൻ വയ്യേ,"

"ഇല്ല."

"ആലോചിക്കുകയാണോ"

"അതേ; നീയോ"

"ഞാനും പലതും ആലോചിക്കുകയാണ്."

അവർ വീണ്ടും നിശബ്ദതയവലംബിച്ചു. വഴിയിൽ തിരിയുന്ന ഒരു കാർ ഉറക്കെ ശബ്ദിച്ചു. അതിൽനിന്നുയർന്ന വൈദ്യുതദീപ്തി ഒരു നിമിഷനേരത്തേക്ക് മുറിയെ പ്രകാശമാനമാക്കി. ഒരുനിമിഷം അവർ

അവരുടെ മുഖം പരസ്പ്പരം കണ്ടു. രണ്ടുപേരും കണ്ണുകൾ തുറന്നു കൊണ്ടുതന്നെ കിടക്കുകയായിരുന്നു.

തന്റെ നിഷ്ഫലമായ തെണ്ടിത്തിരിയലിനെക്കുറിച്ച് ഒരു വാക്കു പോലും അലക്സി അന്യൂതയോട് പറഞ്ഞില്ല. എന്നാലും അയാളുടെ സംഗതികൾ വൈഷ്യമത്തിലാണെന്ന് അവൾ ഊഹിച്ചു. ഒരുപക്ഷേ അയാളുടെ അജയ്യമായ, ആത്മചൈതന്യം നൈരാശ്യത്തിന്റെ കനത്ത പ്രഹരമേറ്റു തളരാൻ തുടങ്ങിയിരിക്കണം. അയാൾ അനുഭവിക്കുന്ന ദുസഹവേദന, സ്ത്രീസഹജമായ വാസനാവൈഭവംകൊണ്ട് അവൾ മനസിലാക്കി; ആ ശക്തിതന്നെ അവളോടു പറഞ്ഞു സഹതാപപൂർണ മായ വാക്കുകൾ ആ വേദനയെ വർധിപ്പിക്കുകയേ ഉള്ളൂവെന്നും തന്നി നിമിത്തം അനുകമ്പപ്രകടനം ഉദ്വേഗജനകമാകുമെന്നും.

തല കൈയിൽ അമർത്തി മലർന്നുകിടക്കുന്ന അയാളാകട്ടെ തന്റെ കട്ടിലിൽനിന്നും കുറച്ചടി അകലെയായി കിടക്കുന്ന ആ സുന്ദരിയായ പെൺകിടാവിനെപ്പറ്റി, തന്റെ സുഹൃത്തിന്റെ കാമിനിയും നല്ല ഒരു സഖിയുമായ ആ യുവതിയെപ്പറ്റി ആലോചിക്കുകയായിരുന്നു. ആ ഇരു ളിലാണ്ട മുറിയിലൂടെ അൽപ്പം ചില അടികൾ വെച്ചാൽമതി, അവളുടെ സമീപമെത്താൻ. പക്ഷെ ലോകത്തിലെ ഒരു ശക്തിക്കും അയാളെ ക്കൊണ്ട് അടികൾ വെപ്പിക്കുവാൻ കഴിയുകയില്ല. താനുമായി വളരെ കുറച്ചുമാത്രം പരിചയപ്പെട്ട, തനിക്ക് അഭയംതന്ന ആ പെൺകുട്ടി സ്വന്തം സഹോദരിയാണ് എന്ന ഒരു വിചാരമായിരുന്നു അയാൾക്ക്. മേജർ സ്റ്ററുക്കോവിനോട് ഇത് പറഞ്ഞാൽ അയാൾ അത് വിശ്വസിക്കു കയില്ല. ഒരുപക്ഷേ പുച്ഛിക്കുകയുംകൂടി ചെയ്യും. പക്ഷേ ആർക്കറിയാം. ഇപ്പോൾ ബാക്കിയുള്ളവരേക്കാളും ഭേദമായി മേജർക്ക് ഈ സംഗതി കൾ മനസിലാക്കുവാൻ എളുപ്പമായിരിക്കും. എന്തൊരു നല്ല കുട്ടിയാണ് അന്യൂത. എത്ര ക്ഷീണിച്ചാണ് ആ സാധുകുട്ടി ജോലി കഴിഞ്ഞുവരുന്ന ത്. എന്നാലും ആ ആശുപത്രിയിൽ പണിയെടുക്കുവാൻ അവൾക്ക് എന്ത് ഉത്സാഹമാണ്!

“അലോഷ്യ” അന്യൂത പതുക്കെ വിളിച്ചു.

പക്ഷെ അലക്സിയുടെ കട്ടിലിൽനിന്ന് ക്രമമായ ശ്വാസോച്ഛ്വാസ ശബ്ദം കേൾക്കാമായിരുന്നു. ആ വൈമാനികൻ ഉറങ്ങിയിരിക്കുന്നു. ആ പെൺകുട്ടി സാവധാനത്തിൽ എഴുന്നേറ്റ്, തന്റെ നഗ്നപാദങ്ങൾ പതുക്കെ നിലത്തൂന്നി അലക്സിയുടെ കട്ടിലിനെ സമീപിച്ച് അയാളുടെ തലയിണ നേരെയാക്കി. ഒരു കൊച്ചുകുട്ടിയെ എന്നപോലെ അയാളെ ബ്ലാങ്കറ്റ് എടുത്തു മൂടിപ്പുതപ്പിച്ചു.

VII

കമ്മീഷൻ ആദ്യമായി വിളിച്ചത് മെരിസീവിനെ ആയിരുന്നു. ഒടു വിൽ ജോലി കഴിഞ്ഞ് മടങ്ങിയെത്തിയ ഭീമാകാരനായ മാംസള ശരീരി

ഒന്നാംറാങ്ക് സൈനിക സർജൻ തന്നെയാണ് ഇത്തവണയും അധ്യക്ഷനായിരുന്നത്. അദ്ദേഹം പെട്ടെന്ന് അലക്സിയെ തിരിച്ചറിഞ്ഞു; അയാളെ സ്വാഗതം ചെയ്യാനെന്നപോലെ പതുക്കെ കസേരയിൽ നിന്നു പൊങ്ങുകയും ചെയ്തു.

"അവർ നിങ്ങളെ സ്വീകരിച്ചില്ല അല്ലേ?" അദ്ദേഹം സഹതാപത്തോടെ ചോദിച്ചു "അസാധാരണമായ ഒരു സംഗതിയാണ് നിങ്ങളുടേത്. നിയമത്തെ ധിക്കരിക്കണം. അത് അത്ര എളുപ്പമായ പ്രവർത്തിയല്ലതാനും." കമ്മീഷൻ അലക്സിയെ വിസ്തരിക്കാനൊന്നും മിനക്കെട്ടില്ല. സൈനിക സർജൻ തന്റെ ചുവന്ന പെൻസിൽകൊണ്ട് എഴുതിയ "പേഴ്സണൽ വകുപ്പ് ഹർജിക്കാരനെ പരിശീലനസ്കൂളിലേക്കു പറഞ്ഞയയ്ക്കുവാൻ സാധ്യമാണോ എന്ന് പരീക്ഷിക്കണം" ഈ കടലാസുമായി അലക്സി നേരെപോയത്, പേഴ്സണൽ വകുപ്പിന്റെ മേലധികാരിയുടെ ഓഫീസിലേക്കാണ്. അയാൾക്ക് ജനറലിനെ കാണാനുള്ള സമ്മതം കിട്ടിയില്ല. അലക്സിക്ക് കോപം ജ്വലിച്ചുതുടങ്ങി. പക്ഷേ ചെറിയ മീശവെച്ച ആ ഡ്യാപ്പർ ക്യാപ്റ്റൻ, ജനറലിന്റെ സെക്രട്ടറിക്ക്, ഉല്ലാസവും സൗഹൃദവും ദയയും ഓളംവെട്ടുന്ന ഒരു മുഖം ഉണ്ടായിരുന്നതുകൊണ്ട് അയാളുടെ മേശക്കരികെ ഇരുന്ന് അലക്സി തന്റെ കഥ വർണിച്ചുകേൾപ്പിച്ചു. തന്റെ ഈ പ്രവൃത്തിയിൽ അയാൾക്കുതന്നെ അത്ഭുതം തോന്നി. ഇടയ്ക്കിടെ കഥാകഥനം ടെലിഫോൺ മണിയടിമൂലം ഭംഗപ്പെട്ടിരുന്നു. ചിലപ്പോഴെല്ലാം ക്യാപ്റ്റൻ മുറിയിലേക്ക് പോകേണ്ടതായും വന്നിരുന്നു. ഓരോ സമയവും മടങ്ങിവന്ന് അയാൾ അലക്സിയുടെ അടുത്തിരുന്ന്, നിഷ്കളങ്കത നിറഞ്ഞ നയനങ്ങളിൽ തെളിഞ്ഞുകാണാവുന്ന വിധത്തിലുള്ള ജിജ്ഞാസയോടും ആദരവോടും അൽപ്പം ഒരു അവിശ്വാസത്തോടും കൂടി കഥ തുടരുവാൻ പറയും.

"കൊള്ളാം പറയൂ; പിന്നെ എന്തുണ്ടായി" ഇടയ്ക്ക് അയാൾ കഥയിൽ ഇടപെടും,

"എന്ത് നേരോ: സത്യമാണ് എന്ന് ഉറപ്പുണ്ടോ, ശരി, ശരി,"

ആഫീസിൽ നിന്ന് ആഫീസിലേക്കുള്ള തന്റെ പ്രയാണത്തെക്കുറിച്ച് അലക്സി വർണിച്ചപ്പോൾ, ചെറുപ്പമെങ്കിലും, ഓഫീസുസംഗതികളിലെ കുത്തിത്തിരിപ്പുകളെപ്പറ്റി നല്ലപോലെ അറിയാമായിരുന്ന ആ യുവാവ് കുപിതനായി ചൊടിച്ചു.

"എന്തു ചെകുത്താന്മാർ, ഇങ്ങനെ നിങ്ങളെയിട്ട് ഓടിക്കേണ്ടയാതൊരു ആവശ്യവുമില്ല. നിങ്ങൾ അനിതരസാധാരണനായ–എങ്ങനെയാണ് അത് പറയേണ്ടത് എന്ന് എനിക്കു പിടികിട്ടുന്നില്ല–ഒരു വ്യക്തിയാണ്, ഒരു അപൂർവസൃഷ്ടിയാണ്. പക്ഷേ അവർ പറയുന്നതും ശരിയല്ലേ? പാദങ്ങൾ ഇല്ലാതെ ഒരാൾക്കു പറക്കുവാൻ സാധ്യമല്ലല്ലോ?"

"പക്ഷേ അവർ അത് ചെയ്യുന്നുണ്ടല്ലോ? ഇതാ ഇതു നോക്കൂ." അലക്സി മാസികാഖണ്ഡികയും, സൈനികസർജന്റെ അഭിപ്രായ

വും, തന്നെ പേഴ്സണൽ വകുപ്പിലേക്ക് പറഞ്ഞയച്ചതിന്റെ ലക്ഷ്യമായ ആ കടലാസും അയാളുടെ മുമ്പിൽ വെച്ചു.

“പക്ഷേ കാൽ ഇല്ലാതെ എങ്ങനെ പറക്കും. നിങ്ങൾ ഒരു തമാശക്കാരൻതന്നെ. ‘കാലില്ലാത്തവൻ ഒരിക്കലും ഒരു നർത്തകനാവുകയില്ല’ എന്ന പഴഞ്ചൊല്ല് കേട്ടിട്ടില്ലേ.”

വേറെ ആരെങ്കിലുമാണ് ഇതു പറഞ്ഞിരുന്നതെങ്കിൽ അലക്സി കോപാക്രാന്തനായി എന്തെങ്കിലും ‘അധികപ്രസംഗം’ പറഞ്ഞുപോകുമായിരുന്നു. പക്ഷേ ക്യാപ്റ്റന്റെ കണ്ണുകളിൽ സ്ഫുരിച്ചിരുന്ന സൗമനസ്യം കണ്ട് മെരിസീവ് ചാടിയെഴുന്നേറ്റ് ഒരു കുട്ടിക്കുറുമ്പോടെ പറഞ്ഞു.

“ഇല്ല എന്നല്ലേ നിങ്ങൾ പറയുന്നത്; ഇതാ നോക്കൂ” അലക്സി ആ സ്വീകരണമുറിയുടെ നടുവിൽ, അസാധാരണ പാദചലനങ്ങളോടുകൂടിയ ഒരു നൃത്തം ആരംഭിച്ചു. കുറെനേരം അത്യാദരവോടെ ഇതു നോക്കിക്കൊണ്ടിരുന്ന ക്യാപ്റ്റൻ ഒരക്ഷരംപോലും പറയാതെ അലക്സിയുടെ കടലാസുകളെല്ലാം പെറുക്കിയെടുത്ത് തന്റെ മേലധികാരിയുടെ വാതിലിനു പിന്നിൽ അപ്രത്യക്ഷനായി.

അയാൾ അവിടെ കുറെ അധികനേരം താമസിച്ചു. അടച്ചിരുന്ന വാതിലിനകത്തുനിന്ന് അമർത്തിയ സംസാരം കേട്ട് അലക്സി ആകെ തളർന്നു. വേഗതയുള്ള ഒരു യന്ത്രം ഓടിക്കുന്നതുപോലെ അയാളുടെ ഹൃദയം ദ്രുതതരമായി ചലിച്ചു.

ക്യാപ്റ്റൻ, ഓഫീസിൽനിന്നും വന്നത് പുഞ്ചിരിയോടുകൂടി ഉന്മേഷവദനനായാണ്.

“ശരി, നിങ്ങൾക്കു വൈമാനികന്റെ തന്നെ ജോലിവേണമെന്നു പറയുന്നതു ജനറലിന് മനസിലാക്കുവാൻ സാധിക്കുന്നില്ല. ഇതാണ് അദ്ദേഹം എഴുതിയിരിക്കുന്നത് ‘ഹർജിക്കാരനെ ശമ്പളത്തിലോ റേഷൻതോതിലോ യാതൊരു കുറവും ചെയ്യാതെ എഎസ്ബി യിൽ സേവനമനുഷ്ഠിക്കുവാൻ നിയമിച്ചിരിക്കുന്നു.’ മനസിലായോ–യാതൊരു വെട്ടിച്ചുരുക്കലുമില്ലാതെ.” സന്തോഷത്തിനുപകരം അലക്സിയുടെ മുഖത്ത് ശുണ്ഠി നിഴലിക്കുന്നതു കണ്ട ക്യാപ്റ്റന് അത്ഭുതമാണ് തോന്നിയത്.

“എഎസ്സ്ബി ഒരിക്കലും വേണ്ട–നിങ്ങൾക്കു മനസിലായില്ലേ, എനിക്കു ശമ്പളത്തിന്റെയോ റേഷന്റെയോ കാര്യത്തിൽ യാതൊരു പരിഭവമുമില്ല. എനിക്കു പറക്കണം; യുദ്ധം ചെയ്യണം, എന്താണ് ഈ സംഗതി മനുഷ്യർക്കു മനസിലാക്കുവാൻ കഴിയാത്തത്. ഇതിലും ലഘുവായി എന്താണുള്ളത്?”

ക്യാപ്റ്റന് പരിഭ്രമമായി. എന്തൊരു അസാധാരണക്കാരനാണ് ഈ ഹർജിക്കാരൻ. വേറെ ഒരാൾ ആണെങ്കിൽ ആനന്ദനൃത്തം ചെയ്യുമായിരുന്നു. പക്ഷേ ഇയാൾ എന്തൊരു ഭ്രാന്തൻ. പക്ഷേ ക്യാപ്റ്റൻ ഭ്രാന്തനെ കൂടുതൽ കൂടുതൽ ഇഷ്ടപ്പെടുവാൻ തുടങ്ങിയിരിക്കുന്നു. അയാൾക്ക് ആത്മാർഥമായ സഹതാപവും, ഈ പ്രശ്നം പരിഹരിക്കുവാൻ ആവ

ശ്യമായതൊക്കെയും ചെയ്തുകൊടുക്കണമെന്ന് മോഹവും തോന്നി. പെട്ടെന്ന് അയാളിൽ ഒരാശയം ഉദിച്ചു. കണ്ണിറുക്കി കൈകൊണ്ട് ആംഗ്യം കാണിച്ച് അലക്സിയെ വിളിച്ചു, മേലധികാരിയുടെ ഓഫീസ് വാതിലിനുനേരെ കൈ ചൂണ്ടിക്കൊണ്ട് അയാൾ മന്ത്രിച്ചു." ജനറലിനു ചെയ്യുവാൻ സാധിക്കാവുന്നതെല്ലാം ചെയ്തു. എന്റെ മാനം സാക്ഷിയാക്കി ഞാൻ ആണയിട്ടു പറയുന്നു. ഇതിൽ കൂടുതൽ ഒന്നുംതന്നെ ചെയ്യുവാൻ അദ്ദേഹത്തിനു സാധ്യമല്ല എന്ന്. നിങ്ങളെ നിയമിക്കുകയാണെങ്കിൽ അദ്ദേഹത്തിനു ഭ്രാന്താണ് എന്നേ മറ്റുള്ളവർ പറയുകയുള്ളൂ. ഞാൻ ഒരു കാര്യം പറയട്ടെ. നിങ്ങൾ വലിയ ചീഫിനെ കാണണം. അദ്ദേഹത്തിനു മാത്രമേ ഇക്കാര്യത്തിൽ നിങ്ങളെ സഹായിക്കുവാൻ പറ്റുകയുള്ളൂ."

ആ പുതിയ സുഹൃത്തുതന്നെ അലക്സിക്ക് ഒരു പാസും നേടിക്കൊടുത്തു. ഒരു മണിക്കൂറിനുശേഷം അലക്സി വലിയ ചീഫിന്റെ സ്വീകരണമുറിയിലെ പരവതാനിവിരിച്ച നിലത്ത് അങ്ങോട്ടും ഇങ്ങോട്ടും നടക്കുകയായിരുന്നു, 'എന്തുകൊണ്ട് ഈ സംഗതി ആദ്യമേ ഓർത്തില്ല. ഇത്രയും സമയം പാഴാക്കാതെ ഇതായിരുന്നു ആദ്യമായി ചെയ്യേണ്ടിയിരുന്നത്. ഇപ്പോൾ ഒന്നുകിൽ ഞാൻ നേടും; അല്ലെങ്കിൽ എല്ലാം നഷ്ടപ്പെടും. വലിയ ചീഫ് ഒരു വൈമാനികവീരനായിരുന്നു എന്നു കേട്ടിട്ടുണ്ട്. അദ്ദേഹത്തിനു സംഗതികൾ മനസിലാകും. ഒരു പോർവിമാനപൈലറ്റിനെ ഒരിക്കലും അദ്ദേഹം എഎസ്ബിയിലേക്ക് അയയ്ക്കുകയില്ല.' അയാൾ വിചാരിച്ചു. അമർത്തിപ്പിടിച്ച സ്വരത്തിൽ എന്തൊക്കെയോ ചർച്ച ചെയ്തുകൊണ്ട് കുറെ ജനറൽമാരും കേണൽമാരും ആ മുറിയിൽ ഇരുന്നിരുന്നു. ചിലർ വ്യക്തമായ പരിഭ്രമത്തോടും കൂടി ധാരാളമായി പുകവിട്ടുകൊണ്ടിരുന്നു; ഒരു വിചിത്രരീതിയിൽ ആ സീനിയർ ലഫ്റ്റനന്റ് മാത്രം അങ്ങോട്ടും ഇങ്ങോട്ടും ലാത്തിക്കൊണ്ടിരുന്നു. മറ്റു സന്ദർശകരെല്ലാം പോയിക്കഴിഞ്ഞപ്പോൾ മെരിസീവിന്റെ ഊഴമായി. നിഷ്കപടമായ വട്ടമുഖത്തോടുകൂടിയ ഒരു ചെറുപ്പക്കാരൻ മേജറുടെ മേശയ്ക്കരികിലേക്ക് അലക്സി ചുറുചുറുക്കോടെ നടന്നു.

"സീനിയർ ലഫ്റ്റനന്റ് സഖാവേ, നിങ്ങൾക്കു ചീഫിനെത്തന്നെ കണ്ടേകഴിയൂ എന്നുണ്ടോ" മേജർ ആരാഞ്ഞു.

"അതെ, എനിക്ക് അതിപ്രധാനമായ ഒരു കാര്യം അദ്ദേഹത്തോട് പറയുവാനുണ്ട്."

"അപ്പോൾ അതേപ്പറ്റി ആദ്യം ചിലതെല്ലാം എന്നോടു പറയൂ. വരൂ ഇരിക്കൂ; ആ കസേരയിൽ ഇരിക്കൂ; നിങ്ങൾ പുകവലിക്കുമോ" തന്റെ തുറന്ന സിഗരറ്റ് കേസ് അലക്സിയുടെ സമീപത്തേക്ക് നീട്ടിക്കൊണ്ട് അയാൾ പറഞ്ഞു.

അലക്സി പുകവലിക്കുമായിരുന്നില്ല. പക്ഷേ എന്തോ കാരണംകൊണ്ട് അയാൾ ഒരു സിഗരറ്റെടുത്ത് കശക്കി ചതച്ച് മേശമേൽ ഇട്ടു. ഒടുവിൽ ക്യാപ്റ്റനോടു പറഞ്ഞതുപോലെ അയാൾ തന്റെ കഥ മേജ

റോടു കലവറ കൂടാതെ പറയാൻ തുടങ്ങി. മേജർ അധികം സൗമനസ്യ ത്തോടെ അല്ലെങ്കിലും; സന്തോഷത്തോടും സഹതാപത്തോടുംകൂടി അതെല്ലാം ശ്രദ്ധിച്ചുകേട്ടു. മാഗസിൻതുണ്ടും സർജന്റെ സർട്ടിഫിക്കറ്റും അയാൾ പരിശോധിച്ചു. മേജറുടെ സഹതാപം കണ്ടപ്പോൾ താൻ എവി ടെയാണ് എന്ന കാര്യംതന്നെ മറന്ന്, തന്റെ നടന സാമർഥ്യം ഒന്നു വെളിവാക്കാൻതന്നെ അയാൾ തീരുമാനിച്ചു. പക്ഷേ അത് രംഗമാകെ തകരാറിലാക്കി. അ സമയത്താണ് വാതിൽ തുറന്ന് കറുകറുത്ത തലമു ടിയോടുകൂടിയ ചടച്ച പൊക്കമുള്ള ആ മേലുദ്യോഗസ്ഥൻ പുറത്തേക്ക് കടന്നത്. പടങ്ങളിൽ കണ്ടു പരിചിതമായിരുന്ന ആ മുഖം മെരിസീവിനു പെട്ടെന്നു മനസിലായി. നടന്നുകൊണ്ടു തന്നെയാണ് അദ്ദേഹം കോട്ടിന്റെ കുടുക്കുകൾ ഇട്ടിരുന്നത്. അതേ സമയത്ത് എന്തൊക്കെയോ പറയുകയും ചെയ്തിരുന്നു. അദ്ദേഹം വളരെയധികം പരിഭ്രാന്തനായിരു ന്നതിനാൽ മെരിസീവിനെ ശ്രദ്ധിച്ചതുതന്നെയില്ല.

തന്റെ വാച്ചിലേക്കു നോക്കിക്കൊണ്ട് അദ്ദേഹം മേജറോടു വിളിച്ചു പറഞ്ഞു.

"ഞാൻ ക്രെംലിനിലേക്കു പോകയാണ്. ആറുമണിക്ക് വിമാനം തയാറാകണം." വന്ന വേഗത്തിൽത്തന്നെ അദ്ദേഹം അപ്രത്യക്ഷനായി. മേജർ ഉടനെതന്നെ വിമാനം ഏർപ്പാടു ചെയ്തു. മെരിസീവ് മുറിയിൽ ഉണ്ട് എന്ന് ഓർമ വന്നപ്പോൾ അയാൾ ക്ഷമായാചനാസ്വരത്തിൽ പറഞ്ഞു.

"നിങ്ങൾക്ക് ഭാഗ്യമില്ല. ഞങ്ങൾ വേഗം പോകുകയാണ്. നിങ്ങൾ വീണ്ടും വരണം. താമസിക്കുവാൻ സ്ഥലമുണ്ടോ."

ഒരു നിമിഷം മുമ്പ് സ്ഥിരനിശ്ചയവും, ഉറച്ച നിർണയ ശക്തിയും വിളയാടിയിരുന്ന ആ അസാധാരണനായ സന്ദർശകന്റെ മുഖത്ത് പെട്ടെന്ന് ഇച്ഛാഭംഗവും ക്ഷീണവും പ്രത്യക്ഷപ്പെട്ടു. മേജർ ഉടനെ മന സുമാറ്റിപ്പറഞ്ഞു–"ശരി, എനിക്കറിയാം ചീഫും ഇതുതന്നെയാണ് ചെയ്യുവാൻ പോകുന്നത് എന്ന്."

അയാൾ ആഫീസ് കടലാസിൽ എന്തൊക്കെയോ ചില വരികൾ കുറിച്ചു. കവറിന്റെ മുകളിൽ ഒരു കടലാസ് ഒട്ടിച്ചു. പേഴ്സണൽ വകു പ്പിന്റെ തലവനു മേൽവിലാസമെഴുതി കവർ മെരിസീവിന്റെ കൈയിൽ കൊടുത്ത്, ആത്മാർഥതയോടെ ഹസ്തദാനം ചെയ്തുകൊണ്ട് മേജർ മംഗളം ആശംസിച്ചു.

"ഹൃദയംഗമായി ഞാൻ നിങ്ങൾക്കു നന്മനേരുന്നു." ആ എഴു ത്തിൽ ഇതാണ് എഴുതിയിരുന്നത്. "സീനിയർ ലഫ്റ്റനന്റ് മെരിസീവ് കമാണ്ടറെ കണ്ടിരിക്കുന്നു. അയാൾക്ക് സർവ ആനുകൂല്യങ്ങളും യുദ്ധ ത്തിൽ പങ്കുകൊള്ളുവാൻ ആവശ്യമായ എല്ലാ സഹായങ്ങളും ചെയ്തു കൊടുക്കണം.

ഒരു മണിക്കൂറിനുശേഷം ആ ചെറിയ മീശവെച്ച ക്യാപ്റ്റൻ മെരി സീവിനെ തന്റെ ചീഫിന്റെ മുറിയിലേക്കു കൂട്ടിക്കൊണ്ടുപോയി. തടിച്ച ഇടതൂർന്ന പുരികങ്ങളോടുകൂടിയ വൃദ്ധനായ ആ ജനറൽ ആ നോട്ടു

വായിച്ചു നോക്കി. ഉല്ലാസദ്യോതകമായ നീലക്കണ്ണുകൊണ്ട് ആ വൈമാനികനെ ഉറ്റുനോക്കി ഉറക്കെ ചിരിച്ചുകൊണ്ട് പറഞ്ഞു:

"അപ്പോൾ അവിടംവരെ എത്താൻ സാധിച്ചു. വളരെ വേഗത്തിൽ എന്നുതന്നെ ഞാൻ പറയുന്നു. ഞാൻ എഎസ്ബിയി ലേക്ക് അയച്ചതുകൊണ്ട് കോപാക്രാന്തനായ വിദ്വാനാണ് നിങ്ങൾ അല്ലേ? ഹഹഹ."– അദ്ദേഹം വീണ്ടും പൊട്ടിച്ചിരിച്ചു"—നല്ല കുട്ടി നിങ്ങൾ ജന്മനാ ഒരു വൈമാനികനാണെന്ന് എനിക്കു കാണുവാൻ കഴിയും. എഎസ്. ബിയിലേക്കു പോകാൻ ആഗ്രഹമില്ല അല്ലേ? അപ്പോഴേക്കും ശുണ്ഠിയെടുത്തു. എന്തൊരു നേരംപോക്ക്. ഹേ, യുവാവായ നൃത്തക്കാരാ! ഞാൻ തന്നെക്കൊണ്ട് എന്തുചെയ്യണം. താൻപോയി തന്റെ തല കളയും. അവർ തന്നെ നിയമിച്ച എന്റെ തല നുള്ളാൻവരും. പക്ഷേ, ആർക്കറിയാം–എന്തെല്ലാം നിങ്ങൾക്കു പ്രവർത്തിക്കുവാൻ സാധിക്കുമെന്ന്. ഇതിനിടയിൽ ഈ യുദ്ധത്തിൽ വലിയ വലിയ കാര്യങ്ങൾ ചെയ്തു നമ്മുടെ കുട്ടികൾ ലോകത്തെ അത്ഭുതപ്പെടുത്തിയിരിക്കുന്നു."

ജനറൽ തന്റെ വ്യക്തമല്ലാത്ത കൈയക്ഷരത്തിൽ, ബന്ധമില്ലാതെ നീലപെൻസിൽകൊണ്ട്, ആ കടലാസിൽ വിലങ്ങനെ എന്തോ എഴുതി. "ഹർജിക്കാരനെ ട്രെയിനിങ്ങ് സ്കൂളിലേക്ക് അയക്കുക."

വിറയ്ക്കുന്ന കൈകൾകൊണ്ട് അലക്സി ആ കടലാസ് തട്ടിത്തെറിപ്പിക്കുകയാണുണ്ടായത്. അതിൽ എഴുതിയിരുന്നത് അയാൾ അവിടെത്തന്നെ ഇരുന്നു വായിച്ചു. പിന്നീടു മേശയ്ക്കരികിൽവെച്ച്. കോവണിയിറങ്ങുമ്പോൾ വീണ്ടും താഴെ, കാവൽക്കാരുടെ പരിശോധനാസമയത്ത്, കാറിൽ വെച്ച് മുറ്റത്ത് മഴ നനയുമ്പോൾ ഇങ്ങനെ എത്രതവണ, അയാൾ അത് വായിച്ചുനോക്കി! ലോകത്തിലെ ആകെയുള്ള ജനസംഖ്യയിൽ അയാൾക്കു മാത്രമേ അശ്രദ്ധയോടെ എഴുതിയ ആ വാക്കുകളുടെ അർഥവും വ്യാപ്തിയും വിലയും മനസിലാക്കുവാൻ സാധ്യമായിരുന്നുള്ളു.

ഡിവിഷണൽ കമാണ്ടറുടെ സമ്മാനമായിരുന്ന ഒരു വാച്ച് അന്ന് അയാൾ വിറ്റു. അതിൽനിന്ന് കിട്ടിയ പണംകൊണ്ട് അയാൾ കുറച്ചു വീഞ്ഞും വിവിധ ഭക്ഷണസാധനങ്ങളും വാങ്ങി രണ്ടുമണിക്കൂർനേരം അവധിയെടുത്തുവരുവാൻ യാചിച്ചുകൊണ്ട് അന്യൂതയുടെ ആശുപത്രിയിലേക്കു ഫോൺ ചെയ്തു. ആ വൃദ്ധദമ്പതിമാരെ അന്യൂതയുടെ സ്ഥലത്തേക്ക് ക്ഷണിച്ച് തന്റെ വിജയമാഘോഷിക്കുവാനായി ഒരു വിരുന്നിന് വട്ടംകൂട്ടി.

VIII

ഉൽക്കണ്ഠാകുലമായ ആ ദിവസങ്ങളിൽ മോസ്കോയ്ക്കരികെയുള്ള ഒരു ചെറിയ വിമാനത്താവളത്തോട് അനുബന്ധിച്ച ട്രെയിനിങ്ങ് സ്കൂളിൽ വലിയ തിക്കുംതിരക്കുമായിരുന്നു.

സ്റ്റാലിൻഗ്രാഡ് സമരത്തിൽ വ്യോമസൈന്യത്തിന് വമ്പിച്ച തോതിലുള്ള പ്രവർത്തികളാണ് ചെയ്യാനുണ്ടായിരുന്നത്. വോൾഗാതീരത്തെ ആ ദുർഗത്തിന്റെ മുകളിലുള്ള അന്തരീക്ഷം പൊട്ടിത്തെറിക്കലിൽനിന്നും, തീപ്പിടുത്തത്തിൽ നിന്നും ഉദ്ഭൂതമായ പുകകൊണ്ട് മൂടപ്പെട്ടിരുന്നു. ശരിയായ വ്യോമയുദ്ധമായി വികസിച്ചുവന്ന സംഘട്ടനങ്ങൾക്ക് ഒരു വേദിയായിരുന്നു അവിടം. ഇരുഭാഗത്തുനിന്നും അതിഭയങ്കരമായ നഷ്ടമാണു സംഭവിച്ചിരുന്നത്. സമരംചെയ്യുന്ന സ്റ്റാലിൻഗ്രാഡ്, എപ്പോഴും വൈമാനികരെ കൂടുതൽ കൂടുതൽ ആവശ്യപ്പെട്ടുകൊണ്ടിരുന്നു. ആശുപത്രിയിൽനിന്നും വിട്ടുവന്ന വൈമാനികർക്കും ഇതുവരെ സിവിലിയൻ വ്യോമയാനത്തിൽ ഏർപ്പെട്ടിരുന്നവർക്കും പരിശീലനം ഇവിടെയാണ് നൽകിയിരുന്നത്. സാധിക്കാവുന്നിടത്തോളം പണി അവിടെ നടക്കുന്നുണ്ട്; വെടുപ്പാകാത്ത അടുക്കളമേശമേൽ ഈച്ച പറക്കുന്നപോലെയാണ് പരിശീലന വിമാനങ്ങൾ തിരക്കു പിടിച്ച ആ വിമാനസങ്കേതത്തിൽ പറന്നിരുന്നത്. അവയുടെ മുരളൽ സൂര്യോദയം തൊട്ട് അസ്തമയം വരെ മുടങ്ങാതെ കേൾക്കാം. ചക്രങ്ങൾ ഉഴുതുമറിച്ച ആ സ്ഥലത്തു നിന്ന് ഒന്നുകിൽ ഒരു വിമാനം ഉയരുന്നുണ്ടാകും; അല്ലെങ്കിൽ ഇറങ്ങുന്നുണ്ടാകും.

തടിച്ച കുറുതായി കരുത്തുറ്റ ദേഹവും, ഉറക്കമില്ലായ്മകൊണ്ട് ചീർത്ത കണ്ണുകളുമുള്ള ആ സ്കൂളിലെ അധികാരി അലക്സിയെ കണ്ടപ്പോൾ കോപത്തോടെ തുറിച്ചുനോക്കി. അതു കണ്ടാൽ "ഏത് ചെകുത്താനാണ് തന്നെ ഇവിടെ കൊണ്ടു വിട്ടത്. താനില്ലാതെതന്നെ എനിക്ക് പിടിപ്പത് വേലയുണ്ട്" എന്ന് പറയുകയാണോ എന്ന് തോന്നും. അലക്സി നീട്ടിയ കടലാസുകൾ അയാൾ തട്ടിപ്പറിച്ചു.

'കാലിന്റെ വൈഷ്യമംനിമിത്തം എന്നോട് ഇവിടെ നിന്ന് പുറത്തുകടക്കാനായിരിക്കും പറയുക.' കുറെക്കാലമായി ക്ഷൗരംചെയ്യാത്ത ലഫ്റ്റനന്റ് കേണലിന്റെ താടിയിലെ ചുരുണ്ട രോമംതന്നെ നോക്കിക്കൊണ്ടുനിന്നിരുന്ന അലക്സി വിചാരിച്ചു. ഒരേ സമയത്തുതന്നെ രണ്ടു ദിക്കിൽ നിന്നുള്ള ഫോൺസന്ദേശങ്ങൾ ശ്രദ്ധിക്കേണ്ടിവന്നു കേണലിന്. ചുമലുകൾകൊണ്ട് ഒരു റിസീവർ തന്റെ ചെവിയോട് അടുപ്പിച്ചു പിടിച്ചു, ദേഷ്യത്തോടെ മറ്റെ റിസീവറിലേക്ക് എന്തൊക്കെയോ അലറി. ആ സമയത്തുതന്നെ അദ്ദേഹം മെരിസീവിന്റെ കടലാസുകളും നോക്കുന്നുണ്ടായിരുന്നു. ജനറൽ കോറിയിട്ടിരുന്ന ആ വരികൾമാത്രമേ അദ്ദേഹം വായിച്ചിരുന്നുള്ളൂ എന്നു വ്യക്തമാണ്. അപ്പോൾത്തന്നെ റിസീവർ കയ്യിൽ നിന്നുവയ്ക്കാതെ ആ കടലാസിന്റെ അടിഭാഗത്ത് 'ലഫ്; നാമോവ്, 3-ാം പരിശീലനവിഭാഗത്തിൽ ചേർക്കുക എന്നെഴുതി രണ്ടു റിസീവറുകളും താഴെവച്ച് ഒരു ക്ഷീണിച്ചസ്വരത്തിൽ അദ്ദേഹം ആരാഞ്ഞു.

"വസ്ത്രങ്ങൾക്കും റേഷനും ആവശ്യമായ കടലാസുകൾ എല്ലാം കൈവശമുണ്ടോ?"

"ഇല്ല"

"പിന്നെ ഞാൻ നിങ്ങളെ എങ്ങനെ സംരക്ഷിക്കാനാണ്. ഇപ്പോൾത്തന്നെ അപേക്ഷിച്ചുകൊള്ളൂ. അലവൻസു കടലാസുകൾ ഇല്ലാതെ നിങ്ങളെ ഇവിടെ ചേർക്കാൻ സാധ്യമല്ല."

"വളരെ നല്ലത് കേണൽ; ഞാൻ ഇപ്പോൾത്തന്നെ അപേക്ഷിക്കാം." ചുറുചുറുക്കോടെ സലാംചെയ്തുകൊണ്ട് മെരിസീവ് സസന്തോഷം പറഞ്ഞു: "ഞാൻ പോകട്ടെ."

അശ്രദ്ധയോടെ കൈവീശി അദ്ദേഹം അനുമതി നൽകി. ഉത്തരക്ഷണത്തിൽ അദ്ദേഹം അലറി, "നിൽക്ക് അവിടെ. എന്താണ് കൈയിൽ?" ഓഫീസു വിടുന്നതിന്റെ പരിഭ്രമത്തിന്നിടയിൽ മെരിസീവ് മുക്കിൽ ചാരിവെച്ചിരുന്ന വാസിലാവിസോവിച്ചിന്റെ സമ്മാനമായ ആ വടി ചൂണ്ടിക്കാണിച്ചു കൊണ്ട് അദ്ദേഹം അലറി.

"നിങ്ങൾ എന്തു പ്രഭുവാണ്. അതു വലിച്ചെറിയൂ ഇതൊരു സൈനിക വിഭാഗമല്ല. ജിപ്സി കൂടാരമാണെന്നേ ആരും ധരിക്കൂ! അതോ ഇതൊരു പാർക്കാണോ, സവാരി വടികൾ, ചൂരൽ, കുതിരച്ചാട്ട-നിങ്ങൾ അടുത്തുതന്നെ കഴുത്തിൽ ഏലസുകൾ തൂക്കിയിടുകയും, വിമാനത്തിന്റെ കോക്ക്പിറ്റിൽ പൂച്ചകളെ വളർത്തുകയും ചെയ്യുമല്ലോ. ഇനിയൊരിക്കലും ആ അലസമായ സാധനം ഇവിടെ കാണരുത്, വിഡ്ഢി."

"വളരെ നല്ലത് കേണൽ"

ബുദ്ധിമുട്ടുകളും അപകടങ്ങളും ഇനിയും കിടക്കുന്നതേയുള്ളൂ എന്ന് അലക്സിക്ക് അറിയാമായിരുന്നു. അയാൾ ഭക്ഷണ സാധനങ്ങൾക്ക് അപേക്ഷിച്ചു. ആദ്യത്തേത് എങ്ങനെയാണ് കൈമോശം വന്നു പോയതെന്ന് ആ ശുണ്ഠിക്കാരൻ ലഫ്: കേണലിനെ ബോധ്യപ്പെടുത്തേണ്ടിയിരിക്കുന്നു. പരിശീലനസ്കൂളിലൂടെ കടന്നുപോകുന്ന മനുഷ്യപ്രവാഹത്തിന്റെ തിരക്കുമൂലം കിട്ടുന്ന ഭക്ഷണം മതിയാകാതെ വരുന്ന സ്ഥിതിയായിരുന്നു അവിടെ. ഉച്ചഭക്ഷണം കഴിഞ്ഞ ഉടനെ തന്നെ അവർ അത്താഴത്തിനു കാത്തിരിക്കും. 3-ാം നമ്പർ യൂണിറ്റിനു താമസിക്കുന്നതിനുവേണ്ടി നിശ്ചയിച്ചിരുന്ന ജനനിബിഡമായ സ്കൂൾകെട്ടിടത്തിന്റെ ആവിക്കുഴലുകൾക്ക് കേടുവന്നതിനാൽ അവിടെ കടുത്ത തണുപ്പായിരുന്നു. ബ്ലാങ്കറ്റും തോൽക്കുപ്പായവുമുണ്ടായിരുന്നിട്ടും ആദ്യത്തെരാത്രി അലക്സ് തണുത്തുവിറയ്ക്കുകയായിരുന്നു. പക്ഷേ, ഇത്ര ക്ലേശമുണ്ടായിട്ടും, കുറേനേരമായി മണലിൽക്കിടന്നു പിടഞ്ഞിരുന്ന ഒരു മത്സ്യത്തിന്റെ മേലെക്കൂടി വെള്ളമൊഴുകുമ്പോൾ അതിന് തോന്നുന്ന വിധത്തിലുള്ള സുഖവും സംതൃപ്തിയും തോന്നി അയാൾക്ക്. താൻ ലക്ഷ്യത്തിനു സമീപത്തെത്തി എന്ന് അനുസ്മരിപ്പിക്കുന്ന അവിടെയുള്ളതെല്ലാം-രാത്രിയിലെ താമസസമടക്കം-അയാൾക്ക് രുചിപ്രദമായിരുന്നു.

പരിസരങ്ങളോ ചിരപരിചിതങ്ങൾ-വിണ്ടുകീറിത്തുടങ്ങിയ വ്യോമയാനബൂട്സും തോൽക്കോട്ടും ധരിച്ച, ആതപക്ലിഷ്ടമായ മുഖവും പരു

പരുത്ത ശബ്ദമുള്ള പരിചയം തോന്നുന്ന വൈമാനികർ, വിമാനേന്ധനത്തിന്റെ തീക്ഷ്ണവും ആസ്വാദ്യവുമായ വാസന മുറ്റിനിൽക്കുന്ന അന്തരീക്ഷം, ചൂടുപിടിപ്പിക്കുന്ന വിമാനങ്ങളിൽനിന്നും പുറപ്പെടുന്ന മുഴക്കം, ഏതു നിമിഷമെങ്കിലും നിലത്തുവീഴുന്ന മട്ടിൽ ക്ഷീണിച്ച്, മെഴുക്കുപുരണ്ട വസ്ത്രത്തോടും, ഗ്രീസിൽ മുങ്ങിയ മുഖത്തോടും കൂടിയ മെക്കാനിക്കുകൾ, വെയിലേറ്റ് ചെമ്പിച്ച മുഖവുമായി ശുണ്ഠിപിടിച്ചു നടക്കുന്ന ശിക്ഷകർ, വ്യോമനിരീക്ഷണ കേന്ദ്രത്തിലെ അരുണകപോലങ്ങളായ പെൺകൊടികൾ, ആജ്ഞാകേന്ദ്രത്തിലെ സ്റ്റോവിൽ നിന്നു പുറപ്പെടുന്ന നീലിമ പുരണ്ട പുക; 'ബസറു'കളുടെ ശാന്തമായ ഇരമ്പൽ, ടെലിഫോണുകളുടെ ഞെട്ടിപ്പിക്കുന്ന മണിയടി, ഭോജനശാലയിലെ സ്പൂണുകളുടെ ക്ഷാമം, വിവിധനിറത്തിലുള്ള പെൻസിൽ കൊണ്ട് നിരവധി കൈയക്ഷരത്തിൽ ചുമരിൽ എഴുതിയ വാർത്താശകലങ്ങൾ. ആകാശത്തിലായിരിക്കുമ്പോഴും യുവതികളെ സ്വപ്നംകാണുന്ന വൈമാനികരുടെ ഹാസ്യചിത്രങ്ങൾ, ചക്രങ്ങൾകൊണ്ട് വിണ്ടുകീറിയ നനഞ്ഞ മഞ്ഞനിറം കലർന്ന വിമാനസങ്കേതത്തിലെ മണ്ണ്, വ്യോമയാനക്കാരുടെ പ്രത്യേക ശൈലിയിലുള്ള തമാശകൊണ്ടും അടയാളവാക്കുകൾകൊണ്ടും മോടിപിടിപ്പിച്ച സംഭാഷണം–ഇവയെല്ലാം പരിചിതവും നിശ്ചിതവുമായിരുന്നു.

പെട്ടെന്ന് മെരിസീവ് ഉല്ലാസവിലസിതനായി. എന്നെന്നേക്കുമായി നഷ്ടപ്പെട്ടുപോയി എന്നു വിചാരിച്ചിരുന്ന, പോർവിമാനസേനാനികളുടെ പ്രത്യേകതയായ ഉന്മേഷവും, വിനോദകരമായ സാഹസികതവും അയാൾക്കു വേഗം തിരിച്ചുകിട്ടി. ആകെ ഉശിരുവെച്ച അലക്സി, താഴെയുള്ള ഉദ്യോഗസ്ഥന്മാരുടെ അഭിവാദനങ്ങൾക്ക് അയാൾ വളരെ ചൊടിയോടെ പ്രത്യഭിവാദനം ചെയ്യും; മേലുദ്യോഗസ്ഥന്മാരെക്കണ്ടാൽ നിയമനുസരിച്ച് താളക്രമത്തോടെ സല്യൂട്ട് ചെയ്യും. പുതിയ യൂണിഫോറം ലഭിച്ച ഉടനെതന്നെ അയാൾ, പണ്ട് ഒരു തയ്യൽക്കാരനും ഒഴിവുസമയത്ത് വേഷവിധാനങ്ങളിൽ അഭിരുചിയുള്ള ഉദ്യോഗസ്ഥന്മാരുടെ ഉടുപ്പുകൾ ദേഹത്തിനു ചേർന്നുകിടക്കത്തക്കവിധത്തിൽ വെട്ടിശരിപ്പെടുത്തി കൊടുക്കുന്നവനുമായിരുന്ന എഎസ്ബിയിലെ ഒരു ക്വാർട്ടർമാസ്റ്ററെക്കൊണ്ട് അത് വെട്ടിച്ചു പാകമാക്കി.

തന്നെ ചേർത്തിരിക്കുന്ന 3–ാം നമ്പർ വിഭാഗത്തിന്റെ ശിക്ഷകനായ ലഫ്: നാമോവിനെ കാണുവാനായി ആദ്യദിവസംതന്നെ അലക്സി വിമാനസങ്കേതത്തിൽ പോയി. വലിയ തലയും നീണ്ട കൈകളുമുള്ള ഉന്മേഷവാനായ ആ കുറിയ മനുഷ്യൻ നാമോവ് "ടി–റീജിയനിൽ" 'സോണിൽ' തന്നെ പറക്കുന്ന ഒരു ചെറിയ വിമാനത്തെ ശ്രദ്ധിച്ചുകൊണ്ട് ഓടിനടക്കുകയായിരുന്നു. ആ വിമാനത്തിലെ പൈലറ്റിനെ ശകാരിച്ചുകൊണ്ട് ആ ശിക്ഷകൻ അലറി.

"തെമ്മാടി; ഇവനെന്തൊരു സാമാനക്കൂട! പോർവിമാനത്തിലായിരുന്നത്രെ–പോർവിമാനത്തിൽ! എന്നെ കളിപ്പിക്കാനൊന്നും നോക്കണ്ട.'

മെരിസീവ് നിയമനുസരിച്ച് സല്യൂട്ട് ചെയ്തു. തന്റെ ഭാവി ആചാര്യനു തന്നെ പരിചയപ്പെടുത്തിക്കൊടുക്കുവാനായി മുന്നോട്ടുചെന്നു. അയാളാകട്ടെ കൈകൊണ്ട് അലക്സിയെ വീശിയകറ്റി തന്റെ ഭർത്സനം തുടർന്നു.

"അതു നോക്കൂ. സംഹാരകൻ അന്തരീക്ഷത്തിലെ ഭീകരൻ! അവിടവിടെ ചിറകിട്ടടിക്കുന്നു. മഞ്ഞിൻവിടവിലകപ്പെട്ട ഒരു ഡെയ്സി പുഷ്പം ചലിക്കുന്നതുപോലെ"

പെട്ടെന്ന് അലക്സിക്കു തന്റെ ശിക്ഷകനെ നന്നെ പിടിച്ചു. തന്റെ വേലയെ ഇത്രവളരെ ആവേശത്തോടെ സ്നേഹിക്കുന്ന ഈമാതിരി ഭ്രാന്തന്മാരെ അയാൾക്ക് ഇഷ്ടമായിരുന്നു. ഇത്തരക്കാരുമായി പ്രാപ്തിയും ത്രീവോത്സാഹവും ഉള്ള വൈമാനികർക്ക് ഇണങ്ങിപ്പോകുവാൻ എളുപ്പമാണ്. ഒരു പൈലറ്റ് വിമാനം പറപ്പിക്കേണ്ടതെങ്ങനെയെന്നതിനെപ്പറ്റി അലക്സി കുറെ പ്രയോഗികമായ അഭിപ്രായങ്ങൾ പറഞ്ഞു. ആ ചെറിയ ലഫ്റ്റനന്റ് നിരൂപണദൃഷ്ടിയോടെ അലക്സിയെ ആപാദചൂഡം നോക്കിക്കൊണ്ടു ചോദിച്ചു:

"എന്റെ വിഭാഗത്തിലേക്കാണോ വരുന്നത്? പേർ എന്താ?. ഏതു ജാതി വിമാനമാണ് ഓടിച്ചിരുന്നത്? യുദ്ധം ചെയ്തിരുന്നുവോ? അതു വേണ്ട എന്നു വെച്ചിട്ട് എത്രകാലമായി?"

തന്റെ എല്ലാ മറുപടികളും ലഫ്റ്റനന്റു കേട്ടുവോ എന്ന് അലക്സിക്കു തീർച്ചയുണ്ടായിരുന്നില്ല. എന്തെന്നാൽ കണ്ണിൽ സൂര്യരശ്മി തട്ടാതിരിക്കുവാൻ ഒരു കൈകൊണ്ടു മറച്ച് ആകാശത്തേക്ക് ഉറ്റുനോക്കി, മറ്റെകൈ ചുരുട്ടിക്കൊണ്ട് അയാൾ വീണ്ടും അലറുകയായിരുന്നു.

"തെമ്മാടി–അയാൾ അവിടെക്കിടന്നു വെട്ടിത്തിരിയുന്നതു നോക്കൂ; ഒരു സ്വീകരണമുറിയിൽ അകപ്പെട്ടുപോയ കണ്ടാമൃഗത്തെപ്പോലെ."

നാളെ കാലത്ത് ആദ്യം തന്നെ വന്നു കാണണമെന്നും, അപ്പോൾത്തന്നെ ഒരു പരീക്ഷണം നൽകാമെന്നും അയാൾ അലക്സിയോടു പറഞ്ഞു.

"ഇപ്പോൾ പോയി വിശ്രമിക്കൂ!" അയാൾ തുടർന്നു.

"ഒരു യാത്രയ്ക്കുശേഷം അതു നിങ്ങൾക്ക് അത്യാവശ്യമാണ്. എന്തെങ്കിലും കഴിച്ചോ? ഇവിടത്തെ പരിഭ്രമത്തിനിടയിൽ അവർ നിങ്ങൾക്ക് ഭക്ഷണം തരുവാൻ മറന്നുപോയേക്കും...എടാ വൃത്തികെട്ട വിഡ്ഢി, താഴെ എത്തുന്നതുവരെ കാത്തിരിക്കൂ; ഞാൻ നിനക്ക് നല്ലതു തരാം– ഓ ഒരു സംഹാരകൻ." അലക്സി വിശ്രമിക്കുവാൻ പോയില്ല. കാരണം തനിക്കു പാർക്കാൻ വിട്ടുതന്നിരുന്ന ക്ലാസ്സുമുറി 9 ഏയേക്കാൾ ചൂടുള്ള സ്ഥലമായിരുന്നു വിമാനത്താവളം; അവിടെ വീശിയിരുന്ന കാറ്റിന് അൽപ്പം ചൂടുണ്ടായിരുന്നു. അയാൾ സേനാവിഭാഗത്തിലെ ഒരു ചെരുപ്പുകുത്തിയെ കണ്ടു. തന്റെ ഒരാഴ്ചക്കാലത്തെ പുകയില റേഷൻ കൊടുത്ത്, ഒരു പഴയ ബെൽട്ടുണ്ടായിരുന്നത് രണ്ടുകീറാക്കി. തുളയും

കൊളുത്തും വച്ചു ശരിപ്പെടുത്തുവാൻ ഏൽപ്പിച്ചു. തനിക്കു പറക്കേണ്ട വിമാനത്തിന്റെ പെഡലിനോടുചേർത്ത് തന്റെ കൃത്രിമക്കാലുകൾ ബന്ധിക്കാനായിരുന്നു ഈ ഉപകരണം. ഓർഡറിന്റെ അസാധാരണത്വവും തിടുക്കവും കണ്ട ആ ചെരുപ്പുകുത്തി ഒരാഴ്ചത്തെ റേഷനുപുറമെ അര ലിറ്റർ വോഡ്കയും കൂടെ ആവശ്യപ്പെട്ടു. പണി വളരെ നന്നായി ചെയ്തുകൊടുക്കാമെന്നും ഏറ്റു. അലക്സി നിലത്തിറങ്ങി, വിമാനങ്ങളുടെ പറക്കൽ നോക്കിക്കൊണ്ടിരുന്നു. അയാളുടെ നോട്ടം കണ്ടാൽ അവ സാധാരണ പരിശീലന വിമാനങ്ങളല്ല, വീരന്മാർ തമ്മിൽ സംഘട്ടനം നടത്തുന്ന പോർവിമാനങ്ങളാണെന്നു തോന്നും. വിമാനങ്ങൾ പറക്കുന്നതു കാണുന്നതിനെക്കാൾ മീതെയായി അയാൾ ആ വിമാനത്താവളത്തിലെ വായു ആസ്വദിക്കാനും, അവിടത്തെ പ്രവർത്തനങ്ങൾ മനസിലാക്കാനും യന്ത്രങ്ങളുടെ നിരന്തരമായ ശബ്ദവും റോക്കറ്റുകളുടെ മന്ദ്രധ്വനിയും, ഇന്ധനം തുടങ്ങിയ ദ്രാവകപദാർഥങ്ങളുടെ വാസനയും അനുഭവിക്കാനുമാണ് ശ്രമിച്ചത്. അയാളുടെ ചേതനയാകെ സന്തുഷ്ടിയാർന്നു. നാളെ തന്റെ വിമാനം അനുസരിക്കാതിരിക്കുമോ അത് കൈയിൽനിന്ന് തെറ്റി താൻ അപകടത്തിൽച്ചാടുമെന്നോ ഉള്ള വിചാരം അയാളുടെ മനസിൽ കടന്നതേയില്ല. വിമാനത്തിൽ ആളുകൾ ആരെങ്കിലും എത്തുന്നതിനുമുമ്പ് തന്നെ അലക്സി ചെന്നു ചേർന്നു. പുറത്ത് ഒരു വരിയായി ചൂടേൽപ്പിക്കുവാൻ ഇട്ടിരുന്ന യന്ത്രങ്ങൾ മുരളുന്നുണ്ടായിരുന്നു; ചൂടുപിടിപ്പിക്കുവാൻ ഉദ്ദേശിച്ച സ്റ്റോവ് തീ തുപ്പിത്തുടങ്ങി; പ്രൊപ്പല്ലർ പ്രവർത്തിപ്പിക്കുന്ന മെക്കാനിക്കുകൾ അവ പാമ്പുകൾ ആണെന്ന മട്ടിൽ പുറത്തേക്ക് ചാടി. പ്രഭാതത്തിലെ പരിചിതമായ വിളികളും മറുപടികളും ഉയർന്നു.

"പോകാൻ തയാറായോ"

"കോൺടാക്ടേ"

"കോൺടാക്ട്"

ആരോ അലക്സിയെ കണ്ടു കയർത്ത്, ഇത്രനേരത്തെ എന്തിനാണ് അവിടെ തൂങ്ങിനടക്കുന്നത് എന്നു ചോദിച്ചു. അയാൾ എന്തോ തമാശ പറഞ്ഞ്, തന്റെ മനസിൽ ആഴ്ന്നിറങ്ങിയ കോൺടാക്ട് ആണ്, കോൺടാക്ട് ആണ്; കോൺടാക്ട് ആണ്,' എന്ന പദങ്ങൾ ഉല്ലാസഭരിതനായി ആവർത്തിച്ചുകൊണ്ടിരുന്നു.

മെക്കാനിക്കുകൾ ഉയർത്തിപ്പിടിച്ചിരുന്ന വിറച്ചുതുടങ്ങിയ പത്രങ്ങളുമായി അങ്ങോട്ടും ഇങ്ങോട്ടും ഭാഗങ്ങളിലേക്കും ചാടിയുലഞ്ഞ് വിമാനങ്ങൾ ഒടുവിൽ പുറപ്പെടുന്ന രേഖയിൽ എത്തി. തന്റെ പുകയിലക്കറ പിടിച്ച കൈവിരലിൽ നിന്നാണോ പുക വളരെ വലിച്ചെടുക്കുന്നത് എന്നു തോന്നത്തക്കവിധത്തിൽ വളരെ ചെറുതായ ഒരു സിഗരറ്റുകുറ്റിയും ഉണ്ടായിരുന്നു അയാളുടെ കൈയിൽ.

"അപ്പോൾ നിങ്ങൾ എത്തി അല്ലേ" അലക്സിയുടെ അനൗദ്യോഗികമായ അഭിവാദ്യത്തിനും, താൻ എത്തി എന്ന അറിയിപ്പിനും മറുപടിയായി അയാൾ ചോദിച്ചു.

“ശരി, ആദ്യം വന്നവന് ആദ്യം കിട്ടും. ആ 9–ാം നമ്പറിന്റെ കോക്പിറ്റിൽ കയറിക്കോളൂ. ഞാൻ ഒരു നിമിഷത്തിനകം അവിടെ എത്തും. എന്തുതരത്തിലുള്ള പക്ഷിയാണ് നിങ്ങൾ എന്ന് നമുക്ക് ഒന്ന് പരീക്ഷിക്കാം.”

തന്റെ സിഗരറ്റുകുറ്റിയിൽനിന്ന് നാമോവ്, വളരെ ധൃതിയിൽ പുക വലിച്ചുകൊണ്ടിരിക്കെ, അലക്സി വിമാനത്തിന്റെ സമീപത്തേക്കു പുറപ്പെട്ടു. ശിക്ഷകൻ വരുന്നതിനുമുമ്പുതന്നെ തന്റെ കാൽ പെഡലിനോട് ചേർത്ത് മുറുക്കണമെന്നായിരുന്നു അയാളുടെ ആഗ്രഹം. അയാൾ ഒരു യോഗ്യനാണ് എന്നു തോന്നുന്നു. പക്ഷേ, ആർക്കറിയാം പെട്ടെന്ന് അയാളുടെ തലയ്ക്ക് ഒരു ഭൂതോദയം ഉണ്ടായി. തനിക്ക് ഒരു പരീക്ഷണം തരാൻ വിസമ്മതിച്ചാലോ കോക്പിറ്റിന്റെ വക്കിൽപിടിച്ച് വളരെ ബുദ്ധിമുട്ടിയാണ് മെരിസീവ് പത്രങ്ങളിലേക്ക് കയറിയത്. പരിശീലനക്കുറവുകൊണ്ടും, പരിഭ്രമംകൊണ്ടും എന്തു ചെയ്തിട്ടും അതിന്റെ ഭാഗത്തേക്ക് കാലുകൾ വയ്ക്കുവാൻ അയാൾക്ക് സാധിക്കുന്നില്ല. നീണ്ടു വിരസമായ മുഖത്തോടുകൂടിയ ഒരു വൃദ്ധൻ മെക്കാനിക്ക് അത്ഭുതത്തോടെ അയാളെ നോക്കി ആത്മഗതം ചെയ്തു.

“ആ തെമ്മാടി കുടിച്ച് മത്തനായി ഇരിക്കുകയാണ്.”

ഒടുവിൽ തന്റെ ചേതനയില്ലാത്ത ഒരു കാൽ കോക്പിറ്റിനകത്തേക്കു വയ്ക്കുവാൻ അലക്സിക്ക് സാധിച്ചു. അവിശ്വസനീയമായ ആയാസത്തോടെ മറ്റേക്കാലും അതിനകത്തേക്ക് തള്ളി അയാൾ സീറ്റിലേക്ക് വീണു. അയാൾ തോൽവാറിന്റെ സഹായത്തോടുകൂടി തന്റെ കൃത്രിമക്കാൽ പെഡലിനോട് കൂട്ടിച്ചേർത്തു കെട്ടി. തോൽവാറിന്റെ പണി നന്നായിരുന്നു. അതിന്റെ ദ്വാരങ്ങൾ അയാളുടെ കാലിനു നല്ല പാകത്തിലാണ് ഉണ്ടാക്കിയിരുന്നത്. കുട്ടിക്കാലത്ത് ഉണ്ടായിരുന്ന ഒരു ജോഡി സ്കേറ്റുപോലെ തന്നെ അതു അയാളുടെ കാലിനു യോജിച്ചതായിരുന്നു.

ആചാര്യൻ കോക്പിറ്റിനകത്തേക്കു മുഖം തള്ളിക്കൊണ്ട് ചോദിച്ചു.

“കുടിച്ചിട്ടില്ലല്ലോ, നോക്കട്ടെ, ശ്വാസമൊന്ന് മണത്തു നോക്കട്ടെ.”

അലക്സി ശ്വാസംവിട്ടു. പരിചിതമായ ചാരായത്തിന്റെ നാറ്റം അനുഭവപ്പെടാത്തതിനാൽ നാമോവ് കുപിതനായി ആ വൃദ്ധൻ മെക്കാനിക്കിനെ നോക്കി കൈചുരുട്ടിക്കാണിച്ചു.

“യാത്രക്ക് തയാറായോ.”

“കോൺടാക്ട്”

യന്ത്രം കുറെനേരം ചീറിത്തുമ്മി.

രോധിനി (Piston)യുടെ താളക്രമത്തിലുള്ള ശബ്ദം വ്യക്തമായി മുഴങ്ങി. മെരിസീവ് സന്തോഷംകൊണ്ടു തുള്ളിച്ചാടി. അയാൾ ഗ്യാസ് തുറന്നുവിടാൻ റയിലവർ വലിച്ചു. പക്ഷേ വിമാനത്തിലെ ടെലിഫോണിലൂടെ ശിക്ഷകൻ അലറുന്നതു കേൾക്കാറായി.

“ഗേറ്റിലേക്കു പായുന്ന ഒരു മൂരിക്കുട്ടനെപ്പോലെ ഓടിപ്പോകാതെ.”

ശിക്ഷകൻ തന്നെയാണ് ഗ്യാസ് തുറന്നത്. എൻജിൻ അലറി, ചീറി ഒന്നു തെന്നിക്കുതറി ഓട്ടം തുടങ്ങി. അയാൾ അതോടൊപ്പം വടികൾ വലിച്ചുതാഴ്ത്തി. വടക്കുഭാഗത്ത് 'ഫാറസ്റ്റ് റേഞ്ചർ' എന്നും നടുക്ക് മൊട്ടക്കൂസു കൃഷിക്കാർ എന്നും തെക്കുഭാഗത്ത് ധാന്യകൃഷിക്കാരൻ എന്നും ഓമനപ്പേരുകളുള്ളതും ഏതു വൈമാനികന്റെയും സൗഹാർദ പൂർവമായ ഹാസ്യത്തിന് പാത്രമായിട്ടുള്ളതും പഴയതെങ്കിലും ഒരു സുഹൃത്തിനെപ്പോലെ സർവവും ബഹുമാനിക്കുന്നതും ഒരു വലിയ വണ്ടിനോളംമാത്രം പോന്നതും നിരവധി വൈമാനികർ പറക്കാൻ പഠിച്ചതും ആയ ആ വിമാനം വായുവിലേക്ക് പൊങ്ങി.

കോൺ തിരിച്ചുവെച്ച ആ കണ്ണാടിയിൽക്കൂടെ ശിക്ഷകനു തന്റെ പുതിയ ശിഷ്യന്റെ മുഖം കാണാമായിരുന്നു. ചിരകാലത്തെ അലസതയ്ക്കുശേഷം എത്രയെത്ര വൈമാനികർ പരിശീലിക്കുന്നത് അയാൾ കണ്ടിരിക്കുന്നു. വീരന്മാരുടെ പുച്ഛരസപ്രധാനമായ ചിരിയും ആശുപത്രിയിൽനിന്ന് ആശുപത്രിയിലേക്കുള്ള അലഞ്ഞുതിരിച്ചിലിനുശേഷം തന്റെ സ്വാഭാവികമായ സത്തയിൽ എത്തിയ ആ വേഷശാലികളുടെ നേത്രങ്ങളിൽ തിളങ്ങുന്ന തീവ്രദീപ്തവും വിമാനാപകടത്തിൽ ഭയങ്കരമായി പരുക്കേറ്റവർ വീണ്ടും ആകാശത്തിലെത്തുമ്പോൾ പരിഭ്രമിച്ചു വിളറി ചുണ്ടുകൾ കൂട്ടിക്കടിക്കുന്നതും ആദ്യമായി പറക്കുന്നവരുടെ കുസൃതി നിറഞ്ഞ ജിജ്ഞാസയും അയാൾ എത്രയെത്ര കണ്ടിരിക്കുന്നു! പക്ഷേ ശിക്ഷകനായിരുന്ന ഈ നീണ്ട കാലഘട്ടത്തിൽ ഒരിക്കൽപോലും ഇപ്പോൾ കണ്ണാടിയിലൂടെ പ്രതിഫലിച്ചു കാണുന്ന കറുത്ത് സുമുഖനായ ആ യുവാവിന്റെ മുഖത്ത് തിളങ്ങുന്നതുപോലുള്ള ഒരു അസാധാരണവികാരം അയാൾ കണ്ടുമുട്ടിയിരുന്നില്ല. വ്യോമയാനത്തിൽ ഈ ശിഷ്യൻ അപരിചിതനല്ലെന്നുള്ളത് തികച്ചും സ്പഷ്ടമായിരുന്നു.

പുതിയ പരിശീലനാർഥിയുടെ കറുത്ത തൊലിയിൽ ജ്വരാവേശപരമായ ഒരു തുടിപ്പ് പ്രത്യക്ഷമായിരുന്നു. അയാളുടെ ചുണ്ടുകൾ വിളർത്തിരുന്നു; ഭയംകൊണ്ടല്ല തീർച്ച, നാമോവിനു വർണിക്കാൻ കഴിയാത്ത ഒരു പരമാനന്ദത്തിന്റെ കുറവുകൊണ്ട്. ആരാണിത്? എന്താണ് അയാൾക്കു സംഭവിച്ചിരുന്നത്? ആ മെക്കാനിക്ക് എന്തുകൊണ്ടാണ് അയാൾ കുടിച്ചിട്ടുണ്ടെന്ന് പറഞ്ഞത്. വിമാനം ഉയർന്ന്, വായുവിൽ തങ്ങിനിന്നപ്പോൾ, കണ്ണട ധരിക്കാത്ത തന്റെ ശിഷ്യന്റെ കറുത്ത, ഗൗരവപൂർണമായ ജിപ്സിക്കണ്ണുകൾ നിറഞ്ഞുതുളുമ്പിയിരുന്നു. കവിളിലൂടെ ഉരുണ്ടുതുടങ്ങിയ കണ്ണുനീർത്തുള്ളികൾ വിമാനം തിരിഞ്ഞപ്പോഴുണ്ടായ കാറ്റിൽ അപ്രത്യക്ഷമായി.

'കുറച്ചു ലക്കില്ലായ്മ ഉണ്ട് എന്നാണ് തോന്നുന്നത്. ഏതായാലും ഞാൻ ശ്രദ്ധിക്കേണ്ടിയിരിക്കുന്നു: എന്തെന്ന് പറയാൻ ഒക്കുകയില്ല.' നാമോവ് ഓർത്തു. പക്ഷേ, ആ നീണ്ട കണ്ണാടിയിൽ തെളിഞ്ഞുകണ്ട ആ മുഖത്തിലെ ഏതോ ഒരു വികാരം ആ ഉപദേശകനെ ഹഠാദാകർഷി

ച്ചിരുന്നു, തന്റെ തൊണ്ടയിൽ എന്തോ തടയുന്നതുപോലെ തോന്നിയപ്പോൾ അയാൾ സ്വയം അത്ഭുതപ്പെട്ടു.

"ഞാൻ അത് നിങ്ങൾക്ക് വിട്ടുതരുന്നു." ടെലിഫോണിൽകൂടി അങ്ങനെ വിളിച്ചുപറഞ്ഞുവെങ്കിലും നാമോവ് അത് ചെയ്തിരുന്നില്ല. അയാൾ പെഡലിലും പടിയിലും ഉള്ള തന്റെ പിടി ഒന്നു അയയ്ക്കുകമാത്രമേ ചെയ്തിരുന്നുള്ളൂ-തന്റെ അസാധാരണക്കാരനായ ശിഷ്യൻ ദൗർബല്യം വല്ലതും കാണിക്കുകയാണെങ്കിൽ നിമിഷത്തിനകം നിയന്ത്രണം ഏറ്റെടുക്കുവാൻ സന്നദ്ധനായിരുന്നു അയാൾ. വ്യാവർത്തന യന്ത്രത്തിന്റെ പ്രവർത്തനത്തിൽനിന്ന് നാമോവ് മനസിലാക്കി, യന്ത്രം നയിക്കുന്നത് മനസാന്നിധ്യവും പരിശീലനവും തികഞ്ഞ കൈകളാണ് -കഴിഞ്ഞ ആഭ്യന്തര യുദ്ധകാലത്തുതന്നെ ഒരു വൈമാനികനായിരുന്ന, "അന്തരീക്ഷത്തിലെ ചെന്നായ" എന്നു പ്രകീർത്തിതനായ ചീഫിന്റെ അരുമയായ ഭാഷയിൽ പറഞ്ഞാൽ "ഈശ്വരാനുഗ്രഹത്താലുള്ള വൈമാനിക'കന്റെ കൈകളാണ് എന്ന്.

പുതിയ ശിഷ്യനെക്കുറിച്ച് നാമോവിനുണ്ടായിരുന്ന ഭയമെല്ലാം ആദ്യത്തെ പറക്കലിനുശേഷം തിരോഭവിച്ചിരുന്നു. ചട്ടങ്ങൾ അനുസരിച്ചുതന്നെയാണ് വിമാനം പറന്നിരുന്നത്-പക്ഷേ അൽപ്പം ഒരു അസാധാരണത്വം പ്രകടമായിരുന്നു. നേരേ ഇരുന്ന് തിരിക്കുന്നതിനുപകരം ശിഷ്യൻ ഇടത്തോട്ടും വലത്തോട്ടും മേലോട്ടും കീഴോട്ടും ആടിക്കൊണ്ടാണ് അതു ചെയ്യുന്നത്. അതു കണ്ടാൽ അയാൾ സ്വന്തം സാമർഥ്യം പരീക്ഷിച്ചുനോക്കുകയാണോ എന്നു തോന്നും. നാളെ അയാളെ തനിയെ പറക്കാൻ വിടുവാനും അങ്ങനെ ഒന്നോ രണ്ടോ പരീക്ഷണത്തിനുശേഷം പോർവിമാനത്തിന്റെ ഒരു ചെറിയ പ്ലൈവുഡ് പതിപ്പ് യു:ടി;2: ഏൽപ്പിച്ചു കൊടുക്കുവാനും നാമോവ് തീരുമാനിച്ചു.

അന്ന് അതിഭയങ്കരമായ തണുപ്പായിരുന്നു. പൂജ്യത്തിൽ നിന്ന് താഴെ 12 ഡിഗ്രിയാണ് പിന്നിലുള്ള ഉഷ്ണമാപിനിയന്ത്രം കാണിച്ചിരുന്ന ചൂട്. കുത്തിത്തുളയ്ക്കുന്ന ഒരു കാറ്റ് കോക്പിറ്റിലേക്ക് അടിക്കുന്നുണ്ടായിരുന്നു. അതു ശിക്ഷകന്റെ തോലുറയും തുളച്ചുകയറി അയാളുടെ കാലുകൾ മരവിപ്പിച്ചു. താഴെ ഇറങ്ങാനുള്ള സമയമായി.

ടെലിഫോണിലൂടെ ഓരോ സമയവും താഴെ ഇറങ്ങുക എന്നു വിളിച്ചുപറയുമ്പോൾ കണ്ണാടിയിലൂടെ തിളങ്ങി പ്രകാശിക്കുന്ന ആ കണ്ണുകളിൽ ഒരു യാചനാഭാവം നിഴലിക്കുന്നത് ശിക്ഷകൻ കാണാറുണ്ട്. അവ അപേക്ഷിക്കയല്ല; കൽപ്പിക്കുകയാണ്. നാമോവിന് എന്തുകൊണ്ടോ അതു നിഷേധിക്കുവാൻ തോന്നുന്നില്ല. 10 നിമിഷത്തിനു പകരം അന്നവർ അരമണിക്കൂർ പറന്നു.

കോക്പിറ്റിൽ നിന്നു ചാടിയിറങ്ങിയ നാമോവ് തന്റെ കാലുകൾ നിലത്തിട്ട് അടിച്ച് കൈകൾ കുടഞ്ഞു; കാലത്തെ മൂടൽമഞ്ഞ് കരചരണങ്ങളെ അവശമാക്കിയിരുന്നു, ശിഷ്യൻ കുറെനേരം കോക്പിറ്റിനകത്തിരുന്ന് എന്തോ തിരുപ്പിടിച്ചതിനുശേഷം, പതുക്കെ ഇഷ്ടമില്ലാത്ത

പോലെ പുറത്തേക്ക് ഇറങ്ങി. നിലത്തു കാലുവെച്ച ഉടനെതന്നെ അയാൾ വിമാനച്ചിറകിന്റെ അരികെ ചാഞ്ഞിരുന്നു. ആ കവിൾത്തടങ്ങൾ മൂടൽമഞ്ഞുകൊണ്ടും ആവേശംകൊണ്ടും തുടുപ്പണിഞ്ഞിരുന്നു. ലഹരി കയറിയപോലുള്ള ആഹ്ലാദമന്ദസ്മേരം ചുണ്ടിൽ തത്തിനിന്നു.

''തണുക്കുന്നുവോ'' ശിക്ഷകൻ ആരാഞ്ഞു. ''തണുപ്പ് എന്റെ തോൽക്കാലുറയും ഭേദിച്ച് അകത്തുകയറി. നിങ്ങൾ സാധാരണ ഷൂസ് ആണല്ലോ ധരിക്കുന്നത്. കാലുകൾ മരവിച്ചിട്ടില്ലേ."

സ്വന്തം ചിന്തയിൽ ലയിച്ചു പുഞ്ചിരിയിട്ടുകൊണ്ടിരുന്ന ശിഷ്യൻ പറഞ്ഞു. "എനിക്ക് കാലുകൾ ഇല്ല."

"എന്ത്!" വിസ്മയംകൊണ്ട് തളർന്ന താടിയെല്ലുകളോടു കൂടിയ ആചാര്യൻ ചോദിച്ചു.

''എനിക്ക് പാദങ്ങളില്ല.'' മെരിസീവ് വ്യക്തമായിത്തന്നെ ആവർത്തിച്ചു.

"എന്താണ് പറയുന്നത്! കാലുകൾ ഇല്ലേ? ഒരുപക്ഷേ അവയ്ക്ക് എന്തെങ്കിലും തകരാറ് പറ്റിയിരിക്കും."

"ഇല്ല–എനിക്ക് പാദങ്ങളേ ഇല്ല, ഇവ കൃത്രിമമാണ്."

ഭൂമിയിൽ കുറ്റിയടിച്ചു നിർത്തിയപോലെ നാമോവ് അത്ഭുതസ്തബ്ധനായി തറഞ്ഞു നിന്നുപോയി. ഈ അസാധാരണക്കാരനായ യുവാവ് പറയുന്നത് വിശ്വസിക്കാൻ വയ്യ. കാലുകൾ ഇല്ല! ഇതുവരെ അയാൾ പറക്കുക–അതും വളരെ ഭംഗിയായി പറക്കുകയായിരുന്നല്ലോ!

"കാണിച്ചുതരൂ" ഭയത്തിന്റെ ഒരു ധ്വനി മുഴങ്ങിയിരുന്നു ആ ശബ്ദത്തിൽ.

ഈ ജിജ്ഞാസ അലക്സിയെ ദേഷ്യപ്പെടുത്തുകയോ അസ്വസ്ഥനാക്കുകയോ ചെയ്തില്ല. പ്രത്യുത ആ വിസ്മയാധീനനായി നിൽക്കുന്ന ചങ്ങാതിയുടെ അത്ഭുതത്തിന് ഒരു മിനുക്കു പണികൂടി ചെയ്തുകളയാമെന്ന് അയാൾ നിശ്ചയിച്ചു. കൺകെട്ടുകാരൻ ഒരു പുതിയ ജാലവിദ്യ ചെയ്യുന്നതുപോലെ അയാൾ ട്രൗസറിനകത്തുനിന്നു കാലുകൾ പൊന്തിച്ചു.

ശിഷ്യൻ, അലുമിനിയവും തോലും കൊണ്ടുണ്ടാക്കിയ തന്റെ കാലുകൾ പുറത്തുകാണിച്ചു; ശിക്ഷകനേയും മെക്കാനിക്കുകളേയും തങ്ങളുടെ തവണ കാത്തുനിൽക്കുന്ന മറ്റു വൈമാനികരേയും നോക്കിക്കൊണ്ട് പുഞ്ചിരിയോടെ നിലകൊണ്ടു.

ഒരു മിന്നൽപോലെ ആചാര്യന് എല്ലാം മനസിലായി–അയാളുടെ പരിഭ്രമം, അസാധാരണമായ ഭാവങ്ങൾ ആ കറുത്ത കണ്ണുകളിൽ മുറ്റിനിൽക്കുന്ന കണ്ണുനീർ, പറക്കുന്നതിന്റെ രസം, നീട്ടിക്കൊണ്ടുപോകാനുള്ള ഉൽക്കണ്ഠ മുതലായതെല്ലാം ആ യുവാവ് ആചാര്യനെ അത്ഭുതത്തിലാഴ്ത്തി. ശിഷ്യന്റെ അടുക്കലേക്ക് ഓടി, ഭ്രാന്തുപിടിച്ചപോലെ അയാളുടെ കൈപിടിച്ചു കുലുക്കിക്കൊണ്ട് അദ്ദേഹം പറഞ്ഞു.

"കുട്ടീ, ഇത് എങ്ങനെ സാധിച്ചു; നിനക്ക് അറിയില്ല നിനക്ക് ഒട്ടും അറിയില്ല; കുട്ടീ നീ എങ്ങനെ ഉള്ളവൻ ആണ് എന്ന്."

പ്രധാനപ്പെട്ട സംഗതി സാധിച്ചുകഴിഞ്ഞു. അലക്സി ശിക്ഷകന്റെ ഹൃദയം കവർന്നു. അന്നു വൈകുന്നേരം അവർ തമ്മിൽക്കണ്ട് ഭാവിപരിപാടികൾ ആസൂത്രണം ചെയ്തു. രണ്ടുപേർക്കും അലക്സിയുടെ സ്ഥിതി അപകടംപിടിച്ച ഒന്നാണ് എന്ന് മനസിലായി. എന്തെങ്കിലും ലഘുവായ ഒരു തകരാറു കാണിച്ചാൽ മതി ജീവിതത്തിൽ ഇനിയൊരിക്കലും പറക്കുവാൻ സാധിക്കുകയില്ല. അയാളെ പുറംതള്ളും ഇപ്പോൾ തന്നെ ഒരു പോർവിമാനത്തിൽ കയറി നാട്ടിലെ വീരവീരരായ വൈമാനികരുടെ പ്രവാഹമുള്ള വോൾഗാതീരത്തെ സുപ്രസിദ്ധ നഗരത്തിൽ എത്തിച്ചേരാൻ അയാൾക്കു കൊതി തോന്നി. എങ്കിലും സനിഷ്കൃഷ്ടമായ പരിശീലനം സമ്പാദിക്കുവാൻതന്നെ അയാൾ തീരുമാനിച്ചു. തന്റെ നിലയിൽ 'എ' സർട്ടിഫിക്കറ്റ് ഒഴിച്ചു വേറെ യാതൊന്നും തന്നെ പര്യാപ്തമാകുകയില്ല.

IX

അഞ്ചുമാസത്തിൽ കൂടുതൽ കാലം അലക്സി ആ പരിശീലന കേന്ദ്രത്തിൽ കഴിച്ചുകൂട്ടി. വിമാനത്താവളത്തിൽ മഞ്ഞു കുമിഞ്ഞുകിടക്കയാൽ വിമാനങ്ങളെല്ലാം 'റണ്ണേഴ്സിൽ' ഇട്ടിരിക്കുകയാണ്. ആകാശത്തിൽ പൊന്തിനിന്നു നോക്കുമ്പോൾ ഭൂമിയിലാകെ പരന്നുകാണുന്നത് ശരത്കാലത്തിന്റെ വിവിധവർണങ്ങളല്ല; വെറും രണ്ടേ രണ്ടു നിറം, കറുപ്പും വെളുപ്പും മാത്രമാണ്. സ്റ്റാലിൻഗ്രാഡിൽ ജർമൻകാരെ തകർത്തതും 6–ാം ജർമൻപടയുടെ ധ്വംസനവും പോളസിനെ തടവുകാരനായി പിടിച്ചതും പഴയ വാർത്തയായിക്കഴിഞ്ഞിരുന്നു. അഭൂതപൂർവവും അപ്രതിഹതവുമായ പ്രതിരോധസമരമാണ് ദക്ഷിണമേഖലയിൽ നടക്കുന്നത്. ജനറൽ റോട്ടോമിസ്ട്രോവിന്റെ കീഴിലുള്ള ടാങ്ക്പട ജർമൻ മുന്നണി തകർത്ത്, ശത്രുക്കളുടെ പിന്നിൽ പരിഭ്രാന്തി വാരിവിതറുകയാണ്. ഇതുപോലുള്ള സമയത്ത്, മുന്നണിയിൽ അത്തരം സംഭവങ്ങൾ ഉണ്ടാകുമ്പോൾ, പടനിരയുടെ മുകളിൽ അതിഭയങ്കരമായ ആകാശയുദ്ധം നടക്കുമ്പോൾ, ചെറിയ ചെറിയ പരിശീലനവിമാനങ്ങളിൽ യാതൊരു അധ്വാനവുമില്ലാതെ സമയം നഷ്ടപ്പെടുത്തുന്നത്, ആസ്പത്രി വരാന്തയിൽ എണ്ണമറ്റവിധത്തിൽ അങ്ങോട്ടും ഇങ്ങോട്ടും നടക്കുന്നതിനേക്കാളും, നീരുവന്നുവീർത്ത് ദുസ്സഹമായ വേദനക്കിടം നൽകുന്ന കാലുകൊണ്ട് 'ഫോക്സ് ട്രോട്ട്' 'മഷുറക്കാസ്' എന്നീ നൃത്തങ്ങളിലെ താളം ചവിട്ടുന്നതിനെക്കാളും ദുഷ്കരമായിത്തോന്നി അലക്സിക്ക്.

ആശുപത്രിയിലായിരുന്നപ്പോൾ അയാൾ ഒരു പോർവിമാനസേനയിൽച്ചേർന്ന് സജീവമായി യുദ്ധം ചെയ്യുമെന്ന് സത്യം ചെയ്തിരുന്നു. ഒരു ലക്ഷ്യം സ്വയം കുറിച്ച്, വേദനയോ വ്യസനമോ നിരാശയോ കാര്യമാക്കാതെ അതിനെത്തന്നെ ഉന്നമാക്കി അയാൾ മുന്നേറി. ഒരു ദിവസം

അയാളുടെ മേൽവിലാസത്തിൽ ഒരു തടിച്ച കവർ വന്നുചേർന്നു. അത് ക്ലാവഡിയ മിഖായിലോപ്ന അയച്ചതായിരുന്നു. അതിൽ ഉണ്ടായിരുന്ന നിരവധി എഴുത്തുകളോടൊപ്പം, എങ്ങനെ ഇരിക്കുന്നു; എന്തെല്ലാംതരത്തിൽ വിജയംകിട്ടി, സ്വപ്നങ്ങളെല്ലാം സാധിച്ചുവോ എന്നെല്ലാം ആരാഞ്ഞുകൊണ്ട് ക്ലാവഡിയ മിഖായിലോപ്ന എഴുതിയ ഒരു കത്തും ഉണ്ടായിരുന്നു.

'അതു സാധിച്ചുവോ' അയാൾ സ്വയം ചോദിച്ചു. പക്ഷേ മറുപടി പറയാതെതന്നെ അയാൾ എഴുത്തുകൾ തിരയാൻ തുടങ്ങി. അതിൽ വളരെ എഴുത്തുകൾ ഉണ്ടായിരുന്നു; അമ്മയുടേത്, ഓല്യയുടേത് ഗ്വോസ്ഡേവിന്റേത്. കൂട്ടത്തിൽ ഒന്ന് അയാളെ അത്ഭുതപ്പെടുത്തി. കൈപ്പട വ്യോമനിരീക്ഷണകേന്ദ്രത്തിലെ പെൺകുട്ടിയുടേതായിരുന്നുവെങ്കിലും അതിനടിയിൽ ക്യാപ്റ്റൻ കോൺസ്റ്റൻടൈൽ കുക്കുഷ്കിൻ എന്ന് എഴുതിയിരിക്കുന്നു. അയാൾ ആദ്യം അതെടുത്ത് വായിച്ചുനോക്കി.

വീണ്ടും താൻ കിടക്കയിൽ ആയി എന്നാണ് കുക്കുഷ്കിൻ എഴുതിയിരിക്കുന്നത്. വിമാനം എവിടെയോ മുട്ടി തീപിടിച്ചു. പക്ഷേ അതിൽനിന്നു ചാടി സ്വന്തം അണിയിലേക്കുതന്നെ എത്തുവാൻ അയാൾക്കു സാധിച്ചില്ല. ഇപ്പോൾ അയാൾ ബേസ് ആശുപത്രിയിൽ കിടക്കുകയാണ്. അഥവാ വസ്തിപ്പാത്രം പിടിക്കുന്ന വീരന്മാരുടെ ഇടയിൽക്കിടന്ന് അലസതബാധിച്ചു മരിക്കുകയാണ്. അയാൾക്കു പരിഭ്രമമില്ല, അടുത്തുതന്നെ തിരികെ പടയണിയിൽ എത്തിച്ചേരാം, എന്നയാൾ തുടർന്ന് എഴുതിയിട്ടുണ്ട്, അയാൾ ഈ കത്ത് പറഞ്ഞുകൊടുക്കുന്നത് അലക്സിക്ക് അത്യന്തംപരിചിതയായ ലേഖനകർത്രി, "വീരഗാർവിലോവ'ക്കാണെന്ന്. അയാൾക്ക് നന്ദി, ഇന്നും അവൾ വ്യോമനിരീക്ഷണാലയത്തിലെ സാർജന്റ് എന്നപേരിലാണ് സേനാവിഭാഗത്തിൽ അറിയപ്പെടുന്നത്. തന്റെ അപകടകാലത്തെ ഏകാവലംബം വീരയായിരുന്നുവെന്നും അയാൾ എഴുതിയിരിക്കുന്നു. ആ സ്ഥലത്ത് വീര സ്വന്തംനിലയിൽ "ആ പ്രസ്താവന ശരിയല്ല, 'കാസ്റ്റ്യ' അതിശയോക്തിയാണ് പറയുന്നത്," എന്ന് എഴുതിച്ചേർത്തിട്ടുണ്ട്. ഇന്നും സേനാവിഭാഗം തന്നെ സ്മരിക്കുന്നുണ്ടെന്നും, സേനയുടെ ധീരന്മാരുടെ പടങ്ങളുടെ കൂട്ടത്തിൽ ഭോജനശാലയിൽ തന്റേതും സ്ഥാനം പിടിച്ചിട്ടുണ്ടെന്നും അലക്സി മനസിലാക്കി. സ്വന്തം സഖാക്കൾ 'ഗാർഡ്സ്' ഇനിയും തങ്ങളുടെ കൂട്ടത്തിൽ അയാളെ കാണാമെന്ന ആശ കൈവിട്ടിട്ടില്ല. 'ഗാർഡ്സ്–അലക്സി ചിരിച്ചുകൊണ്ട് തലകുലുക്കി. പക്ഷേ തന്റെ സേനാവിഭാഗത്തിനു 'ഗാർഡ്സ് കളർ' കിട്ടിയിട്ടുണ്ട് എന്ന അത്യന്തപ്രധാനമായ വാർത്ത വിട്ടുകളയത്തക്കവിധത്തിൽ കുക്കുഷ്കിന്റെയും അയാളുടെ സ്വയംസേവനമർപ്പിച്ച എഴുത്തുകാരിയുടേയും മനസ് വേറെ എന്തോ ഒന്നിൽ ലയിച്ചിരുന്നു എന്നതു വ്യക്തമാണ്.

പിന്നീട് അയാൾ തുറന്ന കത്ത് അമ്മയുടേതാണ്. സാധാരണ

വൃദ്ധമാതാക്കൾ എഴുതാറുള്ളതുപോലെ അയാളെപ്പറ്റിയുള്ള ആവലാതിയും ഉൽക്കണ്ഠയുമാണ് അതുനിറയെ. അയാൾ എങ്ങനെ കഴിച്ചുകൂട്ടണം, തണുപ്പ് അധികമുണ്ടോ, ആവശ്യാനുസരണം ഭക്ഷണം ലഭിക്കുന്നുണ്ടോ, തണുപ്പുകാലത്തേക്കാവശ്യമായ വസ്ത്രങ്ങൾ ഉണ്ടോ, അതോ അവർ ഒരു ജോഡി കൈയുറതയ്ച്ച് അയയ്ക്കണമോ എന്നെല്ലാം ചോദിച്ചിട്ടാണ്. അവർ 5 ജോഡി തുന്നി ചുകപ്പുസേനയിലെ അംഗങ്ങൾക്ക് സമ്മാനമായി അയച്ചുകൊടുത്തിട്ടുണ്ടത്രേ. അതിന്റെ തള്ളവിരലിന്റെ കള്ളിയിൽ "നിങ്ങൾ ഇത് ദീർഘകാലം ധരിക്കുമാറാകട്ടെ." എന്ന് ആംശസാവചനവും എഴുതിവെച്ചിരുന്നു. അങ്ങനെ ഒരെണ്ണം അയാൾക്കും ലഭിച്ചു എന്നറിയുന്നത് അമ്മയ്ക്ക് ആഹ്ലാദകരമായിരിക്കും. അവർക്കിപ്പോൾ ഒരാണും ഒരു പെണ്ണും ഏഴു കുഞ്ഞുങ്ങളും അടങ്ങിയ ഒരു കുടുംബമുണ്ട് എന്ന വസ്തുത അറിയിക്കുവാൻ മറന്നുപോയി. അങ്ങനെ മാതൃസ്നേഹം നിറഞ്ഞ കാര്യങ്ങൾക്കുശേഷം മാത്രമാണ് അതിപ്രധാനമായ, ജർമൻകാരെ, സ്റ്റാലിൻഗ്രാഡിൽനിന്നും തുരത്തിയെന്നും അവരിൽ വളരെപ്പേർ കൊല്ലപ്പെട്ടുവെന്നും, തലവന്മാരെ പലരേയും തടവിലാക്കാൻ സാധിച്ചിട്ടുണ്ടെന്നും ഉള്ള വാർത്ത കുറിച്ചിരിക്കുന്നത്. അവരെ ഓടിച്ചുകളഞ്ഞതിനുശേഷം, ഓല്യ അഞ്ചുദിവസത്തെ അവധിക്കു വീട്ടിൽ വന്നിരുന്നു. ഓല്യയുടെ വീടിന് ഒരു ബോംബുവീണു കേടുപറ്റുകയാൽ അവൾ അവരുടെകൂടെയാണു താമസിച്ചത്. അവളിപ്പോൾ സാപ്പർ വിഭാഗത്തിൽ ഒരു ലഫ്റ്റനന്റ് ആണ്. അവൾക്ക് ചുമലിൽ ഒരു മുറിവേറ്റിരുന്നു. ഇപ്പോൾ അതെല്ലാം ഭേദമായിരിക്കുന്നു. അവൾക്കൊരു ബഹുമതിമുദ്ര ലഭിച്ചിട്ടുണ്ട്. എന്താണ് അത് എന്നു പറയുവാൻ ആ കിഴവി മിനക്കെട്ടിരുന്നില്ല. അവരുടെ വീട്ടിലായിരുന്ന മിക്കസമയവും ഓല്യ ഉറക്കംതന്നെയായിരുന്നു. അല്ലാത്തപ്പോഴെല്ലാം അയാളെക്കുറിച്ചു സംസാരിച്ചിരുന്നു. അവർ ശീട്ടുകൊണ്ടു ഭാഗ്യം പരീക്ഷിച്ചു. എല്ലാസമയത്തും ക്ലാവർ രാജാക്കന്മാരുടെ മീതെ വന്നത് ആഡ്യൻ റാണിമാരാണ്. അതിന്റെ അർഥം അലക്സിക്ക് അറിയാമായിരുന്നു. ഈ ഹൃദയറാണിയെക്കാളും മീതെ ഒരു മരുമകളെ താൻ ആഗ്രഹിക്കുന്നില്ലെന്നും ആ വൃദ്ധ വ്യക്തമാക്കിയിരുന്നു.

അമ്മയുടെ നിഷ്കളങ്കമായ നയതന്ത്രതയോർത്ത് അയാൾ പുഞ്ചിരിച്ചു. പിന്നീട് ആ ഹൃദയറാണിയുടെ എഴുത്തെടുത്ത് അയാൾ അത് ശ്രദ്ധയോടെ പൊളിച്ചു. അത് വളരെ നീണ്ടതൊന്നും ആയിരുന്നില്ല. കിടങ്ങുകളുടെ പണിതീർന്നശേഷം ആ വിഭാഗത്തിലെ സമർഥരായ അംഗങ്ങളെ ശരിയായ സേനാവിഭാഗത്തിലേക്ക് "സാപ്പർമാരായി തെരഞ്ഞെടുത്തുവെന്ന് അവൾ എഴുതിയിരുന്നു. അവൾക്ക് ഇപ്പോൾ ഒരു ലഫ്റ്റനന്റ് സാങ്കേതികവിദഗ്ദ്ധയുടെ പദവിയാണ്. ഈയിടെ സുപ്രസിദ്ധിയാർജിച്ച "മാമയിവ്കുർഗിന്റെയും ട്രാക്ടർ വർക്സിന്റെയും ചുറ്റുമുള്ള കോട്ടകളുടെ പണി ശത്രുക്കൾ വെടിയുണ്ട വർഷിച്ചുകൊണ്ടിരുന്നപ്പോൾ അവൾകൂടി ഉൾപ്പെട്ട യൂണിറ്റാണ് മുഴുമിച്ചത്. അതിനവൾക്ക്

ഓർഡർ ഓഫ് ദി റെഡ് ബാനർ ലഭിച്ചിരിക്കുന്നു. അതിഭയങ്കരമായ ഒരു ഘട്ടമാണ് തരണം ചെയ്യേണ്ടിയിരുന്നത്. മാംസംതൊട്ട്, തൂമ്പവരെയുള്ള എല്ലാംതന്നെ വോൾഗയുടെ മറുതീരത്തുനിന്നു കൊണ്ടുവരേണ്ടിയിരുന്നു. അവിടമാകട്ടെ നിരന്തരമായ യന്ത്രത്തോക്കുകളുടെ ആക്രമണത്തിന് ലക്ഷ്യമായിരുന്നു താനും. ആ നഗരത്തിലെ ഒരൊറ്റക്കെട്ടിടംപോലും കേടുപറ്റാതില്ല. ചന്ദ്രബിംബത്തിന്റെ വലുതാക്കിയെടുത്ത ഫോട്ടോ പോലെ തോന്നിക്കുന്ന ബോംബുഗർത്തങ്ങളാണ് നിലം മുഴുവൻ.

ആശുപത്രി വിട്ടതിനുശേഷം അവളേയും ബാക്കി കൂട്ടുകാരുടെയും ഒപ്പം ഒരു കാറിൽ സ്റ്റാലിൻഗ്രാഡിലൂടെ കൊണ്ടുപോയി അവിടെവെച്ചവർ, സംസ്കാരത്തിനുവേണ്ടി കൂട്ടിയിടപ്പെട്ട നിരവധി ജർമൻ ശവശരീരങ്ങൾ കണ്ടു. എത്രയാണ് ഇനിയും നിരത്തിൽ അവിടെവിടെയായി കിടക്കുന്നത്. നിങ്ങളുടെ സുഹൃത്തില്ലേ ആ ടാങ്കിസ്റ്റ്–അദ്ദേഹത്തിന്റെ പേര് ഞാൻ മറന്നു പോയി. സ്വന്തം ആൾക്കാരെല്ലാം ക്രൂരമായി മരണത്തിനു ഇരയായിപ്പോയ ആ മനുഷ്യൻ – അദ്ദേഹം സ്വന്തം കണ്ണുകൾ കൊണ്ട് ഈ കാഴ്ച ഒന്നു കണ്ടുവെങ്കിൽ എന്നു ഞാൻ ആശിച്ചുപോയി. വാസ്തവത്തിൽ എന്നെ വിശ്വസിക്കൂ. ഇതെല്ലാം ചലച്ചിത്രമാക്കി അദ്ദേഹത്തെപ്പോലുള്ള ആളുകളെ കാണിക്കേണ്ടതാണ്. അവർ കാണട്ടെ–നാം എങ്ങനെയാണ് ശത്രുവിനോടു പ്രതികാരം ചെയ്തത് എന്ന്.' ഒടുവിലായി അവൾ എഴുതിയിരുന്നു. നല്ലപോലെ തിരിച്ചു മനസിലാക്കുവാൻ സാധിക്കാത്ത വചനങ്ങൾ, അയാൾ അനവധി പ്രാവശ്യം വായിച്ചുനോക്കി. സ്റ്റാലിൻഗ്രാഡ് സമരത്തിനുശേഷം അവൾക്ക് ബോധ്യമായിരിക്കുന്നു; ഇപ്പോൾ അവൾ വീരന്മാരിൽ വീരനായ അലക്സിക്ക് യോജിച്ചവൾതന്നെയാണെന്ന്. വണ്ടി വന്നു നിന്ന ഒരു റെയിൽവേ സ്റ്റേഷനിൽ വെച്ച് വളരെ ധൃതിപിടിച്ച് എഴുതിയ ആ കത്ത് എങ്ങോട്ടാണ് അവർ കൊണ്ടു പോകുന്നത് എന്ന് അവൾക്ക് അറിയില്ല. പി ഒ നമ്പറും ഇപ്പോൾ പറയുവാൻ സാധ്യമല്ല. തന്നിനിമിത്തം പിന്നത്തെ എഴുത്ത് കിട്ടുന്നതിനുമുമ്പ് മറുപടി അയയ്ക്കുവാൻ അയാൾക്കു കഴിഞ്ഞില്ല. യുദ്ധത്തിന്റെ നടുക്ക് ഇത്രയധികം ബുദ്ധിമുട്ടിയ അവളാണ്–ആ ചടച്ച ദുർബലയായ പെൺകുട്ടിയാണ് വീരാധിവീര എന്ന് എഴുതാൻ അയാൾക്ക് ആഗ്രഹമുണ്ടായിരുന്നു. അയാൾ ആ കവർ മറിച്ചുനോക്കി. എഴുതിയ ആളുടെ പേര് ചേർക്കേണ്ട സ്ഥലത്ത് വ്യക്തമായി ഗാർഡ്സ് ജൂണിയർ ലഫ്റ്റനന്റ് ടെക്നീഷ്യൻ ഓൾഗ എന്നു കുറിച്ചിരുന്നത് അയാൾ വായിച്ചു.

വിമാനത്താവളത്തിൽവെച്ച് വിശ്രമിക്കുവാൻ കിട്ടിയ ഓരോ സന്ദർഭത്തിലും അയാൾ ആ എഴുത്തെടുത്ത് വായിച്ചു. വിമാനസങ്കേതത്തിലെ കുത്തിത്തുളയ്ക്കുന്ന കാറ്റിനിടയിലും അയാളുടെ കിടപ്പറയായിരുന്ന ക്ലാസുമുറിയിലെ മരവിപ്പിക്കുന്ന തണുപ്പിന്നിടയിലും, ആ കത്ത് കുറെ അധികം കാലത്തേക്ക് അയാൾക്ക് ചൂടു പകർന്നുകൊടുത്തിരുന്നു.

ഒടുവിൽ ഒരു ദിവസം ശിക്ഷകനായ 'നാമോവ്' അലക്സിയുടെ

പരീക്ഷണപ്പറക്കലിനുള്ള തീയതി നിശ്ചയിച്ചു. അന്ന് ആചാര്യനു പുറമെ, മുമ്പ് അയാളെ വളരെ ഉദാസീനതയോടെ സ്വാഗതംചെയ്ത ആ ചുവന്ന തടിച്ച മുഖമുള്ള ലഫ്റ്റനന്റ് കേണലും പരിശോധനയ്ക്ക് ഉണ്ടായിരിക്കും.

പരിശോധകൻ താഴെനിന്ന് അയാളെ സൂക്ഷ്മമമായി പരിശോധിക്കുന്നുണ്ടെന്നും, അയാളുടെ വിധി നിർണയിക്കുവാനുള്ള സമയം സമാഗതമായി എന്നും മനസിലാക്കിയിരുന്ന അലക്സി അന്നു പതിവിൽ കൂടുതൽ സാമർഥ്യം കാണിച്ചു. ആ കനംകുറഞ്ഞ വിമാനംകൊണ്ട് അയാൾ കാണിച്ച കസർത്തുകൾ വീക്ഷിച്ചു നിന്നിരുന്ന ലഫ്റ്റനന്റ് കേണലിന്, തന്റെ അഭിനന്ദനോദ്ഘോഷങ്ങൾ നിയന്ത്രിക്കുവാൻ സാധ്യമായില്ല. വിമാനത്തിൽനിന്ന് ഇറങ്ങി കേണലിന്റെ മുന്നിൽവന്നു നിന്നപ്പോൾ നാമോവിന്റെ മുഖത്തെ ഓരോ ചുളിവിലും തങ്ങി നിന്നിരുന്ന ആനന്ദത്തിൽനിന്നും ആവേശത്തിൽനിന്നും അലക്സിക്കു മനസിലാക്കുവാൻ കഴിഞ്ഞു, താൻ അത് ശരിക്കും നിർവഹിച്ചിട്ടുണ്ടെന്ന്.

"നല്ല ഒരു രീതിയാണ് നിങ്ങളുടേത്. ഞാൻ സാധാരണ പറയുന്നതുപോലെ ദൈവദത്തനായ ഒരു വൈമാനികനാണ് നിങ്ങൾ." ലഫ്: കേണൽ മൊഴിഞ്ഞു.

"ശ്രദ്ധിക്കൂ, സീനോർ. നിങ്ങൾക്ക് ഇവിടെ ഒരു രക്ഷകനായി ഇരിക്കുവാൻ സമ്മതമാണോ. നിങ്ങളെപ്പോലുള്ളവരെ ഇനിയും ഞങ്ങൾക്ക് ആവശ്യമാണ്".

മെരിസീവ് വളരെ സ്ഥൈര്യത്തോടെ അതിന് വിസമ്മതിച്ചു.

"ശരി നിങ്ങൾ ഒരു കഴുതയാണ്. ആർക്കുവേണമെങ്കിലും യുദ്ധം ചെയ്യാം. പക്ഷേ ഇവിടെ നിങ്ങൾ ജനങ്ങളെ പറക്കാൻ പഠിപ്പിക്കുകയാണ്."

പെട്ടെന്നു മെരിസീവ് ചാരിനിന്നിരുന്ന വടി കേണലിന്റെ ദൃഷ്ടിയിൽപ്പെട്ടു.

അദ്ദേഹത്തിന്റെ മുഖം കറുത്തു.

"ഓ, നിങ്ങളുടെ കൈയിൽ ഇപ്പോഴും ആ സാധനമുണ്ടോ, അയാൾ അലറി. ഇവിടെ കൊണ്ടുവരൂ അത്. ഒരു ഉല്ലാസയാത്രയ്ക്ക് ഇറങ്ങിയിരിക്കുകയാണെന്നാണോ വിചാരം. നീ എവിടെയാണ് നടക്കാവിലോ? കല്പന ധിക്കരിച്ചതിന് 48 മണിക്കൂർ ഗാർഡ്സ് മുറിയിൽ കിടക്കണം. വീരന്മാർ! രക്ഷക്കാർ! ഇനി നിങ്ങൾ 'ഫ്യൂസിലേജിൽ വൈക്കില്ലിന്റെ പടം വരച്ചുവയ്ക്കുമല്ലോ. ഊം 48 മണിക്കൂർ തടവ്. ഞാൻ പറയുന്നത് കേട്ടുവോ."

ലഫ്: കേണൽ മെരിസീവിന്റെ കൈയിൽനിന്നു തട്ടിപ്പറിച്ച വടി ഒടിച്ചുകളയുവാൻ എന്തെങ്കിലും കിട്ടുമോ എന്ന് നാലു ഭാഗത്തേക്കും നോക്കി അയാൾ.

"ഒരു കാര്യം പറയുവാൻ എന്നെ അനുവദിക്കണം. ലഫ്: കേണൽ സഖാവേ, അയാൾക്ക് പാദങ്ങൾ ഇല്ല." നാമോവ് തന്റെ സുഹൃത്തിനു വേണ്ടി ഇടയിൽ കയറി മധ്യസ്ഥം പറഞ്ഞു.

പ്രധാനിയുടെ മുഖം കൂടുതൽ കൃഷ്ണവർണം പൂണ്ടു. അദ്ദേഹത്തിന്റെ കൃഷ്ണമണികൾ പുറത്തേക്കു തള്ളി. ശ്വാസോച്ഛ്വാസം ദ്രുതഗതിയിലായി. "എന്താണ് നിങ്ങൾ പറയുന്നത്. എന്നെ കഴുത കളിപ്പിക്കുകയാണോ ഈ പറയുന്നത് ശരിയാണോ?"

"ശരിയാണ്" എന്ന മറുപടി പറയുമാറ് മെരിസീവ് തലകുലുക്കി നഷ്ടപ്പെട്ടുപോകാനിടയുള്ള തന്റെ ആ വിലപിടിച്ച വടിയിലേക്ക് നിസഹായനായി നോക്കിക്കൊണ്ടു നിന്നു. വാസിലി വാസിലോവിച്ചിന്റെ ആ സമ്മാനം ലഭിച്ചതിൽപിന്നെ ഒരിക്കലും അത് അയാളെ വേർപിരിഞ്ഞിട്ടില്ല. ആ സുഹൃത്തുക്കളെ സംശയത്തോടെ നോക്കിക്കൊണ്ട് കേണൽ അലറി.

"അതാണ് സംഗതിയെങ്കിൽ ശരി–അപ്പോൾ തീർച്ചയായും–ആ കട്ടെ കാലുകാണിക്കൂ."

അലക്സി വിമാനപരിശീലനകേന്ദ്രം വിട്ടത് ഒന്നാംക്ലാസ് സർട്ടിഫിക്കറ്റോടുകൂടിയാണ്. പഴയ 'ആകാശച്ചെന്നായ'യായ ലഫ്: കേണലിന് അയാളുടെ നേട്ടങ്ങളെ എല്ലാവരേക്കാളും കൂടുതലായി ആദരിക്കുവാൻ സാധ്യമായിരുന്നതുകൊണ്ട് അത് പ്രകടമാക്കുവാൻ അദ്ദേഹം ഒട്ടും തന്നെ പിശുക്ക് കാണിക്കുകയുണ്ടായില്ല. മെരിസീവ് സമർഥനും പരിചയസമ്പന്നനും നിശ്ചദാർഢ്യത്തോടുകൂടിയവനും വ്യോമയാന സർവ്വീസിന്റെ ഏതു വിഭാഗത്തിനും യോജിക്കുന്നവനുമായ ഒരു വൈമാനികൻ" ആണ് എന്നായിരുന്നു അദ്ദേഹം സർട്ടിഫിക്കറ്റ് എഴുതിയത്.

X

മെരിസീവ് ആ മഞ്ഞുകാലവും വസന്തത്തിന്റെ ആദ്യ ഭാഗവും കഴിച്ചത്, ഒരു 'ഇംബ്രുമെന്റ്' സ്കൂളിലായിരുന്നു. പഴയ മാതൃകയിലുള്ള ഒരു വ്യോമയാന സ്കൂളായിരുന്നു അത്; അതിന്ന് ഒന്നാംതരം വിമാനത്താവളം, അസ്സൽതാമസസ്ഥലം, ഇടയ്ക്കിടെ മോസ്കോ തിയേറ്റർ കമ്പനിക്കാരുടെ പരിപാടികൾ ഉണ്ടാകാറുള്ള ക്ലബ് മുതലായവ ഉണ്ടായിരുന്നു. അവിടവും ജനനിബിഡമായിരുന്നുവെങ്കിലും യുദ്ധകാലത്തിനു മുമ്പുണ്ടായിരുന്ന ചട്ടങ്ങൾ കർശനമായി പരിപാലിക്കപ്പെട്ടുപോന്നു. പരിശീലത്തിന്റെ എല്ലാ കാര്യത്തിലും എന്തിലും, എന്തിന് ഉടുപ്പിന്റെ ലഘുവായ ചട്ടങ്ങളിൽപ്പോലും അത്യന്തം ശ്രദ്ധ ചെലുത്തേണ്ടിയിരുന്നു. ബൂട്സ് ശരിയായി മിനുങ്ങിയിട്ടില്ലെങ്കിൽ, കോട്ടിൽ ഒരു ബട്ടൺ കുറവാണെങ്കിൽ, ഒരു ഭൂപടപേടകം അബദ്ധത്തിൽ ബെൽറ്റിനു മുകളിലായി വച്ചുവെങ്കിൽ കുറ്റക്കാരന് കമാണ്ടറുടെ കൽപ്പനപ്രകാരം രണ്ടുമണിക്കൂർ നേരത്തെ ഡ്രിൽ എടുക്കേണ്ടിവരും.

അലക്സി ഉൾപ്പെട്ടിരുന്ന ഒരു വലിയസംഘം വൈമാനികർ ഒരു പുതിയതരം സോവിയറ്റ് പോർവിമാനം എൽഎ 5 കൈകാര്യം ചെയ്യുവാൻ പരിശീലിക്കുകയായിരുന്നു. സമഗ്രവും നികൃഷ്ടവുമായ പരിശീലനം വിമാനത്തിന്റെ 'എൻജിൻ' ഇതരവിഭാഗങ്ങൾ ഇവയെക്കുറി

ച്ചെല്ലാം പഠിക്കണം. പ്രസംഗങ്ങൾ ശ്രവിച്ചുകൊണ്ടിരിക്കെ, താൻ ഇല്ലാതിരുന്ന അൽപ്പകാലത്തിനിടയ്ക്ക് സോവിയറ്റ് വ്യോമയാനം ആർജിച്ചിരുന്ന പുരോഗതിയെപ്പറ്റി ഓർത്ത് അലക്സി അത്ഭുതപ്പെട്ടു പോയി. യുദ്ധാരംഭകാലത്ത് വിലയേറിയ പുതിയ കണ്ടുപിടുത്തങ്ങളായിരുന്നവയെല്ലാം ഇന്നു തീരെ ഉപയോഗശൂന്യമായിത്തീർന്നിരിക്കുന്നു. വേഗതയേറിയ 'സോളോസ്' അത്ഭുതസൃഷ്ടിയെന്ന് വാഴ്ത്തപ്പെട്ടിരുന്നു. വളരെ ഉയർന്നു പറക്കുന്ന കനം കുറഞ്ഞ മിജറ്റ്–മുതലായവയെല്ലാം അൽപ്പകാലംകൊണ്ട് അതിശയനീയമായ വേഗതയോടെ സോവിയറ്റ് വിമാന വ്യവസായശാലകൾ പുറത്തുവിടുന്ന പുതിയയന്ത്രങ്ങൾക്ക് വഴിമാറിക്കൊടുത്തിരിക്കുന്നു; ഏറ്റവും പുതിയ മാതൃകയിലുള്ള അതിഗംഭീരമായ 'യാക്സ്'–പുതിയ പരിഷ്കാരമായ 'എൽഎ 5' ഭൂമിയെ തൊട്ടുരുമ്മി പറന്നു. ശത്രുക്കളുടെ തലയിൽത്തന്നെ ബോംബും ഷെല്ലും വർഷിക്കുന്ന രണ്ടു ഇരിപ്പിടങ്ങളുള്ള "യെൽസ്"–ജർമൻകാരുടെ പരിഭ്രമത്തിനിടയിൽ അവർ അതിനെ 'കറുത്ത മരണം' എന്നാണ് വിളിക്കുന്നത്. പട്ടാളത്തിന്റെ പ്രാഗത്ഭ്യംമൂലം പിറവിയെടുത്ത ഈ പുതിയ യന്ത്രങ്ങൾ വ്യോമയാനത്തെ വളരെ സങ്കീർണമാക്കിയിരിക്കുന്നു. താൻ കൈകാര്യം ചെയ്യുന്ന യന്ത്രങ്ങളെക്കുറിച്ചുള്ള അറിവും അതിരറ്റ ധൈര്യവും മാത്രം പോരാ, യുദ്ധരംഗത്തിലെ ഗതിവിഗതികളും തന്റെ സ്ഥാനവും ശരിയായി മനസിലാക്കുവാനുള്ള കെൽപ്പുണ്ടാകണം, വ്യോമയാനയുദ്ധരംഗത്തെ വിവിധഭാഗങ്ങളായി പരിഗണിച്ച് സ്വയം സംഘട്ടന പരിപാടി നിർണയിക്കാനുള്ള തന്റേടം വേണം; കൽപ്പനയ്ക്കു വേണ്ടി കാത്തുനിൽക്കാതെ തക്കതായ തീരുമാനങ്ങൾ യഥാസന്ദർഭം എടുക്കുവാനും, അവ നടപ്പിലാക്കുവാനുമുള്ള മനസാന്നിധ്യം ഉണ്ടായിരിക്കണം.

ഇതെല്ലാം ഏറ്റവും രസകരമായ കാര്യങ്ങളാണ്. മുന്നണിയിൽ അറുതിയില്ലാത്ത പൊരിഞ്ഞ യുദ്ധം തകർക്കുകയാണ്. ഈ സമയത്ത് സുഖകരമായ ക്ലാസുമുറിയിലെ, കറുത്ത ഡസ്കിനരികിലിരുന്ന് പ്രസംഗം കേൾക്കുമ്പോൾ അലക്സിയുടെ ചേതന ആ പൊരിഞ്ഞ സമരരംഗത്തെത്തുവാൻ കൊതിപൂണ്ടു. കായികമായ വേദനയെ കീഴടക്കുവാൻ അയാൾക്കു ശീലമായിരിക്കുന്നു; അസാധ്യമാണ് എന്നു തോന്നതു പ്രവർത്തിക്കാൻ സ്വയം നിർബന്ധിക്കുവാനും അയാൾക്കു വശമുണ്ടായിരുന്നു. പക്ഷേ, നിർബന്ധിതമായ ഈ അലസതയെ കീഴടക്കുവാനുള്ള മനസാന്നിധ്യം ഉണ്ടാക്കാൻ അയാൾക്ക് സാധിച്ചില്ല. ഉദാസീനനായി ശുണ്ഠിപിടിച്ച് മുഖവും വീർപ്പിച്ച് അയാൾ ആഴ്ചകളോളം സ്കൂൾവളപ്പിൽ ചുറ്റിക്കറങ്ങും.

ഭാഗ്യത്തിന് അക്കാലത്തുതന്നെ മേജർ സ്റ്റ്റുക്കോവും ആ സ്കൂളിൽ ഉണ്ടായിരുന്നു. അലക്സി വന്ന് രണ്ടാഴ്ചകഴിഞ്ഞാണ് സ്റ്റ്റുക്കോവ് എത്തിയത്. പഴയ സ്നേഹിതന്മാരെപ്പോലെ അവർ കണ്ടുമുട്ടി. മേജർ ഉടനെതന്നെ ആ സ്കൂളിലെ പ്രത്യേകമായ പ്രായോഗിക

ജീവിതത്തിൽ ആമഗ്നനായി, യുദ്ധകാലത്ത് ഇണങ്ങിച്ചേർന്ന്, അവിടെയുണ്ടായിരുന്ന എല്ലാവരുമായി വീട്ടുകാരെപ്പോലെ പെരുമാറി. അലക്സിയുടെ ഭാവഭേദത്തിന്റെ കാരണം പെട്ടെന്നുതന്നെ മേജർക്കു മനസിലായി. കുളിമുറിവിട്ട്, എല്ലാവരും കിടപ്പുമുറിയിലേക്കു പോകുന്നതിനുമുമ്പ് മേജർ കൈചൂണ്ടി അലക്സിയുടെ പള്ളയ്ക്കു കുത്തി തമാശയായി പറഞ്ഞു.

"വിഷമിക്കാതിരിക്കൂ കുട്ടീ. യുദ്ധംചെയ്യാനുള്ള അവസരം കിട്ടും. നോക്കൂ, നാം ബർലിനിൽനിന്ന് എത്ര ദൂരെയാണെന്ന്. ആയിരമായിരം നാഴികകൾക്കപ്പുറം. നമുക്ക് നമ്മുടെ പങ്കു ലഭിക്കും. വ്യസനിക്കാതിരിക്കൂ. നമുക്കു മതിവരുവോളം സമരം ചെയ്യാം."

തമ്മിൽ കാണാതിരുന്ന രണ്ടോ മൂന്നോ മാസത്തിനകത്ത് മേജർ തീരെ ചടച്ചു വയസ്സനായ മട്ടിലായിരുന്നു. സൈനികഭാഷയിൽ പറയുന്നതുപോലെ ആകെ തകർന്നിരിക്കുന്നു.

മഴക്കാലത്തിന്റെ മധ്യത്തോടെ അലക്സിയും സ്റ്റ്റുക്കോവും ഉൾപ്പെട്ടിരുന്ന വിഭാഗം പരിശീലനം ആരംഭിച്ചു. പറക്കുന്ന മത്സ്യത്തിന്റെ ആകൃതിയെ അനുസ്മരിപ്പിക്കുന്ന ചെറിയ പത്രങ്ങളോടുകൂടിയ എൽഎ 5 വിമാനവുമായി അലക്സി പരിചയപ്പെട്ടുകഴിഞ്ഞിരിക്കുന്നു. വിശ്രമാവസരങ്ങളിലെല്ലാം അയാൾ വിമാനത്താവളത്തിൽപോയി ആ വിമാനം അൽപ്പം ഒന്ന് ഓടിയതിനുശേഷം കുത്തനെ ആകാശത്തേക്കുയരുന്നതു നോക്കിനിൽക്കാറുണ്ട്. ഉയർന്നുകഴിഞ്ഞാൽ അതിന്റെ നീലിമപൂണ്ട മറുഭാഗം സൂര്യപ്രകാശത്തിൽ വെട്ടിത്തിളങ്ങും. വിമാനത്തിന്റെ സമീപംപോയി അയാൾ അതിനെ പരിശോധിക്കുന്നതും അതിന്റെ പാർശ്വഭാഗങ്ങൾ തൊട്ടുതലോടുന്നതും കണ്ടാൽ, അതൊരു യന്ത്രമല്ല, വളരെ സൂക്ഷ്മതയോടെ രക്ഷിക്കുന്ന ഒരു കുതിരയാണ് എന്നേ തോന്നൂ. പുറപ്പെടുന്ന സ്ഥലത്ത് പട്ടാളക്കാരെല്ലാം തങ്ങളുടെ സാമർഥ്യം വെളിപ്പെടുത്തുവാൻ അക്ഷമരായി നിൽക്കുകയാണ്. ആരാണ് ആദ്യം പുറപ്പെടേണ്ടത് എന്നതിനെക്കുറിച്ച്, അടക്കിയ സ്വരത്തിൽ അവരുടെ ഇടയിൽ ഒരു വാദം തന്നെ നടന്നു. ആദ്യമായി ശിക്ഷകൻ വിളിച്ച പേര് സ്റ്റ്റുക്കോവിന്റേതായിരുന്നു. മേജറുടെ കണ്ണുകൾ വികസിച്ചു. എന്തോ അറിയാവുന്നതുപോലെ മന്ദഹസിച്ചു പാരച്യൂട്ട് ഉറപ്പിച്ചു കോക്പിറ്റിന്റെ മൂടിവലിച്ചിടുന്നതിനിടയിൽ അയാൾ ആവേശത്തോടെ ഒരു രാഗം ചൂളംകുത്തി.

യന്ത്രം അലറി, വിമാനം താവളത്തിലൂടെ ഒന്ന് ഓടിക്കറങ്ങിയപ്പോൾ മേലോട്ടു പൊന്തിയ ഹിമകണങ്ങൾ സൂര്യപ്രകാശമേറ്റു മഴവില്ലുപോലെ വെട്ടിത്തിളങ്ങി. ഒരൊറ്റ നിമിഷംകൊണ്ടു വിമാനം അന്തരീക്ഷത്തിലെത്തി. അർക്ക രശ്മിയേറ്റ് അതിന്റെ ചിറകുകൾ പ്രഭ വിതറി. വിമാനത്താവളത്തിന്റെ മുകളിൽ ഒരു വൃത്തം ലേഖനം ചെയ്തുകൊണ്ട് സ്റ്റ്റുക്കോവ് ഭംഗിയിൽ 'ബാങ്ക്' ചെയ്തു. സാമർഥ്യത്തോടെ സുന്ദരമായി ചിറകിന്മേൽ കറങ്ങിത്തിരിഞ്ഞു, ആവശ്യപ്പെട്ട രീതിയി

ലുള്ള അഭ്യാസങ്ങൾ എല്ലാം നിർവഹിച്ചതിനുശേഷം അയാൾ പെട്ടെന്ന് അപ്രത്യക്ഷനായി. സ്കൂളിന്റെ മേൽപ്പുരക്കിടയിലൂടെ യന്ത്രം അലറിക്കൊണ്ടിരിക്കെ, തങ്ങളുടെ തവണ കാത്തുകൊണ്ടിരിക്കുന്ന വൈമാനികരുടെ തൊപ്പി പറന്നുപോകത്തക്കവിധത്തിൽ താഴ്ന്നുപറന്ന് അയാൾ വീണ്ടും മറഞ്ഞു; വേഗം മടങ്ങിവന്ന് വിമാനം പടിപടിയായി താഴ്ത്തിക്കൊണ്ടുവന്ന്, അതിന്റെ മൂന്നു ചക്രത്തിന്മേൽത്തന്നെ സമർഥമായ വിധത്തിൽ കൊണ്ടുവന്നു നിർത്തി. ഉല്ലാസകരമായ എന്തോ ഒരു കുസൃതി കാണിച്ച ഒരു കുട്ടിയുടെ അടങ്ങാത്ത ആഹ്ലാദത്തിമിർപ്പോടെ ആവേശഭരിതനായി, വിജയഭാവത്തിൽ അയാൾ കോക്പിറ്റിൽനിന്നു ചാടിയിറങ്ങി.

"ഇതൊരു യന്ത്രമല്ല; അസൽ വീണ; ഈശ്വരനാണേ അതൊരു വീണയാണ്." താൻ കാണിച്ച സാഹസികത്വത്തിന് ശകാരിക്കാൻ പുറപ്പെട്ട ശിക്ഷകനെ ഇടയിൽ തടഞ്ഞുകൊണ്ട് മേജർ ഉറക്കെ വിളിച്ചുപറഞ്ഞു. "നിങ്ങൾക്ക് അതിന്മേൽ 'ചെക്കോവെയ്സ്കി' വേണമെങ്കിൽ വായിക്കാം, ഞാൻ പറയുന്നു. തന്റെ സുശക്തമായ കൈകൊണ്ട് അലക്സിയെ കെട്ടിപ്പിടിച്ചുകൊണ്ട് അയാൾ അട്ടഹസിച്ചു. "ഓ അലോഷ്യ, നാം ജീവിച്ചിരിക്കുന്നുവല്ലോ."

അതൊരു രസികൻ വിമാനമായിരുന്നു തീർച്ച. എന്തെന്നാൽ എല്ലാവരും അതു സമ്മതിച്ചതാണ്. അവസാനം അലക്സിയുടെ മുറവന്നു. പെഡലിന്മേൽ തന്റെ കൃത്രിമക്കാലുകൾ വെച്ചുകെട്ടി അയാൾ ആകാശത്തേക്ക് ഉയർന്നു. പെട്ടെന്ന് അയാൾക്ക് തോന്നി, പാദങ്ങളില്ലാത്ത ഒരുവനു നിയന്ത്രിക്കുവാൻ പറ്റിയതല്ല ഇത്. തനിക്ക് ഒതുങ്ങുന്നതല്ല ഈ വാഹനം, കുറേക്കൂടി ശ്രദ്ധാപൂർവമായ പെരുമാറ്റം ആവശ്യമാണ് എന്ന്. പറക്കുന്നതിന്റെ ആനന്ദം കൈവരുത്തുന്ന യന്ത്രവുമായുള്ള മഹത്തായ ആ താദാത്മ്യഭാവം പ്രാപിക്കുവാൻ തനിക്കു സാധിക്കുന്നില്ല എന്ന് ഉയരുമ്പോൾ അയാൾക്കു തോന്നി. സവിശേഷമായി സംഘടിക്കപ്പെട്ടതായിരുന്ന ആ വിമാനം; ഓരോ ചലനത്തിനും മാത്രമല്ല, സ്റ്റിയറിംങ്ങ് ഗിയറിന്മേലുണ്ടാകുന്ന ഓരോ അനക്കത്തിനും അനുസൃതമായി അതു പ്രതിചലനം നിർവഹിച്ചിരുന്നു. നല്ലപോലെ മുറുക്കിക്കെട്ടിയ ഒരു വീണപോലെതന്നെയായിരുന്നു ഇതിന്റെയും പ്രതികരണം. ഇപ്പോഴാണ് തനിക്കു പറ്റിയ നികത്താനാകാത്ത നഷ്ടത്തിന്റെ യഥാർഥമായ സ്വഭാവം അലക്സിക്കു മനസിലായത്. ഇതുപോലെയുള്ള ഒരു യന്ത്രത്തിൽ എത്രമാത്രം പരിശീലനമുണ്ടെങ്കിലും കൃത്രിമക്കാലുകളുമായി എത്രമാത്രം പഴകിയിട്ടുണ്ടെങ്കിലും പ്രകൃതിദത്തമായ കാലിന്റെ ചലനവും ലയനവും കിട്ടുകയില്ല എന്നു വെളിവായി. വിമാനം എളുപ്പത്തിൽ വഴക്കത്തോടെ ആകാശഗമനം തുടർന്നു, സ്റ്റിയറിംഗ് ചക്രത്തിന്റെ ഓരോ ചലനത്തിനും അതു വഴങ്ങിക്കൊടുത്തിരുന്നു, എന്നിട്ടും അലക്സിക്കു ഭയംതോന്നി. വെട്ടിത്തിരിക്കുമ്പോൾ അയാളുടെ കാലുകൾക്ക് അമാന്തം വരുന്നുണ്ട് എന്നായിരുന്നു അയാളുടെ തോന്നൽ. പോരാത്ത

തിന് സ്വഭാവിക പ്രതികരണമെന്നമട്ടിൽ ഓരോ വൈമാനികനും അനുഭൂതമാകുന്ന യന്ത്രവുമായുള്ള അനുരഞ്ജകമായ സമാനുബന്ധം ഇത്തവണ സാധ്യമാകുന്നില്ല. ഈ അമാന്തം യന്ത്രത്തെ അപകടത്തിലാക്കി ജീവനാശം തന്നെ വരുത്തും. ഒരു ഞൊണ്ടിക്കുതിരയെപ്പോലെ തോന്നി അലക്സിക്ക്. അയാൾ ഒട്ടും ഭീരുവല്ല, മരണത്തെ ഭയപ്പെടുന്നവനുമല്ല; ഉയരുന്നതിനുമുമ്പ് തന്റെ പാരച്യൂട്ട് ശരിയാണോ എന്നുപോലും അയാൾ ശ്രദ്ധിച്ചില്ല. അയാൾക്കു ഭയം, അൽപ്പം എന്തെങ്കിലും അബദ്ധം കാണിച്ചാൽ എന്നെന്നേക്കുമായി പോർവിമാനസേനയിൽനിന്നു പുറംതള്ളും, തന്റെ പ്രിയപ്പെട്ട ജോലിയുടെ വാതിൽ എന്നെന്നേക്കുമായി അടയും എന്നതാണ്. അയാൾ ഇരട്ടി ശ്രദ്ധയോടെ ഇരുന്നു. പരിഭ്രാന്തനായി അയാൾ വാഹനം താഴ്ത്തി. പക്ഷെ കാലുകളുടെ ലയത്തിന്റെ അഭാവംകൊണ്ട് വിമാനം പലതവണ മഞ്ഞിന്മേൽക്കിടന്നു വല്ലാതെ ചാടത്തക്കവണ്ണം മോശമായിട്ടാണ് അയാൾ 'ബക്ക്' ചെയ്തത്.

നിശ്ശബ്ദനായി മുഖം വീർപ്പിച്ചുകൊണ്ട് അലക്സി കോക്പിറ്റിൽനിന്നു പുറത്തുചാടി. പരിഭ്രമം മറച്ചുപിടിച്ച ശിക്ഷകനും സഖാക്കളും അയാളെ സ്തുതിക്കുകയും അഭിനന്ദിക്കുകയും ചെയ്തു. പക്ഷേ ഈ ദാക്ഷിണ്യം അയാളെ വേദനിപ്പിക്കുകയാണ് ചെയ്തത്. കൈവീശി മഞ്ഞിലൂടെ കാലുകൾ വലിച്ചുവെച്ചു ഞൊണ്ടിഞൊണ്ടി അയാൾ ആ ചാരനിറത്തിലുള്ള കെട്ടിടത്തെ ലക്ഷ്യമാക്കി നടന്നു. ആ പോർവിമാനത്തിൽ കയറിയ ഉടനെതന്നെ തോൽവി പറ്റുക, അന്ന് ആ ഏപ്രിൽ മാസത്തെ പ്രഭാതത്തിൽ കേടുപറ്റിയ തന്റെ വിമാനം പൈൻമരത്തലപ്പുകളിൽത്തട്ടി വീണതിനുശേഷം തനിക്കനുഭവപ്പെട്ട അപകടങ്ങളിൽവെച്ചു ഏറ്റവും വലുതാണ് ഇത്. ഉച്ചസമയത്തേയും വൈകുന്നേരത്തെയും ഭക്ഷണത്തിന് അയാൾ അവിടെ പോയില്ല. പകൽ ഉറക്കറയിൽ ആരേയും കാണുവാൻ പാടില്ല എന്ന സ്കൂൾ നിയമത്തിന്, എതിരായി, അയാൾ തന്റെ ബൂട്ട്സു ധരിച്ച് തലയിൽ കൈയുംവെച്ചു കിടക്കയിൽ കിടന്നു. അയാളുടെ വിഷമം നല്ലപോലെ അറിയാമായിരുന്നതിനാൽ അതിലെ കടന്നുപോയ ഉദ്യോഗസ്ഥൻമാരോ ഓർഡിലിമാരോ യാതൊരു കുറ്റവും പറഞ്ഞില്ല. സ്റ്റ്റുക്കോവ് അകത്തേക്കു നോക്കി അയാളോടു സംസാരിക്കുവാൻ മുതിർന്നു. പക്ഷേ, മറുപടി ഒന്നും ലഭിക്കാത്തതുകൊണ്ട് ദയയോടെ തലകുലുക്കി അവിടെനിന്നും പോയി.

സ്റ്റ്റുക്കവ് പോയ ഉടനെതന്നെ സ്കൂളിലെ രാഷ്ട്രീയോദ്യോഗസ്ഥനായ ലഫ്: കേണൽ കപ്യൂസ്റ്റിൻ മുറിയിൽ ചെന്നു. പൊക്കംകുറഞ്ഞ യാതൊരു ഭംഗിയുമില്ലാത്ത ഒരാളായിരുന്നു അയാൾ. ഒരു ചാക്കുപോലെ തൂങ്ങിക്കിടക്കുന്ന കോട്ടും കട്ടികൂടിയ കണ്ണടയുമാണ് അയാൾ ധരിച്ചിരുന്നത്. അന്തർരാഷ്ട്രീയകാര്യങ്ങളെക്കുറിച്ചുള്ള അയാളുടെ പ്രസംഗങ്ങൾ പരിശീലകർ ഇഷ്ടപ്പെട്ടിരുന്നു. ഒരു മഹാസമരത്തിലെ പങ്കാളികളാണ് തങ്ങളെന്ന അഭിമാനം അവരിൽ വളർത്താൻ വികൃതരൂ

പനായ ഈ ഉദ്യോഗസ്ഥനു കഴിഞ്ഞു. എന്നാൽ ഒരു ആഫീസർ എന്ന നിലയ്ക്ക് ആരുമാരും അയാളെ ഗൗനിക്കാറില്ല. എന്തോ ഒരു ഭാഗ്യത്തിന് വ്യോമയാനസർവീസിൽ കടന്നുകൂടിയ, ആകാശസഞ്ചാരത്തെപ്പറ്റി യാതൊരു പിടിയുമില്ലാത്ത, ഒരു സാധാരണപൗരന്റെ നിലയേ അവർ അയാൾക്കു നൽകീയിരുന്നുള്ളൂ. മെരിസീവിനെ ശ്രദ്ധിക്കാതെ കപ്യൂസ്റ്റിൻ മുറിയിൽ കടന്നു ചുറ്റും കണ്ണോടിച്ചു, വായുവൊന്നു മണത്തുനോക്കി ഉറക്കെ ചോദിച്ചു:

"നരകം, ആരാണ് ഇവിടെ പുകവലിക്കുന്നത്, പുകവലിക്കാൻ ഒരു പ്രത്യേക മുറിയുണ്ട് ഇല്ലേ? സീനിയർ ലഫ്: സഖാവേ എന്താണ് ഇതിന്റെ അർഥം."

"ഞാൻ പുകവലിക്കുകയില്ല." ഉദാസീനനായ മട്ടിൽ കിടന്നുകൊണ്ടുതന്നെ അലക്സി ഉത്തരം പറഞ്ഞു.

"എന്താണ് ഇവിടെ കിടക്കുന്നത്, നിയമം അറിയാൻ വയ്യേ? മേലുദ്യോഗസ്ഥൻ കടന്നുവരുമ്പോൾ എന്തുകൊണ്ട് നിങ്ങൾ എഴുന്നേൽക്കുന്നില്ല. എണീക്കൂ അവിടെനിന്ന്."

അതൊരു കൽപ്പനയായിരുന്നു. നേരെമറിച്ച് ഒരു സാധാരണ പൗരന്റെ സൗമര്യാദമായ വർത്തമാനം. എന്നാലും അതനുസരിച്ച് മെരിസീവ് വല്ലായ്മയോടെയാണെങ്കിലും എഴുന്നേറ്റു കട്ടിലിനു സമീപം തന്നെ 'അറ്റൻഷൻ' ആയി നിന്നു.

"അതു ശരി സഖാവേ" അയാൾ പ്രോൽസാഹിപ്പിച്ചുകൊണ്ട് പറഞ്ഞു. "ഇരിക്കൂ നമുക്ക് അതേപ്പറ്റി ചർച്ചചെയ്യാം'".

"എന്തിനെപ്പറ്റി?"

"നിങ്ങളെ എന്തുചെയ്യണമെന്നതിനെപ്പറ്റിത്തന്നെ. വരൂ, നമുക്ക് പുറത്തേക്ക് പോകാം. എനിക്കൊന്നു പുകവലിക്കണം. അത് ഇവിടെ പാടില്ല."

അവർ മങ്ങിയ വെളിച്ചമുള്ള ആ വരാന്തയിലേക്കു കടന്നു. 'തമസ്കരണത്തിനുവേണ്ടി, അവിടത്തെ, വൈദ്യുതബൾബുകളിലെല്ലാം നീലച്ചായമടിച്ചിരുന്നു. ജനവാതിലിന്റെ സമീപം പോയിനിന്നു കപ്യൂസ്റ്റിൻ പൈപ്പ് വലിച്ചുതുടങ്ങി. ഓരോ പ്രാവശ്യം വലിക്കുമ്പോഴും ആ തീനാളം അയാളുടെ പരന്ന ചിന്താഗർഭമായ മുഖത്തെ പ്രകാശിപ്പിച്ചിരുന്നു.

"നിങ്ങളുടെ ശിക്ഷകനെ അൽപ്പമൊന്നു ഗുണദോഷിക്കണമെന്നാണ് ഞാൻ വിചാരിക്കുന്നത്."

"എന്തിന്."

"മേലധികാരികളിൽനിന്ന് അനുവാദം വാങ്ങാതെ നിങ്ങളെ പറക്കുവാൻ അനുവദിച്ചതിനുതന്നെ. വാസ്തവത്തിൽ ഇതുവരെ നിങ്ങളോട് വന്നു സംസാരിക്കാത്തതിന് കുറച്ചു ശകാരം ഞാനും അർഹിക്കുന്നുണ്ട്. പക്ഷേ എനിക്ക് തീരെ സമയം കിട്ടുന്നില്ല. എപ്പോഴും പണിത്തിരക്കുതന്നെ. പക്ഷേ–ഉം–അതു പോകട്ടെ. ആട്ടെ ഇതു നോക്കൂ –മെരി

സീവ് പറക്കുക എന്നതു നിങ്ങളെ സംബന്ധിച്ചിടത്തോളം അത്ര എളുപ്പമായ ഒരു പണിയല്ല. അതുകൊണ്ടുതന്നെയാണ് നിങ്ങളുടെ ശിക്ഷകനെ കുറെയധികം വിഷമിപ്പിക്കാൻ ഞാൻ ഉദ്ദേശിക്കുന്നത്."

അലക്സി ഒന്നുംതന്നെ പറഞ്ഞില്ല. തന്റെ മുമ്പിൽ നിന്നു പുകവലിക്കുന്ന ആൾ എന്തുതരക്കാരനായിരിക്കുമെന്ന് ആലോചിക്കുകയായിരുന്നു അയാൾ. ഒരു സ്കൂളിന്റെ ചരിത്രത്തിലുണ്ടായ ഏതോ സംഭവത്തെപ്പറ്റി റിപ്പോർട്ടു കിട്ടാത്തതിൽ സ്വാധികാരം ധിക്കൃതമായി എന്നു വിചാരിക്കുന്നതരത്തിലുള്ള ഒരു സ്വേഛാധികാരിയാണോ ഇയാൾ. വിമാനം ഓടിക്കുന്നതിനെപ്പറ്റിയുള്ള ചട്ടങ്ങളിൽ അംഗവൈകല്യംവന്ന ഒരാൾ പറക്കുന്നതിനെ വിരോധിക്കുന്ന വല്ല ഖണ്ഡികയും കണ്ടുപിടിച്ച് അതും പൊക്കിപ്പിടിച്ചു വന്നിരിക്കുന്ന അൽപ്പനായ ഒരു ഉദ്യോഗസ്ഥനായിരിക്കുമോ? അതോ തന്റെ അധികാരം കാണിക്കുവാൻ ചാടി എത്തിയിരിക്കുന്ന ഒരു ഭ്രാന്തനോ? അയാൾക്ക് എന്താണ് ആവശ്യം. താൻ കദനനിമഗ്നനായിരിക്കുമ്പോൾ തല കൊലക്കയറിൽ തിരുകാൻപോലും തോന്നിയ ഈ അവസരത്തിൽ എന്തിനാണ് ഇയാൾ പാഞ്ഞെത്തിയിരിക്കുന്നത്.

അലക്സിക്ക് ആ മനുഷ്യനെ ചവിട്ടിപ്പുറത്താക്കുവാൻ തോന്നിയെങ്കിലും വളരെ പണിപ്പെട്ട് ആ ആഗ്രഹം അമർത്തി. പെട്ടെന്ന് എന്തെങ്കിലും തീരുമാനിക്കരുതെന്ന് ദീർഘകാലത്തെ വേദന അയാളെ പഠിപ്പിച്ചിരുന്നു. കമ്മിസാർ വോറോബിയോവിന്റെ വിദൂരമായ ഒരു ഛായ വൃത്തികെട്ട ഈ കപ്യൂസ്റ്റിനിൽ അയാൾ ദർശിച്ചു. ഇടക്കിടെ പൈപ്പിലെ തീനാളം കെടുകയും ആളുകയും ചെയ്യുന്നതോടൊപ്പിച്ച് ആ നീലവെളിച്ചത്തിൽ കപ്യൂസ്റ്റിന്റെ പരന്ന മുഖവും, മാംസളമായ മൂക്കും ബുദ്ധിശക്തി സ്ഫുരിക്കുന്ന കുത്തിക്കയറുന്നതരത്തിലുള്ള കണ്ണുകളും തെളിയുകയും മായുകയും ചെയ്തുകൊണ്ടിരുന്നു.

കപ്യൂസ്റ്റിൻ തുടർന്നു.

"മെരിസീവ് ശ്രദ്ധിക്കൂ–എനിക്കു നിങ്ങളെ സ്തുതിക്കേണ്ട ആവശ്യമൊന്നുമില്ല. എന്തു പറഞ്ഞാലും ലോകത്തിൽ ഒരു പോർവിമാനം കൈകാര്യം ചെയ്യാൻ മുതിർന്ന–പാദവിഹീനനായ ഏകവ്യക്തി നിങ്ങളാണ്. അതേ ഏക വ്യക്തി."

അയാൾ പൈപ്പിന്റെ തല അഴിച്ചെടുത്ത്, ആ നീല ബൾബിന്റെ മങ്ങിയ വെളിച്ചത്തിൽ അതിലേക്ക് ഉറ്റുനോക്കി വിഷമത്തോടെ തലകുലുക്കിക്കൊണ്ടു പറഞ്ഞു.

"യുദ്ധരംഗത്തേക്ക് മടങ്ങിപ്പോകുവാനുള്ള നിങ്ങളുടെ ആഗ്രഹത്തെപ്പറ്റി ഞാൻ ഒന്നുംതന്നെ പറയുന്നില്ല. പ്രശംസാർഹമെങ്കിലും അതിൽ പ്രത്യേകതയായി യാതൊന്നുമില്ല. ഇങ്ങനെയുള്ള കാലഘട്ടത്തിൽ വിജയത്തിനുവേണ്ടി തങ്ങളാൽ ആവുന്നതു ചെയ്യാൻ ആർക്കും ആഗ്രഹമുണ്ടാകും–ഹൗ എന്തുപറ്റി ഈ നശിച്ച പൈപ്പിന്ന്."

അയാൾ പൈപ്പിന്റെ തല വീണ്ടും വൃത്തിയാക്കാൻ തുടങ്ങി. മുഴു

വൻ ശ്രദ്ധയും അതിലാണെന്നു തോന്നും കണ്ടാൽ. എന്താണ് അയാൾ പറയുവാൻ പോകുന്നതെന്നുള്ള ഉൽക്കണ്ഠയോടെ അലക്സി അതു കേൾക്കുവാൻ ധൃതിപ്പെട്ടു. പൈപ്പിലുള്ള തിരുപ്പിടിക്കൽ വിടാതെ തന്റെ വാക്കുകൾ ശ്രോതാവിൽ എന്തു പ്രതികരണമാണുളവാക്കുന്നതെന്ന് ശ്രദ്ധിക്കാതെ അയാൾ തുടർന്നു.

"ഇത് സീനിയർ ലഫ്: മെരിസീവിന്റെ വ്യക്തിപരമായ കാര്യമല്ല–നിങ്ങൾ, പാദങ്ങളില്ലാത്ത നിങ്ങൾ പൂർണമായ കായികശേഷിയുള്ള മനുഷ്യർക്കു മാത്രം, അതും നൂറിൽ ഒന്നിനുമാത്രം നേടാവുന്നതെന്ന് ലോകം ഇതുവരെ മനസിലാക്കിയിരുന്ന ഒരു സാമർഥ്യം കരസ്ഥമാക്കിയിരിക്കുന്നു. നിങ്ങൾ അലക്സി മെരിസീവ് എന്ന പൗരനല്ല, നിങ്ങൾ ഒരു പരീക്ഷകനാണ്.......ഓ എന്താ പറയേണ്ടതെന്ന് അറിയുന്നില്ല. ഇപ്പോൾ തെളിഞ്ഞു–ഇതിൽ എന്തോ തടഞ്ഞുനിൽക്കുകയായിരുന്നു........ശരി അപ്പോൾ ഞങ്ങൾക്ക് നിങ്ങളോട് ഒരു സാധാരണ പൗരനെന്ന നിലയ്ക്കുമാത്രം പെരുമാറുവാൻ നിവൃത്തിയില്ല. അവകാശവുമില്ല. നിങ്ങൾ പ്രാധാന്യമേറിയ ഒരു പരീക്ഷണം തുടങ്ങിയിരിക്കുന്നു. ആവുന്ന വിധത്തിലെല്ലാം നിങ്ങളെ സഹായിക്കേണ്ട ചുമതലയുണ്ട് ഞങ്ങൾക്ക്. പക്ഷേ, ഏതു വഴിക്കാണ് അതു ചെയ്യേണ്ടതെന്ന് നിങ്ങൾ പറയണം. നിങ്ങളെ സഹായിക്കാൻ ഞങ്ങൾ എന്തുചെയ്തുതരണം."

കപ്യൂസ്റ്റിൻ വീണ്ടും പൈപ്പുനിറച്ചു. മങ്ങിയും തെളിഞ്ഞും കണ്ട തീനാളം അൽപ്പനേരത്തേക്കുമാത്രം അയാളുടെ വലിയ മുഖവും മാംസളമായ മൂക്കും പ്രകാശിപ്പിച്ചു.

സ്കൂൾചീഫുമായി ചർച്ചചെയ്തു കുറെ അധികം തവണ വിമാന പരിശീനലത്തിന് വഴി ഉണ്ടാക്കിക്കൊടുക്കാമെന്ന് അയാൾ വാഗ്ദാനം ചെയ്തു. സ്വയം ഒരു പരിശീലന പരിപാടി ആസൂത്രണം ചെയ്യുവാനായി അയാൾ അലക്സിയോടു പറഞ്ഞു.

"എത്ര ഇന്ധനമാണ് ഇതിനു നഷ്ടമാകുക എന്ന് ആലോചിക്കൂ" ആ ചെറിയ ഭംഗിയില്ലാത്ത മനുഷ്യൻ എത്ര ലളിതമായ വിധത്തിലാണ് തന്റെ സംശയങ്ങൾ പരിഹരിച്ചതെന്ന് അത്ഭുതപ്പെട്ടുകൊണ്ട് അലക്സി വിഷാദമഗ്നനായി പറഞ്ഞു.

"ഇന്ധനം പ്രധാന്യമേറിയതാണ്, പ്രത്യേകിച്ച് ഇപ്പോൾ. വിരലുകൊണ്ടാണ് അത് അളക്കുന്നതെന്ന് പറയാം. പക്ഷേ, ഇന്ധനത്തേക്കാളും വിലപ്പെട്ട വസ്തുക്കൾ വേറെയും ഉണ്ട്." കപ്യൂസ്റ്റിൻ ഉത്തരം പറഞ്ഞു. തന്റെ ഷൂസിന്റെ മടമ്പിൽ തട്ടി അയാൾ പൈപ്പിലെ ചൂടുള്ള ചാരം കൊട്ടിക്കളഞ്ഞു.

പിറ്റേദിവസം തൊട്ട് മെരിസീവ് ഏകനായി പരിശീലനം ആരംഭിച്ചു; താൻ നടക്കാനും ഓടാനും നൃത്തംചെയ്യാനും പഠിക്കുമ്പോൾ ഉണ്ടായിരുന്ന അതേ സ്ഥിരോത്സാഹത്തോടെ, ഏതാണ്ട് ഒരു പ്രചോദനം ലഭിച്ചവനെപ്പോലെയാണ് അയാൾ അത് ചെയ്തിരുന്നത്. അയാൾ പറക്കലിന്റെ സാങ്കേതികത്വം വിശകലനം ചെയ്തുനോക്കി; അതിന്റെ

ഓരോ സൂക്ഷ്മാംശവും പഠിച്ചു, അതിന്റെ അത്യന്തം ലഘുവായ ചലനങ്ങൾപോലും ശ്രദ്ധിച്ചു. അതെല്ലാം വേറെവേറെ പഠിച്ചു. ചെറുപ്പകാലത്ത് സ്വാഭാവികമായ വാസനാവൈഭവംകൊണ്ട് സിദ്ധമാകുന്നതെല്ലാം ഇന്ന് അയാൾ പഠിച്ചു. പരിശീലനംകൊണ്ടു ശീലംകൊണ്ടും പഠിച്ചിരുന്നതെല്ലാം അയാൾ ബുദ്ധിയുപയോഗിച്ച് അഭ്യസിച്ചു; മനസാ, വിമാനത്തെ അതിന്റെ വിവിധ ഘടകങ്ങളായി വേർതിരിച്ചു, അതിന്റെ ഓരോ ഭാഗത്തിന്റേയും പ്രത്യേക സ്വഭാവത്തേയും വിശകനലംചെയ്തു, കാലിന്റെ ക്രിയാപരമായ ശക്തിവിശേഷണങ്ങളെല്ലാംതന്നെ അയാൾ തന്റെ മുളങ്കാലിലേക്ക് സംക്രമിപ്പിച്ചു.

വളരെ കഠിനവും വേദനാപൂർണവുമായിരുന്നു ആ അഭ്യാസങ്ങൾ, ഓരോ തവണ മേലോട്ടുയരുമ്പോഴും, വിമാനം കൂടുതൽ കൂടുതൽ മുന്നോട്ട് ഒട്ടിച്ചേർന്നു തുടങ്ങി, കൂടുതൽകൂടുതൽ തന്നോട് അനുസരണ കാട്ടിത്തുടങ്ങിയെന്ന് അയാൾക്ക് തോന്നി.

“ശരി, എങ്ങനെയിരിക്കുന്നു മിസ്റ്റർ” അവർ തമ്മിൽ കാണുമ്പോഴെല്ലാം കപ്യൂസ്റ്റിൻ ചോദിക്കാറുണ്ട്.

മറുപടിയായി അലക്സി കൈയിന്റെ തള്ളവിരൽ ഉയർത്തിക്കാട്ടും അയാൾ സാവധാനമാണെങ്കിലും ദൃഢമായി പുരോഗമിച്ചു തുടങ്ങി. പ്രസരിപ്പുള്ള വേഗതകൂടിയ ഒരു കുതിരയുടെ പുറത്ത് ആദ്യമായി കയറുന്ന ദുർബലനായ ഒരുവനുണ്ടാകുന്നതുപോലെയുള്ള മനോവികാരം വിമാനത്തിൽ കയറുമ്പോൾ അലക്സിയെ ബാധിക്കാതായി. ക്രമേണ സ്വന്തം സാമർഥ്യത്തിലുള്ള ആത്മവിശ്വാസം അയാൾക്കു തിരിച്ചുകിട്ടി. ആ വികാരം വിമാനത്തിനും കൈവന്നു എന്നു തോന്നുന്നു. തന്റെ പുറത്തു കയറിയിരിക്കുന്ന ആളെ തിരിച്ചറിയുവാൻ ത്രാണിയുള്ള ഒരു അശ്വത്തെപ്പോലെ ആ യന്ത്രം ജീവനുള്ള മട്ടിൽ അലക്സിയോട് അനുസരണകാണിച്ച് ആകാശയാത്രയിൽ അതിനുള്ള വിവിധ ഗുണവിശേഷങ്ങൾ വെളിവാക്കി.

XI

കുറേക്കാലം മുമ്പ് കുട്ടിക്കാലത്ത് തന്റെ താമസസ്ഥലത്തിനു സമീപമുണ്ടായിരുന്ന വോൾഗാനദീതടത്തിൽ മഞ്ഞു വന്നു നിറയുമ്പോൾ അയാൾ സ്കേറ്റുചെയ്യാൻ പോകാറുണ്ട്. വാസ്തവത്തിൽ അയാളുടെ പക്കൽ സ്കേറ്റ് ഉണ്ടായിരുന്നില്ല. ഒരു ജോഡി വാങ്ങാൻ തക്ക സാമ്പത്തികശേഷിയും അയാളുടെ അമ്മയ്ക്ക് ഉണ്ടായിരുന്നില്ല. അമ്മ അലക്കുപണിചെയ്തു കൊടുക്കാറുള്ള ഒരു കൊല്ലൻ അവരുടെ ആവശ്യപ്രകാരം കനമുള്ള രണ്ടു മരക്കട്ടകൾ അവയുടെ ഓരോ ഭാഗത്തും ദ്വാരമുണ്ടാക്കി കമ്പികടത്തി ശരിയാക്കിക്കൊടുത്തിരുന്നു.

ചരടിന്റേയും മരപ്പൂളുകളുടേയും സഹായത്തോടെ അലക്സി ഈ കട്ടകൾ തന്റെ ഒരു പഴയ രോമഷൂസിൽവെച്ചു ഘടിപ്പിച്ചു. അതും

ധരിച്ച് അയാൾ നദിയിലെ നേരിയ തൊട്ടാൽ താണുപോകുന്ന മഞ്ഞിലേക്ക് ഇറങ്ങാൻ ധൈര്യപ്പെട്ടു. ക്യാംഷിനീൻ പരിസരങ്ങളിലെ പിള്ളേർ സന്തോഷാട്ടഹാസങ്ങളോടെ ചെറിയ ചെകുത്താന്മാരെപ്പോലെ ആ മഞ്ഞിൽ അങ്ങോട്ടുമിങ്ങോട്ടും ചാടിമറിഞ്ഞ് നൃത്തം ചെയ്യാറുണ്ട്. ആ അഭ്യാസങ്ങൾ വളരെ ലഘുവാണെന്നാണ് അലക്സി കരുതിയിരുന്നത്. പക്ഷേ സ്കേറ്റുചെയ്യാൻ തുടങ്ങിയപ്പോൾ അതു കാലിനടിയിൽനിന്നു വഴുതിമാറി അയാൾ പുറമടിച്ചുവീണു. വളരെ വേദനയനുഭവിച്ചു.

തന്റെ ചങ്ങാതികൾ വല്ലവരും തനിക്ക് അമളിപറ്റിയതായി മനസിലാക്കിയെങ്കിലോ എന്നു ഭയന്ന് അയാൾ പെട്ടെന്ന് ചാടിയെണീറ്റ് വീണ്ടും സ്കേറ്റുചെയ്യാൻ ശ്രമിച്ചു. വീഴാതിരിക്കുവാൻവേണ്ടി അയാൾ മുന്നോട്ട് ആഞ്ഞു. പക്ഷേ അത്തവണ വീണതു മൂക്കുംകുത്തിയാണ്. വിറയ്ക്കുന്ന കാലുകളോടെ അയാൾ വീണ്ടും എഴുന്നേറ്റ് കുറേനേരം നിന്നു. മറ്റുള്ള കുട്ടികൾ എങ്ങനെയാണ് സ്കേറ്റ് ചെയ്യുന്നതെന്നു ശ്രദ്ധിച്ചു. ഇപ്പോൾ അയാൾക്കു മനസിലായി ശരീരം അധികം മുന്നോട്ടോ പുറകോട്ടോ വളയ്ക്കരുതെന്ന്. ദേഹം കുത്തനെ നിർത്താൻ ശ്രമിച്ചുകൊണ്ട് അയാൾ ഒന്നു ചെരിഞ്ഞ് കുറെ അടികൾകൂടെ വെച്ചു നോക്കി. വീണ്ടും പള്ളയടിച്ചുവീണതായിരുന്നു അനുഭവം. വീണ്ടും പിടിച്ചെഴുന്നേറ്റ് വീണ്ടുംവീണ്ടും അയാൾ സന്ധ്യവരെ ശ്രമിച്ചു. ഒടുവിൽ ക്ഷീണംകൊണ്ട് കാലുവിറച്ച് ദേഹം നിറയെ മഞ്ഞുമായി അയാൾ ആവലാതിപ്പെട്ടിരുന്ന മാതാവിന്റെ സമീപമെത്തിച്ചേർന്നു.

പിറ്റേദിവസം കാലത്ത് അയാൾ വീണ്ടും സ്കേറ്റ് ചെയ്യാനെത്തി. ഇപ്പോൾ കൂടുതൽ മനഃസ്ഥൈര്യത്തോടെയാണ് അയാൾ നടന്നുതുടങ്ങിയത്. ആദ്യത്തെപ്പോലെ അയാൾ വീഴുകയുണ്ടായില്ല. ഓരോട്ടത്തിനുശേഷം കുറേ മീറ്ററുകൾ വഴുതിവഴുതിപ്പോകാൻ അയാൾക്കു സാധിച്ചു; പക്ഷേ എത്ര ശ്രമിച്ചിട്ടും സന്ധ്യവരെ മഞ്ഞിൽ കഴിച്ചുകൂട്ടിയിട്ടും കൂടുതൽ പുരോഗമിക്കാൻ കഴിഞ്ഞില്ല.

ഹിമതലത്തിലെ പൊടിമഞ്ഞ് കാറ്റടിച്ചു പറന്നുപോയ ആ ദിവസം അയാൾ ഇന്നും മറന്നിട്ടില്ല. അന്ന് സ്വയം അത്ഭുതപ്പെടുമാറ് അയാൾക്കു നല്ലപോലെ തെന്നുവാൻ സാധിച്ചു. കൂടുതൽ മനഃസ്ഥൈര്യത്തോടെ, കറങ്ങിത്തിരിഞ്ഞു. ഉരുണ്ടുവീണു പരുക്കുപറ്റിയാലും വീണ്ടും എഴുന്നേറ്റ് സ്കേറ്റിങ്ങ് തുടരുന്നതിൽനിന്ന് അന്നുണ്ടായ പരിചയവും മിടുക്കും സഹനശീലവും എല്ലാം ഇന്ന് ഒന്നായി ലയിച്ചുചേർന്നിരിക്കുന്നു. കുട്ടിക്കാലത്തെ ആവേശവും ആഹ്ലാദകരമായ ആത്മവിശ്വസവും അയാളുടെ ദേഹമാകെ വീണ്ടും നിറഞ്ഞുപൊങ്ങുന്ന അനുഭൂതിയോടെ അയാൾ ഇപ്പോൾ തന്റെ കാലുകൊണ്ടുള്ള പ്രയോഗം തുടരുന്നു.

അതുതന്നെയാണ് ഇപ്പോഴും സംഭവിച്ചത്. വർധിച്ച സ്ഥിരോത്സാഹത്തോടെ അയാൾ പറന്നുതുടങ്ങി. അയാളും യന്ത്രവുമായി താദാത്മ്യം പ്രാപിച്ചു തന്റെ കൃത്രിമക്കാലിന്റെ തോലിലും അലുമിനിയ

ത്തിലുംകൂടെ അത് അയാൾക്ക് അനുഭൂതമായി. ചിലപ്പോൾ അയാൾക്ക് തോന്നും താൻ വിജയം പ്രാപിച്ചുവരുന്നുണ്ടെന്ന്. ഇത് അയാൾക്ക് അളവറ്റ ആനന്ദം നൽകി. അയാൾ ഒരു അഭ്യാസം പരീക്ഷിച്ചുനോക്കി. പക്ഷേ, പെട്ടെന്ന് അയാളുടെ ഗമനക്രിയകളിൽ വിശ്വാസം കുറഞ്ഞ് വിമാനം കൈപ്പിടിയിൽ നിന്നു കുതറിച്ചാടുവാൻ ധൃതി പിടിപ്പിക്കുന്നതുപോലെ തോന്നി തൻെറ ആശകൾ അസ്തമിക്കുകയാണോ എന്ന വിചാരത്തോടെ അയാൾ വീണ്ടും സ്വപദ്ധതിയനുസരിച്ച് പരിശീലനം തുടർന്നു.

മഞ്ഞുരുകുന്ന മാർച്ചുമാസത്തിലെ ഒരു പ്രഭാതം; വിമാനത്താവളമാകെ കറുത്തിരുണ്ട്, സുഷിരമുള്ള ചക്രങ്ങൾ അവയിൽ ആണ്ടുപോകുമെന്ന നിലയിലായി. ആ ദിവസം പോർവിമാനത്തിൽ അലക്സി ആകാശത്തേക്കുയർന്നു. ഉയർന്നപ്പോൾ ഒരു ഭാഗത്തുനിന്ന് ആഞ്ഞടിച്ച കാറ്റ് വിമാനത്തെ അതിന്റെ ഗമനപഥത്തിൽനിന്ന് അകറ്റിയതുകൊണ്ട് അത് നേരെ കൊണ്ടുവരാൻ അയാൾ നിർബന്ധിതനായി. വിമാനം തിരിച്ചു ശരിയായ മാർഗത്തിലേക്ക് കൊണ്ടുവരാനുള്ള ശ്രമത്തിൽ അയാൾക്ക് മനസിലായി യന്ത്രം തികച്ചും തനിക്ക് സ്വാധീനപ്പെട്ടു തുടങ്ങിയെന്ന്. തന്റെ മുഴുവൻ ആത്മസത്തകൊണ്ടും അയാൾക്ക് അത് അനുഭൂതമായി. മിന്നലിന്റെ വേഗത്തിലാണ് ആ അനുഭൂതിയുണ്ടായത്. ആദ്യമാദ്യം അയാൾക്ക് അത് വിശ്വസിക്കാൻ ഞെരുക്കമായിരുന്നു. ഭാഗ്യത്തെ അത്ര പെട്ടെന്ന് വിശ്വസിക്കാതിരിക്കാൻ മാത്രം ആശാഭംഗം അയാൾ അനുഭവിച്ചുകഴിഞ്ഞിരിക്കുന്നു.

പെട്ടെന്ന് ആഴത്തിൽ വലതുഭാഗത്തേക്ക് അയാൾ വിമാനം വെട്ടിത്തിരിച്ചു-യന്ത്രം കൃത്യമായി അതനുസരിച്ചു ചലിച്ചു. അന്ന് വോൾഗാതീരത്തുവെച്ച് ആ ബാലനു തോന്നിയ അതേ ആവേശംതന്നെയാണ് ഇപ്പോഴും അയാൾക്ക് തോന്നിയത്. മങ്ങിയ ദിനത്തിന് പെട്ടെന്ന് തേജസ് കൂടിയോ? അയാളുടെ ഹൃദയം സന്തോഷംകൊണ്ട് തുടിച്ചു. ആനന്ദാതിരേകംകൊണ്ട് തൊണ്ടയിൽ ശ്വാസം തടഞ്ഞപോലെ തോന്നി.

കാണാൻ വയ്യാത്ത ഒരു മേഖലയിൽവെച്ച്, പരിശീലനവേളയിൽ ഇതുവരെ സ്ഥിരോത്സാഹമെല്ലാം ചെയ്ത പ്രവർത്തനങ്ങളുടെ പരിണതഫലമെല്ലാം അയാൾ പ്രായോഗികമായി പരീക്ഷിച്ചുനോക്കി. അയാൾ അധ്വാനരേഖ കടന്നു കഴിഞ്ഞു. കഠിനപ്രയത്നത്തിന്റെ സുന്ദരമായ ഫലങ്ങൾ ഇപ്പോൾ അനായാസേന അയാൾക്ക് കരഗതമായിത്തുടങ്ങി. നീണ്ടകാലുമായി എന്തിനുവേണ്ടി അയാൾ ജയം കിട്ടാതെ യത്നിച്ചുകൊണ്ടിരുന്നുവോ അത് ഇന്നിതാ സാധിതമായി. തന്റെ യന്ത്രത്തോട് സായൂജ്യം പ്രാപിച്ച് അത് തന്റെ ശരീരത്തിന്റെ ഒരു ഭാഗമെന്നുതന്നെ അയാൾക്ക് അനുഭവപ്പെട്ടു. വഴങ്ങിക്കൊടുക്കാത്ത നിർവികാരമായ കൃത്രിമക്കാലുപോലും ഈ പ്രതീതിക്ക് പ്രതിബന്ധമുണ്ടാക്കിയിരുന്നില്ല. തന്നിൽ അലയടിച്ചുകയറുന്ന ആനന്ദത്തിന്റെ ബോധത്തോടെ

അയാൾ തന്റെ വാഹനം പലതവണ വെട്ടിച്ച് ഇടയ്ക്കിടെ ലൂപ്പ് ചെയ്തിരുന്നു; അതവസാനിക്കുന്നതിനുമുമ്പുതന്നെ യന്ത്രത്തെ ഒരു പരിഭ്രമണത്തിൽകൊണ്ടുവന്നു. ഭയങ്കരമായ മുഴക്കത്തോടെ ഭൂമി കുലുങ്ങി, സ്കൂൾകെട്ടിടവും വ്യോമനിരീക്ഷണ കാര്യാലയത്തിന്റെ താഴികക്കുടവും അതിന്റെ ഊതിവീർപ്പിച്ച നിറയെ വരയാർന്ന സഞ്ചിയും, എല്ലാം നിരന്തരമായ ഒരു വൃത്തത്തിൽ കിടന്നു കറങ്ങുകയാണെന്നു തോന്നി. സുനിശ്ചിതമായ ഹസ്തലാഘവത്തോടെ അയാൾ വിമാനത്തെ ഭ്രമണവലയത്തിൽനിന്ന് കയറ്റി ഒന്നുകൂടെ 'ലൂപ്പ്' ചെയ്തു. ഇപ്പോഴാണ് എൽ എ5 തെളിഞ്ഞും മറിഞ്ഞും കിടക്കുന്ന അതിന്റെ സ്വഭാവങ്ങൾ മുഴുവനും വെളിപ്പെടുത്തിയത്. പരിചിതമായ കൈയിൽ കിട്ടുമ്പോൾ-ഹാ-എന്തൊരു യന്ത്രമാണ് അത്. സ്റ്റിയറിങ്ങ് ചക്രത്തിലെ ഓരോ ചലനത്തിനും എത്ര അനുസരണമായി അത് പ്രവർത്തിക്കുന്നു! ഏറ്റവും സങ്കീർണമായ അഭ്യാസങ്ങൾപോലും അത് നിർവഹിക്കും, ഒരു റോക്കറ്റുപോലെ ഒതുക്കത്തിലും വേഗത്തിലും ചുറുചുറുക്കോടെയുമാണ് അത് കുതിച്ചുയരുന്നത്.

കുടിച്ചു മത്തനായ ഒരുവനെപ്പോലെ തെന്നിത്തെന്നി, ഒരു വിഡ്ഢിച്ചിരിയോടെ മെരിസീവ് കോക്പിറ്റിൽനിന്ന് പുറത്തുചാടി. കുപിതനായ ശിക്ഷകനെയോ അയാൾ പറയുന്ന ശകാരവാക്കുകളെയോ മെരിസീവ് ഗൗനിച്ചില്ല-എന്തെങ്കിലും പറയട്ടെ ഗാർഡ്സ് മുറിയിൽ പോകേണ്ടിവരുമോ-ശരി, വേണമെങ്കിൽ കുറച്ചുകാലം അവിടെ തടവുകാരനായി കിടക്കാനും അയാൾക്കു സമ്മതമാണ്, എന്താണ് അതുകൊണ്ട് ഉണ്ടാകുവാൻപോകുന്നത്; ഇന്ന് ഒരു കാര്യം വ്യക്തമായി. താൻ ഒരു തികഞ്ഞ വൈമാനികനായിരിക്കുന്നു; എല്ലാം തികഞ്ഞ നല്ല ഒരു വൈമാനികൻ തന്റെ പരിശീലനത്തിനായി ഉപയോഗിച്ച കൂടുതൽ ഇന്ധനം ഒരു നഷ്ടമാകാൻ പോകുന്നില്ല. നൂറിരട്ടിയായി സജീവരംഗത്ത് വേഗം, വേഗം ഒന്നു എത്തിക്കിട്ടട്ടെ.

മുറിയിൽ സന്തോഷകരമായ മറ്റൊരു അത്ഭുതം അയാളെ കാത്തിരിക്കുന്നുണ്ടായിരുന്നു. അയാളുടെ തലയിണയിന്മേൽ ഗ്വോസ് ഡേവിന്റെ ഒരു കത്തു കിടന്നിരുന്നു; ലക്ഷ്യത്തിലെത്തുന്നതിനുമുൻപ് എത്രകാലം അത് അലഞ്ഞുതിരിഞ്ഞിരുന്നുവെന്നോ, ആരുടെയെല്ലാം പോക്കറ്റിൽ കിടന്നിരുന്നെന്നോ എന്നും യാതൊരു നിശ്ചയവുമില്ല. കവർ മുഴുവൻ മെഴുക്കുപുരണ്ട് കീറിപ്പൊളിഞ്ഞിരുന്നു. അന്യൂതയുടെ തെളിഞ്ഞ കൈയക്ഷരത്തിൽ മേൽവിലാസമെഴുതിയ വൃത്തിയുള്ള മറ്റൊരു കവറിലാണ് അത് അടക്കംചെയ്തിരുന്നത്.

ടാങ്കിസ്റ്റ് തനിക്കു പറ്റിയ ഒരു അബദ്ധം അലക്സിയെ എഴുതി അറിയിച്ചിരിക്കയാണ്. അയാൾക്കു വീണ്ടും തലയ്ക്ക് മുറിവുപറ്റിയിരിക്കുന്നു. എങ്ങനെ? ജർമൻ വിമാനത്തിന്റെ ചിറക് തട്ടി. അയാൾ ഇപ്പോൾ ഒരു സൈനികാശുപത്രിയിലാണ്. ഒന്നോ രണ്ടു ദിവസത്തിനകത്ത് അവിടെനിന്ന് വിടുതൽ നേടാമെന്നാണ് അയാളുടെ ആഗ്രഹം.

അവിശ്വസനീയമായി തോന്നാവുന്ന സംഗതി ഇങ്ങനെയാണ് സംഭവിച്ചത്. സ്റ്റാലിൻഗ്രാഡിൽവെച്ചു ജർമൻ ആറാംപടയെ വളഞ്ഞു കീഴടക്കിയതിനുശേഷം ഗ്വോസ്ഡേവ് ഉൾപ്പെട്ടിരുന്ന ടാങ്ക്പട പിൻവാങ്ങിയ ജർമൻപടയണിയുടെ മുൻനിര ഭേദിച്ചു, മൈതാനം കടന്ന ശത്രുവിനെ പിന്നിൽനിന്നും ആക്രമിച്ചു. ആ ആക്രമണത്തിൽ ടാങ്കുകാരുടെ നേതൃത്വം വഹിച്ചിരുന്നത് ഗ്വോസ്ഡേവ് ആയിരുന്നു.

കൗതുകകരമായ ഒരാക്രമണമായിരുന്നു അത്. ഉരുക്കുപട ജർമൻകാരുടെ പിന്നണിയേയും, സുരക്ഷിതമായ ഗ്രാമങ്ങളേയും റെയിൽവേ ജംഗ്ഷനേയും ആകാശത്തിൽനിന്നു പെട്ടെന്ന് അടർന്നുവീണപോലെയാണ് ആക്രമിച്ചത്. തെരുവിലൂടെ, എതിരെ വരുന്ന ശത്രുക്കളെയെല്ലാം വെടിവെച്ചു വീഴ്ത്തിക്കൊണ്ട് അവർ കുതിച്ചുപാഞ്ഞു. ജർമൻ പടനിരയുടെ ബാക്കിഭാഗം പലായനത്തിന് ശ്രമിച്ചപ്പോൾ ടാങ്കുകാരും, അവർ കൂടെകൊണ്ടുനടന്നിരുന്ന മോട്ടോർ കാലാൾപ്പടയുംകൂടെ, അവരുടെ ആയുധപ്പുരകളും പാലങ്ങളും റെയിൽവെ കൈനിലയങ്ങളും, തകർത്ത് അവരുടെ തീവണ്ടികളുടെ സഞ്ചാരമാർഗം തടഞ്ഞു. ശത്രുക്കളുടെ കൈയിൽനിന്നു പിടിച്ചടക്കിയ ഇന്ധനവും മറ്റു സാധനങ്ങളും കൊണ്ട്, തങ്ങളുടെ വാഹനങ്ങൾ നിറച്ച് ജർമൻകാർക്ക് സ്വബോധം തിരികെ കിട്ടി. ഒരു നിരോധനസമരത്തിനു തയാർ എടുക്കുവാൻ സാധിക്കുന്നതിനുമുൻപ്, അഥവാ ഇനി ടാങ്കുകളുടെ വരവ് ഏതു ഭാഗത്തുനിന്നാണെന്ന് കണ്ടുപിടിക്കുന്നതിനു മുമ്പുതന്നെ, അവരെ തുടർന്ന് ആക്രമിച്ചു.

“ഞങ്ങൾ ആ നദീതടത്തിൽ വിലങ്ങനെ കടന്നു ‘ബുഡ്യോണി’യുടെ കുതിരപ്പടയാളികളെപ്പോലെയാണ് ആക്രമണം നടത്തിയത്. അലോഷ്യ, എങ്ങനെ ആ ഫാസിസ്റ്റ്കാരെ അമ്പരിപ്പിച്ചുവെന്നോ. നിങ്ങളതു വിശ്വസിക്കുകയില്ല മൂന്നു ടാങ്കുകളും ഒരു കവചിതവാഹനവും കൂടെ ഗ്രാമങ്ങളെല്ലാം പിടിച്ചടക്കി. അലോഷ്യ, യുദ്ധത്തിൽ പരിഭ്രമം വിതറുവാൻ സാധിച്ചാൽ അതൊരു വലിയ സംഗതിയായി. രണ്ടു നല്ല പടയണികൾക്ക് ചെയ്‌വാൻ സാധിക്കുന്നതിൽ കൂടുതൽ ദ്രോഹം ഈ പരിഭ്രാന്തിക്കു ചെയ്യുവാൻ സാധിക്കും. ഒന്നുമാത്രം അത് ഒരു ‘ക്യാമ്പ് ഫയർ’ മാതിരി ശരിക്കു നിലനിർത്തണം അപ്രതീക്ഷിതമായ അടികളുടെ രൂപത്തിൽ എപ്പോഴും അതിൽ വിറക് എരിച്ചുകൊണ്ടിരിക്കണം. അതു കെട്ടുപോകുവാൻ അനുവദിക്കരുത്. ഞങ്ങൾ ജർമൻകാരുടെ കവചം ഭേദിച്ചു നാറുന്ന കുടൽ അല്ലാതെ അതിനകത്ത് ഒന്നുമില്ലായിരുന്നു. വെണ്ണ കണ്ടിക്കുന്നതുപോലെ എളുപ്പമായിരുന്നു ഞങ്ങളുടെ ജോലി.

ആ, എനിക്ക് ഇങ്ങനെയാണ് ആ അബദ്ധം പറ്റിയത്. എന്നോ ഒരു ദിവസം മേലധികാരി ഞങ്ങളെ വിളിച്ചു പറഞ്ഞു. ഇന്ന ദിക്കിൽ ശത്രുക്കളുടെ വലിയ ഒരു വിമാനസങ്കേതം ഉണ്ട് എന്ന വാർത്ത കാവൽവിമാനം താഴെയിട്ട ഒരു കുറിപ്പിൽനിന്നു മനസിലാക്കിയിരിക്കുന്നു. അവി

ടെ ഏകദേശം 300 വിമാനങ്ങളും ഇന്ധനവും മറ്റു സാമഗ്രികളും ഉണ്ട്. മീശ ചൊറിഞ്ഞുകൊണ്ട് അയാൾ പറയുകയാണ്. "ഗ്രോസ്ഡേവ് ഇന്നു രാത്രി തന്നെ ആ വിമാനത്താവളത്തിൽ എത്തണം. ഒരൊറ്റ വെടിപൊട്ടിക്കാതെ മെല്ലെ, ശാന്തമായിട്ടുവേണം അവിടെ എത്താൻ. നിങ്ങളും ജർമൻകാർ ആണ് എന്ന നാട്യത്തിൽ പോകണം. ചാർജ് ചെയ്യാൻ തക്കവണ്ണം അടുത്തെത്തുമ്പോൾ, സർവതോക്കുകളും ഒരുമിച്ച് ഉപയോഗിച്ച് ശത്രുക്കൾക്കു തങ്ങളുടെ നില എന്താണെന്ന് മനസിലാകുവാനിട കിട്ടുന്നതിനു മുമ്പുതന്നെ എല്ലാം തകർക്കണം–നോക്കൂ, ഒരൊറ്റ കള്ളൻ പുറത്തുകടക്കാതെ ശ്രദ്ധിക്കണം." ചുമതല മുഴുവനും എന്റെ കീഴിലുള്ള വിഭാഗത്തിനായിരുന്നു. വേറെ ഒരു ഡിവിഷനേയും എന്റെ നിയന്ത്രണത്തിൽ വിട്ടുതന്നു. ബാക്കിയുള്ളവർ റൊസ്റ്റോവിനെ ലക്ഷ്യമാക്കി പ്രയാണമാരംഭിച്ചു.

ശരി, കുറുക്കൻ കോഴിക്കൂട്ടിൽ കടക്കുന്നതുപോലെതന്നെ ഞങ്ങൾ വിമാനത്താവളത്തിലെത്തി. അലോഷ്യ, നിങ്ങൾ വിശ്വസിക്കുയില്ല. ജർമൻ ഗതാഗത നിയന്ത്രകരാണ് ഞങ്ങൾക്കു ശരിക്കുള്ള വഴി കാട്ടിത്തന്നത്. ഒരൊറ്റ ആൾ ഞങ്ങളെ തടുത്തില്ല. നിറയെ മൂടൽമഞ്ഞുള്ള ഒരു പ്രഭാതമായിരുന്നു അത്. ഒന്നും ശരിയായി കാണുവാൻ സാധിച്ചിരുന്നില്ല. അവർക്ക് എൻജിന്റെ ശബ്ദവും ചക്രങ്ങളുടെ കുലുക്കവും മാത്രമേ കേൾക്കുവാൻ പറ്റിയിരുന്നുള്ളൂ. അവരുടെ വിചാരം ഞങ്ങൾ ജർമൻകാർതന്നെയാണെന്നായിരുന്നു. പിന്നെ ഞങ്ങൾ വെളിവായി അവരെ നേരിട്ടു. അലോഷ്യ, നല്ല നേരംപോക്കായിരുന്നു. വിമാനങ്ങൾ അങ്ങനെ നിരനിരയായി ഇട്ടിരിക്കുകയായിരുന്നു. കവചം ഇളക്കുന്ന വെടിയുണ്ടകൾ ഞങ്ങൾ അവയുടെമേൽ വർഷിച്ചു. ഓരോന്നിലും അരഡസൻ വീതമെങ്കിലും പതിച്ചിരിക്കണം. പക്ഷേ ആ മാതിരി ജോലി കുറേനേരംകൂടി ചെയ്തുകൊണ്ടിരിക്കുവാൻ നിർവാഹമില്ല എന്നു ഞങ്ങൾക്കു മനസിലായി. എന്തെന്നാൽ ജർമൻവൈമാനികരിൽ ധൈര്യമുള്ള കുറേപ്പേർ യന്ത്രം നടത്താൻതന്നെ തയാറെടുത്തു, അപ്പോൾ ഞങ്ങൾ അരവാതിൽ അടച്ചു. അവരുടെ പിന്നിൽച്ചെന്ന് ഇടിച്ചുതകർക്കാൻ തുടങ്ങി. അവ ഗതാഗതവിമാനങ്ങൾ ആയിരുന്നു. വളരെ വലുതായതുകൊണ്ട് ഞങ്ങൾക്ക് അവയുടെ യന്ത്രങ്ങളെ സമീപിക്കുവാൻ സാധ്യമായിരുന്നില്ല. അതുകൊണ്ട് ഞങ്ങൾ അവയുടെ വാലിനെ ഉന്നംവെച്ചു. എൻജിൻപോലെതന്നെ വാലും ഇല്ലാതെ അവർക്കു പറക്കുവാൻ സാധ്യമല്ലല്ലോ. ഇവിടെവച്ചാണ് എനിക്ക് അബദ്ധംപറ്റിയത്. ഞാൻ അരവാതിൽ തുറന്ന് എങ്ങനെയിരിക്കുന്നു സ്ഥിതിഗതികൾ എന്നറിയാനായി തല ഒന്നു നീട്ടിനോക്കി. അപ്പോഴാണ് എന്റെ ടാങ്ക് ഒരു വിമാനത്തിന്റെ സമീപത്തെത്തിയത്. ചിറകിന്റെ ഒരു ഭാഗം എന്റെ തലയിൽവന്നിടിച്ചു. ഭാഗ്യത്തിന്ന് എന്റെ തൊപ്പി അടിയുടെ ശക്തി കുറച്ചു; അല്ലെങ്കിൽ എന്റെ കഥ കഴിയുമായിരുന്നു. പരുക്കു സാരമില്ല. വേഗത്തിൽത്തന്നെ ആശുപത്രിവിട്ട് എനിക്ക് എന്റെ 'ടാങ്കുകുട്ടി'കളുടെ

കൂടെ ചേരാൻ സാധിക്കും. യഥാർഥമായ അപകടം മറ്റൊന്നാണ്. ആശുപത്രിക്കാർ എന്റെ താടി ക്ഷൗരംചെയ്തുകളഞ്ഞു എന്തു ബുദ്ധി മുട്ടിയാണ് ഞാനത് വളർത്തിയെടുത്തത്. അത് അസൽ വീതിയേറിയ സാധനമായിരുന്നു. ആശുപത്രിക്കാർ യാതൊരു ദയയുമില്ലാതെ അത് വടിച്ചു കളഞ്ഞു. താടി നരകത്തിൽ പോട്ടെ. നാം വളരെ ധൃതിയിൽ മുന്നേറുകയാണ്. എനിക്കു തോന്നുന്നു യുദ്ധം കഴിയുന്നതിനുമുമ്പു തന്നെ എന്റെ വൃത്തികെട്ട മുഖം മറയ്ക്കുവാൻ പര്യാപ്തമായ ഒരു താടി വളർത്തൽ സാധിക്കുമെന്ന്. പക്ഷേ അലോഷ്യ, എന്തോ കാരണം കൊണ്ട് അന്യൂതയ്ക്ക് അതിനോട് വെറുപ്പാണ്. ഓരോ എഴുത്തിലും അത് വളർത്തുന്നതിന് അവൾ എന്നെ ശകാരിക്കുന്നുണ്ട്."

അതൊരു നീണ്ട എഴുത്തായിരുന്നു. ആശുപത്രിജീവിതത്തിലെ വിരസതയിൽനിന്ന് വിമോചനം കിട്ടുവാൻവേണ്ടിയാണ് ഗ്വോസ്ഡേവ് ഇതെഴുതിയിരിക്കുന്നതെന്ന് സ്പഷ്ടമത്രേ. ആ എഴുത്തിന്റെ അവസാനഭാഗത്ത് അനുബന്ധമായി ഇപ്രകാരമെഴുതിയിരുന്നു; അയാളും കൂട്ടരും സ്റ്റാലിൻഗ്രാഡിന്റെ അടുത്ത് കാൽനടയായി യുദ്ധംചെയ്തുകൊണ്ടിരിക്കുമ്പോൾ-നഷ്ടപ്പെട്ട വാഹനങ്ങൾക്കു പകരം വേറെ കിട്ടുവാനായി കാത്തിരിക്കുന്നതിനിടയിൽ-പ്രസിദ്ധമായ 'മാമീയീവ് കുർഗൻ' ഭാഗത്തുവെച്ച് സ്റ്റീഫൻ ഐവനോവിച്ചിനെ കണ്ടുമുട്ടി. ആ വൃദ്ധൻ ഒരു പരിശീലനകോഴ്സ് കഴിച്ചതിനുശേഷം ഇപ്പോൾ ഒരു ആൻടി ടാങ്ക്' തോക്കുകാരുടെ സാർജന്റ് മേജറാണ്. പണ്ടത്തെ സ്നിപ്പറുടെ പിന്നാലെയാണ് പായുന്നത്. ഗുഹകളിൽനിന്ന് ചൂടേൽക്കുവാൻ പുറത്തുവരുന്ന ഫ്രട്സിനെ വിട്ട് ഇന്ന് അയാൾ കൗശലശാലികളായ ശക്തമൃഗങ്ങളെ-ജർമൻ ടാങ്കുകളെയാണു ലക്ഷ്യം വയ്ക്കുന്നത്. ഈ നായാട്ടിലും അയാൾ പഴയ സൈബീരിയൻ നായാട്ടുകാരന്റെ, സാമർഥ്യം മുഴുവനും-കരിങ്കല്ലുപോലുള്ള ക്ഷമയും ധൈര്യവും ഉന്നവും പ്രകടിപ്പിക്കുന്നുണ്ട്. അവർ തമ്മിൽ കണ്ടുമുട്ടിയപ്പോൾ ശ്രദ്ധാലുവായ സ്റ്റീഫൻ സൂക്ഷിച്ചിരുന്ന ഒരു കുപ്പി വഷളൻവീഞ്ഞ് സ്വാദു നോക്കിക്കൊണ്ട് അയാൾ എല്ലാ സുഹൃത്തുക്കളേയും കുറിച്ച് സംസാരിച്ചു. മെരിസീവിനോട് വിവരം പറയണമെന്ന് അയാൾ പറഞ്ഞേൽപ്പിച്ചിട്ടുണ്ട്. യുദ്ധം കഴിയുമ്പോൾ അയാളുടെ കോൽക്കോസിൽ പോയി അണ്ണാനേയും എരണ്ടകളേയും വെടിവയ്ക്കുവാനായി രണ്ടുപേരേയും ക്ഷണിച്ചിരിക്കുന്നു.

ആ ലേഖനം അലക്സിയെ ആശ്വസിപ്പിക്കുകയും വേദനിപ്പിക്കുകയും ചെയ്തു. 42-ാം വാർഡിലെ അയാളുടെ സുഹൃത്തുക്കളെല്ലാം വളരെമുമ്പേതന്നെ ജാഗ്രത്തായ സമരമുന്നണിയിൽ എത്തിയിരിക്കുന്നു. ഇപ്പോൾ ഗ്വോസ്ഡേവും വൃദ്ധനായ സ്റ്റീഫൻ ഐവനോവിച്ചും അവിടെ ആയിരിക്കും. യുദ്ധത്തിന്റെ കൊടുങ്കാറ്റ് അവരെ ഊതിപ്പറപ്പിച്ചിരിക്കും? അവർ ജീവിച്ചിരിപ്പുണ്ടാകുമോ? ഓല്യ എവിടെയാണ്.

അയാൾ വീണ്ടും കമ്മിസാർ വോർബിയോവ് പറയാറുള്ള-അ

ണഞ്ഞ നക്ഷത്രങ്ങളിൽനിന്ന് വളരെക്കാലംകൊണ്ട് എത്തിച്ചേരുന്ന പ്രകാശംപോലെയാണ് പട്ടാളക്കാർക്കുള്ള എഴുത്തുകൾ' എന്ന വാചകം ഓർത്തുപോയി. നക്ഷത്രം എന്നേ അസ്തമിച്ചുപോയാലും, അതിന്റെ ഉന്മേഷദായകമായ വെളിച്ചം ശൂന്യാകാശത്തെ തുളച്ചുകടന്ന്, നശിച്ചുപോയ ആ തേജ:പുഞ്ജത്തിന്റെ സൗമ്യമായ കാന്തിപ്രസരത്തെ നമ്മുടെ അടുത്ത് എത്തിക്കുന്നു.

ഭാഗം IV

ആയിരത്തിത്തൊള്ളായിരത്തി നാൽപ്പത്തിമൂന്നിലെ ചൂടേറിയ വേനൽക്കാലത്തെ ഒരു ദിവസം. മുന്നേറുന്ന ചെമ്പടയുടെ സാമാനവണ്ടികൾ, ചുകന്ന കളകൾ നിറഞ്ഞ വയലുകളിൽകൂടി ഉണ്ടാക്കിയിരുന്ന റോഡിലൂടെ ഒരു പഴയ മോട്ടോർട്രക്ക് പാഞ്ഞുപോകുകയായിരുന്നു. കുഴികളിൽക്കൂടി ചാടിമറിഞ്ഞ്, തന്റെ പഴയ ദേഹം കുലുക്കിക്കൊണ്ട് അത് മുന്നണിയിലേക്ക് ഓടുകയാണ്, 'യുദ്ധാങ്കണത്തിലേക്കുള്ള തപാൽസർവീസ്' എന്ന് എഴുതിയ ഓരോ കഷണം വെള്ളക്കടലാസ് അതിന്റെ തകർന്നു പൊടിയണിഞ്ഞ ഇരുവിഭാഗങ്ങളിലും കഷ്ടിച്ചു മനസിലാകത്തവിധത്തിൽ പറ്റിച്ചിട്ടുണ്ട്, നിശ്ചലമായ വായുവിൽ സാവധാനം അലിഞ്ഞുപോകുന്ന ഊതനിറത്തിലുള്ള പൊടിപടലം ഉയർത്തിക്കൊണ്ടാണ് അത് ഓടിമറയുന്നത്.

മെയിൽ സഞ്ചികൾകൊണ്ടും വർത്തമാനപത്രങ്ങൾകൊണ്ടും അത് നിറഞ്ഞിരുന്നു. വൈമാനികരുടെ ഉടുപ്പും നീലബാൻഡുകളുമുള്ള ഉയർന്ന തൊപ്പിയും ധരിച്ച രണ്ടുപട്ടാളക്കാർ ട്രക്കിന്റെ ചലനത്തിനനുസരിച്ച് ചാടിയും ചാഞ്ചാടിയും കൊണ്ട് ഇരിക്കുന്നുണ്ട്. ചുമരിലെ പുതിയ സ്റ്റ്റാപ്പുകൊണ്ടു വ്യോമസൈന്യത്തിലെ ഒരു സർജന്റ് മേജറാണ് എന്നു മനസിലാക്കാവുന്ന, ആ പ്രായംകുറഞ്ഞ ആൾ ദൃഢമായ ശരീരവും നല്ല തലമുടിയും ഉള്ള ഒരു കുട്ടിയായിരുന്നു. വെളുത്ത തൊലിയുടെ ഉള്ളിലൂടെ രക്തം തുള്ളിത്തുളുമ്പുന്നപോലുള്ള ഒരു നവീനത്വം ഉണ്ടായിരുന്നു അവന്റെ മുഖത്തിന്. കണ്ടാൽ ഒരു പത്തൊൻപത് വയസു പ്രായംതോന്നും. പഴക്കമേറിയ ഒരു പട്ടാളക്കാരനെപോലെ പെരുമാറാനാണ് അയാളുടെ ശ്രമം. പല്ലിനിടയിലൂടെ തുപ്പി ശപഥങ്ങൾ ചെയ്തു കൊണ്ട് കൈവിരലിന്റെ വണ്ണമുള്ള സിഗരറ്റുകൾ പുകച്ച് അയാൾ ചുറ്റുമുള്ള സർവസംഗതികളിലും ഉദാസീനനാണെന്ന് ഭാവിച്ചു. പക്ഷേ ഇതൊക്കെയായാലും ആദ്യമായാണ് അയാൾ യുദ്ധരം

ഗത്തേക്കു പോകുന്നത് എന്നും നല്ല പരിഭ്രമം ഉണ്ടെന്നും തെളിഞ്ഞുകാണാം. പരിസരങ്ങളിൽ കാണുന്ന എല്ലാംതന്നെ റോഡരികിൽകിടക്കുന്ന ഒരു കേടു വന്ന തോക്ക്, മുകളിൽ പുല്ലുപിടിച്ചുകിടക്കുന്ന ഒരു തകർന്ന സോവിയറ്റ് ടാങ്ക്, ആകാശത്തിൽനിന്നുള്ള ആക്രമണംകൊണ്ട് തകർന്നു ചിന്നിക്കിടക്കുന്ന ജർമൻടാങ്ക്, പുല്ലുമുളച്ച ഷെൽക്കുഴികൾ വഴിയുടെ ഒരു ഭാഗത്തായി വലിച്ചു കൂട്ടിയിട്ടിരിക്കുന്ന മൈൻഡീസ്കുകൾ, അങ്ങകലെ ജർമൻ കാരുടെ ശവകുടീരത്തിൽ പൊങ്ങിക്കാണാവുന്ന ബർച്ച് മരക്കുരിശുകൾ അങ്ങനെ അവിടെ നടന്ന സമരത്തിന്റെ അടയാളങ്ങൾ–ഒരു പരിചിതനായ പട്ടാളക്കാർ ഇതിനൊന്നിനും യാതൊരു പ്രത്യേകതയും കൽപ്പിക്കുകയില്ല–ഈ കുട്ടിയിൽ അത്ഭുതവും, പ്രാധാന്യവും രസവും വളർത്തി.

നേരെമറിച്ച് അയാളുടെ സഹയാത്രികൻ പഴക്കംചെന്ന ഒരു പട്ടാളക്കാരനാണെന്ന് എളുപ്പത്തിൽ മനസിലാക്കാം. ഒറ്റ നോട്ടത്തിൽ അയാൾക്ക് ഒരു ഇരുപത്തിമൂന്നോ ഇരുപത്തിനാലോ വയസേ മതിക്കൂ; പക്ഷേ പലേ കാലാവസ്ഥകളിലും പഴകിയ ചുളിവുള്ള മുഖത്തേക്കും ക്ഷീണിച്ച് കറുത്ത്, വിചാരമഗ്നനായ ആ നേത്രങ്ങളിലേക്കും ഉറ്റുനോക്കിയാൽ നിങ്ങൾ ഒരു പത്തുകൊല്ലംകൂടെ കൂട്ടും. പ്രകൃതിദൃശ്യം അയാളിൽ ഒരു വികാരവും ഉണ്ടാക്കിയില്ല. അവിടെവിടെ ചിന്നിച്ചിതറിക്കിടക്കുന്ന പൊട്ടിത്തെറിക്കൽ കൊണ്ടു വളഞ്ഞുപിരിഞ്ഞ് തുരുമ്പുപിടിച്ച–ആയുധാവശിഷ്ടങ്ങളോ, ട്രക്കു കടന്നുപൊയ്ക്കോണ്ടിരുന്ന വെന്തടിഞ്ഞ ഗ്രാമങ്ങളിലെ ജനശൂന്യമായ വീഥികളോ ഒരു സോവിയറ്റ് വിമാനം തകർന്നുണ്ടായ അലുമിനിയക്കൂനയോ അതിന്റെ അപ്പുറത്തായിക്കിടക്കുന്ന ചുവന്ന നക്ഷത്രമുള്ള അതിന്റെ വാലോ തകർന്ന യന്ത്രമോ അയാളിൽ യാതൊരു അത്ഭുതവും ഉണ്ടാക്കിയില്ല. പക്ഷേ അവയുടെ കാഴ്ചയിൽ യുവാവായ ആ ഉദ്യോഗസ്ഥൻ തുടുത്തുവിറച്ചുപോയി. പത്രക്കെട്ടുകൾകൊണ്ടൊരു ഇരിപ്പിടം ഉണ്ടാക്കി തന്റെ താടി വടിയിൽ ഊന്നി അയാൾ ഒന്നു മയങ്ങി. അലസതയെ അകറ്റിക്കളയുവാനെന്നപോലെ അയാൾ ഇടയ്ക്കിടെ ഒരു ഞെട്ടലോടെ കണ്ണുതുറക്കും; സന്തുഷ്ടമായ ഒരു ചിരിയോടെ ചുറ്റും നോക്കി സുരഭിലമായ ഈ ഊഷ്മളവായു ആസ്വദിക്കും. റോഡിൽനിന്ന് അകലെ ആഞ്ഞുലയുന്ന ചെമ്പുൾക്കടലിനുമീതെ അയാൾ രണ്ടുപാടുകൾ കണ്ടു; കുറെക്കൂടി ശ്രദ്ധാപൂർവം പരിശോധിച്ചപ്പോൾ അവ രണ്ടു വിമാനങ്ങൾ ആണ് എന്നു മനസിലായി. അവ സ്വസ്ഥമായി ഒന്നിനുപുറകെ ഒന്നായി ആകാശത്തിലൂടെ സ്വൈരസഞ്ചാരം ചെയ്യുകയായിരുന്നു. പെട്ടെന്ന് ആലസ്യം അയാളെ വിട്ടകന്നു. അയാളുടെ കണ്ണുകൾ പ്രകാശിച്ചു. നാസാരന്ധ്രങ്ങൾ വിറയാർന്നു; അയാളുടെ കണ്ണുകൾ കഷ്ടിച്ചു കാണാവുന്ന ആ രണ്ടു കുത്തുകളിൽ ഉറച്ചുനിന്നു. അയാൾ ഡ്രൈവറുടെ മുറിയുടെ മീതെ ഉറക്കെ കൊട്ടിക്കൊണ്ട് അലറി. 'മറവിൽ പൊയ്ക്കോളൂ–റോഡിൽനിന്നു തിരിഞ്ഞോളൂ' അയാൾ എഴുന്നേറ്റു പരി

ചിതമായ കണ്ണുകൊണ്ട് ആ പാറയിടുക്ക് ആകെ പരിശോധിച്ചു. നദീതടത്തിലുള്ള ഒരു കളിമൺ കുഴി ഡ്രൈവർക്ക് ചൂണ്ടിക്കാണിച്ചുകൊടുത്തു. അതിന്റെ തീരം നിറയെ ചാരനിറത്തിലുള്ള 'കോൾട്ട്സ് ഫൂടും' ചുവപ്പൻ സെലാൻഡെയിനും' വളർന്നുനിൽക്കുന്നുണ്ട്.

ഉദാസീനനായി ആ യുവസേനാനി പുഞ്ചിരിയിട്ടു. വളരെ വിദൂരതയിൽ, ശല്യം ചെയ്യാതെ കറങ്ങുകയായിരുന്ന ആ വിമാനങ്ങൾ, വിരസവും വിജനവുമായ വയലിൽ കൂടെ പൊടിപടലം ഉയർത്തിക്കൊണ്ടു പോകുന്ന ആ ഏകാന്തമായ ട്രക്കിനെ ഗൗനിച്ചിരുന്നില്ല. പക്ഷേ അയാൾക്കു മുമ്പുതന്നെ ഡ്രൈവർ റോഡുവിട്ടു. ആ ട്രക്ക് കുലുങ്ങിക്കൊണ്ട് കുഴിയിടം നോക്കിപ്പാഞ്ഞു.

അവർ ആ കുഴിസ്ഥലത്ത് എത്തിയ ഉടനെതന്നെ സീനിയർ ലഫ്. പുറത്ത് ഇറങ്ങി, റോഡിലേക്ക് ശ്രദ്ധാപൂർവം നോക്കിക്കൊണ്ട് ആ പുല്ലിൽ ചടഞ്ഞിരുന്നു.

സീനിയർ ഉദ്യോഗസ്ഥനെ പുച്ഛസ്വരത്തിൽ നോക്കി, 'എന്തിനാണ് ഇതെല്ലാം' എന്നു ചോദിച്ചു യുവാവ്. ഈ വാചകം പൂർത്തിയാക്കുന്നതിനു മുമ്പുതന്നെ മുതിർന്ന ആൾ നിലംപറ്റിക്കിടന്നുകൊണ്ടു വിളിച്ചുപറഞ്ഞു. "കിടക്കൂ."

ആ നിമിഷത്തിൽതന്നെ വിമാനത്തിന്റെ ഭയങ്കരമായ അലർച്ച മുഴങ്ങി. ഒരു അസാധാരണ കലപിലശബ്ദത്തോടെ രണ്ടു വലിയ നിഴലുകൾ അവരുടെ തലയ്ക്കുമീതെ കൂടി കടന്നുപോയി. വായുവിൽ പ്രതിധ്വനി ഉയർന്നു. ഇതും ആ യുവാവിനെ അധികം പരിഭ്രമിപ്പിച്ചില്ല. 'സാധാരണ വിമാനങ്ങൾ സംശയമില്ല. നമ്മുടെതന്നെ' അതായിരുന്നു അയാളുടെ വിചാരം. അയാൾ ചുറ്റും നോക്കി. പെട്ടെന്ന് വഴി അരികിലായി, ഒരു മറിഞ്ഞ ട്രക്ക് പുകയുർത്തി കത്തിജ്വലിക്കുന്നത് അയാളുടെ ദൃഷ്ടിയിൽപ്പെട്ടു.

"അവർ ദാഹകബോംബുകളാണ് ഉതിർക്കുന്നത്." ഉണ്ടകൊണ്ടു വിണ്ടുകീറി തീപിടിച്ച് അമരുന്ന ട്രക്കിനെ നോക്കി മെയിൽ ഡ്രൈവർ ഒരു പുഞ്ചിരിയോടെ പറഞ്ഞു.

"അവർ ട്രക്കുകളെ അന്വേഷിച്ചു നടക്കുകയാണ്. നായാട്ടുകാർ"

പുല്ലിൽ കുറേക്കൂടെ സംതൃപ്തമായി ഇരുന്നുകൊണ്ട് സീനിയർ ലഫ്. പറഞ്ഞു: "കുറച്ചുനേരംകൂടി കാത്തുനിൽക്കണം. അവർ വേഗം തന്നെ മടങ്ങിവരും. റോഡുകളാണ് അവർ തെരയുന്നത്. കുറച്ചുകൂടി പിന്നിലേക്ക്, അതാ അവിടെ കാണുന്ന ബർച്ചുമരത്തണലിലേക്ക് ട്രക്ക് അടുപ്പിച്ചിടുന്നതാണ് നല്ലത് കുട്ടി."

ജർമൻ വൈമാനികർ തങ്ങളുടെ പ്ലാൻ അയാളോട് പറഞ്ഞുകൊടുത്തിട്ടുണ്ട് എന്നു തോന്നത്തക്കവിധത്തിൽ ആത്മവിശ്വാസത്തോടും സാവധാനത്തിലുമാണ് അയാൾ അത് പറഞ്ഞത്. ആ പോസ്റ്റ്മെയിലിനെ അനുഗമിച്ചിരുന്ന യുവതിയായ ഒരു പോസ്റ്റ് ജീവനക്കാരി ഡ്രൈവറുടെകൂടെ ഇരിക്കുന്നുണ്ടായിരുന്നു. വിളർത്ത്, പൊടിയണിഞ്ഞ

ചുണ്ടിൽ ഒരു ക്ഷീണിച്ച പുഞ്ചിരിയുമായി, കല്ലോലസദൃശ്യമായ മേഘ ശകലങ്ങൾ ചുറ്റിത്തിരിയുന്ന വേനൽക്കാലാന്തരീക്ഷത്തിലേക്ക് അലസ മായി നോക്കിക്കൊണ്ട് അവൾ ആ പുല്ലിൽ മലർന്നുകിടന്നു; പരിഭ്രാന്തി ഉള്ളിൽ നിറയുന്നുണ്ടെങ്കിലും, ഉദാസീനതയവലംബിച്ചു. അവളുടെ ഗുണവും കൂടെ കരുതി ആ ചെറുപ്പക്കാരൻ സാർജന്റ് മേജർ പറഞ്ഞു. "നമുക്ക് പുറപ്പെടുകയാണ് നല്ലത്. എന്തിനു സമയം കളയുന്നു. തൂങ്ങി ച്ചാവാൻ ജനിച്ചവന് ഒരിക്കലും മുങ്ങിച്ചാകേണ്ടി വരുകയില്ല.

ശാന്തമായി ഒരു പുൽക്കൊടി ചവച്ചുകൊണ്ട് ഇരുന്നിരുന്ന ആ സീനിയർ ലഫ്: ഗൗരവംപൂണ്ടു. നീലനേത്രങ്ങൾ കൊണ്ട് അൽപ്പം വിനോദരസം കലർന്ന ഭാവത്തിൽ യുവാവിനെനോക്കി തിരിച്ചടിച്ചു.

"ശ്രദ്ധിക്കൂ കുട്ടീ. സമയം അതിക്രമിക്കുന്നതിനുമുമ്പ് അബദ്ധജടി ലമായ ആ പഴഞ്ചൊല്ല് മറന്നുകളയൂ. പിന്നെ വേറെ ഒരു കാര്യം, സാർജന്റ് മേജർ സഖാവേ യുദ്ധമുന്നണിയിൽ നിങ്ങൾ നിങ്ങളുടെ മേലധികാരികളെ തികച്ചും അനുസരിക്കണമെന്നാണു വയ്പ്-നിലത്തു കിടക്കൂ എന്നാണ് കൽപ്പനയെങ്കിൽ നിങ്ങൾ കിടക്കുകതന്നെ വേണം."

സീനിയർ ലഫ്: കുടിക്കുവാൻ കഴമ്പുള്ള ഒരുതരം പുൽത്തണ്ട് കിടക്കുന്നത് കണ്ടു. അത് എടുത്ത് അതിന്റെ സുക്ഷിരമുള്ള തൊലി നീക്കി നഖംകൊണ്ട് ചീന്തി അത് രുചിയോടെ കാർന്നുതിന്നാൻ തുട ങ്ങി. വീണ്ടും കേട്ടു വിമാനത്തിന്റെ ഇരമ്പൽ. രണ്ടു വിമാനങ്ങൾ ഭൂമി യിലേക്കു താഴ്ന്നു വന്നു. പാർശ്വഭാഗങ്ങളിലേക്ക് അങ്ങോട്ടും ഇങ്ങോട്ടും ചെരിഞ്ഞുകൊണ്ട് പറക്കുവാൻ തുടങ്ങി. അവയുടെ ചിറ കിന്റെ കടുംമഞ്ഞനിറവും കറുപ്പും വെളുപ്പും ചേർന്ന കുരിശടയാളവും ഏറ്റവും താഴ്ന്നുപറക്കുന്നതിന്റെ ഫ്യൂസിലേജിൽ അങ്കിതമായിരുന്ന ഇൻഡ്യൻ ചിത്രവും വ്യക്തമായിക്കാണാമായിരുന്നു. സീനിയർ ലഫ്: അലസനായി വാച്ചിലേക്ക് നോക്കിപ്പറഞ്ഞു.

"എല്ലാം ശരിയായി. നമുക്ക് പോകാം. കുട്ടീ ഗ്യാസ് തുറന്നിടൂ. എത്രത്തോളം വേഗം ഇവിടെനിന്ന് അകലുന്നുവോ അത്രയും നല്ലത്."

ഡ്രൈവർ ഹോണടിച്ചപ്പോൾ പോസ്റ്റുജീവനക്കാരി ഓടിവന്നു. അവളുടെ കൈയിൽ നീണ്ട ഞെട്ടിയിൽ തൂങ്ങിക്കിടക്കുന്ന നിരവധി ചുവന്ന കാട്ടു 'സ്റ്ററോബറി" പഴങ്ങൾ ഉണ്ടായിരുന്നു. അവ അവൾ സീനിയർ ലഫ്റ്റനന്റിനു നീട്ടി.

ഇവ പഴുത്തുതുടങ്ങി. വേനൽക്കാലം വന്നത് നാം അറിഞ്ഞേ ഇല്ല. പഴങ്ങൾ മണത്തുനോക്കിക്കൊണ്ട് അയാൾ പറഞ്ഞു. ഒരു കുസുമം പോലെ അയാൾ അത് തന്റെ കുപ്പായത്തിന്റെ ബട്ടൻസിന്റെ ദ്വാരത്തിൽ തിരുകിവെച്ചു.

"അവ ഇനി തിരിച്ചുവരികയില്ലെന്നും, നമുക്കു സുരക്ഷിതമായി യാത്ര തുടരാമെന്നും എങ്ങനെ മനസിലാക്കി" നിശബ്ദനായി വണ്ടി കുഴിയിൽ വീഴുന്നതിനോടനുബന്ധിച്ച് ചാടി ഉലഞ്ഞുകൊണ്ടിരുന്ന സീനിയർ ലഫ്റ്റനന്റിനോട് ആ യുവാവ് ചോദിച്ചു.

"വളരെ എളുപ്പത്തിൽ അതിനൊരു വിശദീകരണം സാധ്യമാണ്. അവ 'മെസേർസ് 109' ആണ്. 45 മിനിട്ട് പറക്കുവാനുള്ള ഇന്ധനമേ അവയുടെ അകത്ത് ഉണ്ടായിരിക്കുകയുള്ളൂ. അത് തീർന്ന് വീണ്ടുംനിറയ്ക്കാൻ പോയിരിക്കുകയാണ്."

ഇത്ര നിസാരമായ കാര്യം മനുഷ്യർക്ക് എന്തുകൊണ്ട് അറിയാൻ കഴിയുന്നില്ല എന്ന ഭാവമായിരുന്നു സീനിയർ ലഫ്റ്റനന്റിന്റെ സ്വരത്തിൽ. യുവാവ് ഇതുകഴിഞ്ഞപ്പോൾ വളരെ ശ്രദ്ധയോടെ അന്തരീക്ഷ നിരീക്ഷണത്തിന് തുനിഞ്ഞു. വിമാനം തിരിച്ചുവരുന്നത് മെരിസീവിനെക്കാളും മുമ്പെ തനിക്ക് കണ്ടുപിടിക്കണമെന്നായിരുന്നു അയാളുടെ വിചാരം. പക്ഷേ വ്യോമസീമ പ്രശാന്തമായി തന്നെ ഇരുന്നു. നിറയെ വളർന്നു നിൽക്കുന്ന പുല്ലിന്റേയും പൊടിയുടേയും ഊഷ്മളമായ മണ്ണിന്റേയും മണം വായുവിൽ മുറ്റിനിന്നിരുന്നു. ചീവീടുകൾ സന്തോഷത്തോടെ ലഹള കൂട്ടിയിരുന്നു. കളകൾ നിറഞ്ഞ ഉറച്ച മണ്ണിന്റെ മീതെ ഇരുന്ന് വാനമ്പാടികൾ പാടിക്കൊണ്ടിരുന്നു. സുപ്രസിദ്ധമായിരുന്ന–കുടിലിൽ ഇരിക്കുന്ന പട്ടാളക്കാരൻ തന്റെ കാമിനിക്കുവേണ്ടി ഉഴറിക്കൊണ്ട് ആലപിക്കുന്ന– ആ പാട്ടു പാടുവാൻ തുടങ്ങി.

"നിങ്ങൾക്ക് ആ ആഷ്മരത്തിന്റെ പാട്ടറിയാമോ" അയാളുടെ സ്നേഹിതൻ ഇടയ്ക്കുകയറി ചോദിച്ചു. യുവാവ് തല കുലുക്കി. ആ പഴയ പാട്ട് പാടുവാൻ തുടങ്ങി. മെരിസീവിന്റെ പൊടിയണിഞ്ഞ ക്ഷീണിച്ചമുഖത്ത് ഒരു വിഷാദം നിഴലിട്ടു.

"സ്നേഹിതാ, നിങ്ങൾ പാടുന്നരീതി ശരിയല്ലല്ലോ. ഇതൊരു വിനോദഗാനമല്ല. കരളിൽത്തട്ടി വേണം അത് പാടുവാൻ." മൃദുവായി പതുങ്ങി അവ്യക്തമായ സ്വരത്തിൽ സീനിയർ ലഫ്റ്റനന്റ് അത് പാടാൻ തുടങ്ങി.

ഒരു നിമിഷനേരത്തേക്ക് ഡ്രൈവർ ബ്രേക്ക് ചവുട്ടി. പോസ്റ്റ്ജീവനക്കാരി മുറിയിൽനിന്ന് പുറത്തുകടന്നു. ചക്രത്തിന്മേൽ കയറി പതുക്കെ ട്രക്കിനകത്തേക്ക് കടന്നു. സുശക്തമായ സുഹൃദ്ഹസ്തങ്ങൾ വീഴാതെ അവളെ താങ്ങി.

സ്വയം മറന്ന ആ യുവാവ് കിറ്റ്ബാഗിൽനിന്ന് ഒരു മൗത്ത് ഓർഗൻ വലിച്ചെടുത്ത് ഇടയ്ക്കിടെ അത് വായിച്ചു. ഇടയ്ക്കിടെ സംഗീതത്തിൽ പങ്കുചേർന്നും, ഇടയ്ക്കിടെ അതൊരു വടിപോലെ വീശി കണ്ടക്ടറുടെ ഭാഗം അഭിനയിച്ചും കൊണ്ടിരുന്നു. വിരസവും വിജനവുമായ പട്ടാളപാതയിലൂടെ പൊടിയണിഞ്ഞ് സർവസ്ഥലത്തും പരന്നുകിടക്കുന്ന സമൃദ്ധമായ കളകൾക്കുമീതേ, വേനൽക്കാലത്തെ ചൂടിൽ മയങ്ങിക്കിടക്കുന്ന വയൽപോലെയും സുരഭിലമായ, ചൂടുള്ള പുല്ലിൽക്കിടന്ന് ഒച്ചവയ്ക്കുന്ന ചീവീടുകളുടെ ചിലമ്പൽപോലെയും തെളിഞ്ഞ വേനൽക്കാലാകാശത്തിൽനിന്ന് ഉതിരുന്ന വാനംപാടിയുടെ ഗാനധാര പോലെയും ഉന്നതവും അനന്തവുമായ വ്യോമണ്ഡലംപോലെയും, പഴയതും എന്നാൽ നിത്യനൂതനവുമായ ആ ഗാനത്തിന്റെ സുശക്തമായ വിലാപ

ധ്വനി അങ്ങനെ പരന്നൊഴുകി.

പാട്ടിൽ അങ്ങനെ ലയിച്ചിരിക്കുകയാൽ അവരുടെ വാഹനം വഴിയിൽ കിടന്നിരുന്ന ഒരു ട്രക്കിൽ ചെന്നുമുട്ടിയ പോലെയായി. പൊടുന്നനെ ഡ്രൈവർ ബ്രേക് ചവിട്ടി. വണ്ടി നടുവഴിയിൽ നിന്നു. റോഡിന്റെ ഒരറ്റത്തുള്ള കുഴിയിൽ പൊടിയണിഞ്ഞ നാലുചക്രങ്ങളും മുകളിൽ കാണത്തക്കവിധത്തിൽ ഒരു 3 ടൺ ട്രക്ക് മറിഞ്ഞുകിടന്നിരുന്നു. യുവാവ് വിളർത്തു വിവശനായി. പക്ഷേ അയാളുടെ സഖാവ് അതിന്റെ ഒരു ഭാഗത്തുകൂടെ ഇറങ്ങി കുഴിയുടെ നേർക്ക് ധൃതിയിൽ നടന്നു. അയാൾ നടക്കുമ്പോൾ അസാധാരണമായ ഒരു മുടന്തൽ ഉണ്ടായിരുന്നു. മെയിൽട്രക്കിന്റെ ഡ്രൈവർ, മറിഞ്ഞുകിടക്കുന്ന ട്രക്കിനകത്തുനിന്ന് ഒരു ക്വാർട്ടർമാസ്റ്റർ ക്യാപ്റ്റന്റെ രക്തംപൂണ്ട ദേഹം വലിച്ചെടുത്തു. അയാളുടെ മുഖം വിണ്ടുകീറി ഒരു ചാരനിറം പൂണ്ടിരുന്നു. സീനിയർ ലഫ്: അയാളുടെ കൺപോളകൾ തുറന്നുനോക്കി.

“ഇയാൾ മരിച്ചുകഴിഞ്ഞിരിക്കുന്നു” തൊപ്പി ഉയർത്തി ലഫ്: പറഞ്ഞു. “വേറെ വല്ലവരും ഉണ്ടോ അതിനകത്ത്.”

“ഉവ്വ്, അതിന്റെ ഡ്രൈവർ.”

“എന്താണ് അവിടെ നിൽക്കുന്നത്, വന്നു സഹായിക്കൂ.” പരിഭ്രാന്തനായ യുവാവിനോട് ലഫ്: പറഞ്ഞു. “ഇതിനു മുമ്പ് രക്തം കണ്ടിട്ടില്ലേ? എന്നാൽ പരിചയപ്പെട്ടുകൊള്ളൂ. ചോര ധാരാളം കാണേണ്ടിവരും. ഇത് ഇതാണ് ആ നായാട്ടുകാരുടെ ഇര.”

ഡ്രൈവർക്ക് ജീവനുണ്ടായിരുന്നു. അയാൾ കണ്ണടച്ചു കിടന്ന് പതുക്കെ ഞരങ്ങി. പുറമെ അപകടത്തിന്റെ അടയാളമൊന്നും ഉണ്ടായിരുന്നില്ല. ഷെൽ ഏറ്റ് ട്രക്ക് കുഴിയിലേക്ക് മറിഞ്ഞപ്പോൾ അയാളുടെ നെഞ്ച് സ്റ്റിയറിങ്ങ് ചക്രത്തിന്മേൽ ആഞ്ഞടിച്ചു; ക്യാബിന്റെ അവശിഷ്ടത്തോടൊപ്പം കുഴിയിലേക്ക് മറിഞ്ഞതാണ് എന്നു വ്യക്തമായിരുന്നു. സീനിയർ ലഫ്: അയാളെ മെയിൽ ട്രക്കിലേക്ക് കൊണ്ടുവരുവാൻ കൽപ്പിച്ചു. ഒരു തുണിക്കഷണത്തിൽ ശ്രദ്ധാപൂർവം പൊതിഞ്ഞ് എടുത്തിട്ടുള്ള ഇതേവരെ ധരിച്ചിട്ടില്ലാത്ത ഒരു പുതിയ കോട്ട് ഉണ്ടായിരുന്നു. സീനിയർ ലഫ്റ്റനന്റിന്റെ കൈയിൽ. അത് ആ മുറിവേറ്റവനു കിടക്കാനായി ട്രക്കിന്റെ അടിയിൽ വിരിച്ച് അയാളുടെ തലയെടുത്ത് മടിയിൽവെച്ചു അങ്ങനെ ഇരുന്ന് ലഫ്: സ്വയം ചിന്തയിൽ ലയിച്ചു, ഒരു പുഞ്ചിരിയിട്ടു “സർവശക്തിയുമെടുത്ത് വണ്ടി വിട്ടോളൂ” അയാൾ കൽപ്പിച്ചു.

ഒരു ചെറിയ വ്യോമസൈന്യവിഭാഗത്തിന്റെ കേന്ദ്രമാണ് എന്നു പരിചിത നേത്രങ്ങൾക്ക് മനസിലാകുമായിരുന്ന ആ ചെറിയ ഗ്രാമത്തിലെ ഇടവഴിയിലൂടെ പോകുമ്പോൾ നേരം സന്ധ്യയാകാറായിരുന്നു. മുന്നിലെ തോട്ടത്തിൽ നിൽക്കുന്ന ആപ്പിൾമരത്തിന്റേയും യൂബോർഡ് മരത്തിന്റേയും ചില്ലകളിൽനിന്നും കിണറ്റിന്റെ കപ്പിയിൽനിന്നും വേലിയുടെ കാലുകളിൽനിന്നും നിരവധി കമ്പികൾ തൂങ്ങിക്കിടന്നിരുന്നു.

സാധാരണ കൃഷിക്കാർ പണിയാധുങ്ങളേയും കന്നുകാലികളേയും സൂക്ഷിക്കാറുള്ള വീടുകളുടെ അടുത്തുള്ള മേഞ്ഞ ഷെഡുകളിൽ ഇപ്പോൾ കിടക്കുന്നത് ജീപ്പുകളും എമ്മകളുമാണ്. ചെറിയ ചെറിയ വീടുകളിലെ ജനവാതിലിലൂടെ നീല ബാൻഡും കൂർത്ത തൊപ്പിയും ധരിച്ച പട്ടാളക്കാരെ ഇടയ്ക്കിടെ കാണാമായിരുന്നു. ഏതു സമയത്തും ടൈപ്പ്റൈറ്റിങ്ങിന്റെ കടപടശബ്ദം പൊന്തികേൾക്കാം. കമ്പികളുടെ ഒരു കെണിതന്നെ കാണാവുന്ന ഒരു ചെറിയ വീട്ടിൽ നിന്ന് ടെലിഗ്രാഫ് യന്ത്രത്തിന്റെ നിനദം മുഴങ്ങുന്നുണ്ട്.

വലുതും ചെറുതുമായ വഴികൾ വിട്ടു കളകൾ നിറഞ്ഞ ഈ വിജനപ്രദേശത്ത് ഈ ഗ്രാമമിങ്ങനെ ഒറ്റയ്ക്കു നിൽക്കുന്നത് ജർമൻ ആക്രമണകാലത്തിനുമുമ്പുള്ള ജീവിതം എത്ര സുഖകരമായിരുന്നു എന്നു തെളിയിക്കുവാനാണോ എന്നു തോന്നും. മഞ്ഞനിറമുള്ള 'ഡക്ക്കളകൾ നിറഞ്ഞു നിൽക്കുന്ന ആ ചെറിയ കുളത്തിൽ നിറയെ വെള്ളമുണ്ടായിരുന്നു. കളകൾക്കിടയിൽ സ്വന്തമായി ഒരു സ്ഥലമുണ്ടാക്കി, പഴയ വില്ലോമരങ്ങളുടെ നിഴലിൽ, കൊച്ചലകൾകൊണ്ടു തുടിച്ചുകൊണ്ടിരിക്കുന്ന ആ തെളിഞ്ഞ വെള്ളത്തിൽ ഹിമംപോലെ വെളുത്ത മേനിയും കൊക്കുമുള്ള രണ്ടു താറാവുകൾ നീന്തിക്കളിച്ചിരുന്നു.

ചുവന്ന കുരിശടയാളമുള്ള കൊടി പറക്കുന്ന ഒരു കൊച്ചു കുടിലിലേക്ക് ആ മുറിവേറ്റ ആളെ എടുത്തുകൊണ്ടുപോയി, ട്രക്ക്, വില്ലേജിൽക്കൂടി പിന്നെയും ഓടി വൃത്തിയുള്ള ഒരു ചെറിയ സ്കൂൾക്കെട്ടിടത്തിന്റെ മുമ്പിൽ ചെന്നുനിന്നു. തകർന്ന ജനവാതിലിലൂടെ നീണ്ടുകിടക്കുന്ന നിരവധി കമ്പികളിൽനിന്നും, ടോമിഗൺ ധരിച്ച കാവൽനിൽക്കുന്ന പടയാളിയിൽനിന്നും, അത് സൈനികകേന്ദ്രമാണ് എന്ന് മനസിലാക്കാമായിരുന്നു.

"എനിക്ക് റെജിമെന്റൽ കമാണ്ടറെ ഒന്നു കാണണം." തുറന്ന ജനവാതിൽക്കൽ ഇരുന്നു *ക്രാസ്നോറാമിറ്റ്സ്* പത്രത്തിലെ ഒരു പദപ്രശ്നം പൂരിപ്പിച്ചിരുന്ന ശിപായിയോട് സീനിയർ ലഫ്: ആവശ്യപ്പെട്ടു. ആ കെട്ടിടത്തിലേക്ക് കടക്കുമ്പോൾ സീനിയർ ലഫ്റ്റനന്റ് യാന്ത്രികമായി തന്റെ ഉടുപ്പിന്റെ മുൻഭാഗം വലിച്ച് അതിന്റെ ഞൊറികൾ ശരിയാക്കുന്നതും ബൽട്ടിന്റെ താഴെയുള്ള ചുളിവുകൾ നിവർക്കുന്നതും കോളറിനു ബട്ടൺ ഇടുന്നതും അയാളെ അനുഗമിച്ചിരുന്ന യുവാവായ ഉദ്യോഗസ്ഥൻ ശ്രദ്ധിച്ചു. ഉടനെ അയാളും അപ്രകാരമെല്ലാം ചെയ്തു. തന്റെ ഗൗരവക്കാരനായ സുഹൃത്തിനോട് ആ യുവാവിനു വലുതായ മമത തോന്നിത്തുടങ്ങിയിരിക്കുന്നു; അതുകൊണ്ട് എല്ലാ സംഗതികളും അയാളെ അനുകരിക്കണമെന്ന ഒരു മോഹവും.

"കേണലിനു ജോലിത്തിരക്കാണ്" ശിപായി പറഞ്ഞു.

"വ്യോമസൈന്യസ്റ്റാഫിന്റെ പേഴ്സണൽ ഡിപ്പാർട്ടുമെന്റിൽനിന്ന് അടിയന്തരിമായി ഒരു കത്ത് കൊടുത്തയച്ചിട്ടുണ്ട് എന്ന് അദ്ദേഹത്തോടു പറയൂ."

കുറച്ചുനേരം കാത്തിരിക്കേണ്ടിവരും. അദ്ദേഹം ശത്രു ബലപരിശോധന സംഘത്തിന്റെ വിവരണം കേൾക്കുകയാണ്. ആരും ഇടപെടരുതെന്നാണ് അദ്ദേഹം ആവശ്യപ്പെട്ടിരിക്കുന്നത്. കുറച്ചുനേരം ആ തോട്ടത്തിൽ ഇരുന്നാൽ കൊള്ളാം.

ശിപായി വീണ്ടും പദപ്രശ്നപൂരണത്തിൽ മുഴകി. നവാഗതർ ആരാമത്തിൽ, ഒരു പൂത്തടത്തിനു സമീപമുണ്ടായിരുന്ന പഴയ ബെഞ്ചിൽ പോയിരുന്നു. നാലുഭാഗത്തും ഇഷ്ടിക വെച്ചുപിടിപ്പിച്ചിരുന്ന ആ തോട്ടം ഇന്നാരുംതന്നെ ശ്രദ്ധിക്കാനില്ലാതെ പുല്ലു കയറിക്കിടക്കുയാണ്. യുദ്ധത്തിനുമുമ്പ്, പ്രശാന്തമായ വേനൽക്കാലത്ത്, സ്കൂളിലെ ജോലി കഴിഞ്ഞ അധ്യാപിക ഇവിടെ ഇരുന്നു വിശ്രമിച്ചിട്ടുണ്ടാകാം. തുറന്നിട്ട ജാലകത്തിലൂടെ രണ്ടു സ്വരങ്ങൾ വ്യക്തമായി കേട്ടിരുന്നു. പരുപരുത്ത പരിഭ്രാന്തിനിറഞ്ഞ ഒരു ശബ്ദം എന്തോ റിപ്പോർട്ടുചെയ്യുകയാണ്.

"ബോൾഷോഗോറക്കോവിലേക്കും ക്രസ്റ്റ്വോവോഡ് ഷിങ്കിയിലേക്കും നയിക്കുന്ന റോഡിൽകൂടെയും ഇതിലെയും നിരന്തരമായ സൈനികപ്രയാണമുണ്ട്. യുദ്ധരംഗത്തേക്ക് ഒരേയൊരു വഴിക്കായി നിരവധി ട്രക്കുകൾ വിരാമമില്ലാതെ ഒഴുകുകയാണ്. ഇവിടെ ഈ പള്ളിയുടെ ഓരത്തുള്ള ഗുഹയിൽ അനവധി ട്രക്കുകളോ ടാങ്കുകളോ കിടക്കുന്നുണ്ട്. ഒരു വലിയ വിഭാഗം അവിടെ കേന്ദ്രീകരിച്ചിട്ടുണ്ട് എന്നാണ് എന്റെ വിചാരം."

"എന്താണ് നിങ്ങളുടെ നിഗമനത്തിന്റെ അടിസ്ഥാനം." ഒരു ഗംഭീര സ്വരം ആരാഞ്ഞു.

"ഞങ്ങൾക്ക് ഇവിടെ ഒരു കനത്ത വെടിയുണ്ടവർഷം തന്നെ അഭിമുഖീകരിക്കേണ്ടിവന്നു. ഒരുവിധം രക്ഷപ്പെട്ടു എന്നേ ഉള്ളൂ. ഇന്നലെ തീ പുകയുന്ന കുറേ സൈനിക പാചകശാലകളല്ലാതെ യാതൊന്നും ആ ഭാഗത്ത് ഉണ്ടായിരുന്നില്ല. ഞാൻ, അവരെ ഒന്നു ഇളക്കിനോക്കുവാൻമാത്രം, അവരുടെ മുകളിലൂടെ പറന്നു. എന്നാൽ ഇന്നോ! അവരുടെ വെടിയുതിർക്കൽ ഭയങ്കരമായിരിക്കുന്നു. അവർ മുന്നണിയിലേക്കു യാത്രതിരിക്കുകയാണ് എന്നത് സ്പഷ്ടം."

"സെഡ് ചതുര'ത്തെപ്പറ്റി എന്തു പറയുന്നു."

"അവിടെയും പടനീക്കംതന്നെയാണ്. പക്ഷേ ഇത്രത്തോളമില്ല. ഇവിടെ ഈ കാടിന്റെ സമീപത്തായി വലിയ ഒരു ടാങ്ക് പട നീങ്ങുന്നുണ്ട്. ഏകദേശം നൂറോളം വരും. യാതൊരു മാറ്റവുമില്ലാതെ, നല്ല തെളിഞ്ഞ പ്രകാശത്തിൽ 5 കിലോമീറ്റർ അകലംവെച്ചു ചെറിയ ചെറിയ വിഭാഗങ്ങളായാണ് അവ നീങ്ങുന്നത്. ഒരുപക്ഷേ, ഇതൊരു പ്രഹസനമാകാം. ഇവിടെയും മുന്നണിയിൽ തന്നെ ഞങ്ങൾ കാലാൾപ്പടയെ കണ്ടുമുട്ടി; ആയുധശേഖരങ്ങളും. അതെല്ലാം മരത്തടികൾകൊണ്ട് മറച്ചിട്ടുണ്ട്. ഇന്നലെ അവിടെ യാതൊന്നുമുണ്ടായിരുന്നില്ല. ഇന്നുവലിയ കൂമ്പാരം."

"ഇത്രമാത്രമേ ഉള്ളോ?"

"അതെ കേണൽസഖാവേ ഞാൻ റിപ്പോർട്ട് എഴുതിത്തരട്ടെ?"

"റിപ്പോർട്ടോ, വേണ്ട; റിപ്പോർട്ടിനൊന്നുമുള്ള സമയമല്ല ഇപ്പോൾ. ഉടനെതന്നെ സൈനികകേന്ദ്രത്തിലേക്ക് പോകണം. എന്താണ് ഇതിന്റെ അർഥമെന്ന് അറിയാമോ–ഹേയ് ശിപായി എന്റെ ജീപ്പ് വിളിക്കൂ ഈ ക്യാപ്റ്റനെ ഇപ്പോൾത്തന്നെ സൈനികകേന്ദ്രത്തിലേക്ക് അയക്കുക."

വിശാലമായ ഒരു ക്ലാസുമുറിയിൽ ആയിരുന്നു കമാണ്ടറുടെ ഓഫീസ്. നീണ്ട മരച്ചുമരുകളോടുകൂടിയ ഈ മുറിയിലെ ഏക ഉപകരണം ടെലിഫോൺ തോലുറകൾ, ഒരു വ്യോമയാന ഭൂപടപേടകം, ഒരു ചുവന്ന പെൻസിൽ എന്നിവ കിടന്നിരുന്ന ഒരു മേശയായിരുന്നു. ആരോഗ്യവും പ്രസരിപ്പും ഉള്ള ഹ്രസ്വകായനായ കേണൽ. പിന്നിൽ കൈകെട്ടി ആ മുറിയിൽ അങ്ങോട്ടും ഇങ്ങോട്ടും ചുറുചുറുക്കോടെ നടന്നുകൊണ്ടിരുന്നു. സ്വന്തം ചിന്തയിൽ ലയിച്ചിരുന്ന അദ്ദേഹം ഒന്നോ രണ്ടോ ചാൽ, അവിടെ അറ്റൻഷനായി നിന്നിരുന്ന വൈമാനികരെ കാണാതെ കടന്നുപോയി. പെട്ടെന്ന് അവരുടെനേരെ വന്നുനിന്ന് അന്വേഷണഭാവത്തിൽ അവരെ നോക്കി.

"സീനിയർ ലഫ്റ്റനന്റ് അലക്സി മെരിസീവ് അങ്ങയുടെ അധികാരത്തിൽ" "തന്റെ മടമ്പുകൾ" കൂട്ടിയിടിച്ചു. സല്യൂട്ടു ചെയ്തുകൊണ്ട് ആ കറുത്ത ഉദ്യോഗസ്ഥൻ പറഞ്ഞു.

"സാർജന്റ് മേജർ അലക്സാണ്ടർ പെട്റോവ്!" സൈനിക ബൂട്സ് ഒന്നുകൂടി ഉഷാറിൽ കൂട്ടിയടിച്ച്, അൽപ്പം കൂടെ ചുറുചുറുക്കോടെ സല്യൂട്ട് ചെയ്‌വാൻ ശ്രമിച്ചുകൊണ്ട് ആ യുവാവ് സ്വയം പരിചയപ്പെടുത്തി.

"റജിമെന്റൽ കമാണ്ടർ ഐവനോവിച്ച്" ചീഫ് മറുപടിയായി ഉച്ചത്തിൽ മുരണ്ടു. അലക്സി തൻെറ ഭൂപട പേടകത്തിൽ നിന്ന് ഒരു എഴുത്തെടുത്ത് ചീഫിന് കൊടുത്തു.

വളരെ ധൃതിയിൽ ആ ചെറിയ എഴുത്ത് വായിച്ചിട്ട് അന്വേഷണഭാവത്തിൽ നവാഗതനെ നോക്കി അദ്ദേഹം പറഞ്ഞു:

"വളരെ നല്ലത്. ശരിയായ സമയത്തുതന്നെ നിങ്ങൾ എത്തിയിരിക്കുന്നു. പക്ഷേ, എന്താണ് ഇത്ര കുറച്ചു പേരെമാത്രം അയച്ചത്." പെട്ടെന്ന് എന്തോ ഓർത്തപ്പോൾ അദ്ദേഹത്തിന്റെ മുഖത്ത് ഒരു വിസ്മയഭാവം പ്രത്യക്ഷമായി." "പറയൂ നിങ്ങളാണോ മെരിസീവ്. വ്യോമസേനയിലെ പ്രമുഖൻ. ഇതാ ഇപ്പോളാണ് എനിക്കു ഫോൺ ചെയ്തത്. അദ്ദേഹം മുന്നറിവു തന്നിരിക്കുന്നു നിങ്ങൾക്ക്......"

"അതൊരു കാര്യമായ സംഗതിയൊന്നുമല്ല കേണൽ സഖാവേ–" വലിയ വിനയത്തോടെയല്ലാതെ അലക്സി ഇടയിൽക്കയറി. കമാൻണ്ടർ തലകുലുക്കി, സമ്മതഭാവത്തിൽ ചിരിച്ചുകൊണ്ട് പറഞ്ഞു.

"ശരി, ശിപായി ഇവരെ കേന്ദ്രത്തലവന്റെ അടുക്കലേക്ക് കൊണ്ടു

പോയി അവർക്കു ഭക്ഷണവും ഉറങ്ങാനുള്ള സ്ഥലവും ഏർപ്പാടു ചെയ്യുവാനുള്ള കൽപ്പന എന്റെ പേരിൽ നൽകണം. ഗാർഡ് ക്യാപ്റ്റന്റെ ചെസ്ളോവിന്റെ വിഭാഗത്തിലാണ് ഇവരെ ചേർത്തിരിക്കുന്നത് എന്നും പറയൂ.”

റെജിമെന്റൽ കമാൻണ്ടർ കുറച്ചൊരു ബഹളക്കാരനാണെന്നാണ് പെട്രോവിനു തോന്നിയത്. പക്ഷേ, മെരിസീവിന് അങ്ങനെയുള്ളവരെ ഇഷ്ടമായിരുന്നു. പെട്ടെന്നു സംഗതി മനസിലാക്കാൻ ത്രാണിയും വ്യക്തമായി ആലോചിക്കാൻ കഴിവും ദൃഢമായ നിശ്ചയം കൈക്കൊള്ളാൻ തന്റേടവും ചുറുചുറുക്കും ഉള്ളവരെ അലക്സി ആദരിച്ചു. താൻ തോട്ടത്തിൽ ഇരിക്കുമ്പോൾ കേട്ട സ്കൗട്ടിന്റെ വിവരണം അയാളുടെ മനസിൽ പതിഞ്ഞിരുന്നു. ഒരു പട്ടാളക്കാരനു മനസിലാക്കാൻ കഴിവുള്ള പല ലക്ഷണങ്ങളിൽ നിന്നും-കേന്ദ്രം വിട്ടതിൽപ്പിന്നെ അവർ പിന്നിട്ടുവന്ന ജനനിബിഡമായ വഴികൾ, രാത്രിയിലെ പൂർണമായ തമസ്കരണം; അത് അനുസരിക്കാതിരിക്കുന്നവരുടെ ടയറിന്മേൽ വെടിവയ്ക്കുമെന്ന ഭീഷണിയോടെ നിൽക്കുന്ന കാവൽക്കാർ, ടാങ്കും ട്രക്കും പീരങ്കിപ്പടയും കേന്ദ്രീകരിച്ചിരിക്കുന്ന വഴിവിട്ടുള്ള ഈ കാട്ടിലെ ശബ്ദവും തിരക്കും, വിജനമായ റോഡിൽപ്പോലും ജർമൻ നായാട്ടുകാർ ആക്രമണത്തിന് ഒരുങ്ങിയിരുന്നു എന്ന വസ്തുത-എന്നിവയിൽനിന്നെല്ലാം മെരിസീവ് മനസിലാക്കി യുദ്ധമുന്നണിയിലെ ശാന്തതയ്ക്ക് ഒരു അറുതി വരാറായി എന്ന്. ജർമൻകാർ ഇനിയുള്ള ആക്രമണത്തിന് ഉദ്ദേശിക്കുന്നത് ഇവിടമാണ്, അടി ഉടനെതന്നെ വീഴും. ചെമ്പടയുടെ നായകന്മാർക്ക് ആ വസ്തുത തികച്ചും മനസിലായിട്ടുള്ളതിനാൽ അവസരോചിതമായ ഒരു മറുപടി നൽകുവാൻതന്നെ അവർ സന്നദ്ധരായിട്ടുണ്ട് എന്നും അയാൾ ഊഹിച്ചു.

II

അസ്വസ്ഥനായ സീനിയർ ലഫ്റ്റനന്റ്, പെട്രോവിനെ, അത്താഴം മുഴുവനാക്കാൻപോലും സമ്മതിച്ചില്ല. വില്ലേജിന്നപ്പുറത്തുള്ള വിമാനത്താവളത്തിലേക്ക് പുറപ്പെടുന്ന ഒരു വിറകുജീപ്പിൽ, തന്നോട് ഒന്നിച്ചു കയറി ഇരിക്കുവാൻ അദ്ദേഹം അയാളെ നിർബന്ധിച്ചു. സേനാവിഭാഗത്തിന്റെ തലവനായ 'ഗാർഡ്സ് ക്യാപ്റ്റൻ' ചെസ്ലോവിന്-മുഖം വീർപ്പിച്ചു ശുണ്ഠിപിടിച്ചവനെപ്പോലെ തോന്നുമെങ്കിലും വളരെ സൽസ്വഭാവിയായ ആ ഉദ്യോഗസ്ഥന്-അവർ സ്വയം പരിചയപ്പെടുത്തികൊടുത്തു. അധികം താമസിയാതെ, അദ്ദേഹം അവരെ പുല്ലുകൊണ്ടു മൂടിയ ഒരു വിമാനസങ്കേതത്തിലേക്കു നയിച്ചു. അവിടെ 11, 12 എന്ന് അടയാളമിട്ട രണ്ടു പുതിയ എൽഎ 5 വിമാനങ്ങൾ കിടന്നിരുന്നു. നവാഗതർക്കായി ഉദ്ദേശിക്കപ്പെട്ടതായിരുന്നു അവ. വൈകുന്നേരം മുഴുവൻ അവർ സുരഭിലമായ ആ ബർച്ച് വനത്തിൽ കഴിച്ചു കൂട്ടി. അവിടത്തെ

പറവകളുടെ കളനാദത്തെ വിമാനത്തിന്റെ ഇരമ്പലിനുപോലും അതിക്രമിച്ച് അടക്കാൻ കഴിഞ്ഞിരുന്നില്ല. യന്ത്രങ്ങൾ പരിശോധിച്ചും, പുതിയ മെക്കാനിക്കുകളുമായി വർത്തമാനം പറഞ്ഞും സേനാവിഭാഗത്തിലെ ജീവിതവുമായി പരിചയപ്പെട്ടും അവർ സമയം ചെലവഴിച്ചു.

രസകരമായ ഇത്തരം പ്രവർത്തികളിൽ മുഴുകിപ്പോയതിനാൽ അവർ അവസാനത്തെ ട്രക്കിൽ ഇരുട്ടിയതിനുശേഷമാണ് മടങ്ങിയെത്തിയത്. അതുകൊണ്ട് അന്നത്തെ അത്താഴം നഷ്ടപ്പെടേണ്ടിവന്നു. അത് അവരെ സങ്കടപ്പെടുത്തിയില്ല. അവരുടെ സഞ്ചികളിൽ ഇവിടെവരെയുള്ള യാത്രയ്ക്ക് അനുവദിച്ചിരുന്ന റേഷൻപദാർഥങ്ങൾ ഉണ്ടായിരുന്നു. ഉറങ്ങാനുള്ള സ്ഥലമായിരുന്നു അതിലും വലിയ പ്രശ്നം. കളകൾ നിറഞ്ഞ ശൂന്യവനഭൂവിലെ ആ ചെറിയ താവളം രണ്ടു സേനാസംഘത്തിൽപ്പെട്ട ഉദ്യോഗസ്ഥന്മാരെക്കൊണ്ടും ജോലിക്കാരെക്കൊണ്ടും നിറഞ്ഞിരുന്നു. ആൾത്തിരക്കുള്ള ഒരു കുടിലിൽനിന്നു മറ്റൊന്നിലേക്ക് അലഞ്ഞുതിരിഞ്ഞും നവാഗതരെ സ്വീകരിക്കുവാൻ കൂട്ടാക്കാത്ത അതിലെ താമസക്കാരുമായി ശണ്ഠകൂടിയും വലിച്ചുനീട്ടത്തക്കവിധത്തിൽ റബർ കൊണ്ടല്ലല്ലോ വീടുകൾ പണിതിരിക്കുന്നത് എന്ന ചിന്താഗതിയിൽ ആശ്വാസംനേടിയും വിഷമിച്ച് ക്വാർട്ടർമാസ്റ്റർ അവസാനം ചെന്നെത്തിയ ഒരു വീട്ടിനകത്തേക്ക് അവരെ തള്ളി ആക്കിക്കൊണ്ടു പറഞ്ഞു:

"ഇന്നുരാത്രി ഇവിടെ കഴിച്ചു കൂട്ടൂ; നാളെ ആകുമ്പോഴേക്കും ഞാൻ വേറെ വല്ല ഏർപ്പാടും ചെയ്തുതരാം."

യഥാർഥത്തിൽ ആ ചെറിയ കുടിലിൽ വേറെയും 9 പേർ കൂടി ഉണ്ടായിരുന്നു. അവർ എല്ലാവരും തന്നെ തിരിച്ചെത്തിയിരുന്നു. യുദ്ധത്തിന്റെ ആദ്യകാലത്ത് 'കര്യൂഷാസ്' എന്നും സ്റ്റാലിൻഗ്രാഡിനുശേഷം 'സ്റ്റാലിൻഗ്രാഡിക്കാസ്' എന്നും നാമകരണം ചെയ്യപ്പെട്ടിട്ടുള്ള ഷെല്ലിന്റെ ഉറകൾ അടിച്ചുപരത്തിയുണ്ടാക്കിയ പുകപിടിച്ച മണ്ണെണ്ണവിളക്കിന്റെ നേരിയ പ്രകാശത്തിൽ, ഉറങ്ങിക്കിടന്നിരുന്നവരുടെ കറുത്തരൂപങ്ങൾ കാണാമായിരുന്നു. ചിലർ കിടക്കകളിലും, ചിലർ നിലത്ത് വൈക്കോൽ വിരിച്ചും, ഷീറ്റുകൊണ്ടു മൂടിപ്പുതച്ചുമാണ് ഉറങ്ങിയിരുന്നത്. ഈ 9 താമസക്കാർക്കു പുറമെ ആ കുടിലിൽ അതിന്റെ ഉടമസ്ഥയായ ഒരു വൃദ്ധയും അവരുടെ പ്രായമായ മകളും താമസിച്ചിരുന്നു. സ്ഥലമില്ലാത്തതുകൊണ്ട് അവർ ഒരു വലിയ റഷ്യൻ സ്റ്റോവിന്റെ ഷെൽഫിന്മേലാണ് കിടന്നിരുന്നത്.

ഉറങ്ങിക്കിടക്കുന്നവരുടെ മുകളിൽകൂടി എങ്ങനെയാണു കടക്കുന്നത് എന്ന ആലോചനയോടുകൂടി പുതുതായി വന്നവർ വാതിൽപ്പടിയിന്മേൽ നിന്നു. സ്റ്റോവിന്റെ പുറത്തുകിടന്നിരുന്ന വൃദ്ധ കുപിതയായി അലറി.

"ഇവിടെ സ്ഥലമില്ല; ഇവിടെ സ്ഥലമില്ല–പണ്ടേതന്നെ ഇതിൽ ആളുകൾ കൂടുതലാണെന്ന് കാണാൻവയ്യേ? നിങ്ങളെ എവിടെയാണ് കുത്തിത്തിരുകേണ്ടത്. തട്ടിന്മേലോ?"

പെട്രോവിന് ആകെ പരിഭ്രമമായി. അയാൾ മടങ്ങിപ്പോകാൻതന്നെ തീരുമാനിച്ചു. പക്ഷേ, ഉറങ്ങുന്നവരെ ചവിട്ടാതെ മേശയെ ലക്ഷ്യമാക്കി നീങ്ങുകയായിരുന്നു മെരിസീവ്.

‘‘അമ്മേ. അൽപ്പം ഭക്ഷണംകഴിക്കുവാൻ ഈ മൂലമാത്രമേ ഞങ്ങൾക്ക് ആവശ്യമായുള്ളൂ. ഇന്നു മുഴുവൻ ഞങ്ങൾ പട്ടിണിയിലാണ്. രണ്ടു പ്ലേറ്റുകൾ തരാമോ? ഇവിടെക്കിടന്ന് ഞങ്ങൾ നിങ്ങളെ അസൗകര്യപ്പെടുത്തുകയില്ല. നല്ല ചൂടുള്ള രാത്രിയല്ലേ–ഞങ്ങൾ പുറത്തുപോയി ഉറങ്ങിക്കൊള്ളാം.’’

ആ സ്റ്റോവിന്റെ മുകളിൽനിന്ന്, കുപിതയായ വൃദ്ധയുടെ പിറകിലൂടെ രണ്ടു നഗ്നപാദങ്ങൾ പ്രത്യക്ഷമായി. ഒരു കൃശഗാത്രി അവിടെനിന്ന് അനായാസേന ചാടി ഇറങ്ങി. ഉറങ്ങുന്നവർക്ക് ശല്യമുണ്ടാകാതെ സൂക്ഷിച്ചു പുറത്തേക്കുള്ള വാതിൽ കടന്നുപോയി. അൽപ്പസമയത്തിനുള്ളിൽ പ്ലേറ്റുകളും മൃദുലാംഗുലികളിൽ കോർത്തിട്ട ഊതനിറത്തിലുള്ള രണ്ട് കോപ്പകളുമായി അവർ മടങ്ങിവന്നു. ആദ്യം പെട്രോവ് വിചാരിച്ചത് അതൊരു കുട്ടിയാണന്നത്രേ. മേശയ്ക്കരികെ, ആ മഞ്ഞവെളിച്ചത്തിന്റെ വലയത്തിൽ ആ മുഖം എത്തിയപ്പോൾ അയാൾക്ക് ബോധ്യമായി, അവൾ ഒരു യുവതി; അതും സുന്ദരിയായ ഒരു യുവതിയാണെന്ന്. അവൾ ഇട്ടിരുന്ന ഊതനിറത്തിലുള്ള ബ്ലൗസും കീറച്ചാക്കുകൊണ്ടുണ്ടാക്കിയ പാവാടയും, വൃദ്ധസ്ത്രീകളുടേതുപോലെ പിന്നിൽ ഒരു കെട്ടോടുകൂടി മാറിൽ ഇട്ടിരുന്ന കീറിയ തുണിയും മാത്രമേ അവളുടെ സൗന്ദര്യത്തെ കുറച്ചിരുന്നുള്ളൂ.

“മരീന, മരീന, ഇവിടെ വരൂ, കുലടേ–’ സ്റ്റോവിൽ നിന്ന് ആ വൃദ്ധ മുരണ്ടു.

ആ യുവതി കൺപോളപോലും ചലിപ്പിച്ചില്ല. ചുറുചുറുക്കോടെ മേശപ്പുറത്ത് ഒരു കടലാസ് വിരിച്ചു. അതിൽ പ്ലേറ്റും കപ്പും മുള്ളും നിരത്തുന്നതിനിടയിൽ അവൾ പെട്രോവിനെ കൂടെക്കൂടെ കടക്കണ്ണുകൊണ്ട് നോക്കുന്നുണ്ടായിരുന്നു.

‘‘ശരി, ഭക്ഷണം കഴിക്കൂ. നിങ്ങൾക്ക് അത് നഷ്ടപ്പെടുമെന്നു തോന്നുന്നു. എന്തെങ്കിലും മുറിക്കാനോ ചൂടുപിടിപ്പിക്കാനോ ഉണ്ടെങ്കിൽ ഒരു നിമിഷംകൊണ്ട് ഞാനത് ശരിയാക്കിത്തരാം. പുറത്ത് തീ കത്തിക്കരുതെന്നേ ക്വാർട്ടർ മാസ്റ്റർ പറഞ്ഞിട്ടുള്ളൂ.”

“മരീന ഇവിടെ വരൂ.” വൃദ്ധ വീണ്ടും വിളിച്ചു.

“അവർ പറയുന്നത് കണക്കാക്കേണ്ട. അവർക്കു നല്ല സുഖമില്ല. ജർമൻകാർ അവരെ വല്ലാതെ ഭയപ്പെടുത്തിയിരിക്കുന്നു.” യുവതി പറഞ്ഞു. “രാത്രി പട്ടാളക്കാരെക്കണ്ടാൽ അവർ എന്നെക്കുറിച്ച് ആവലാതിപ്പെട്ടു തുടങ്ങും. അവരോട് കോപം തോന്നരുത്. രാത്രിമാത്രമേ ഇങ്ങനെയുള്ളൂ. പകൽ അവർക്ക് തരക്കേടുമൊന്നുമില്ല.”

മെരിസീവിന്റെ സഞ്ചിയിൽ കുറച്ചു മസാല, ഒരു ടിൻ മാംസം, ചിതമ്പലിന്മേൽ ഉപ്പ് മിന്നിത്തിളങ്ങുന്ന രണ്ട് ഉണങ്ങിയ ഹെറിങ്ങ് മത്സ്യം,

ഒരു അപ്പം എന്നിവ ഉണ്ടായിരുന്നു. പെട്രോവിന്റെ കൈയിൽ അധികമൊന്നും ഉണ്ടായിരുന്നില്ല; അൽപ്പം റൊട്ടിയും മാംസവും മാത്രം. ചുറുചുറുക്കുള്ള കൈകൊണ്ട് മരീന അതെല്ലാം മുറിച്ചു രുചി തോന്നിക്കത്തക്കവിധത്തിൽ മേശപ്പുറത്ത് നിരത്തി. നീണ്ട ഇമകൾകൊണ്ട് മൂടിയ നയനങ്ങൾ കൂടുതൽ കൂടുതലായി പെട്രോവിന്റെ മുഖത്തേക്ക് നീളുന്നുണ്ടായിരുന്നു. പെട്രോവും ഇടയ്ക്കിടെ അവളെ നോക്കിക്കൊണ്ടിരുന്നു. രണ്ടുപേരുടെയും കണ്ണുകൾ ഇടയുമ്പോൾ അവൾ മുഖം താഴ്ത്തി തലതിരിക്കും. അവൾ സംഭാഷണം ചെയ്തിരുന്നത് മെരിസീവ് മുഖാന്തിരമാണ്. നേരിട്ട് യാതൊന്നുംതന്നെ പറഞ്ഞില്ല. അവളെ നോക്കിക്കൊണ്ടിരിക്കുവാൻ മെരിസീവിനു രസവും, എന്നാൽ അൽപ്പം വിഷമവും തോന്നി. രണ്ടുപേരും വളരെ ചെറുപ്പമാണ്. അവളോട് താരതമ്യപ്പെടുത്തി നോക്കുമ്പോൾ ജീവിതത്തിന്റെ വലിയ ഒരു ഭാഗം പിന്നിട്ടുകഴിഞ്ഞ വയസനായിരിക്കുന്നു അയാൾ.

"മരിൻഷ്ക, ഇവിടെ കുറച്ചു വെള്ളരിക്ക ഉണ്ടാകുമോ" അയാൾ ചോദിച്ചു.

"ഉണ്ടെന്നു തന്നെ തോന്നുന്നു" കുസൃതിച്ചിരിയോടെ യുവതി ഉത്തരം പറഞ്ഞു.

"ഒരുപക്ഷേ പുഴുങ്ങിയ ഒന്നുരണ്ട് ഉരുളക്കിഴങ്ങും കാണുമായിരിക്കാം."

"ചോദിക്കുന്ന സ്ഥിതിക്ക് അതും."

ഉറങ്ങുന്നവരുടെ മീതെക്കൂടി തൊടാതെ അവൾ വീണ്ടും ഒരു പാറ്റയെപ്പോലെ നിശബ്ദയായി ലാഘവത്തോടെ പുറത്തേക്ക് പോയി.

"സീനിയർ ലഫ്റ്റനന്റ് സഖാവേ," പെട്റോവ് പ്രതിഷേധിച്ചു. "പരിചയമില്ലാത്ത പെൺകുട്ടിയോട് എങ്ങനെയാണ് ഇത്ര അടുപ്പത്തോടെ പെരുമാറുവാൻ സാധിക്കുക, വെള്ളരിക്കയും മറ്റും ചോദിക്കുക."

മെരിസീവ് ഉല്ലാസത്തോടെ പൊട്ടിച്ചിരിച്ചു.

"എടോ, പോക്കിരി, ആരാണ് താൻ എന്നാണ് വിചാരം നാം സമരമുന്നണിയിലാണ്. ഹേയ്, അമ്മൂമ്മേ പിറുപിറുക്കൽ നിർത്തി ഞങ്ങളുടെ കൂടെ ഭക്ഷണം കഴിക്കാൻ വന്നാട്ടെ."

തന്നോടുതന്നെ എന്തൊക്കെയോ പറഞ്ഞുകൊണ്ട് സ്റ്റോവിൽ നിന്ന് ഇറങ്ങി വൃദ്ധ മേശയ്ക്കരികെ വന്നുനിന്നു. യുദ്ധത്തിനുമുമ്പ് താൻ ഏറ്റവും ഇഷ്ടപ്പെട്ടിരുന്ന 'സാസേജ്' അവിടെ കണ്ടമാത്രയിൽ അവർ അത് ആർത്തിയോടെ തിന്നാൻ തുടങ്ങി.

ഉറങ്ങിക്കിടക്കുന്നവരുടെ കൂർക്കംവലിയുടേയും ഉറക്കപ്പിച്ചിന്റേയും പശ്ചാത്തലസംഗീതത്തിൽ അവർ നാലുപേരും രുചിയോടെ അത്താഴം കഴിച്ചു. അലക്സിയാണ് സദാസമയത്തും സംസാരിച്ചിരുന്നത്, അയാൾ വൃദ്ധയെ കളിയാക്കി, മരീനയെ രസിപ്പിച്ചു. വീണ്ടും ക്യാമ്പു ജീവിതത്തിന്റെ സാരസ്യം അനുഭൂതമായപ്പോൾ അയാൾ തികച്ചും

ആനന്ദവാനായി. വളരെക്കാലം വിദേശത്ത് അലഞ്ഞുതിരിഞ്ഞതിനുശേഷം സ്വദേശത്ത് സ്വന്തം വീട്ടിൽ എത്തിയ ഒരാളുടെ വികാരമായിരുന്നു അയാൾക്ക്.

ഈ ഗ്രാമം രക്ഷപ്പെട്ടത് ഒരു ജർമൻ വിഭാഗത്തിന്റെ തലസ്ഥാനമാവുകയാൽ മാത്രമാണ് എന്ന് സുഹൃത്തുക്കൾക്കു ഭക്ഷണം കഴിഞ്ഞപ്പോഴേക്കും മനസിലായി. ചുവപ്പു പടയുടെ പ്രതിരോധം മൂലം ജർമൻകാർക്ക് വളരെ വേഗം സ്ഥലം വിടേണ്ടിവന്നതിനാൽ അവർക്ക് ഈ ഗ്രാമം നശിപ്പിക്കുവാൻ തരപ്പെട്ടില്ല. അവരുടെ മുന്നിൽവെച്ച് തന്റെ മൂത്ത മകളെ ജർമൻകാർ ബലാൽസംഗം ചെയ്തപ്പോൾ–ആ പെൺകുട്ടി പിന്നീട് വെള്ളത്തിൽച്ചാടി ആത്മഹത്യ ചെയ്തു– വൃദ്ധയുടെ നല്ല ബോധം മറഞ്ഞു. ആ ഡിസ്ട്രിക്ടിൽ ജർമൻകാർ ഉണ്ടായിരുന്ന 8 മാസം മുഴുവൻ വൈക്കോൽകൊണ്ടു മൂടിയ ഒരു കൊച്ചുമുറിയിൽ കിടന്നാണ് മരീന കഴിച്ചുകൂട്ടിയത്. രാത്രി ഒരു ചെറിയ ദ്വാരത്തിലൂടെ അവളുടെ അമ്മ അവൾക്ക് ആവശ്യമായ ആഹാരവും വെള്ളവും എത്തിച്ചുകൊടുത്തിരുന്നു. അലക്സി ആ ബാലികയോട് കൂടുതൽ കൂടുതൽ വർത്തമാനം പറയുന്നതോടൊപ്പംതന്നെ അവൾ പെട്രോവിനെ കടക്കണ്ണുകൊണ്ടു നോക്കുന്നുണ്ടായിരുന്നു. വികൃതിയും നാണവും ഓളംതല്ലുന്ന ആ കണ്ണിൽ മറയ്ക്കാതെ ആദരവും പ്രകടമായിരുന്നു.

വർത്തമാനം പറഞ്ഞുകൊണ്ട് അവർ അത്താഴം കഴിച്ചു. പട്ടാളക്കാരനു കൈയിൽ കിട്ടുന്നതെല്ലാം ആവശ്യമാണ് എന്ന് പറഞ്ഞു. ബാക്കിയുള്ളതെല്ലാം പിശുക്കോടെ മരീന മെരിസീവിന്റെ സഞ്ചിയിൽ നിറച്ചുവച്ചു. അമ്മയോട് എന്തോ പറഞ്ഞതിനുശേഷം നിശ്ചയദാർഢ്യത്തോടെ പട്ടാളക്കാരുടെ നേർക്ക് തിരിഞ്ഞ് അവർ പറഞ്ഞു:

“ശ്രദ്ധിക്കൂ. ക്വാർട്ടർമാസ്റ്റർ നിങ്ങളെ ഇവിടെ ആക്കിയ സ്ഥിതിക്ക് ഇന്നുരാത്രി ഇവിടെ താമസിക്കുകയാണ് നല്ലത്. നിങ്ങൾ ആ സ്റ്റോവിൽ കിടന്നുകൊള്ളൂ. ഞാനും അമ്മയും നിലത്ത് കിടന്നോളാം. നിങ്ങളുടെ യാത്രയ്ക്കുശേഷം അൽപ്പം വിശ്രമം അത്യാവശ്യമാണ്. നാളേയ്ക്കു ഞാൻ വേറെ സ്ഥലം അന്വേഷിച്ചുപിടിക്കാം.”

ഉറങ്ങിക്കിടക്കുന്നവരുടെ മീതെക്കൂടി കവച്ചുകവച്ചു നടന്ന് അവൾ ഒരു കെട്ടു വയ്ക്കോൽ കൊണ്ടുവന്നു. സ്റ്റോവിന്റെ വീതയേറിയ ഭാഗത്ത് അത് ലോഭമന്യേ വിരിച്ച ശേഷം, കുറെ എടുത്തു പഴയ തുണിയിൽ പൊതിഞ്ഞു തലയിണപോലെ ആക്കി അതും വെച്ചുകൊടുത്തു. ചുറുചുറുക്കോടെ, നിശബ്ദയായി, പൂച്ചയെപ്പോലെയാണ് ഇതെല്ലാം അവൾ ചെയ്തത്.

“സ്നേഹിതാ, അവളൊരു നല്ല കുട്ടിയല്ലേ,” വൈക്കോൽ മെത്തമേൽ നീണ്ടുനിവർന്നു കിടന്നുകൊണ്ട് അലക്സി ചോദിച്ചു.

“ഹൗ അവൾ നിങ്ങളെ നോക്കിയിരുന്ന നോട്ടം.”

“എനിക്കു തോന്നുന്നില്ല. മുഴുവൻ സമയവും അവൾ നിങ്ങളോട് സംസാരിക്കുകയായിരുന്നുവല്ലോ.”

ഒരൊറ്റ നിമിഷത്തിനകം കൃത്രിമമായ ശ്വാസോച്ഛ്വാസം ഉയർന്നു കേട്ടു. മെരിസീവ് ഉറങ്ങിയിരുന്നില്ല. വാസനയും കുളിർമയുമാർന്ന ആ മെത്തമേൽ കിടക്കുമ്പോൾ മരീന മുറിയിലേക്ക് വരുന്നതും, അവിടെ എന്തെല്ലാമോ അന്വേഷിക്കുന്നതും അയാൾ കണ്ടു. ഇടയ്ക്കിടെ സ്റ്റോവിലേക്കു കണ്ണയച്ചുകൊണ്ട് അവൾ വിളക്കിന്റെ നാടവെട്ടി നേരയാക്കി, ഒന്നുകൂടെ സ്റ്റോവിലേക്ക് എത്തിച്ചുനോക്കി. ഉറങ്ങുന്നവരുടെ മീതെകൂടി വാതിലിലേക്കു നടന്നു. പഴന്തുണി ധരിച്ച ആ സുന്ദരിയുടെ ദർശനം, എന്തുകൊണ്ടോ വിഷാദാത്മകമായ ചിന്തകളാണ് അലക്സിയിൽ ഉയർത്തിയത്. ഇപ്പോൾ ഉറങ്ങാനുള്ള സ്ഥലമായി. നാളെ കാലത്ത് അയാളുടെ ആദ്യമായുള്ള സമരം നടക്കും. നേതാവ് മെരിസീവും കൂട്ടുകാരൻ പെട്രോവും ആണ്. 'അയാൾ ഒരു നല്ല കുട്ടി ആണ് എന്നാണ് തോന്നുന്നത്. ആദ്യത്തെ നോട്ടത്തിൽതന്നെ മരീന അയാളെ പ്രേമിക്കുവാൻ തുടങ്ങിയിരിക്കുന്നു. ഹൗ എങ്ങനെ എങ്കിലും ഒന്നുറങ്ങാൻ ശ്രമിക്കണം."

അയാൾ ഒരു വശത്തേക്ക് ചരിഞ്ഞുകിടന്നു. കുറെനേരത്തേക്കു വൈക്കോൽ മെത്ത ഞെരിയുന്നുണ്ടായിരുന്നു. ക്രമേണ അയാൾ നിദ്രാവശഗതനായി.

ഭയങ്കരമായ എന്തോ സംഭവിച്ചിട്ടുണ്ട് എന്ന വിചാരത്തോടെ ആണ് അയാൾ ഉണർന്നത്. ആദ്യമാദ്യം എന്താണ് അത് എന്ന് അയാൾക്കു മനസിലായില്ല. ഒരു പട്ടാളക്കാരന്റെ വാസനാവൈഭവത്തോടെ അയാൾ തോക്കുമേന്തി ചാടി എഴുന്നേറ്റു. വെളുത്ത തീക്ഷ്ണമായ പുക മുറ്റി നിൽക്കുകയാണ് എല്ലായിടത്തും. കാറ്റു പുകയെ അടിച്ചുമാറ്റിയപ്പോൾ അയാൾ മേലോട്ടുനോക്കി. തലയ്ക്കുമീതെ അസാധാരണ പ്രകാശമുള്ള നക്ഷത്രങ്ങൾ. നല്ല പകൽപോലെ ചുറ്റുമുള്ള എല്ലാ സാധനങ്ങളും കാണാമായിരുന്നു. തീപ്പെട്ടിക്കൊള്ളികൾപോലെ ചിതറിക്കിടക്കുകയാണ് വീടുകളിലെ മരത്തടികൾ. തുറിച്ചുനിൽക്കുന്ന കഴുക്കോലുകളും തെറിച്ചു വീണ മേൽപ്പുരകളും രൂപം മനസിലാക്കാൻ സാധിക്കാത്ത മറ്റു സാധനങ്ങളും അൽപ്പം അകലെയായി കത്തിപ്പുകയുന്നുണ്ട്. ഞരക്കങ്ങളും നിരന്തരമായ വിമാനത്തിന്റെ മുഴക്കവും ബോംബുകൾ പതിക്കുന്നതിന്റെ ഗർജനവും അയാൾ വ്യക്തമായി കേട്ടു.

തകർന്നു തരിപ്പണമായ വീടിന്റെ മീതെയായി കാണുന്ന സ്റ്റോവിന്മേൽ മുട്ടുകുത്തിനിന്നു ഭീതിയോടെ ചുറ്റും നോക്കുന്ന പെട്രോവിനെ നോക്കി.

"കിടക്കൂ" എന്നലറി മെരിസീവ്. അവർ ഇഷ്ടികയിൽ കമഴ്ന്നു കിടന്ന് ദേഹം കഴിയുന്നിടത്തോളം കീഴോട്ട് അമർത്തി. അതെ നിമിഷത്തിൽത്തന്നെ ഒരു വലിയ ബോംബ് ചില്ലേറ്റ് ആ ചിമ്മിനി തകർന്നു. ചുകന്ന നിറത്തിലുള്ള പൊടിയും കളിമണ്ണും അവരുടെ ദേഹത്തിൽ പതിച്ചു. "അനങ്ങരുത്. നിശ്ചലമായി കിടന്നോളൂ" മെരിസീവ് കൽപ്പിച്ചു. എവിടെങ്കിലും എണീറ്റ് ഓടണം. ഓടിയേപറ്റൂ എന്ന് രാത്രി വിമാനാ

ക്രമണവേളയിൽ ആർക്കുംതോന്നുന്ന അഭിവാഞ്ഛയെ വളരെ പണിപ്പെട്ടാണ് അയാൾ അമർത്തിയത്.

ബോംബർ വിമാനങ്ങളെ കാണാൻ സാധിച്ചിരുന്നില്ല. തങ്ങൾ ഉതിർത്ത അഗ്നിക്കുമീതെയുള്ള അന്ധകാരത്തിൽ കറങ്ങുകയായിരുന്നു അവർ. പക്ഷേ മിന്നിത്തിളങ്ങുന്ന പ്രകാശത്തിൽ, ബോംബുകൾ കറുത്തപൊട്ടുകൾപോലെ താഴോട്ട് പതിക്കുന്നതും അവ അനുക്രമം വലുതായി ഭൂമിയിൽ വീഴുന്നതും, അതിൽ ഉദ്ഗമിക്കുന്ന ചുവന്ന അഗ്നിശിഖരങ്ങൾ വേനൽക്കാലരാത്രിയുടെ അന്ധകാരത്തെ കീറിമുറിക്കുന്നതും സുവ്യക്തമായി കാണാമായിരുന്നു. ഭൂമി വിണ്ടുകീറി 'റീക്ക്', 'റീക്ക്', എന്ന് ഗർജിക്കുകയാണോ എന്നു തോന്നും.

ഓരോ പൊട്ടിത്തെറിക്കുമനുസരിച്ച് ആഞ്ഞുലയുന്ന സ്റ്റോവിൽത്തന്നെ കിടന്നു ആ വൈമാനികർ. അവർ ദേഹം മുഴുവൻ, കവിൾത്തടവും കാലുമെല്ലാം അതിനോട് ഒട്ടിച്ചുവച്ചു, അതിന്റെ ഇഷ്ടികയിൽ ലയിക്കാനെന്നപോലെ വിമാനങ്ങളുടെ ഗർജനം അമർന്നു തുടങ്ങി. മറ്റെ ഭാഗത്തെ നിരത്തിൽനിന്ന് അഗ്നിയുടെ താണ്ഡവധ്വനി മുഴങ്ങിക്കേട്ടു.

"ശരി, അവർ നമുക്കൊരു ഓർമക്കുറിപ്പാണ് തന്നിരിക്കുന്നത്." ശാന്തത അവലംബിച്ചുകൊണ്ട് മെരിസീവ് പറഞ്ഞു. അയാൾ വസ്ത്രത്തിൽനിന്നു പൊടിയും വൈക്കോലും തട്ടിക്കളഞ്ഞു.

തന്റെ തൊണ്ടയിൽ തടഞ്ഞ എക്കിളിനേയും, താടിയെല്ലിന്റെ പ്രകമ്പനത്തെയും ബുദ്ധിമുട്ടി നിയന്ത്രിച്ചുകൊണ്ട് പെട്രോവ് ആരാഞ്ഞു; "ഉറങ്ങിയിരുന്നവർ എവിടെ? മരീനയോ?"

അവർ സ്റ്റോവിൽനിന്നും താഴെ ഇറങ്ങി. മെരിസീവിന്റെ കൈവശം ഒരു ടോർച്ച് ഉണ്ടായിരുന്നു. അതിന്റെ സഹായത്തോടെ അവർ മരക്കഷണങ്ങൾ ചിതറിക്കിടക്കുന്നതിന്റെ ഉള്ളിൽ എല്ലാം തിരഞ്ഞു. അവിടെ ആരുംതന്നെ ഉണ്ടായിരുന്നില്ല. കുറെ കഴിഞ്ഞപ്പോൾ അവർക്കു മനസിലായി വൈമാനികർക്ക് അപകടസൂചനകിട്ടി അവർ കിടങ്ങുകളിലേക്ക് മടങ്ങിപ്പോയി എന്ന്. മെരിസീവും പെട്രോവുംകൂടി ആ അവശിഷ്ടങ്ങളിലെല്ലാം തിരഞ്ഞു. പക്ഷേ മരീനയെയോ അമ്മയെയോ കണ്ടുകിട്ടിയില്ല. അവർ ഉറക്കെ വിളിച്ചുനോക്കി. അതിനും ഉണ്ടായില്ല ഒരു മറുപടി. അവർക്ക് എന്തുപറ്റിയിരിക്കും രക്ഷപ്പെട്ടിരിക്കുമോ?

കാവൽഭടന്മാർ നിരത്തിൽ ഇറങ്ങി സമാധാനം പുനഃസ്ഥാപിക്കാൻ ശ്രമിച്ചുതുടങ്ങി. പട്ടാളക്കാർ തീ കെടുത്തുവാനും, അവശിഷ്ടങ്ങൾക്കിടയിൽനിന്നും മൃതരായവരേയും മുറിവേറ്റവരേയും തെരഞ്ഞുപിടിക്കുവാനും യത്നിച്ചു. വൈമാനികരുടെ പേരുകൾ ഉറക്കെ ഉറക്കെ വിളിച്ചുകൊണ്ട് ശിപായിമാർ പാഞ്ഞുനടന്നു. പെട്ടെന്ന് റജിമെന്റ് മറ്റൊരു സ്ഥലത്തേക്ക് മാറി. നേരം വെളുക്കുമ്പോൾ പറക്കത്തക്കനിലയിൽ വൈമാനികരെല്ലാം വിമാനത്താവളത്തിൽ തടിച്ചുകൂടി. അധികമൊന്നും നാശനഷ്ടങ്ങൾ ഉണ്ടായിട്ടില്ല എന്നാണ് ആദ്യത്തെ കണക്കുക്കൂട്ടൽകൊണ്ടു തെളിഞ്ഞത്. ഒരു വൈമാനികനു മുറിവുപറ്റി, ആക്രമണ

സമയത്ത് ഡ്യൂട്ടിയിലായിരുന്ന രണ്ടു മെക്കാനിക്കുകളും, ഏതാനും കാവൽപ്പടയാളികളും കൊല്ലപ്പെട്ടിട്ടുണ്ട്. വളരെ അധികം പൗരന്മാർക്കും അപകടം പിണഞ്ഞിട്ടുണ്ട് എന്നു വിചാരിക്കേണ്ടിയിരിക്കുന്നു. ഇരുട്ടും പരിഭ്രമവും മൂലം അത് എത്രയാണെന്ന് തിട്ടപ്പെടുത്തുവാൻ പ്രയാസമായിരിക്കുന്നു.

പിറ്റേദിവസം പുലർച്ചക്കുമുമ്പ് വിമാനസങ്കേതത്തിലേക്ക് പോകുന്നവഴി തങ്ങൾ തലേ ദിവസം താമസിച്ച സ്ഥലത്ത് എത്തിയപ്പോൾ അവിടെ നിൽക്കാതിരിക്കാൻ പെട്രോവിനും അലക്സിക്കും സാധിച്ചില്ല. തടിക്കഷ്ണങ്ങളുടേയും പലകകളുടേയും കോലാഹലത്തിനിടയിൽനിന്ന് രണ്ടു ഭടന്മാർ രക്തംപൂണ്ട തുണികൊണ്ട് മൂടിയ എന്തോ ഒന്ന് ഒരു മഞ്ചലിൽ കൊണ്ടുവരുന്നുണ്ടായിരുന്നു.

"ആരാണിത്?" വിളറിയ മുഖത്തോടെ എന്തോ ഒരു മുന്നറിയിപ്പുകൊണ്ട് കനപ്പെട്ട ഹൃദയത്തോടുകൂടി പെട്രോവ് വിളിച്ചുചോദിച്ചു.

സ്റ്റീഫൻ ഐവനോവിച്ചിനെ അനുസ്മരിപ്പിക്കുന്ന കൃതാവുവെച്ച ഒരു ഭടൻ–മഞ്ചൽ ചുമന്നിരിക്കുന്നവരിൽ ഒരാൾ–ഒരു വിശദീകരണത്തിന് ഒരുങ്ങി.

"ഒരു വൃദ്ധയും–കുട്ടിയും അറയിലെ മണ്ണിനടിയിൽനിന്ന് കണ്ടെടുത്തതാണ്. ഇഷ്ടിക, ദേഹത്തുവീണ് പരിക്കുപറ്റി. ഉടനെതന്നെ കഴിഞ്ഞു. ചെറുപ്പക്കാരി, കുട്ടിയോ യുവതിയോ എന്നു പറയാൻ പറ്റില്ല. നന്നേ ചെറിയവളാണ്. കാഴ്ചകൊണ്ട്, സുന്ദരിയായിരിക്കണമെന്ന് തോന്നുന്നു. ഒരു ഇഷ്ടിക നെഞ്ചത്തുതന്നെ വന്നുപതിച്ചു. ഒരു പൈതലിനെപ്പോലെ സുന്ദരിയായ ഒരു കുട്ടി."

അന്നുരാത്രി ജർമൻകാർ തങ്ങളുടെ അവസാനത്തെ വലിയ സമരം ഉദ്ഘാടനം ചെയ്തു. സോവിയറ്റ് കൈനിലയത്തെ ആക്രമിച്ച്, 'കുർസ്ക്ക്' സാലിയന്റിലെ ആഹവം തുടങ്ങി. പക്ഷേ, അത് അവരെ സംബന്ധിച്ചിടത്തോളം മാരകമായിരുന്നു.

III

സൂര്യൻ ഉദിച്ചിട്ടില്ല. നീളംകുറഞ്ഞ വേനൽക്കാലരാത്രിയിലെ ഏറ്റവും കടുത്ത മണിക്കൂറുകളായിരുന്നു അത്. പക്ഷേ വിമാനസങ്കേതത്തിൽ ചൂടുപിടിപ്പിച്ചു തുടങ്ങിയിരുന്ന വിമാനങ്ങൾ അലറുന്നുണ്ടായിരുന്നു. ഹിമമണിഞ്ഞ പുല്ലിൽ വിടർത്തിയിട്ടിരുന്ന ഒരു ഭൂപടംനോക്കി, ക്യാപ്റ്റൻ ചെസ്ലോവ്, തന്റെ വ്യൂഹത്തിലെ വൈമാനികർക്ക് പുതിയ കൈനിലയും അതിലേക്കുള്ള മാർഗവും വർണിച്ചുകൊടുക്കുകയാണ്.

"കണ്ണുകൾ തുറന്നുവയ്ക്കണം–" അയാൾ പറയുകയാണ് "ദൃശ്യമാകുന്ന പരസ്പരാക്രമണങ്ങൾ വിട്ടുകളയരുത്. വിമാന സങ്കേതം സമരമേഖലയുടെ നേരെ തന്നെയാണ്."

പടത്തിൽ നീല പെൻസിൽകൊണ്ട് വരച്ചിട്ടുള്ള സമരമേഖല

യിൽത്തന്നെയാണ് പുതിയ കൈനില. ജർമൻ സേനാനിരയുടെ അകത്തേക്ക് തള്ളിനിൽക്കുന്ന ഒരു മുഖ്യസ്ഥാനത്താണ് അത്. അവിടെ എത്താൻ പിന്നോട്ടല്ല,മുന്നോട്ടാണ് അവർ പറന്നത്. വൈമാനികർ ആനന്ദമത്തരായിരുന്നു. ശത്രു ആദ്യം ഇങ്ങോട്ട് കയറി ആക്രമിച്ചിട്ടും ചെമ്പട പിൻവാങ്ങിയില്ല. മുന്നോട്ട് കടന്ന് ആക്രമിക്കുവാൻതന്നെയാണു തീരുമാനിച്ചത്.

ആദിത്യന്റെ ആദ്യകിരണം അന്തരീക്ഷത്തെ പ്രകാശമാനമാക്കിയപ്പോൾ, പാടലവണ്ണം പൂണ്ട മൂടൽമഞ്ഞ് അപ്പോഴും അങ്കണത്തിൽ ചുറ്റിത്തിരിയുമ്പോൾ, കമാൻണ്ടറുടെ കൽപ്പനയനുസരിച്ച് രണ്ടാം വിമാന സംഘം വാനിലേക്കുയർന്നു കഴിഞ്ഞു. ഓരോന്നിന്റേയും കാഴ്ചയിൽനിന്ന് വിടാതെ വിമാനങ്ങൾ ദക്ഷിണഭാഗം ലാക്കാക്കി പറന്നു.

തങ്ങളുടെ ആദ്യത്തെ കൂട്ടായ പറക്കലിൽ മെരിസീവും പെട്രോവും അടുത്തടുത്തുതന്നെ നിന്നു. കുറച്ചുസമയമേ ഉണ്ടായിരുന്നുള്ളൂവെങ്കിലും അതിനിടയിൽ പെട്രോവിനു തന്റെ നേതാവിന്റെ സുസ്ഥിരവും തികച്ചും പ്രഗത്ഭവുമായ രീതി ആസ്വദിക്കാൻ ഇടകിട്ടി. മനഃപൂർവം വഴിക്കുവെച്ച് ഇടയ്ക്കിടെ തിരിയാനും മറിയാനും വെട്ടിക്കാനും തുടങ്ങിയ മെരിസീവിന് തന്റെ അനുയായിക്ക് നല്ല നോട്ടവും ശക്തമായ ഞരമ്പും ബുദ്ധിചാതുര്യവും എല്ലാത്തിലും മീതെയായി അത്ര സ്ഥിരതയോടുകൂടിയതല്ലെങ്കിലും പറക്കുന്ന രീതിയിലുള്ള ഭദ്രതയും കരഗതമാണെന്ന് മനസിലാക്കാൻ കഴിഞ്ഞു.

കാലാൾസേനയുടെ പിന്നിലാണ് പുതിയ കൈനില. ജർമൻകാർക്ക് കണ്ടുപിടിക്കാൻ സാധിച്ചാൽ അവരുടെ ചെറിയ തോക്കുകൊണ്ടോ, വലിയ കിടങ്ങുപീരങ്കികൊണ്ടോ അത് തകർക്കാവുന്നതാണ്. മൂക്കിന്നടിയിൽ പൊടുന്നനെ ഉത്ഭവിച്ച ഒരു വിമാനത്താവളത്തെപ്പറ്റി പരിഭ്രമിക്കുവാനുള്ള അവസരം അവർക്കുണ്ടായിരുന്നില്ല. ഇരുട്ടായിരുന്നപ്പോൾത്തന്നെ, അവർ അവിടെ ഉണ്ടായിരുന്ന സോവിയറ്റ് പ്രകാരത്തിലേക്ക്, വസന്തകാലത്ത് ഒരുമിച്ചു കൂട്ടിയിരുന്ന പീരങ്കികളുടെ സർവശക്തിയുമെടുത്ത് ഒരു ആക്രമണം നടത്തി. പ്രകാരത്തിനു മുകളിലുള്ള വ്യോമമണ്ഡലത്തിൽ ഒരു ചെങ്കനൽ പ്രഭ വിറയാർന്നുപൊങ്ങി. ഓരോ നിമിഷവും പൊന്തിവരുന്ന കറുത്ത മരങ്ങളെക്കൊണ്ടു നിറഞ്ഞ കരിങ്കാട്ടിനകത്ത് അകപ്പെട്ടപോലെ, പൊട്ടിത്തെറിക്കലിനകത്ത് എല്ലാം മറഞ്ഞു. സൂര്യൻ ഉദിച്ചിട്ടും ഇരുട്ടായിരുന്നു. ചീറി മുരണ്ടു അലറുന്ന അന്ധകാരത്തിന്നകത്ത് ഒന്നും തിരിച്ചറിയുവാൻ സാധ്യമായിരുന്നില്ല. പശിമയുള്ള ഒരു ചുവന്ന പാലപ്പംപോലെ സൂര്യബിംബം ഗഗനതലത്തിൽ തൂങ്ങിക്കിടന്നു.

ഒരു മാസത്തിനുമുമ്പ് സോവിയറ്റ് ശത്രുബലപരീക്ഷണസംഘം നടത്തിയിരുന്ന സഞ്ചാരം വൃഥാവിലായിരുന്നില്ല. ജർമൻ നേതൃത്വത്തിന്റെ ഉദ്ദേശ്യങ്ങളെല്ലാം വെളിപ്പെട്ടു. അവരുടെ ആസ്ഥാനങ്ങളും കേന്ദ്രങ്ങളുമെല്ലാം ഭൂപടത്തിൽ അടയാളപ്പെടുത്തി, ഓരോ ചതുരവും

സോവിയറ്റ് സംഘം സമഗ്രമായി പഠിച്ചിരുന്നു. ജർമൻകാരുടെ സ്വഭാവം പോലെ തന്നെ അവർ ഉദ്ദേശിച്ചിരുന്നത് സംശയിക്കാതെ ഉറങ്ങിക്കിടക്കുന്ന ശത്രുവിന്റെ പുറത്ത് സർവശക്തികളുമുപയോഗിച്ച് കഠാരി ആഴ്ത്താമെന്നാണ്. പക്ഷേ, ശത്രു ഉറക്കം നടിക്കുകമാത്രമായിരുന്നു. അയാൾ അക്രമിയുടെ കൈ തന്റെ ഉരുക്കുപോലത്തെ രാക്ഷസമുഷ്ടിക്കകത്തിട്ട് ഞെരിച്ചു. കുറച്ചു കിലോമീറ്ററുകൾ അകലെ യുദ്ധക്കളത്തിലുണ്ടായ പീരങ്കിപ്പടയുടെ ഗംഭീരഗർജനം അവസാനിക്കുന്നതിനുമുമ്പു തന്നെ തങ്ങളുടെ സ്വന്തം ആസ്ഥാനത്തെ വെടിക്കോപ്പുകളുടെ ഗർജനം കൊണ്ടു ജർമൻകാരുടെ ചെകിടടച്ചു. അവരുടെ നിലയത്തിൽനിന്നുയർന്ന വെടിമരുന്നുപുകയേറ്റ് കണ്ണുകാണാതായി. സ്വന്തം കിടങ്ങുകളിൽത്തന്നെ പൊട്ടിത്തെറിയുടെ ദുരന്താനുഭവങ്ങൾ ഉണ്ടായി. സോവിയറ്റു പീരങ്കിപ്പടയുടെ ഉന്നം അത്ര കൃത്യമായിരുന്നു. ജർമൻകാർ ചെയ്തമാതിരി ഓരോ ചതുരമായിരുന്നില്ല അവരുടെ ലക്ഷ്യം. ഓരോന്നും പ്രത്യേകം ഉന്നംവച്ചായിരുന്നു അവരുടെ പ്രയോഗം. ബാറ്ററികൾ, ടാങ്കുകളുടെ കേന്ദ്രം ആക്രമണനിരയിൽ നിരന്നു നിൽക്കുന്ന പീരങ്കികൾ, പാലങ്ങൾ, ഭൂമിക്കടിയിലുള്ള ആയുധ സംഭരണശാലകൾ, ബ്ലൈഡേജ് കമാൻണ്ടിങ്ങ് പോയിന്റ് ഇങ്ങനെ ഓരോന്നും അവരുടെ പീരങ്കിപ്രയോഗത്തിനിരയായി.

ജർമൻകാരുടെ പീരങ്കിപ്പടയുടെ സജ്ജീകരണം ഒരു പൊരിഞ്ഞ സമരമായി വികസിച്ചു. പതിനായിരക്കണക്കിന് പലവിധത്തിലുള്ള തോക്കുകൾ രണ്ടു ഭാഗത്തും ഇതിൽ പങ്കെടുത്തിരുന്നു. ക്യാപ്റ്റൻ ചെസ്ലോവിന്റെ കീഴിലുള്ള വ്യോമസൈന്യം പുതിയ വിമാനത്താവളത്തിൽ എത്തിയപ്പോൾ ഭൂമി കിടന്നു കുലുങ്ങുകയായിരുന്നു. വിസ്ഫോടനങ്ങളുടെ ശബ്ദം അനുക്ഷണം പുറപ്പെടുന്നതിനാൽ അതൊരു നിരന്തരമായ അലർച്ചയായി മാറിയിരുന്നു. ചങ്ങലകൾ കിലുങ്ങി, ചൂളംവിളിച്ചു കുടുങ്ങിക്കുടുങ്ങി അനന്തമായ ഒരു തീവണ്ടി ഒരു പാലത്തിന്മേൽകൂടി–അത് ഒരിക്കലും തരണം ചെയ്യാതെ–പായുമ്പോഴുണ്ടാകുന്ന ശബ്ദംപോലെയായിരുന്നു ഇതും. ചക്രവാളമാകെ ഉരുണ്ടുനടക്കുന്ന വലിയ ധൂമപടലത്താൽ ആവൃതമായിരുന്ന ആ ചെറിയ വിമാനത്താവളത്തിന്റെ മേലെകൂടി അലകളലകളായി അവ പറന്നുകൊണ്ടിരുന്നു. ബോംബർവിമാനങ്ങൾ–ചിലപ്പോൾ താറാവുകളെപ്പോലെ ചിലപ്പോൾ കൊറ്റികളെപ്പോലെ ചിലപ്പോൾ വികസിത രൂപത്തിൽ അവർ പറന്നു. പൊട്ടിത്തെറിക്കുന്ന ബോംബുകളുടെ തഢ് തഢ് നാദം പീരങ്കിയുടെ അലർച്ചയിൽനിന്നും വ്യത്യസ്തമായി കേൾക്കാമായിരുന്നു.

"1–ാം നമ്പർ സന്നദ്ധ"തയിൽ തയാറെടുത്തുനിൽക്കുവാനുള്ള കൽപ്പന എല്ലാ സേനാസമൂഹത്തിന്നും ലഭിച്ചിരുന്നു. അതായത് വൈമാനികർ കോക്പിറ്റിനുള്ളിൽ ആദ്യത്തെ റോക്കറ്റ് അന്തരീക്ഷത്തിലേക്കുയരുന്നതിനോടൊപ്പിച്ചു പറക്കുവാൻ തയാറെടുത്തിരിക്കണം. മരക്കൊമ്പുകൾകൊണ്ട് മറച്ച് വിമാനങ്ങളെല്ലാം ബർച്ചുമരക്കാട്ടിൽ

കൊണ്ടുപോയി അതിന്റെ അറ്റത്തു നിർത്തിയിരുന്നു. കുളിർമയുള്ള ആ കാറ്റിൽ കൂണിന്റെ മണം മുറ്റിനിന്നു. യുദ്ധത്തിന്റെ ബഹളത്തിൽ കൊതുകുകളുടെ ശബ്ദം അമർന്നുപോയിരുന്നുവെങ്കിലും അവ വൈമാനികരുടെ മുഖത്തിലും കഴുത്തിലും കൈകളിലും ആക്രമണം നടത്തി.

കാടിന്റെ തീക്ഷ്ണമായ പ്രഭാതപരിമളം ആസ്വദിച്ച് തൊപ്പിയെടുത്തുവീശി, അലസമായി കൊതുകളെ ഓടിച്ചും ചിന്തയിൽ ലയിച്ചും അലക്സി ഇരുന്നു. ഇടയ്ക്കിടെയെല്ലാം കോക്പിറ്റിലെ സീറ്റിൽനിന്ന് എഴുന്നേറ്റ് പെട്രോവ് അതിന്റെ മുകളിൽ കയറിനിന്നു. യുദ്ധംനടക്കുന്ന സ്ഥലത്തേക്കു നോക്കി. ചിലപ്പോഴെല്ലാം കടന്നു പോകുന്ന ബോംബർ വിമാനങ്ങളെ അയാൾ കണ്ണുകൊണ്ടു പിൻതുടരും. ജീവിതത്തിൽ ആദ്യമായി ഒരു ശത്രുവിനെ കണ്ടുമുട്ടുവാൻ വേണ്ടി ആകാശത്തേക്കുയരുവാൻ ധൃതിയായി ആ കുട്ടിക്ക്. ഒരു ഊതിവീർപ്പിച്ച സഞ്ചിയിലേക്കല്ല, ജീവത്തായ ചുറുചുറുക്കുള്ള ഒരു ശത്രുവിമാനത്തിന്റെ നേരെ ട്രേസർ ഉണ്ടകൾ ഉതിർക്കാനാണ് അയാൾ ധൃതികൂട്ടുന്നത്. ഒരുപക്ഷേ, ഒച്ചിനെപ്പോലെ ആ കൂട്ടിനകത്തിരിക്കുന്നവന്റെ ബോംബായിരിക്കാം ആ ചടച്ച സുന്ദരി പ്പെൺകുട്ടിയുടെ മരണത്തിനു കാരണം. ഒരു മനോഹരമായ സ്വപ്നത്തിൽ കണ്ടപോലെയാണ് ഇന്ന് അയാൾ അവളെപ്പറ്റി ഓർക്കുന്നത്.

തന്റെ അസ്വസ്ഥനായ അനുയായിയെ നോക്കിക്കൊണ്ട് അലക്സി വിചാരിച്ചു, ഞങ്ങൾ ഏകദേശം സമപ്രായക്കാരാണ്; അയാൾക്കു പത്തൊൻപതും എനിക്ക് ഇരുപത്തിമൂന്നും. ഒരു പുരുഷനെ സംബന്ധിച്ചിടത്തോളം മൂന്നു നാലു വയസിന്റെ വ്യത്യാസം കൊണ്ടെന്ത്? പക്ഷേ ഈ സഹചാരിയുടെ സമീപത്തെത്തുമ്പോൾ ഞാൻ പരിചയസമ്പന്നനായ ക്ഷീണിച്ച ഒരു വൃദ്ധന്റെമട്ടിൽ ആയിപ്പോകുന്നു. അപ്പോൾ കൈകൾ കൂട്ടിത്തിരുമ്മിക്കൊണ്ട് പെട്രോവ് കോക്പിറ്റിന്റകത്തിരുന്നു വളഞ്ഞുതിരിയുകയാണ്. കടന്നുപോകുന്ന സോവിയറ്റുവിമാനങ്ങളെ നോക്കി പൊട്ടിച്ചിരിച്ചുകൊണ്ട് അയാൾ എന്തൊക്കെയോ വിളിച്ചുപറയുന്നു. അലക്സിയോ തന്റെ ഇരിപ്പിടത്തിൽ സസുഖം ചാരിയിരിക്കുന്നു. അയാൾ പ്രശാന്തനായിരുന്നു. അയാൾക്കു കാലുകളില്ല. ലോകത്തിലെ ഏതു വൈമാനികനേക്കാളും പ്രയാസമാണ് അയാൾക്കു പറക്കുവാൻ. പക്ഷേ ഇതുപോലും അയാളെ ചഞ്ചലിപ്പിക്കുന്നില്ല– അയാൾക്കു സ്വന്തം സാമർഥ്യത്തെക്കുറിച്ചു നല്ല ബോധ്യമാണ്, മുറിഞ്ഞ കാലുകളെ അയാൾ വിശ്വസിക്കുന്നു.

വൈകുന്നേരം സേനാദളം ഒന്നാംനമ്പർ സന്നദ്ധതയിൽ തന്നെ ഇരുന്നു. ഏതോ കാരണംകൊണ്ട് അവയെ കരുതൽസേനയാക്കി നിർത്തിയിരുന്നു. സമയമാകുന്നതിനുമുമ്പുതന്നെ അതിന്റെ നിലപാടു വെളിപ്പെടുത്തുവാൻ അവർക്ക് ആഗ്രഹമുണ്ടായിരുന്നില്ല എന്നു വ്യക്തമാണ്.

ഈ സ്ഥലം തങ്ങളുടെ കൈവശത്തിലായിരുന്നപ്പോൾ ജർമൻ കാർ ഉണ്ടാക്കിയിരുന്ന ചില ഭൂഗർഭവസതികളാണ് ഈ സേനാദള ത്തിന് ഉറങ്ങാൻ വിട്ടുകൊടുത്തിരുന്നത്. കുറച്ചുകൂടി സുഖകരമാക്കു വാനായി അവർ മരത്തടിച്ചുമരുകളിലെല്ലാം കാർഡ്ബോർഡും കട ലാസും വെച്ചുപിടിപ്പിച്ചിരുന്നു. വശ്യവക്താക്കളായ സിനിമാതാരങ്ങ ളുടെ പടങ്ങൾ ഇപ്പോഴും ആ ചുമരിന്മേൽ തൂങ്ങിക്കിടന്നിരുന്നു. പിന്നെ കുറെ ജർമൻനഗരങ്ങളുടെ പടങ്ങളും.

പീരങ്കിയുദ്ധം തുടർന്നു. ഭൂമി കുലുങ്ങി. സൈനികവസതികളിൽ നിറയെ പുഴുവീണപോലെ കരപിരശബ്ദമുണ്ടാക്കിക്കൊണ്ട് കടലാസു കൾക്കിടയിലൂടെ പൊടി ഉതിർന്നു.

മെരിസീവും പെട്രോവും വെളിയിൽ ഷീറ്റു വിരിച്ചു കിടക്കുവാ നാണ് ഉദ്ദേശിച്ചിരുന്നത്, ഉടുപ്പുധരിച്ചു കിടന്നുറങ്ങാനായിരുന്നു കൽപ്പ ന. കാലിലെ തോൽവാറുകൾ അഴിച്ചു വെച്ച് മെരിസീവ്, സ്ഫോടന ത്തിന്റെ ചെന്തീപ്പാളലിൽ വിറയ്ക്കുന്നപോലെ തോന്നുന്ന ആകാശ ത്തേക്കുനോക്കി മലർന്നു കിടന്നു. പെട്രോവ് ഉറങ്ങിപ്പോയി. ഉറക്ക ത്തിൽ അയാൾ കൂർക്കംവലിക്കുകയും പിറുപിറുക്കുകയും പല്ലു ഞെരി ക്കുകയും നാക്കുകൊണ്ടു ഞൊട്ടിനുണയുകയും ചെയ്തുകൊണ്ട് ഒരു കൊച്ചുകുട്ടിയെപോലെ ചുരുണ്ടുകൂടിക്കിടന്നു. മെരിസീവ് അയാളെ ഒരു കോട്ടുകൊണ്ട് പുതപ്പിച്ചു. ഉറങ്ങാൻ സാധ്യമല്ലെന്നു മനസിലായ പ്പോൾ, മെരിസീവ് തണുപ്പുകൊണ്ട് വിറച്ചെഴുന്നേറ്റ് ചൂടുപി ടിക്കാൻവേണ്ടി കുറെ കഠിനമായ ദേഹാഭ്യാസങ്ങൾ ചെയ്തതിനു ശേഷം ഒരു കുറ്റിമരത്തിന്മേൽ കയറി ഇരുന്നു.

പീരങ്കിയുടെ കൊടുങ്കാറ്റ് ഊതിയടങ്ങി. അവിടവിടെയായി ചില ബാറ്ററികളിൽനിന്നും വെടി പൊട്ടിയിരുന്നതേയുള്ളൂ. ലക്ഷ്യമില്ലാതെ ചിതറിവീണ കുറെ ഷെല്ലുകൾ വിമാനസങ്കേതത്തിന്റെ സമീപം എവി ടെയോ പൊട്ടിത്തെറിച്ചുകൊണ്ടിരുന്നു. ചില്ലറ ശല്യംചെയ്യുന്ന ഈ വെടിയുണ്ടകളെ ആരുമാരും ഗൗനിച്ചിരുന്നില്ല. സ്ഫോടനം നടക്കുന്ന ഭാഗത്തേക്ക് അലക്സി തലപൊക്കി നോക്കിയതുപോലുമില്ല, യുദ്ധമു ന്നണിയിലായിരുന്നു അയാളുടെ സർവശ്രദ്ധയും. ഇരുട്ടിൽനിന്നു നോക്കുമ്പോൾ സമരരേഖ തെളിഞ്ഞുകാണാമായിരുന്നു. ഇപ്പോൾ നേരം ഇത്ര അസമയമായിട്ടും അവിടെ ഭയങ്കരമായ, തളരാത്ത, ചൂടുപി ടിച്ച യുദ്ധമാണ് നടക്കുന്നത്. ചക്രവാളമാകെ പ്രകാശംപരത്തുന്ന ജ്വാലാകലാപത്തിന്റെ രക്തദീപ്തി നിദ്രയിലാണ്ട ഭൂതലത്തിലും പ്രതി ഫലിച്ചിരുന്നു. അതിനു മീതെയായി ജർമൻകാരുടെ നീല ഫോസ്ഫ റസ് കലർന്നതും മഞ്ഞനിറമാർന്നതും ആയ നിലാത്തിരികൾ വെളിച്ചം വീശി. അന്ധകാരാവരണത്തെ നീക്കംചെയ്തുകൊണ്ട് വമ്പിച്ച തീനാമ്പുകൾ അവിടവിടെ മേലോട്ടുയർന്നു. അതിനെത്തുടർന്ന് ഒരു പൊട്ടിത്തെറിക്കലിന്റെ കനത്ത നെടുവീർപ്പും പുറപ്പെട്ടു.

രാത്രി ബോംബർ വിമാനങ്ങളുടെ മുഴക്കം കേട്ടുതുടങ്ങി. ട്രേ സർബുള്ളറ്റുകളുടെ വർണശബളിതമായ പ്രകാശമണികൾകൊണ്ട്

സമരമുന്നണിയാകെ അലംകൃതമായി. ശീഘ്രതയിൽ വെടിവയ്ക്കാവുന്ന വിമാനവേധികളായ തോക്കുകൾ രക്തകണങ്ങൾപോലുള്ള ഷെല്ലുകൾ വിതറി. ഭൂമി വീണ്ടും കുലുങ്ങി ഞരങ്ങി ദീനതയിൽപ്പെട്ടു. പക്ഷേ, ബർച്ചുമരത്തലപ്പുകളിൽ ഇരുന്നിരുന്ന പൂച്ചികൾക്ക് ഇതുകൊണ്ടൊരു ഭാവഭേദവും ഉണ്ടായില്ല. വാനഗർഭത്തിൽ എവിടെയോ ഇരുന്ന് ഒരു മൂങ്ങ ദുശകുനസൂചകമായി മനുഷ്യനെപ്പോലെ നീട്ടി മൂളി. പാതാളതലത്തിലെ കുറ്റിക്കാട്ടിൽ, പകലത്തെ ഭീതിയിൽനിന്ന് വിമുക്തിനേടിയ ഒരു വാനംപാടിയുടെ ഗാനമുയർന്നു. ആദ്യം ശബ്ദം പരീക്ഷിക്കുന്നതുപോലെ–അഥവാ ഒരു വാദ്യയന്ത്രം പരീക്ഷിക്കുന്നതുപോലെയും സംശയിച്ചു സംശയിച്ചു പിന്നീടു മുഴുവൻ ശബ്ദത്തിൽ സ്വന്തം സംഗീത ധ്വനിയാൽ തന്റെ ഹൃദയംതന്നെ പൊട്ടിത്തകരുമെന്ന നിലയിൽ, വിറയാർന്നു കലമ്പിയും അതുപൊങ്ങി. ഉടനടി മറ്റു പക്ഷികളും ആ സാന്ദ്രസംഗീതം ഏറ്റുപാടാൻ തുടങ്ങി. അങ്ങനെ സമരരംഗമായ ആ കാനനം നാലുഭാഗത്തുനിന്നും അലയടിച്ചെത്തുന്ന ഗാനതരംഗങ്ങളാൽ മുഖരിതമായി. കുർസ്കലെ വാനമ്പാടികൾ അഖിലലോക പ്രശസ്തിയാർജിച്ചതിൽ അത്ഭുതത്തിന്നവകാശമില്ല.

അവ സംഗീതവീചികൾകൊണ്ട് നഭസിലൊരു വലയം സൃഷ്ടിക്കുകയാണ്. പിറ്റേദിവസം രാവിലെ പരിശോധനയ്ക്കു–കമ്മീഷന്റെ മുമ്പിലല്ല–മരണത്തിന്റെ മുമ്പിൽ–പോകേണ്ട അലക്സിക്ക് ഈ വാനമ്പാടികളുടെ ഗീതാലാപംകൊണ്ട് ഉറങ്ങുവാൻ സാധ്യമായില്ല. നാളെയെപ്പറ്റിയുള്ള വിചാരമോ യുദ്ധരംഗത്തെപ്പറ്റിയുള്ള ചിന്തയോ മരിക്കുമെന്ന ഭീതിയോ അല്ല അയാളുടെ നിദ്രയ്ക്കു വിഘ്നാതമായി നിന്നത്–പക്ഷേ, ക്യാംഷീനിൽ, അവർക്കുവേണ്ടി പാടിയിരുന്ന ആ വാനമ്പാടിയുടെ–അവരുടെ വാനമ്പാടിയുടെ–തന്റെ ദേശത്തെ ഓല്യയുടെ സമീപത്തായിരുന്നു അയാളുടെ മനസ്.

പൂർവാകാശം വിളർത്തു, വാനമ്പാടികളുടെ കളകളസ്വരം തോക്കുകളുടെ അലർച്ചയിൽ അമർന്നുപോയി. യുദ്ധരംഗത്തിനു മീതെയായി ചെങ്കനൽപ്രഭ വിതറി. സാവധാനത്തിൽ ഉയർന്നുകൊണ്ടിരുന്ന ആ വലിയ സൂര്യബിംബത്തിനുപോലും വെടിയുണ്ടകളും വിസ്ഫോടനങ്ങളും വമിച്ചിരുന്ന കനത്ത ധൂമപടലത്തെ ഭേദിക്കുവാൻ കഴിഞ്ഞില്ല.

IV

ഒട്ടും അയവില്ലാതെ കടുത്ത ഭീകരതയിൽ 'കുർസ്ക് സാലിയന്റ്'ലെ സമരം കത്തിക്കാളി. ജർമൻകാരുടെ ആദ്യത്തെ ലക്ഷ്യം കുർസ്കിന്റെ തെക്കും വടക്കും ഭാഗത്തുള്ള നമ്മുടെ ശക്തിസ്ഥാനങ്ങളെ ഗംഭീരമായ ടാങ്ക്പടയുടെ ശക്തമായ പ്രഹരംമൂലം തകർത്ത് ഒരു ദ്വിമുഖമായ പ്രവർത്തനംകൊണ്ട് കുർക്സ് സാലിയനിലെ ചെമ്പടയെ വളഞ്ഞ് അവിടെ ഒരു ജർമൻ സ്റ്റാലിൻഗ്രാഡ് ഉണ്ടാക്കുവാനായി

രുന്നു. പക്ഷേ നിരോധനത്തിന്റെ ശക്തി ഈ പരിപാടിയെ തകർത്തുകളഞ്ഞു. കുറച്ചു ദിവസത്തിനകം ജർമൻകാർക്കു മനസിലായി; പ്രതിരോധനിരയെ പൊളിക്കുക അത്ര സുഖകരമല്ലെന്ന്. അഥവാ അങ്ങനെ സാധിച്ചെങ്കിൽതന്നെ അതിൽവെച്ചു സംഭവിക്കുന്ന ആൾനാശംമൂലം ഒരു ദ്വിമുഖാക്രമണത്തിന്നുള്ള സേനാശക്തി തികയാതെ വരും. വെടി നിർത്തൽ കൽപ്പന കൊടുക്കാനുള്ള സമയവും അതിക്രമിച്ചുകഴിഞ്ഞു. തന്ത്രപരവും രാഷ്ട്രീയവും സമരകൗശലപരവുമായ ആശകളെല്ലാം ഹിറ്റ്ലർ കേന്ദ്രീകരിച്ചിരുന്നത് ഇവിടെയാണ്. കൊടുങ്കാറ്റ് അഴിച്ചു വിട്ടു കഴിഞ്ഞു. വഴിക്കു കാണുന്നതെല്ലാം പിഴുതെടുത്തുകൊണ്ട് അനുനിമിഷം വർധിതമായ ശക്തിയോടെ അത് കീഴോട്ട് ചീറിയടിക്കുകയാണ്. അതിനെ അഴിച്ചുവിട്ടവർക്ക് അത് തടയാനുള്ള ത്രാണിയില്ല, ജർമൻകാരുടെ മുന്നേറ്റം കിലോമീറ്റർ കൊണ്ടാണ് അളക്കപ്പെട്ടത്. അവരുടെ പണിയുടേയും തോക്ക്, ടാങ്ക് ട്രക്ക് മുതലായവയുടെയും നാശം ആയിരക്കണക്കിനാണ്. മുന്നേറുന്ന സൈന്യം രക്തംചിന്തി ശക്തിക്ഷയിപ്പിക്കുകയാണ്. ജർമൻകേന്ദ്രങ്ങൾക്ക് അത് അറിയാമായിരുന്നു. പക്ഷേ ഗതിയെതടസപ്പെടുത്താൻ പറ്റിയ പരിത:സ്ഥിതിയിലായിരുന്നില്ല അവർ. അതുകൊണ്ടു സമരത്തിന്റെ നരകാഗ്നിയിലേക്കു കൂടുതൽ കൂടുതൽ കരുതൽ സേനകളെ ആഹുതിചെയ്യുവാനേ അവർക്കു നിവൃത്തിയുണ്ടായിരുന്നുള്ളൂ.

സോവിയറ്റ് സേനകൾ ജർമൻ ആഘാതങ്ങൾക്കു സമർഥമായ പ്രതിരോധം നൽകിയിരുന്നു. ജർമൻകാരുടെ വർധമാനമായ സമരോഗ്രതയെ ശ്രദ്ധിച്ചുനോക്കി, അവർ അവരുടെ കരുതൽ സേനയെ ശത്രുസൈന്യത്തിന്റെ എടുത്തുചാട്ടം ഒന്നു അമരുന്നതുവരെ പിന്നണിയിൽ സജ്ജമാക്കി നിർത്തിയതേയുള്ളൂ. നിരോധനത്തിനല്ല പ്രത്യാക്രമണത്തിന് സന്നദ്ധമായിരിക്കുന്ന ഒരു സേനയുടെ സംരക്ഷണമാണ് തങ്ങളുടെ വ്യൂഹത്തിന്റെ ചുമതല എന്ന് അലക്സി പിന്നീട് മനസിലാക്കി. ആ ഗംഭീരാവഹത്തിന്റെ ആദ്യഘട്ടങ്ങളിൽ ടാങ്കുകളും സേനാവ്യൂഹവും വെറും കാഴ്ചക്കാർ എന്ന നിലയിൽനിന്നത് അതുകൊണ്ടാണ്. ശത്രുസൈന്യങ്ങളെല്ലാം പ്രവർത്തനം തുടർന്നപ്പോൾ–ഒന്നാം നമ്പർ സന്നദ്ധതയിൽ നിന്നിരുന്നവരെയെല്ലാം വിമാനസങ്കേതത്തിൽവെച്ചു ഒഴിവാക്കി. താവളത്തിൽപോയി ഉറങ്ങുവാനും ഔദ്യോഗികവസ്ത്രം മാറ്റുവാനും കൂടി അവരെ അനുവദിച്ചു. മെരിസീവും പെട്രോവുംകൂടി അവരുടെ ഉറക്കറ ശരിപ്പെടുത്തി. വൈദേശികനഗരങ്ങളുടെയും സിനിമാതാരങ്ങളുടെയും ചിത്രങ്ങൾ അവർ വലിച്ചെറിഞ്ഞു; ജർമൻകാരുടെ കാർഡ്ബോർഡും കടലാസുകളും ചീന്തിക്കളഞ്ഞ് ഫിർമരത്തിന്റെയും ബർച്ച് മരത്തിന്റെയും ചില്ലകൾകൊണ്ടു ചുമർ അലങ്കരിച്ചു. അതിനുശേഷം മണ്ണ് അരിച്ചു വീഴുന്നതുകൊണ്ടുള്ള ശല്യം അവിടെ ഉണ്ടായിട്ടില്ല.

ഒരു പ്രഭാതത്തിൽ തുറന്നിട്ട വാതിലിലൂടെ പ്രകാശമേറിയ ആദിത്യകിരണങ്ങൾ പ്രവഹിച്ചുകൊണ്ടിരിക്കുമ്പോൾ ചുമരിനോടു കൂട്ടി

ച്ചേർത്തുണ്ടാക്കിയ കട്ടിലിൽ നീണ്ടുനിവർന്നു കിടന്നിരുന്ന ആ സുഹൃത്തുക്കൾ പുറത്തു ദ്രുതമായ പാദപതനം കേട്ടു. സമരമുന്നണിയിൽ, ഐന്ദ്രജാലികാശക്തി പകരുന്ന 'പോസ്റ്റ് മാൻ' എന്ന പദം ആരോ വിളിച്ചു പറഞ്ഞു.

രണ്ടുപേരും ഒരേസമയത്ത് ബ്ലാങ്കറ്റ് വലിച്ചെറിഞ്ഞു. പക്ഷേ മെരിസീവിനു തന്റെ കാലിലെ നാടകൾ ബന്ധിക്കുവാൻ കഴിയുന്നതിനുമുമ്പുതന്നെ പെട്രോവ് ഓടിപ്പോയി, പോസ്റ്റ്മാനെ പിടിച്ചുനിർത്തി, അലക്സിക്കുള്ള രണ്ടു കത്തുകളുമായി തിരിച്ചുവന്നു. ഒന്ന് ഓല്യയിൽനിന്നും, മറ്റേത് അയാളുടെ അമ്മയിൽനിന്നുമായിരുന്നു. സുഹൃത്തിന്റെ കൈയിൽനിന്ന് അലക്സി ആ എഴുത്തുകൾ തട്ടിത്തെറിപ്പിച്ചപ്പോഴേക്കും, വിമാനത്താവളത്തിലേക്ക് പ്രവർത്തിക്കാരെ ആഹ്വാനം ചെയ്യുന്ന ആ ഘണ്ടാനാദം തുടരെത്തുടരെ മുഴങ്ങിക്കേട്ടു.

എഴുത്ത് കുപ്പായത്തിനുള്ളിൽ തിരുകി, അപ്പോൾത്തന്നെ അതിനെപ്പറ്റി എല്ലാം മറന്നു. അയാൾ പെട്രോവിനോടൊന്നിച്ച്, കാട്ടുപാതയിൽക്കൂടെ വിമാനങ്ങൾ നിർത്തിയിരുന്ന സ്ഥലത്തേക്ക് പാഞ്ഞു. തന്റെ വടിയിന്മേൽ ചാഞ്ഞ്, ഇടയ്ക്കിടെ ഞൊണ്ടിഞൊണ്ടി അയാൾ സാമാന്യം വേഗത്തിൽത്തന്നെ ഓടി. അലക്സി വിമാനത്തിൽ എത്തിയപ്പോൾ യന്ത്രത്തിൽനിന്ന് ഹുഡ് എടുത്തുമാറ്റി, മുഖംനിറയെ കുത്തുകളോടുകൂടിയ, ചിരിക്കുടുക്കയായ ആ മെക്കാനിക്ക് അക്ഷമയോടെ അയാളെ കാത്തുനിൽക്കുകയായിരുന്നു.

ഒരു യന്ത്രം അലറി. വ്യൂഹത്തലവനു പറക്കാനുദ്ദേശിച്ചിരുന്ന ആറാംനമ്പറിനെ നോക്കിനിന്നു അലക്സി. ക്യാപ്റ്റൻ ചെസ്ലോവ് തന്റെ വിമാനത്തെ തുറന്ന പ്രദേശത്തേക്കു കൊണ്ടുവന്നു. അയാൾ– "അറ്റൻഷൻ" എന്ന അർഥത്തിൽ കൈപൊക്കി. മറ്റേ യന്ത്രങ്ങളും ഗർജിക്കാൻ തുടങ്ങി. അവയിൽ നിന്നുയർന്ന കൊടുങ്കാറ്റ് പുല്ലുകളെ നിലംപറ്റിച്ചു. കാറ്റേറ്റ് ബർച്ചുമരങ്ങളുടെ പച്ചിലക്കൂട്ടങ്ങൾ, വേറിടാൻ ശ്രമിക്കുന്നതുപോലെ കിടന്നു തുള്ളിക്കളിച്ചു.

തന്റെ വിമാനത്തിന്റെ അടുക്കലേക്ക് അലക്സി ഓടുമ്പോൾ, അയാളെ വെട്ടിച്ചു കടന്നുപോയ ഒരു വൈമാനികൻ, ടാങ്കുപട നിരോധനമേഖലയിലേക്ക് നീങ്ങിത്തുടങ്ങി എന്ന് ഒരു വിധത്തിൽ വിളിച്ചുപറഞ്ഞു. ശത്രുക്കളുടെ തകർന്ന നിരയിലേക്ക് കടക്കുന്ന ടാങ്കുകളുടെ സംരക്ഷണവും പടയിൽ പങ്കുകൊള്ളുന്നവർക്ക് സഹായകരമായ വിധത്തിൽ മുകളിലെ വായുമേഖല കാത്തുസൂക്ഷിക്കലുമാണ് പോർവിമാനങ്ങളുടെ ചുമതല എന്നാണ് അതിന്റെ അർഥം. വ്യോമമണ്ഡലം സുരക്ഷിതമാക്കുകയോ, എന്താണതുകൊണ്ട് ആവശ്യം. ഇതുപോലുള്ള പൊരിഞ്ഞ യുദ്ധത്തിൽ സമാധാനമായ ഒരു പറക്കലിന് അർഥമില്ല. ഇപ്പോഴോ, അൽപ്പം കഴിഞ്ഞോ വായുവിൽവെച്ച് ശത്രുവിനെ കണ്ടുമുട്ടും എന്നതു തീർച്ചയാണ്. ഇതാ ബലപരീക്ഷയ്ക്ക് സമയമെടുത്തിരി

ക്കുന്നു. താൻ മറ്റൊരു വൈമാനികനെക്കാളും താഴെയല്ലെന്നും അയാൾക്കു തെളിയിക്കണം.

അലക്സി അൽപ്പം പരിഭ്രാന്തനായിരിക്കയാണ്. മരിക്കുമോ എന്ന ഭയം കൊണ്ടല്ല, ഏറ്റവും ധീരനും ശാന്തനുമായവനെപ്പോലും അലട്ടുന്ന അപകടശങ്കയില്ല വേറെ എന്തോ ആണ് അയാളെ വേവലാതികൊള്ളിക്കുന്നത്; തന്റെ യന്ത്രത്തോക്കുകളും പീരങ്കികളും ആയുധപരീക്ഷണക്കാർ പരിശോധിച്ചിട്ടുണ്ടാകുമോ? ഇതേവരെ സമരത്തിൽ താൻ ധരിച്ചു നോക്കിയിട്ടില്ലാത്ത തന്റെ പുതിയ തൊപ്പിയിൽ ഘടിപ്പിച്ച 'ഇയർ ഫോൺ' ശരിക്കു പ്രവർത്തിക്കുമോ? ശത്രുവിനെ എതിരിടേണ്ടിവന്നാൽ പെട്രോവ് പിന്നിൽ നിൽക്കുമോ? അതിധൃതി കാണിച്ച് വേഗം മുന്നോട്ട് ആയുമോ? എവിടെയാണ് തന്റെ വടി? വാസിലിവാസിലോവിച്ചിന്റെ ആ സമ്മാനം നഷ്ടപ്പെടുത്തുവാൻ അയാൾക്കു സമ്മതമില്ല. തലേദിവസം ഏറ്റവും രസകരമായ ഭാഗംവരെ വായിച്ചു ധൃതിയിൽ മേശമേൽ ഇട്ടുപോന്ന ആ നോവൽ ആരെങ്കിലും എടുത്തുകൊണ്ടുപോകുമോ എന്നുപോലും അയാൾ ഈ അവസരത്തിൽ ആലോചിച്ചു. പെട്രോവിനോട് ഗുഡ്ബൈ പറഞ്ഞിട്ടില്ല, അയാൾ ഓർത്തു. അതുകൊണ്ട് അയാൾ കോക്പിറ്റിൽ ഇരുന്നു കൈവീശി. പക്ഷേ പെട്രോവ് അത് കണ്ടില്ല. അയാൾ അക്ഷമയോടെ കമാണ്ടറുടെ ഉയരുന്ന കൈ നോക്കിയിരിക്കുകയായിരുന്നു. തോൽ ബെൽറ്റുകൊണ്ട് ഒരു ചട്ടയിട്ട അയാളുടെ മുഖത്ത് ഒരു തുടിപ്പു പ്രത്യക്ഷമായിരുന്നു. കൈ താഴ്ന്നു. കോക്പിറ്റിന്റെ ഹുഡുകൾ വലിച്ചിട്ടു.

മൂന്നു വിമാനങ്ങൾ ആ രേഖയിൽനിന്ന് ഒന്നു കുടഞ്ഞ് പറന്നകന്നു; അവയുടെ പിന്നാലെ വേറെ ഒന്നും അതിന്റെ പിന്നാലെ മൂന്നാമത് ഒന്നും അന്തരീക്ഷത്തിലേക്കുയർന്നു. ആദ്യത്തെ മൂന്നു വിമാനങ്ങൾ ആകാശത്തെത്തിയപ്പോൾ മെരിസീവിന്റെ സെറ്റ് താഴെ ഊഞ്ഞാലാടുന്ന പരന്ന ഭൂമിയെ വിട്ട് മേലോട്ട് ഉയർന്നു. ആദ്യത്തെ മൂന്ന് എണ്ണത്തേയും കൺവെട്ടത്തുതന്നെ നിർത്തി മെരിസീവ് തന്റേത് മറ്റെ വിമാനത്തിന്റെ വരിയിൽ തൊട്ടു പിന്നിലായി കൊണ്ടുപോയി, അതിനെ തുടർന്ന് മൂന്നാമത്തെ വിഭാഗവും.

അവർ മുന്നണിയിൽ എത്തി. ഷെല്ലുകൾ വീണ് കുണ്ടും കുഴിയുമായിത്തീർന്ന ഭൂമി മുകളിൽനിന്നു നോക്കുമ്പോൾ ആദ്യത്തെ വലിയ മഴത്തുള്ളികൾപതിച്ച പൊടിയണിഞ്ഞ റോഡുപോലെ തോന്നിയിരുന്നു. ഉഴുതുമറിച്ചപോലുള്ള കിടങ്ങുകളും മുഖക്കുരുപോലെ തോന്നുന്ന ആവരണങ്ങളും ഫയർ പോയിന്റുകളും ഇപ്പോൾ ഇഷ്ടികയുടെയും മരത്തിന്റെയും കൂമ്പാരമാണ് എന്നേ തോന്നൂ. വിണ്ടുകീറിയ മൈതാനത്തിൽനിന്ന് ഇടയ്ക്കിടെ മഞ്ഞനിറത്തിലുള്ള തീനാളം ഉയർന്നു. താഴെ നടക്കുന്ന ഗംഭീരയുദ്ധത്തിൽ പൊട്ടിപ്പടർന്ന അഗ്നിശിഖകളായിരുന്നു അവ. മുകളിൽനിന്നു നോക്കുമ്പോൾ അവ അസാധാരണമായവിധത്തിൽ ചെറിയതായി പാവകളെപ്പോലെ ഇരുന്നിരുന്നു. താഴെ എല്ലാം

കത്തുകയാണ്. അലറിപ്പുളയുകയാണ്. പുകയുടെയും കരിയുടെയും ഇടയിൽ വിണ്ടുപിളർന്ന ഭൂമിയിൽനിന്ന് ഒരു നല്ല കൊയ്ത്തു നടത്തിക്കൊണ്ട് മരണം പരതിനടക്കുന്നു. പക്ഷേ മുകളിൽനിന്നു നോക്കുന്ന ഒരാൾക്ക് ഇതൊന്നും വ്യക്തമാകുകയില്ല.

അവർ അഗ്നിശിഖയുടെ മീതെക്കൂടി ഉയർന്ന് ശത്രുനിരയെ അർധവലയം ചെയ്തു: വീണ്ടും വെടിവയ്പ്പിന്റെ മേഖല കടന്നു. ആരും അവരുടെനേരെ വെടിവയ്ക്കുകയുണ്ടായില്ല. താഴെയുള്ളവർ ഗൗരവാവഹമായ ഭൗമകാര്യങ്ങളിൽ ആകണ്ഠം മുഴുകിയിരുന്നതിനാൽ 9 ചെറിയ വിമാനങ്ങൾ അവരുടെ മീതേ പറന്നുപോകുന്നത് ഗൗനിച്ചതുതന്നെയില്ല. ടാങ്കുകൾ എവിടെ? അതാ ഇവിടെ ഒന്നിനുപുറകെ ഒന്നായി കാട്ടിൽനിന്ന് പുറത്തുവന്ന് അവ മുന്നേറുകയാണ്. ആകാശത്തുനിന്നു നോക്കുമ്പോൾ അവ മഞ്ഞനിറത്തിലുള്ള ചെറിയ പ്രാണികൾ ആണെന്നേ തോന്നൂ. പെട്ടെന്നു കുറെ അധികമെണ്ണം നിരന്നുനിന്നു. ഇടക്കൂട്ടങ്ങൾക്കിടയിലൂടെ വീണ്ടും കുറെ എണ്ണം കൂടിവന്നു റോഡിലൂടെയും താഴ്ന്ന നിലത്തുകൂടിയും നീങ്ങുന്നത് മെരിസീവ് ശ്രദ്ധിച്ചു. ആദ്യത്തെ വ്യൂഹത്തിൽപെട്ട ചില ടാങ്കുകൾ കുന്നിൻപുറത്ത് ഷെല്ലുകൾതട്ടി ഉഴുതുമറിച്ചതുപോലുള്ള സ്ഥലത്ത് എത്തി. അവയുടെ ദേഹത്തിൽ നിന്നും ചെന്തീപ്പൊരികൾ പാറി. മെരിസീവിനെപ്പോലെ ആകാശത്തുനിന്ന് നോക്കിക്കാണുകയാണെങ്കിൽ ഈ ടാങ്കുയുദ്ധം കുട്ടികൾക്കോ ഭീരുക്കളായ സ്ത്രീകൾക്കുപോലുമോ ഭയങ്കരമായിത്തോന്നുകയില്ല. നൂറുകണക്കിന് വാഹനങ്ങൾ ജർമൻപ്രാകാരത്തിന്റെ അവശിഷ്ടങ്ങളിലേക്ക് പാഞ്ഞുകയറി. ഈ സമയത്ത് തന്റെ തൊപ്പിക്കകത്തുള്ള ഇയർ ഫോണിന്റെ പൊട്ടലിനും ചീറലിനുമിടയിൽ, ക്യാപ്റ്റൻ ചെസ്ലോവിന്റെ പരുപരുത്തതും, ഇപ്പോൾ അൽപ്പം അസ്വസ്ഥവുമായ ശബ്ദംകേട്ടു.

“ശ്രദ്ധിക്കൂ, ഞാൻ ലിയോപ്പാർഡ് മൂന്നാണ്; ലിയോപ്പാർഡ് മൂന്ന് ജങ്കേർസ്, ജങ്കേർസ് വലതുഭാഗത്ത്.”

തന്റെ മുന്നിലായി അലക്സി ഒരു ചെറിയ നീണ്ടവര കണ്ടു. അതായിരുന്നു കമാണ്ടറുടെ വിമാനം. അത് ഒന്ന് ഉലഞ്ഞു. ‘ഞാൻ ചെയ്യുന്നതുപോലെ ചെയ്യൂ.’ എന്നായിരുന്നു അതിന്റെ അർഥം.

മെരിസീവ് ആ കൽപ്പന തന്റെ സ്വന്തം വിഭാഗത്തിൽ ആവർത്തിച്ചു. അയാൾ ചുറ്റുംനോക്കി. അയാളുടെ അനുയായി അയാളുടെ വശത്തുതന്നെ ഏതാണ്ട് സമാനമായി പറക്കുന്നുണ്ട്.

“കുട്ടീ മുറുക്കിപ്പിടിച്ചോളൂ” അയാൾ ഉറക്കെ പറഞ്ഞു.

ബഹളം നിറഞ്ഞ ഢംഢാരവത്തിന്റെയും പൊച്ചലിന്റെയും ഇടയിൽ അയാൾ മറുപടി പറഞ്ഞു “അതുതന്നെയാണ് ഞാൻ ചെയ്യുന്നത്.” വീണ്ടും അയാൾ കൽപ്പന കേട്ടു. “ഞാൻ ലിയോപ്പാർഡ് മൂന്നാണ്, ലിയോപ്പാർഡ് മൂന്നാണ്.” വീണ്ടും കൽപ്പന “എന്നെ അനുഗമിക്കൂ.”

ശത്രു അടുത്തുതന്നെ ഉണ്ട്. അവരുടെ നേരെ താഴെ– ജർമൻ കാർക്ക് ഇഷ്ടപ്പെട്ട ഇരട്ടത്താറാവു രൂപത്തിൽ ജൂ 87–ന്റെ ഏക യന്ത്ര ഘടിതമായ ബോംബർ വിമാനങ്ങളുടെ ഒരു വ്യൂഹമാണ്. നവോപ ജ്ഞവും കുപ്രസിദ്ധവുമായ 'ഈ ഡൈവ് ബോംബറുകൾ' പോളണ്ട്, ഫ്രാൻസ്, ഹോളണ്ട്, ഡെൻമാർക്ക്, ബെൽജിയം, യുഗോസ്ലാവിയ മുത ലായ രാജ്യങ്ങളിലെ കടൽക്കൊള്ളക്കാരുടെ കുപ്രശസ്തി ആർജിച്ചതാ ണ്. യുദ്ധത്തിന്റെ ആരംഭകാലത്ത് ലോകത്തിലെ എല്ലാ പത്രങ്ങളും അവയുടെ ഭീകരകൃത്യങ്ങളെപ്പറ്റി വർണിച്ചിട്ടുണ്ട്. പക്ഷേ സോവിയറ്റ് യൂണിയന്റെ ഭൂവിശാലതയിൽ അതൊരു പഴഞ്ചൻ നമ്പർ ആയിരി ക്കയാണ്. അനവധി യുദ്ധരംഗങ്ങളിൽവെച്ച് സോവിയറ്റ് വൈമാനികർ അവയുടെ ന്യൂനവശങ്ങൾ കണ്ടുപിടിച്ചിട്ടുണ്ട്. സോവിയറ്റ് വിമാന വീര ന്മാർ ജങ്കേഴ്സിനെ നിസാരമായ ഇരയായേ കണക്കാക്കിയിട്ടുള്ളൂ. നായാട്ടുകാരന്റെ സാമർഥ്യം അർഹിക്കാത്ത മുയൽ മുതലായവയെ പ്പോലെ.

ക്യാപ്റ്റൻ ചെസ്‌ളോവ് തന്റെ വ്യൂഹത്തെ നേരെ വൈരികൾക്ക് എതിരായി കൊണ്ടുപോയില്ല. അയാൾ ഒരു വളവ് തിരിഞ്ഞു. വീണ്ടുവി ചാരമുള്ള ആ ക്യാപ്റ്റൻ സൂര്യനെ പിന്നിലാക്കാനുള്ള സൂത്രമാണ് എടുക്കുന്നത് എന്നായിരുന്നു മെരിസീവിന്റെ ധാരണ. എന്നാൽ ആദിത്യ കിരണങ്ങളുടെ കണ്ണഞ്ചിപ്പിക്കുന്ന പ്രകാശത്തിന്റെ മറവിൽനിന്ന് ആരും കാണാതെ ശത്രുവിനെ ആക്രമിക്കാമല്ലോ.

'ഇത്ര വലിയ യുദ്ധകൗശലമെല്ലാം പ്രയോഗിച്ച് അദ്ദേഹം 'ജങ്കേഴ്സി'ന് അവ അർഹിക്കാത്ത ബഹുമതി ഏകുകയാണ് എന്നു വരെ മെരിസീവ് വിചാരിച്ചു. പക്ഷേ ശ്രദ്ധയോടെ ഇരിക്കുന്നതുകൊണ്ട് അപകടമൊന്നുമില്ലല്ലോ. അയാൾ വീണ്ടും ചുറ്റും നോക്കി. പെട്രോവ് നേരെ പിന്നിൽ തന്നെ ഉണ്ട്. ആ വെളുത്ത മേഘത്തിന്റെ ചാരെ അയാളെ വ്യക്തമായി കാണാം. ജർമൻ വ്യൂഹം ഇപ്പോൾ അവരുടെ വലതുഭാഗത്താണ്. അദൃശ്യമായ ഒരു നൂലുകൊണ്ട് ബന്ധിക്കപ്പെട്ടതു പോലെ ആ വിമാനങ്ങൾ തികഞ്ഞ അച്ചടക്കത്തോടെ ഭംഗിയായ രൂപ ത്തിലങ്ങനെ നീന്തുകയാണ്. മീതെ വന്നു വീഴുന്ന അരുണകിരണ ങ്ങളേറ്റ് അവ പ്രകാശിച്ചു.

കമാണ്ടറുടെ കൽപ്പനയുടെ അവസാനശകലങ്ങൾ മെരിസീവിന്റെ കാതിൽ വന്നലച്ചു: "ലിയോപ്പാർഡ് മൂന്ന്. ആക്രമിക്കൂ" ചെസ്ലോവും അനുയായിയും കഴുകനെപ്പോലെ ശത്രുനിരയിലേക്ക് താഴുന്നത് അയാൾ കണ്ടു. സമീപമുള്ള ജങ്കേഴ്സിന്റെ മീതെ ട്രേസർബുള്ളറ്റുക ളുടെ ഒരു മാല പതിച്ചു. അത് നിലത്തേക്കു വീണു. ചെസ്ലോവും അനു യായിയും ആ വിഭാഗത്തിലെ മറ്റൊരാളും കൂടി അണിമുറിഞ്ഞ ആ ദ്വാര ത്തിലൂടെ ജർമൻ നിരകടന്നു പറന്നു. ജർമൻകാർ ഉത്തരക്ഷണത്തിൽ വീണ്ടും നിരന്നു ഭംഗിയായി പ്രയാണമാരംഭിച്ചു.

അലക്സിക്ക് അടയാളവാക്കു പറഞ്ഞ് ആക്രമിക്കാനുള്ള കൽപ്പന നൽകണമെന്നുണ്ടായിരുന്നു. പക്ഷേ ആവേശംകൊണ്ട് അയാൾക്ക് 'ആ' എന്ന് ആക്രോശിക്കാൻ മാത്രമേ സാധിച്ചുള്ളൂ. താഴെ നിരയായി ഒഴുകിക്കൊണ്ടിരുന്ന ജർമൻവ്യൂഹം മാത്രം കണ്ടുകൊണ്ട് അയാൾ താഴോട്ടുകുതിച്ചു. തന്റെ ലക്ഷ്യമായി അയാൾ എടുത്തത് ചെസ്ലോവ് വെടിവെച്ചു വീഴ്ത്തിയ വിമാനത്തിന്റെ സ്ഥാനക്കൈയേറ്റ വാഹനമായിരുന്നു. ചെവി ചൂളംവിളിക്കുന്നത് അയാൾക്കു കേൾക്കാമായിരുന്നു. ശ്വാസം മുട്ടിക്കുന്നതുപോലെ അയാളുടെ ഹൃദയം ശക്തിയായി തുടിച്ചു. തന്റെ ഉന്നത്തെ കണ്ണിൽനിന്ന് അകറ്റാതെ കാഞ്ചിയിന്മേൽ രണ്ടു വിരലുകൾ അമർത്തി അയാൾ അതിനെ ലക്ഷ്യമാക്കി മുന്നോട്ടാഞ്ഞു. ചാരനിറത്തിലുള്ള പുകച്ചുരുൾമാലകൊണ്ട് അയാളുടെ വശത്തുകൂടെ പാഞ്ഞുപോയി. അവർ വെടിവയ്ക്കുകയാണ്. പക്ഷേ ലക്ഷ്യം തെറ്റി–വീണ്ടും ഇത്തവണ കുറെക്കൂടെ അടുത്തു. പക്ഷേ അപകടമൊന്നും ഉണ്ടായില്ല. പെട്രോവ് എവിടെ–ശരി അയാൾക്കും അപകടമൊന്നുമില്ല ഇടതുഭാഗത്തുതന്നെയുണ്ട്. അവരെ വെട്ടിച്ചു. ജർമൻവിമാനത്തിന്റെ ഒരുവശം തന്റെ കൺമുന്നിൽവെച്ച് കുറെക്കൂടി വലുതായപോലെ തോന്നി. തള്ളവിരലുകൾ 'അലുമിനിയംകാഞ്ചി'യുടെ തണുത്ത ഭാഗം തൊട്ടു കുറച്ചുകൂടി അടുത്ത് എത്തണം.

ഈ സമയത്താണ് താൻ തന്റെ യന്ത്രവുമായി സാത്മ്യം തന്നെ പ്രാപിച്ചിട്ടുണ്ടെന്ന് അലക്സിക്ക് മനസിലായത്. തന്റെ ഹൃദയത്തിൽക്കിടന്നു തുടിക്കുന്നതുപോലെയാണ് അയാൾ അതിന്റെ മിടിപ്പ് കേട്ടത്. തന്റെ ചേതനമുഴുവനും കൊണ്ടാണ് അയാൾ ചിറകിന്റെയും ചുക്കാന്റെയും ശബ്ദം ശ്രവിച്ചത്. തന്റെ വൃത്തികെട്ട കൃത്രിമക്കാലിനുപോലും ജീവൻ കിട്ടി, ഭയങ്കരമായ ശീഘ്രത ആവശ്യമായ മുഹൂർത്തത്തിൽ യന്ത്രവുമായി ഇണങ്ങിച്ചേരുന്നതിന് അതൊരു വിഘാതമാകുന്നില്ല. ഫാസിസ്റ്റ് വിമാനത്തിന്റെ അതിസുന്ദരമായ മിനുത്തവശം കണ്ണിൽ നിന്നുമറഞ്ഞുവെങ്കിലും വീണ്ടും അയാൾ അതു കണ്ടു. അതിന്മേലേക്കു കുതിച്ച് അയാൾ കാഞ്ചിയമർത്തി: വെടിയുണ്ടകളുടെ ശബ്ദം അയാൾ കേട്ടില്ല. ട്രേസർബുള്ളറ്റുകളുടെ നീണ്ട ചങ്ങലയും കണ്ടില്ല. പക്ഷേ ലക്ഷ്യംപിഴച്ചിട്ടില്ലെന്ന് അയാൾക്കു മനസിലായി. തന്റെ ഈ സ്വന്തം വാഹനവുമായി കൂട്ടിമുട്ടാതെ താഴോട്ടു പതിക്കുമെന്ന ധൈര്യത്തോടെ അയാൾ ആ മാർഗംതന്നെ തുടർന്നു. അയാൾ ഒന്നു ചരിഞ്ഞു നോക്കിയപ്പോൾ ആദ്യത്തേതിന്റെ അടുത്ത് പറന്നിരുന്ന മറ്റൊരു വിമാനംകൂടി താഴോട്ടു പതിക്കുന്നത് കണ്ടു. താൻ രണ്ട് എണ്ണത്തിനെ വെടിവെച്ചുവോ? അല്ല അത് പെട്രോവിന്റെ പണിയാണ്. ആ പുതിയ വൈമാനികന് ഇതൊരു നേട്ടംതന്നെ! തന്റേതിനെക്കാൾ യുവാവായ തന്റെ സ്നേഹിതന്റെ ഭാഗ്യത്തെക്കുറിച്ചയാൾ അഹ്ലാദിച്ചു.

ജർമൻ അണിയുടെ വിടവിലൂടെ രണ്ടാമത്തെ വിഭാഗം മറഞ്ഞുപോയി. പിന്നീടാണ് തമാശതുടങ്ങിയത്. പരിചയംകുറഞ്ഞ ജർമൻവൈ

മാനികർ നിയന്ത്രിച്ചിരുന്ന രണ്ടാം പടനിരയുടെ അണി മുറിഞ്ഞു. ചിന്നി ച്ചിതറിയ ജങ്കേഴ്സിന്റെ ഇടയിലൂടെ ചെസ്ലോവിന്റെ വ്യൂഹം പാഞ്ഞു കയറി അവരെ തുരത്തി. സ്വന്തംനിരയിൽത്തന്നെ ബോംബുകൾ ഉതിർ ക്കുവാൻ നിർബന്ധിതരാക്കി. തന്റെ സമരം കൗശലം തുടങ്ങിയപ്പോൾ യഥാർഥത്തിൽ ചെസ്ലോവ് ഇതുതന്നെയാണ് മനസിൽ കണ്ടിരുന്നത്. സ്വന്തം പ്രാകാരത്തിൽ വെടിവയ്ക്കുവാൻ അവരെ നിർബന്ധിക്കുക. സൂര്യനെ പിന്നിലാക്കുകയായിരുന്നില്ല അയാളുടെ പ്രധാന ഉദ്ദേശ്യം.

ജർമൻകാരുടെ ആദ്യത്തെ നിര വീണ്ടും യോജിച്ചു; ടാങ്കുകൾ പാഞ്ഞുകയറിയ ഭാഗത്തെ ലക്ഷ്യമാക്കി ജങ്കേഴ്സ് നീങ്ങി. മൂന്നാമത്തെ വിഭാഗത്തിന്റെ ആക്രമണം ഫലപ്രദമായില്ല. ജർമൻകാരുടെ ഒരൊറ്റ വിമാനംപോലും നഷ്ടപ്പെട്ടില്ല; ജർമൻതോക്കിൽനിന്നുള്ള ഉണ്ടയേറ്റ ഒരു പോർവിമാനം തകർന്നുവീണു-ടാങ്കുകാർക്ക് ആക്രമണം നടത്തേണ്ട സ്ഥലത്തേക്കു താഴുകയാണ് ജങ്കേഴ്സ്. ഉയരംകൂട്ടുവാൻ സമയമില്ല. ചുവട്ടിൽനിന്നുള്ള ഒരു ആക്രമണത്തിനുതന്നെ ചെസ്ലോവ് സന്നദ്ധ നായി. അലക്സി മനസാ ഇതിനെ അഭിനന്ദിച്ചു. കുത്തനെ പൊങ്ങി, ശത്രുവിനെ പള്ളയ്ക്കുതന്നെ കുത്തുവാനുള്ള "ലാ 5" അനിതരസാധാ രണ സാമർഥ്യത്തെ ഒന്നു പരീക്ഷിക്കുവാൻ വെമ്പൽപൂണ്ട് നിൽക്കു കയായിരുന്നു അയാൾ. ഒരു ജലധാരപോലെ ട്രേസർ ബുള്ളറ്റുകൾ വിതറികൊണ്ടു മേലോട്ടുകയറുകയായിരുന്നു ആദ്യത്തെ ഗ്രൂപ്പ്. രണ്ടു ജർമൻകാർ പൊടുന്നനെ അണിതെറ്റിവീണു. ഒന്ന് രണ്ടായി പിളർന്നിരി ക്കണം. കാരണം അതപ്പോൾത്തന്നെ വേർപെട്ടു. അതിന്റെ പുച്ഛം അല ക്സിയുടെ വാഹനത്തെ തൊട്ടു തൊട്ടില്ല എന്ന നിലയിലായി.

പിൻതുടരൂ. പെട്രോവിന്റെ വാഹനത്തിന്റെ നിഴലിനെനോക്കി ഉറ ക്കെപ്പറഞ്ഞുകൊണ്ട് അലക്സി തന്റെ വാഹനത്തിന്റെ ദൃഷ്ടി മുന്നോട്ടു വലിച്ചു.

ഭൂമി ഒന്ന് കീഴ്മേൽ മറിഞ്ഞു. ഒരു വലിയ അടിയേറ്റപോലെ അയാൾ സീറ്റിലേക്ക് അമർന്നുവീണു. ചുണ്ടിലും വായിലും രക്ത ത്തിന്റെ രസം അനുഭവമായി. കണ്ണിന്റെ നേരെയായി ഒരു ചുവന്ന പ്രഭാ വലയം പ്രത്യക്ഷപ്പെട്ടു. കുത്തനെയാണ് അലക്സിയുടെ വിമാനം പറ ന്നിരുന്നത്. അങ്ങനെ തന്റെ സീറ്റിൽ മലർന്നുകിടക്കുമ്പോൾ ജങ്കേഴ്സിന്റെ പുള്ളിക്കുത്തു നിറഞ്ഞ ഉദരഭാഗവും അതിന്റെ തമാശ തോന്നുന്ന കനത്ത ചക്രവും ഇപ്പോഴും അതിന്മേൽ പറ്റിപ്പിടിച്ചിരിക്കുന്ന കുഴഞ്ഞമണ്ണും കൺമുന്നിലൂടെ മിന്നിമറഞ്ഞു.

അയാൾ കാഞ്ചിയമർത്തി. ശത്രുവിമാനത്തിന്റെ ഇന്ധനക്കലവറ യിലോ ബോംബറയിലോ യന്ത്രത്തിലോ എവിടെയാണ് വെടിയേറ്റ തെന്ന് അയാൾ അറിഞ്ഞില്ല. പക്ഷേ വിമാനം പൊട്ടിത്തെറിച്ച് കനത്ത പുകയിൽ അപ്രത്യക്ഷമായി.

പൊട്ടിത്തെറിക്കലിൽ നിന്നുണ്ടായ കാറ്റടി മെരിസീവിന്റെ വാഹ നത്തെ ഒരു ഭാഗത്തേക്കു മാറ്റി-പക്ഷേ തീപ്പൊള്ളലിൽനിന്ന് അകലെ

യായിരുന്നു അത്. അയാൾ തന്റെ വാഹനത്തെ സമനിലയിൽ നിർത്തി. അന്തരീക്ഷത്തിൽ ആകെ ഒന്നു കണ്ണോടിച്ചു. അയാളുടെ സഖാവ് ഇടതുവശത്തുതന്നെ ഉണ്ട്. സോപ്പുപതപോലെ തോന്നുന്ന വെൺമുകിൽക്കടലിന് മീതെ അനന്തമായ നീലിമയിൽ തൂങ്ങിക്കിടക്കുന്നപോലെ ആകാശം പ്രായേണ ശൂന്യമായിത്തുടങ്ങിയിരുന്നു. അങ്ങകലെ ചക്രവാളത്തിൽ വിദൂരമായ അഭ്രമാലകളുടെ പശ്ചാത്തലത്തിൽ ഓരോ ചെറിയ ചെറിയ പുള്ളിക്കുത്തുകൾ കാണാമായിരുന്നു. വിവിധമാർഗങ്ങളിൽ ചിന്നിച്ചിതറിപ്പോയ ജങ്കേഴ്സ് ആയിരുന്നു അവ. അലക്സി വാച്ചിൽ നോക്കി. അരമണിക്കൂറെങ്കിലും നീണ്ടുനിന്നിരിക്കണം ഈ സമരം. തന്റെ ഇന്ധനം കഴിഞ്ഞുതുടങ്ങിയിരിക്കും. എന്നായിരുന്നു അയാളുടെ ധാരണ. പക്ഷേ, മൂന്നര മിനിട്ടേ ആക്രമണത്തിനു വേണ്ടിവന്നുള്ളൂവെന്ന് വാച്ചുതെളിയിച്ചു.

എങ്ങനെയോ നീന്തിവന്ന് തനിക്ക് സമാന്തരമായി പറക്കുന്ന സുഹൃത്തിനെ നോക്കി അയാൾ ചോദിച്ചു.

"ജീവിച്ചിരിപ്പുണ്ടോ?"

ഇയർഫോണിന്റെ വിവിധ ശബ്ദകോലാഹലങ്ങൾക്കിടയിൽ വിദൂരതയിൽനിന്ന് ആവേശമുറ്റ ആ സ്വരം മറുപടി പറഞ്ഞു.

"ജീവിച്ചിരിക്കുന്നു; നോക്കൂ, താഴെ എന്താണ് എന്ന് നോക്കൂ" താഴെ, പൊട്ടിത്തകർന്ന് ഒരു മലയടിവാരത്തിൽ നിരവധി സ്ഥലങ്ങളിലായി ബന്ധനടാങ്കുകൾ കിടന്നുകത്തുന്നുണ്ടായിരുന്നു. നിശ്ചലമായ വായുവിൽ കനംകുറഞ്ഞ ധൂമപടലങ്ങൾ അലയലയായി ഉയർന്നിരുന്നു. പക്ഷേ, അലക്സി ശത്രുവിമാനങ്ങളുടെ അവശിഷ്ടങ്ങൾ വെന്തെരിയുന്നത് നോക്കിയില്ല. താഴെ യുദ്ധരംഗത്ത് അവിടവിടെയായി അലഞ്ഞുതിരിയുന്ന പച്ചയും ഊതയും കലർന്ന പ്രാണികളെയാണ് അയാൾ ശ്രദ്ധിച്ചിരുന്നത്. രണ്ടു താഴ്വാരങ്ങളിൽകൂടെ അവ ശത്രുസ്ഥാനങ്ങളിലെത്തി. മുമ്പിലുള്ളവർ കിടങ്ങുകൾ കടക്കുകയാണ്. ദേഹത്തിൽനിന്ന് തീജ്വാല വർഷിച്ച് അവ ശത്രുപ്രാകാരത്തിലൂടെ മുന്നോട്ടു മുന്നോട്ടു പായുന്നു. പിന്നിൽനിന്ന് ഉതിരുന്ന ജർമൻ വെടിയുണ്ടകളും പുകയും വ്യക്തമായി കാണാം.

ആ സ്ഥാനത്ത് ശത്രുവിനെ തകർത്ത ആ നൂറുനൂറു പ്രാണിക്ക് എന്താണെന്ന് അയാൾക്ക് അറിയാമായിരുന്നു. നാളെ സോവിയറ്റ് ജനതയും സ്വാതന്ത്ര്യകാംക്ഷികളായ മറ്റ് ജനങ്ങളും ആനന്ദത്തോടും ഉല്ലാസത്തോടുംകൂടി വായിക്കുന്ന ആ വാർത്ത കാണുകയായിരുന്നു അയാൾ. കുർസ്ക്സാലിയന്റെ ഒരു വശത്ത്, പീരങ്കിപ്പട രണ്ടു മണിക്കൂർനേരത്തെ ഭയങ്കരമായ സജ്ജീകരണത്തിനുശേഷം, ശത്രുവിന്റെ രക്ഷാനിര ഭേദിച്ചു, അതിലൂടെ സർവശക്തിയുമെടുത്ത് കടന്നുചെന്ന സോവിയറ്റ് സൈന്യത്തിന് നിരോധനമേഖലയിലേക്ക് കടക്കേണ്ട മാർഗം ശുദ്ധമാക്കി.

ക്യാപ്റ്റൻ ചെസ്ലോവലിന്റെ വ്യൂഹത്തിൽപ്പെട്ട ഒമ്പതു വിമാനങ്ങളിൽ രണ്ടെണ്ണം താവളത്തിലേക്ക് മടങ്ങിയെത്തിയില്ല. 9 ജങ്കേഴ്സിനെ

വെടിവെച്ചു വീഴ്ത്തിയിരുന്നു. 9–നു 2എന്നത് വിമാനമെണ്ണുമ്പോൾ വലിയ നേട്ടംതന്നെയാണ്. പക്ഷേ, രണ്ടു സഖാക്കളുടെയും നഷ്ടം വിജയാഹ്ലാദത്തിന്റെ നിറംകെടുത്തി.

വിമാനത്തിൽനിന്ന് ഇറങ്ങിയ വൈമാനികർ യാതൊരു ഉദ്വേഗവും കാണിച്ചില്ല; ആഹ്ലാദം പ്രകടിപ്പിച്ചില്ല. യുദ്ധത്തിന്റെ വിവരണങ്ങളെപ്പറ്റി ഉറക്കെ വർത്തമാനം പറയുകയും ചെയ്തില്ല. വിജയകരമായ ഒരു ഏറ്റുമുട്ടലിനുശേഷം സാധാരണ സംഭവിക്കാറുള്ളതുപോലെ തങ്ങൾ കടന്നുപോകുന്ന അപകടങ്ങളെ തന്മയത്വത്തോടെ വർണിച്ചുകാണിച്ചതുമില്ല. മന്ദതയോടെ അവർ ചീഫിന്റെ മുന്നിൽപോയി വിരസമായ ചുരുങ്ങിയ വാചകങ്ങളിൽ അന്നത്തെ യുദ്ധത്തെപ്പറ്റി റിപ്പോർട്ടു സമർപ്പിച്ച് തമ്മിൽ തമ്മിൽ നോക്കാതെ പിരിഞ്ഞുപോയി.

അലക്സി സേനാവ്യൂഹത്തിലെ പുതിയ ആളായിരുന്നു. അന്നു മരിച്ച രണ്ടുപേരെ അയാൾ അറിയുമായിരുന്നില്ല. പക്ഷേ അവിടെ തങ്ങിനിന്നിരുന്ന ഗ്ലാനി അയാളേയും ബാധിച്ചു. തന്റെ ജീവിതത്തിലെ ഏറ്റവും പ്രധാനവും വലുതുമായ കാര്യം, തന്റെ ദേഹത്തിന്റെ സർവശക്തികളുമുപയോഗിച്ചു നേടിയ, തന്റെ ഭാവിയെ കരുപ്പിടിപ്പിക്കുന്ന കാര്യം സേനാനിരയിലേക്ക് സുഖമായി, യോഗ്യനായി മടങ്ങുക എന്നത് സംഭവിച്ചിരിക്കുന്നു. എത്ര പ്രാവശ്യം അയാൾ ഇതേക്കുറിച്ച് സ്വപ്നം കണ്ടിട്ടുണ്ട്. ആശുപത്രിക്കട്ടിലിൽവച്ചും പിന്നീടും, നടക്കാനും നൃത്തം ചെയ്യുവാനും പഠിക്കുമ്പോഴും, കഠിനമായ അധ്വാനം ചെയ്ത് വ്യോമയാനപരീക്ഷണം നടത്തുമ്പോഴും ഇപ്പോൾ നിരവധി കാലമായി ആഗ്രഹിച്ചിരുന്ന ആ സുദിനം സമാഗതമായപ്പോഴും രണ്ടു ജർമൻ വിമാനങ്ങളെ തകർത്ത്, പോർ പൈലറ്റുമാരുടെ കുടുംബത്തിൽ സമമായ ഒരു സ്ഥാനം നേടിയെടുത്തപ്പോഴും അയാൾ മറ്റുള്ളവരെപ്പോലെ നേതാവിന്റെ മുന്നിൽപോയി തന്റെ നേട്ടങ്ങളെ റിപ്പോർട്ടു ചെയ്തു. അവയുടെ സാഹചര്യങ്ങളെ വിശദീകരിച്ചു, സ്വന്തം അനുയായിയെ പുകഴ്ത്തി, സ്വസ്ഥനായി ഒരു ബർച്ചുമരത്തിന്റെ തണലിൽ പോയിരുന്ന്. അന്നു മടങ്ങിവരാത്തവരെക്കുറിച്ചു ചിന്തിച്ചു.

വിമാനത്താവളത്തിൽ ഓടിനടന്നിരുന്നത് പെട്രോവ് മാത്രമായിരുന്നു. തലയിൽ ഒന്നും ധരിക്കാതെ തന്റെ സുന്ദരമായ തലമുടി കാറ്റിൽ പറത്തി, അയാൾ കണ്ടുമുട്ടിയവരെയെല്ലാം കൈക്കുപിടിച്ച് വലിച്ച് വിശദീകരണം നൽകിത്തുടങ്ങി.

"എന്റെ നേരെ അടുത്ത്, കൈ എത്താവുന്ന ദൂരത്തിലായിരുന്നു അയാൾ, കൊള്ളാം ശ്രദ്ധിക്കൂ. ഞാൻ സീനിയർ ലഫ്റ്റനന്റ് നേതാവിനെ ഉന്നംവയ്ക്കുന്നതു കണ്ടു. എന്റെ കൺമുന്നിൽ അടുത്തവൻ വന്നുപെട്ടു–ബാങ്ങ്."

അയാൾ മെരിസീവിന്റെ സമീപത്തേക്ക് ഓടി. അയാളുടെ കാൽക്കലായി പൂപ്പൽപിടിച്ച പുല്ലിൽ നിവർന്നു കിടന്നു. ആ സുഖകരമായ സ്ഥിതിയിൽ കിടക്കാൻ വിഷമം തോന്നി. ചാടിയെഴുന്നേറ്റ് അയാൾ അട്ടഹസിച്ചു.

"ഇന്ന് നിങ്ങൾ അത്ഭുതകരമായ പരാക്രമങ്ങളാണ് കാണിച്ചത്. ഗംഭീരം–എന്റെ ശ്വാസം നിലച്ചുപോയി. ഞാൻ ആ മനുഷ്യനെ നിലത്താക്കിയത് എങ്ങനെയാണെന്നറിയാമോ. ശ്രദ്ധിക്കൂ ഞാൻ നിങ്ങളെ അനുഗമിച്ചപ്പോൾ അയാളെ എന്റെ നേരെ അടുത്തായിക്കണ്ടു ഇതാ നിങ്ങളും ഞാനുമായുള്ള അകലത്തിൽ."

"ഒരു നിമിഷം നിൽക്കൂ കുട്ടീ." തന്റെ പോക്കറ്റു തപ്പിക്കൊണ്ട് അലക്സി പറഞ്ഞു. "ആ എഴുത്തുകൾ ഞാൻ അവ എവിടെയാണ് വെച്ചത്."

അന്നുരാവിലെ കിട്ടയതും വായിക്കുവാൻ സമയം കിട്ടാതെ സൂക്ഷിച്ചിരുന്നതുമായ എഴുത്തുകളെക്കുറിച്ച് അയാൾ ഓർത്തു. തന്റെ പോക്കറ്റിൽ കാണാതായപ്പോൾ നട്ടെല്ലിൽക്കൂടി തണുത്ത വിയർപ്പു ഒഴുകിപ്പോകുന്നതുപോലെ അയാൾക്കുതോന്നി. അയാൾ കുപ്പായത്തിന്റെ ഉള്ളിൽ കൈ കടത്തി നോക്കിയപ്പോൾ കടലാസുകൾ ഉലയുന്നതുപോലെ തോന്നി. ആശ്വാസസൂചകമായ ഒരു ദീർഘനിശ്വാസം അയാളിൽനിന്നു പൊങ്ങി. ഓല്യയുടെ എഴുത്ത്, ആവേശഭരിതനായ ആ യുവസുഹൃത്തു പറയുന്നതൊന്നും ശ്രദ്ധിക്കാതെ വായിക്കാനൊരുങ്ങി.

അതേസമയത്ത് ഒരു റോക്കറ്റ് ചീറി ഭയാനകമായ ഒരു ചുവന്ന സർപ്പം അന്തരീക്ഷത്തിലേക്ക് ഉയർന്നു. വിമാനത്താവളത്തെ ഒന്നു വലംവെച്ച്, ഊതനിറത്തിലുള്ള സാവധാനം അലിയുന്ന ഒരു വാലു മാത്രം അവശേഷിപ്പിച്ച അത് അപ്രത്യക്ഷമായി. വൈമാനികർ ചാടിയെഴുന്നേറ്റു. ഒരൊറ്റവാക്കുപോലും വായിക്കുവാൻ സാധിക്കാതെ അലക്സി ആ എഴുത്ത് അടിക്കുപ്പായത്തിന്റെ ഇടയിൽത്തന്നെ തിരുകി. എഴുത്തുകടലാസിനു പുറമെ കട്ടികൂടിയ എന്തോ ഒന്നുകൂടി ആ കവർ ചീന്തിയപ്പോൾ അയാൾ അതിനുള്ളിൽ കണ്ടിരുന്നു; പരിചിതമായ മാർഗത്തിൽകൂടി തന്റെ വ്യൂഹത്തിനു നേതൃത്വം വഹിച്ചുകൊണ്ട് പറക്കുന്നതിനിടയിൽ ഇടയ്ക്കിടയ്ക്ക് അയാൾ ആ കവർ തപ്പിനോക്കി, അതിൽ എന്തായിരിക്കുമെന്ന് അത്ഭുതപ്പെട്ടു.

ടാങ്ക് പട ശത്രുക്കളുടെ അണിഭേദിച്ചുകടന്ന ആ ദിനം അലക്സി സേവനമനുഷ്ഠിച്ചിരുന്ന ഗാർഡ്സ് ഫൈറ്റർ എയർ ക്രാഫ്റ്റ് റജിമെന്റിനെ സംബന്ധിച്ചടത്തോളം വളരെ തിരക്കുപിടിച്ച ഒരു കാലത്തിന്റെ തുടക്കമായിരുന്നു. അണിഭേദിച്ച് സ്ഥലത്തേക്കു വിമാനങ്ങൾ വ്യൂഹത്തിനു പിന്നാലെ വ്യൂഹമായി പറന്നുയർന്നു. യുദ്ധംകഴിഞ്ഞ് ഒന്നിന് ഇറങ്ങാൻ സമയംകിട്ടുന്നതിനു മുമ്പുതന്നെ വേറെ ഒരെണ്ണം ഉയരും. ഇന്ധനട്രക്കുകൾ അപ്പപ്പോൾ ഇറങ്ങിയ വിമാനത്തിലേക്ക് സർവസമയത്തും കുതിച്ചുകൊണ്ടിരിക്കുകയാണ്. ഒഴിഞ്ഞ ടാങ്കിലേക്ക് പെട്രോൾ ഇടമുറിയാതെ പ്രവഹിച്ചു. വേനൽക്കാലത്ത് ചൂടുപിടിച്ചു കിടക്കുന്ന വയലിൽ ഒരു മഴപെയ്യുമ്പോൾ ഉണ്ടാകുന്നതുപോലെ സദാസമയത്തും വിറയ്ക്കുന്ന ഒരു തിളക്കം ചൂടുപിടിച്ച യന്ത്രങ്ങളുടെമേലെ കാണാമായിരുന്നു. ഭക്ഷണം കഴിക്കുവാൻപോലും വൈമാനികർ

കോക്പിറ്റിൽനിന്ന് എഴുന്നേറ്റിരുന്നില്ല. അവ അലുമിനിയം പാത്രങ്ങളിലാക്കി അവർക്കു കൊണ്ടുപോയിക്കൊടുക്കുമായിരുന്നു. പക്ഷേ ആർക്കും തന്റെ ഭക്ഷണം കഴിക്കുവാനുള്ള മനഃസ്ഥിതി ഉണ്ടായിരുന്നില്ല. ആഹാരം അവരുടെ തൊണ്ടയിൽ തടഞ്ഞിരുന്നു. വീണ്ടും ക്യാപ്റ്റൻ ചെസ്ലോവിന്റെ വ്യൂഹം നിലത്തിറങ്ങി. വിമാനങ്ങളെല്ലാം മരത്തണലിലേക്കു മാറ്റി ഇന്ധനം നിറച്ചുകൊണ്ടിരിക്കുമ്പോൾ മെരിസീവ് കോക്പിറ്റിൽ സുഖകരവും എന്നാൽ വേദന കലർന്നതുമായ ഒരു ആലസ്യത്തിലാണ് ആകാശത്തേക്ക് നോക്കിയും ഇന്ധനം നിറയ്ക്കുന്നതുവരെ ധൃതിപ്പെടുത്തിയും പുഞ്ചിരിയോടെ ഇരിക്കുകയായിരുന്നു. അയാൾക്ക് വീണ്ടും ആകാശത്തെത്തി തന്നെ ഒരു പരീക്ഷണത്തിനു വിധേയമാക്കാൻ കൊതിതോന്നി. ഇടയ്ക്കിടെ അയാൾ കുപ്പായത്തിനകത്ത് കൈ കടത്തി ഉലയുന്ന കവറുകൾ തപ്പിനോക്കി. ഈ സാഹചര്യത്തിൽ അയാൾക്ക് അവ തുറന്നുവായിക്കുവാനുള്ള മനഃസ്ഥിതി ഉണ്ടായിരുന്നില്ല.

സന്ധ്യക്ക് സൈന്യത്തിന്റെ ആക്രമണമേഖലയിൽ ഇരുട്ടുവന്നു മൂടിയതിനുശേഷമാണ് ജീവനക്കാരെ പിരിച്ചു വിട്ടത്. മെരിസീവ് തന്റെ സ്ഥലത്തേക്ക് പോയത് കാട്ടിലെ കുറുക്കുവഴിയിൽക്കൂടിയല്ല, നിറയെ കളകൾ മൂടിയ നീണ്ട വയലിൽക്കൂടിയാണ്. അയാൾക്കു തന്റെ ചിന്തകളെ ഒന്നു ശരിപ്പെടുത്തണമായിരുന്നു. അവസാനമില്ലെന്നു തോന്നിയ അനുനിമിഷം ഭാവം മാറിക്കൊണ്ടിരുന്ന അന്നത്തെ കോലാഹലത്തിനു ശേഷം അൽപ്പം വിശ്രമിക്കണം.

അന്നത്തെ തെളിഞ്ഞ സായാഹ്നം സുരഭിലവും പ്രശാന്തവുമായിരുന്നു. വിദൂരത്തിൽനിന്നും മുഴങ്ങിക്കേൾക്കുന്ന വെടിയുടെ ശബ്ദം യുദ്ധധ്വനിയായിട്ടല്ല, കടന്നുപോകുന്ന ഒരു കൊടുങ്കാറ്റിന്റെ ഇടിനാദമായിട്ടാണ് തോന്നുക. പണ്ട് ഒരു റൈ തോട്ടമായിട്ടായിരുന്ന സ്ഥലത്തുകൂടെയാണ് ആ റോഡ് പോകുന്നത്. വേലചെയ്തിരുന്ന കാലത്ത് ഉടമസ്ഥന്റെ കണ്ണിൽപ്പെടാതെ ചില മുക്കിലും മൂലയിലുംമാത്രം തലപൊക്കിയിരുന്ന കളകൾ ഇപ്പോൾ സർവത്ര പടർന്നുപിടിച്ച് ഉറച്ച ചുമർ പോലെ ഭീമാകാരംപൂണ്ടു തലയുയർത്തി നിൽക്കുകയാണ്. നിരവധി കാലമായി അധ്വാനിക്കുന്ന ജനതയുടെ വിയർപ്പുവീണ് ഫലഭൂയിഷ്ഠമായിത്തീർന്ന മണ്ണിനെ ആക്രമിച്ചു കീഴടക്കിയിരിക്കുന്നു അവ. നേരിയ പുൽക്കൊടികൾപോലെ അവിടവിടെയായി ദുർബലമായ റൈത്തലകൾ ഈ കൂട്ടത്തോടു ചെറുത്ത് ശക്തിയില്ലാത്ത തലകൾ പൊന്തിച്ചുകൊണ്ടുനിൽക്കുന്നുണ്ട്. ഭൂമിയുടെ ഫലപുഷ്ടിയെല്ലാം; സൂര്യന്റെ പ്രകാശമെല്ലാം കളകൾ അപഹരിച്ചിരിക്കുകയാണ്. വളക്കൂറും പ്രകാശവും റൈത്തലകൾക്കു നിഷേധിച്ചിരിക്കുന്നതുകൊണ്ട് അവയുടെ കിളിർത്ത ചില തലകൾ വികസിച്ചു കതിർ ചൂടുന്നതിനുമുമ്പുതന്നെ വാടിപ്പോയിരിക്കുന്നു.

അലക്സി ചിന്തിച്ചു. അപ്പോൾ ഇങ്ങനെയാണ് ഫാസിസ്റ്റുകൾ നമ്മുടെ മണ്ണിൽ വേരൂന്നുവാൻ ആഗ്രഹിക്കുന്നത്. നമ്മുടെ മണ്ണിന്റെ

ജീവൻ വലിച്ചെടുത്ത്, നമ്മുടെ സമ്പൽ സമൃദ്ധിയെ അപഹരിച്ച് ഭയങ്കരവും ഉദ്ഭടവുമായ ഒരു ശക്തിയായി ഉയർന്ന് നമുക്കു കിട്ടേണ്ട സൂര്യപ്രകാശത്തെ തടഞ്ഞുനിർത്തി, നമ്മുടെ അധ്വാനശീലരായ മഹാജനതയെ ആക്രമിച്ച് അവരെ വയലുകളിൽനിന്നും തോട്ടങ്ങളിൽനിന്നും തുരത്തി, ദുർബലമായ റൈ തലകളെ ഈ കളകൾ കീഴടക്കിയപോലെ കീഴടക്കുവാനാണ് അവർ ഉദ്ദേശിക്കുന്നത്. കഷ്ടം സുശക്തവും സുന്ദരവുമായ ഒരു ധ്യാനത്തിന്റെ രൂപം തന്നെ ഇവയ്ക്ക് ഇല്ലാതായിരിക്കുന്നു. ഒരു കുട്ടിക്കുറുമ്പിന്റെ പ്രചോദനത്തിൽപ്പെട്ട് അയാൾ ആ ചുവന്ന, ചിറകുള്ള കളകളെ തന്റെ കരിന്താളിവടികൊണ്ട് തല്ലിയമർത്തിത്തുടങ്ങി. ആ ദുർവാശിക്കാരായ കളകൾ എല്ലാം നിലംപറ്റി കിടക്കുന്നതു കണ്ടപ്പോൾ അയാൾക്ക് അമിതാഹ്ലാദംതോന്നി. അയാളുടെ മുഖത്തിലൂടെ വിയർപ്പ് ഒഴുകുന്നുണ്ടായിരുന്നു. എന്നാലും അയാൾ റൈത്തലകളെ ശ്വാസംമുട്ടിക്കുന്ന കളകളെ തല്ലിയമർത്തുന്നതിൽ മുഴുകി. അയാളുടെ ക്ഷീണിച്ച ദേഹത്തിൽ പ്രവർത്തിയുടേതായ ഒരു നവോന്മേഷം പരന്നു.

തീരെ അപ്രതീക്ഷിതമായി, ഒരു ജീപ്പ് അയാളുടെ പിന്നിൽ ബ്രേക്കിട്ട്–റോഡിൽനിന്നു റെജിമെന്റൽ കമാണ്ടർ തന്റെ ഒപ്പം എത്തിയെന്നും, തന്റെ ബാലിശമായ ഈ പ്രവൃത്തി കണ്ടുപിടിച്ചുവെന്നും തിരിഞ്ഞു നോക്കാതെ തന്നെ അലക്സി ഊഹിച്ചു. അയാൾ അത്ഭുതപ്പെട്ടു പോയി. ജീപ്പുവന്നുനിന്നത് അറിഞ്ഞില്ലെന്ന നാട്യത്തിൽ അയാൾ തന്റെ വടികൊണ്ട് നിലംകുഴിച്ചുകൊണ്ടുനിന്നു. കേണലിന്റെ സ്വരം ഉയർന്നുകേട്ടു.

"ഹോയ്, കളകൾ തല്ലിച്ചതയ്ക്കുന്നോ? ഉപയോഗപ്രദമായ ജോലി തന്നെ! ഇങ്ങോട്ടുനോക്കൂ. ഞാൻ എല്ലായിടത്തും നിങ്ങളെ തിരഞ്ഞു നടക്കുകയായിരുന്നു. നമ്മുടെ വീരനായകൻ എവിടെ എന്ന് എല്ലാവരും ചോദിക്കുകയാണ്. അയാളിതാ ഇവിടെ കളകളുമായി പൊരുതിക്കൊണ്ടു നിൽക്കുന്നു."

കേണൽ ജീപ്പിൽനിന്ന് പുറത്തു ചാടി. സവാരി വലിയ ഇഷ്ടമായിരുന്ന അദ്ദേഹം സമയംകിട്ടുമ്പോഴെല്ലാം തന്റെ വാഹനവുമായി പുറത്തിറങ്ങും. തന്റെ സേനകളെ ബുദ്ധിമുട്ടുള്ള കായികാഭ്യാസങ്ങളിലൂടെ നയിക്കുവാനും, വൈകുന്നേരം മെക്കാനിക്കുകളും മെഴുക്കിട്ട യന്ത്രങ്ങളുമായി പരിചയപ്പെടാനും അദ്ദേഹത്തിന് പ്രിയമായിരുന്നു.

മെരിസീവ് അപ്പോഴും പരിഭ്രാന്തനായി തന്റെ വടികൊണ്ട് തറയിൽ കുഴിയുണ്ടാക്കി നിൽക്കുകയായിരുന്നു. കേണൽ തന്റെ കൈ അയാളുടെ തോളിൽവെച്ചുകൊണ്ട് പറഞ്ഞു.

"നിങ്ങളെ ഒന്നു നോക്കട്ടെ, ഹും ചെകുത്താൻ പിടിക്കട്ടെ സവിശേഷമായി യാതൊന്നുംതന്നെ ഇല്ല. എനിക്കിതു സത്യം ചെയ്തു പറയാൻ കഴിയും. സൈനികേന്ദ്രത്തിൽ നിങ്ങളെപ്പറ്റി പലതും പറഞ്ഞിരുന്നുവെങ്കിലും നിങ്ങൾ ഞങ്ങളുടെ അടുത്തുവന്ന കാലത്ത് ഞാൻ അതൊന്നും വിശ്വസിച്ചിരുന്നില്ല. എന്നിട്ടും നിങ്ങൾ അതു ചെയ്തു! അതും എന്തു

പോലെ! അതാണ് നമ്മുടെ മാതൃഭൂമി! റഷ്യ, അഭിനന്ദനങ്ങൾ! ഞാൻ നിങ്ങളെ അഭിനന്ദിക്കുകയും ആദരിക്കുകയും ചെയ്യുന്നു. മോൾസ് ടൗണിലേക്കു പോകുകയാണോ. എന്നാൽ കയറി ഇരിക്കൂ ഞാൻ നിങ്ങളെ അവിടെ കൊണ്ടാക്കാം."

ജീപ്പ്, ആ ചെറിയ പാതയിലൂടെ ഭ്രാന്തുപിടിച്ചപോലെ അതിവേഗത്തിൽ പാഞ്ഞുതുടങ്ങി.

"പ്രത്യേകമായി വല്ലതും ആവശ്യമുണ്ടെങ്കിൽ എന്നോട് പറയണം. ബുദ്ധിമുട്ടെന്തെങ്കിലും ഉണ്ടോ? എന്തെങ്കിലും സഹായമാവശ്യമുണ്ടെങ്കിൽ ചോദിക്കുവാൻ മടിക്കരുത്. നിങ്ങൾ അത് അർഹിക്കുന്നുണ്ട്." ഉറുമ്പുകൂനകളുടെയും (അങ്ങനെയാണ് വൈമാനികർ തങ്ങളുടെ വാസസ്ഥലങ്ങളെ വിളിക്കുന്നത്.) മരങ്ങളുടെയും ഇടയ്ക്കുള്ള ദുർഗമമായ വഴികളിൽ കൂടി തന്റെ വാഹനം സമർഥമായി നയിച്ചുകൊണ്ടുപോകുന്നതിനിടയിൽ കേണൽ പറഞ്ഞു.

"കേണൽ സഖാവേ എനിക്കു യാതൊന്നും ആവശ്യമില്ല. ഞാൻ മറ്റുള്ളവരിൽനിന്നു വ്യത്യസ്തനുമല്ല. എനിക്കു കാലുകളില്ല എന്ന സംഗതി മനുഷ്യൻ മറന്നുവെങ്കിൽ എത്ര നന്നായിരുന്നു" മെരിസീവ് മറുപടി പറഞ്ഞു.

"അതു ശരിയാണ്–ഏതാണ് സ്ഥലം ഇതാണോ"

പാർപ്പിടത്തിന്റെ മുമ്പിൽ കേണൽ പെട്ടെന്നു വണ്ടി നിർത്തി. മെരിസീവ് ഇറങ്ങി എന്നായപ്പോഴേക്കും ജീപ്പ് കാട്ടിൽ ബർച്ചുമരങ്ങളുടെയും ഓക്കുമരങ്ങളുടെയും ഇടയിലൂടെ പായുകയായിരുന്നു.

അലക്സി പാർപ്പിടത്തിനുള്ളിൽ കടക്കാതെ ഒരു ബർച്ച് മരത്തണലിൽ കൂണിന്റെ വാസനയുള്ള പായലിൽ ഇരുന്ന് കവറിൽനിന്ന് ഓല്യയുടെ എഴുത്ത് വലിച്ചെടുത്തു. ഒരു ഫോട്ടോ അതിൽനിന്നു പുല്ലിൽ വീണു. അലക്സി പെട്ടെന്ന് അത് എടുത്തു അയാളുടെ ഹൃദയം വേദനയോടെ ദ്രുതതരം തുടിച്ചു.

ആ ഫോട്ടോഗ്രാഫിൽനിന്ന് അയാളെ നോക്കിയിരുന്നത് പരിചിതമെങ്കിലും തീരെ തിരിച്ചറിയാൻ വയ്യാത്ത ഒരു മുഖമായിരുന്നു. സൈനികയൂണിഫോം കുപ്പായം, വാളിടുന്ന ബൽട്ട് ഓർഡർ ഓഫ് റെഡ് വാര്യർ ഗാർഡ്സ് ബാഡ്ജ് മുതലായവ അണിഞ്ഞ ഓല്യയായിരുന്നു അത്. ആ വേഷം അവൾക്കു നല്ലപോലെ യോജിച്ചിരുന്നു. ഓഫീസർ യൂണിഫോം ധരിച്ച ഒരു ചടച്ച ആൺകുട്ടിയെപ്പോലെയിരുന്നു അവൾ. ഈ ആൺകുട്ടിയുടെ മുഖം ക്ഷീണിച്ചിരുന്നുവെന്നു മാത്രമേയുള്ളൂ. വലിയ ഉരുണ്ട പ്രകാശം ചിതറുന്ന കൺപോളകളിൽ യൗവനസഹജമല്ലാത്ത കുത്തിത്തുളയ്ക്കുന്ന ഒരു നോട്ടവും ഉണ്ടായിരുന്നു.

കുറേനേരം ഗാഢമായി അലക്സി ആ കണ്ണുകളിലേക്ക് നോക്കിക്കൊണ്ടിരുന്നു. സായാഹ്നത്തിൽ തനിക്കു പ്രിയപ്പെട്ട ഒരു ഗാനം വിദൂരതയിൽനിന്ന അരിച്ചരിച്ചെത്തുമ്പോൾ ഒരാൾക്കു തോന്നുന്ന വിവരിക്കാൻ വയ്യാത്ത മധുരമായ ഒരു വേദന ആ പടം നോക്കിക്കൊണ്ടിരിക്കെ

അലക്സിയുടെ ഹൃദയത്തിൽ നിറഞ്ഞു. വെളുത്ത നക്ഷത്രങ്ങൾപോലുള്ള ഡെയ്സിസുമങ്ങൾക്കിടയിൽ ആ പൂവണിഞ്ഞ മൈതാനത്തിൽ പരുത്തിത്തുണികൊണ്ടുള്ള ഫ്രോക്ക് ധരിച്ച് ഇരിക്കുന്ന ഓല്യയുടെ പടം അയാൾ പോക്കറ്റിൽനിന്ന് എടുത്തു. തനിക്കു പരിചിതയായ അവളെക്കാൾ പ്രിയതരമായി തോന്നിയത് ഇതേവരെ താൻ കണ്ടിട്ടില്ലാത്ത സൈനിക യൂണിഫോറം അണിഞ്ഞുനിൽക്കുന്ന ക്ഷീണിതയായ ബാലികയാണ്. പുതിയ ഫോട്ടോയുടെ പിന്നിൽ "മറക്കരുത്" എന്ന് എഴുതിവെച്ചിരിക്കുന്നു.

ചെറുതെങ്കിലും ഉല്ലാസദായകമായിരുന്നു ആ കത്ത്. ഒരു വിഭാഗം സാപ്പർമാരുടെ നേതൃത്വമുണ്ട് ഇപ്പോൾ ആ പെൺകുട്ടിക്ക്. പക്ഷേ ഈ വിഭാഗം യുദ്ധത്തിലല്ല സമാധാനകരമായ പ്രവർത്തനങ്ങളിലാണ് ഏർപ്പെട്ടിരിക്കുന്നത്. അവർ സ്റ്റാലിൻഗ്രാഡിന്റെ പുനർനിർമാണത്തിനു സഹായിക്കുകയാണ്. തന്നെക്കുറിച്ചു വളരെ കുറച്ചുമാത്രമേ അവൾ എഴുതിയിരുന്നുള്ളൂ. പക്ഷേ ആ വലിയ നഗരിയെ അതുല്യമായ വാഗ്ധാടിയോടുകൂടിയാണ് അവൾ വർണിച്ചിരിക്കുന്നത്. അതിന്റെ പുനർജീവൻ കൊള്ളുന്ന അവശിഷ്ടങ്ങളെപ്പറ്റിയും നഗരോദ്ധാരണത്തിനായി രാജ്യത്തിന്റെ നാനാഭാഗങ്ങളിൽനിന്നും എത്തിച്ചേരുന്ന സ്ത്രീകൾ, കുട്ടികൾ, യുവാക്കൾ എന്നിവരെയും അവൾ വർണിച്ചിരുന്നു. യുദ്ധാനന്തരം ഉപേക്ഷിക്കപ്പെട്ട അറകളിലും ഒളിസ്ഥലങ്ങളിലും വെടിപ്പുരകളിലും കൂടാതെ റെയിൽവേ കാറിലും മരക്കൂടുകളിലും കുടിലുകളിലും മറ്റുമാണ് അവർ താമസിക്കുന്നത്. നല്ലപോലെ പണിചെയ്യുന്ന ആർക്കും ആ പുതിയ നഗരിയിൽ ഒരു സ്ഥലം കിട്ടും എന്നാണ് എല്ലാവരും പറയുന്നത്. അങ്ങനെ ആണെങ്കിൽ സമരം കഴിഞ്ഞാൽ അലക്സിക്കു വിശ്രമിക്കുവാൻ ഒരു സ്ഥലം ഉണ്ടാകും എന്നതു തീർച്ചയാണ്.

സാധാരണ വേനൽക്കാലത്തെപ്പോലെതന്നെ സന്ധ്യാസമയത്തിനു ദൈർഘ്യം കുറവായിരുന്നു. എഴുത്തിലെ അവസാന വാചകങ്ങൾ അയാൾ വായിച്ചത് ഇലക്ട്രിക് ടോർച്ചിന്റെ സഹായത്തോടുകൂടിയാണ്. എഴുത്തു വായിച്ചു. ആ പട്ടാളക്കാരൻ ആൺകുട്ടി അയാളെ ആത്മാർഥതയോടെ തുറിച്ചുനോക്കുകയാണ്. "ഓമനെ; നിനക്ക് സുഖകരമായ ഒരു സമയമല്ല. യുദ്ധം നിന്നെയും വെറുതെ വിട്ടിട്ടില്ല. പക്ഷേ നിനക്ക് അപകടമൊന്നും പറ്റിയിട്ടില്ലല്ലോ. നീ കാത്തിരിക്കുകയാണോ; കാത്തിരിക്കൂ കുട്ടീ, കാത്തിരിക്കൂ. ഞാൻ തീർച്ചയായും തിരിച്ചുവരും. നീ എന്നെ സ്നേഹിക്കുന്നു-തുടർന്ന് സ്നേഹിക്കൂ കുട്ടീ," 18 മാസമായിട്ടും, തനിക്കു അപകടം പറ്റിയ കഥ, അവളിൽനിന്ന്, ആ സ്റ്റാലിൻഗ്രാഡ് പടയാളിയിൽനിന്നു മറച്ചുവെച്ചിരിക്കുകയായിരുന്നു എന്ന സംഗതിയിൽ പെട്ടെന്ന് അയാൾക്കു ലജ്ജ തോന്നി. ഉടനെ പാർപ്പിടത്തിലേക്കു പോയി, എല്ലാം വെളിവായി, ആത്മാർഥതയോടെ, സത്യസന്ധമായി അവളെ എഴുതി അറിയിക്കുവാൻ അയാൾക്കു മോഹംതോന്നി.

അവൾ തന്നെ അതു തീർച്ചയാക്കട്ടെ. എത്രയും നേരത്തെ ആയാൽ അത്രയും നന്ന്. എല്ലാം തീർച്ചപ്പെട്ടു കഴിഞ്ഞാൽ രണ്ടു കൂട്ടർക്കും അത് എളുപ്പമായിരിക്കും. ഇന്നത്തെ നേട്ടങ്ങൾക്കു ശേഷം ഇപ്പോൾ അവളുടെ സമമായി നിന്നുതന്നെ അയാൾക്കു സംസാരിക്കാം. അയാൾ പറക്കുകമാത്രമല്ല പടവെട്ടുകയും ചെയ്തിരിക്കുന്നു. ഒന്നുകിൽ അയാളുടെ സർവാശയങ്ങളും നശിക്കുമ്പോൾ അല്ലെങ്കിൽ മറ്റു പോരാളികളുമായി ഒരു സമനില കിട്ടുമ്പോൾ എല്ലാം അവളോടു തുറന്നു പറയുമെന്നു സത്യം ചെയ്തിരുന്നതല്ലേ. ഇപ്പോൾ അയാൾ തന്റെ ലക്ഷ്യം നേടിയിരിക്കുന്നു. താൻ വെടിവെച്ചു വീഴ്ത്തിയ രണ്ടു വിമാനങ്ങളും മറ്റുള്ളവരുടെ കൺമുമ്പിൽവെച്ചല്ലേ കരിഞ്ഞു ചാമ്പലായത്. ഓർഡർലി ഓഫീസർ അത് അന്നത്തെ റെജിമെന്റ് ലോഹിൽ ചേർത്തിരിക്കുന്നു. ആ റിപ്പോർട്ട് ഡിവിഷണൽ ഹെഡ്ക്വാർട്ടേഴ്സിലും ആർമി ഹെഡ്ക്വാർട്ടേഴ്സിലും അവിടെനിന്ന് മോസ്കോയിലും എത്തും.

അതെല്ലാം വാസ്തവമാണ്. അയാളുടെ സത്യം പരിപാലിക്കപ്പെട്ടു. അയാൾക്ക് ഇപ്പോൾ എഴുതാം. പക്ഷേ അതിനെപ്പറ്റി ആലോചിക്കുമ്പോൾ.....ജങ്കേഴ്സ് ഒരു പോർവിമാനത്തിനു തുല്യമാണോ. ഒരു നായാട്ടുകാരൻ ഒരു മുയലിനെ വെടിവെച്ചാൽ അത് നായാട്ടുമിടുക്കായി കരുതുമോ? ഉവ്വോ?.

ഉഷ്ണം തോന്നുന്ന ആ രാത്രിയുടെ അന്ധകാരം കാട്ടിൽ കൂടിക്കൂടിവരുകയാണ്. സമരത്തിന്റെ ഇടിനാദം തെക്കോട്ടു നീങ്ങിയിരിക്കുകയാൽ വിദൂരമായ തീജ്വാലയുടെ കാന്തി മരത്തലപ്പുകളിലൂടെ വളരെ കഷ്ടിച്ചുമാത്രമേ കാണുന്നുള്ളൂ. സുരഭിലവും സമൃദ്ധവുമായ ആ വനത്തിൽ വേനൽക്കാലത്തു സാധാരണയായി ഉണ്ടാക്കുന്ന എല്ലാ ശബ്ദഘോഷങ്ങളും വ്യക്തമായി കേൾക്കാം–വെളിംപ്രദേശത്തുനിന്നുയരുന്ന, ചീവീടുകളുടെ മത്തുപിടിച്ച കൂട്ടക്കരച്ചിൽ അടുത്ത ഒരു കുളത്തിന്റെ ഓരത്തിൽ ഇരുന്ന് കരയുന്ന തവളകളുടെ കർക്കശധ്വനി കോൺഗ്രേറ്റിന്റെ കൂർത്ത സ്വരം, അതിനെല്ലാം മീതെയായി ആ ചൂടുപിടിച്ച അന്ധകാരത്തിൽ ഭരണം നടത്തിയിരുന്ന വാനംപാടികളുടെ ഗീതാലാപനം.

അലക്സി അപ്പോഴും ആ ബർച്ചുമരച്ചുവട്ടിലെ മഞ്ഞണിഞ്ഞ പതുപതുത്ത പായലിൽ ഇരിക്കുകയായിരുന്നു. കറുത്ത നിഴലുകളുമായി കൂടിക്കലർന്ന ചന്ദ്രിക അയാളുടെ കാൽക്കലുള്ള പുൽപ്പരപ്പിലേക്ക് കൊച്ചുകൊച്ചു വൃത്തങ്ങളായി പരന്നിരിക്കുന്നു. അയാൾ ആ ഫോട്ടോ എടുത്ത് മുട്ടിൽവെച്ച് ആ നിലാവെളിച്ചത്തിൽ അതുനോക്കി ചിന്താമഗ്നനായി ഇരുന്നുപോയി. തലയ്ക്കു മുകളിലുള്ള, തെളിഞ്ഞ കടുംനീല നിറമായ ആകാശത്തിലൂടെ, ഒന്നിനു പുറകെ ഒന്നായി, ചെറിയ ബോംബറുകളുടെ കറുത്ത നിഴലുകൾ പാഞ്ഞുപോയിക്കൊണ്ടിരുന്നു. അവയുടെ യന്ത്രങ്ങൾ മെല്ലെ മുരണ്ടിരുന്നു. വാനമ്പാടികളുടെ സംഗീതധാരയിൽ മുഴുകിയ ചന്ദ്രികാചർച്ചിതമായ ഈ കാനനത്തിൽ, യുദ്ധത്തി

ന്റേതായ ആ ശബ്ദവും, കോക്ചാഫറുകളുടെ ശാന്തമായ മുരളൽപോലെയായിരുന്നു. അലക്സി ഒരു ദീർഘനിശ്വാസം വിട്ടു. ഫോട്ടോ എടുത്ത് കുപ്പായത്തിനകത്തു വെച്ച് ചാടിയെഴുന്നേറ്റ് ആ രാത്രിയുടെ മായികവലയത്തിൽനിന്ന് മുക്തനാകാനെന്നവണ്ണം ദേഹമാസകലം ഒന്നു കുടഞ്ഞു. ഉണങ്ങിയ ചുള്ളിക്കമ്പുകൾ ചവിട്ടിഞെരിച്ചുകൊണ്ട് കുഴിപാർപ്പിടത്തിലേക്ക് ആണ്ടുകയറി. അവിടെ വീതികുറഞ്ഞ ആ പട്ടാളക്കട്ടിലിൽ ഒരു രാക്ഷസനെപ്പോലെ നീണ്ടുനിവർന്നു കിടന്ന് അയാളുടെ സുഹൃത്ത് സുഖമായി കൂർക്കം വലിച്ച് ഉറങ്ങുകയാണ്.

V

പുലർച്ചയ്ക്കു മുമ്പുതന്നെ വിമാനസേന ഉണർത്തപ്പെട്ടു. സോവിയറ്റ് ടാങ്കുകൾ അണിഭേദിച്ചിരുന്ന സ്ഥലത്ത് വലിയ ഒരു ജർമൻ വ്യോമസേന തലേദിവസംതന്നെ എത്തിച്ചേർന്നിട്ടുണ്ട് എന്ന വിവരം സൈനികകേന്ദ്രത്തിനു ലഭിച്ചിരുന്നു. "കർസ്ക് സാലിയന്റി'ലെ പടനിലത്തുതന്നെ, സോവിയറ്റ് ടാങ്കുകൾ ആക്രമിച്ചുകടന്നതിന്റെ അപകടാവസ്ഥ ജർമൻ വ്യോമയാനവീരന്മാരുടെ നേതൃത്വത്തിലുള്ള 'റിച്ചോഫൻ' വ്യോമസേനയുടെ ഒരു ഭാഗത്തെയാണ് അങ്ങോട്ട് അയച്ചിട്ടുള്ളത് എന്നാണ് സി ഐ ഡികളും മററു കാവൽ നോട്ടക്കാരും സ്ഥിരീകരിച്ചത്. ഒരിക്കൽ സ്റ്റാലിൻഗ്രാഡിനരികെവെച്ച് ഈ വിഭാഗം തകർന്നുതാണു. പക്ഷേ പിന്നണിയിൽവെച്ച് അത് വീണ്ടും ശരിയാക്കപ്പെട്ടിരുന്നു. പ്രതീക്ഷിക്കപ്പെടുന്ന ശത്രുസൈന്യം സംഖ്യയിൽ വമ്പിച്ചതാണെന്നും –അതിൽ ഏറ്റവും പുതിയ മാതൃകയായ ഫോക്ക് വൂൾഫ് 190 ഉൾപ്പെട്ടിട്ടുണ്ടെന്നും മുന്നറിവു കിട്ടിയിരുന്നു. ജാഗ്രതയായിരിക്കാനും മുന്നേറുന്ന രണ്ടാം വിഭാഗത്തിനു സമഗ്രമായ ആവരണം നൽകാനും കൽപ്പന പുറപ്പെട്ടിരുന്നു. അണിഭേദിച്ച സ്ഥലത്തിനുള്ളിൽ കടക്കാൻ ശ്രമിക്കുന്ന ടാങ്കുസേനയെ അന്നുരാത്രിതന്നെ രണ്ടാംവിഭാഗം അനുഗമിച്ചിരുന്നു.

റിച്ചോഫൻ: ഹെർമാൻഗോറിങ്ങിന്റെ പ്രധാന രക്ഷാകർത്തൃത്വം നേടിയ ആ വ്യോമസേനാവിഭാഗത്തിനു വൈമാനികരുടെയിടയിൽ പ്രസിദ്ധികിട്ടിയിരുന്നു. തങ്ങളുടെ സേനകൾ അപകടത്തിലാകുന്ന സ്ഥലത്തേക്കാണ് ജർമൻകാർ ഇവയെ അയയ്ക്കാറ്. റിപ്പബ്ലിക്കൻ സ്പെയിനിന്റെ മേൽ കടൽക്കൊള്ള നടത്തിയ ഭയങ്കരന്മാരും സമർഥന്മാരുമായ പോരാളികൾ എന്നും അപകടംപിടിച്ച ശത്രുക്കൾ എന്നും കുപ്രസിദ്ധി നേടിയവരായിരുന്നു അവയെ നയിച്ചിരുന്ന വൈമാനികർ.

ആളുകൾ പറയുന്നു എന്തോ ഒരുതരം 'റിച്ചോഫനെ' നമ്മുടെ എതിരായിട്ടു വിട്ടിട്ടുണ്ടെന്ന്–ഗീഎന്ന അവരെ വേഗം കണ്ടുമുട്ടുവാൻ സാധിച്ചുവെങ്കിൽ നമുക്ക് അവരെ ഒന്നു കാണിച്ചുകൊടുക്കാമായിരുന്നു– തന്റെ ആഹാരം വേഗം വേഗം വിഴുങ്ങിക്കൊണ്ടു ഭോജനശാലയിൽവെച്ചു പെട്രോവ് പ്രഖ്യാപിച്ചു. ഒരു വലിയ കുലയിൽനിന്നു

പൂക്കൾ അടർത്തി ഷെല്ലുകൊണ്ടുണ്ടാക്കി ചോക്കുപൊടിയിട്ടു മിനുക്കിയ തട്ടുകളിൽ അടുക്കിവെച്ചുകൊണ്ടിരുന്ന പരിചാരകയായ 'റായെ'യെ അയാൾ ജനവാതിലിലൂടെ നോക്കിക്കൊണ്ടിരിക്കുകയായിരുന്നു. റിച്ചോഫിന ഊന്നി എറിഞ്ഞ ഈ ധിക്കാരം തീർച്ചയായും കാപ്പി കുടിച്ചുകൊണ്ടിരുന്ന മെരിസീവിനു വേണ്ടിയായിരുന്നില്ല, പ്രത്യുത പൂക്കൾ അടുക്കിവയ്ക്കുന്നതിനിടയിൽ ഇടയ്ക്കിടെ സുമുഖനായ തുടുത്ത കവിളോടുകൂടിയ ഈ യുവാവിനെ ഏറുകണ്ണിട്ടുനോക്കുന്ന ആ പെൺകുട്ടി കേൾക്കാൻ വേണ്ടിയായിരുന്നു. ഉദാസീനമായ ഒരു ചിരിയോടെ മെരിസീവ് ഇതു നോക്കിക്കൊണ്ടിരുന്നു. ഗുരുതരമായ കാര്യങ്ങൾക്കിടയിൽ ഈ വക തമാശകളൊന്നും അയാൾ ഇഷ്ടപ്പെട്ടിരുന്നില്ല. അലക്സി പറഞ്ഞു:

"കുട്ടി റിച്ചോഫൻ എന്നാൽ, ഇന്ന് കളകൾക്കിടയിൽ വീണു വെന്തുചാമ്പലാകേണ്ടെങ്കിൽ കണ്ണു തുറന്നിരുന്നോളൂ, കോൺട്രാക്ട് നഷ്ടപ്പെടാതിരിക്കാൻ ചെവി തുറന്നുവെച്ചോളൂ എന്നാണ് അർഥം. എന്റെ കുട്ടീ നീ എവിടെയാണ് എന്നു മനസിലാകുന്നതിനുമുമ്പ് നിന്റെ തൊലിയിൽ പല്ലുകൾ അമർത്താൻ ത്രാണിയുള്ള വന്യമൃഗങ്ങൾ ആണ് ഈ റിച്ചോഫൻ."

പ്രഭാതത്തിൽ ആദ്യത്തെ വ്യൂഹം കേണലിന്റെ നേതൃത്വത്തിൽ അന്തരീക്ഷത്തിലേക്കുയർന്നു. അത് സമരം തുടർന്നുകൊണ്ടിരിക്കുമ്പോൾ 12 വിമാനങ്ങൾ അടങ്ങുന്ന രണ്ടാം സേനാദളം പറക്കുവാൻ തയാറായിനിന്നു. കമാണ്ടർ കഴിഞ്ഞാൽ ഏറ്റവും പരിചയസമ്പന്നനും 'ഹീറോ ഓഫ് സോവിയറ്റ്' മെഡൽ നേടിയവനുമായ ഗാർഡ്സ് മേജർ ഫെഡുട്ടോവ് ആയിരുന്നു ഇതിനെ നയിച്ചിരുന്നത്. യന്ത്രങ്ങൾ തയാറായി. വൈമാനികർ കോക്പിറ്റിൽ കയറി. താഴ്ന്ന ഗിയറിൽ ചലിക്കുകയാണ് യന്ത്രങ്ങൾ. കൊടുങ്കാറ്റിനുമുമ്പ് ദാഹിച്ചുപൊരിഞ്ഞ ഭൂമിയിൽ ആദ്യത്തെ വലിയ മഴത്തുള്ളികൾ പതിക്കുന്നതിനുമുമ്പ് വൃക്ഷങ്ങൾ കുലുക്കിക്കൊണ്ട് വീശുന്ന കാറ്റിനെപ്പോലെ അവയിൽനിന്നടിക്കുന്ന വായു കാടിന്റെ അറ്റംവരെ എത്തിയിരുന്നു.

ആകാശത്തിൽനിന്ന് വഴുതിവീഴുന്നതുപോലെ ആദ്യത്തെ വിഭാഗത്തിൽപ്പെട്ട വിമാനങ്ങൾ താഴോട്ടിറങ്ങുന്നത് വിമാനത്തിന്റെ കോക്പിറ്റിൽ ഇരുന്നുകൊണ്ട് അലക്സി ശ്രദ്ധിക്കുന്നുണ്ടായിരുന്നു. താനറിയാതെ അയാൾ അവയെ ഉള്ളിൽ എണ്ണുന്നുണ്ടായിരുന്നു. രണ്ടു വിമാനങ്ങൾ ഇറങ്ങുന്നതിനിടയിൽ അൽപ്പം താമസം നേരിട്ടപ്പോൾ അയാളുടെ ഹൃദയം പതച്ചുപൊങ്ങി. അവസാനത്തേതും നിലത്തിറങ്ങി. അപ്പോൾ എല്ലാം മടങ്ങിവന്നു. അലക്സി ആശ്വാസസൂചകമായി നെടുവീർപ്പിട്ടു.

അവസാനത്തെ വിമാനം നീങ്ങിയപ്പോഴേക്കും ഫെഡറ്റോവിന്റെ ഒന്നാം നമ്പറും അതിനെ തുടർന്ന് ജോഡിയായി മറ്റേ പോർവിമാനങ്ങളും ഭൂമിവിട്ടുയർന്നു. അവർ കാടിന്നപ്പുറത്തു നിരന്നു. തന്റെ വാഹനത്തെ ഉലച്ചുകൊണ്ട് ഫെഡറ്റോവ് മാർഗനിർദ്ദേശം ചെയ്തു. തലേദി

വസം അണിഭേദിച്ച സ്ഥലം ശ്രദ്ധയോടുകൂടി നോക്കിക്കൊണ്ട് വളരെ താഴ്ന്നാണ് അവർ പറന്നിരുന്നത്. താഴെയുള്ളതെല്ലാം ഒരു കളിപ്പാട്ടത്തിന്റെ രൂപത്തിൽ കാണത്തക്കവിധം അത്ര പൊക്കത്തിൽ നിന്നല്ല, വളരെ അടുത്തുനിന്നുതന്നെ ഭൂമി തന്റെ വിമാനത്തിനുകീഴിൽ മിന്നിമറയുന്നത് അലക്സി കണ്ടു. തലേദിവസം മുകളിൽനിന്ന ഒരു കളിമൺപോലെ താൻ നോക്കിക്കൊണ്ടുനിന്നിരുന്ന സ്ഥലം അന്തമില്ലാത്ത ഒരു യുദ്ധക്കളമായി അയാളുടെ മുന്നിൽ പരന്നു കിടക്കുന്നു. വയലുകൾ, മൈതാനങ്ങൾ, കുറ്റിക്കാടുകൾ, ബോംബുകളും ഷെല്ലുകളും കുത്തിക്കീറിയ നിലങ്ങൾ, തന്റെ വിമാനത്തിനടിയിൽ ഭ്രാന്തുപിടിച്ച പോലെ കറങ്ങുകയാണ്. അവിടെ നിറയെ ജഡങ്ങൾ ചിതറിക്കിടക്കുന്നുണ്ട്. ഉപേക്ഷിച്ചുപോയ തോക്കുകൾ ഒറ്റയായും കൂട്ടായും അവിടവിടെ കിടക്കുന്നു. പീരങ്കിപ്പട നിരന്നു കിടന്നിരുന്നിടത്ത് കാണുന്നത് തകർന്ന ടാങ്കുകളുടെ വളച്ചൊടിച്ച ഇരുമ്പുസാമഗ്രികളുടെ വലിയ കൂമ്പാരവും തകർന്ന മരക്കഷണങ്ങളുമാണ്. ഒരു വലിയ കന്നുകാലിക്കൂട്ടം ചവിട്ടിമെതിച്ചു കടന്നുപോയപോലെ വലിയ ഒരു കാട് നിലംപൊത്തിക്കിടക്കുകയാണ്. അനന്തമായ ഒരു ചലച്ചിത്രത്തിലെ രംഗങ്ങൾപോലെ അവയെല്ലാം മങ്ങിമറയുന്നു.

അവിടെനടന്ന ഉഗ്രവും രക്തപങ്കിലവുമായ യുദ്ധത്തേയും സംഭവിച്ച നഷ്ടത്തിന്റെ വലിപ്പവും വിജയത്തിന്റെ മഹത്വവുമാണ് ഇവ തെളിയിക്കുന്നത്.

ചക്രവാളംവരെ നീണ്ടുകിടക്കുന്ന വിശാല രണഭൂമിയിലാകെ ടാങ്കുകൾ തലങ്ങും വിലങ്ങുമായി അനവധി ഉഴവുചാൽ സൃഷ്ടിച്ചിട്ടുണ്ടായിരുന്നു. അതുകണ്ടാൽ അസാധാരണമായ ഒരു വന്യമൃഗക്കൂട്ടം മണ്ണിൽ കണ്ടതെല്ലാം ചതച്ചരച്ച് തെക്കോട്ടു നീങ്ങിയതായിത്തോന്നുന്നു. ടാങ്കുകൾ പോയ വഴിയിലൂടെ ദൂരത്ത് കാണാവുന്നവിധത്തിൽ പൊടിപോലും ഉയർത്തിക്കൊണ്ട്-ആകാശത്തിൽനിന്ന് നോക്കുമ്പോൾ അന്തമില്ല എന്ന് തോന്നുന്ന വിധത്തിൽ പീരങ്കികളും ഇന്ധന ടാങ്കുകളും ട്രാക്ടറുകളും വലിക്കുന്ന വലിയ വലിയ ആയുധങ്ങളെ നന്നാക്കുവാനുള്ള ഉപകരണങ്ങൾ കയറ്റിയ വണ്ടികളും നീങ്ങുന്നുണ്ടായിരുന്നു. കുറേക്കൂടി ഉയരത്തിൽനിന്ന് നോക്കിയപ്പോൾ അവയെല്ലാം വസന്തത്തിൽ കാട്ടിലൂടെ നീങ്ങുന്ന ഉറുമ്പുകൾപോലെയായിരുന്നു.

നിശബ്ദമായ വായുവിൽ മേഘമാലയിലേക്ക് എന്നപോലെ പൊങ്ങുന്ന പൊടിപടലങ്ങളിലൂടെ ഊളിയിട്ടുകൊണ്ട് പോർവിമാനങ്ങൾ, ടാങ്ക് സൈന്യനേതാക്കന്മാർ സഞ്ചരിക്കുന്ന ജീപ്പുകൾക്കു നേരെ മുകളിലായി പറന്നുകൊണ്ടിരുന്നു. അവിടെ ശത്രുവിമാനങ്ങളൊന്നുമുണ്ടായിരുന്നില്ല. വിദൂരതയിൽ, മങ്ങിയ ചക്രവാളത്തിൽ യുദ്ധത്തിന്റെ ക്രമം വിട്ടുയരുന്ന പുകപടലം കാണാമായിരുന്നു. ഒരു കളിപ്പാട്ടം പോലെ കറങ്ങിക്കൊണ്ട് വിമാനവ്യൂഹം പിന്നോട്ടുതിരിഞ്ഞു. ആ സമയത്ത് ചക്രവാളത്തിൽ ആദ്യം ഒന്നും, പിന്നീട് ഒരു കൂട്ടമായും ഭൂമിയോ

ടടുത്ത് ചില കറുത്ത പാടുകൾ നീങ്ങുന്നതു കണ്ടു, ജർമൻകാർ! ചുവന്ന കളകൾ നിറഞ്ഞ വയലുകളിൽ നിന്നു പൊങ്ങുന്ന പൊടിയെ ലക്ഷ്യമാക്കി ഭൂമിയെ ആലിംഗനം ചെയ്യുന്ന രീതിയിൽ വളരെ താഴ്ന്നാണ് അവരും പറക്കുന്നത്. അലക്സി തന്നത്താനറിയാതെ ചുറ്റുംനോക്കി, തന്റെ അനുയായി തൊട്ടുപിന്നിൽത്തന്നെ ആകാവുന്നിട ത്തോളം അടുത്തുതന്നെ ഉണ്ട്.

അയാൾ ചെവി കൂർപ്പിച്ചു. വിദൂരതയിൽ ഒരു ശബ്ദം കേട്ടു.

"ഞാൻ സീഗൾ 2, ഫെഡറ്റോവ് ഞാൻ സീഗൾ 2, ഫെഡറ്റോവ്, ശ്രദ്ധിക്കൂ എന്നെ അനുഗമിക്കൂ."

അന്തരീക്ഷത്തിലെ അച്ചടക്കം അവിടെ സിരാസമ്മർദിതനായിത്തീ രുന്ന–വൈമാനികൻ ചിലപ്പോൾ കമാണ്ടർ തന്റെ ഉദ്ദേശ്യം മുഴുവൻ പറ ഞ്ഞറിയിക്കുന്നതിനുമുമ്പ് തന്നെ അത് പ്രയോഗികമാക്കുന്നവിധത്തിലു ള്ളതാണ്. പൊട്ടലുകളുടെയും ചീറ്റലുകളുടെയുമിടയിൽ അടുത്ത കൽപ്പന കേൾക്കുന്നതിനുമുമ്പു തന്നെ സേനാദളം മുഴുവൻ അടുത്ത ടുത്ത നിരയായി വെട്ടിത്തിരിഞ്ഞു ജർമൻകാരെ പ്രതിരോധിക്കുവാൻ തയാറെടുത്തു. ദർശനവും ശ്രവണവും മനസും അങ്ങേയറ്റത്തോളം ശ്രദ്ധകേന്ദ്രീകരിച്ചിരിക്കുകയാണ്. തന്റെ മുന്നിലായി അനുക്രമത്തിൽ വർധിച്ചുവരുന്ന ശത്രുവിമാനങ്ങളെയല്ലാതെ വേറെയൊന്നും അലക്സി കാണുന്നില്ല. അടുത്ത കൽപ്പന കേൾക്കുന്നുണ്ടായിരുന്നു, തന്റെ ഹെൽമറ്റിനകത്തെ ഇയർഫോണിൽ, കുറെ കരപിരശബ്ദവും ചീറലും മൂളലുമല്ലാതെ യാതൊന്നും കേൾക്കാനുണ്ടായിരുന്നില്ല. പക്ഷേ കൽപ്പ നയ്ക്കു പകരം ആവേശം സ്ഫുരിക്കുന്ന ഒരു വൈദേശികശബ്ദം അയാൾ വ്യക്തമായി കേട്ടു.

"ആച്ച്ടങ്ങ്, ആച്ച്ടങ്ങ്, ലാഫങ്ങ്, ആച്ച്ടങ്ങ്."

ജർമൻ വിമാനത്താവളത്തിലെ നിരീക്ഷകൻ അപകട സൂചന നൽകുകയായിരിക്കണം.

സുപ്രസിദ്ധമായ ഈ ജർമൻ ആകാശസേനാവിഭാഗം യുദ്ധമുണ്ടാ കുമെന്നു പ്രതീക്ഷിച്ച സ്ഥലത്ത് തലേദിവസം തന്നെ പാരച്യൂട്ട് വഴി, എല്ലായിടത്തും നിരീക്ഷകരേയും റേഡിയോ ട്രാൻസ്മിറ്റുകളോടുകൂ ടിയ കാവൽപ്പടയാളികളേയും, പതിവുപോലെ ഇറക്കിയിരുന്നു.

പരുപരുത്ത, കോപാകുലരായ, ഒരു ജർമൻ ശബ്ദം കുറച്ചു കൂടി വ്യക്തമായി ഉയർന്നു.

'ഡോണർ വെറ്റർ, ലിങ്ക്സ്–ലാഫങ്ക്, ലാഫങ്ക്.'

ആവലാതിക്കു പുറമെ അതിൽ അപകടഭീതിയും ഉണ്ടായിരുന്നു.

"റിച്ചോഫൻ, ഞങ്ങളുടെ ലവോച്കിൻ നിങ്ങളുടേതിനെക്കാൾ മെച്ചപ്പെട്ടതാണ് എന്ന ഭയമായിരിക്കുന്നു ഇല്ലേ.'' അടുത്തടുത്ത് അണയുന്ന ജർമൻ നിരയെ നോക്കിക്കൊണ്ട് മെരിസീവ് പറഞ്ഞു. ആവേശം സ്ഫുരിക്കുന്ന ദേഹത്തിലാകമാനം ഒരു നവോന്മേഷം പ്രവ ഹിച്ചു. അത് അയാളുടെ തലമുടിയെപ്പോലും നേരെ നിർത്തി. അയാൾ

വൈരികളുടെ സേനാനിരയെ ഒന്നു സൂക്ഷിച്ചുനോക്കി. ഇപ്പോൾ മാത്രം കർമരംഗത്ത് ഇറങ്ങിയിട്ടുള്ള, വേഗതയേറിയ സുശക്തമായ യന്ത്രങ്ങൾ ഘടിപ്പിച്ച ഫോക്കവൂൾഫ് 190 പോർ വിമാനങ്ങളായിരുന്നു അവ.

ഒന്നിന് രണ്ട് എന്ന തോതിൽ ഫെഡറ്റോവിന്റെ വിഭാഗത്തെക്കാളും കൂടുതൽ അംഗസംഖ്യയുണ്ട് അതിൽ. റിച്ചോഫൻ വിഭാഗത്തിന്റെ സുപ്രസിദ്ധമായ അണി മുറിയാതെയാണവർ പറന്നിരുന്നത്. ജോഡികളായി കോവണിപ്പടിയുടെ രൂപത്തിൽ, പിന്നിലുള്ള, മുൻനിരയുടെ പിൻഭാഗം പരിരക്ഷിക്കത്തക്ക നിലയിലായിരുന്നു അവ നിരന്നിരുന്നത്. തന്റെ ഉയർന്ന സ്ഥാനത്തിൽ മുതൽ എടുക്കുമാറ് ഫെഡറ്റോവ്, സേനാദളത്തിന് ആക്രമണനിർദേശം നൽകി. അലക്സി തന്റെ ഇരയെ നേരത്തെ കണ്ടുവെച്ചിരുന്നു. മറ്റുള്ളവയെ കണ്ണിൽനിന്ന് അകറ്റാതെ അയാൾ അതിനെ ചാർജുചെയ്തു; അതിനെ തന്റെ ദൃഷ്ടി വിടാതെ ശ്രദ്ധിച്ചുകൊണ്ടു നിന്നു. പക്ഷേ ആരോ ഫെഡറ്റോവിനേക്കാൾ മുന്നാലോചന എടുത്തിരുന്നു. ഒരു സംഘം യാക്സ് മറുഭാഗത്തുനിന്നും വന്നു മുകളിൽനിന്നും ജർമൻ സൈന്യത്തെ ആക്രമിച്ചു. അത് അത്യന്തം വിജയകരമാകയാൽ ജർമൻ അണി ഛിന്നഭിന്നമായി. അന്തരീക്ഷത്തിൽ പിന്നീട് ഭരണം നാലുമായി തിരിഞ്ഞു സമരം തുടർന്നു. പോർവിമാനങ്ങൾ ശത്രുവിനെ ട്രേസർബുള്ളറ്റു വർഷംകൊണ്ട് വിഘ്നപ്പെടുത്തുവാൻ ശ്രമിച്ചു. അവരുടെ പിന്നിലും ഇരുഭാഗങ്ങളിലുമായി നിരക്കാൻ ബദ്ധപ്പെട്ടു.

രണ്ടു ചേരികളും അന്യോന്യം ഇട്ട് ഓടിക്കുകയാണ്. ശരിക്കും ആകാശത്തിൽ നടക്കുന്നത് ഉല്ലാസകരമായ ഒരു കറങ്ങൽ (മെറി–ഗോ–റൗണ്ട്) തന്നെ.

ഈ പരിഭ്രമകോലാഹലങ്ങൾക്കിടയിൽ നടക്കുന്നത് എന്താണ് എന്ന് പരിചിത നേത്രങ്ങൾക്കേ കണ്ടുപിടിക്കാനാവൂ. ഇയർഫോണുകളിൽ ആർത്തിരമ്പുന്ന നിരവധി ശബ്ദങ്ങൾക്കിടയിൽ ഏതാണ് ആവശ്യമെന്നു വിവേചിച്ചറിയുവാൻ പരിചിത ശ്രോതങ്ങൾക്കേ സാധ്യമാകൂ. ആ ശൂന്യതയിലൂടെ എന്തെല്ലാമാണ് അവരുടെ ശ്രവണേന്ദ്രിയങ്ങളിലേക്ക് അലച്ചുവരുന്നത്. ആക്രമിക്കുന്നവരുടെ പരുപരുത്ത ശാപവചനങ്ങൾ, അപകടം പറ്റിയവരുടെ വിലാപസ്വരങ്ങൾ, വിജയികളുടെ ജയാരവം, മുറിവേറ്റവരുടെ ഞരക്കങ്ങൾ കുത്തനെ വിമാനം വെട്ടിത്തിരിക്കുന്ന വൈമാനികന്റെ പല്ലുകടി, ദീർഘനിശ്വാസങ്ങൾ. ആരോ ഒരാൾ ആഹവത്തിന്റെ മത്തിൽ വൈദേശികഭാഷയിലുള്ള ഒരു ഗാനം അലറുന്നുണ്ടായിരുന്നു; ആരോ കിതച്ചുകൊണ്ട് അമ്മേ എന്നു വിളിച്ചു. വേറൊരാൾ കാഞ്ചി അമർത്തിക്കൊണ്ടായിരിക്കണം വിളിച്ചുപറഞ്ഞു. “ഇതാ ഇതു പിടിച്ചോളൂ. ഇതും ഇതും ഇതും. മെരിസീവിന്റെ ഇര കണ്ണിൽനിന്നും അകന്നു പോയി. അതിന്റെ സ്ഥാനത്തു മുകളിലായി കണ്ടത് ഒരു യാക്ക് ആണ്. അതിന്റെ വാലിന്മേൽ തൂങ്ങിക്കിടക്കുന്നതു പോലെ, സിഗരറ്റാകൃതിയിലുള്ള ചിറകു വിടർത്തിപ്പിടിച്ച ഒരു ഫോക്ക്

വൂൾഫ്യാക്കിന്റെ നേരെ അതിന്റെ ചിറകിൽനിന്ന് സമാന്തരരേഖ പോലെ ട്രേസർബുള്ളറ്റുകൾ വർഷിക്കുകയാണ്. ഒരു നിര യാക്കിന്റെ വാലിൽതന്നെ ഏറ്റു. ഒരു റോക്കറ്റുപോലെ മെരിസീവ് അതിന്റെ രക്ഷയ്ക്കായി കുതിച്ചു. ഒരു ക്ഷണാംശത്തിനുള്ളിൽ തന്റെ നേരെ മുമ്പിലൂടെ ഒരു നിഴൽ വീശുന്നത് അയാൾ കണ്ടു. ആ നിഴലിനെ ലക്ഷ്യമാക്കി അലക്സി തന്റെ തോക്കുകളിൽനിന്നും നിറയൊഴിച്ചു. എന്താണ് ഫോക്കിനു സംഭവിച്ചതെന്ന് അയാൾക്കു മനസിലായില്ല. പക്ഷേ വാലിന് അപകടം പറ്റിയ ആ യാക്ക് തനിയെയാണ് യാത്ര തുടർന്നിരുന്നതെന്ന് അയാൾ കണ്ടു. പരിഭ്രാന്തിക്കിടയിൽ തന്റെ അനുയായിയുടെ പിടിവിട്ടിട്ടുണ്ടോ എന്നറിയാൻ അയാൾ ചുറ്റും നോക്കി. ഇല്ല. തനിക്ക് സമാന്തരമായിത്തന്നെ അയാളും പറക്കുന്നുണ്ട്.

"കുട്ടി പിന്നിലാകല്ലേ." കടിച്ചമർത്തിയ പല്ലുകൾക്കിടയിലൂടെ അലക്സി വിളിച്ചുപറഞ്ഞു.

അയാളുടെ ചെവിയിൽ പൊട്ടലും ഇരമ്പലും സംഗീതവും രണ്ടു ഭാഷകളിലായുള്ള വിജയത്തിന്റെ ആക്രോശങ്ങളും തൊണ്ട കാറുന്നതും പല്ലു ഞെരിയുന്നതും ദീർഘനിശ്വാസങ്ങളും ശാപവചസുകളും അങ്ങനെ മുഴങ്ങുകയാണ്. ഈ ശബ്ദങ്ങൾ കേട്ടാൽ തോന്നുക ഭൂമിയിൽനിന്ന് വളരെ അകലെവച്ച് പോർവിമാനങ്ങൾ അന്യോന്യം അടരാടുകയാണ്. എന്നല്ല; നിലത്ത് ആജന്മശത്രുക്കൾ ഉരുണ്ടും പിരണ്ടും സർവശക്തിയും മാംസപേശികളും ഞരമ്പുകളും ഉപയോഗിച്ചു കെട്ടിമറിഞ്ഞ് സമരം ചെയ്യുകയാണ്.

വേറെ ഒരു ലക്ഷ്യംകാണാൻവേണ്ടി അലക്സി ചുറ്റുംനോക്കി. പെട്ടെന്ന് അയാളുടെ നട്ടെല്ലിലൂടെ ഒരു തണുത്തവിറ പാഞ്ഞു. അയാൾ കോൾമയിർകൊണ്ടു. നേരെ താഴെയായി അയാൾ കണ്ടത് ഒരു ഫോക്ക് വൂൾഫ് ഒരു ലച്ചോവനെ ആക്രമിക്കുന്നതാണ്. സോവിയറ്റ് വിമാനത്തിന്റെ നമ്പർ അയാൾ നോക്കിയില്ല. പക്ഷേ ഒരജ്ഞാതശക്തി അയാളോട് പറഞ്ഞു, അത് പെട്രോവിന്റേതായിരിക്കുമെന്ന്. ഫോക്ക് നേരെ അതിനെ ആക്രമിക്കുകയാണ്. എല്ലാ തോക്കുകളിൽനിന്നും ആഗ്നേയഗോളങ്ങൾ അതിന്റെ നേരെ പ്രവഹിക്കുന്നു. നിമിഷത്തിന്റെ ഒരംശമെയുള്ളൂ ഇനി പെട്രോവിന് ജീവിതം. ശത്രുക്കൾ വളരെ അടുത്തായിരുന്നതിനാൽ സാധാരണ വ്യോമസമരതന്ത്രങ്ങൾ അനുസരിച്ച് അലക്സിക്കു സുഹൃത്തിന്റെ സഹായത്തിനായി പാഞ്ഞുകയറുവാനും സാധ്യമായിരുന്നില്ല. സമയമോ സ്ഥലമോ ഇല്ല അതിന്. പക്ഷേ സഖാവിന്റെ ജീവൻ അപകടത്തിലാണ്, അതുകൊണ്ട് അസാധാരണമായ വിധത്തിൽ ഇടപെടുവാൻ തന്നെ അലക്സി തീർച്ചയാക്കി. വിമാനം കുത്തനെ താഴോട്ട് ഇറക്കി. ഗ്യാസ് തുറന്നു. സ്വന്തം ഭാരംകൊണ്ടും, എൻജിന്റെ മുഴുവൻ ശക്തികൊണ്ടും, താഴ്ന്ന് താഴ്ന്ന് അത് അനിതരസാധാരണമായ വലിവുകൊണ്ട് വിറയാർന്ന ഒരു കല്ലുപോലെ, അല്ല ഒരു അസ്ത്രംപോലെ ചെറിയ ചക്രങ്ങളുള്ള ആ ഫോക്കിന്മേൽ വന്നു

വീണു, അതിനെ ട്രേസർ ബുള്ളറ്റുകൾ കൊണ്ട് വലയംചെയ്തു. കുത്തനെയുള്ള വീഴ്ചകൊണ്ടും അതിഭയാനകമായ വേഗതകൊണ്ടും സ്വബോധം മറഞ്ഞുപോകുന്നതുപോലെ തോന്നിയപ്പോൾ, അലക്സി വീണ്ടും താഴോട്ട് നിഷ്ക്രമിച്ചു. തന്റെ നേരെ പ്രോപ്പല്ലറിന്റെ മുന്നിലായി ആ ഫോക്ക് പൊട്ടിത്തെറിച്ചു പുകയിൽ മുങ്ങുന്നത് ആ രക്തമയ കണ്ണു കൊണ്ട് അയാൾ കണ്ടു. പക്ഷെ പെട്രോവ് എവിടെ. അയാൾ അപ്രത്യക്ഷനായിക്കഴിഞ്ഞു. എവിടെയാണ് അയാൾ? ചുറ്റുമുള്ള അന്തരീക്ഷം ശൂന്യമായിരുന്നു. അദൃശ്യമായി വരുന്ന ഒരു വിമാനത്തിൽനിന്ന് വരുന്ന വിദൂരമായ ഒരു ശബ്ദം ആ ശൂന്യതയിൽ മുഴങ്ങി.

"ഞാൻ സീഗൾ 2, ഫെഡറ്റോവ്, ഞാൻ സീഗൾ 2, ഫെഡറ്റോവ്, അണിനിരക്കൂ; എന്റെ പിന്നിൽ അണിനിരക്കൂ; വീട്ടിലേക്ക്, ഞാൻ സീഗൾ 2" ഫെഡറ്റോവ് സ്വന്തം വ്യൂഹത്തെ തിരിച്ചു വിളിക്കുകയായിരുന്നു.

ഫോക്ക് വൂൾഫുമായുള്ള കണക്ക് പറഞ്ഞതിനുശേഷം തന്റെ സാഹസികമായ അവരോഹണത്തിൽനിന്ന് വിമാനത്തെ സമനിലയിലാക്കി. അലക്സി ഒന്ന് ദീർഘമായി നിശ്വസിച്ച്, അപകടം പിന്നിട്ടു, വിജയംവരിച്ചുവെന്ന ബോധത്തോടെ, അപ്പോഴേക്കും പരന്നുകഴിഞ്ഞിരുന്ന പ്രശാന്തത ആസ്വദിക്കുകയായിരുന്നു. എത്രനേരംകൊണ്ട് സ്വസ്ഥാനത്ത് എത്തുമെന്നറിയാനായി അയാൾ തന്റെ 'കോംപസ്' നോക്കി, തുടർന്നു ഫ്യൂവൽ ടാങ്കും. അതു കണ്ടപ്പോൾ അയാൾ മുഖം വീർപ്പിച്ചു. കഷ്ടിച്ചു താവളത്തിലെത്താനുള്ള ഇന്ധനമേ അതിൽ ബാക്കി ഉണ്ടായിരുന്നുള്ളൂ. പക്ഷേ അടുത്ത നിമിഷത്തിൽ, ശൂന്യതയിലേക്ക് താഴ്ന്നുവരുന്ന ഇന്ധനസൂചിയെക്കാൾ അപകടകരമായതാണ് അയാൾ തന്റെ മുന്നിൽ കണ്ടത്. ആ മേഘമാലകൾക്കിടയിൽ–ദൈവത്തിനു മാത്രമറിയാം എവിടെനിന്ന് എത്തിയെന്ന്.–ഒരു ഫോക്ക് 190 അയാളുടെ സമീപത്തേക്ക് അണയുകയാണ്. ആലോചിക്കുവാനുള്ള സമയമില്ല. രക്ഷപ്പെടുവാനുള്ള സമയവുമില്ല. വൈരികൾ അതിഭയങ്കരമായ വേഗതയിൽ കൂട്ടിമുട്ടി.

VI

ആക്രമിക്കുന്ന സേനാവിഭാഗത്തിന്റെ പിന്നണി പരിപാലകർ പാഞ്ഞുചെല്ലുന്ന റോഡിന്റെ മുകളിലായി നടന്ന വ്യോമയുദ്ധത്തിന്റെ ശബ്ദം പോരിൽ പങ്കെടുത്തിരുന്ന വിമാനങ്ങളിലെ വൈമാനികർ മാത്രമല്ല കേട്ടത്.

സുശക്തമായ ഒരു റേഡിയോ മുഖേന അത് ഗാർഡ്സ് ഫൈറ്റർ റെജിമെന്റിലെ കേണൽ ഐവനോവും കേൾക്കുന്നുണ്ടായിരുന്നു. പരിചയസമ്പന്നനായ ഒരു പോരാളിയായിരുന്നതിനാൽ, യുദ്ധം കുറെ ഭയങ്കരമാണെന്നും, കരുത്തനും ഗർവുറ്റവനുമായ ശത്രു ആകാശം കൈയൊഴിക്കുവാൻ കൂട്ടാക്കുന്നില്ലെന്നും, ആ ശൂന്യതയിലൂടെ ഒലിച്ചുവരുന്ന

ശബ്ദതരംഗങ്ങളിൽനിന്ന് അദ്ദേഹത്തിന് മനസിലാക്കുവാൻ സാധിച്ചു. അസമമായ ഒരു സമരമാണ് ഫെഡറ്റോവ് നടത്തുന്നതെന്ന വാർത്ത ഉടനടി വിമാനത്താവളമാകെ പരന്നു. കാട്ടിൽനിന്നു വെളിമ്പ്രദേശത്തേക്ക് എത്താൻ സാധിക്കുമായിരുന്നവരെല്ലാം പുറത്തുവന്ന് വിമാനങ്ങൾ മടങ്ങിവരേണ്ടിയിരുന്ന തെക്കുഭാഗത്തേക്കു നോക്കിക്കൊണ്ടു നിലയായി.

ഭോജനശാലയിൽവെച്ച് എന്തൊക്കെയോ കുടിച്ചു തിന്നുകൊണ്ട് വെള്ളവസ്ത്രമണിഞ്ഞ സർജന്മാർ ഓടിവന്നു. വലിയ ചെങ്കുരിശടയാളമുള്ള ആംബുലൻസ് കാറുകൾ കുറ്റിച്ചെടികളുടെ മറവിൽനിന്നുവന്ന് യന്ത്രം പ്രവർത്തിപ്പിച്ച് തയാറെടുത്തുനിന്നു.

മരത്തലപ്പുകളുടെ നിരയ്ക്കപ്പുറം ആദ്യത്തെ ജോഡി പ്രത്യക്ഷമായി. ഒന്നു കറങ്ങാതെതന്നെ അവ നിലത്തിറങ്ങി, വിശാലമായ ആ മൈതാനത്തിലൂടെ ഓടിച്ചു. അത് ഹീറോ ഓഫ് സോവിയറ്റ് യൂണിൻ മുദ്ര നേടിയ ഫെഡറ്റോവ് നയിച്ചിരുന്ന 1–ാം നമ്പറും അയാളുടെ അനുയായി നിയന്ത്രിച്ചിരുന്ന 2–ാം നമ്പറുമായിരുന്നു. അവരുടെ കാലടികൾക്കു പിന്നിൽ എന്നുതന്നെ പറയാം രണ്ടാംജോഡിയും എത്തി. മടങ്ങുന്ന വിമാനങ്ങളുടെ ഹുങ്കാരവും കാട്ടിൻമുകളിൽ പ്രതിധ്വനിച്ചു. ഏഴ്, എട്ട്, ഒമ്പത്, പത്ത് വിമാനത്താവളത്തിലെ കാവൽക്കാർ കൂടുതൽ കൂടുതൽ ആവേശത്തോടെ വർധമാനമായ ഉദ്വേഗത്തോടെ ആകാശതലത്തെ വീക്ഷിച്ചുകൊണ്ട് എണ്ണിത്തുടങ്ങി.

നിലത്തിറങ്ങിയ വാഹനങ്ങൾ അവരുടെ ആസ്ഥാനങ്ങളിലേക്ക് ഓടിച്ചുപോയി. രണ്ടു വിമാനങ്ങൾമാത്രം ഇപ്പോഴും ഇറങ്ങിയിട്ടില്ല.

കാത്തുനിൽക്കുന്ന ജനക്കൂട്ടത്തിനിടയിൽ പ്രതീക്ഷാനിർഭരമായ ഒരു നിശബ്ദത പരന്നു. വേദനിക്കുന്ന വിധത്തിൽ സാവധാനത്തിലാണ് നിമിഷങ്ങൾ ഇഴഞ്ഞുനീങ്ങിയത്.

‘‘മെരിസീവും പെട്രോവും’’ ആരോ മ്ലാനതയോടെ പറഞ്ഞു. പെട്ടെന്നു സന്തോഷഭരിതമായ ഒരു സ്ത്രീശബ്ദം ഉയർന്നു.

‘ഇതാ ഒന്ന്.’

ഒരു വിമാനത്തിന്റെ അലർച്ചകേട്ടു പുറത്തേക്കു നീണ്ട പാദാഗ്രങ്ങൾകൊണ്ട് ബർച്ചുമരത്തലപ്പുകളെ മിക്കവാറും തൊട്ടുരസിപ്പാഞ്ഞ് 12–ാം നമ്പർ എത്തി. വിമാനത്തിനു കേടുപറ്റിയിരുന്നു; വാലിന്റെ ഒരു കഷണം കാണാനില്ല. ഇടത്തെ ചിറകിന്റെ ഒരു കഷണം തകർന്ന് അത് ഒരു കമ്പിയിൽ തൂങ്ങിക്കിടന്നിരുന്നു നിലത്തിറങ്ങിയ വിമാനം അസാധാരണമായ വിധത്തിൽ ചാടിയിരുന്നു അത് ഉയർന്നുചാടി. അങ്ങനെ വിമാനത്താവളത്തിന്റെ അറ്റംവരെ എത്തി. വാലു മേലോട്ടു ആക്കി നിശ്ചലനായി നിന്നു. സർജന്മാർ ചവിട്ടുപടിയിൽ കയറിനിൽക്കുന്ന ആംബുലൻസുകാറുകളും നിരവധി ജീപ്പുകളും അവിടെ കാത്തുനിന്നിരുന്ന മനുഷ്യസമൂഹവും അങ്ങോട്ടു പാഞ്ഞു. കോക്പിറ്റിൽനിന്നു ആരും എഴുന്നേറ്റില്ല.

അവർ ഹുഡ് മാറ്റി. ഇരിപ്പിടത്തിൽ, നിണത്തിൽ മുങ്ങി പെട്രോവ്

ചുരുണ്ടുകൂടി ഇരിക്കുന്നുണ്ട്. നിസഹായമായ ആ തല മാറിലേക്കു ചാഞ്ഞുവീണിരിക്കുന്നു. നല്ല തലമുടി നനഞ്ഞ് മുഖമാകെ വീണുകിടന്നിരുന്നു. സർജന്മാരും നേഴ്സുമാരുംകൂടി ബൽട്ടുകൾ എല്ലാം അഴിച്ചു. ഷെല്ലേറ്റ് വിണ്ടുകീറിയിരുന്ന പാരച്യൂട്ട് സഞ്ചിമാറ്റി. ആ നിശ്ചലമായിരുന്ന ദേഹം ശ്രദ്ധയോടെ പൊക്കിയെടുത്ത് നിലത്തു കിടത്തി. കാലിലും കൈയിലും ആ വൈമാനികനു പരുക്കു പറ്റിയിരിക്കുന്നു. നീല മേലങ്കിമേൽ വളരെ വേഗത്തിൽ ചോരപ്പാടുകൾ വട്ടംവെച്ചുവരുന്നുണ്ടായിരുന്നു.

പ്രാഥമികശുശ്രൂഷകൾ നൽകിയതിനുശേഷം പെട്രോവിനെ എടുത്ത് മഞ്ചലിൽ കിടത്തി. ആംബുലൻസ് കാറിലേക്കു കയറ്റികിടത്താൻ ഒരുങ്ങിയപ്പോൾ അയാൾ കണ്ണു തുറന്നു, എന്തോ പിറുപിറുത്തു. തീരെ നേരിയതായിരുന്നു ആ സ്വരം. അതുകൊണ്ട് യാതൊന്നും കേൾക്കുവാൻ സാധിച്ചില്ല. കേണൽ അയാളുടെ നേർക്ക് കുനിഞ്ഞു.

“മെരിസീവ് എവിടെ?.” മുറിവേറ്റ ആൾ കരഞ്ഞു.

“ഇതേവരെ താഴെ ഇറങ്ങിയിട്ടില്ല.” മഞ്ചൽ വീണ്ടും പൊങ്ങിയപ്പോൾ പരുക്കേറ്റവൻ തലയിട്ട് ഉരുട്ടി എഴുന്നേൽക്കുവാൻ ശ്രമിച്ചു.

“നിൽക്കൂ, എന്നെ എടുത്തുകൊണ്ട് പോകരുത്. മെരിസീവ് വരട്ടെ. ഞാൻ അയാളെ കാത്തിരിക്കുകയാണ് അയാളാണ് എന്റെ ജീവൻ രക്ഷിച്ചത്.” വളരെ ശക്തിയോടെയാണ് വൈമാനികൻ പ്രതിഷേധിച്ചത്. തന്റെ കെട്ടുകൾ എല്ലാം അഴിച്ചു വലിച്ചെറിയും എന്നയാൾ ഭയപ്പെടുത്തി. തലതിരിച്ച് കൈകൾ വീശി കടിച്ചമർത്തിയ പല്ലുകൾക്കിടയിലൂടെ കേണൽ പറഞ്ഞു.

“ശരി അയാളെ തനിയെ വിടൂ, അയാൾ മരിക്കുകയില്ല. മെരിസീവിന് ഒരുനിമിഷംകൂടി പറക്കുവാനുള്ള ഇന്ധനമേ ഉണ്ടാകുകയുള്ളൂ.”

കേണൽ തന്റെ വാച്ചിലേക്കുതന്നെ നോക്കിക്കൊണ്ടിരുന്നു. അതിന്റെ ചുവന്ന സെക്കന്റ് സൂചി തന്റെ വൃത്തം മുഴുമിക്കുകയായിരുന്നു. ബാക്കി എല്ലാവരും ആ കാടിന്റെ മുകളിലേക്ക് അവസാനത്തെ വിമാനം പ്രത്യക്ഷപ്പെടേണ്ട സ്ഥലത്തേക്ക് നോക്കി ചെവി വട്ടംപിടിച്ചു നിന്നു. പക്ഷേ ദൂരത്തിൽനിന്നു കേൾക്കാവുന്ന വെടിവെപ്പിന്റെ നേരിയ ശബ്ദവും അടുത്തുതന്നെ ഒരു മരത്തിൽ മരംകൊത്തിയുടെ കൊത്തും അല്ലാതെ വേറൊന്നും കേൾക്കാനുണ്ടായിരുന്നില്ല. ചിലപ്പോൾ ഒരു മിനിറ്റ് അവസാനിക്കുവാൻ എത്രനേരമാണ് എടുക്കുന്നത്!

പരമാവധി വേഗതയിൽ ഏറ്റുമുട്ടി ശത്രുക്കൾ.

ലവോച്ച് കിൽ 5-ാം ഫോക്ക് വൂൾഫ് 190 എന്നിവ ശീഘ്രഗതികളായ വിമാനങ്ങളായിരുന്നു. അതിഭയങ്കരമായ വേഗതയോടെയാണ് വൈരികൾ അന്യോന്യം കുതിച്ചത്. അലക്സി മെരിസീവും സുപ്രസിദ്ധമായ റിച്ചോഫൻ സേനാഗണത്തിലെ അജ്ഞാതനായ വൈമാനികനും അത്യുൽക്കടമായി പരസ്പരം ഏറ്റുമുട്ടി. പറക്കുമ്പോൾ അത്തരം സമരത്തിന് ഒരു നിമിഷമേ വേണ്ടു. പക്ഷേ, ആ നിമിഷം ഭയാനകമായ അയാസ

മാണ് ഉണ്ടാക്കുക. നിലത്തുനിന്ന് പൊരുതുന്ന ഒരാൾക്ക് ഒരു ദിവസം മുഴുവൻ അനുഭവിക്കേണ്ടിവരുന്നതിൽ കൂടുതലായ സിരാബല പരീക്ഷയാണ്, വൈമാനികന് ആ മുഹൂർത്തത്തിൽ സഹിക്കേണ്ടിവരുന്നത്.

മിന്നൽ വേഗത്തിൽ പരസ്പരം പാഞ്ഞടുത്ത് സംഘട്ടനം നടത്തുന്ന പോർവിമാനങ്ങളിലൊന്നിൽ നിങ്ങൾ ഇരിക്കുന്നതായി ഭാവന ചെയ്തുനോക്കൂ. കണ്ണുകൾക്കു മുമ്പിൽ ശത്രുവിമാനം വലുതായി വികസിക്കുന്നു. പെട്ടെന്ന് അതിന്റ വിശദാംശങ്ങൾ, ചിറകുകൾ, കറങ്ങുന്ന പ്രോപ്പല്ലറുടെ പ്രകാശിതമായ വലയം തോക്കുകളാകുന്ന കറുത്തപൊട്ടുകൾ എന്നിവയോടുകൂടി അത് നിങ്ങളെ നേരിടുന്നു. ഒരൊറ്റ നിമിഷത്തിനകത്ത് രണ്ടുവിമാനങ്ങളും അന്യോന്യം കൂട്ടിമുട്ടും. യന്ത്രത്തിന്റെ അവശിഷ്ടങ്ങളിൽനിന്ന് വൈമാനികന്റെ അവശിഷ്ടങ്ങൾ തിരിച്ചറിയുവാൻ സാധ്യമല്ലാത്തവിധത്തിൽ അവ ഛിന്നഭിന്നമായി ചിതറുന്നു. ആ ഒരു നിമിഷത്തിൽ വൈമാനികന്റെ മനഃശക്തി മാത്രമല്ല അയാളുടെ ധാർമികധീരതയുടെ നാരും നരിമ്പുമെല്ലാം പരീക്ഷിക്കപ്പെടുന്നു. സിരാബലമില്ലാത്തവർക്ക് ഈ ആയാസം താങ്ങുവാൻ സാധ്യമല്ല. പക്ഷേ വിജയത്തിനുവേണ്ടി മരിക്കാൻ സന്നദ്ധനല്ലാത്തവൻ സ്വാഭാവികമായി ത്തന്നെ പെട്ടെന്നു യന്ത്രപ്പടികൾ പിടിച്ചുതാഴ്ത്തി തന്റെനേരെ ചീറിയടിക്കുന്ന മാരകമായ ആ കൊടുങ്കാറ്റിനു മീതെ ചാടി ഒഴിഞ്ഞുമാറാൻ തുനിയുന്നു. ആ നിമിഷത്തിൽ തകർന്ന അടിഭാഗത്തോടുകൂടിയോ പൊളിഞ്ഞ ചിറകോടു കൂടിയോ അവന്റെ വാഹനം കറങ്ങിക്കറങ്ങി നിലംപതിക്കുന്നു. അവനെ രക്ഷിക്കുവാൻ യാതൊന്നുമില്ല. പരിചയമുള്ള വൈമാനികന് അത് അറിയാം. അതുകൊണ്ടു വീരരിൽ വീരൻ മാത്രമേ ഈ മാതിരിയുള്ള നേരിട്ട് ആക്രമണത്തിനു ധൈര്യപ്പെടുകയുള്ളൂ.

ഭയങ്കരമായ വേഗതയോടെ വൈരികൾ അന്യോന്യം കൂട്ടിമുട്ടി.

അലക്സിക്കു മനസിലായി, തന്റെ എതിരായിവരുന്നവൻ കിഴക്കൻ യുദ്ധരംഗത്തുവച്ച് വമ്പിച്ച നാശം സംഭവിച്ച വ്യോമസേനയിലെ വിടവു നികത്താൻ ധൃതിയിൽ പരിശീലനം കൊടുത്ത് പറഞ്ഞയച്ച ഗോറിങ്ങ് പടയിലെ കുട്ടിയൊന്നുമല്ല; പിന്നെയോ നിരവധി വ്യോമയുദ്ധങ്ങളിലെ വിജയമുദ്രകളോടുകൂടി വിമാനത്തിൽകയറി വന്നിരിക്കുന്ന റിച്ചോഫൻവിഭാഗത്തിലെ ഒരു വീരനാണ് എന്ന്. അയാൾ വെമ്പുകയില്ല; വിളറുകയില്ല; ഒരു സമരം ഒഴിവാക്കാൻ ശ്രമിക്കുകയില്ല.

“നോക്കിക്കോ റിച്ചോഫൻ” അലക്സി അലറി. ചോര വരുന്നതുവരെ ചുണ്ടു കടിച്ചമർത്തി. കരുത്തുറ്റ മാംസപേശികളെ ഉൾവലിച്ച് ദൃഷ്ടിയൂന്നി അയാൾ ശത്രുവിമാനം തന്റെ നേരെ കുതിച്ചുവരുമ്പോൾ കണ്ണടഞ്ഞുപോകാതിരിക്കുവാൻ മനഃശക്തി മുഴുവനും ഉപയോഗിച്ചു.

തന്റെ ജ്ഞാനേന്ദ്രിയങ്ങളെ അത്രമാത്രം കൂർപ്പിച്ചുപിടിക്കുകയാൽ കറങ്ങുന്ന പ്രൊപ്പല്ലറിന്റെ മങ്ങിയ പ്രകാശത്തിലൂടെ ശത്രുവിമാനത്തിലെ കോക്പിറ്റിന്റെ സ്ഫടികസദൃശ്യമായ ആവരണി കാണാമെന്നു

വരെ അയാൾക്കു തോന്നി; അതിനിടയിലൂടെ രണ്ടു മനുഷ്യ നേത്രങ്ങൾ അയാളെത്തന്നെ തുറിച്ചു നോക്കുന്നു. അവ വെറുപ്പുകൊണ്ട് കത്തിജ്ജ്വലിക്കുകയാണ്. സിരാസമ്മർദത്തിൽനിന്ന് ഉദ്ഭൂതമായ ഒരു ദൃശ്യമാണിത്. പക്ഷേ, അലക്സിക്കു തോന്നി താൻ വാസ്തവത്തിൽ അയാളെ കണ്ടുവെന്ന്. തന്റെ മാംസപേശികൾ കുറേക്കൂടെ ദൃഢീകരിച്ചുകൊണ്ട് അയാൾ പറഞ്ഞു. ‘‘ഇതാണ് അവസാനം; ഇതാണ് അവസാനം.”അയാൾ മുന്നിലേക്ക് നോക്കി. അനുനിമിഷം വലുതായിക്കൊണ്ടിരിക്കുന്ന ശത്രുവിമാനം ഒരു കൊടുങ്കാറ്റുപോലെ അയാളുടെ നേർക്ക് കുതിക്കുകയാണ്. ഇല്ല, ഈ ജർമൻകാരൻ മാറാൻ പോകുന്നില്ല. ഇതാണ് അവസാനം. അലക്സി മരണത്തിനുതന്നെ സന്നദ്ധനായി. അയാൾ ജർമൻ വിമാനത്തിന്റെ കൈക്ക് എത്താവുന്ന ദൂരത്തിലായപ്പോൾ, ജർമൻ പൈലറ്റ് പെട്ടെന്ന് പരിഭ്രാന്തനായി മുന്നോട്ടുചാടി. ജർമൻവിമാനത്തിന്റെ, സൂര്യപ്രകാശമേറ്റ് തിളങ്ങുന്ന അടിഭാഗം മിന്നൽപോലെ അയാളുടെ മുന്നിലൂടെ മറഞ്ഞു. ആ നിമിഷത്തിൽ അലക്സി സർവ കാഞ്ചികളും അമർത്തി. മൂന്നു തീച്ചരടുകൾകൊണ്ട് അതിനെ കോർത്ത് ഒരു ‘ലൂപ്പ്’ തിരിഞ്ഞു. ഭൂമി ഊഞ്ഞാലാടിക്കൊണ്ടിരുന്നപ്പോൾ ഒരു വിമാനം നിസഹായതയോടെ പിടഞ്ഞുപിടഞ്ഞു താഴോട്ടുവീഴുന്നത് അയാൾ കണ്ടു.

“ഓല്യ” വിജയലഹരി തലയ്ക്കുപിടിച്ചപോലെ അയാൾ അലറി. അവസാനയാത്രയ്ക്ക് ഒരുങ്ങുന്ന ജർമൻവിമാനത്തിന്റെ പിന്നാലെ, അത്, ചുവന്ന കളകൾ നിറഞ്ഞ ആ നിലത്തു വീണു, കറുത്ത പുക ഉയരുന്നതുവരെ, എല്ലാം മറന്നു വട്ടത്തിൽ ചുറ്റിക്കൊണ്ട്, അയാൾ താഴ്ന്നു വന്നു.

അപ്പോൾ മാത്രമാണ് അയാളുടെ വലിഞ്ഞ ഞരമ്പുകളും മാംസപേശികളും ഒന്ന് അയഞ്ഞത്. അതോടെ അയാൾക്ക് അത്യധികമായ ക്ഷീണം തോന്നി. അയാൾ ഇന്ധനസൂചി നോക്കി. അത് ശൂന്യമേഖലയിൽ കിടന്നു വിറയ്ക്കുകയായിരുന്നു.

മൂന്ന്, ഏറിയാൽ നാലുമിനിറ്റ് പറക്കുവാനുള്ള ഇന്ധനമേ അവശേഷിച്ചിട്ടുള്ളു. തന്റെ വിമാനത്താവളത്തിലെത്താൻ എങ്ങനെയായാലും പത്തുമിനിട്ട് വേണ്ടിവരും, അതായത് ഉയരംകൂട്ടുവാൻ സമയംമിനക്കെടുത്തിയില്ലെങ്കിൽ ആ തകർന്ന ഫോക്കിനെ അനുയാത്ര ചെയ്തിരുന്നില്ലെങ്കിൽ; ഒരു വിഡ്ഢിക്കുട്ടിയെപ്പോലെ അപകടസമയങ്ങളിലെല്ലാം അയാളുടെ മനസ്, വളരെ തെളിഞ്ഞ് ഒരു വാച്ചിന്റെ കൃത്യനിഷ്ഠയോടെ പ്രവർത്തിച്ചിരുന്നു. ഒന്നാമത് ചെയ്യേണ്ടത് ഉയരംകൂട്ടുക തന്നെ, വട്ടംകറങ്ങിയിട്ടല്ല. കുത്തനെ നേരെ വിമാനസങ്കേതത്തിലേക്കു ഉയരുക –കൊള്ളാം അയാൾ തന്റെ യന്ത്രം ആവശ്യമായ മാർഗത്തിൽ നിർത്തി. ഭൂമി താഴോട്ടു നീങ്ങിത്തുടങ്ങി. ചക്രവാളത്തിൽ ഒരു മങ്ങൽ ദൃശ്യമായപ്പോൾ അയാൾ കുറേക്കൂടെ ശാന്തമായി കണക്കു കൂട്ടുവാൻ തുടങ്ങി. ഇന്ധനത്തെ ആശ്രയിക്കുന്നതുകൊണ്ട് ഇനി കാര്യമൊന്നുമില്ല. ആ

സൂചന അൽപ്പം തെറ്റായാൽപോലും അയാൾക്ക് ഇന്ധനം മതിയാകുകയില്ല. വിമാനത്താവളത്തിൽ എത്തുന്നതിനുമുമ്പ് ഇറങ്ങിയാലോ. പക്ഷേ എവിടെ? അയാൾ എളുപ്പവഴികളിലൂടെയെല്ലാം മനസുകൊണ്ട് സഞ്ചരിച്ചു കാട്, കുറ്റിക്കാടുകൾ നിറഞ്ഞ ചതുപ്പുനിലം, സ്ഥിരമായ കോട്ടകൾക്ക് സമീപമുള്ള പൊങ്ങിത്താഴ്ന്ന വയലുകൾ. പക്ഷേ അവയെല്ലാം തലങ്ങും വിലങ്ങുമായി ഉഴുതുമറിച്ചപോലെയുണ്ട്. പോരാത്തതിന് ബോംബുഗർത്തങ്ങളും എഴുന്നുനിൽക്കുന്ന കമ്പിക്കഷ്ണങ്ങളുംകൊണ്ട് അവിടെമെല്ലാം നിറഞ്ഞിട്ടുണ്ടാകും.

“ഇല്ല. നിലത്തിറങ്ങുകയെന്നാൽ മരണമെന്നാണ് അർഥം.”

ചാടിയാലോ? അത് ചെയ്യാം. ഇപ്പോൾതന്നെ ചെയ്യാം. ഹുഡ്ഡു തുറന്ന്, വെട്ടിത്തിരിച്ചു യന്ത്രങ്ങൾ മേലോട്ടാക്കി ഒന്നു വലിക്കുക. അത്ര തന്നെ പക്ഷേ ഈ വിമാനം-അത്ഭുതകരമായ, വേഗതയേറിയ ചുറുചുറുക്കുള്ള ഈ കിളി അതിന്റെ സമരസ്വഭാവം ഇന്നേദിവസം മൂന്നുപ്രാവശ്യം അയാളെ മരണത്തിൽനിന്നു രക്ഷിച്ചിരിക്കുന്നു. അതിനെ ഉപേക്ഷിക്കുകയോ? തകർത്തുകളയുകയോ ഒരുപിടി ഞെരിഞ്ഞുപിരിഞ്ഞ ഇരുമ്പായി മാറ്റുകയോ?. അയാൾക്ക് അതിനൊന്നും ഉത്തരം പറയേണ്ടി വരുമെന്നതുകൊണ്ടല്ല. അയാൾക്ക് അതിനെപ്പറ്റി ഭയവും ഇല്ല. വാസ്തവത്തിൽ ഈ മാതിരിയുള്ള സാഹചര്യങ്ങളിൽ അയാൾക്കു ചാടാനുള്ള ആജ്ഞയും ഉണ്ട്. ആ സമയത്ത് ആ യന്ത്രം സുശക്തനും ഉദാരനും വിശ്വസ്തനുമായ ഒരു ജീവിയാണെന്നാണ് അയാൾക്കു തോന്നിയത്. അതിനെ ഉപേക്ഷിക്കുക എന്നത് വൻചതിയായിരിക്കും. പിന്നെയോ ആദ്യത്തെ പോരിനുശേഷം വിമാനമില്ലാതെ മടങ്ങുക, വേറെ ഒന്നു കിട്ടുന്നതുവരെ സമരമുന്നണിയിൽ നമ്മുടെ വിജയം തുടങ്ങിയ ഈ ധൃതിപിടിച്ച സമയത്ത് അലസമായി യാതൊന്നും ചെയ്യാതെ കാത്തിരിപ്പു വകുപ്പിൽ തൂങ്ങിനിൽക്കുക-‘ഹൗ പേടിക്കണ്ട.’ ആരോ അയാളോട് അതു സൂചിപ്പിച്ചു എന്ന മട്ടിൽ അലക്സി ഉറക്കെപ്പറഞ്ഞു.

“എൻജിൻ നിൽക്കുന്നതുവരെ പറക്കുകതന്നെ. അപ്പോഴൊ-വരുമ്പോൾ കാണാം.”

അയാൾ പറന്നുതുടങ്ങി. ഏതെങ്കിലും ഒരു ഒഴിഞ്ഞ ചെറിയ വെളിപ്രദേശം കാണണമെന്ന ആശയാൽ ചുറ്റും നോക്കിക്കൊണ്ട് ആദ്യം 3000-വും പിന്നീട് 4000-വും മീറ്ററിൽ അയാൾ യാത്ര തുടർന്നു. പിന്നിൽ വിമാനത്താവളമുണ്ടായിരുന്ന ആ കാട് ചക്രവാളസീമയിൽ ദൃശ്യമായിത്തുടങ്ങി. അത് ഏകദേശം 154 കിലോമീറ്റർ അകലെയാണ്. ഇന്ധനമാപിനിയിലെ സൂചി വിറയ്ക്കുന്നില്ല. അത് അറ്റത്ത് അനങ്ങാതെ നിൽക്കുകയാണ്. പക്ഷേ യന്ത്രം ഇപ്പോഴും പ്രവർത്തിക്കുന്നുണ്ടല്ലോ. എന്താണ് അതിനു ശക്തി നൽകുന്നത്. പൊക്കത്തിൽ, ഇനിയും പൊക്കത്തിൽ ഉം-കൊള്ളാം.

പെട്ടെന്ന് വിമാനത്തിന്റെ നിരന്തരമായ ആ ഇരമ്പൽ-സാധാരണ വൈമാനികർ ഒരു ആരോഗ്യവാനായ മനുഷ്യൻ തന്റെ ഹൃദയത്തുടിപ്പു

കളെ അറിയാത്തതുപോലെ തന്നെ ഇതു ശ്രദ്ധിക്കാറില്ല–വേറൊരു മട്ടിലായി. പെട്ടെന്നുതന്നെ അലക്സിക്ക് ആ വ്യത്യാസം മനസിലായി. കാട് ഇപ്പോൾ വളരെ വ്യക്തമായി കാണാം. അത് ഏതാണ്ട് ഏഴു കിലോമീറ്റർ അകലെയാണ്. അതിനു മൂന്നോ നാലോ കിലോമീറ്റർ വിസ്താരവുമുണ്ട്. അധികമില്ല. പക്ഷേ യന്ത്രത്തിന്റെ പ്രവർത്തനത്തിൽ ദുർനിനിമിത്തസൂചകമായ വ്യത്യാസം വന്നുകഴിഞ്ഞിരിക്കുന്നു. തന്റെ വിമാനമല്ല, താനാണ് ശ്വാസത്തിനുവേണ്ടി കിതയ്ക്കുന്നത് എന്ന മട്ടിൽ ഒരു വൈമാനികൻ, ഇതു മനസിലാക്കുന്നത് ആത്മാനുഭൂതികൊണ്ടാണ്. പെട്ടെന്നു തന്റെ ദേഹത്തേക്ക് വേദനയോടെ പാഞ്ഞുചെല്ലുന്ന വിധത്തിലുള്ള ഒരു 'ചക്ക്' 'ചക്ക്' നിനദം പൊങ്ങി.

'ഇല്ല, എല്ലാം ശരിയായി, ഇതാ അതു വീണ്ടും പ്രവർത്തിക്കുന്നു. ഹുറാ ഇതാ ഇതാ കാട്.' സൂര്യപ്രകാശത്തിൽ കിടന്നു പുളയുന്ന ഒരു പച്ചക്കാടുപോലെ, ബർച്ചുമരത്തലപ്പുകൾ കാണാറായി. ഇപ്പോൾ വിമാനത്താവളത്തിലല്ലാതെ വേറെ ഒരു ദിക്കിലും ഇറങ്ങുക സാധ്യമല്ല. ഒരൊറ്റ കാര്യമേ ഇപ്പോൾ ചെയ്വാനുള്ളൂ. മുന്നോട്ട്, മുന്നോട്ട് പോകുക തന്നെ.

'ചക്ക്, ചക്ക്, ചക്ക്, എൻജിൻ വീണ്ടും മുരണ്ടുതുടങ്ങി. വളരെ നേരത്തേക്ക് ഉണ്ടാകുമോ? അയാൾ വനത്തിന്റെ മുകളിൽ എത്തി. റെജിമെന്റൽ കമാണ്ടറുടെ തലമുടി പകത്തുവെച്ചിരിക്കുന്നപോലെ, വളവോ ചരിവോ ഇല്ലാതെ മണലണിഞ്ഞ മിനുത്ത പാത നല്ലപോലെ കാണാം. വിമാനത്താവളത്തിനു വെറും മൂന്നു കിലോമീറ്ററേ പോകേണ്ടു. അതാ അത്, അറക്കവാളുപോലെ കാണപ്പെടുന്ന ആ വനസീമയുടെ പുറകിലാണ്. അതും കാണാം എന്നുതന്നെ അലക്സിക്കു തോന്നി. 'ചക്ക്, ചക്ക്, ചക്ക്'–തുടർന്നു. പെട്ടെന്ന് നിശ്ശബ്ദത പരന്നു. വായുവിൽ കപ്പിയുടെ മുരൾച്ച കേൾക്കാം. 'എന്ത് ഇതാണോ അവസാനം.' മെരിസീവിന്റെ നട്ടെല്ലിലൂടെ ഒരു കോരിത്തരിപ്പ് കയറി. 'ചാടുകയോ, ഇല്ല–കുറെക്കൂടെ പോകട്ടെ' അയാൾ യന്ത്രത്തെ താഴോട്ടുചായ്ച്ച് വഴുതി വീഴത്തക്കവണ്ണം തിരിച്ചു, കഴിയുന്നതും സമാന്തരമായി നിൽക്കാനും, ചുഴിയിൽ ചാടാതെ കഴിക്കുവാനും ശ്രമിച്ചു കൊണ്ട്.

അന്തരീക്ഷത്തിലെ ഈ വിരാമമില്ലാത്ത നിശബ്ദത എത്ര ദുസഹമാണ്. തണുത്തുതുടങ്ങി. എൻജിൻ കരപിരാശബ്ദം ഉണ്ടാക്കുന്നതും ദ്രുതതരമായ പതനംകൊണ്ട് ചെവി ചൂളംവിളിക്കുന്നതും, ചെന്നി ഞരമ്പുകൾ പിടയുന്നതും കേൾക്കത്തക്ക വിധത്തിൽ അത്ര ഗാഢമായിരുന്നു ആ നിശബ്ദത. തന്നെ എതിരേൽക്കുവാൻ എത്ര വേഗതയോടെയാണ് ഭൂമി പൊന്തിപ്പൊന്തി വരുന്നത് ഏതോ ഒരു ശക്തിയേറിയ കാന്തം അതിനെ വിമാനത്തിലേക്ക് ആകർഷിക്കുന്നതുപോലെ.

അയാൾക്ക് കാടിന്റെ അറ്റവും, അതിനപ്പുറവും മരതകപ്പച്ച വിരിച്ച പോലുള്ള വിമാനത്താവളവും കാണാൻ കഴിഞ്ഞു. സമയം അതിക്രമിച്ചുവോ. പ്രൊപ്പല്ലർ പകുതി തിരിഞ്ഞുനിന്നു. ഹൗ അത് വായുവിൽ

നിശ്ചലമായി നിൽക്കുന്നതു കാണുക എന്തു ദുസഹമാണ്–ഇതാ കാട് വളരെ അടുത്തു. ഇതാണോ അവസാനം. അയാൾക്ക് എന്താണ് സംഭവിച്ചതെന്നതിനെപ്പറ്റിയോ ഈ 18 മാസങ്ങൾക്കിടയിൽ അയാൾ നടത്തിയ അമാനുഷികയത്നങ്ങളെക്കുറിച്ചോ അവൾ യാതൊന്നും അറിയുകയില്ല എന്നോ? എല്ലാം കഴിഞ്ഞു, ഇന്ന് അയാൾ തന്റെ ലക്ഷ്യത്തിലെത്തി, ഒരു യാഥാർഥ–അതെ–ഒരു യഥാർഥമനുഷ്യനായി. കഷ്ടം അതെല്ലാം, തന്റെ ഉദ്ദേശ്യമെല്ലാം നേടിയത് ഇങ്ങനെ അബദ്ധം പറ്റി നാശമടയാനാണോ?

ചാടിയാലോ–സമയം വൈകി! കാനനം തന്റെ കീഴെയായി പാഞ്ഞകലുകയാണ്. ഒരു കൊടുങ്കാറ്റിനെപ്പോലുള്ള പാച്ചലിൽ മരങ്ങളുടെ തലപ്പുകളെല്ലാംതന്നെ ഒരു നീണ്ട പച്ചവിരിയായേ തോന്നുകയുള്ളൂ. ഇതുപോലെ പണ്ട് ഒരിക്കൽ അയാൾ കണ്ടിട്ടുണ്ട്. എപ്പോൾ എങ്ങനെ ഓ. ശരി, ആ വസന്തത്തിൽ അന്ന് ഭയാനകമായ അപകടത്തിൽ അന്നും ഇങ്ങനെതന്നെയാണ് ആ പച്ചരേഖകൾ അയാളുടെ ചുവട്ടിൽക്കിടന്ന് പാഞ്ഞുമറഞ്ഞത്. ഒരവസാനശ്രമംകൂടി–യന്ത്രദണ്ഡ് കുറെക്കൂടി താഴ്ത്തുക.

VII

രക്തം വാർന്നുപോയ ക്ഷീണംകൊണ്ടു ചെവി ചൂളംവിളിക്കുന്നത് പെട്രോവിനു കേൾക്കാമായിരുന്നു. എല്ലാം, വിമാനത്താവളം, പരിചിതമായ മുഖങ്ങൾ–പൊൻനിറംപൂണ്ട അന്തിമേഘങ്ങൾ–ഇവയെല്ലാം ഉലയാനും സാവധാനത്തിൽ വട്ടംതിരിയാനും മങ്ങാനും തുടങ്ങി. മുറിവേറ്റ കാൽ അയാൾ ഒന്നനക്കി. അപ്പോൾ ഉണ്ടായ വേദന അയാളെ ബോധവാനാക്കി.

"അയാൾ മടങ്ങിയില്ലേ" പെട്രോവ് ആരാഞ്ഞു.

"ഇതേവരെ ഇല്ല–സംസാരിക്കാതിരിക്കൂ" ആരോ മറുപടി പറഞ്ഞു.

തന്റെ അവസാനം അടുത്തുവെന്നായപ്പോൾ, അപ്രതീക്ഷിതമായി ചിറകുവെച്ച ദൈവത്തെപ്പോലെ ആ ജർമൻകാരന്റെ മുന്നിലെത്തിയ മെരിസീവ് ഇപ്പോൾ തലയോടുകൾ ചിന്നിച്ചിതറികിടക്കുന്ന ആ വിണ്ടു കീറിയ ഭൂമിയിൽ എവിടെയോ തിരിച്ചറിയുവാൻ കഴിയാത്തവിധത്തിൽ തകർന്നുകഴിഞ്ഞ ഒരു മാംസപിണ്ഡമായി കിടക്കുകയായിരിക്കുമോ. ഇനിയൊരിക്കലും തന്റെ നീലനേത്രങ്ങൾ സാർജന്റ് മേജർ പെട്രോവ് കാണുകയില്ലേ; ഇനി ഒരിക്കലും കാണുകയില്ലേ?

റെജിമെന്റൽ കമാണ്ടർ തന്റെ കോട്ടിന്റെ കൈവലിച്ചു താഴെ ഇട്ടു. ഇനി വാച്ചുനോക്കേണ്ട ആവശ്യമില്ല. തന്റെ ചീകിമിനുസമാക്കിയ തലമുടിയിൽ രണ്ടു കൈകൊണ്ടും തലോടി അദ്ദേഹം ഒരു മ്ലാനതയോടെ പറഞ്ഞു.

"എല്ലാം കഴിഞ്ഞു."

"യാതൊരു ആശയുമില്ലേ" ആരോ പറഞ്ഞു.

"അത്രതന്നെ. ഇന്ധനം കഴിഞ്ഞിരിക്കുന്നു. ഒരുപക്ഷേ വല്ലയിടത്തും ഇറങ്ങിയിരിക്കും, അല്ലെങ്കിൽ ചാടിയിരിക്കും-ഈ മഞ്ചൽ ഇവിടെനിന്നു എടുത്തുമാറ്റൂ.'

കമാണ്ടർ തിരിഞ്ഞ് ഏതോ ഒരു ഗാനം ചൂളംവിളിക്കുവാൻ ശ്രമിച്ചു. പക്ഷേ അതെല്ലാം അപസ്വരത്തിലായി. പെട്രോവിനു തന്റെ തൊണ്ടയിൽ എന്തോ തടയുന്നതുപോലെ തോന്നി; അയാളെ ശ്വാസംമുട്ടിക്കുവാൻ തക്കവണ്ണം വലുതും ചൂടേറിയതുമായ എന്തോ ഒന്ന്. അസാധാരണരീതിയിലുള്ള ഒരു ചുമയുടെ ശബ്ദംപൊങ്ങി. വിമാനത്താവളത്തിന്റെ നടുവിൽ അപ്പോഴും നിശബ്ദരായി നിൽക്കുന്ന ജനക്കൂട്ടം തിരിഞ്ഞുനോക്കി. ഉടൻതന്നെ മുഖം തിരിച്ചു കളഞ്ഞു. മഞ്ചലിൽ കിടന്നിരുന്ന മുറിവേറ്റ വൈമാനികൻ തേങ്ങിത്തേങ്ങി കരയുകയായിരുന്നു.

"അയാളെ എടുത്തു കൊണ്ടുപോകൂ, എന്തൊരു നരകം" ശ്വാസം മുട്ടിക്കുന്ന സ്വരത്തിൽ അതും പറഞ്ഞ് ജനസമൂഹത്തിൽനിന്നു മുഖം തിരിച്ച്, ആഞ്ഞടിക്കുന്ന കാറ്റിൽനിന്നു രക്ഷപ്രാപിക്കാനെന്നപോലെ, കണ്ണിറുക്കി, കമാണ്ടർ നടന്നു പോയി.

ആളുകൾ വിമാനത്താവളത്തിലൂടെ പിരിഞ്ഞുപോകാൻ തുടങ്ങിയ ആ മുഹൂർത്തത്തിൽ തന്നെ, ഒരു നിഴൽ പോലെ നിശബ്ദമായി കാടിന്റെ അറ്റത്ത്, ചക്രങ്ങൾ മരത്തലപ്പുകളെ തൊട്ടുരുമ്മി ഒരു വിമാനം വഴുതിവീണു. ഏതാണ്ട് ഒരു മായാരൂപമെന്നമട്ടിൽ ആളുകളുടെ തലയ്ക്കുമീതെകൂടി, താഴ്ന്ന് ഭൂമിയുടെ ആകർഷണശക്തി അധീനമായപോലെ മൂന്നുചക്രങ്ങളും കുത്തി അത് ആ പുൽപ്പരപ്പിൽ അമർന്നു. ഒരു ചെറിയ തഡ് തഡ് ധ്വനിയും, ചരൽ അമരുന്നതിന്റെ ശബ്ദവും കേട്ടു. സാധാരണ വിമാനം ഇറങ്ങുമ്പോൾ ഉണ്ടാകുന്ന ശബ്ദകോലാഹലത്തിൽ ഇതൊന്നും ഒരിക്കലും കേൾക്കാറില്ല. എല്ലാം വളരെ പെട്ടെന്ന് നടന്നതിനാൽ എന്താണ് സംഭവിച്ചതെന്ന് ആരും മനസിലാക്കിയില്ല.

ഒരു വിമാനം ഇറങ്ങി; അത് 11-ാം നമ്പറായിരുന്നു. ആ ജനസമൂഹം മുഴുവൻ ഉൽക്കണ്ഠാകുലരായി കാത്തുകാത്തു നിന്നിരുന്ന 11-ാം നമ്പർ. "അതാ അത് അയാളാണ്." അസ്വാഭാവികമായ, ഭ്രാന്തുപിടിച്ചപോലുള്ള സ്വരത്തിൽ ആരോ അലറി. സർവരും മയക്കത്തിൽനിന്ന് എന്നപോലെ ഞെട്ടിയുണർന്നു. വിമാനം ഓട്ടം നിർത്തി താവളത്തിന്റെ അറ്റത്ത്, ഒരു കൊച്ചു ബർച്ചുമരത്തിന്റെ മുന്നിൽ നിശ്ചലമായി നിന്നു.

കോക്പിറ്റിൽനിന്നും ആരും എഴുന്നേറ്റില്ല. എല്ലാവരും അതിവേഗത്തിൽ ആപൽശങ്കയോടെ കിതച്ചുകൊണ്ട് വിമാനത്തിന്റെ സമീപത്തേക്ക് ഓടിച്ചെന്നു. അവരുടെയെല്ലാം മുന്നിലെത്തി റെജിമെന്റൽ കമാണ്ടർ. അദ്ദേഹം വിമാനച്ചിറകിൽ ചാടിക്കയറി, ഹുഡ് മാറ്റി, കോക്പിറ്റിനകത്തേക്കു നോക്കി. അനാവൃതശീർഷനായി വേനൽക്കാലത്തെ മേഘംപോലെ വിളറിവെളുത്ത മുഖവുമായി മെരിസീവ്

അതിന്റെ അകത്ത് ഇരിക്കുന്നുണ്ട്. രക്തമയമില്ലാത്ത പച്ചനിറം പൂണ്ട, ആ ചുണ്ടിൽ നേരിയൊരു പുഞ്ചിരി തങ്ങിനിൽക്കുന്നുണ്ട്. കടിച്ചുപൊട്ടിച്ച ചുണ്ടിൽ നിന്ന് ഒഴുകിയ രക്തത്തിന്റെ രണ്ടു കൊച്ചുചാലുകൾ ആ താടിയിൽ ദൃശ്യമായിരുന്നു.

"ജീവനുണ്ടോ. പരിക്കു വല്ലതും പറ്റിയോ."

അലക്സി പതുക്കെ ചിരിച്ചു. ചത്തപോലെ പരവശമായ കണ്ണുതുറന്ന് കേണലിനെ നോക്കിക്കൊണ്ട് അയാൾ പറഞ്ഞു.

"എനിക്ക് ഒന്നുമില്ല-ഞാനൊന്ന് പരിഭ്രമിച്ചുപോയി. ആറു കിലോമീറ്റർ കടക്കുവാൻ ഒരൊറ്റത്തുള്ളി പെട്രോൾ ഉണ്ടായിരുന്നില്ല." വൈമാനികർ വിമാനത്തിനു ചുറ്റും തിരക്കു കൂട്ടിനിന്ന് ശബ്ദഘോഷത്തോടെ അയാളെ അഭിനന്ദിച്ച് അയാൾക്ക് ഹസ്തദാനം ചെയ്തു.

"ബഹളം കൂട്ടല്ലേ ചങ്ങാതികളെ നിങ്ങൾ ആ ചിറക് ഒടിച്ചുകളയും അതുചെയ്യല്ലെ. ഞാൻ പുറത്തേക്കു വരട്ടെ." ഒരു മന്ദസ്മിതത്തോടെ അലക്സി അവരെ ശകാരിച്ചു.

ആ സമയത്ത് അയാളെ വലയം ചെയ്തിരുന്ന തലകളുടെ ചുവട്ടിൽനിന്ന് അത്യന്തം പരിചിതമായ, അതിദൂരത്തിൽനിന്നു വരുകയാണോ എന്നു തോന്നുമാറ് പരീക്ഷണമായ ഒരു ശബ്ദം ഉയർന്നു. "അല്യോഷ, അല്യോഷ"

ഉടനടി അലക്സി തന്റെ ശക്തി വീണ്ടെടുത്തു. അയാൾ ധ്രുതിയിൽ എഴുന്നേറ്റു, കൈകുത്തി വലിഞ്ഞ് തന്റെ ദുർബലമായ കാലുകൾ കോക്പിറ്റിന്റെ ഒരു ഭാഗത്തുവെച്ചു, അതിനിടയിൽ ആരെയോ ചവുട്ടി നിലത്തേക്കു ചാടി.

താൻ കിടക്കുന്ന തലയിണയോടു ലയിച്ചുചേർന്നതുപോലിരുന്നു പെട്രോവിന്റെ മുഖം. ശുഷ്കമായ കൺകുഴികളിൽ രണ്ടു വലിയ കണ്ണുനീർത്തുള്ളികൾ കിടന്നു തിളങ്ങിയിരുന്നു.

"കുട്ടീ, നീ ജീവിച്ചിരിക്കുന്നുവോ, നീ, നീ, ചെകുത്താൻ കുട്ടീ" മഞ്ചലിന്റെ സമീപം മുട്ടിന്മേൽ നിന്നുകൊണ്ട് അലക്സി പറഞ്ഞു. നിസഹായനായി കിടക്കുന്ന തന്റെ സുഹൃത്തിന്റെ തല സ്വന്തം കൈകളിൽ എടുത്ത് വേദനയുണ്ടെങ്കിലും സന്തോഷംകൊണ്ടു പ്രകാശിക്കുന്ന ആ കണ്ണുകളിലേക്ക് ഉറ്റുനോക്കി.

"നീ ജീവിച്ചിരിക്കുന്നുവോ."

"നന്ദി അലോഷ്യ-നിങ്ങളാണ് എന്നെ രക്ഷിച്ചത്. നിങ്ങളാണ്, നിങ്ങൾതന്നെ അല്യോഷ."

"എല്ലാം നശിക്കട്ടെ! ആ മുറിവേറ്റ ആളെ എടുത്തുകൊണ്ടുപോകൂ. എല്ലാവരും വായും തുറന്ന് കഴുതകളെപ്പോലെ നോക്കി നിൽക്കുന്നു!" ഇടിവെട്ടുപോലെ കേണലിന്റെ ശബ്ദം മുഴങ്ങി. ഉഗ്രനും ഹ്രസ്വകായനും ആയ റെജിമെന്റൽ കമാണ്ടർ തന്റെ കരുത്തുറ്റകാലിന്മേൽ ആടിക്കൊണ്ട് അടുത്തുതന്നെ നിന്നിരുന്നു.

"ആ സീനിയർ ലഫ്റ്റനന്റ് മെരിസീവും ഇന്നത്തെ പറക്കലിനെപ്പ

റ്റിയുള്ള റിപ്പോർട്ടു തരൂ. ഏതെങ്കിലും വിമാനം താഴെ വീഴ്ത്തിയോ." ഔദ്യോഗികഭാഷയിൽ അദ്ദേഹം ചോദിച്ചു.

"ഉവ്വ് കേണൽ സഖാവേ. രണ്ടു ഫോക്ക് വൂൾഫുകളെ."

"ശരി, എങ്ങനെ."

"ഒന്ന് കുത്തനെയുള്ള ആക്രമണത്തിൽ, അവൻ പെട്രോവിന്റെ വാലിന്മേൽ തൂങ്ങിക്കിടക്കുകയായിരുന്നു, മറ്റൊന്നു നേരിട്ടുള്ള പൊരുതലിൽ സാമാന്യയുദ്ധം നടക്കുന്ന ഭാഗത്തുനിന്ന് മൂന്നു കിലോമീറ്റർ അകലെ വടക്കോട്ടുമാറി."

"എനിക്കറിയാം, ഇതാ ഭൂനിരീക്ഷകർ ഇപ്പോൾതന്നെ റിപ്പോർട്ടുതന്നതേയുള്ളൂ. നന്ദി."

"ഞാൻ സേവനമനുഷ്ഠിക്കുന്നത്......" അയാൾ ചട്ടമനുസരിച്ചു തുടർന്നു. പക്ഷേ ഈവക നിയമങ്ങളിലെല്ലാം സാമാന്യം കർശനമായ രീതി അവലംബിച്ചിരുന്ന അദ്ദേഹം അലക്സിയെ ഇടയ്ക്കു തടഞ്ഞുകൊണ്ടു സ്വതേയുള്ള സ്വരത്തിൽ പറഞ്ഞു.

"വളരെ നല്ലത്–നാളെ നിങ്ങൾ....നേതൃത്വം ഏറ്റെടുത്തോളൂ. 3–ാം വ്യൂഹത്തിന്റെ നേതാവ് സ്ഥലത്ത് മടങ്ങിയെത്തിയിട്ടില്ല."

അവർ രണ്ടുപേരും കൂടിയാണ് കമാണ്ടിങ്ങ് പോയിന്റിലേക്കു നടന്നത്. അന്നത്തെ പറക്കൽ അവസാനിപ്പിച്ചിരുന്നതിനാൽ എല്ലാവരും അവരെ അനുഗമിച്ചു. കമാന്റിങ്ങ് പോയിന്റിന്റെ പച്ചപിടിച്ച ഉന്നതസ്ഥലത്തേക്ക് അടുക്കാറായപ്പോഴേക്കും, ഒരു ഓർഡലി ഓഫീസർ അവരുടെ അടുത്തേക്ക് ഓടിവന്നു. സന്തുഷ്ടനും ആവേശഭരിതനും നഗ്നശീർഷനുമായിരുന്ന അയാൾ പെട്ടെന്നു കമാണ്ടറുടെ മുന്നിൽ നിന്ന് എന്തോ പറയുവാൻ മുതിർന്നു. പക്ഷേ കേണൽ കർക്കശവും വിരസവുമായ സ്വരത്തിൽ അയാളെ തടഞ്ഞുകൊണ്ട് അലറി.

"എന്താണിത്, തൊപ്പി ധരിക്കാത്ത ആരാണു നിങ്ങൾ? ഒഴിവുസമയം കിട്ടിയ സ്കൂൾകുട്ടിയാണോ?

"കേണൽ സഖാവേ–എന്നെ സംസാരിക്കുവാൻ അനുവദിക്കൂ." ശ്വാസംകിട്ടാതെ അറ്റൻഷനായിനിന്ന് ആവേശംപൂണ്ട ആ ലഫ്റ്റനന്റ് പറഞ്ഞു.

"ശരി."

"നമ്മുടെ അയൽക്കാരൻ–യാക്ക്സിന്റെ കമാണ്ടർ അങ്ങയെ ഫോണിൽ വിളിക്കുന്നുണ്ട്."

"നമ്മുടെ അയൽക്കാരനോ. എന്താണ് അദ്ദേഹത്തിനാവശ്യം." കേണൽ ചുറുചുറുക്കോടെ ഭൂഗർഭവസതിയിലേക്ക് നടന്നു.

"നിങ്ങളെപ്പറ്റിയാണ്." ഓർഡർ അലക്സിയോടു പറയുവാൻ ഭാവിക്കുമ്പോഴേക്കും താഴെനിന്നു കേണലിന്റെ ശബ്ദംകേട്ടു. "മെരിസീവിനെ ഇങ്ങോട്ട് അയക്കൂ."

മെരിസീവ് അദ്ദേഹത്തിന്റെ മുമ്പിൽ എളിയിൽ കൈകുത്തിനിന്നപ്പോൾ ടെലിഫോൺ റിസീവറിന്റെ അറ്റം കൈകൊണ്ടു പൊത്തിപ്പിടിച്ചു കേണൽ ദേഷ്യസ്വരത്തിൽ അലറി.

"എന്താണ് നിങ്ങൾ എനിക്ക് തെറ്റായ വിവരം നൽകിയത്. ഇതാ ഇപ്പോൾ നമ്മുടെ അയൽക്കാരൻ ആരാണ് 11–ാം നമ്പറിൽ പറന്നിരുന്ന തെന്ന് ചോദിക്കുന്നു. ഞാൻ പറഞ്ഞു സീനിയർ ലഫ്റ്റനന്റ് മെരിസീവ് എന്ന്. അപ്പോൾ അദ്ദേഹം ചോദിച്ചു: 'അയാളുടെ കണക്കിൽ ഇന്ന് എത്ര നമ്പർ ചേർത്തിട്ടുണ്ട്' എന്ന്. ഞാൻ പറഞ്ഞു 'രണ്ട്' അപ്പോൾ അദ്ദേഹം പറയുന്നു. ഒന്നുകൂടി അയാളുടെ പേരിൽ ചേർക്കാൻ, തന്റെ വായിൽനിന്ന് ഒരു ഫോക്ക്‌വൂൾഫിനെ ഇന്ന് അയാൾ തട്ടിക്കളഞ്ഞു വെന്നും അത് തകർന്നുവീഴുന്നത് താൻ സ്വയം കണ്ടതാണെന്നും. കൊള്ളാം, എന്താണ് നിങ്ങൾക്കു പറയുവാനുള്ളത്." കേണൽ അല ക്സിയെ നോക്കി മുഖം വീർപ്പിച്ചു. അത് നേരംപോക്കായിട്ടാണോ എന്ന് മനസിലാക്കാൻ എളുപ്പമല്ല. "അത് ശരിയാണോ ഇതാ നിങ്ങൾ പറഞ്ഞോളൂ ഹലോ നിങ്ങൾ അവിടെത്തന്നെ ഉണ്ടോ? സീനിയർ ലഫ്റ്റ നന്റ് മെരീസീവ് ആണ് ഫോണിന്നടുത്ത്. ഞാനിതാ അയാൾക്കു റിസീ വർ കൊടുക്കുകയാണ്."

അപരിചിതനായ, പരുപരുത്ത ഒരു ഉറച്ച ശബ്ദം കമ്പിയിലൂടെ ഒഴുകിവന്നു.

"സീനിയർ ലഫ്റ്റനന്റ്", വളരെ നന്ദി. അതൊരു എണ്ണം പറഞ്ഞ അടിയായിരുന്നു. ഞാൻ അതു തികച്ചും വിലമതിക്കുന്നു. നിങ്ങൾ എന്നെ രക്ഷിച്ചു. ഞാൻ നേരെ അതിന്റെ പിന്നാലെപോയി അതു തകർന്നടിയുന്നതു കണ്ടു. നിങ്ങൾ കുടിക്കുകയില്ലേ? എന്റെ സിപിയി ലേക്കു വരൂ. നിങ്ങളോട് ഒരു 'ലിറ്ററി'ന്റെ കടപ്പാടുണ്ട്–ശരി വീണ്ടും നന്ദി പറയുന്നു. അന്യോന്യം കാണുമ്പോൾ ഹസ്തദാനംചെയ്യാം. ഇതു പോലെതന്നെ തുടരൂ."

മെരിസീവ് റിസീവർ താഴെവച്ചു. അയാൾ വല്ലാതെ ക്ഷീണിച്ചിരു ന്നു. ഇന്നത്തെ അനുഭവങ്ങൾക്കുശേഷം അയാൾക്ക് എഴുന്നേറ്റു നിൽക്കുവാനുള്ള ശക്തിപോലും ഉണ്ടായിരുന്നില്ല. കഴിയുന്നതുംവേഗ ത്തിൽ 'മോൾസ് ടൗണിൽ–തന്റെ പാർപ്പിടത്തിൽപോയി, കൃത്രിമക്കാ ലുകൾ വലിച്ചെറിഞ്ഞ് ഒരു നിവർന്നുകിടക്കാനായിരുന്നു അയാളുടെ അഭിലാഷം. ഒരുനിമിഷനേരം ആ ടെലിഫോണിന്റെ സമീപം തങ്ങി അയാൾ വാതിൽക്കലേക്ക് നീങ്ങി.

"എവിടെയാണ് പോകുന്നത്." കമാണ്ടർ അയാളെ തടഞ്ഞു കൊണ്ട് ചോദിച്ചു. അയാൾ മെരിസീവിന്റെ കൈപിടച്ച്, തന്റെ ചെറിയ ഉരുക്കു കൈകൊണ്ട് വേദനിപ്പിക്കുന്ന തരത്തിൽ ശക്തിയോടെ അമർത്തി. "എന്താണ് എനിക്കു നിങ്ങളോട് പറയാനുള്ളത്! നല്ല കുട്ടി. വാസ്തവത്തിൽ നിങ്ങളെപ്പോലുള്ളവർ എന്റെ സേനാദളത്തിൽ ഉള്ള തുകൊണ്ട് ഞാൻ അഭിമാനം കൊള്ളുകയാണ്. ശരി. ഇനി എന്താണ്, നന്ദി. നിങ്ങളുടെ സുഹൃത്ത്, ആ പെട്രോവ്, ആ കുട്ടിയും മോശ മാണോ? മറ്റുള്ളവരോ–ഞാൻ പറയുന്നു അതു പോലെയുള്ള പോരാളി കൾ ഉള്ളപ്പോൾ ആ യുദ്ധം നഷ്ടപ്പെടുകയില്ല."

വീണ്ടും വേദനിപ്പിക്കുന്ന തരത്തിൽ അദ്ദേഹം മെരിസീവിന്റെ കൈപിടിച്ചമർത്തി.

രാത്രിയായപ്പോൾ മാത്രമേ അയാൾ തന്റെ വിശ്രമസങ്കേതത്തിൽ എത്തിയുള്ളൂ. എന്നിട്ടും അയാൾക്ക് ഉറങ്ങുവാൻ സാധിച്ചില്ല. അയാൾ തലയിണ തിരിച്ചുവെച്ചു. ആയിരംവരെ ആദ്യം മേലോട്ടും പിന്നെ താഴോട്ടും എണ്ണി. എ.പിന്നെ ബി; എന്നിങ്ങനെ തുടങ്ങുന്ന തന്റെ സ്നേഹിതന്മാരുടെ പേരെല്ലാം എണ്ണി. അതുകഴിഞ്ഞ് കണ്ണടയ്ക്കാതെ അയാൾ മണ്ണെണ്ണവിളക്കിലേക്ക് മിഴിച്ചുനോക്കിക്കൊണ്ടിരുന്നു. പക്ഷേ ഉറക്കംവരാനുള്ള ഈ പരീക്ഷകളൊന്നുംതന്നെ അന്നും ഫലപ്രദമായില്ല. കണ്ണടച്ച ഉടനേതന്നെ പരിചിതങ്ങളായ മുഖങ്ങൾ ഇടയ്ക്കിടെ തെളിഞ്ഞും ഇടയ്ക്കിടെ മങ്ങിയും അയാളുടെ മുന്നിൽ പ്രത്യക്ഷപ്പെട്ടു. നരച്ച തലമുടിക്കിടയിലൂടെ വിഷാദം കലർന്ന നേത്രങ്ങൾകൊണ്ടു മിഖായിൽ മുത്തശ്ശൻ അയാളെ നോക്കുന്നുണ്ടായിരുന്നു. തന്റെ പശുവിന്റേതുപോലുള്ള കൺപീലികൾ തുറക്കുകയും അടയ്ക്കുകയും ചെയ്യുന്ന ആൻഡ്രിഡെഗ്ടിറെങ്കോ, നരച്ച തല കുലുക്കിക്കൊണ്ട് ആരെയോ ശകാരിക്കുന്ന വാസിലാവാസിലോവിച്ച്, തന്റെ പട്ടാളമുഖത്ത് ഒരു പുഞ്ചിരിയുമണിഞ്ഞുനിൽക്കുന്ന ആ വൃദ്ധനായ സ്നിപ്പർ, വെളുത്ത തലയിണയുടെ പശ്ചാത്തലത്തിൽനിന്നു പരിഹാസവും തീക്ഷ്ണതയും എല്ലാം അറിയുന്ന ഭാവവും സ്ഫുരിക്കുന്ന വിദഗ്ധനേത്രങ്ങൾ കൊണ്ടു തന്നെ നോക്കിക്കൊണ്ടിരിക്കുന്ന കമ്മിസാർ, വോർബിയോവിന്റെ ചീർത്തുവിളർത്ത മുഖം, കാറ്റിൽ പറന്നുലയുന്ന സിനോച്കയുടെ തീക്കനൽത്തലമുടി; ഇങ്ങനെ പലരും പലതും അയാളുടെ മനസിലൂടെ മിന്നിമറഞ്ഞു. നാമോവ് പുഞ്ചിരിയോടുകൂടി എല്ലാം മനസിലാകുന്നുണ്ട് എന്ന ഭാവത്തിൽ അയാളെ നോക്കി കണ്ണിറുക്കി. എത്രയെത്ര മഹാനായ സുരദ് മൗനങ്ങൾ അയാളെ നോക്കി. ആ അന്ധകാരത്തിലൂടെ പുഞ്ചിരിയിട്ടുകൊണ്ട് അയാളുടെ സ്വതേതന്നെ നിറഞ്ഞു തുളുമ്പുന്ന ഹൃദയത്തിൽ ഓർമകൾ ഉണർത്തുന്നു–സ്നേഹച്ചൂട് നിറയ്ക്കുന്നു! ഈ സ്നേഹിതവദനങ്ങളുടെ ഇടയിൽ നിന്ന് അവയെ മുഴുവൻ മാച്ചുകളഞ്ഞുകൊണ്ട് ഇതാ ഓല്യയുടെ മുഖം ഉയരുന്നു; ഒരു ആഫീസറുടെ യൂണിഫോം ധരിച്ച ക്ഷീണനേത്രയായ അവളുടെ ചടച്ച മുഖം. യഥാർഥത്തിൽ അവൾ തന്റെ മുന്നിൽ ഉണ്ടെന്ന് തോന്നുമാറ് അത്ര തെളിഞ്ഞാണ് അയാൾ മുഖം കണ്ടത്; അതും സാക്ഷാൽ ജീവിതത്തിൽ ഇതേവരെ കണ്ടിട്ടില്ലാത്ത ഒരു രൂപത്തിൽ, ആ ദൃശ്യം അത്രമാത്രം സുവ്യക്തമാകയാൽ അയാൾ കിടക്കയിൽ ഞെട്ടി എഴുന്നേറ്റിരുന്നു.

ഉറങ്ങാൻ ശ്രമിക്കുന്നതുകൊണ്ട് എന്തു പ്രയോജനം? അസന്തുഷ്ടികരമായ ഉന്മേഷത്തള്ളലോടെ അയാൾ കട്ടിലിൽ എഴുന്നേറ്റിരുന്നു. സ്റ്റാലിൻഗ്രാഡ്കയുടെ തിരിതെളിച്ചു നോട്ടുബുക്കിൽനിന്ന് ഒരു ഏട് ചീന്തിയെടുത്ത് എഴുതുവാൻ തുടങ്ങി. തന്റെ മനസിലൂടെ പായുന്ന വിചാരങ്ങളോടൊപ്പമെത്തുവാൻ സാധിക്കാതെ അസ്പഷ്ടമായ

കൈയക്ഷരത്തിൽ അയാളെഴുതി. 'എന്റെ ഓമനേ-ഞാൻ ഇന്ന് മൂന്നു ജർമൻവിമാനങ്ങളെ വീഴ്ത്തി. അതല്ല പ്രധാന കാര്യം. എന്റെ സുഹൃത്തുക്കളിൽ ചിലർ ഇത് ദിവസേന എന്നപോലെ ചെയ്യുന്നതാണ്. ഇതിനെപ്പറ്റി നിന്നോട് ഞാൻ എൻെറ അവസ്ഥ പറയുന്നില്ല. എന്റെ ഓമനേ, വിദൂരതയിൽ ഇരിക്കുന്ന എന്റെ പ്രിയതമേ, ഇന്ന് ഞാനത് പറ യുവാൻ ആഗ്രഹിക്കുന്നു. ഇന്ന് എനിക്ക് അതിനുള്ള അർഹതയുണ്ട്-18 മാസങ്ങൾക്കുമുമ്പു എന്തു സംഭവിച്ചു എന്ന് നിന്നോട് പറയുവാൻ എനിക്ക് അർഹതയുണ്ട്-എനിക്ക് മാപ്പുതരൂ-ദയവായി എനിക്കു മാപ്പു തരൂ-ഞാനത് നിന്നിൽനിന്നു മറച്ചുവെച്ചിരിക്കുകയായിരുന്നു. ഇന്ന് അവസാനം ഞാൻ തീരുമാനിച്ചിരിക്കുന്നു.'

അലക്സി ചിന്താമഗ്നനായിരുന്നു. പാർപ്പിടത്തിന്റെ ചുമരുകളായി പടുത്തിരുന്ന പലകകളുടെ അടിയിലിരുന്ന് എലികൾ കലപില കൂട്ടി. ഉണങ്ങിയ മണ്ണ് അടർന്നുവീഴുന്ന ശബ്ദം കേട്ടു. പുതിയതും തീക്ഷ്ണ വുമായ 'ബർച്ചി'ന്റെ ഗന്ധവും പൂക്കുന്ന പുല്ലിന്റെ വാസനയും, അതി നോടൊപ്പം വാനമ്പാടിയുടെ അകം കുളിർക്കുന്ന കളസംഗീതനാദവും തുറന്ന വാതിലിലൂടെ അകത്തേക്ക് കടന്നു. ഗുഹയ്ക്കപ്പുറത്ത്, വിദൂരത യിൽ എവിടെയോ, ഒരുപക്ഷേ ആഫീസറുടെ ഭോജനശാലക്കപ്പുറത്താ കാം, ആണിന്റേയും പെണ്ണിന്റേയും ശബ്ദങ്ങൾ ഒരുമിച്ചു. ആ ആഷ്മര ത്തിന്റെ ഗാനം സുഖശ്രവമായും വിലാപസ്വരത്തിലും പാടുന്നുണ്ടായി രുന്നു. ദൂരംകൊണ്ട് ഒന്ന് മയപ്പെട്ട ആ ഗാനത്തിന് ഈ രാത്രിയിൽ പ്രത്യേകമായ ഒരു ലാളിത്യമുണ്ടായിരുന്നു-അത് ഹൃദയത്തിൽ മധുര മായ വേദന, പ്രതീക്ഷയുടെയും ആശയുടെയും വേദന നിറച്ചു.

മുന്നേറുന്ന നമ്മുടെ സൈന്യത്തിന്റെ പിന്നിലെവിടെയോനിന്ന് വിദൂരമായ, അമർന്ന വെടിമുഴക്കം കേൾക്കാമായിരുന്നു. പക്ഷേ, അത് ആ സംഗീതധാരയേയോ, വാനമ്പാടികളുടെ കളഗാനത്തേയോ കാട്ടിലെ സ്വപ്നംപോലുള്ള മൃദുമർമരസ്വനത്തേയോ അമർത്തിയിരു ന്നില്ല.

പിൻകുറിപ്പ്

"ഓറിയോൾ" സമരം വിജയകരമായി പര്യവസാനിച്ചുകൊണ്ടിരുന്ന കാലഘട്ടത്തിൽ, ഒരു ദിവസം വടക്കുഭാഗത്തുകൂടി മുന്നേറിക്കൊണ്ടിരുന്ന സഹായസേന, 'ക്രാസ്നോഗോർസ്കി'നടുത്തുള്ള കുന്നുകളിൽനിന്നു നോക്കിയാൽ ബ്രയാസ്ക മുന്നണിയുടെ കേന്ദ്രമായിരുന്ന നഗരം വെന്തെരിയുന്നതു കാണാമെന്നും, കഴിഞ്ഞ 9 ദിവസത്തിനുള്ളിൽ അവിടെ പ്രവർത്തനം നടത്തിയിരുന്ന 'ഗാർഡ്സ് ഫൈറ്റർ എയർ ക്രാഫ്റ്റ് റെജിമെന്റ്,' നാൽപ്പത്തിയേഴു ശത്രുവിമാനങ്ങളെ തകർത്തു കളഞ്ഞുവെന്നും റിപ്പോർട്ടു ചെയ്തിരുന്നു. അവരുടെ സ്വന്തം നഷ്ടം അഞ്ചു വിമാനങ്ങളും മൂന്ന് ആളുകളുമായിരുന്നു. രണ്ടു വൈമാനികർ ചാടി ജീവനോടെ താഴെ എത്തിയിരുന്നു. ചുവപ്പുസേന ത്വരിതമായി മുന്നേറിയ കാലത്തുപോലും അഭൂതപൂർവമായ ഇങ്ങനെയുള്ള ഒരു വിജയം. ആ റെജിമെന്റിന്റെ ആസ്ഥാനത്തേക്ക് പറക്കുന്ന 'ലേയിസൺ' വിമാനത്തിൽ ഞാൻ ഒരു ഇരിപ്പിടം കരസ്ഥമാക്കി. ഈ ഗാർഡ്സ് പോരാളികളുടെ നേട്ടങ്ങളെക്കുറിച്ച് *പ്രവദ* യിൽ ഒരു ലേഖനമെഴുതാൻവേണ്ടി കുറേ വിവരങ്ങൾ ശേഖരിക്കണമെന്നതായിരുന്നു എന്റെ യാത്രയുടെ ഉദ്ദേശം.

കുറ്റിക്കാടുകളും പുറ്റുകളും കഷ്ടിച്ചുമാത്രം മാറ്റപ്പെട്ട ഒരു സാധാരണ കാർഷിക മേച്ചിൽസ്ഥലത്തായിരുന്നു ഈ സേനാവിഭാഗത്തിന്റെ വിമാനത്താവളം. ഒരു ചെറിയ ബർച്ചുവനത്തിനരികെ, ഒരുകൂട്ടം കോഴിക്കുഞ്ഞുങ്ങളെ സൂക്ഷിച്ചിരിക്കുന്നതുപോലെ വിമാനങ്ങളെയെല്ലാം മറച്ചുവെച്ചിരിക്കുകയാണ്. യുദ്ധത്തിന്റെ തിരക്കുപിടിച്ച കാലഘട്ടത്തിൽ സാധാരണ കാണാറുള്ള ഒരു പോർവിമാനത്താവളമായിരുന്നു ചുരുക്കത്തിൽ അതും.

തിരക്കുപിടിച്ച ഒരു ദിവസത്തിന്റെ അവസാന സമയത്താണ് ഞങ്ങൾ അവിടെ എത്തിയത്. ഓറിയോൾ ഭാഗത്തെ അന്തരീക്ഷത്തിൽ

ജർമൻകാർ അത്യന്തം ചുറുചുറുക്കോടെ പ്രവർത്തനം തുടർന്നിരുന്നു. ഒരു ദിവസം ഓരോ പോർവിമാനവും ആറുതവണയെങ്കിലും ആക്രമണം നടത്തിയിരുന്നു. സൂര്യാസ്തമയസമയത്ത് അവസാനത്തെ വിഭാഗങ്ങൾ ഏഴാമത്തെ ആക്രമണം കഴിഞ്ഞ് മടങ്ങുകയായിരുന്നു. ചുറുചുറുക്കേറിയ റജിമെന്റൽ കമാൻണ്ടർ തുറന്നു പറഞ്ഞു: ഇന്നു കഥയെല്ലാം പറഞ്ഞുതരാൻ സാധ്യമല്ലെന്ന്. കാലത്തെ ആറുമണിതൊട്ടേ അദ്ദേഹം വിമാനത്താവളത്തിലായിരുന്നു–മൂന്നു പ്രാവശ്യം അതിനിടയിൽ പറന്നു–നിൽക്കാനുള്ള ശക്തിപോലും തനിക്ക് അവശേഷിച്ചിട്ടില്ലെന്ന് അദ്ദേഹം വിട്ടുപറഞ്ഞു. പത്രക്കാർക്കുകൂടി കാഴ്ച അനുവദിക്കത്തക്ക മനഃസ്ഥിതിയിലായിരുന്നില്ല അപ്പോൾ മിക്ക കമാണ്ടർമാരും ഏതായാലും മടങ്ങിപ്പോകുവാനുള്ള നേരം അതിക്രമിച്ചിരുന്ന സ്ഥിതിക്ക് നാളെവരെ കാക്കുകയേ നിവൃത്തിയുള്ളൂ എന്നു ഞാൻ മനസിലാക്കി. സൂര്യൻ ബർച്ചുമരങ്ങളുടെ ശിഖരാഗ്രങ്ങളിൽ തൊട്ടുനിന്ന് അവയുടെമേൽ ഉരുക്കിയ സ്വർണം പൂശുകയായിരുന്നു.

അവസാനത്തെ വിമാനങ്ങളും താഴെ ഇറങ്ങി. ആ യന്ത്രം നിർത്താതെ നേരെ കാട്ടിലേക്ക് ഓടിച്ചുപോയി. മെക്കാനിക്കുകൾ അവയെ തിരിച്ചുനിർത്തി. പച്ചപ്പുല്ലുകൊണ്ടുമൂടിയ ആസ്ഥാനത്തിൽ വിമാനങ്ങൾ സുരക്ഷിതമായി കൊണ്ടുവിട്ടതിനുശേഷമേ വിളറി ക്ഷീണിച്ച വൈമാനികർ കോക്പിറ്റിൽനിന്ന് ഇറങ്ങിയുള്ളൂ.

3–ാം സേനാഗണത്തിന്റെ കമാണ്ടറുടെ വിമാനമാണ് അവസാനമായി നിലത്ത് എത്തിയത്. അകം കാണാവുന്ന അതിന്റെ 'ഹുഡ്' പിന്നോക്കം വലിച്ചുമാറ്റപ്പെട്ടു. ആദ്യമായി കരിന്താളികൊണ്ട് പണിത സുവർണ രേഖാങ്കിതമായ ഒരു വടി പുറത്ത് പുല്ലിൽ വീണു. വെയിലേറ്റു ശ്യാമവർണം പൂണ്ട, വിശാലമായ മുഖവും കൈയിന്മേൽ ആയം കൊണ്ട് എഴുന്നേറ്റ് ലാഘവത്തോടെ ഒരു ഭാഗത്തേക്ക് ചാടി ചിറകിന്മേൽ ചവുട്ടിയിറങ്ങി. ആരോ പറഞ്ഞു റെജിമെന്റിലെ ഏറ്റവും സമർഥനായ വൈമാനികനാണ് അയാൾ എന്ന്. അന്നത്തെ സായാഹ്നം പാഴാക്കാതിരിക്കാൻ ഞാൻ അയാളോടു സംസാരിക്കാൻ തീരുമാനിച്ചു. അടങ്ങാത്ത കുട്ടികുസൃതിയും, ജീവിതത്തിൽ പലതും കണ്ടറിഞ്ഞ്, അനുഭവിച്ച്, ക്ഷീണിച്ച ഒരു മനുഷ്യന്റെ ബുദ്ധിശക്തിയും ഒരുമിച്ചു തുള്ളിത്തുളുമ്പുന്ന ഉല്ലാസഭരിതനും ഉൻമേഷവാനുമായ ചടച്ച അയാൾ നീല നേത്രങ്ങൾകൊണ്ട് എന്നെ ഒന്നുഴിഞ്ഞു നോക്കി. ആ നോട്ടം ഞാൻ ഇപ്പോഴും ഓർക്കുന്നു.

"ഓ നിങ്ങൾ ഇപ്പോഴുമുണ്ടോ! ഞാനിവിടെ തളർന്നുവീഴും. നിൽക്കാൻ കഴിയുന്നില്ല. തല വട്ടംകറങ്ങുന്നു. വല്ലതും കഴിച്ചുവോ? ഇല്ലേ? എന്നാൽ എന്റെ കൂടെ ഈ ഊൺ മുറിയിലേക്ക് വരൂ. നമുക്ക് ഒന്നിച്ച് അത്താഴം കഴിക്കാം. വെടിവെച്ചു വീഴ്ത്തുന്ന ഓരോ ശത്രുവിമാനത്തിനും 200 ഗ്രാം വോഡ്ക് എന്ന നിലയിൽ അവർ തരും. ഇന്ന് എനിക്ക് 600 ഗ്രാം കിട്ടാനുള്ള അവകാശമുണ്ട്. രണ്ടുപേർക്കു മതിയാ

കും. വരുന്നോ? നിങ്ങൾക്ക് ഒരു കഥ കിട്ടുവാൻ വളരെ ധൃതിയുള്ള സ്ഥിതിക്ക് നമുക്ക് ആഹാരം കഴിക്കുമ്പോൾ വർത്തമാനം പറയാം."

ഞാൻ സമ്മതിച്ചു. തുറന്ന് വർത്തമാനം പറയുന്ന ഉന്മേഷപ്രകൃതിയായ ഈ മനുഷ്യനെ എനിക്കു വളരെ ഇഷ്ടമായി. വൈമാനികർ ചവുട്ടിമെതിച്ച കാട്ടിലെ വഴിയിലൂടെയാണ് ഞങ്ങൾ നടന്നത്. കൂട്ടുകാരന്റെ നടപ്പ് നല്ല ഉശിരോടു കൂടിയായിരുന്നു. ഇടക്കിടെ ബിൽബറി പഴമോ വോർട്ടിൻബറിപഴമോ കുനിഞ്ഞെടുത്ത്, അത് അങ്ങനെതന്നെ തൊലി പൊളിച്ച് വായിലേക്കിടും. ഏറെ വലിഞ്ഞു നടന്നിരുന്നത് അത്യധികമായ ക്ഷീണംകൊണ്ടായിരിക്കും. പക്ഷേ, ഒരിക്കലും അയാൾ വിചിത്രമായ ആ ഊന്നുവടിയെ ആശ്രയിച്ചിരുന്നില്ല; അത് കൈയിൽപ്പിടിച്ചിരുന്നു. ഇടയ്ക്കിടെ കാണുന്ന ഒരു കുമിൾക്കൂണോ, ഒരു വില്ലോച്ചെടിയോ തല്ലിച്ചതക്കാൻ മാത്രമേ അത് ഉപയോഗപ്പെടുത്തിയുള്ളൂ. വഴിക്ക് നല്ലപോലെ വഴുക്കലുള്ള ഒരു 'കൊല്ലി' കടക്കേണ്ടിയിരുന്നു. ആ വൈമാനികന് അതിൽ വളരെ ആയാസപ്പെടേണ്ടി വന്നു. കുറ്റിച്ചെടിയിന്മേൽ മുറുകെ പിടിച്ചു വലിഞ്ഞുവലിഞ്ഞാണ് കയറിയത്. പക്ഷേ അപ്പോഴും ആ വടി ഉപയോഗിച്ചില്ല.

ഊണുമുറിയിൽ കടന്ന ഉടനെതന്നെ അയാളുടെ ക്ഷീണമെല്ലാം ഓടിയൊളിച്ചു. അസ്തമയത്തിന്റെ കുളിർമയേറിയ ചെങ്കനൽപ്രഭ വ്യക്തമായി കാണാവുന്ന വിധത്തിൽ, ജനവാതിലിനരികെയുള്ള ഒരു മേശയുടെ എതിരെയാണ് അയാൾ ഇരുന്നത്. പിറ്റേദിവസം കാറ്റുണ്ടാകും എന്നതിന്റെ മുന്നറിവാണ് ഈ ചെന്തീശോഭയെന്ന് വൈമാനികർ വിശ്വസിക്കുന്നു. ഒരു പാത്രം നിറയെ വെള്ളം കുടിച്ച് അയാൾ ആശുപത്രിയിൽ കിടക്കുന്ന ഒരു യുവസ്നേഹിതന്റെ പേർപറഞ്ഞ് ചുരുളൻതലമുടിയുള്ള സുമുഖിയായ ആ പരിചാരികയെ കളിയാക്കി. അയാൾ കാരണമത്രെ അവൾ വൈമാനികർ നൽകുന്ന ഓർഡറുകളെ കൂട്ടിക്കുഴയ്ക്കുന്നത്. നല്ല രുചിയോടെയാണ് അയാൾ ഭക്ഷണം കഴിച്ചിരുന്നത്. ഇറച്ചിച്ചോറിൽ നിന്ന് എല്ലിൻകഷണമെടുത്ത് അയാൾ അത് ബലമുള്ള പല്ലുകൾകൊണ്ട് കടിച്ചുപറിച്ചു. അടുത്ത മേശക്കരികിൽ ഇരിക്കുന്ന സുഹൃത്തുക്കളുമായി വർത്തമാനം പറഞ്ഞു. എന്നോട് മോസ്കോയിലെ പുതിയ വാർത്തകളെപ്പറ്റി പുതിയതായി പുറത്തിറക്കിയ പുസ്തകങ്ങളെപ്പറ്റി–പുതിയ പുതിയ നാടകങ്ങളെപ്പറ്റി ചോദിച്ചു. ഒരിക്കലും ഒരു മോസ്കോ തിയേറ്റർ കണ്ടിട്ടില്ലാത്തുകൊണ്ട് അയാൾ ഖേദം പ്രകടിപ്പിച്ചു. ഭക്ഷണത്തിന്റെ മൂന്നാമത്തെ കോഴ്സ്–വൈമാനികർ "ഇടിമേഘം" എന്നു വിളിക്കുന്ന ബിൽബെറി ജല്ലി–കഴിഞ്ഞപ്പോൾ അയാൾ ചോദിച്ചു:

"രാത്രിക്കു വല്ല താമസസ്ഥലവും തയാറാക്കിയിട്ടുണ്ടോ" ഒരു നിമിഷം നേരത്തേക്കു മുഖം വീർപ്പിച്ചിരുന്നിട്ട് അയാൾ തുടർന്നു പറഞ്ഞു, "എന്റെ മുറിയിലെ കൂട്ടുകാരൻ ഇന്ന് തിരികെ വന്നിട്ടില്ല. അവിടെ ഒരു കട്ടിൽ ഒഴിവുണ്ടാകും. കുറച്ചു നല്ല വിരിപ്പ് എവിടെനിന്നെങ്കിലും

തപ്പിയെടുക്കാം എന്നാൽ വരൂ."

പുതിയ ആളുകളുമായി സംഭാഷണത്തിലേർപ്പെട്ട് അവരിൽനിന്ന് അറിയാവുന്നതൊക്കെ ചോർത്തിയെടുക്കുവാൻ ഇഷ്ടപ്പെടുന്നവനുമായിരുന്നു ഈ വൈമാനികൻ. ഞങ്ങൾ കൊല്ലിയിലേക്ക് ഇറങ്ങി. അതിന്റെ രണ്ടു ചെരിവുകളിലും റാസ്ബെറി, ലുങ്ങിപോർട്ടു വില്ലോ ച്ചെടി മുതലായ കാട്ടുചെടികൾ സമൃദ്ധമായി വളർന്നു നിൽക്കുന്നതിനിടയിലാണ് ഭൂഗർഭവസതികൾ നിർമിക്കപ്പെട്ടിരുന്നത്. ചീഞ്ഞ ഇലകളും കൂണുകളും അവിടെ ദുർഗന്ധം പരത്തിയിരുന്നു.

ഗൃഹനിർമിതമായ, പുകയുന്ന ആ സ്റ്റാലിൻഗ്രാഡ് വിളക്ക് തീകൊളുത്തിയപ്പോൾ അത് അകമാകെ പ്രകാശപൂർണമാക്കി, അതിൽ ആൾതാമസം തുടങ്ങിയിട്ട് കുറെക്കാലമായി എന്നു തോന്നിപ്പോകും. അതിന്റെ അന്തർഭാഗം വിശാലവും തൃപ്തികരവുമായിരുന്നു. മൺചുമർ തുറന്നുണ്ടാക്കിയ രണ്ടു വൃത്തിയുള്ള തട്ടുകളിൽ വൈക്കോൽനിറച്ച മെത്തകൾ ഇട്ടിരുന്നു. ബർച്ച് മരത്തിന്റെ പുത്തൻതളിരുകൾ, വൈമാനികൻ പറഞ്ഞതുപോലെ സുഗന്ധത്തിനുവേണ്ടി മൂക്കിൽ ശേഖരിച്ചിരുന്നു. തട്ടിന്റെ മീതെയായി ചുമരിൽ ഭംഗിയിൽ വെട്ടിയുണ്ടാക്കിയ ഷെൽഫുകളിൽ നിറയെ വർത്തമാനപ്പത്രങ്ങൾ വിരിച്ച്, അതിൽ പുസ്തകക്കെട്ടുകളും ക്ഷൗരോപകരണങ്ങളും മറ്റു സാമഗ്രികളും അടുക്കിവെച്ചിരുന്നു. ഒരു തട്ടിന്റെ തലയ്ക്കലായി വീട്ടിലുണ്ടാക്കിയ ഭംഗിയുള്ള പ്ലെക്സിഗ്ലാസ് കൂട്ടിൽ ഇട്ടുവെച്ചിരിക്കുന്ന രണ്ടു പടങ്ങൾ മങ്ങിയ വെളിച്ചത്തിൽ കാണാം. വിശ്രമസമയം ചെലവഴിക്കുവാൻവേണ്ടി തകർന്നു വീണ ശത്രുവിമാനങ്ങളുടെ അവശിഷ്ടങ്ങളിൽനിന്നു സേനാഗണത്തിലെ കലാവിരുതുള്ളവർ ഇങ്ങനെയുള്ള ചട്ടക്കൂടുകൾ ഉണ്ടാക്കാറുണ്ട്. മേശമേൽ ഒരു പാത്രം നിറയെ സൗരഭ്യം തൂകുന്ന റാസ്ബറി പഴങ്ങൾ. ഒരു ബർഡോക്ക് ഇലകൊണ്ടു മൂടിവെച്ചിരുന്ന റാസ്ബറികൾ; ചെറിയ ബർച്ച്മരങ്ങൾ നിലത്തുവിരിച്ചിരുന്ന വൈക്കോൽ ഫിർകൊമ്പുകൾ എന്നിവ മധുരവും തീക്ഷ്ണവുമായ ഒരു ഗന്ധം പരത്തിയിരുന്നു. നല്ല തണുപ്പായിരുന്നു അവിടെ; കൊല്ലികളിൽ ഇരുന്നു ചിലയ്ക്കുന്ന മണ്ണട്ടയുടെ സ്വരത്തിൽപോലും ഒരു സാന്ത്വനം പ്രകടമായിരുന്നു. സുഖകരമായ ഒരു ആലസ്യത്തിൽ ആണ്ടുപോയതിനാൽ വർത്തമാനം പറയലും റാസ്ബറി പഴംകഴിക്കലും എല്ലാം അടുത്ത ദിവസത്തേക്കു നീട്ടിവയ്ക്കാൻ തന്നെ ഞങ്ങൾ തീരുമാനിച്ചു.

വൈമാനികൻ പുറത്തേക്കുപോയി. അയാൾ ശബ്ദകോലാഹലത്തോടെ പല്ലു തേക്കുന്നതും തണുത്ത വെള്ളംകൊണ്ട് മേൽ കഴുകുന്നതും ഞാൻ കേട്ടു. ഈ ചീറ്റലും തുമ്മലും അടുത്തുള്ള കാട്ടിൽ പ്രതിധ്വനിച്ചു. തലമുടിയിലും പുരികക്കൊടിയിലും തങ്ങിനിന്ന വെള്ളത്തുള്ളികളുമായി ഉല്ലാസപൂർവം ഒരു നവോന്മേഷത്തോടെ തിരിച്ചുവന്ന് അയാൾ വിളക്കിന്റെ തിരി താഴ്ത്തി വസ്ത്രംമാറ്റുവാൻ തുടങ്ങി. എന്തോ ഒന്ന് കനത്ത ശബ്ദമുണ്ടാക്കി നിലത്തുവീണു. ഞാൻ താഴെ

നോക്കി എനിക്ക് എന്റെ കണ്ണുകളെ വിശ്വസിക്കുവാൻ സാധിച്ചില്ല. അയാളുടെ കാലുകളാണ് നിലത്തുകിടന്നിരുന്നത്. കാലില്ലാത്ത വൈമാനികൻ! ഒരു പോർവിമാനത്തിലെ പൈലറ്റ്! അന്നേദിവസം ഏഴ് ആക്രമണസമരത്തിൽ പങ്കെടുത്ത് മൂന്നു ശത്രുവിമാനങ്ങളെ താഴെ വീഴ്ത്തിയ ഒരു പൈലറ്റ്! ഹാ! ഇതു തികച്ചും അവിശ്വസനീയമായിരിക്കുന്നു.

പക്ഷേ അയാളുടെ കാലുകൾ കൃത്രിമക്കാലുകൾ, അവയോട് ഭംഗിയുള്ള യോജിച്ചുകിടക്കുന്ന പട്ടാളഷൂസോടുകൂടി ഇതാ നിലത്തു കിടക്കുന്നു. അവയുടെ മേൽഭാഗം കട്ടിലിന്റെ അടിയിലായിരുന്നു. അതു കണ്ടാൽ തോന്നുക പുറത്തേക്കു കാലുകൾ നീട്ടിവെച്ചു ആരോ പതുങ്ങിക്കിടക്കുകയാണെന്നാണ്. എനിക്കുണ്ടായ അത്ഭുതം എന്റെ മുഖത്തു പ്രകടമായി. എന്റെ അതിഥി സന്തോഷപൂർവമായ ഒരു നേരിയ ചിരിയോടെ ചോദിച്ചു;

"ഇത് ഇതിനുമുമ്പു കണ്ടില്ലേ?"

"ഞാനിതു സ്വപ്നത്തിൽപോലും.......അത് കേൾക്കുന്നതിൽ എനിക്കു സന്തോഷമുണ്ട് നന്ദി. പക്ഷേ ഇതാരും പറഞ്ഞില്ലല്ലോ എന്നോർത്ത് ഞാൻ അത്ഭുതപ്പെടുകയാണ്. ഇവിടെ സേനാദളത്തിൽ വീരന്മാരോടൊപ്പംതന്നെ നിരവധി വായാടികളുണ്ട്. അവർ നിങ്ങളുടെ ഒരു പുതിയ ആളുടെ–പ്രത്യേകിച്ച് *പ്രവ്ദ* ലേഖകന്റെ അടുത്തേയ്ക്കു പാഞ്ഞുവന്ന് അവരുടെ ഇടയിൽ ഇങ്ങനെ ഒരു വികൃതിയുണ്ടെന്ന് അറിയിക്കാത്തത് വലിയ തമാശയായിരിക്കുന്നു."

"എങ്കിലും ഇതൊരു അസാധാരണമായ സംഗതിയാണെന്ന് നിങ്ങളും സമ്മതിക്കും. കാലില്ലാതെ ഒരു പോർവിമാനത്തിൽ സമരംചെയ്യുക: അതിനു കുറെ പ്രയത്നം ആവശ്യമാണ്. വ്യോമയാനത്തിന്റെ ചരിത്രത്തിന്മേൽ ഇതുപോലുള്ള ഒന്ന് ഇതുവരെ ഉണ്ടായിട്ടില്ല."

ഉല്ലാസത്തോടെ ചൂളംവിളിച്ചുകൊണ്ട് ആ വൈമാനികൻ തുടർന്നു പറഞ്ഞു.

"വ്യോമയാനത്തിന്റെ ചരിത്രം എനിക്ക് അധികമൊന്നും അറിയാമായിരുന്നില്ല. പക്ഷേ, ഈ യുദ്ധത്തിൽ സോവിയറ്റ് വൈമാനികരിൽനിന്നു ഞാൻ അതെല്ലാം പഠിച്ചു. പക്ഷേ, അതിൽ സന്തോഷിക്കാനെന്തുണ്ട്? ഞാൻ പറയുന്നത് വിശ്വസിക്കൂ. തീർച്ചയായിട്ടും ഞാൻ പ്രകൃത്യാ ഉള്ള കാലുകളോടുകൂടി പറക്കുവാനാണ് ഇച്ഛിക്കുക. പക്ഷേ, അതിന് നിവൃത്തിയില്ല. അങ്ങനെയായി സംഭവഗതികൾ." വൈമാനികൻ ദീർഘനിശ്വാസം വിട്ടുകൊണ്ടു പറഞ്ഞു. "വാസ്തവം പറയുകയാണെങ്കിൽ വ്യോമയാന ചരിത്രത്തിൽ ഇത്തരം സംഭവങ്ങൾ ഉണ്ടായിട്ടുണ്ട്."

അയാൾ തന്റെ ഭൂപടപേടകത്തിൽ തപ്പി ഒരു മാസികാഖണ്ഡം പുറത്തെടുത്തു. അതിലെ താളുകൾ കീറിപ്പറിഞ്ഞതിനാൽ ഒരു കഷണം മെഴുകുതിരിക്കടലാസ് വെച്ചു ഒട്ടിച്ചിരിക്കുകയാണ്. ഒരു കാല് നഷ്ടപ്പെട്ടിട്ടും ഒരു വിമാനം പൈലറ്റുചെയ്ത വൈമാനികന്റെ കഥയാണ് അതിൽ വർണിച്ചിരിക്കുന്നത്.

“പക്ഷേ, അയാൾക്ക് ഒരു കാൽ ഉണ്ടായിരുന്നില്ലേ–? മാത്രമല്ല അയാൾ പറപ്പിച്ചിരുന്നത് പോർവിമാനമല്ല–ഒരു ആന്റിഡെലുവിയൻ ഫാർമാൻ അയിരുന്നുവല്ലോ.” ഞാൻ പറഞ്ഞു.

“പക്ഷേ ഞാനൊരു സോവിയറ്റ് വൈമാനികനാണ്” അതായിരുന്നു മറുപടി. “ഞാൻ അവസ്ഥ പറയുകയാണ് എന്നു വിചാരിക്കരുത്. അത് എന്റെ ഭാഷയല്ല. അത് ഒരു നല്ല യഥാർഥ മനുഷ്യൻ എന്നോട് പറഞ്ഞതാണ്. (യഥാർഥ എന്ന പദം അയാൾ ശക്തിയൂന്നിയാണ് പറഞ്ഞത്) അദ്ദേഹവും ഇപ്പോൾ മരിച്ചിരിക്കുന്നു. ‘ആത്മാർഥവും ലളിത മധുരവുമായ ഒരു വ്യഥ ആ വൈമാനികന്റെ പ്രസരിപ്പുള്ള മുഖത്ത് പ്രതിഫലിച്ചു മാഞ്ഞുപോയി. ദയാലസിതമായ ഒരു വെളിച്ചം അയാളുടെ കണ്ണിൽ തെളിഞ്ഞു. മുഖത്തിന് ഇപ്പോൾ ഒരു പത്തുവയസ്സു കുറവേ തോന്നുകയുള്ളൂ–ഏതാണ്ട് ഒരു യുവാവിന്റേതുപോലെ, പക്ഷേ, ഞാൻ ഉടനെ മനസിലാക്കി, അൽപ്പനിമിഷങ്ങൾക്കു മുമ്പ് ഞാൻ ഒരു മധ്യവയസ്കനായി കണക്കാക്കിയിരുന്ന ഈ മനുഷ്യന് കഷ്ടിച്ച് ഇരുപത്തിമൂന്നു വയസേ ആയിട്ടുള്ളൂ എന്ന്.

“ഏതാണ്ട്, എപ്പോഴാണ്, എങ്ങനെയാണ് ഇത് സംഭവിച്ചത് എന്ന് ആളുകൾ ചോദിക്കുമ്പോൾ എനിക്ക് വെറുപ്പാണ് ഉണ്ടാകാറ്! നിങ്ങൾ എനിക്ക് അപരിചിതനാണ് നാളെ കാലത്ത് നാം ‘ഗുഡ്ബൈ’ പറഞ്ഞു പിരിയും. ഒരുപക്ഷേ, വീണ്ടും നാം കണ്ടുമുട്ടി എന്ന് വരികയില്ല. നിങ്ങൾക്ക് ഇഷ്ടമാണെങ്കിൽ ഞാൻ എന്റെ കാലിന്റെ കഥ പറയാം.’

അയാൾ കട്ടിലിൽ എഴുന്നേറ്റിരുന്നു ബ്ലാങ്കറ്റ് കൊണ്ടു താടിവരെ മൂടി കഥ പറയുവാൻ തുടങ്ങി. എന്നെ തീരെ മറന്ന്, അയാൾ ഉറക്കെ ചിന്തിക്കുകയാണ് എന്നേ തോന്നൂ. അയാൾ ആ കഥ നല്ലപോലെ വിശദീകരിച്ചാണ് പറഞ്ഞത്. അയാൾക്ക് കൂർമതയുള്ള മനസും നല്ല ഓർമ ശക്തിയും വിശാലമായ ഒരു ഹൃദയവും ഉണ്ട് എന്ന് തെളിഞ്ഞിരുന്നു. എന്തോ പ്രധാനമായ ഒന്നാണ് ഞാൻ കേൾക്കുവാൻ പോകുന്നെതെന്നും അത് വീണ്ടും കേൾക്കുവാൻ ഇടവരികയില്ലെന്നും, തോന്നുകയാൽ ഞാൻ മേശമേൽനിന്ന് ഒരു സ്കൂൾ നോട്ടുബുക്ക് വലിച്ചെടുത്തു. അതിന്റെ ചട്ടയിൽ 3–ാം വിഭാഗത്തിന്റെ സമരത്തിന്റെ ലോഗ് എന്ന് എഴുതിയിരുന്നു. അയാൾ പറഞ്ഞത് അങ്ങനെ തന്നെ ഞാൻ പകർത്തുവാൻ തുടങ്ങി.

കാനനത്തിലൂടെ രാത്രി മങ്ങി മറയുകയായിരുന്നു, മേശമേൽ ഉണ്ടായിരുന്ന വിളക്ക് ചീറിപ്പിടഞ്ഞു. ശ്രദ്ധയില്ലാത്ത നിരവധി പ്രാണികൾ ചിറകുകരിഞ്ഞ് അതിന്റെ ചുറ്റും വീണുകിടന്നിരുന്നു. ആദ്യം കാറ്റ് ഒരു വൃന്ദവാദ്യഗീതത്തിന്റെ കുഞ്ഞലകളെ ഞങ്ങളുടെ ചെവിയിലേക്ക് എത്തിച്ചിരുന്നു. അതിന്റെ നാദം നിലച്ചു. ഇപ്പോൾ കാട്ടിലെ നിശാശബ്ദങ്ങൾമാത്രം–പൂച്ചികളുടെ കൂർത്ത സ്വനം. ദൂരത്തിരിക്കുന്ന ഒരു മൂങ്ങയുടെ മൂളൽ, അടുത്ത കായൽപ്പാടത്തെ തവളകളുടെ കർണകഠോരമായ അലർച്ച. ചീവീടുകളുടെ ചിലയ്ക്കൽ ഇവയായിരുന്നു ആ വിലാപഗീതത്തെ അനുഗമിച്ചത്.

ഈ മനുഷ്യൻ പറഞ്ഞിരുന്ന അസാധാരണമായ കഥ അത്രമാത്രം രസാത്മകമായിരുന്നതിനാൽ ആകാവുന്നിടത്തോളം തന്നെ ഞാൻ അത് പകർത്തുവാൻ നിശ്ചയിച്ചു. ഞാൻ ഒരു നോട്ടുപുസ്തകം മുഴുവനാക്കി, ഷെൽഫിൽ വേറെ ഒന്നു കണ്ടുപിടിച്ച് അതും നിറച്ചെഴുതി–ആ വീതികുറഞ്ഞ വാതിലിലൂടെ കാണാവുന്ന പൂർവാകാശം വിളറിത്തുടങ്ങിയത് അറിഞ്ഞതേ ഇല്ല. അലക്സി മെരിസീവ് കഥ അന്നത്തേതു വരെ പറഞ്ഞു–അതായത് റിച്ചോഫൻ വിഭാഗത്തിലെ മൂന്നുവിമാനങ്ങളെ വെടിവെച്ചു വീഴ്ത്തിയപ്പോൾ അയാൾക്കു തികച്ചും ബോധ്യമായി, താൻ ശരിക്കും ഒരു വൈമാനികനാകാനുള്ള അർഹതനേടി എന്ന്–മറ്റുള്ളവരുടെ ഒപ്പമായി എന്ന്.

“നാം സംസാരിച്ചുകൊണ്ടിരിക്കുമ്പോൾ രാത്രി അവസാനിച്ചിരിക്കുന്നു. നാളെകാലത്ത് എനിക്ക് ചെയ്യേണ്ട ആദ്യസംഗതി പറക്കുകയായിരിക്കും” കഥയിൽ ഇടയ്ക്കു കയറിക്കൊണ്ട് അയാൾ പറഞ്ഞു– “ഞാൻ നിങ്ങളെ വല്ലാതെ കഷ്ടപ്പെടുത്തി. നമുക്ക് അൽപ്പം ഉറക്കം കിട്ടുമോ എന്നുനോക്കാം.”

“പക്ഷേ, എന്താണ് ഓല്യയെപ്പറ്റി പറയാനുള്ളത്?. എന്തായിരുന്നു അവരുടെ മറുപടി?” ഞാൻ ചോദിച്ചു

“എനിക്കു വ്യസനമുണ്ട്–ഒരുപക്ഷേ ആ ചോദ്യം അസംബന്ധമായിരിക്കും. അങ്ങനെ ആണ് എങ്കിൽ മറുപടി പറയണ്ടേ.”

“ഓ, ഓ, അല്ല. എന്തുകൊണ്ട്” അയാൾ ചിരിച്ചുകൊണ്ടു പറഞ്ഞു. “ഞങ്ങൾ രണ്ടുപേരും മിടുക്കരാണ്–സംഗതി എന്തായി. എന്നാൽ അവൾ അതെല്ലാം നേരത്തെതന്നെ അറിഞ്ഞിരുന്നു. എന്റെ സുഹൃത്ത് ആൻഡ്രിഡെഗ്ടിറെങ്കോ എല്ലാം അവൾക്ക് എഴുതി അയച്ചിരുന്നു –ആദ്യം എന്റെ അപകടത്തെപ്പറ്റിയും, പിന്നീട് എന്റെ കാലുകൾ ഛേദിച്ചതും. ഞാൻ അത് അവളിൽനിന്നു മറച്ചുവയ്ക്കുക കാരണം, അവൾ തീർച്ചയാക്കി, എനിക്ക് അത് അവളെ അറിയിക്കുക വിഷമമായിരിക്കുമെന്ന്, അതുകൊണ്ട് അവളും ഒന്നുംതന്നെ അറിഞ്ഞില്ല എന്നു നടിച്ചു. ദൈവത്തിനറിയാം എന്തിനെന്ന്, ഞങ്ങൾ രണ്ടുപേരും അന്യോന്യം വഞ്ചിക്കുകയായിരുന്നു. നിങ്ങൾക്ക് അവളെ ഒന്നു കാണണമോ?”

അയാൾ തിരിനീട്ടി, തന്റെ കട്ടിലിന്റെ മുകളിലായി ഭംഗിയേറിയ പ്ലെക്സി ഗ്ലാസ്സുകളിലാക്കി ചുമരിൽ കുത്തിയിട്ടിരുന്ന ആ ചിത്രങ്ങളുടെ സമീപത്തേക്ക് വിളക്കു കൊണ്ടു പോയി. യാതൊരു ചിന്താഭാരവുമില്ലാതെ ചിരിച്ചുകൊണ്ട് ഒരു മൈതാനത്തിൽ പൂക്കളുടെ ഇടയിലായി ഇരിക്കുന്ന ഒരു പെൺകുട്ടിയുടെ മിക്കവാറും മാഞ്ഞുതുടങ്ങിയ ഫോട്ടോവാണ് ഒന്ന്. മറ്റേതിൽ അതേ പെൺകുട്ടി ചടച്ച ദേഹവും വിരുതേറിയ മുഖവും നിശ്ചയദാർഢ്യം തുളുമ്പുന്ന നോട്ടവുമായി ഒരു ജൂനിയർ ലഫ്റ്റനന്റ് സാങ്കേതികവിദഗ്ധയുടെ യൂണിഫോം അണിഞ്ഞു നിൽക്കുന്നു; അവൾ തുലോം കൃശയായിരുന്നതിനാൽ ആ യൂണിഫോമിൽ, ഒരു സുമുഖനായ ആൺകുട്ടിയാണെന്നേ തോന്നൂ, പക്ഷേ, ആ

കുട്ടിക്ക് ക്ഷീണിച്ച കുത്തിത്തുളയ്ക്കുന്ന ബാലസഹജമല്ലാത്ത കണ്ണാണ് ഉണ്ടായിരുന്നത്.

"അവളെ ഇഷ്ടമായോ?"

"വളരെ" തികഞ്ഞ ആത്മാർഥതയോടെയാണ് ഞാൻ പറഞ്ഞത്.

"എനിക്കും" അയാൾ പ്രീതികരമായ ഒരു ചിരിയോടെ പറഞ്ഞു.

"സ്റ്റുറുക്കോവ് ഇപ്പോൾ എവിടെയാണ്?"

"എനിക്കറിയില്ല വെലിക്കിലുക്കിയുടെ സമീപത്ത് എവിടെയോ നിന്ന് കഴിഞ്ഞ തണുപ്പുകാലത്തായിരുന്നു എനിക്ക് അവസാനത്തെ എഴുത്തു കിട്ടിയത്."

"ആ ടാങ്കിസ്റ്റ് എന്താണ് അയാളുടെ പേര്?"

"ഗ്രിഷഗ്വോസ്ഡേവിനെയാണോ ഉദ്ദേശിക്കുന്നത്. അയാൾ ഇപ്പോൾ ഒരു മേജർ ആയിരിക്കുന്നു, പ്രോക്കോറോവ്കയിലെ സുപ്രസിദ്ധ സമരത്തിലും പിന്നീടു കുർസ്ക് സാലിയന്റിലെ ടാങ്ക് ആയോധത്തിലും അയാൾ പങ്കെടുത്തിരുന്നു. ഒരേ പ്രദേശത്താണ് ഞങ്ങൾ പ്രവർത്തനം നടത്തിയിരുന്നതെങ്കിലും തമ്മിൽ കാണുവാൻ സാധിച്ചില്ല. അയാൾക്ക് ടാങ്ക് വ്യൂഹത്തിന്റെ നേതൃത്വമാണ്. കുറേക്കാലമായി അയാൾ എഴുതാറില്ല. എനിക്കറിയില്ല എന്തുകൊണ്ടാണെന്ന്. സാരമില്ല ജീവിച്ചിരിപ്പുണ്ടെങ്കിൽ ഞങ്ങൾ ഇനിയും കാണും–എന്തുകൊണ്ട് വയ്യ? ശരി ഇനി നമുക്ക് അൽപ്പം ഉറങ്ങുവാൻ നോക്കുക. രാത്രി കഴിഞ്ഞുപോയി;"

അയാൾ വിളക്ക് ഊതി അവിടെ ഒരു അർധാന്ധകാരം പരന്നു. മുഖം വീർപ്പിച്ചുകൊണ്ടുവരുന്ന പുലരിയുടെ മങ്ങിയ വെളിച്ചത്തിൽ കൊതുകുകളുടെ മൂളൽ ഞങ്ങൾ വ്യക്തമായി കേട്ടു. ഒരുപക്ഷേ ഈ വിചിത്രമായ വനവാസകേന്ദ്രത്തിൽ ഒരൊറ്റ അസുഖം അതായിരിക്കാം.

"എനിക്കു നിങ്ങളെക്കുറിച്ചു *പ്രവദ* യിൽ എഴുതണമെന്നു വലിയ ആഗ്രഹമുണ്ട്."

"ശരി, ആയിക്കൊള്ളൂ" പ്രത്യേകമായ ഒരു ആവേശവും കൂടാതെ ആ വൈമാനികൻ പറഞ്ഞു. പിന്നെ ഉറക്കം തൂങ്ങിക്കൊണ്ട് അയാൾ തുടർന്നു: "അല്ലെങ്കിൽ വേണ്ട. ഗീബൽസ് കഥ കണ്ടുപിടിച്ച് റഷ്യക്കാർ കാലില്ലാത്ത വൈമാനികരെക്കൊണ്ടുപോലും നിർബന്ധപൂർവം യുദ്ധം ചെയ്യിക്കുകയാണെന്നും മറ്റും ലോകമാകെ പറഞ്ഞു പരത്തും. നിങ്ങൾക്കറിയില്ലേ എന്തുവകക്കാരാണ് ഈ ഫാസിസ്റ്റുകൾ എന്ന്."

ഒരു നിമിഷത്തിനുശേഷം അയാൾ അസലായിട്ട് കൂർക്കംവലിക്കുകയായിരുന്നു. ആ ഏറ്റുപറച്ചിലിന്റെ മഹത്വവും ലാളിത്യവും എന്നെ പുളകം കൊള്ളിച്ചു. എന്റെ നേരെ മുമ്പിൽ കഥയുടെ നായകൻ ഉറങ്ങിക്കിടക്കുകയല്ലായിരുന്നുവെങ്കിൽ ആ പ്രഭാതപ്രകാശത്തിൽ വ്യക്തമായി കാണത്തക്കവിധം അയാളുടെ കൃത്രിമക്കാലുകൾ നിലത്തു കിടന്നിരുന്നില്ലെങ്കിൽ ഇത് ഒരു മനോഹരമായ എതിഹാസികകഥയാകുമായിരുന്നു.

ഞാൻ അതിൽപിന്നെ അലക്സിമെരിസീവിനെ കണ്ടിട്ടില്ല. പക്ഷേ യുദ്ധതരംഗങ്ങൾ എന്നെകൊണ്ടുപോയ സ്ഥലങ്ങളിലൊക്കെയും അന്നു ഞാൻ ഓറിയോളിൽവെച്ച് ആ വൈമാനികന്റെ പ്രശസ്തമായ 'ഓഡസ്സി' പകർത്തിയെടുത്തിരുന്ന ആ രണ്ടു നോട്ടുബുക്കുകൾ എന്റെ കൈവശംവെച്ചിരുന്നു. യുദ്ധകാലത്തും അതു കഴിഞ്ഞു സ്വാതന്ത്ര്യം പ്രാപിച്ച യൂറോപ്യൻ രാജ്യങ്ങളിലൂടെ യാത്ര ചെയ്യുമ്പോഴും എത്ര യെത്ര പ്രാവശ്യം ഞാൻ അയാളെപ്പറ്റി ഒരു കഥ എഴുതാൻ ശ്രമിച്ചുവെന്നോ! പക്ഷേ എനിക്കതു നിർത്തിവയ്ക്കേണ്ടിവന്നു–എന്തെന്നാൽ എഴുതിവന്നപ്പോൾ അത് ആ യഥാർഥ മനുഷ്യന്റെ കഥയുടെ ഒരു മങ്ങിയ നിഴൽപോലെ മാത്രമേ ഇരുന്നുള്ളൂ.

ന്യൂറംബർഗിൽവെച്ചു നടന്ന അന്താരാഷ്ട്ര സൈനിക ട്രിബലൂണിന്റെ സമ്മേളനത്തിൽ ഞാനും സന്നിഹിതനായിരുന്നു. അന്ന് ഹെർമാൻഗോറിങ്ങിന്റെ എതിർവിസ്താരം അവസാനിക്കുകയായിരുന്നു. ആധികാരികമായ തെളിവുകളുടെ സമ്മർദംകൊണ്ട് സഞ്ചലിതനായി, സോവിയറ്റ് പ്രോസിക്യൂട്ടറുടെ ചോദ്യാവലികൊണ്ട് ഗത്യന്തരമില്ലാതെ 'ആ രണ്ടാം നമ്പർ ജർമൻ നാസി' മനസില്ലാമനസോടെ ഞെരിച്ചമർത്തിയ പല്ലുകൾക്കിടയിലൂടെ, കോടതിയോട് എങ്ങനെയാണ് എന്റെ പിതൃഭൂമിയുടെ വിശാലവക്ഷസിൽവെച്ചു നടന്ന സമരങ്ങളിൽ ചുകപ്പുസേനയുടെ ആഘാതമേറ്റ് ഇത:പര്യന്തം അജയ്യമായിരുന്ന ഫാസിസ്റ്റ് സൈന്യം തകർന്നടിഞ്ഞുപോയതാണെന്നു പറയുകയായിരുന്നു, സ്വയം ന്യായീകരിച്ച് മേലോട്ടുനോക്കി ഗോറിങ്ങ് പറഞ്ഞു 'അതായിരുന്നു ദൈവനിശ്ചയം' ചതിയിൽ സോവിയറ്റ് യൂണിയനെ ആക്രമിക്കുകയും, അതിന്റെ ഫലമായി ജർമനി നശിക്കുകയും, ചെയ്തതുകൊണ്ട്, ഏറ്റവും നീചമായ ഒരു കുറ്റമാണ് നിങ്ങൾ ചെയ്തതെന്ന് സമ്മതിക്കുവാൻ സന്നദ്ധനാണോ' സോവിയറ്റ് പ്രോസിക്യൂട്ടർ റോമൻഡെൻങ്കോ ഗോറിങ്ങിനോട് ചോദിച്ചു.

"അതൊരു കുറ്റമല്ല; മാരകമായ ഒരു അബദ്ധം മാത്രമായിരുന്നു" മുഖം വീർപ്പിച്ചു, പതുങ്ങിയ ഒരു സ്വരത്തിൽ താഴോട്ടുനോക്കിക്കൊണ്ട് ഗോറിങ്ങ് പറഞ്ഞു. "ഞങ്ങൾ സാഹസികമായി പ്രവർത്തിച്ചു എന്നു മാത്രമേ എനിക്കു സമ്മതിക്കാനാകൂ. യുദ്ധത്തിനിടയിൽ ഞങ്ങൾക്കു മനസിലായതുപോലെ–പല കാര്യങ്ങളേയും കുറിച്ച് ഞങ്ങൾ അജ്ഞാതരായിരുന്നു. പലതും ഞങ്ങൾ സംശയിച്ചിരുന്നുപോലുമില്ല. ഞങ്ങൾ അറിയാനിരുന്നതും ഞങ്ങൾക്ക് മനസിലാക്കാൻ സാധിക്കാത്തതുമായ പ്രധാന സംഗതി സോവിയറ്റ് റഷ്യക്കാരുടെ സ്വഭാവമായിരുന്നു. അവർ ഒരു കടങ്കഥയായിരുന്നു; ഒരു കടങ്കഥയായി ഇരിക്കുകയും ചെയ്യും. ലോകത്തിലെ ഏറ്റവും വലിയ, ബുദ്ധിശാലികൾക്കുപോലും സോവിയറ്റുകാരുടെ യഥാർഥമായ സമരപരമായ കഴിവുകളെ മനസിലാക്കുവാനുള്ള ശക്തി ഉണ്ടായിരുന്നില്ല. താൻ ഉദ്ദേശിക്കുന്നത് തോക്കിന്റെയോ വിമാനത്തിന്റെയോ ടാങ്കുകളുടെയോ എണ്ണമല്ല. അത് ഏകദേശം

ഞങ്ങൾക്കറിയാമായിരുന്നു. അവരുടെ വ്യവസായത്തിന്റെ കഴിവും പ്രവർത്തനവും ഞാൻ ഇവിടെ ഉദ്ദേശിക്കുന്നില്ല. എന്റെ മനസിലുള്ളത് അവിടത്തെ ജനങ്ങളാണ്. വൈദേശികന് എന്നുമെന്നും ഒരു കടങ്കഥയാണ് റഷ്യാക്കാരൻ. നെപ്പോളിയനുപോലും അവരെ മനസിലാക്കുവാൻ കഴിഞ്ഞില്ല. ഞങ്ങൾ നെപ്പോളിയന്റെ തെറ്റ് ആവർത്തിക്കുക മാത്രമേ ചെയ്തുള്ളൂ."

'റഷ്യയെന്ന കടങ്കഥയെ' പറ്റിയും നമ്മുടെ അജ്ഞാതമായ യുദ്ധശക്തിയെപ്പറ്റിയും ഉള്ള നിർബന്ധിതമായ ഈ ഏറ്റുപറച്ചിൽ ഞങ്ങളെ അഭിമാനഭരിതരാക്കി. ലോകത്തെ മുഴുവൻ കഴിഞ്ഞ യുദ്ധകാലത്ത് അത്ഭുതപ്പെടുത്തിയ സോവിയറ്റ് ജനതയുടെ കഴിവും സാമർഥ്യവും ധീരതയും ആത്മത്യാഗസന്നദ്ധതയും; ഈ 'ഗോറിങ്ങുകൾക്ക് എന്നുമെന്നും മാരകമായ ഒരു കടങ്കഥതന്നെ ആയിരിക്കുമെന്ന് ഞങ്ങൾക്ക് വിശ്വാസമുണ്ട്. ജർമൻകാർ 'ഹെറൻവോക്' ആണെന്ന നീചമായ സിദ്ധാന്തം കണ്ടുപിടിച്ച് വളർത്തിയെടുക്കുന്നവർക്ക്, പ്രജായത്തസിദ്ധാന്തങ്ങളുടെ അടിസ്ഥാനത്തിൽ വളർന്നുവന്ന ഒരു ജനസമൂഹത്തിന്റെ ആത്മാവും വീര്യവും എങ്ങനെ മനസിലാകാനാണ്? പെട്ടെന്ന് ഞാൻ അലക്സി മെരിസീവിനെക്കുറിച്ചോർത്തു. ഓക്കുമരപ്പലക തറച്ച ഈ വിരസമായ സമ്മേളനശാലാതലത്തിൽവെച്ച്, എന്റെ മനസിൽ പകുതി മറഞ്ഞുകിടന്നിരുന്ന അയാളുടെ രൂപം വ്യക്തമായി ഉദിച്ചുയർന്നു. ഇവിടെവച്ച് ഫാസിസത്തിന്റെ കളിത്തൊട്ടിലായിരുന്ന ഈ ന്യൂറംബർഗിൽവെച്ച് 'കിറ്റലി'ന്റെ സൈന്യങ്ങളെ പൊട്ടിതൂളിച്ച ഗേറ്റിങ്ങിന്റെ ആകാശപ്പടയെ ഛിന്നഭിന്നമാക്കിയ റോഡരുടെ കപ്പലുകളെ ആഴിയിൽ ആഴ്ത്തിയ സുശക്തമായ അടികൾകൊണ്ട് ഹിറ്റ്ലറുടെ കൊള്ളരാജ്യത്തെ തകർത്തു തരിപ്പണമാക്കിയ ലക്ഷക്കണക്കിനുള്ള സോവിയറ്റ് സാധാരണജനതയിൽപ്പെട്ട ഒരാളുടെ കഥ വിളിച്ചുപറയുവാൻ അപ്രതീഹതമായ ഒരു വെമ്പൽ എനിക്കുണ്ടായി. മഞ്ഞച്ചട്ടയിട്ട ആ രണ്ടു നോട്ടുപുസ്തകങ്ങൾ ന്യൂറം ബർഗിലായിരുന്നപ്പോഴും എന്റെ കൈയിൽ ഉണ്ടായിരുന്നു. അവയിലൊന്നിൽ മെരിസീവിന്റെ സ്വന്തം കൈയക്ഷരത്തിൽ 3-ാം സേനാദളത്തിന്റെ സമരലോഗ് എന്നു കുറിച്ചിട്ടുണ്ട്. ട്രിബ്യൂണലിന്റെ സമ്മേളനം കഴിഞ്ഞ് താമസസ്ഥലത്ത് മടങ്ങിയെത്തിയപ്പോൾ ആ നോട്ടുപുസ്തകങ്ങൾ എടുത്ത് വീണ്ടും ഞാൻ എഴുതാൻ തുടങ്ങി. മെരിസീവ് എനിക്കു പറഞ്ഞു തന്ന വിവരങ്ങളിൽനിന്ന് എനിക്ക് അയാളെപ്പറ്റി മനസിലായതു മുഴുവൻ യഥാർഥമായി പകർത്താൻതന്നെ ഞാൻ നിശ്ചയിച്ചു.

അയാൾ പറഞ്ഞുതന്നതു മുഴുവൻ പകർത്തിയെടുക്കുവാൻ എനിക്ക് സാധിച്ചിരുന്നില്ല. കുറെയൊക്കെ ഈ നാലുകൊല്ലത്തിനിടയ്ക്ക് ഓർമയിൽനിന്നു വിട്ടുപോയിരിക്കുന്നു. വിനയപാരമ്യത്തിൽ ഒരു പാടെല്ലാം തന്നെപ്പറ്റി പറയുവാൻ അലക്സി മടിച്ചിട്ടുണ്ട്. എനിക്കതു പൂർത്തിയാക്കാനുള്ള ഒരു ബാധ്യത തോന്നി. ഹൃദ്യമായും വ്യക്ത

മായും അയാൾ വർണിച്ചുതന്നിരുന്ന സുഹൃദ്ജനങ്ങളുടെ ചിത്രവും എന്റെ മനസിൽ നിന്നു കുറെയൊക്കെ മാഞ്ഞുപോയിരിക്കുന്നു. എനിക്കതും പൂർണമാക്കേണ്ടിയിരിക്കുന്നു. വസ്തുനിഷ്ഠങ്ങളായ സംഗതികളോട് ശരിക്കും നീതികാണിക്കുവാൻ നിർവാഹമില്ലാത്തതിനാൽ ഞാൻ കഥാനായകനും അദ്ദേഹത്തിന്റെ സുഹൃത്തുക്കൾക്കും ക്ലിഷ്ടവും വീരോചിതവുമായ ആ മാർഗത്തിലെ മറ്റു സഹായികൾക്കും വേറെ പേര് നൽകിയിരിക്കുകയാണ്. ഈ പുസ്തകത്തിലെ കഥാപാത്രങ്ങളിൽ അവർക്കു സ്വന്തരൂപം തിരിച്ചറിയുവാൻ കഴിയുമെങ്കിൽ ഈ മാറ്റത്തിന് അവർ എനിക്ക് മാപ്പുതരുമെന്നു വിശ്വസിക്കുന്നു.

ഈ പുസ്തകത്തിന് 'ഒരു യഥാർഥമനുഷ്യന്റെ കഥ' എന്നാണ് നാമകരണം ചെയ്തിരിക്കുന്നത്. എന്തെന്നാൽ അലക്സി മെരിസീവ് ഒരു യഥാർഥസോവിയറ്റ് പൗരനാണ്. അദൃശ്യരായ ധീരാത്മാക്കളെ ഹെർമാൻ ഗോറിങ്ങിനു തന്റെ ലജ്ജാകരമായ അന്ത്യംവരെ മനസിലാക്കുവാൻ സാധ്യമാവുകയില്ല. ചരിത്രസത്യങ്ങളെ മറക്കുവാൻ ശ്രമിക്കുന്നവർക്കോ ഇപ്പോഴും രഹസ്യമായി ഹിറ്റ്ലറെ അനുകരിക്കാൻ ശ്രമിക്കുന്നവർക്കോ ഒരു കാലത്തും മനസിലാവുകയില്ല.

ഇങ്ങനെയാണ് 'ഒരു യഥാർഥമനുഷ്യന്റെ കഥ' എഴുതുവാൻ ഇടയായത്. പ്രസിൽ കൊടുക്കാൻ കൈയെഴുത്തുപ്രതി തയാറാക്കിയപ്പോൾ അത് പരസ്യപ്പെടുത്തുന്നതിനുമുമ്പു പ്രധാന കഥാനായകൻ അതൊന്നു വായിച്ചാൽ കൊള്ളാമെന്ന് എനിക്കു തോന്നി. പക്ഷേ സമരത്തിന്റെ ബഹളത്തിന്നിടയിൽ അദ്ദേഹത്തെക്കുറിച്ചുള്ള വിവരമൊന്നും കിട്ടാതായിക്കഴിഞ്ഞിരുന്നു. ഞങ്ങൾക്ക് രണ്ടുപേർക്കും പരിചയമായിരുന്ന വൈമാനികർക്കോ, ഞാൻ അന്വേഷണം നടത്തിയ ഉദ്യോഗമണ്ഡലങ്ങൾക്കോ അലക്സി പെട്രോവിച്ച് മെരിസീവിനെ കണ്ടുപിടിക്കാനാവശ്യമായ വിവരങ്ങൾ തരാൻ കഴിഞ്ഞില്ല.

കഥ ഒരു മാസികയിലൂടെ പുറത്തു വന്നുതുടങ്ങി. റേഡിയോയിൽ പ്രക്ഷേപണം ചെയ്തിരുന്ന കാലത്ത് ഒരു ദിവസം പ്രഭാതത്തിൽ എന്റെ ടെലിഫോൺ മണി ഒന്നു കിലുങ്ങി. ഞാൻ റിസീവർ എടുത്ത് ശ്രദ്ധിച്ചപ്പോൾ കേട്ടത്, സാമാന്യം പരുപരുത്ത പൗരുഷം സ്ഫുരിക്കുന്ന നേരിയ പരിചയം തോന്നുന്ന ഒരു സ്വരമായിരുന്നു.

"എനിക്ക് നിങ്ങളെ കണ്ടാൽ കൊള്ളാം."

"ആരാണ് സംസാരിക്കുന്നത്?"

"ഗാർഡ് മേജർ അലക്സി മെരിസീവ്," ഏതാനും മണിക്കൂറുകൾക്കുശേഷം അലക്സി അൽപ്പം ഞൊണ്ടി കരടിയെപ്പോലെ നടന്ന് എന്റെ മുറിയിലേക്ക് കയറി. അയാൾ എന്നത്തേയുംപോലെ ഉല്ലാസവാനും ആഹ്ലാദഭരിതനും പ്രാപ്തി തോന്നിക്കുന്നവനുമായിരുന്നു. നാലുകൊല്ലത്തെ യുദ്ധം അയാളിൽ യാതൊരു മാറ്റവും വരുത്തിയില്ല.

"ഞാൻ വീട്ടിൽ ഇരുന്നു വായിക്കുകയായിരുന്നു. റേഡിയോ തുറന്നുവച്ചിരുന്നു. ഞാൻ എന്റെ പുസ്തകത്തിൽത്തന്നെ ശ്രദ്ധ പതിപ്പിച്ചി

രുന്നതിനാൽ എന്താണ് പ്രക്ഷേപണം ചെയ്തിരുന്നതെന്നൊന്നും കേട്ടില്ല. പെട്ടെന്ന് അമ്മ വിളിച്ചുപറഞ്ഞു. "ശ്രദ്ധിക്കൂ, മകനെ, അവർ നിന്നെപ്പറ്റിയാണ് പറയുന്നത്." ഞാൻ ചെവി കൂർപ്പിച്ചു. അതേ അവർ എന്നെക്കുറിച്ചാണ് പറഞ്ഞിരുന്നത്. എന്റെ നേട്ടങ്ങളെക്കുറിച്ച്, അതൊരു അത്ഭുതമായിരുന്നു. ആരായിരിക്കും അത് എഴുതിയത്? ആർക്കും അത് പറഞ്ഞുകൊടുത്തതായി ഞാൻ ഓർക്കുന്നില്ല. പിന്നെ നമ്മൾ തമ്മിലുള്ള, ഓറിയോളിൽ വെച്ചു നടന്ന കൂടിക്കാഴ്ചയെപ്പറ്റി ഞാൻ ഓർത്തു; അന്ന് ആ ഗൂഢവസതിയിൽ എന്റെ കഥകൊണ്ട് നിങ്ങളെ ഞാൻ ഉറക്കാതെ ഇരുത്തിയത്. പക്ഷേ അതെങ്ങനെ ഈ കഥയാകും. ഞാൻ തനിയെ ആലോചിച്ചു. വളരെക്കാലംമുമ്പ് അഞ്ചു വർഷത്തിനപ്പുറമായിരുന്നു എങ്കിലും സംഗതി അതുതന്നെയായിരുന്നു. ആ അധ്യായം അവസാനിപ്പിച്ച വായനക്കാരൻ ഗ്രന്ഥകർത്താവിന്റെ പേരും പറഞ്ഞു. അപ്പോൾത്തന്നെ ഞാൻ നിശ്ചയിച്ചു നിങ്ങളെ തിരക്കി പിടിച്ചേ പറ്റൂ എന്ന്."

കുറേക്കാലം കാണാതിരുന്ന രണ്ടു പട്ടാളക്കാർ കണ്ടുമുട്ടുമ്പോൾ സാധാരണയായി സംഭവിക്കാറുള്ളതുപോലെ, ഞങ്ങൾ വീണ്ടും യുദ്ധങ്ങളിലൂടെ കടന്നുപോയി. ഞങ്ങൾക്കു രണ്ടുപേർക്കും അജ്ഞാതരായിരുന്ന ഉദ്യോഗസ്ഥന്മാരെക്കുറിച്ചു സംസാരിച്ചു. നമ്മുടെ വിജയം കാണുവാൻ ജീവിച്ചിരിക്കാത്തവരെപ്പറ്റി ദയയോടെ അനുസ്മരിച്ചു. പണ്ടത്തെപ്പോലെതന്നെ തന്നെപ്പറ്റി പറയുവാൻ അലക്സിക്കു വിസമ്മതമായിരുന്നു. പക്ഷേ എന്നാലും ഞങ്ങൾ കണ്ടതിനുശേഷം അയാൾ നിരവധി രണാങ്കണങ്ങളിൽ വിജയശ്രീ വരിച്ചു എന്ന് ഞാൻ അറിഞ്ഞു. 1943 –45ലെ ആക്രമണങ്ങളിൽ അയാൾ തന്റെ സേനാവ്യൂഹത്തോടൊപ്പം അടരാടി. ഓറിയോളിനു സമീപം ഞങ്ങൾ പിരിഞ്ഞതിൽപ്പിന്നെ അയാൾ മൂന്നു ശത്രുവിമാനങ്ങളെക്കൂടി നിലത്തുവീഴ്ത്തി. പിന്നീട് ബാൾട്ടിക്ക് കടലിടുക്കിന്നരികെയുള്ള യുദ്ധത്തിൽ രണ്ടുംകൂടി കൂട്ടി. ചുരുക്കത്തിൽ തന്റെ കാലിന്റെ നഷ്ടത്തിനുപകരം അയാൾ ശത്രുക്കൾക്ക് ഭീമമായ നഷ്ടം വരുത്തി. ഗവൺമെന്റ് അയാൾക്ക് 'ഹീറോ ഓഫ് സോവിയറ്റ് യൂണിയൻ' മുദ്ര നൽകി.

വ്യക്തിപരമായ കാര്യങ്ങളെക്കുറിച്ച് അലക്സി മെരിസീവ് സംസാരിച്ചു. അതിലും സുഖകരമായ ഒരവസാനം കഥയ്ക്കു കൊടുക്കുവാൻ സാധിച്ചതിൽ ഞാൻ ചാരിതാർഥ്യനാണ്. യുദ്ധം കഴിഞ്ഞതിനുശേഷം അയാൾ തന്റെ പ്രേമഭാജനത്തെത്തന്നെ വിവാഹം കഴിച്ചു. അവർക്കിപ്പോൾ ഒരു മകനുണ്ട്. വിക്ടർ. മെരിസീവിന്റെ വൃദ്ധയായ അമ്മ ക്യാംഷീനിൽ നിന്നുവന്നു. ഇപ്പോൾ തന്റെ കുട്ടികളുടെ സന്തോഷത്തിൽ ആനന്ദമഗ്നയായി, കൊച്ചുമെരിസീവിനെ താലോലിച്ചുകൊണ്ട് അവരോടൊപ്പം താമസിക്കുകയാണ്.

ഇന്ന് എന്റെ പ്രധാന കഥാനായകന്റെ നാമധേയം വളരെ അധികം വൃത്താന്തപത്രങ്ങളിൽ പതിഞ്ഞുകാണാം. നമ്മുടെ പരിശുദ്ധമായ

മണ്ണിൽ അതിക്രമിച്ചു കയറിയ ശത്രുവിനോട് എതിരിടുന്നതിൽ അദ്വിതീയമായ ധീരതയും ചുണയും പ്രദർശിപ്പിച്ചു അത്ഭുതകരമായ മാതൃക കാണിച്ച ആ സോവിയറ്റുദ്യോഗസ്ഥൻ ഇന്നു വിശ്വസമാധാനത്തിന്റെ കരുത്തുറ്റ പ്രചാരകനാണ്. ബുഡാപെസ്റ്റിലേയും പ്രാഗിലേയും പാരീസിലേയും ലണ്ടനിലേയും ബർലിനിലേയും വാർസോവിലേയും അധ്വാനിക്കുന്ന ജനത, ഒന്നിലധികം പ്രാവശ്യം കോൺ ഫ്രൻസിലും പൊതുസമ്മേളനങ്ങളിലും അദ്ദേഹത്തെ കാണുന്നുണ്ട്. സ്വന്തം രാജ്യത്തിന്റെ അതിർത്തിക്കപ്പുറം ഈ സോവിയറ്റ് പടയാളിയുടെ അത്ഭുതകരമായ ജീവിതകഥ അറിയപ്പെടുന്നുണ്ട്. യുദ്ധത്തിന്റെ ഏറ്റവും ഭീകരമായ കെടുതികളെ ധീരധീരമായി അനുഭവിച്ച ഒരാളുടെ ചുണ്ടിൽനിന്നു പുറത്തുവരുമ്പോൾ മഹത്തായ സമാധാനദൗത്യത്തിന്ന് പ്രത്യേകമായ പരിഗണന ലഭിക്കുന്നു. സ്വാതന്ത്ര്യം കാംക്ഷിക്കുന്ന ഒരു മഹത്തായ ജനതയുടെ സന്തതിയായ അലക്സി മെരിസീവ്, യുദ്ധകാലത്ത് താൻ ശത്രുക്കളോട് എതിരിടുമ്പോൾ കാണിച്ചതായ അതേ വിശ്വാസ ദാർഢ്യവും ശ്രദ്ധയും മന:സ്ഥൈര്യവും വിശ്വശാന്തിക്കുവേണ്ടി പ്രവർത്തിക്കുമ്പോഴും കാണിക്കുന്നുണ്ട്.

അങ്ങനെ അലക്സി മെരിസീവിന്റെ–ഒരു യഥാർഥ സോവിയറ്റു പൗരന്റെ–കഥയ്ക്കൊരു ഉത്തരഭാഗം ജീവിതംകൊണ്ടു തന്നെ എഴുതി ഉണ്ടാക്കുകയാണ്.

www.ingramcontent.com/pod-product-compliance
Ingram Content Group UK Ltd.
Pitfield, Milton Keynes, MK11 3LW, UK
UKHW042137021026
15589UKWH00003B/886

9 788126 206117